சுராவின்

தமிழ்-தமிழ்-ஆங்கில அகராதி

(LOW COST EDITION)

சிறப்பு அம்சங்கள்

- ஒவ்வொரு சொல்லுக்கும் பல பொருள் விளக்கங்கள்
- அனைத்து சொற்களுக்கும் ஆங்கில மொழியின் விளக்கங்கள்
- தமிழ்ப் பழமொழிகள் – ஆங்கிலப் பழமொழிகள்

தொகுப்பு:
ஆசிரியர் குழாம்

SURA

சுரா காலேஜ் ஆஃப் காம்படிஷன்
சென்னை.

தமிழ்-தமிழ்-ஆங்கில அகராதி

Tamizh-Tamizh-Aangila Agarathi

(Tamil-Tamil-English Dictionary)

© வெளியீட்டாளர்கள்

இந்தப் பதிப்பு : ஏப்ரல், 2025

அளவு : 1/8 டெமி

பக்கங்கள் : 448

குறியீட்டு எண் : I 43

ISBN : 978-81-8449-523-2

(வெளியீட்டாளர்களின் எழுத்து மூலமான அனுமதி இன்றி இப்புத்தகத்தை
மறுபதிப்புச் செய்யவோ, வேறு மொழிகளில் மொழிபெயர்க்கவோ, அச்சடிக்கவோ, போட்டோகாபி
செய்யவோ கூடாது)

சுரா காலேஜ் ஆஃப் காம்படிஷன்

தலைமை அலுவலகம்: 1620, 'ஜே' பிளாக், 16-வது பிரதான சாலை,
அண்ணா நகர், சென்னை-600 040.
போன்: 4862 9977, 4204 3273

பத்மாவதி ஆப்செட், சென்னை–600 032 இல் அச்சடிக்கப்பட்டு.

சுரா புக்ஸ் (பிரைவேட்) லிமிடெடுக்காக

1620, 'ஜே' பிளாக், 16–வது பிரதான சாலை, அண்ணா நகர், சென்னை – 600 040 இல்

திரு. வீ.வீ.கே. சுப்புராசு அவர்களால் வெளியிடப்பட்டது.

தொலைபேசி எண்: **48629977**

e-mail: enquiry@surabooks.com suracollege@gmail.com

website: www.surabooks.com

அகராதியில் பயன்படுத்தியிருக்கும் சுருக்கக் குறியீடுகள்

அ.	-	அல்லது
அ.வ.வ.	-	அருகி வருகின்ற வழக்கு
இ.து.	-	இசைத்துறை
இ.சொ.	-	இடைச்சொல்
இணை. இ.சொ.	-	இணைப்பு இடைச் சொல்
இயற்.	-	இயற்பியல்
இலக்.	-	இலக்கணம்
இலங்.த.வ.	-	இலங்கைத் தமிழ் வழக்கு
இஸ்.	-	இஸ்லாமிய வழக்கு
உ.வ.	-	உயர் வழக்கு
உயிரி.	-	உயிரியல்
உருவ.	-	உரு வழக்கு
உள.	-	உளவியல்
எ.கா.	-	எடுத்துக்காட்டு
எ.வி.மு.	-	எதிர்மறை வினைமுற்று
கணி.	-	கணிதம்
கிறித்.	-	கிறித்தவ வழக்கு
சமூ.வ.	-	சமூக வழக்கு
சி.வை.	-	சித்த வைத்தியம்
சு.சொ.	-	சுட்டுச் சொல்
சு.பெ.	-	சுட்டுப் பெயர்
சு.பெ.அ.	-	சுட்டுப் பெயரடை (பெயர் அடை)
சோதி.	-	சோதிடம்
த.வ.	-	தகுதியற்ற வழக்கு
தத்.	-	தத்துவம்
தருக்.	-	தருக்கம்
தா.இ.	-	தாவர இயல்
து.வி.	-	துணை வினை
தொ.பெ.	-	தொழிற்பெயர்
நா.	-	நாட்டியம்
பெ.	-	பெயர்ச்சொல்
பெ.அ.	-	பெயரடை (பெயர் அடை)
பெ.ப.	-	பெண்பால் பன்மை
பெ.வ.வ.	-	பெருகி வரும் வழக்கு
பே.வ.	-	பேச்சு வழக்கு
வ.சொ.	-	வடசொல்
வ.வ.	-	வட்டார வழக்கு
வி.	-	வினைச்சொல்
வி.அ.	-	வினையடை (வினை அடை)
வி.உ.	-	வினை உரிச்சொல்
வி.மு.	-	வினைமுற்று
வி.இ.சொ.	-	விளிப்பு இடைச் சொல்
வினா. பெ.	-	வினாப் பெயர்
வி.பெ.	-	வினைப் பெயர்
வினா.பெ.அ.	-	வினாப் பெயரடை
வியசொ.	-	வியப்புச் சொல்
வேதி.	-	வேதியியல்

SURA'S
OTHER DICTIONARIES

- New Supreme English-English-Tamil Dictionary (H/B)
  New Supreme English-English-Tamil Dictionary (P/B)
  New Supreme English-English-Tamil Dictionary
  (Low Priced Students' Edition)
- ஆங்கில-தமிழ்-இலக்கண அகராதி (English-English-Tamil Grammar Dictionary)
- New English-English-Tamil Dictionary (H/B)
  New English-English-Tamil Dictionary (P/B)
- English-English-Tamil Dictionary (H/B)
  English-English-Tamil Dictionary (Low Priced Edition)
- New Supreme English - English Dictionary (H/B)
  New Supreme English - English Dictionary (P/B)
  New Supreme English - Tamil Dictionary
- Tamil-Tamil-English Dictionary (H/B)
  Tamil-Tamil-English Dictionary (P/B)
- English-English-Tamil School Dictionary (H/B)
  English-English-Tamil School Dictionary (P/B)
  New English-Tamil **Pronunciation** Dictionary
- Concise English-English-Tamil Dictionary (H/B)
  Concise English-English-Tamil Dictionary (P/B)
- English-English Dictionary (Pocket)
  English-Tamil Dictionary (Pocket)
- Hindi-English Dictionary (H/B)
  Hindi-English Dictionary (P/B)
- English - Malayalam Dictionary
  English-English-Malayalam Dictionary (H/B)
  English-English-Malayalam Dictionary (P/B)
  English-Malayalam Dictionary (Concise)
- Kannada-Kannada Dictionary
  English-Kannada Dictionary (Pocket)
- English-English-Telugu Dictionary (H/B)
- Illustrated Children's Dictionary (P/B)
  English-Tamil Picture Dictionary
  Dictionary of Mathematics
  Dictionary of Chemistry
  Dictionary of Alliterative and Rhythmic Phrases

சுராவின்

தமிழ்-தமிழ்-ஆங்கில சொற்களஞ்சியம்

அ

அ: தமிழ் எழுத்துகளுள் முதல் எழுத்து; உயிர் எழுத்து; தமிழ் எண் எட்டின் குறி; the first letter and vowel of Tamil; the Tamil number eight.

அஃகம்: (பெ): தானியம்; ஊற்று நீர்; grain; the spring water.

அஃகரம்: (பெ): வெள்ளெருக்கு; white madar.

அஃகல்: (தொ.பெ): குறுகுதல்; குறைதல்; சுருங்குதல்; decreasing; shrinking; (பெ):

அஃகுல்லி: (பெ): பிட்டு; ஒரு வகை சிற்றுணவு; a kind of pudding; a light edible.

அஃகு: (பெ): ஊற்று நீர்; the spring water; (வி): சுருக்கு; குறைத்திடு; to shrink; to diminish.

அஃகுள்: (பெ): அக்குள்; கக்கம்; armpit.

அஃகேனம்: (பெ): ஆயுத எழுத்து; Tamil alphabet which is neither a vowel nor a consonant.

அஃது: (சு.பெ): அது; அஃறிணை ஒருமைச் சுட்டு. (before vowels) it; that (thing).

அஃபோதம்: (பெ): நிலா முகிப்புள் என்னும் பறவை; a migratory bird.

அஃறிணை: (பெ): பகுத்தறிவு அற்ற உயிர்களும், உயிரற்ற பொருள்களும்; lifeless things, animals, birds, insects, etc.

அகக்கண்: (பெ): ஞானம்; ஆன்ம அறிவு; knowledge; wisdom, the inner sight.

அகக்கரணம்: (பெ): உள்ளம்; மனம்; mind.

அகக்காழ்: (பெ): ஆண் மரம்; male tree.

அகங்காரம்: (பெ): ஆணவம்; pride;

அகங்கை: (பெ): உள்ளங்கை; palm of the hand.

அகசன்: (பெ): கேது; a nodal point no house in the Zodiac.

அகசியம்: (பெ): வேடிக்கை; ஏளனம்; a humorous play.

அகசு: (பெ): பொழுது; பகல் பொழுது; time; day-time.

அகசை: (பெ): பார்வதி தேவி; Parvathi Devi,

அகச்சான்று: (பெ): ஆதாரம்; internal evidence.

அகடச் சக்கரம்: (பெ): இடுப்பு அணி; கொடுங்கோல் வேந்தன்; an ornament worn round the waist; tyrant.

அகடம்: (பெ): அநீதி; injustice.

அகடவிகடம்: (பெ): வேடிக்கைப் பேச்சு; play on words;

அகடியம்: (பெ): அநீதி; injustice.

அகடு: (பெ): வயிறு; மையம்; stomach; middle;

அகடூரி: (பெ): பாம்பு; a snake.

அகட்டு: (வி): (கால்களை) அகல வை; to keep (the legs) apart.

அகணி: (பெ): நார்; வயல்; விஷம்; fibrous part of the palmyra stalk; paddy fields; poison.

அகண்ட: (பெ.அ): விசாலமான; wide; expansive.

அகண்ட தீபம்: (பெ): நந்தா விளக்கு; perpetual burning lamp

அகண்டம்: (பெ): முழுமை; பிளவு படாதது; fullness; not fragmentary.

அகண்டி: (பெ): ஒருவகை இசைக்கருவி; a kind of musical instrument.

அகதகாரன்: (பெ): மருத்துவன்; physician.

அகதம்: (பெ): குளிகை; மருந்து; இன்பம்; tablet; medicine; happiness.

அகதி: (பெ): வேல மரம்; ஆதரவு இல்லாதவன்; an acacia tree; refugee;

அகத்தடிமை: (பெ): வீட்டு வேலைக்காரன்; servant of the house;

அகத்தடியாள்: (பெ): வீட்டு வேலைக்காரி; மனைவி;servant maid of the house; wife.

அகத்தி: (பெ): கீரையாகப் பயன்படும் ஒரு வகை மரம்; a kind of tree - Coronilla grandiflora.

அகத்திக் கீரை: (பெ): அகத்தி மரத்து இலைகள்; the leaves of Coronilla grandiflora

அகத்தியம்: (பெ): அகத்தியர் எழுதிய இலக்கண நூல்; grammar work written by Agathiar.

அகத்தியல்: (பெ): உள்ளத்தின் இயல்பு; disposition of the mind.

அகநகை: (பெ): ஏளனச்சிரிப்பு; derisive laughter; (வி) : ஏளனமாய்ச் சிரித்திடு : to laugh in derision.

அகநாடு: (பெ): உள் நாடு; மருதம்; interior of a country; agricultural tract.

அகநிலை: (பெ): மனநிலை; state of mind.

அகப்படு: (வி): பிடிபடு; சிக்கிடு; to be caught; to get entangled.

அகப்பரம்: (பெ): திண்ணை; raised platforms at the entrance of a house.

அகப்பரிவாரம்: *(பெ):* வீட்டு வேலையாட்கள்; servants in the house.

அகப்பா: *(பெ):* அரண்; மதில்; protection; rampart.

அகப்பு: *(பெ):* படுகுழி; ஆழம்; pitfall; depth.

அகப்பை: *(பெ):* கரண்டி; wooden ladle.

அகமகிழ்ச்சி: *(பெ):* உள்ளக்களிப்பு; மன மகிழ்ச்சி; joy of mind.

அகமகிழ்: *(பெ):* பரவசப்படு; உற்சாகம் கொள்; to feel joy; be in raptures.

அகமடல்: *(பெ):* பாளை; spathe of palms.

அகமம்: *(பெ):* மரத்தைக் குறித்திடும் சொல்; the word which indicates a tree (in general).

அகமுடையாள்: *(பெ):* குடும்பத்தலைவி; மனைவி; mistress of the house; wife.

அகமுடையான்: *(பெ):* குடும்பத்தலைவன்; கணவன்; நிலச்சுவான்தார்; master of family; husband; land-lord.

அகம்: *(பெ):* inner mind; house.

அகம்படியர்: *(பெ):* (அரண்மனையில்) ஊழியம் செய்வோர்; superior servants of the palace.

அகம்பாவம்: *(பெ):* அகங்காரம்; திமிர்; செருக்கு; ஆணவம்; அகந்தை; arrogance; conceit; self-esteem; egotism.

அகம்மியை: *(பெ):* இழிகுலப்பெண்; பொது மகள்; whore; harlot; prostitute.

அகரம்: *(பெ):* 'அ' என்னும் எழுத்து; அந்தணர் வாழுமிடம்; name of the letter 'அ'; dwelling place of Brahmins.

அகராதி: *(பெ):* அகரமுதலான சொற்பொருளகராதி; lexicon; vocabulary, dictionary.

அகரு: *(பெ):* அகில் மரம்; Akil a kind of fragrant wood (tree) .

அகர்ணம்: *(பெ):* செவிடு; பாம்பு; deaf; snake.

அகர்நிசம்: *(வி.அ):* அல்லும் பகலும்; day and night.

அகர்முகம்: *(பெ):* வைகறைப் பொழுது; விடியற்காலம்; day-break; dawn.

அகல: *(வி.அ):* பெரிதாகி; விரிய; பக்கவாட்டில்; wide; outstretched.

அகலக்கால் வை: *(வி):* தன் சக்திக்கு மீறிய செயலில் இறங்கிடு; to stretch beyond one's means.

அகலம்: *(பெ):* செவ்வகத்தின் குறுகிய பக்கம்; breadth.

அகலம் புகு: *(வி):* அடைக்கலம் புகுந்திடு; to embrace; to take refuge.

அகலர்: *(பெ):* கடவுள்; God.

அகலறை: *(பெ):* பாசறை; மலைப்பக்கம்; camp; tent; hill side.

அகலன்: *(பெ):* கடவுள்; ஏழை; God; poorman.

அகலிகை: *(பெ):* கௌதம முனிவரின் பத்தினி Agaligai, wife of Sage Goutama.

அகலிடம்: *(பெ):* பூமி; பரந்த நிலவுலகம்; earth; the wide world.

அகலியம்: *(பெ):* மரம்; tree (in general).

அகலுள்: *(பெ):* நாடு; country; greatness.

அகல்: *(பெ):* சிறு விளக்கு; a hollow earthen lamp; *(வி):* விட்டு விலகிடு; to leave.

அகல் வீதி: *(பெ):* அகன்ற வீதி; broad street.

அகவடி: *(பெ):* உள்ளங்கால்; அடிச்சுவடு; sole of the foot; footstep.

அகவயிரம்: *(பெ):* மரத்தின் உள் வயிரம்; the heart-wood of tree.

அகவர்: *(பெ):* பாணர்; வீட்டைச் சார்ந்தவர்; bards one who belongs to the house.

அகவலன்: *(பெ):* மங்கலப் பாடகன்; பாணன்; a bard.

அகவல்: *(பெ):* மயிலின் குரல்; ஒருவகைக் கூத்து; ஆசிரியப்பா; the cry of a peacock; a kind of dance; a species of verse called 'Aasiriyappa'; calling.

அகவன் மகள்: *(பெ):* பாணன் மகள்; daughter of a bard.

அகவாட்டி: *(பெ):* மனைவி; இல்லாள்; wife; the mistress of the house.

அகவாயில்: *(பெ):* மனம்; உள்வாயில்; mind; inner gate.

அகவாய்: *(பெ):* உள்ளிடம்; கதவு நிலை; inner place; door frame.

அகவாளன்: *(பெ):* கணவன்; குடும்பத்தலைவன்; husband; the head of the family.

அகவிதழ்: *(பெ):* உள்ளிதழ்; அல்லி; inner petal of a flower; corolla.

அகவிருள்: *(பெ):* உள்ளிருள்; அறியாமை; inner darkness; ignorance.

அகவிலை: *(பெ):* தானிய விலை; price of grain.

அகவிலைப்படி: *(பெ):* அடிப்படைச் சம்பளத்தோடு அளிக்கப்படும் கூடுதல் தொகை; the special allowance dearness allowance.

அகவுதல்: *(வி):* கரகரப்பான குரலில் ஒலி எழுப்புதல்; cry as a peacock.

அகவுநர்: *(பெ):* பாடுவோர்; ஆடுவோர்; singers; dancers.

அகவேற்றம்: *(பெ):* பஞ்சம்; தானிய பற்றாக்குறை; famine; scarcity of grain.

அகவை: *(பெ):* உள்ளிடம்; ஆண்டு; உட்பொருள்; வயது; inner place; year; inner meaning;; age.

அகழாய்வு: *(பெ):* நாகரிகச் சின்னங்களைத் தோண்டி-யெடுத்து செய்திடும் ஆராய்ச்சி; archae-ological excavation.

அகழான்: *(பெ):* வயல் எலி; field rat.

அகழி: *(பெ):* அரசர்களின் கோட்டையைச் சுற்றியிருந்த வெகு ஆழமான நீர்நிலை; moat.

அகழெலி: *(பெ):* மூஞ்சுறு; வயல் எலி; mole; field rat.

அகழ்: *(வி):* தோண்டு; பள்ளம் பறி; to dig out; to excavate.

அகளங்கம்: *(பெ):* தூய்மை; purity.

அகளங்கன்: *(பெ):* குற்றமற்றவன்; கடவுள்; one who is spotless, pure; God.

அகளம்: *(பெ):* சாடி; தாழி; jar; large earthen pot; bucket.

அகளி: *(பெ):* தாழி; மண் பாண்டம்; a large earthen pot.

அகறல்: *(வி.பெ):* அகலல்; நீங்குதல்; the act of removing; the act of leaving; breadth.

அகற்பன்: *(பெ):* ஒப்பற்றவன்; incomparable person.

அகற்றம்: *(பெ):* அகலம்; பிரிவு; பரப்பு; breadth; section; area.

அகன் பனை: *(பெ):* பரந்த மருத நிலம்; wide agricultural tract.

அகன் மணி: *(பெ):* உயர்ந்த முத்து; precious pearl.

அகன்ற: *(பெ.அ):* அகலமான; பரந்த; broad; wide.

அகன்றில்: *(பெ):* ஆண் அன்றில் பறவை; male bird of Andril.

அகன்று: *(வி.அ):* நீங்கி; getting removed.

அகன்னம்: *(பெ):* செவிடு; deaf.

அகாடி: *(பெ):* குதிரையின் காலில் கட்டும் கயிறு; the rope to tie a horse.

அகாதம்: *(பெ):* பள்ளம்; புனல்; pit.

அகாரணம்: *(பெ):* காரணமின்மை; தற்செயல்; anything unreasonable.

அகாரம்: *(பெ):* 'அ' என்னும் எழுத்து; வீடு; the letter 'அ'; house;

அகாரி: *(பெ):* கடவுள்; இந்திரன்; God; Lord Indra.

அகாரியம்: *(பெ):* தகாத செய்கை; evil deed.

அகாலம்: *(பெ):* முறைமையில்லாத காலம்; an unfit time.

அகால மரணம்: *(பெ):* இளம் வயது சாவு; premature death.

அகிஞ்சனன்: *(பெ):* வறியவன்; destitute person.

அகிஞ்சை: *(பெ):* கெடுதி இல்லாமை; harmlessness.

அகிதம்: *(பெ):* தீமை; இடையூறு; harm; evil; hindrance; obstruction.

அகிதன்: *(பெ):* பகைவன்; enemy.

அகிம்சை: *(பெ):* தீங்கு இழைப்பதிலிருந்தும், நீங்கிய நிலை; non-violence.

அகிருத்தியம்: *(பெ):* தவறான செயல்; பொல்லாத செயல்; அக்கிரமம்; evil action.

அகில: *(பெ.அ):* அனைத்து; all.

அகிலம்: *(பெ):* பூமி; உலகம்; முழுமை; earth; world; fullness.

அகில்: *(பெ):* ஒருவகை வாசனை மரம்; a kind of sweet scented wood; eagle-wood.

அகிற்கூட்டு: *(பெ):* நறுமணக் கலவை; a fragrant dust.

அகீசன்: *(பெ):* நாகதேவன்; the king of serpents.

அகுசல வேதனை: *(பெ):* துக்க உணர்வு; the feeling of distress.

அகுடம்: *(பெ):* கடுக ரோகணி; a kind of Siddha herbal medicine.

அகுட்டம் *(பெ):* மிளகு; pepper.

அகுணம்: *(பெ):* குற்றம்; தீய குணம்; guilt; misconduct.

அகுணி: *(பெ):* தீய குணம் கொண்டவன்; mischievous person.

அகுதி: *(பெ):* ஆதரவு அற்றவன்; அகதி; helpless person; destitute person.

அகுதை: *(பெ):* சங்க கால கொடையாளியின் பெயர்; the name of a munificent person who lived in Tamil Sangam period.

அகும்பை: *(பெ):* கவிழ் தும்பை; a kind of plant.

அகுரு: *(பெ):* அகில் மரம்; வெட்டிவேர்; eagle-wood; cuscus grass;

அகுலீனன்: *(பெ):* தாழ்த்தப்பட்ட குலத்தினைச் சார்ந்தவன்; one who belongs to scheduled caste.

அகுவைக் கட்டி: *(பெ):* அரையாப்பு; a venereal ulcer, bubo.

அகுளுதி: *(பெ):* வேப்ப மரம்; neem tree.

அகூடகந்தம்: *(பெ):* பெருங்காயம்; asafoetida.

அகூபாரம்: *(பெ):* ஆமை; கடல்; பாறையாலான குன்று; tortoise; sea; rocky hill.

அகை: *(பெ):* மலர்; கூறுபாடு; வருத்தம்; flower; division; suffering.

அகைதல்: *(வி):* எரிதல்; ஒடிதல்; மலர்தல்; burning; to break off; flowering.

அகைப்பு: (பெ): மதிப்பு; எழுச்சி; esteem; upheaval.

அகைமம்: (பெ): கிளை ஆறு; tributary stream.

அகோ: (வி.இ.சொ): வியப்பு, துக்கம் ஆகியன உணர்த்தும் குறிப்புச் சொல்; an exclamation of wonder, grief, contempt, etc.

அகோசரம்: (பெ): அறியப்படாதது; புலப்படாதது; that cannot be understood.

அகோடம்: (பெ): பாக்கு மரம்; areca-palm tree.

அகோபிலம்: (பெ): சிங்கவேள் குன்றம் என்னும் திருத்தலம்; a sacred place near Cudappah (A.P.),

அகோரம்: (பெ): அழகின்மை; கொடுமை; ugliness; terribleness.

அகோராத்திரம்: (பெ): எந்நேரமும்; day and night; always.

அகோரை: (பெ): ஒரு மணி நேரம்; one hour;

அகோவனம்: (பெ): தரிசு நிலம்; waste land;

அகௌரவம்: (பெ): மதிப்பின்மை; அவமரியாதை; degradation; dishonour.

அக்கசாலை: (பெ): கம்மாளர் பட்டறை நாணய சாலை; the place where metals are shaped; a mint.

அக்கசாலையன்: (பெ): கம்மாளர்; a worker of metals; a coiner.

அக்கடி: (பெ): கடுமையான வேலை; கடினம்; துன்பம்; a hard task; difficulty; distress;

அக்கணம்: (பெ): அதே சமயம்; the same time.

அக்கணா: (பெ): ஒருவகை மரம்; a kind of tree.

அக்கதேவி: (பெ): சோனைப்புல்; a kind of grass.

அக்கந்தம்: (பெ): தான்றி மரம்; a kind of tree; Terminnia.

அக்கம்: (பெ): கண்; கயிறு; தானியம்; மணி; eye; rope; grain.

அக்கமாலை: (பெ): உருத்திராக்க மாலை; garland of beads.

அக்கக்காக: (வி.அ): பகுதி பகுதியாக; தனித்தனியாக; bit by bit; part by part.

அக்கப்போர்: (பெ) (பே.வ.): அமளி; வம்பு; தகராறு; rumble; racket; squabble.

அக்கம்பக்கம்: (பெ): சுற்றியுள்ள பகுதி; neighbourhood; surroundings.

அக்கதாரி: (பெ): பரமசிவன்; Lord Shiva.

அக்கரா: (பெ): ஒருவகை மூலிகையின் வேர்; a sweetish root used as medicinal drug in Siddha.

அக்கரை: (பெ): எதிர்ப்புறக் கரை; the opposite or the otherside bank (of a river).

அக்கரைச்சீமை: (பெ) (அ.வ.வ): வெளிநாடு; foreign country.

அக்கரைப்பச்சை: (பெ): பொய்த்தோற்றம்; illusion.

அக்கறை: (பெ): ஈடுபாடு; அவசியம்; ஆவல்; கவனம்; interest; necessity; solicitude; care.

அக்கறை கொள்: (வி): கருத்துச் செலுத்திடு; நாட்டம் கொள்; கரிசனம் காட்டிடு; to take interest; to have desire; to consider.

அக்கறையுள்ள: (பெ.அ): ஈடுபாடுள்ள; earnest.

அக்கன்: (பெ) (அ.வ.வ): தமக்கை; கருடன்; நாய்; குருடன்; elder sister; eagle; dog; blind man.

அக்கா: (பெ): உடன் பிறந்த மூத்த சகோதரி; elder sister.

அக்காக் குருவி: (பெ): குயில் இனத்தைச் சேர்ந்த பறவை; hawh cuckoo.

அக்கார அடிசில்: (பெ) (சமூ.வ): சர்க்கரைப் பொங்கல்; boiled rice with sugar and ghee.

அக்காரக் கிழங்கு: (பெ): பீட்ரூட் கிழங்கு; beet root.

அக்காளி: (பெ): பதநீர்; sweet toddy.

அக்கி: (பெ): உடலில் அரிப்பினை உண்டாக்கும் ஒருவகைத்தோல்வியாதி; Herpes.

அக்கி தாரை: (பெ): கண்மணி; pupil of the eye.

அக்கிச்சூர்: (பெ): கண் நோய்; eye disease.

அக்கிரகாரம்: (பெ): அந்தணர்கள் வாழும் பகுதி; quarters of the priestly class.

அக்கிரமம்: (பெ): அட்டூழியம்; கொடுஞ்செயல்; தொல்லை; unjust act; atrocity; nuisance.

அக்கினி: (பெ): நெருப்பு; தீ; fire.

அக்கினி தேவன்: (பெ): நெருப்புக் கடவுள்; the God of fire.

அக்கினிக் கலை: (பெ): சுவாசம்; breath.

அக்கினிக் குழம்பு: (பெ): எரிமலையினுள் பாறைகள் உருகிக் குழம்புபோல் இருக்கும் திரவ நிலை; lava of volcano.

அக்கினி சாட்சியாக: (வி.அ): அக்கினி (தீ) வளர்த்து அதன் சாட்சியாக; in the presence of sacred fire.

அக்கினித் திராவகம்: (பெ): தங்கம் போன்றவற்றைக் கரைத்திடக்கூடிய இரு அடர் அமிலக் கலவை; concentrated acid; aqua regia.

அக்கினி நட்சத்திரம்: (பெ): சித்திரை, வைகாசியில் அதிகமான வெப்பம் கொண்ட நாட்கள்; கத்திரி வெயில்; the hottest days (dog days) in May.

அக்கினிப் பிரவேசம்: (பெ): கடும் சோதனை; an ordeal to which one subjects oneself to prove one's honesty.

அக்கினி மூலை: (பெ): தென் கிழக்குப் பகுதி; south-east part of a place.

அக்கினி வீசம்: (பெ): தங்கம்; gold.

அக்கு: (பெ): எலும்பு; எருதின் திமில்; உரிமை; சங்கு; bone; ox's hump; claim; conch.

அக்குதார் (பெ): உரிமையாளர்; owner;

அக்குத்து: (பெ): ஐயம்; நிபந்தனை; மையம்; doubt; condition; centre.

அக்குத்தொக்கு: (பெ): தொடர்பு; relation.

அக்குருக்கி: (பெ): சயரோகம்; Tuberculosis.

அக்குள்: (பெ): தோள் மூட்டிற்குக் கீழாக இருக்கும் குழிவான பகுதி; armpit; hollow part under the shoulder.

அக்கை: (பெ): தமக்கை; elder sister.

அக்கோடம்: (பெ): கடுக்காய்; gall nut.

அக்கோலம்: (பெ): தேத்தான் கொட்டை; a nut used as medicine in Siddha.

அங்கக்காரன்: (பெ): டாம்பீகன்; மாறுவேடம் அணிந்தவன்; dandy; masquerader.

அங்ககீனம்: (பெ): உடல் ஊனம்; physical handicap.

அங்கங்கே: (வி.அ): சிற்சில இடங்களில்; தொடர்ச்சியற்று பரவலாக; here and there; scattered.

அங்கசங்கம்: (பெ): பகட்டு; புணர்ச்சி; glamour; sexual intercourse.

அங்கிசம்: (பெ): குருதி; காமம்; மயிர்; நோய்; blood; lust, sexual pleasure; hair; disease.

அங்கசன்: (பெ): மகன்; மன்மதன்; காமன்; son; God of love - Cupid.

அங்கசேஷ்டை: (பெ): உடல் வெளி அவயவங்களின் மிகுதியான அசைவு; antics.

அங்கசை: (பெ): மகள்; daughter.

அங்கணம்: (பெ): நீர் வெளியேறிட கட்டப்பட்ட குழிவான அமைப்பு; a ridged drainage basin in front of the house.

அங்கணன்: (பெ): சிவன்; திருமால்; அருகன்; Lord Shiva; Lord Vishnu; God.

அங்கணாளன்: (பெ): அருகன்; கடவுள்; God; Deity.

அங்கணி: (பெ): கற்றாழை; பார்வதி தேவி; aloe; consort of Lord Shiva.

அங்கண்: (சு.பெ): அவ்விடம்; there; (பெ): கண்ணோட்டம்; point of view.

அங்கதம்: (பெ): பாம்பு; வஞ்சப் புகழ்ச்சியுடன் தாக்கி எழுதப்பட்ட கட்டுரை; தோளணி; satire; lampoon; bracelet worn on the upper arm.

அங்கதன்: (பெ): வாலியின் மகன்; இலக்குவனின் மகன்; son of Vaali; son of Lakshman.

அங்கதி: (பெ): நான்முகன்; அக்கினி தேவன்; Lord Brahma; Agni Bhagavan.

அங்கத்தவர்: (பெ): உறுப்பினர்; member.

அங்கத்துவம்: (பெ): உறுப்பினருக்கான தகுதி; membership.

அங்கத்தினர்: (பெ): உறுப்பினர்; member.

அங்கபடி: (பெ): குதிரை சவாரி செய்பவரின் காலினைத் தாங்கும் வளையம்; a metal loop hanging from the saddle of a horse.

அங்கப்பால்: (பெ): தாய்ப்பால்; mother's milk.

அங்கபாலிகை: (வி): கட்டித் தழுவுதல்; to embrace.

அங்கப்பிரதக்கணம்/அங்கப்பிரதட்சிணம்: (பெ): கோயில் பிரகாரத்தில் படுத்தவாறு புரண்டு வலம் வருதல்; rolling oneself clockwise around the inner passage of a temple.

அங்க நியாசம்: (பெ): உடம்பை தொட்டு மந்திரம் ஓதி, இறைவழிபாடு செய்தல்; the religious act of making signs on the body.

அங்கமணி: (பெ): சீதனம்; property given to the bridegroom.

அங்கமாலை: (பெ): எலும்பு மாலை; garland made of skulls and bones.

அங்கமுத்து: (பெ): உடம்பெங்கும் முத்து உடையவள்; மாரியம்மன்; Goddess Mariamman.

அங்கம்: (பெ): உடம்பு; உறுப்பு; சங்கத்தின் ஓர் உறுப்பினர்; body; bone; limb of the body; a member of an association.

அங்கம்மா: (பெ): காளியின் மற்றொரு பெயர்; another name of Goddess Kali.

அங்கயற்கண்ணி: (பெ): மீனாட்சி; Goddess Meenakshi.

அங்கயோகம்: (பெ): எட்டு வகை யோகங்களுள் ஒன்று; one of the eight kinds of Yoga.

அங்கரக்கன்: (பெ): மெய்க்காவலன்; escort; body-guard.

அங்கரக்கா: (பெ): நீண்ட சட்டை; a kind of long shirt.

அங்கரட்சணி: (பெ): போர்க்கவசம்; coat of mail.

அங்கராகம்: (பெ): நறுமண வாசனை திரவியம்; a kind of perfumed cosmetic.

அங்கர்: (பெ): அங்க தேசத்தவர்; the people of Anga country.

அங்கர் கோமான்: (பெ): அங்க தேசத்து மன்னன்; the king of Angadesam.

அங்கலாய்: *(வி):* (ஒருவருடைய) குறையைக் கூறிப் புலம்பிடு; to lament.

அங்கலாய்ப்பு: *(பெ):* மனக்குறை; grief;

அங்கலி: *(பெ):* மார்பகம்; விரல்; breast; finger.

அங்கலிங்கம்: *(பெ):* வீர சைவர்கள் மார்பில் அணிந்திடும் லிங்கம்; a small lingam which is worn by Veera Saivites on their chest.

அங்கவஸ்திரம்: *(பெ):* அடுக்கடுக்கான மடிப்புகளைக் கொண்ட நீளமான துண்டு; a long pleated piece of ornamental cloth.

அங்கவிட்சேபம்: *(பெ):* குறி; அபிநயம்; சாடை; mark; gesticulation; significant gesture.

அங்கவீனம்: *(பெ):* உடல் ஊனம்; physical deformity.

அங்கனம்: *(வி.அ):* அங்ஙனம்; அவ்வாறு; in that manner.

அங்கனை: *(பெ):* அழகான பெண்; beautiful woman.

அங்கன்: *(பெ):* மகன்; son.

அங்காடி: *(பெ):* கடை; சந்தை; shop; bazaar.

அங்காடிக் கூலி: *(பெ):* சந்தை வரி; the tax collected from the stalls.

அங்காடி பாரி: *(வி):* மனக்கோட்டை கட்டு; to build castles in the air.

அங்கா(த்)தல்: *(வி):* கொட்டாவி விடு; வாயைத் திறந்திடு; to yawn; to gape; to open the mouth.

அங்காமிப்பட்டா: *(பெ):* தற்காலிக உரிமைச் சாசனம்; temporary title-deed.

அங்காமினி: *(பெ):* ஆகாசகாமினி என்னும் வித்தை; incantation that gives one the power of flying through the air.

அங்காரம்/அங்காரகம்: *(பெ):* எரிந்து அணைந்துபோன மரக்கரி; charcoal.

அங்காரகன்: *(பெ):* தீ; செவ்வாய் (கிரகம்); முத்து; fire; the fiery planet Mars; pearl.

அங்காரி: *(பெ):* வெண்காரம்; borax.

அங்காரிகை: *(பெ):* கரும்பு; நன்னாரி; sugarcane; Indian Sarsaparilla.

அங்கி: *(பெ):* நெருப்பு; fire; cloak; robe.

அங்கிகரி: *(வி):* ஏற்றுக்கொள்; ஒப்புக்கொள்; to accept; to approve.

அங்கிகாரம்: *(பெ):* ஒப்புதல்; ஏற்றுக் கொள்ளுதல்; approval; recognition.

அங்கிகை: *(பெ):* இரவிக்கை; பெண்கள் அணிந்திடும் மார்புக் கச்சு; blouse; woman's inner garment to support her breasts; brassiere.

அங்கிசகம்: *(பெ):* அன்னப் -பறவை; swan.

அங்கிசம்: *(பெ):* வம்சம்; மார்பு; தோள்பட்டை; race; chest; shoulder.

அங்கிடுதத்தி: *(பெ):* நாடோடி; நிலைகெட்டவன்; a vagabond; a wanderer.

அங்கிடுதொடுப்பு: *(பெ):* கோள் சொல்பவன்; one who defames; tale-bearer.

அங்கிதம்: *(பெ):* அடையாளம்; உடலின் மீது காணப்படும் தழும்பு; sign; scar.

அங்கிரி: *(பெ):* மரம்; மரத்து வேர்; கால்; tree; root of a tree; leg.

அங்கீகரணம்: *(பெ):* ஒப்புக்கொள்ளுதல்; ஏற்றுக் கொள்ளுதல்; acceptance; approval.

அங்குசபாணி: *(பெ):* விநாயகர்; காளி; God Vinayaka; Kali, the deity of victory.

அங்குசம்: *(பெ):* யானையை அடக்கிப் பழக்கிட உதவும் கருவி; வாழை மரம்; elephant's goad; plantain tree.

அங்குசரோசனம்: *(பெ):* கூகைக் கிழங்கின் மாவு; arrow-root flour.

அங்குசவி: *(பெ):* கொள்ளு; horse-gram.

அங்குசோலி: *(பெ):* அருகம்புல்; harialli grass.

அங்குடம்: *(பெ):* திறவுகோல்; சாவி; key.

அங்குட்டம்: *(பெ):* நடுவிரல் உறை; பெருவிரல்; a thimble; thumb.

அங்குணம்: *(பெ);* வெண்காரம்; borax.

அங்குரம்: *(பெ):* முளை; sprout.

அங்குரார்ப்பணம்: *(பெ):* முளைப்பாலிகை தெளித்தல்; முளையிடுதல்; functions in which certain seeds are put into a vessel for sprouting.

அங்குலம்: *(பெ):* ஓர் அடியில் 12ல் ஒரு பாகம்; an inch.

அங்குலிகம்: *(பெ):* மோதிரம்; ring.

அங்கூடம்: *(பெ):* அம்பு; கீரி; கூடம்; arrow; mongoose; hall.

அங்கை: *(பெ):* அகங்கை; உள்ளங்கை; palm of a hand.

அங்கோலம்: *(பெ):* அழிஞ்சில் மரம்; a tree - Alangium.

அசகசாந்தரம்: *(பெ):* ஆட்டுக்கும் யானைக்கும் உள்ள வேறுபாடு; the difference between a sheep and an elephant.

அசகண்டர்: *(பெ):* தைவேளை; a plant - cleome.

அசகம்: *(பெ):* மலை ஆடு; chamois.

அசகரம்: *(பெ);* மலைப்பாம்பு; python.

அசகாய சூரன்: *(பெ):* செய்திட இயலாத ஒன்றை எளிதாக செய்து முடித்திடும் திறமையுள்ளவன்; the man capable of accomplishing a difficult task with ease.

அசகியம் 7 அசனி

அசகியம்: *(பெ):* அருவருப்பு; வெறுப்பு; deep dislike; loathing.

அசக்கியம்: *(பெ):* இயலாமை; (சாதிக்கத்தக்கது அல்ல); துத்தநாக மணல்; impossibility; the sand containing zinc.

அசக்கு(தல்): *(வி):* அசைத்தல்; to shake.

அசங்கதம்: *(பெ):* பொய்; ஒழுங்கின்மை; a lie; a falsehood; disorder.

அசங்கமம்: *(பெ):* இகழ்ச்சி; ஒவ்வாமை; ஒற்றுமையின்மை; வெறுப்பு; vilification; allergy; disunion; dislike.

அசங்காத: *(வி.அ):* அசையாத; உறுதியான; not shaken; resolute.

அசங்கை[1]: *(பெ);* அச்சமின்மை; பாதுகாப்பு; fearlessness; security.

அசஞ்சலம்: *(பெ):* அசைவின்மை; மனவுறுதி; stability; motionless state; resolution.

அசஞ்சலன்: *(பெ):* அசைவற்றவன்; சலிப்பற்றவன்; stable person; person who is not having languor.

அசடன்: *(பெ):* முட்டாள்; அறிவிலி; இழிவானவன்; stupid person; silly man; mean person.

அசண்டை: *(வி):* சாதுவாக இருந்திடல்; to be quiet.

அசதி: *(பெ):* அயற்சி; மறதி; forgetfulness;

அசதிக்கிளவி: *(பெ):* நையாண்டி; கிண்டல் பேச்சு; mockery; funny talk.

அசத்தியம்: *(பெ):* பொய்; a lie.

அசத்துரு: *(பெ):* நண்பன்; friend.

அசநவேதி: *(பெ):* சீரகம்; cumin.

அசந்துட்டம்: *(பெ):* விருப்பமின்மை; unwillingness.

அசபன்: *(பெ):* ஆடுகளை மேய்ப்பவன்; பிரதிவாதி; shepherd; defendant.

அசப்பியம்: *(பெ):* அவைக்கு ஒவ்வாத கொச்சை வார்த்தை; an indecent word unfit for an assembly.

அசப்பு: *(பெ):* ஞாபக மறதி; கவனமின்மை; absence of mind; inattention.

அசமஞ்சன்: *(பெ):* தீயவன்; கயவன்; கீழானவன்; miscreant; scoundrel; mean person.

அசமந்திபம்: *(பெ):* மலை அத்தி; a kind of tree - 'Malai Aththi'.

அசமபாணன்: *(பெ):* மன்மதன்; Manmadhan, God of Love.

அசமவாயி: *(பெ.அ):* ஒற்றுமை இல்லாமை; disunion.

அசமாருதம்: *(பெ):* திப்பிலி; long pepper.

அசமோதை: *(பெ):* ஓமம்; இலவம் பிசின்; bishop's weed; resin of silk cotton tree.

அசம்: *(பெ):* ஆடு; வெங்காயம்; sheep; onion;

அசம்பாவிதம்: *(பெ):* நடக்கக்கூடாதது; that which cannot happen.

அசம்பி: *(பெ):* பயணிகளின் தோல்பை; travellers leather bag.

அசரம்: *(பெ):* இயங்கிடாத பொருள்; அசையாப் பொருள்; that which cannot move.

அசராதி: *(பெ):* கொன்றை மரம்; Indian Laburnum.

அசரியம்: *(பெ):* நட்பு; அழிவு இல்லாமை; friendship; everlasting.

அசரீரி: *(பெ):* உரு இல்லாத வாக்கு; the voice of an incorporeal being.

அசரை: *(பெ):* அயிரை மீன்; a kind of small fish.

அசர்: *(பெ):* பொடுகு; a kind of dandruff.

அசலகன்னிகை: *(பெ):* பார்வதி தேவி; Parvathi Devi, the consort of Lord Shiva.

அசலக்கால்: *(பெ):* தென்றல் காற்று; balmy breeze from the south; south wind.

அசலம்: *(பெ):* சிறு மலை; அசையாதது; hill; that which cannot move.

அசலலிங்கம்: *(பெ):* கோயில் கோபுரம்; tower of a temple.

அசலர்: *(பெ):* வழிப்போக்கர்கள்; அண்டை அயலார்; strangers; neighbours.

அசலன்: *(பெ):* அசைவற்றவன்; கடவுள்; one who is motionless; Deity.

அசலை: *(பெ):* பார்வதி தேவி; பூமி; Parvathi Devi, earth.

அசல்: *(பெ):* மூலம்; முதல்; முதல் தரம்; original; principal capital; first rate.

அசவல்: *(பெ):* கொசு; சேறு; பொடுகு; mosquito; mud; dandruff.

அசவாகனன்: *(பெ):* ஆட்டினை வாகனமாகக் கொண்ட அக்னி பகவான்; Agni Bhagvan riding on a goat.

அசறு: *(பெ):* சேறு; தலைப்பொடுகு; ஒரு வகை வண்டு; mud; mire; dandruff; scurf; a minute insect injuring leaves and plants.

அசற்சீட்டு: *(பெ):* மூலப்பத்திரம்; original bond.

அசனசாலை: *(பெ):* உணவு விடுதி; a house where boarders are fed; mess.

அசனம்: *(பெ):* உணவு; சோறு; பசி; சிரிப்பு; வேங்கை மரம்; food; cooked rice; hunger; laughter; Indian Kino tree.

அசனவேதி: *(பெ):* சீரகம்; cumin.

அசனி: *(பெ):* இடி; வச்சிரப்படை; சாம்பிராணி இலை; thunderbolt; the weapon of Indra.

அசன்: (பெ): பிறப்பிலி, கடவுள்; தசரதனின்; the being without birth as the Deity.

அசா: (பெ): தளர்ச்சி; வருத்தம்; slackness; faintness; suffering; languor.

அசாகசம்: (பெ): அமைதி; பொய்; silence; a lie.

அசாகளத்தனம்: (பெ): ஆட்டின் கழுத்துத் தசைப்பகுதி; the fleshy part of a sheep's neck.

அசாசி: (பெ): கருஞ்சீரகம்; black cumin.

அசாணிமூலி: (பெ): வேலிப்பருத்தி; a herb which is used in the Siddha medicine.

அசாத்தியம்: (பெ): இயலாத ஒன்று; மிகுதியானது; that which is impossible; something in excess.

அசாரவாசி: (பெ): அரண்மனை வாயில் காவலன்; the door-keeper of palace; a guard of a palace.

அசாவிடு: (வி): இளைப்பாறு; to retire; to relax.

அசி: (பெ): வாள்; படைக்கலம்; sword, knife; weapon.

அசிகை: (வி): ஏளனம் செய்தல்; to mock; to sneer.

அசிங்கம்: (பெ): தரக்குறைவு; அழகற்றது; தூய்மையின்மை; ஒழுங்கற்றது; obscenity; ugliness; uncleanliness; impurity; disorder;

அசிதம்: (பெ): கருமை; சனி; blackness; Saturn.

அசிதன்: (பெ): தந்தை; திருமால்; சிவன்; சனி; father; Lord Vishnu; Lord Shiva; Saturn.

அசிதாரு: (பெ): நரகம்; அளறு; சகதி; hell; mire; mud.

அசிதை: (பெ): அவுரி; சிவசக்தியின் நால்வகைப் பிரிவில் ஒன்றான பரை; indigo; Parai, one of the four forms of Sivasakthi.

அசித்தல்: (வி): சிரித்தல்; உண்ணுதல்; அழித்தல்; to laugh; to eat; to destroy.

அசித்தி: (பெ): முடிவுபெறாமை; கைகூடாமை; incompleteness; failure.

அசித்திரன்: (பெ): கள்வன்; திருடன்; thief.

அசித்து: (பெ): உயிரற்றது; நிலையற்றது; lifeless thing; impermanent thing.

அசிந்தம்: (பெ): இறப்பு; death.

அசிபத்திரம்: (பெ): கரும்பு; sugarcane.

அசிப்பு: (பெ): ஏளனச்சிரிப்பு; mockery.

அசிரத்தை: (பெ): அக்கறையின்மை; ஆர்வமின்மை; inattentiveness; lack of interest.

அசிரம்: (பெ): உடம்பு; தவளை; முண்டம்; தீ; வெட்டிவேர்; அற்ப காலம்; body; frog; headless human or animal body; fire; cuscus grass; short period.

அசிரவணம்: (பெ): காது மந்தம்; dullness of hearing; deafness.

அசிரன் (பெ): தீ; அக்கினி தேவன்; சூரியன்; fire; Agni Deva, the God of Fire; Sun.

அசிரி: (பெ): ஆபாசமானவன்; filthy person.

அசிதளம்: (பெ): கற்பூரம்; camphor.

அசினம்: (பெ): விலங்கின் தோல்; தோல் இருக்கை; skin of animal; a leather sheet which was used by saints and monks as seat in older days.

அசீரணம்: (பெ): உண்ட உணவு செரித்திடா நிலை; indigestion.

அசீரியம்: (பெ): அழிவுபடாதது; that which is not destroyed.

அசீவம்: (பெ): உயிரற்ற பொருள்; ஜடப்பொருள்; lifeless thing; inanimate thing.

அசு: (பெ): பிராண வாயு; துக்கம்; oxygen; grief.

அசுகம்: (பெ): உடல்நலக் குறைவு; illness.

அசுகுசுத்தல்: (வி): அருவருத்தல்; ஐயுறுதல்; to feel disgusted with; to doubt; to suspect.

அசுகுணி: (பெ): அவரைக்கொடி போன்ற தாவரங்களில் காணப்படும் சிறு பூச்சி; காது மெழுகு; a small insect which is often found in plants like beans; ear wax.

அசுக்காட்டுதல்: (வி): எள்ளி நகையாடுதல்; ஏளனம் செய்தல்; இழித்துரைத்தல்; to sneer; to disparage.

அசுசி: (பெ): தூய்மையின்மை; uncleanliness; impurity.

அசுணம்: (பெ): இசை அறியும் ஒருவகைப் பறவை; a kind of bird susceptible to music.

அசுணன்: (பெ): வெள்ளை வெங்காயம்; பூண்டு; garlic.

அசுத்தம்: (பெ): தூய்மையின்மை; அசங்கியம்; அசுசி; மலம்; impurity; foulness;pollution; the waste matter discharged from the bowels.

அசுத்தன்: (பெ): உடலாலும் மனதாலும், தூய்மையற்றவன்; the person who is impure in mind or body.

அசுத்தி: (பெ): அழுக்கு; தூய்மையின்மை; filth; uncleanliness.

அசுத்தை: (பெ): நடத்தை கெட்டவள்; the woman who has immoral character.

அசுப்பு: (வி): விரைவு; swiftness.

அசுபம்: (பெ): அமங்கலம்; inauspiciousness.

அசுமம்: (பெ): இடியேறு; சிக்கிமுக்கிக் கல்; முகில், மேகம்; மணமற்ற மலர்; thunderbolt; flint stone; cloud; the flower which has no fragrance.

அசுமாத்தம்: (பெ): சந்தடி; சப்தம்; noise.

அசுமாரோபணம்: *(வி):* அம்மி மிதித்தல்; bride's ceremony of placing her right foot on the grinding stone and the bridegroom will help her to do so.

அசுமானகிரி: *(பெ):* மேல் கட்டு விதானம்; a covering spread at some height above the throne or bed.

அசும்பு: *(பெ):* நீர்ப்பொசிவு, ஊற்று; கிணறு; சேறு; வழுக்குநிலம் (அ) வழுக்குமிடம்; அசைவு; spring; well; mud; slippery ground; motion.

அசும்புதல்: *(வி):* நீர் ஊறுதல்; oozing of water (spring).

அசுயை: *(பெ):* பொறாமை; சகிப்புத்தன்மை இல்லாமை; அவநம்பிக்கை; envy; intolerance; disbelief.

அசுர குரு: *(பெ):* சுக்கிரன்; Sukra (Venus) as the preceptor of demons.

அசுர சந்தி: *(பெ):* அந்திப்பொழுது; evening twilight.

அசுரம்/அசுர மணம்: *(பெ):* காளையை அடக்குதல்போன்றவீரச்செயல்புரிந்துதிருமணம் கொள்ளுதல்; marrying a bride by seizing a wild bull.

அசுரர்: *(பெ):* தேவர்களின் எதிரிகளான அரக்கர் குலத்துள் ஒரு பிரிவினர்; a class of demons at loggerheads with the Devas, the celestial beings.

அசுரவத்தம்: *(பெ):* அரச மரம்; அத்தி மரம்; pipal tree; a kind of fig tree.

அசுர வாத்தியம்: *(பெ):* முரசு போன்ற பேரொலி எழுப்பிடும் வாத்தியம்; a kind of drum which caused excessive sound.

அசுர வைத்தியம்: *(பெ):* அறுவை சிகிச்சை; treating injuries or diseases by manual operations; surgery.

அசுரை: *(பெ):* இருள்; பரத்தை; பொதுமகள்; அரக்கி; darkness; harlot; prostitute; demoness.

அசுவ கதி: *(பெ):* குதிரை நடை, அவையாவன-மல்ல கதி, மயூர கதி, வானர கதி, சச கதி, சரக கதி என்பன; the walking manners of horses. They are Mallagathi, Mayooragathi, Vaanaragathi, Sasagathi and Saragagathi.

அசுவகந்தி: *(பெ):* அமுக்கிரா என்னும் மூலிகை; Amukkira - a kind of herb.

அசுவதி: *(பெ):* அசுவினி நட்சத்திரம்; the star Aswini.

அசுவத்தம்: *(பெ):* அரச மரம்; அத்தி மரம்; pipal tree; a kind of fig tree.

அசுவமேத யாகம்: *(பெ):* முற்காலத்து அரசர்கள் தாங்கள் பிறப்பித்த அரசு ஆணையை மற்ற அரசுகள் ஏற்றுக்கொள்ளும்வகையில் பட்டத்துக் குதிரையை அவ்வரசுகளின் நாடுகளுக்கு அனுப்பி வைத்திடுவர். இவ்வாறு வரும்குதிரையை அடக்க முற்படும்அரசுகளுடன்போரிட்டுவென்றுதிரும்பி வரும்குதிரையைபலியிட்டுச்செய்யும்வேள்வி; a ceremonial sacrifice of the invincible horse brought back after being sent to other neighbouring countries by the King who by means of this asserted his sovereign power.

அசுவம்: *(பெ):* குதிரை, அமுக்கிறாக் கிழங்கு; விஷத்தாது; horse; the root of Amukkira herb; a mineral poison.

அசுவ வாரியர்: *(பெ):* குதிரை செலுத்துபவர்; horse rider.

அசுவ வைத்தியம்: *(பெ):* குதிரை வைத்தியம்; the system of medical treatment to horse.

அசுவனி: *(பெ):* இருபத்தேழு நட்சத்திரங்களுள் முதலாவது; அசுவதி; Aswini, the first star of the twenty-seven stars.

அசுவாரி: *(பெ):* எருமை; buffalo.

அசுவை: *(பெ):* பெண் குதிரை; female horse.

அசுழம்: *(பெ):* நாய்; dog.

அசூயை: *(பெ):* அவதூறு; பொறாமை; slander; jealousy.

அசூர்: *(பெ):* முன்னிலை; முன்னிற்பவர் (அ) முன்னிருக்கும் பொருள்; முன்னணி; (ஒருவர்) இருக்கும் இடத்திற்கு முன்பு; the person or thing that stands in front; leading position; presence of something.

அசேஷம்: *(பெ);* முழுவதும்; entire; all over.

அசை: *(வி):* ஆடுதல்; நகர்தல்; மாறுதல்; இயங்குதல்; to sway; to move; to budge; to function; *(பெ):* யாப்பில் ஓர் உயிர் எழுத்தினை (அ) உயிர் எழுத்தும் மெய்-யெழுத்தும் சேர்ந்த இணையை அடிப்ப-டையாகக் கொண்டு அமைக்கப்பட்ட அலகு; metrical syllable.

அசைபோடு: *(வி):* (நடந்து முடிந்த நிகழ்வுகளை) மீண்டும் மீண்டும் சிந்தித்திடு; to ruminate on.

அசைபோடு(தல்): *(வி):* (மாடு போன்ற விலங்குகள்) இரைப்பையிலிருந்து விழுங்கிய உணவை மீண்டும் வாய்க்குக் கொண்டுவந்து நன்றாக தொடர்ந்து மெல்லுதல்; to chew the cud (by cow, etc.).

அசைப்பு: *(பெ):* உரை; பேச்சு; கர்வம்; speech; arrogance.

அசைவு: *(பெ):* நகர்தல்; இயங்குதல்; களைப்பு உணர்வு; movement; motion; sense of feeling tired.

அசோக மரம்: *(பெ):* நீண்டு உயர்ந்து வளரும் மர வகை; Asoka tree.

அசோகம்: *(பெ):* துயரத்தில் இருந்து விடுபட்ட நிலை; அசோக மரம்; நெட்டிலிங்க மரம்; freedom from sorrow; Asoka tree; Indian mast tree.

அசௌக்கியம்: *(பெ):* உடல்நலக் குறைவு; சுகவீனம்; indisposition; slight illness; ill-health.

அசௌகரியம்: *(பெ):* வசதியின்மை; வாய்ப்பின்மை; உடல்நலம் இல்லாமை; want of comfort; lack of opportunity; ill-health.

அச்சகம்: *(பெ):* எழுத்துக்களைக் கோர்த்து காகிதங்களில் அச்சடித்திடும் இடம்; the printing press.

அச்சடிச்சேலை: *(பெ):* பூக்கள் போன்றவற்றின் உருவங்களை அச்சடித்து உபயோகப்படுத்தும் நீண்ட துணி; பெண்கள் உடுத்தும் மேலாடை. printed long-cloth; women's garment.

அச்சகாரம்: *(பெ):* முன்பணம்; அச்சாரம்; earnest money given to ratify a bargain.

அச்சனம்: *(பெ):* அந்த நேரம்; that time.

அச்சத்தி: *(பெ):* கத்தரிச்செடி; கத்தரிப்பூண்டு; brinjal plant; a kind of herbs.

அச்சந்தெளித்தல்: *(வி):* அருகும் அரிசியும் இடுதல்; to put harialli grass and rice.

அச்சபரம்: *(பெ):* நாணல்; kaus, a large and coarse grass; lalong grass.

அச்சபல்லம்: *(பெ):* கரடி; bear.

அச்சம்: *(பெ):* பயம்; பளிங்கு; தகடு; இலேசு; அகத்தி; சரிசமானம்; fear; marble; metal sheet; lightness; *coronilla grandiflora* - a kind of tree; equality.

அச்சமம்: *(பெ):* முயற்று என்னும் ஒருவகைப் புல்; a kind of grass - 'Muyatru'.

அச்சயன்: *(பெ):* அழிவில்லாதவனாகிய கடவுள்; the God, as the imperishable one.

அச்சரம்: *(பெ):* நாக்கில் தோன்றும் புண்; inflammation of the tongue.

அச்சனம்: *(பெ):* வெள்ளுள்ளி; garlic.

அச்சன்: *(பெ):* கடவுள்; தந்தை; Deity; father.

அச்சாணி: *(பெ):* கடையாணி; linch pin; axle pin of a wheel.

அச்சாரம்/அச்சவரம்: *(பெ):* முன்பணம்; the money given in advance; earnest money.

அச்சானம்: *(பெ):* அஞ்ஞானம்; spiritual ignorance.

அச்சி: *(பெ):* வேட்டுவச்சி; நாயர்குலப் பெண்; the consort of a hunter; Nayar woman.

அச்சிடு: *(வி):* எழுத்து, படம் போன்றவற்றை அச்சுப்பொறி கொண்டு தாள் போன்றவற்றில் பதித்தல்; to print on a paper or something.

அச்சியர்: *(பெ):* ஜைனப் பெண் துறவியர்; Jaina women ascetics.

அச்சிரம்: *(பெ):* முன்பனிக்காலம்; early dewy season.

அச்சு[1]: *(பெ):* அடையாளம்; காரியத்தால் வார்க்கப்பட்ட எழுத்துவடிவம்; நெசவுத் தறியில் உபயோகப்படுத்தப்படும் ஒரு கருவி; உடம்பு; வடமொழி உயிரெழுத்து; வலிமை; mark; printing type; weaver's reed; body; vowel in Sanskrit; strength.

அச்சு[2]: *(பெ):* தேர், வண்டியின் இருபுறத்துச் சக்கரங்களை இணைத்திடும் வலிமை பொருந்திய இரும்புத் தண்டு; axle.

அச்சுக்கட்டி: *(பெ):* ஆடைகளில் அச்சுவேலை செய்பவன்; the person who engages the printing works in garments.

அச்சுக்கூடம்: *(பெ):* அச்சகம்; அச்சு வேலைகள் செய்யுமிடம்; printing press.

அச்சுக்கோர்: *(வி):* இயந்திரப்பொறி மூலம் அச்சு பதித்திட காரீய அச்சு எழுத்துகளை உரிய முறையில் வரிசை வரிசையாக அமைத்திடு; to compose.

அச்சுதம்: *(பெ):* அழிவற்றது; கெடுதல் இல்லாதது; அட்சதை; that which is imperishable; that which is auspicious; unbroken grains of rice mixed with turmeric powder or saffron, used in benediction or worship.

அச்சுதன்: *(பெ):* அழிவற்றவன்; திருமால்; அருகன்; சிவன்; முருகன்; ஐயப்பன்; கடவுள்; the imperishable being; Lord Vishnu; Kama, the God of Love; Lord Shiva; Lord Muruga; Lord Iyappa; the Deity.

அச்சுதை: *(பெ):* இறைவி; பார்வதி; the Goddess; Parvathi, the consort of Lord Paramashiva.

அச்சுத்தாலி: *(பெ):* காசுமாலை; necklace of gold coins or other stamped pieces.

அச்சு நாடுகள்: *(பெ):* இரண்டாம் உலகப்போரின் போது, கூட்டாக இயங்கிய ஜெர்மனி, இத்தாலி, ஜப்பான் ஆகிய நாடுகள்; the Axis.

அச்சுப்பொறி: *(பெ):* நூல் போன்றவற்றை அச்சிடுவதற்கான இயந்திரம்; printing machine.

அச்சுரம்: *(பெ):* முருங்கை; நெருஞ்சில்; horse-radish tree; cow's thorn.

அச்சுறு: *(வி):* பயப்படு; அஞ்சிடு; be afraid; to dread.

அச்சுறு கொழுத் தொடர்: *(பெ):* யானையின் கழுத்து அல்லது காலில் பிணைக்கப்பட்டு மரம் போன்றவற்றில் கட்டி வைக்கப் பயன்படும் உறுதியான இரும்பினாலான சங்கிலி; the iron chain put round the neck of an elephant like a garland or put round the rear leg of it and fastened to a tree to keep the animal in check.

அச்சுறுத்திடு: *(வி):* பயமுறுத்திடு; கலக்கமுறச் செய்திடு; to threaten.

அச்சேற்று: *(வி):* அச்சிடு; to print.

அச்சொட்டாக: *(வி.அ):* அச்சாக; சரியொப்பாக; exactly as it is.

அச்சோ: *(வி.இ.சொ):* ஒரு வியப்பு இரக்கச்சொல்; an exclamatory term of pity.

அஞர்: *(பெ):* வழக்கு நிலம் (சர்ச்சைக்குரிய நிலம்); துன்பம்; நோய்; சோம்பல்; அறிவிலி; disputed land; grief, sorrow, sadness; disease; laziness; fool; ignoramus.

அஞலம்/ அஞல்: *(பெ):* மின்மினிப் பூச்சி; இரத்தம் உறிஞ்சும் கொசு; நுளம்பு; firefly; glow-worm; a gnat; eye-fly.

அஞ்சதி: *(பெ):* காற்று; air.

அஞ்சத்தக்க: *(பெ.அ):* மிகவும் மகிழ்ச்சியற்ற; அச்சமுட்டுகிற; ஐயங்கொள்ளத்தக்க; horrid; dire; redoubtable.

அஞ்சம்: *(பெ):* அன்னப்பறவை; ஒருவகை துறவுத்தன்மை; பகுதி; swan; a kind of asceticism, a portion.

அஞ்சலகம்: *(பெ):* தபால் நிலையம்; post office.

அஞ்சலர்: *(பெ):* பகைவர்; enemies.

அஞ்சலார்: *(பெ):* தபால் பட்டுவாடா செய்பவர்; postman.

அஞ்சலி: *(பெ):* வணக்கம்;வணங்குதல்;வௌவால்; ஆடுதின்னாப்பாளை;மாவிலங்கம்;காட்டுப்பலா; adoration; worship; bat; a herbal plant; a mineral poison; a kind of tree.

அஞ்சலிகை: *(பெ):* வௌவால்; bat.

அஞ்சலித்தல்: *(வி):* கை கூப்பித் தொழுதல்; அடைக்கலம் அளித்தல்; to worship by raising the joined hands; to give refuge.

அஞ்சல்: *(பெ):* தபால்; சோம்பல்; letter; post; laziness; *(வி):* கலங்குதல்; மருளல்; அஞ்சுதல்; be confused; infatuation; be afraid of.

அஞ்சல் அட்டை: *(பெ):* தபால் அட்டை ; post card.

அஞ்சல் செய்: *(வி):* ஒலிபரப்பிடு; to relay.

அஞ்சல் தலை: *(பெ):* தபால் தலை; postal stamp.

அஞ்சல் நிலையம்: *(பெ):* தபால் நிலையம்; அஞ்சலகம்; post office.

அஞ்சறைப் பெட்டி: *(பெ):* கடுகு, சீரகம் போன்றவற்றைப் போட்டுவைக்கப் பயன் படுத்தப்படும் ஐந்து பகுதிகள் கொண்ட பெட்டி; spice box with five compartments.

அஞ்சனக்கலிக்கம்: *(பெ):* களவான பொருட்கள் இருக்கும் இடம் பற்றி அறிந்திட ஒருவரின் கையில் அல்லது கண்ணில் தடவிடும் கருமை நிறம் கொண்ட மந்திர மை; the magic black pigment rubbed on the palm(s) or on the eyes of one who wishes to find anything lost.

அஞ்சனக்கோல்: *(பெ):* கண்ணுக்கு மை தீட்டும் பென்சில்; a kind of pencil to paint the eyelashes with collyrium.

அஞ்சனம்: *(பெ):* மந்திர மை; கண்ணுக்கு இடும் மை; கறுப்பு; கண்ணுக்கு இடும் மருந்து; மந்திர வித்தை; திசை யானைகளுள் மேற்கு திசைக்குரியது; இருள்; ஆணவம்; collyrium; black pigment for eyelashes; black; a kind of medicine for the eyes of a person bitten by a venomous snake; magic art; a mythical elephant guarding the west; darkness; pride: arrogance.

அஞ்சன வண்ணன்: *(பெ):* கருமை நிறம் கொண்டவன்; ஸ்ரீஇராமபிரான்; விஷ்ணு; ஸ்ரீகிருஷ்ணர்; the collyrium coloured person; Sri Rama; Lord Vishnu; Sri Krishna.

அஞ்சன வித்தை: *(பெ):* மை வித்தை; magic art by using collyrium pigment on the palm(s) or on the eyes of one who wishes to find anything lost.

அஞ்சன வெற்பு: *(பெ):* திருவேங்கடமலை; the seven hills (Tirumala Hills (A.P.)).

அஞ்சனா: *(பெ):* விளைச்சல் மதிப்பீடு; estimation of crop.

அஞ்சனாட்சி: *(பெ):* கண்ணுக்கு மையிட்டுக் கொண்ட பெண்; the woman having her eye-lashes painted with collyrium.

அஞ்சனாதார்: *(பெ):* விளைச்சல் மதிப்பீட்டாளர்; the estimator of crop.

அஞ்சனாவதி: *(பெ):* வடகிழக்குத்திசை யானையின் பெண் யானை; the female elephant of the male elephant of the north-east direction in mythology.

அஞ்சனி: *(பெ):* நாணல்; Kaus, a large and coarse grass; lalong grass.

அஞ்சனை: *(பெ):* அனுமனின் தாய்; வடதிசைக்குரிய யானையின் பெண் யானை; the mother of Hanuman; the female elephant of the male elephant of north direction in mythology.

அஞ்சி: *(பெ):* தலைவன்; மன்னன் அதியமான் நெடுமான் அஞ்சி; head of a group; leader; the King Adhiyaman Neduman Anji.

அஞ்சிகம்: (பெ): கண்; விழி; நாணயம்; eye; coin.

அஞ்சிக்கை: (பெ): அச்சம்; fear.

அஞ்சிதம்: (பெ): வணக்கம்; நல்லறிவு; adoration; good knowledge; (வி): உண்டாதல்; தலைசாய்த்தல்; பூசித்தல்; to come into existence; to bow one's head as in shame, modesty, etc.; to worship.

அஞ்சித்தல்: (வி): அடைதல்; பூசித்தல்; to obtain; to worship.

அஞ்சிலோதி: (பெ): நீண்ட கருங்கூந்தல்; long black hair.

அஞ்சில்: (பெ): அழகிய தட்டு வடிவங்கொண்ட அணிகலன்; a kind of plate-like jewellery.

அஞ்சு[1]: (வி): பயப்படு; தகாததைக் குறிப்பிடும் போது அதை பயத்துடன் தெரிவித்திடு; be afraid; to express an apprehension or one's misgivings in a delicate way.

அஞ்சு[2]: (பெ): எண் ஐந்து; 'சிவாய நம' என்னும் ஐந்தெழுத்து; ஐம்பொறி; ஐம்பூதங்கள்; the number five; the five letters 'Shivaya nama'; five sense organs - eye, ear, nose, mouth and skin; the five elements - land, water, air, sky and fire.

அஞ்சுகம்: (பெ): கிளி; parrot.

அஞ்சுதல்: (வி): பயப்படுதல்; be afraid of.

அஞ்சுபதம்/அஞ்செழுத்து: (பெ): 'சிவாய நம' என்னும் ஐந்தெழுத்து; the five letters - 'Shivaya nama'.

அஞ்செவி: (பெ): அழகிய காது; beautiful ear.

அஞ்ஞதை: (பெ): அறியாமை; ignorance.

அஞ்ஞன்: (பெ): அறிவிலி; அறிவற்றவன்; ignorant man.

அஞ்ஞாதம்: (பெ): அறியப்படாதது; that which is not known.

அஞ்ஞாத வாசம்: (பெ): பிறர் அறியாது மறைந்து வாழ்தல்; living incognito as the Pancha Pandavas did.

அஞ்ஞானம்: (பெ): அறியாமை; அறிவின்மை; ignorance; lack of knowledge.

அஞ்ஞை: (பெ): தாய்; அன்னை; அறிவிலி; mother; ignorant person.

அடகு: (பெ): ஈடு செய்வது; இலை; கீரை; மகளிர் விளையாட்டு வகை; mortgage; pledge; leaf; greens; a kind of women's play.

அடகுப்பொருள்: (பெ): ஈட்டுப்பொருள்; gage.

அடகு வை: (வி): நகை, பாத்திரம், அசையாப் பொருள் போன்றவற்றை ஈடாக வைத்துப் பணம் பெற்றிடு; to receive money by mortgaging jewel, vessels, land, etc.

அடக்கம்[1]: (பெ): தன்னை முன்னிலைப்படுத்திக் கொள்ளாத தன்மை; வெளியே தெரியாதவாறு உள்ளடக்கமாக இருந்திடல்; அளவில் சிறியது; உட்படுதல்; இறந்த உடலினைப் புதைத்தல்; ஒரு பொருளின் வாங்கிய விலை; modesty; humility; inconspicuousness; compactness; burial; cost price.

அடக்கம்[2]: (பெ): சுய கட்டுப்பாடு; அமைதி; மௌன நிலை; பணிவு; மறைபொருள்; self-control; calmness; reticence; submission; secret.

அடக்கம் செய்தல்: (வி): சவத்தைக் கல்லறையில் புதைத்திடு; to entomb a corpse.

அடக்கல்: (வி): கீழ்ப்படுதல்; ஒடுக்கல்; பணியச் செய்தல்; to submit; to subjugate; subduing.

அடக்கி வாசித்திடு: (வி): ஆர்ப்பாட்டம், பகட்டு எனஏதுமின்றி இயல்பாக (அ) அடக்கமாக செய்திடு; to do something in a subdued manner.

அடக்கு[1]: (வி): கீழ்ப்படுத்திடு; பணிய வைத்திடு; to restrain; to repress.

அடக்கு[2]: (வி): கட்டுப்படுத்திடு; ஒடுக்கிடு; (வாய்க்குள்) திணித்திடு; to control; to tame; to stuff something (into the mouth).

அடக்குமுறை: (பெ): போராட்டம், எதிர்ப்பு போன்றவற்றை அடக்கிட, அதிகாரத்தில் உள்ளோர் எடுத்திடும் கடுமையான நடவடிக்கை; repressive measures.

அடங்கல்[1]: (வி.அ): எல்லாம்; முழுவதும்; whole; entire.

அடங்கல்[2]: (பெ): நிலம் ஒன்றை பற்றி அனைத்து தகவல்களும் கொண்ட கிராம நிர்வாகக் கணக்கு; the village account register which shows all details about a land.

அடங்கன் முறை: (பெ): முதல் ஏழு திருமுறைகளின் தொகுப்பு; the first seven Thirumuraigal of Saiva literature.

அடங்காப்பிடாரி: (பெ): எவருக்கும் கட்டுப்படாதவள் (அ) கட்டுப்படாதவன்; a defiant person.

அடங்காவாரிதி: (பெ): உப்பு; சிறுநீர்; salt; urine.

அடங்கார்: (பெ): பகைவர்; enemies.

அடங்குதல்: (வி): அமைதல்; கீழ்ப்படிதல்; நின்று போதல்; சுருங்குதல்; புலன் ஒடுங்குதல்; படிதல்; உறங்குதல்; be settled; to submit; to cease work; to shrink; suppression of the senses; be subjugated; to dwell; to sleep.

அடசுதல்: (வி): செறிதல்; சற்று விலகுதல்; be thick; little bit of removal of someone.

அடஞ்சாதித்தல்: (வி): வன்மம் கொள்ளுதல்; to have a deep desire to hurt others.

அடடா: (விய.சொ.): வியப்பு, துன்பம், வருத்தம், அனுதாபம் போன்றவற்றைத் தெரிவித்திடும்; an exclamation of surprise, contempt, grief, pity, etc.

அடதாளம்: *(பெ):* தாள வகைகளுள் ஒன்று; a kind of rhythm measure.

அடத்தி: *(பெ):* தரகு; மொத்த வணிகம்; brokerage; wholesale trade.

அடந்தை: *(பெ):* திருவரங்கத்தில் உள்ள துளபவனம்; Thulabavanam which is at Sri Rangam.

அடப்பம்: *(பெ):* விதை; சிறு பை; வாதுமைப் பருப்பு; seed; a pouch; Indian almond seed.

அடப்பன்: *(பெ):* பரவர் பட்டப் பெயர்; an honorific appellation among the Paravar.

அடமானம்: *(பெ):* நிலம், வீடு, நகை, விலை உயர்ந்த பொருள் போன்றவற்றை ஈடாகவைத்துப் பணம் பெற்றிடும் முறை; pledge; mortgage; pawn.

அடம்: *(பெ):* பிடிவாதம்; பொல்லாங்கு; சஞ்சாரம்; கொட்டைப்பாசி; ஈனம்; obstinacy; evil; travelling; touring; movement; a kind of weed; meanness.

அடம்பு: *(பெ):* கொன்றை; கடம்பு; வெற்றிலைக் கொடி; Indian Laburnum; common cadamba tree; betel leaf and the creeper.

அடயோகம்: *(பெ):* நான்கு வகை யோகங்களுள் ஒன்று; one of the four kinds of Yoga - Hatha Yoga.

அடர்: *(பெ):* நெருக்கம்; மெல்லிய தகடு; பூவிதழ்; செறிவு; வீரியம் மிகுதல்; nearness; proximity; thin flat plate; flower petal; closeness; compactness.

அடர்தல்: *(வி):* மிகுதல்; செறிதல்; வருந்துதல்; கொல்லுதல்; போர் புரிதல்; துன்புறுதல்; be excessive; be close together; to suffer; to kill; to fight; be distressed.

அடர்த்தல்: *(வி):* நெருக்குதல்; அமுக்குதல்; தாக்குதல்; போர்புரிதல்; கொல்லுதல்; கெடுத்தல்; to make close; to press; to attack; to fight; to kill; to ruin.

அடர்த்தி: *(பெ):* நெருக்கம்; செறிவு; பொருளினுடைய நிறை; (நிறத்தில்) ஆழ்ந்து இருப்பது; thickness; denseness; density; intensity (of colour).

அடர்ந்த: *(பெ.அ):* அடர்த்தியான; நெருக்கமான; thick; dense.

அடர்ந்த காடு: *(பெ):* நெருக்கமாக வளர்ந்திருக்கும் பெரிய மரங்கள் பலவற்றைக் கொண்ட பெரும் நிலப்பரப்பு; dense forest.

அடலம்: *(வி):* மாறாது இருத்தல்; விகாரம் அடையாது இருத்தல்; be settled; be firm.

அடலார்: *(பெ):* பகைவர்; போர் வீரர்; enemies; soldiers.

அடலி: *(பெ):* அடுக்களையில் வேலை செய்யும் பணிப்பெண்; சமையல்காரி; the woman who works in the kitchen; cooking woman.

அடலை: *(பெ):* சாம்பல்; சுடுகாடு; திருநீறு; துன்பம்; போர்; போர்க்களம்; ashes; crematorium; sacred ashes used as Saivaite mark; sufferings; war; battlefield.

அடலை முடலை: *(பெ):* வீண் பேச்சு; vain words.

அடல்: *(பெ):* வலிமை; போர்; பகை; வெற்றி; கொலை; மீன் வகை; strength; war; hatred; victory; murder; a kind of fish.

அடவாதி: *(பெ):* பிடிவாதக்காரன்; தீராப் பகையாளி; obstinate; self-willed person; rancorous man.

அடவி: *(பெ):* காடு; நந்தவனம்; சோலை; திரள்; கூட்டம்; தொகுதி; forest; flower garden, especially attached to a temple; grove; assembly; crowd; collection.

அடவியல் திருடி: *(பெ):* சதுரக்கள்ளி; a kind of thorry plant.

அடவு: *(பெ):* இராகம் இல்லாது சொற்கட்டினை மட்டும் அடிப்படையாகக் கொண்டு நிகழ்த்தப் படும் அங்க அசைவு; basic, rhythmic, physical movements in Bharatha Nattiyam.

அடளை: *(பெ):* கடல் மீன் வகை; a marine fish.

அடாசு: *(பெ):* மக்கிப்போன இலை; duff; dried leaf.

அடாசுதல்: *(வி):* விலகுதல்; திணித்தல்; to step aside; to stuff.

அடாணா: *(பெ):* நாற்பத்திரெண்டு பண்களில் ஒன்று; one of the 42 new Tamil tunes.

அடாத: *(பெ.அ):* முறையில்லாத; தகாத; பொருந்தாத; improper; unbecoming; unfit.

அடாதது: *(பெ):* முறையற்ற எண்ணம்; பொருந்தாத ஒன்று; improper thing; unfitting one.

அடாதுடி: *(பெ):* தீயசெயல்; misdeed; atrocious deed.

அடாப்பழி: *(பெ):* தகாத நிந்தை; வீண்பழி; unjust accusation.

அடார்: *(பெ):* புலி போன்ற விலங்கினங்களை பிடித்திட வைத்திடும் பொறி; a trap, which is used to catch the animals like tigers, etc.

அடார்வெளி: *(பெ):* தரிசு நிலம்; waste land; uncultivable land.

அடாவடி: *(பெ):* முரட்டுத் தனம்; கொடுஞ்செயல்; rowdiness; violence; outrage.

அடாவந்தி: *(பெ):* அநியாயம்; துன்பம்; injustice; misery.

அடாற்காரம்: *(பெ):* பலாத்காரம்; compulsion; violence.

அடி[1]: *(பெ):* பாதம்; கால் சுவடு; பாட்டின் வரி; மரபு வழி; கீழ்ப்பாகம்; நீட்டல் அளவு; foot; foot print; a line of a verse; established usage; bottom; a measure of length.

அடி[2]: *(இ.சொ.):* உரிமை பாராட்ட பயன்படுத்தும் சொல்; a term of address for a woman with whom the speaker is familiar.

அடி[3]: *(பெ):* ஏதேனும் ஒன்றினால் தாக்கப்பட்டதால் (அ) மோதியதால் உண்டான காயம்; நஷ்டம்; இழப்பு; stroke; hit so as to cause injury; heavy loss.

அடி[4]: *(வி):* அறைதல்; எறிதல்; தட்டி ஒலி எழுப்புதல்; ஓசையுடன் அசைத்தல்; வெயில், குளிர் போன்றவை உறைத்தல்; மோதுதல்; துடித்தல்; உட்செலுத்துதல்; வெளியேற்றுதல்; அச்சிடுதல்; தாக்குதல்; உட்செலுத் துவதற்கு அறைதல்; ஒலித்தல்; பதியுமாறு அழுத்துதல்; காற்று, மணம் போன்றவை பலமாக வீசுதல்; பெய்தல்; ஓசையுடன் அசைதல்; ஒன்றைக் கலக்கிடல்; to flap; to beat; to throw; to ring; to shine; to bite; to dash against; to beat (of heart); to pump in; to pump out; to print; to attack; to drive; to strike; to stamp; to blow; to fall; to lash; to flutter; to stir.

அடிகள்: *(பெ):* மரியாதையுடன் அழைக்கப் பயன்படுத்திடும் துணைச் சொல்; a reverential term used with the names of sages or ascetics.

அடிகாற்று: *(பெ):* பெருங்காற்று; சண்டமாருதம்; storm; hurricane.

அடிகோலு: *(வி):* வழிவகுத்தல்; அடிப்படையாக அமைதல்; to pave the way; to prepare the ground.

அடிக்கடி: *(வி.அ):* பலமுறை; மீண்டும் மீண்டும்; frequently; very often; repeatedly.

அடிக்கட்டை: *(பெ):* அத்தாட்சியாகக் கிழித்து தன்வசம் வைத்துக்கொள்ளும் விவரங்கள் அடங்கிய பகுதி; counterfoil.

அடிக்கல்: *(பெ):* கட்டிடம் கட்டத் துவங்கும்போது நடத்தப்படும் சடங்கில் நடப்படும் கல்; foundation stone.

அடிக்குரல்: *(பெ):* கீழ்த் தொண்டையிலிருந்து எழும் ஒலி; the voice coming out from the depths; whisper.

அடிக்குறிப்பு: *(பெ):* கீழ்ப்பகுதியில் குறிக்கப்படும் துணைச் செய்தி; footnote of a composition, etc.

அடிக்கொருதரம்: *(வி.அ):* அடிக்கடி; very often.

அடிக்கோடு: *(பெ):* சொல், தொடர் போன்றவற்றின் அடியில் போடப்படும் கோடு; line drawn under words, phrases, etc.

அடிசில்: *(பெ):* உணவு; food.

அடிசிற்சாலை: *(பெ):* அன்ன சத்திரம்; உணவு விடுதி; hotel; mess.

அடிச்சால்: *(பெ):* உழவின் முதல் சால்; the first furrow in ploughing.

அடிச்சி: *(பெ):* அடிமைப்பெண்; வேலைக்காரி; பணிப்பெண்; maid-servant; devoted maiden.

அடிச்சிரட்டை: *(பெ):* தேங்காயின் அடிக் கொட்டாங்கச்சி; lower portion of coconut shell.

அடிச்சுமை: *(பெ):* கப்பல்களில் சமநிலையை உண்டாக்கிட பயன்படுத்தப்படும் உறுதியான பொருள்; ballast.

அடிச்சுவடு: *(பெ):* ஒருவர் வகுத்துக் காட்டிய வழி; காலடிச்சுவடு; the path shown by someone; footprint.

அடிச்சேரி: *(பெ):* நகர எல்லையில் உள்ள கிராமம்; the village, which is in the boundary of a town.

அடிஞானம்: *(பெ):* மெய்ஞ்ஞானம்; spiritual wisdom.

அடிதடி: *(பெ):* கைகலப்பு; சண்டை; scuffle; exchange of blows.

அடிதண்டா: *(பெ):* மண்வெட்டி; நீளமான தாழ்ப்பாள்; hoe; shovel; latch.

அடிதாளம்: *(பெ):* (கைகளால் போடும்) தாளம்; a kind of rhythm measure (by hands).

அடிதாறு: *(பெ):* அடிச்சுவடு; உள்ளங்கால் ரேகை; footprint; the lines in the sole of the foot.

அடித்தடம்: *(பெ):* அடிச்சுவடு; footprint.

அடித்தலம்: *(பெ):* அடிப்படை; கால்; base; leg.

அடித்தல்: *(வி):* தாக்குதல்; புடைத்தல்; to attack; to strike.

அடித்தல், திருத்தல்: *(பெ):* தவறுகள், பிழைகள் ஆகியவற்றை நீக்குதலும், அவற்றைப் பின்புமாற்றி எழுதுதலும்; corrections in manuscripts.

அடித்தளம்: *(பெ):* அடிமட்டம்; பின்னணி; அடிப்படை; கீழ்த்தளம்; lower level; background; basis; lower deck (of a ship).

அடித்திப்பை: *(பெ):* ஆதாரம்; evidence; basis.

அடித்தி வாணிகம்: *(பெ):* மொத்த வியாபாரம்; wholesale trade.

அடித்து: *(வி.அ):* வலியுறுத்தி; emphatically.

அடித்துக்கொண்டு செல்: *(வி):* (காற்று, வெள்ளம் போன்றவற்றால்) இழுத்துக் கொண்டு போதல்; to sweep away by wind, flood etc.

அடித்துக்கொள்: (வி): சண்டை போடு; ஒன்றுக்குப் பலமுறையாக தடுத்துக் கூறிடு; to scramble; to warn repeatedly.

அடித்துப்பிடித்து: (வி.அ): அனைத்து வகையிலும் சிரமத்துடன் முயன்று; struggling hard.

அடித்தூறு: (பெ): மரத்தின் அடிப்புறம் (அ) வேர்ப்பகுதி; bottom or root of a tree.

அடித்தொழில்: (பெ): குற்றேவல்; சிறு பணி; menial task.

அடித்தோழி: (பெ): நம்பிக்கைக்குரியவள்; தலைமை பணிப்பெண்; confidante (of a lady); chief woman attendant.

அடிநகர்தல்: (வி): இடம் பெயர்தல்; be dislodged.

அடிநாதம்: (பெ): வெளிப்படையாக இல்லாது உள்ளடங்கி ஆதாரமாக இருந்திடுவது; undertone of one's writing, speech, etc.

அடிநாள்: (பெ): முதல் நாள்: தொடக்கம்; ஆதிகாலம்; previous day; commencement; former period.

அடிநிலப்பறை: (பெ): கீழ்த்தளம்; basement.

அடிநிலை: (பெ): மரவடி; பாதக்குறடு; wooden sandals.

அடிபடுதல்: (வி): நசுக்கப்படுதல்; அனுபவம் பெறுதல்; கஷ்டப்படுதல்; பரவலாகப் பேசப்படுதல்; to get crushed; to live through hardships; be battered in life; be mentioned widely.

அடிபணிதல்: (வி): காலில் விழுந்து வணங்குதல்; அதிகாரத்துக்கு உட்படுதல்; to fall at one's feet, worship; to bow in submission.

அடிப்படுதல் (வி): கீழ்ப்படுதல்; அடிமைப்படுதல்; பழகுதல்; to obey; to become slave; be trained.

அடிப்படை: (பெ): ஆதாரம்; மூலம்; அடித்தளம்; basis; foundation.

அடிப்படைச் சம்பளம்: (பெ): படி ஏதும் சேராத ஊதியம்; basic pay.

அடிப்பந்தி: (பெ): முதல் பந்தி; first arrangement during feasts.

அடிப்பற்றுதல்: (வி): தீய்ந்து போதல்; to get burnt due to excessive heating.

அடிப்பாடு: (பெ): பழக்கம்; வழக்கு; பாதை; உறுதிநிலை; வரன்முறை; custom; manners; way; path; firmness; limit.

அடிப்பிச்சை: (பெ): சிறு மூலதனம்; small capital investment.

அடிப்புறம்: (பெ): கீழ்ப்புறம்; bottom.

அடிமடக்கு: (பெ): செய்யுளின் அடியானது மீண்டும் மீண்டும் வருதல்; repetition of a line of poetry, refrain.

அடிமடி: (பெ): ஆடையின் உள்மடிப்பு; inner folding of a garment.

அடிமடை: (பெ): வாய்க்காலின் முதல் மடை; head of sluice.

அடிமட்டம்: (பெ): பல நிலைகளாக உள்ளவற்றில் கீழ்நிலை; stratum or lower level.

அடிமண்: (பெ): நிலத்தின் மேற்புற மண்ணிற்கு அடியில் உள்ள பகுதி; part of earth from under the soil.

அடிமரம்: (பெ): மரக்கிளைக்கும் மரத்தின் வேருக்கும் இடைப்பட்ட பகுதி; பாய்மரத்தின் அடிப்புறம்; centre part of the tree between the branches and the root; bottom of the soil.

அடிமனை: (பெ): கட்டடத்தின் கீழ்த்தளம்; சுற்றுச்சுவர்; ground floor of a building; compound wall.

அடிமாடு: (பெ): இறைச்சிக்காகக் கொல்லப்படும் மாடு; cattle for slaughter.

அடிமுடி: (பெ): ஆதியந்தம்; முதலும் முடிவும்; தலை முதல் பாதம் வரை; beginning and the end; in between the head and the feet.

அடிமை[1]: (பெ); தனக்கென உரிமைகள் ஏதுமற்ற பணியாள்; தொண்டு செய்திடும் தன்மை; the person who is held in bondage; slavery.

அடிமை[2]: (பெ): தன்னை முழுமையாக ஒப்படைப்பவர்; an earnest devotee.

அடிமை கொள்ளல்: (வி): ஒருவரைத் தனது அடிமையாக ஆக்கிடல்; to change someone as slave.

அடியல்: (வி): கதிரடித்தல்; தொடர்தல்; to thrash the paddy; to continue.

அடியவன்: (பெ): அடிமை; தொண்டன்; slave; devotee.

அடியாக: (வி.அ): மூலமாக; through; based on.

அடியார்: (பெ): இறைவனுக்கு வழிபாடு செய்வதைத்தொண்டாகக்கொண்டவர்; devotee; religious follower.

அடியாள்: (பெ): ஒருவரை உதைத்து மிரட்ட (அ) கொலை செய்திட அமர்த்தப்படும் நபர்; henchman; hatchet man.

அடியுரம்: (பெ): நிலத்தில் விதை விதைப்பதற்கும், நாற்றை நடுவதற்கும் முன்பாக இடப்படும் உரம்; basal dressing before sowing and planting.

அடியுறை: (பெ): பாத காணிக்கை; present to a guru laid at his feet.

அடியெடுத்து வை: (வி): நடக்க ஆரம்பித்தல்; புதிய துறையில் ஈடுபடுதல்; to head for; to enter in a new field.

அடியொற்றி: (வி.அ): ஒருவரையோ அல்லது ஒன்றினையோ முன்மாதிரியாகக் கொண்டு; following in someone's footsteps.

அடியோடு: (வி.அ): முற்றிலுமாக; மூலமாக; completely; thoroughly.

அடிவயிறு: (பெ): வயிற்றின் தொப்புளுக்குக் கீழாக உள்ள பகுதி; lower belly; abdomen.

அடிவருடி: (பெ): சுய மரியாதையை இழப்பவர்; one who licks someone's boots; toady.

அடிவாங்கு: (வி): அடிபடு; அனுபவம் பெற்றிடு; be battered in life.

அடிவாரம்: (பெ): மலையின் அடிப்பகுதி; foothills.

அடிவானம்: (பெ): வானும், நிலமும் சந்திப்பது போலத் தோற்றமளித்திடும் இடம்; horizon.

அடிவைத்தல்: (வி): தொடங்குதல்; காலை எடுத்து வைத்தல்; to begin; to place one's foot.

அடு: (வி): சமைத்திடு; தீயில் வாட்டிடு; போரிடு; to cook; to roast; to grill; to fight.

அடுகலன்: (பெ): சமையல் பாத்திரம்; vessel for cooking.

அடுகளம்: (பெ): போர்க்களம்; battle field.

அடுக்கம்: (பெ): மலைப்பக்கம்; வரிசை; சோலை; range as of mountain; row; grove.

அடுக்களை: (பெ): சமையல் அறை; kitchen.

அடுக்கு: (பெ): வரிசை; தொடர்; series; chain.

அடுக்குத்தொடர்:(பெ): தன்னுடைய உணர்வுக்குக் காரணமாக இருந்திடுவதன் பெயரை அல்லது தனது உணர்வினை வெளிப்படுத்திக் கூறுகின்ற சொல்லினைத் தொடர்ந்து கூறுதல்; repetition of semantically important word in a sentence for stress.

அடுக்குப்பண்ணல்: ஆயத்தம் செய்திடல்; preparation.

அடுக்குமல்லி: (பெ): ஒருவகை மல்லிகைப்பூ; a kind of jasmine.

அடுக்குமாடி: (பெ): பல மாடிக் கட்டடம்; multi-storeyed building.

அடுக்குமொழி: (பெ): எதுகை மோனையுடன் உள்ள தொடர்; an art of speaking or writing with good effect.

அடுகுறல்: (வி): கொல்லுதல்; to kill.

அடுங்குன்றம்: (பெ): யானை; elephant.

அடுதல்: (வி): உண்டுபண்ணுதல்; சமைத்தல்; to produce; to cook.

அடுத்த / அடுத்து: (பெ.அ): ஒன்றன்பின் தொடர்ந்து வருகின்ற; next to one.

அடுத்தபடியாக: (பெ.அ): அதற்குப் பின்னும்; moreover.

அடுத்தல்: (வி): கிடைத்தல்; சேர்த்தல்; to get; to collect.

அடுத்தவன்: (பெ): மூன்றாவது மனிதன்; third person.

அடுப்பங்கரை: (பெ): சமையல் அறை; kitchen.

அடுப்புக்கரி: (பெ): விறகு அடுப்பில் எரிந்ததும் எஞ்சியுள்ள கரி; அடுப்பு எரித்திட உபயோகப்படும் கரி; burnt wood; charcoal used to light a domestic coal oven.

அடுமனை:(பெ): ரொட்டி தயாரித்து விற்கப்படும் இடம்; bakery.

அடும்பு: (பெ): ஒரு வகை மலர்; a kind of flower.

அடுவல்: (பெ): கேழ்வரகும், நெல்லும் ஒன்றாகக் கலந்திருத்தல்; a mixture of ragi and paddy.

அடேயப்பா: (வி.இ.சொ): வியப்பை வெளிப்படுத்த உபயோகிக்கும் வார்த்தை; a term used to express one's astonishment.

அடை[1]:(பெ): குஞ்சு பொரிப்பதற்காக வைத்திருக்கும் முட்டைகள்; அரிசியுடன் சிலபருப்பு வகைகளையும் சேர்த்து அரைத்துச் செய்யப்படும் காரச்சுவையை உடைய தோசை; தறியில் போட்டு நெய்வதற்கான அமைப்பு; ஒரு பெயர்ச் சொல்லுக்கு அல்லது வினைச் சொல்லுக்கு முன்பாக வந்து அதனை விவரித்திடும் வார்த்தை; collection of eggs kept for incubation; a kind of thick dhosai prepared with a fairly loose mixture of broken rice and several pulses; a system for weaving extra wrap design; qualifying word; attribute.

அடை[2]: (வி): பெறுதல்; ஓர் இடத்தைச் சென்றடைதல்; கூடியிருத்தல்; ஓர் இடத்தில் பிடித்து வைத்திடல்; சாத்துதல்; தடை செய்தல்; தீர்த்தல்; அனுபவித்தல்; படிதல்; தீர்தல்; திணித்தல்; மூடுதல்; தடைபடுதல்; to obtain; to reach; to crowd together; to confine; to shut; to block; to clear; to feel (an emotion); to become (dirty); to get cleared; to fill up; to close;to get blocked.

அடைகாய்: (பெ): ஊறுகாய்; பாக்கு; வெற்றிலை; pickle; areca nut; betel leaf.

அடைகுளம்: (பெ): வாய்க்கால் இல்லாத குளம்; a tank without canal.

அடைக்கலம்: (பெ): தஞ்சமடையுமிடம்; புகலிடம்; place of safety.

அடைகா: (வி): குஞ்சு பொரிப்பதற்காக முட்டைகளின் மீது பறவை அமர்ந்திருத்தல்; to incubate.

அடைசல்: (பெ): பொருள்களை ஒழுங்கின்றி போட்டு வைத்திருப்பதால் உண்டான இடப் பற்றாக்குறை; crowded condition in a room or hall as a result of being filled with too much things.

அடைசாரல்: (பெ): பருவ காலத்தில் அடைமழை; heavy rain of rainy season.

அடைசுதல்: (வி): ஒதுங்குதல்; தொலைவில் இருந்திடல்; be off; be distant.

அடைப்பைக்காரன்: (பெ): வெற்றிலை பாக்குப் பெட்டியை சுமந்து வருபவன்; personal servant who carries the betel pouch.

அடைப்பை: (பெ): வெற்றிலைப் பெட்டி; betel pouch.

அடைமண்: (பெ): வண்டல் மண்; alluvium soil.

அடை மழை: (பெ): விடாது தொடர்ந்து பெய்யும் பெருமழை; continuous heavy rain.

அடைமாங்காய்: (பெ): மாங்காய் ஊறுகாய்; மாங்காய் வற்றல்; mango pickles; dried pieces of mango.

அடைமானம்: (பெ): ஈடு; mortgage.

அடைமொழி: (பெ): சிறப்புச் சொல்; attributive phrase.

அடையடிமை: (பெ): விலைக்கு வாங்கிய அடிமை; purchased slave.

அடையலர்: (பெ): பகைவர்; enemies.

அடையாள அட்டை: (பெ); ஒருவரின் புகைப்படம், பெயர், விலாசம் போன்ற விவரங்களைக் கொண்ட அட்டை; Identity Card.

அடையாள அணிவகுப்பு: (பெ): குற்றம் புரிந்தவர்கள் என சந்தேகப்படுபவர்களை வரிசையாக நிற்க வைத்தல்; Identification Parade.

அடையாளம்: (பெ): அறிகுறி; சின்னம்; முத்திரை; மாதிரி; குறிப்பு; sign; emblem; seal; token; symbol; mark.

அடையோலை: (பெ): அடமானப் பத்திரம்; the written mortgage bond.

அடைவு: (பெ): முறை; சேர்தல்; ஈடாகக் கொடுக்கப் படும் பொருள்; order; accede; gage.

அட்சக்கோடு/அட்சரேகை: (பெ): நிலநடுக் கோட்டிற்கு வடபுறத்து (அ) தென்புறத்து தூரத்தைக் கணக்கிடும் வகையில் பூமியைச் சுற்றிலுமாக அமைக்கப்பட்ட கற்பனைக் கோடு; line of latitude.

அட்சதை: (பெ): வாழ்த்துக் கூறிடும்போது தூவப்படும் மஞ்சள் நீர் தெளித்த அரிசி; rice mixed with turmeric powder sprinkled on those to be blessed.

அட்சம்: (பெ): கண்; உருத்திராக்கம்; பூகோள இடம் அறியும் கணக்கு; eye; a nut of tree worn or kept as beads of rosary by Saivites; a calculation to find a place in the globe or world map.

அட்சய: (பெ): தமிழ் வருடங்கள் அறுபதில் கடைசி ஆண்டு; *Atchaya* - the last one of the cycle of 60 Tamil years.

அட்சய பாத்திரம்: (பெ): அள்ள அள்ளக் குறைந்திடா உணவுப் பாத்திரம்; a divine vessel of inexhaustible food given to the Pandavas by Sun God.

அட்சயன்: (பெ): அழிவற்றவன்; கடவுள்; God as exempt from decay.

அட்சரதேவி: (பெ): கலைவாணி; சரஸ்வதி; Saraswathi, Goddess of Letters and the consort of Lord Brahma.

அட்சரம்: (பெ): எழுத்து; letter.

அட்சராப்பியாசம்: (பெ): ஒரு குழந்தைக்கு முதன் முதலாக கல்வி கற்பித்திட நடத்தப்படும் ஒரு சுபச் சடங்கு; a ceremony connected with a child's beginning to learn the alphabet.

அட்சி: (பெ): கண்; eye.

அட்டகம்: (பெ): வசம்பு; sweet flag.

அட்டமம்: (பெ.அ): எட்டாவது; eighth.

அட்டமி: (பெ): எட்டாம் நாள்; the eighth day.

அட்டல்: (வி): அழித்தல்; to destroy.

அட்டவணை: (பெ): விவரங்களை காட்டும் பட்டியல்; classified information in tabular form; list.

அட்டனம்: (பெ): சக்ராயுதம்; wheel-like weapon of Lord Vishnu.

அட்டன்: (பெ): சிவபெருமான்; Lord Shiva.

அட்டாக்கரம்: (பெ): திருமாலை வழிபடும் 'ஓம் நமோ நாராயணாய' என்னும் எட்டு எழுத்துகளால் ஆன மந்திரம்; the eight letters - 'Om Namo Narayanaya' - a worship mantra of Vaishnavites.

அட்டாணி: (பெ): கோட்டை மதில் மேல் உள்ள காவல் மண்டபம்; watch tower on a fort.

அட்டாதுட்டி: (பெ): குறும்பு; தாறுமாறு; playful act; prank; disorder.

அட்டாவதானம்/அஷ்டாவதானம்: (பெ): ஒரே நேரத்தில் எட்டுவித செயல்களைக் கவனித்து நினைவில் நிறுத்திடும் திறமை; the skill of attending to eight acts simultaneously and the ability to remember them.

அட்டாவதானி/அஷ்டாவதானி: (பெ): ஒரே சமயத்தில் எட்டுவிதமான செயல்களைச் செய்திடும் திறமையுள்ளவர்; the person who is skilled in the act of attending to eight different matters at a time.

அட்டாளை: (பெ): ஒரு வகை மரம்; a kind of tree.

அட்டி: *(பெ):* செஞ்சந்தனம்; அதிமதுரம்; தாமதம்; தடை; எட்டி; பருப்பு; red sandal paste; the root of a herbal medicinal plant; delay; obstacle; strychnine tree; dhal.

அட்டிகை/அட்டியல்: *(பெ):* மகளிர் தங்கள் கழுத்தோடு ஒட்டி அணிந்திடும் கல் பதித்த நகை; a necklace mostly studded with stones, worn closely around the neck by women.

அட்டிமை: *(பெ):* ஓமம்; bishop's weed.

அட்டில்: *(பெ):* சமையல் கட்டு; வேள்விச்சாலை; kitchen; sacrificial hall.

அட்டு: *(பெ):* சமைக்கப்பட்டது; பனைவெல்லம்; that which is cooked; cake of coarse sugar.

அட்டுதல்: *(வி):* அழித்தல்; வடிதல்; இடுதல்; சமைத்தல்; சுவைத்தல்; தான சாசனம் தருதல்; to destroy; to pour; to put; to cook; to taste; to pour water or oil for donation deed.

அட்டுப்பு: *(பெ):* காய்ச்சிய உப்பு; boiled salt.

அட்டூழியம்: *(பெ):* தகாத செயல்; கொடுஞ்செயல்; சேஷ்டை; unfair act; act of cruelty; harmless mischief.

அட்டை: *(பெ):* கனமான தாள்; புத்தக மேலுறை; நீர்வாழ் உயிரினம்; card-board; front and back covers of magazines, books, etc.; wrapper of a book or note book; a blood sucking worm called 'Leech'.

அட்டோலகம்: *(பெ):* உல்லாசம்; பகட்டு; loving fun; vanity.

அணக்கு: *(வி):* வருத்து; to cause pain; to afflict.

அணங்கயர்தல்: *(வி):* விழா கொண்டாடுதல்; celebrating a function or festival.

அணங்காடல்: *(பெ):* வெறியாடல்; be possessed by a spirit.

அணங்கு: *(பெ):* தெய்வப்பெண்; தேவதை; பத்ரகாளி; அழகு; அச்சம்; விருப்பம்; வருத்தம்; கொலை; அழகிய நங்கை; கொல்லிப்பாவை; celestial nymph; angel; Durga, the Goddess of Victory; beauty; fear; desire; sorrow; murder; beautiful woman; a devil in the form of tempting damsel.

அணங்குதல்: *(வி):* இறத்தல்; கொல்லுதல்; வருந்துதல்; ஒலித்தல்; அஞ்சுதல்; விரும்புதல்; to die; to kill; to suffer; to sound; to afraid; to like.

அணத்தல்: *(வி):* தலையெடுத்தல்; பொருந்துதல்; to become eminent; to recover; be suitable.

அணரிடுதல்: *(வி):* கொக்கரித்தல்; to shout in triumph.

அணர்: *(பெ);* மேல்தாடைப்பகுதி; the side of the upper jaw.

அணர்தல்: *(வி):* மேல்நோக்குதல்; to look upwards.

அணல்: *(பெ):* கீழ்வாய்; தாடை; கழுத்து; முகவாய்க் கட்டை; the lower part of the mouth; dewlap; neck; chin.

அணவரல்: *(வி):* தூக்குதல்; விரும்புதல்; to lift; to desire.

அணவல்/அணவுதல்: *(வி):* தழுவுதல்; இணைதல்; சார்தல்; கிட்டல்; நெருங்குதல்; to embrace; to join; to approach; to be attained; be close together.

அணவு: *(பெ):* மையம்; ஒத்திருக்கும் செய்கை; இணையுமிடம்; middle; coincidence; join.

அணற்காளை: *(பெ):* தாடியை உடைய இளைஞன்; the youth who has a beard.

அணா[1]: *(பெ):* முன்பு வழக்கத்திலிருந்த ரூபாயின் பதினாறில் ஒரு பங்கான நாணயம்; one sixteenth of a rupee which was used a few years ago.

அணா[2]: *(பெ):* ஏய்த்தல்; cheating.

அணாப்பு: *(பெ):* ஏமாற்றுதல்; cheating.

அணாப்புதல்: *(வி):* ஏய்த்தல்; ஏமாற்றுதல்; to cheat.

அணார்: *(பெ):* கழுத்து; neck.

அணாவுதல்: *(வி):* நெருங்குதல்; தழுவுதல்; சேர்தல்; to approach; to embrace; to join.

அணி: *(பெ):* வரிசை; அழகு; ஆபரணம்; முகம்; ஒழுங்கு; ஒப்பனை; படை வகுப்பு; இனிப்பு; அன்பு; கூட்டம்; தொகுப்பு; அண்மை; row; beauty; jewel; face; order; decoration; make-up; array of an army; sweetness; love; crowd; synthesis; nearness.

அணிகம்: *(பெ):* பல்லக்கு; ஊர்தி; அணிகலப்பெட்டி; palanquin; vehicle; casket of jewels.

அணிகலம்/அணிகலன்: *(பெ):* நகை; ஆபரணம்; jewel; ornament.

அணிகெழு: *(பெ.அ):* அழகான; அலங்காரமான; beautiful; decorated.

அணி செய்தல்: *(வி):* அழகுபடுத்திடு; ஆபரணங்களைப் பூட்டி அழகூட்டு; to decorate; to bedeck; to adorn with ornaments.

அணி சேர்தல்: *(வி):* குறிப்பிட்ட ஒரு விஷயத்திற்காக ஒன்று சேர்தல்; be aligned with.

அணிசேரா நாடு: *(பெ):* நடுநிலை வகித்திடும் கொள்கையை உடைய நாடு; non-aligned country.

அணிஞ்சில்: *(பெ):* அழிஞ்சில் மரம்; நொச்சி மரம்; a kind of tree which is called *Azhinjil*; five-leaved chaste tree; three-leaved chaste tree.

அணிதல்: *(வி):* உடுத்தல்; புனைதல்; to dress oneself; to wear.

அணித்து: (பெ): வெகு அருகில் உள்ளது; that which is very near.

அணிநிலை மாடம்: (பெ): பல அடுக்கு மாளிகை; multi-storeyed building.

அணி நுணா: (பெ): சிட்டா மரம்; the chitah tree.

அணிந்தம்: (பெ): கோபுர வாயிலின் முகப்பு மேடை; a raised platform by the side of the temple's entrance tower.

அணிந்துரை: (பெ): பாயிரம்; முகவுரை; prologue; preface.

அணிமணி: (பெ): ஆபரணம்; நகை; finery; jewellery.

அணிமலை: (பெ): பெரிய மலை; mountain.

அணிமா: (பெ): அட்டமா சித்திகளுள் ஒன்று; பெரியதான ஒன்றினை அணு அளவிற்கு சிறியதாக்குதல்; one of the eight divine feats; becoming like an atom.

அணிமுகு: (பெ): மகுடம்; கிரீடம்; crown; coronet.

அணிமை: (பெ): நெருக்கம்; அண்மை; nearness.

அணியம்: (பெ): ஆயத்தம்; படையணிவகுப்பு; preparation; military array.

அணியரங்கம்: (பெ): ஒப்பனை அறை; make-up room; dressing room.

அணியல்: (பெ): வரிசை; மாலை; அழகு செய்தல்; row; garland; decoration.

அணியன்: (பெ): நெருங்கிய நண்பன்; close friend.

அணியியல்: (பெ): அணி இலக்கணம்; section of grammar on figures of speech.

அணியெண்: (பெ): ஓர் அணியின் வரிசை எண்; the group number.

அணிலம்/அணில்: (பெ): முதுகுப்புறத்தில் மூன்றுவரிகளைக்கொண்ட சிறுபிராணி; squirrel.

அணில்வரிக் கொடுங்காய்: (பெ): ஒரு வகை வெள்ளரிக்காய்; a kind of cucumber fruit.

அணில்வரியன்: (பெ): வெள்ளரிக்காய் வகை; பலாப்பழ வகை; முதுகுப்புறத்தில் நீண்ட வரிகளைக் கொண்ட பசு; a kind of cucumber fruit; a kind of jack fruit; the cow with long stripes on its back.

அணில் வால் தினை: (பெ): ஒருவகை தினை; a kind of millet.

அணிவகுத்தல்: (வி): படை வகுத்தல்; to arrange in battle array.

அணிவடம்: (பெ): கழுத்தில் அணியும் மாலை; a necklace.

அணிவியுகம்: (பெ): போர்ப்படை அணிவகுப்பு; battle array.

அணிவிரல்: (பெ): மோதிர விரல்; ring finger, the second finger in the hand.

அணிவில்: (பெ): பேரேடு; ledger.

அணு: (பெ): மிக நுண்ணிய கூறு; உயிர்; பொடி; minute particle of matter; soul; dust.

அணு ஆயுதம்: (பெ): அணு சக்தியைப் பயன்படுத்திச் செய்யப்படும் போர்க்கருவி; nuclear weapon.

அணு உலை: (பெ): அணுசக்தியை உற்பத்தி செய்திடும் சாதனம்; atomic reactor.

அணுகார்: (பெ): அண்டாதவர்; ஒருவருடனும் சேராதவர்; not friendly.

அணுகுதல்: (வி): நெருங்குதல்; to come near.

அணுக்கத்தொண்டன்: (பெ): பிரத்தியேக உதவியாளன்; personal attendant.

அணுக்கம்: (பெ): நெருக்கம்; நம்பிக்கை; nearness; confidence.

அணு மையம்: (பெ): மையப்புள்ளி; the central point; nucleus.

அணுவுயிர்: (பெ): நுண்ணுயிர்; bacteria.

அணை[1]/அணைக்கட்டு: (பெ): ஆற்றின் குறுக்கே நீரினைத்தேக்கிவைத்திருக்கும் அமைப்பு; சரிந்து விழாமல் இருக்க வைத்துக்கொள்ளும் முட்டு; dam; support; prop.

அணை[2]: (வி): அவிதல்; அவித்தல்; நின்றுபோதல்; நிறுத்துதல்; அன்புடன் தழுவுதல்; மார்போடு சேர்த்துக்கொள்ளுதல்; ஒன்றை பலப்படுத்திட வேண்டி, அதனை ஒட்டி மண் போடுதல்; to go out (of fire, light, etc.); to put out; to embrace with love; to hold something in one's arms; to hug; to put soil close to the tree or river bank, etc., to strengthen it.

அணைகயிறு: (பெ): பால் கறக்கும்போது பசுவின் பின்னங்கால்களைக் கட்டும் கயிறு; the cord with which the cow's hind legs are tied when she is milked.

அணைதறி: (பெ): யானையைக் கட்டி வைத்திடும் தூண்; the pillar in which the elephant is tied.

அணைத்தல்: (வி): தழுவுதல்; சேர்த்தல்; அவித்தல்; to embrace; conjunction; putting off.

அணைப்பு: (பெ): தழுவுகை; ஓர் உழவுசால் அளவு; embracing; a measure of a furrow.

அணையாடை: (பெ): குழந்தைக்கு இடும் துணிப்படுக்கை; ஏணைத்துணி; child's cloth bed; cloth cradle.

அணையார்: (பெ): பகைவர்; enemies.

அணோக்கம்: (பெ): மரம்; tree.

அண்: (பெ): வேட்டை நாயைக் கட்டுப்பாட்டில் வைத்திருக்க உதவும் தோல் பட்டை (அ) உருவு கயிறு; மேல் புறப்பகுதி; leash for hunting dog; upper surface.

அண்ட ஆராய்ச்சி: (பெ): பிரபஞ்ச இயல் ஆராய்ச்சி; cosmology.

அண்டங்காக்கை: (பெ): கருமை நிறமுடைய காக்கை; a big black jungle crow; raven.

அண்டசராசரம்: (பெ): அண்டம்; பிரபஞ்சம்; cosmos; universe.

அண்டசம்: (பெ): முட்டையிலிருந்து பிறக்கும் உயிரினங்கள்; the living beings born through eggs.

அண்டப்புளுகன்: (பெ): நம்ப இயலாத அளவுக்குப் பொய் சொல்பவன்; monstrous liar.

அண்டம்: (பெ): பிரபஞ்சம்; வானம்; முட்டை; வித்து; universe; sky; egg; seed.

அண்டயோனி: (பெ): சூரியன்; முட்டையிலிருந்து பிறப்பது; Sun; that which is born from egg.

அண்டரண்டப் பறவை: (பெ): கழுகு; eagle.

அண்டரண்டம்: (பெ): ஒருவகைப் பறவை; தேவர் உலகம்; a kind of bird; heaven; Indra's heaven; Amaravathi.

அண்டர்: (பெ): பகைவர்; தேவர்; இடையர்; enemies; the celestial beings; herdsmen.

அண்டலர்: (பெ): பகைவர்; enemies.

அண்டவாதம்: (பெ): விரைவாதம்; ஒருவகை நோய்; inflammation of the testicles; a kind of disease.

அண்டன்: (பெ): கடவுள்; God.

அண்டா: (பெ): பெரும் பாண்டம்; the vat.

அண்டாகாரம்: (பெ): முட்டை வடிவம்; egg shape.

அண்டார்: (பெ): பகைவர்; enemies.

அண்டி: (பெ): முந்திரிப் பருப்பு; cashew nut.

அண்டிகம்: (பெ): செந்நாய்; a wild dog.

அண்டிக்கொட்டை: (பெ): முந்திரிக்கொட்டை; the cashewnut with its covering.

அண்டிப்பருப்பு: (பெ): (மேல் ஓட்டுடன் கூடிய) முந்திரிப்பருப்பு; the cashew nut with covering.

அண்டுதல்: (வி): நெருங்குதல்; பொருந்துதல்; to come close; to fit.

அண்டை (பெ): பக்கம்; அருகில்; near.

அண்டை அயலார் (பெ): அக்கம்பக்கத்தார்; neighbours.

அண்டை வெட்டுதல்: (வி); வயலின் பக்க ஓரங்களை சரிசமமாக வெட்டுதல்; to cut or scrape the ridge.

அண்ணம்: (பெ): மேல் வாய்; உள் நாக்கு; palate; uvula.

அண்ணல்: (பெ): பெருமை; பெருமையுடையவர்; தலைவர்; அரசன்; கடவுள்; greatness; great man; superior; king; Lord; God; Deity.

அண்ணன்: (பெ): மூத்தோன்; முன்பிறந்தவன்; மூத்த சகோதரன்; elder brother.

அண்ணாக்கு: (பெ): உள் நாக்கு; uvula.

அண்ணா: (பெ): அண்ணன் என்னும் சொல்லின் விளி வடிவம்; vocative of the word 'Annan'.

அண்ணா(ந்து): (வி): தலையை மேல்நோக்கி நிமிர்த்துதல்; to look upwards.

அண்ணாவி: (பெ): சிலம்பம் போன்ற வீர விளையாட்டுக்களைக் கற்றுத்தரும் ஆசான்; learned master of silambam, etc.

அண்ணி: (பெ): அண்ணனின் மனைவி; wife of one's elder brother.

அண்ணிய: (பெ.அ): நெருங்கிய; near.

அண்ணுதல்: (வி): அணுகுதல்; சார்தல்; to approach; to join.

அண்ணை: (பெ): பேய்; அறிவிலி; devil; ghost; idiot.

அண்பல்: (பெ): ஈறு; பற்களின் வேர்; gums; root of the teeth.

அண்மு(தல்): (வி): நெருங்குதல்; to approach.

அண்மை: (பெ): அருகு; தற்காலத்தை ஒட்டிய கடந்த காலம்; nearness; close by; recentness.

அதகம்: (பெ): மருந்து; சுக்கு; medicine; dried ginger.

அதகன்: (பெ): வலிமையுடையவன்; powerful man.

அதக்குதல்: (பெ): குதப்புதல்; to cram (in the mouth as betel).

அதங்கம்: (பெ): ஈயம்; lead.

அதசம்: (பெ); ஆன்மா; காற்று; மரவுரி; soul; air; bark of trees used as clothing formerly by ascetics.

அதடம்: (பெ): செங்குத்து; steepness.

அதமதானம்: (பெ): ஆசை, புகழ், அச்சம், கைம்மாறு போன்ற காரியங்களின் அடிப்படையாகச் செய்யப்படும் தானம்; donation based on desire, fame, fear and a return made out of gratitude.

அதமன்: (பெ): தாழ்ந்தவன்; mean person.

அதரம்: (பெ): கீழுதடு; உதடு; lower lip; lip.

அதரபானம்: (வி): கீழுதட்டை முத்தமிடுதல்; kissing the lower lip.

அதர்: (பெ): ஒற்றையடிப்பாதை; புழுதி; முறைமை; நுண்மணல்; காட்டுவழி; உரமிடுவதற்காக மரத்தைச் சுற்றி ஒரு அடி ஆழத்திற்கு

வெட்டப்படும் குழி; a path made by constant use of passers; dust; order; fine sand; path in a jungle; a pit for putting manure around the trunk of a tree.

அதர்கோள்: *(பெ):* வழிப்பறி; highway robbery.

அதர்மம்: *(பெ):* நியாயம் அல்லாதது; deterioration of ethical values against righteousness.

அதர்வணம்: *(பெ):* நான்காவது வேதம்; name of the fourth Veda, Adharvanam.

அதர்வை: *(பெ):* வழி; கொடி வகை; path; a kind of creeper.

அதலகுதலம்: *(பெ):* கலகம்; குழப்பம்; tumult; confusion.

அதலம்: *(பெ):* பள்ளம்; பின்பு; அத்தி மரம்; pit; then; a kind of fig tree.

அதலன்: *(பெ):* கடவுள்; சிவன்; Deity; Lord Shiva.

அதல்: *(பெ):* தோல்; மரப்பட்டை; skin; bark.

அதவுதல்: *(வி):* கொல்லுதல்; எதிர்த்தல்; to kill; to attack.

அதவை: *(பெ):* கீழ் மகன்; அற்பன்; low person; mean fellow.

அதழ்: *(பெ):* பூவிதழ்; அல்லி; petel of a flower.

அதளி: *(பெ):* குழப்பம்; அமளி; confusion; tumult.

அதளை: *(பெ):* ஒருவகைப் பாத்திரம்; நிலப் பீர்க்கு; புளியுருண்டை; a kind of vessel; a kind of creeper; tamarind ball.

அதனப்பிரசங்கி: *(பெ):* அகங்காரம் கொண்டவன்; arrogant man or woman.

அதனம்: *(பெ):* மிகுதி; excess.

அதாசலம்: *(பெ):* காட்டு மல்லிகை; a kind of wild jasmine.

அதாதிரு: *(பெ):* கஞ்சன்; miser.

அதாரன்: *(பெ):* பிரம்மச்சாரி; celibate.

அதாலத்து: *(பெ):* நீதிமன்றம்; court of justice.

அதாவது: *(வி.அ):* எவ்வாறு என்றால்; What I mean to say is; that is; namely.

அதி: *(இ.சொ.):* பெரும்பான்மையை உணர்த்தும் விதமாக வடமொழி வார்த்தைகளுக்கு முன்பாக இணைக்கப்படும் ஒரு முன்னொட்டு; a prefix expressing excessiveness (in degrees), used generally with Sanskrit words; extreme; very. அதிநுட்பம்/அதியற்புதம்/அதிவேகம்.

அதிகடம்: *(பெ):* யானை; elephant.

அதிகண்டம்: *(பெ):* யோகம் இருபத்தேழுள் ஒன்று; இறப்புத் துன்பம்; one of the twenty-seven Yogas; excess sufferings.

அதிகந்தம்: *(பெ):* செண்பக மலர்; கந்தகம்; a flower of golden hue; sulphur.

அதிகநாரி: *(பெ):* கொடி வேலி; a kind of herb.

அதிகப்படுத்து: *(வி):* (அளவினை) கூடுதலாக்கிடு; to increase.

அதிகப்பிரசங்கி: *(பெ):* இங்கிதம் இன்றி ஒன்றினைச்செய்திடும் (அ) கூறிடும் மனிதன்; one who is impertinent.

அதிகம்: *(பெ):* மிகுதி; கூடுதல்; மேன்மை; குருக்கத்தி; ஏற்றம்; இலாபம்; excess; that which is more than what is normal; eminence; a kind of plant; ascent; profit.

அதிகரணம்: *(பெ):* நிலைக்களம்; ஆதாரம்; standing place; ground; support.

அதிகரி: *(வி):* கூடுதலாக்கு; மிகுதிப்படுத்திடு; அதிகாரம் செய்திடு; கற்றிடு; to increase; to enlarge; to command; to learn.

அதிகன்: *(பெ):* மேலானவன்; மகான்; great soul.

அதிகாசம்: *(பெ):* பெருநகை; laughter.

அதிகாந்தம்: *(பெ):* மணி வகை; செவ்வானம்; a kind of ornament; red sky.

அதிகாரம்: *(பெ):* ஒருவர் தான் வகிக்கும் பதவி (அ) நிலையால் இன்னொருவரைக் கட்டுப்படுத்திடும் ஆற்றல் (அ) கட்டளையைப் பிறப்பித்திடும் உரிமை; ஆட்சிப் பொறுப்பு; இலக்கணம் மற்றும் இலக்கியங்களில் காணப்படும் உட்பிரிவு; authorisation; having the right to execute the power; a section of grammatical work and ancient literature.

அதிகாரன்: *(பெ):* அதிகாரி; மகேஸ்வரன்; an officer; Lord Maheswaran.

அதிகுணன்: *(பெ):* கடவுள்; சிறந்த குணம் உள்ளவன்; the Deity; one who is having good habits.

அதிக்கிரமம்: *(பெ):* நெறி தவறுதல்; கடத்தல்; தப்பிச் செல்லுதல்; மீறுதல்; to over-step a principle; to pass through; to escape; to violate.

அதிங்கம்: *(பெ):* அதிமதுரம்; மிகவும் இனிமையானது; the root of a herbal medicinal plant; that which is very sweet.

அதிசயோத்தி: *(பெ):* உயர்வு நவிற்சி அணி; உயர்த்திக் கூறுதல்; hyperbole; exaggeration.

அதிசாரணம்: *(பெ):* மாவிலங்கம்; a mineral poison.

அதிசாரம்: *(பெ):* கல்லுப்பு; அதிமதுரம்; வயிற்றுப் போக்கு; rock salt; the root of a herbal medicinal plant; diarrhoea.

அதிசிரமம்: *(பெ):* அலட்சியம்; negligence.

அதிச்சந்திரகம்: *(பெ):* காளான்; தோலின் மீதாகப் படர்ந்து அரிப்பினை உண்டாக்கக்கூடியதுமான ஒருவகைத் தாவரம்; mushroom; fungus.

அதிட்டம்: *(பெ):* நற்பேறு; மிளகு; இன்ப துன்பங்களுக்குக் காரணமானது; fortune; pepper; that which is the cause of happiness and sufferings.

அதிட்டானம்: *(பெ):* நிலைக்களம்; standing place.

அதிதனு: *(பெ):* பொன்; தங்கம்; gold.

அதிதாரம்: *(பெ):* இலந்தை மரம் மற்றும் அதன் பழம்; Jujube tree and its fruit.

அதிதானம்: *(பெ):* பெருங்கொடை; a large gift.

அதிதி: *(பெ):* விருந்து; விருந்தினர்; புதியவர்; feast; guest; stranger.

அதிபசமி: *(பெ):* கொன்றை மரம்; Indian Laburnum.

அதிபம்: *(பெ):* வேம்பு; Neem tree.

அதிபர்: *(பெ):* ஆட்சித் தலைவர்; உரிமையாளர்; the person who heads or governs the state; owner.

அதிபலம்: *(பெ):* நேர்வாளம் என்னும் சித்த மருத்துவ மூலிகை; அதிகப்படியான வலிமை; one of the Siddha herbal plants; over-strength.

அதிபன்: *(பெ):* தலைவன்; அரசன்; leader; king.

அதிபானம்: *(பெ):* மதுபானம்; an intoxicating liquor.

அதிபூதம்: *(பெ):* பரமாத்மா; மேலானவர்; God as the supreme soul.

அதிமதுரம்: *(பெ):* வெண்குன்றி வேர்; மருந்து வகை; மிகவும் இனிமையானது; the root of liquorice plant; a kind of Siddha medicine, that which is very sweet.

அதிமலம்: *(பெ):* பூந்தாது; மாவிலங்க மரம்; pollen; farina of flowers; a kind of tree, called Mavilangam.

அதிமாத்திரம்: *(பெ.அ.):* அதிகப்படியான; excess.

அதிமுத்தம்: *(பெ):* குருக்கத்தி; a kind of medicinal plant.

அதிமுத்தி: *(பெ):* சாயுச்சி முத்தி; the final bliss.

அதியமான்: *(பெ):* ஔவை போற்றிப் பாடிய அரசன்; a liberal chief immortalized in song by Avvaiyar.

அதியரையான்: *(பெ):* மீனவர் தலைவன்; the chief of fishermen.

அதியர்: *(பெ):* அதியமான் வழித் தோன்றியவர்; the descendant of King Adhiyaman.

அதியாமம்: *(பெ):* அருகம் புல்; a kind of grass.

அதிரடி: *(பெ):* எதிர்பாராத சமயத்தில் எடுக்கப் படும் கடும் நடவடிக்கை; a severe measure taken upon the enemy.

அதிரடிப்படை: *(பெ):* அதிரடித் தாக்குதலுக்கு பயிற்சி அளிக்கப்பட்ட வீரர் குழு; a commando squad.

அதிரர்: *(பெ):* அசுரர்; a class of demons at war with the gods.

அதிரல்: *(பெ):* காட்டு மல்லிகை; அடித்தூரு; a kind of jasmine; bottom dregs.

அதிராகம்: *(பெ):* கந்தகம்; sulphur.

அதிராத்திரம்: *(பெ):* வேள்வி வகை; a kind of sacrifice.

அதிராயம்: *(பெ):* வியப்பு; surprise.

அதிரிசன்: *(பெ):* குருடன்; blind man.

அதிரித்தம்: *(பெ):* அதிகம்; that which is more.

அதிரேகம்[1]: *(பெ):* மிகுதி; மாறுபாடு; வியப்பு; மேன்மை; mickle; variation; amazement; eminence.

அதிரேகம்[2]: *(பெ):* அதிசயம்; superfluity.

அதிரோகம்: *(பெ):* எலும்புருக்கி நோய்; சயரோகம்; ஈளை நோய்; tuberculosis.

அதிரோகணி: *(பெ):* ஏணி; portable frame with steps for ascending and descending etc.; ladder.

அதிரோசிதல்: *(பெ):* அடுத்து இருப்பது; next to one.

அதிர்: *(பெ):* நடுக்கம்; அச்சம்; trembling; fear.

அதிர்ச்சி[1]: *(பெ):* நடுங்குதல்; குமுறல்; ஆரவாரம்; shaking; quaking; roaring.

அதிர்த்தல்: *(வி):* அதட்டுதல்; முழங்குதல்; to rebuke; to roar.

அதிர்ப்பு: *(பெ):* அச்சம்; ஆரவாரம்; நடுக்கம்; fear; roaring; shaking.

அதிர்வு: *(பெ):* நடுக்கம்; அதிர்ச்சி; shaking; vibration; quaking.

அதிர்வெண்: *(பெ):* குறித்த நேரத்தில் குறிப்பிட்ட எண்ணிக்கையோடு கூடிய ஒலி/ஒளி அலையின் அசைவு; the frequency of sound or light wave.

அதிர்வெடி/ அதிர்வேட்டு: *(பெ):* திருவிழாக்கள் நிகழ்ந்திடும் சமயத்தில் வெடிக்கப்படும் ஒருவகை வெடி; a firework which makes a loud noise when lighted, used during temple festivals.

அதிர்ஷ்டக்கட்டை: *(பெ):* அதிர்ஷ்டமற்றவன்; the person who has no luck.

அதிர்ஷ்டக்காரன்: *(பெ):* அதிர்ஷ்டம் உள்ளவன்; the person who has luck.

அதிர்ஷ்டம்: *(பெ):* சட்டென ஒருவருக்குக் கிடைத்திடும் வாய்ப்புடன் கூடிய நன்மை; good fortune; luck.

அதிர்ஷ்டவசம்: *(பெ):* எதிர்பாராமல் உண்டான நன்மை; sheer luck.

அதிலோகம்: *(பெ):* உலோகம்; இரசக் கற்பூரம்; metal; naphthaline.

அதீசன்: *(பெ):* முதலாளி; the man who provides employment to others.

அதீச்சுவதன்: *(பெ):* அரசன்; கடவுள்; king; God.

அதீட்சணதை: *(பெ):* மழுங்கல்; bluntness.

அதீதர்: *(பெ):* வானோர்; inhabitants of heaven.

அது: *(சு.பெ.):* சுட்டும்பெயர்; the demonstrative noun of third person neuter singular; that; it.

அதுக்குதல்: *(வி):* வாயில் ஒதுக்குதல்; விரல்களால் அழுத்துதல்; கிள்ளுதல்; கசக்குதல்; கடித்தல்; மெல்லுதல்; அறைந்திடுதல்; to stuff something into the mouth; to press with fingers; to pinch; to squeeze; to bite; to chew; to slap with hand.

அதுங்கல்: *(பெ):* அழுத்தப்படுதல்; திணிக்கப் படுதல்; அழுத்தத்தால் உந்தப்படுதல்; being forced; being compressed; being forced out by pressure.

அதுலன்: *(பெ)* : ஒப்பற்றவன்; கடவுள்; அசைவின்மை; outstanding person; supreme being; God; motionless state.

அதுலிதம்: *(பெ):* ஒப்பிடப்படாதது; நிறுக்கப் படாதது; that which is unable to compare; that which is unable to weigh.

அதை: *(வி):* வீங்குதல்; to swell; *(சு.பெ.):* ஒன்றினைச் சுட்டுவது; that.

அதைப்பு: *(பெ):* வீக்கம்; நீர்க்கோர்ப்பு; inflammation; cold.

அதோசாதி: *(பெ):* தாழ்த்தப்பட்ட சாதி; scheduled caste.

அதோளி: *(பெ):* அவ்விடம்; that place.

அத்தகடகம்: *(பெ):* கைவளை; bangle.

அத்தகிரி: *(பெ):* மேற்கு மலை; western mountain.

அத்தகோரம்: *(பெ):* நெல்லி மரம்; emblic myrobalan tree.

அத்தங்கார்: *(பெ):* அத்தை மகள்; daughter of one's own aunt.

அத்தப்பிரகரன்: *(பெ):* துணைக் கோள்களுள் ஒன்று; புதன் கோளைச் சார்ந்தது; one of the auxillary planets; the auxillary planet which is pertained to Mercury.

அத்தமனம்: *(பெ):* அழிவு; சூரியன் மறைதல்; destruction; setting of the Sun.

அத்தம்: *(பெ):* வழி; கரடுமுரடான பாதை; காடு; வருடம்; தங்கம்; கண்ணாடி; சரிபாதி; மேற்குமலை; பொருள்; கை; way; rough path; jungle; year; gold; mirror; half; western mountain; meaning; hand.

அத்தர்: *(பெ):* பூக்களிலிருந்து பெறப்படும் நறுமணத் தைலம்; முனிவர்; காடுறை மாந்தர்; fragrant essence obtained from the petals of rose, jasmine, etc., and used as a perfume; sage; the persons who live in forest.

அத்தவாளம்: *(பெ):* காடு; போர்வை; மேலாடை; forest; blanket; outer garment.

அத்தனை: *(பெ):* அவ்வளவு; அந்த அளவு; that much; all that.

அத்தன்: *(பெ):* தகப்பன்; மூத்தோன்; குரு; தலைவன்; கடவுள்; father; elder; priest; leader; hero; God.

அத்தாழம்: *(பெ):* மாலைப்பொழுது; evening.

அத்தாளம்: *(பெ):* இரவு உணவு; supper.

அத்தி: *(பெ):* கடல்; அரிதாகப் பூக்கும் ஒருவகை மரம்; யானை; எலும்பு; கொலை; திப்பிலி; பாதி; தமக்கை; ஆசை; இரவலன்; sea; a kind of fig tree; elephant; bone; murder; long pepper; half; elder sister; desire; beggar.

அத்திசுரம்: *(பெ):* ஒருவகைக் காய்ச்சல்; a kind of fever.

அத்தித்திப்பிலி: *(பெ):* யானைத் திப்பிலி; a kind of herb.

அத்திநாத்தி: *(பெ):* ஜைன மதக் கொள்கை; the principle of Jainism.

அத்திம்பேர்: *(பெ):* தமக்கையின் கணவர்; அத்தையின் கணவர்; sister's husband; father's sister's husband.

அத்தியக்கன்: *(பெ):* முதலாளி; பிரபு; தலைவர்; இயக்குநர்; கண்காணிப்பாளர்; master; lord; leader; director; superintendent.

அத்தியயம்: *(பெ):* அத்தியாயம்; அழிவு; குற்றம்; chapter; destruction; crime; default.

அத்தியயனம்: *(பெ):* அறிந்திடல்; வேதங்களைக் கற்றல்; learning; studying especially Vedas.

அத்தியாயம்: *(பெ):* நூலின் கூறுபாடு; ஒரு நூலின் உட்பிரிவு; chapter or division of a book.

அத்தியாவசியம்: *(பெ):* இன்றியமையாத தேவை; that which is very essential.

அத்திரபரிட்சை: *(பெ):* வில்வித்தை; archery.

அத்திரம்: *(பெ):* குதிரை; கழுதை; அம்பு; எறிபடை; நிலையற்றது; மலை; இலந்தை மரம்; horse; ass; arrow; missile; that which is unstable; mountain; jujube tree.

அத்திராசம்: (பெ): அச்சமின்மை; fearlessness.

அத்திரி: (பெ): ஒட்டகம்; கழுதை; குதிரை; அம்பு; ஒரு முனிவர்; வானம்; மலை; துருத்தி; உலை; camel; ass; horse; arrow; a sage; sky; mountain; bellows; forge.

அத்திரிசாரம்: (பெ): இரும்பு; iron.

அத்திரு: (பெ): அரச மரம்; pipal tree.

அத்திவாரம்: (பெ): அடிப்படை; கடைக்கால்; base; foundation.

அத்தினி: (பெ): நான்கு வகைப் பெண்களில் ஒருத்தி; பெண் யானை; one of the four kinds of women; female elephant.

அத்து: (பெ): சிவப்பு; துவர்ப்பு; அரைஞாண்; அரைப்பட்டிகை; red; astringent taste; waist cord; girdle.

அத்துகம்: (பெ): ஆமணக்கு; castor plant.

அத்துகமானி: (பெ): அரச மரம்; pipal tree.

அத்துணை: (பெ): அவ்வளவு; that much.

அத்துதல்: (வி): அடைதல்; பொறுத்தல்; இசைத்தல்; to get; to forgive; to bring about.

அத்துலாக்கி: (பெ): கருஞ்சீரகம்; black cumin.

அத்துவசுத்தி: (பெ): தீக்கை நிகழ்ச்சியில் ஒரு சடங்கு; one of the rites in ordination.

அத்துவானம்: (பெ): பாழிடம்; பாலைவனம்; desolate place; desert.

அத்துவைதம்: (பெ): ஆன்மாவும் இறைவனும் ஒன்றே எனக் கூறப்படும் கொள்கை; the doctrine of non-duality; monism.

அத்தொய்தன்: (பெ): ஒப்பற்றவன்; supreme being.

அநகம்: (பெ): அழகானது; புல்லுருவி; குற்றம் இல்லாது இருத்தல்; that which is beautiful; parasitic plant; perfection.

அநகர்: (பெ): மேன்மக்கள்; அழகான ஆண்கள்; தீவினையற்றோர்; இறைவன்; eminent people; handsome men; the people who are not involved in unworthy act; God.

அநங்கம்: (பெ): மல்லிகை; ஆகாயம்; வாயு; மனம்; உடலின்மை; இருவாட்சி; jasmine; sky; air; mind; the state of without corporal body; a kind of fragrant jasmine.

அநங்கன்: (பெ): மன்மதன்; உருவமற்றவன்; Manmadan, the God of Love; the God who has no corporal body.

அநத்தம்: (பெ): பயனற்றது; useless one.

அநதிகாரி: (பெ): தகுதி இல்லாதவன்; unfit person.

அநந்தகோடி: (பெ.அ.) கணக்கற்ற; countless.

அநுபத்தியம்: (பெ): பிள்ளை இல்லாதிருத்தல்; infertility.

அநபாயம்: (பெ): அழியாத நிலை; the state of being imperishable.

அநபாயன்: (பெ): சிவன்; ஒரு சோழ மன்னன்; Lord Shiva; a Chozha King.

அநம்: (பெ): சோறு; உணவு; cooked rice; food.

அநயம்: (பெ): தீங்கு; வருத்தம்; harm; regret.

அநலி: (பெ): நெருப்பு; சூரியன்; fire; Sun.

அநவரதம்: (பெ): எப்போதும்; always.

அநற்கல்: (பெ): சிக்கிமுக்கிக் கல்; a flint stone.

அநற்றல்: (வி): எரித்தல்; burning.

அநாகாலம்: (பெ): பஞ்சகாலம்; a famine period.

அநாதகி: (பெ): சன்னியாசி; the person, who lives in solitude for the purpose of devotion.

அநாதன்: (பெ): கடவுள்; திக்கற்றவன்; God; destitute person.

அநாதிபஞ்சர்: (பெ): வெகு நாட்களாகத் தரிசாக இருந்த நிலம்; an uncultivated land for a long period.

அநாதை: (பெ): சொந்த பந்தம் என ஏதும் இல்லாத நிலை; state of being an orphan.

அநாதையாக (வி.அ): கவனிப்பார் இல்லாமல்; uncared for.

அநாமதேயம்: (பெ): இன்னாரது (அ) இன்னது என பின்னணித் தகவல்கள் ஏதுமற்ற நிலை; பலரால் அறியப்படாத நிலையில் உள்ளவர்; that which is without any identity; anonymity; non-entity.

அநாமிகை: (பெ): மோதிர விரல்; ring-finger.

அநாயாசம்: (பெ): மிகவும் எளிது; effortlessness.

அநிகம்: (பெ): படை; troop; army; force.

அநிசம்: (வி.அ.): ஓயாமல்; இடைவிடாமல்; continuously; incessantly.

அநிதம்: (பெ): அளவு கடந்தது; that which exceeds the limit.

அநித்தம்/ அநித்தியம்: (பெ): நிலையில்லாதது; impermanence.

அநுகன்: (பெ): தலைவன்; கணவன்; பின் தொடர்பவன்; காம இச்சை உள்ளவன்; leader; hero; husband; one who is following a woman; the person who is having sexual desire.

அநுக்கம்: (பெ): சோம்பு; பயம்; பாம்பு; வருத்தம்; சந்தனம்; fennel; fear; snake; regret; sandal.

அநுகூலம்: (பெ): சலுகை; உபகாரம்; ஆதரவு; help; favour; goodwill.

அநுக்காரம்: (பெ): ஒப்பிட்டுக் கூறும்படி இருத்தல்; similarity.

அநுசன்: (பெ): தம்பி; younger brother.

அநுசாத்தி: (பெ): கட்டளை; an order.

அநுசாதை: (பெ): தங்கை; younger sister.

அநுசாரணம்: (வி): பின் தொடர்தல்; to follow.

அநுசிதம்: (பெ): தகுதியின்மை; பொய்; impropriety; lie.

அநுசீவகன்: (பெ): பணியாள்; வேலைக்காரன்; servant.

அநுபமர்: (பெ): ஒப்பற்றவர்; matchless person.

அநுபயோகம்: (வி.அ): உபயோகமற்ற; useless.

அநூடன்: (பெ): பிரம்மச்சாரி; celibate.

அநூபம்: (பெ): நீர்நிலை; எருமை; யானை; any water source; buffalo; elephant.

அந்தகக்கண்ணி: (பெ): கண் பார்வை இல்லாதவள்; blind woman.

அந்தகன்: (பெ): குருடன்; யமன்; blindman; Yama, the God of death.

அந்தகாரம்: (பெ.அ): இருள் சூழ்ந்த; utter darkness;

அந்தக்கேடு: (பெ): விகாரம்; அங்கஹீனம்; ugliness; deformity.

அந்தணன்: (பெ): மேன்மையானவன்; சிவன்; நான்முகன்; gracious person; Lord Shiva; Lord Brahma.

அந்தரப்படு: (வி): பதற்றம் அடைதல்; be in a hurry.

அந்தரம்: (பெ): தளமற்ற நடுவெளி; சுவர்க்கம்; வானம்; கோயில்; வேறுபாடு; கூட்டம்; முடிவு; இருள்; வெட்டவெளி; சங்கடம்; mid air (some point above the ground level); heaven; sky; temple; difference; crowd; end; darkness; open space; uneasiness.

அந்தராத்மா: (பெ): உள் மனம்; subconcious mind.

அந்தரி: (வி): பதற்றம் அடைதல்; to get excited.

அந்தர்த்தானம்: (பெ): மறைந்து போதல்; disappearance.

அந்தன்: (பெ): கடுக்காய்; எமன்; அழகன்; குருடன்; சனி; அறிவிலி; chebulic myrobalan; Yama, God of death; handsome person; blindman; Saturn; idiot.

அந்தாதி: (பெ): முதல் பாட்டினுடைய இறுதிச் சொல்,தொடர்,அடி போன்றவை அடுத்தபாட்டின் தொடக்கமாகக் கொண்டு இயற்றப்படும் நூறு பாடல்கள் கொண்ட நூல்; a literary work of hundred verses in which the last word, phrase or line of the preceeding verse forms the opening of the succeeding cycles of verses.

அந்தி ஒளி: (பெ): பகலும், இரவும் கூடும் பொழுது; செவ்வானம்; twilight; red glow of sunset.

அந்திகாவலன்: (பெ): சந்திரன்; மாலையில் உலவும் காவல் தெய்வம்; moon; the lord of night.

அந்திகை: (பெ): பெண்; இரவு; சித்தம்; அக்காள்; அடுப்பு; கபடம்; woman; night; mind; elder sister; stove; guile.

அந்திமந்தாரை: (பெ): மாலையில் பூக்கும் ஒருவகைக் குத்துச்செடி; a small plant that blossoms in the evening.

அந்திமம்: (பெ): இறுதி; முடிவு; end; phase.

அந்திமாலை: (பெ): மாலைக்கண் நோய்; மாலைப் பொழுது; night blindness; evening.

அந்திரக் கண்மணி: (பெ): நீலக்கல்; blue stone.

அந்திரக் கொடிச்சி: (பெ): கந்தகம்; sulphur.

அந்திரம்: (பெ): சிறு குடல்; small intestine.

அந்திரவசனம்: (பெ): கொட்டைப் பாக்கு; areca-nut.

அந்திரன்: (பெ): கடவுள்; தேவன்; வேடன்; God; Deity; hunter.

அந்திரி: (பெ): பார்வதி; காளி; Parvathi, consort of Lord Shiva; Kali, the Goddess of Victory.

அந்தில்: (பெ): வெண் கடுகு; அவ்விடம்; white mustard; in that place; there.

அந்திவேளை: (பெ): அரையிருட்டு; dusk.

அந்துகம்: (பெ): யானைச் சங்கிலி; பாதக் கொலுசு; elephant's chain; gold or silver chain for the ankle.

அந்தேவாசி: (பெ): சீடன், மாணாக்கன்; புலையன்; disciple; base person.

அந்தை: (பெ): ஒரு வகை நிறை; a kind of weighing measure.

அந்தோ: (இ.சொ): துன்பத்தைக் கண்டு இரக்கம் தெரிவிக்கும் வகையில் பயன்படுத்திடக் கூடிய ஒரு சொல்; a word which is used to express one's feelings of pity at the distress of others or one's own plight.

அந்துருண்டை: (பெ): பாச்சை, கரப்பான் போன்றவற்றிடமிருந்து காக்கும் இரசாயனப் பொருளால் செய்யப்பட்ட சிறு உருண்டை; naphthalene ball.

அந்நியச் செலாவணி: (பெ): ஒரு நாடு தனது பொருளாதார நடவடிக்கைகளால் ஈட்டிடும் பிற நாட்டுப் பணம்; foreign exchange.

அந்நியப்படு: (வி): தனிமைப்படு; தொடர்பு இல்லாது போ; to get alienated.

அந்நியமாதல்: (பெ): அந்நியப்பட்ட நிலை; தனிமைப்படுத்தப்பட்ட நிலை; alienation.

அந்நிலை: *(வி.அ):* அப்போது; at that time.

அந்வயித்திடு: *(வி):* சேர்ந்திடு; கூடிடு; to join; to reach; to intermingle.

அப: *(வ.சொல்):* இன்மை, இழத்தல், எதிர்மறை, தவறு, நீக்கம் போன்ற பொருள்களை உணர்த்தும் வட சொல்; a sanskrit term which indicates the meanings, non-entity, forfeit, opposite, default, separation, etc.

அபகடம்: *(பெ):* வஞ்சம்; revenge; deceit.

அபகமம்: *(பெ):* மரணம்; death.

அபகரித்தல்: *(வி):* அடுத்தவருக்கு சொந்த மானதை நேர்மையற்ற வகையில் கவர்தல்; to seize by violence.

அபகருமம்: *(பெ):* பொல்லாங்கு; anything bad.

அபகாரி: *(பெ):* எத்தன்; துஷ்டன்; கெட்டவன்; cheating person; evil-doer; mean person.

அபங்கன்: *(பெ):* பழுதற்றவன்; supreme being.

அபசங்கம்: *(பெ):* பாதம்; foot.

அபசாரி: *(பெ):* ஒழுக்கமற்ற நடத்தை உடையவள்; prostitute.

அபட்சணம்: *(பெ):* நோன்பு; ritualistic observance.

அபத்திரபம்: *(பெ):* வெட்கக்கேடான செயல்; shameful act.

அபத்தியச்சத்துரு: *(பெ):* நண்டு; crab.

அபத்தியதை: *(பெ):* பெண் மருத்துவர்; lady doctor.

அபதரித்திடு: *(வி):* பொறுத்துக்கொள்; to tolerate.

அபதேசம்: *(பெ):* இலக்கு; உபயம்; லஞ்சம்; வேடத்திற்காக சிறப்பாக தயாரிக்கப்பட்ட ஆடை; target; ways and means; bribe; a costume designed for a role in a drama.

அபநயனம்: *(வி):* அழிதல்; எடுத்துக் கொள்ளுதல்; to become extinct; to take possession.

அபமம்: *(பெ):* சூரியன்; the Sun.

அபமானம்: *(பெ):* அகால மரணம்; premature death.

அபயதானம்: *(பெ):* பாதுகாப்பு தருதல்; to give protection.

அபயம்: *(பெ):* பாதுகாப்பு; அடைக்கலம்; protection; refuge.

அபயர்: *(பெ):* படைவீரர்; soldier.

அபரஞானம்: *(பெ):* உலக அறிவு; worldly knowledge.

அபரபக்கம்: *(பெ):* தேய்பிறை; waning moon.

அபரம்: *(பெ):* முதுகு; பொய்; கவசம்; மேற்கு; நரகம்; நீத்தார் கடன்; பின்பக்கம்; back; lie; shield; west; hell; funeral rites; backside.

அபலம்: *(பெ):* இழப்பு; திமிங்கிலம்; loss; whale.

அபலைப்பெண்: *(பெ):* ஆதரவற்ற பெண்; helpless woman.

அபவருக்கம்: *(பெ):* முக்தி; வீடுபேறு; final bliss; liberation from the bonds of the world.

அபவருத்தனமிடு: *(வி):* அகற்று; சுருக்கிடு; to remove; to constrict.

அபாங்கம்: *(பெ):* கடைக்கண் பார்வை; நெற்றிக் குறி; a glance; forehead mark.

அபாவம்: *(பெ):* இறப்பு; death.

அபிசரன்: *(பெ):* ஒரு சோழ மன்னன்; a Chozha King.

அபிசாதன்: *(பெ):* உயர்குலத்தவன்; மதியூகி; an aristocrat; clever person.

அபிடேகம்: *(பெ):* திருமுழுக்கு; pouring the fluid substances such as milk, honey, water, etc., over the consecrated idol.

அபிட்டம்: *(பெ):* பாதரசம்; mercury.

அபிதானம்: *(பெ):* பெயர்; மனக்குறிப்பை வெளியிடுதல்; name; title; the expression of mental feelings.

அபிமதம்: *(பெ):* விருப்பம்; இணக்கம்; desire; assent.

அபிமானம்: *(பெ):* நன்மதிப்பு; உயரிய எண்ணம்; esteem; admiration.

அபிமுகம்: *(பெ):* சன்னிதி; sacred presence of a deity.

அபியுக்தன்: *(பெ):* அறிஞன்; wise man.

அபியோகம்: *(பெ):* முறையீடு; இடித்திரை; complaint; expostulation.

அபிராமம்: *(பெ):* அழகு; விருப்பம்; beauty; desire.

அபிருசி: *(பெ):* பெரு விருப்பம்; excessive desire.

அபிலாபம்: *(பெ):* பேச்சு; உரை; speech.

அபிலேகனம்: *(பெ):* எழுதுதல்; writing.

அபிலாஷை: *(பெ):* விருப்பம்; desire.

அபிவியத்தி: *(வி):* வெளிப்படுதல்; to emerge.

அபிவிருத்தி: *(பெ):* வளர்ச்சி; மேன்மேலும் பெருகிடுதல்; முன்னேற்றம்; advancement; development; improvement; prosperity.

அபின்னம்: *(பெ):* வேறுபடாதது; that which is not separated.

அபீசன்: *(பெ):* ஆடு மேய்ப்பவன்; the shepherd.

அபீட்டம்: *(பெ):* மிகுந்த விருப்பம்; excessive desire.

அபுட்பம்: *(பெ):* மொட்டு; flower bud.

அபுதன்: *(பெ):* அறிவிலி; மூடன்; idiot; fool.

அபுத்திபூர்வம்: *(பெ):* அறியாமல் நிகழ்வது; that which is held without the knowledge of somebody.

அபூதம்: *(பெ):* இல்பொருள்; that which does not exist; naught.

அபூபம்: *(பெ):* அப்ப வகை ; a kind of cake.

அபூரிதக் கரைசல்: *(பெ):* கரைக்கப்படும் பொருளினைத் தொடர்ந்து கரையவிடுகின்ற திரவம்; unsaturated solution.

அபோகண்டம்: *(பெ):* அமைதி; சிசு; அவலட்சணம்; பயங்கரம்; peace; child; ugliness; horrible nature.

அப்சன்: *(பெ):* சந்திரன்; the moon.

அப்தசதம்: *(பெ):* நூறு ஆண்டுகள்; hundred years.

அப்தபூர்த்தி: *(பெ):* ஆண்டு நிறைவு; completion of a year.

அப்தம்: *(பெ):* ஆண்டு; year.

அப்தா: *(பெ):* கிழமை; வாரம்; day; week.

அப்பணை: *(பெ):* பிணை; கட்டளை; ஆதாரம்; security; order; basis.

அப்பதி: *(பெ):* கடல்; sea.

அப்பர்: *(பெ):* வயது முதிர்ந்தோர்; ஆண் ஆடு; ஆண் குரங்கு; உயர்ந்தோர்; திருநாவுக்கரசு சுவாமிகள் நாயனார்; elder people; he-goat; ram; he-monkey; Thirunavukkarasu Nayanar, one of the celebrated authors of Thevaram.

அப்பாத்தை: *(பெ):* தந்தையின் தமக்கை; father's elder sister.

அப்பாயி: *(பெ):* தந்தையின் தாய்; father's mother; grand-mother.

அப்பால்: *(வி.அ):* இருக்கும் இடத்திலிருந்து வேறுபுறமாக; அதற்குப் பிறகு; away from where one is; afterwards.

அப்பாவி: *(பெ):* தற்காத்துக்கொள்ள தெரியாத நபர்; பேதை; innocent.

அப்பாற்படு: *(வி):* தகுதிக்கு மேற்படுதல் அல்லது மீளுதல்; to go beyond (one's ability, knowledge, etc.).

அப்பி: *(பெ):* தலைவி; தமக்கை; heroine; elder sister.

அப்பிச்சன்: *(பெ):* தகப்பன்; தந்தை; அப்பன்; father.

அப்பியங்கனம்: *(பெ):* எண்ணெய் முழுக்கு; oil bath.

அப்பியந்தம்: *(பெ):* தாமதம்; delay.

அப்பியந்தரம்: *(பெ):* தொந்தரவு; இடையூறு; harassment; trouble.

அப்பியாகதன்: *(பெ):* நன்கு பழக்கமுள்ள விருந்தினன்; well-known guest.

அப்பியாகமம்: *(பெ):* பகை; கொலை; போர்; enmity; murder; war; *(வி):* அடித்தல்; எழும்புதல்; சந்தித்தல்; to beat; to rise; to meet.

அப்பியாகாரம்: *(பெ):* களவு; theft; clandestine union of lovers.

அப்பியாசம்: *(பெ):* பழக்கம்; பயிற்சி; practise; exercise.

அப்பிரகம்: *(பெ):* மைக்கா; ஒரு வகைக் கனிமப்பொருள்; mica; a kind of mineral.

அப்பிரசித்தம்: *(பெ):* வெளிப்படையாகாதது; that which is not well-known.

அப்பிரதட்சிணம்: *(பெ):* வலமிருந்து இடமாக சுற்றிச் செல்லுதல்; to go around from right to left.

அப்பிரதாபம்: *(பெ):* எளிமை; மங்கல்; despicableness; haze.

அப்பிரமாணம்: *(பெ):* பொய்யுரை; ஆதாரமற்றது; false speech; that which is not having basis.

அப்பிரமேயம்: *(பெ):* அளவிட முடியாதது; that which is not to measure by someone.

அப்பிரம்: *(பெ):* மேகம்; வானம்; தேவருலகம்; cloud; sky; heaven.

அப்பு: *(பெ):* கடல்; நீர்; மரவகை; மழை; தந்தை; வேலைக்காரன்; sea; water; a kind of tree; rain; father; servant; *(வி):* துடைத்திடு; வீசிடு; திணித்திடு; கனக்கப் பூசிடு; ஓங்கிக் குத்திடு; to wipe; to throw over (on man as mud); to press all over closely; to apply repeatedly as a fomentation; to press against (as in wrestling.).

அப்பேர்ப்பட்ட: *(பெ.அ):* (இழிவுக்கும் உயர்வுக்கும் எடுத்துக்காட்டாக உள்ள) அந்த மாதிரியான; (while exemplifying meanness or greatness) such a kind of.

அமசம்: *(பெ):* நோய்; முட்டாள்தனம்; காலம்; disease; foolishness; period.

அமஞ்சி: *(பெ):* கூலியற்ற வேலை; unpaid labour.

அமட்டு: *(பெ):* ஏய்ப்பு; deceit; *(வி):* அதட்டிடு; to rebuke authoritatively.

அமட்டுதல்: *(வி):* புரட்டுதல்; சிக்குபடுத்துதல்; to turn over; getting stuck.

அமணர்: *(பெ):* சமணர்; those who belong to Jainism.

அமண்: *(பெ):* சமண சமயம்; சமணர்; வரிக்கூத்து வகை; Jainism; Jains; a kind of masquerade dance.

அமண்டம்: *(பெ):* ஆமணக்குச் செடி; castor plant.

அமண்டலம்: *(பெ):* ஆமணக்கு விதை; castor seed.

அமதம்: (பெ): சம்மதம் இல்லாதது; காலம்; நோய்; மரணம்; that which is not accepted; period; disease; death.

அமதி: (பெ): அமுதம்; சந்திரன்; காலம்; அறிவின்மை; ambrosia; nectar; moon; period; ignorance.

அமந்தி: (பெ): நாட்டு வாதுமை; Indian almond.

அமந்திரம்: (பெ): பாத்திரம்; வெண்கலம்; vessel; bronze.

அமம்: (பெ): நோய்; disease.

அமயம்: (பெ): ஏற்ற சமயம்; உரியகாலம்; suitable period.

அமர: (பெ.அ): புகழுடன் எந்நாளும் நிலைத்திடக் கூடிய; eternal; everlasting; immortal.

அமரத்துவம்: (பெ): எந்நாளும் புகழுடன் நிலைத்து நின்றிடும் தன்மை; eternity.

அமரபக்கம்: (பெ): தேய்பிறை; waning moon.

அமரமாதர்: (பெ): தெய்வமகளிர்; a class of celestial nymphs.

அமரம்: (பெ): கண்ணோய்; படகினைத் திசை திருப்பும் சுக்கான் தண்டு; eye disease; helm; rudder.

அமரல்: (பெ): பொலிவு; பீடு; மிகுதி; ஏற்றம்; bloom of countenance; greatness; surplus; ascent.

அமரன்: (பெ): தேவன்; celestial being.

அமரசகாயம்: (பெ): இரைப்பை; கருப்பை; stomach; maw; uterus; womb.

அமராஞ்சனம்: (பெ): சந்தனம்; sandal.

அமராசயம்: (பெ): கருப்பை; uterus; womb.

அமரி: (பெ): அமிழ்தம்; தெய்வப்பெண்; துர்க்கை; விஷம்; கற்றாழை; சிறுநீர்; ambrosia; celestial nymph; Durga, the Goddess of Victory; poison; aloe; urine.

அமரிக்கை: (பெ): அடக்கம்; அமைதி; சாந்தம்; பொறுமை; modesty; calmness; patience; meekness.

அமரிதம்: (பெ): கடுக்காய்; gall nut.

அமரிய: (பெ.அ): மாறுபட்ட; differed.

அமரியம்: (பெ): செண்பக மலர்; a flower of golden hue - Indian Magnolia.

அமரியள்: (பெ): விருப்பப்பட்டவள்; the woman who is liked by someone.

அமரியுப்பு: (பெ): ஒருவகை உப்பு; சிறுநீரில் இருந்து பிரித்தெடுக்கப்படும் உப்பு; a kind of salt; the salt which is distracted from urine.

அமரியோன்: (பெ): படைவீரன்; போர்வீரன்; soldier; warrior.

அமரை: (பெ): சொர்க்கம்; கருப்பை; துர்க்கை; வீடு; அருகம்புல்; கொப்பூழ் கொடி (தொப்புள் கொடி); heaven; womb; the Goddess Durga; heaven; harialli grass; umblical cord.

அமர்: (பெ): கோட்டை; போர்; மாறுபாடு; மூர்க்கம்; விருப்பம்; fort; war; difference; fury; desire; (வி): பொருந்து; போராடு; to fit; to struggle.

அமர்கை: (பெ): உட்காருதல்; அமர்தல்; sitting; be seated.

அமர்க்களம்: (பெ): கோலாகலம்; சிறப்பு; விமரிசை; ஆரவாரம்; போர்க்களம்; pomp and show; grandness; confused noise; battle field.

அமர்த்துதல்: (வி): நியமித்தல்; அணைத்தல்; வாடகை/குத்தகைக்கு ஏற்பாடு செய்தல்; உட்கார வைத்தல்; இருக்குமாறு செய்தல்; to employ; to engage; to put out; to hire; to lease; to keep (someone on one's lap, etc.,) to place (a person in a position)

அமர்வாணை: (பெ): பணி நியமன ஆணை; appointment order.

அமர்வு: (பெ): இருப்பிடம்; ஒத்த நோக்குடன் குறிப்பிட்ட காலத்துக்கு ஓரிடத்தில் பங்கேற்கும் நபர்கள் கூடியிருத்தல்; அமைதி; பணியில் அமர்த்தப்படுதல்; abode; session; calmness; being appointed.

அமலம்[1]: (பெ): மாசற்றது; அழுக்கின்மை; வெண்மை; நெல்லி; மரமஞ்சள்; that which is spotless; immaculate purity; cleanliness; white; emblic myrobalan; a kind of turmeric.

அமலல்: (வி): சேர்தல்; நெருங்குதல்; to come together; to come close to.

அமலன்: (பெ): குற்றமற்றவன்; அழுக்கில்லாதவன்; இறைவன்; the person who is immaculate; and freed from impurities; the God.

அமலா: (பெ): நெல்லி வற்றல்; dried emblic myrobalan.

அமலை: (பெ): ஒரு பெண் தெய்வம்; ஒலி; ஓசை; கூச்சல்; மாசற்றவள்; பார்வதி; கடுக்காய்; நெல்லிமரம்; மிகுதி; கூத்து; ஆரவாரம்; பூவந்தி மரம்; a Goddess; sound; noise; a confused loud noise; the woman who is immaculate; Parvathi, the consort of Lord Paramashiva; gall nut; emblic myrobalan tree; abundance; folk play; din and bustle; Poovanthi tree.

அமல்: (பெ): நிறைவு; அதிகாரம்; நடைமுறைப் படுத்திடல்; completion; power; authority; bringing something into effect.

அமளை: (பெ): கடுகரோகணி; a siddha medicine.

அமனி: (பெ): தெரு; வீதி; வழி; street; road; way.

அமாதானம்: (பெ): அடக்கம்; humility.

அமாத்தியன்: (பெ): அருகில் இருப்பவன்; அமைச்சன்; the person nearby; minister.

அமானத்து: (பெ): சேமிப்பு; savings.

அமானம்: (பெ): அளவற்றது; that which is unlimited.

அமானி: (பெ): புறம்போக்கு நிலம்; பொறுப்பு; the land which is not privately owned; responsibility.

அமிசகம்: (பெ): பங்கு; நாள்; share; day.

அமிசகன்: (பெ): பங்காளி; agnate; partner.

அமிசம்: (பெ): அதிர்ஷ்டம்; தோள்; பங்கு; செல்வாக்கு; பறவை; பெருவாழ்வு; good fortune; shoulder; share; influence; bird; great prosperity.

அமிசு: (பெ): அணு; சூரியன்; atom; the Sun.

அமிசை: (பெ): அமைப்பு; ஊழ்வினை; a set-up; deed done by a soul in former birth.

அமிதவாதி: (பெ): கொள்கை வெறியர்; கிளர்ச்சி மிக்கவர்; enthusiast; fanatic; extremist.

அமித்தை: (பெ): உண்மையானது; that which is true.

அமிரம்: (பெ): மிளகு; pepper.

அமிருதம்: (பெ): இறப்பற்ற தன்மையைத் தந்திடக்கூடிய உணவு; ambrosia, the food of the celestial beings.

அமிருதகிரணன்: (பெ): சந்திரன்; the moon.

அமிருதக்குமரி: (பெ): கற்றாழையிலிருந்து தயாரித்திடும் தைலமருந்து; an oil like medicine, extracted from aloe.

அமிதேசாரம்: (பெ): கற்கண்டு; rock candy made from sugar juice.

அமிருத சோதரம்: (பெ): குதிரை; horse.

அமிருதபலம்: (பெ): நெல்லிக்காய்; emblic myrobalan.

அமிருதாகரணன்: (பெ): கருடன்; eagle.

அமிருதை[1]: (பெ): திப்பிலி; துளசி; long pepper; basil plant.

அமிருதை[2]: (பெ): பார்வதி; வெள்ளைப் பூண்டு; கடுக்காய்; கள்; சீந்தில்; Parvathi, consort of Lord Paramasiva; garlic; gall nut; toddy; a kind of medicinal herb.

அமிலம்: (பெ): அரித்திடும் திரவம்; acid.

அமிழ்தல்: (வி): சதுப்பு நிலம், நீர்நிலையில் மூழ்குதல்; mire, etc.; to sink.

அமீனா: (பெ): serve the legal processes.

அமீர்: (பெ): முகமதியத் தலைவன்; Islamic leader.

அமுகம்: (பெ): நெல்லிக்காய்; கடுக்காய்; emblic myrobalan; gall nut.

அமுக்கன்: (பெ): தீய குணங்களை உடையவன்; harmful person.

அமுங்குதல்: (வி): மூழ்குதல்; கீழே அமுக்கப்படுதல்; to sink; be pressed down.

அமுக்குரா: (பெ): ஒருவகை மருந்துச் செடி; a kind of medicinal plant.

அமுக்கொத்தி: (பெ): ஒரு வகைக் கத்தி; a kind of knife.

அமுசு: (பெ): ஒட்டடை; the dust filled with cobwebs.

அமுதகடிகை: (பெ): நற்காரியங்கள் செய்வதற்குரிய நேரம்; auspicious time

அமுத கதிரோன்: (பெ): சந்திரன்; the moon.

அமுதகம்: (பெ): அமிர்தம்; பெண்ணின் மார்பகம்; நீர்; பாற்கடல்; ambrosia; breast of a woman; water; mythological ocean of milk.

அமுதகுண்டம்: (பெ): உணவு வைத்திருக்கும் பாத்திரம்; food vessel.

அமுதகுலன்: (பெ): இடையன்; சான்றோன்; shepherd; the person who excels in noble acts and thoughts.

அமுதசம்பூதன்: (பெ): சந்திரன்; the moon.

அமுதசாரணி: (பெ): வெள்வேல மரம்; white babul tree.

அமுதசுரபி: (பெ): அள்ள அள்ளக் குறையாது உணவை அளித்திடும் கற்பனை பாத்திரம்; a mythical vessel which never becomes empty of food.

அமுதுபடி: (பெ): அரிசி; rice.

அமுது படைத்தல்: (வி): உணவு பரிமாறுதல்; to serve food.

அமுது மண்டபம்: (பெ): கோயிலில் உள்ள மடைப்பள்ளி; the kitchen especially of a temple.

அமுதுறை: (பெ): எலுமிச்சம் பழம்; lime fruit.

அமுதூட்டுதல்: (வி): குழந்தையின் ஏழாம் மாதத்தில் சோறு ஊட்டுதல்; to feed rice to a child at the age of its seventh month.

அமுத்திரம்: (பெ): சொர்க்கம்; heaven.

அமுரி: (பெ): சிறுநீர்; urine.

அமூர்த்தம்: (பெ): உருவமின்மை; formlessness.

அமெந்துக்கொட்டை: (பெ): வாதுமைக் கொட்டை; almond nut.

அமேதநீக்கி: (பெ): கற்றாழை; aloe.

அமேத்தியம்: (பெ): மூங்கில்; bamboo.

அமை: *(பெ):* அழகு; தினவு; நாணல்; மூங்கில்; beauty; eczema; itching sensation; kauş, a large and coarse grass; bamboo. *(வி):* பொருத்து; அமைத்திடு; to fit; to establish.

அமைச்சு: *(பெ):* அமைச்சரகம்; ministry.

அமைதி: *(பெ):* பொருத்தம்; நிறைவு; சாந்தம்; மாட்சிமை; fitness; completion; calmness; majesty.

அமைப்பு: *(பெ):* இயக்கம் அல்லது குழு; உடல் (அ) உறுப்பின் தோற்றம், வடிவம் போன்றவை; திட்டமிட்டு உருவாக்கப்பட்ட ஒன்று; organization; physical form; structure; planned creation.

அமைப்பியல்: *(பெ):* முழுமையான ஒன்றில் அதன் பகுதிகள் அமையப்பட்டிருக்கும் முறை; structuralism.

அமைவன்: *(பெ):* துறவி; அறிஞன்; அடக்கமானவன்; the person who lives in solitude for the purpose of devotion; wise person; the man who is having humility.

அமைவு: *(பெ):* ஒத்துக்கொள்ளக்கூடியது; முழுமை; being acceptable; fullness.

அமோகம்: *(பெ):* மிகுதி; ஒரு வாயு; பெருமளவில் உள்ளது; சிறப்பாக உள்ளது; abundance; a kind of gas; plenty; grandness.

அமோகன்: *(பெ):* மோகம் அற்றவன்; the person not having infatuation.

அமோகை: *(பெ):* கடுக்காய்; gall nut.

அம்: *(பெ):* நீர்; மேகம்; அழகு; water; cloud; beauty.

அம்சம்: *(பெ):* கூறு; அன்னப்பறவை; ஆலோசனை/ திட்டம் போன்றவற்றில் உள்ள குறிப்பிட்ட ஒரு பகுதி; லட்சணம்; கச்சிதம்; எடுத்துக்கூறும்படியாக உள்ள தன்மை; aspect of an affair, idea, plan, etc.; compactness of a division; swan; noticeable feature.

அம்சாம்சம்: *(பெ.அ.):* பகுதி பகுதியாக; part by part.

அம்சுமாலி: *(பெ):* சூரியன்; the Sun.

அம்பகம்: *(பெ):* கண், கட்டளை; எழுச்சி; செம்பு; eye; order; upheaval; copper; metal vessel.

அம்படம்: *(பெ):* பூச்சிக்கொல்லி; pesticide.

அம்படலம்: *(பெ):* அம்மி; ஈயம்; ஓடம்; தேர்; மரக்கால்; வெள்ளி; a slab stone with a stone roller, used for grinding the spices; lead; a small boat; chariot; a measure of eight units in the previous periods; silver.

அம்பரம்: *(பெ):* வானம்; ஆடை; திசை; கடல்; படுக்கை அறை; sky; clothes; direction; sea; ocean; bed room.

அம்பர்: *(பெ):* அந்த இடம்; ஓர் ஊர்; ஒருவகைப் பிசின்; that place; a village; a kind of resin.

அம்பலக்காரன்: *(பெ):* ஊர்த்தலைவன்; village headman.

அம்பலச்சாவடி: *(பெ):* ஊர்ப் பஞ்சாயத்து மன்றம்; a public hall or building in a village for discussing and settling village affairs.

அம்பலத்தி: *(பெ):* தான்றி; தில்லை மரம்; a siddha medicine; a kind of tree named 'Thillai'.

அம்பலம்: *(பெ):* கிராமத்திலுள்ள ஒரு பொதுவான இடம்; அனைவராலும் அறியப்படும் நிலை; தில்லை அம்பலம்; the community place in villages; the state of being known to public; Thillaiambalam - Chidambaram.

அம்பலவாணன்: *(பெ):* நடராசப்பெருமான்; the Lord Nataraja (Shiva).

அம்பலவிருட்சம்: *(பெ):* தில்லை மரம்; a kind of tree named Thillai.

அம்பல்: *(பெ):* பழமொழி; (வி): புறங்கூறுதல்; proverb; back-bite.

அம்பறாத்துணி: *(பெ):* அம்புகளை வைத்துக்கொள்ளும் கூம்பு வடிவமான கூடு; quiver; a case of arrows.

அம்பாரம்: *(பெ):* நெற்குவியல்; களஞ்சியம்; huge heap of paddy; granary.

அம்பாலிகை: *(பெ):* பாண்டு மன்னனின் தாய்; the mother of king Paandu.

அம்பால்: *(பெ):* தோட்டம்; garden.

அம்பாவனம்: *(பெ):* சரபம் என அழைக்கப்பட்ட பறவை இனம்; a kind of bird named Sarabam.

அம்பி: *(பெ):* தெப்பம்; தோணி; மரக்கலம்; தாம்பு; தம்பி; ஓர் ஊர்; கள்; raft; a small boat; float; ship; rope; younger brother; a village; toddy.

அம்பிகை: *(பெ):* பார்வதி; காளி; திருதராட்டினனின் தாய்; Parvathi as mother; Kali, the Goddess of Victory; the name of the mother of king Dhrutharashtra.

அம்பு: *(பெ):* நீர்; முகில்; தளிர்; எலுமிச்சை; மூங்கில்; திப்பிலி; பாதிரி; விண்; வெட்டிவேர்; வளையல்; உலகம்; வில்லின் நாணில் வைத்து எய்யப்படும் ஆயுதம்; water; cloud; sprout; lime; bamboo; long pepper; trumpet-flower tree; sky; cuscus grass; bangle; earthly world; arrow of a bow.

அம்புக்கட்டு / அம்புக்கூடு: *(பெ):* அம்பறாத்துணி; quiver; a case of arrows.

அம்புசம்: *(பெ):* தாமரை மலர்; lotus flower.

அம்புசாதன்: *(பெ):* பிரம்ம தேவன்; Brahma.

அம்புதம்: *(பெ):* நீர்; மேகம்; கோரை; water; cloud; hedges and bulrushes.

அம்புதி: *(பெ):* கடல்; sea; ocean.

அம்புயம்: *(பெ):* தாமரை மலர்; lotus flower.

அம்புராசி: *(பெ):* பெரும் நீர்ப்பரப்பாகிய கடல்; ocean as a mass of water.

அம்புலாசினி: எலுமிச்சை; lime.

அம்புலி: *(பெ):* சந்திரன்; சிறுபிராயம்; the Moon; certain stage of child.

அம்புவாகம்: *(பெ):* மேகம்; cloud.

அம்புவி: *(பெ):* பூமி; earth.

அம்பை: *(பெ):* பார்வதி; துர்க்கை; வெட்டிவேர்; Parvathi, the consort of Lord Shiva; Durga, the Goddess of Victory; cuscus grass.

அம்போசன்: *(பெ):* சந்திரன்; the Moon.

அம்போதம்: *(பெ):* மேகம்; cloud.

அம்போதரம்: *(பெ):* மேகம்; கடல்; cloud; sea.

அம்போதி: *(பெ):* கடல்; காற்று; sea; air.

அம்போருகம்: *(பெ):* தாமரை மலர்; lotus flower.

அம்மட்டுக்கு: *(வி.அ):* அந்த அளவிற்கு; to that extent.

அம்மணி: *(பெ):* பெண்; தலைவி; lady; mistress.

அம்மம்: *(பெ):* குழந்தைக்குப் புகட்டும் உணவு; தாயின் மார்பகம்; a child's food; mother's breast.

அம்மன்: *(பெ):* தாய்; அம்பாள்; பெண் தெய்வம்; mother; common name of Goddess Parvathi; female deity.

அம்மா[1]/அம்மாள்: *(பெ):* தாய்; பெண்ணைக் குறித்திடும் மரியாதைச் சொல்; எந்தப் பெண் என்பதை உணர்த்திட வேண்டி இணைக்கும் சொல்; வயதில் இளையவளாக இருந்திடும் பெண்ணை அழைத்திடும் சொல்; mother; a term of respect to refer a woman; a term added to nouns to indicate that the person is a woman; a word of address by elders for younger woman.

அம்மா[2]: *(இ.சொ):* வலியினால் அவதியுறும் போது அல்லது வியப்புறும்வண்ணம் ஒன்றினைக்காணும்போதுகூறப்படும்ஒருசொல்; an expression of pain or surprise.

அம்மாஞ்சி: *(பெ):* தாய்மாமன் மகன்; மூடன்; son of one's maternal uncle; idiot.

அம்மானை: *(பெ):* மகளிர் விளையாடும் ஒருவித விளையாட்டு; a kind of women's game.

அம்மான்: *(பெ):* தாயின் சகோதரன்; தாய் மாமன்; brother of one's mother; maternal uncle.

அம்மி மிதி: *(வி):* திருமண நாளன்று மணமகளின் வலதுகாலினை அம்மியின்மீதுவைத்தல்என்னும் சடங்கினை நிகழ்த்திடல்; to perform the ceremony of placing the right foot of the bride on the grinding stone on the wedding day.

அம்மிரம்: *(பெ):* மாமரம்; mango tree.

அம்மிலகா: *(பெ):* புளியமரம்; tamarind tree.

அம்மிலம்: *(பெ):* புளிப்பு; புளியமரம்; sourness; tamarind tree.

அம்மிலிகை: *(பெ):* புளி; tamarind.

அம்மு: *(பெ):* சாதம்; cooked rice.

அம்முக்கள்ளன்: *(பெ):* வஞ்சகன்; artful cunning fellow.

அம்மைகுத்தல்: *(பெ):* அம்மைநோய் தாக்காமலிருக்க தடுப்பூசி போடுதல்; vaccination.

அம்மைக்கட்டு: *(பெ):* தாடையின் கீழ்ப்புறமாக வீக்கம் உண்டாக்கும் 'பொன்னுக்கு வீங்கி' என்றழைக்கப்படும் நோய்; mumps.

அம்மைப்பால்: *(பெ):* அம்மை நோய்கள் தாக்காமலிருக்க போடப்படுகின்ற தடுப்பு ஊசிக்கான மருந்து; small pox vaccination.

அயகம்: *(பெ):* வசம்பு; sweet flag.

அயக்கம்: *(பெ):* ஆரோக்கியம்; good health.

அயக்களங்கு: *(பெ):* இரும்புத்துரு; iron dross.

அயக்கல்: *(வி):* அசைத்தல்; to shake.

அயக்காந்தம்: *(பெ):* காந்தக்கல்; magnet; loadstone.

அயச்சத்து: *(பெ):* உணவுப் பொருட்களில் இயற்கையாகவே இருந்திடும் இரும்புத் தாதுச் சத்து; iron content.

அயசு: *(பெ):* இரும்பு; எஃகு; விளையாத நிலம்; iron; steel; uncultivable land.

அயணம்: *(பெ):* வழி; செலவு; way; expense.

அயபற்பம்: *(பெ):* இரும்புப் பற்பம்; iron medicated powder.

அயம்: *(பெ):* ஐயம்; நீர்; சுனை; குளம்; சேறு; நிலம்; அலரி; ஆடு; குதிரை; முயல்; விழா; நல்வினை; இரும்பு; பள்ளம்; doubt; water; mountain pool; tank; mire; land; a flower; goat; horse; hare; festival; good deed; iron; pit.

அயம்பற்றி: *(பெ):* காந்தம்; magnet.

அயமாரகம்: *(பெ):* அலரிச் செடி; a kind of plant which has yellow or red flowers called 'Alari'.

அயர்: *(பெ):* வாட்டம்; dryness; fading.

அயர்தல்: *(வி):* செலுத்துதல்; விரும்புதல்; விளையாடுதல்; வழிபடுதல்; மனத்தளர்ச்சி யுறுதல்; தளர்வுறுதல்; to drive; to like; to play; to worship; to lose consciousness; to become weary.

அயர்த்தல்: *(வி):* மறந்துபோதல்; to forget.

அயர்வு: (பெ): மறதி; சோர்வு; forgetfulness; langour.

அயலான்: *(பெ):* அன்னியன்; பக்கத்தில் உள்ளவன்; பகைவன்; stranger; neighbour; enemy.

அயலி: (பெ): வெண்கடுகு ; white mustard.

அயலுறவு: *(பெ):* வெளியுறவு; foreign affairs.

அயலுரை: *(பெ):* அக்கம்பக்கத்தாரின் பேச்சு; talk of neighbours.

அயலூர்: (பெ): வெளியூர்; far-off place.

அயல்: *(பெ):* அந்நியமானது; that which has no connection or relation.

அயவணம்: (பெ): ஒட்டகம்; camel.

அயவாரி: (பெ): வசம்பு; sweet flag, used as a medicine.

அயவெள்ளை: (பெ): இரும்புத் தூள்; iron powder.

அயறு: (பெ): புண்ணீர் கசிந்து பரவுதல்; excrescence resulting from a sore.

அயற்படுதல்: (பெ): விலகுதல்; பிரிதல்; மறைதல்; to leave; to depart; to disappear.

அயனம்: (பெ): வரலாறு; வழி; வீடு; ஆண்டில் பாதி; history; way; home; half of the year.

அயன் தீர்வை: (பெ): நிலவரி; land tax.

அயன் மனைவி: *(பெ):* சரஸ்வதி; Saraswathi, the Goddess of Learning; wife of Lord Brahma.

அயனூர்: (பெ): சீர்காழி; Sirkazhi, a taluk headquarters in Nagapattinam district.

அயா: (பெ): தளர்ச்சி; slackness.

அயானதல்: (வி): வருந்துதல்; to suffer.

அயானம்: (பெ): சுபாவம்; personality traits.

அயிகம்: (பெ): ஊமத்தை; dhatura plant.

அயிக்கம்: (பெ): ஒற்றுமை; unity.

அயிக்கல்: (வி): மறைத்தல்; மாறுபடுதல்; to conceal; to differ.

அயிங்கிதை: (பெ): கொல்லாமை; non-killing.

அயிச்சுவரியம்: (பெ): செல்வம்; wealth.

அயிணம்: (பெ): மான்தோல்; the skin of a deer.

அயிரி: (பெ): நெட்டிலைப்புல்; a kind of grass.

அயிரை: (பெ): ஆறுகளில் கூட்டம் கூட்டமாக வாழும் ஒருவகை மீன்; நுண்மணல்; loach; fine sand.

அயில்[1]: (பெ): இரும்பு; கூர்மை; கத்தி; வேல்; கலப்பை; அழகு; கோரைப்புல்; iron; sharpness; javelin; lance; plough; beauty; hedges and bulrushes.

அயில்[2]: (வி): அருந்துதல்; உண்ணுதல்; to drink; to eat.

அயினி: (பெ): உணவு; நீராகாரம்; food; rice-water, usually kept to overnight.

அயினி நீர்: (பெ): மஞ்சளும், சுண்ணாம்பும் கலந்த ஆலத்தி நீர்; the water mixed with turmeric powder and lime.

அயுக்தம்: (பெ): தகுதியின்மை; unfit.

அயுதம்: (பெ): பதினாயிரம்; ten thousand.

அயோகநம்: (பெ): சுத்தியல்; hammer.

அயோகம்: (பெ): பிரிவினை; வெறுப்பு; partition; dislike.

அயோகன்: (பெ): மனைவியை இழந்தவன்; widower.

அயோக்கியன்: (பெ): நாணயம், நேர்மை போன்ற குணங்கள் ஏதும் இல்லாதவன்; dishonest person.

அயோக்கிரம்: (பெ): உலக்கை; சுத்தியல்; a long round ended heavy wooden pestle; hammer.

அயோசனம்: (பெ): பிரிவு; separation.

அயோமலம்: (பெ): பானை; pot.

அய்யங்கார்: (பெ): வைஷ்ணவ அந்தணர்களின் பட்டப்பெயர்; the title of the Brahmins who belong to Vaishnavism.

அய்யர்: (பெ): ஐயர்; குரு; முனிவர்; உபாத்தியாயர்; the title of the Brahmins who belong to Saivism; priest; sage; teacher.

அய்யா: (பெ): தந்தை; பாட்டன்; வயதில் முதிர்ந்தோர் (அ) உயரிய நிலையில் இருப்போரை மரியாதையாக அழைக்கும் சொல்; ஒரு சில மதிப்பு வாய்ந்த தொழில்களைக் குறிக்கும் பெயர்களுடன் அத்தொழில் செய்பவர் ஆண் என்பதை உணர்த்திட இணைத்துக் கூறப்படும் சொல்; father; grandfather; a term referring to respectable persons; a term added to the nouns referring to certain respected professions to indicate that the person is male.

அரக்கப்பரக்க: (வி.அ): அவசரம் அவசரமாக; hurriedly; in a haste.

அரக்கம்: (பெ): நன்னாரி; sarsaparilla added in sharbet.

அரக்கு[1]: (வி): முத்திரை வைத்திடப் பயன்படுத்திடும் ஒருவகைக் கருஞ்சிவப்பு மெழுகு; sealing wax.

அரக்கு[2]: (பெ): அழுத்தித் தேய்த்தல்; ஓசைபட மெல்லுதல்; to tramp; to crush something with the palm; to munch.

அரக்கு நீர்: (பெ): இரத்தம்; குருதி; ஆலத்தி; blood; the water mixed with turmeric powder and lime.

அரங்கம்[1]: *(பெ):* நாடகம், நாட்டியம் போன்றவை நடந்திடும் மேடை; கேளிக்கை, விளையாட்டு நிகழ்ச்சி போன்றவற்றைக் காண்பதற்கான கட்டடம் (அ) திறந்த வெளி; stage for plays, dance, etc.; theatre; auditorium; sports stadium.

அரங்கம்[2]: *(பெ):* போர்க்களம்; சூதாடும் இடம்; படைக்கலக் கொட்டில்; அவை; ஸ்ரீரங்கம்; battle field; gambling hall / place; the place where the weapons are stored; assembly; Srirangam temple.

அரங்கு: *(பெ):* நாடகமேடை; அவை; உள்வீடு; stage for play; assembly; the safe room in the mid part of a house.

அரங்குதல்: *(வி):* தைத்தல்; அழிதல்; அழுந்துதல்; வருத்துதல்; to pierce the mind; to sew; be ruined; to sink; to cause pain.

அரங்கேற்றம்: *(பெ):* புதிய கலைப் படைப்பினைப் பார்வையாளர்கள் முன்பாக முதன்முதலாக நிகழ்த்திடும் நிகழ்ச்சி; பழங்காலத்தில் தமிழறிஞர்களும், புலவர்களும் தாங்கள் இயற்றிய நூலினைத் தமிழ்ச் சங்கத்தில் படித்து ஒப்புதல் பெற்றிடும் நிகழ்ச்சி; the first public performance by an artiste; during the periods of Tamil Sangam, the scholars and the poets presented their works for acceptance before the learned assembly.

அரசகரும மொழி: *(பெ):* ஆட்சிமொழி; official language.

அரசம்: *(பெ):* மூலநோய்; சுவையற்றது; piles; that which has no taste.

அரசருக்குரிய: *(பெ.அ):* மன்னனுக்குரிய; sovereign.

அரசல்புரசலாக: *(வி.அ):* முழுவிவரம் இல்லாத; அரைகுறையான நிலையில்; vaguely; in a way one cannot specify.

அரசாங்கம்: *(பெ):* ஒரு நாட்டினை நிர்வகித்திடும் அதிகாரங்கள் வரையறுக்கப்பட்ட அமைப்பு; அரசு; government.

அரசாணி: *(பெ):* அரசங்கொம்பு; pipal tree's branch.

அரசாணிக்காய்: *(பெ):* பூசணிக்காய்; pumpkin.

அரசாணிக்கால்: *(பெ):* மணமேடையில் மணமக்கள் சுற்றிவர ஏதுவாக அமைக்கப்பட்ட, சிறிய அரசமர க்கிளை மற்றும் சில மரக்கிளைகளுடன் ஒரு கொம்பில் சேர்த்து கட்டி நடப்பட்ட கால்; pipal branch with those of other trees tied to post round which the bridegroom and the bride pass in the marriage ceremony.

அரசி: *(பெ):* அரசனின் மனைவி; அரசாள்பவள்; the wife of the king; queen.

அரசிதழ்: *(பெ):* அரசினு டைய அதிகார பூர்வ இதழ்; gazette.

அரசியல் சாசனத் திருத்தம்: *(பெ):* அரசியல் சாசனத்தில் செய்யப்படும் திருத்தம்; the Amendment to the Constitution.

அரசியல் சாசனம்: *(பெ):* அரசியல் சட்டம்; the Constitution of a country.

அரசியல் யாப்பு: *(பெ):* (இலங்): அரசியல் சட்டம்; the Constitution of a country.

அரசிருக்கை: *(பெ):* அரியணை; throne.

அரசு: *(பெ):* அரசாங்கம்; மன்னரின் ஆட்சி; ஒரு துறையில் நிகரில்லாதவர் என்னும் பொருளில் வழங்கும் பட்டம்; அரசமரம்; government; rule of a king; a word added to the branch or field in which one excels used as a title; pipal tree.

அரசுக்கட்டில்: *(பெ):* அரியணை; throne.

அரசுடைமை: *(பெ):* அரசின் உடமையாக இருத்தல்; the nationalised property.

அரசுடைமையாக்குதல்: *(பெ):* தனியார் வசமுள்ள தொழில் அல்லது நிறுவனங்களை அரசு தன்னுரிமை ஆக்கிக் கொள்ளுதல்; to nationalise.

அரசுத் தலைமை வழக்கறிஞர்: *(பெ):* மைய, மாநில அரசுகளின் சார்பாக அரசியல் சட்டத்தின்படி நியமிக்கப் பட்ட வழக்கறிஞர்; Attorney General at the Central government; Advocate General at the State government.

அரசு முறைப் பயணம்: *(பெ):* அரசின் சார்பாக அல்லது வேறொரு நாட்டின் அழைப்பின் பேரில் மேற்கொள்ளும் பயணம்; an official visit at the invitation of government or on behalf of one's government.

அரசுரிமை: *(பெ):* முடியாட்சியின்படி ஒரு நாட்டை ஆளும் உரிமை; succession; the right to rule over a country (in monarchy).

அரட்சி: *(பெ):* மனக்குழப்பம்; mental confusion.

அரட்டம்: *(பெ):* பாலைநிலம்; பொழுதுவிடிதல்; arid land; daybreak; dawn.

அரட்டன்: *(பெ):* குறும்பன்; சிற்றரசன்; மிடுக்கன்; கொள்ளைக்காரன்; வீண்பேச்சுப் பேசுபவன்; mischief monger; chieftain who accepts the overlordship of a king; strong and powerful man; brigand; one who talks useless things much.

அரட்டி: *(பெ):* அச்சம்; பயம்; fear.

அரட்டு: *(பெ):* ஆணவம்; மிடுக்கு; குறும்பு; arrogance; pride; strength; mischief; prank.

அரட்டுதல்: *(வி):* பயமுறுத்திடு; அச்சமுட்டு; to frighten; to terrify.

அரட்டை: *(பெ):* பொழுதைப்போக்கும்விதமாகபலர் கூடியிருந்து பேசும் பேச்சு; chat.

அரணம்: *(பெ):* அரண்; கொத்தளம்; பாதுகாப்பு; காவல்; கவசம்; செருப்பு; கருஞ்சீரகம்; மஞ்சம்; fort; defensive erection on the top of a rampart; defence; protection; shield; coat of mail; leather sandals; black cumin; sofa; bed.

அரணி: *(பெ):* காடு; நெருப்பு; சூரியன்; கவசம்; கோட்டைமதில்; வேலி; forest; fire; Sun; coat of mail; shield; fortification; fence.

அரணித்தல்: *(வி):* காவல்செய்தல்; அலங்கரித்தல்; to protect; to decorate.

அரணியம்: *(பெ):* காடு; forest.

அரணை[1]: *(பெ):* பல்லி போன்ற ஓர் உயிரினம்; sun lizard.

அரணை[2]: *(பெ):* *(இலங்):* *(கணித):* வகுத்தல் குறி; (in arithmetic) sign of division.

அரண்: *(பெ):* பாதுகாப்பு; கோட்டை; கோட்டை மதில்; defence; fort; fortress; castle; fortification.

அரதனம்: *(பெ):* ஒருவகை உயர்ந்த இரத்தினக்கல்; a precious stone.

அரதி: *(பெ):* துன்பம்; வேண்டாமை; distress; absence of desire; dislike.

அரத்தம்: *(பெ):* பொன்; சிவப்பு; குருதி; அரக்கு; பவளம்; கடுக்காய்; gold; red; blood; sealing wax; coral; gall nut.

அரத்தை: *(பெ):* முடக்கற்றான்; ஒருவகை மருந்துச் செடி; Mudakkatran, a herbal plant.

அரந்தை: *(பெ):* வருத்தம்; துன்பம்; trouble, distress; sorrow.

அரபீசம்: *(பெ):* பாதரசம்; mercury.

அரப்பு: *(பெ):* எண்ணெய்ப் பிசுக்கினைப் போக்க உபயோகப்படுத்திடும் பொடி; the flour used to remove the oily substance from the body.

அரப்பொடி: *(பெ):* இரும்புத்தூள்; iron dust.

அரமகள்: *(பெ):* தேவதை; angel.

அரமனை: *(பெ):* அரண்மனை; palace.

அரமாரவம்: *(பெ):* நாயுருவி; a kind of plant used in Siddha medicine.

அரமி: *(பெ):* கடுக்காய்; gall nut.

அரமியம்: *(பெ):* நிலாமுற்றம்; அரண்மனை; the open court-yard where the moon light falls; palace.

அரம்: *(பெ):* இரும்பு போன்ற உலோகங்களைத் தேய்த்து வழவழப்பாக்கிட உதவும் சிறு கருவி; file; rasp.

அரம்பிதலம்: *(பெ):* ஆழமான பள்ளம்; பாதாளம்; a pit of great depth; nether world.

அரம்பு: *(பெ):* குறும்பு; ரோதனை; தொந்தரவு; கொடுஞ்செயல்; mischief; trouble; wicked; dead.

அரம்பை: *(பெ):* வாழை; தேவருலக நடன மங்கை; ஓமம்; plantain; an angel; bishop's weed.

அரரம்: *(பெ):* கதவு; மறைவான இடம்; door; hide-out.

அரரு: *(பெ):* பகைவன்; enemy.

அரலை: *(பெ):* கடல்; குற்றம்; கோட்டை; விதை; sea; crime; castle; seed.

அரவக்கரையன்: *(பெ):* சிவபெருமான்; Lord Shiva.

அரவக்கரி: *(பெ):* வேங்கட மலை; Venkata Malai - Thirupathi.

அரவணை[1]: *(பெ):* மகாவிஷ்ணு பள்ளி கொள்ளும் பாம்புப் படுக்கை; serpent bed of Lord Mahavishnu.

அரவணை[2]: *(வி):* ஆதரவுடன் அணைத்தல்; to hug; to take someone in arms with affection and protection.

அரவணைத்துக்கொண்டு போ: *(வி):* அன்பும் பரிவும் காட்டி நடத்திடு; to carry on by being tolerant and willing to make concessions.

அரவணைப்பு: *(பெ):* ஆதரவு; பாதுகாப்பு; support; protection.

அரவம்: *(பெ):* ஒலி; சப்தம்; பாம்பு; noise made by the movements of human beings, animals, etc., snake.

அரவாய்க்கடி பகை: *(பெ):* வேப்பிலை; neem leaf.

அரவான்: *(பெ):* நாககன்னிக்கும் அர்ச்சுனனுக்கும் பிறந்த மகன்; Aravan, the son of Nagakanni and Arjuna.

அரவித்தல்: *(வி):* ஒலித்தல்; to produce sound.

அரவிந்தம்: *(பெ):* தாமரை; செம்பு; மன்மதன்; நாரை; lotus flower; copper; Manmada, the God of Love, the stork.

அரவிந்தை: *(பெ):* இலக்குமி; Lakshmi, the Goddess of Wealth.

அரவுரி: *(பெ):* பாம்புத் தோல்; the outer skin of a snake, slough.

அரவை: *(வி):* தானியங்களைப் பொடியாகவோ அல்லது நெல்லை அரிசியாகவோ அரைத்தல்; to mill the grains or to husk the paddy.

அரளுதல்: *(வி):* மிரண்டு போதல்; be terrified.

அரளி: *(பெ):* கருஞ்சிவப்பு அல்லது மஞ்சள் நிறங்கொண்ட மலர்கள் மற்றும் விஷத் தன்மை கொண்ட விதைகளையும் கொண்ட ஒருவகைச் செடி; oleander.

அரற்று: *(வி):* புலம்பி அழுதிடு; வலி தாங்காது முனகிடு; to cry out in grief; to groan with pain.

அரன்: *(பெ):* பதினொரு உருத்திரருள் ஒருவர்; அழிப்போன்; பரமசிவன்; மஞ்சள்; நெருப்பு; one of the eleven Rudras; destroyer; Lord Paramasivan; turmeric; fire.

அரா: *(பெ):* பாம்பு; ஆயில்ய நாள்; நாகமல்லி; snake; the day of Ayilyam star; Nagamalli, a kind of flower.

அராகம்: *(பெ):* ஆசை; பொன்; சிவப்பு; desire; gold; red.

அராதி: *(பெ):* பகைவன்; enemy.

அராத்திரி: *(பெ):* கைலாயம்; Kailash, the abode of Lord Shiva.

அராந்தானம்: *(பெ):* சமணப் பள்ளி; Jain's temple.

அராபதம்: *(பெ):* வண்டு; bee.

அராமம்: *(பெ):* பயிர்; சோலை; crop; grove.

அராமி: *(பெ):* கொடுமையானவன்; cruel man.

அராலை: *(பெ):* நாட்டியப் பெண்; வேசி; dancer; prostitute.

அராவுதல்: *(வி):* அரத்தால் தேய்த்தல்; to file.

அராவைரி: *(பெ):* மயில்; கீரி; கருடன்; peacock; mongoose; white-headed kite.

அராளம்: *(பெ):* குங்கிலியம்; இருவாட்சி; konkani resin; tuscan, a kind of fragrant jasmine.

அராஜகம்: *(பெ):* நியாயமற்ற அதிகாரப் போக்கு; anarchy.

அரி[1]: *(பெ):* அக்கினி; அரிசி; சிங்கம்; திருமால்; மயில்; fire; rice; lion; Lord Vishnu; peacock; bamboo.

அரி[2]: *(வி):* சிறுசிறு துண்டுகளாக நறுக்கிடல்; தானியங்களைத் தண்ணீரில் போட்டுக் களைதல்; ஒன்றினைக் கேட்டுத் தொல்லையளித்தல்; to cut into pieces; separating grains from stones by soaking them in water; pestering others;

அரிகணை: *(பெ):* மருதநில வாத்தியம்; a kind of musical instrument, peculiar to agricultural tracts.

அரிகரபுத்திரன்: *(பெ):* ஐயப்பன்; Iyyappan, the God at Sabari hill.

அரிகரன்: *(பெ):* திருமாலும், சிவனும் கூடிய மூர்த்தம்; manifestation of God which combines both the forms of Lord Vishnu and Lord Siva.

அரிகல்: *(பெ):* மேருமலை; Meru, a mountain.

அரிகள்: *(பெ):* பகைவர்; enemies.

அரிகளவம்: *(பெ):* நதி; river.

அரிகறையான்: *(பெ):* ஒரு மரத்தை அரித்து உண்ணக்கூடியதும், புற்றுகளில் வாழ்வதுமான சிறிய வெண்மையான ஓர் உயிரினம்; white ant.

அரிக்கட்டு: *(பெ):* கதிர்க்கட்டு; sheaf of paddy.

அரிகூடம்: *(பெ):* கோபுர வாயில் மண்டபம்; the hall at the entrance of temple tower.

அரிகேசரி: *(பெ):* பாண்டிய மன்னனின் பட்டப்பெயர்; a title of Pandiya king.

அரிசந்தனம்: *(பெ):* செஞ்சந்தனம்; தாமரைப் பூந்தாது; மஞ்சள்; நிலவு; fragrant sandal paste; farina of lotus flower; turmeric; moon.

அரிசம்: *(பெ):* மிளகு; மகிழ்ச்சி; pepper; happiness.

அரிசயம்: *(பெ):* சரக்கொன்றை; எலுமிச்சை; Indian laburnum; lime.

அரிசனம்[1]: *(பெ):* மஞ்சள்; turmeric.

அரிசனம்[2]: *(பெ):* தீண்டத் தகாத சாதிகளைக் குறிப்பிடும் ஒரு பொதுப்பெயர்; the term to refer to the people of certain caste groups considered untouchables.

அரிசி: *(பெ):* உமி நீக்கப்பட்ட நெல்; மஞ்சள்; கடுக்காய்; rice; turmeric; gall nut.

அரிசு: *(பெ):* மிளகு; வேம்பு; pepper; neem tree.

அரிசேகம்: *(பெ):* சூரியனின் கதிர்களுள் ஒன்று; one of the rays of the Sun.

அரிச்சந்திரன்: *(பெ):* தான் கொடுத்த சத்தியத்திற்காக தன் மனைவி, மகன், நாடு ஆகியவற்றை இழந்த மன்னன்; A king said to have given up his country, his wife, his son as a martyr to truth.

அரிச்சுவடி: *(பெ):* நெடுங்கணக்கு எழுதப்பட்ட புத்தகம்; an alphabet book.

அரிடம்[1]: *(பெ):* கேடு; மூலநோய் வகை; வேப்பமரம்; தீங்கு; harm; a kind of piles; neem tree; offence.

அரிட்சி: *(பெ):* பயம்; fear.

அரிட்டம்: *(பெ):* கேடு; கொலை; கள்; காக்கை; தாமிரம்; மோர்; முட்டை; வேம்பு; பொன்; ruin; murder; toddy; crow; copper; butter milk; egg; neem tree; gold.

அரிட்டாணகம்: *(வி):* பயங்கரம்; horrible nature.

அரிட்டித்தல்: *(வி):* கொல்லுதல்; to kill.

அரிட்டை: *(பெ):* கடுகரோகணிப் பூண்டு; தீங்கு; a medicinal plant named Kadugarogani; ruin.

அரிணம்: *(பெ):* கடல்; சிவப்பு; பொன்; மான்; யானை; வெள்ளை; சந்தனம்; sea; red; gold; deer; elephant; white; sandal.

அரிணவம்: *(பெ):* கடல்; sea.

அரிணி: *(பெ):* அழகிய பெண்; பெண்மான்; வஞ்சிக்கொடி; beautiful woman; female deer; common rattan of South India.

அரிதம்: *(பெ):* இருண்ட நீலம்; பச்சை; பொன்னிறம்; மஞ்சள்; திசை; dark blue; green; golden colour; yellow; direction.

அரிதல்: *(வி):* அறுத்தல்; to cut off.

அரிதாரம்: *(பெ):* இலக்குமி; ஒரு வகை மருந்து; Lakshmi, the Goddess of Wealth a kind of medicine - musk of deer.

அரிது: *(பெ):* அபூர்வம்; பச்சை; வாய்ப்பு குறைவாக உள்ளது; unlikely event; green; that which is rare.

அரித்தவிசு: *(பெ):* சிம்மாசனம்; throne.

அரித்தல்: *(வி):* தினவெடுத்தல்; சிறிது சிறிதாகக் குடைந்து குறைத்தல்; வெள்ளம், அமிலம் போன்றவை ஒரு பொருளினை கரையும்படி செய்தல்; துக்கம், கவலை போன்றவை வருத்துதல்; விடாது தொல்லையளித்தல்; நீரில் தானியங்களைப் போட்டுக் களைதல்; having an acute itching sensation; to gnaw; to erode; to hurt; to pester; to sift out.

அரித்திரல்: *(பெ):* சுக்கான்; மஞ்சள்; rudder; turmeric.

அரித்திராபம்: *(பெ):* பொன்னிறம்; golden colour.

அரித்தை: *(பெ):* வினைமுற்று; துன்பம்; கிலேசம்; finite verb; sorrow; anguish.

அரிபுதை: *(பெ):* இரவு; night.

அரிபெட்டி: *(பெ):* சல்லடை; fine sieve to sift flour and grains.

அரிப்பிணா: *(பெ):* பெண் சிங்கம்; lioness.

அரிப்பிரியம்: *(பெ):* கடம்பு; சங்கு; common Cadamba tree; conch.

அரிப்பு: *(வி):* சேதம் விளைவித்தல்; அரிசி போன்ற தானியங்களில் இருந்து கல் போன்றவற்றைப் பிரித்து எடுத்தல்; தொல்லை தொடர்தல்; to damage by corrosion or erosion; sifting; pestering.

அரிமஞ்சரி: *(பெ):* குப்பைமேனிப் பூண்டு; Indian acalypha.

அரிமணல்: *(பெ):* நுண்மணல்; fine sand.

அரிமணி: *(பெ):* மரகதம்; a precious stone - Emerald.

அரிமத்திரம்: *(பெ):* சிங்கம் உறையும் குகை; lion's cave.

அரிமா: *(பெ):* ஆண் சிங்கம்; lion.

அரிய: *(பெ.அ):* அருமையான; அன்பார்ந்த; அரிதான; சிரமமான; precious; dear; excellent; rare; difficult.

அரியகம்: *(பெ):* கொன்றை மரம்; கணுக்காலில் அணியும் ஓர் அணிகலன்; Indian laburnum; a kind of ornament, worn as anklet.

அரியசாரணை: *(பெ):* மாவிலங்க மரம்; a kind of tree.

அரியணை: *(பெ):* சிம்மாசனம்; throne with carvings of lion.

அரியமா: *(பெ):* பன்னிரு சூரியர்களுள் ஒருவர்; one of the twelve Suns.

அரியாசம்: *(பெ):* ஒருவகை நறுமணப் பொருள்; a kind of fragrant thing.

அரியாயோகம்: *(பெ):* மருந்து வகை; a kind of medicine.

அரியுண்மூலம்: *(பெ):* கோரைக்கிழங்கு; bulb of the bulrush which is used as a medicine in Siddha.

அரியேறு: *(பெ):* சிங்கம்; lion.

அரில்: *(பெ):* குற்றம்; பகை; பிணக்கு; பின்னல்; கூந்தல்; சிறு காடு; மூங்கில்; பலா; பரல்; fault; enmity; disagreement; plaitting; long flowing tresses of a woman; thicket; bamboo; jack-fruit; gravel stone.

அரிவாள் மணை: *(பெ):* காய்கறி போன்றவற்றை அரிவதற்குப் பயன்படும் சமையலறைச் சாதனம்; a kitchen gadget for cutting vegetables, etc.

அரிவை: *(பெ):* இருபதில் இருந்து இருபத்தைந்து வயது வரையுள்ள பெண்; a woman in the age between twenty and twenty-five.

அரீடம்: *(பெ):* கடுகு; mustard seed.

அரு: *(பெ):* உருவம் அற்றது; அறிவு; கடவுள்; அணு; காயம்; மாயை; that which is formless; wisdom; God; tiny particle; wound; unreal.

அருக: *(வி.அ):* நெருக்கமாக; closely.

அருகணி: *(பெ):* பிரண்டை; squire-stalked vine.

அருகணைத்தல்: *(வி):* தழுவுதல்; to embrace.

அருகதை: *(பெ):* யோக்கியதை; தகுதி; competence; fitness.

அருகலாக: *(பெ.அ):* அரிதான; sparse.

அருகல்: *(வி):* அணைத்தல்; கிட்டுதல்; ஒழுகுதல்; குறைதல்; சுருங்குதல்; சாதல்; to embrace; to get; to leak; to get reduced; to shrink; to die.

அருகன்: *(பெ):* கடவுள்; சமணசமயம் சார்ந்தவர்; தோழன்; God; one who belongs to Jainism; companion.

அருகா: *(பெ.அ):* கெடாத; not ruined.

அருகாமை: *(பெ):* அண்மை; சமீபம்; nearness; proximity.

அருகால்: *(பெ):* கதவு நிலை; door frame.

அருகாழி: *(பெ):* மெட்டி; a kind of plain ring worn on the toe.

அருகி: *(வி.அ):* அரிதாக; rarely; not often.

அருகிடம்: *(பெ):* அருகாமை; neighbouring area.

அருகிய: *(பெ.அ):* அரிதாக உள்ள; rarely occurring.

அருகிலுள்ள: *(பெ.அ):* அண்மையில் உள்ள; adjacent.

அருகு: *(பெ):* அண்மை; பக்கம்; nearness; close; proximity; *(வி):* குறைதல்; to become rare.

அருக்கை: *(பெ):* தமக்கை; elder sister.

அருக்கம்: *(பெ):* எருக்கன்; தாமிரம்; சூரியன்; நெருப்பு; yercum; copper; the Sun; fire.

அருக்கல்: *(பெ):* அச்சம்; பயம்; fear.

அருக்களிப்பு: *(பெ):* பயம்; அருவருப்பு; fear; loathing.

அருக்கன்: *(பெ):* சுக்கு; ஞாயிற்றுக்கிழமை; மூத்த புதல்வன்; இந்திரன்; சூரியன்; dried ginger; Sunday; elder son; Lord Indra; the Sun.

அருக்கானி: *(பெ):* அருமை; that which is highly worthy.

அருக்கிடை: *(பெ):* பட்டினி; fasting.

அருக்கினம்: *(பெ):* ஆரோக்கியம்; good health.

அருக்கு: *(பெ):* தடங்கல்; interruption.

அருக்கேந்து சங்கமம்: *(பெ):* அமாவாசை; the New Moon day.

அருக்கோபலம்: *(பெ):* பளிங்குக்கல்; marble stone.

அருங்கதி: *(பெ):* வீடுபேறு; salvation.

அருங்கலம்: *(பெ):* விலையுயர்ந்த அணிகலன்; precious ornament.

அருங்காட்சியகம்: *(பெ):* வரலாறு, பண்பாடு ஆகியவற்றிற்குச் சான்றாக உள்ள பொருட்கள், அறிவியல் பொருட்கள் போன்றவை காட்சிக்கென வைக்கப்பட்டுள்ள இடம்; museum.

அருங்கிடை: *(பெ):* நோய்; கடும் பசி; disease; severe hunger.

அருங்கு: *(பெ):* மேலானது; சிறப்புடையது; that which is eminent; that which is excellent.

அருங்கேடன்: *(பெ):* பொறாமைக்காரன்; jealous person.

அருசி: *(பெ):* சுவையில்லாதது; விருப்பமற்றது; that which is not tasty; that which is not desirable.

அருச்சகன்: *(பெ):* சம்பாதிப்பவன்; the man who earns.

அருச்சனம்: *(பெ):* சம்பாத்தியம்; income.

அருச்சுனம்: *(பெ):* எருக்கு; பொன்; துரும்பு; மயில்; வெண்மை; மருந்து; yercum; gold; thin piece; peacock; whiteness; medicine.

அருச்சுனி: *(பெ):* பசு; cow.

அருஞ்சிறை: *(பெ):* நரகம்; the hell.

அருஞ்சோதி: *(பெ):* ஒருவகை நெல்; a kind of paddy.

அருட்குறி: *(பெ):* சிவலிங்கம்; image symbolizing Lord Shiva.

அருட்சித்தி: *(பெ):* பாதரசம்; mercury.

அருட்சோதி: *(பெ):* கடவுள்; கௌரி பாஷாணம்; God; a kind of medicine.

அருட்டம்: *(பெ):* வேம்பு; மிளகு; கடுகரோகணி; the neem tree; pepper; a kind of medicine, Kadugarogani.

அருட்டல்: *(வி):* அச்சுறுத்திடல்; to threat.

அருட்டி: *(பெ):* பயம்; நடுக்கம்; fear; trembling.

அருட்டுதல்: *(வி):* எழுப்புதல்; ஏவுதல்; மயக்குதல்; அச்சுறுத்தல்; to rise; to command; to fascinate; to threat.

அருட்பா: *(பெ):* வள்ளலார் இராமலிங்க அடிகள் அருளிய பாடல் தொகுப்பு; songs and poems produced under divine inspiration i.e. Vallalar - Ramalinga Adigal's Thiruvarutpa - Moovar Thevaram.

அருணகிரி: *(பெ):* திருவண்ணாமலை; Arunagiri -Thiruvannamalai, a holy place of Saivites.

அருணமணி: *(பெ):* மாணிக்கம்; ruby - a precious stone.

அருணம்: *(பெ):* சிவப்பு; பொன்; செந்தூரம்; ஒரு மொழி; எலுமிச்சை; விடியல்; மாதுளை; மான்; ஆடு; யானை; நீர்; red; gold; red metallic oxide; a language; lime fruit; dawn; pomegranate; deer; goat; elephant; water.

அருணவம்: *(பெ):* கடல்; sea.

அருணவலி: *(பெ):* ஒரு வகை எலி; a kind of rat.

அருணன்: *(பெ):* சூரியன்; புதன்; சூரியனின் தேர்ப்பாகன்; the Sun; the planet Mercury; charioteer of the Sun.

அருணி: *(பெ):* மான் சாதி வகைப் பெண்; the woman who belongs to deer category.

அருத்தகங்கை: *(பெ):* காவிரி; the river Kaaveri.

அருத்தகம்: *(வி):* நிந்தித்தல்; to vilify.

அருத்தகோளம்: *(பெ):* பாதி கோளம்; half of the sphere, hemisphere.

அருத்த நாள்: *(பெ):* பாதி நாள்; half of a day.

அருத்த பாகம்: *(பெ):* பாதி பாகம்; half of the whole.

அருத்தம்: (பெ): சொற்பொருள்; பாதி; பொன்; பயன்; செல்வம்; குங்கிலியம்; கருத்து; சாத்திரம்; காரணம்; the meaning of a word; half; gold; utility; wealth; Konkani resin; opinion; cultural tradition; reason.

அருத்தனம்: (பெ): நிந்தை; defame.

அருத்தனை: (வி): பிச்சை கேட்டல்; begging.

அருத்தன்: (பெ): கடவுள்; God.

அருத்தி: (பெ): ஆசை; விருப்பம்; இரவலன்; பணியாள்; கூத்து; desire; liking; mendicant; servant; a folk play.

அருத்தித்தல்: (வி): வேண்டுதல்; இரத்தல்; to request; to beg.

அருத்தியன்: (பெ): விருப்பம் உடையவன்; the man who desires.

அருநெல்லி: (பெ): சிறு நெல்லி மரம்; species of gooseberry balsam tree.

அருந்ததி காட்டல்: (பெ): அருந்ததி நட்சத்திரத்தை மணவிழாவின் போது மணமகள் பார்க்குமாறு செய்திடும் ஒரு சடங்கு; at the time of marriage, performing a ceremony of making the bride to see the 'Arunthathi' star.

அருந்தல்: (வி): பருகுதல்; to drink.

அருந்தவர்: (பெ): முனிவர்; saint.

அருப்பம்: (பெ): அருமை; துயரம்; அற்பம்; திண்மை; ஒருவகை நோய்; சோலை; மருதநிலம்; பனி; மோர்; மாமரம்; கள்; முதன்முதலாக முளைத்திடும் இளம் மீசை; rare; grief; that which is insignificant; solidity; a kind of disease; grove; agricultural tract; dew, snow; butter milk; mango tree; toddy; the first sprouting of a moustache.

அருப்பலம்: (பெ): அனிச்ச மரம்; the tree which has a flower said to be so delicate as to wilt and wither even at a slight sniff.

அருப்பு: (பெ): தயிர்; கொலை; துக்கம்; அரும்பு; curd; murder; grief; tender bud.

அருமந்த: (பெ.அ): அருமையான; அரிதான; பிரியமான; precious; rare; dear.

அரும் : (பெ.அ) அரிய ; Precious

அரும்பதவுரை: (பெ): கடினமான சொற்களுக்குப் பொருள் விளக்கம் உரைத்தல்; telling the meanings of difficult words.

அரும்பாடுபடுதல்: (வி): பெருமுயற்சி எடுத்தல்; to take great efforts.

அரும்பு: (வி): தளிர் துளிர்த்தல்; தோன்றுதல்; முளைத்தல்; to sprout; to appear; to begin; to grow; (பெ): இளமொட்டு; bud.

அருவுடம்பு: (பெ): உருவம் அற்ற உடம்பு; subtle body.

அருவுதல்: (வி): குறைதல்; to become less.

அருளல்: (வி): அசைத்தல்; உத்தரவிடல்; காத்தல்; தூக்கத்திலிருந்து விழித்துஎழுதல்; சொல்லுதல்; to shake; to order; to protect; to awake; to tell.

அருளுருதி: (பெ): வேம்பு; the neem tree.

அருள்: (வி): கருணையுடன் தந்திடல்; பிறருக்கு நல்லது நடக்க வேண்டும் என எண்ணுதல்; நல்ல நோக்குடன் வெளிப்படுத்துதல்; to give-out of grace; disposition to kindness or goodwill; to create as an act of goodwill; (பெ): இறைவனின் கருணை; God's grace.

அரூபதை: (பெ): அவலட்சணம்; ugliness.

அரூபி: (பெ): உருவம் இல்லாதவன்; மன்மதன்; one who has no physical form; Manmadhan, the god of love.

அரை[1]: (வி): பொடித்தல்; நைத்தல்; to pulverize; to crush.

அரை[2]: (பெ): சரிபாதி; இடுப்பு; half; waist

அரைசிலை: (பெ): அம்மி; a rectangular slab of a stone.

அரைசு: (பெ): அரசு; அரசாங்கம்; government.

அரைநா: (பெ): முதலை; crocodile.

அரைமனது: (பெ): முழுமனதுடன் செயலில் ஈடுபடாது இருந்திடும் நிலை; half-heartedness.

அரையலன்: (பெ): சோம்பேறி; lazy person.

அரையிறுதி: (பெ): இறுதிப் போட்டியில் விளையாடிட தகுதி பெற விளையாடும் விளையாட்டு; semi-final of a game.

அரோகம்: (பெ): சுகம்; good health.

அர்க்கர்: (பெ): ஒற்றர்; spy.

அர்த்தபிப்பிலி: (பெ): பாதி வால் மிளகு; half of cubeb.

அர்த்தங்கிவாதம்: (பெ): பாரிச வாயு என்னும் வாத நோய்; paralysis.

அர்ப்பகன்: (பெ): பாலகன்; male child.

அர்ப்பணம்: (வி): சமர்ப்பித்தல்; to submit whole-heartedly.

அர்ஜிதாஸ்து: (பெ): விண்ணப்பம்; application.

அலக்கழி: (வி): சிரமப்படச் செய்திடு; to distress.

அலக்கண்: (பெ): துன்பம்; misery.

அலக்கு: (பெ): கிளை; துறட்டி; branch; a pole fixed with a hook used to pluck fruits and others.

அலங்கை: (பெ): துளசி; basil considered as a sacred plant.

அலசகம்: (பெ): சோம்பு; fennel.

அலகு: *(பெ):* பறவையின் மூக்கு; நிறுத்தல், முகத்தல் போன்ற முறைகளின் அடிப்படை அளவு; பிரார்த்தனைக்காக நாக்கில், முதுகில் குத்திக்கொள்ளும் கூரிய முனை கொண்ட கம்பி; ஆய்வுகளில் மிகக் குறைந்த அடிப்படையாக ஏற்படுத்திக் கொள்வது; beak of a bird; a measure; a pointed small hook pierced into one's tongue or inserted on the skin of one's back as an act of discharging a vow; unit.

அலகு பனை: *(பெ):* ஆண் பனைமரம்; male palm tree.

அலகை: *(பெ):* கற்றாழை; aloe.

அலங்கனாரி: *(பெ):* முத்துச்சிப்பி; shell.

அலங்கார பஞ்சகம்: *(பெ):* ஒரு பிரபந்தம்; a minor literary genre.

அலங்காரம்: *(பெ):* வெறும் கவர்ச்சி; ஒப்பனை; அணி; ஆரம்ப இசைப் பயிற்சியில் அடிப்படையான ஏழு தாளங்களில் பாடப்படும் ஸ்வர வரிசைகளில் ஒன்று; embellishment; decoration; figure of speech; the training given in rendering the notes in all the seven thalas, this is one among them.

அலசல்: *(பெ):* பலவகையான அம்சங்களையும் அடக்கிய ஆய்வு; thread-bare analysis.

அலசு: *(வி):* அழுக்கு, கறை போன்றவற்றைப் போக்க துணிகள், பாத்திரங்கள் முதலியவற்றை நீரில் முக்கி எடுத்தல், அலசுதல்; ஒரு விஷயத்தைப் பற்றிய அனைத்து விவரங்களையும் விவாதித்தல்; to rinse; to discuss a subject.

அலட்டு: *(பெ):* தொந்தரவு; trouble; *(வி):* பிதற்று; to talk nonsense.

அலந்தலை: *(பெ):* துன்பம்; மயக்கம்; suffering; giddiness.

அலந்தவர்: *(பெ):* துன்பப்படுபவர்; வறுமையில் வாடுபவர்; one who has sufferings; poor man.

அலந்தை: *(பெ):* துன்பம்; குளம்; misery; tank.

அலப்பாரித்தல்: *(வி):* ஆர்ப்பரித்தல்; to shout.

அலமரல்: *(பெ):* அச்சம்; பயம்; fear; *(வி):* அஞ்சுதல்; கலங்குதல்; வருந்துதல்; கழலுதல்; to be afraid of; to brood with tears; to regret; to spin.

அலம்: *(பெ):* உற்பத்தி; அழியாமை; production; not ruined.

அலம்பல்: *(வி):* உளறுதல்; to blabber.

அலம்பு: *(வி):* கழுவிடு; to wash.

அலவன்: *(பெ):* நண்டு; பூனை; சந்திரன்; crab; cat; moon.

அலவாங்கு: *(பெ):* கடப்பாரை; crow-bar.

அலவாட்டு: *(பெ):* வழக்கம்; custom.

அலவு: *(பெ):* குழப்பம்; மனக்கலக்கம்; confusion; perturbation.

அலறல்: *(பெ):* பெருங்குரல்; பெருத்த ஓசை; loud cry; great sound.

அலாக்கு: *(பெ):* தீங்கு; harm.

அலாதம்: *(பெ):* நெருப்பு; fire.

அலாபுகம்: *(பெ):* சுரைக்காய்; bottle gourd.

அலானம்: *(பெ):* கலப்பை; plough.

அலி²: *(பெ):* உழவன்; கள்; காகம்; குயில்; தீ; தேன்; பேடி; யமன்; வண்டு; வேளாண்மை; farmer; toddy; crow; Indian cuckoo; fire; honey; eunuch; Lord Yama; bee; agriculture.

அலிகம்: *(பெ):* நெற்றி; forehead.

அலிபகம்: *(பெ):* தேள்; நாய்; scorpion; dog.

அலு: *(வி):* ஆர்வம் குறைதல்; சலித்துப் போதல்; குறைபட்டுக் கொள்ளுதல்; to lose interest; to get bored; to lament.

அலுக்கொலு: *(வி):* குலைவு; to become loose.

அலுகோசு: *(பெ):* தூக்குத் தண்டனையை நிறைவேற்றும் அரசு ஊழியர்; hang-man.

அலுங்கு: *(வி):* அசைதல்; to move slightly.

அலுமம்: *(பெ):* புளிப்பு; sourness.

அலுமினியம்: *(பெ):* எளிதில் வளையக் கூடிய கனமற்ற வெண்மையான உலோகம்; aluminium.

அலுவலகம்: *(பெ):* வேலை அல்லது தொழில் செய்யுமிடம்; office.

அலுவலர்: *(பெ):* அலுவலகத்தில் பணிபுரிபவர்; office employee.

அலுவல்: *(பெ):* செய்யும் பணி; காரியம்; வேலை; work in a firm or an office; affairs; work.

அலை¹: *(பெ):* கடல், கருமணல்; குளம்; திரை; பூமி; மது; மிகுதி; sea; black sand; tank; screen; earth; liquor; excess.

அலை²: *(பெ):* பல இடங்களில் சுற்றித் திரிதல்; கடல் நீர்ப்பரப்பிலிருந்து கரையை நோக்கி உயர்ந்து வரும் நீர்; ஒருவரின் பின்னால் சுற்றித் திரிதல்; மனது அலைபாய்தல்; going all around in search of a thing or a person; tossing about; wave; going behind someone.

அலைச்சல்: *(பெ):* வீணான நடை; சுற்றித் திரிந்திடுவதால் உண்டாகும் சிரமம்; unne-cessary walk; uneasiness caused by hectic moving about.

அலைமகள் / அலைமான்: *(பெ):* இலக்குமி; Lakshmi, Goddess of Wealth.

அலோகம்: *(பெ):* திடம், திரவம், வாயு என்னும் மூன்று நிலைகளில் காணப்படும் பளபளப்பு இல்லாத ஒரு தனிமம்; non-metal.

அலோகனம்: *(பெ):* பார்த்திட இயலாதது; unable to see or invisible.

அலோபம்: *(பெ):* மரியாதை; வெறுப்பு; respect; dislike.

அலோமம்: *(பெ):* ஆற்றல்; ability.

அல்கல்: *(வி):* குறைதல்; சுருங்குதல்; to diminish; to shrink; *(பெ):* தரித்திரம்; வறுமை; destitution; poverty.

அல்கலும்: *(வி.அ):* தினந்தோறும்; daily.

அல்கி: *(பெ):* வறுமை; poverty.

அல்நார்: *(பெ):* கல்நார்; asbestos.

அல்லகம்: *(பெ):* கோவணம்; a long piece of cloth covering loins, usually for men.

அல்லல்: *(பெ):* துன்பம்; கஷ்டம்; distress, difficulty.

அல்லா: *(பெ):* இறைவன்; the Almighty.

அல்லாமல்: *(பெ.அ):* கூடுதலாக அல்லது அதற்கு மாறாக ஒன்று அமைவதைக் குறிக்கும் சொல்; in addition to that; besides; not only..... but also.

அல்லி: *(பெ):* ஒரு நீர்த் தாவரம்; ஒரு பூவின் இதழ்; water lily; petal.

அல்லிவட்டம்: *(பெ):* பூவிதழ்கள் அனைத்தும் வட்டவடிவமாக அமைந்திருக்கும் ஒழுங்கு; coralla.

அல்லும் பகலும்: *(பெ):* இரவும் பகலும்; night and day; always.

அவ: *(பெ):* அறிவு; ஆதாரம்; தோல்வி; நிந்தை; நீக்கம்; புறம்பு; கட்டளை இடுதல்; சுத்தம் செய்தல்; குறைதல்; போஷித்தல்; knowledge; proof; defeat; disrespect; remove; that which is contrary; ordering; purification; decrease; patronize.

அவகடம்: *(பெ):* சூது; வஞ்சனை; deceit; dissimulation.

அவகணிதம்: *(பெ):* அவமானம்; dishonour.

அவகண்டம்: *(பெ):* முகப்பரு; pimple.

அவகண்டனம்: *(வி):* களைதல்; அழித்தல்; to take off; to destroy; to ruin.

அவகதன்: *(பெ):* பிரபலமானவன்; a famous personality.

அவகதி: *(பெ):* தாழ்ந்த நிலை; state of lowness.

அவகந்தம்: *(பெ):* புறங்கை; back of the palm.

அவகமம்: *(வி):* அகற்றல்; அறிதல்; to remove; to know.

அவகாரம்: *(பெ):* யானை; மீன்; அழைத்தல்; elephant; fish; calling.

அவகாரன்: *(பெ):* திருடன்; thief.

அவகாலம்: *(பெ):* கெட்ட காலம்; bad time.

அவகிருத்தியம்: *(பெ):* மங்கலம் இல்லாத செயல்; தீயசெயல்; inauspicious deed; harmful act.

அவகீதம்: *(பெ):* நிந்தை; வசைபாடுதல்; disrespect; abuse.

அவகீர்த்தி: *(பெ):* புகழ்க்கேடு; bad reputation.

அவகீனம்: *(பெ):* தேள்; scorpion.

அவகுஞ்சனம்: *(பெ):* வளைவு; சுருங்குதல்; bend; shrinking.

அவக்கியாதம்: *(பெ):* அவமானம்; dishonour.

அவக்கிரகணம்: *(பெ):* சுபாவம்; தடை; நிந்தை; யானைகள்; மத்தகம்; எடுத்தல்; ஏற்றுக் கொள்ளுதல்; பற்றுதல்; nature; prohibition; disrespect; elephants; forehead of an elephant; taking; acceptance; holding.

அவக்கிரசம்: *(பெ):* காடிநீர்; fermented rice water.

அவக்கிரயம்: *(பெ):* அரசுக்குச் செலுத்தும் வரிப்பணம்; கூலி; சம்பளம்; tax payable to the government; wage; salary.

அவக்கிராகம்: *(வி):* சபித்தல்; to curse.

அவசதம்: *(பெ):* வீடு; கிராமம்; கல்லூரி; house; village; college.

அவசம்[1]: *(பெ):* மயக்கம்; பரவசம்; intoxication; great joy.

அவசம்[2]: *(பெ):* ஆண்டு; சமயம்; ஆலோசனை; மழை; year; religion; consultation; rain.

அவசரச்சட்டம்: *(பெ):* குடியரசுத் தலைவர் (அ) மாநில ஆளுநர் பிறப்பித்திடும் தற்காலிகமான சட்டம்; an ordinance promulgated either by the President or the Governor of the State.

அவசர சிகிச்சைப் பிரிவு: *(பெ):* உடனடியாக வழங்கப்படும் சிகிச்சைப் பிரிவு; emergency ward, casualty.

அவசனம்: *(பெ):* அமைதி; peace.

அவசானம்: *(பெ):* முடிவு; எல்லை; இறப்பு; end; limit; death.

அவசித்தாந்தம்: *(பெ):* தவறான முடிவு; wrong decision.

அவசியம்: *(பெ):* இன்றியமையாத தேவை; கட்டாயம்; very essential; certainly.

அவசீனம்: *(பெ):* தேள்; scorpion.

அவசுத்தம்: *(பெ):* அசுத்தம்; lack of cleanliness; impurity.

அவசேடம்: *(பெ):* மீதி; balance.

அவச்சுழி: *(பெ):* தீவினை; unworthy act.

அவச்சூலம்: *(பெ):* சாமரம்; fly-flapper made of bush tail of an animal.

அவஞானம்: (பெ) அவமானம்; dishonour

அவணன்: (பெ): அடங்காப்பிடாரி; shrew; termagant.

அவணி: (பெ): நன்மை; beneficence.

அவதந்திரம்: (பெ): சூழ்ச்சி; சதியாலோசனை; an intrigue.

அவதாதம்: (பெ): அழகு; தூய்மை; வெண்மை; beauty; purity; whiteness.

அவதாரணம்: (பெ): உறுதி; முகவுரை; தேற்றம்; firmness; preface; clearness.

அவதாரம்: (பெ): ஏதேனும் ஓர் உருவத்துடன் கடவுள் எடுத்திடும் பிறப்பு; incarnation of God.

அவதாரிகை: (பெ): முகவுரை; முன்னுரை; preface.

அவதானம்: (பெ): ஜாக்கிரதை; வெகு கூர்மையாகக் கவனித்தல்; carefulness; awareness; keen observation.

அவதானித்தல்: (வி): நினைத்தல்; மனப்பாடம் செய்தல்; to think; to memorise.

அவதும்பரம்: (பெ): அத்திப்பழம்; the fruit of country fig.

அவதோதகம்: (பெ): பால்; அமிர்தம்; milk; ambrosia.

அவத்தம்: (பெ): பயனற்றது; that which is useless.

அவத்தை: (பெ): மனநிலை; துன்பம்; வேதனை; தன்மை; state of mind; grief; pain; nature.

அவநம்: (வி): தழுவுதல்; செய்தல்; கொல்லுதல்; காத்தல்; அலங்கரித்தல்; அன்புடன் இருத்தல்; to embrace; to make; to kill; to await; to decorate; be kind to.

அவநி: (பெ): பூமி; வயலும், வயல் சார்ந்த இடமாகிய மருதநிலம்; earth; agricultural tract.

அவநிபன்: (பெ): அரசன்; king.

அவந்தி: (பெ): அக்காள்; காடி; elder sister; fermented rice water.

அவந்திகை: (பெ): கிளி; ஓர் ஊர்; தாய்; கோவைக்கொடி; உஜ்ஜயினி; parrot; a town; mother of a child; a kind of creeper; Ujjaini.

அவந்திசோமம்: (பெ): காடி நீர்; fermented rice water.

அவப்படுவது: (பெ): பயனற்றது; that which is useless.

அவப்பொழுது: (பெ): வீண்பொழுது; misspent time.

அவமதி: (வி): மரியாதைக் குறைவாக நடத்திடு; to treat with disrespect.

அவமழை: (பெ): கேடு விளைவிக்கும் மழை; the rain which causes ruin, damage, etc.

அவமாக்குதல்: (வி): வீணாக்குதல்; to waste.

அவமரணம்: (பெ): துர்மரணம்; unnatural death.

அவம்: (பெ): குற்றம்; வீண்; கேடு; ஆகாயத்தாமரை; default; that which is unprofitable; harm; sky lotus, a water plant.

அவயம்: (பெ): அழுகை; நன்மையற்றது; அடைகாத்தல்; அபயம், அடைக்கலம், புகலிடம்; வெட்டிவேர்; weeping; that which is not good; incubation; refuge; cuscus grass.

அவயவம்: (பெ): உடலுறுப்பு; human organ; part of the body.

அவயோகம்: (பெ): தீய நிகழ்வு; misfortune.

அவரகாத்திரம்: (பெ): கால்; leg.

அவரசன்: (பெ): தம்பி; younger brother.

அவரசை: (பெ): தங்கை; younger sister.

அவரம்: (பெ): இறுதியானது; பின்புறம் இருப்பது; that which is in the last; that which is in the back side.

அவராகம்: (பெ): விருப்பமின்மை; undesirous state.

அவராத்திரி: (பெ): பயனற்ற இரவு; useless night.

அவரு: (பெ): கிணறு; குழி; well; pit.

அவரை: (பெ): அவரைக்கொடி; beans.

அவரோகி: (பெ): ஆல மரம்; banyan tree.

அவரோதம்: (பெ): அரண்மனை; வேலி; தடை; palace; fence; obstacle.

அவர்கள்: (பெ): அருகில் இல்லாதவருக்கு உரிய படர்க்கைப் பன்மைப் பெயர்; ஒருவரின் பெயர் அல்லது பதவியைக் குறிக்கும்போது அடுத்து இடப்படும் மரியாதைக்கான சொல்; a term which indicates those who are not nearer to the speaker; an honorific term.

அவர்ணியம்: (பெ): உவமானம்; standard or object of comparison.

அவலச்சுழி: (பெ): தீவினை; evil fate.

அவலம்: (பெ): துன்பம்; கேடு; அழுகை; வறுமை; வருத்தம்; sorrow; ruin; weep; poor; grief.

அவலிச்செடி: (பெ): பூனைக்காலிச்செடி; a kind of herbal plant.

அவலிடி: (பெ): கூத்து வகை; a kind of folk dance.

அவலித்தல்: (வி): அழுதல்; வருந்துதல்; பதறுதல்; to weep; to regret; be flurried.

அவலுப்பு: (பெ): ஒருவகை உப்பு; a kind of salt.

அவலேசம்: (பெ): அவமானம்; அற்பம்; disgrace, meanness.

அவலை: (பெ): கடுப்பு; காடு; பாழான நிலம்; throbbing; forest; barren land.

அவலோகம்: (பெ): பார்வை; glance.

அவலோகித்தல்: (வி): நோக்குதல்; to pay attention to.

அவல்: (பெ): பள்ளம்; குளம்; விளைநிலம்; அரிசி இடியல்கொண்டு தயாரிக்கும் பொருள்; pit; tank; cultivated land; a form of eatable ground dried rice.

அவவு: (பெ): ஆசை; வாஞ்சை; desire; earnest desire, avidity.

அவளம்: (பெ): தீமை; evil.

அவள்: (சு.பெ): பெண்பால் சுட்டுப்பெயர்; she.

அவற்கம்: (பெ): கஞ்சி; gruel.

அவனி: (பெ): உலகம்; பூமி; world; earth.

அவனிகை: (பெ): இடுதிரை; the curtain that is let to fall.

அவனிபன்: (பெ): அரசன்; king.

அவன்: (சு.பெ): ஆண்பால் சுட்டுப்பெயர்; he.

அவா: (பெ): பெருவிருப்பம்; strong desire.

அவாசி: (பெ): தெற்கு; south.

அவாச்சியம்: (பெ): சொல்ல முடியாதது; that which cannot be told.

அவாதிகம்: (பெ): கண்டிக்கப்படாதது; that which is not restrained.

அவாந்திரம்: (பெ): இடையில் உள்ளது; அழிவு; that which is in the middle; ruin.

அவாரபாரம்: (பெ): கடல்; sea.

அவாரம்: (பெ): ஆற்றங்கரை; river bank.

அவாரி: (பெ): சிறுநீர்; urine.

அவாவுதல்: (வி): விரும்புதல்; to desire; to wish.

அவி: (பெ): நீர்; வேள்வித் தீயில் கடவுளுக்கு இடும் பொருட்கள்; சோறு; நெய்; ஆடு; கதிர்; காற்று; மேகம்; மலை; water; the offerings made to the Gods in sacrificial fire; cooked rice; ghee; goat; streak; air; cloud; mountain.

அவிகம்: (பெ): வைரம்; diamond.

அவிகாரம்: (பெ): மாறாதது; கடவுள்; that which is not changed; God.

அவிக்கை: (வி): அவித்தல்; to boil.

அவிசு: (பெ): நெய்; சமைத்த சோறு; ghee; boiled rice.

அவிஞ்சன்: (பெ): அறிவிலி; idiot.

அவிதல்: (வி): அணைந்து போதல்; இறத்தல்; அழிதல்; ஒடுங்குதல்; to become extinguished; to die; to destroy; to bow.

அவித்தல்: (வி): வேகவைத்தல்; அணைத்துவிடுதல்; அடக்குதல்; நீக்குதல்; துடைத்தல்; to boil; to put out; to control; to remove; to rub.

அவித்தியம்: (பெ): அஞ்ஞானம்; ignorance.

அவித்தை: (பெ): அஞ்ஞானம்; மாயை; மாயையுள் ஆன்மா அகப்பட்டு உழலுதல்; ignorance; maya; spiritual ignorance; the soul's impurity.

அவிநயம்: (பெ): அபிநயம்; ஒரு யாப்பிலக்கண நூல்; gesticulation; name of a treatise on prosody.

அவிநயர்: (பெ): நாட்டியமாடுபவர்; அவிநய யாப்பிலக்கண நூல் ஆசிரியர்; dancer; Avinayanar, the author of the treatise on prosody - Avinayam.

அவிமுத்தம்: (பெ): காசி நகரம்; Kasi, a holy place of Saivites.

அவிப்பாகம்: (பெ): தேவர் உணவின் பங்கு; oblation offered to Devas, the celestial beings.

அவியுணவு: (பெ): தேவருணவு; oblation.

அவிரதம்: (வி.அ): என்றும்; எப்போதும்; always.

அவிர்: (பெ): ஒளி; light; glitter.

அவிர்தல்: (வி): ஒளிர்தல்; பிரகாசித்தல்; to glitter; to shine.

அவிவு: (பெ): அழிவு; ruin.

அவிழ்: (பெ): சோறு; பருக்கை; cooked rice; single grain of cooked rice.

அவிழ்தம்: (பெ): மருந்து; ஔடதம்; medicine.

அவிழ்தல்: (வி): நெகிழ்தல்; மலர்தல்; பிரிதல்; உதிர்தல்; இளகுதல்; be loosened; to blossom; to unfasten; to become loose; to unbound.

அவினி: (பெ): அபின் என்னும் போதைப்பொருள்; opium.

அவீரை: (பெ): பிள்ளை இல்லாத கைம்பெண்; the widow who is not having a child.

அவுசு: (பெ): ஒழுங்கு; order.

அவுணன்: (பெ): அசுரன்; Asura; monster.

அவுபாசனம்: (பெ): அக்னியை தினந்தோறும் வழிபடுதல்; daily worship of fire.

அவுதா: (பெ): அம்பாரி; howdah with a canopy.

அவுரி: (பெ): மீன்வகை; நீலநிறச் சாயம் எடுக்கப்படும் குத்துச்செடி; a kind of fish; indigo plant.

அவுரிப்பச்சை: *(பெ):* பச்சைக் கற்பூரம்; medicated camphor.

அவுனியா: *(பெ):* வௌவால் மீன்; a kind of fish.

அவேதம்: *(பெ):* அசதி; மறதி; drowsiness; forgetfulness.

அவை: *(பெ):* குழு; கூட்டம்; சட்டப்பேரவை, நாடாளுமன்றம் ஆகியவற்றின் இருபிரிவுகளில் ஒன்று; மன்னன் தன் பரிவாரங்களுடன் கூடியிருக்கும் சபை; அருகில் இல்லாத உயிரற்ற அஃறிணைப் பொருட்களைச் சுட்டிக் கூறும் பெயர்; an assembly with a particular motive; one of the two houses of the Legislature and Parliament; Royal Court; neuter plurals for those things at a distance.

அவையடக்கம்: *(பெ):* அவையின் முன்னர் தாழ்ந்து பேசுதல்; expression of modesty by a speaker in a public assembly.

அவையான்: *(பெ):* வயல் எலி; field rat.

அவ்: *(சு.சொ):* அந்த; that.

அவ்வது: *(சு.சொ):* அவ்வாறு; like that.

அவ்வயின்: *(சு.சொ):* அவ்விடம்; that place.

அவ்வழி: *(பெ):* அந்த மார்க்கம்; அதன்பின்பு; in that way; after that.

அவ்வாய்: *(பெ):* அழகான இடம்; beautiful place.

அவ்வித்தல்: *(வி):* பொறாமை கொள்ளுதல்; to have jealousy.

அவ்வியதி: *(பெ):* குதிரை; horse.

அவ்வியதிதி: *(பெ):* பூமி; இராப்பொழுது; earth; night.

அவ்வியத்தலக்கணன்: *(பெ):* சிவபெருமான்; Lord Shiva.

அவ்வியம்: *(பெ):* அழுக்காறு; வஞ்சகம்; envy; impurity of mind; deceit.

அவ்வை: *(பெ):* தாய்; தமக்கை; கிழவி; மூதாட்டி; ஔவை; mother; elder sister; old lady; old woman; Avvai, the name of a famous Tamil poetess.

அழகிய வாணன்: *(பெ):* ஒரு வகை நெல்; a kind of paddy.

அழகு: *(பெ):* சிறப்பு; பொருத்தமான குணம்; ஒழுங்குமுறை;கண்,காது,மனம் போன்றவற்றால் அனுபவித்திடும் இனிமை (அ) மகிழ்வு; excellence; proper conduct; systematic and orderly way; pleasing beauty.

அழகு காட்டு: *(வி):* கோணங்கித்தனமான செய்கைகளால் பழிப்பு காட்டு; to imitate a person in a slightly offensive manner.

அழக்கு: *(பெ):* ஆழாக்கு; ஓர் அளவை; a measuring vessel of former period; a kind of measure.

அழத்தியன்: *(பெ):* பெருங்காயம்; Asafoetida.

அழம்: *(பெ):* பிணம்; corpse.

அழலல்: *(வி):* கோபப்படுதல்; எரிதல்; to get angry; to burn.

அழலிக்கை: *(பெ):* பொறாமை; எரிச்சல்; malice; burning sensation.

அழலை: *(பெ):* தொண்டைக் கரகரப்பு; களைப்பு; irritation of throat; tiredness.

அழல்: *(பெ):* தீ; எருக்கு; கள்ளி; நாகம்; வெப்பம்; செவ்வாய் கிரகம்; fire; yercum; spurge; cobra; heat; the Planet Mars.

அழற்காய்: *(பெ):* மிளகு; pepper.

அழற்சி: *(பெ):* பொறாமை; உறைப்பு; எரிதல்; வெப்பம்; jealousy; pungent; burning; heat.

அழற்பால்: *(பெ):* எருக்கம் பால்; milk of yercum.

அழன்: *(பெ):* பிணம்; corpse.

அழால்: *(வி):* அழுதல்; crying.

அழிகை: *(பெ):* அழிவு; சிதைவு; ruin; destroy.

அழிஞ்சில்: *(பெ):* ஒருவகை மரம்; a kind of tree named Azhinjil.

அழிதகை: *(பெ.அ):* தகுதியற்ற; unqualified.

அழிதலை: *(பெ):* மண்டையோடு; skull.

அழிபசி: *(பெ):* அதிகப்படியான பசி; excessive hunger.

அழிபடல்: *(வி):* வருந்திடல்; to regret.

அழிபாடு: *(பெ):* இடிந்த சிதைவு; wreckage.

அழிமதி: *(பெ):* அதிகப்படியான செலவு; excessive expenditure.

அழிம்பன்: *(பெ):* ஊதாரி; spend-thrift.

அழியுநர்: *(பெ):* தோல்வியடைந்தவர்; the person who is defeated.

அழுக்கணவன்: *(பெ):* கூட்டுப்புழு; pupa.

அழுக்கம்: *(பெ):* கவலை; worry.

அழுக்காறாமை: *(வி):* பொறாமை அடையாது இருத்தல்; being without jealousy.

அழுங்கு: *(வி):* ஆமை; ஒருவகை விலங்கு; tortoise; a kind of animal.

அழுத்தங்கோல்: *(பெ):* எழுதுகோல்; வண்ணம் தீட்டும் கோல்; pen or pencil; brush used for paintings.

அழுத்தம்: *(பெ):* உறுதி; வலிவு; தனது கருத்தினை வெளியிடாது இருந்திடும் நிலை; ஒரு பரப்பின் மீதாக செலுத்தப்படும் விசையின் தாக்கம்; firmness; strength; nature of being tight lipped either in speech or writing; the pressure on a surface by a force.

அழுந்து: *(வி):* அமிழ்ந்திடு; மூழ்கிடு; வருந்திடு; உறுதியாகப் பற்றிடு; to sink; to go down under the surface of water, mire, etc.; to grieve; to hold firmly.

அழுப்பு: *(பெ):* சாதம்; cooked rice.

அழுப்புகம்: *(பெ):* தேவலோகம்; heaven.

அழும்பு: *(பெ):* தீம்பு; evil; wickedness.

அழுவம்: *(பெ):* கடல்; காடு; நாடு; பரப்பு; போர்; பெருமை; ஆழம்; குழி; மிகுதி; நடுக்கம்; sea; forest; country; surface; war; greatness; depth; pit; abundance; trembling.

அழுவிளிப்பூசல்: *(பெ):* ஒப்பாரி; lamentation by women.

அழுவை: *(பெ):* யானை; elephant.

அளகம்: *(பெ):* மழைநீர்; பெண்ணின் கூந்தல்; வெள்ளெருக்கு; rain water; woman's flowing hair; white yercum.

அளக்கர்: *(பெ):* உப்பளம்; கடல்; பூமி; நீளமான வழி; salt pan; sea; earth; longway.

அளகு: *(பெ):* சேவல், காட்டுக்கோழி, கோட்டான், மயில் ஆகியவற்றின் பெடை; female bird of cock, wild cock, rock horned owl and peacock.

அளகை: *(பெ):* குபேரப்பட்டணம்; தஞ்சை; இலக்குமி; 8-லிருந்து 10 வயதிற்குட்பட்ட சிறுமி; world of Kubera, the God of Wealth; Thanjavur; Lakshmi, the goddess of wealth; the girl between the age of 8 and 10.

அளத்தி: *(பெ):* நெய்தல் நிலப்பெண்; மீனவப் பெண்; the woman who belongs to coastal region; or fisherman community.

அளத்தியம்: *(பெ):* சவுக்காரம்; soap.

அளத்துநிலம்: *(பெ):* களர் நிலம்; alkaline earth.

அளப்பு: *(பெ):* அளத்தல் அளவு; எல்லை; கட்டுக்கதை; a measurement; limit; exaggeration.

அளம்: *(பெ):* உப்பளம்; நெய்தல் நிலம்; கடல்; நெருக்கம்; salt-pan; coastal region; sea; nearness.

அளம்படுதல்: *(வி):* வருந்துதல்; to feel sorry.

அளர்க்கம்: *(பெ):* தூதுவளை; climbing brinjal.

அளர்நிலம்: *(பெ):* களர்நிலம்; alkaline earth.

அளவில்: *(பெ.அ):* ஒருவரை அல்லது ஒன்றினைக் கடந்து செல்லாது அவர் (அ) அதனுடைய நிலையில்மட்டும்என்னும்பொருளில்கூறப்படும் சொல்; at the level of; up to a point.

அளவுக்கு: *(வி.அ):* கூறப்படும் நிலைக்கு; to that extent of.

அளவுகோல்: *(பெ):* ஒரு பொருளின் நீளம், அகலம், உயரம் போன்றவற்றைக் கணக்கிட உதவிடும் அலகு பொறித்த கோல்; a measuring rod or scale.

அளாவி: *(இ.சொ):* (வானம், உலகம் போன்ற வார்த்தைகளுடன் இணைத்துக் கூறும்போது) தொடும் அளவுக்கு; extended upto (such as sky, world etc.).

அளித்தல்: *(வி):* வாங்குதல்; கொடுத்தல்; rendering; offering.

அளை[1]: *(வி):* விரல்களைக்கொண்டு அங்குமிங்குமாக ஒதுக்கிடல்; to fiddle around with fingers.

அளை[2]: *(பெ):* தயிர்; மோர்; வெண்ணெய்; புற்று; குகை; curd; butter milk; butter; ant hill; cave.

அளைச்சல்: *(பெ):* வயிற்றளைச்சல்; சீதபேதி; diarrhoea; dysentery.

அள்: *(பெ):* கூர்மை; பூட்டு; நீர்முள்ளி; அள்ளுமாந்தம்; காது; sharpness; lock; water-thorn; a kind of disease; ear.

அள்ளல்: *(பெ):* சேறு; நெருக்கம்; ஏழு நரகங்களுள் ஒன்று; mire; nearness; one of the seven hells; *(வி):* அள்ளுதல்; கொய்தல்; to take up in the hollow of the hand; to pluck.

அள்ளாத்தி: *(பெ):* மீன் வகை; a kind of fish.

அள்ளிருள்: *(பெ):* கும்மிருட்டு; cimmerian; thick darkness.

அள்ளை: *(பெ):* பேய்; விலாப்புறம்; devil; ghost; flank.

அற: *(வி.அ):* மிகவும்; தெளிவாக; used to indicate the highest degree of that which it qualifies; clearly.

அறக்கடை: *(பெ):* பாவம்; sin.

அறக்கட்டளை: *(பெ):* தனிநபர்கள் அல்லது அரசு ஏற்படுத்தும் நிதியமைப்பு; endowment; trust.

அறங்காவலர்: *(பெ):* கோயில், அறக்கட்டளை போன்றவற்றின் நிர்வாகப் பொறுப்பினை வகிப்பவர்; trustee of a temple or trust.

அறநிலையத்துறை: *(பெ):* இந்துக் கோயில்களின் நிர்வாகத்தை மேற்பார்வை செய்திடும் மாநில அரசின் பிரிவு; Department of Hindu Religious and Charitable Endowments.

அறநூல்: *(பெ):* ஒருவர் கடைப்பிடித்திட வேண்டிய நெறிகள், ஒழுக்கங்கள் ஆகியவற்றை விளக்கிடும் நூல்; ethical or moral treatise.

அறம்: *(பெ):* தருமம்; புண்ணியம்; இல்லறம்; virtuous deed; virtue; life of the house-holder.

அறல்: *(பெ):* கருமணல்; நீர்; திருமணம்; விழா; black sand; water; marriage; function.

அறளை: (பெ): ஒரு வகை நோய்; a kind of disease.

அறன்கடை: (பெ): தீவினை; misfortune; unworthy act.

அறாக்கட்டை: (பெ): மூடன்; foolish fellow.

அறிவியல்: (பெ): சோதித்து நிருபணம் செய்து பெற்றிடும் அறிவு பற்றிய துறை; the science.

அறிவியல் கூடம்: (பெ): அறிவியல் செய்முறைகளைப் பயிற்சி செய்திட ஏதுவாக அமைக்கப்பட்ட இடம்; science laboratory.

அறிவு: (பெ): அனுபவம், சிந்தனை வாயிலாக தெரிந்து வைத்திருக்கும் புலமை; பல துறைகளின் விஷயங்கள் பற்றித் தெரிந்து வைத்திருக்கும் நிலை; understanding by experience or thinking; scholarship.

அறிவு ஜீவி: (பெ): நற்சிந்தனைகளை வாழ்க்கை நெறிகளாகக் கொண்டவர்; intellectual person.

அறு: (வி): வெட்டுதல்; துண்டாக்குதல்; to cut with a saw; to snap.

அறுவை: (பெ): உடல் பகுதியை அறுத்துச் செய்திடும் மருத்துவ சிகிச்சை; surgery.

அறை: (பெ): அடி; ஓசை; மோதுகை; சொல்; விடை; அலை; அம்மி; பாறை; சதுரங்கக் கட்டம்; குகை; blow; sound; dash; word; answer; wave; horizontal stone for macerating spices for curry; rock; chess board; cave.

அறைகூவல்: (பெ): சவால்; ஒத்துழைப்பு கோரி விடும் அழைப்பு; a challenge; call for an action or for co-operation.

அற்பகந்தம்: (பெ): செந்தாமரை; red lotus flower.

அற்பகேசி: (பெ): வசம்பு; sweet flag.

அற்பம்: (பெ): சிறுமை; இழிவு; பஞ்சு; நாய்; புகை; meanness; lowness; cotton; dog; smoke.

அற்பன்: (பெ): கீழ் மகன்; mean person.

அற்றம்: (பெ): அழிவு; துன்பம்; இறுதி; வறுமை; சோர்வு; நாய்; பொய்; உண்மை; மலிவு; ruin; sufferings; end; poverty; tiredness; dog; lie; truth; cheap.

அற்றை நாள்: (பெ): அந்த நாள்; அன்று; that day; on that day.

அனகம்: (பெ): அழகு; புண்ணியம்; சாந்தம்; beauty; virtue; peace.

அனங்கம்: (பெ): மல்லிகை; வானம்; உள்ளம்; jasmine; sky; mind.

அனந்தம்: (பெ): முடிவற்றது; பேரெண்; வானம்; பொன்; குப்பைமேனி; infinite; a large number; sky; gold; a medicinal plant.

அனந்தவிபவை: (பெ): பார்வதி; Parvathi, Goddess and the wife of Lord Shiva.

அனயகம்: (பெ): மல்லிகை; jasmine.

அனர்த்தம்: (பெ): பயனற்றது; useless thing.

அனலம்: (பெ): நெருப்பு; fire.

அனல் மின் நிலையம்: (பெ): வெப்ப சக்தியின் வாயிலாக மின்சக்தி உற்பத்தி செய்திடும் நிலையம்; thermal power station.

அனாதி: (பெ): தொடக்கமற்றது; that which has no origin.

அனாதிகாலம்: (பெ): வெகுகாலத்திற்கும் முந்தைய காலம்; ancient period.

அனிச்சம்: (பெ): முகர்ந்ததும் வாடும் தன்மை கொண்டதாகக் கருதப்படும் மென்மையான மலர்; a flower said to be so delicate as to wilt and wither even at a slight sniff.

அனிச்சை: (பெ): தன்னையறியாது ஒரு செயலைச் செய்திடும் தன்மை; that which is involuntary.

அனுங்கு: (வி): முனகுதல்; to groan.

அனுபம்: (பெ): சதுப்பு நிலம்; எருமை கிடா; marsh; he-buffalo.

அனுபூதி: (பெ): தானே உணர்ந்து பெறும் அறிவு; experimental wisdom.

அனுமானி: (வி): பெற்றிடும் அறிகுறிகளிலிருந்து ஓர் உத்தேச முடிவுக்கு வருதல்; to guess.

அனுயோகம்: (பெ): கேள்வி; வினா; question.

அனுரதி: (பெ): அன்பு; மதிப்பு; kindness; dignity.

அனுராகம்: (பெ): அன்பு; காமம் விழைதல்; love; affection; lasciviousness.

அனுவழி: (பெ): புதன்; the Planet Mercury.

அனுஷ்டானம்: (பெ): புறச்சுத்தம்; பூஜை ஆகியவற்றில் கடைப்பிடித்திடும் நெறி முறைகள்; observance.

அனுஷ்டி: (வி): பின்பற்றிடு; to observe.

அனூரு: (பெ): சூரியன்; புதன்; முடவன்; the Sun; the Planet Mercury; cripple.

அனை: (பெ): அன்னை; ஒருவகை மீன்; mother; a kind of fish.

அனைக்கியம்: (பெ): ஒற்றுமையின்மை; lack of unity.

அன்பன்: (பெ): நண்பன்; தோழன்; கணவன்; காதலன்; அன்புடையவன்; பக்தன்; friend; companion; husband; lover; pious person; devotee.

அன்பு: (பெ): நேயம்; நட்பு; அருள்; காதல்; பக்தி; affection; friendship; grace; love; devotion.

அன்மயம்: (பெ): ஐயம்; மாறுபாடு; ஐயப்பாடு; doubt; difference; suspicion; uncertainty.

அன்வயத்தினர்: *(பெ):* சுற்றத்தினர்; relatives.

அன்வயம்: *(பெ):* உரைநடை வரிசை; prose order.

அன்றமை: *(பெ):* காற்று; air.

அன்றியுரைத்தல்: *(வி):* எதிர்த்துப் பேசுதல்; to talk against.

அன்றில்: *(பெ):* கிரௌஞ்ச பறவை; மயில்; மூல நட்சத்திரம்; Andril bird, male or female, noted for its constancy of love; peacock; Moolam, the nineteenth star of the twenty -seven stars.

அன்றினார்: *(பெ):* பகைவர்; enemies.

அன்று: *(பெ):* அந்த நாள்; that day; *(வி.மு):* அல்ல; not so; no; not.

அன்றை: *(பெ):* அந்த நாள்; that day.

அன்னசாரம்/அன்னப்பால்/அன்னஊறல்/ : *(பெ):* சோற்றுக்கஞ்சி; sticky, starchy water drained from the cooked rice.

அன்னசுத்தி: *(பெ):* நெய்; ghee.

அன்னணம்: *(வி):* அவ்விதம்; in that manner.

அன்னதாதா: *(பெ):* சோறிடுபவர்; உணவு அளிப்பவர்; the person who gives food.

அன்னது: *(பெ):* அதைப்போன்றது; like that.

அன்னத்தூவி: *(பெ):* அன்னப்பறவையின் இறகு; swansdown.

அன்னபம்: *(பெ):* ஆல மரம்; banyan tree.

அன்னபேதி: *(பெ):* மருந்து வகை; a kind of medicine.

அன்னபோதம்: *(பெ):* பாதரசம்; mercury.

அன்னம்: *(பெ):* சோறு; பறவை வகை; நீர்; கவரிமான்; பூமி; தங்கம்; cooked rice; swan; water; a kind of deer; earth; gold.

அன்னம் பாறுதல்: *(வி):* புலம்புதல்; to mourn.

அன்னயம்: *(பெ):* ஆல மரம்; banyan tree.

அன்னவன்: *(பெ):* அத்தன்மையன்; ஒத்தவன்; such a person; one who resembles.

அன்னாசயம்: *(பெ):* வயிறு; stomach.

அன்னாசி/அன்னதாழை: *(பெ):* செதில்கள் போன்றுசொரசொரப்பான மேல்தோலையும்சாறு நிறைந்த வெறிர் மஞ்சள் நிறச் சதைப்பற்றுடைய பகுதியையும் கொண்ட ஒரு பெரிய பழம்; pineapple; ananas.

அன்னாசு: *(பெ):* பெருஞ்சீரகம்; fennel.

அன்னார்: *(பெ):* கல்நார்; asbestos.

அன்னியபுட்டம்: *(பெ):* குயில்; Indian cuckoo bird; Koel.

அன்னியாயம்: *(பெ):* அநீதி; அநியாயம்; injustice; unfairness.

அன்னுவயித்தல்: *(வி):* பின்பற்றுதல்; to follow.

அன்னுழி: *(பெ):* அப்போது; at that time.

அன்னுழை: *(பெ):* அவ்விடம்; that place.

அன்னை: *(பெ):* தாய்; தமக்கை; தோழி; mother; elder sister; lady's maid.

ஆ

ஆ[1]: *(பெ):* இரண்டாவது உயிர் எழுத்து; ஆச்சாமரம்; ஆன்மா; பசு; இடம்; மறுப்பு; the second vowel of the alphabet; a kind of tree; soul; cow; bull; objection.

ஆக: *(வி.அ):* முழுவதும்; அதற்'காக'; wholly; entirely; absolutely; completely.

ஆகக்கூடி: *(வி.அ):* இறுதியாக; முடிவாக; on the whole; in the total.

ஆகசி: *(பெ):* திப்பிலி; long pepper.

ஆகசு: *(பெ):* தவறு; இழிந்தது; பாவம்; default; that which is degraded; sinful act.

ஆகடியம்: *(பெ):* பரிகாசம்; பொல்லாங்கு; mockery; ridicule.

ஆகட்டும்: *(வி.மு):* ஆகுக; 'ஆம்' என்னும் பொருள்படுவது; let it be done; so be it.

ஆகத்தொகை: *(பெ):* மொத்தத்தொகை; grand total.

ஆகதம்: *(பெ):* கமகம் பத்தினுள் ஒன்று; பொய்; கந்தை; வருகை; அடித்தல்; one of the ten gamagas; lie; rags; arrival; beating.

ஆகதர்: *(பெ):* சமணர்; Jains.

ஆகதி: *(வி.அ):* அடைய வேண்டியது; that which is to be obtained.

ஆகப்பாடு: *(பெ):* மொத்தம்; total.

ஆகம சாத்திரம்: *(பெ):* சமய நூல்கள்; religious books.

ஆகமண காலம்: *(பெ):* பிரசவகாலம்; சங்கராந்தி; the delivery time of a pregnant lady; the first day of the Tamil month Thai, when the Pongal festival is celebrated.

ஆகமந்தம்: *(பெ):* உடல் சோர்வு; சுறுசுறுப்பு இல்லாது இருத்தல்; fatigue; laziness.

ஆகமபதி: *(பெ):* கடவுள்; the God.

ஆகமம்: *(பெ):* மத ஆசாரங்களுக்குப் புனிதமாக ஏற்றுக் கொள்ளும் நூல்; கல்வி; ஞானம்; scriptures of education; knowledge.

ஆகமனம்: *(பெ):* வந்து சேர்தல்; arrival.

ஆகம்: *(பெ):* உடல்; மார்பு; மனம்; body; breast; mind.

ஆகரணன்: *(பெ):* வேலையாள்; ஏவலன்; servant.

ஆகரம்: *(பெ):* உறைவிடம்; சுரங்கம்; கூட்டம்; மண்வெட்டி; மேலானது; வீடு; dwelling place; mine; crowd; meeting; spade or a hoe with a short handle; superior; house.

ஆகரன்: *(பெ):* பலவான்; குடியிருப்போன்; திருடன்; strong man; the person who is residing in a place; thief.

ஆகரி: *(பெ):* ஒரு பண்; சிறு கொடி; திப்பிலி; a kind of song; a small creeper; long pepper.

ஆகரித்தல்: *(வி):* தருவித்தல்; to bring.

ஆகருடணம்: *(பெ):* இழுத்தல்; அழைத்தல்; அறுபத்து நான்கு கலைகளுள் ஒன்று; attraction; calling; one of the sixty-four arts.

ஆகருடம்: *(பெ):* பலகை; இழுக்கு; வில்லாண்மை; சூதாடுதல்; slate; disgrace; skill in archery; gambling.

ஆகலபூமி: *(பெ):* யுத்தபூமி; battle field.

ஆகவனம்: *(பெ):* பிணிக்கை; விரும்புகை; எண் பெருக்கல்; பலி; attachment; liking; multiplying the number with another; sacrifice.

ஆகவனல்: *(பெ):* போர்; சிலை; war; statue.

ஆகவனீயம்: *(பெ):* வேள்விக்குரிய அக்னி மூன்றினுள் ஒன்று; one of the three fire sacrifices.

ஆகவியன்: *(பெ):* போர்வீரன்; soldier.

ஆகவேமுள்ளி: *(பெ):* காட்டுமுள்ளி; wild thorny plant.

ஆகளமாய்: *(பெ.அ):* இடைவிடாத; continuous; without break.

ஆகளரசம்: *(பெ):* பாதரசம்; அபின்; mercury; opium.

ஆகற்பம்: *(பெ):* பச்சாதாபம்; இருள்; முடிச்சு; regret; darkness; void of light; knot.

ஆகனம்: *(பெ):* கடப்பாரை; a long iron bar, used for digging pits.

ஆகனாமி: *(பெ):* அவரை; beans.

ஆகனிகம்: *(பெ):* பன்றி; மண் அகழும் கருவி; எலி; pig; spade; rat.

ஆகனிகன்: *(பெ):* கள்வன்; ஒட்டன்; thief; mason.

ஆகன்மாறு: *(இணை.இ.சொ):* ஆகவே; எனவே; therefore.

ஆகாச கருடன்: *(பெ):* கொல்லன்; கோவைக் கொடி; சீந்தில்; blacksmith common hedge creeper which bears red fruits; a kind of herbal creeper.

ஆகாசகாமி: *(பெ):* ஒரு தேவதை; காற்றில் பறந்து செல்லும் வல்லமையுடையவன்; an angel; a person who is able to fly through the air.

ஆகாசகத்திரி: *(பெ):* வெண்டை; lady's finger.

ஆகாசதீபம்: *(பெ):* உயர்ந்த கம்பத்தில் வைத்து ஏற்றப்படும் விளக்கு; the lamp lighted on the top of a huge pillar.

ஆகாசபட்சி: *(பெ):* வானம்பாடி; சாதகப்பறவை; skylark; shepherd koel, which is believed to subsist on rain drops.

ஆகாசப் பந்தல்: *(பெ):* கற்பனை உலகம்; the thing which has been imagined by someone.

ஆகாசப்புரட்டன்: *(பெ):* பெரும் மோசடிப் பேர்வழி; a cheat.

ஆகாசமண்டலம்: *(பெ):* வானவெளி; நாட்டிய வகையில் ஒன்று; the sky; a kind of dance.

ஆகாசலிங்கம்: *(பெ):* பஞ்சலிங்கத்துள் ஒன்று (சிதம்பரத்தில் உள்ளது); one of the five lingas (at Chidambaram Nataraja Temple).

ஆகாசவாணி: *(பெ):* வானிலிருந்து ஒலித்திடுவதாகக் கூறப்படும் அசரீரி; இந்திய அரசின் தகவல் ஒலிபரப்பு நிறுவனத்தினுடைய அமைப்பின் பெயர்; a voice from heaven; the name of the Indian Government's broadcasting service.

ஆகாத்தியம்: *(பெ):* பாசாங்கு; pretence.

ஆகாச கங்கை/ஆகாயகங்கை: *(பெ):* மந்தாகினி; the celestial Ganges.

ஆகாச மனம்/ஆகாயகமனம்: *(பெ):* அறுபத்து நான்கு கலைகளுள் ஒன்று; வானில் பறந்து சென்றிடும் வித்தை; one of the sixty-four arts; the art of flying in the sky.

ஆகாய சூலை: *(பெ):* குதிரைக்கு உண்டாகும் ஒருவகை நோய்; a kind of disease of horse.

ஆகாயத்தாமரை: *(பெ):* தண்ணீரில் மிதந்தபடி உயிர்வாழும் நீர்த்தாவரம்; விண்தாமரை; a water plant, the roots of which float in the water - *pistia stratiotes*; a lotus which is imagined in the sky.

ஆகாயம்: *(பெ):* வெட்ட வெளி; வானம்; open space; the sky.

ஆகாரணம்: *(வி):* அழைத்தல்; to call.

ஆகாரசம்பவம்: *(பெ):* நிணநீர்; lymph.

ஆகாரம்: *(பெ):* உணவு; நெய்; உருவம்; உடம்பு; 'ஆ' என்னும் நெடில் எழுத்து; food; ghee; figure; body; the consonant letter 'ஆ'.

ஆகாரி: *(பெ):* பூனை; உயிர்; cat; soul.

ஆகிய: *(இ.சொ):* ஒரு தொகுப்பில் தரப்பட்டவற்றுக்குமேல் சேர்த்திட வேறில்லை என்பதை வரையறுப்பதாக உள்ளது; a term indicating that everything has been included.

ஆகிஞ்சனம்: *(பெ):* தரித்திரம்; abject poverty.

ஆகிரதம்: *(பெ):* வணங்குதல்; worshipping; greeting.

ஆகிரம்: *(பெ):* விரிவு; elaborateness.

ஆகிரி நாட்டை: *(பெ):* பண் வகை; a kind of song.

ஆகிருதி: *(பெ):* உடம்பு; உருவம்; ஒருவகை செய்யுள் வடிவம்; body; figure; a kind of verse.

ஆகீகதம்: *(பெ):* முதலை; crocodile; alligator.

ஆகீசன்: *(பெ):* விநாயகக் கடவுள்; Lord Vinayaga.

ஆகு[1]**:** *(பெ):* கொப்பூழ்; பெருச்சாளி; எலி; பன்றி; சாமரம்; கள்வன்; navel; bandicoot; rat; pig; bushy tail of the lion, used as a fly-flapper for idols or as a royal insignia; thief.

ஆகு[2]**:** *(வி):* இருத்தல் நிலைதனைக் குறிக்கும் வினை; மற்றொரு தன்மைக்கு (அ) நிலைக்கு வருதல்; தன்மையில் இருத்தல்; ஏற்படுதல்; தீர்தல்; மாறுதல்; ஒத்துக்கொள்ளுதல்; 'be' used in formal language to give added emphasis to the fact stated; 'be' in the specified state, condition; to become someone or something or in such a way; to cause; be over; to change; be agreeable.

ஆகுஞ்சனம்: *(வி):* சுருக்குதல்; அடக்குதல்; குவித்தல்; விளைவித்தல்; to constrict; to hold back; to heap up; to bring about.

ஆகுண்டிதம்: *(பெ):* கோழை; coward.

ஆகுதி: *(பெ):* யாகம் செய்யும்போது அக்னியில் இடப்படும் பொருள்; ஒருவகைப் பறை; oblation offered into the holy fire; a kind of drum.

ஆகுபுக்கு: *(பெ):* பூனை; cat.

ஆகுபெயர்: *(பெ):* *(இலக்):* ஒரு பெயர் அதன் தொடர்புடையவேறொருபொருளுக்குத்தொன்று தொட்டு ஆகிவருவது; a transferred meaning of a word obtained by association, part-whole relationship etc, onetonymy.

ஆகுயர்த்தோன் / ஆகுரதன்: *(பெ):* விநாயகர்; Lord Vinayaga.

ஆகுலம்: *(பெ):* மனக்கலக்கம்; குழப்பம்; ஆரவாரம்; துன்பம்; வருத்தம்; perturbation; confusion; agitation; grief; sorrow.

ஆகுலத்துவம்: *(பெ):* கலக்கம்; state of confusion.

ஆகுலி: *(பெ):* சிற்றரத்தை; lesser galangai.

ஆகுலித்தல்: *(வி):* துன்புறுதல்; to suffer.

ஆகுளி: *(பெ):* சிறுபறை; a kind of small drum.

ஆகுனி: *(பெ):* வாதநோய்; neuralgia; rheumatism.

ஆகூதம்: *(பெ):* அழைப்பு; கருத்து; விருப்பு; call; opinion; desire.

ஆகேதம்: *(பெ):* வேட்டை; hunting.

ஆகேருகம்: *(பெ):* தண்ணீர்விட்டான் கொடி; a kind of herbal plant.

ஆகேறு: *(பெ):* சரக்கொன்றை; Indian Laburnum.

ஆகை: *(வி):* நிகழ்தல்; ஆகுதல்; to occur; to come into existence.

ஆகையால்: *(இணை.இ.சொ):* எனவே; ஆகவே; therefore.

ஆகோசனம்: *(பெ):* கோரோசனை; bezoar taken from the stomach of cows.

ஆகோடிபம்: *(பெ):* தடை; மறியல்; obstacle; picketing.

ஆகோள்: *(வி):* பசுக்களைக் கவர்ந்து செல்லுதல்; to rob the cows without the knowledge of others.

ஆக்கங்கூறுதல்: *(வி):* வாழ்த்துதல்; to greet.

ஆக்கணாங்கெளிறு: *(பெ):* கெளுத்தி மீன்; a kind of fish.

ஆக்கதம்: *(பெ):* முதலை; crocodile; alligator.

ஆக்கிந்திகம்: *(பெ):* குதிரை நடை வகை; a kind of walking style of a horse.

ஆக்கப்பெருக்கம்: *(பெ):* வருமானம்; income.

ஆக்க மகள்: *(பெ):* திருமகள்; the Goddess Lakshmi.

ஆக்கம்: *(பெ):* இலாபம்; பெருக்கம்; படைக்கும் திறன்; முன்னேற்றம்; நன்மை; எழுச்சி; ஆகுதல்; profit; growth; creativity; benefit; renaissance; 'be' used in formal language to give added emphasis to the fact stated.

ஆக்கர்: *(பெ):* துரப்பணம்; வீதிகளில் துணிபோன்றவற்றை விற்பனை செய்பவன்; a tool for boring holes; one who sells clothes in the streets.

ஆக்கல்: *(வி):* சமைத்தல்; செய்தல்; படைத்தல்; to construct; to perform; to create.

ஆக்கவினை: *(பெ):* ஒரு செயலைச் செய்திட வேறொருவர் (அ) வேறொன்று காரணமாக இருப்பதைத்தெரிவிக்கப்பயன்படுத்தும் 'செய்', 'வை' போன்ற வினை; the causative verb such as 'செய்', 'வை' etc., in modern Tamil which comes after an infinitive.

ஆக்காட்டுதல்: *(வி):* வாய்திறத்தல்; to open the mouth.

ஆக்கியானம்: *(வி):* கட்டுக்கதை பேசுதல்; to talk fable tales.

ஆக்கிரகம்: *(பெ):* கடுங்கோபம்; பொல்லாங்கு; ஆங்காரம்; தத்துவம்; விடாப்பிடி; severe anger; anything bad; haughtiness; philosophy; firm hold.

ஆக்கிரகாயணி: (பெ): மார்கழி மாதத்திய முழுநிலவு; மிருகசீரிடம்; ஒருவகை வேள்வி; the full Moon in the Tamil month of Margazhi; Mrigaseeridam, one of the twentyseven stars; a kind of sacrifice.

ஆக்கிரமணம்/ஆக்கிரகித்தல்: (வி): வலிந்து பெறுதல்; வென்றிடல்; to get by using violence; to win by violent means.

ஆக்கிரகிந்தகம்: (பெ): குதிரையின் விரைவு நடை; the speedy walk of a horse.

ஆக்கிரமம்: (வி): அடைதல்; சுமத்தல்; எதிர்த்தல்; விரித்தல்; பரப்புதல்; to obtain; carrying a load or cause to bear; to oppose; to spread. (பெ): எழுச்சி; வீரம்; rising; bravery.

ஆக்கிரமி: (வி): சட்டவிரோதமாக ஓர் இடத்தை (அ) நாட்டைக் கவர்ந்திடு; to occupy a place or a country by force or illegally.

ஆக்கிரமிப்பு: (பெ): ஒரு நாட்டை அல்லது இடத்தைக் கைப்பற்றுதல்; தனியார் அல்லது அரசுக்குச்சொந்தமான இடத்தில்ஒப்புதல்பெறாது அமைக்கப்பட்ட வீடு, கடை போன்றவை; an encroachment.

ஆக்கிராணப்பொடி: (பெ): மூக்குப்பொடி; the snuff.

ஆக்கிராணம்: (பெ): மூக்கு; மூக்கில் இடும் மருந்து; மோந்து பார்த்தல்; nose; nostril drops; to smell.

ஆக்கிராணவிந்திரியம்: (பெ): மூக்கு; nose.

ஆக்கிராணித்தல்: (வி): மோந்து பார்த்தல்; to smell.

ஆக்கிரீடம்: (பெ): கோபம்; anger.

ஆக்கிரீஷம்: (பெ): பொழுதுபோக்கு; spending the hours in recreation.

ஆக்கிரோசனம்: (பெ): சாபம்; imprecation.

ஆக்கினாகரணம்: (வி): கீழ்ப்படிதல்; to obey.

ஆக்கினாகரன்: (பெ): வேலையாள்; servant.

ஆக்கினாசக்கரம்: (பெ): அரசு ஆணை; Government Order.

ஆக்கினாபங்கம்: (பெ): கீழ்ப்படியாமை; disobedience.

ஆக்கினேயாத்திரம்: (பெ): அக்னியைத் தேவதையாகக் கொண்ட அம்பு; the arrow which has Agni as its deity.

ஆக்கினை: (பெ): தண்டனை; கட்டளை; கட்டைவிரல்; punishment; order; thumb.

ஆக்கு: (வி): படைத்திடு; செய்திடு; to create; to do (something).

ஆக்குதல்: (வி): செய்தல்; சமைத்தல்; படைத்தல்; அமைத்தல்; to do something; to cook; to create; to establish.

ஆக்குரோதம்: (பெ): மூர்க்கம்; கோபம்; fury; anger; (வி): திட்டுதல்; to scold.

ஆக்குரோடம்: (பெ): மார்பு; chest.

ஆக்குவயம்: (பெ): நாகம்; பெயர்; cobra, a hooded poisonous snake; name.

ஆக்கை: (பெ): உடம்பு; நார்; body; fibre.

ஆக்கொல்லி: (பெ): ஒருவகைப் புழு; தில்லை மரம்; a kind of worm; a kind of tree, called 'Thillai'.

ஆக்ஞை: (பெ): ஆணை; ஆறு ஆதார நிலைகளுள் ஒன்று; an order; one of the six Aadhaaraas in the body - *Aagnai*.

ஆங்கண்: (பெ): ஊர்; அவ்விடம்; town; that place.

ஆங்காரம்: (பெ): செருக்கு; அகங்காரம்; ஆத்திரம்; disdain; haughtiness; anger coupled with vehemence.

ஆங்காரி: (பெ): அகங்காரம் கொண்ட பெண்; arrogant lady.

ஆங்காரிப்பு: (பெ): கர்வம்; இறுமாப்பு; செருக்கு; pride; conceit; arrogance.

ஆங்காலம்: (பெ): நல்ல காலம்; நல்ல வாய்ப்பு; good day; favourable opportunity.

ஆங்கு: (வி.அ): அவ்விடம்; that place.

ஆங்஡னம்: (வி.அ): ஆகையால்; எனவே; அந்த வகையில்; thus; so; in that manner.

ஆசங்கித்தல்: (வி): ஐயுறுதல்; மறுத்தல்; to doubt; to deny.

ஆசங்கை: (பெ): மறுப்பு; ஐயம்; objection; doubt.

ஆசடை: (பெ): கூரையினைத் தாங்கும் விதமாக நீளவாக்கில் போடப்படும் உத்திரக்கட்டை; the beam placed lengthwise in the roof.

ஆசட்சு: (பெ): கண்; பண்டிதன்; eye; a scholar.

ஆசத்தி: (பெ): விருப்பம்; பற்று; desire; attachment.

ஆசந்தி: (பெ): சிறு கட்டில்; பிரம்பால் செய்த இருக்கை; சவம் கொண்டு போகும் பாடை; a small cot; the seat made of rattan; the funeral bier with poles to carry.

ஆசம்: (பெ): சிரிப்பு; laugh.

ஆசயம்: (பெ): உறைவிடம்; பலா; மனம்; கருத்து; dwelling place; jack-fruit; mind; opinion.

ஆசரணம்: (பெ): பழக்கம்; வழக்கம்; அனுட்டானம்; practice; custom; observance.

ஆசரித்தல்: (வி): அனுசரித்தல்; வழிபடுதல்; to observe; to pray or worship.

ஆசர்: (பெ): ஆயத்தம்; preparation.

ஆசலம்: (பெ): மனத்துயரம்; குற்றம்; grief; fault.

ஆசலை: (பெ): ஆடாதோடை; malabar nut.

ஆசல்: (பெ): மதிப்பு; respect; value.

ஆசவம்: (பெ): கள்; toddy.

ஆசறுதி: (பெ): முடிவு; இறுதி; end; final.

ஆசறுதிப்பல்: (பெ): கடைவாய்ப்பல்; molar tooth.

ஆசனம்: (பெ): அமர்வதற்கு உரியது; இருக்கை; anything which is used to sit; seat.

ஆசனி: (பெ): பெருங்காயம்; asafoetida, used in cooking for aromatic purpose.

ஆசன்னம்: (பெ): அண்மையில் உள்ளது; that which is near.

ஆசாசித்தல்: (வி): வாழ்த்துதல்; to greet.

ஆசாடபூதி: (பெ): தோற்றத்தில் நல்லவன் போன்ற பண்புள்ளவன்; cunning person.

ஆசாடம்: (பெ): மரக்கொம்பு; தவசியின் கைக்கோல்; ஆடி மாதம்; wooden stick; the hand-pole of ascetic; the Tamil month `Aadi'.

ஆசாபங்கம்: (பெ): விரும்பியது கிடைக்காமை; disappointment.

ஆசாபந்தம்: (பெ): சிலந்தி வலை; நம்பிக்கை; cobweb; faith.

ஆசாபாசம்: (பெ): பெருவிருப்பம்; உலகப் பொருள்களின் மீதும் உறவுகளின் மீதும் வைத்திடும் பற்று; noose of desire; worldly desire; attachment.

ஆசாபைசாசம்: (பெ): அபரிமித ஆசை; வெறி; excessive desire; bigotry.

ஆசாரக்கள்ளன்: (பெ): மந்திரவாதி; முகஸ்துதி செய்பவன்; ஒழுக்கம் உள்ளவன் போன்று பாசாங்கு செய்பவன்; magician; flattering person; a fraud; the person making a pretence of holiness.

ஆசாரக்கோவை: (பெ): பதினெண் கீழ்க்கணக்கு நூல்களில் ஒன்று; 'Aasaarakkovai', a Tamil classic.

ஆசாரச்சாவடி: (பெ): பொது இடம்; அரசவை; common place; king's court.

ஆசாரப்பிழை: (பெ): அசுத்தம்; ஒழுக்கமின்மை; dirty; indiscipline.

ஆசாரம்: (பெ): ஒழுக்கத்திற்கென உள்ள நெறிமுறை; அனுஷ்டானம்; கட்டளை; சுத்தம்; பெருமழை; வழக்கம்; moral codes and practices; observance; order; cleanliness; heavy rain; that which is usual.

ஆசாரவாசல் / வாயில்: (பெ): தலைவாசல்; கோயிலின் நுழைவு வாயில்; the main entrance which is close to the street; the main entrance in a place or temple.

ஆசாரியன்: (பெ): குரு; சமயத்தலைவர்; ஆசிரியர்; Guru; religious leader; teacher.

ஆசாரியன் திருவடியடைதல்: (வி): இறந்து போதல்; to die.

ஆசாள்: (பெ): குருவின் மனைவி; தலைவி; the wife of a Guru; heroine.

ஆசான கங்கை: (பெ): காட்டாமணக்கு; common physic nut.

ஆசி: (பெ): வாழ்த்து; சமநிலம்; பாம்பின் பல்; blessings; plain land; tooth of a snake.

ஆசிகம்: (பெ): முகம்; face.

ஆசிகையன்: (பெ): நாவிதன்; barber, a person who shaves the hair of his customers.

ஆசிடை: (பெ): வாழ்த்து; ஆடை; கூட்டம்; greeting; dress; crowd.

ஆசிதம்: (பெ): இருக்கை; வசிப்பிடம்; நகரம்; seat; residing place; city or town.

ஆசியக்காரன்: (பெ): விகடம் செய்பவன்; a comedian.

ஆசியம்/ஆசியசீரகம்: (பெ): கருஞ்சீரகம்; black cumin.

ஆசியபத்தி: (பெ): தாமரை; Lotus.

ஆசியம்: (பெ): வாய்; முகம்; பரிகாசம்; சிரிப்பு; கருஞ்சீரகம்; mouth; face; mockery; laugh; black cumin.

ஆசியாசலம்: (பெ): உமிழ்நீர்; saliva.

ஆசியாட்சேபவாதம்: (பெ): ஒருவகை வாத நோய்; a kind of disease - Vaadham.

ஆசிரமம்: (பெ): ஆன்மிக குரு அல்லது முனிவர் வாழுமிடம்; an abode of an ascetic.

ஆசிரமி: (பெ): சன்னியாசி; ascetic.

ஆசிரம்: (பெ): இடம்; தீ; place; fire.

ஆசிரயம்: (பெ): மூலம் - நட்சத்திரம்; 'Moolam' one of the twenty-seven stars.

ஆசிரியப்பா: (பெ): அகவற்பா; the metre known as 'Agaval' and the chief kind of metre.

ஆசிரிய வசனம்: (பெ): மேற்கோள்; quotation.

ஆசிரிய விருத்தம்: (பெ): a kind of metre.

ஆசிவேடம்: (வி): ஆலிங்கனம் செய்தல்; தழுவுதல்; to embrace.

ஆசினி: (பெ): பலா வகை; மரவுரி; மரம் - பொதுப்பெயர்; வானம்; a species of jack fruit; bark of a tree; the cloth made from the bark; a common name for tree; sky.

ஆசீர்வதி/ஆசீர்வாதம்: (பெ): 'பலவும் பெற்று பல்லாண்டு வாழ்க' என்னும் நல்வாக்கு அருளல்; blessings.

ஆசீல்: (பெ): மதிப்பு; respect; value.

ஆசீவன்: (பெ): சமணருள் ஒரு பிரிவு; a sect of Jains.

ஆசு: *(பெ):* குற்றம்; நுட்பம்; துன்பம்; கவசம்; விரைவு; கறை; fault; minuteness; sorrow; armour; quickness; stain.

ஆசுகம்: (பெ): அம்பு; காற்று; பறவை; arrow; air; bird.

ஆசுகவி: *(பெ):* உடனே இயற்றப்படும் செய்யுள்; அத்தகைய செய்யுளைப் பாடும் கவிஞன்; an extempore poem; extempor aneous poet.

ஆசுகன்: *(பெ):* காற்று; சூரியன்; wind; Sun.

ஆசுகி: *(பெ):* ஒரு பறவை; a kind of bird.

ஆசுக்காயம்: *(பெ):* நரி வெங்காயம்; a kind of small onion.

ஆசுக்கணி: *(பெ):* நெருப்பு; fire.

ஆசுணம்: *(பெ):* அசோகம்; அரசு; the Asoka tree; Pipal tree.

ஆசுபத்திரா மரம்: *(பெ):* மரவகை; a kind of tree.

ஆசுரம்: *(பெ):* இஞ்சி; கேழ்வரகு; வெள்ளைப் பூண்டு; திருமணம்; ginger; ragi; garlic; wedding.

ஆசுர வைத்தியம்: *(பெ):* இரண வைத்தியம்; surgery.

ஆசுராப்பண்டிகை: *(பெ):* முகரம் பண்டிகை; Muharram.

ஆசுரி: *(பெ):* இரண வைத்தியன்; அசுரப் பெண்; surgeon; woman who belongs to Asuras.

ஆசுவயுசி: *(பெ):* ஒரு வேள்வி; ஐப்பசி மாதத்தின் முழுநிலவு; a sacrifice; the full Moon in the Tamil month of 'Aippasi'.

அசோதை/அசௌகம்/ஆசுவாசம்: *(பெ):* இளைப்பாறுதல்; நிம்மதி; relief; consolation.

ஆசூ: *(பெ):* பயனற்ற செயல்; useless action.

ஆசூசம்: *(பெ):* தீட்டு; அருவருப்பு; அசுத்தம்; defilement; disgust; dirt.

ஆசேசனம்: *(வி):* தெளித்தல்; to sprinkle.

ஆச்ச மரம்: *(பெ):* சங்கஞ் செடி; a kind of plant named Sangam.

ஆச்சமாதிக்கம்: *(பெ):* வெற்றிலை வகை; a kind of betel leaf.

ஆச்சரியக்குறி: *(பெ):* ஒரு குத்துக்கோட்டுக்குக் கீழ் புள்ளியை உடைய ஒரு குறியீடு; an exclamatory mark (!).

ஆச்சரியம்: *(பெ):* வழக்கத்துக்கு மாறாக ஒன்று நடந்திடும்போது உண்டாகும் ஓர் உணர்வு; wonder; surprise.

ஆச்சல்: *(பெ):* பாய்ச்சல்; வண்டிப் பாதையில் உண்டாகும் பள்ளம்; gushing; cart track.

ஆச்சா/ஆச்சாசினி: *(பெ):* கள்ளி; cactus.

ஆச்சாதம்: *(பெ):* மேலாடை; உறை; மூடி; சீலை; upper garment; sheath; lid; woman's cloth.

ஆச்சாதன பலம்: *(பெ):* பருத்திக் கொட்டை; cotton seed.

ஆச்சாதனம்: *(பெ):* ஆணவம்; மறைப்பு; ஆடை; அஞ்ஞானம்; pride; secrecy; dress, garment; spiritual ignorance.

ஆச்சாள்: *(பெ):* தாய்; mother.

ஆச்சான்: *(பெ):* ஆசாரியன்; spiritual teacher.

ஆச்சி: *(பெ):* தாய்; பாட்டி; தமக்கை; குருபத்தினி; சிறப்புகளை உடைய மாது; mother; grand mother; elder sister; wife of teacher; a woman having good qualities.

ஆச்சியம்: *(பெ):* நெய்; கட்டணம்; ghee; payment; charge; fare.

ஆச்சிரயம்: *(பெ):* பாதுகாப்பு; புகலிடம்; protection; refuge.

ஆச்சிரவம்: *(பெ):* சூள்; வருத்தம்; vow; grief; *(வி):* கீழ்ப்படிதல்; நல்வழிச்சேர்தல்; to obey; to come into morality.

ஆச்சிலை: *(பெ):* கோமேதகம்; Sardonyx collected from Himalayas and the Indus; Gomethagam, one of the nine gems, a precious stone of light yellow colour.

ஆச்சுரிதகம்: *(பெ):* அட்டகாசம்; நொடித்தல்; atrocity; decline.

ஆச்சுவாசம்: *(பெ):* கெடுதி; அத்தியாயம்; ruin; chapter.

ஆச்சோதனம்: *(பெ):* வேட்டை; hunting.

ஆஞ/ஆஞான்: *(பெ):* தந்தை; father.

ஆஞ்சான்: *(பெ):* கயிறு; கப்பலில் பாய், கொடி போன்றவற்றை ஏற்ற இறக்க உதவும் கயிறு; rope; the rope, used for raising and dropping the sail and flag on the ship.

ஆஞ்சி: *(பெ):* அச்சம்; கூத்து; சோம்பு; ஏலம்; fear; dance; anise; cardamom seed; *(வி):* அலைதல்; to wander about.

ஆஞ்சிரணம்: *(பெ):* காட்டுத்துளசி; wild basil.

ஆஞ்ஞாசக்கரம்: *(பெ):* அரசாணை; king's order.

ஆஞ்ஞாபனம்: *(பெ):* கட்டளை; order.

ஆடகச்சயிலம்: *(பெ):* மேருமலை; a mountain.

ஆடகம்: *(பெ):* கூத்தாடும் இடம்; தங்கம்; துவரை; the stage of a folk play; gold; pigeon pea.

ஆடகி: *(பெ):* துவரை; pigeon pea.

ஆடகூடம்: *(பெ):* செம்புமலை; copper mountain.

ஆடங்கம்: *(பெ):* துன்பம்; தாமதம்; grief, sorrow; delay.

ஆடம்: (பெ): ஆவேசம்; ஓர் அளவு வகை; ஆமணக்கு; யானையின் பிளிற்றல் ஒலி; fury; a kind of measure; castor seed; the trumpet sound of an elephant.

ஆடல்: (பெ): கூத்து; துன்பம்; விளையாட்டு; போர்; புணர்ச்சி; நீராடல்; வெற்றி; dance; grief; game; war; sexual intercourse; bathe; victory.

ஆடவல்லான்: (பெ): நடராஜப் பெருமான்; இராசஇராசனுக்குரிய பட்டப்பெயர்; Lord Nataraja, the Deity at Chidambaram; a title of Chozha king Rajaraja.

ஆடவள்: (பெ): பெண்; woman.

ஆடவை: (பெ): மிதுன ராசி; Gemini of the Zodiac.

ஆடா: (பெ): குதிரைகளுக்கு வரும் ஒருவகை நோய்; a kind of horse disease.

ஆடாகாவிகம்: (பெ): மரவுரி; bark of a tree; the cloth made from the bark.

ஆடாதோடை: (பெ): மருந்தாக உபயோகப்படும் ஒரு வகைக் குத்துச்செடி; malabar nut.

ஆடி: (பெ): ஒரு தமிழ் மாதம்; கண்ணாடி; பளிங்கு; கூத்தாடுபவன்; நாரை; ஆணிவகை; the fourth Tamil month `Aadi'; metallic mirror; marble; dancer; crane; a kind of nail.

ஆடிக்கரு: (பெ): ஆடி மாதத்திய மேகம்; the cloud which seen during the month of 'Aadi'.

ஆடிக்குருவை: (பெ): நெல் வகை; a kind of paddy.

ஆடிச்சி: (பெ): கழைக்கூத்தாடிப் பெண்; woman rope dancer.

ஆடிடம்: (பெ): விளையாட்டுத் திடல்; play ground.

ஆடிப்பட்டம்: (பெ): ஆடிமாதத்தில் பயிர் சாகுபடி துவங்கும் பருவம்; the beginning of cultivation season in the month of 'Aadi'.

ஆடிப்பண்டிகை: (பெ): ஆடி மாதத்து முதல் தேதிப் பண்டிகை; the festival celebrations on the first day of 'Aadi' (month).

ஆடிப்பெருக்கு: (பெ): பதினெட்டாம் பெருக்கு; a festival of cauveri floods on the 18th day of 'Aadi'.

ஆடிய கூத்தன்: (பெ): தில்லை மரம்; a kind of tree called 'Thillai'.

ஆடு: (பெ): விலங்கு வகை; வெற்றி; மேஷ ராசி; கூர்மை; கூத்து; சமைத்தல்; கொல்லுதல்; goat; sheep; victory; Aries of the Zodiac; sharpness; dance; cooking; killing.

ஆடுகொப்பு: (பெ): மகளிர் காதணி வகை; a kind of women's ear ornament.

ஆடுசதை: (பெ): முழங்காலின் கீழ்த்தசை; calf of the leg.

ஆடுதின்னாப்பாளை: (பெ): ஒரு வகை மருந்துச்செடி; a kind of medicinal plant.

ஆடுமாடு: (பெ): கால்நடை; cattle; flocks and herds.

ஆடும் பாத்திரம்: (பெ): நாட்டிய நங்கை; woman dancer.

ஆடூஉ: (பெ): ஆண்மகன்; male; man.

ஆடூர்ந்தான்: (பெ): முருகப்பெருமான்; அக்னிக் கடவுள்; Lord Muruga; Agni Deva.

ஆடை: (பெ): பாலேடு; உடை; பனங்கிழங்கின் உள்தோல்; cream milk; cloth, dress, garment; ancillary fibre of palmyra stalk.

ஆடையொட்டி: (பெ): சீலைப்பேன்; பூண்டு வகை; lice in cloth; a kind of herb.

ஆடோபம்: (பெ): வீக்கம்; செருக்கு; swelling; pride.

ஆட்கடியன்: (பெ): பாம்பு வகை; முதலை; a kind of snake; crocodile; alligator.

ஆட்காசு: (பெ): மனித உருவம் பொறித்த பழங்காசு; the old coin which has a figure of man on its one side.

ஆட்காட்டி விரல்: (பெ): கைக் கட்டைவிரலுக்கு அடுத்துள்ள விரல்; index finger.

ஆட்கூலி: (பெ): கூலியாளுக்கு சம்பளமாகக் கொடுக்கப்படும் தொகை; the wages of a labourer.

ஆட்கொல்லி: (பெ): கொலைகாரன்; murderer.

ஆட்கொள்: (வி): அடியவராக ஏற்றுக்கொள்; to admit someone as a disciple.

ஆட்சாரம்: (பெ): நிந்தனை; குற்றச்சாட்டு; vilification; allegation.

ஆட்சி[1]: (பெ): ஆளுகை; உரிமை; கிழமை; அதிகாரம்; அனுபவம்; அரசு; rule; right; day; power; experience; government.

ஆட்சி[2]: (பெ): தேர்ந்தெடுத்த ஓர் அரசியல் கட்சி நடத்திடும் நாட்டின் நிர்வாகம்; சொல்லானது எடுத்து ஆளப்படுவது; ஜாதகத்தில் உள்ள இராசிக்கட்டத்தில் உள்ள ஒருவீட்டில் குறிப்பிட்ட ஒரு கிரகத்தின் வலிமை; government rule of an elected political party; usage of a word; the ascendancy of a planet in a house.

ஆட்சித்துறை: (பெ): நிர்வாகத்துறை; administration.

ஆட்சித்துறையாளர்: (பெ): நிர்வாகத் திறமை கொண்டவர்; administrator.

ஆட்சிப்படுதல்: (வி): உரிமையாதல்; to dedicate.

ஆட்சிப்பகுதி: (பெ): நிர்வாகத்திற்கு உட்பட்ட பகுதி; dominion.

ஆட்சிமுறை: (பெ): நிர்வாக முறை; administration; governance.

ஆட்சிமொழி: (பெ): நிர்வாகம் தொடர்பானவைகளுக்குபயன்படுத்திட அரசியல் சட்டம் அனுமதித்திடும்மொழி; official language.

ஆட்சை (பெ): கிழமை; day.

ஆட்டகம்: (பெ): குளியலறை; bath room.

ஆட்டு/ஆட்டம்: (பெ): விளையாட்டு; கூத்தாடுதல்; அசைவு; அதிகாரம்; சூது; தளர்வு; game, play; dance; move; power; gambling; tiredness.

ஆட்டாங்கொடி: (பெ): ஒரு கொடி வகை; a kind of creeper.

ஆட்டாங்கொருக்கு: (பெ): மலைத் துவரை; a kind of pigeon pea.

ஆட்டாள் / ஆட்டிடையன்: (பெ): ஆடுமேய்ப்பன்; a shepherd.

ஆட்டி: (பெ): பெண்; மனைவி; woman; wife.

ஆட்டினி: (பெ): காட்டுப்பூவரசு; wild portia tree.

ஆட்டுக்கொம்பவரை: (பெ): அவரை வகை; a kind of beans.

ஆட்டுதல்: (வி): அசைத்தல்; துரத்துதல்; அலைத்தல்; வெல்லுதல்; நீராட்டுதல்; அரைத்தல்; to shake; to chase; to wave; to defeat; to bathe; to grind.

ஆட்டுத்துழாள்: (பெ): காட்டுத்துளசி; wild basil.

ஆட்டுத்தொட்டி: (பெ): ஆட்டுக்கிடை; sheep field; sheep-pen.

ஆட்டுமுட்டி: (பெ): அதிமதுரம்; the root of a herbal medicinal plant.

ஆட்டுரல்: (பெ): ஆட்டுக்கல்; stone mortar.

ஆட்டுர வேம்பு: (பெ): மலைவேம்பு; a kind of neem tree which is used as medicine.

ஆட்டை: (பெ.அ): ஆண்டுக்குரிய; ஆண்டின்; yearly; annual.

ஆட்டை விழா: (பெ): ஆண்டுவிழா; annual day celebration.

ஆட்படுதல்: (வி): அடிமையாதல்; to become slave.

ஆட்பாலவன்: (பெ): அடிமை; slave.

ஆட்பிடியன்: (பெ): முதலை; crocodile; alligator.

ஆணகம்: (பெ): சுரைக்கொடி; gourd creeper.

ஆணங்காய்: (பெ): பனம் பூ; ஆண் பனையின் பாளை; palmyra flower; spathe of palmyra tree.

ஆணத்தி: (பெ): கட்டளை; order.

ஆணம்: (பெ): நேயம்; பற்றுக்கோடு; கொள்கலம்; குழம்பு; சிறுமை; love; affection; container; sauce; meanness.

ஆணர்: (பெ): பாடகர்; பாணர்; அரசாள்வோர்; singer; bard; ruler.

ஆணவ மறைப்பு: (பெ): ஆணவத்தால் உண்டாகும் அறியாமை; spiritual ignorance.

ஆணவம்: (பெ): செருக்கு; தற்பெருமை; கீழ்மை; pride; egotism; meanness.

ஆணாள்: (பெ): பரணி, கார்த்திகை, ரோகிணி, புனர்பூசம், பூசம், அஸ்தம், அனுஷம், திருவோணம், பூரட்டாதி, உத்திரட்டாதி ஆகிய பத்து நட்சத்திரங்கள் தனித்தனியே வரும் நாட்கள்; the days of the stars Bharani, Kaarthigai, Rohini, Punarpoosam, Poosam, Astham, Anusham, Thiruvonam, Poorattathi and Uthirattathi.

ஆணாறு: (பெ): மேற்கு நோக்கிப் பாயும் ஆறு; the river which flows westwardly.

ஆணி:(பெ): இருப்பாணி; அச்சாணி; எழுத்தாணி; மரவாணி; உரையாணி; மேன்மை; ஆதாரம்; ஆசை; உறக்கம்; பேரழகு; எல்லை; nail; small spike; pin; plug; pen; linch-pin; excellence; support; desire; sleep; great beauty; limit.

ஆணித்தரமான: (பெ.அ): உறுதியான; constant firm.

ஆணிப்பூ: (பெ): கண்ணோய்; a kind of eye disease.

ஆணிப்பொன்[1]: (பெ): கால் நோய் வகை; a kind of disease in legs.

ஆணு: (பெ): நேயம்; இனிமை; நன்மை; affection; sweetness; benefit.

ஆணெழுத்து: (பெ): உயிரெழுத்து; the vowel.

ஆணையர்: (பெ): மேல்முறையீடு போன்றவற்றில் தீர்ப்பு வழங்கும் அதிகாரம் பெற்ற உயர் அதிகாரி; Commissioner.

ஆண்:(பெ): உயிரினங்களில் ஆண் என்னும் பிரிவு; male of the living being.

ஆண்டான்: (பெ): சொத்துகளுக்கும், ஊழியர்களுக்கும் அதிபதியாக இருப்போன்; one who has vast property and a huge number of servants.

ஆண்டு: (பெ): வருடம்; அகவை; அவ்விடம்; year; age; that place.

ஆண்டு வருதல்: (வி): பயன்படுத்துதல்; போதிய அளவு பயன்பாட்டுக்கு இருத்தல்; to utilize; be sufficient for utilization.

ஆண்டை:(பெ): தலைவன்; அழிஞ்சில்; அவ்விடம்; master; hero; chief; a kind of creeper; that place.

ஆண் தடுப்பை: (பெ): புல்வகை; a kind of grass.

ஆண்பால் எழுத்து: (பெ): அ, இ, உ, எ, ஒ என்னும் குறில்கள்; the short vowels - a, e, i, o, u.

ஆண்மாரி: (பெ): அடங்காப்பிடாரி; the termagant.

ஆண்மை: (பெ): ஆளும் தன்மை; வெற்றி; ஆண் தன்மை; வலிமை; அகங்காரம்; controlling power; victory; manliness; strength; vigour; pride.

ஆதங்கம்: (பெ): அச்சம்; நோய்; முரசின் ஓசை; துன்பம்; fear; disease; the sound of a drum; grief.

ஆதண்: (பெ): நோயினால் உண்டாகும் வருத்தம்; the pain caused by disease.

ஆததாயி: (பெ): கொடியவன்; கள்வன்; பிறன் மனை நாடுபவன்; felon; thief; one who likes another's wife.

ஆதபத்திரம்: (பெ): வெண் கொற்றக்குடை; குடை; white umbrella of victory; umbrella.

ஆதபம்: (பெ): குடை; வெயில்; தீ; umbrella; sun shine; sun light; fire.

ஆதபன்: (பெ): சூரியன்; கதிரவன்; the Sun.

ஆதமிலி: (பெ): ஆதரவற்றவன்; an orphan.

ஆதம்: (பெ): அன்பு; ஆதரவு; கூந்தற்பனை; மகிழ்ச்சி; love; patronage; tail pot palm; jaggery palm; joy.

ஆதரனை: (பெ): ஆதரவு; support; patronage.

ஆதரம்: (பெ): அன்பு; உபகாரம்; ஓடக்கூலி; ஊர்; சிலம்பு; kind; assistance; boat hire; town; anklet.

ஆதரவு: (பெ): அன்பு; உதவி; பாதுகாப்பு; உபகாரம்; சிலம்பு; ஆதாரம்; kind; love; help; protection; assistance; anklet; support.

ஆதரிசம்: (பெ): உரை; கண்ணாடி; மூலப்படி; explanation; mirror; original copy.

ஆதர்: (பெ): அறிவற்றவர்; பார்வையற்றவர்; idiots; foolish persons; blind person.

ஆதர்ஷம்: (பெ.அ): மிகச்சிறந்த; இலட்சிய உதாரணமாகக் கூறக்கூடிய; superb; ideal.

ஆதல்:(வி): அமைதல்; இணக்கமாதல்; கைகூடுதல்; be settled; to agree; to succeed.

ஆதவம்: (பெ): ஒளி; வெயில்; கொன்றை மலர்; light; sunshine; Indian Laburnum.

ஆதவன்: (பெ): சூரியன்; வேதியன்; the Sun; brahmin.

ஆதளை: (பெ): ஆமணக்கு; மாதுளை; சோர்வு; castor plant; pomegranate; tiredness.

ஆதளை மாதளை: (பெ): மயக்கம்; வருத்தம்; drowsiness; grief.

ஆதனம்: (பெ): ஆசனம்; யோகாசனம்; பீடம்; தரை; சீலை; சொத்து; யானையின் கழுத்து; throne; yogasana; seat; floor; cloth; property; elephant's neck.

ஆதனுங்கன்: (பெ): ஒரு கொடையாளி; a munificent person.

ஆதன்: (பெ): அறிவற்றவன்; குருடன்; ஆரியன் அருகன்; ஆன்மா; idiot; blind man; the person migrated from central Asia to India; Deity; soul.

ஆதன்மை: (பெ): பேதைமை; ignorance.

ஆதாயம்: (பெ): வரவு; நன்மை; இலாபம்; பயன்; credit; advantage; profit; income; gain.

ஆதாரதண்டம்: (பெ): முதுகெலும்பு; spine; back-bone.

ஆதாரம்: (பெ): பற்றுக்கோடு; பிரமாணம்; உடல்; மழை; மூலம்; அடகு; ஏரி; பாத்தி; புகலிடம்; கொள்கலம்; support; method; body; rain; root, basis; mortgage; reservoir for irrigation; division; refuge; container.

ஆதாளி: (பெ): பேரொலி; மனக்கலக்கம்; ஆடம்பரப் பேச்சு; வீம்பான பேச்சு; loud noise; mental confusion; boasting speech.

ஆதாளிக்காரன்: (பெ): வீம்புப் பேச்சு பேசுபவன்; one who speaks in boasting way.

ஆதாளித்தல்: (வி): அயர்வு அடைதல்; to attain depression.

ஆதாளிமன்னன்: (பெ): கரடி; bear.

ஆதி: (பெ): மூலம்; முதல்; பழைமை; தொடக்கம்; அடகு; இறைவன்; சூரியன்; எசமான்; பிரதானம்; திருமால்; நாரை; அதிசயம்; ஆதி தாளம்; மனநோய்; origin; first; old; beginning; mortgage; deity; Sun; master; importance; Thirumal - Lord Vishnu; crane; wonder; a kind of Thalam - Aadhi; distress of mind.

ஆதிகம்: (பெ): சிறுகுறிஞ்சான் செடி; a kind of plant - Sirukurinjan.

ஆதிகாரணம்: (பெ): முதற்காரணம்; primary cause.

ஆதிக்கம்: (பெ): தனது கட்டுப்பாட்டுக்குள் வைத்திருப்பது; அதிகாரம் மேலோங்கிய நிலை; பாதிப்பு; possession; dominance; impact.

ஆதிக்கற்பேதம்: (பெ): அன்னபேதி; a kind of medicine - Annabethi.

ஆதிக்குரு: (பெ): ஒரு சித்த மருந்து; a kind of Siddha medicine.

ஆதிசைவம்: (பெ): சைவ சமயப்பிரிவுகளுள் ஒன்று; one of the sects of Saivism.

ஆதிதாளம்: (பெ): தாளவகை; a kind of rhythm measure.

ஆதிதிராவிடர்: (பெ): தமிழகத்தில் வாழும் தாழ்த்தப்பட்டோர்; the scheduled caste people who live in Tamil Nadu.

ஆதிதைவிகம்: (பெ): தெய்வக்குற்றம்; divine displeasure due to non-performance of enjoined rites.

ஆதித்தமண்டலம்: (பெ): சூரியமண்டலம்; மனிதரின் வயிற்றுப்பகுதி (அ) இதயப்பகுதி; solar system; the region of the stomach or the heart of human beings.

ஆதிநூல்: (பெ): வேதம்; Veda.

ஆதிபகவன்: (பெ): கடவுள்; God.

ஆதிபத்தியம்: (பெ): தலைமை; leadership; superiority.

ஆதிபலம்: (பெ): சாதிக்காய்; nut-meg.

ஆதிமூலம்: (பெ): முழுமுதற்கடவுள்; முதற்காரணம்; supreme-being; primitive cause.

ஆதியந்தணன்: (பெ): பிரமன்; Lord Brahma.

ஆதியந்தமில்லாத: (பெ.அ): முதலும் முடிவுமற்ற; without beginning and end.

ஆதியாமம்: (பெ): சங்கஞ்செடி; a kind of medicinal plant.

ஆதியூழி: (பெ): கிருத யுகம்; Kirutha epoch.

ஆதியெழுத்து: (பெ): முதலெழுத்துகள் உயிர் 12, மெய் 18; the first letters, vowels 12 and consonants 18.

ஆதிரம்: (பெ): நெய்; ghee.

ஆதிரன்: (பெ): பெரியோன்; a great personage.

ஆதிரை: (பெ): மணிமேகலை காப்பியத்தில் வரும் சாதுவனின் மனைவி; the wife of Saduvan, a character in Manimegalai, the great epic in Tamil.

ஆதீனம்: (பெ): சைவசமயத் துறவிகளால் நிர்வகிக்கப்படும் சைவ அமைப்பு; Saiva monastery.

ஆதுரம்: (பெ): ஆசை; நோய்; desire; disease.

ஆதுரன்: (பெ): நோயாளி; கருமி; patient; miser.

ஆதுலம்: (பெ): தரித்திரம்; abject poverty.

ஆதுலன்: (பெ): ஆற்றலில்லாதவன்; ஏழை; disabled man; poor man.

ஆதுவன்: (பெ): கள்; toddy.

ஆதேசம்: (பெ): கட்டளை; an order.

ஆதேயம்: (பெ): தாங்கப்படுவது; that which is supported.

ஆதொண்டை: (பெ): ஒரு செடி வகை; a kind of plant.

ஆதோரணன்: (பெ): யானைப்பாகன்; mahout.

ஆத்தம்: (பெ): அன்பு; விருப்பம்; நட்பு; நெருக்கம்; love; desire; friendship; intimacy.

ஆத்தல்: (பெ): யாத்தல்; அமைத்தல்; to write a new poetry; be settled.

ஆத்தன்: (பெ): விருப்பமானவன்; the person who is desired by someone.

ஆத்தானம்: (பெ): அரசவை; கோபுரவாயில்; hall of audience; royal presence; entrance of the tower.

ஆத்திசூடி: (பெ): ஆத்திமாலைசூடிய சிவபெருமான்; ஔவையார் பாடிய நீதி நூல்களுள் ஒன்று; Lord Shiva; a little book of aphorisms written by poetess Avvaiyar.

ஆத்திட்டி: (பெ): நீர்முள்ளிப்பூண்டு; a kind of small plant called 'Neer Mulli'.

ஆத்தியை: (பெ): துர்க்கை; Durga, the Goddess of Victory.

ஆத்திரகம்: (பெ): இஞ்சி; ginger.

ஆத்திரம்: (பெ): சினம்; பரபரப்பு; அதிகப்படியான ஆர்வம்; anger; impatience; too much eagerness.

ஆத்திரேயி: (பெ): ஓர் ஆறு; a river.

ஆத்திரைப்பாட்டம்: (பெ): கால்நடை வரி; cattle tax.

ஆத்தின்னி: (பெ): பாணன்; a bard.

ஆத்துக்காரர்: (பெ): வீட்டின் உரிமையாளர்; கணவன்; owner of the house; husband.

ஆத்துமசன்: (பெ): மகன்; son.

ஆத்துமம்: (பெ): உயிர்; பதினெட்டு உபநிடதங்களுள் ஒன்று; soul; one of the eighteen upanishads.

ஆத்மஞானம்: (பெ): தன்னைத்தானே உணர்தல்; self-realization.

ஆத்மஞானி: (பெ): தன்னைத்தானே உணர்ந்தவர்; the person who has realised himself.

ஆத்மதிருப்தி: (பெ): மனநிறைவு; soul's satisfaction.

ஆத்மா: (பெ): உடம்பிலிருந்தும், மனதிலிருந்தும் வேறுபட்டதாகக் கருதப்படுவது; ஒரு நபரைக் குறிப்பிடுவது; soul; a person.

ஆத்மார்த்தம்: (பெ): மனம் விட்டுப் பகிர்ந்து கொள்ளும் நெருக்கம்; oneness of mind.

ஆத்மீகம்: (பெ): ஆன்மா தொடர்பானது; spirituality.

ஆந்தோளி: (பெ): சிவிகை; palanquin.

ஆபகம்: (பெ): கங்கையாறு; the river Ganges.

ஆபனியம்: (பெ): அங்காடி வீதி; bazaar street.

ஆபத்து: (பெ): கேடு; விபத்து; misfortune; danger; calamity.

ஆபந்தம்: (பெ): அலங்காரம்; கட்டு; decoration; tie; bond.

ஆபம்: (பெ): நீர்; தீய செயல்; water; evil deed.

ஆபயன்: (பெ): பால்; milk.

ஆபற்காலம்: (பெ): ஆபத்துக் காலம்; period of adversity.

ஆபனம்: (பெ): மிளகு; pepper.

ஆபாடம்: (பெ): பாயிரம்; preface.

ஆபாதம்: (பெ): நிகழ்காலம்; present time.

ஆபாதன்: (பெ): கொடியவன்; தூய்மையற்றவன்; wicked person; impure person.

ஆபாலி: (பெ): பேன்; louse.

ஆபீரம்: (பெ): ஆயர்கள் வாழும் வீதி; the street where herdsmen live.

ஆயர்பாடி/ஆபீரவல்லி: (பெ): இடையர் சேரி; cowherd's hamlet.

ஆபீரன்: (பெ): இடையன்; shepherd.

ஆபீலம்: (பெ): அச்சம்; துன்பம்; fear; suffering.

ஆபூபிகன்: (பெ): அப்பம் விற்பவன்; cake seller.

ஆபை: (பெ): அழகு; ஒளி; நிறம்; தோற்றம்; beauty; light; colour; appearance.

ஆப்தம்: (பெ): நட்பு; நெருக்கம்; friendship; intimacy.

ஆப்தன்: (பெ): உயிர் நண்பன்; intimate friend.

ஆப்பிடுதல்: (வி): அகப்படுதல்; be obtained.

ஆப்பியாயணம்: (பெ): மனநிறைவு; mental satisfaction.

ஆப்பு: (பெ): முளை; நொய்; உடல்; உணவு; எட்டி மரம்; peg; grits; body; food; worm-wood.

ஆப்புளண்டம்: (பெ): கரிசலாங்கண்ணி; a kind of greens; eclipse plant.

ஆமரம்/ஆமடி: (பெ): எட்டி மரவகை; a kind of worm-wood.

ஆமணக்கு நெய்: (பெ): விளக்கெண்ணெய்; castor oil.

ஆமணத்தி: (பெ): கோரோசனை; bezoar taken from the stomach of cows.

ஆர்மதி/ஆமதி: (பெ): நண்டு; crab.

ஆமநாயம்: (பெ): வழக்கம்; ஆகமம்; custom; habit; vedas; sastras; sacred writings.

ஆமம்: (பெ): கடலைப் பருப்பு; சீதபேதி; காளான்; துவரை; செரியாமை; Bengal gram; dysentery; fungus; mushroom; pigeon-pea; dhal; undigested.

ஆமயம்: (பெ): பசுஞ்சாணம்; நோய்; cowdung; disease.

ஆமரகோளம்: (பெ): கடுக்காய்ப் பூ; the flower of gall-nut.

ஆமரி: (பெ): சொல்; word.

ஆமலகம்: (பெ): நெல்லி; *Emblic myrobalan.*

ஆமல்: (பெ): மூங்கில்; bamboo.

ஆமா: (பெ): காட்டுப்பசு; wild cow.

ஆமாசயம்: (பெ): இரைப்பை; maw.

ஆமாத்தியன்: (பெ): அமைச்சன்; minister.

ஆமாத்திரர்: (பெ): அமைச்சர்; மருத்துவர்; minister; doctor.

ஆமாறு: (பெ): வழி; way.

ஆமான்: (பெ): காட்டுப்பசு; wild cow.

ஆமிசம்: (பெ): புணர்ச்சி; ஊன்; வரதட்சணை; sexual intercourse; flesh; money paid by the parents of the bride to the bridegroom.

ஆமிடம்: (பெ): உணவு; food.

ஆமிரம்: (பெ): மாமரம்; புளிப்பு; mango tree; sourness.

ஆமிலம்: (பெ): புளிப்பு; புளியமரம்; sourness; tamarind tree.

ஆமிலிகை: (பெ): புளிப்பு; sourness.

ஆமிலை: (பெ): புளியாரை; yellow wood sorrel.

ஆமுகம்: (பெ): தொடக்கம்; beginning.

ஆமுகர்: (பெ): நந்திதேவர்; Nandhi Deva, the chief attendant of Lord Shiva, having a bull's face.

ஆமைக்கல்: (பெ): அறுகோணக்கல்; hexagon stone.

ஆமோசனம்: (வி): விடுதலை செய்தல்; கட்டுதல்; ஒளி வீசிப் பிரகாசித்தல்; to set free; to tie up; to shine.

ஆமோதம்: (பெ): மகிழ்ச்சி; மணம்; joy; fragrance.

ஆம்: (பெ): ஒப்புதல் காட்டும் சொல்; மாமரம்; நீர்; ஈரம்; வீடு; அழகு; the word which express assent; mango tree; water; wet; house; beauty.

ஆம்பரியம்: (பெ): மின்சாரம்; electricity.

ஆம்பலரி: (பெ): சூரியன்; முதலை; the Sun; crocodile; alligator.

ஆம்பல்: (பெ): கள்; அல்லி; மூங்கில்; நெல்லிமரம்; ஊதுகொம்பு; பேரொலி; யானை; புளியாரை; துன்பம்; சந்திரன்; பண்வகை; toddy; water-lily; bamboo; emblic myrobalan tree; trumpet; a loud noise; elephant; yellow wood sorrel; grief; Moon; a kind of song.

ஆம்பி: (பெ): காளான்; ஒலி; mushroom; fungus; sound.

ஆம்பியம்: (பெ): பாதரசம்; mercury.

ஆம்பிலம்: (பெ): புளியமரம்; கள்; புளிப்பு; tamarind tree; toddy; sourness.

ஆம்புடை: (பெ): உபாயம்; means.

ஆயக்கட்டு: (பெ): மொத்தக் கணக்கு; பொய் வார்த்தை; total account; the word which means a lie.

ஆயக்காரன்: (பெ): சுங்கவரி வசூலிப்பவன்; one who collects customs duty.

ஆயக்கால்: (பெ): சிவிகைதாங்கி; the clamp that supports a palanquin.

ஆயசம்: (பெ): ஆயுதம்; இரும்பு; weapon; iron.

ஆயசூரி: *(பெ):* கடுகு; mustard.

ஆய்தம்: *(பெ):* ஆய்தவெழுத்து, நீளம்; the letter ஃ, length.

ஆயதனம்: *(பெ):* ஆலயம்; வீடு; நிலம், இடம்; temple; house; land; place.

ஆயதி: *(பெ):* பெருமை; வருங்காலம்; பொருந்துதல்; pride; future; be suitable.

ஆயத்தப்படுதல்: *(வி):* தயாராகுதல்; to prepare.

ஆயத்தம்: *(பெ):* முன்னேற்பாடு; preparation.

ஆயத்தீர்வை: *(வி):* உள்நாட்டுத் தொழிற்சாலைகளில் தயாரிக்கப்படும் பொருட்களின் மீது விதிக்கப்படும் தீர்வை; excise duty.

ஆயத்துறை: *(பெ):* சுங்க வரித் துறை; customs department.

ஆயந்தி: *(பெ):* அண்ணி; அண்ணன் மனைவி; wife of elder brother.

ஆயந்தீர்த்தல்: *(வி):* வரி செலுத்துதல்; paying taxes.

ஆயமானம்: *(பெ):* உயிர்நிலை; இரகசியம்; soul; secret.

ஆயமுற்கரவன்: *(பெ):* குபேரன்; பெரும் பணக்காரன்; Kubera, the deity of wealth; very rich man; millionaire.

ஆயம்: *(பெ):* மேகம்; வருத்தம்; ஆதாயம்; கடமை; சூது; சுங்கம்; தாய்; தாயம்; தோழி; நீளம்; வரவு; தோழியர் கூட்டம்; வழக்கம்; cloud; grief; profit; benefit; responsibility; gamble; customs duty; mother; (an indoor game played by moving the counters on a chequered board according to dice); lady maid, length; income; a group of maids; that which is usual.

ஆயனம்: *(பெ):* ஆண்டு; நெல்வகை; கிரகணம்; year; a kind of paddy; eclipse.

ஆயனி: *(பெ):* துர்க்கை; Durga, the Goddess of Victory.

ஆயாமம்: *(பெ):* நீளம்; அகலம்; length; width.

ஆயாணம்: *(பெ):* சுபாவம்; personality traits.

ஆயி: *(பெ):* ஆயா; தாய்; சக்தி; மரியாதைச்சொல்; grandmother; nurse; mother; Goddess Sakthi; a word of respect.

ஆயிடை: *(பெ):* அவ்விடம்; that place.

ஆயில்: *(பெ):* வேம்பு; அசோகு; ஆயிலிய நாள்; Neem tree; Ashoka tree; the day of Ayilyam (star).

ஆயிழை: *(பெ):* பெண்; woman.

ஆயினும்: *(இணை.இ.சொ):* ஆனாலும்; although.

ஆயு / ஆயுசு / ஆயுள்: *(பெ):* வாழ்நாள்; lifetime.

ஆயுசகன்: *(பெ):* வாயு; gas.

ஆயுட்டோமம்: *(பெ):* நீண்ட ஆயுளுக்காகச் செய்யப்படும் வேள்வி; the yagna done for a long life.

ஆயுர்வேதம்: *(பெ):* ஓர் இந்திய மருத்துவ அறிவியல்; a science relating to the Hindu system of medicine.

ஆய்: *(பெ):* அழகு; சிறுமை; நுண்மை; வருத்தம்; இடையர் குலம்; மலம்; தாய்; கடையெழு வள்ளல்களில் ஒருவன்; beauty; smallness; minuteness; pain; shepherd class; excrement; mother; one of the seven liberal donors in the past - 'Aai.'

ஆய்ச்சல்: *(பெ):* முறை; வேகம்; method; speed.

ஆய்ஞன்: *(பெ):* ஆராய்ச்சியாளர்; research scholar.

ஆய்தம்: *(பெ):* மூன்று புள்ளி வடிவிலான எழுத்து; ஃ; அஃகு; the letter which has three dots as its symbol, ஃ.

ஆய்தல்: *(வி):* அசைதல்; வருந்துதல்; சோதனை செய்தல்; காம்பு களைதல்; நுணுகுதல்; to shake; be distressed; to inspect; to pickout the peduncle; to make very small.

ஆய்ந்தோர்: *(பெ):* அறிஞர்; புலவர்; learned persons; poet.

ஆய்ப்பு: *(வி):* ஒடுங்கு; be restrained.

ஆய்மலர்: *(பெ):* தாமரை; Lotus flower.

ஆய்வாளர்: *(பெ):* ஆராய்ச்சியாளர்; inspector; research scholar.

ஆய்மகள்: *(பெ):* பால்காரி; milk-maid.

ஆய்வை: *(பெ):* துயிலிடம்; தூங்கும் இடம்; berth.

ஆர: *(பெ.அ):* மிகுதியான; மிக; much.

ஆரகந்தி: *(பெ):* திப்பிலி; long pepper.

ஆரகம்: *(பெ):* வகுக்கும் எண்; குருதி; the dividing number; blood.

ஆரகன்: *(பெ):* அழிப்பவன்; கள்வன்; கபடன்; the person who destroys something; thief; deceitful person.

ஆரகோதம்: *(பெ):* சரக்கொன்றை; Indian Laburnum.

ஆரக்கம்: *(பெ):* செஞ்சந்தனம்; அகில்; fragrant sandal paste; eagle-wood, a fragrant wood.

ஆரக்காரம்: *(பெ):* சக்கரத்தின் ஆரம்; radius of a wheel.

ஆரங்கம்-பாக்கு: *(பெ):* பாக்குவகை; a kind of areca-nut.

ஆரணி: *(பெ):* பார்வதி; மாகாளி; ஓர் ஊர்; Parvathi, the consort of Lord Shiva; Durga, the Goddess of Victory; a town.

ஆரணியகன்: *(பெ):* காட்டில் வாழ்பவன்; one who lives in forest.

ஆரணியம்: *(பெ):* காடு; forest.

ஆரதக்கறி: *(பெ):* மரக்கறி; vegetable curry.

ஆரதம்: *(பெ):* சைவ உணவு; vegetarian food.

ஆலத்தி/ஆரத்தி: *(பெ):* ஆலத்தி; on auspicious occasions, a plate containing water mixed with turmeric and lime moved around before newly wedded couple or important persons.

ஆரநாளம்: *(பெ):* காடிநீர்; fermented rice-water.

ஆரபி: *(பெ):* ஒரு பண்; a tune.

ஆரம்: *(பெ):* சனி; சந்தனமரம்; சந்தனக்குழம்பு; நுனி; ஒருவகை மணப்பொருள்; கடம்பமரம்; பித்தளை; முத்து; அணிகலன்; கண்ணீர்; நந்தவனம்; செவ்வாய்; மாலை; பறவையின் கழுத்தில் காணப்படும் வரி; வட்டத்தின் மையப்புள்ளிக்கும் பரிதிக்கும் இடைப்பட்ட தூரம்; Saturn; sandal wood; sandal wood paste; tip; a kind of fragrant thing; common Cadamba tree; brass; pearl; ornament; tears; garden; Mars; garland; the ring round the neck of some birds such as parrot, doves, etc.; radius.

ஆரம்பம்: *(பெ):* துவக்கம்; முயற்சி; பாயிரம்; பெருமிதம்; beginning; effort; preface; pride.

ஆரல்: *(பெ):* நெருப்பு; மீன்வகை; மதில்; fire; a kind of fish; fortwall.

ஆரவடம்: *(பெ):* முத்துமாலை; pearl chain.

ஆரவம்: *(பெ):* ஒலி; பகை; sound; enmity.

ஆரவாரம்: *(பெ):* பேரொலி; பகட்டு; துன்பம்; loud noise; vanity; suffering; pain.

ஆரவை: *(பெ):* கொந்தளிப்பு; commotion.

ஆராக்கியம்: *(பெ):* அரசமரம்; pipal tree.

ஆராட்டுதல்: *(வி):* தாலாட்டுதல்; to rock a child in a cradle with lullabies.

ஆராத: *(பெ.அ):* நிறைவு பெறாத; incomplete.

ஆராதகர்: *(பெ):* அர்ச்சகர்; the person appointed to recite the holy names of God at worship in temples.

ஆராதனம்: *(பெ):* பூசை; ஆவேசம்; worship; state of being possessed; *(வி):* சிந்தித்தல்; உவகைசெய்தல்; சமைத்தல்; to think; to delight; to joy; to produce.

ஆராதூரி: *(பெ):* ஊதாரி; வீண் விரயம் செய்பவன்; spend-thrift; squanderer.

ஆராத்தியர்: *(பெ):* வீர சைவர்; Veera Saivites.

ஆராப்பத்தியம்: *(பெ):* அற்பம்; கடும் பத்தியம்; meanness; prescribed diet for a patient.

ஆராமம்: *(பெ):* உபவனம்; flower garden.

ஆராய்ச்சி: *(பெ):* ஆய்வு; சோதனை; தலையாரி; experiment; investigation; village watchman.

ஆரார்: *(பெ):* பகைவர்; enemy.

ஆராவம்: *(பெ):* ஒலி; அரவம்; sound; noise.

ஆரி: *(பெ):* அருமை; மேன்மை; அழகு; கதவு; தோல்வி; சோழன்; துர்க்கை; பார்வதி; rare; eminence; glory; beauty; door; failure; defeat; a Chozha king; Durga, the Goddess of Victory; Parvathi, the consort of Lord Shiva.

ஆரித்தல்: *(வி):* ஒலித்தல்; to sound.

ஆரிடம்: *(பெ):* ஆகமம்; எட்டு வகை திருமணச் சடங்குகளில் ஒன்று; முனிவர்கள் சம்பந்தமானது; sacred writings; one of the eight forms of marriage; that which is of sages.

ஆரிடர்: *(பெ):* முனிவர்; sage.

ஆரித்தல்: *(வி):* ஒலித்தல்; to sound.

ஆரிய: *(பெ.அ):* சிறிய; small.

ஆரியக்கூத்து: *(பெ):* கூத்து வகை; a kind of dance.

ஆரியம்: *(பெ):* ச்மஸ்கிருதம்; கேழ்வரகு; அழகு; செல்வம்; Sanskrit; ragi; beauty; wealth.

ஆரியன்: *(பெ):* பெரியோன்; ஆசாரியன்; ஆசிரியன்; ஆதித்தன்; மிலேச்சன்; ஆரிய வகுப்பினன்; wise person; preceptor; teacher; the Sun; uncivilised foreigner; a person of Arya race.

ஆரியாவர்த்தம்: *(பெ):* இமயமலைக்கும், விந்தியமலைக்கும் இடைப்பட்ட மாநிலம்; the tract of country in India lying between Himalayas and Vindhya mountains.

ஆரியை: *(பெ):* பார்வதி; துர்க்கை; உயர்ந்தோள்; Parvathi, the consort of Lord Shiva; Durga, the Goddess of Victory; great woman.

ஆரீதம்: *(பெ):* புறா வகை; a kind of dove.

ஆருகதம்: *(பெ):* சமணமதம்; நாவல் மரம்; Jain religion; Jamoon-plum tree.

ஆருகதன்: *(பெ):* சமண மதத்தினன்; one who belongs to Jain religion.

ஆரூடர்: *(பெ):* சீவன்முக்தர்; perfected souls.

ஆரூரன்: *(பெ):* சுந்தரமூர்த்தி நாயனார்; Sundaramurthi Nayanar.

ஆரூர்க்கால்: *(பெ):* கற்பூரவகை; a kind of camphor.

ஆர்கோதம்/ஆரேவதம்: *(பெ):* சரக்கொன்றை; Indian Laburnum.

ஆரை: *(பெ):* கோட்டை மதில்; அச்சுமரம்; தோல் வெட்டும் உளி; நீராரை; fortwall; axle tree; a kind of chisel; an aquatic plant.

ஆரைக்காலி: *(பெ):* கோரை வகை; சக்கரத்தின் ஆரக்கால்; a kind of sedges and bulrushes; spoke.

ஆரைக்கீரை: *(பெ):* நீராரைக்கீரை; the leaves of the aquatic plant - Neerarai.

ஆரைபற்றி: *(பெ):* உடும்பு; salamander; a big lizard.

ஆரோகணம்: *(பெ):* கமகம் பத்தினுள் ஒன்று; தாழ்வாரம்; ஏறுகை; ஏணி; one of the ten gamagams; inclined roof; verandah; ascending; ladder.

ஆரோகணித்தல்: *(வி):* ஏறுதல்; எழுதல்; to mount; to ascend.

ஆரோகம்: *(பெ):* ஏறுகை; முளை; உயர்ச்சி; ascending; sprout; elevation; excellence.

ஆர்[1]: *(பெ):* நிறைவு; பூமி; அழகு; கூர்மை; மலரின் பொருந்துவாய்; ஆரக்கால்; அச்சுமரம்; அத்திமரம்; fullness; earth; beauty; sharpness; calyx; spoke; axle tree; country-fig tree.

ஆர்[2]: *(பெ):* சரக்கொன்றை; அண்மை; செவ்வாய்; யார்?; Indian Laburnum; nearness; Mars; the question meant for 'who'.

ஆர்கதி: *(பெ):* திப்பிலி; long pepper.

ஆர்கலி: *(பெ):* கடல்; திப்பி; மழை; வெள்ளம்; sea; dregs; rain; flood.

ஆர்கை: *(வி):* தின்னுதல்; உண்ணுதல்; to eat.

ஆர்கோதம்: *(பெ):* சரக்கொன்றை; Indian Laburnum.

ஆர்க்கம்: *(பெ):* இலாபம்; profit; gain.

ஆர்க்கு: *(பெ):* இலைக்காம்பு; கிளிஞ்சல் வகை; எருக்கு; மீன்வகை; stalk; a kind of oyster-shell; yercum; maddar plant; a kind of fish.

ஆர்க்குவதம்: *(வி):* கொன்றை மரம்; Indian Laburnum tree.

ஆர்தல்: *(வி):* நிறைதல்; துய்த்தல்; ஒத்தல்; தங்குதல்; உண்ணுதல்; பரவுதல்; தொடுத்தல்; அனுபவித்தல்; அணிதல்; பெறுதல்; பொருந்துதல்; திருப்தியாதல்; to become full; to enjoy; to resemble; to stay; to eat; to spread; to connect, to experience; to wear; to obtain; to combine; be satisfied.

ஆர்த்தர்: *(பெ):* பெரியோர்; எளியோர்; நோயுற்றோர்; aged people; great people; humble persons; the patients.

ஆர்த்தல்: *(வி):* ஒலித்தல்; போர்புரிதல்; தூற்றுதல்; தட்டுதல்; கட்டுதல்; to shout; to fight; to winnow; to pat; to bind.

ஆர்த்தவம்: *(பெ):* மலர்; flower.

ஆர்த்தார்க்கோன்: *(பெ):* சோழ மன்னன்; Chozha king.

ஆர்த்தி: *(பெ):* வேதனை; ஆர்வம்; அனுபவம்; pain; desire; experience.

ஆர்த்திகை: *(பெ):* துன்பம்; suffering.

ஆர்த்தியம்: *(பெ):* தேன் வகை; a kind of honey.

ஆர்த்திரகம்: *(பெ):* இஞ்சி; ginger.

ஆர்த்துதல்: *(வி):* ஊட்டுதல்; நிறைவித்தல்; நுகர்வித்தல்; கொடுத்தல்; to feed; to complete; to enjoy; to give.

ஆர்பதம்: *(பெ):* உணவு; வண்டு; நிழல்; food; beetle; shadow.

ஆர்பதன்: *(பெ):* உணவு; food.

ஆர்ப்பரவம்: *(பெ):* போர்; ஆரவாரம்; war; loud noise.

ஆர்ப்பு: *(பெ):* பேரொலி; மகிழ்ச்சி; சிரிப்பு; கட்டு; போர்; loud noise; joy; laughter; bondage; war; battle.

ஆர்மதி: *(பெ):* கடகம்; நண்டு; crab.

ஆர்மை: *(பெ):* மதில்; கூர்மை; fort wall; sharpness.

ஆர்வம்: *(பெ):* அன்பு; விருப்பம்; பக்தி; ஏழு நரகத்துள் ஒன்று; kind; fondness; desire; liking; devotion; one of the seven hells.

ஆர்வலன்: *(பெ):* கணவன்; காதலன்; அன்புடையவன்; husband; lover; affectionate person.

ஆர்வலித்தல்: *(வி):* அன்பு கூர்தல்; to show affection.

ஆர்வு: *(பெ):* உண்ணல்; நிறைவு; செல்வம்; விருப்பம்; eating; completion; wealth; desire; liking.

ஆர்வை: *(பெ):* கோரைப்பாய்; bulrush mat.

ஆலகம்: *(பெ):* சோம்பு; நெல்லிமரம்; anise; emblic myrobalan tree.

ஆலகாலி: *(பெ):* காளி; Kali, a female deity of dark complexion.

ஆலக்கச்சி: *(பெ):* அரிதாரம்; musk of deer.

ஆலக்கட்டி: *(பெ):* துருசு; மயில் துத்தம்; blue vitriol; copper sulphate.

ஆலக்கரண்டி: *(பெ):* அகன்ற கரண்டி; iron ladle with a long handle to be kept on fire to fry the spices for seasoning.

ஆலசம்: *(பெ):* சோம்பு; anise.

ஆலசியம்: *(பெ):* சோம்பு; தாமதம்; கவனக்குறைவு; anise; delay; carelessness.

ஆலதரன்: *(பெ):* சிவன்; Lord Shiva.

ஆலந்தை: *(பெ):* ஒரு வகை சிறிய மரம்; a kind of small tree.

ஆலவிருட்சம்/ஆலமரம்: *(பெ):* உயர்ந்து வளர்ந்து, கிளைகளைப் பரப்பி, விழுதுகள் பல விட்டு வெகுகாலம் உயிர் வாழும் மரம்; Banyan tree.

ஆலமர் செல்வன்: (பெ): தட்சிணாமூர்த்தி; Lord Dhakshinamoorthi.

ஆலமுண்டோன்: (பெ): நீலகண்டன்; Lord Neelakanta (Paramashiva).

ஆலம்: (பெ): கடல்; மழை; ஆகாயம்; நீர்; அகலம்; மலர்; கலப்பை; நஞ்சு; கருமை; உலகம்; ஈயம்; துருசு; ஆலமரம்; வித்தாரம்; ஆலத்தி; sea; rain; sky; water; width; flower; plough; poison; blackness; world; lead; blue vitriol; banyan tree; expansiveness; a plate containing water mixed with turmeric and lime.

ஆலம்பம்: (வி): தொடுதல்; கொல்லுதல்; to touch; to kill.

ஆலயம்: (பெ): கோயில்; தேவர் தங்குமிடம்; நகரம்; வீடு; யானைக்கூடம்; temple; dwelling place of celestial beings; town; house; stable for elephants.

ஆலலம்: (பெ): திருமணத்தின்போது மணமகன், மணமகளுக்கு அளித்திடும் கூறைப்புடவை; wedding saree given to the bride by the bridegroom at the time of marriage.

ஆலல்: (பெ): மயிலின் குரல்; ஒலி; ஆடல்; the cry of a peacock; sound; dance; (வி): ஆரவாரித்தல்; சேருதல்; to roar; to join.

ஆலவட்டம்: (பெ): வட்ட வடிவப் பெரிய விசிறி; a large circular fan.

ஆலவாய்: (பெ): மதுரை மாநகரம்; நல்ல பாம்பு; the city - Madurai; cobra.

ஆலவாலம்: (பெ): விளைநிலம்; cultivable land; agricultural tract.

ஆலவூணி: (பெ): உமையவள்; Uma Devi, the consort of Lord Shiva.

ஆலா: (பெ): பருந்து; ஒரு கடற்பறவை; eagle; a kind of sea bird.

ஆலாசியம்: (பெ): மதுரை; ஆண் முதலை; the city - Madurai; the male of crocodile.

ஆலாதாடை: (பெ): அவுரி; Indigo.

ஆலாபம்: (பெ): உரையாடல்; conversation.

ஆலாபனம்: (பெ): இசை கூட்டி விரித்துப் பாடுதல்; (in music) the improved introduction to a melody.

ஆலாபனை: (பெ): இசையில் ராகத்தின் வடிவத்தைப்பாடலோ, தாளமோ இன்றிவிரிவாக வெளிப்படுத்திடும் முறை; the free rendering of a Ragha in such a way as to bring out its form without reference to Thala or words.

ஆலாலம்: (பெ): வெளவால்; நஞ்சு; பூ; நீர்; மரவகை; துரிஞ்சில்; bat; poison; flower; water; a kind of tree - *acacia pennata*.

ஆலி: (பெ): ஆலங்கட்டி; பனிக்கட்டி; மழைத்துளி; கள்; காற்று; தேள்; தேனீ; hail stone; frost; rain drop; toddy; air; scorpion; honey bee.

ஆலிகை: (பெ): அகலிகை; Ahaligai, the wife of Goutama Rishi and one of the Pancha-kanyas.

ஆலித்தல்: (வி): ஒலித்தல்; களித்தல்; to make noise; to roar; be intoxicated.

ஆலிப்பு: (பெ): ஆரவாரம்; loud noise.

ஆலீனகம்: (பெ): துத்தநாகம்; zinc.

ஆலுதல்: (வி): ஒலித்தல்; ஆடுதல்; களித்தல்; தங்குதல்; நிறைதல்; to sound; to dance; be intoxicated; to stay; to become full.

ஆலூரகம்: (பெ): வில்வமரம்; bael tree.

ஆலேகணம்: (வி): எழுதுதல்; சித்திரித்தல்; to write; to describe vividly.

ஆலேகணி: (பெ): எழுத்தாணி; எழுதுகோல்; stylus for writing on palmyra leaf; pencil; pen.

ஆலேபனம்: (வி): பூசுதல்; besmear.

ஆலை[1]: (பெ): கரும்பாலை; கருப்பஞ்சாறு; கள்; கூடம்; sugarcane press; the juice of sugar-cane; toddy; hall.

ஆலை[2]: (பெ): இயந்திரங்கள் வாயிலாகப் பெருமளவில் பொருட்களைத் தயாரிக்கும் தொழிற்சாலை; யானைக் கூடம்; சாலை; factory or mill; elephants' stable; avenue.

ஆலைக்குழி: (பெ): கருப்பஞ்சாறு கொள்கலம்; the container of sugarcane juice.

ஆலைமாலை: (பெ): நச்சரிப்பு; மயக்கம்; harassment; mental delusion.

ஆலோகம்: (பெ): ஒளி; பார்வை; light; sight.

ஆலோசகர்: (பெ): தகுந்த உபாயங்களை அளிப்பவர்; adviser; counsellor; consultant.

ஆலோசி: (வி): யோசித்திடு; to consult; to think over.

ஆலோபனை: (பெ): வருத்தம்; sorrow.

ஆலோலம்: (பெ): விவசாயிகள் பறவைகளை விரட்ட எழுப்பும் ஒலி; cry of farmers to drive away birds from crops.

ஆல்: (பெ): ஆலமரம்; நீர்; வெள்ளம்; நஞ்சு; கார்த்திகை நாள்; Banyan tree; water; flood; poison; the day when the star Kaarthigai shines.

ஆல்வு: (பெ): அகலம் உடையது; that which has sufficient width.

ஆவகம்: (பெ): ஏழுவகைக் காற்றுகளுள் ஒன்று; one of the seven kinds of winds.

ஆவசியகம்: (பெ): இன்றியமையாதது; முக்கியமானது; that which is necessary; that which is important.

ஆவஞ்சி: *(பெ):* ஒருவகைப் பறை; a kind of drum.

ஆவடதர்: *(பெ):* தேவர்கள்; the celestial beings.

ஆவடி: *(பெ):* கிடங்கு; depot.

ஆவணக்களம்: *(பெ):* பதிவு அலுவலகம்; the registration office.

ஆவணக்காப்பகம்: *(பெ):* ஆவணங்களைப் பாதுகாக்கும் பொருட்டு ஏற்படுத்திய காப்பகம்; archives.

ஆவணம்: *(பெ):* பத்திரம்; கடை வீதி; உரிமை; அடிமைத் தனம்; bond; deed; document; record; market; bazaar street; ownership; slavery.

ஆவண வீதி: *(பெ):* கடைத்தெரு; அங்காடி; bazaar street; market place.

ஆவது: *(இ.சொ):* 'குறிப்பிடுவதை மட்டும்', 'குறைந்தபட்சம்' என்னும்பொருளினைத்தருவது; வினாப்பெயருடன் இணைக்கப்படும் போது, பொதுப்படையாகக்கூறிப்பயன்படுத்துவது; இருபெயர்ச் சொற்களோடு இணைக்கப்படும்போது 'அல்லது' என்ற முறைதனில் வழங்கப்படுவது; பொதுவாகபேசியது,எழுதியது அல்லது அவற்றின் மூலம் ஏற்படுத்திக்கொண்டது இன்னது என்பதனைத் தெரிவித்திடத் தொடக்கமாகப் பயன்படுத்துவது; எண்ணுடன் இணைக்கப்படும்போது 'ஆம்' என்பதற்கு இணையாகப்பயன்படுத்துவது; even; at least; to form an indefinite pronoun; when added to nouns within a sentence, it is used as conjunctive; either... or...; used for indicating that which is going to be described in detail; ordinal suffix.

ஆவநாழி: *(பெ):* அம்பறாத்துணி; quiver.

ஆவம்: *(பெ):* அம்பறாத்துணி; ஆவேசம்; வில்நாண்; quiver; state of being possessed; frenzy; bow-string.

ஆவயின்: *(பெ.அ):* அவ்விடத்தில்; in that place.

ஆவரணசக்தி: *(பெ):* மாயை; illusion.

ஆவரணச்சுவர்: *(பெ):* கோயில் சுற்றுப்புற மதில்; the compound wall of a temple.

ஆவரணம்: *(பெ):* மதில்; திரை; துணி; உடை; தடை; fort wall; screen; cloth; garment; obstacle.

ஆவரணி: *(பெ):* பார்வதி; Parvathi, the woman deity and the consort of Lord Shiva.

ஆவரி: *(பெ):* அம்பு; arrow.

ஆவரித்தல்: *(வி):* மறைத்தல்; to hide.

ஆவர்: *(வினா.பெ):* யாவர்?; who?

ஆவர்த்தம்: *(பெ):* ஏழு வகை மேகங்களுள் ஒன்று; நீர்ச்சுழி; சிந்தனை; one of the seven kinds of clouds; whirlpool; thought.

ஆவர்த்தி: *(பெ):* முறைமை; எல்லை; manner; method; limit.

ஆவலம்: *(பெ):* குலவை ஒலி; கூறை; ஒரு நெசவுக் கருவி; a low-pitched sound collectively made by women; garment; weaving instrument.

ஆவலர்: *(பெ):* கணவர்; காதலர்; உற்றார்; husband; lover; friends or relatives.

ஆவலி: *(பெ):* வரிசை; ஒழுங்கு; row; range; order.

ஆவலிப்பு: *(பெ):* செருக்கு; pride.

ஆவல்லி: *(பெ):* சீந்திற்கொடி; a kind of creeper which is used in Siddha Medicine.

ஆவளி: *(பெ):* வரிசை; மரபுவழி; வளி என்னும் சிறு கால அளவு; row; ancestral line; Vali - a short time measure.

ஆவளிச் சேவகம்: *(பெ):* நிலையற்ற வேலை; temporary job.

ஆவற்காலம்: *(பெ):* ஆபத்துக் காலம்; இறுதிக்காலம்; emergency period; the time of death.

ஆவாசம்: *(பெ):* நகரம்; மருதநிலத்து ஊர்; town; village that belongs to agricultural tract.

ஆவாபம்: *(பெ):* விதைப்பு; வளையல்; பாத்தி; sowing; bangle; bracelet; section; division.

ஆவாரைப் பஞ்சகம்: *(பெ):* ஆவாரஞ்செடியின் இலை, பூ, விதை, பட்டை, வேர் ஆகியவை; the leaf, flower, seed, bark and root of 'Aavaarai', a herbal plant.

ஆவி: *(பெ):* நீர்நிலை; நீராவி; உயிர்; நெட்டுயிர்ப்பு; கொட்டாவி; புகை; மணம்; உயிரெழுத்து; புட்டு; வேளிர் குலத் தலைவன்; வலிமை; water reservoir, tank, lake, etc; steam; soul; deep breath; yawn; smoke; fragrance; vowel; pudding, a kind of confectionary; the chief of an ancient class, Velir; strength.

ஆவிகை: *(பெ):* பற்றுக்கோடு; support.

ஆவிபதம்: *(பெ):* பேராமுட்டிப் பூண்டு; Peramutti - a kind of herb.

ஆவிபத்திரம்: *(பெ):* புகையிலை; tobacco.

ஆவிபிடித்தல்: *(வி):* வேது கொள்ளுதல்; to inhale hot vapours as a treatment to get rid of cold, etc.

ஆவிமா: *(பெ):* மரவகை; a kind of tree.

ஆவியர்: *(பெ):* வேடர்; வேளாளர்; hunter; Velalas - a caste in Tamil Nadu.

ஆவியர் கோ: *(பெ):* பேகன் என்னும் மன்னன்; King Began.

ஆவிரம்: *(பெ):* ஆயர்பாடி; பாடி; hamlet of herdsmen; pastoral village.

ஆவிரை (பெ): செடி வகை; a kind of plant.
ஆவிர்தம்: (பெ): சுழற்சி; rotation.
ஆவுதல்: (வி): விரும்புதல்; to like..
ஆவுதி: (பெ): ஆகுதி; வேள்வியில் இடப்படும் பொருள்; offerings to God; the things offered in the sacrifice.
ஆவேகி: (பெ): ஆடுதின்னாப்பாளை; a kind of medicinal plant.
ஆவேகி நீர்: (பெ): கள்; toddy.
ஆவேசனம்: (பெ): கம்மாளர் தெரு; smith's street.
ஆவேதனம்: (பெ): அறிக்கை; விளம்பரம்; எச்சரிக்கை; report; advertisement; warning.
ஆவேலி: (பெ): தொழுவம்; cattle-stall.
ஆவேறு: (பெ): காளை; bull.
ஆழங்கால்: (பெ): கச்சூர்க்கட்டை; wooden prop in a wall.
ஆழம் பார்: (வி): மறைமுகக் கேள்விகளால் அறிந்திட முயன்றிடு; to gauge a person with careful questions.
ஆழரம்: (பெ): அத்திமரம்; country - fig tree.
ஆழாத்தல்: (வி): ஈடுபடுதல்; be engaged.
ஆழி: (பெ): கட்டளை; வட்டம்; கடல்; மோதிரம்; கடற்கரை; சக்கரப்படை; order; circle; sea; ring; sea-shore; discus weapon.
ஆழிக்கொடி: (பெ): பவளம்; red coral.
ஆழித்தல்: (வி): ஆழமாகத் தோண்டுதல்; to dig deeply.
ஆழித்தேர்: (பெ): திருவாரூர் தேர்; the chariot of Thiruvarur Temple.
ஆழிமுழையாய்: (வி.அ): விரைவாய்; quickly.
ஆழியான்: (பெ): அரசன்; திருமால்; king; Lord Vishnu.
ஆழிவலியான் மணி: (பெ): மிளகு; pepper.
ஆழிவித்து: (பெ): முத்து; pearl.
ஆழிவிரல்: (பெ): மோதிர விரல்; ring finger.
ஆழும்பாழாய்: (பெ.அ): வீணாய்; vain.
ஆழ்: (வி): அமிழ்தல்; மூழ்குதல்; அகழ்தல்; to be immersed; to sink; to dig.
ஆழ்வார் கன்மி: (பெ): விஷ்ணு கோயில் அர்ச்சகர்; the person appointed to recite the holy names of Lord Vishnu at worship in Vishnu temples.
ஆழ்வி: (பெ): தலைவன்; தலைவி; the hero; the heroine.
ஆழ்வு: (பெ): ஆழம்; depth.
ஆளகம்: (பெ): சுரைக்கொடி; the bottle gourd creeper.

ஆளத்தி:(பெ): ஆலாபனம்; (music) improvised introduction to a melody.
ஆளமஞ்சி: (பெ): பணம் பெறாது செய்யும் வேலை; work done without getting money.
ஆளரி: (பெ): ஆண் சிங்கம்; lion.
ஆளர்: (இ.சொ): பெயர்ச் சொற்களின் பின் இணைக் கப்படும் போது, குறிப்பிடப்படும் இயல்பை உடையவர் என்னும் பொருளில் பயன் படுத்தும் விகுதி; the word which mentions that one who possesses the stated nature, quality, etc.
ஆளல்: (பெ): நிர்வகித்தல்; ஆளுதல்; to govern; to maintain; to rule.
ஆளறுதி: (பெ): தனிமை; loneliness.
ஆளன்: (பெ): கணவன்; ஆள்பவன்; அடிமை; husband; ruler; slave.
ஆளாகுதல்: (வி): உள்ளாகுதல்; உட்படுதல்; to become subject; be a victim or target of.
ஆளாதல்: (வி): அடிமையாதல்; பூப்படை தல்; பெருமையடைதல்;to become slave; to attain puberty; be proud of.
ஆளானம்: (பெ): யானை கட்டும் தறி; elephant's stable.
ஆளி: (பெ): ஆள்வோன்; செடி வகை; கிளிஞ்சல் வகை; சிங்கம்; கீரை வகை; பாலம்; ஒழுங்கு; பயனின்மை; தூய்மையானது; the ruler; a kind of plant; a kind of oyster-shell; lion; a kind of greens; bridge; order; that which is useless; that which is pure.
ஆளிடுதல்: (வி): பதில் ஆளை அமர்த்துதல்; to appoint a person as substitute.
ஆளிவிதை: (பெ): சிறு சணல் விதை; linseed.
ஆளுடைய தேவர் / ஆளுடைப் பிள்ளை: (பெ): திருஞான சம்பந்தர்; Thirugnana Sambandhar, one of the four Samaya Kuravas (Saiva saint-poets).
ஆளுடைய நம்பி: (பெ): சுந்தரர்; Sundaramoorthi Naayanaar, one of the four Samaya Kuravas (Saiva saint-poets).
ஆளை: (பெ): அருகு; holy grass.
ஆளையடிச்சான்: (பெ): புளியமரம்; tamarind tree.
ஆளுநர்: (பெ): மைய அரசால் பரிந்துரைக்கப்பட்டு குடியரசுத் தலைவரால் நியமிக்கப்படும் மாநில நிர்வாகப் பொறுப்பு வகிப்பவர்; the Governor.
ஆளுமை: (பெ): உரிமை; அதிகாரம்; மேலோங்கி நிற்கும் நிலை; ஒரு மனிதனின் தனிப்பட்ட குணத்தொகுப்பு; right; possession; power; dominance; personality.

ஆள்வாரி/ஆளோடி: (பெ): நடந்து சென்றிட ஏதுவாகக் குளத்தின் மதிற்சுவரை ஒட்டி உட்புறமாக அமைக்கப்படும் வழி; தேவையில்லாப் பொருட்களைப் போட்டு வைக்கும் வீட்டின் பின்புறமாக இருக்கும் இடம்; the paved passage along the inner side of the parapet walls of a tank; the place to dump the unwanted things in the backyard of the house.

ஆளோலை: (பெ): அடிமைப் பத்திரம்; bond of slavery.

ஆள்வணங்கி: (பெ): அரச மரம்; தொட்டால் சுருங்கி; pipal tree; a sensitive plant, touch-me-not plant; *mimosa leguminosae*.

ஆள்வாரி: (பெ): குளத்தின் உட்புறமாக ஆட்கள் நடந்துசென்றிட ஏதுவாகக்கட்டப்பட்டுஇருக்கும் வழி; the paved passage on inner side of parapet walls of tank.

ஆள்வினை: (பெ): முயற்சி; உற்சாகம்; effort; enthusiasm.

ஆறகோரம்:(பெ): கொன்றை; Indian Laburnum.

ஆறதீகம்: (பெ): கல்நார்; asbestos.

ஆறப்போடு: (வி): தீர்வினை காணாது காலத்தைத் தள்ளிப்போடு; to defer for sometime until the problem loses its intensity.

ஆறல்பீறல்: (பெ): பயனற்றது; that which is useless.

ஆறலை: (பெ): வழிப்பறி; highway robbery.

ஆறலைக்கள்வன்: (பெ): வழிப்பறிக் கொள்ளையன்; highway robber.

ஆறு: (பெ): நதி; ஓடை; வழி; பக்கம்; பயன்; அறம்; சூழ்ச்சி; இயல்பு; ஓர் எண்; river; brook; path; side; benefit; moral or religious duty; an intrigue; nature; a number six.

ஆறுகாட்டி: (பெ): வழிகாட்டி; path finder.

ஆறெறிபறை: (பெ): வழிப்பறி செய்வோர் கொட்டும் பறை; the highway robber's drum.

ஆறை: (பெ): ஆற்றின் அருகில் உள்ள ஊர்; the village nearby a river.

ஆற்பணம்: (பெ): விருப்பம்; desire.

ஆற்பதம்: (பெ): பற்றுக்கோடு; support.

ஆற்போதம்: (பெ): எருக்கு; காட்டுமல்லிகை; yercum; wild jasmine.

ஆற்ற: (வி.அ): மிக; முற்ற; exceedingly; entirely.

ஆற்றின் வித்து: கற்பூர சிலாச்சத்து; a kind of siddha medicine.

ஆற்றுக்காலாட்டியர்: (பெ): மருத நிலப் பெண்டிர்; women who belong to agricultural tract.

ஆற்றுணா: (பெ): கட்டுச்சோறு; cooked (tamarind) rice bundled up as food for a journey.

ஆற்றுநர்: (பெ): உதவிசெய்பவர்; செயல்புரிபவர்; helper; performer.

ஆற்றுப்படுகை: (பெ): ஆற்றுப்பாய்ச்சல் உள்ள நிலம்; the land which has irrigation from the adjoining river.

ஆற்றுப்படுத்தல்: (வி): வழிப்படுத்துதல்; to set on the right path.

ஆற்றுப்படை: (பெ): பரிசில் பெற்ற ஒருவன், அதைப் பெற்றிடக் கருதியவனை ஒரு தலைவனிடம்செல்லுமாறுபாடப்பெறும்செய்யுள் நூல் வகை; a form of panegyric poem, in which one who has been rewarded, directs another person to a patron.

ஆற்றுப்பாய்ச்சல்: (பெ): விவசாயத்திற்காக ஆற்றுநீரைப் பாய்ச்சுதல்; river irrigation.

ஆற்றுப்பாலை: (பெ): ஒரு மரவகை; a kind of tree.

ஆற்றுப்பரவு: (பெ): ஆற்று நீர்ப்பாசனம் உள்ள நிலம்; the land which has river irrigation.

ஆற்றுப்பூத்தாள்: (பெ): பூனைக்காலி; a herb.

ஆற்றுப்பூவரசு: (பெ): மரவகை; a kind of tree.

ஆற்றுமேலழகி: (பெ): பூண்டு வகை; a kind of herb.

ஆற்றுல்லம்: (பெ): உல்லமீன் வகை; a kind of river fish.

ஆற்றுவாய்முகம்: (பெ): கடலில் ஆறு கலக்கும் இடம்; the bar mouth of the river.

ஆற்றொழுக்கு: (பெ): ஆற்றின் நீரோட்டம்; the flow of water in the river.

ஆன: (இ.சொ): பெயரடை ஆக்கும் விகுதி; ஒரு வாக்கியத்தில் ஒன்றுக்கு மேற்பட்ட பண்புகளைப் பண்புக்கு உரியதாக்க இறுதியாக வரும் பண்பின் பின் இணைக்கப் படுவது; adjectival suffix; functioning as a connector in an apposition as phrase where the nouns are referring to someone; when used in the last item of list of qualifiers it connects them with the qualified.

ஆனகம்: (பெ): படகம்; துந்துபி; தேவதாரு; கற்பகம்; மேக முழக்கம்; a kind of small drum; a drum; red cedar tree; a tree in heaven which is said to yield whatever one desires; thunder.

ஆனைந்து/ஆனஞ்சு: (பெ): பஞ்சகவ்வியம்; the mixture of cow's milk, curd, ghee, cow's urine and cowdung.

ஆனதும்பி: (பெ): மீன் வகை; a kind of fish.

ஆனந்த: (பெ): ஒரு தமிழ் வருடம்; Aanandha, a Tamil year.

ஆனந்தகரம்: *(பெ):* மகிழ்ச்சியைத் தருவது; that which gives joy.

ஆனந்தகானம்: *(பெ):* காசி; the famous holy shrine of saivites. (Varanasi).

ஆனந்தக்குறுவை: *(பெ):* நெல்வகை; a kind of paddy.

ஆனந்தமூலி: *(பெ):* கஞ்சா; the leaves and seeds of Indian hemp.

ஆனந்தம்: *(பெ):* மகிழ்ச்சி; பேரின்பம்; சாக்காடு; joy; happiness; bliss; spiritual joy; death.

ஆனந்தி: *(பெ):* பார்வதி; தாமிரபரணி ஆறு; மகிழ்ச்சியானவள்; Parvathi, a woman deity and the consort of Lord Shiva; river Thaamiraparani; happy woman.

ஆனந்தித்தல்: *(வி):* மகிழ்ச்சியடைதல்; to feel happy.

ஆனந்தை: *(பெ):* உமையவள்; Uma Devi, the consort of Lord Shiva.

ஆனயனம்: *(பெ):* பூணூல் தரிக்கும் சடங்கு; the initiatory ceremony to qualify the boys the study of the Vedas accompanied by the investiture with the sacred thread.

ஆனர்த்தகம்: *(பெ):* போர்; ஒரு நாடு; war; battle; a country.

ஆனவர்: *(பெ):* இடையர்; shepherd.

ஆனவன்: *(பெ):* நண்பன்; friend.

ஆனனம்: *(பெ):* முகம்; face.

ஆனன்: *(பெ):* சிவபெருமான்; Lord Shiva.

ஆனா: *(பெ.அ):* நீங்காத; எல்லையற்ற; கெடாத; அளவு கடந்த; unceasing; boundless; imperishable; innumerable.

ஆனாகம்: *(பெ):* வயிற்றுப் பொருமல் நோய்; rumbling of the bowels - a disease.

ஆனாங்குருவி: *(பெ):* குருவி வகை; a kind of small bird.

ஆனாயன்: *(பெ):* மாட்டிடையன்; cowherd.

ஆனாலும்: *(வி.அ):* ஆயினும்; even though.

ஆனால்: *(இணை.இ.சொ):* ஆயின்; but.

ஆனானப்பட்ட: *(பெ.அ):* திறமையும், பலமும் வாய்ந்த; even the most powerful.

ஆனியம்: *(பெ):* நாள்; நட்சத்திரம்; பருவம்; பொழுது; கருஞ்சீரகம்; day; star; season; time; black cumin.

ஆனிரை: *(பெ):* பசுக்கூட்டம்; herd of cows.

ஆனிலை: *(பெ):* பசுக்கொட்டில்; cow stall.

ஆனீர்: *(பெ):* பசுவின் சிறுநீர்; cow's urine.

ஆனுதல்: *(வி):* நீங்குதல்; to depart.

ஆனெய்: *(பெ):* பசுவின் நெய்; cow's ghee.

ஆனேறு: *(பெ):* எருது; bull.

ஆனைக்கசடன்: *(பெ):* நெல்வகை; a kind of paddy.

ஆனைக்கற்றலை: *(பெ):* கடல் மீன் வகை; a kind of sea fish.

ஆனைக்காரை: *(பெ):* ஓதிய மரம்; a kind of tree.

ஆனைக்குப்பு: *(பெ):* சதுரங்க விளையாட்டு; chess.

ஆனைக்குரு: *(பெ):* மரவகை; a kind of tree.

ஆனைக்குளம்: *(பெ):* வெகு ஆழமான குளம்; deep tank.

ஆனைச் சப்பரம்: *(பெ):* அம்பாரி; howdah with a canopy.

ஆனைச் சிரங்கு: *(பெ):* ஒரு வகைப் பெரும்புண்; a kind of eruption on the skin causing itches.

ஆனைச் சீரகம்: *(பெ):* பெருஞ்சீரகம்; common anise.

ஆனைச்செவியடி: *(பெ):* ஒருவகைப் பூண்டு; a kind of herb.

ஆனைத்தாள்: *(பெ):* மதகு; sluice; culvert.

ஆனைத்திப்பிலி: *(பெ):* கொடி வகை; a kind of creeper.

ஆனைத்தீ: *(பெ):* தீராப்பசி; unappeasable hunger.

ஆனைத்தோட்டி: *(பெ):* அங்குசம்; elephant's goad.

ஆனைந்து: *(பெ):* பஞ்சகவ்வியம்; the mixture of cow's milk, curd, ghee, cow's urine and cow-dung.

ஆனை மீன்: *(பெ):* பெரிய மீன்வகை; a kind of large fish.

ஆனையுண்குருகு: *(பெ):* ஒரு பெரும் பறவை; a kind of large bird.

ஆனைவேக்கட்டான்: *(பெ):* நெல் வகை; a kind of paddy.

ஆன்: *(பெ):* பெண் எருமை; பசு; எருது; அவ்விடம்; female of buffalo; cow; ox; there.

ஆன் காவலன்: *(பெ):* வைசியர்; merchant.

ஆன் பொருத்தம்: *(பெ):* தாமிரபரணி ஆறு; River Thaamiraparani.

ஆன்மசுத்தி: *(பெ):* மனத்தூய்மை; purity of mind.

ஆன்மஞானம்: *(பெ):* தன்னைப் பற்றியும், ஆன்மாவைப்பற்றியும் உணர்ந்து அறிந்தவன்; the person who has achieved self-realization.

ஆன்மபூ: *(பெ):* பிரம்மன்; மன்மதன்; Lord Brahma; Kama, the God of Love, Cupid.

ஆன்மவீரன்: *(பெ):* புதல்வன்; மைத்துனன்; son; brother-in-law.

ஆன்மா: (பெ): உடம்பிலிருந்தும்,மனதில் இருந்தும் முற்றிலும்வேறுபட்டதாகக்கருதப்படுவது;soul.

ஆன்மிகம்: (பெ): ஆன்மா தொடர்பானது; spirituality.

ஆன்வல்லோர்: (பெ): முல்லை நில மாந்தர்; those who are belonging to pastoral tract.

ஆன்ற: (பெ.அ): மேன்மையான; நிறைந்த; விசாலமான; அடங்கிய; இல்லாதுபோன; excellent; complete; wide; grown-calm; ceased to exit.

ஆன்னிகம்: (பெ): நாள் கடன்; daily duty.

ஆஸ்தானம்: (பெ):(அ.வ.வ): அரசவை; (king's) court.

ஆஷாடபூதி: (பெ): வெளித்தோற்றத்துக்குச் சற்றும் பொருத்தமில்லாத முரண்பாடுடைய செயலைச் செய்பவன்; the person who does things which are not appropriate to his appearance; hypocrite.

இ

இஃது: (சு.பெ.): இது; this.

இகசக்கு: (பெ): நீர்முள்ளிப் பூண்டு; a kind of water thorn.

இகணை: (பெ): ஒருவகை மரம்; a kind of tree.

இகத்தல்: (வி): கைப்பற்றுதல்; கடத்தல்; நீங்குதல்; பிரிதல்; பழித்தல்; புடைத்தல்; பொறுத்தல்; போதல்; to seize; to cross; to depart; to leave; to imprecate; to bulge; to bear; to go away.

இகந்துபடுதல்: (வி): பிறழ்தல்; தவறுதல்; விதியை மீறுதல்; be irregular; to fail; to break the prescribed rule.

இகந்த: (பெ.அ): நீங்கிய; எல்லை கடந்த; leave; beyond the limit.

இகபரம்: (பெ): இம்மை; மறுமை; the life in this earth; the next birth.

இகபோகம்: (பெ): இவ்வுலக இன்பம்; the pleasures in this world.

இகம்: (பெ): இம்மை; the life in this earth.

இகலன்: (பெ): பகைவன்; படைவீரன்; நரி; enemy; soldier; fox.

இகலாடல்: (வி): போராடுதல்; முரண்படுதல்; to struggle; to contradict.

இகலாட்டம்: (பெ): வாக்குவாதம்; மாறுபாடு; போட்டி; a serious discussion; difference; competition.

இகலார்: (பெ): பகைவர்; enemies.

இகலுதல்: (வி): மாறுபடுதல்; போட்டி போடுதல்; ஒத்து இருத்தல்; to differ; to compete; to resemble.

இகலோன்: (பெ): பகைவன்; enemy.

இகல்: (பெ): பகை; போர்; வலிமை; அளவு; புகலி; enmity; war; strength; measure; settler.

இகவு:(பெ): தாழ்வு; இகழ்ச்சி; இழிவு; degradation; vilification; disgrace.

இகழற்பாடு: (பெ): இகழப்படுதல்; slighted by someone.

இகழுநர்: (பெ): எள்ளி நகையாடுபவர்; பகைவர்; the person who sneers someone; enemies.

இகளை: (பெ): வெண்ணெய்; butter.

இகனி: (பெ): வெற்றிலை; betel leaf.

இகன்றவர்: (பெ): பகைவர்; enemies.

இகா: (பெ): தோழி; lady's maid.

இகு: (பெ): இறக்கம்; வீழ்ச்சி; சரிவு; தாழ்வு; descent; fall; decline; demeaning.

இகுசு: (பெ): மூங்கில்; bamboo.

இகுதல்: (வி): சொரிதல்; கரைதல்; விழுதல்; to flow down; to wear away; to fall down.

இகுத்தல்: (வி): கொல்லுதல்; ஈதல்; அறைதல்; வீழ்த்தல்; தாழ்த்தல்; சொரிதல்; ஒலித்தல்; விரித்தல்; அழைத்தல்; இரித்தல்; தாண்டுதல்; புடைத்தல்; துன்புறுத்துதல்; துடைத்தல்; to kill; to bestow; to slap; cause to fall; to delay; to rain; to sound; to spread; to call; to defeat; to stride; to beat; to pester; to wipe.

இகுப்பம்: (பெ): தாழ்வு; திரட்சி; degradation; mass.

இகுரி: (பெ): மரக்கலம்; boat.

இகுவை: (பெ): வழி; way.

இகுளி: (பெ): இடி; கொன்றை; thunder; Indian Laburnum.

இகுளை: (பெ): நட்பு; சுற்றம்; உறவு; தோழி; friendship; relatives; relationship; lady's maid.

இகுள்: (பெ): இடி; மீன் வகை; தோழி; வளர்ப்புத்தாய்; thunder; a kind of fish; lady's maid; foster mother.

இகைத்தல்: (வி): கொடுத்தல்; நடத்தல்; to give; to walk.

இக்கட்டு: (பெ): தீர்வு காண வழிதெரியாது தடைப்பட்டு இருப்பது; நெருக்கடி; சிரமம்; கடினம்; predicament; quandary; crisis; difficulty.

இக்கணம்: (பெ): இந்த நேரம்; இப்பொழுது; this time; now.

இக்கரை: (பெ): இந்தக் கரை; இந்துப்பு; this bank or shore; rock-salt.

இக்கவம்: (பெ): கரும்பு; sugarcane.

இக்கன்: (பெ): மன்மதன்; Manmadha, the God of Love.

இக்கு: (பெ): இடை; கரும்பு; இடுக்கி; கள்; தேன்; waist; sugarcane; pincers; toddy; honey.

இக்குரம்/இங்குசக் கண்டம்/இக்குகந்தை: (பெ): நெருஞ்சி; நீர்முள்ளி; நாணல்; cow's thorn; water thorn; Kaus, a large and coarse grass.

இக்குவிகாரம்: (பெ): சர்க்கரை; sugar.

இங்கம்: (பெ): அறிவு; குறிப்பு; knowledge; gesture.

இங்கலம்: (பெ): கரி; charcoal.

இங்கனம்: (வி.அ): இப்படி; இவ்வாறு; in this manner; in such a way; **(இணை.இ.சொ):** இப்படிக்கு; part of the subscription of a letter.

இங்கிதம்: (பெ): நாசூக்கு; குண இயல்பு, சூழ்நிலை ஆகியவற்றுக்கு ஏற்ற இணக்கம்; இனிமை; prudence; propriety; sweetness.

இங்கிரி: (பெ): கஸ்தூரி; செடிவகை; musk; a kind of plant.

இங்கு: (வி.அ): இவ்விடம்; this place; **(பெ):** பெருங்காயம்; asafoetida.

இங்குடுமம்: (பெ): பெருங்காயம்; asafoetida.

இங்குதல்: (பெ): அழுந்துதல்; தங்குதல்; to sink; to abide.

இங்குத்தை: (வி.அ): இவ்விதம்; in this manner.

இங்குராமம் / இங்குளி: (பெ): பெருங்காயம்; asafoetida.

இசக்குதல்: (வி): ஏமாற்றுதல்; to cheat.

இசங்கு: (பெ): சங்கம் செடி; a kind of medicinal plant.

இசங்குதல்: (வி): போதல்; to go.

இசடு: (பெ): பொருக்கு; grain of boiled rice.

இசப்புதல்: (வி): ஏமாற்றுதல்; வஞ்சித்தல்; to cheat; to deceive.

இசருகம்: (பெ): தும்பை; white dead nettle; leucas.

இசலாட்டம்: (வி): வாதாடுதல்; to wrangle.

இசலி: (பெ): பிணங்குபவள்; disagreeable woman.

இசலுதல்: (வி): மாறுபடுதல்; வாதாடுதல்; to differ; to wrangle.

இசவில்: (பெ): கொன்றை; Indian Laburnum.

இசாபு: (பெ): கணக்கு; account.

இசி: (பெ): சிரிப்பு; laugh.

இசிகப்படை: (பெ): ஒருவகை அம்பு; a kind of arrow.

இசிகர்: (பெ): கடுகு; mustard.

இசித்தல்: (வி): இழுத்தல்; முறித்தல்; சிரித்தல்; to pull; to break; to laugh.

இசிபலம்: (பெ): பேய்ப்புடல்; a kind of snake gourd.

இசிவு: (பெ): சட்டென உண்டாவதும், வலியினை உண்டாக்குவதுமான தசை இறுக்கம்; வேதனை; sudden rigidity of muscles; pain; agony.

இசிவுநொப்பி: (பெ): சன்னி நோயினைக் குணப்படுத்தும் மருந்து; the medicine which cures apoplexy.

இசுக்கு: (பெ): குற்றம்; fault.

இசுதாரு: (பெ): கடம்பு; a flower tree sacred to Skanda.

இசுப்பு: (பெ): இழுப்பு; sudden rigidity of muscles.

இசும்பு: (பெ): செங்குத்து; ஏற்ற இறக்கங்கள் கொண்ட கடின வழி; வழுக்கு நிலம்; நீர்க்கசிவு; precipice, rugged and broken pathway full of ascents and descents; slippery ground; leakage of water.

இசை[1]: (பெ): பொன்; ஊதியம்; ஓசை; சொல்; புகழ்; இசைவு; இசைப்பாட்டு; வாத்திய சங்கீதம்; gold; gain; sound; word; praise; harmony; song; instrumental music.

இசை[2]: (வி): உடன்படுதல்; உகந்ததாக இருத்தல்; முரண்பாடு ஏதுமின்றி பொருத்தமாக இருத்தல்; to consent; to be in tune with one's heart's desire; to be agreeable; to be in harmony.

இசைகடன்: (பெ): நேர்த்திக்கடன்; vow made to deity.

இசைகுடிமானம்: (பெ): நகரத்தார் திருமண காலத்தில் எழுதப்படும் உறுதிமொழிப் பத்திரம்; the promise letter given by Naattukkottai Chettiars at the time of wedding.

இசைகேடு: (பெ): மானமின்மை; இழிந்த குணம்; dishonour; disrepute.

இசைதல்: (வி): பொருந்துதல்; உடன்படுதல்; to fit; be suitable; to agree.

இசைத்தல்: (வி): சொல்லுதல்; அறிவித்தல்; கட்டுதல்; ஒத்தல்; கொடுத்தல்; ஒலித்தல்; வாசித்தல்; வெளிப்படுத்துதல்; to say; to announce; to bind; to fasten; to resemble; to give; to make sound; to play as on a flute; to express.

இசைத்தமிழ்: (பெ): முத்தமிழுள் ஒன்று; the lyrical Tamil adapted or set to music.

இசைநாடகம்: *(பெ):* வசனங்கள் ஏதும் இல்லாது பாடல்களைப்பாடி நடித்திடும் நாடகம்; Opera, a kind of drama adapted to music.

இசைநிறை: *(பெ):* செய்யுளில் ஓசை நிறையுமாறு வரும் சொல்; the use of a letter or word to fill a gap in the metre; an expletive.

இசைநூபுரம்: *(பெ):* யானையைக் கொன்ற வீரனின் வலது காலில் அணியும் சிலம்பு; the anklet which was worn in the right leg of a warrior who killed an elephant.

இசைப்புள்: *(பெ):* அன்றில் பறவை; குயில்; Andril bird, male or female noted for its constancy in love; kuil.

இசைப்பொறி: *(பெ):* செவி; ear.

இசைமகள்: / இசைமடந்தை: *(பெ):* கலைவாணி; Kalaivani, the Goddess of arts and learning.

இசைமறை: *(பெ):* சாமவேதம்; Saama veda; the third veda of the four vedas.

இசைமை: *(பெ):* புகழ்; ஒலி; மேன்மை; fame; sound; esteem.

இசையமை: *(வி):* பின்னணி இசையை அல்லது பாடுவதற்கான இசையை உருவாக்குதல்; to compose music.

இசைவு: *(பெ):* உடன்பாடு; தகுதி; ஏற்றது; பொருத்தம்; சம்மதம்; ஒற்றுமை; agreement; fitness; that which is agreeable; consent; unity; *(வி):* ஒப்புதல்; to approve.

இசைவுகேடு: *(பெ):* வேறுபாடு; மனவேற்றுமை; உடன்படாமை; தோல்வி; difference; conflict; disagreement; failure.

இச்சகம்: *(பெ):* முகமன்; நேரில் புகழ்ந்துரைப்பது; flattery; sycophancy; servility.

இச்சம்: *(பெ):* இச்சை; விருப்பம்; வினா; அறியாமை; wish; desire; question; ignorance.

இச்சி[1]: *(பெ):* ஒருவகை மரம்; a kind of tree.

இச்சி[2]: *(வி):* விரும்புதல்; தீவிரமாக விரும்புதல்; உடலுறவு கொள்ள ஒருவரை விரும்புதல்; to desire; to wish strongly; to lust for.

இச்சித்தல்: *(வி):* விரும்புதல்; to wish.

இச்சியல்: *(பெ):* கடுகரோகணி; Kadugarogani, a medicinal plant.

இச்சியை: *(பெ):* கொடை; வேள்வி; பூசனை; gift; sacrifice; worship.

இச்சில்: *(பெ):* இத்தி மரம்; a kind of tree.

இஞ்சக்கம்: *(பெ):* *கையூட்டு; லஞ்சம்;* bribe.

இஞ்சம்: *(பெ):* வெண்காந்தள் மலர்; a kind of flower.

இஞ்சாகம்: *(பெ):* இறால் மீன்; prawn.

இஞ்சுதல்; *(வி):* சுண்டுதல்; வற்றுதல்; கவருதல்; இறுகுதல்; to fillip; to dry; being anxious; to become hard.

இஞ்சை: *(பெ):* தீங்கு; துன்பம்; கொலை; harm; sorrow; murder.

இஞ்ஞான்று: *(பெ):* இந்நாள்; இந்த நாள்; to-day; this day.

இடகன்: *(பெ):* இடது புறமாக உள்ளவன்; the person who is on the left side.

இடக்கர்: *(பெ):* கூறிடத் தகாத சொல்; indecent word.

இடக்கர் அடக்கல் (இடக்கரடக்கல்): *(பெ):* நேரிடையான சொற்களைப் பலர் முன்பாகக் கூறுவது தவிர்த்து வேறுவகையில் அவற்றை மறைமுகமாகக் கூறுவது; a polite way of speaking using pleasant or mild words in place of more direci words; an euphemistic usage.

இடக்கியம்: *(பெ):* தேரின் கொடி; the flag of a chariot.

இடக்கு: *(பெ):* சண்டித்தனம்; முரண்டு; குதர்க்கம்; ஏறுக்கு மாறான பேச்சு; unruliness; recalcitrance; sophistry; captious speech.

இடக்குதல்: *(வி):* கீழே விழுதல்; to fall down.

இடக்குமுடக்கு: *(பெ):* தாறுமாறு; தொல்லை; சங்கடம்; குதர்க்கம்; disorder; trouble; difficulty; sophistry.

இடக்கை: *(பெ):* பறை வகை; இடதுபுறக் கை; a kind of drum; left hand.

இடங்கணி: *(பெ):* சங்கிலி; உளி; chain; chisel.

இடங்கம்: *(பெ):* உளி; chisel.

இடங்கர்: *(பெ):* முதலை; குறுகலான வழி; பெரிய வாளி; பானை; crocodile; narrow path; large bucket; pot.

இடங்கழி: *(பெ):* எல்லை கடப்பது; காம மிகுதி; மரப்பாத்திரம்; crossing the border; excess of lust; wooden bowl.

இடக்கழியர்: *(பெ):* காமுகர்; கயவர்; lustful persons; unworthy men.

இடங்காண்: *(வி):* சரியான இடத்தைக் குறி; to mark the exact position of.

இடங்காரம்: *(பெ):* மத்தளத்தின் இடது பக்கம்; வில்லின் நாண் ஒலி; the left side of the elongated drum; the sound produced from the bow string while twanging.

இடங்கெட்டவன்: *(பெ):* அலைபவன்; தீயவன்; the man who wanders here and there; miscreant.

இடங்கேடு: *(பெ):* வறுமை; தாறுமாறு; நாடு கடத்துதல்; poverty; incoherence; banishment.

இடங்கை: *(பெ):* இடது கை; left hand.

இடது: *(பெ.அ):* இடது புறமான; left.

இடது சாரி: *(பெ):* தொழிலாளர்களின் உரிமைகள், பொதுவுடைமைத் தத்துவங்கள் ஆகியவற்றை ஆதரிப்பது அல்லது ஆதரிப்பவர்; leftist.

இடத்தல்: *(வி):* தோண்டுதல்; பெயர்த்தல்; பிளத்தல்; உரித்தல்; குத்தியெடுத்தல்; to dig; to scoop out; to root up; to peel off; to fork.

இடபகிரி: *(பெ):* அழகர் மலை; Azhagar Malai near Madurai.

இடபம்: *(பெ):* எருது; நந்தி; வைகாசி மாதம்; ஏழு சுரங்களுள் ஒன்று; செவித்துளை; ஒரு பூண்டு; bull; Nandhi; the Tamil month Vaikaasi; one of the seven swaras; ear hole in auditory canal; a grass.

இடபி: *(பெ):* பூனைக்காலி; a medicinal plant.

இடமன்: *(பெ):* இடது புறம்; left side.

இடமானம்: *(பெ):* மாளிகை; பரப்பு; பறை வகை; building; area; a kind of drum.

இடம்¹: *(பெ):* இருக்குமிடம்; இடப்பக்கம்; வீடு; காரணம்; விரிவு; பொழுது; செல்வம்; வலிமை; தொலைவு; மிகுதி; வாய்ப்பு; dwelling place; left side; house; reason; expansion; time; wealth; strength; distance; excess; opportunity.

இடம்²: *(பெ.அ):* ஒரு பகுதி; கதை, நாடகம் முதலியவற்றின் சூழல்; இருக்கை; ஒன்று நிகழ்ந்ததாக நினைப்பதற்கான வாய்ப்பு; (இலக்): தன்மை, முன்னிலை, படர்க்கை ஆகியவற்றைக் குறிக்கும் சொல்; ஏழாம் வேற்றுமைச் சொல்லுருபு; the spot; situation in a story, play, etc; seat; room for speculation, happening etc.; (in grammar) person; the word used as a locative sign, 'with'.

இடம்பகம்: *(பெ):* பேய்; devil; ghost.

இடம்படுதல்: *(வி):* விரிவாதல்; மிகுதியாதல்; to expand; to exceed.

இடம்பம்: *(பெ):* ஆடம்பரம்; பகட்டு; தற்பெருமை; ostentation; pomp and show; self-praise.

இடம்பாடு: *(பெ):* செல்வம்; பருமை; விரிவு; wealth; bulkiness; expansion.

இடம்புதல்: *(வி):* விலகுதல்; வெறுத்தல்; ஒதுங்குதல்; to leave; to hate; to step aside.

இடம்பெறு: *(வி):* பட்டியல், நிகழ்ச்சி, குழு போன்றவற்றில் சேர்க்கப்படுதல்; be included.

இடர்: *(பெ):* துன்பம்; வருத்தம்; வறுமை; grief; sorrow; poverty.

இடர்ப்பாடு: *(பெ):* இடையூறுக்குள்ளான நிலை; துன்பத்துக்கு உள்ளான நிலை; trouble; obstacle; state of suffering.

இடலம்: *(பெ):* அகலம்; விரிவு; breadth; expansion.

இடலை: *(பெ):* துன்பம்; மர வகை; grief; a kind of tree.

இடல்: *(வி):* கொடுத்தல்; to give.

இடவகம்: *(பெ):* இலவங்கம்; பிசின் வகை; clove; a kind of gum.

இடவகை: *(பெ):* வீடு; இடம்; நிலம்; house; place; land.

இடவம்: *(பெ):* நிலம்; உலகம்; land; earth.

இடவன்: *(பெ):* மண்ணாங்கட்டி; clod.

இடவிய: *(பெ.அ):* அகலமான; பரந்த; வேகமாக; wide; vast; speedily.

இடவை: *(பெ):* வழி; பாதை; செலவு; ஒழுங்கு முறை; way; path; expense; regularity.

இடறல்: *(பெ):* தடை; தண்டனை; பழி; obstacle; punishment; slander.

இடறு: *(பெ):* தடை; துன்பம்; ஆபத்து; obstacle; grief; danger; *(வி):* தடுமாறுதல்; கல் போன்றவை தடுத்தல்; to strike against so as to lose one's balance; to stumble.

இடன்: *(பெ):* இடம்; அகலம்; இடது பக்கம்; செல்வம்; தக்க சமயம்; place; breadth; left side; wealth; suitable time.

இடா: *(பெ):* ஓர் அளவு; இறை கூடை; a kind of measure; palm leaf bucket for irrigation.

இடாகு: *(பெ):* புள்ளி; குறி; dot; mark.

இடாகு போடு: *(வி):* கால்நடைகளுக்குச் சூடு போடு; to cauterise to the cattle.

இடாசுதல்: *(வி):* நெருக்குதல்; மோதுதல்; இகழ்தல்; to compress; to dash; to despise.

இடாடிமம்: *(பெ):* மாதுளை; pomegranate.

இடாதனம்: *(பெ):* யோகாசன வகை; a kind of yogasana.

இடாப்பு: *(பெ):* அட்டவணை; பதிவேடு; schedule; register.

இடாம்பிகன்: *(பெ):* பகட்டுக்காரன்; dandy.

இடார்: *(பெ):* இறை கூடை; எலிப்பொறி; palm leaf basket for irrigation; rat-trap.

இடால்: *(பெ):* கத்தி; knife.

இடாவேணி: *(பெ):* அளவிட முடியாத பரப்பு; unlimited extent.

இடி¹: *(வி):* உடைதல்; தகர்தல்; மனம் உடைந்து போதல்; நெல் அரைக்கும்போது இரண்டு மூன்றாக உடைதல்; அரிசி போன்றவற்றைக் குத்துதல்; உடைத்தல்; தகர்த்தல்; to collapse; be broken-hearted; (of rice) to get broken; (of rice) to get pounded; to demolish; to pull down (a wall, etc.).

இடி²: *(பெ):* சிற்றுண்டி; பொடி; இடியேறு; பேரொலி; குத்து நோவு; tiffin; powder; thunder bolt; loud noise; a kind of disease which causes pain.

இடிசாமம்: *(பெ):* கேடுகாலம்; நிந்தை; bad time; vilification.

இடுக்காஞ்சட்டி/இடிஞ்சில்: *(பெ):* விளக்குத் தகழி; receptacle for oil in a lamp.

இடிதல்: *(வி):* தகர்தல்; அழிதல்; முறிதல்; வருந்துதல்; to crumble; to ruin; to break; to suffer.

இடியல்/இடித்தடு: *(பெ):* புட்டு; pudding.

இடித்தல்: *(வி):* முழங்குதல்; இடி இடித்தல்; நோதல்; கோபித்தல்; தூளாக்குதல்; மோதுதல்; முட்டுதல்; to rumble; to thunder; be grieved; to get angry; to pound-in a mortar; to hit.

இடித்துரை: *(வி):* அறிவுரை கூறித் திருத்தும் நோக்குடன் கண்டித்தல்; to rebuke some one with the intention of correcting.

இடிபூரா: *(பெ):* வெள்ளைச் சர்க்கரை; (white) sugar.

இடிப்பு: *(பெ):* இடி; ஒலி; வீரமுழக்கம்; thunder; sound; peal.

இடிமரம்: *(பெ):* உலக்கை; a long round ended heavy wooden pestle.

இடிமருந்து: *(பெ):* சூரண மருந்து; medicinal preparation of drugs pounded together.

இடிமை: *(பெ):* உலகம்; பூமி; world; earth.

இடிம்பம்: *(பெ):* கைக்குழந்தை; பறவை முட்டை; பெருந்துயர்; ஆமணக்கு; infant; bird's egg; distress; castor plant.

இடிம்பு: *(பெ):* இழிவு; அவமதிப்பு; disgrace; disrespect.

இடியேறு: *(பெ):* பேரிடி; thunderbolt.

இடிவு: *(பெ):* அழிவு; ruin.

இடு: *(வி):* உணவு, மாவு முதலியவற்றைப் பாத்திரம் ஒன்றில் பாதுகாப்பாகப் போடுதல்; பறவைகள் முட்டை இடுதல்; திருநீறு இடல், மாலையிடல், வேலியிடல், பந்தல் இடல், திட்டம் இடல், பெயர் இடல், கட்டளையிடல், சாபம் இடல், அப்பளம் இடல், நகையணிதல்; புள்ளி, கோடு போன்றவற்றை ஒரு பரப்பில் போடுதல்; to put flour, food, etc. into a vessel; to lay eggs; to put the sacred ash on the forehead and the body; to put garland on; to put on pieces of jewellery; to put a line. dot, etc. on a surface; setting up and erecting a fence; to prepare papad; to make plans; to give someone a name; to issue orders; to curse someone.

இடுகடை: *(பெ):* கொடையாளியின் வீட்டுவாசல்; the entrance of munificent person's house.

இடுகறல்: *(பெ):* விறகு; fuel; firewood.

இடுகால்: *(பெ):* பீர்க்கு; sponge gourd.

இடுக்கிடை/இடுகிடை: *(பெ):* சிறு வழி; நெருக்கம்; இடைஞ்சல்; இடுக்கண்; narrow path; narrowness; disturbance; misery.

இடுகுதல்: *(வி):* சுருங்குதல்; ஒடுங்குதல்; to wrinkle; be restrained.

இடுகுறி: *(பெ):* இடுகுறிப்பெயர்; arbitrary names of things; primitive term.

இடுகை: *(பெ):* கொடை; ஈகை; gift; grant.

இடுக்கடி: *(பெ):* துன்பம்; grief.

இடுக்கண்: *(பெ):* துன்பம்; வறுமை; grief; poverty.

இடுக்கம்: *(பெ):* நெருக்கம்; துன்பம்; ஒடுக்கம்; வறுமை; crowded state; grief; narrowness; poverty.

இடுக்கல்: *(பெ):* சந்து; lane.

இடுக்கி: *(பெ):* குறடு; எலிப்பொறி; உலோபி; பேராசைக்காரன்; pincers; forceps; rat-trap; miser; avaricious person; man of greed.

இடுக்கு¹: *(பெ):* குறுகலான சந்து; மூலை; முடுக்கு; சங்கடம்; சிரமம்; உலோபம்; narrow lane; corner; nook; difficulty; trouble; miserliness.

இடுக்கு²: *(வி):* கவட்டை போன்று உடலின் பகுதியில் ஒரு பொருளை வைத்து அழுத்திப் பிடித்தல்; கைகளால் வளைத்துப் பிடித்தல்; to hold something with a forked branch or something in between two parts of the body which can act as a fork; to keep a child, etc. on the hip throwing the arm around.

இடுக்கு³: *(பெ):* வெடிப்பு; குறுகிய வெளி; கண்களைச் சுருக்குதல்; crevice; cranny; narrow gap; screw up one's eyes.

இடுக்குப் பிள்ளை: *(பெ):* கைக்குழந்தை; infant.

இடுக்கு மரம்: *(பெ):* மரவகை; செக்கு வகை; a kind of tree; a kind of oil press.

இடுக்கு வழி: *(பெ):* குறுகலான பாதை; narrow lane.

இடுக்கு வாசல்: *(பெ):* திட்டி வாசல்; straight gate.

இடுங்கலம்: *(பெ):* குதிர்; கொள்கலம்; large earthen receptacle for storing grains; container.

இடுங்கற்குன்றம்: *(பெ):* செயற்கையாக அமைக்கப்பட்ட குன்று; artificial mountain or hill.

இடுங்குதல்: (வி): சுருங்குதல்; உள்ளொடுங்குதல்; to shrink; to contract; to become narrow.

இடுதண்டம்: (பெ): அபராதம்; penalty; fine.

இடுதல்:(வி): வைத்தல்; பரிமாறுதல்; கொடுத்தல்; சொரிதல்; குத்துதல்; குறியிடுதல்; புதைத்தல்; செய்தல்; to place; to supply; to give; to pour; to stab; to mark; to bury; to make.

இடுதி: (பெ): அம்புக்கூடு; quiver.

இடுதிரை: (பெ): திரைச்சீலை; curtain that is let down from a support.

இடுதேளிடுதல்: (வி): பொய்க் காரணமாய்க் கலங்கச் செய்தல்; to cause panic by false alarm.

இடுபொருள்: (பெ): பயிர் விளைவிப்பதற்கான அனைத்து பொருட்கள், agricultural inputs.

இடுமயிர்: (பெ): சவுரி முடி; false hair.

இடுமோலி: (பெ): ஒருவகை மரம்; a kind of tree.

இடும்பன்: (பெ): செருக்குடையவன்; அசுரன்; haughty man; an Asura.

இடும்பு: (பெ): அகந்தை; கொடுஞ்செயல்; குறும்பு; pride; haughtiness; cruelty; mischief.

இடும்பை: (பெ): துன்பம்; தீமை; நோய்; வறுமை; அச்சம்; grief; evil; harm; wrong; disease; poverty; fear.

இடுவந்தி: (பெ): அநீதி; பொய்யான குற்றச்சாட்டு; injustice; false accusation.

இடை: (பெ): பசு; நடு; மத்திய காலம்; அரை; இடம்; வழி; தொடர்பு; இடப்புற வழி; ஆடுமாடு மேய்ப்போர் குலம்; சங்கடம்; வேறுபாடு; வாக்கு; பொழுது; தடுக்கை; இடைவெளி; cow; midst; middle period; waist; place; space; way; connection; left side way; herdsmen caste; difficulty; difference; speech; promise; time; stoppage; gap.

இடைகழி: (பெ): ஈரேழி; வீட்டின் வெளி வாசலுக்கும், உள் வாசலுக்கும் இடைப்பட்ட பகுதி; corridor; the passage between the main entrance and the second door way.

இடைக்கச்சு: (பெ): இடுப்பில் அணிந்து கொள்ளும் கச்சை; waist band.

இடைக்கலம்: (பெ): மண்பாண்டம்; earthen pot.

இடைக்கள்: (பெ): நெல் வகை; a kind of paddy.

இடைக்காற்பீலி: (பெ): பரதவ மகளிர் அணியும் அணிகலன் வகை; a kind of jewellery worn by the women who belong to fishermen community.

இடைக்குறை: (பெ): செய்யுள் விகாரத்துள் ஒன்று; elision; syncope.

இடைசுருங்கு பறை: (பெ): துடி; உடுக்கை; a kind of small drum; a small drum tapering in the middle.

இடைச்சங்கம்: (பெ): இரண்டாம் தமிழ்ச் சங்கம்; the second Tamil Sangham.

இடைச்சம்பவம்: (பெ): தற்செயல்; that which happens by chance.

இடைச்சரி: (பெ): தோள்வளை; armlet.

இடைச்சன்: (பெ): இரண்டாவது பிள்ளை; the second son.

இடைச்சி: (பெ): முல்லை நிலப் பெண்; இடைச்சாதிப் பெண்; மெல்லிய இடையைப் பெற்றவள் என்று குறிப்பாக உணர்த்தும் பெண்; woman who belongs to pastoral tract; the woman of the herdsmen caste; the woman with special reference to her waist.

இடைச்சீலை: (பெ): திரைச்சீலை; curtain.

இடைச்சுரிகை: (பெ): உடைவாள்; sword.

இடைச்செருகல்: (பெ): கவிதை, நாடகம் போன்றவற்றின் மூலத்தில் ஆசிரியர் அல்லாதார் இடையிடையே சேர்த்திடும் பகுதி; insertion made in the original text of a play, etc. by someone other than the author - interpolation.

இடைச்செறி: (பெ): ஒரு வகை அணிகலன்; a kind of ornament of the ancient period.

இடைச்சேரி: (பெ): இடையர் குடியிருப்பு; hamlet of herdsmen.

இடைச்சொல்: (பெ): பெயர், வினைகளைச் சார்ந்து வரும் சொல்; participle.

இடைஞ்சல்: (பெ): இடையூறு; தடை; நெருக்கம்; வருத்தம்; disturbance; obstacle; closeness; grief.

இடைதல்: (வி): சோர்தல்; மனந்தளர்தல்; விலகுதல்; பின்வாங்குதல்; தாழ்தல்; பலம் குறைதல்; வருந்துதல்; to grow weary; be damped; to leave; to retreat; to decline; to reduce strength; to suffer.

இடைதெரிதல்: (பெ): செவ்வியறிதல்; to judge the appropriate time as when one wishes to speak in an assembly.

இடைத்தங்கு: (வி): தங்கிடுதல்; to halt.

இடைத்தேர்தல்: (பெ): தேர்ந்தெடுக்கப்பட்ட நபரின் மறைவு (அ) ராஜினாமாவுக்குப்பின் அத்தொகுதியில் நடத்தப்படும் தேர்தல்; by-election; mid-term poll.

இடைநாடி: (பெ): இடைகலை; the breath of the left nostril, a principal tubular organ of the human body.

இடைநிகராதல்: *(வி):* நடுத்தரமான நிலையில் இருத்தல்; be in ordinary circumstances, neither affluent nor penurious.

இடைநிலை: *(பெ):* நடுநிலை வகித்தல்; பெயர்ச்சொல்,வினைச்சொல்ஆகியவற்றின் பகுதி, விகுதிகளுக்கு இடையே நிற்கும் ஓர் உறுப்பு; a neutral state; medial participle in Tamil verbs showing tense and in some compound nouns; one of the component parts.

இடைநேரம்: *(பெ):* நிகழ்ச்சி ஒன்றின் இடையில் விடப்படும் ஓய்வு நேரம்; interval.

இடைநிறுத்து: *(வி):* *(இலங்):* தற்காலிகமாக நிறுத்தி வைத்திடு; to suspend (the operation or enforcement of a law, rule, etc.).

இடைபடல்: *(வி):* இடையே சேர்தல்; இடையூறுகள் உண்டாதல்; வருந்திடல்; தடைபடுதல்; to join in the middle; to cause hindrances; to suffer; cause to resist.

இடைப்பட்ட: *(பெ.அ):* நடுவில் உள்ள; between (the two specified places or points of time).

இடைப்பாட்டம்: *(பெ):* பண்டைய காலத்திய வரி வகை; a kind of tax in ancient periods.

இடைப்பால்: *(பெ):* ஆடல் அரங்கிற்கு உரிய நிலம்; the land for a theatre.

இடைப்புழுதி: *(பெ):* காய்ந்தும் காயாமலும் இடைப்பட்டுள்ள புழுதி நிலம்; the land in a state of neither moist nor dry.

இடைப்போகம்: *(பெ):* இடைக்காலத்திய விளைவு; interim crop.

இடைமடக்கு: *(பெ):* பேச்சின் இடையே தடுக்கை; மடக்கு அணி வகை; interrupting a conversation; a kind of play on words.

இடைமிடுதல்: *(வி):* நடுவே கலத்தல்; to intermingle.

இடைமை: *(பெ):* இடையின எழுத்து; semi-vowels; medial consonants of the Tamil alphabet.

இடையன்/இடையர்: *(பெ):* மாடு மேய்ப்போர்; ஆடு மேய்ப்போர்; cowherds; shepherds.

இடையல்: *(பெ):* ஆடைகள்; garments; *(வி):* தாழல்; வருந்துதல்; ஒதுங்குதல்; to decline; to suffer; to get out of the way.

இடையழிவு: *(பெ):* கருச்சிதைவு; abortion.

இடையறவு: *(பெ):* இடைவிடுதல்; தொடர்பு விட்டுப்போதல்; interval; break.

இடையறுதல்: *(வி):* நடுவே முடிந்து போதல்; to cease in the middle.

இடையாட்டம்: *(பெ):* செயல்; action; motion.

இடையாந்தரம்: *(பெ):* இடைப்பட்ட காலம்; mediaeval age.

இடையாயார்: *(பெ):* மத்தியதரத்து வர்க்கம்; middle class.

இடையிடுதல்: *(வி):* இடையில் நிகழ்தல்; நடுவில் இடுதல்; மறித்தல்; interim happening; to place between; to obstruct.

இடையினம்: *(பெ):* இடையெழுத்து; semi-vowels; medial consonants of the Tamil alphabet.

இடையுவா: *(பெ):* முழுமதி; பௌர்ணமி; full Moon.

இடையே: *(பெ.அ)* இடைப்பட்ட இடத்தில் (அ) காலத்தில்; நடுவில்; தொடர்புள்ள நிலையில்; of space or time in between two or more objects or points of time; in the middle; between (persons, places showing the connection).

இடையொத்து: *(பெ):* தாள வகை; a kind of rhythm measure.

இடைவண்ணம்: *(பெ):* இசை வகை; a kind of music.

இடைவரி: *(பெ):* வரிவகை; a kind of tax.

இடைவழி: *(பெ):* சந்து; செல்லும் வழியின் நடுவிடம்; lane; the path between two raised platforms.

இடைவிடாமல்/இடைவிடாத: *(பெ.அ):* தொடங்கி முடியும் வரை நடுவில் நிற்காத; தொடர்ச்சியான; continuous.

இட்டகந்தம்: *(பெ):* நறுமணம்; perfume.

இட்டடைச் சொல்: *(பெ):* தீங்கினை அளித்திடக் கூடிய சொல்; foul word.

இட்டம்: *(பெ):* இஷ்டம்; அன்பு; விருப்பம்; wish; fondness; desire.

இட்டளம்: *(பெ):* நெருக்கம்; பொன்; வருத்தம்; closeness; gold; regret.

இட்டறுதி: *(பெ):* இக்கட்டான நிலை; வறுமை; crisis; poverty.

இட்டி: *(பெ):* ஈட்டி; யாகம்; spear; religious sacrifice.

இட்டிகை: *(பெ):* செங்கல்; இடுக்கு வழி; பலிபீடம்; brick; narrow way; lane; altar.

இட்டிகை வாய்ச்சி: *(பெ):* செங்கற்களைச் செதுக்கும் கருவி; the equipment for making bricks.

இட்டிடை: *(பெ):* அற்பம்; இடையூறு; smallness; meanness; obstacle.

இட்டிடைஞ்சல்: *(பெ):* வறுமை; துன்பம்; poverty; sorrow.

இட்டிது: *(பெ):* அண்மை; near.

இட்டிமை: (பெ): ஒடுக்கம்; சிறுமை; சமீபம்; narrowness; meanness; proximity.

இட்டிய: (பெ.அ): சிறிய; small.

இட்டியம்: (பெ): வேள்வி; religious sacrifice.

இட்டீடு: (பெ): விவாதம்; dispute.

இட்டீறு: (பெ): செருக்குடன் செய்திடும் செயல்; the action proceeding from one's haughtiness.

இட்டு: (பெ): சிறுமை; நுணுக்கம்; smallness; minuteness.

இட்டுக்கட்டுதல்: (வி): இல்லாத ஒன்றினை இருப்பதாக (அ) நிகழ்ந்திடாத ஒன்றினை நிகழ்ந்ததாகக் கற்பித்துக் கூறுதல்; to concoct.

இட்டுக் கொடுத்தல்: (வி): மிகுதியாகக் கொடுத்தல்; to give over and above.

இட்டுரைத்தல்: (வி): சிறப்பித்து உரைத்தல்; to praise.

இட்டுவருதல்: (வி): அழைத்து வருதல்; to bring.

இணாகு: (பெ): உவமை; comparison involving a simile.

இணக்கம்: (பெ): இசைவு; பொருத்தம்; நட்பு; உடன்பாடு; சம்மதம்; consent; harmony; friendship; assent; approval.

இணக்கு (பெ): பொருத்தம்; ஒற்றுமை; ஒப்பிடுதல்; harmony; union; comparison.

இணக்குதல்: (வி): உடன்படச் செய்தல்; ஒன்றுசேர்த்தல்; இணைத்தல்; பொருத்துதல்; cause to agree; to unite; to connect; to fit.

இணக்கோலை: (பெ): ஒப்பந்தப் பத்திரம்; deed of agreement.

இணங்கர்: (பெ): ஒப்பு; comparison.

இணங்காத: (பெ.அ): பிடிவாதமுள்ள; stubborn.

இணங்காதவர்: (பெ): பகைவர்; enemies.

இணங்கி: (பெ): தோழி; lady's maid.

இணங்கு: (பெ): இணக்கம்; பொருத்தம்; சிநேகம்; ஒப்புமை; பேய்; suitability; friendship; comparison; a devil; (வி): இசைதல்; ஒத்துப்போதல்; to comply with; to abide by.

இணரோங்குதல்: (வி): பரம்பரையாக உயர்ந்திடல்; to prosper from generation to generation.

இணர்: (பெ): பூங்கொத்து; பூ; பூவிதழ்; சுடர்; குலை; ஒழுங்கு; [illegible] மரம்; மாமரம்; தளிர்; தொடர்ச்சி; cluster of flowers; flower; flower petal; flame; bunch of fruit; system, a kind of tree; mango tree; sprout; continuance.

இணர்தல்: (வி): நெருங்குதல்; விரிதல்; to be dense; to unfold.

இணாட்டு: (பெ): மீன் செதில்; scale of fish.

இணாப்புதல்: (வி): ஏய்த்தல்; ஏமாற்றுதல்; to deceive; to cheat.

இணி: (பெ): எல்லை; ஏணி; limit; ladder.

இணுக்கு¹: (பெ): கைப்பிடியளவு இலை; இலைக்கொத்து; handful of leaves; cluster of leaves.

இணுக்கு²: (பெ): கீரை (அ) புகையிலையிலிருந்து கிள்ளி எடுக்கப்பட்ட சிறு பகுதி; a small bit of tobacco, greens, etc.

இணுக்குதல்: (வி): பறித்தல்; உருவிப் பறித்தல்; to pull off as a leaf from a twig; to pluck as a flower from a tree.

இணுங்கு: (வி): இலைகள், கிளைகள் ஆகியவற்றைக் கிள்ளிப் பறித்தல்; to pluck the leaves, branches, etc.

இணை: (பெ): உதவி; இசைவு; ஒப்பு; இரட்டை; சேர்க்கை; எல்லை; கூந்தல்; இச்சை; கூட்டு; help; assent; match; pair; union; limit; long flowing tresses of a woman; lust; pact; (வி): சேர்; கூடு; ஒன்றாக அமை; ஒன்று சேர்; தொடர்புபடுத்து; to join; to mingle; be interlinked; to join one with another; to link; to connect.

இணைக்கப்பட்ட: (பெ.அ): ஒன்றாகச் சேர்க்கப்பட்ட; united; joined.

இணைக்கல்லை: (பெ): இரண்டு இலைகள் சேர்த்துத் தைக்கப்பட்ட உண்கலம்; an arrangement to serve food by stitching two leaves together.

இணைக்கும்: (பெ.அ): ஒன்று சேர்க்கும்; uniting; joining.

இணைக்கோணத்தடை: (பெ): மூக்கிரட்டை இலை; Mookirattai leaf.

இணைக்கோணம்: (பெ): மூக்கிரட்டை; a kind of plant - Mookirattai.

இணைதல்: (வி): சேர்தல்; ஒத்தல்; பொருந்துதல்; to join; to unite; to resemble; be like; be suited.

இணைப்பறு: (வி): தொடர்பை விடு; disengage.

இணைப்பற்ற: (பெ.அ): தொடர்பற்ற; ஒன்றாகச் சேர்க்கப்படாத; disjointed.

இணைப்பிடைச்சொல்: (பெ): இருசொற்களை (அ) வாக்கியங்களை இணைக்கும் சொல்; conjunction.

இணைப்பு: (பெ): சேர்ப்பு; joint; connection.

இணைமுகப்பறை: (பெ): இருபக்கங்களை உடைய பறை; a kind of drum which has two sides.

இணையகம்: (பெ): இடத்தேவை கருதிப் பயன்படுத்தும் துணைக்கட்டடம்; annexe.

இணையடிகால்: (பெ): முட்டுக்கால்; pedestal; a beam to support an old wall or tree.

இணையணை: (பெ): ஒன்றின் மீது ஒன்றாக சௌகரியத்திற்காக வைக்கப்படும் திண்டுகள் mattresses spread one over another for comfort.

இணையல்: *(வி):* சேர்தல்; இணைதல்; to join; to connect.

இணையம்: *(பெ):* கூட்டமைப்பு; union; federation.

இணையமைச்சர்: *(பெ):* ஓர் அமைச்சகத்தின் பொறுப்பைத் தனித்தோ அல்லது காபினட் அந்தஸ்துள்ள அமைச்சருக்குக் கட்டுப்பட்டோ நிர்வாகம் செய்யும் அமைச்சர்; Minister of State.

இண்டஞ்செடி: *(பெ):* செடி வகை; a kind of plant.

இண்டனம்: *(பெ):* ஊர்தி; விளையாட்டு; cart; game.

இண்டர்: *(பெ):* சுற்றம்; இடையர்; சண்டாளர்; relatives; cowherds; shepherds; violent-tempered person.

இண்டிகன்: *(பெ):* சோதிடன்; astrologer.

இண்டு: *(பெ):* ஒருவகைச் செடி; a kind of sensitive plant.

இண்டை: *(பெ):* மாலை; தாமரை; கொடி வகை; தொட்டாற் சுருங்கி செடி; garland; Lotus; creeper; a sensitive plant, 'touch-me-not'.

இதக்கை: *(பெ):* பனங்காயின், மேல்புறமுள்ள தோடு; integument on top of palmyra fruit.

இதச்சொல்லுதல்: *(வி):* புத்திமதி கூறுதல்; to advise.

இதடி: *(பெ):* பெண்ணெருமை; நீர்; female buffalo; water.

இதணம் / இதண்: *(பெ):* காவல் பரண்; raised wooden structure in the field.

இதமியம்: *(பெ):* இன்பம்; இனிமை; மனநிறைவு; delight; sweetness; mental satisfaction.

இதம்: *(பெ):* இன்பம்; அன்பு; நன்மை; இதயம்; நெஞ்சம்; ஞானம்; இனிமை; delight; kind; love; good; heart; mind; wisdom; sweetness.

இதரம்: *(பெ):* பகை; கீழ்மை; enmity; meanness.

இதரன்: *(பெ):* அன்னியன்; வேற்றாள்; foreigner; alien.

இதல்: *(பெ):* கௌதாரி; காடை; partridge; quail.

இதவிய: *(பெ.அ):* நன்மையான; good.

இதவு: *(பெ):* இதம்; நன்மை; முகமன்; pleasant manners; good; praise.

இதழலர்தல்: *(வி):* பேசிட வாய் திறத்தல்; to open the mouth in order to speak.

இதழி: *(பெ):* சரக்கொன்றை; Indian Laburnum.

இதழ்: *(பெ):* உதடு; பூவிதழ்; கண்ணிமை; மாலை; பாளை; சாதிபத்திரி; lip; flower petal; eyelid; garland; spathe of palms; mace, the outer cover of nutmeg used as spice.

இதலை/இதளை: *(பெ):* கொப்பூழ்; navel.

இதள்: *(பெ):* பாதரசம்; mercury.

இதாகிதம்: *(பெ):* நல்லதும் கெட்டதும்; good and evil.

இதி: *(பெ):* இறுதி; பேய்; உறுதி; ஒளி; end; devil; stability; light.

இது: *(சு.பெ):* இந்த; this.

இதை: *(பெ):* கப்பல் பாய்; புதுப்புனம்; கொல்லை; கலப்பை; sail of a ship; a field for dry cultivation; backyard; plough.

இதோபதேசம்: *(பெ):* நட்புடன் கூறும் அறிவுரை; வடமொழிப் படைப்பான பஞ்சதந்திராவில் காணப்படும் ஒரு பகுதியின் தமிழ் மொழிபெயர்ப்பு; friendly advice; a Tamil translation of a Sanskrit work, chiefly found in Pancha Tantra stories.

இதோளி / இதோள்: *(சு.பெ):* இங்கு; here.

இத்திநடையம்: *(பெ):* நத்தை; snail.

இத்துமம்: *(பெ):* காமம்; விறகு; ஒருவகைச் சுள்ளி; lust; firewood; a kind of twig.

இத்து / இத்துரா: *(பெ):* ஒருவகைப் புல்; a kind of grass.

இத்துவரம்: *(பெ):* எருது; bull.

இத்துவரன்: *(பெ):* கயவன்; தீயோன்; வறியவன்; rascal; scoundrel; poor man.

இந்த: *(பெ.அ):* அண்மைப் பொருளைச் சுட்டும் அசைச்சொல்; this.

இந்தம்: *(பெ):* புளியமரம்; விறகு; tamarind tree; fire wood.

இந்தளம்: *(பெ):* தூபமுட்டி; குமட்டிச்சட்டி; incensory; chafing dish used for warming.

இந்தனம்: *(பெ):* விறகு; புகை; firewood; smoke.

இந்தனோடை: *(பெ):* மேலாடை; upper garment.

இந்தா: *(விளி.இ.சொ):* தன் வயது ஒத்தவரை அல்லது தன்னை விட இளையவரை அழைக்கும் போது, அவரின் கவனத்தைத் தன் வசம் திருப்பிட பயன் படுத்திடும் சொல்; an informal term used when calling to a person who is known.

இந்தி: *(பெ):* பூனை; திருமகள்; இந்திய தேசிய மொழி; cat; Lakshmi, Goddess of Wealth; Hindi, the national language of India.

இந்திரகம்: *(பெ):* சபா மண்டபம்; assembly hall.

இந்திரகோடணை: *(பெ):* இந்திர விழா; the festival of Lord Indra.

இந்திரகோபம்: *(பெ):* தம்பலப்பூச்சி; cochineal insect.

இந்திரசாபம்: (பெ): வானவில்; அகலிகையிடம் தவறாக நடந்து கொண்டதால் இந்திரன் பெற்ற சாபம்; rainbow; the curse with which Indira was slapped through the misdeed with Agalikai.

இந்திரசாலி: (பெ): அழிஞ்சில்; மாய வித்தைகள் செய்பவன்; a kind of tree - Azhinjil; magician.

இந்திரசுகந்தம்: (பெ): நன்னாரி; sarsaparilla.

இந்திரசேனை: (பெ): திரௌபதி; Droupathi, the wife of Pandavas.

இந்திரஞாலம்: (பெ): சூரபத்மனின் தேர்; the chariot of Soorapadma - an Asura.

இந்திரதரு: (பெ): மருது; a kind of tree.

இந்திரதிசை: (பெ): கிழக்கு; east.

இந்திரநகரி: (பெ): தேவலோகம்; திருத்தணிகை; heaven; Thiruthani - one of the six skanda shrines in Tamilnadu.

இந்திரநீலம்: (பெ): நீலக்கல்; sapphire.

இந்திரபம்: (பெ): வெட்பாலை; a kind of tree.

இந்திரபதம்: (பெ): இந்திரலோகம்; ஸ்வர்க்கம்; Indra's heaven; Swarga.

இந்திராபதி: (பெ): திருமால்; Lord Vishnu.

இந்திரி: (பெ): கிழக்கு; தொட்டாற்சிணுங்கி; நன்னாரி; the eastern cardinal direction as Indra's quarter; touch-me-not, a sensitive plant; sarsaparilla.

இந்திரேபம்: (பெ): வெட்பாலை என்னும் மரவகை; Vetpalai, a kind of tree.

இந்திரேயம்: (பெ): பாவட்டை என்னும் செடி; Paavattai - a kind of plant.

இந்திரை: (பெ): திருமகள்; Lakshmi, the Goddess of Wealth.

இந்து: (பெ): சந்திரன்; கற்பூரம்; இந்துப்பு; இந்துமதத்தைச் சேர்ந்தவன்; சிந்து நதி; கௌரி பாஷாணம்; எட்டி; கரடி; கரி; வேள்வி; Moon; camphor; rock-salt; a Hindu; river Sindhu; a kind of Siddha medicine; worm wood; bear; charcoal; sacrifice.

இந்து கமலம்: (பெ): வெள்ளைத் தாமரை; white lotus.

இந்துமதி: (பெ): அசனின் மனைவி; விதர்ப்பனின் மகள்; தசரதனின் தாய்; the wife of Hasan; the daughter of king Vidharba; the mother of king Dasaratha.

இந்துமரம்: (பெ): கடம்பு; a flower tree sacred to Lord Muruga.

இந்துரத்தினம்: (பெ): முத்து; pearl.

இந்துரம்: (பெ): எலி; பெருச்சாளி; rat; bandicoot.

இந்துரவிகூட்டம்: (பெ): அமாவாசை நாள்; New Moon day.

இந்துரேகை: (பெ): சந்திரகலை; the digit of the Moon.

இந்துலோகம்: (பெ): வெள்ளி; silver.

இந்துளம்: (பெ): நெல்லி மரம்; emblic myrobalan tree.

இபங்கம்: (பெ): புளிமா; a species of mango.

இபம்: (பெ): மரக்கொம்பு; யானை; a branch of a tree; an elephant.

இபாரி: (பெ): சிங்கம்; lion.

இபுனு: (பெ): வழித்தோன்றல்; male descendant.

இப்பந்தி: (பெ): பேடி; சங்கடம்; முடன்; பேதை; hermaphrodite impotence; difficult; fool; dolt woman.

இப்பர்: (பெ): இடையர்; வைசியர்; வணிகர்; வேளாளர்; cowherds and shepherds; merchants; a class of ancient chiefs in Tamilnadu.

இப்பாடு: (பெ): இவ்விடம்; this place.

இப்பால்: (வி.அ): இவ்விடம்; பின்பு; on this side; hereafter.

இப்பி: (பெ): சிப்பி; கிளிஞ்சல்; சங்கு; shell; conch-shell.

இப்பியை: (பெ): பெண் யானை; female elephant.

இப்புறம்: (வி.அ): இவ்விடம்; on this side.

இப்பை: (பெ): இலுப்பை; South Indian Mahua.

இமகிரி: (பெ): இமயமலை; Himalayas.

இமசலம்: (பெ): பனித் துளி; dew.

இமசானு: (பெ): இமயமலையின் மேற்பரப்பு; the upper areas of Himalaya's.

இமம்: (பெ): சந்தனம்; சீதளம்; பனி; sandal wood; coolness; snow.

இமவந்தம்: (பெ): இமயமலை; Himalayas.

இமழி: (பெ): யானை; an elephant.

இமிர்தல்: (வி): ஒளிர்தல்; ஊதுதல்; மொய்த்தல்; to shine; to blow; to swarm.

இமிலை: (பெ): ஒரு வகை இசைக்கருவி; a kind of musical instrument.

இமில்: (பெ): எருதின் திமில்; hump.

இமிழி: (பெ): இசை; music.

இமிழிசை: (பெ): ஒரு வகைப் பறை; a kind of drum.

இமிழ்: (பெ): ஒலி; கயிறு; பந்தம்; இசை; இனிமை; ஆரவாரம்; sound; coir; cord; relation; music; sweetness; vain show.

இமை: (பெ): கண்ணிமை; இமைப்பொழுது; கரடி; மயில்; அற்பம்; விளிம்பு; eyelid; split second; bear; peacock; meanness; edge, brim.

இமையவர்: (பெ): தேவர்; celestial beings.

இமையிலி: (பெ): கருடன்; eagle.

இம்பர்: (பெ): இவ்வுலகம்; இவ்விடம்; பின்; this world; here; next; after.

இம்மை: (பெ): இப்பிறப்பு; உலகவாழ்க்கை; present birth; life in this world.

இயக்கம்: (பெ): இயங்குகை; குறிப்பு; இசைப்பாட்டு;சுருதி;பெருமை;மலசலம்;கிளர்ச்சி; motion; expression as of eyes; a musical composition; pitch of three kinds; greatness; excrement; movement.

இயக்கன்: (பெ): தலைமை ஏற்று வழி நடத்துபவன்; president.

இயக்கு: (வி): இயங்கச் செய்தல்; கையாளுதல்; ஓடச்செய்தல்; கதை ஒன்றினை நாடகமாக (அ) திரைப்படமாக ஆக்கிடும் பொறுப் பேற்றல்; to operate; to handle; to operate the buses, cars, etc.; to direct a play, movie, etc.

இயங்கியல்: (பெ): முரண்பட்ட அம்சங்களின் மூலம் ஏற்படும் வளர்ச்சி பற்றிய கோட்பாடு; dialectics.

இயங்கு: (வி): செயல்படுதல்; to operate.

இயங்குகின்ற: (பெ.அ): செயல்படுகின்ற; operative.

இயந்திரகதி:(பெ): இயந்திரத்தனம்; mechanical manner.

இயந்திரத்தனம்: (பெ): மாறுதல் ஏதுமற்ற செயல்படும் தன்மை; mechanical nature.

இயந்திரத் துப்பாக்கி: (பெ): வேகமாகவும் தொடர்ச்சியாகவும் குண்டுகளை வெளியேற்றும் துப்பாக்கி; machine gun.

இயந்திரம்: (பெ): வேலை ஒன்றினைச் செய்வதற்காக மனிதனால் உருவாக்கப்பட்டதும், நீராவி, மின்சாரம் போன்ற சக்திகளாலோ, மனித சக்தியாலோ இயக்கப்படுவதுமான கருவி அல்லது சாதனம்; machine.

இயந்திரி: (பெ): மரவகை; a kind of tree.

இயபரம்: (பெ): இம்மையும், மறுமையும்; present and next birth.

இயமரம்: (பெ): பறை வகை; a kind of drum.

இயமானன்: (பெ): குடும்பத்தலைவன்; இந்திரன்; உயிர்; ஆன்மா; head of the family; Lord Indra; soul.

இயம்: (பெ): சொல்; ஒலி; வாத்தியம்; மிருதார் சிங்கி என்னும் மூலிகை; word; sound; musical instrument; Mirudhar singhi - a herb.

இயம்பல்: (பெ): சொல்; பழமொழி; word; proverb.

இயலணி: (பெ): இயற்கை அழகு; natural beauty.

இயலாமை: (பெ): செயல்பட முடியாமை; inability to act in a situation.

இயலுதல்: (வி): உடன்படுதல்; நேர்தல்; பொருந்துதல்; தங்குதல்; செய்யப்படுதல்; அசைதல்; நடத்தல்; உலாவுதல்; to consent; to occur; to fit; to stay; to make; to move; to walk; to walk about.

இயலொழுக்கம்: (பெ): நல்லொழுக்கம்; moral conduct.

இயல்: (பெ): ஒப்பு; தன்மை; தகுதி; ஒழுக்கம்; நூல்; செலவு; இயற்றமிழ்; இலக்கணம்; பெருமை; மாறுபாடு; resemblance; nature; quality; conduct; book; expense; literary Tamil poetry or prose conforming to the rules of Tamil grammar.

இயல்பு: (பெ): தன்மை; ஒழுக்கம்; இலக்கணம்; முறை; நற்குணம்; நேர்மை; வரலாறு; nature; conduct; grammar; order; virtue; honesty; history.

இயல்பூதி: (பெ): வில்வம்; நாய்வேளை; Bael tree; a herb.

இயல்வாணர்: (பெ): புலவர்; poet.

இயல்வு: (பெ): இயல்பு; quality; property; nature.

இயவம்: (பெ): நெல்; paddy.

இயவன்: (பெ): பறை அடிப்போன்; கீழ்மகன்; drummer; mean person.

இயவாகு: (பெ): கஞ்சி; gruel; semi-liquid food.

இயவு: (பெ): ஊர்; காடு; வழி; செலவு; புகழ்; சோர்தல்; town; forest; way; expense; fame; weariness.

இயவுள்: (பெ): தலைமை; இறைவன்; வழி; புகழ் பெற்றவன்; leadership; supreme God; way; famous person.

இயவை: (பெ): துவரை; வழி; காடு; மூங்கிலரிசி; மலை நெல் வகை; pigeon pea; way; forest; the seed of the bamboo; a kind of paddy.

இயறல்: (பெ): முக்தி; final bliss.

இயற்கணிதம்: (பெ): குறியீடுகளையும், எழுத்துகளையும் பயன்படுத்தும் ஒரு கணிதப்பிரிவு; algebra.

இயற்பியல்: (பெ): இயற்கை சக்திகளின் இயக்கம், பொருள்களின் தன்மை, மாற்றம் போன்றவற்றை விவரிக்கும் ஓர் அறிவியல் துறை; physics.

இயற்றமிழ்: (பெ): முத்தமிழுள் ஒன்று; இலக்கியத் தமிழ்; literary Tamil poetry or prose, conforming to the rules of Tamil grammar.

இயற்றல்: (பெ): புதிதாகச் செய்தல்; முயற்சி; endeavour; effort.

இயற்று: *(வி):* படைத்தல்; எழுதுதல்; உருவாக்குதல்; ஏற்படுத்துதல்; to create; to write; to enact; to adopt; to pass.

இயற்றியவர்: *(பெ):* உருவாக்கியவர்; படைத்தவர்; எழுதியவர்; creator; writer.

இயனெறி: *(பெ):* நல்லொழுக்கம்; good conduct; moral discipline.

இயன்மகள்: *(பெ):* கலைமகள்; சரஸ்வதி; Saraswathi, the Goddess of Arts and Learning.

இயாகம்: *(பெ):* கொன்றை; பாண்டம்; வேள்வி; Indian Laburnum; pot; vessel: sacrifice.

இயை: *(பெ):* அழகு; புகழ்; வாழை; beauty; fame; plantain.

இயைதல்: *(வி):* ஒத்தல்; பொருந்துதல்; இணங்குதல்; to resemble; to fit; to agree.

இயைபு: *(பெ):* பொருத்தம்; சேர்க்கை; suitability; addition.

இயைமே: *(பெ):* வாழைமரம்; plantain tree.

இயைவது: *(பெ):* தக்கது; that which is suitable.

இயைவு: *(பெ):* இணக்கம்; பொருத்தம்; flexibility; suitability.

இர: *(பெ):* இரவு; night; *(வி):* தயவுடன் வேண்டுதல்; to entreat.

இரகசியக் காப்புப் பிரமாணம்: *(பெ):* அமைச்சர்கள் தமக்குத் தெரிய வரும் தகவல்களை யாருக்கும் தெரியப் படுத்துவதில்லை என ஆளுநர் முன்பாக எடுத்துக்கொள்ளும் உறுதி மொழி; the Oath of Secrecy, administered by the Governor to a minister before the minister assumes office.

இரகசியப் போலீஸ்: *(பெ):* சீருடை அணியாது சாதாரண உடையில் சென்று துப்பு துலக்கிடும் காவலர் படை; plainclothes detectives for criminal investigations, etc.

இரகு: *(பெ):* சூரிய வம்சத்து அரசர்களுள் புகழ்பெற்ற ஓர் அரசன்; Raghu, a king who belonged to Sun Dynasty.

இரகுவம்சம்: *(பெ):* ஒரு நூல்; a Sanskrit literary work by Kavi Kaalidas.

இரக்கம்: *(பெ):* அருள்; மனவருத்தம்; ஒலி; துன்பம்; ஐயம்; பரிவு; mercy; pity; sympathy; sound; sorrow; doubt; grace.

இரங்கற்பா: *(பெ):* இரங்கல் தெரிவித்துப் பாடும் பாடல்; a verse in praise of the dead person.

இரங்கு: *(வி):* வருந்து; மனம் இளகிடு; to feel sorry; to sympathize with.

இரங்கொலி: *(பெ):* முறையீடு; complaint.

இரசக்கட்டு: *(பெ):* இறுகச் செய்த பாதரசம்; hardened mercury.

இரசக்களிம்பு: *(பெ):* புண் ஆற்றும் மருந்து; an ointment which cures wounds, cuts, etc.

இரசக்குடுக்கை: *(பெ):* பாதரசம் அடைக்கும் குப்பி; the bottle in which mercury is kept.

இரசகம்: *(பெ):* பீர்க்கு; sponge gourd.

இரசகன்: *(பெ):* வண்ணான்; washerman.

இரசகி: *(பெ):* வண்ணாத்தி; the woman who belongs to washerman community.

இரசகுண்டு: *(பெ):* அலங்காரமாகத் தொங்க விடப்படும் இரசம் பூசிய கண்ணாடி உருண்டை; the glass globe used for decorative purposes.

இரசச் சுண்ணம்: *(பெ):* பூச்சி மருந்து; a kind of pesticide; insecticide.

இரசச்சுத்தி: *(பெ):* ஈயம்; lead.

இரசணி: *(பெ):* மஞ்சள்; அவுரி; இரவு; turmeric tuber of a plant, yellow in colour when crushed; indigo; night.

இரசதகிரி: *(பெ):* இமாலயம்; Himalayas.

இரசதம்: *(பெ):* வெள்ளி; பாதரசம்; நட்சத்திரம்; யானைத் தந்தம்; பொன்; silver; mercury: star; tusk; gold.

இரசதாது: *(பெ):* பாதரசம்; mercury.

இரசதாளி: *(பெ):* ஒரு வகை வாழை; a kind of plantain tree - Rasthaali.

இரசபலம்: *(பெ):* தென்னை மரம்; coconut tree.

இரசபுட்பம்: *(பெ):* இரசகற்பூரம்; sublimate of mercury; calomel; naphthaline.

இரசப்பிடிப்பு: *(பெ):* முடக்கு வாதம்; rheumatism.

இரசம்: *(பெ):* சுவை; சாறு; பாதரசம்; வாயூறுநீர்; வாழைவகை; மாமரம்; இன்பம்; taste; juice; mercury; saliva; a kind of plantain tree; mango tree; pleasantness.

இரசவாதம்: *(பெ):* தாழ்ந்த உலோகங்களை உயர்ந்த உலோகங்களான பொன், வெள்ளியாக மாற்றிடும் கலை; Alchemy, the attempt of changing the baser metals into gold, silver, etc.

இரசவாழை: *(பெ):* பேயன் வாழை; a kind of plantain tree.

இரசவைப்பு: *(பெ):* இரசத்தால் ஆன மருந்து; the medicine which is produced by mixing mercury.

இரசனம்: *(பெ):* பொன்; வெள்ளி; நஞ்சு; பிசின்; பழம்; இலைச்சாறு; ஒலி; உணவு; நேயம்; பல்; gold; silver; poison; gum; fruit; the juice of a particular leaf or leaves; sound; food; affection; tooth.

இரசனை: (பெ): விருப்பம்; சுவை; பாவம் நிறைந்தது; liking; taste; aesthetic appreciation.

இரசாபாசம்: (பெ): கௌரவத்தை இழந்துவிடக் கூடிய மோசமான நிலை; unpleasantness; something in bad-taste.

இரசாலம்: (பெ): மாமரம்; கரும்பு; பலா மரம்; கோதுமை; mango tree; sugarcane; jack fruit tree; wheat.

இரசிகம்: (பெ): குதிரை; யானை; கயமைத்தனம்; horse; elephant; meanness.

இரசிகன்: (பெ): விசிறி; காமுகன்; fan; lustful person.

இரசிகை: (பெ): நா; காமுகி; பெண்கள் இடையணி; tongue; lustful woman; women's waist ornament.

இரசித நாள்: (பெ): வெள்ளிக்கிழமை; Friday.

இரசிதம்: (பெ): வெள்ளி; தங்கமுலாம்; முழக்கம்; ஒலி; silver; gilding; rumble; sound.

இரசித்தல்: (வி): விரும்புதல்; சுவைத்தல்; to like; to taste.

இரசேந்திரியம்: (பெ): நாக்கு; tongue.

இரசோபலம்: (பெ): இருள்; முத்து; dark; pearl.

இரசோனகம்: (பெ): வெள்ளுள்ளி; garlic.

இரச்சு: (பெ): கயிறு; coir; cord.

இரச்சுகலம்: (பெ): கவண்; கல்லெறி கயிறு; the sling to drive away birds that destroy the crops.

இரச்சை: (பெ): காப்பு; நாண்; protection; armlet.

இரட்சகம்: (பெ): இரட்சிப்பு; மீட்பு; காத்தல்; protection; salvation.

இரட்சாபோகம்: (பெ): பாதுகாவல் வரி; protection tax.

இரட்சித்தல்: (வி): பாதுகாத்தல்; to protect.

இரட்சை: (பெ): காப்பாக இடும் மந்திராட்சர யந்திர காப்பு; திருநீறு; armlet; sacred ash.

இரட்டல்: (வி): இரண்டாதல்; அசைத்தல்; ஒலித்தல்; doubling; to shake; to sound.

இரட்டி: (பெ): இருமடங்கு; double.

இரட்டிப்பு/இரட்டித்தல்: (வி): இருமடங்காக்குதல்; திரும்பச் செய்தல்; மாறுபடுதல்; to double; to repeat; to differ.

இரட்டு: (பெ): ஒலி; முரட்டுத் துணி; sound; thick cloth.

இரட்டுதல்: (வி): இரண்டாதல்; ஒலித்தல்; திரும்பத் திரும்ப ஒலித்தல்; அசைத்தல்; to double; to sound; to sound alternately; to wave.

இரட்டுமி: (பெ): பறை வகை; a kind of drum.

இரட்டுற மொழிதல்: (வி): இருபொருள்படப் பேசுதல்; making a statement intentionally capable of being interpreted in two ways.

இரட்டுறல்: (பெ): சிலேடை; paronomasia; pun; innuendo.

இரட்டைக் கிளவி: (பெ): ஓர் இணையாக வழங்கி வருவதும், பிரித்தால் பொருள் தராததுமான ஒலிக்குறிப்பு போன்ற சொல்; a doublet formed mostly by imitation of a sound, one's feeling towards an object, etc.

இரட்டைக்குச்சி: (பெ): சிலம்பம் வகை; a kind of martial art where fencing is done with a staff.

இரட்டையர்: (பெ): இரட்டைப்பிள்ளைகள்; இணைந்தே செயல்படும் (அ) காணப்படும் இருவர்; பூப்பந்து போன்ற விளையாட்டில் ஒவ்வொரு அணிக்குச் சார்பாக விளையாடும் இருவர்; twins; a team of two; pair; doubles.

இரணகளம்: (பெ): போர்க்களம்; battle field.

இரணகள்ளி: (பெ): கள்ளி வகை; a kind of spurge.

இரணங்கொல்லி: (பெ): ஆடு தின்னாப் பாளை; தும்பை; a kind of medicinal plant; leucas.

இரண வைத்தியம்/இரணசிகிச்சை: (பெ): அறுவை சிகிச்சை; surgery.

இரண சுக்கிரன்: (பெ): கண்ணோய் வகை; a kind of eye disease.

இரணசூரன்: (பெ): போர் வீரன்; warrior.

இரண பத்ரகாளி: (பெ): துர்க்கை; Durga, the Goddess of Victory.

இரண பாதகம்: (பெ): கொலை; நம்பிக்கை துரோகம்; murder; breach of trust.

இரண பேரிகை: (பெ): போர்ப்பறை; battle drum.

இரணம்: (பெ): புண்; போர்; பொன்; மாணிக்கம்; சுக்கிலம்; wound; war; gold; ruby; sperm.

இரணரங்கம்: (பெ): போர்க்களம்; battle field.

இரணவாதம்: (பெ): நோய் வகை; a kind of disease.

இரணவீரன்: (பெ): போர்வீரன்; warrior.

இரண வைத்தியர்: (பெ): அறுவை சிகிச்சை வைத்தியர்; surgeon.

இரணியகன்: (பெ): பொன்னை உடையவன்; one who has gold.

இரணியதானம்:(வி): பொன்னைக் கொடையாகத் தருதல்; to donate gold.

இரணிய நேரம்: (பெ): அந்திநேரம்; dusk.

இரணியம்: (பெ): பணம்; பொன்; money; gold.

இரணிய மரம்: (பெ): மரவகை; a kind of tree.

இரணை: (பெ): இரட்டை; இரண்டு; double; two.

இரண்டகம்: *(பெ):* நம்பிக்கை துரோகம்; breach of trust.

இரண்டு நினைத்தல்: *(வி):* கெடுதி செய்ய நினைத்தல்; to propose to do harm to others.

இரண்டுபடுதல்: *(வி):* வேறுபடுதல்; ஐயுறுதல்; ஒற்றுமையின்மை; to differ; to suspect.

இரண்டெட்டில்: *(வி.அ):* விரைவில்; quick.

இரண்டை: *(பெ):* கைம்பெண்; விதவை; widow.

இரண்டொன்று: *(பெ):* சில; a few.

இரதகம்: *(பெ):* மரவகை; a kind of tree.

இரதபதம்: *(பெ):* புறா; dove.

இரதபந்தம்: *(பெ):* சித்திரக்கவி வகை; a metrical composition fitted into fanciful figures; one of Naar-kavi.

இரதம்: *(பெ):* தேர்; பல்; சாறு; சுவை; இனிமை; வாயூறுநீர்; வண்டு; பாதரசம்; மாமரம்; நீர்; நஞ்சு; வலி; கால்; உடல்; வஞ்சி மரம்; வாகனம்; chariot; tooth; juice; taste; sweetness; saliva; bee; moth; mercury; mango tree; water; poison; pain; leg; body; a kind of tree; vehicle.

இரதனம்: *(பெ):* அரைஞாண்; waist band.

இரதன்: *(பெ):* கண்; கிளி; eye; parrot.

இரதாங்கம்: *(பெ):* சக்கரவாகப் புள்; a bird in separation said to be pining for its mate.

இரதாரூடன்: *(பெ):* தேர் சாரதி; charioteer.

இரதி: *(பெ):* மன்மதனின் மனைவி; இலந்தை; விருப்பம்; பெண் யானை; இரத்தல்; புணர்ச்சி; பித்தளை; Rathi, the wife of Kaman; the Jujube tree; liking; female elephant; begging; sexual intercourse; brass.

இரத்த சந்தியகம்/இரத்தக்கமலம்: *(பெ):* செந்தாமரை; red Lotus.

இரத்தக்கலப்பு: *(பெ):* நெருங்கிய உறவு; blood relationship.

இரத்தக் கோமாரி: *(பெ):* மாட்டுக்கு வரும் நோய்; a kind of cattle disease.

இரத்தசாரம்: *(பெ):* கருங்காலி மரம்; black hard heavy durable wood.

இரத்த சூறை: *(பெ):* மீன் வகை; a kind of fish.

இரத்த பலம்: *(பெ):* ஆலமரம்; banyan tree.

இரத்த பலி: *(பெ):* உதிர நைவேத்தியம்; கொலை; blood sacrifice; murder.

இரத்தப்பலை: *(பெ):* கோவைப்பழம்; common hedge creeper's fruit.

இரத்தப்பழி: *(பெ):* கொலைக்குக் கொலை; murder as a revenge for bloodshed.

இரத்தமண்டலி/இரத்தப்புடையன்: *(பெ):* பாம்புவகை; a kind of snake.

இரத்தம்[1]: *(பெ):* சிவப்பணுக்களையும், வெள்ளை அணுக்களையும் கொண்டதும், உடம்பின் அனைத்துப் பகுதிகளுக்கும் சென்று மீண்டும் இதயத்திற்குத் திரும்புவதுமான சிவப்பு நிற திரவம்; blood.

இரத்தம்[2]: *(பெ):* குருதி; சிவப்பு; ஈரல்; பவளம்; குங்குமம்; தாமிரம்; கொம்பரக்கு; blood; red; liver; spleen; coral; saffron powder; copper; sealing wax.

இரத்தல்: *(வி):* பிச்சையெடுத்தல்; to beg.

இரத்தவடி: *(பெ):* அம்மை நோய்; small pox.

இரத்த வீரியன்/இரத்தவழலை: *(பெ):* நச்சுப் பாம்பு வகை; a kind of poisonous snake.

இரத்தவள்ளி: *(பெ):* செவ்வள்ளி என்னும் கொடிவகை; a kind of creeper.

இரத்த வீசம்: *(பெ):* மாதுளை; pomegranate.

இரத்த வுதிரி: *(பெ):* கால்நடை நோய்வகை; a cattle disease.

இரத்த வெட்டை: *(பெ):* நோய்வகை; a kind of disease.

இரத்தாசயம்: *(பெ):* இருதயம்; heart.

இரத்தாட்சி: *(பெ):* ஓர் ஆண்டின் பெயர்; the name of a Tamil year, Rathaatchi.

இரத்தாதிசாரம்: *(பெ):* சீதபேதி; dysentery.

இரத்தாம்பரம்: *(பெ):* செவ்வாடை; மரவகை; red garment; a kind of tree.

இரந்தை/இரத்தி: *(பெ):* இலந்தை மரம்; Jujube tree.

இரத்தின தீவம்: *(பெ):* இலங்கை; Sri Lanka.

இரத்தினப்பிரபை: *(பெ):* மகளிர் அணிவகை; ஏழு நரகத்துள் ஒன்று; a kind of women's ornament; one of the seven hells.

இரத்தின மாத்திரை: *(பெ):* ஒரு குளிகை; a kind of tablet.

இரத்தினம்: *(பெ):* மணி; gem.

இரத்தைச் சுருட்டை: *(பெ):* சுருட்டைப் பாம்பு வகை; a kind of snake.

இரந்திரம்: *(பெ):* குழி; துளை; இரகசியம்; நிந்தை; pit; hole; secret; abuse.

இரப்பு: *(பெ):* வறுமை; யாசித்தல்; poverty; begging.

இரமடம்: *(பெ):* பெருங்காயம்; asafoetida.

இரமணம்: *(பெ):* காம விளையாட்டு; கழுதை; sexual play; donkey.

இரமணன்: *(பெ):* மன்மதன்; கணவன்; காதலன்; cupid; husband; lover.

இரமதி: *(பெ):* காகம்; மன்மதன்; காலம்; காமம் உடையவன்; crow; cupid; period; time; lustful person.

இரமா: *(பெ):* திருமகள்; Lakshmi, the Goddess of Wealth.

இரமாபதி: *(பெ):* திருமால்; Lord Vishnu.

இரமாப்பிரியம்: *(பெ):* தாமரை; Lotus.

இரமியம்: *(பெ):* அழகு; மனநிறைவு; நவ வருடத்துள் ஒன்று; beauty; mental satisfaction; one of the Nava Varushas.

இரமை: *(பெ):* திருமகள்; செல்வம்; மனைவி; Lakshmi, the Goddess of Wealth; wealth; wife.

இரம்பிகம் / இலம்பிலம்: *(பெ):* மிளகு; pepper.

இரலை: *(பெ):* கலைமான்; spotted deer.

இரவணம்: *(பெ):* ஒட்டகம்; குயில்; வண்டு; கழுதை; வெப்பம்; வெண்கலம்; camel; koel; bee; donkey; heat; bronze.

இரவதம்: *(பெ):* குயில்; koel.

இரவம்: *(பெ):* ஒலி; மரவகை; sound; a kind of tree.

இரவன்/இரவரசு/இராக்கதிர்: *(பெ):* சந்திரன்; the Moon.

இரவலன்: *(பெ):* பிச்சைக்காரன்; யாசகன்; beggar; a person who receives something as charity.

இரவல்: *(பெ):* தன் உபயோகத்திற்காக பிறரின் பொருளைப் பெற்றுத் திருப்பித் தரும் முறை; borrowing.

இரவறிவான்: *(பெ):* சேவற்கோழி; the cock.

இரவற்குடி: *(பெ):* வாடகைக்குக் குடியிருக்கும் குடும்பம்; tenants.

இரவி: *(பெ):* சூரியன்; மூக்கின் வலது பக்கத் துளை; எருக்கு; வணிகம்; the Sun; the right side hole of the nose; yercum; business.

இரவிகன்னம்: *(பெ):* பூமிக்கும் சூரியனுக்கும் உள்ள தொலைவு; the distance between the Earth and the Sun.

இரவிகாந்தம்: *(பெ):* தாமரை; Lotus.

இரவிமது: *(பெ):* வெள்ளி; silver.

இரவிவாரம்: *(பெ):* ஞாயிற்றுக்கிழமை; Sunday.

இரவு: *(பெ):* இராத்திரி; இருள்; மரவகை; இரத்தல்; இரக்கம்; பன்றி வகை; மஞ்சள்; night; dark; a kind of tree; begging; sympathy; a kind of pig; turmeric.

இரவேசு: *(பெ):* தளிர் வெற்றிலை; the tender betel leaf.

இரவை: *(பெ):* நுட்பமான பொருள்; துப்பாக்கியில் இடும் ஈயக்குண்டு; minute thing; the small lead balls which is put in a gun to fire.

இரவோன்: *(பெ):* சந்திரன்; இரவலன்; Moon; mendicant.

இரளி: *(பெ):* கொன்றை; Indian Laburnum.

இரற்றுதல்: *(வி):* அரற்றுதல்; ஒலித்தல்; சத்தமிடுதல்; to lament; to sound; to shout.

இரா: *(பெ):* இரவு; இராப்பொழுது; night.

இராகப்பறவை: *(பெ):* கின்னரப்பறவை வகை; a kind of bird.

இராகம்: *(பெ):* பண்; கீதம்; ஆசை; சிவப்பு நிறம்; song; melody; music; desire; red colour.

இராகவம்: *(பெ):* ஒரு வகை பெரிய மீன்; a kind of large fish.

இராகவர்த்தினி: *(பெ):* முப்பத்திரண்டாவது மேளகர்த்தா; the thirty second `Melakartha'.

இராகவி: *(பெ):* ஆனை நெருஞ்சி; a kind of thorny plant.

இராக விண்ணாடகம்: *(பெ):* கொன்றை; Indian Laburnum.

இராக விராகம்: *(பெ):* வேண்டுதல்-வேண்டாமை; விருப்பு-வெறுப்பு; want and aversion; desire and dislike.

இராகவேகம்: *(வி):* ஆசை மிகுதல்; increasing of desire.

இராகாதனம்: *(பெ):* யோகாசன வகை; a kind of Yogasana.

இராகி: *(பெ):* கேழ்வரகு; ragi (grain).

இராகினி: *(பெ):* வெற்றிலை; betel leaf and the creeper.

இராகு: *(பெ):* கருநாகம்; கோமேதகம்; ஒன்பது கோள்களுள் ஒன்று; black cobra; a precious stone of light yellow colour; one of the nine planets.

இராகுகாலம்: *(பெ):* இராகு கோளுக்குரிய ஒரு நாளில் வரும் 1½ மணி நேரப் பொழுது; a shifting period of 1½ hours on every day of the week considered to be inauspicious, being the time under the influence of Raghu, one of the nine planets.

இராக்கதம்: *(பெ):* எட்டு வகைத் திருமணங்களுள் ஒன்று; one of the eight kinds of marriages.

இராக்கதிர்: *(பெ):* சந்திரன்; the Moon.

இராக்கினி: *(பெ):* அரசனின் மனைவி; அரசி; the wife of a king; queen.

இராக்குயில்: *(பெ):* இரவுப் பொழுதில் பாடும் பறவை; nightingale.

இராக்குருடு: *(பெ):* மாலைக்கண் நோய்; night blindness.

இராசகனி: *(பெ):* எலுமிச்சம் பழம்; lemon; lime fruit.

இராசகன்னி: *(பெ):* இளவரசி; princess.

இராசகாரியம்: *(பெ):* அரசியல்; politics.

இராசகீரி: *(பெ):* வெண்கீரி; white mongoose.

இராசகேசரி: (பெ): சோழர் காலத்திய கருவிகளுள் ஒன்று; சோழமன்னர் சிலருடைய பட்டப்பெயர்; a kind of weapon in the Chozha period; a special title of some Chozha kings.

இராசசக்கரம்: (பெ): அரசாணை; king's order.

இராசசூயம்: (பெ): வெற்றி வேந்தனால் செய்யப்படும் வேள்வி; தாமரை; a sacrifice performed by a victorious king Lotus.

இராசசேகரன்: (பெ): அரசர்க்கு அரசன்; king of kings.

இராசதந்திரம்: (பெ): அரசியல்; அரசியல் நூல்; politics; text of politics; diplomacy.

இராசதம்: (பெ): தீவிர உணர்ச்சி; வெள்ளி; passion; silver.

இராசதாலம்: (பெ): பாக்கு மரம்; கமுகு; areca-palm tree.

இராசதானி: (பெ): தலைநகரம்; மாநிலம்; capital; metropolis.

இராசத்துவாரம்: (பெ): அரண்மனை வாயில்; the main entrance of a palace.

இராசபத்திரம்: (பெ): அரசனின் ஆணை; king's order.

இராசபாட்டை: (பெ): பெருவழிப்பாதை; பொதுவழி; highway; public road.

இராசபிளவை: (பெ): முதுகுப் பகுதியில் உண்டாகும் பெரும் புண்; carbuncle.

இராசன்: (பெ): சந்திரன்; அரசன்; the Moon; the king.

இராசபத்தினி/இராசமகிஷி/இராசாணி/ இராசாத்தி: (பெ): அரசி; அரசனின் தேவி; queen; consort of a king.

இராசமணி: (பெ): நெல்வகை; a kind of paddy.

இராசமுத்திரை: (பெ): அரச இலச்சினை; royal insignia.

இராசயோகம்: (பெ): யோக நிலைகளுள் ஒன்று; a kind of Yoga.

இராசராசன்: (பெ): அரசருக்கு அரசன்; பேரரசன்; சக்கரவர்த்தி; குபேரன்; இராசராசசோழன்; king of kings; emperor; the ruler and the supreme head of an empire; millionaire; a very rich person; the Chozha king Rajarajan.

இராசராசேச்சுவரி: (பெ): உமையவள்; பார்வதி; Parvathi, the consort of Lord Shiva.

இராச ரிஷி: (பெ): அரச குரு; அரசனாக இருந்து முனிவரானவர்; விஸ்வாமித்திரர்; royal sage; the kshatriya of the ruling caste who has turned a sage; the famous sage Vishwamithra.

இராசருகம்: (பெ): அகில்; தும்பை; eagle wood, a kind of fragrant wood; white dead nettle - leucas.

இராசலட்சுமி: (பெ): அஷ்டலட்சுமிகளுள் ஒருத்தி; Rajalakshmi, one of the eight Lakshmis.

இராசவாகனம்: (பெ): சிவிகை; அரசனின் ஊர்தி; கோவேறு கழுதை; palanquin; the vehicle of a king; mule.

இராச விருட்சம்: (பெ): கொன்றை மரம்; Indian Laburnum.

இராசவைத்தியம்: (பெ): பத்தியமற்ற வைத்தியம்; the medical treatment without any prescribed diet for a patient.

இராசனை: (பெ): வெள்ளைப்பூண்டு; garlic.

இராசன்: (பெ): அரசன்; தலைவன்; சந்திரன்; இந்திரன்; இயக்கன்; king; the chief; Moon; Lord Indra; Yaksha; Kubera.

இராசாங்கம்: (பெ): அரசாட்சி; அரசு; rule of a king; government.

இராசாணி / இராசாத்தி: (பெ): அரசி; அரசனின் மனைவி; the queen; the wife of a king.

இராசாதனம்: பலாச மரம்; முருக்கு; முரள்; அரியணை; palas tree; sour lime; a kind of shell-fish; a throne with the carvings of lions.

இராசான்னம்: (பெ): ஒரு வகை உயரிய நெல்; a kind of high quality paddy.

இராசி: (பெ): வரிசை; கூட்டம்; குவியல்; இனம்; மொத்தம்; அதிட்டம்; சுபாவம்; மேஷம் - முதலிய பன்னிரண்டு இராசிகள்; order; crowd; heap; kind; total; luck; personality traits; zodiacal sign.

இராசிக்காரன்: (பெ): அதிர்ஷ்டம் உடையவன்; luckiest person.

இராசிகம்: (பெ): வரி; இயற்கணிதம்; அம்சம்; குவியல்; நரம்பு; ஓர் இராசி; tax; algebra; compactness; heap; cord; a zodiacal sign.

இராசிகை: (பெ): வயல்; இரேகை; ஒழுங்கு; கேழ்வரகு; paddy field; the line on the palm or on the sole; the imaginary line drawn on the map of earth; manner; regularity; Ragi.

இராசிச் சக்கரம்: (பெ): இராசிகளை எழுதியடைத்தசக்கரம்; இராசிமண்டலம்; zodiac.

இராசி பண்ணுதல்: (வி): சமாதானம் செய்தல்; to conciliate.

இராசிப்படுதல்: (வி): மனம் ஒன்றுதல்; to agree in opinion; be united in mind.

இராசிப் பொருத்தம்: (பெ): திருமணப் பொருத்தம் பத்தினுள் ஒன்று; (Astral) matching of horoscopes bride and the bridegroom one of ten marital alliances.

இராசிமண்டலம்: *(பெ):* இராசிச் சக்கரம்; zodiac.

இராசியத்தானம்: *(பெ):* மறைவிடம்; hide-out.

இராசியம்: *(பெ):* தாமரை; அந்தப்புரம்; மறைவு; Lotus; the queen's apartments in a royal palace; secrecy.

இராசிலம்: *(பெ):* சாரைப்பாம்பு; rat-snake.

இராசீவம்: *(பெ):* தாமரை; மான் வகை; Lotus; a kind of deer.

இராசை: *(பெ):* திருநெல்வேலி மாவட்டத்திலுள்ள சங்கரநாராயணர் கோயில் என்னும் தலம்; a holy shrine Sankaranarayanar Koil in Thirunelveli district, Tamilnadu.

இராசோத்துங்கன்: *(பெ):* அரசருள் சிறந்தவன்; the best among the kings.

இராடம்: *(பெ):* பெருங்காயம்; வெங்காயம்; இலாடம்; கழுதை; asafoetida; onion; a horse shoe; donkey.

இராட்டிரம்: *(பெ):* நாடு; நாட்டில் வாழும் மக்கள்; the country; the people who live in a country.

இராட்டின வாழை: *(பெ):* வாழை வகை; a kind of plantain tree.

இராட்டு: *(பெ):* இராட்டினம்; தேன்கூடு; spinning wheel; bee-hive; honey-comb.

இராணம்: *(பெ):* மயில் தோகை; இலை; peacock's feathers; leaf.

இராதினி: *(பெ):* சல்லகி மரம்; ஓர் ஆறு; வச்சிரப்படை; இடி; மின்னல்; sallaki - a kind of tree; a river; a weapon sharp edged at both ends, that which is exceedingly strong; thunder bolt; lightning.

இராதை: *(பெ):* கோபியர்களில் ஒருத்தி; விஷ்ணுகிராந்தி; விசாகம் (நட்சத்திரம்); மின்னல்; நெல்லி; a beloved woman of Lord Krishna and one of the Gopikas; a herb; Visaakam, one of the twenty-seven stars; lightning; the fruit of emblic myrobalan.

இராத்திரி: *(பெ):* இரவு; மஞ்சள்; night; turmeric, tuber of a plant yellow in colour when crushed.

இராத்திரிகாசம்: *(பெ):* வெண்ணாம்பல் மலர்; white water-lily.

இராத்திரி வேதம்: *(பெ):* சேவல்; the cock.

இராந்து: *(பெ):* இடுப்பு; hip.

இராந்துண்டு: *(பெ):* இலந்தை; Jujube, an edible berry-like fruit.

இராப்பாலை: *(பெ):* மரவகை; a kind of tree.

இராமகலி: *(பெ):* ஒரு பண்; a tune.

இராமகிரி: *(பெ):* குறிஞ்சிப்பண் வகை; a kind of song and one of the four melody-types; a hilly tract song.

இராமக்கோவை: *(பெ):* கற்கோவை என்னும் கொடி வகை; karkovai, a kind of creeper.

இராமக்கோழி: *(பெ):* நீர்க்கோழி; water fowl.

இராமசீதா: *(பெ):* மரவகை; a kind of tree.

இராமடம்: *(பெ):* பெருங்காயம்; asafoetida.

இராமப்பிரியா: *(பெ):* ஒரு பண் வகை; a kind of melody in music.

இராமமுழியன்: *(பெ):* கடல் மீன்வகை; a kind of sea fish.

இராமம்: *(பெ):* அழகு; விரும்பத்தக்கது; வெண்மை; beauty; that which is liked; whiteness.

இராமன் சம்பா: *(பெ):* சம்பா நெல்வகை; a kind of paddy.

இராமாயணம்: *(பெ):* இராமபிரானின் சரித்திரத்தை விளக்கும் நூல்; Ramayana, the great Sanskrit epic.

இராமாலை: *(பெ):* கருக்கல் நேரம்; அந்திப் பொழுது; dusk.

இராமாவதாரம்: *(பெ):* தசரதனின் புதல்வனாகத் திரு அவதாரம் செய்த திருமாலின் தோற்றம்; the incarnation of Lord Vishnu as Rama, the son of Dhasaratha.

இராமானம்: *(பெ):* இரவு; நள்ளிரவு; night; mid-night.

இராமானுசக்கூடம்: *(பெ):* வைணவ பக்தர்கள் தங்கிச் செல்லும் சாவடி; the choultry especially for Vaishnavites.

இராமிச்சை: *(பெ):* இலாமிச்சை என்னும் புல்லின் நறுமணம் பொருந்திய வேர்; a kind of grass with fragrant root.

இராமிலன்: *(பெ):* கணவன்; மன்மதன்; husband; Cupid.

இராமை: *(பெ):* மன்மத நூலினை முற்றுமாகக் கற்றவள்; the woman who read thoroughly the Kama-sastra.

இராயசக்காரன்: *(பெ):* குமாஸ்தா; எழுத்தாளர்; clerk; writer.

இராயசம்: *(பெ):* குமாஸ்தா, எழுத்தாளர் ஆகியோரின் பணி; the business of clerk, writer, etc.

இராயணி: *(பெ):* அரசி; the queen.

இராயர்: *(பெ):* விஜயநகர மன்னர்களுக்கான பட்டம்; மஹாராஷ்டிர மாத்வர் மற்றும் பிற அந்தணர்களுக்கான சாதிப்பட்டம்; the title assumed by the Vijayanagara kings; caste title of Maharashtra Madhvas and other brahmins.

இராயன்: (பெ): மன்னன்; விளக்கு; பழைய நாணய வகை; king; lamp; a kind of ancient coin.

இராவடம்: (பெ): அசோகு; the Asoka tree.

இராவடி: (பெ): ஏலம்; துடி; cardamom seed; a small drum.

இராவணம்: (பெ): விளக்கு; அழுகை; lamp; crying.

இராவணப்புல்: (பெ): கடற்கரையில் காணப்படும் கூரிய ஒருவகைப் புல்; a kind of sharp grass which is found in sea-shore areas.

இராவணி: (பெ): இராவணனின் மகனான இந்திரஜித்து; Indrajit, the son of Ravana.

இராவதம்: (பெ): சூரியனின் குதிரை; the horse of the Sun.

இராவதி: (பெ): ஒரு கொடி; ஓர் ஆறு; எமலோகம்; a kind of creeper; a river; yamaloka.

இராவுத்தராயன்: (பெ): குதிரை சேவகரின் தலைவன்; the head of the horsemen.

இராவுத்தன்: (பெ): குதிரைவீரன்; தமிழ் முகமதியருள் ஒரு பிரிவினரின் பட்டப்பெயர்; horseman; the title of a certain class of Tamil speaking Muhammadians.

இராவுதல்: (பெ): ராவுதல்; to file.

இராவோன்: (பெ): சந்திரன்; the Moon.

இரிகம்: (பெ): இதயம்; மனம்; heart; mind.

இரிக்கி: (பெ): பெரிய கொடிவகை; a kind of lengthy creeper.

இரிசல்: (பெ): பிளவு; மனமுறிவு; cleft; be heart-broken due to difference of opinion.

இரிசியா: (பெ): பூனைக்காலி; a herb.

இரிஞன்: (பெ): பகைவன்; enemy.

இரிட்டம்: (பெ): வாள்; நன்மை; தீமை; sword; good; evil.

இரிணம்: (பெ): உவர்நிலம்; saline soil.

இரிதல்: (வி): கெடுதல்; ஓடுதல்; அஞ்சுதல்; to decay; to perish; to run; to fear.

இரித்தல்: (வி): தோற்கடித்தல்; கெடுத்தல்; ஓட்டுதல்; to defeat; to spoil; cause to run.

இரிபு: (பெ): அச்சம்; தோல்வி; பகை; வெறுப்பு; ஓடுதல்; fear; failure; enmity; hatred; run.

இரிபேரம்: (பெ): வெட்டிவேர்; cuscus grass.

இரிப்பு: (வி): அச்சுறுத்தல்; to threat.

இரிமான்: (பெ): எலி வகை; a kind of rat.

இரியல்: (பெ): நிலை கெடுதல்; அழுதல்; விரைந்து செல்லுதல்; state of being perturbed; crying; running; speeding.

இரீதி: (பெ): பித்தளை; எல்லை; முறைமை; brass; limit; proper manner.

இரு: (பெ): இரண்டு; two; (பெ.அ): பெரிய; கரிய; great; vast; black; dark; (வி): நிலையாக ஓரிடத்தில் அமைதல்; be there.

இருகண்: (பெ): ஊனக்கண்; ஞானக்கண்; mortal eye; spiritual vision; inward illumination.

இருகால்: (பெ): அரை; இருமுறை; இரண்டு பாதம்; half; two times; feet.

இரு கை: (பெ): இரண்டு கைகள்; இரண்டு பக்கங்கள்; two hands; two sides.

இருகுரங்கின் கை: (பெ): முசுமுசுக்கை; bristly bryony, a kind of herbal plant.

இருக்கம்: (பெ): கரடி; ராசி; நட்சத்திரம்; bear; zodiacal sign; star.

இருக்கன்: (பெ): பிரம்மன்; ரிக் வேதத்தை உணர்ந்தவன்; Lord Brahma; one who thoroughly understood the Rig veda.

இருக்காழி: (பெ): இரு விதைகளைக் கொண்ட காய்; the unripe fruit which has two seeds.

இருக்கு: (பெ): ரிக் வேதம்; Rig veda.

இருக்கை: (பெ): உட்காருவதற்கான ஆசன அமைப்பு; இருப்பிடம்; குடியிருப்பு; ஊர்; கோயில்; இராசி மண்டலம்; a seat; dwelling place; quarters; living; village; town; temple; zodiac.

இருசகம்: (பெ): மாதுளை; pomegranate.

இருசால்: (பெ): அரசு வரிப்பணம் செலுத்துதல்; கருவூலத்திற்கு அனுப்பும் பணம்; the taxes; the amount remitted to treasury.

இருசால் நாமா: (பெ): கிராம நிர்வாக அதிகாரி வரிப்பணம் செலுத்தியதற்கான விவரப்பட்டியல்; the invoice of collections of taxes forwarded to the government treasury by the Village Administrative Officer.

இருசி: (பெ): பெண்பேய்; பூப்படையாத பெண்; demoness; the girl who has not attained puberty.

இருசு: (பெ): நேர்மை; மூங்கில்; வண்டியின் அச்சு; directness; bamboo; the axle of a carriage.

இருசுகந்தபூண்டு: (பெ): மருக்கொழுந்து; southern wood (species of worm wood with scented leaves).

இருசுடர்: (பெ): சந்திர-சூரியர்; the Moon and the Sun.

இருஞ்சிறை: (பெ): காவல்; மதில்; நரகம்; protection; fortwall; hell.

இருடி: (பெ): முனிவன்; வேதம்; ஆந்தை; sage; veda; a species of owl.

இருடிகம்: (பெ): இந்திரியம்; organ of sense.

இருடிகேசன்: (பெ): திருமால்; Lord Vishnu.

இருட்கண்டம்: *(பெ):* கழுத்தணி வகை; a kind of necklace.

இருட்சி: *(பெ):* இருள்; மயக்கம்; இருட்டு; night; mental delusion; darkness.

இருட்டு: *(பெ):* மயக்கம்; இருள்; அறியாமை; mental delusion; night; darkness; ignorance.

இருட்பகை: *(பெ):* சூரியன்; the Sun.

இருட்பூ: *(பெ):* ஒரு வகை மரம்; a kind of tree.

இருசுக்கட்டை: *(பெ):* வண்டியின் அச்சு பதிந்திடுமாறு உள் நீளமான மரக்கட்டை; the lengthy block wood on which the axle rests.

இருணம்: *(பெ):* கடன்; உவர்நிலம்; நீர்; நிலம்; கோட்டை; debt; saline soil; water; land; fort.

இருணி: *(பெ):* பன்றி; pig.

இருணிலம்: *(பெ):* நரகம்; hell.

இருண்டி: *(பெ):* செண்பகம்; a flower of golden hue; Indian magnolia.

இருண்மதி: *(பெ):* அமாவாசை; தேய்பிறை; new-Moon; waning Moon.

இருண்மலர்: *(பெ):* ஆணவ மலம்; pride; arrogance; manliness; egotism.

இருதலைக்கபடம்: *(பெ):* விலாங்கு மீன்; eel fish.

இருதலைக்கொள்ளி: *(பெ):* இருபக்கத்திலும் தீ உள்ள கட்டை; அனைத்துப் பக்கங்களிலும் துன்பம் செய்வது; brand burning at both ends; that which causes trouble in every direction.

இருதலை ஞாங்கர்: *(பெ):* முருகப் பெருமானின் வேல்; இருபக்கமும் கூர்மையுடைய வேல்; lance of Lord Muruga; the lance which has sharpness on its both sides.

இருதலைப்புடையன்: *(பெ):* ஒருவகைப் பாம்பு; a kind of snake.

இருதலைப்புள்: *(பெ):* இருதலைகளைக் கொண்டுள்ள பறவை; a fabulous bird with two heads.

இருதலை மாணிக்கம்: *(பெ):* பஞ்சாட்சரம்; ஒரு மந்திரம்; the five-lettered mantra whose praising deity is Shiva, viz., Na Ma Si Va Ya; a final bliss mantra.

இருதலைவிரியன்: *(பெ):* மண்ணுளிப் பாம்பு; sand snake.

இருதிணை: *(பெ):* உயர்திணை; அஃறிணை; higher category of names i.e. names of gods and men; class of inferior beings i.e., names of animals, birds, other living beings and lifeless things.

இருது: *(பெ):* ருது; இரு மாதப் பருவம்; the first menstrual discharge; a season of two months.

இருதுமதி: *(பெ):* பூப்படைந்த பெண்; the woman who attained puberty.

இருத்தலியல்: *(பெ):* தனி மனிதனுக்குச் சுதந்திரமும், பொறுப்பும் உள்ளன என்பதையும், அவன் எடுத்திடும் முடிவுகள் அவனின் வாழ்க்கை நிலைதனை நிர்ணயம் செய்கின்றன என்பதையும் உணர்த்தும் தத்துவம்; extentialism.

இருத்தி: *(பெ):* மேன்மை; வளர்ச்சி; சித்திகள்; glory; growth: the supernatural powers obtained by meditation.

இருத்து: *(பெ):* வைரத்தின் குற்றங்களுள் ஒன்று; அமுக்குகை; one of the defaults of diamond; pressing down.

இருத்தை: *(பெ):* சேங்கொட்டை; marking nut and its tree.

இருநா: *(பெ):* பாம்பு; உடும்பு; snake; big lizard; iguana.

இருநிதி: *(பெ):* சங்க நிதி; பதும நிதி; two of the nine treasures of Kubera; Sanga Nidhi and Padma Nidhi.

இருநிதிக் கிழவன்: சங்கநிதி, பதுமநிதிகளைக் கொண்டவன்; குபேரன்; the possessor of the two kinds of Nidhi (Sanga Nidhi and Padma Nidhi); Kubera.

இருநியமம்: *(பெ):* இருவகைக் கடைகள்; நாளங்காடி; அல்லங்காடி; two kinds of shops; day bazaar and evening bazaar.

இருநிலம்: *(பெ):* பூமி; earth.

இருநினைவு: *(பெ):* இரண்டு பட்ட மனம்; double mindedness; irresolution; indecision.

இருநீர்: *(பெ):* கடல்; பெருநீர்ப்பரப்பு; sea; ocean; widespread water area.

இருந்தில் / இருந்து / இருந்தை: *(பெ):* கரி; charcoal.

இருந்தமிழ்: *(பெ):* செந்தமிழ்; the sublime Tamil language.

இருபடி: *(பெ):* போலி; நகல்; duplicate.

இருபது/இருபான்: *(பெ):* இரண்டு பத்து; twenty.

இருபால்: *(பெ):* இரண்டுபால்; ஆண்பால்; பெண்பால்; two genders; masculine gender - male sex; feminine gender - female sex.

இருபுட்சன்: *(பெ):* இடியேறு; இந்திரன்; விண்ணுலகம்; thunder bolt; Lord Indra; Paradise.

இருபுரியாதல்: *(பெ):* மாறுபடாதிருத்தல்; that which does not differ.

இருபுனல்: *(பெ):* ஊற்றும் மழையும்; spring and rain.

இருபுலன்: *(பெ):* மலசலங் கழிநிலை; the state of excretion.

இருபூ / இருபோகம்: (பெ): ஆண்டுக்கு இருமுறை விளைச்சல் காணல்; two crops per year - one raised in the wet season and another in the dry season.

இருபோது: (பெ): காலை, மாலை; morning and evening.

இருப்பவல்: (பெ): ஒரு மருந்துச் செடி; a medicinal plant.

இருப்பினமும் போக்கினமும்: (பெ): சொத்தும் பத்தும்; assets and liabilities.

இருப்பு: (பெ): ஆசனம்; கையில் உள்ள தொகை; நிலை; சேமித்து வைத்திருப்பது; seat; cash on hand; position; stock.

இருப்புக் கொல்லி: (பெ): சிவனார் வேம்பு; a kind of tree.

இருப்புக்கொள்: (வி): (எதிர்மறையில் அல்லது எதிர்மறைத் தொனியில்),(ஓரிடத்தில்) இருத்தல்; be at ease.

இருப்புக்கோல்: (பெ): அறுவை சிகிச்சைக் கருவியுள் ஒன்று; a kind of surgical equipment (in ancient times).

இருப்புச் சரக்கு: (பெ): சேமித்து வைத்திருக்கும் சரக்கு; stock of goods.

இருப்புச்சீரா / இருப்புச் சுவடு: (பெ): இரும்புக் கவசம்; iron sheath.

இருப்புப்பத்திரம்: (பெ): இரும்புத் தகடு; iron sheet.

இருப்புப்பாரை: (பெ): குழி தோண்டப் பயன்படுத்திடும் கூரான இரும்புக்கோல்; crow-bar.

இருப்புப் பாளம்: (பெ): இரும்புக் கட்டி; iron block.

இருப்பு முள்: (பெ): அங்குசம்; elephant's goad.

இருப்புலக்கை: (பெ): இரும்பாலான உலக்கை; a round ended heavy iron pestle.

இரும்புலி/இருப்புலி: (பெ): துவரை; pigeon-pea; dhal.

இருப்பை: (பெ): இலுப்பை மரம்; South Indian Mahua tree.

இருப்பைச் சம்பா: (பெ): நெல்வகை; a kind of paddy.

இருமடங்கு / இருமடி: (பெ): இரட்டித்த அளவு; double; two fold.

இருமரபு: (பெ): தாய்வழி; தந்தை வழி; maternal; paternal.

இருமருந்து: (பெ): சோறும், நீரும்; cooked rice and water.

இருமல்/இரும்பல்/இருமுதல்: (பெ): தொண்டையிலிருந்து வெடிப்பு போல் காற்று வெளிப்படுதல்; கக்கல்; ஆட்டுநோய் வகை; cough; a cattle disease.

இருமனப் பெண்டு: (பெ): விபச்சாரி; நடத்தை கெட்டவள்; prostitute; harlot.

இருமனம்: (பெ): வஞ்சகம்; துணிவின்மை; deceit; indecision.

இருமா: (பெ): பத்தில் ஒரு பங்கு; **1/10**; one tenth of.

இருமாவரை: (பெ): எட்டில் ஒரு பங்கு; **1/8**; one eighth of.

இருமான்: (பெ): எலிவகை; a kind of rat.

இருமுடி: (பெ): சபரிமலைக்குச் செல்பவர்கள் பொருள்களை வைத்திருக்கும் இரு பைகளைக் கொண்ட துணி முடிப்பு; a piece of cloth with two bags - like compartments containing carried by pilgrims to the temple at Sabari hills.

இருமுதுகுரவர் / இருமுதுமக்கள்: (பெ): பெற்றோர்; தாய்தந்தை; parents; father and mother.

இருமை: (பெ): இரட்டைத் தன்மை; இம்மை; மறுமை; மேன்மை; கறுமை; two-fold state; this birth and the future birth; greatness; eminence; blackness.

இரும்: (பெ.அ): பெரிய; கரிய; big; black; (பெ): இருமல்; cough.

இரும்பலி: (பெ): செடிவகை; a kind of plant.

இரும்பன்: (பெ): அகழெலி; mole; field rat.

இரும்பாலை:(பெ): இரும்பு, எஃகுத் தொழிற்சாலை; மரவகை; iron & steel factory; a kind of tree.

இரும்பு: (பெ): கரும் பொன்; ஆயுதம்; கடிவாளம்; செங்காந்தள்; black metal; iron; weapon; bridle; horse's bit; a kind of flower and plant.

இரும்புக் கொல்லன்: (பெ): கருங்கொல்லன்; blacksmith.

இரும்புத்துப்பு: (பெ): இரும்புத்துரு; rust.

இரும்புளி: (பெ): மரவகை; a kind of tree.

இரும்புள்: (பெ): நீர்ப் பறவை; அன்றில் பறவை; water bird; a species of love bird.

இரும்பை: (பெ): பாம்பு; குடம்; snake; water-pot.

இரும்பொறை: (பெ): சேர மன்னர்களின் பட்டப்பெயர்களில் ஒன்று; one of the titles of chera kings.

இருலிங்கவாட்டி: (பெ): சாதிலிங்கம்; red sulphurate of mercury oxide.

இருவல் நொருவல்: (பெ): இடிந்தும் இடியாத அரிசி; குருணை; நன்கு மெல்லப்படாத உணவு; the rice imperfectly pounded; rice grit; food not well masticated.

இருவாட்சி: (பெ): கருமுகைச் செடி; a kind of fragrant jasmine; tuscan jasmine.

இருவி: (பெ): தினை முதலியவற்றின் அரிதாள்; millet-stubble.

இருவினை: (பெ): நல்வினை; தீவினை; good and evil actions.

இருவீடு: (பெ): ஒருவகை மரம்; a kind of tree.

இருவுதல்: (வி): இருக்கச் செய்தல்; cause to be or to abide.

இருவேம்: (பெ): நாமிருவர்; we two.

இருவேரி / இருவேலி: (பெ): வெட்டிவேர்; an odoriferous shrub; cuscus grass.

இருளல்: (பெ): இருளடைதல்; கருமையாதல்; to become dark; be black in colour.

இருளன்: (பெ): ஒரு சாதி; வரிக்கூத்து வகை; a caste; a kind of dance.

இருளி: (பெ): பன்றி; கருஞ்சீரகம்; நாணம்; பூப்படையும் தன்மையற்ற பெண்; இருசு; pig; black cumin; shyness; the girl who has no capacity to attain the puberty; axle.

இருளுலகம்: (பெ): நரகம்; hell.

இருளுவா: (பெ): அமாவாசை; new moon day.

இருளை: (பெ): நாணம்; shyness.

இருளோவியகரை: (பெ): முத்தி; வீடுபேறு; final bliss; salvation.

இருள்: (பெ): மயக்கம்; அந்தகாரம்; அறியாமை; கறுப்பு; இரவு; துன்பம்; பிறப்பு; குற்றம்; யானை; ஒரு மரம்; ஒளியின்மை; தெளிவின்மை; mental delusion; gloom; ignorance; black; night; grief; birth; fault; elephant; a tree; darkness; obscurity; (வி): கருமை கவிதல்; ஒளி குறைதல்; மங்குதல்; to become dark; to dim (of eyes) due to fainting.

இருள்வாசி: (பெ): இருவாட்சி; a kind of fragrant jasmine; tuscan jasmine.

இருள்வேல்: (பெ): ஒருவகை மரம்; a kind of tree.

இரேகம்: (பெ): உடல்; அச்சம்; ஐயம்; தவளை; வயிற்றுக் கழிச்சல்; body; fear; doubt; frog; diarrhoea.

இரேகழி: (பெ): இடைகழி; narrow passage between rooms.

இரேகி: (பெ): கீழ்மகன்; mean person; (வி): ஒன்றுபடு; to unite.

இரேகித்தல்: (வி): ஒன்றுபடுதல்; எழுதுதல்; சேர்தல்; பழகுதல்; to unite; to write; to join; to practise.

இரேகு: (பெ): அடையாளம்; sign; mark.

இரேகுத்தி: (பெ): ஒரு வகைப் பண்; a kind of music.

இரேக்கு: (பெ): தங்கத் தாள்; தங்க ரேக்கு; பூவிதழ்; golden leaf; a thin strip of gold; flower petal.

இரேசககுணா: (பெ): கடுகு; mustard.

இரேசகம்: (பெ): மூச்சுக் காற்றினை மூக்கால் சுவாசித்துவெளியிடும்பயிற்சி; பிராணாயாமம்; பேதி மருந்து; a breathing exercise in yoga; purgative.

இரேசகி: (பெ): கடுக்காய்; சீந்தில் கொடி; அமுதுவல்லிச் செடி; gall nut; a herb; a kind of plant.

இரேசம்: (பெ): இரசம்; சாறு; மிளகு நீர்; நஞ்சு நீர்; a kind of soup prepared by adding certain condiments in tamarind or lime water; an essence; pepper decoction; poisonous water; polluted water.

இரேசனி: (பெ): நேர்வாள வித்து; ஞாழல்; the seed of Nervalam, a kind of herb; a species of fragrant tree.

இரேசன்: (பெ): அரசன்; வருணன்; திருமால்; வெள்ளைப் பூண்டு; king; Varuna, the God of rain; Lord Vishnu; garlic.

இரேசிதம்: (பெ): நாட்டிய வகை; a kind of dance.

இரேசுதல்: (பெ): செரியாமை; indigestion.

இரேணு: (பெ): பூந்துகள்; துகள்; அணு; அழகு; புல்வகை; pollen; farina of flowers; dust; atom; beauty; a kind of grass.

இரேணுகை: (பெ): பரசுராமரின் தாய்; தவிடு; காட்டு மிளகு; mother of Parasurama; rice bran; wild pepper.

இரேபன்: (பெ): கொடியன்; cruel man.

இரேயம்: (பெ): சாராயம்; கள்; arrack; toddy.

இரேவடம்: (பெ): மூங்கில்; சூறைக்காற்று; வலம்புரிச்சங்கு; bamboo; typhoon; conch, whose spirals turn to the right.

இரேவற்சின்னி: (பெ): மரவகை; a kind of tree.

இரேவு: (பெ): ஆயத்துறை; இறங்குந்துறை; customs house; port of disembarkation; bathing ghat in river.

இரேவை: (பெ): அவுரி; நர்மதை ஆறு; indigo; river Narmadha.

இரேழி: (பெ): இடைகழி; the gap between two entrances; a narrow passage.

இரை: *(பெ):* பறவை, விலங்கு ஆகியவற்றின் உணவு; ஒலி; பூமி; நீர்; கள்; வாக்கு; the food materials of birds and animals; prey; sound; earth; water; toddy; speech; *(வி):* உரத்த குரலில் திட்டுதல்; வயிறு சப்தமிடுதல்; மூச்சு வாங்குதல்; மூச்சுத் திணறுதல்; to admonish someone; rumble of stomach; to gasp for breath; to wheeze.

இரைக்குடல்: *(பெ):* இரைப்பை; stomach.

இரைக்குழல்: *(பெ):* உணவு செல்லும் குழல்; alimentary canal.

இரைசல்: *(பெ):* மாணிக்கக் குற்ற வகை; a kind of impurity of carbuncle or ruby.

இரைதேர்தல்: *(வி):* பறவைகள் இரை தேடுதல்; விலங்குகள் உணவு தேடுதல்; to roam about in search of food as birds; to go in quest of prey as beasts.

இரைதேறுதல்: *(வி):* உணவு செரியாமல் இருந்தல்; unable to digest.

இரைத்தல்: *(வி):* ஒலித்தல்; சீறுதல்; மூச்சு வாங்குதல்; வீங்குதல்; to sound; to pronounce; to hiss; to snort; to gasp for breath; to swell.

இரைத்து: *(பெ):* இரண்டு; புலி தொடக்கி; two; a herb.

இரைப்பு: *(பெ):* இரைச்சல்; இரைப்பு நோய்; மோகம்; கரப்பான் பூச்சி; சுவாச காச நோய்; noise and bustle; gasping; Asthma; infatuation; cockroach; tuberculosis.

இரைப்பு மாந்தம்: *(பெ):* மாந்த நோய் வகை; a kind of infantile convulsion due to indigestion disease.

இரைப்பெலி: *(பெ):* ஒருவகை நோயினை உண்டாக்கும் எலி; a kind of rat which causes disease to human beings.

இரைப்பை: *(பெ):* இரைக்குடல்; stomach.

இரைப்பைப்பாகு: *(பெ):* ஜீரணிக்கப்பட்ட உணவுக் கூழ்; chyme.

இரைமீட்டல்: *(பெ):* அசைபோடுதல்; to chew the cud.

இரௌத்திரம்: *(பெ):* பெருஞ்சினம்; uncontrollable anger.

இரௌரவம்: *(பெ):* ஒரு நரகம்; சிவாகமங்களுள் ஒன்று; a hell; one of the Sivagamas.

இல: *(பெ):* இலவு; இலவ மரம்; red flowered silk cotton tree.

இலகடம்: *(பெ):* அம்பாரி; howdah.

இலகம்: *(பெ):* ஊமத்தை; datura plant.

இலகரி: *(பெ):* கஸ்தூரி; மது; வெறி; மகிழ்ச்சி; பெருந்திரை; musk; wine; wild and mad behaviour; joy; big curtain.

இலகல்: *(பெ):* அகில்; எழுத்து; eagle wood; letter.

இலகான்: *(பெ):* கடிவாளம்; bridle.

இலகிமா: *(பெ):* எட்டு வகை சித்திகளுள் ஒன்று; one of the eight Siddhis.

இலகிரி: *(பெ):* போதையூட்டும் பொருள்; சாதிக்காய்; சாதிபத்திரி; that which causes intoxication; nutmeg; mace, as the nutmeg flower.

இலகு: *(பெ):* எளிது; சிறுமை; கனிவு; ஒரு மரம்; நுண்மை; ease; meanness; submission; a tree; minuteness.

இலகுதல்: *(வி):* மிகுதல்; ஒளிர்தல்; விளங்குதல்; to exceed; to glitter; to shine.

இலக்கணக் கொத்து: *(பெ):* சுவாமிநாத தேசிகரால் இயற்றப்பட்ட தமிழ் இலக்கண நூல்; a treatise on Tamil grammar by Swaminatha Desigar.

இலக்கணம்: *(பெ):* இயல்பு; சிறப்பியல்பு; அடையாளம்; ஒழுங்கு; அழகு; இலக்கண நூல்; nature; definition; mark; order; beauty; grammar.

இலக்கணக்கருமம்: *(பெ):* அங்க இலக்கண நூல்; சாமுத்திரிகம்; the treatise on physiognomy, Saamuthirikam.

இலக்கணி: *(பெ):* அழகன்; handsome person.

இலக்கம்: *(பெ):* விளக்கம்; எண்; நூறாயிரம்; இலக்கு; explanation; number; hundred thousand; target; *(வி):* காணுதல்; to see.

இலக்கமிடுதல்: *(வி):* எண் குறித்தல்; கணக்கிடுதல்; to mark the number; to count.

இலக்கல்: *(வி):* விளக்குதல்; to explain.

இலக்காரம்: *(பெ):* ஆடை; சீலை; garment; dress; cloth; saree.

இலக்கு: *(பெ):* அம்பெய்யும் குறி; சமயம்; எதிரி; அளவு; target; time; enemy; measure.

இலக்குதல்: *(வி):* விளங்கச் செய்தல்; அடையாளமிடுதல்; cause to understand; to mark.

இலக்குமி/இலட்சுமி: *(பெ):* செல்வம்; திருமாலின் மனைவி; மஞ்சள்; முத்து; அழகு; wealth; Lakshmi, the consort of Lord Vishnu; turmeric; pearl; beauty.

இலக்கை: *(பெ):* ஆடை; மாதச்சம்பளம்; பாதுகாவல்; garment; monthly salary; protection.

இலங்கடை: *(வி.அ):* இல்லாதபோது; in the absence.

இலங்கணம்: *(பெ):* பட்டினி கிடக்கை; தடை; fasting; obstacle.

இலங்கம்: *(பெ):* எறும்பு; களரி; மூடம்; கூட்டம்; ant; saline soil; battle field; foolishness; crowd.

இலங்கர்: (பெ): நங்கூரம்; anchor.
இலங்கல்: (பெ): விளங்குதல்; to become renowned.
இலங்கிகன்: (பெ): துறவி; monk.
இலங்கித்தல்: (வி): குதித்தல்; to jump.
இலங்கிழை: (பெ): பெண்; woman.
இலங்கு: (பெ): குளம்; tank.
இலங்குபொழுது: (பெ): சூரியன் மறையும் பொழுது; the time of sun-set.
இலசுணம்: (பெ): வெள்ளைப் பூண்டு; garlic.
இலச்சித்தல்: (வி): நாணுதல்; be shy.
இலச்சினை: (பெ): ஓர் அரசனின் அல்லது அரசின் அதிகாரத்தைக் குறிப்பிடும் சின்னம்; royal insignia; government emblem.
இலச்சை: (பெ): நாணம்; கூச்சம்; bashfulness; shyness.
இலச்சைப்படுதல்: (வி): நாணுதல்; be shy.
இலஞ்சம்: (பெ): கைக்கூலி; bribe.
இலஞ்சி: (பெ): குளம்; ஏரி; குணம்; கொப்பூழ்; மகிழமரம்; புங்கமரம்; மாமரம்; மடு; சாரைப்பாம்பு; ஆடை வகை; மதில்; tank; water reservoir for irrigation; character; quality; navel; pointed leaved ape-flower tree; Indian beech tree; mango tree; water-hole; rat snake; a kind of garment; fort-wall.
இலஞ்சியம்: (பெ): கீழாநெல்லி; a shrub used in the treatment of jaundice.
இலஞ்சிலி: (பெ): ஏலம்; cardamom seed.
இலட்சணம்: (பெ): அழகு; பொருத்தமான குணம்; beauty; perfection; proper quality.
இலட்சம்: (பெ): நூறாயிரம்; one lakh; hundred thousand.
இலட்சயம்: (பெ): எண்ணிடத் தக்கது; that which is countable.
இலட்சியம்: (பெ): மதிப்பு; குறிக்கோள்; நோக்கம்; value; objective; aim.
இலட்சுமணம்: (பெ): மரவகை; a kind of tree.
இலட்சுமி: (பெ): இலக்குமி; திருமகள்; Lakshmi, the Goddess of Wealth; consort of Lord Vishnu.
இலட்டு / இலட்டுகம் / இலட்டுவம்: (பெ): இனிப்பு உருண்டை வகை; sweet-meat balls in many varieties.
இலட்டை: (பெ): அப்ப வகை; a kind of cake.
இலதை: (பெ): வள்ளிக்கொடி; வால்மிளகுக் கொடி; இலந்தை; முள் மர வகை; மரக்கொம்பு; ஒருவகை ஒலி; a kind of climber; cubeb creeper; Jujube tree; a kind of thorny tree; branch of a tree; a kind of sound.

இலந்தை: (பெ): முள் மர வகை; ஒரு பழ மரம்; நீர் நிலை; a kind of thorny tree; Jujube tree; water reservoir.
இலபனம்: (பெ): வாய்; mouth.
இலபிதம்: (பெ): நேர்வது; உண்பது; பேசப்பட்டது; விதி; பேறு; that which is occurred; eatable; that which is talked; fate; benefit.
இலபித்தல்: (வி): வாய்த்தல்; கைகூடுதல்; சித்தியடைதல்; be appropriately situated or formed to flourish; to succeed; to obtain salvation.
இலமலர்: (பெ): இலவமலர்; the flower of silk cotton tree.
இலம்: (பெ): வறுமை; இல்லாமை; இல்லறம்; இல்லம்; poverty; the state of not having something; life of a householder; house; home.
இலம்பகம்: (பெ): அத்தியாயம்; மாலை; நெற்றியில் அணியும் சங்கிலி; chapter; section; garland or chain; the chain for the forehead.
இலம் படுதல்: (வி): வறுமையடைதல்; to become poor.
இலம்படை: (பெ): வறுமை; இடுக்கண்; poverty; destitution.
இலம்பமானம்: (பெ): கழுத்தணி வகை; a kind of necklace.
இலம்பம்: (பெ): மாலை; தொங்குவது; கைக்கூலி; garland; anything which hangs; bribe.
இலம்பாடி: (பெ): வறியவன்; ஒரு சாதி; poor man; a caste.
இலம்பாடு/இலம்பை: (பெ): வறுமை; துன்பம்; poverty; privation; indigence; grief.
இலம்பிகை: (பெ): உள்நாக்கு; uvula.
இலம்பிலி: (பெ): மரவகை; a kind of tree.
இலம்பு: (பெ): தொங்குகை; that which hangs.
இலம்போதரன்: (பெ): விநாயகர்; Lord Vinayaka.
இலயகாலம்: (பெ): ஊழிக்காலம்; apocalypse age.
இலயத்தானம்: (பெ): ஒடுங்குமிடம்; hidden place.
இலயமாதல்: (வி): அழிதல்; ஒன்றாதல்; to destroy; to unite.
இலயமுத்தி: (பெ): பரம்பொருளோடு இரண்டறக் கலத்தலான முத்தி; final bliss.
இலயம்: (பெ): ஸ்ருதி லயம்; கூத்து வகை; union of song, dance and instrumental music; a kind of dance; (வி): ஒடுங்குதல்; to merge.
இலயித்தல்: (பெ): ஒன்றுதல்; ஆழ்தல்; ஒடுங்குதல்; to become one with; be engrossed in; to merge.

இலலாடம்: (பெ): நெற்றி; forehead.

இலலாட லிபி: (பெ): தலையெழுத்து; fate.

இலலாடிகை: (பெ): நெற்றியில் அணியும் நகை வகை; a kind of an ornament with a chain and pendant worn by women along the parting of the hair and hanging over the forehead.

இலலாமம்: (பெ): வால்; அடையாளம்; அரசச் சின்னம்; அழகு; அணிகலன்; குதிரை; கொடி; கிளை; நெற்றியணி; பிடரி மயிர்; பெருமை; tail; mark; royal insignia; beauty; ornament; horse; flag; branch; ornament for forehead; hair in the nape of the neck; pride.

இலலித பஞ்சமி: (பெ): ஒரு பண் வகை; a kind of music.

இலலிதம்: (பெ): அழகு; அபிநயம்; உபசாரம்; காமக்குறி; ஏளனம்; மகளிர் விளையாட்டு வகை; இனிமை; beauty; gesture; hospitality; amorous gestures; mockery; a kind of women's game; sweetness.

இலலிதை: (பெ): பார்வதி; பெண்; Parvathi, the consort of Lord Shiva; woman.

இலவங்கப்பட்டை: (பெ): உணவுக்கு மேலும் சுவையூட்ட உதவும் ஒரு மரத்தின் பட்டை; cinnamon bark.

இலவங்கப்பத்திரி: (பெ): ஒரு மருந்து இலை; a medicinal leaf; a herbal leaf.

இலவங்கப்பூ: (பெ): கிராம்பு; காதணி வகை; clove; a kind of ear ornament.

இலவணம்: (பெ): உப்பு; salt.

இலவண வித்தை: (பெ): மாய வித்தைகளுள் ஒன்று; one of the magic arts.

இலவந்தி: (பெ): நீராழி; இயந்திர வாவி; வாவியைச் சூழ்ந்த சோலை; sea; the tank operated by machinery; royal park encircling the tank.

இலவம்: (பெ): இலவந்தீவு; அற்பம்; பூசை; இலவமரம்; கிராம்பு; சாதிக்காய்; பசு, எருது ஆகியவற்றின் மயிர்; one of the seven islands; minute division; worship; silk cotton tree; clove; nutmeg; the hair of the cattle.

இலவலேசம்: (பெ): மிகவும் சிறிது; minute division.

இலவித்திரம்: (பெ): அரிவாள்; கூர்மையான வாள்; sickle; bill-hook; sharpened sword.

இலவு: (பெ): இலவமரம்; தேற்றா மரம்; silk cotton tree; clearing nut tree.

இலவுகிகம்: (பெ): உலகியல் மரபு; the customs of the universal code of morals.

இலளிதம்: (பெ): அழகியது; இச்சை; ஒரு பண்; சிவாகமங்களுள் ஒன்று; விரும்பப்பட்டது; that which is beautiful; lust; a song; one of the Sivagamas; that which is liked.

இலளிதை: (பெ): பார்வதி; கத்தூரி; முத்தாரம்; ஒரு பண்; Parvathi, the consort of Lord Shiva; musk; pearl-garland; a tune.

இலாகவம்: (பெ): எளிது; திறமை; தனிநுட்ப ஆற்றல்; ease; skill; knack.

இலாகன்: (பெ): மீன் வகை; a kind of fish.

இலாகா: (பெ): துறை; பகுதி; ஆட்சிப்பிரிவு; department; division; jurisdiction.

இலாகிரி: (பெ): போதை; குடிமயக்கம்; intoxication; drunkenness.

இலாக்கை: (பெ): செம்பஞ்சு; அரக்கு; red cotton; sealing wax.

இலாங்கலம்: (பெ): பூ வகை; பூனை; கலப்பை; a kind of flower; cat; plough.

இலாங்கலி: (பெ): பாம்பு; கலப்பை; தென்னை; செங்காந்தள்; செங்கரந்தைப் பூண்டு; வெண்தோன்றிப் பூண்டு; பலராமன்; snake; plough; coconut; a kind of flower; a kind of herb, Sengaranthai; a kind of plant- Venthondri; Balarama.

இலாங்கூலம்: (பெ): விலங்கின் வால்; ஆண்குறி; tail of an animal; male genital organ.

இலாங்கூலி: (பெ): குரங்கு; monkey.

இலாசடி: (பெ): வருத்தம்; தொல்லை; suffering; trouble.

இலாசம்: (பெ): பொரி; a fry.

இலாசிகை: (பெ): நடனமாடுபவள்; dancing girl.

இலாசியம்: (பெ): நடனம்; கூத்து; dance; play.

இலாச்சியம்: (பெ): நில அளவை; a land measure.

இலாஞ்சனம்: (பெ): முத்திரை; அடையாளம்; seal; symbol.

இலாஞ்சி: (பெ): ஏலம்; cardamom seed.

இலாஞ்சினைப்பேறு: (பெ): பண்டைய காலத்திய வரிவகை; a kind of tax in ancient periods.

இலாடம்: (பெ): நெற்றி; லாடம்; இந்தியாவில் உள்ள ஒரு பகுதி; புளியமரம்; ஒரு மொழி; forehead; horse shoe; a part of India; tamarind tree; a language.

இலாடவி: (பெ): அகில் மரம்; eaglewood tree.

இலாட்சை: (பெ): செவ்வரக்கு; red sealing wax.

இலாபம்: (பெ): ஊதியம்; பயன்; ஆதாயம்; gain; benefit; profit.

இலாமச்சை / இலாமிச்சை: ஒரு வகை நறுமண வேர்; a fragrant root which is used in Siddha medicine.

இலாவம்: *(பெ):* ஏலம்; cardamom seed.

இலாவனியம்: *(பெ):* பேரழகு; நேர்த்தி; கவர்ந்திழுக்கும் தன்மை; great beauty; gracefulness; charm.

இலாலி: *(பெ):* பெருங்காமம் உள்ளவன்; ஏமாற்றுபவன்; ஒரு வகை வாழ்த்து; lustful person; a trickster; a cheat; a kind of greeting.

இலாவகம்: *(பெ):* திறமை; ஆற்றல்; உடல்நலம்; எளிமை; நிந்தனை; விரைவு; சுருக்கம்; skill; ability; health; ease; despicableness; scorn; swiftness; summary; a brief note.

இலாவணியம்: *(பெ):* அழகு; beauty.

இலாளன்: *(பெ):* வறியவன்; poor man.

இலாளிதம்: *(பெ):* அழகு; beauty.

இலி: *(பெ):* இன்மை; இல்லாதது; இல்லாதவள்; poverty; non-entity; want; poor girl or woman.

இலிகம்: *(வி):* எழுதுதல்; to write.

இலிகி: *(பெ):* எழுத்து; எழுதுகை; letter; writing.

இலிகிதம்: *(பெ):* கடிதம்; letter.

இலிகிதன்: *(பெ):* எழுத்தாளன்; writer; one who writes a letter, etc.

இலிகுசம்: *(பெ):* எலுமிச்சை மரம்; lime tree.

இலிக்கை: *(பெ):* ஒரு நீட்டல் அளவை; a linear measure.

இலிங்கக்கட்டு: *(பெ):* சாதிலிங்கக் கட்டு; preparation of a medicine.

இலிங்க சூலை: *(பெ):* ஒரு வகை நோய்; a kind of disease.

இலிங்க பற்பம்: *(பெ):* நீற்று மருந்து வகை; a powdered medicine.

இலிங்கப் புற்று: *(பெ):* ஒரு வகை மேக நோய்; syphilis.

இலிங்கப் பொருத்தம்: *(பெ):* திருமணப் பொருத்தங்களுள் ஒன்று; one of the matches in the horoscope of bridegroom and of a bride.

இலிங்க ரோகம்: *(பெ):* ஒரு வகை நோய்; a kind of disease.

இலிங்கி: *(பெ):* யானை; இருடி; துறவி; சிவலிங்கத்தைப் பூஜிப்பவன்; elephant; sage; ascetic; the person who worships the symbol of Lord Shiva.

இலிங்கு: *(பெ):* மாவிலங்கை மரம்; Mavilangai, a kind of tree.

இலிங்கோற்பவர்: *(பெ):* சிவமூர்த்தங்களுள் ஒன்று; one of the various forms of Lord Shiva.

இலிந்தகம்: *(பெ):* கருங்குவளை; a kind of flower.

இலிபி: *(பெ):* இலக்கம்; எழுத்து; விதி; number; letter; rule.

இலிபித்தல்: *(வி):* எழுதுதல்; அனுகூலமாதல்; விதித்தல்; to write; be favourable; to fix.

இலிர்த்தல்: *(வி):* சிலிர்த்தல்; தளிர்த்தல்; பொடித்தல்; to bristle; to spring; to powder.

இலிற்றுதல்: *(வி):* சுரத்தல்; துளித்தல்; சொரிதல்; to spring forth; to drip; to rain.

இலீக்கை: *(பெ):* ஒரு நீட்டலளவை; a linear measure.

இலீனம்: *(பெ):* அடக்கம்; அழிவு; modesty; ruin.

இலுதை: *(பெ):* அணில்; squirrel.

இலுப்பை: *(பெ):* ஒரு வகை மரம்; South Indian Mahua tree.

இலுப்பைக்கட்டி: *(பெ):* இலுப்பைப் பிண்ணாக்கு; the South Indian Mahua oil cake.

இலுப்பை நெய்: *(பெ):* இலுப்பை எண்ணெய்; South Indian Mahua oil.

இலுப்பைப் பூச்சம்பா: *(பெ):* நெல் வகை; a kind of paddy.

இலேககன்: *(பெ):* சித்திரம் வரைபவன்; எழுதுவோன்; the person who draws and paints it; writer.

இலேகர்: *(பெ):* தேவர்; celestial beings.

இலேகனம்: *(பெ):* எழுத்து; பனையோலை; letter; tender palmyra leaf.

இலேகனி: *(பெ):* எழுத்தாணி; எழுதுகோல்; stylus for writing on tender palmyra leaf; pen; pencil.

இலேகித்தல்: *(வி):* எழுதுதல்; சித்திரித்தல்; to write; to explain through drawings and paintings.

இலேகை: *(பெ):* உலகம்; எழுத்து; தழும்பு; சித்திரம்; ஓரம்; world; letter; scar; painting; edge.

இலேசம்: *(பெ):* மிகை; அற்பம்; ஓர் அலங்காரம்; ஒரு கால அளவு; நொய்ம்மை; excess; worthlessness; meanness; a decoration; a time measure; minuteness; lightness.

இலேசு: *(பெ):* நொய்ம்மை; எளிது; அற்பம்; lightness; ease; worthlessness.

இலேசுணம்: *(பெ):* அரிதாரம்; கஸ்தூரி; ஒரு வகைச் சுண்ணப்பொடி; ஒருவகைமருந்துப்பொடி; yellow orpiment; musk of deer; a kind of medicinal powder.

இலேஞ்சி: (பெ): சவுக்கம்; square piece of cloth.

இலேபம்: (பெ): உணவு; வால் மிளகுக் கொடி; பூச்சு; கறை; தீநெறி; food; cubeb creeper; coating; stain; evil principle.

இலேலிகம்: (பெ): பாம்பு; snake.

இலேவாதேவி: (பெ): பண்டமாற்றம்; கொடுக்கல் வாங்கல்; barter system; lending and borrowing; money transaction.

இலைக்கறி: (பெ): கீரை; greens.

இலைக்குரம்பை: (பெ): பன்னசாலை; தழைக்குடில்; leafy hermitage.

இலைச்சித்தல்: (வி): முத்திரையிடுதல்; marking; stamping marks.

இலைச்சுமடன்: (பெ): வெற்றிலை விற்பவன்; மூடன்; betel leaf seller; fool; idiot.

இலைச்சை: (பெ): நிறம்; colour.

இலைஞெமல்: (பெ): இலைச்சருகு; dried leaf.

இலைத்தல்: (பெ): சோர்தல்; சுவை குறைதல்; பச்சை நிறமாதல்; be weary; to languish; to begin to flourish.

இலைப்பாசி: (பெ): பாசி வகை; ஒரு பூண்டு; moss; duckweed; a kind of bulbous plant.

இலைப்பி: (பெ): இலைச்சாம்பல்; dried leaf ash.

இலைப்பொல்லம்: (பெ): வாழையிலைத் துண்டு; a piece of plantain leaf.

இலைமறை காய்: (பெ): மறைபொருள்; hidden meaning in an expression, like hidden fruit in leaves.

இலையடை: (பெ): அப்ப வகை; a kind of cake.

இலையமுது: (பெ): வெற்றிலை; betel leaf.

இலையான்: (பெ): ஈ; a fly.

இலௌகீகம்: (பெ): உலக வழக்கம்; the customs of the world.

இல்: (பெ): வீடு; இல்லறம்; மனைவி; இடம்; குடி; இன்மை; சாவு; தேற்றா மரம்; house; domestic life; wife; place; absence; want; death; clearing-nut tree.

இல்பொருள்: (பெ): அசத்து; இல்லாத பொருள்; that which is non-existent; the thing which is not in hand.

இல்லடை: (பெ): அடைக்கலம்; ஒட்டடை; பண்டசாலை; refuge; cobweb; granary; store house.

இல்லது: (பெ): இல்லாதது; மனையில் உள்ளது; பிரகிருதி; that which is non-existent; that which is in the house; original source.

இல்லல்: (பெ): நடக்கை; walking.

இல்லவள்/இல்லாள்: (பெ): மனைவி; வறியவள்; wife; poor woman.

இல்லவன்: (பெ): கணவன்; தலைவன்; வறியவன்; husband; hero; poor man.

இல்லவை: (பெ): இல்லாதவை; மனையில் உள்ளவை; those which are non-existent; those which are in the house.

இல்லாக்குடி: (பெ): வறுமையில் வாடும் குடும்பம்; poor family.

இல்லாக்குற்றம்: (பெ): வறுமை; அபாண்டம்; பொய்க் குற்றச்சாட்டு; poverty; atrociousness; false allegation.

இல்லாண்மை: (பெ): குடும்பத்தை ஆளும் தன்மை; ability to support one's family and manage domestic affairs.

இல்லாமை: (பெ): வறுமை; இன்மை; poverty; absence.

இல்லாள்: (பெ): மனைவி; வறியவள்; wife; poor lady.

இல்லாளன்: (பெ): கணவன்; இல்லறத்தவன்; husband; householder.

இல்லான்: (பெ): வறியவன்; இல்லாதவன்; poor man; the person in want.

இல்லி: (பெ): சிறு ஓட்டை; வால்மிளகு; தேற்றாமரத்து இலை; ஒருவகைப் புழு; small hole; cubeb; leaf of the clearing-nut tree; a kind of worm.

இல்லிக்காது: (பெ): சிறு துளையுடைய காது; the ear which has a small hole.

இல்லிடம்: (பெ): வீடு; ஊர்; house; town; village.

இல்லிக்குடம்: (பெ): ஓட்டைக்குடம்; the pot with hole.

இல்லொழுக்கம்: (பெ): இல்லறம்; household life; domestic life.

இல்வழக்கு: (பெ): பொய் வழக்கு; false suit.

இல்வாழ்க்கை: (பெ): இல்லறம்; domestic life.

இல்வாழ் பேய்: (பெ): பொருந்தா மனைவி; unfitting wife.

இல்வாழ்வோன்: (பெ): குடும்பத்துடன் வாழ்பவன்; one who lives with his family.

இவக்காண்: (வி.அ): இங்கே; here; in or to this place.

இவணர்: (பெ): இவ்வுலகத்தவர்; those who belong to this world.

இவண்: (சு.பெ): இவ்விடம்; this place.

இவரித்தல்: (வி): எதிர்த்தல்; to oppose.

இவர்வு: (வி): ஏறுதல்; to climb.

இவவு: (பெ): தாழ்வு; இழிவு; lowness; meanness.

இவறல்: *(பெ):* விருப்பம்; பேராசை; ஈயாமை; மறதி; desire; liking; intense desire; the state of not giving; forgetfulness.

இவறன்மை: *(பெ):* பற்றுள்ளம்; உலோப குணம்; greediness; stinginess; parsimony.

இவறுதல்: *(வி):* ஆசைப்படுதல்; விரும்புதல்; மறத்தல்; உலாவுதல்; to desire earnestly; to wish for; to forget; to wander.

இவனட்டம்: *(பெ):* மிளகு; pepper.

இவுளி: (பெ): குதிரை; மாமரம்; horse; mango tree.

இவை: (சு.பெ): அண்மையில் உள்ள பொருட்களைச் சுட்டுதல்; these.

இழ: *(வி):* பறிகொடுத்திடு; விட்டுவிடு; நீங்கிடு; to lose.

இழத்தல்: *(வி):* தவறவிடுதல்; to lose.

இழந்த நாள்: *(பெ):* பயனேதுமின்றி கழிந்த நாள்; useless day.

இழப்பாளி: *(பெ):* பொருளை இழந்தவன்; one who loses his things.

இழப்பு: *(பெ):* நஷ்டம்; பறிகொடுத்தல்; loss; bereavement.

இழப்புணி: (பெ): குழந்தை, கணவன், ஆகியோரையும் சொத்தையும் பணத்தையும் இழந்தவள்; one who lost her child, her husband, property, etc.

இழவூழ்: (பெ): கேட்டினைத் தரும் வினைப்பயன்; destiny which brings one loss.

இழி: *(வி):* இறங்கு; to come down.

இழிகடை: *(பெ):* மிகவும் இழிந்தது; meanest; lowest.

இழிகுணம்: *(பெ):* இழிந்த குணம்; meanness.

இழிகை: (பெ): கைவாள்; இருபுறமும் கூரியமுனை கொண்ட சிறு வாள்; dagger; a short double-edged weapon for stabbing.

இழிங்கு: *(பெ):* ஈனம்; வடு; meanness; scar.

இழிசினர் மொழி: *(பெ):* கீழ் மக்களின் பேச்சு; the speech of mean persons.

இழிசினன்: *(பெ):* தாழ்ந்தோன்; mean person; uncivilized man.

இழிசொல்: *(பெ):* பொய் உரை; hypocritical talk.

இழிச்சல் வாய்: *(பெ):* திறந்த வாய்; open-mouth.

இழிச்சுதல்: *(வி):* இழிவு படுத்துதல்; ஒரு நிலையில் இருந்து தாழ்த்துதல்; அவமதித்தல்; to debase; to degrade; to treat someone with disrespect.

இழிஞர்: *(பெ):* கீழோர்; mean person; scoundrel.

இழிதகவு: *(பெ):* இழிவு; எளிமை; disgrace; ease; meanness.

இழிதகன்: *(பெ):* கீழ்மகன்; mean person.

இழிதல்: *(வி):* விழுதல்; இறங்குதல்; தாழ்தல்; to fall down; to descend; to degrade.

இழிதிணை: *(பெ):* அஃறிணை; class of inferior beings i.e. names of animals, birds, insects and other lifeless things.

இழித்தல்: *(வி):* இகழ்தல்; to despise.

இழிநீர்: *(பெ):* வடிநீர்; decoction.

இழிபாடு: *(பெ):* இழிவு; disgrace; shame.

இழிபு: *(பெ):* இழிவு; கீழ்மை; தாழ்வு; பள்ளம்; disgrace; meanness; degradation; pit.

இழிபுனல்: *(பெ):* அருவி; waterfall.

இழிவு: *(பெ):* கீழ்மை; தாழ்வு; பிழை; பள்ளம்; disgrace; shame; fault; pit.

இழு: *(வி):* ஈர்த்திடு; பின்வாங்கிடு; வசமாக்கிடு; உறிஞ்சிடு; to attract; to withdraw; to bring into one's possession; to suck.

இழுகுணி: *(பெ):* சோம்பேறி; உலோபி; lazy bones; miser.

இழுகுதல்: *(வி):* தாமதித்தல்; பூசுதல்; பரத்தல்; படிதல்; to delay; to smear; to extend; to settle.

இழுக்கம்: *(பெ):* பிழை; ஒழுக்கம்; தவறுகை; தீயநடத்தை; ஈனம்; தளர்வு; fault; discipline; fail; evil behaviour; meanness; depression.

இழுக்கல்/இழுக்குதல்: *(வி):* தவறுதல்; வழுக்குதல்; fault; mistake; slipping down.

இழுக்காமை: *(பெ):* மறவாமை; the state of not forgetting anything.

இழுக்காறு: *(பெ):* தீயொழுக்கம்; தீநெறி; debauchery; misconduct; evil principle.

இழுக்கு: *(பெ):* குற்றம்; பொல்லாங்கு; நிந்தை; களங்கம்; தாழ்வு; வழுக்கு; தவறு; மறதி; fault; blemish; flaw; disgrace; that which becomes useless; mistake; forgetfulness.

இழுது: (பெ): வெண்ணெய்; நெய்; நிணம்; தேன்; கள்; தித்திப்பு; butter; ghee; fat; honey; toddy; sweetness.

இழுதுதல்: *(பெ):* கொழுத்தல்; fatten; flourish.

இழுதை: *(பெ):* பேய்; அறிவிலி; பொய்; அறிவின்மை; devil; ghost; idiot; fool; lie; ignorance.

இழுபறி: நிச்சயமற்ற நிலை; பிணக்கு; தொல்லை; போராட்டம்; state of uncertainty; strive; trouble; struggle.

இழுப்பு: *(பெ):* இழுக்கை; கவர்ச்சி; இசிவுநோய்; தாமதம்; வேகம்; drawing; pulling; attraction; spasm; delay; current (of water).

இழுப்பு மாந்தம்: *(பெ):* மாந்தநோய் வகை; a kind of disease.

இழுமு/இழும்: *(பெ):* தித்திப்பு; இனிமை; களிப்பு; sweetness; joy; delight.

இழுவிசை: *(பெ):* ஒரு பொருளை இழுத்திடும் விசை; stretching force of a thing; tension.

இழை/இழைக்கயிறு: *(பெ):* நூல்; நூலிழை; அணிகலன்; கையில் கட்டும் காப்பு; yarn; fibre; ornament; a turmeric-dyed cord tied around the wrist.

இழைக்கை: *(வி):* இழைத்தல்; தேய்த்தல்; நெய்தல்; பதித்தல்; to shave; to rub; to weave; to set.

இழைதல்: *(வி):* குழைதல்; நெருங்கிப் பழகுதல்; உராய்தல்; நூற்கப்படுதல்; to fawn on someone; be intimate; to rub; to get matched; be suitable.

இழைத்தல்: *(வி):* நூற்றல்; இழையாக்குதல்.

இழைநயம்: *(பெ):* நெசவில் நூல்களின் அமைப்பு; texture.

இழைபோடல்: *(வி):* நூலினைக் கொண்டு தைத்தல்; to stitch with thread, etc.

இழைப்புளி: *(வி):* கூரிய உளித்தகடு, மையப்பகுதியில் செருகப்பட்ட தச்சு வேலைக்கருவி; carpenter's plane.

இழைமுறுக்கு: *(வி):* நூலைத் திரித்து முறுக்கிடு; to strand.

இழையூசி: *(பெ):* மெல்லிய ஊசி; thin needle.

இளகம்: *(பெ):* இலேகியம்; மருந்து வகை; a semi-liquid preparation from herbs.

இளகல் / இளகுதல்: *(வி):* நெகிழ்தல்; குழைதல்; உருகுதல்; மென்மையாதல்; தணிதல்; be moved; to become pulpy; to become limp; to melt; to grow tender; be submissive.

இளக்கம்: *(பெ):* இளகிய தன்மை; நெகிழ்ச்சி; தணிவு; மென்மை; state of loosening; tenderness; submission; softness.

இளக்காரம்: *(பெ):* அளவுக்கு மீறிக் கொடுத்திடும் சலுகை; tendency to slight; humiliate or look down upon; lenience.

இளக்குதல்: *(வி):* நெகிழச் செய்தல்; இளகச் செய்தல்; அசைத்தல்; to become loose; be moved; to melt; to shake.

இளங்கதிர்: *(பெ):* பயிரின் துளிர் கதிர்; உதய சூரியன்; young ears of corn; early rays of the rising sun.

இளங்கலை: *(பெ):* பல்கலைக்கழகப் படிப்பில் முதல் நிலைப் பட்டப்படிப்பு; Under-graduate course.

இளங்கலையான்: *(பெ):* நெல்வகை; a kind of paddy.

இளங்கள்: *(பெ):* புதிதாக இறக்கிய கள்; fresh toddy.

இளங்கற்றா/இளங்கொற்றி: *(பெ):* இளங் கன்றை உடைய பசு; the cow which has its young calf.

இளங்கன்று: *(பெ):* பசுங் கன்று; young calf.

இளங்கார்: *(பெ):* நெல்வகை; a kind of paddy.

இளங்காலை: *(பெ):* அதிகாலை; early morning; early dawn.

இளங்கால்/இளங்காற்று: தென்றல் காற்று; gentle breeze, generally applied to the south wind.

இளங்கிளை: *(பெ):* தங்கை; younger sister.

இளங்குரல்: *(பெ):* சிறு பிள்ளையின் மழலைப் பேச்சு; பயிரிளங் கதிர்; lisp; young ears of corn.

இளங்கேள்வி: *(பெ):* துணை மேலாளர்; assistant manager.

இளங்கொடி: *(பெ):* சிறுகொடி; இளம்பெண்; பசுவின் நஞ்சுக் கொடி; small creeper; young girl; cow's placenta.

இளங்கொம்பு: *(பெ):* வளார்; twig.

இளங்கோ: *(பெ):* இளவரசன்; வைசியன்; prince, who is either a brother or a son of the king; merchant.

இளங்கோவடிகள்: *(பெ):* சிலப்பதிகாரக் காப்பியத்தை இயற்றியவர்; the author of the Silappathikaaram epic.

இளஞாயிறு: *(பெ):* உதய சூரியன்; rising sun.

இளஞ்சூழ்: *(பெ):* இளங்கரு; முதிராத பிண்டம்; embryo.

இளநகை: *(பெ):* புன்சிரிப்பு; smile.

இளநலம்: *(பெ):* இளமை வடிவமான வாலிபப் பருவம்; prime of youth.

இளநாள்: *(பெ):* இளவேனில்; spring season.

இளநிலா: *(பெ):* பிறைச்சந்திரன்; அந்தி நிலா; Crescent Moon.

இளநீர்க்கட்டு: *(பெ):* ஒரு நோய் வகை; a kind of disease.

இளநீர்க் குழம்பு: *(பெ):* இளநீரைக் கொண்டு தயாரிக்கும் மருந்து; a kind of medicine prepared by mixing the water of tender coconut.

இளநேரம்: *(பெ):* மாலை; evening.

இளந்தண்டு: *(பெ):* முளைக்கீரை; a kind of greens.

இளந்தலை: *(பெ):* வாலிபம்; சிறுபிராயம்; வறுமை; youth; juvenility; poverty.

இளந்தாரி/இளந்தை/இளவட்டம்: *(பெ):* வாலிபம்; இளைஞன்; youth; young man.

இளந்தேவி: *(பெ):* அரசனின் இளம் மனைவி; young wife of a king.

இளப்பம்: *(பெ):* இளக்காரம்; tendency to look down upon.

இளமண்: *(பெ):* மணல் கொண்ட தரை; sandy floor.

இளமரக்கா / இளஞ்சோலை: *(பெ):* வயல்களால் சூழப்பட்ட சோலை; the garden/ grove which is surrounded by fields.

இளமரம்: *(பெ):* செடி, முற்றிய மரம் ஆகிய இரு நிலைகளுக்கும் இடையே உள்ள மரம்; sapling.

இளமார்பு: *(பெ):* சூடம் / கற்பூர வகை; a kind of camphor.

இளம்படியார்: *(பெ):* இளம் பெண்கள்; young women.

இளம் பருவம்: *(பெ):* இளம் வயது; young age.

இளம்பிள்ளை வாதம்: *(பெ):* இளம் குழந்தைகளின் கைகால்களில் உள்ள தசைகளை வளர்ச்சியற்றதாக்கி, அவை இயங்கும் சக்தியை இழக்கச் செய்யும் ஒரு வகை நோய்; poliomyelities.

இளவட்டம்: *(பெ):* அனுபவமற்ற இளம் பிராயத்தினர்; inexperienced youths.

இளவணி: *(பெ):* காலாட்படை; army; military.

இளவல்: *(பெ):* தம்பி; குமரன்; இளைஞன்; younger brother; son; youth; juvenile, lad.

இளவன்காய்: *(பெ):* வெள்ளரிக்காய் வகை; a variety of cucumber.

இளவாடை: *(பெ):* வடதிசையிலிருந்து வீசும் மெல்லிய காற்று; the gentle wind which blows from the north.

இளவாளிப்பு: *(பெ):* ஈரம்; wet.

இளவேனில்: *(பெ):* the spring season.

இளி: *(பெ):* இகழ்ச்சி; குற்றம்; சிரிப்பு; இழிவு; vilification; fault; laughter; disgrace.

இளிகண்: *(பெ):* பீளைக் கண்; the eye which has dirt that collects in it's corners.

இளிச்சகண்ணி: *(பெ):* காம நோக்குடன் பிற ஆடவர்களை நோக்கிடும் தன்மையை உடையவள்; lustful woman.

இளிந்த காய்: *(பெ):* பாக்கு; areca-nut.

இளிப்படுதல்: *(வி):* அகப்படுதல்; எளிமையாதல்; be caught; be simple.

இளிப்பு: *(பெ):* பல்லிளிப்பு; பல்காட்டுதல்; இழிவு; நிந்தை; showing one's true colours; showing teeth; disgraceful state; vilification; disrespect.

இளிம்பு: *(பெ):* திறமையின்மை; lack of ability.

இளிவரல் / இளிவரவு: *(பெ):* இழிவு; அருவருப்பு; vilification; loathing.

இளிவு: *(பெ):* அருவருப்பு; இழிவு; நிந்தை; loathing; vilification; disrespect.

இளை: *(பெ):* காவற்காடு; வேலி; இளமை; மேகம்; பூமி; காவல்; இளையாள்; தம்பி; தங்கை; நலிவு; திருமகள்; கோழை; புதனின் மனைவி; reserved forest; the jungle youth; tender age; cloud; earth; hedge; the second wife; young woman; younger brother; younger sister; decadence; Lakshmi, Goddess of Wealth; bashful timid person; the wife of Budha.

இளைச்சி: *(பெ):* தங்கை; younger sister.

இளைஞன்: *(பெ):* இளவல்; சிறுவன்; இளையோன்; youth; juvenile; young man.

இளைது: *(பெ):* இளையது; முதிராதது; that which is young and tender.

இளைத்த: *(பெ. அ):* மெலிந்த; lean.

இளைத்தல்: *(வி):* சோர்தல்; தளர்தல்; மெலிதல்; to grow weary; be fatigued; to become lean.

இளைப்பாற்றுச் சம்பளம்: *(பெ):* ஓய்வூதியம்; pension.

இளைய பிள்ளையார்: *(பெ):* முருகப்பெருமான்; Lord Muruga.

இளைய பெருமாள்: *(பெ):* இலக்குமணன்; Lakshmana.

இளையர்: *(பெ):* இளைஞர்; பணியாள்; youths; servant.

இளையவர்: *(பெ):* இளம் பெண்கள்; girls; young women.

இளையள்: *(பெ):* திருமகள்; தங்கை; Lakshmi, Goddess of Wealth; younger sister.

இளையன்: *(பெ):* இளையவன்; தம்பி; youth; lad; young person; younger brother.

இளையவள்: *(பெ):* திருமகள்; தங்கை; இரண்டாவது மனைவி; இளைஞி; Lakshmi, the Goddess of Wealth younger sister; second wife; young woman.

இளையவன்: *(பெ):* தம்பி; younger brother.

இளையாள்: *(பெ):* சிறியவள்; ஸ்ரீதேவி; இளைய மனைவி; young woman; Sri Devi the second wife.

இளையாழ்வார் 94 இறும்பு

இளையாழ்வார்: (பெ): இராமானுஜர்; இலக்குமணன்; Saint Ramanuja; Lakshmana.

இளையெள்: (பெ): முற்றாத எள்; tender sesame.

இற: (பெ): இறால்; prawn; (வி): சாதல்; to die; to expire.

இறகர்: (பெ): சிறகு; பறவையின் இறகு; wing; feather.

இறகு பேனா: (பெ): இறகினால் ஆன பேனா; feather pen.

இறக்கம்: (பெ): இறங்குகை; சரிவு; நிலை தவறுகை; இறப்பு; descent; disemb-arkation; slope; imbalance; death.

இறக்குதல்: (வி): இறக்கிடச் செய்தல்; கொல்லுதல்; to let to bring down; to kill.

இறங்கண்டம்: (பெ): ஒரு வகை நோய்; a kind of disease.

இறங்கர்: (பெ): குடம்; pot.

இறங்கல்: (பெ): ஒருவகை நெல்; a kind of paddy.

இறங்கு துறை: (பெ): மக்கள் இறங்கிடப் பயன் படுத்தும் நீர்த்துறை; ஆற்றந்துறை; port of disembarkation; bathing ghat in river.

இறங்குபொழுது: (பெ): பிற்பகல்; evening.

இறங்குமுகம்: (பெ): தணியும் நிலை; declination.

இறஞ்சி: (பெ): ஆடை வகை; அவுரி; a kind of cloth; Indian indigo.

இறடி: (பெ): கருந்தினை; black millet.

இறட்டுதல்: (வி): முகந்து வீசுதல்; to splash.

இறத்தல்: (வி): சாதல்; மிகுதல்; கழிதல்; கடத்தல்; நீங்குதல்; to expire; to die; to remain; residue as; to remove.

இறந்தன்று: (பெ): சிறந்தது; the best.

இறந்திரி: (பெ): மரவகை; a kind of tree.

இறந்துபாடு: (பெ): சாவு; death.

இறப்ப: (வி.அ): மிகவும்; மேன்மேலும்; much; exceedingly.

இறலி: (பெ): மரவகை; ஏழு தீவுகளுள் ஒன்று; a kind of tree; one of the seven islands.

இறல்: (பெ): ஒடிதல்; அழிவு; இறுதி; கிளிஞ்சல்; சிறு வேர்; breaking; ruin; end; shell fish; mussel; a small root.

இறவம்: (பெ): இறால் மீன்; prawn.

இறவாரம் / இறவாணம்: (பெ): தாழ்வாரம்; verandah; sloping roof.

இறவு: (பெ): சாவு; முடிவு; நீக்கம்; இறால் மீன்; தேன்கூடு; எல்லை; death; end; removal; shrimp; honeycomb; limit.

இறவுள்: (பெ): குறிஞ்சி நிலம்; mountainous region; hilly tract.

இறவை: (பெ): ஏணி; இறைப்புக் கூடை; ladder; a basket for drawing water.

இறாட்டாணியம்: (பெ): இடுக்கண்; துன்பம்; வருத்தம்; trouble; suffering; distress.

இறாட்டுதல்: (வி): பகைத்தல்; உரைசுதல் (உரசுதல்); to hate; to rub against each other.

இறாட்டுப்பிறாட்டு: (பெ): சச்சரவு; squabble; strife; dispute.

இறாய்த்தல்: (வி): பின் வாங்குதல்; to withdraw.

இறால்: (பெ): ஒரு மீன் வகை; எருது; தேன்கூடு; a kind of shrimp; ox; bull; honeycomb.

இறு: (வி): ஒடித்திடு; அழித்திடு; to break; to ruin.

இறுகங்கியான்: (பெ): கரிசலாங்கண்ணி; a kind of greens with short thick leaves; eclipse plant.

இறுக நீக்குதல்: (வி): கைவிடுதல்; to give up.

இறுகால்: (பெ): ஊழிக்காற்று; destructive wind that prevails at the end of the world.

இறுகு: (வி): கட்டி தட்டு; to curdle.

இறுகுதல்: (வி): கெட்டியாதல்; அழுத்தமாதல்; உறைதல்; to grow thick; to become tight; to curdle.

இறுக்கர்: (பெ): பாலை நிலத்தவர்; people who belong to desert tract.

இருக்கன்: (பெ): கருமி; உலோபி; miser; avaricious person.

இறுக்கு: (பெ): அழுத்தம்; நிந்தனை; கண்டனம்; pressure; vilification; reprimand.

இறுக்கு வாதம்: (பெ): ஒருவகை நோய்; a kind of disease.

இறுங்கு: (பெ): சோளம்; great millet; maize.

இறுதல்: (பெ): ஒடிதல்; முறிதல்; to break; to snap.

இறுத்தல்: (வி): சொல்லுதல்; தங்குதல்; ஒடித்தல்; வடித்தல்; விடைகூறுதல்; to say; to reside; to break; to strain; to answer.

இறுத்தருதல்: (வி): வருதல்; to come.

இறுநாகம்: (பெ): இலாமிச்சை; a fragrant root.

இறுப்பு: (வி): தங்குதல்; கடன் செலுத்துதல்; to reside; to repay the debts.

இறுமாத்தல்: (பெ): மிக மகிழ்தல்; தற்பெருமையடைதல்; செருக்கடைதல்; be elated, to feel exulted; be self-conceited.

இறும்பி: (பெ): எறும்பு; ant.

இறும்பு: (பெ): குறுங்காடு; சிறுமலை; தாமரை மலர்; வியப்பு; thicket; mountain; Lotus flower; wonder.

இறும்பூது: *(பெ):* வியப்பு; பெருமை; மலை; தளிர்; தாமரைப் பூ; wonder; greatness; pride; mountain; shoot; Lotus flower.

இறுமுறி: *(பெ):* காலாவதியான பத்திரம்; expired document or deed.

இறுவரை: *(பெ):* முடிவு; அழியுங்காலம்; உயரமான மலை; மலையடிவாரம்; end; the time of ruin; high mountain; foot of a mountain.

இறுவரையம்: *(பெ):* எல்லை; தற்சமயம்; limit; boundary; present time.

இறுவாக: *(வி.அ):* இறுதியாக; finally.

இறுவாய்: *(பெ):* முடிவு; இறப்பு; ஈறு; end; death; termination.

இறை[1]: *(வி):* இறைத்திடு; தூவிடு; எறிந்திடு; வீசிடு; தங்கிடு; to pump out; to draw water from a well; to sprinkle; to throw; to hurl; to fling; to settle.

இறை[2]: *(பெ):* கடவுள்; தலைவன்; அரசன்; supreme being; God; chief; hero; king;

இறைகுடி: *(பெ):* வரி செலுத்துவோன்; tax payer.

இறைகூடுதல்: *(வி):* அரசாளுதல்; to rule.

இறைகூர்தல்: *(வி):* தங்குதல்; to settle down; to stay.

இறைக்கட்டு: *(பெ):* வரி; tax; duty.

இறைசூதன்: *(பெ):* நான்முகன்; பிரம்மா; Lord Brahma.

இறைச்சி: *(பெ):* மாமிசம்; சதை; ஒப்புக் கொள்ளக்கூடியது; meat; flesh; that which is agreeable.

இறைச்சிப்போர்: *(பெ):* உடல்; உடம்பு; body.

இறைஞ்சலர் / இறைஞ்சார்: *(பெ):* பகைவர்; enemies.

இறைஞ்சி: *(பெ):* மரவுரி; bark of a tree; cloth made from the bark.

இறைஞ்சு: *(வி):* வணங்கிடு; வேண்டிடு; வளைத்திடு; to worship; to pray; to bend.

இறைஞ்சுதல்: *(பெ):* தாழ்தல்; வணங்குதல்; விழுதல்; to fall down; to hang low; to worship.

இறைதல்: *(வி):* சிதறுதல்; சிந்துதல்; to scatter; to spill.

இறைத்தல்: *(வி):* நீர் இறைத்துப் பாய்ச்சுதல்; நிறைத்தல்; சிதறுதல்; மிகுதியாகச் செலவிடுதல்; to to irrigate; to fill; to scatter; to spend excessively.

இறைப்பு: *(பெ):* நீர்ப்பாசனம்; தூவுகை; சிதறுகை; sprinkling about; scattering about.

இறைமகள்: *(பெ):* தலைவி; இளவரசி; துர்க்கை; heroine; princess; Durga, the Goddess of Victory.

இறைமகன்: *(பெ):* தலைவன்; இளவரசன்; அரசன் மகன்; அரசன்; hero; chief; prince; the son of a king; king.

இறைமணி: *(பெ):* உருத்திராக்கம்; Rudraksha nuts worn as sacred beads.

இறைமரம்: *(பெ):* ஏற்ற மரம்; picottah.

இறைமை: *(பெ):* மேன்மை; அரசாட்சி; தெய்வத்தன்மை; தலைமை; eminence; rule of a king; divinity; divine nature.

இறைமொழி: *(பெ):* மறுமொழி; வேதம்; answer; reply; veda.

இறையமன்: *(பெ):* சனி பகவான்; Saturn.

இறையவன் / இறைவனன்: *(பெ):* கடவுள்; தலைவன்; அரசன்; Supreme being; God; preceptor; chief; king.

இறையிலி (நிலம்): *(பெ):* வரி விலக்களிக்கப்பட்ட நிலம்; tax-free land.

இறைவன்: *(பெ):* கடவுள்; உயர்ந்தோன்; தலைவன்; அரசன; கணவன்; God; supreme being; superior; chief; king; husband.

இறைவி: *(பெ):* அம்மன்; பெண் தெய்வம்; அரசி; தலைவி; குருவின் மனைவி; Goddess; queen; heroine; priest's wife.

இறைவை: *(பெ):* இறைகூடை; ஏணி; a basket for drawing water; ladder.

இற்கடை: *(பெ):* வீட்டு வாசல்; the entrance of a house.

இற்கிழத்தி: *(பெ):* இல்லக் கிழத்தி; மனைவி; wife.

இற்செறிப்பு: *(வி):* தலைவியை தலைவன் சந்திக்க இயலாதவாறு அவளை வீட்டினுள் பாதுகாப்பாக வைத்திருத்தல்; to restrain the heroine from meeting the hero and keeping her within the house.

இற்பாலர்: *(பெ):* நற்குடியில் பிறந்தவர்கள்; the descendants of noble family.

இற்பிறப்பு: *(பெ):* உயர்குடிப்பிறப்பு; descent from a noble family.

இற்புலி: *(பெ):* பூனை; cat.

இற்றி: *(பெ):* இத்தி மரம்; மாமிசம்; a kind of tree meat.

இற்றிசை: *(பெ):* இல்லறம்; domestic life.

இற்றும்: *(வி.அ):* இன்னும்; மேலும்; moreover; further; besides.

இற்றை: *(பெ):* இன்று; இந்தநாள்; today; this day.

இன ஒதுக்கல்: (பெ): சம உரிமை தர மறுத்து ஒதுக்கிடும் செயல்; racial segregation.

இனக்கட்டு: (பெ): உறவின் நெருக்கம்; closeness of relationship.

இனங்காப்பர்: (பெ): ஆயர்; கோவலர்; shepherds; cowherds.

இனஞ்சனம்: (பெ): உற்றார் உறவினர்; friends and relatives.

இனத்தான்: (பெ): உறவினன்; relation.

இனப்படுகொலை: (பெ): ஓரினத்தார் பிறிதொரு இனத்தாரைப்படுகொலைசெய்திடல்; genocide.

இனப்பெருக்கம்: (பெ): தன் இனம் பெருகச் செய்திடும் உற்பத்தி அல்லது வழிமுறை; reproduction of living things.

இனமரபியல்: (பெ): இனம், மரபு ஆகியவற்றின் ஆய்வு இயல்; ethnology.

இனமுறை: (பெ): ஒத்த சாதி; the same caste.

இனவழிக்கணக்கு: (பெ): பேரேடு; ledger.

இனம்: (பெ): வகை; குலம்; சுற்றம்; சாதி; category; community; relatives; caste.

இனன்: (பெ): சூரியன்; அரசன்; சுற்றம்; ஆசிரியன்; Sun; king; relations; teacher; preacher.

இனாப்பித்தல்: (வி): துன்பமுண்டாக்குதல்; cause to suffer.

இனி: (வி.அ): இனிமேல்; இதுமுதல்; பின்பு; henceforth; from now on; hereafter.

இனிதாக: (வி.அ): இனிமையுடையதாக; அனுசரணையாக; sweetly; favourably.

இனிது[1]: (பெ): இனிமையுடையது; நன்மை தருவது; that which is sweet; that which gives good.

இனிமை: (பெ): இனிப்பு; இன்பம்; sweetness; pleasure; joy.

இனியர்: (பெ): இன்பம் தருபவர்; மகளிர்; those who give pleasures; women.

இனை: (பெ): வருத்தம்; துன்பம்; sorrow; distress.

இனைத்தல்: (வி): வேதனைப்படுத்துதல்; துயரப்படுதல்; அழித்தல்; to torment; to worry; to ravage; to destroy.

இனைத்து: (வி.அ): இத்தன்மைத்து; this much.

இனைய: (வி.அ): இத்தன்மைய; of this degree.

இனைவரல்: (வி): இரங்குதல்; வருந்துதல்; to feel pity; to lament.

இன்கண்: (பெ): இன்பம்; மனநிறைவு; அன்பு; delight; pleasure; kindness.

இன்கலவை: (பெ): இனிப்பு, பழத்துண்டுகள் ஆகியவற்றுடன் கூடிய கலவை; salad.

இன்கவி: (பெ): மதுரகவி; a kind of pleasing poem.

இன்சொல்: (பெ): இனிமை தரும் பேச்சு; இனிமை பயத்திடும் சொல்; pleasant speech; courteous language.

இன்பன்: (பெ): கணவன்; husband.

இன்பு: (பெ): இன்பம்; pleasantness; sweetness.

இன்புறவு: (பெ): மகிழ்கை; மனநிறைவு உண்டாக்கும் நிலை; pleasure; gratification.

இன்ன:(பெ.அ): இத்தன்மையான; இப்படிப்பட்ட; of this kind; of this sort.

இன்னது: (சு.பெ): இத்தன்மையுடையது; குறிப்பிட்ட இது; of this nature; precisely this.

இன்னயம்: (பெ): உபசார மொழி; words of hospitality; formality speech.

இன்னர்: (பெ): உற்பாதம்; இன்னல்; portent; trouble.

இன்னலம்: (பெ): வளமான சூழ்நிலை; இனிமையான வசதிகள்; welfare; amenity.

இன்னல்/இன்னா: (பெ): துன்பம்; மனக்கவலை; தொந்தரவு; கஷ்டம்; மனவேதனை; distress; affliction; rick; trouble; pain.

இன்னாங்கு: (பெ): தீமை; துன்பம்; கடுஞ்சொல்; evil; sufferings; harsh words.

இன்னாது/இன்னாப்பு: (பெ): தீங்கினைத் தருவது; துன்பம்; தீமை; that which causes misery; pain; evil.

இன்னாமை: (பெ): தீமை; துயரம்; துன்பம்; evil; pain.

இன்னாரினியார்: (பெ): பகைவரும் நண்பரும்; enemies and friends.

இன்னாரினையார்: (பெ): இத்தன்மையவர்; persons of such and such qualities.

இன்னாலை: (பெ): இலைக்கள்ளி மரம்; a kind of cactus tree.

இன்னிசை: (பெ): மெல்லிசை; இனிமையான சங்கீத வகை; light music.

இன்னியம்: (பெ): இசைக்கருவி வகை; a kind of musical instrument.

இன்னியர்: (பெ): பாணர்; bards.

இன்னிலை: (பெ): ஒரு நூல்; இல்லற நிலை; a treatise; stage of household life.

இன்னிளி/இன்னே: (வி. அ): இப்பொழுதே; இப்போதே; now itself.

ஈ/ஈகாரம்: *(பெ):* நான்காம் உயிர் எழுத்து; 'ஈ' என்னும் பூச்சியினம்; தேனீ; வண்டு; முன்னிலை அசைச்சொல்; the fourth letter of Tamil vowels; fly; bee; beetle; a poetic expletive used in the second person.

ஈகம்: *(பெ):* விருப்பம்; தியாகம்; சந்தன மரம்; இச்சை; காமவெறி; desire; spirit of self-sacrifice; sandal wood tree; wish.

ஈகா மிருகம்: *(பெ):* செந்நாய்; Dhale.

ஈகுதல்: *(வி):* படைத்தல்; கொடுத்தல்; to create; to give; to donate.

ஈகை: *(பெ):* கொடை; பொன்; காடை; *(வி):* கொடுத்தல்; to give; to donate.

ஈகையன் / ஈகையாளன்: *(பெ):* கொடையாளன்; munificent person.

ஈக்க: *(வி):* தருதல்; to give.

ஈக்கணம்: *(பெ):* கண்; eye; *(வி):* பார்த்தல்; to see.

ஈக்கில் கட்டு: *(பெ):* நீளமான கைப்பிடியை உடைய துடைப்பம்; broom-stick with a long handle.

ஈக்கை: *(பெ):* உப்பிலி; புலி தொடக்கிக் கொடி; creepers.

ஈங்கண்: *(பெ):* இவ்விடம்; this place.

ஈங்கம்: *(பெ):* சந்தன மரம்; sandal wood tree.

ஈங்கனோர்: *(பெ):* இங்குள்ளோர்; those who are here.

ஈங்கிசை: *(பெ):* நிந்தை; கொலை; வருத்தம்; இகழ்ச்சி; தீங்கு; vilification; murder; distress; disrespect; evil.

ஈங்கு: *(பெ):* இவ்விடம்; இண்டங்கொடி; this place; a creeper.

ஈங்கை: *(பெ):* உப்பிலி; இண்டங்கொடி; இண்டம்பூ; creepers; a kind of flower.

ஈசத்துவம்: *(பெ):* செலுத்துகை; எண் வகைச் சித்திகளுள் ஒன்று; driving; one of the eight kinds of Siddhis.

ஈசன்/ஈசுரன்: *(பெ):* சிவன்; இறைவன்; ஆள்பவன்; அரசன்; Lord Shiva; supreme being; God; ruler.

ஈசன்தார்: *(பெ):* கொன்றை மாலை; garland of Indian Laburnum flowers.

ஈசானம்: *(பெ):* வடகிழக்கு திசை; ஒரு சைவ மந்திரம்; சிவபெருமானின் ஐந்து முகங்களுள் ஒன்று; North-East direction; a Saiva mantra; one of the five faces of Lord Shiva.

ஈசிகை: *(பெ):* யானை விழி; சித்திரம் வரையும் கோல்; eye of the elephant; painting brush.

ஈசிதன்: *(பெ):* ஆள்பவன்; அரசன்; ஈஸ்வரன்; ruler; king; Lord Shiva.

ஈசிதை: *(பெ):* ஈசத்துவம்; எண் வகைச் சித்திகளுள் ஒன்று; the last of the eight Siddhis, Eachathuvam.

ஈசுரமூலி: *(பெ):* பெருமருந்துக் கொடி; a creeper.

ஈசுரவிந்து/ஈசுவரவிந்து: *(பெ):* பாதரசம்; mercury; quick silver.

ஈசுவரிநாதம்: *(பெ):* கந்தகம்; sulphur; brimstone.

ஈசை: *(பெ):* ஏர்க்கால்; கலப்பை; பார்வதி; shaft of a plough; plough; Parvathi, Goddess and the consort of Lord Shiva.

ஈச்சப்பி: *(பெ):* கஞ்சன்; உலோபி; miser; avaricious person.

ஈச்சு: *(பெ):* ஈச்சமரம்; ஈந்து; date-palm tree; kind of fruit bearing thorny tree.

ஈச்சுரம்: *(பெ):* சிவதத்துவம் ஐந்தனுள் ஒன்று; one of the five Shiva thathuvas.

ஈச்சப்பி/ஈச்சோப்பி: *(பெ):* ஈப்பினி; உலோபி; சிலந்தி; miser; avaricious person; spider.

ஈஞ்சு: *(பெ):* ஈச்ச மரம்; date-palm tree.

ஈஞ்சை: *(பெ):* கொலை; நிந்தை; இகழ்ச்சி; murder; disgrace; disrespect.

ஈடகம்: *(பெ):* மனதினைக் கவர்வது; that which attracts one's mind.

ஈடணம்: *(பெ):* புகழ்; fame.

ஈடணை: *(பெ):* ஆசை; பற்று; desire; wish; attachment.

ஈடழிதல்: *(பெ):* பெருமை கெடுதல்; ஏழையாதல்; to suffer loss of dignity; to become poor.

ஈடழிவு: *(பெ):* சீர்கேடு; deterioration.

ஈடன்/ஈடாட்டம்: *(பெ):* பணக்காரன்; பலசாலி; rich man; strong man.

ஈடாடு: *(பெ):* முடிவு எடுக்க இயலாது ஊசலாடுதல்; waving state to take a decision.

ஈடாடுதல்: *(வி):* நெகிழ்தல்; to slacken.

ஈடாதண்டம்: *(பெ):* ஏர்க்கால்; the shaft of a plough.

ஈடிகை: *(பெ):* அம்பு; எழுதுகோல்; arrow; pen, pencil, brush, etc.

ஈடிணை: *(பெ):* சரிசமம்; ஒப்பு; person or thing nearly resembling; comparing.

ஈடிதம்: *(வி):* துதித்தல்; வழிபடுதல்; தொழுதல்; to worship; to pray; to invoke.

ஈடு: *(பெ):* இடுகை; ஒப்படைப்பு; தகுதி; அடமானம்; applying; handing over; fitness; pledging.

ஈடுகட்டு: *(வி):* நிறைவு செய்திடல்; நிறைவேற்றல்; to meet by compensating something else.

ஈடுகொடுத்தல்: *(வி):* தகுந்தாற்போல் நடந்துகொள்ளுதல்; சரி கட்டுதல்; to adjust oneself; to compensate for.

ஈடுசெய்: *(வி):* சரிகட்டு; to make for.

ஈடுபடு: *(வி):* மனம் அழுந்துதல்; வழி அழிதல்; துன்பப்படுதல்; அகப்படுதல்; ஒன்றில் நாட்டம் கொள்ளுதல்; ஒரு செயலில் இறங்குதல்; to be absorbed; to be ensnared; to be oppressed; to get trapped; to concentrate on; to engage oneself in.

ஈடு வை/ஈடுபெற்ற கடன்: *(பெ):* ஈட்டுறுதி பெற்றுக்கொண்டு அளிக்கப்படும் கடன்; a loan advanced against one's property.

ஈடேறுதல்: *(வி):* கடைத்தேறுதல்; உய்வித்தல்; rescued from danger; to redeem.

ஈடேற்றம்: *(பெ):* உயர்வு; பேரின்ப வாழ்வு; மீட்பு; eminence; final success; deliverance.

ஈடேற்றுதல்: *(வி):* உய்வித்தல்; to redeem.

ஈடை: *(பெ):* புகழ்ச்சி; ஏர்க்கால்; adulation; laud; shaft of a plough.

ஈட்டம்: *(பெ):* மிகுதி; திரள்; கூட்டம்; abundance; crowd; strength.

ஈட்டல்: *(வி):* பெருமளவிலான செல்வ வளம் திரட்டிடு; amassing wealth.

ஈட்டி: *(பெ):* வேல்; குந்தம்; கழுமுள்; lance; spear; javelin.

ஈட்டிக்கீடாக: *(பெ.அ):* சரிக்கு சரியாக; tit for tat; measure for measure; like for like.

ஈட்டுத்தொகை: *(பெ):* ஈடுசெய்யும் விதமாக கூடுதல் தொகை; compensatory allowance.

ஈட்டுப்பத்திரம்: *(பெ):* அடமான சாசனம்; bond executed by a debtor pledging something for a loan taken.

ஈட்டுறுதி: *(பெ):* உடைமையைக் கொண்டு கடனை அடைப்பதாகக் கூறும் உறுதிமொழி; a promise by the debtor offering a security for the loan taken.

ஈணவள்: *(பெ):* தாய்; mother.

ஈணி / ஈணை: *(பெ):* அகணி; தென்னை, பனை ஆகியவற்றின் நார்; வயல்; fibrous part of the palmyra stalk; paddy fields.

ஈண்டல்/ஈண்டுதல்: *(வி):* நெருங்குதல்; கூடுதல்; நிறைதல்; விரைதல்; to come closer; to gather; to fill; to hurry.

ஈண்டு: *(பெ):* இவ்விடம்; இப்பொழுது; இம்மை; விரைவு; புலிதொடக்கி கொடி; this place; this time; this birth; swiftness; a kind of medicinal creeper.

ஈண்டுநீர்: *(பெ):* கடல்; sea.

ஈண்டை: *(வி. அ):* இவ்விடம்; இங்கு; this place; here; in or to this place.

ஈதல்: *(வி):* கொடுத்தல்; to give.

ஈதி: *(பெ):* மிகுந்த மழை; எலி; கிளி; விட்டில்; heavy rain; rat; parrot; moth.

ஈது: *(பெ):* இது; முகமதியர் பண்டிகை; this; a festival of Muslims.

ஈதை: *(பெ):* துன்பம்; வருத்தம்; sufferings; pain; distress.

ஈந்து: *(பெ):* ஈச்ச மரம்; date-palm tree.

ஈப்பிணி: *(பெ):* உலோபி; கருமி; avaricious person; miser.

ஈப்புலி: *(பெ):* ஈயைக் கொல்லும் ஒரு வகைப் பூச்சி; an insect which kills the fly.

ஈமத்தாழி: *(பெ):* முதுமக்கள் தாழி; burial pot .

ஈமப்பறவை: *(பெ):* பருந்து; காகம்; கழுகு; kite; crow; eagle; vulture; griffin.

ஈமவாரி: *(பெ):* வசம்பு; sweet flag.

ஈமான்: *(பெ):* கொள்கை; இறைநம்பிக்கை; principle; faith in God.

ஈயக்குழவி: *(பெ):* நீலப் பாஷாணம்; a kind of medicine in siddha.

ஈயக்கொடி: *(பெ):* கொடி வகை; a kind of creeper.

ஈயல்: *(பெ):* சிறகு முளைத்த கறையான்; winged white ant.

ஈயவரி: *(பெ):* பெருமருந்து; a kind of medicine.

ஈயன்மூதாய்: *(பெ):* இந்திரகோபம்; cochineal insect; scarlet insect.

ஈயுநர்: *(பெ):* கொடுப்பவர்; giver.

ஈயுவன்: *(பெ):* இராவணன்; King Ravana.

ஈயெச்சிற்கீரை: *(பெ):* புதினாக்கீரை; mint; a leaf plant.

ஈயை: *(பெ):* இஞ்சி; ginger.

ஈரங்கொல்லி: *(பெ):* வண்ணான்; ஏகாலி; washer man.

ஈரசைச்சீர்: *(பெ):* இரண்டு அசை கொண்ட சீர்; disyllable.

ஈரடி: *(பெ):* இரண்டு அடி; ஈரப்பதம்; ஐயம்; இரண்டாம் போகம்; two steps; moisture; doubt; second crop.

ஈரணி: *(பெ):* நீராடும்போது மகளிர் அணியும் உடை; a bathing garment used by women.

ஈரணை: *(பெ):* இரண்டு அணை; இரட்டை அணை; two dams; twin dam.

ஈரந்தி: *(பெ):* காலையும், மாலையும்; morning and evening.

ஈரப்பலா: (பெ): ஆசினிப்பலா; a species of jack-fruit tree.

ஈரம்: (பெ): அன்பு; அருள்; அறிவு; அழகு; குளிர்ச்சி; kindness; grace; wisdom; knowledge; beauty; coolness;

ஈரல்: (பெ): நுரையீரல்; மண்ணீரல்; கல்லீரல்; lungs; spleen; liver.

ஈரவன்/ஈரங்கதிர்: (பெ): சந்திரன்; Moon.

ஈராட்டி: (பெ): இரு மனைவியர்; நிலையில்லாமை; காற்று மாறி அடித்திடுதல்; two wives; instability; changing of wind and weather.

ஈரி: (பெ): கந்தை; இரக்கம் காட்டுவோர்; tatters; people who show mercy.

ஈரிணம்: (பெ): களர்நிலம்; பாழ்நிலம்; saline land; waste land; fallow or uncultivable land.

ஈரித்தல்: (வி): குளிர்தல்; ஈரமாதல்; to feel cold; being wet.

ஈரிப்பு: (பெ): நட்பு; friendship.

ஈரிய: (பெ): அன்புடைய; dear.

ஈரிழை: (பெ): twin thread of a cloth.

ஈருள்: (பெ): மண்ணீரல்; spleen.

ஈருள்ளி: (பெ): வெங்காயம்; onion.

ஈரெட்டு: (பெ): சந்தேகம்; உறுதியின்மை; பதினாறு; doubt; lack of firmness; the number sixteen.

ஈர்: (பெ): இரண்டு; ஈரம்; பசுமை; குளிர்ச்சி; இனிமை; பேன் முட்டை; ஈர்க்கு; இறகு; two; dampness; greenness; coolness; pleasan tness; egg of louse; rib of palm leaf; feather of some birds.

ஈர்க்கு: (பெ): ஓலை நரம்பு; rib of palm leaf.

ஈர்க்கட்டு: (பெ): மழைக்கால ஆடை; the garment suitable for rainy season.

ஈர்த்தல்: (வி): இழுத்தல்; அறுத்தல்; பிளத்தல்; to drag; to attract; to saw; to dissect.

ஈர்மை: (பெ): இனிமை; பெருமை; நுண்மை; குளிர்ச்சி; வருத்தம்; sweetness; greatness; minuteness; chillness; distress.

ஈர்வாள்: (பெ): மரமறுக்கும் வாள்; the saw.

ஈலி: (பெ): கைவாள்; dagger with a curved point.

ஈவிரக்கம்: (பெ): மனக்கனிவு; கருணை நிலை; mercy; tenderness; compassion.

ஈவு: (பெ): ஓர் எண்ணை மற்றோர் எண்ணால் வகுத்தால் கிடைக்கும் வகுக்கும் எண்ணின் மடங்கு; கொடை; quotient; gift.

ஈவோன்: (பெ): கொடுப்பவன்; கற்பிப்பவன்; the giver; donor; teacher; preacher.

ஈழக்கிழங்கு: (பெ): பெருவள்ளி; a kind of tuber.

ஈழத்தண்டம்: (பெ): ஏர்க்கால்; கலப்பை; the shaft of a plough; plough.

ஈழநாடு / ஈழமண்டலம்: (பெ): இலங்கை; Sri lanka.

ஈளை: (பெ): கோழை; இளைப்பு; காசநோய்; phlegm; sputum; wheezing; tuberculosis.

ஈறல்: (பெ): துன்பம்; நெருக்கம்; distress; closeness.

ஈறிலான் / ஈறிலி: (பெ): கடவுள்; God; the Almighty.

ஈறு: (பெ): முடிவு; இறப்பு; பல் ஈறு; விகுதி; எல்லை; end; death; gum of the teeth; ending of a word that is divisible; boundary.

ஈற்றயல்: (பெ): சொல்லினைப் பிரித்து அல்லது செய்யுள் உறுப்புகளைப் பிரித்துக் கூறும்போது இறுதிக்கு முந்தியது; penultimate.

ஈற்றா: (பெ): கன்றீன்ற பசு; the cow that has calved.

ஈற்று: (பெ): ஈனுதல்; மரக்கன்று; bringing forth; calving; young plant.

ஈனசுரம்: (பெ): தாழ்ந்த குரல்; low voice or tune.

ஈனதை: (பெ): தாழ்வு; இழிவு; கீழ்மை; lowness; vilification; meanness.

ஈனத்தார்: (பெ): கொன்றை; Indian Laburnum.

ஈனம்/ஈனாயம்: (பெ): குறைபாடு; இழிநிலை; தாழ்வு; புன்மை; முயல்; கள்ளி; சரிவு; deficiency; degraded state; lowness; rabbit; spurges; slope; decline.

ஈனனம்: (பெ): வெள்ளி; silver.

ஈனாக்கிடாரி: (பெ): கன்று ஈனாத இளம் பசு; heifer.

ஈனாக்குமரி: (பெ): குழந்தைப் பேறடையாத இளம்பெண்; மலடி; the young woman who has not yet borne children.

ஈனா மாடு: (பெ): வறட்டு மாடு (அ) எருமை; barren cow or buffalo.

ஈனில்: (பெ): மகப்பேறு மையம்; maternity centre.

ஈனை: (பெ): இலைநரம்பு; ஒருநோய்; சித்திரக்குறிப்பு; nerve of a leaf; a disease; outline of a picture.

ஈனோர்: (பெ): இவ்வுலகத்தோர்; those who belong to this world.

ஈன்: (பெ): இவ்விடம்; this place.

ஈன்றணிமை: (பெ): அண்மையில் ஈனப்பட்டமை; time immediately after calving - spoken of a cow.

ஈன்றவன்: (பெ): தந்தை; பிரம்மன்; father; Lord Brahma.

ஈன்றார்: (பெ): பெற்றோர்; parents.

உ: *(பெ):* ஐந்தாவது உயிர் எழுத்து; சிவபெருமான்; நான்முகன்; உமையவள்; the fifth letter of Tamil vowels; Lord Shiva; Lord Brahma; Goddess Umayaval.

உஃது: *(பெ):* உது; இது; அது; ஒன்றன் பால் சுட்டுப்பெயர்; this; that; medial, neutral, singular demonstrative.

உக்கனல்: *(பெ):* ஊழித்தீ; cosmic fire.

உகட்டுதல்: *(வி):* தெவிட்டுதல்; அருவருத்தல்; to surfeit; to nauseate; to loathe.

உகண்டு: *(வி):* நெளிதல்; to slither; to wriggle.

உகத்தல்: *(வி):* மகிழ்தல்; விரும்புதல்; உயர்தல்; to be glad; to desire; to ascend.

உகந்த: *(பெ.அ):* பொருத்தமான; ஏற்ற; பிடித்த; விருப்பமான; suitable; appropriate; agreeable; pleasing.

உகந்தார்: *(பெ):* நண்பர்கள்; friends.

உகப்பிரளயம்/உக முடிவு/உகாந்தம்: *(பெ):* யுக முடிவு; end of the earth.

உகப்பு: *(பெ):* உயர்ச்சி; விருப்பம்; மகிழ்ச்சி; மகிழ்ச்சியான இடம்; height; elevation; desire; wish; joy; happy resort.

உகமகள்: *(பெ):* பூமாதேவி; நிலமகள்; Bhooma Devi; Goddess of the earth.

உகம்: *(பெ):* நாள்; பூமி; பாம்பு; ஊழி; நுகம்; இரண்டு யுகம்; இணை; day; earth; snake; era; yoke; age of the world; pair.

உகரம்: *(பெ):* 'உ' என்னும் எழுத்து; the letter 'உ'.

உகலுதல்: *(வி):* தாவுதல்; உதறுதல்; to jump; to shake off.

உகவல்லி: *(பெ):* நாகமல்லி மரம்; a kind of flower tree.

உகவை: *(பெ):* விருப்பம்; இரண்டு; இணை; அனுகூலம்; wish; desire; two; pair; favour.

உகளம்: *(பெ):* இணை; ஜோடி; மகிழ்ச்சி; pair; happiness.

உகளி: *(பெ):* பிசின்; resin.

உகளித்தல்: *(வி):* குதித்தல்; பாய்தல்; to jump; to gallop; to leap.

உகளுதல்: *(வி):* தாவுதல்; ஓடித்திரிதல்; பிறழ்தல்; நழுவிக் கீழே விழுதல்; to frisk; to run about; to turn upside down; to slip down.

உகா: *(பெ):* ஒருவகை மரம்; a kind of tree.

உகாதி: *(பெ):* தெலுங்கு, கன்னடம் ஆகியவற்றின் ஆண்டுப் பிறப்பு; Telugu new year; Kannada new year - 'Ugadi.'

உகார உப்பு: *(பெ):* கல்லுப்பு; rock salt.

உகிரம்: *(பெ):* புல் வகை; a kind of grass.

உகிர்: *(பெ):* நகம்; nail.

உகிர்ச்சுற்று: *(பெ):* நகச்சுற்று; whitlow.

உகினம்: *(பெ):* புளிமா; Indian hog-plum; a species of mango, sour in taste.

உகுணம்: *(பெ):* பூச்சி வகை; a kind of insect.

உகுதல்/உகுத்தல்/உகுவு: *(வி):* உதிர்தல்; சிந்துதல்; சிதறுதல்; கெடுதல்; கழிதல்; சாதல்; நிலை குலைதல்; சுரத்தல்; மறைதல்; கரைதல்; to be strewed; to be spilled; to scatter; to decay; to pass away; to die; to be agitated; to trickle gently; to disappear; to melt.

உகைத்தல்: *(வி):* எழுப்புதல்; செலுத்துதல்; பதித்தல்; மேல் எழுதல்; அம்பு முதலியவற்றை ஏவுதல்; to raise; to drive (as a carriage); to ride (as a horse); to stamp; to rise upwards; to discharge (as an arrow).

உகை மரம்: *(பெ):* படகுத் துடுப்பு; paddle.

உக்கம்: *(பெ):* இடை; உக்கிரம்; தலை; ஆலவட்டம்; waist; severe; head; circular fan.

உக்கரித்தல்: *(வி):* கக்குதல்; எருதுபோல் கத்துதல்; to vomit; to cry like a bull or ox.

உக்கலை: *(பெ):* இடுப்புப் பக்கம்; hips.

உக்கல்: *(பெ):* ஓர் ஊர்; பக்கம்; பதனழிவு; a town; side; becoming over-ripe as fruits.

உக்கழுத்து: *(பெ):* கழுத்தின் முன்பகுதி; front part of the neck.

உக்களம்: *(பெ):* இராக் காவல்; night watch and ward.

உக்களவர்: *(பெ):* இராக் காவலர்; night watchmen; night guards of the palace.

உக்களி: *(பெ):* பணியார வகை; a kind of sweet confection.

உக்காரி: *(பெ):* புட்டு; a kind of sweet pudding.

உக்கி: *(பெ):* தோப்புக்கரணம்; தண்டனை வகை; the act of squatting and standing alternately, a kind of punishment.

உக்கிடர்: *(பெ):* சிலந்தி; spider.

உக்கிரம்: *(பெ):* சினம்; கொடுமை; கடுமை; தீவிரம்; இலாமிச்சை; முருங்கை மரம்; anger; atrocity; rigour; severity; a fragrant root; horse-radish tree.

உக்கிரமம்: *(பெ):* சுடர்; சுவாலை; light; flame; tongues of fire.

உக்கிராணம்: *(பெ):* பண்டசாலை; store-room for provisions in a temple or house; pantry.

உக்கிருட்டம்: *(பெ):* மிகுதி; மேன்மை; mickle; superiority.

உக்கிரை: *(பெ):* கருவசம்பு; black sweet-flag.

உக்கு: *(பெ):* இலவங்கம்; clove.

உக்குதல்: *(வி):* மக்குதல்; மெலிதல்; இற்றுப்போதல்; அஞ்சுதல்; to perish; to become thin; be lean; be worn off; to fear.

உக்குறள்: *(பெ):* குற்றியலுகரம்; the shortening of the final 'உ' in certain words.

உங்கண்: *(பெ):* உவ்விடம்; yonder.

உங்காரம்: *(பெ):* அச்சுறுத்தும் ஒலி; வண்டொலி; முழக்குதல்; frightening noise; the buzzing sound of the bees; roaring.

உங்கு: *(பெ):* உவ்விடம்; yonder.

உங்குணி: *(பெ):* ஒரு நீல நிற கடல் மீன் வகை; a kind of bluish sea-fish.

உங்கை: *(பெ):* உன் கை; உன் தாய்; உன் தங்கை; your hand; your mother; your younger sister.

உசகம்: *(பெ):* ஆமணக்குச் செடி; castor plant.

உசம்: *(பெ):* ஊர்; நகரம்; town; city.

உசரம்: *(பெ):* உயரம்; height.

உசரிதம்: *(பெ):* நெருஞ்சில்; cow's thorn.

உசவு: *(பெ):* மசகு; வைக்கோல் கரி, எண்ணெய் ஆகியவை கலந்த இயந்திரங்களுக்கு இடும் மைக்குழம்பு; lubricator made of charcoal and oil.

உசவுதல்/உசாவுதல்: *(வி):* விபரமறிய வினாவுதல்; seeking information by questioning.

உசவன் / உசனன் / உசன்: *(பெ):* வெள்ளி; Venus.

உசா: *(பெ):* ஆராய்ச்சி; ஆலோசனை; வினா; ஒற்றன்; பதினெட்டு உபபுராணங்களுள் ஒன்று; பதினெட்டு தரும நூல்களுள் ஒன்று; close enquiry; subtle examination; question; spy; one of the eighteen upapuranas; one of the eighteen `Dharuma Nool'.

உசாக்கையர்: *(பெ):* ஆராய்வோர்; ஆலோசனை அளிப்பவர்; examiners; advisers.

உசாத்துணை: *(பெ):* உற்ற துணைவர்; சிறந்த ஆலோசகர்; உற்ற நண்பன்; faithful companion; best adviser; loyal friend.

உசி: *(பெ):* கூர்மை; விருப்பம்; sharpness; wish; desire.

உசிதம்: *(பெ):* தகுதி; மேன்மை; உயர்ந்தது; அழகியது; appropriate or proper; excellence; superior; that which is beautiful.

உசிதன்: *(பெ):* பாண்டிய மன்னன்; Pandiya king.

உசிரன்: *(பெ):* வெட்டி வேர்; ஒளிக்கதிர்; கருமிளகு; ஒரு நறுமண வேர்; cuscus root; a ray of light; black pepper; a fragrant root.

உசிலம் / உசிலை / உசில்: *(பெ):* சீக்கிரி மரம்; a fine timber tree whose leaves are used as soap.

உசு: *(பெ):* உளு என்னும் புழு; woodworm.

உசுப்புதல்: *(வி):* வெருட்டுதல்; எழுப்புதல்; to frighten; to drive away as animals; cause to rise.

உசும்புதல்: *(வி):* அசைதல்; அதட்டுதல்; to move; to rebuke.

உசுவாசநிவாசம்: *(பெ):* மூச்சுப் போக்கு வரவு; breathing.

உசூர்: *(பெ):* அரசியல் நடவடிக்கைகள் நடைபெறுமிடம்; the place where the political deliberations are held.

உச்ச கட்டம்: *(பெ):* முடிவினை நெருங்கும் கட்டம்; climax of a story, play, movie, etc.; final round or stage.

உச்சட்டம்: *(பெ):* இலக்கு; நேர்; target; straight.

உச்சடை: *(பெ):* கோபம்; வழக்கம்; anger; custom that which is usual.

உச்சதரு: *(பெ):* தென்னை மரம்; coconut tree.

உச்சரிப்பு: *(பெ):* எழுத்தின், சொல்லின் ஒலிப்பு முறை; மந்திரம் போன்றவற்றைச் சொல்லும் முறை; pronunciation; the way of chanting the mantras.

உச்சன்: *(பெ):* அம்மானை விளையாட்டில் பயன்படுத்தும் காய்களான புளியங்கொட்டை, கொட்டைப் பாக்கு போன்றவை; the tamarind seeds or areca-nut used for pitching in games.

உச்சஸ்தாயி: *(பெ):* பாடும்போது குரலின் மேல் எல்லை; high pitch.

உச்சாடனம்: *(பெ):* பேயோட்டும் தொழில்; பேயோட்டுதல்; மந்திரங்களை ஒரே சீராக ஓதுதல்; incantation of magical spells; expulsion of the ghost; exorcism; chanting of mantras.

உச்சி குளிர்தல்: *(வி):* மகிழ்தல்; to feel flattered (by nice words).

உச்சிக்கடன்: *(பெ):* நண்பகல் வழிபாடு (அ) பிரார்த்தனை; mid-day devotion or prayers.

உச்சிக் குழி: *(பெ):* சிறு குழந்தையின் தலையுச்சிப் பள்ளம்; membraneous space in an infant's skull.

உச்சிக் கொம்பன்: *(பெ):* உச்சியில் கொம்புடைய மாடு; காண்டா மிருகம்; a bull or cow with erect horns; rhinoceros, an animal with a straight horn.

உச்சிச்சுட்டி: *(பெ):* குழந்தைகளின் தலையணிகல வகை; an ornament for the forehead of children.

உச்சிச் செடி: *(பெ):* புல்லுருவிப் பூண்டு; a kind of plant.

உச்சிட்டமோதனம்: *(பெ):* மெழுகு; wax.

உச்சிட்டம்: *(பெ):* எச்சில் உணவு; refuse of food, treated as impure.

உச்சிதம்: *(பெ):* அரியது; உயர்ந்தது; உசிதம்; rare; excellent; suitability.

உச்சித்திலகம்: *(பெ):* ஒரு வகைப் பூச்செடி; a flower plant.

உச்சிப்படுதல்: *(பெ):* உச்சமாதல்; being the highest range.

உச்சிப்பிளவை: *(பெ):* உச்சந்தலையில் வரும் பிளவை நோய்; a kind of cancer disease in the crown of the head.

உச்சிமல்லி: *(பெ):* ஊசிமல்லி; Jasmine flower shaped like needle.

உச்சி மாநாடு: *(பெ):* எடுத்தி முன்னேறியநாடுகளின் அதிபர்கள்,உயரதிகாரிகள் ஆகியோரின்சந்திப்பு;summit of conference of world leaders.

உச்சி முகர்தல் / உச்சி மோத்தல்: *(வி):* உச்சந்தலையை முத்தமிட்டு தங்கள் அன்பைத் தெரிவித்தல்; to kiss the forehead as a way of expressing one's affection.

உச்சியாட்டம்: *(பெ):* வானவர்; தேவர்; the celestial beings.

உச்சிரதம்: *(பெ):* பிரண்டை; square-stalked vine.

உச்சிரயம்: *(பெ):* உயரம்; height.

உச்சி வினை: *(பெ):* உச்சிக்கடன்; mid-day devotions and prayers.

உச்சீவித்தல்: *(வி):* உயிர்வாழ்தல்; to live.

உச்சினி/உச்சையினி: *(பெ):* புகழ் பெற்ற மன்னர் விக்கிரமாதித்தரின் தலைநகரும் வடஇந்திய நகருமான உஜ்ஜயினி நகர்; the North Indian city of Ujjaini, formerly the capital of King Vikramaditya.

உச்சுக்கொட்டுதல்: *(வி):* வெறுப்புக் குறி காட்டுதல்; to smack the lips in dissatisfaction or contempt.

உச்சூடை: *(பெ):* கொடி மரத்தின் உச்சி; top end of the flag post.

உச்சைச்சிரவம்: *(பெ):* இந்திரனின் குதிரை; the horse of Lord Indra.

உஞற்று: *(பெ):* முயற்சி; ஊக்கம்; வழக்கம்; தவறு; effort; enthusiasm; custom; mistake.

உஞ்சட்டை: *(பெ):* மெலிவு; thinness; slenderness.

உஞ்சம்: *(பெ):* வயலில்சிந்தி இருக்கும் தானியங்களை ஒவ்வொன்றாகச் சேகரித்தல்; gleaning grain by grain around the field.

உஞ்சவிருத்தி: *(பெ):* அரிசிப் பிச்சை எடுத்து வாழ்க்கை நடத்துதல்; living by gleaning handfuls of rice as alms from door to door.

உடக்கு: *(பெ):* திருகாணிச் சுரையின் உட்சுற்று; the spiral inner line of screw hole.

உடக்குதல்: *(வி):* செலுத்துதல்; எய்தல்; to dart or shoot as an arrow; to be fitted to the string of a bow.

உடங்கு: *(பெ):* பக்கம்; side; nearness; *(வி.அ):* ஒருபடியாக; உடனடியாக; ஒன்றாக; in the same manner; immediately; together.

உடசம்: *(பெ):* இலைக்குடில்; வீடு; வெட்பாலை; hermitage; house; a herb.

உடப்பு: *(பெ):* ஒரு வகை முட்செடி; a kind of thorny plant.

உடம்: *(பெ):* இலை; புல்; விடியற்காலம்; வேலமரம்; leaf; grass; daybreak; dawn; babul tree.

உடம்படுமெய்: *(பெ):* நிலைமொழி ஈற்றிலும் வருமொழி முதலிலும் உள்ள இரண்டு உயிர் எழுத்துகளைச்சேர்க்கும்மெய்யெழுத்துக்களான 'ய்', 'வ்'; the consonants ய் and வ் as serviles or connecting letters.

உடம்பிடி: *(பெ):* வேலாயுதம்; ஈட்டி; lance; spear; javelin.

உடம்புக்கீடு: *(பெ):* கவசம்; shield; mail; armour.

உடம்பை: *(பெ):* கலங்கிய நீர்; murky water.

உடர்: *(பெ):* உடல்; body.

உடலந்தம்: *(பெ):* இறப்பு; சாவு; மரணம்; death; end of life; mortality.

உடலுதல்: *(வி):* மாறுபடுதல்; சினத்தல்; போர் புரிதல்; to differ; to enrage; to fight.

உடலெழுத்து: *(பெ):* மெய்யெழுத்து; consonant.

உடறுதல்: *(வி):* சினத்தல்; to be enraged.

உடற்கருவி: *(பெ):* கவசம்; armour; coat of mail.

உடற்கல்வி: *(பெ):* விளையாட்டு,பயிற்சி ஆகியவற்றின் மூலம்அளித்திடும்உடல்ஆரோக்கியத்திற்கான கல்வி; physical education.

உடற்கூற்றியல்: *(பெ):* உடல் உறுப்புகளின் உள்ளமைப்பைவிவரிக்கும் அறிவியல்; anatomy.

உடற்சி: *(பெ):* கோபம்; சினத்துடன் பொருமுதல்; anger; irritation.

உடற்றுதல்: *(வி):* வருந்துதல்; சினமூட்டுதல்; போரிடுதல்; கெடுத்தல்; செலுத்துதல்; to suffer; to torment; to provoke; to fight, to spoil; to discharge; to drive.

உடனாதல்: (வி): கூடி நிற்றல்; to gather.

உடனாளி: (பெ): கூட்டாளி; partner.

உடனிகழ்ச்சி: (பெ): ஒரு நிகழ்ச்சி நடக்கும் நேரத்தில் நடக்கும் மற்றொரு நிகழ்வு; தமிழில் மூன்றாம் வேற்றுமை உருபுகளாகிய 'ஆன்', 'ஆல்', 'ஒடு', 'ஓடு', 'உடன்' முதலியவை உணர்த்தும் பொருள்; contemporaneous events; the associative sense of the case markers - 'ஆன்', 'ஆல்', 'ஒடு', 'ஓடு', 'உடன்', etc. (the third case in Tamil).

உடன்படிக்கை: (பெ): இருநாடுகள் அல்லது அமைப்புகள் குறிப்பிட்ட ஒருநோக்கத்துக்காகச் செய்துகொள்ளும் ஒப்பந்தம்; treaty; pact.

உடன்பாடு: (பெ): இணக்கம்; சம்மதம்; உடன்படிக்கை; ஒப்பந்தம்; acceptance; approval; affirmation; treaty; pact.

உடன்றல்: (பெ): போர்; war; battle.

உடு: (பெ): விண்மீன்; அகழி; அம்பு; ஓடக்கோல்; மரவகை; ஆடு; star; moat; trench; arrow; boatman's pole; a kind of tree; goat.

உடுக்கை: (பெ): சீலை; ஒருவகைச் சிறு பறை; உடுத்தல்; cloth; a kind of small drum; the act of wearing a cloth.

உடுக்கோன்: (பெ): சந்திரன்; the moon.

உடுண்டுகம்: (பெ): வாகை மரம்; the tree 'sirissa'.

உடுத்தாடை: (பெ): சிற்றாடை; a small garment.

உடுநீர்: (பெ): அகழி; a moat.

உடுபதம்: (பெ): வானம்; ஆகாயம்; சொர்க்கம்; sky; heaven.

உடுபதி: (பெ): சந்திரன்; மரமஞ்சள்; moon, the Lord of all stars; a kind of turmeric.

உடுபம்: (பெ): தெப்பம்; மிதவை; தோணி; படகு; கட்டுமரம்; raft; barge; boat; canoe.

உடுபாதகம்: (பெ): பனை மரம்; palmyra tree.

உடுப்பாத்தி: (பெ): ஒருவகை கடலின சிறுமீன் வகை; a kind of small sea-fish.

உடுமடி/உடுமானம்: (பெ): ஆடை; உடுப்பு; உடை; dress; garment.

உடும்பு நாக்கன்: (பெ): இருவேறு விதமாகப் பேசிடும் இயல்புடைய வஞ்சகன்; a double-tongued deceitful person.

உடுவம்: (பெ): அம்பினுடைய ஈர்க்கு; the rib of an arrow.

உடுவை: (பெ): அகழி; நீர்நிலை; a moat; lake.

உடைகுளம்: (பெ): மூளியான குளம்; கரை உடைந்த குளம்; a tank that has burst its banks.

உடைக்கல்: (பெ): காவிக்கல்; red stone; red ochre, used in dying.

உடைசல்: (பெ): முறிந்த (அ) உடைந்த துண்டு; fragment.

உடைநலம்: (பெ): ஆடைச்சிறப்பு; excellence of dress.

உடைநாண்: (பெ): கச்சை; belt.

உடைநெகிழ்வு:(பெ): ஆடை தளர்தல்; loosening of garments.

உடைந்தோடு: (வி): புறமுதுகிட்டு ஓடு; உடைந்து ஓடுமாறு செய்திடு; to run defeated; to break into run.

உடைபொருள்: (பெ): உடைமைப் பொருள்; செல்வ வளமை; the thing possesed; wealth.

உடைப்பெருஞ்செல்வர்: (பெ): பெருந்தனக் காரர்; very rich man; wealthy man.

உடைப்பெடுத்தோடுதல்: (வி): கரை உடைந்ததால் வெள்ளம் கரை புரண்டு ஓடுதல்; to run as water in a breach.

உடைப்பொருள்: (பெ): உடைமைப்பொருள்; the thing which is possessed.

உடைமரம்: (பெ): ஒரு வகை முள் மரம்; a kind of thorny tree.

உடைமை: (பெ): உடைமைப் பொருள்; செல்வம்; அணிகலன்; உரிமை; the thing which is possessed; wealth; ornament; possession.

உடைய:(பெ.அ): ஆறாம் வேற்றுமைச் சொல்லுருபு; the participle of the verb used as the form of the sixth or possessive case as my bag (என்னுடைய பை).

உடையநம்பி: (பெ): சுந்தரமூர்த்தி நாயனார்; Sundaramoorthi Nayanar.

உடையபிள்ளையார்: (பெ): திருஞான சம்பந்தமூர்த்தி நாயனார்; Thirugnana sambanthamoorthi Nayanar.

உடையவர்: (பெ): இராமானுசர் சுவாமி; செல்வர்; Sri Ramanuja Swamigal; possessor of wealth; owner.

உடையவரசு: (பெ): திருநாவுக்கரசு நாயனார்; Thirunavukkarasu Nayanar, one of the Saiva saint-poets.

உடையார்: (பெ): உரியவர்; உரிமையாளர்; செல்வர்; கடவுள்; தென்னிந்தியாவிலுள்ள சில வகுப்பினரின் பட்டப்பெயர்; owner; possessor; rich man; Lord; God; the title of some castes in South India.

உடையாளி: (பெ): கடவுள்; செல்வந்தன்; உரியவன்; உரிமையாளன்; பெருமளவில் உடைகள் உடுத்த வைத்திருப்பவன்; God; rich man; possessor; owner; person having many dresses.

உடையாள்: (பெ): உமையவள்; உடைமையாகக் கொண்டவள்; Uma Devi, the consort of Lord Shiva; the woman who possesses something.

உடையான்: (பெ): அரசன்; தலைவன்; உரிமையுடையவன்; கடவுள்; king; leader; chief; the possessor; Lord; God.

உடைவு: (பெ): தகர்தல்; உடைப்பு; கேடு; தளர்வு; களவு; தோற்றோடுதல்; மனநெகிழ்வு; be broken into pieces; breaking; faintness; theft; defeated; emotion.

உடைவேல்: (பெ): குடைவேல மரம்; a kind of Babul tree.

உட்கட்டு: (பெ): வீட்டின் உட்பகுதி; அந்தப்புரம்; inside of a house; the part of a place where the queen and other royal women live.

உட்கண்: (பெ): உள்ளுணர்வு; ஞானம்; மனக்கண்; insight; wisdom; mind's eye.

உட்கள்ளம்: (பெ): வஞ்சகம்; malice; fraud; deceit.

உட்கார்:(பெ): பகைவர்; அச்சமின்றி வெளிப் படையாக எதிர்ப்பினைத் தெரிவிப்போர்; foes; enemies; those who oppose openly without fear.

உட்கால்: (பெ): நீர்பாய்ச்சும் வாய்க்கால்; feeding channel.

உட்கிடக்கை: (பெ): உட்கருத்து; உட்பொருள்; கருத்துரை; motive; innermost thought; inner sense of a passage; substance of a text.

உட்கிராந்துதல்: (வி): வேரூன்றுதல்; மெலிதல்; to take root; to become lean.

உட்கு: (பெ): அச்சம்; நாணம்; வலிமை; பயங்கரம்; மதிப்பு; fear; dread; shy; strength; terror; dignity.

உட்குடி: (பெ): குடும்பத்தினுள் இருந்திடும் குடும்பம்; சிறிதளவு பானம்; family within family; a small drink.

உட்குதல்: (வி): பயப்படுதல்; நாணுதல்; மதிப்பச்சப்படுதல்; to be afraid; to feel shy; to stand in awe.

உட்குழு: (பெ): ஒரு குழுவில் இருந்து தேர்வு செய்யப்பட்ட சிலரைக் கொண்டு முக்கிய முடிவுகளைத் தீர்மானம் செய்திடும் சிறுகுழு; sub-committee.

உட்கை: (பெ): உள்ளங்கை; உட்பக்கம்; உள் உளவு ஆள்; the palm of the hand; inner side; secret helper.

உட்கோட்டை: (பெ): உள் அரண்; citadel.

உட்கோயில்: (பெ): கோயிலின் கருவறை; Sanctum Sanctorum in a temple.

உட்கோள்: (பெ): உட்கருத்து; கோட்பாடு; opinion; theory.

உட்சதி: (பெ): இரகசிய சதித்திட்டம்; secret conspiracy.

உட்சாத்து: (பெ): அரைக்கச்சு; inner garment worn round the waist.

உட்சூத்திரம்: (பெ): அடிப்படை ஆதாரம்; மூலகாரணம்; source; origin.

உட்சேபணம்: (பெ): விசிறி; fan; (வி): எழும்புதல்; எறிதல்; to rise; to throw.

உட்டணகாசம்: (பெ): கண் நோய்களுள் ஒன்று; one of the eye diseases.

உட்டணகாரகன்: (பெ): சூரியன்; the Sun.

உட்டணசஞ்சீவி: (பெ): பிரண்டைக்கொடி; நீர்; square-stalked vine; water.

உட்டணம்: (பெ): வெப்பம்; முதுவேனில்; மிளகு; உறைப்பு; heat; summer, the month of 'Aani' and 'Aadi' as the season of extreme heat; pepper; pungency.

உட்டனோதகம்: (பெ): வெந்நீர்; hot water.

உட்டனோபகமம்: (பெ): கோடைகாலம்; summer.

உட்டிரம்: (பெ): களர்நிலம்; saline land.

உட்டினீடம்: (பெ): தலைப்பாகை; turban; mitre.

உட்டுளை: (பெ): குழாய்; pipe; tube.

உட்டுறவு: (பெ): உள்ளத்துறவு; mental renunciation of one's desires and attachments.

உட்டூய்மை: (பெ): உள்ளத்தூய்மை; mental purity.

உட்டொளை: (பெ): குழல், குழாய் போன்றவற்றில் இருக்கும் துளை; hollow space or bore in a pipe or tube.

உட்டை: (பெ): விளையாட்டுக் காய்; dice.

உட்பலம்: (பெ): மன வலிமை; mental strength.

உட்பற்று:(பெ): அகப்பற்று; subjective attachment.

உட்பார்: (பெ): பாறையின் உள்ளடுக்குகள்; inner layers of rock.

உட்பிணக்கு: (பெ): உள்ளத்துத் தீய உணர்வுகள்; internal ill-feelings.

உட்புரை: (பெ): அந்தரங்கம்; உள்மடிப்பு; secrecy; privacy; innermost thought; inner fold.

உட்பொய்: (பெ): உள்ளீடற்ற பொருள்; hollow unsubstantial thing.

உட்பொருள்: (பெ): மறைபொருள்; உண்மைக் கருத்து; inner meaning; content; esoteric meaning.

உணக்கம்: (பெ): வாட்டம்; withering.

உணக்கு: *(பெ):* வாட்டம்; உலர்ந்த தன்மை; withering; dryness.

உணக்குப் பொருள்: *(பெ):* காய்கறி வற்றல்; dried vegetables.

உணங்கல்: *(பெ):* உலர்ந்த தானியம்; வற்றல்; உணவு; உலர்ந்த பூ; dried grain; dried foodstuff; cooked food; withered flower.

உணங்குதல்: *(வி):* மெலிதல்; காய்தல்; உலர்தல்; செயலறுதல்; to become lean; be heated; to wither; to dry; to become impaired.

உணத்துதல்: *(வி):* காயவிடுதல்; let to dry.

உணப்பாடு: *(பெ):* உண்ணப்படுகை; eating.

உணரான்: *(பெ):* அறிவிலி; மூடன்; idiot; fool; muff; ignoramus.

உணா: *(பெ):* உணவு; சோறு; உணவுப் பொருள்; food; boiled rice; food substance.

உணை: *(பெ):* மெலிவு; weakness; feebleness.

உணைதல்: *(வி):* நைதல்; மெலிதல்; be crushed; to become lean; be weak.

உண்கண்: *(பெ):* மை தீட்டப்பெற்ற கண்; the eye, painted black with collyrium.

உண்டறுத்தல்: *(வி):* நன்றி மறத்தல்; ஈடுசெய்தல்; ungratefulness.

உண்டாட்டம்: *(பெ):* விளையாட்டு; களியாட்டம்; உல்லாசம்; a game; festivity; joviality.

உண்டாட்டு: *(பெ):* கள்ளுண்டு களித்தல்; பலர் கூடி உண்ணும் விழா; உல்லாசம்; மகளிர் விளையாட்டு வகை; joviality; as warriors celebrating the seizure of cows by indulging in drink; festivity; loving fun; a kind of women's game.

உண்டுறையணங்கு: *(பெ):* குளக்கரை மேல் உள்ள பெண் தெய்வம்; a woman deity on the tank bund.

உண்டி: *(பெ):* உணவு; அனுபவம்; food; experience.

உண்டு: *(வி.மு):* உயர்திணை, அஃறிணை ஆகிய இரண்டிலும்ஒருமைபன்மைவேறுபாடுஇல்லாமல் பயன்படுத்தப்படுவதும்'இரு' என்னும்வினையின் ஓர் இடத்தில்வந்தமைதல்,உடையதாக இருத்தல் என்னும் இருபொருளில் வருவதுமான ஒரு வினைமுற்று வடிவம்; ஒரு நிகழ்வு நடைபெற்றது (அ) நடைபெறுவதுஉண்மைஎன்பதைக்குறிப்பிட உதவும்வினைமுற்றுவடிவம்; முடிவைத்தந்திடும் தீர்மானமான பதிலைக்குறித்திடும்வார்த்தை; தன் செயல்களை ஒருவர் குறைத்துக் கொண்டார் என்பதைக் காட்டிடத் தொடர்புடைய வார்த்தைகளோடுபயன்படுத்திடும்சொல்; a form of predicate used for both singular and plural of human, non-human and neuter gender with two senses of இரு viz., 'be' and 'have'; a form of predicate used to indicate an event that had taken place or is taking place regularly or intermittently; when one expects a definite answer the term 'உண்டு' is used for the affirmative; the term 'உண்டு' is added to those words which signify the area to which one limits his or her activities.

உண்டை: *(பெ):* உருண்டை; திரட்சி; கவளம்; ball; globe; sphere; food in the shape of a ball.

உண்டை நூல்: *(பெ):* நூல் உருண்டை; நெசவின் குறுக்கிழை; ball of thread; woof; weft.

உண்டை விடுதல்: *(வி):* குத்துதல்; to stab.

உண்ணம்: *(பெ):* வெப்பம்; உடை மரம்; heat; a kind of tree.

உண்ணா / உண்ணாக்கு: *(பெ):* உள்நாக்கு; uvula.

உண்ணாடி: *(பெ):* உள் நாடி; the inner most pulse.

உண்ணாட்டம்: *(பெ):* உட்கருத்து; ஆராய்ச்சி; real purpose; searching enquiry.

உண்ணாழிகை: *(பெ):* மூலத்தானம்; கருவறை; கோயிலுள் இறைவன் திருமேனியுள்ள இடம்; innermost sanctuary of a temple.

உண்ணாழிகையார்: *(பெ):* கோயில் கருவறையில் வீற்றிருக்கும் கடவுள்; God abiding in the Sanctum Sanctorum.

உண்ணாழிகையுடையார்: *(பெ):* கோயிலில் பணிபுரிவோர்; the workers of a temple.

உண்ணாழிகை வாரியம்: *(பெ):* கோயில் மேற்பார்வைக் குழு; managing committee of a temple.

உண்ணி: *(பெ):* உண்பவன்; பாலுண்ணிப் பூச்சிவகை; one who eats; lice on dogs, sheep and cattle.

உண்ணியப்பம்: *(பெ):* ஒருவகை உருண்டை வடிவமான இனிப்புப் பணியாரம்; a kind of ball-shaped sweet cake or pastry.

உண்ணீர்: *(பெ):* குடிநீர்; drinking water.

உண்ணீர்மை: *(பெ):* மன இயல்பு; quality of mind.

உண்ணெகிழ்வு: *(பெ):* மனம் நெகிழ்வு; இரக்கம்; melting of heart; pity.

உண்ணோக்கல்: *(வி):* சிந்தித்தல்; தியானித்தல்; to think over; to meditate.

உண்பலி: *(பெ):* பிச்சை; alms.

உண்மகிழ்வு: *(பெ):* சந்தோஷம்; மனமகிழ்ச்சி; joy; internal pleasure.

உண்மடம்: *(பெ):* அறிவின்மை; உணவு கொள்ளும் இடம்; lack of wisdom; the place to eat food.

உண்மடை: *(பெ):* உள்வாய்க்கால்; inner channel.

உதகம்: *(பெ):* பூமி; நீர்; earth; water.

உதகசுத்தி: *(பெ):* தேற்றாமரம்; clearing nut tree.

உதகஞ்சிதறி: *(பெ):* மழை; rain.

உதகமூலம்: *(பெ):* தண்ணீர் விட்டான் கிழங்கு; a kind of medicinal (water) plant.

உதகரித்தல்: *(வி):* உதாரணம் காட்டி விளக்குதல்; to explain something with suitable examples.

உதகவன்: *(பெ):* நெருப்பு; கொடிவேலி; fire; a kind of herb.

உதகு: *(பெ):* புங்கமரம்; Indian beech tree.

உதகும்பம்: *(பெ):* நீர்க்குடம்; water pot.

உதக்கு: *(பெ):* வடக்கு; மேலானது; பின்னானது; north; that which is superior; that which is behind.

உதசம்: *(பெ):* பசுவின் மடி; சாபம்; udder of a cow; curse; imprecation.

உதணம் / உதண்: *(பெ):* மொட்டு போன்ற கூர்மையற்ற அமைப்புடைய அம்பு முனை; arrow head in the shape of a bud.

உததி: *(பெ):* நீர்; கடல்; மேகம்; water; sea; cloud.

உதப்பி: *(பெ):* சீரணம் ஆகாத ஆகாரம்; undigested food.

உதப்புதல்: *(வி):* குதப்புதல்; கடிந்துபேசுதல்; நிதானமாக மெல்லுதல்; to chew; to scold; to munch.

உதம்: *(பெ):* நீர்; water; *(வி):* கேட்டல்; அழைத்தல்; to ask; to call.

உதம்புதல்: *(வி):* அதட்டுதல்; அச்சுறுத்துதல்; கடிந்து கொள்ளுதல்; அடக்குதல்; to rebuke; to threat; to reprove; to scold; to repress.

உதயராகம்: *(பெ):* ஒருவகைக் காலைப் பண்; a kind of morning song.

உதயனம்: *(வி):* தோன்றுதல்; உதித்தல்; to appear; to arise; be born.

உதயன்: *(பெ):* சூரியன்; the Sun.

உதயாத்தமனம்: *(பெ):* சூரியனின் தோற்றமும் மறைவும்; காலையும் மாலையும்; rise and disappearance of the Sun; morning and evening.

உதரகம்: *(பெ):* சோறு; boiled rice.

உதரகோமதம்: *(பெ):* பூண்டு வகை; a kind of herb.

உதரகொதி: *(பெ):* மிகுந்த பசி; excessive hunger.

உதரபந்தம் / உதரபந்தனம்: *(பெ):* ஒட்டியாணம்; girdle or belt of gold or silver worn over the dress.

உதரம்: *(பெ):* வயிறு; கீழ் வயிறு; stomach; belly; abdomen

உதரவணி: *(பெ):* கண்டங்கத்திரிச் செடி; a thorny plant which bears small yellow fruits.

உதரவிதானம்: *(பெ):* மார்புப் பகுதிக்கும், வயிற்றுப் பகுதிக்கும் நடுவில் இருப்பதும் நுரையீரல் சுருங்கி விரியக் காரணமாக இருப்பதுமான தசை; diaphragm.

உதராக்கினி: *(பெ):* பசி; hunger; craving for food.

உதவி²: *(பெ.அ):* பதவி (அ) பணியில் உயர் நிலைக்கு அடுத்த நிலைதனைக் குறிக்கும் வகையில் பயன்படுத்துவது; a prefix added to the rank in a post to mean 'sub', 'deputy', 'assistant', etc.

உதளி: *(பெ):* அலரிச்செடி வகை; a kind of flower plant which has poisonous seeds.

உதள்: *(பெ):* ஆடு; ஆட்டுக்கிடா; மேடராசி; மரவகை; sheep; goat; ram; male of sheep; he-goat; the first constellation of the Zodiac having ram as its sign, Aries; a kind of tree.

உதறல்/உதறுதல்: *(பெ):* உடல் நடுக்கம்; நடக்கவிருக்கும் ஆபத்து அல்லது தண்டனை பற்றிய பயம்; trembling of the body; panic; fright; fear.

உதறி முறிப்பான்: *(பெ):* விஷ்ணுகரந்தைச் செடி; a kind of herb, used in Siddha medicine.

உதறு: *(வி):* பலமாக அசைத்து வீசு; மடக்கி நீட்டி ஆட்டு; நடுங்கிடு; கைவிடு; to shake off; to shake in jerks; to tremble; to cast off; to give up.

உதறுகாலி: *(பெ):* உதை கால் பசு; காலை இழுத்து நடப்பவள்; a cow that kicks or twitches away its leg and does not allow to be milked; the woman who shakes her feet in walking.

உதறுவாதம்: *(பெ):* நடுக்குவாதம்; paralysis with tremors.

உதனம்: *(பெ):* சிறிது; small.

உதாகரணம்: *(பெ):* எடுத்துக்காட்டு; உதாரணம்; example.

உதாகரித்தல்: *(வி):* எடுத்துக்காட்டு கூறி விளக்குதல்; to explain with suitable examples.

உதாசனன்: *(பெ):* அக்கினி; அக்கினிதேவன்; கண்குத்திப்பாம்பு; இகழ்பவன்; நிந்திப்பவன்; fire; God of fire; a kind of snake - green whip snake; the person who despises others; one who slanders others.

உதாசனி: *(பெ):* கொடியவள்; wicked woman.

உதாசனித்தல்: *(வி):* நிந்தித்தல்; இகழ்தல்; to vilify; to slander.

உதாத்தம்: *(பெ):* பெருமை; உதவி; கொடை; greatness; help; aid.

உதாத்தன்: *(பெ):* வள்ளல்; சிறந்தவன்; liberal donor; a benevolent man.

உதாரகுணம்: *(பெ):* வள்ளல் தன்மை; munificence.

உதாரத்துவம்: *(பெ):* கொடைத்தன்மை; munificence.

உதாரம்: *(பெ):* தருமம்; தாராளம்; ஈகை; கொடை; மேம்பாடு; பெருந்தன்மை; liberality; generosity; nobility; greatness.

உதாரன்: *(பெ):* கொடையாளி; பேச்சுத் திறனுடையவன்; liberal donor; one who has the talent in speech.

உதிட்டிரன்: *(பெ):* தருமபுத்திரர்; போர் வீரன்; Dharma, the eldest brother of Pandavas; warrior.

உதிதன்: *(பெ):* பாண்டிய மன்னன்; a Pandiya King.

உதியன்: *(பெ):* சேரன்; பாண்டியன்; Chera king; Pandiya king.

உதிரக்கல்: *(பெ):* மாணிக்கக் கல் வகை; carbuncle.

உதிரக்குடோரி: *(பெ):* கருடன் கிழங்கு; a kind of tuber.

உதிரச்சூலை: *(பெ):* நோய் வகை; a kind of disease.

உதிரபந்தம்: *(பெ):* மாதுளை; pomegranate.

உதிரம்: *(பெ):* இரத்தம்; blood.

உதிரல்: *(பெ):* உதிர்ந்த பூக்கள்; flowers, falling down from the plant or tree.

உதிரன்: *(பெ):* செவ்வாய்; அங்காரகன்; Planet Mars.

உதிரி²: *(பெ):* உதிர்ந்தது; செவ்வாழை; பெரியம்மை; that which falls off; red banana; small pox which throws off scabs.

உதிர்: *(பெ):* துகள்; கோரைக் கிழங்கு; crumble; bulb of the bulrush; *(வி):* கீழே விழு; பொடிப்பொடியாக நொறுங்கு; to fall down; to fall into pieces.

உதிர்த்தல்: *(வி):* வீழ்த்துதல்; உதறுதல்; பொடியாக்குதல்; cause to fall; to throw off; cause to pulverise.

உதீசி: *(பெ):* வடக்கு; north.

உது: *(சு.சொ):* தூரத்துக்கும், சமீபத்துக்கும் இடைப்பட்ட வெளியைக் குறிக்கும் ஒரு சுட்டுச் சொல்; the term denotes the distance between the near and the remote.

உதும்பரம்: *(பெ):* அத்தி மரம்; எருக்கஞ்செடி; நெற்களம்; வாயிற்படி; செம்பு; செங்குட்ட நோய்; country fig tree; yercum; granary; door-step; copper; a kind of leprosy.

உதூகலம்: *(பெ):* உரல்; mortar.

உதைகால்: *(பெ):* தாங்குகால்; முட்டுக்கால்; prop set against a slanting wall or a falling tree.

உதை சுவர்: *(பெ):* முட்டுச் சுவர்; அணை சுவர்; a buttress.

உதைபு: *(பெ):* கதவு; காப்பு; வாயில்படி; door; door-step.

உதைபு/உதைப்பொழுது: *(பெ):* கைநொடிப் பொழுது; moment.

உதைப்பு: *(பெ):* தவறைச் செய்துவிட்ட பிறகு மனதுள் உண்டாகும் கலக்கம்; sense of guilt; uneasy feeling.

உதோள்: *(பெ):* உவ்விடம்; that place.

உத்கிருட்டம்: *(பெ):* மேன்மையானது; சிறந்தது; that which is eminent.

உத்கோசம்: *(பெ):* சினம்; இலஞ்சம்; காணிக்கை; anger; bribe; offering; gift.

உத்தண்டம்: *(பெ):* கொடுமை; அச்சம் தருவது; வீரம்; துணிவு; வலிமை; மகத்துவம்; இறுமாப்பு; அதிகாரம்; கொடை; wickedness; that which gives fear; bravery; courage; strength; glory; arrogance; power; gift.

உத்தமதாளி: *(பெ):* வேலிப்பருத்தி; a kind of medicinal plant.

உத்தம்: *(பெ):* முந்திரிக்கொட்டை; சாமவேதம்; புகழுரை; cashew nut; Sama Veda; adulation.

உத்தம்பிரி: *(பெ):* கொத்துமல்லி; குதிரை; coriander leaf and its seeds; horse.

உத்தரகமனம்: *(வி):* வடக்கிருத்தல்; taking a vow of fasting to death by sitting towards north.

உத்தரகன்மம்: *(பெ):* உத்தரகிரியை; final obsequies on the sixteenth day.

உத்தரகாலம்: *(பெ):* எதிர்காலம்; future.

உத்தரகிரியை: *(பெ):* இறந்தவருக்குச் செய்யும் இறுதிச் சடங்கு; final obsequies on the sixteenth day.

உத்தர குரு: *(பெ):* போகபூமி; அருந்ததி; பாண்டவர்; paradise as a place of enjoyment; the star Arunthathi; Pandavas.

உத்தர குருக்கள்: *(பெ):* போகபூமியில் வாழ்பவர்கள்; those who live in Paradise.

உத்தர சைவம்: *(பெ):* சைவம்; சித்தாந்த சைவம்; Saiva Siddhantha Philosophy regarded as superior to other tantric creeds.

உத்தரணி: (பெ): பஞ்சபாத்திரக் கரண்டி; a very small brass or copper spoon used for performing religious rites.

உத்தரபூமி: (பெ): வட சீதள பூமி; the northern part of the earth which is very cold.

உத்தரபூருவம்: (பெ): வடகிழக்குத் திக்கு; Northeast direction.

உத்தரம்: (பெ): மறுமொழி; எதிர்மொழி; விடை; உயர்ச்சி; வடக்கு; ஊழித்தீ; உத்தராயணம்; அருந்ததி; answer; reply; eminence; north; the final deluge of fire; the period of Sun's progress towards north; the star Arundhathi.

உத்தரமீமாம்சை: (பெ): பிரம்ம சூத்திரம் போன்ற நூல்கள்; ஒரு வித்தை; the texts like Brahma Sutra; a kind of art.

உத்தர மீன்: (பெ): வடமீன்; அருந்ததி; northern star; Arundhathi.

உத்தரவாணி: (பெ): கண்டங்கத்திரிச் செடி; a thorny plant which bears small yellow fruits.

உத்தரவேதம்: (பெ): திருக்குறள்; Thirukkural.

உத்தராபதம்: (பெ): வடநாடு; northern country.

உத்தராயணம்: (பெ): சூரியன்தை மாதத்திலிருந்து வடக்குநோக்கி ஆறுமாத காலத்திற்குச் செல்லும் காலம்; the period of the Sun's progress towards the north for six months from the Tamil month 'Thai'.

உத்தரி: (பெ): குதிரை; பாம்பு; யானை; horse; snake; elephant.

உத்தரித்தல்: (வி): அழுந்துதல்; ஈடுசெய்தல்;கடன் செலுத்துதல்;பொறுத்தல்;உடன்படுதல்;மறுமொழி கூறுதல்; to sink; be immersed; to compensate; to pay the debts; to bear; to give consent; to answer.

உத்தரியம்: (பெ): மேலாடை; upper garment; the cloth worn loosely over the shoulders.

உத்தாபம்: (பெ): மிகுந்த வெப்பம்; தவிப்பு; முயற்சி; excessive heat; a state of distress and helplessness; effort.

உத்தாபலம்: (பெ): செடி வகை; a kind of plant.

உத்தாமணி: (பெ): வேலிப்பருத்தி; a kind of herb.

உத்தாரம்: (பெ): அனுமதி; மறுமொழி; பதில்; கட்டளை; நிலையான வருவாய்; permission; reply; answer; order; command; constant income.

உத்தாலகம்: (பெ): ஒரு வகைச் சோளம்; a kind of corn.

உத்தாலம்: (பெ): மரவகை; a kind of tree.

உத்தானம்: (பெ): அடுப்பு; ஊழித்தீ; படைப்பு; stove; oven; cosmic fire; creation; that which is created; (வி): எழுதல்; எழும்புதல்; நிமிர்தல்; to rise; to arise; to become exact.

உத்தி: (பெ): செயல்; சூழ்ச்சி; செல்வம்; தேமல்; அறிவு; பெண்களின் தலையணி வகை; action; tact; wealth; beauty spot on woman's body; wisdom; a head ornament of women.

உத்திட்டம்: (வி): எதிர்பார்த்தல்; to expect.

உத்தியம்: (பெ): வேள்வி வகை; a kind of sacrifice.

உத்தியாபனம்: (பெ): முடித்தல்; நோன்பு முடிக்கை; completion; completion of a ceremonial fasting.

உத்தியான வனம்: (பெ): நந்தவனம்;பூந்தோட்டம்; சோலை; a flower garden, especially attached to a temple; flower garden; grove.

உத்திராதி: (பெ): வடக்கு; வடநாட்டான்; North; one who belongs to northern country.

உத்திராபள்ளி: (பெ): சணல் செடி; the jute plant.

உத்திரி: (பெ): அருச்சனை; மந்திரம்; தியானம்; பருத்திச் செடி; a mode of praying to God with numerous names; meditation; cotton plant.

உத்திரேகம்: (பெ): துவக்கம்; மிகுதி; அதிகரிப்பு; beginning; origin; mickle; increase.

உத்தினம்: (பெ): நண்பகல்; noon; mid-day.

உத்தீபகம் / உத்தீபனம்: (பெ): எழுச்சியுண்டாக்கல்; encouragement; invigoration.

உத்தீயம்: (பெ): எழு வகை சோம வேள்விகளுள் ஒன்று; one of the seven kinds of Soma sacrifices.

உத்து: (பெ): துப்பு; சான்று; சாட்சி; clue; evidence; witness.

உத்துங்கம்: (பெ): உயர்ச்சி; மேன்மை; elevation; excellence; superiority.

உத்துதல்: (வி): கழித்தல்; to discard.

உத்துவாசனம்: (வி): அகற்றுதல்; கொல்லுதல்; to remove; to kill.

உத்துவேகம்: (பெ): மிகுவிரைவு; அச்சம்; திருமணம்; பாக்கு; overspeed; fear; marriage; areca nut.

உத்தூளனம்: (பெ): திருநீறு பூசுதல்; smearing the body with holy ashes.

உந்தரம்: (பெ): எலி; வழி; rat; way.

உந்தல்: (வி): யாழ்நரம்பினைத் தடவுதல்; தூண்டுதல்; to thrum to test the strings of Yazh; to urge; (பெ): ஊக்கம்; inducement; encourage.

உந்தி: (பெ): கொப்பூழ்; வயிறு; நீர்ச்சுழி; உயர்ச்சி; கடல்; மகளிர் விளையாட்டுவகை; நீர்; நடு; ஆறு; துணை; ஆற்றிடைக்குறை; navel; stomach; whirlpool; height; sea; a kind of women's game; water; middle; river; assistance; ait.

உந்திச்சுழி: (பெ): நீர்ச்சுழி; whirlpool.

உந்தி பறத்தல்: (பெ): மகளிர் விளையாட்டு வகை; a kind of women's game.

உந்தியில் வந்தோன்: (பெ): பிரமன்; Lord Brahma.

உந்து: (பெ): பசுவை அழைக்கும் குறிப்புச் சொல்; a term for calling cows.

உந்து தண்டு: (பெ): முசலகம்; a circular part exactly fitting and moving to and fro or up and down in the cylinder of a machine-piston.

உந்துதல்: (வி): தள்ளுதல்; வீசி எறிதல்; அம்புபோன்றவற்றைப் பிரயோகித்தல்; செலுத்துதல்; அனுப்புதல்; வெளிப்படுத்துதல்; யாழ் நரம்பு தெறித்தல்; மரம் போன்றவற்றைக் கடைதல்; எழும்புதல்; பெருகுதல்; செல்லுதல்; to push out; to cast away; to shoot; to drive; to despatch; to produce; to thrum the string of Yazh; to turn in lathe; to rise or swell; to grow; to move along.

உந்துரு: (பெ): எலி; பெருச்சாளி; rat; bandicoot.

உந்துவண்டி: (பெ): பேருந்து; bus.

உந்தை: (பெ): உன் தந்தை; your father.

உபகமம்: (பெ): ஏற்பு; அணுகுதல்; acceptance; approach.

உபகற்பம்: (பெ): திருநீறு; sacred ash.

உபகாரிகை: (பெ): சத்திரம்; the rest house.

உபகிரமம்: (பெ): துவக்கம்; origin; beginning; (வி): அணுகுதல்; முயற்சி செய்தல்; ஆராய்ந்து தெளிதல்; to approach; to try; searching to find the truth or fact.

உபகிருதம்: (பெ): உதவி; help.

உபகுஞ்சிகை: (பெ): கருஞ்சீரகம்; ஏலம்; black cumin; cardamom seed.

உபகுரோதம்: (பெ): நிந்தை; vilification.

உபகுலியம்: (பெ): திப்பிலி; long pepper.

உபகுல்லம்: (பெ): சுக்கு; dried ginger.

உபகுல்லியை: (பெ): திப்பிலி; அகழி; கிளை வாய்க்கால்; long pepper; moat; trench around the fort; branch channel.

உபகூகனம்: (பெ): அதிசயம்; ஆலிங்கனம்; மறைத்தல்; wonder; embrace; hide.

உபக்கிரமணம்: (பெ): தொடக்கம்; அணுகுதல்; முயற்சி செய்தல்; origin; beginning; to approach; to try.

உபக்கிரமணிகை: (பெ): முகவுரை; முன்னுரை; preface.

உபசகனம்: (பெ): முக்கியமற்றது; the thing which is not important.

உபசங்காரம்: (பெ): அழிவு; முடிவு; சுருக்கம்; ஒடுக்கம்; ஒரு மந்திரம்; ruin; end; summary; narrowness; a manthra.

உபசத்தி: (பெ): ஐக்கியம்; ஈகை; உதவி; ஊழியம்; oneness; unity; grant; gift; help; service; convict labour.

உபசந்தானம்: (வி): தொடுத்தல்; தொடர்புகொள்; to shoot; to contact.

உபசந்தி: (பெ): சாயுங்காலம்; evening.

உபசமந்தம்: (பெ): யாகத்தில் கொல்லப்பட்ட பசு; the cow which is killed in a yaga.

உபசமனம்: (பெ): அமைதி; peace.

உபசம்பன்னம்: (பெ): கறியுணவு; கோட்டை; food with meat, etc.; castle.

உபசாகை: (பெ): சிறுகிளை; உட்பிரிவு; small branch; sub-division.

உபசாந்தம்: (பெ): மன அமைதி; அருள்; கருணை; peace of mind; grace; mercy.

உபசாந்தி: (பெ): அமெரிக்கை; ஓய்வு; சமாதானம்; தயை; modesty; leisure time; peace; mercy.

உபசாபம்: (பெ): வேறுபாடு; துரோகம்; பிரிவினை; difference; perfidy; treachery; betrayal; division.

உபசார கருமம்: (பெ): விருந்தோம்பல்; entertaining guests.

உபசாரகன்: (பெ): மரியாதை செய்பவன்; one who respects others.

உபசிக்வா: (பெ): உள்நாக்கில் வீக்கத்தை உண்டு பண்ணும் ஒருவகை நோய்; a disease which causes swelling in uvula.

உபசித்திரை: (பெ): ஆலமரம்; எலி; banyan tree; rat.

உபசீவனம்: (பெ): பிறரைச் சார்ந்து வாழும் நிலை; வாழ்க்கைக்கு உரிய பொருள்; depending upon others; living subject to others; means of livelihood.

உபசுருதி: (பெ): அசரீரி; voice from heaven making a prediction someone to do something.

உபசுருத்திய தேவதை: வாணி; கலைமகள்; the name of the Goddess of arts and learning; Saraswathi.

உபசேணம்: (பெ): ஊழியம்; service to God, king and public.

உபதஞ்சம்: (பெ): ஊறுகாய்; pickle.

உபதரிசகன்: *(பெ):* துவாரபாலகன்; images on either side of the entrance to the Sanctum Sanctorum of temples, supposed to act as sentries.

உபதாகம்: *(பெ):* பனை மரம்; palmyra tree.

உபதாபனம்: *(பெ):* வெப்பம்; விரைவு; heat; quick.

உபதானம்: *(பெ):* அடிப்படை; கடமை; தலையணை; விஷம்; basic; responsibility; pillow; cushion; poison.

உபதி: *(பெ):* அச்சம்; கை; சில்; பயம்; fright; hand; slice of a coconut, etc.; fear.

உபதிசன்: *(பெ):* எத்தன்; a cheat.

உபதிருட்டன்: *(பெ):* புரோகிதன்; priest who officiates at marriage and other rituals.

உபதேச கலை: *(பெ):* ஆகமப் பிரமாண வகை மூன்றினுள் ஒன்று; one of the three kinds of Aagama Pramana.

உபதை: *(பெ):* காணிக்கை; மாய்மாலம்; சோதனை; offerings out of devotion or respect; pretension; experiment.

உபத்தாயம்: *(பெ):* உபாயம்; துன்பம்; தவறு; means; pain; default.

உபத்தானம்: *(பெ):* சமீபம்; கூட்டம்; near; crowd.

உபநயனம்: *(பெ):* பூணூல் தரிக்கும் சடங்கு; மூக்குக் கண்ணாடி; வழிநடத்தல்; a ceremony of initiating a boy in certain castes, allowing him to wear `Poonul', the sacred thread; spectacles; following one's guidance.

உபநிடதம்: *(பெ):* வேதங்களில் ஞானதத்துவ ஆராய்ச்சி நிறைந்த பகுதி; the part of vedas which deals with the means of acquisition and pursuit of knowledge; Upanishads.

உபநியாசம்: *(பெ):* சொற்பொழிவு; சமயச் சொற்பொழிவு; address; speech; discourse; religious lecture.

உபபகுவம்: *(பெ):* தலையாரி; a village servant who guards the crops against theft and stray animals.

உபபட்டணம்: *(பெ):* பேட்டை; the area of the locality of a town.

உபபதி: *(பெ):* இரண்டாம் நிலை அதிகாரி; official in the second rank.

உபபத்தி: *(பெ):* சேவகம்; சம்பந்தம்; கூட்டம்; சாதனம்; தியானம்; பிறப்பு; முகாந்தரம்; முடிவு; working as a servant; relevance; crowd; device; meditation; birth; basis; end of something.

உபபலம்: *(பெ):* உதவி; துணை; தாவரம்; help; escort; plant.

உபமம்: *(பெ):* பாவனை; pretension.

உபமானம்: *(பெ):* உவமை; உவமிக்கும் பொருள்; comparison involving a simile.

உபமானரகிதன்: *(பெ):* கடவுள்; God; Almighty.

உபமேயம்: *(பெ):* உவமிக்கப்படும் பொருள்; உவமானத்தால் அறிவிக்கப்படும் பொருள்; that which is compared; subject of comparison.

உபயத்தம்: *(பெ):* சொல் (அ) சொற்றொடர் பல பொருள் தருமாறு அமையும்படி இயற்றப்படும் செய்யுள்; வேறு பொருள் தொனிக்க அமையும் சொல்; paronomasia; innuendo.

உபயமம்: *(பெ):* திருமணம்; இரண்டு உபகாரம்; கோயில் காணிக்கை; மகிமை; wedding; two helps; donation in cash or kind to a temple; power and glory.

உபயர்: *(பெ):* இருவர்; two persons.

உபயார்த்தம்: *(பெ):* இருபொருள்; double meaning.

உபயோகம்: *(பெ):* உதவி; பயன்; help; benefit.

உபரசம்: *(பெ):* கல்லுப்பு; rock salt.

உபரசன்: *(பெ):* தம்பி; younger brother.

உபராகம்: *(பெ):* கிரகணம்; இராகு; நிந்தை; eclipse; Raghu, one of the nine planets in astrology; vilification.

உபராசன்: *(பெ):* இளவரசன்; prince.

உபலப்தி: *(பெ):* புத்தி; sense of determination.

உபலம்: *(பெ):* கல்; பளிங்கு; stone; marble.

உபலாலனை: *(வி):* சீராட்டு; be affectionate.

உபலாலிகை: *(பெ):* தாகம்; thirst.

உபலேபனம்: *(பெ):* சாணியால் மெழுகுதல்; cleanse the floor with cow-dung water.

உபலோத்திரம்: *(பெ):* விளாம் பிசின்; a kind of resin or gum.

உபவம்: *(பெ):* சீந்தில் கொடி; a kind of herb.

உபவனம்: *(பெ):* நந்தவனம்; பூங்கா; சோலை; flower garden especially attached to a temple; garden; grove.

உபவீதம்: *(பெ):* பூணூல்; the sacred thread of three strands worn by brahmins and by some other caste people.

உபாக்கியானம்: *(பெ):* இதிகாசம்; கிளைக்கதை; கதை சொல்லுதல்; ancient epic, such as the Ramayana or the Mahabharatha; episode; telling stories.

உபாங்கதாளம்: *(பெ):* தாளவகை; a kind of rhythm measure.

உபாங்கம்: *(பெ):* ஒரு வகை தோல் வாத்தியம்; பக்க வாத்தியம்; a kind of drum; instrumental accompaniments as in a musical concert.

உபாங்க ராகம்: *(பெ):* ஒரு வகைப் பண்; a kind of music.

உபாசகன்: *(பெ):* தெய்வ வழிபாட்டு முறையில் ஈடுபடுபவன்; one who is involved in worship of Gods.

உபாசங்கம்: *(பெ):* முற்காலத்தில் வேடர், படைவீரர் போன்றோர் முதுகில் தொங்கவிட்டு அம்புகளை வைத்துக் கொள்ளும் கூம்பு வடிவ அம்பறாத்துணி; quiver (in ancient times).

உபாசயம்: *(பெ):* தூக்கம்; sleep.

உபாசனை: *(பெ):* ஆராதனை; வழிபாடு; வில்வித்தை; worship; prayer; archery.

உபாசிதம்: *(பெ):* வணக்கம்; a term of respect used when greeting someone.

உபாசித்தல்: *(வி):* வழிபடுதல்; to worship.

உபாசிரயம்: *(பெ):* அடைக்கலம்; asylum.

உபாஞ்சு: *(பெ):* ஏகாந்தம்; இரகசியம்; loneliness; solitude; secret.

உபாதாயம்: *(பெ):* பற்றப்படுவது; that which is held by someone or somebody.

உபாதி: *(பெ):* தடை; கடமை; வேதனை; நோய்; இடையூறு; வருத்தம்; obstacle; duty; agony; disease; mischance; pain.

உபாதேயம்: *(பெ):* ஏற்றுக் கொள்ளத்தக்கது; that which is acceptable.

உபாந்தியம்: *(பெ):* அண்மை; கடைக்கண்; nearness; (a glance out of the) corner of one's eyes; (of God) benign look.

உபாம்சு: *(பெ):* ஏகாந்தம்; loneliness; solitude.

உபாயி: *(பெ):* சூழ்ச்சிக்காரன்; deceitful person.

உபாலம்பனம்: *(பெ):* இகழ்தல்; நிந்தித்தல்; vilification; disrespect; contempt; disdain.

உபானம்: *(பெ):* மிதியடி; slipper.

உபுக்கல் / உபுக்குதல்: *(பெ):* பெருகுதல்; பொங்குதல்; increasing; boiling.

உபேட்சை: *(பெ):* அசட்டை; அருவருப்பு; புறக்கணிப்பு; பொறாமை; நிந்தை; inattention; loathing; contempt; envy; malice; vilification.

உபோதம்: *(பெ):* ஒருவகை பசலைக் கீரை; a kind of malabar nightshade (purslane).

உபோற்காதம்: *(பெ):* ஆரம்பம்; தொடக்கம்; பாயிரம்; beginning; origin; preface.

உப்பரம்: *(பெ):* வயிற்றுப் பொருமல்; rumbling of the bowels.

உப்பர்: *(பெ):* உப்பு வணிகர்; salt merchants.

உப்பளறு: *(பெ):* களர் நிலம்; saline soil or land.

உப்பறுகு: *(பெ):* உவர்நிலத்துப் புல்வகை; a kind of saline soil grass.

உப்பால்/உப்பாக்கம்: *(பெ):* உப்பக்கம்; முதுகு; backside; back.

உப்பாணி: *(பெ):* ஒருவகை குழந்தைகளின் விளையாட்டு; a kind of children's play.

உப்பிலி: *(பெ):* உப்பு இல்லாதது; கொடிவகைகள்; that which has no salt; kinds of creeper.

உப்புக்கட்டுதல்: *(வி):* சடுகுடு விளையாட்டுக்கு மணல் குவித்தல்; to make sand goal in the game of 'kabaddi'.

உப்புக்காகிதம்: *(பெ):* மரத்துண்டுகளை மெருகிடும் ஒரு வகைத் தாள்; sand paper, used to smoothen the rough exterior of wooden planks.

உப்புக்கீரை: *(பெ):* கறிக்குப் பயன்படும் ஒருவகை கீரை; a plant used for curry.

உப்புக்குட்டி: *(பெ):* கடலோர மரவகை; a seaside tree.

உப்புக்குத்தி: *(பெ):* பறவை வகை; a kind of small bird.

உப்புக்கோடு: *(பெ):* கிளித்தட்டு விளையாட்டு; a game played by girls.

உப்புச் சுமத்தல்: *(வி):* வெற்றி பெற்றவரை தோற்றவர் முதுகில் சுமந்துகொண்டு ஓடும் ஒரு விளையாட்டு; the defeated one in a game carrying the winner on his back.

உப்பு மாந்தம்: *(பெ):* குழந்தைகளுக்கு உண்டாகும் ஒரு வகை நோய்; a child's disease.

உப்பு மாற்றல்: *(வி):* உப்பு விற்றல்; வஞ்சித்தல்; to sell salt; to cheat.

உப்புவாடி: *(பெ):* உப்புக் கொட்டும் மேடை; a platform to heap up salt.

உமட்டியர்: *(பெ):* உப்பு விற்கும் பெண்கள்; the women who sell the salt.

உமணத்தி: *(பெ):* உமணப் பெண்; உப்பு விற்பவள்; woman who belongs to the caste of salt makers; the woman who sells salt.

உமணன்: *(பெ):* உமண ஆண்; உப்பு விற்பவன்; the person who belongs to the caste of salt makers; the salt dealer.

உமண்: *(பெ):* உமணச் சாதி; the ancient caste of salt makers; the salt dealer.

உமம்: *(பெ):* கப்பல் சரக்குகளை இறக்கும் இடம்; harbour.

உமரி: *(பெ):* ஒருவகை மூலிகைப் பூண்டு; நத்தை; a herb; snail.

உமரிக்காசு: *(பெ):* பலகறை; சோழி; cowry used as money (in ancient days).

உமரிக்கீரை: (பெ): கோழிப் பசளை; a kind of malabar nightshade.

உமர்: (பெ): குதிர்; நகரம்; low shrub with sharp axillary spines; town.

உமலகம்: (பெ): அரிதாரம்; a kind of cosmetic powder.

உமல்: (பெ): ஓலைக்கூடை; the basket made up of palmyra leaf.

உமறுப்புலவர்: (பெ): 17-ஆம் நூற்றாண்டில் வாழ்ந்தவரும், சீறாப்புராணத்தை இயற்றியவருமான இஸ்லாமிய தமிழ்ப் புலவர்; 'Umaru Pulavar', an Islamic Tamil poet and the author of 'Cheeraappuranam'.

உமற்கடம்: (பெ): தருப்பைப் புல்; Kaus grass considered sacred.

உமாகடம்: (பெ): சணற் கயிறு; hempen rope.

உமாகட்கம்: (பெ): தர்ப்பை; Kaus, the dry grass considered sacred.

உமாகுரு: (பெ): இமயம்; Himalayan mountains.

உமாதசி: (பெ): சணல்; jute.

உமாதம்: (பெ): அறிவின்மை; ignorance.

உமிக்கரப்பான்: (பெ): குழந்தைகளுக்கு உண்டாகும் சிரங்கு; a kind of skin disease of children that causes eruption and itch.

உமிதல்: (வி): கொப்புளித்து உமிழ்தல்; to gargle.

உமித்தல்: (வி): அழிதல்; பதராதல்; to become spoiled; to become chaff.

உமியல்: (பெ): வசம்பு; sweat flag.

உமிரி: (பெ): உமரிச் செடி; நத்தை; a herb; snail.

உமிவு: (பெ): உமிழ்நீர்; saliva; spittle.

உமிழ்தல்:(வி):துப்புதல்;சொரிதல்;வெளிப்படுத்தல்; காறுதல்; to spit; to rain; to eject; to bring up phlegm.

உமிழ்வு: (பெ): வாயில் இருந்து உமிழப்படுவது; anything ejected from the mouth as spittle.

உமேசன்: (பெ): சிவபெருமான்; Lord Shiva.

உமை: (பெ): பார்வதி; மஞ்சள்; புகழ்; சணல்; நெல்வகை; Parvathi, the consort of Lord Shiva; turmeric; fame; jute; a kind of paddy.

உமைத்தல்: (வி): தின்னுதல்; நிரம்புதல்; வருந்துதல்; to eat; to fill; to suffer.

உம்பளூர்: (பெ): பொன்னாங்கண்ணி; a kind of greens with shiny little leaves.

உம்பர்: (பெ): தேவர்; வானோர்; மேலிடம்; வானம்; உயர்ச்சி; celestial beings; the Devas; elevated spot; sky; exalted state.

உம்பல்: (பெ): வழித்தோன்றல்; குலம்; குடி; யானை; ஆண் விலங்கு; ஆண் ஆடு; வலிமை; புதல்வன்; முறைமை; descendant; family; tribe; elephant; male animal; ram; strength; power; son; order.

உம்பளம்: (பெ): உப்பளம்; உதவி; கொடை; மானிய நிலம்; salt pan; help; aid; donation; gift; freehold land.

உம்பி: (பெ): உன் தம்பி; your younger brother.

உம்பிடிக்கோல்: (பெ): நில அளவுகோல் வகை; a land measuring pole.

உம்பிளிக்கை: (பெ): மானியம்; இறையிலி நிலம்; இலவசப் பொருள்; benefice; freehold; tax-free land; the thing obtained for no price.

உம்மைத்தொகை: (பெ): இணைத்துத் தொடர்பு படுத்திடும் 'உம்' என்னும் இடைச்சொல் இல்லாத பெயர்ச்சொற்களால் ஆன கூட்டுச்சொல்; a noun compound where the connective 'உம்' is absent.

உயக்கம்: (பெ): வருத்தம்; வாட்டம்; துன்பம்; suffering; a look of weariness; distress; trouble.

உயங்குதல்: (வி): வருந்துதல்; வாடுதல்; துவளுதல்; மெலிதல்; மனந்தளர்தல்; to suffer; be indistress; to be flexible; to grow thin; to slender.

உயப்போதல்: (வி): தப்பித்துச் செல்லுதல்; to escape.

உயராடு: (பெ): வெள்ளாடு; goat.

உயரி: (பெ): உயரமானது; that which is very high.

உயர்திணை: (பெ): மனிதர்கள், தெய்வங்கள் ஆகியோரை உள்ளடக்கிய பெயர்ச்சொல் பகுப்பு; a class of nouns which includes human beings and celestial beings.

உயர்பு: (பெ): உயரம்; மேன்மை; height; greatness.

உயர்மொழி: (பெ): நல்வாழ்த்து; compliments.

உயர்வு நவிற்சி அணி: (பெ): ஒரு பொருளைக் குறித்துக் கூறும் அளவு கடந்த கற்பனை; hyperbole; exaggeration.

உயலுதல்: (வி): அசைதல்; to move.

உயல்: (வி): உயிர் வாழ்தல்; உளதாதல்; to live; to come into existence.

உயவல்: (பெ): வருத்தம்; distress.

உயவற் பெண்டிர்: (பெ): கைம்பெண்கள்; widows.

உயவு: (பெ): உயிர் பிழைக்கச் செய்திடும் வழி; means of saving life.

உயவுதல்: (வி): வருந்துதல்; வினாவுதல்; உசாவுதல்; வண்டிச்சக்கரத்திற்கு மைபோடுதல்; to suffer; to question; to enquire; to lubricate the cart wheel.

உயவு நெய்: *(பெ):* வண்டிக்கு இடும் எண்ணெய்; கீல் எண்ணெய்; the lubricating oil, put in the cart wheel.

உயவை: *(பெ):* மேகம்; காக்கணங்கொடி; முல்லைக்கொடி; துன்பம்; cloud; a kind of creeper; wild jasmine; pain; suffering.

உயா: *(பெ):* வருத்தம்; உயங்கல்; suffering; pain; distress.

உயிரணு: *(பெ):* உயிரினங்களின் உடல் இயக்கம், அமைப்பு ஆகியவற்றிற்கு அடிப்படையான, கண்ணுக்குப் புலப்படாத மிக நுண்ணிய கூறு; நிலம், நீர், காற்று, மனித உடம்பு, தாவரம், விலங்குகள் என அனைத்திலும் காணப்படும் நோய்களை உண்டாக்கும் கண்ணுக்குப் புலப்படாத நுண்ணிய உயிரினம்; cell; bacteria; virus.

உயிரி: *(பெ):* உயிர் வாழ்ந்திடும் ஜந்து; நுண்ணுயிர்; living creature; micro-organism.

உயிரெழுத்து: *(பெ):* உயிர்; உயிர் ஒலியினைக் குறிக்கும் வரி வடிவம்; vowel; the written script representing the vowel.

உயிரோட்டம்: *(பெ):* கதை, ஓவியம் போன்ற வற்றிற்கு உணர்ச்சி தரும் அம்சம்; vitality; verve; vigour.

உயிர்க்கட்டை: *(பெ):* உடல்; உடம்பு; body.

உயிர்க்கிழவன்: *(பெ):* கணவன்; husband.

உயிர்த்தல்: *(வி):* ஈனுதல்; உயிர்பெற்று எழுதல்; மூச்சுவிடுதல்; இளைப்பாறுதல்; to give birth; to bring forth; to revive; to breathe; to rest.

உயிர்ப்பி: *(வி):* வழக்கற்றுப்போன ஒன்றினை மீண்டும் வழக்குக்குக் கொண்டுவருதல்; புதுப்பித்தல்; to resurrect; to revive.

உயிர்ப்பித்தல்: *(வி):* பிழைப்பித்தல்; to resuscitate.

உயிர்ப்பிரிவு: *(பெ):* இறப்பு; சாவு; demise; death.

உயிர்ப்பு: *(பெ):* உயிர் இருப்பதை வெளிப்படுத்திடும் மூச்சு, இயக்கம் போன்றவை; animating factor such as breath, movement, etc.

உயிர்ப்புனல்: *(பெ):* இரத்தம்; குருதி; blood.

உயிர்ப்பொறை: *(பெ):* உடம்பு; body.

உயிர்மருந்து: *(பெ):* உணவு; சோறு; food; boiled rice.

உயிர்மெய்: *(பெ):* மெய்யெழுத்து முன்னும் உயிரெழுத்து பின்னுமாக வந்து ஒன்றாக இணைந்து ஒலிக்கும் ஒலி; க முதல் னௌ வரையிலான 216 எழுத்துகள்; the combination of a consonant and vowel sound; the consonant - vowel letters from 'க' to 'னௌ'.

உயிர்மை: *(பெ):* ஆத்மா; பிராணன்; soul; the immortal in man that which thinks, feels, desires, etc; the cause of life.

உயிர்வரை: *(பெ):* உள்ளங்கையில் உள்ள வரிகள்; கைரேகை; life line in palm.

உயிர் வளி: *(பெ):* பிராணவாயு; oxygen.

உய்: *(வி):* தீவினைகளில் இருந்து விடுபட்டு நற்கதி அடைதல்; to attain freedom from evil; salvation.

உய்கை: *(பெ):* ஈடேறுதல்; துன்பம் நீங்குதல்; liberated from a worldly life; rescued from pain, suffering etc.; relief from distress.

உய்தி: *(பெ):* ஈடேற்றம்; உயிர்வாழ்தல்; நீங்குகை; பரிகாரம்; salvation; living; ceasing; remedy.

உய்த்தல்: *(வி):* செலுத்துதல்; அனுப்புதல்; கொண்டுபோதல்; கொடுத்தல்; ஆளுதல்; அம்பு போன்ற ஆயுதங்களைப் பிரயோகித்தல்; நடத்துதல்; அனுபவித்தல்; அறிவித்தல்; நீக்குதல்; to guide; to despatch; to carry; to give; to rule; to discharge weapons like arrows; to conduct; to enjoy; to make known; to drive away as darkness.

உய்த்தறிதல்: *(வி):* உய்த்துணர்தல்; to presume; to know by inference.

உய்யல்: *(வி):* வாழ்தல்; ஏறுதல்; செல்லல்; to live; to ascend; to go.

உய்யானம்: *(பெ):* பூங்கா; சோலை; garden; grove.

உய்வி: *(வி):* உய்வடையச் செய்தல்; to redeem.

உய்விடம்: *(பெ):* பிழைக்குமிடம்; surviving place.

உய்வு: *(பெ):* மீட்சி; நற்கதி; பிழைப்பு; உயிர் வாழ்தல்; ஈடேற்றம்; redemption; deliverance from evil; to live; salvation.

உரகதம்: *(பெ):* பாம்பு; snake.

உரகம்: *(பெ):* பாம்பு; நாகமல்லி; snake; a kind of wild jasmine.

உரகர்: *(பெ):* நாகர்; சமணர்; Nagas; Jains.

உரகவல்லி: *(பெ):* வெற்றிலைக் கொடி; betel leaf creeper.

உரகாரி: *(பெ):* கருடன்; மயில்; white-headed kite; brahminy kite; a bird which is the mount of Lord Muruga and the enemy of the serpent race; peacock.

உரங்காட்டுதல்: *(வி):* அன்பு பாராட்டுதல்; வலிமை காட்டுதல்; to show love and affection; to show one's strength or power.

உரங்கொள்ளுதல்: *(வி):* கெட்டியாதல்; கடினமாதல்; மிகுதல்; to become hard; to exceed.

உரணம்: *(பெ):* ஆட்டுக்கிடா; முகில்; ram; cloud.

உரண்டம் / உரண்டை: *(பெ):* காகம்; crow.

உரத்த சிந்தனை: *(பெ):* மேலும் விவரித்திடும் நோக்குடன் மனதில் தோன்றும் எண்ணம், கருத்து ஆகியவற்றை அப்படியே வெளிப்படுத்துதல்; deep thinking.

உரத்தல்: *(வி):* இறுகுதல்; வலிமையுறுதல்; மிகுதல்; கொந்தளித்தல்; to become tight; be strengthened; to exceed; be rough.

உரத்து: *(வி.அ):* அதிக சப்தத்துடன்; பலமாக; aloud; loudly; in a high pitch.

உரந்தை: *(பெ):* வருத்தம்; துன்பம்; pain; sorrow.

உரபடி: *(பெ):* திடம்; firmness; solidity.

உரப்பம்: *(பெ):* பெருங்காயம்; asafoetida.

உரப்பிடு: *(பெ):* செம்மறியாடு; common brown sheep.

உரப்பிரம்: *(பெ):* வெள்ளாடு; goat.

உரப்பு:(பெ): பேரொலி; அதட்டுதலால் உண்டாகும் ஒலி; கடினம்; வலிமை; மனத்திண்மை; shout or roaring sound; hardness; strength; firmness of mind.

உரப்புதல்: *(வி):* ஊளையிடுதல்; கூச்சலிடுதல்; கர்ஜித்தல்; பயமுறுத்துதல்; to whoop; to sound loudly; to roar; to frighten.

உரம்: *(பெ):* வலிமை; திண்மை; மனத்திடம்; strength; hardness; strength of will; manure.

உரம் விழுதல்: *(பெ):* குழந்தைகளுக்கு உண்டாகும் பிடிப்பு நோய்; a kind of infantile sprain.

உரலடி: *(பெ):* யானை; elephant.

உரலாணி: *(பெ):* உலக்கை; pestle.

உரவம்: *(பெ):* வலிமை; அறிவு; strength; wisdom; knowledge.

உரவன்: *(பெ):* வலிமையானவன்; அரசன்; அறிஞன்; strong man; king; noble person; learned person.

உரவு: *(பெ):* வலிமை; நஞ்சு; மிகுதி; மனவலிமை; strength; poison; excess; surplus; firmness of mind.

உரவுதல்: *(வி):* வலிமையடைதல்; உலாவுதல்; to become vigorous; be in a constant motion.

உரவு நீர்: *(பெ):* ஆறு; கடல்; உவர் நீர்; river; sea; brackish water.

உரவோன்: *(பெ):* வலிமையுடையவன்; மூத்தோன்; strong man; senior.

உரற்கட்டை: *(பெ):* உரல்; a large stone mortar; a wooden mortar.

உரற்களம்: *(பெ):* அறிஞர் அவை; the meeting place of learned people.

உரற்குழி: *(பெ):* உரலில் குத்துவதற்கு அமைக்கப்பட்ட குழி; pit of mortar.

உரற் பெட்டி: *(பெ):* உரலின் மேல் வைத்திடும் வாய்க்கூடு; the side-guard of a mortar.

உரற்றுதல்: *(வி):* இடிபோன்று முழங்குதல்; ஒலித்தல்; கோபித்தல்; to roar as thunder; to produce sound; to get angry.

உரனர்: *(பெ):* வலிமையுடையோர்; the powerful men; those who are in good state of health.

உரன்: *(பெ):* அறிவு; திண்மை; வெற்றி; ஊக்கம்; வலிமை; பற்றுக்கோடு; மார்பு; knowledge; wisdom; hardness; firmness; victory; vigour; strength; support; chest; breast.

உராஞ்சுதல்: *(வி):* தேய்த்தல்; உராய்தல்; to rub; to move with friction.

உரால்: *(வி):* குதிரை போல ஓடுதல்; to run as horse.

உராவுதல்: *(வி):* பரவுதல்; இடம் பெயர்தல்; வலிவு அடைதல்; செல்லுதல்; to spread over; to move from a place; to become strong; to go.

உரி: *(பெ):* தோல்; மரப்பட்டை; அரைநாழி; உரிச்சொல்; skin; bark; a measure of capacity, ½ measure; a class of words which have mostly an attribute function; விலங்கின் தோல், மரப்பட்டை போன்றவற்றை நீக்குதல்; தேங்காய் நாரினைக் கிழித்தெடுத்தல்; கோழி போன்றவற்றின் இறகுகளைப் பிடுங்குதல்; to peel; to take off.

உரிசை: *(பெ):* சுவை; taste.

உரிச்சீர்: *(பெ):* மூவசைச் சீர்; metre of three-syllable pattern.

உரிச்சொல்: *(பெ):* நான்கு வகைச் சொற்களுள் ஒன்று; one of the four parts of speech in Tamil.

உரிச்சொற்பனுவல்: *(பெ):* அகராதி; நிகண்டு; dictionary; lexicon.

உரிஞ்சல்: *(வி):* உராய்கை; தேய்த்தல்; to move with friction; to rub.

உரித்தாக்கு: *(வி):* ஒருவருக்கு தன் வாழ்த்து, நன்றி போன்றவற்றைச் சாரச்செய்தல்; புலப்படுத்துதல்; சமர்ப்பித்தல்; to render thanks, greetings, etc.; to dedicate.

உரித்தான: *(பெ.அ):* பொருத்தமான; இயல்பான; befitting of; typical of.

உரித்திரம்: *(பெ):* மஞ்சள்; turmeric.

உரித்து: *(பெ):* உரிமை; நெருக்கம்; நேசம்; proprietorship; intimacy; affection.

உரிப்பொருள்: *(பெ):* ஐந்திணைகளுக்கும் உரியனவான புணர்தல், பிரிதல், இருத்தல், ஊடல், இரங்கல் ஆகியவையும் அவற்றின் நிமித்தங்களும்; that distinctive erotic mood in love appropriate to each of the five tracts of land.

உரிமம்: (பெ): ஓரிடத்தைப் பயன்படுத்துதல், ஒரு தொழிலை மேற்கொள்ளுதல் போன்றவற்றுக்கு உரிய அதிகாரியிடமிருந்து பெறப்படும் அனுமதி; licence.

உரிமைக்குழு: *(பெ):* சட்டமன்ற அல்லது நாடாளுமன்றத்தின் உரிமைகளையும் உறுப்பினர்களின் உரிமைகளையும் பாதுகாப்பதற்கு அந்த அவை உறுப்பினர்களுள் சிலரைக் கொண்ட ஒரு குழு; Privileges Committee of the legislative bodies.

உரிமைச்சுற்றம்: *(பெ):* அடிமைக் கூட்டம்; retinue of slaves.

உரிமைப் பங்கு: (பெ): காப்புரிமை செய்யப்பட்ட ஒன்றினை உபயோகப்படுத்துபவர் அதன் உரிமையாளருக்குத் தரவேண்டிய தொகை; royalty.

உரிமைப் பள்ளி: *(பெ):* அந்தப்புரம்; the part of a palace where the queen and other royal women live.

உரிமையியல்: *(பெ):* சட்டத்திற்குப் புறம்பான இழப்பு, சொத்துரிமை போன்ற தனிமனிதர் உரிமை தொடர்பான சட்டத்துறை; branch of law concerning civil, private rights and torts.

உரிவை: (பெ): தோல்; மரப்பட்டை; உரிக்கை; skin; bark; peeling; stripping.

உரு: (பெ): வடிவழகு; திருமேனி; நிறம்; அச்சம்; தோணி; உடல்; எலுமிச்சை; complexion; sacred image of the deity; idol; colour; fear; rowing boat; body; lemon; lime tree.

உருகு நிலை: (பெ): ஒரு திடப்பொருள் திரவ நிலைக்கு மாறத் தொடங்கும் வெப்பநிலை; melting point; melting state.

உருகை: *(பெ):* அருகம்புல்; a kind of grass.

உருக்கல்: (பெ): நடுகல்; memorial tablet set up over the grave of a dead warrior; *(வி):* உருகச் செய்தல்; to melt by heat.

உருக்கன்: (பெ): உடம்பினை வாட்டும் நோய்; a kind of disease.

உருக்கு: (பெ): எஃகு; நெய்; உருக்கிய பொருள்; steel; ghee; that which is melted; **(வி):** இளகச்செய்; நெகிழச்செய்; வாட்டு; வருத்து; to melt by heat; to melt at heart; to roast; to fry; to entreat; to suffer.

உருக்குத் தட்டார்: *(பெ):* பொற்கொல்லர்; goldsmith.

உருக்குத்தல்: *(பெ):* அம்மை குத்துதல்; vaccination.

உருக்கு மணல்: (பெ): அய மணல்; iron sand; mud.

உருக்கு மணி: *(பெ):* காதணி வகை; a kind of ear ornament.

உருக்குமம்: (பெ): பொன்; உருக்கு; gold; steel.

உருக்குருக்கு: *(பெ):* கற்பூர வகை; a kind of camphor.

உருக்கொள்: *(வி):* உருவாகுதல்; to take form or shape.

உருக்கோடுதல்: (வி): உருமாற்றம் அடைதல்; to get changed in form.

உருக்கோலம்: (பெ): அலங்கரித்துக் கொள்ளுதல்; the process of cleaning the face, doing the hair dressing, etc.

உருங்குதல்: (வி): உண்ணுதல்; to eat.

உருசியம்: *(பெ):* காட்டெருமை; wild ox or American buffalo; bison.

உருசு: *(பெ):* ஆதாரம்; சான்று; evidence; basis; witness.

உருசை: (பெ): சுவை; taste.

உருட்சி: (பெ): உருளுகை; திரட்சி; revolving as a wheel; globularity.

உருட்டு: (பெ): சக்கரம்; திரட்சி; மோதிர வகை; wheel; globularity; a kind of ring; **(வி):** வெருட்டு; புரட்டு; உருளச்செய்; to frighten; to turn over, a thing; to roll over.

உருடை: (பெ): கட்டை வண்டி; cart.

உருது: (பெ): சேனை; பாசறை; இஸ்லாமியரின் மொழி; formerly army of a king; encampment or barracks; the language of Muslims - Urdu.

உருத்தல்: **(வி):** சினத்தல்; முறைத்தல்; அதிகமாதல்; தோன்றுதல்; வெப்பமுறச் செய்தல்; அழலுதல்; முதிர்தல்; முளைத்தல்; சுரத்தல்; be angry with; be stiff-necked; to increase; to appear; to heat something; to inflame; to become ripe; to sprout; to germinate; to secrete.

உருத்திர சடை: *(பெ):* துளசி வகை; a kind of sacred basil.

உருத்திரமணி: (பெ): அக்கமணி; உருத்திராக்கமணி; garland of beads; garland of rudraksha nuts.

உருத்திர ரோகம்: *(பெ):* மாரடைப்பு; heart attack.

உருத்திர வீணை: (பெ): வீணை வகை; a kind of Veena (Yazh).

உருத்திரன்: (பெ): சிவபெருமான்; சிவகணத்தோன்; சிவகுமாரன்; பதினொன்று உருத்திரர்களுள் ஒருவர்; அக்கினி தேவன்; Lord Shiva; celestial guard of Shiva; Shivakumara; one of the eleven Rudras; Agni, the God of fire.

உருத்திராகாரம்: (பெ): பெருஞ்சினத்தோற்றம்; fierce appearance.

உருத்திராட்சப் பூனை: (பெ): புறத்தோற்றத்தில் சாது போலத் தோன்றுகிற தீய குணம் கொண்ட நபர்; pious hypocrite.

உருத்தெழுதல்: (வி): சினந்து எழுதல்; வீங்குதல்; to rise in anger; to swell up.

உருநாட்டு: (பெ): சித்திரம்; தெய்வத்திருமேனி; picture; image of a deity.

உருநிழலாடுதல்: (வி): பிரதிபலித்தல்; to reflect.

உருநிழல்: (பெ): பிரதிபலிப்பு; reflection.

உருபகதீவகம்: (பெ): ஓர் அணிகலன்; an ornament.

உருபு: (பெ): வடிவம்; நிறம்; நோய்; form; shape; colour; disease.

உருப்பசி: (பெ): ஊர்வசி; தேவ கன்னியருள் ஒருத்தி; Oorvasi, one of the celestial dancing girls.

உருப்படி: (பெ): பொருள்; கணக்கிடக்கூடிய பொருள்; இசைப்பாட்டு; item; piece; unit; piece of music.

உருப்பம்: (பெ): சினம்; வெப்பம்; மிகுதி; anger; heat; surplus.

உருப்பளிங்கு: (பெ): பளபளக்கும் கண்ணாடி; shining mirror.

உருப்பாடம்: (பெ): மனப்பாடம்; rote.

உருப்பிணி: (பெ): ருக்குமணி; Rukmani, the consort of Lord Krishna.

உருப்பிரமம்: (பெ): ஆட்டுக்கொம்பு; horn of a ram.

உருப்பு: (பெ): வெப்பம்; மிகுதி; சினம்; கொடுமை; heat; excess; anger; cruelty.

உரும காலம்: (பெ): கோடைக் காலம்; the summer season.

உருமணி: (பெ): கருவிழி; Iris.

உருமம்: (பெ): நண்பகல்; உச்சிவேளை; வெப்பம்; noon day; midday; heat.

உருமறைப்பு: (பெ): பொருள்களை மறைக்க உதவும் சாதனம்; camouflage.

உருமலைவாரி: (பெ): உலோக மணல்; metallic sand.

உருமாதிரி: (பெ): மாதிரி; model.

உருமால்: (பெ): முண்டாசு; தலைப்பாகை; turban.

உருமாறுதல்: (வி): வேற்று உருவம் கொள்ளுதல்; to transmute.

உருமித்தல்: (வி): வெப்பம் உண்டாகுதல்; to heat.

உருமிளை: (பெ): நமனின் மனைவி; Urmila, the wife of Yama, the God of Death.

உருமு: (பெ): இடி; பயம்; அச்சம்; அபாய அறிவிப்பு; எச்சரிக்கை; thunder; fear; dread; alarm.

உருமுக்குரல்: (பெ): இடியோசை; noise of thunder.

உருமுதல்: (வி): முழங்குதல்; குமுறுதல்; இரைதல்; to roar; to thunder; to rumble; to cry-out.

உருமேறு: (பெ): பேரிடி; இடியேறு; thunder-bolt.

உருவ: (வி.அ): நன்றாக; திரும்பத் திரும்ப; satisfactorily; repeatedly.

உருவ அமைதி: (பெ): கதை, ஓவியம், கவிதை போன்ற கலைப்படைப்புகளின் வடிவ ஒழுங்கு; harmony in form.

உருவகப்படுத்து: (வி): உருவகமாகக் கூறுதல்; ஒன்றினை விளக்குவதற்கு வசதியாகக் கற்பிதம் செய்தல்; to describe metaphorically; to imagine as if someone or something is in front of.

உருவகம்: (பெ): உவமானத்தையும், உவமேயத் தையும் வேற்றுமைப்படுத்தாது ஒற்றுமைப் படுத்திக் கூறுதல்; metaphor.

உருவகி: (வி): உருவகமாகக் கூறுதல்; to describe metaphorically.

உருவடி: (வி): மனப்பாடம் செய்தல்; to mug up.

உருவரை: (பெ): வளமான நிலம்; fertile land.

உருவல்: (பெ): ஒருவகைக் காதணி; a kind of ear ornament.

உருவழிதல்: (வி): சிதைதல்; அழகு கெடுதல்; to spoil; to become disfigured.

உருவாணி: (பெ): அச்சாணி, கடையாணி; axle pin of a wheel; linch-pin.

உருவாரச்சம்மட்டி: (பெ): வீழிச்செடி; a herb.

உருவுதடன்: (பெ): சுருக்குக் கயிறு; the rope which is used for the sentence of death by hanging.

உருவு திரை: (பெ): நாடக மேடையில் இழுத்து திறந்து மூடும் திரை; stage curtain.

உருவெளித்தோற்றம்: (பெ): போலித் தோற்றம்; உருமாயம்; illusory vision; illusion.

உருவெளிப்பாடு: (பெ): மாயத்தோற்றம், imaginary appearance of someone or something else.

உருவை: (பெ): ஒரு வகைச் செடி; a kind of plant; Indian night shade.

உருவொளி: (பெ): கண்ணாடியில் காணும் பிம்பம்; the reflection of an object in a mirror.

உருளரிசி:(பெ): கொத்துமல்லி விதை; coriander seed.

உருளாயம்: (பெ): சூதாட்டம்; சூதாட்டத்தால் வரும் இலாபம்; gambling; gain from playing dice.

உருளி: (பெ): வண்டிச்சக்கரம்; வட்டம்; எலும்பு மூட்டு; the wheel of a cart; circle; joint.

உருளை: *(பெ):* உருண்டை; சக்கரம்; முட்டை; நீள் உருண்டை வடிவம்; நீள் உருண்டை வடிவப் பொருள்; கனமான நீள உருண்டை வடிவ இரும்பு (அ) உருண்டைக் கல்; globe; ball; wheel; egg; cylindrical shape; anything in cylindrical form; road roller; round rods.

உருள்: *(வி):* புரள்; உருட்டு; அழித்திடு; to turn on one's side; to roll something; to destroy; *(பெ):* தேருருளை; வண்டி; வட்டம்; wheel of a car (Ratha); cart; circle.

உருள்வண்டு: *(பெ):* ஒருவகை வண்டு; a kind of moth.

உரூட்சம்: *(பெ):* மொந்தன் வாழை; a thick skinned plantain fruit and its tree.

உரூடி: *(பெ):* இடுகுறி; பெயர் பெற்றது; primitive term; that which is eminent.

உரூபம்: *(பெ):* உருவம்; வடிவம்; அடையாளம்; விக்கிரகம்; அழகு; சாயை; figure; shape; sign; idol; beauty; resemblance.

உரூபாவதி: *(பெ):* அழகான பெண்; beautiful woman or girl.

உரூப்பியம்: *(பெ):* வெள்ளி நாணயம்; வெள்ளி நகை; அழகுடையது; silver coin; silver ornament; that which is beautiful.

உரூபித்தல்: *(வி):* மெய்ப்பித்தல்; to prove something.

உரை: *(பெ):* தேய்வு; சொல்; பொருள் விளக்கம்; ஒலி; பேச்சு; மொழி; lessening; word; meaning; sound; speech; language; *(வி):* தெரிவித்தல்; கூறுதல்; உரசுதல்; to state; to express; to rub.

உரை கட்டுதல்: *(வி):* நூலுக்கு உரைசெய்தல்; to annotate a text or literary work.

உரைகல்: *(பெ):* தங்கத்தின் மாற்று அறிந்திட தேய்த்துப் பார்க்கும் சொரசொரப்புடைய கையடக்கக் கருமையான கல்; touchstone of the goldsmith.

உரைகாரர்: *(பெ):* உரை ஆசிரியர்; commentator.

உரைகோள்: *(பெ):* சொற்பொருள்; வினா, விடை போன்றவை; annotation; question and answer, etc.

உரைசல்: *(வி):* உராய்தல்; தேய்தல்; to move with friction; to rub; to wear out.

உரைசெய்: *(வி):* உரைகட்டு; பொருள் விளக்கம் கூறு; to write commentary or annotate.

உரைதல்: *(வி):* தேய்தல்; வீணாதல்; to wear out; to waste by rubbing.

உரைத்தல்: *(வி):* ஒலித்தல்; சொல்லுதல்; தேய்த்தல்; to pronounce; to sound; to speak; to tell; to rub.

உரைநடை: *(பெ):* இயல்பான எழுத்து மொழி நடை, வசனம்; prose; prose style.

உரைநேர்மை: *(பெ):* பேச்சில் நேர்மை; rectitude of speech.

உரைபெறு கட்டுரை: *(பெ):* காப்பிய உரைநடை சிலப்பதிகாரம்; rhetorical prose in an epic poem ie. Silappathikaaram.

உரைப்பாட்டு: *(பெ):* கட்டுரை நடை; rhetorical prose.

உரைப்பு / உரைமானம்: *(பெ):* தேய்ப்பு; rubbing.

உரை முடிவு: *(பெ):* நியாயத் தீர்ப்பு; judicial judgement.

உரையாசிரியர்: *(பெ):* இலக்கிய, இலக்கண, சமய நூல்களுக்கு உரை எழுதுபவர்; commentator.

உரையாணி: *(பெ):* மாற்று அறியும் ஆணி; touch needle.

உரைவன்மை: *(பெ):* பேச்சு வல்லமை; oratorical power.

உரைவு: *(பெ):* தேய்வு; lessening.

உரோகதி: *(பெ):* நாய்; dog.

உரோகம்: *(பெ):* நோய்; தளிர்; பூ அரும்பு; ஒளியின்மை; disease; sprout; bud of a flower; dimness.

உரோகிதம்: *(பெ):* செந்நிறம்; செம்மரம்; மஞ்சள்; குங்குமம்; வானவில்; red colour; a tree; turmeric; kum-kum; saffron powder; rain-bow considered as Lord Indira's bow.

உரோங்கல்: *(பெ):* உலக்கை; a long round-ended heavy wooden pestle.

உரோசம்: *(பெ):* சினம்; பெருமை; மானம்; வெட்கம்; மார்பகம்; anger; pride; dignity; shyness; bashfulness; chest; breast.

உரோசனகம்: *(பெ):* எலுமிச்சை; lemon and lime tree.

உரோசனம்/உரோசனை: *(பெ):* கோரோசனம்; bezoar taken from the stomach of cows.

உரோசனி: *(பெ):* கடுகு; செந்தாமரை; mustard seed; red lotus.

உரோஞ்சல்: *(பெ):* உறிஞ்சுதல்; to suck.

உரோடம்: *(பெ):* சினம்; anger.

உரோடணம்: *(பெ):* பாதரசம்; உவர் நிலம்; mercury; saline land.

உரோணி: *(பெ):* ஒரு வகை நோய்; a kind of disease.

உரோதம்: *(பெ):* தடை; நீர்க்கரை; obstacle; bank of river, tank and other water sources.

உரோதனம்/உரோதனை: *(பெ):* கண்ணீர்; அழுகை; tears; pathetic sentiment; weeping.

உரோபம் 118 உலைவு

உரோபம்: *(பெ):* அம்பு; arrow.

உரோமக்கிழங்கு: *(பெ):* வசம்பு; sweet flag.

உரோமகூபம்: *(பெ):* மயிர்க்கூச்சு; horripilation.

உரோமம்: *(பெ):* மயிர்; hair.

உரோருகம்: *(பெ):* தனம்; மார்பகம்; breast; chest.

உலகசஞ்சாரம்: *(பெ):* உலகைச் சுற்றி வருதல்; உலக வாழ்வு; travelling around the world; worldly life.

உலகசயன்: *(பெ):* புத்தர்; புத்தன்; Buddha; one who attained the spiritual knowledge.

உலக நூல்: *(பெ):* லௌகீக சாஸ்திரம்; secular literature.

உலக நோன்பிகள்: *(பெ):* ஜைன, புத்த மதத்தில் இல்லற பற்றுடையவர்; householders among Jains or Buddhists.

உலகப் பொதுமறை: *(பெ):* திருக்குறள்; a sacred great work acceptable to the whole world i.e. Thirukkural.

உலகர்: *(பெ):* உலகத்தோர்; பாண்டியர்; those who live in the world; Pandiyas.

உலக வங்கி: *(பெ):* நாடுகளுக்கு இடையே காணப்படும் ஏற்றத்தாழ்வுகளை அகற்றிட உருவாக்கப்பட்ட வங்கி; World Bank.

உலகாசாரம்: *(பெ):* உலக வழக்கம்; worldly customs.

உலகிகம்: *(பெ):* உலகியல்; உலக ஒழுக்க நெறி; worldly customs; universal code of morals.

உலக்கை: *(பெ):* முனையில் இரும்புப் பூண் போட்ட நீண்ட உருண்டை வடிவ மரச் சாதனம்; wooden pestle.

உலங்கு: *(பெ):* கொசு; திரண்ட கல்; mosquito; round stone.

உலண்டம் / உலண்டு: *(பெ):* கோல் புழு; பட்டு வகை; case worm; a kind of silk.

உலத்தல்: *(வி):* குறைத்தல்; அழிதல்; நீங்குதல்; கெடுதல்; வற்றுதல்; முடித்தல்; சாதல்; to bring down; to destroy; to leave; to damage; to dry up; to complete; to die.

உலந்தவர்: *(பெ):* அழிந்தவர்; fallen people.

உலபம்: *(பெ):* விழற் புல்; a kind of grass which is worthless.

உலப்பு: *(பெ):* அழிவு; அளவு; குறைவு; உதவுகை; சாவு; destroy; limit; deficiency; assistance; death.

உலமரல்: *(பெ):* அச்சம்; சுழற்சி; துன்பம்; வருத்தம்; fear; rotation; distress; worry.

உலம்: *(பெ):* அகலம்; காற்று; திரட்சி; திரண்ட கல்; துன்பம்; பட்டாடை; பிணம்; நீர்; வலிமை; வாசல்; width; wind; air; mass; round stone; distress; silk garment; corpse; dead body; water; strength; entrance.

உலம்புதல்: *(வி):* அலப்புதல்; முழுங்குதல்; அஞ்சுதல்; ஒலித்தல்; to prate; to cry out; be afraid of; to make sound.

உலரல்/உலர்தல்: *(வி):* காய்தல்; be heated; to dry.

உலரி: *(பெ):* ஒரு சிறு மீன் வகை; a kind of small fish.

உலர் சலவை: *(பெ):* இயந்திரத்தில் இரசாயனப் பொருட்களைப் பயன்படுத்தி துணிகளைத் துவைத்து சுத்தம் செய்திடும் முறை; dry cleaning.

உலர்த்தல்: *(வி):* காயச் செய்தல்; வாட்டுதல்; to dry anything which is wet; to roast; to fry.

உலா: *(பெ):* பிரபந்த வகை; ஊர்வலம்; a kind of Prapantham (a collection of sacred poems on Vaishnavism); procession.

உலவை: *(பெ):* தழை; இலை; மரக்கிளை; உடைமரம்; விறகு; கிலுகிலுப்பை; விலங்கின் கொம்பு; காற்று; மரப்பொந்து; ஓடை; வள்ளிக்கொடி; ஆசை; leaf; branch of a tree; a kind of tree; fire wood; rattle; horn of an animal; wind; hole of the tree; hollow in a tree; stream; a kind of creeper; wish; desire.

உலவை ராசி: *(பெ):* திப்பிலி; sweet flag.

உலிமணி: *(பெ):* நாயுருவி; a kind of medicinal plant growing in hedges.

உலிற்கள்: *(பெ):* வெண்கலம்; bronze, an alloy of copper and tin.

உலுங்குதல்: *(வி):* கணீர் என ஒலித்தல்; to make jingling sound.

உலுத்தன்: *(பெ):* உலோபி; கஞ்சன்; அயோக்கியன்; miser; dishonest person.

உலுத்துதல்: *(பெ):* உதிர்த்தல்; to cast leaves; to drop.

உலுப்புதல்: *(வி):* உலுக்குதல்; to shake vigorously.

உலுவா: *(பெ):* பெருஞ்சீரகம்; fennel.

உலூகம்: *(பெ):* கூகை; கோட்டான்; உரல்; குங்கிலியம்; a kind of owl, little larger than the barn-owl; mortar; Konkani resin.

உலூகலம்: *(பெ):* உரல்; குங்கிலியம்; mortar; Konkani resin.

உலூகாரி: *(பெ):* காக்கை; crow.

உலூதை: *(பெ):* சிலந்தி; எறும்பு வகை; spider; a kind of ant.

உலைச்சல்: *(பெ):* கலக்கம்; affliction.

உலைத்தல்: *(வி):* கெடுத்தல்; கலைத்தல்; வருத்துதல்; முறியடித்தல்; to spoil; to shuffle; to make someone sad; to strain oneself; to foil.

உலைவு: *(பெ):* வறுமை; குறைவு; ஊக்கம்; poverty; lack; vigour.

உலோகாயுதம்: *(பெ):* சார்வாக மதம்; materialism.

உலோகிதம்: *(பெ):* மஞ்சள்; சந்தனம்; செவ்வாய்; யுத்தம்; சூதாட்டம்; turmeric; sandal wood; mars; battle; war; gambling.

உலோகிதன்: *(பெ):* செவ்வாய்; Mars.

உலோசனம்: *(பெ):* கண்; eye.

உலோசிதம்: *(பெ):* சந்தன மரம்; sandalwood tree.

உலோட்டம்: *(பெ):* மண்கட்டி; ஓடு; clod; tile.

உலோபி: *(பெ):* கருமி; miser.

உலோமம்: *(பெ):* உரோமம்; வால்; hair; tail.

உல்லம்: *(பெ):* கடல் மீன் வகை; a kind of sea fish.

உவச்சு: *(பெ):* பறை வகை; a kind of drum.

உவட்டு: *(வி):* பெருக்குதல்; to overflow; to increase.

உவட்டுதல்: *(வி):* வெறுப்பூட்டுதல்; தெவிட்டுதல்; மிகுதல்; to loathe; to satiate; to increase.

உவணம்: *(பெ):* கருடன்; white-headed kite which is the mount of Lord Vishnu and the enemy of the serpent race.

உவணை: *(பெ):* தேவலோகம்; celestial region.

உவண்: *(பெ):* மேலிடம்; upper place.

உவதை: *(பெ):* அருவி; waterfalls; mountain stream.

உவத்தல்: *(வி):* மகிழ்தல்; விரும்புதல்; to be delighted; to be pleased.

உவமாநிலம்: *(பெ):* சுவர்; wall of a building.

உவராகம்: *(பெ):* கிரகணம்; eclipse.

உவர்: *(பெ):* இனிமை; வெறுப்பு; கரிப்பு; துவர்ப்பு; something delightful; dislike; saltish taste; astringent taste.

உவலை / உவல்: *(பெ):* தழை; சருகு; மரக்கிளை; துன்பம்; leaf; dried leaves; branch of a tree; distress.

உவவு: *(பெ):* பௌர்ணமி; உவப்பு; Full Moon; gladness.

உவளகம்: *(பெ):* சிறைச்சாலை; அந்தப்புரம்; அகழி; ஒரு புறம்; prison; zenana; trench; portion.

உவளுதல்: *(வி):* துவளுதல்; பரத்தல்; நடுங்குதல்; to quiver; to spread; to quake.

உவள்: *(பெ):* முன்பாக நிற்பவள்; the woman who is standing in front.

உவற்றுதல்: *(வி):* சுரத்தல்; to gush.

உவனாயம்: *(பெ):* களிம்பு, பூசு மருந்து; unguent applied to wound.

உவனித்தல்: *(வி):* எய்யத் தொடங்குதல்; to attempt to shoot.

உவனியம்: *(பெ):* உபநயனம்; sacred thread wearing ceremony.

உவா: *(பெ):* கன்னிப் பெண்; young girl; virgin.

உவாதி: *(பெ):* எல்லை; துன்பம்; limit; distress.

உவாய்: *(பெ):* ஒரு வகை மரம்; a kind of tree.

உவாவுதல்: *(வி):* நிறைதல்; to fill.

உவித்தல்: *(வி):* அவித்தல்; to boil.

உவியல்: *(பெ):* சமைத்த கறி; அவியல்; cooked food; boiled dish.

உவ்வி: *(பெ):* தலை; தலைவி; head; heroine.

உழக்கல்: *(வி):* கலக்குதல்; to stir.

உழக்குதல்: *(வி):* கலக்குதல்; விளையாடுதல்; மிதித்தல்; நாசம் செய்தல்; to stir; to play; to trample; to ravage.

உழத்தல்: *(வி):* வருந்துதல்; வெல்லுதல்; அழுந்துதல்; தங்குதல்; பழகுதல்; நடத்தல்; பொருதல்; to suffer; to conquer; to press down; to stay; to practise; to conduct; to fight.

உழத்தி: *(பெ):* உழவர் குலப் பெண்; மருதநிலப் பெண்; the woman who belongs to farmer's family; the woman who belongs to agricultural tract.

உழப்பு: *(பெ):* வருத்தம்; குழப்பம்; முயற்சி; வலிமை; distress; confusion; effort; strength.

உழமண்: *(பெ):* உவர்மண்; saline soil.

உழலை: *(பெ):* குறுக்கு மரம்; வெப்பம்; cross bar; heat.

உழல்: *(பெ):* அசைதல்; oscillation.

உழவாரம்: *(பெ):* புல் செதுக்கும் கருவி; உடலுழைப்பு; வேளாண்மை; hoe; bodity exertion; agriculture.

உழவுசால்: *(பெ):* படைச்சால்; furrow.

உழறுதல்: *(வி):* அணைதல்; சஞ்சரித்தல்; கலங்குதல்; உருக்காட்டுதல்; to mix with; to move about; to be disturbed; to show oneself.

உழால்: *(பெ):* உழுதல்; ploughing.

உழி: *(பெ):* பக்கம்; இடம்; பொழுது; அளவு; side; place; time; measure.

உழிஞ்சில்: *(பெ):* மரவகை; a kind of tree.

உழிதரல்: *(வி):* அலைதல்; திரிதல்; சுழலுதல்; to wander; to ramble; to rotate.

உழு: *(பெ):* உழவு; உழுதல்; பிள்ளைப் பூச்சி; plough; ploughing; grylla tapla.

உழுநர்: *(பெ):* உழவர்; farmer.

உழுந்து: *(பெ):* உளுந்து; black gram.

உழுபடை: *(பெ):* கலப்பை; plough.

உழுவம்: *(பெ):* எறும்பு; ant.

உழுவல்: *(பெ):* முறைமை; புணர்ச்சி; nature; intercourse.

உழுவை: (பெ): புலி; ஒருவகை மீன்; tiger; a kind of fish.

உழை: (பெ): இடம்; பக்கம்; யாழின் நரம்பு; ஆண் மான்; பசு; சூரியனின் மனைவி;பூவிதழ்; உவர்மண்; விடியற்காலம்; place; side; string of yaazh; male deer; cow; wife of Sun; flower petal; saline soil; dawn; break of the day.

உழைக்கலம்: (பெ): பொன், வெள்ளி போன்ற வற்றால் செய்த பாண்டங்கள்; vessels made of gold and silver.

உழைச்செல்வார்: (பெ): நோயாளிக்கு பணிவிடை செய்வோன்; one who attends on a patient.

உழைதல்: (வி): இரைதல்; துன்புறுதல்; to make droning noise; be distressed.

உழைத்தல்: (வி): பிரயாசைப்படுதல்; வருந்துதல்; to labour; be afflicted.

உழைபுலம்: (பெ): அருகாமையில் உள்ள நிலம்; neighbouring land.

உழையர்: (பெ): பக்கத்தில் இருப்பவர்; அமைச்சர்; ஏவலர்; ஒற்றன்; neighbour; king's counsellor; attendant; servants; spy.

உளகு: (பெ): யாழின் தண்டு; shaft of the lute.

உளதாதல்: (வி): உண்டாதல்; to come into existence.

உளப்படுதல்: (வி): உட்படுத்தல்; உள்ளடங்குதல்; உரியதாதல்; உடன்படுதல்; be included; bear in mind; be proper; to be included.

உளப்பாடு: (பெ): எண்ணம்; துன்பம்; intention; sorrow; grief.

உளப்பு: (பெ): நடுக்கம்; trembling.

உளமை: (பெ): உண்மை; truth.

உளம்புதல்: (வி): ஓலமிடுதல்; அலைத்தல்; to make noise loudly; to stir up.

உளர்தல்: (வி): அசைத்தல்; அசைதல்; கலக்குதல்; கோதுதல்; தாமதித்தல்; சிதறுதல்; யாழ் போன்ற இசைக்கருவிகளை மீட்டுதல்; to shake; to move; to stir up; to smooth out; to delay; to scatter; to thrum as yaazh.

உளித்தலைக்கோல்: (பெ): கடப்பாரை; crow bar.

உளியம்: (பெ): கரடி; bear.

உளு: (பெ): புழுவகை; a kind of worm.

உளுக்காத்தல்: (வி): உட்கார்ந்து இருத்தல்; to sit down.

உளுக்குதல்: (வி): நெளிதல்; to writhe.

உளை: (பெ): ஆணின் தலைமயிர்; பிடரி மயிர்; தலை; குதிரைக்குப் பூட்டும் தலையணி வகை; சேறு; அழுகை; man's hair; mane; head; hair plume on horse's head; mire; weeping.

உற: (பெ.அ): அருகில்; near.

உறட்டல்: (பெ): காய வைத்தல்; act of drying.

உறட்டை: (பெ): தீங்கு; தீமை; நாற்றம்; bad; evil; smell.

உறண்டை: (பெ): தொந்தரவு செய்தல்; to annoy.

உறத்தல்:(வி):அழுத்துதல்;கசக்குதல்; உறிஞ்சுதல்; வடித்தல்; to press out; to squeeze out; to suck in; to drain.

உறப்பு: (பெ): செறிவு; பிளவு; denseness; cleavage.

உறல்: (பெ): நெருங்குதல்; உறவு; approaching; relationship.

உறவி: (பெ): எறும்பு; புழு; நீரூற்று; ant; worm; fountain.

உறழ்ச்சி: (பெ): மாறுபாடு; rivalry.

உறழ்தல்: (வி): திரிதல்; பெருக்குதல்; எதிராதல்; ஒத்து இருத்தல்; to change; to multiply; to be contrasted; to resemble.

உறாதவன்: (பெ): நட்பு, பகை என எதுவுமே இல்லாதவன்; one who is neutral.

உறாமை: (பெ): நிந்தனை; disrespect.

உறிக்கா: (பெ): இருபுறமும் உறி தொங்கும் காவடி; balancing pole for carrying burdens.

உறு: (பெ.அ): பெரிய; large.

உறுகண்: (பெ): வருத்தம்; distress.

உறுகோள்: (பெ): சம்பவம்; event.

உறுக்கு: (வி): மிரட்டல்; threatening.

உறுக்குதல்: (வி): தண்டித்தல்; கோபித்தல்; to punish; to address with anger.

உறுதல்: (வி): சம்பவித்தல்; உறுதியாதல்; சார்ந்து இருத்தல்; தொடுதல்; நினைத்தல்; பயன்படுதல்; உபயோகமாய் இருத்தல்; வருந்துதல்; பொருந்துதல்; மிகுதல்; தங்குதல்; to happen; to be lasting; to be attached; to touch; to think; be of help; to be useful; to suffer; to join with; to be numerous.

உறுதிப்பாடு: (பெ): வல்லமை; வாக்குறுதி; power; ability; assurance.

உறுதிப்பொருள்: (பெ): கடவுள்; அறிவு; உண்மைப்பொருள்; God; wisdom; true meaning.

உறுதியர்: (பெ): தூதர்; messenger.

உறுத்தை: (பெ): அணில்; squirrel.

உறுநன்: (பெ): சேர்ந்தவன்; நண்பன்; fellow; friend.

உறுநேரம்: (பெ): வாய்ப்பு; opportunity.

உறுநோய்: (பெ): அபாய நோய்; dangerous disease.

உறுபறை: (பெ): பெரிய முரசு; big drum.

உறுபூசல்: *(பெ):* கை கலந்த போர்; hard scuffle.

உறுப்பறை: *(பெ):* முடவன்; உறுப்புக்குறை; deformed person; dismembering the limbs.

உறுப்பா: *(பெ):* மலபாரில் காணப்படும் மரவகை; a kind of tree of Malabar coast.

உறுமால்: *(பெ):* முண்டாசு; turban.

உறுமி மேளம்: *(பெ):* ஒருவகை தோற்கருவி; a kind of drum.

உறுவது: *(பெ):* இலாபம் தருவது; that which gives profit.

உறுவரர்: *(பெ):* தேவர்; celestial beings.

உறுவல்: *(பெ):* துன்பம்; distress.

உறுவன்: *(பெ):* முனிவன்; விருந்தினன்; எதிர்ப்பாளன்; sage; guest; opponent.

உறை: *(பெ):* பெருமை; நீளம்; உயரம்; பொருள்; மருந்து; உணவு; வெண்கலம்; ஆயுத உறை; நீர்த்துளி; மழை; இருப்பிடம்; போர்வை; உறுப்பு; துன்பம்; பொன்; greatness; length; height; thing; medicine; food; bronze; sheath of a weapon; drop of water; rain; dwelling place; blanket; limb; part of the body; distress; pain; suffering; gold.

உறைகாலம்: *(பெ):* மழைக்காலம்; வாழ்நாள்; rainy period; life time.

உறைதல்: *(வி):* வசித்தல்; ஒழுகுதல்; இறுகுதல்; to reside; to conduct oneself; to curdle.

உறைத்தல்: *(வி):* உதிர்தல்; சுவையறிதல்; துளிகளாக விழுதல்; உறுத்துதல்; ஊன்றுதல்; அதிகமாதல்; மோதுதல்; அமுக்குதல்; அவமானப்படுதல்; to fall down; to be pungent; to drip; to prick; to increase; to beat upon; to press; to disgrace.

உறைபதி: *(பெ):* இருப்பிடம்; dwelling place.

உறைப்பன்: *(பெ):* வலிமையானவன்; strong man.

உறைப்பு: *(பெ):* கொடுமை; வாய்ப்பு; காரம்; severity; opportunity; sharp taste; pungency (taste).

உற்கடம்: *(பெ):* கடுமை; severity.

உற்கட்டிதம்: *(பெ):* இருக்கை வகை; posture of sitting.

உற்கம்: *(பெ):* எரி நட்சத்திரம்; meteor, which is a shining body falling from the sky.

உற்சவம்: *(பெ):* சமயம், கோயில் தொடர்பான விழா; Hindu temple festival.

உற்சவமூர்த்தி: *(பெ):* இறைவனின் ஐம்பொன்னாலான விக்கிரகம்; the idol worshipped during festivals.

உற்சற்சனம்: *(பெ):* நன்கொடை; donation; gift.

உற்பதனம்: *(பெ):* உற்பத்தி; ஏறுதல்; production; climbing.

உற்பவம்: *(பெ):* பிறப்பு; birth.

உற்பணம்: *(பெ):* ஞானம்; தோன்றியது; நிமித்தம்; knowledge; that which is born; omen.

உற்பாதம்: *(பெ):* தீயவிளைவு; கெடுதி; serious misfortune; calamity.

உற்றறிதல்: *(வி):* தொட்டு அறிதல்; to feel by touch.

உனகன்: *(பெ):* இழிந்தவன்; a mean person.

உன்: *(பெ):* 'நீ' என்னும் முன்னிலை இடப்பெயர் வேற்றுமை உருபு ஏற்கும்போது திரியும் வடிவம்; form of the second person 'நீ' serving as base for further declension.

உன்மதம்: *(பெ):* மதிமயக்கம்; மிகுகாமம்; bewilderment; confusion; excessive lust.

உன்மத்தை/உன்மத்தகம்: *(பெ):* ஊமத்தை; thorn apple.

உன்மத்தகி: *(பெ):* கொடிவகை; a kind of creeper named Kurinjalam.

உன்மத்தம்: *(பெ):* மயக்கம்; பைத்தியம்; ஊமத்தை; intoxication; mental delusion; madness; thorn apple.

உன்மத்தன்: *(பெ):* பித்தன்; வெறியன்; மயக்கம் கொண்டவன்; mad man; fool; furious person; intoxicated man.

உன்முகம்: *(பெ):* அனுகூலமாய் இருத்தல்; taking a favourable attitude.

உன்முகன்: *(பெ):* கருப்பன்; the man who is black in colour.

உன்மேதை: *(பெ):* புலால்; மாமிசம்; கொழுப்பு; meat; flesh; fat.

உன்மை: *(பெ):* அறுவை சிகிச்சையின்போது தசைகளை விலக்கிப் பிடிக்க உதவும் இடுக்கி போன்ற சாதனம்; pincers used in surgery to draw muscles.

உன்னம்: *(பெ):* தியானம்; மனம்; ஒரு மரம்; கருத்து; அன்னப்பறவை வகை; meditation; mind; a tree; opinion; a kind of bird white in colour.

உன்னி: *(பெ):* குதிரை; தியானத்திற்குரிய பொருள்; மரவகை; horse; a thing for meditation; a kind of tree.

உன்னித்தல்: *(வி):* உயர்தல்; தியானித்தல்; be in high status; to meditate.

உன்னிப்பு: *(பெ):* அறிவுக்கூர்மை; தீவிரம்; கவனிப்பு; முயற்சி; மதிப்பு; keenness; seriousness; attention; effort; dignity.

உன்னியர்: *(பெ):* உறவினர்; relatives.

உன்னுதல்: *(வி):* எண்ணுதல்; கருதுதல்; இழுத்தல்; எழும்புதல்; குதித்தல்; to think; to consider; to pull; to arise; to jump up.

ஔ

ஔ/ஔகாரம்: (பெ): தமிழ் உயிரெழுத்தில் ஆறாவதுஎழுத்து; உணவு; இறைச்சி; ஊன்; தசை; the sixth letter of Tamil alphabet - vowel; food; meat; flesh.

ஔகடன்: (பெ): முருங்கை மரம்; drumstick tree. கருங்குரங்கு; புல்வகை; ஊமத்தை; தியானம்; black monkey; a kind of grass; thorn apple; meditation.

ஔகனம்: (பெ): யூகம்; துணிபு; inference; opinion.

ஔகை: (பெ): ஊகம்; கல்வி; guess; education; learning.

ஔக்கப்பாடு: (வி): ஊக்கம் கொள்ளுதல்; to have vigour, spirit, etc.

ஔக்கல்: (பெ): மிகுதி; abundance.

ஔக்கு: (பெ): ஊக்கமளித்தல்; கொக்கி; zeal; safety-pin.

ஔக்குணா: (பெ): நிலப்பனை; a kind of palmyra tree.

ஔங்கனோர்: (பெ): முன்னால் இருப்போர்; those who are in front -

ஔங்கு: (பெ): சிறந்தது; மேம்பட்டது; மிகுதி; முன்னிருப்பது; that which is best; that which is superior; abundance; that which is before.

ஔங்குதல்: (வி): ஆடுதல்; to dance.

ஔங்குனோர்: (பெ): முன்னோர்; ancients; ancestors.

ஔசரம்: (பெ): உவர்மண்; saline soil.

ஔசல்: (பெ): இங்குமங்குமாக அசைதல்; ஊஞ்சல்; பிரபந்த வகை; பதனழிந்தது; moving to and fro; swing; a kind of Prabandham (a collection of sacred poems on Vaishnavism); that which is fetid.

ஔசலாடு: (வி): உயிர்பிரிந்திடும் நிலையில் இருத்தல்; be in a critical state of life.

ஔசா: (பெ): முக்குத்திச் செடி; a kind of flowering plant.

ஔசாலி: (பெ): மீன்பிடி கூடை; fishing basket.

ஔசிக்கண்: (பெ): கூர்மையான கண்; சிறு கண்; ஊசியின் துளை; keen eye; small eye; eye of the needle.

ஔசிக்களா: (பெ): ஒரு முட்செடி; a thorny plant.

ஔசிக்காந்தம்: (பெ): ஒருவகைக் காந்தக்கல்; a kind of magnet.

ஔசிக்கூடு: (பெ): ஊசிகளைப் போட்டு வைக்கும் பெட்டி; needle case.

ஔசிப்புல்: (பெ): புல்வகை; a kind of grass.

ஔசிப்புழு: (பெ): ஒருவகைப் புழு; a kind of worm.

ஔசி மல்லிகை: (பெ): மல்லிகை வகை; a kind of jasmine.

ஔசி மிளகாய்: (பெ): கொச்சி மிளகாய்; a small variety chilly, very pungent.

ஔசி வேர்: (பெ): சல்லிவேர்; root-let.

ஔச்சில்: (பெ): நோய் வகை; a kind of disease.

ஔச்சு: (பெ): அச்சம்; fear.

ஔச்சுதல்: (வி): உறிஞ்சுதல்; ஊஞ்சலாட்டுதல்; to absorb; to suck; cause to swing.

ஔஞ்சற்பாட்டு: (பெ): மணமக்களை ஊஞ்சலில் அமர்த்தி பாடும் பாட்டு (அ) சுவாமி விக்கிரகத்தை ஊஞ்சலில் இருத்தி பாடும் பாட்டு; a song sung while swinging an idol or the bride and the bridegroom seated on a swing at a wedding.

ஔடகம்: (பெ): ஒளி போன்றவற்றை ஊடுருவிச் செல்ல அனுமதிக்கும் நீர்,காற்று,கண்ணாடி போன்ற பொருட்கள்;கருத்துபோன்றவற்றைவெளிப்படுத்த உதவும்சாதனம்;விடியற்காலை;மீன் வகை;மனம்; medium of any substance that allows light, etc., to pass through; a medium; dawn; a kind of sea fish; mind.

ஔடணம்: (பெ): சுக்கு; கருமிளகுக் கொடி; dried ginger; black pepper creeper.

ஔடணை: (பெ): திப்பிலி; long pepper.

ஔடரம்: (பெ): பூவழலை; உவர்நிலம்; saline earth; limestone; saline soil.

ஔடல்: (பெ): பொய்ச்சினம்; playful flirtation.

ஔடல் வரி: (பெ): பிரபந்த வகை; a kind of Prabandham.

ஔடறுத்தல்: (வி): ஊடுருவுதல்; வழக்கு தீர்த்தல்; இடையில் துளைத்தல்; to force one's way through; to settle the disputes; to pass through.

ஔடறை/ஔடறை வரி: (பெ): பல கோடுகளை வெட்டும் ஒரு கோடு; a line cutting several others; transversal.

ஔடாட்டம்: (பெ): வெகுகாலம் அந்நியோன்யமாகப் பழகுதல்; intimate association for a long period.

ஔடிவர்வு: (பெ): நடுவில் அமர்கை; sitting in the middle.

ஔடிழை: (பெ): நெசவின் ஊடை நூல்; woof.

ஊடிழைதல்: (வி): ஊசலாடுதல்; முன்னும் பின்னுமாக அசைந்திடு; to swing; to move to and fro.

ஊடிழைவு: (பெ): நெசவில் பாவு நூலில் நெசவின் போது நெய்யப்பட்ட ஊடிழை; the thread woven across the warp.

ஊடு: (பெ): மையம்; நடு; இடை; நெசவின் தார் நூல் (அ) ஊடை நூல்; middle; waist; woof.

ஊடு கதிர்: (பெ): உடம்பின் உள்ளுறுப்புகளைப் படம் பிடித்திடப் பயன்படும் ஓர் ஒளிக்கதிர்; X-Ray.

ஊடு சுவர்: (பெ): அறை ஒன்றினைப் பிரித்திடும் குறுக்குச் சுவர்; the wall running across a room dividing it into two parts.

ஊடுடே: (வி.அ): இடையிடையே; அடிக்கடி; through and through; repeatedly; frequently.

ஊடுபயிர்: (பெ): பயிரிடப்பட்ட விளைச்சல் நிலத்தில் பயிர்களின் இடையே சாகுபடி செய்யப்படும் குறுகிய காலப் பயிர்; a short term crop farmed together with the running crop.

ஊடுதல்: (பெ): காதல் பிணக்கம்; love-quarrel;

ஊடு நூல்: (பெ): நெசவில் நெசவு செய்யப் பயன்படும் ஊடை நூல்; weft.

ஊடுபரவு: (வி): சிறிது சிறிதாகப் பரவவிடு; நுழைந்திடு; to infiltrate; to enter.

ஊடுபாதை: (பெ): தாம்போதி; சதுப்புநிலம் (அ) நதியின் குறுக்கே போடப்பட்ட மேடான பாதை; causeway; a raised passage over a low wet ground or across a river.

ஊடுபோக்கு: (வி): உட்செலுத்து; to pierce through.

ஊடுவழி: (பெ): தாழ்வாரம்; அறைகளுக்கு இடையே செல்லும் பாதை; corridor.

ஊடை: (பெ): நெசவின் குறுக்கிழை; ஆடையின் குறுக்கிழை; மணமான இளம் பெண்; woof; weft; a newly wedded girl.

ஊடையம்: (பெ): அகழி; நீர்; அரண்; moat.

ஊட்டம்: (பெ): உணவு; நல்ல ஊட்டச்சத்து; வளமை; food; good nourishment; fertility.

ஊட்டா: (பெ): கன்றுக்குப் பாலூட்டும் பசு; the cow feeding a calf.

ஊட்டி: (பெ): ஓர் ஊர்; மழை; உணவு; குரல் வளை; பறவையின் தீனி; Ooty, a town in Nilgris; rain; food; Adam's apple; bird's feed.

ஊட்டித்தல்: (வி): தானியங்களைப் பரம்படித்தல்; to harrow.

ஊட்டு: (வி): உணவு உண்பித்தல்; கூந்தலுக்கு நறுமணம் அளித்தல்; to feed food; to make hair fragrant; (பெ).

ஊட்டுந்தாய்: (பெ): செவிலித்தாய்; ஐவகைத்; foster-mother.

ஊட்டுப்புரை/ஊண் சாலை: (பெ): உணவளித்திடும் சாலை; feeding house.

ஊட்டுவான்: (பெ): சமையற்காரன்; one who prepares food; cook.

ஊணம்: (பெ): கம்பளி; ஒரு நாடு; wool; a country.

ஊணன்: (பெ): மிகுதியாக உண்பவன்; ஊண நாட்டைச்சேர்ந்தவன்; காட்டுமிராண்டி; one who eats abundantly; one who belongs to the country 'Oonam'; barbarian.

ஊணா: (பெ): சடைச்சி மரம்; a kind of tree.

ஊணி: (பெ): நட்டு வைக்கும் சிறு கோல்; peg; a piece of pointed wood.

ஊணுதல்: (வி): ஊன்றுதல்; நடுதல்; be fixed; to plant.

ஊதம்: (பெ): யானைக் கூட்டம்; herd of elephants.

ஊதல்: (பெ): குளிர்காற்று; ஊது கருவி; cold wind; toy-whistle.

ஊதா: (பெ): செம்மை கலந்த நீல நிறம்; violet colour.

ஊதிகை: (பெ): முல்லைக் கொடி; a kind of jasmine creeper.

ஊதிப்பார்த்தல்: (வி): மந்திரித்தல்; to chant by manthras.

ஊதிப்போடுதல்: (வி): எளிதில் தோற்கடித்தல்; to defeat easily.

ஊதிலி: (பெ): பாம்பாட்டியின் மகுடி; snake-charmer's pipe.

ஊது: (பெ): ஊதுகுழல்; வண்டு; a musical instrument; a bee; (வி): வாயால் ஊது; வீங்கு; to blow air by mouth; to swell.

ஊதுகட்டி: (பெ): தூய வெள்ளி; pure silver.

ஊதுகணை: (பெ): குழந்தைகளுக்கு உண்டாகும் நோய் வகை; a kind of disease of children.

ஊதுகாமாலை: (பெ): காமாலை நோய் வகை; a kind of jaundice.

ஊதுமந்தம்: (பெ): நோய்வகை; a kind of disease.

ஊதுமா: (பெ): பாயசம்; liquid pudding.

ஊதுமாங்கூழ்: (பெ): கூழ் உணவு வகை; a kind of pasty pudding.

ஊதுலை: (பெ): துருத்தியடுப்பு; blast furnace.

ஊதுலைக்குருகு: (பெ): துருத்தியடுப்புக் குழாய்; blast furnace pipe.

ஊதுவாரம்: (பெ): வெள்ளிக்கிழமை; Friday.

ஊத்தம்: (பெ): வீக்கம்; காயாக இருப்பவற்றை பழுக்க வைத்திட குழிதோண்டிப் புதைத்து வைத்தல்; swelling; burial of green unripe fruits to ripen.

ஊத்தை: (பெ): அழுக்கு; நாற்றம்; dirt; bad smell.

ஊமணச்சி: (பெ): அழகற்றவள்; குரூபி; ugly woman.

ஊமணை: (பெ): பேசுந்திறனற்றவன்; முட்டாள்; அழகற்றவன்; dumb man; idiot; ugly man.

ஊமணைச்சி: (பெ): அழகற்றவள்; ugly woman.

ஊமத்தை: (பெ): குழல் வடிவப் பூக்களையும், முட்கள் நிறைந்த உருண்டை வடிவக் காய்களையும் கொண்ட செடி; dhatura plant; thorn apple plant.

ஊமல்: (பெ): பனங்கொட்டையின் பாதி; half of the palmyra shell.

ஊமற்கச்சி: (பெ): உலர்ந்த பனங்கொட்டையின் பாதி; half of the dried palmyra shell.

ஊமற்கரி: (பெ): பனங்கொட்டைக்கரி; charcoal of palmyra shell.

ஊமைக்கட்டி: (பெ): பொன்னுக்கு வீங்கி; swelling on face.

ஊமையெழுத்து: (பெ): ஒலியற்ற எழுத்து; மெய்யெழுத்து; 'ஓம்' என்னும் பிரணவ மந்திரம்; soundless letter; consonant; 'Om', the principal manthra of Hindus.

ஊய்தல்: (வி): பதனழிதல்; to become over-ripe, as fruits.

ஊரக: (பெ.அ): கிராமப்புற; rural.

ஊரல்: (பெ): ஊர்வது; கிளிஞ்சல்; தினவு; that which crawls; shell; eczema.

ஊரன்: (பெ): சுந்தரமூர்த்தி நாயனார்; மருதநிலத் தலைவன்; Sundaramoorthi Nayanar, one of the four Samaya Kuravars; chief of the agricultural tract.

ஊரா: (பெ): பசு; cow.

ஊராட்சி: (பெ): கிராமத்துக்கான உள்ளாட்சி அமைப்பு; local self-government for a village; village panchayat.

ஊராட்சி ஒன்றியம்: (பெ): பல ஊராட்சி அமைப்புகளைக் கொண்டு அமைக்கப்பட்ட உள்ளாட்சி அமைப்பு; a Panchayat Union.

ஊராண்மை: (பெ): ஊரினை ஆளும் தன்மை; உபகாரி ஆகும் தன்மை; local influence in the village; generosity.

ஊராநற்றேர்: (பெ): ஆகாய விமானம்; aeroplane.

ஊரி: (பெ): புல்லுருவி; சங்கு; இளமை; மேகம்; நத்தை வகை; parasite plant; conch; youth; cloud; a kind of snail.

ஊரு: (பெ): தொடை; thigh.

ஊருகால்: (பெ): சங்கு; நத்தை; conch; snail.

ஊருசன்: (பெ): வைசியன்; merchant.

ஊருடை / ஊருடை மூலி / ஊருடை முதலியார்: (பெ): முருங்கை மரம்; drumstick tree; horse-radish tree.

ஊருணை: (பெ): புருவ மையம்; the mid of the two eye-brows.

ஊருத்தம்பம்: (பெ): ஒரு வகை வாத நோய்; a kind of disease - rheumatism.

ஊருத்தம்பை: (பெ): வாழை மரம்; plantain tree.

ஊருவாரக்கொடி: (பெ): வெள்ளரி; cucumber.

ஊரேறு: (பெ): பன்றி; பட்டி மாடு; pig; bull at large.

ஊரை: (பெ): மலை நெல்; a kind of paddy as grown on the hills.

ஊர்ச்சம்: (பெ): கார்த்திகை மாதம்; the Tamil month Kaarthigai.

ஊர்ச்சிதம்: (பெ): ஊர்ஜிதப்படுத்துதல்; பலப்படுத்தல்; ratification; confirmation.

ஊர்த்தல்: (வி): சொரிதல்; ஊற்றுதல்; to pour.

ஊர்த்துவ கதி: (பெ): மேல்நோக்கி நகர்தல்; vertical motion.

ஊர்த்துவ நடனம்: (பெ): சிவபெருமான் தன் ஒரு காலினை மேலுயர்த்தி ஆடும் நடனம்; the dance with one leg poised upward as Lord Shiva's.

ஊர்நேரிசை: (பெ): பிரபந்த வகை; a kind of Prabandha.

ஊழகம் / ஊழம்: (பெ): வைகறை; the day-break.

ஊழல்: (பெ): பணமோசடி செய்தல்; அழுக்கு; சேறு; அழுகிய நிலை; corruption; dirt; mud; decayed condition.

ஊழல் நாற்றம்: (பெ): துர்நாற்றம்; bad smell.

ஊழி: (பெ): பிரளய காலம்; வாழ்நாள்; யுகம்; உலகம்; விதி; முறைமை; time of universal deluge; life time; era; world; fate; regular order.

ஊழிக்காரம்: (பெ): பாதரசம்; mercury.

ஊழிக்கால்: (பெ): ஊழிக்காற்று; destructive wind that prevails at the end of the world.

ஊழியக்காரன்/ஊழியன்: (பெ): பணியாள்; servant.

ஊழியம்: *(பெ):* தொண்டு; service.

ஊழியான்: *(பெ):* கடவுள்; God; the Almighty.

ஊழிலை: *(பெ):* இலைச்சருகு; dried leaf.

ஊழில்: *(பெ):* சேறு; mud.

ஊழுறுதல்: *(வி):* குடைதல்; to scoop out.

ஊழை: *(பெ):* பித்தம்; bile.

ஊழைக்குருத்து: *(பெ):* துளசிப்பூண்டு; the holy basil.

ஊழ்: *(பெ):* பழம் வினை; பழமையானது; முதிர்வு; முடிவு; முறைமை; தடவை; சூரியன்; மலர்ச்சி; karma; that which is old; maturity; end; regulation; time; Sun; blossoming.

ஊழ்குதல்: *(வி):* எண்ணுதல்; தியானித்தல்; to think over; to meditate.

ஊழ்தல்: *(பெ):* முதிர்தல்; to mature.

ஊழ்த்தசை: *(பெ):* புலால்; meat; mutton.

ஊழ்த்தல்: *(பெ):* இறைச்சி; துர்நாற்றம்; நரகம்; பருவம்; முதிர்ச்சி; mutton; bad smell; hell; season; maturity.

ஊழ்துணை: *(பெ):* மனைவி; wife.

ஊழ்முதல்வன்: *(பெ):* கடவுள்; God.

ஊழ்மை: *(பெ):* முறைமை; regulation.

ஊழ்வினை: *(பெ):* பழவினை; the deed done by a soul in a former birth.

ஊளன்: *(பெ):* ஆண் நரி; நரி; jackal; fox.

ஊளி: *(பெ):* சத்தம்; பசி; sound; hunger.

ஊளை: *(பெ):* மிகுந்த வேதனையின் காரணமாக எழுப்பிடும் அழுகுரல் ஒலி; howl; cry of pain.

ஊறணி: *(பெ):* நீரூற்று; கசிவு நிலம்; சேற்று நிலம்; வருவாய்; வருவாய் வழிமுறைகள்; spring; moist land; wet marshy land; income; sources of income.

ஊறல்: *(பெ):* நீரூற்று; சாறு; வருவாய்; தோலின் மீது உண்டாகும் ஒரு வகை நோய்; spring; juice; income; a kind of skin disease.

ஊறு: *(பெ):* தொடு உணர்வு; இடையூறு; உடம்பு; கொலை; காயம்; வல்லூறு; நாசம்; sensation of touch; obstacle; body; murder; wound; royal falcon; ruin.

ஊறுகோள்: *(பெ):* புண்; கொலை; துன்பம்; காயம்; injury; murder; suffering; wound.

ஊறுசெய்தல்: *(வி):* தீங்கு செய்தல்; to hurt; to wound.

ஊறுபாடு: *(பெ):* துன்பம்; தடை; சேதம்; தீமை; காயம்; distress; obstacle; detriment; sin; wound.

ஊறை: *(பெ):* சவ்வரிசி; sago.

ஊற்காரம்: *(பெ):* கக்குதல்; vomitting.

ஊற்றங்கால்: *(பெ):* வயல், தோட்டம் போன்றவற்றில் நீர் வடியும்படி அமைக்கப்படும் கால்வாய்; drain.

ஊற்றம்: *(பெ):* வலிமை; ஊன்றுகோல்; புகழ்; மேம்பாடு; மனஎழுச்சி; கேடு; பழக்கம்; இடையூறு; தொடுவுணர்வு; அறிவு; strength; walking stick; fame; excellence; sensation; harm; manners; obstacle; touching sensation.

ஊற்றாங்குழல்: *(பெ):* புனல்; funnel.

ஊற்றாணி: *(பெ):* கலப்பை உறுப்பில் ஒன்று; part of plough share; plough pin.

ஊற்றால்: *(பெ):* புனல்; மீன்பிடிக்கும் கூடு; கோழி, குஞ்சுகளை அடைக்கும் கூடை; ரோகிணி நட்சத்திரம்; funnel; funnel-shaped fishing wicker basket; basket for covering hen, chicken, etc.; Rohini, one of the twenty-seven stars.

ஊற்றுக்கண்: *(பெ):* நிலத்தடியில் உள்ள நீரூற்றுத் துளை; கால்நடைகளின் கண்நோய்; orifice of a spring; eye disease of cattle.

ஊற்றுக்கால்: *(பெ):* நீரூற்றில் (அ) கிணற்றில் இருந்து பயிர்களுக்கு நீர் பாய்ச்சிட அமைக்கப்பட்ட வாய்க்கால்; the channel for irrigation issuing from a spring or a well.

ஊற்றுக்குழி: *(பெ):* நீரூற்றுக் கண்; fountain hole.

ஊற்றுண்ணுதல்: *(வி):* இறந்துபோதல்; சாதல்; to die.

ஊற்றுதல்: *(வி):* வார்த்தல்; to pour out.

ஊற்றுப்பூ: *(பெ):* தேங்காய்ப் பிண்ணாக்கு; coconut oil cake.

ஊனக்கண்: *(பெ):* குறைபாடுடைய கண்; குறைப் பார்வை; ஞானக்கண்ணுடன் ஒப்பிடுகையில் முகத்தில் இருக்கும் கண்; mortal eye; defective sight; the physical eyes as opposed to Gnanakkan or spiritual vision.

ஊனம்[1]: *(பெ):* குறைவு; குற்றம்; தீமை; அழிவு; பிணம்; பழி; இறைச்சி கொத்தும் கத்தி; deficiency; defect; fault; evil; ruin; destruction; corpse; slander; a large knife used to cut meat, etc.

ஊனாயம்: *(பெ):* தந்திரம்; விரகு; trick; cunning; cleverness.

ஊனீர்: *(பெ):* சீழ்; pus; secretion of body.

ஊனுருக்கி: *(பெ):* காசநோய்; tuberculosis.

ஊனேறி: *(பெ):* கர்ப்பம்; embryo; foetus.

ஊனொட்டி: *(பெ):* உடும்பின் இறைச்சி; meat of big lizard.

ஊன்கணார்: *(பெ):* அறிவற்ற மாந்தர்; idiots; ignorant people.

ஊன்செய் கோட்டம்: *(பெ):* உடம்பு; body.

ஊன் வினைஞர்: *(பெ):* கசாப்புக் கடைக்காரர்; meat seller.

ஊன்றி: *(பெ):* பாம்பு வகை; a kind of snake; *(வி.அ):* உற்று; உன்னிப்பாக; ஆழ்ந்து; கூர்ந்து; keenly; with rapt attention; deeply.

ஊன்றுகால்: *(பெ):* தாங்குகட்டை; stay prop.

ஊன்றுதல்: *(வி):* நிலைபெறுதல்; சென்று தங்குதல்; அமுக்குதல்; தீர்மானித்தல்; தாங்குதல்; be fixed; to stay in a place; to press down; to decide; to support.

எ

எஃகம்: *(பெ):* ஈட்டி; கூர்மை; ஆயுதம்; வேல்; சக்கரம்; வாள்; சூலம்; spear; sharpness; weapon; lance; wheel; sword; trident.

எஃகுச்செவி: *(பெ):* கூர்மையான காது; sharp ears.

எஃகுதல்: *(வி):* ஆராய்தல்; இளகுதல்; வளைத்தல்; ஏறுதல்; to search; to melt; to bend; to climb.

எஃகுப்படுதல்: *(வி):* இளகிய நிலையை அடைதல்; to attain melting stage.

எஃகுறுதல்: *(வி):* அறுக்கப்படுதல்; to be sawn through.

எஃது: *(வினா):* எது?; which?

எகடம்: *(பெ):* தென்னை மரம்; coconut tree.

எகனைன: *(பெ):* எதுகை; rhyme.

எகிறுதல்: *(வி):* துள்ளுதல்; தாவுதல்; அளவுக்கு மீறுதல்; bouncing of things; to leap; to go beyond the limit.

எகினப்பாகன்: *(பெ):* பிரம்மன்; Lord Brahma.

எகினம்: *(பெ):* அன்னப்பறவை; கவரிமான்; நாய்; நீர் நாய்; மரவகை; swan; a kind of deer which is said to give up its life if a single strand of its hair falls off; dog; otter; kind of tree.

எகினன்: *(பெ):* நாய்; பிரம்மன்; dog; Lord Brahma.

எகின்: *(பெ):* அன்னம்; நாய்; கவரிமான்; நீர்நாய்; swan; dog; a kind of deer which is said to give up its life if a single strand of its hair falls off; otter.

எகுன்று: *(பெ):* குன்றிக் கொடி; crab's eye creeper.

எக்கம்: *(பெ):* இசைக்கருவி வகை; தாளம்; பறை வகை; a musical instrument; cymbal; a kind of drum.

எக்கமத்தளி: *(பெ):* ஒருவகை முழவு; a kind of vessel-like drum.

எக்கர்: *(பெ):* மணற்குன்று; நுண்மணல்; இறுமாப்புடையவர்; sand-hill; fine sand; one who has haughtiness.

எக்கல்: *(பெ):* நுண்மணல்; நெருக்கம்; உள்ளிழுத்தல்; ஏறுதல்; குவித்தல்; சொரிதல்; பொருதல்; வயிற்றை உள்ளிழுத்தல்; fine sand; nearness; drawing in; climbing; heaping up; raining; fighting; drawing in of belly.

எக்களித்தல்: *(வி):* குதூகலித்தல்; குமட்டுதல்; be overjoyed; to retch from over-eating.

எக்களிப்பு: *(பெ):* குதூகலிப்பு; செருக்குடன் கூடிய களிப்பு; excessive joy; hilarity.

எக்கால்: *(வி.அ):* எப்பொழுது; when.

எக்கி: *(பெ):* பீச்சாங்குழல்; syringe.

எக்கியம்: *(பெ):* யாகம்; worship with sacred fire on an altar.

எக்கியோபவீதம்: *(பெ):* பூணூல்; sacred thread of three strands worn by brahmins.

எக்குதல்: *(வி):* குவிதல்; எட்டுதல்; மேலே செல்லுதல்; ஊடுருவுதல்; உள்ளிழுத்தல்; to pile up; to reach; to rise; to penetrate; to contract.

எங்கண்: *(வி.அ):* எவ்விடம்; at which place.

எங்கை: *(பெ):* என் தங்கை; my younger sister.

எசர்: *(பெ):* உலைநீர்; boiling water to cook rice.

எசுர்: *(பெ):* யஜுர் வேதம்; நான்கு வேதங்களுள் ஒன்று; Yajur veda; one of the four vedas.

எச்சம்: *(பெ):* மிச்சம்; பிறப்பிலே வரும் குறைவு; சந்ததி; வாசனைப்பொருள் வகை; தொக்கி நிற்பது; ஊனம்; remaining; the defect in birth; posterity; aromatic substance; being implicit; deficiency.

எச்சன்: *(பெ):* வேள்வியை நடத்துவோன்; அக்கினி; யாக தேவதை; திருமால்; the person who is doing the sacrifice; Agni, the God of fire; Vishnu as the Lord of the sacrifice.

எச்சிலன்: *(பெ):* பேராசைக்காரன்; கருமி; man of greed; avaricious person; miser.

எச்சிலார்: *(பெ):* கீழோர்; mean people.

எச்சிலிடுதல்: *(வி):* உண்ட இடத்தைத் தூய்மை செய்தல்; to clean the place where the food was eaten.

எச்சு: *(பெ):* மிகுதி; உயர்வு; abundance; elevation.

எச்சுதாயி: *(பெ):* உச்சத்தாயி (இசையில்); higher octave (in music).

எஞ்சலார்: *(பெ):* புதியவர்; strangers.

எஞ்சலித்தல்: *(வி):* குறைத்தல்; to decrease.

எஞ்சல்: *(பெ):* குறைபாடு; களங்கம்; அற்றுப்போன நிலை; default; blemish; extinction.

எஞ்சாத: *(பெ.அ):* குறையாத; undiminishing.

எஞ்சாமை: *(பெ):* முழுமை; குறையாமை; entirety; totality; state of being undiminished.

எஞ்ஞும்: *(பெ):* வேள்வி; sacrifice.

எஞ்ஞான்றும்: *(வி.அ):* எப்போதும்; always; ever.

எடாத: *(பெ.அ):* எடுக்காத; எடுக்கப்படாத; that is not taken; that ought not to be taken.

எடாத எடுப்பு: *(பெ):* தகாத செயல்; இறுமாப்புடைய செயல்பாடு; improper arrogance; presumptuous behaviour.

எடார்: *(பெ):* மைதானம்; open land.

எடுகூறு: *(பெ):* பாகப்பிரிவினை; partition (of shares).

எடு கூலி: *(பெ):* சுமை கூலி; porterage; hire for carrying a load.

எடுகோள்: *(பெ):* கருதுகோள்; hypothesis.

எடுத்தலளவை: *(பெ):* நிறுத்தலளவை; measurement of weight.

எடுத்தலோசை: *(பெ):* உயர்த்திக் கூறிடும் ஓசை; full toned voice.

எடுத்தல்: *(வி):* உயர்த்துதல்; சுமத்தல்; திரட்டுதல்; to raise; to carry; to gather together; to speak highly; to produce; to bring up; to be high; to invade; to hold up; to utter loudly; to select; to build; to be inflated; to be associated.

எடுத்தவடி: *(பெ):* சிவபெருமானின் கால் தூக்கிய நிலை; the raised foot of Lord Shiva.

எடுத்தளவு: *(பெ):* நிறை; ஒரு பண்டைய வரி வகை; weight; a kind of tax (in ancient period).

எடுத்தன்: *(பெ):* பொதிமாடு; pack ox.

எடுத்தாளுதல்: *(வி):* சிறப்புடன் கூறும் பொருட்டு மேற்கோளாக (அ) உதாரணமாகக் கையாளுதல்; to use for the purpose of effectiveness as an illustration.

எடுத்தியல் கிளவி: *(பெ):* சான்று; word cited as example; illustration.

எடுத்து: *(பெ):* சுமை; பொதி; burden; bundle.

எடுத்துக்கட்டி: *(பெ):* கைப்பிடிச் சுவர்; parapet; wall similar to railings on both the sides of a staircase, bridge, etc.

எடுத்துக்காட்டு உவமை: *(பெ):* உவமானம், உவமேயம் என்னும் இரண்டும் தனித்தனியே ஒவ்வொரு தொடராய் வரும் அணி; figure of speech in which description and illustration are cited as parallel statement of equal propriety.

எடுத்துக்காரர்: *(பெ):* பொதிமாட்டுக்காரர்; driver of pack animals.

எடுத்துக் கூட்டுதல்: *(பெ):* ஒழுங்குபடுத்துதல்; to regulate; to set in order.

எடுத்துக் கோள்: *(பெ):* மேற்கோள்; உதாரணம்; example; illustration.

எடுத்துச் செலவு: *(பெ):* படையெடுத்துச் செல்லுதல்; the act of invading; invasion.

எடுத்துதல்: *(வி):* வீசி எறிதல்; to throw up.

எடுத்து நிலை: *(பெ):* சென்றதை மீட்டு நிறுத்துகை; rehabilitation.

எடுத்துப் பேசுதல்: *(வி):* துதித்தல்; புகழ்ந்து பேசுதல்; to praise; to extol.

எடுத்தேத்து: *(வி):* புகழ்ந்து கூறு; to extol; to praise.

எடுபடல்: *(பெ):* நீக்கம்; ரத்து; cancellation; annulment.

எடுபடுதல்: *(வி):* நீக்கப்படுதல்; மேம்படுதல்; வரவேற்கப்படுதல்; விளைவை ஏற்படுத்துதல்; be cancelled; be omitted; to outshine; to gain acceptance; be effective (of words, speech, etc.).

எடுபாடு: *(பெ):* செல்வாக்கு; உயர்ச்சி; பகட்டு; நீக்கம்; ரத்து; influence; superiority; splendour; cancellation; annulment.

எடுப்பு: *(பெ):* உயர்வு; ஏற்றம்; இறுமாப்பு; நிந்தை; புதையல்; elevation; superiority; pride; vilification; buried treasure.

எடுப்புச்சாய்வு: *(பெ):* நன்மை, தீமை; merits and demerits.

எடுப்புதல்: *(வி):* பொழிதல்; எழும்புதல்; விழித்தெழுதல்; to rain; to rouse; to awaken.

எடுவுதல்: *(வி):* எடுத்தல்; to hold up.

எட்கசி: *(பெ):* எள் கலந்த உணவு; the food mixed with sesame.

எட்கிடை: *(பெ):* சிறு அளவு; எள்ளளவு; small measure; size of sesame.

எட்கை: *(பெ):* தென்னை மரம்; coconut tree.

எட்கோது: *(பெ):* எள்ளுக்காயின் தோல்; the outer cover of the sesame.

எட்சத்து: *(பெ):* நல்லெண்ணெய்; sesame oil.

எட்சாதம்: *(பெ):* எள்சேர்த்து சமைக்கப்பட்ட சாதம்; the rice cooked with sesame.

எட்சி: *(பெ):* உதயம்; எழுச்சி; raising; renaissance.

எட்டக்கரம்: (பெ): வைணவ எட்டெழுத்து மந்திரம்; the eight letter mantra of Vaishnavism.

எட்டம்: (பெ): நீளம்; தொலைவு; தூரம்; length; distance.

எட்டர்: (பெ): மங்கலப் பாடகர்; மூடர்; panegyrists of great men; idiots.

எட்டவிடுதல்: (வி): சென்றடைய விடுதல்; allow to reach.

எட்டன்: (பெ): அறிவற்றவன்; மூடன்; ignorant man; idiot.

எட்டன் மட்டன்: (பெ): தாள வகை; a kind of rhythm.

எட்டாக்கை: (பெ): தொலைவில் உள்ள இடம்; the place beyond to reach.

எட்டி: (பெ): வணிகருக்கான பட்டப்பெயர்; காஞ்சிரை மரம்; a title of distinction of the merchant class; strychnine tree; worm wood.

எட்டிகம்: (பெ): சிலந்தி; சீந்தில் கொடி; குருவி வகை; spider; a kind of medicinal creeper; a kind of sparrow.

எட்டிப்பூ: (பெ): எட்டிப் பட்டம் பெற்ற வணிகருக்கு அரசன் அளிக்கும் பொற்பூ; the golden flower which was given by the king to the merchant who had the title of 'எட்டி'.

எட்டினர்: (பெ): நண்பர்கள்; friends.

எட்டுச்சார்: (பெ): நான்கு சதுர வீடுகள் கொண்ட இரு வரிசை; the double row of four square houses.

எட்டுணை: (பெ): சிறிதளவு; எள்ளளவு; a little; as much as a sesame seed.

எட்டுத்தொகை: (பெ): நற்றிணை, குறுந்தொகை, அகநானூறு, புறநானூறு, ஐங்குறுநூறு, பதிற்றுப்பத்து, பரிபாடல் மற்றும் கலித்தொகை ஆகியவை; the eight anthologies of the sangam period, viz. Natrinai, Kurunthogai, Ahanaanooru, Puranaanooru, Ainguru-nooru, Pathitruppathu, Paripadal and Kalithogai.

எண்: (பெ): எண்ணம்; கணக்கிடுதல்; ஆலோசனை; அறிவு; மனம்; மதிப்பு; இலக்கம்; கணக்கு; எள்; திருமகள்; சோதிடம்; இலக்கியம்; வரையறை; தருக்கம்; மாற்று; மந்திரம்; thought; calculation; counsel; knowledge; mind; esteem; number; mathematics; sesame; Goddess Lakshmi; astronomy; literature; limit; logic; fineness of gold or silver; manthram.

எண் கணக்கு: (பெ): எண்களைப் பற்றிய கணக்கீட்டுக் கலை; Arithmetic.

எண்கிண் ஏற்றை: (பெ): ஆண் கரடி; male bear.

எண்கு: (பெ): கரடி; bear.

எண்குணத்தான்: (பெ): கடவுள்; சிவபெருமான்; God as possessor of eight attributes; Lord Shiva.

எண் சாண் கிடையாக: (வி.அ): நெற்றியிலிருந்து பாதம் வரை தரையில் படும்படியாக; in prostrate position.

எண்சுவடி: (பெ): பெருக்கல் போன்றவை அடங்கிய வாய்ப்பாட்டுப் புத்தகம்; book of multiplication tables.

எண் சோதிடம்: (பெ): பிறந்த தேதி, பெயருக்கான எண் மதிப்பு ஆகியவற்றைக் கூட்டி அதன் அடிப்படையில் ஒருவரின் குணநலன்கள், எதிர்காலப் பலன்கள் ஆகியவற்றைக் கணித்துக் கூறும் கலை; numerology.

எண்தோளன்/எண்டோளன்: (பெ): எட்டு தோள்களைக் கொண்ட சிவபெருமான்; the eight armed one, Lord Shiva.

எண்தோளி/எண்டோளி: (பெ): காளி; Goddess Kali.

எண்ணக்கரு: (பெ): (இலங்): கருத்தாக்கம்; concept.

எண்ணக்குறிப்பு: (பெ): நோக்கம்; motive; object; intention.

எண்ணத்தக்க: (பெ.அ): எண்ணிடத்தக்க; கருதத் தக்க; that can be counted; that can be considered.

எண்ணத் தவறு: (பெ): மதிகேடு; மதியாமை; ஏமாறுதல்; தவறான எண்ணம்; stupidity; be deceived; misapprehension.

எண்ணப்படுதல்: (வி): ஒவ்வொன்றாக எண்ணிடப் படுதல்; மதிக்கப்படுதல்; கணிக்கப்படுதல்; கருதப்படுதல்; be counted; be esteemed; be regarded; be considered.

எண்ணப்பிசகு: (பெ): தவறான எண்ணம்; misapprehension.

எண்ணமுடியாத: (பெ.அ): கணக்கிட முடியாத; கணக்கற்ற; uncounted; countless.

எண்ணம்: (பெ): நினைப்பு; நோக்கம்; மதிப்பு; இறுமாப்பு; நம்பிக்கை; சூழ்ச்சி; கருத்து; ஆலோசனை; கணிதம்; மனம்; thought; goal; respect; pride; faith; intrigue; idea; counsel; mathematics; mind.

எண்ணர்: (பெ): அமைச்சர்கள்; ministers.

எண்ணார்/எண்ணலர்: (பெ): பகைவர்; enemies.

எண்ணல்: (பெ): எண்ணுதல்; கணக்கிடுதல்; நினைத்தல்; counting; enumeration; bearing in mind; thinking.

எண்ணலளவை: (பெ): இலக்கத்தால் எண்ணும் அளவை; computation (number).

எண்ணவி: (பெ): நல்லெண்ணெய்; sesame oil.

எண்ணாதபடி: (வி.அ): எதிர்பாராதவாறு; எண்ணிட இயலாது; உடனடியாக; unexpectedly; unthinkingly; suddenly.

எண்ணாப் பிழை: (பெ): நினையாமைத் தவறு; unthinking mistake.

எண்ணாப்பு: (பெ): இறுமாப்பு; arrogance.

எண்ணார்: (பெ): பகைவர்; enemies.

எண்ணார்ந்த: (பெ.அ): எண்கள் சார்ந்த; belonging to numbers.

எண்ணியல்: (பெ): எண் சார்ந்த கணக்கியல்; arithmetic.

எண்ணி: (இ.சொ): வழக்கத்திற்கும் குறைந்த அளவில்; far below (the normally expected number).

எண்ணும்மை: (பெ): எண்ணும் பொருளில் வரும் உம்மை இடைச்சொல்; connective particle 'உம்' and that simply enumerates.

எண்ணுறுத்தல்: (வி): உறுதிப்படுத்துதல்; to confirm.

எண்ணூல்: (பெ): கணித நூல்; science of numbers.

எண்ணெய் மணி: (பெ): ஒருவகை அணிகலன்; a kind of ornament.

எண்ணேயம்: (பெ): நல்லெண்ணெய்; gingili oil.

எண்தோளன்: (பெ): எட்டு தோள்களையுடைய சிவபெருமான்; Lord Shiva.

எண்தோளி: (பெ): காளி; துர்க்கை; Goddess Kali; Durga, Goddess of Victory.

எண்படுதல்: (வி): அகப்படுதல்; வரிசைக் கிரமமாக அமைதல்; be included; be arranged serially.

எண்படுத்தல்: (வி): வரிசையாக அமைத்தல்; to arrange serially.

எண்பதம்: (பெ): தக்க காலம்; எண் வகை தானியம்; suitable period; eight kinds of grains.

எண்பா: (பெ): எளிய நடையுள்ள பாடல்; simple poem.

எண் பாவுதல்: (வி): எண்களை வரிசைப் படுத்திடல்; to arrange numbers.

எண்பித்தல்: (பெ): மெய்ப்பித்தல்; proof; (வி): to prove.

எண்பேராயம்: (பெ): அரசருக்கு உதவியாக இருந்திடும் எட்டு வகைத் துணைவர் குழு; the eight groups of attendants necessary for a monarch.

எண்பொருள்: (பெ): எளிதில் அறியும் பொருள்; simplicity of meaning.

எண்மானம்: (பெ): எண்களை எழுத்தால் எழுதுதல்; notation.

எண்மை: (பெ): எளிமை; simplicity.

எதளா: (பெ): புளிய மரம்; tamarind tree.

எதா: (வினா): எவ்வாறு?; எப்படி?; how?

எதாப்பிரகாரம்: (வி.அ): வழக்கம் போல; as usual.

எதி: (பெ): சன்னியாசி; ascetic.

எதிரெடுத்தல்: (வி): வாந்தியெடுத்தல்; கக்குதல்; to vomit.

எதிரேறு: (பெ): வலிமை; strength.

எதிர்: (பெ): முன்பு; எதிரிடை; கைம்மாறு; வருங்காலம்; முரண்; போர்; இலக்கு; front; contrariness; a return made out of gratitude; future; variance; battle; target.

எதிர் கழறுதல்: (வி): ஒத்திருத்தல்; to resemble.

எதிர்காலம்: (பெ): வருங்காலம்; future; the time to come.

எதிர்குதிர்: (பெ): பொருளின் முகப்புப் பக்கம்; obverse of a thing.

எதிர்கோண்: (பெ): குத்தெதிர் கோணம்; vertically opposite angle.

எதிர்க்களித்தல் / எதிர்க்கெடுத்தல்: (வி): குமட்டுதல்; to retch from over-eating.

எதிர்க்கை: (பெ): எதிர்ப்பு; opposition.

எதிர்சோழகம்: (பெ): தென்றல்; தெற்கில் இருந்து வீசிடும் காற்று; southern wind.

எதிர்ச்சி: (பெ): எதிர்க்கை; opposition.

எதிர்தல்: (வி): தோன்றுதல்; பெறுதல்; கொடுத்தல்; பொருத்தல்; சந்தித்தல்; to appear; to receive; to give; to rest on; to meet.

எதிர்பாடு: (பெ): நேரிடுதல்; எதிரிடை; happening; contrast.

எதிர்பார்ப்பு ஜாமீன்: (பெ): முன்கூட்டியே நீதிமன்றத்தில் விண்ணப்பித்துப் பெறப்படும் உத்தரவு; anticipatory bail.

எதிர் மலர்: (பெ): புதிய மலர்; blossomed flower.

எதிர்வாய்: (பெ): ஏரியின் முன்வாய்; the entrance channel of a lake.

எதிர்வினை: (பெ): எதிர்மறை வினை; opposite reaction.

எதிர்வு: (வி): எதிர்படுதல்; to come across.

எதுகை: (பெ): செய்யுள் வகையில் இரண்டாம் எழுத்து ஒன்றி வருவது; rhyme.

எத்தனம்: (பெ): முயற்சி; ஆயத்தம்; effort; state of readiness; preparation.

எத்தனி: (வி): முயற்சி செய்திடு; to make an effort.

எத்தாப்பு: (பெ): வேட்டி; ஆடை; Dhothi; garment; dress.

எத்தி: (பெ): ஏமாற்றுபவள்; மோசம் செய்பவள்; cunning woman; artful woman.

எத்து: (பெ): கடுஞ்சொல்லால் தாக்குதல்; ஏமாற்றுதல்; தவறான வழியில் செலுத்துதல்; வஞ்சித்தல்; inveighing; cheating; seducing; deceiving.

எத்துதல்: (வி): மோசம் செய்; ஆசைகாட்டு; கடுஞ்சொல் கூறு; வஞ்சித்திடு; to cheat; to lure; to inveigh; to deceive.

எத்துவாதம்: (பெ): ஏமாற்றுப் பேச்சு; quibbling in argument.

எந்திரக்காரன்: (பெ): சூத்திரக்காரன்; stage craftsman.

எந்திர நாழிகை: நீர்த்திவலைகளைப் பீச்சும் கருவி; the machine which throws out the water in sprays.

எந்திரம்: (பெ): மதிலுறுப்பு; தேர்ச்சக்கரம்; குலாலர் திரிகை; செக்கு; மந்திரச் சக்கரம்; திரிகல்; தானியம் அரைக்கும் பொறி; engine of destr uction in fortress; wheel of chariot; potter's wheel; oil press; mystical diagram; quern.

எந்திரன் / எந்திரி: (பெ): சூத்திரதாரி; the person who controls the puppet string; puppet man.

எந்து: (வினா.பெ.அ): என்ன; எப்படி; ஏன்; what; how; why.

எந்தை: (பெ): என் தந்தை; என் தலைவன்; என் தமையன்; my father; my chief; my elder brother.

எமதங்கி: (பெ): சமதக்கினி முனிவர்; பரசுராமனின் தந்தை; sage Jamathakkini, father of Parasurama.

எமநாகம்: (பெ): ஊமத்தை; ஓமம்; thorn apple; bishop's weed.

எமரங்கள்: (பெ): எம்மவர்கள்; எம் சுற்றத்தார்; our people; our relatives.

எமரன்: (பெ): நம்மவன்; யமன்; our man; Yama, the God of death.

எமி: (பெ): தனிமை; துணைவன்; solitude; companion.

எம்பரும்: (வி.அ): எவ்விடத்தும்; எல்லா இடத்திலும்; everywhere.

எம்பர்: (வினா.பெ): எவ்விடத்து; where? which place?

எம்பால்: (வி.அ): நம்முடன்; நம்முள்; with us; in us.

எம்பி: (பெ): என் தம்பி; my younger brother.

எம்பு: (வி): உயரத்தில் இருப்பதை எடுத்திட (அ) வேகமாகக் குதித்திட காலினை உந்தி உடம்பினை உயர்த்திடல்; துள்ளு; to stand on tiptoe; to leap up.

எம்புகம்: (பெ): நிலக்கடம்பு; a kind of tree.

எம்பெருமானார்: (பெ): இராமானுசர்; Saint Ramanuja.

எம்மனை: (பெ): எம் தாய்; our mother.

எம்மான்: (பெ): எம் தந்தை; எம் கடவுள்; எம் மகன்; our father; our God; our son.

எம்முன்: (பெ): என் தமையன்; my elder brother.

எம்மை: (பெ): எப்பிறப்பு; எவ்வுலகு; எம் தலைவன்; which birth; which world; our Lord.

எம்மோன்: (பெ): எம் தலைவன்; our Lord.

எயில்: (பெ): மதில்; நகரம்; ஊர்; fortress; fortification; city; town.

எயிறலைத்தல்: (வி): பற்களைக் கடித்தல்; to gnash the teeth.

எயிறலைப்பு: (பெ): பற்களைக் கடிப்பது; gnashing of teeth.

எயிறு: (பெ): பல்; ஈறு; தந்தம்; tooth; gum; tusk of the elephant.

எயிறு தின்றல்: (வி): பற்களைக் கடித்தல்; to gnash the teeth.

எயிற்கோட்டம்: (பெ): தொண்டை நாடு; தற்போதைய சென்னை, செங்கல்பட்டு, ஆற்காடு ஆகிய பகுதிகள் அடங்கிய பகுதி; Thondainaadu, an ancient division of Tamilnadu or the combined area of Chennai, Chengalpat and Arcot.

எயிற்றம்பு: (பெ): அலகம்பு; a kind of arrow.

எயிற்றி: (பெ): வேடுவப் பெண்; பாலை நிலப் பெண்; huntress; woman who belongs to Palai or desert.

எயினன்: (பெ): வேடன்; hunter.

எயின்: (பெ): பாலை நிலத்து வேடுவ குலம்; hunting tribe of the desert tract.

எயின் சேரி: (பெ): வேடுவர் ஊர்; hamlet of hunters.

எய்: (பெ): முள்ளம் பன்றி; அம்பு; porcupine; arrow; (வி): அம்பு செலுத்து; to shoot an arrow.

எய்த: (வி.அ): நன்றாக; நிரம்ப; satisfactorily; fully.

எய்தல்: (வி): அணுகுதல்; அடைதல்; அம்பு செலுத்துதல்; to approach; to reach; to shoot an arrow; to get; to come into existence.

எய்துதல்: (வி): அணுகுதல்; அடைதல்; நிகழ்தல்; பொருந்துதல்; பயன் நுகர்தல்; பணிதல்; நீங்குதல்; to approach; to reach; to happen; be suitable; to enjoy the benefit; to revere; to leave.

எய்த்தல்: (வி): இளைத்தல்; குறைவடைதல்; அறிதல்; வறுமையடைதல்; ஓய்தல்; மெய் வருத்துதல்; to grow weary; to decrease; to know; to understand; to become poor; to rest; to cause pain.

எய்ப்பாடி: *(பெ):* வேடுவர் கிராமம்; hunters' hamlet.

எய்ப்பு: *(பெ):* இளைப்பு; தளர்ச்சி; வறுமைக் காலம்; weariness; languor; time of adversity.

எய்ப்போத்து: *(பெ):* ஆண் முள்ளம்பன்றி; male porcupine.

எய்யாமை: *(பெ):* அறியாமை; அம்பு செலுத்தாமை; ignorance; not shooting.

எரங்காடு: *(பெ):* பாழ்நிலம்; barren land.

எரி: *(பெ):* நெருப்பு; வேள்வித் தீ; ஒளி; பிரகாசம்; அக்கினி தேவன்; கந்தகம்; நரகம்; வால் நட்சத்திர வகை; ஆனி மாதம்; தீக்கடைக் கோல்; fire; sacrificial fire; light; brightness; Agni, the God of fire; sulphur; primstone; hell; a kind of comet; the Tamil month - Aani (June - July); fire drill; *(வி):* தீ சுவாலையுடன் மேலெழும்புதல்; ஒளிர்ந்திடுதல்; பொறாமை கொள்; சினங்கொள்; to burn; to glow; to grudge; to resent.

எரி கரும்பு: *(பெ):* விறகு; firewood.

எரிகாசு: *(பெ):* காசுக்கட்டி; a kind of perfuming ingredient.

எரிகாலி: *(பெ):* காட்டாமணக்கு; common physic nut.

எரிகுஞ்சி: *(பெ):* செம்மயிர்; red hair of demons.

எரிகுடலன்: *(பெ):* அதிகப்படியான பசி உடையவன்; one who has excessive hunger.

எரி குட்டம்: *(பெ):* குட்ட நோய் வகை; a kind of leprosy.

எரி குன்மம்: *(பெ):* குன்ம நோய் வகை; a kind of disease - chronic dyspepsia.

எரிகொள்ளி: *(பெ):* கொள்ளிக்கட்டை; fire-brand.

எரிக்கொடி: *(பெ):* நெருப்புக் கொழுந்து; முடக்கொற்றான்; tongue of fire; blaze; flame; a kind of herb/creeper.

எரிசக்தி: *(பெ):* மண்ணெண்ணெய், நிலக்கரி போன்றபொருட்களை எரிப்பதால் உண்டாகும் சக்தி; heat energy obtained by burning fossil fuel.

எரிசனம்: *(பெ):* நரகர்; inhabitants of the infernal region.

எரிசாராயம்: *(பெ):* எளிதாகத் தீப்பற்றும் தன்மையுடையதும், ஆவியாகிடக்கூடியதுமான திரவ நிலையில் உள்ள எரிபொருள்; spirit.

எரிசாலை: *(பெ):* மருந்துப்பூண்டு வகை; a herb.

எரிசுடர்: *(பெ):* எரியும் நெருப்பு; தீ; burning flame; fire.

எரிசோடா: *(பெ):* பெரும்பாலும் துணிகளைச் சலவை செய்திடப் பயன்படுவதும், அரிப்புத் தன்மை கொண்டதுமான ஒரு வகை உப்பு; caustic soda; sodium carbonate.

எரிச்சல்: *(பெ):* எரிவு; அழற்சி; சினம்; பொறாமை; வெறுப்பு; பெருங்காயம்; இதயம்; burning sensation; pungency; anger; envy; malice; hate; asafoetida; heart.

எரிதல்: *(வி):* ஒளிவிடுதல்; சினத்தல்; பொறாமை கொள்ளுதல்; துயரம் அடைதல்; to glow; to shine; be angry; be jealous; to grieve.

எரித்தல்: *(வி):* தீக்கிரையாக்குதல்; விளக்கு போன்றவற்றை ஒளிரச் செய்தல்; சுடுதல்; தகித்தல்; to let something be consumed by fire; to lit a lamp, torch, etc.; to burn; to scorch.

எரிபடுவன்: *(பெ):* எரி புண்; burning ulcer.

எரி பித்தம்: *(பெ):* நோய்வகை; a kind of disease giving burning sensation in eyes and limbs.

எரிபுழு: *(பெ):* கம்பளிப் பூச்சி; caterpillar.

எரி பொத்துதல்: *(வி):* நெருப்பு மூட்டுதல்; to set fire.

எரிபொழுது: *(பெ):* மாலை வேளை; செவ்வானப் பொழுது; evening; rosy sunset.

எரிப்பு: *(பெ):* எரிக்கை; பொறாமை; கார்ப்புச் சுவை; burning; envy; pungency.

எரிபுரம்: *(பெ):* நரகம்; fiery hell.

எரிமணி: *(பெ):* மாணிக்கம்; ஒளி வீசிடும் மணி; carbuncle; dazzling gem.

எரி மருந்து: *(பெ):* நெருப்பில் இட்டு எரித்துத் தயாரிக்கும் மருந்து; medicine prepared in fire.

எரி மலர்: *(பெ):* செந்தாமரை; முருக்க மலர்; red lotus; the flower of Bengal Kino tree.

எரிமீன்: *(பெ):* எரி நட்சத்திரம்; meteor.

எரிமுகம்: *(பெ):* சிவந்த முகம்; red face.

எரியல்: *(பெ):* எரிவு; எரிதல்; ஒளிவிடுதல்; burning; glowing; dazzling.

எரியாடி: *(பெ):* சிவபெருமான்; Lord Shiva.

எரியோம்பல்: *(பெ):* வேள்வி செய்தல்; tending sacrifice fire.

எரியோன்: *(பெ):* அக்கினி தேவன்; Agni, the God of fire.

எரிவட்டம்: *(பெ):* நரகத்தில் உள்ள நெருப்புக் குழி; fire pit of hell.

எரி வண்டு: *(பெ):* வண்டு வகை; a kind of beetle.

எரிவந்தம்: *(பெ):* எரிச்சல்; கோபம்; burning sensation; anger.

எரி விழி: *(பெ):* சினந்து நோக்கும் பார்வை; burning look.

எரிவு: *(பெ):* எரிதல்; பொறாமை; உடல் எரிச்சல்; சினம்; burning; envy; burning sensation; anger.

எருக்குதல்: *(வி):* வருத்துதல்; அடித்தல்; வெட்டுதல்; தாக்குதல்; அழித்தல்; கொல்லுதல்; to cause pain; to beat; to cut; to strike; to destroy; to kill.

எருச்சாட்டி: *(பெ):* வளமையுடன் முன்னமேயே இருப்பதால் நடைமுறை சாகுபடிக்கு எருவிடாத நிலம்; the land not manured during the current year, having been enriched previously.

எருத்தம்: *(பெ):* கழுத்து; பின் கழுத்து; பிடரி; neck; back of the neck; nape.

எருத்துப் புரை: *(பெ):* மாட்டுக் கொட்டில்; cattle shed; stable.

எருத்து மாடு: *(பெ):* காளை; எருது; பொதிமாடு; young bullock; bull; ox; pack-bull.

எடுத்துவாலன்: *(பெ):* கோரைக்கிழங்கு; நீண்ட வாலுள்ள குருவி; bulb of bulrushes; a small bird which has a long tail.

எருந்தி: *(பெ):* கிளிஞ்சல்; shell; oyster.

எருந்து: *(பெ):* உரல்; mortar.

எருமைக் கப்பல்: *(பெ):* புகையிலை வகை; a kind of tobacco.

எருமைத் தக்காளி: *(பெ):* சீமைத்தக்காளி; a kind of tomato.

எருமை நாக்கு: *(பெ):* ஒரு வகை மீன்; a kind of fish.

எருமை முன்னை: *(பெ):* முன்னை மர வகை; a kind of tree.

எருவை: *(பெ):* செம்பு; கழுகு; கழுதை; copper; eagle; donkey.

எலித்துருமம்: *(பெ):* தான்றி மரம்; a kind of tree.

எலிப்பாகம்: *(பெ):* காட்டாமணக்கு; common physic nut.

எலிப்பாலை: *(பெ):* ஒருவகைக் காட்டுப் புதர்; a kind of wild bush.

எலிப்பிடுக்கன்: *(பெ):* ஒருவகைப் பூண்டு; a kind of herb.

எலியொட்டி: *(பெ):* ஒரு வகைப் புல்; a kind of grass.

எலியோட்டி: *(பெ):* குருக்குப் பூண்டு; a kind of herb.

எலி வாணம்: *(பெ):* வாண வகை; a kind of fire-work.

எலு: *(பெ):* கரடி; தோழமை; bear; companionship.

எலும்பிலி: *(பெ):* புழு; ஒரு மரவகை; worm; a kind of tree.

எலும்புருக்கி: *(பெ):* உடம்பை இளைக்கச் செய்யும் காச நோய்; மரவகை; ஒருவகைப்பூண்டு; tuberculosis; a kind of tree; a herb.

எலும்பூறல்: *(பெ):* இயற்கையாகவே இணைந்திடும் முறிபட்ட எலும்பு; natural joining of broken bone.

எலுவ / எலுவன்: *(பெ):* தோழன்; நண்பன்; companion; friend.

எல்: *(பெ):* ஒளி; சூரியன்; வெயில்; பகல்; இரவு; நாள்; பெருமை; இகழ்ச்சி; light; Sun; sunshine; day-time; night; day; greatness; vilification.

எல்லப்பன்: *(பெ):* சூரியன்; the Sun.

எல்லம்: *(பெ):* இஞ்சி; ginger.

எல்லரி: *(பெ):* கைமணி; சல்லி என்னும் வாத்தியம்; hand bell of the shape of round plate; a large kind of cymbal.

எல்லவரும்: *(பெ):* எல்லோரும்; all.

எல்லி: *(பெ):* சூரியன்; பகல்; இரவு; இருள்; the Sun; day-time; night; darkness.

எல்லிநாதன் / எல்லிநாயகன் / எல்லிப்பகை: *(பெ):* சூரியன்; சந்திரன்; the Sun; the Moon.

எல்லிமனை: *(பெ):* சூரியனின் மனைவி; தாமரை; the Sun's wife or consort; lotus.

எல்லியறிவான்: *(பெ):* சேவற்கோழி; the cock.

எல்லியன்: *(பெ):* சந்திரன்; the Moon.

எல்லவன்/எல்லினான்: *(பெ):* சூரியன்; the Sun.

எல்லு: *(பெ):* எலும்பு; சூரியன்; bone; the Sun.

எல்லுதல்: *(வி):* ஒளி மங்குதல்; to dim.

எல்லேமும்: *(பெ):* நாம் எல்லோரும்; all of us.

எல்லைத் தீ: *(பெ):* ஊழித் தீ; வடவைத் தீ; cosmic fire.

எல்லைமால்: *(பெ):* நான்கு எல்லை; four boundaries.

எல்லைமானம்: *(பெ):* அளவு; எல்லை; bounds.

எல்வளி: *(பெ):* பெருங்காற்று; furious wind.

எவட்சாரம்: *(பெ):* வெடியுப்பு; saltpetre; nitre.

எவ்வம்: *(பெ):* துன்பம்; குற்றம்; இழிவு; மானம்; வெறுப்பு; இளிவரவு; தீரா நோய்; தனிமை; distress; fault; vilification; meanness; self-respect; dislike; emotion of disgust; incurable disease; loneliness.

எவ்வை: *(பெ):* என் தங்கை; கவலை; my younger sister; worry.

எவ்வி: *(பெ):* தலைவன்; protagonist.

எழவாங்குதல்: *(வி):* வெகுதொலைவுக்குப் போதல்; to go far away.

எழாநிலை: *(பெ):* யானை கட்டும் கூடம்; elephant's stable.

எழால்: *(பெ):* புல்லுரு என்னும் பறவை; மிடற்று ஓசை; a kind of bird; throat-sound.

எழிலி: *(பெ):* மேகம்; cloud.

எழிலிய: *(பெ.அ):* அழகிய; கண்ணுக்கினிய; beautiful; comely..

எழினி: *(பெ):* இடுதிரை; திரைச்சீலை; உறை; கடையேழு வள்ளல்களில் ஒருவர்; curtain; screen; cover; one of the ancient seven philanthropists.

எழு: *(பெ):* தூண்; உலோக வகை; ஆயுத வகை; மர வகை; எறிகணை (பூமராங்); எண் ஏழு; pillar; kind of metal; kind of weapon; kind of tree; boomarang; number seven; *(வி):* எழுந்திருத்தல்; to get up.

எழுகடல்: *(பெ):* ஏழு கடல்கள்; the seven seas.

எழுகளம்: *(பெ):* போர்க்களம்; battle field.

எழுகூற்றிருக்கை: *(பெ):* ஒன்று முதல் ஏழு வரையில் எண்கள் ஒவ்வொன்றாக ஏறியும், இறங்கியும் வருமாறு கூறப்படும் கவி வகை; a kind of artificial poem with a rising and falling line and letter patterns suggesting a pyramid of seven steps.

எழுக்கிளர்: *(பெ.அ):* மேல் உயர்ந்த; தூணைப் போன்ற; rising high; like a pillar.

எழுச்சி: *(பெ):* முயற்சி; ஊக்கம்; புறப்பாடு; கண்ணோய் வகை; effort; spirit; starting; a kind of eye disease.

எழுச்சியிலை: *(பெ):* கண்ணோய்க்கான மருந்து இலை; the medicinal leaf for eye disease.

எழுஞாயிறு: *(பெ):* சூரியோதயம்; ஒரு வகை தலைவலி; rising Sun; a kind of head ache.

எழுதகம்: *(பெ):* வேலைப்பாட்டுடன் கூடிய தூண்பீடம்; ornamental stone base for a pillar.

எழுதாக்கிளவி: *(பெ):* வேதம்; veda.

எழுத்ததிகாரம் / எழுத்தியல்: *(பெ):* எழுத்திலக்கணம் கூறும் பகுதி; orthography.

எழுத்தாணிக்குருவி: *(பெ):* மரங் கொத்திக் குருவி; wood-pecker.

எழுத்தின் கிழத்தி: *(பெ):* கலைமகள்; Saraswathi, Goddess of arts and learning.

எழுத்து மடக்கு: *(பெ):* சொல்லணி மடக்கு வகை; ஓரெழுத்தையே மீண்டும் மடக்கிக் கூறுதல்; repetition of letters (in artificial poetry).

எழுத்து மறை வேளை: *(பெ):* மாலைப்பொழுது; evening.

எழுநா: *(பெ):* ஏழு நாக்கு; ஏழு நாக்குகளை உடைய அக்கினி; நெருப்பு; கொடிவேலி; seven tongues; Agni, who has seven tongues; fire; Kodiveli, a herbal creeper.

எழுநாமித்திரன்: *(பெ):* காற்று; wind.

எழுநிலை: *(பெ.அ):* ஏழு மாடங்களைக் கொண்ட; having seven storeys.

எழுபவம்: *(பெ):* ஏழு வகைப் பிறவி; seven kinds of births.

எழுபோது: *(பெ):* விடியற்காலம்; உதய காலம்; the daybreak.

எழுப்பம்: *(பெ):* எழும்புகை; எழுகை; உயர்வு; உயர்ச்சி; rising; eminence; excellence.

எழு மீன்கள்: *(பெ):* ஏழு நட்சத்திரங்கள்; சப்தரிஷி மண்டலம்; seven stars; Ursa Major or the Great Bear.

எழுமான் / எழுமான் புலி: *(பெ):* ஒரு செடி வகை; a kind of plant.

எழுமுகனை: *(பெ):* ஆரம்பம்; the beginning.

எழுமுடி மாலை: *(பெ):* தலையாலங்கானப் போரில்வெற்றிபெற்றபாண்டியன்நெடுஞ்செழியன் அணிந்த ஏழுமணிமுடிகளைக் கொண்ட மாலை; garland fashioned of seven crowns of kings owned by victorious king Pandiyan Nedunchezhiyan at Thalaiyaa-langaanam.

எழுமை: *(பெ):* ஏழு வகைப் பிறப்புகள்; ஏழு முறை கொள்ளும் பிறப்பு; உயர்ச்சி; seven kinds of births; seven successive births; height.

எழுவரைக்கூடி: *(பெ):* ஒருவகைப் பாஷாணம்; a kind of arsenic.

எழுவாய்[1]: *(பெ):* தொடக்கம்; முதல்; உற்பத்தி; கர்த்தா; beginning; the first; generation; origin.

எழுவாய்[2]: *(பெ):* (இலக்): ஒரு வாக்கியத்தின் பயனிலையாக உள்ள வினைச்சொல் சுட்டும் செயலைச் செய்யும் (அ) அனுபவிக்கும் ஒருவர் (அ) ஒன்று; subject.

எழுவாய் எழுஞ்சனி: *(பெ):* மகநாள்; tenth lunar mansion.

எழுவான்: *(பெ):* கிழக்கு; கீழ்வானம்; east; eastern sky.

எழுவுதல்: *(வி):* எழுப்புதல்; ஓசை உண்டாக்குதல்; to arouse; to make sound.

எளிஞர்: *(பெ):* எளியவர்; வறியவர்; destitute; poor.

எளிதரவு: *(பெ):* வறுமை; தாழ்மை; poverty; lowness.

எளிதல்: *(வி):* எளிமையடைதல்; to become feeble.

எளிது படுதல்: *(வி):* சுலபமாகுதல்; எளிதாகுதல்; to become easy.

எளித்தல்: *(வி):* தாழ்த்திக் கூறுதல்; to disparage.

எளியன்/எளியவன்: *(பெ):* வறியவன்; தாழ்மையானவன்; poor man; humble man.

எளிவரல்: *(பெ):* எளிய வழிகள்; simple ways.

எளிவருதல்: (வி): இலகுவாதல்; எளிதாகக் கிடைத்தல்; இழிவடைதல்; to make ease to get easily; to retrograde.

எளிவு: (பெ): சுலபம்; எளிவரல்; something not difficult; easy; simple ways.

எள்ளல்/எள்குதல்/எள்ளுதல்: (வி): இகழ்தல்; நிந்தித்தல்; ஏய்த்தல்; தயங்குதல்; to despise; to reproach; to deceive; to hesitate.

எள்ளற்பாடு: (பெ): இகழ்ச்சி; நிந்தனை; நகைப்பு; ஏளனம்; கேலி; scorn; reproach; derision.

எள்ளுநர்: (பெ): இகழ்நர்; those who are scorning others.

எள்ளுரை: (பெ): இகழ்ச்சியுரை; disparaging speech.

எள்ளோரை: (பெ): எள்ளுச்சோறு; the rice prepared with fried sesame seeds.

எறட்டுதல்: (வி): பரவச் செய்தல்; to radiate.

எறிதல்/எறி: (வி): குத்து; தள்ளு; அறை; வெட்டு; வீசு; உதை; to stab; to push; to slap; to cut; to throw; to kick.

எறிகாலி: (பெ): உதைக்கும் பசு; the cow which kicks.

எறிகால்: (பெ): பெருங்காற்று; fierce wind.

எறித்தல்: (வி): ஒளிவீசுதல்; பரத்தல்; உறைத்தல்; தைத்தல்; to glow; to spread; to rebuke; to pierce the mind.

எறிபடை: (பெ): வேல்; ஈட்டி; எறியக் கூடிய ஓர் ஆயுதம்; ஏவுகணை; lance; spear; dart; missile.

எறிபுலம்: (பெ): அறுவடைக்குப் பின் சுட்ட நிலம்; the burnt land after harvest.

எறிப்பு: (பெ): காந்தி; பளபளப்பு; சுடுவெயில்; lustre; glitter; hot Sun.

எறி மணி: (பெ): ஒளிவீசும் பிரகாசமான மணி; சேகண்டி; lustrous gem; a kind of bell which is normally used during funeral.

எறியம்மை: (பெ): சின்னம்மை; chicken pox; measles.

எறியல்: (பெ): கோடரி; axe.

எறியுப்பு: (பெ): கல்லுப்பு; rock salt.

எறி வளையம்: (பெ): எறிந்து விளையாடும் வட்டமான கனத்த ஒரு வகைத் தட்டு; சக்கராயுதம்; discus; flying wheel, a weapon of Lord Vishnu.

எறும்பி: (பெ): எறும்பு; யானை; ant; elephant.

எறுழம்: (பெ): எறுழ் மரம்; a kind of tree.

எறுழ்: (பெ): வலிமை; தண்டாயுதம்; தடி; தூண்; செந்நிறப்பூவுடைய குறிஞ்சி நிலத்து மரம்; strength; the club used as weapon; stick; pillar; a hilly tract tree which has red coloured flowers.

எறுழ் வலி: (பெ): மிகுந்த வலிமை; மிகுந்த வலிமையுடையவன்; great strength; mighty man.

எற்செய்வான்: (பெ): சூரியன்; the Sun.

எற்படுதல்/ஏற்படை: (வி): சூரியன் மறைதல்; to set as of the Sun.

எற்படு வேளை: (பெ): சூரியன் மறையும் வேளை; the time of sun-set.

எற்பாடு: (பெ): சூரிய உதயம்; காலை; பிற்பகல்; Sunrise; morning; afternoon.

எற்பு: (பெ): என்பு; எலும்பு; bone.

எற்புச்சட்டகம்: (பெ): உடம்பு; body.

எற்றம்: (பெ): ஒன்றினைப் பற்றிய முடிவு; சங்கற்பம்; decision; determination.

எற்றல் மரம்: (பெ): நீரிறைக்கும் ஏற்றம்; tripod stand for irrigation basket.

எற்றற் பட்டை: (பெ): இறை கூடை; irrigation basket.

எற்று: (பெ): எற்றுதல்; தள்ளுதல்; தாக்குதல்; மோதுதல்; kicking; pushing; attacking; hitting; (வி.பெ.அ): எத்தன்மையது? of what kind.

எற்று நூல்: (பெ): பலகைகளை அறுக்க அடையாளம் காட்டும் நூல்; carpenter's line, for marking boards.

எற்றைக்கும்: (வி.அ): எப்பொழுதும்; எந்நாளும்; always; in all days; forever.

எற்றை நாள்: (வி.பெ.அ): எந்த நாள்; எப்பொழுது; which day; when.

எற்றோகரம்: (பெ): சூரியோதயம்; sunrise.

எனையவர்: (வினா.பெ): எத்தனை பேர்; how many persons.

என்கை (பெ): என்று சொல்லுகை; saying thus; telling so.

என்பிலி: (பெ): எலும்பில்லாத உயிரி; புழு; boneless living being; worm.

என்பு: (பெ): எலும்பு; உடல்; புல்; bone; body; grass.

என்றவன்: (பெ): சூரியன்; the Sun.

என்னதும்: (வி.அ): சிறிதும்; even a little.

என்னர்: (பெ): யாவர்; who; (வி.அ): சிறிதும்; even a little.

என்னவர்: (பெ): என் கணவர்; என்னைச் சேர்ந்தவர்கள்; my husband; people belonging to me.

என்னை: (பெ): என் தந்தை; என் தாய்; என் தலைவன்; என் இறைவன்; என் தமையன்; யாது; என்ன; my father; my mother; my master; my God; my elder brother; what; (பெ.அ): என்னுடைய; my.

ஏ

ஏ^2:(இ.சொ): எச்சொல்லோடு சேர்க்கப்படுகிறதோ அச்சொல் குறிப்பிடும் நபர், செயல், பொருள் ஆகியவற்றைத் தவிர வேறு எதுவும் உணர்த்தப் படவில்லை என்பதைத் தெளிவுபடுத்திப் பயன்படுத்தப்படுவது; a particle that serves to pinpoint or focus sharply on the referent of the word to which it is added.

ஏ^3: (பெ): எய்தல்; அடுக்கு; மேல்நோக்குதல்; பெருக்கம்; இறுமாப்பு; அம்பு; shooting as arrow; pile; looking upwards; increase; pride; arrow.

ஏகசகடு: (பெ): மொத்தம்; சராசரி; total; average.

ஏகசமமான: (பெ.அ): ஒரே மாதிரியான; uniform.

ஏகசரம்: (பெ): காண்டாமிருகம்; rhinoceros.

ஏகசாதன்: (பெ): உடன் பிறந்தவன்; brother.

ஏகசிருங்கம்: (பெ): ஒற்றைக் கொம்புடைய காண்டாமிருகம்; rhinoceros which has only one horn.

ஏக சுபாவம்: (பெ): ஒத்த தன்மை; uniformity (of disposition).

ஏகச் சக்கராதிபதி: (பெ): அரசன்; கடவுள்; king; God.

ஏகதந்தன்: (பெ): விநாயகர்; Lord Ganapathy.

ஏகபத்தினி விரதம்/ஏகதார விரதம்: (பெ): மனைவியைத் தவிர வேறு பெண்ணை விரும்புவதில்லைஎன எடுத்துக்கொள்ளும் உறுதி; a vow to remain faithful to one's wife.

ஏகதார்: (பெ): ஒற்றை நரம்புடைய வாத்தியம்; a musical instrument.

ஏகதாறாக: (வி.அ): ஏகமாக; அதிகமாக; exorbitantly.

ஏகதாளம்: (பெ): ஏழு தாளங்களுள் ஒன்று; one of the seven time-beats in music.

ஏகதேசமாக: (வி.அ): உத்தேசமாக; approximately.

ஏகதேச உருவகம்: (பெ): இரு பொருள்களுள் ஒன்றை உருவகித்தும், இயைபுடைய பிறிதொன்றை உருவகிக்காமலும் உரைத்திடும் அணி வகை; metaphor with a small part wanting for full cogency.

ஏக தேவன்: (பெ): ஒரே கடவுள்; one God.

ஏகத்துவம்: (பெ): ஒன்றாயிருக்கும் தன்மை; oneness.

ஏகத்தொகை: (பெ): பெருந்தொகை; முழுத் தொகை; மொத்தத் தொகை; great amount; whole amount; total amount.

ஏகநாதன்: (பெ): கடவுள்; இறைவன்; God; deity.

ஏக பத்திரிகை: (பெ): வெண் துளசி; a kind of sacred basil.

ஏகபந்தனம்: (பெ): ஒன்றிப்பு; union.

ஏகபாதம்: (பெ): ஒருவகை சித்திரக்கவி; ஒரு கால்; ஓர் இருக்கை; ஒற்றைக் கால் உயிரி; a kind of metrical composition fitted into fanciful figures; a leg; a seat; the living being which has only one leg.

ஏகபாவம்: (பெ): ஒரே தன்மை; ஒரே எண்ணம்; unanimity; unanimity in feeling, thought, etc.

ஏகபிங்கலன்: (பெ): ஒற்றைக் கண்ணை உடைய குபேரன்; Kubera who has one eye.

ஏகபுத்திரன்: (பெ): ஒரே மகன்; the only one son.

ஏகப்பசலி: (பெ): ஒருபோக நிலம்; single crop land.

ஏகப்பிரளயம்: (பெ): பெருவெள்ளம்; torrent.

ஏகம்: (பெ): ஒன்று; மிகுதி; தனிமை; திப்பிலி; வெண்கலம்; மொத்தம்; வீடு; ஒப்பற்றது; one; excess; loneliness; long pepper; bronze; total; house; that which is unique.

ஏகம்பம்/ஏகாம்பரம்: (பெ): ஏகாம்பரநாதர் திருக்கோயில், காஞ்சிபுரம்; Eakaambareswarar Temple at Kanchipuram.

ஏகராசி: (பெ): அமாவாசை; New Moon.

ஏகரூபன்: (பெ): கடவுள்; இறைவன்; God; deity.

ஏகலபுச்சன்: (பெ): பைத்தியக்காரன்; mad-man.

ஏகல்: (பெ): கடத்தல்; போதல்; ஓங்கியிருக்கும் பாறைகள்; உயர்ச்சி; crossing; going; huge rocks; height.

ஏகவடம்: (பெ): ஒற்றைவடம்; single chain.

ஏகவெளி: (பெ): பெருவெளி; the vast ethereal expanse as the abode of Deity; open space.

ஏகன்: (பெ): ஒருவன்; கடவுள்; a person; God.

ஏகாக்கிர சித்தம் / சிந்தனை: (பெ): ஒரே பொருளில் மனம் ஒன்றியிருத்தல்; extreme concentration of mind on a thing.

ஏகாங்கம்: (பெ): ஒரே உறுப்பு; தனிமை; சந்தனம்; a part; loneliness; sandal-wood paste.

ஏகாங்கி: (பெ): திருமால் அடியார்களுள் ஒரு வகையினர்; பிரம்மச்சாரி; தனிமையில் இருப்பவன்; சன்னியாசி; a class of Vaishnava devotees; a celibate; lonely person; religious mendicant; one who has no family.

ஏகாசம்: (பெ): மேலாடை; போர்வை; upper garment; blanket.

ஏகாடம்: (பெ): ஏளனம்; பரிகாசம்; sarcasm; mockery.

ஏகாட்சரி: (பெ): 'ஓம்' என்னும் பிரணவ மந்திரம்; ஒருவகைச் செய்யுள்; 'Om', the principal mantra of Hindus; a kind of verse.

ஏகாட்சி: (பெ): காகம்; சுக்கிராச்சாரியார்; crow; Sukkiracharlar, the ascetic who had one eye.

ஏகாண்டம்: (பெ): வானம்; sky.

ஏகாதசம்: (பெ): பதினொன்று; eleven.

ஏகாதசி: (பெ): அமாவாசை (அ) பௌர்ணமிக்குப் பின் வரும் பதினோராம் நாள்; the eleventh thithi (day) which comes after new moon or full moon.

ஏகாந்தன்: (பெ): அணுக்கத் தொண்டன்; confidential servant.

ஏகாயம்: (பெ): போர்வை; மேலாடை; blanket; upper garment.

ஏகாயநாதன்: (பெ): ஒரு மனத்தினன்; single-minded person.

ஏகாரவல்லி: (பெ): பலா; பாகல்; jack-tree and its fruit; balsam-pear, a kind of creeper.

ஏகார்ணவம்: (பெ): ஊழிப்பெருவெள்ளம்; cataclysm.

ஏகாலி: (பெ): துணி வெளுப்பவன்; சவர்க்காரம்; washerman; soap.

ஏகி: (பெ): தனிமையில் வாழ்பவள்; கைம்பெண்; விதவை; the woman who lives alone; widow.

ஏகீபவித்தல்: (வி): ஒன்றித்தல்; சேருதல்; to unite; to combine; to join.

ஏகீபாவம்: (பெ): ஒருமைப்பாவனை; ஒன்றுபடுகை; கூடியிருத்தல்; single-mindedness; unity; assemblage.

ஏகீயன்: (பெ): ஒருவன்; தோழன்; துணைவன்; a person; friend; companion.

ஏகை: (பெ): வைரக்குற்றங்களுள் ஒன்று; கைரேகை; one of the impurities of diamond; the line marks in the palm.

ஏகோதிட்டம்: (பெ): இறந்தருவக்குச் செய்யும் பதினோராம் நாள் சடங்கு; the 11th day ceremony of offering oblations to the dead people.

ஏக்கரவு: (பெ): ஏக்கம்; திடீர் அச்சம்; anxiety; despair; sudden fear.

ஏக்கழுத்தம்: (பெ): இறுமாப்பு; மதிப்பு; மேன்மை; arrogance; pride; worth; excellence.

ஏக்கறவு: (பெ): இச்சை; strong desire; lust.

ஏக்கறுத்தல்: (வி): விரும்புதல்; துன்பமடைதல்; தலை வணங்குதல்; to desire; to suffer from weariness; to bow before superiors.

ஏக்குறுத்தல்: (வி): துன்பமடைதல்; அச்சம் கொள்ளுதல்; to grieve; be frightened.

ஏக்கன் போக்கன்: (பெ): எளியவன்; வறியவன்; எதற்கும் உதவாதவன்; person of easy access; poor man; useless fellow.

ஏக்கெறிதல்: (வி): அச்சமுறுதல்; be frightened.

ஏக்கை: (பெ): இகழ்ச்சி; contempt.

ஏங்கல்: (பெ): அழுதல்; மயிற்குரல்; குழந்தைகளுக்கு உண்டாகும் நோய்; ஆரவாரித்தல்; யாழ் ஓசை; crying; cry of peacock; a kind of tuberculosis of kids; shouting; sound of lute.

ஏசம்: (பெ): வெண்கலம்; bronze.

ஏசறவு: (பெ): விருப்பம்; அன்பு; புகழ்மொழி; desire; love; extoling words.

ஏசறுதல்: (வி): வருந்துதல்; ஆசைகொள்ளுதல்; பழித்தல்; be distressed; to desire; to imprecate; to blame.

ஏசி: (பெ): கிளி; parrot.

ஏசிடாவகம்: (பெ): அதிமதுரம்; the root of a herb.

ஏசு: (பெ): குற்றம்; இகழ்ச்சி; இயேசுநாதர்; blemish; fault; reproach; Lord Jesus.

ஏச்சு/ஏச்சுரை: (பெ): பழிப்பு; இகழ்ச்சி; abuse; reproach; vilification.

ஏச்சுரை: (பெ): பழிப்புரை; reproach.

ஏடகணி: (பெ): ஓலை ஈர்க்கு; rib of palmyra leaf.

ஏடகம்: (பெ): பூ; பூவிதழ்; தென்னை மரம்; பனை மரம்; பலகை; ஆட்டுக்கிடா; ஒருவகைத் துகில்; மதுரை அருகேயுள்ள திருவேடகம் என்னும் சிவத்தலம்; flower; petal of flower; coconut palm; palmyra palm; plank; ram; a kind of cloth; Thiruvedagam, the name of a Shiva shrine near Madurai.

ஏடணை: (பெ): ஆசை; விருப்பம்; desire.

ஏடத்தி: (பெ): அக்காள்; மூத்த சகோதரி; elder sister.

ஏடலகம்: (பெ): குன்றிமணிச்செடி; crab's eye plant *(abrus precatorius plant).*

ஏடல்: (பெ): கருத்து; எண்ணம்; மனம்; விருப்பம்; opinion; intention; mind; desire.

ஏடனாத்திரயம்: (பெ): மூவகை ஆசை; மண்ணாசை; பொன்னாசை; பெண்ணாசை; three kinds of desires - desire for land; desire for gold; desire for woman.

ஏடன்: (பெ): தோழன்; தொழும்பன்; செவிடன்; companion; slave; deaf person.

ஏடார்ந்த: (பெ.அ): நூலினைச் சார்ந்த; of the book.

ஏடு: (பெ): இதழ்; பூவிதழ்; மலர்; பனையேடு; நூல்; நூலின் ஏடு; பாலாடை; பாலேடு; மேன்மை; குற்றம்; உலகம்; கண்ணிமை; leaf; petal of a flower; flower; strip of a palmyra leaf for writing; book; leaf of a book; a thin layer formed over the boiled milk; cream of milk; excellence; fault; world; eyelid.

ஏடுகம்: (பெ): கல்லறை; cemetery.
ஏடுகோளாளன்: (பெ): கணக்கன்; accountant.
ஏடை: (பெ): ஆசை; விருப்பம்; desire; eagerness.
ஏட்சி: (பெ): திடம்; உதயம்; solidity; rising.
ஏட்டை: (பெ): ஆசை; விருப்பம்; வறுமை; இளைப்பு; தளர்வு; intense desire; eagerness; poverty; faintness; drooping.
ஏணகம்: (பெ): கறுப்பு மான்; black deer.
ஏணம்: (பெ): மான்; மானின் தோல்; வலிமை; நிலைபேறு; deer; stag; skin of the deer; strength; permanence; stability.
ஏணல்: (பெ): வளைவு; கோணல்; curve; bend; obliquity; crookedness; curvature.
ஏணிப்படுகால்: (பெ): மேகலை என்னும் அணி; Megalai, a jewelled girdle.
ஏணை: (பெ): தூளி; தொட்டில்; a cloth hammock for children to sleep.
ஏண்: (பெ): எல்லை; வலிமை; திண்மை; செருக்குப்பேச்சு; பெருமை; வளைவு; limit; strength; firmness; haughty words; greatness; crookedness.
ஏண்கோண்: (பெ): ஒழுங்கின்மை; நேராக இல்லாமை; irregularity; zigzag curvature.
ஏண்டாப்பு: (பெ): இறுமாப்பு; pride.
ஏதடை: (பெ): எதிரிடை; பகைமை; போட்டி; opposition; envy; competition.
ஏதண்டை: (பெ): பலகைத்தூக்கு; நீர்த்துறையில் கட்டும் பரண்; hanging wooden rack; a rack platform over water near boat jetty.
ஏதப்பாடு: (பெ): குற்றம்; குறை; fault; defect.
ஏதம்: (பெ): துன்பம்; குற்றம்; கேடு; distress; fault; calamity.
ஏதர்: (பெ): தீயோர்; குற்றமுடையோர்; wicked people; criminals.
ஏதலன்: (பெ): பகைவன்; enemy.
ஏதலிடுதல்: (வி): பொறாமைப்படுதல்; பொறாமை பேசுதல்; to have jealousy; to speak with jealousy.
ஏதன்: (பெ): கடவுள்; God; deity.
ஏதி: (பெ): ஆயுதம்; வாள்; துண்டம்; weapon; sword; piece.
ஏதிலார்: (பெ): அயலார்; பகைவர்; பரத்தையர்; வறியோர்; utter strangers; enemies; foes; prostitutes; poor people.
ஏதிலாளன்: (பெ): அயலான்; stranger.
ஏதிலாள்: (பெ): பரத்தை; prostitute.
ஏதின்மை: (பெ): அன்னியம்; பகைமை; வெறுப்பு; strangeness; enmity; hatred.

ஏது: (பெ): யாது; ஏன்; எப்படி; காரணம்; நிமித்தம்; ஓர் அணிவகை; செல்வம்; எடுத்துக்காட்டு; தொடர்பு; நிகழ்ச்சி; what; why; how; reason; cause; a kind of ornament; wealth; example; connection; event.
ஏதுகரம்: (பெ): காரணம்; ஆயத்தம்; வழிவகை; cause; preparation; means; resource.
ஏதுப்போலி: (பெ): பொய்யான காரணம்; false reason.
ஏதுவின் முடித்தல்: (பெ): முன்னர் முடிவு விளங்கப் பெறாததைப் பின்னர் காரணத்தால் முடிய வைத்தல்; later exposition of that which was not made clear earlier.
ஏதை: (பெ): பேதை; வறியவன்; an innocent person; poor man.
ஏந்தல்: (பெ): உயர்ச்சி; மலை; மேடு; தேக்கம்; முதல்; அரசன்; இளமை; ஆழமின்மை; தாங்குதல்; கையேந்துதல்; height; mountain; mound; hillock; obstruction; first; king; youth; wide shallow; holding up; stretching out the hands as a beggar.
ஏந்திசை அகவல்: (பெ): நேரொன்றாசிரியத் தளையால் பிறக்கும் ஓசை; one of the rhythms of Aasiriyappaa.
ஏந்திசைச் செப்பல்: (பெ): வெண்சீர் வெண்டளையால் உண்டாகும் ஓசை; one of the rhythms of Venbaa.
ஏந்திசைத் துள்ளல்: (பெ): கலித்தளையால் உண்டாகும் ஓசை; one of the rhythms of Kalippaa.
ஏந்திசைத் தூங்கல்: (பெ): ஒன்றிய வஞ்சித் தளையால் உண்டாகும் ஓசை; one of the rhythms of Vanjippaa.
ஏந்திலை: (பெ): வேல்; ஈட்டி; lance; spear.
ஏந்திழை: (பெ): அழகிய அணிகலன்; beautiful ornament.
ஏந்திழையாள்: (பெ): அழகிய அணிகலன்கள் அணிந்த பெண்; a woman wearing beautiful ornaments.
ஏந்து கொம்பு: (பெ): யானையின் தந்தம்; பல்லக்கு தாங்கு கொம்பு; elephant's tusk; pole of a palanquin.
ஏந்தெழில்: (பெ): மிகுந்த அழகு; surpassing beauty.
ஏப்பாடு: (பெ): அம்பு விழும் தூரம்; the distance to which an arrow can fly.
ஏப்பியன்: (பெ): பேதை; அறிவிலி; innocent person; idiot.
ஏப்புழை: (பெ): அம்பு தொடுப்பதற்கென மதில்களில் அமைக்கப்பட்ட துளை; loop-hole in a fort wall for discharging arrows.

ஏமகாரம்: *(பெ):* பொன்; gold.

ஏமகூடம்: *(பெ):* எட்டு வகை மலைகளுள் ஒன்றான பொன் மலை; golden hill, one of the eight kinds of hills.

ஏமசிங்கி: *(பெ):* ஒருவகை நச்சு மருந்து; a kind of poisonous medicine; a variety of arsenic.

ஏமந்தம்: *(பெ):* பனிக்காலம்; இமயம்; cold season; Himalayas.

ஏமந்தாசலம்: *(பெ):* இமயமலை; Himalayan mountains.

ஏமபுட்பம்: *(பெ):* அசோக மரம்; Asoka tree.

ஏமம்: *(பெ):* இன்பம்; களிப்பு; காவல்; இரவு; பொன்; திருநீறு; இடுதிரை; வலிமை; pleasure; joy; enjoyment; protection; night; gold; sacred ash; curtain; strength.

ஏமவதி: *(பெ):* வசம்பு; கடுக்காய்; sweet flag; gall nut.

ஏமாத்தல்: *(வி):* அரணாதல்; பாதுகாவலாதல்; கலக்கமடைதல்; இன்புறுதல்; செருக்கடைதல்; be protected by; be guarded by; be distressed; be overjoyed; to feel proud.

ஏமாப்பு: *(பெ):* பாதுகாப்பு; செருக்கு; கருத்து; security; pride; opinion.

ஏமார்தல்: *(வி):* மனம் கலங்குதல்; be confused; be bewildered.

ஏமார்த்தல்: *(வி):* உறுதி செய்தல்; பலப்படுத்துதல்; to make sure; to strengthen.

ஏமி: *(பெ):* தோழன்; துணைவன்; companion; associate.

ஏம்: *(பெ):* இன்பம்; மகிழ்ச்சி; பொன்; joy; happiness; gold.

ஏயி: *(பெ):* மகள்; daughter.

ஏயில்: *(பெ):* இசை; ஒருவகைப்பாட்டு; music; a kind of song.

ஏய்தல்: *(வி):* பொருந்துதல்; ஒத்தல்; சந்தித்தல்; be suited; be similar; to meet.

ஏரகம்: *(பெ):* சுவாமிமலை (அறுபடை வீடுகளுள் ஒன்று); Swaamimalai (Thiruveragam), near Kumbakonam; one of Lord Muruga's shrines.

ஏரடம்: *(பெ):* இடி; thunder.

ஏரடித்தல்: *(வி):* உழுதல்; ploughing.

ஏரணம்: *(பெ):* தர்க்கம்; logic.

ஏரண்டம்: *(பெ):* ஆமணக்குச்செடி; castor plant.

ஏரண்டி: *(பெ):* திப்பிலி; long pepper.

ஏரம்பன்: *(பெ):* விநாயகர்; Lord Vinayaga.

ஏரல்: *(பெ):* நத்தை; கிளிஞ்சில்; snail; shell.

ஏராட்டி: *(பெ):* உழவுப் பெண்; plough woman.

ஏராண்மை: *(பெ):* உழவு; ploughing.

ஏராளர்: *(பெ):* விவசாயிகள்; farmers.

ஏலபிலி: *(பெ):* கடுகு; mustard seed.

ஏலவார்குழல்: *(பெ):* நீண்ட மணமுடைய கூந்தல்; fragrant long tresses of ladies.

ஏலாப்பு: *(பெ):* துன்பம்; distress.

ஏலாள்: *(பெ):* தோழி; female companion.

ஏலி: *(பெ):* கள்; toddy.

ஏலை: *(பெ):* ஏலக்காய்; cardamom pod.

ஏல்: *(பெ):* பொருத்தம்; உணர்ச்சி; கிளிஞ்சல்; suitability; feeling; shell.

ஏவம்: *(பெ):* ஏவல்; குற்றம்; அம்பறாத்தூணி; command; fault; arrow case - quiver.

ஏழ்பரியோன்: *(பெ):* சூரியன்; the Sun.

ஏறாங்கடைசி: *(பெ):* அற முடிவு; extreme end.

ஏறாளர்: *(பெ):* படைவீரர்; soldiers.

ஏறு: *(பெ):* எருது; ஆண் சிங்கம்; விலங்கின் ஆண்; இடிமுழக்கம்; உயர்ச்சி; நந்திதேவர்; தழும்பு; bull; male of lion; male of animals; thunder-bolt; height; Nandhi Deva, the chief attendant of Lord Shiva having a bull's face; scar.

ஏறுகடை: *(பெ):* கடைசி முடிவு; the final extremity.

ஏறுகோள்: *(வி):* ஏறு தழுவுதல்; முற்காலத்தில் பெண்ணை மணமுடிக்கும்பொருட்டு இளைஞன் ஒருவன் பொலிகாளையை அடக்குதல்; taming a bull in order to win the hand of a girl in ancient period.

ஏறுண்டல்: *(வி):* ஆயுதத்தால் குத்துப்பட்டு பலத்த காயமடைதல்; be wounded by piercing of weapon.

ஏறுபெட்டி: *(பெ):* மரமேறிகள் அரையில் கட்டிக் கொள்ளும் கருவிப் பெட்டி; toddy climber's basket.

ஏறுமுகம்: *(பெ):* வளரும் நிலை; state of increase.

ஏறுவால்: *(பெ):* நீண்ட வால்; long tail.

ஏறுவெயில்: *(பெ):* காலை வெயில்; morning sunshine.

ஏறுழவன்: *(பெ):* படைவீரன்; warrior; soldier.

ஏறூர்ந்தோன்: *(பெ):* சிவபெருமான்; Lord Shiva.

ஏறெடுத்தல்: *(வி):* நிமிர்தல்; lift up head in looking.

ஏற்புழி: *(வி.அ):* ஏற்குமிடத்து; in the suitable place.

ஏற்போன்: *(பெ):* யாசிப்பவன்; mendicant; beggar.

ஏற்றக்கால்: *(பெ):* ஏற்றம்; prop of picottah for irrigation.

ஏற்றக்கோல்: *(பெ):* துலாமரத்தில் நீர் முகக்கும் கழி; bamboo pole of picottah.

ஏற்றச்சால்: *(பெ):* ஏற்றத்தில் நீர் முகக்கும் சால்; bucket for irrigation.

ஏற்றணை: *(பெ):* அரியணை; throne supported by legs carved with the figure of the lion.

ஏற்றமரம்: *(பெ):* துலாமரம்; picottah.

ஏற்றம்: *(பெ):* மேலேறுகை; மேடு; உயர்ச்சி; புகழ்; மிகுதி; மேம்பாடு; பெருக்கம்; நீர் ஏற்றம்; நீர் இறைக்கும் கருவி; தியானம்; upgrading; mounting; mound; height; fame; surplus; excellence; prominence; increase; picottah; meditation.

ஏற்றியல்: *(பெ):* இடப ராசி; second constellation of the Zodiac having the bull as its sign; Taurus.

ஏற்றிழிவு: *(பெ):* பெருமை-சிறுமை; மேடுபள்ளம்; உயர்வு-தாழ்வு; greatness and smallness; hill and dale; up and down.

ஏற்றுப் பனை: *(பெ):* ஆண் பனை மரம்; male palmyra tree.

ஏற்றுவாகனன்: *(பெ):* சிவபெருமான்; Lord Shiva.

ஏற்றை: *(பெ):* ஆண் விலங்கு; male of an animal.

ஏற்றைப் பனை: *(பெ):* ஆண் பனை மரம்; male palmyra tree.

ஏன: *(பெ.அ):* ஏனைய; பிற; the others; the rest.

ஏனக்கோடு: *(பெ):* வெதுப்படக்கி; a kind of plant.

ஏனப்பானம்: *(பெ):* தட்டுமுட்டு சாமான்கள்; household articles.

ஏனம்: *(பெ):* பன்றி; பாத்திரம்; கருவி; குற்றம்; ஓலைக்குடை; அணிகலன்; ஆயுத எழுத்தின் சாரியை; pig; utensil; vessel; tool; fault; sin; offence; palm leaf umbrella; ornament; expletive suffixed to the letter (ஃ) Aayutham.

ஏனல்: *(பெ):* கதிர்; தினைப்புனம்; ear of corn; millet field.

ஏனவாயன்: *(பெ):* பேதை; simpleton.

ஏனாதி: *(பெ):* மறவன்; படைத்தலைவன்; நாவிதர்; அமைச்சன்; brave man; commander; barber; minister.

ஏனை / ஏனைய: *(பெ.அ):* மற்றைய; பிற; the others; the rest.

ஐ

ஐ: *(பெ):* தமிழில் உயிர் எழுத்தின் ஒன்பதாம்எழுத்து; அழகு; ஆச்சரியம்; இருமல்; தலைவன்; கணவன்; அரசன்; ஆசான்; தந்தை; கடவுள்; எண் ஐந்து; நுண்மை; அம்பு; ஐயம்; ஐ பயம்; கடுகு; சர்க்கரை; the ninth letter and vowel of the Tamil alphabet; beauty; wonder; cough; lord; husband; king; guru; teacher; father; God; the number five; minuteness; arrow; doubt; fear; mustard seed; sugar.

ஐககண்டியம்: *(பெ):* கருத்து ஒத்திருத்தல்; accordance of opinion.

ஐகமத்தியம்: *(பெ):* ஒற்றுமை; unity.

ஐகிகம்: *(பெ):* இம்மை; இவ்வுலகம்; present birth; this earth.

ஐங்கரன்: *(பெ):* விநாயகர்; the God Vinayaga.

ஐங்குறுநூறு: *(பெ):* சங்கத்தொகை நூல்களுள் ஒன்று. one of the sangathokai texts, containing 500 short Akaval verses and one of Ettuththokai compiled by Koodaloor Kizhar.

ஐசிலம்: *(பெ):* இருள்மரம்; a kind of tree.

ஐஞ்ஞை: *(பெ):* அழகு; ஆடு; மூடன்; beauty; goat; sheep; fool.

ஐணம்: *(பெ):* மான் தோல்; deer's skin.

ஐதிகம்: *(பெ):* கருத்து; உலகுரை; opinions; traditions.

ஐது: *(பெ):* அழகு; நுண்மையானது; அழகுடையது; beauty; minuteness; fineness; that which is beautiful.

ஐந்தரம்: *(பெ):* அழகுள்ளது; மந்தம்; பனை; that which is beautiful; slackness; palmyra tree.

ஐந்தாம் வேதம்: *(பெ):* மகாபாரதம், ஐந்தாம் வேதமாகக் கருதப்படுவது; the Maha bharatha regarded as the fifth Veda.

ஐந்தார்: *(பெ):* பனை மரம்; palmyra tree.

ஐந்திரம்: *(பெ):* கிழக்கு; யோக வகை; சிற்ப நூல் பெயர்; east; a kind of yoga; name of a treatise on architecture.

ஐந்திரி: *(பெ):* இந்திராணி; கிழக்கு; Indrani, the consort of Lord Indra; east.

ஐந்து முகத்தோன்: *(பெ):* சிவபெருமான்; Lord Shiva.

ஐந்துருவாணி: *(பெ):* தேரின் அச்சாணி; linch-pin of chariot.

ஐந்துறுப்படக்கி: *(பெ):* ஆமை; tortoise.

ஐந்தெழுத்து: *(பெ):* பஞ்சாட்சர மந்திரம்; நமசிவாய; the five letter-Mantra, *Na ma si va ya.*

ஐந்தை: *(பெ):* சிறுகடுகு; small mustard seed.

ஐந்தொகைக் குறிப்பு: *(பெ):* விடுமுதல், வரவு, செலவு, ஆதாயம், இருப்பு ஆகியவற்றின் விபரம் அடங்கிய கணக்கு; balance sheet containing five particulars.

ஐம்படைத்தாலி: (பெ): பிள்ளைகள் கழுத்தில் அணியும் திருமாலின் ஐந்து படை உருவமைந்த அணிகலன்; a gold pendant worn by children in necklace bearing in relief the five weapons of Lord Vishnu as an amulet.

ஐம்பால்: (பெ): பெண்ணின் கூந்தல்; hair of female.

ஐம்புலன் / ஐம்பொறி: (பெ): கண், காது, மூக்கு, வாய், உடல் ஆகிய ஐந்து உணர்வுகளுக்கான புலன்கள்; the five sense organs of human being.

ஐம்பூதம்: (பெ): ஆகாயம், காற்று, நிலம், நீர், நெருப்பு ஆகியவை; the five elements i.e., sky, air, land, water and fire.

ஐம்முகி: (பெ): ஆமணக்கு; castor plant.

ஐய: (பெ.அ): வியக்கத்தக்க; அழகிய; சிறிய; wonderful; beautiful; small.

ஐயக்கடிஞை: (பெ): பிச்சைப்பாத்திரம்; alms bowl.

ஐயங்கவீனம்: (பெ): வெண்ணெய்; butter.

ஐயஞ்சு: (பெ): எண் இருபத்தைந்து; நிலப்பனைக் கிழங்கு, நிலப்பனை; the number twenty-five; the root of the palmyra tree; palmyra tree.

ஐய நாடி: (பெ): சிலேத்தும நாடி; the pulse of phlegm.

ஐயம் புகுதல்: (பெ): பிச்சையெடுத்தல்; begging.

ஐயவாதி: (பெ): தவறான வாதங்களை முன் வைத்து தர்மத்தையும், அதர்மத்தையும் தீர்மானிப்பதில் வல்லவர்; casuist.

ஐயவி: (பெ): கடுகு; ஒரு நிறை; வெண் சிறுகடுகு; துலா மரம்; கடுக்காய்; அம்புகளின் கட்டு; mustard; a measure; white mustard; picottah; gall-nut; sheaf of arrows.

ஐயவித்துலாம்: (பெ): ஒரு மதில் பொறி; a machine set on walls of a fort.

ஐயவுணர்வு: (பெ): உறுதியற்ற அறிவு; uncertain knowledge.

ஐயள்: (பெ): வியத்தகு பேரழகுடையவள்; the girl who has amazing beauty.

ஐயன்: (பெ): தலைவன்; மூத்தோன்; முனிவன்; ஆசான்; தந்தை; அரசன்; கடவுள்; ஐயனார்; பார்ப்பான்; உயர்ந்தோன்; chief; the eldest man; sage; guru; teacher; father; king; God; Lord Aiyappa; Arhat; brahmin; noble man.

ஐயன் பாழி: (பெ): சாத்தன் கோயில்; Arhat temple.

ஐயானனம்: (பெ): சிங்கம்; சிம்ம ராசி; lion; fifth constellation of the Zodiac having lion as its sign; Leo.

ஐயுணர்வு: (பெ): ஐம்புலனறிவு; knowledge from the five senses.

ஐயுறு: (வி): சந்தேகம் அடைதல்; சந்தேகித்தல்; to have a doubt; to doubt.

ஐயை: (பெ): தலைவி; காளி; குருபத்தினி; மகள்; பார்வதி; துர்க்கை; ஆயர்குலப் பெண்; lady; heroine of a story; a female deity; the wife of Guru; daughter; Parvathi, Durga, the woman who belongs to shepherd community.

ஐராவணம்: (பெ): கீழ்த்திசைக்குரிய யானை; பட்டத்து யானை; the elephant belongs to east direction; state elephant.

ஐராவணன்: (பெ): இந்திரனின் யானை; கீழ்த்திசைக்குரிய யானை; Lord Indra's elephant; the elephant which belongs to east direction.

ஐவணி: (பெ): மருதோன்றி; henna.

ஐவர்: (பெ): பஞ்சபாண்டவர்; ஐம்பொறிகள்; ஐம்புலன்கள்; the five Pandavas; the five organs of sense; the five senses.

ஐவனம்: (பெ): காட்டு நெல்; மலை நெல்; mountain paddy.

ஐவாய்மான்: (பெ): சிங்கம்; lion.

ஐவாய் மிருகம்: (பெ): கரடி; சிங்கம்; bear; lion.

ஐவிரலி: (பெ): கொடி வகை; a kind of creeper.

ஒ

ஒ: (பெ): தமிழ் மொழி உயிர் எழுத்தின் பத்தாவது எழுத்து; the tenth letter and vowel of the Tamil alphabet.

ஒஃகுதல்: (வி): ஒதுங்குதல்; பின்வாங்குதல்; to retreat; to fall back.

ஒகரம்: (பெ): 'ஒ' என்னும் எழுத்து; மயில்; the letter 'ஒ'; peacock.

ஒக்க: (வி.அ): ஒருமிக்க; ஒருசேர; சமமாயிருக்க; பொருந்த; together; alongwith; equally.

ஒக்கடித்தல்: (வி): தாளங்கொட்டுதல்; செப்பனிடுதல்; to beat drum; to repair.

ஒக்கம்: (பெ): ஊர்; கரை; அற்பம்; பட்டினம்; ஓமம்; எழுச்சி; அகலம்; பொலிவு; village; town; margin; vileness; maritime town; bishop weed; rising; breadth; beauty; grandness of appearance.

ஒக்கலித்தல்: (வி): ஆரவாரித்தல்; உறவினரைப் பேணுதல்; சமாதானமாதல்; to roar with excitement; to protect the relatives; to compromise.

ஒக்கலை: *(பெ):* இடுப்பு; சுற்றத்தான்; hip; relative.

ஒக்கல்: *(பெ):* உறவினர்; சுற்றத்தார்கள்; குடும்பம்; relatives; kins-folk; family.

ஒக்காதிக்கொடி: *(பெ):* புலி நகக் கொன்றை; a kind of creeper.

ஒக்கிடுதல்: *(வி):* செப்பனிடுதல்; பழுதுபார்த்தல்; to repair; to refit.

ஒக்குதல்: *(வி):* ஒத்திருத்தல்; கொப்புளித்தல்; to resemble; to gargle.

ஒக்கோலை: *(பெ):* ஒரு மணம் தரும் பொருள்; a kind of fragrant thing.

ஒசிதம்: *(பெ):* கற்றாழை; aloe.

ஒசிதல்: *(வி):* முறிதல்; ஒடிதல்; துவளல்; நுடங்குதல்; சாய்தல்; நாணுதல்; வருந்துதல்; ஓய்தல்; தளர்தல்; to break; to break off; to wither; to tremble; to lean; to feel shy; to suffer; to come to an end; to faint.

ஒசித்தல்: *(வி):* ஒடித்தல்; முறித்தல்; அசைத்தல்; கெடுத்தல்; to break; to break off; to shake; to move; to ruin.

ஒசியல்: *(பெ):* கிளை; branch.

ஒசிவு: *(பெ):* அசைவு; move.

ஒசிவான: *(பெ.அ):* வளைவான; இணக்கமுள்ள; வளைந்து கொடுக்கக்கூடிய; supple; lissom.

ஒச்சம்: *(பெ):* பழுது; நாணம்; கூச்சம்; கவனிப்பு; குறைவு; defect; shyness; delicacy; attending with care; deficiency.

ஒச்சித்தல்: *(வி):* வெட்கப்படுதல்; குறைத்தல்; be bashful; to reduce.

ஒச்சியம்: *(பெ):* சரசப்பேச்சு; கூச்சம்; பரிகாசம்; காதல் பேச்சு; உச்சம்; நிந்தை; amorous talk; delicacy; mockery; amatory talk; zenith; reproach.

ஒச்சை: *(பெ):* உற்றுக் கேட்டல்; காந்தற் சோறு; listening attentively; burnt rice.

ஒஞ்சி: *(பெ):* மார்பகம்; breast.

ஒஞ்சுதல்: *(வி):* நாணுதல்; மனதினை அடக்குதல்; to feel shy; to control the mind.

ஒடி: *(பெ):* கவண்; புதர்; catapult; sling; bush.

ஒடிசல்: *(பெ):* முறிந்தது; ஒல்லி; that which is broken; thin.

ஒடிசில்: *(பெ):* தூக்கு; செங்கல் கட்டி; sling; brick-bat.

ஒடித்தல்: *(வி):* முறித்தல்; அழித்தல்; தகர்த்தல்; ஒளிரச் செய்தல்; to break short of; to destroy; to devastate; to sparkle; to shine.

ஒடிபு: *(பெ):* முறிகை; கெடுகை; குறைவு; குற்றம்; அழிவு; snapping; decaying; deficiency; fault; ruin.

ஒடியல்: *(வி):* முறிதல்; to break; *(பெ):* பனங்கிழங்கு; dried palmyra root.

ஒடியல்மா: *(பெ):* பனங்கிழங்கின் மாவு; the flour of the dried palmyra root.

ஒடியாது: *(வி.அ):* இடையறாது; always.

ஒடு: *(பெ):* ஒருவகை மரம்; முதுபுண்; நிலப்பாலை; a kind of tree; festering sore; Nilappalai, a medicinal plant.

ஒடுகு: *(பெ):* ஒரு வகை மரம்; a kind of tree - Odugu.

ஒடுக்கம்: *(பெ):* அடக்கம்; குறுக்கம்; சுருக்கம்; புழுக்கம்; நெருக்கமான இடம்; மறைவிடம்; தனியிடம்; வழிபாடு; முடிவு; இடைஞ்சல்; calmness; self-control; contraction; sultriness; compact place; hiding place; alcove; worship; end; disturbance.

ஒடுக்கு: *(பெ):* நெளிவு; இடுக்கு; மூலை; அடக்கம்; சுருக்கம்; bending; narrow lane; corner, calmness; contraction; compression.

ஒடுங்கல்: *(பெ):* சுருங்குதல்; wrinkle.

ஒடுங்கி: *(பெ):* ஆமை; tortoise.

ஒடுங்குதல்: *(வி):* அடங்குதல்; சுருங்குதல்; பதுங்குதல்; மறைதல்; கீழ்ப்படுதல்; முடிதல்; தளர்தல்; ஒளி மங்குதல்; be restrained; to become reduced; be concealed; be hidden; be subservient; to cease; to close; be weary; to grow dim.

ஒடுவடக்கி: *(பெ):* குப்பைமேனி; திராய் மரம்; Indian acalypha; a kind of tree.

ஒடுவை: *(பெ):* ஒடு மரம்; a kind of tree.

ஒடை: *(பெ):* குடைவேல மரம்; a kind of tree.

ஒட்டங்காய்ப்புல்: *(பெ):* ஒரு வகைப் புல்; a kind of grass.

ஒட்டங்கி: *(பெ):* கன்னார் கருவியுள் ஒன்று; an instrument of smith.

ஒட்டச்சி: *(பெ):* உவர்மண்; ஒட்டச்சாதிப் பெண்; saline soil; the woman who belongs to mason community.

ஒட்டடை: *(பெ):* ஒட்டறை; சிலந்திக்கூடு; நெல் வகை; cob-web; spider's-web; a kind of paddy.

ஒட்டணி: *(பெ):* ஓர் அணி வகை; a kind of ornament.

ஒட்டணிமை: *(பெ):* அண்மை; அருகாமை; contiguity; adjacency.

ஒட்டப்போடுதல்: *(வி):* பட்டினி கிடக்கச் செய்தல்; to starve.

ஒட்டம்: *(பெ):* பந்தயம்; பந்தயப் பொருள்; உடன்படிக்கை; சூளுரை; ஒரு நாடு; competition; the thing for a bet; agreement; oath; a country.

ஒட்டர்: (பெ): கொத்துவேலை செய்வோர்; masons.

ஒட்டலன்: (பெ): பகைவன்; enemy; foe.

ஒட்டல்: (வி): ஒட்டுதல்; ஒன்று சேர்த்தல்; வற்றல்; தாக்குதல்; கிடைத்தல்; வைத்தல்; குறுகல்; to stick; to unite; drying; striking; having; placing; contracting; (பெ): உடன்பாடு; agreement.

ஒட்டன்: (பெ): ஒரு வகை நெல்; கொத்து வேலை செய்வோன்; a kind of paddy; mason.

ஒட்டாக்கொற்றி: (பெ): அன்பில்லாதவள்; wicked woman.

ஒட்டாரம்: (பெ): பிடிவாதம்; முரட்டுத்தனம்; வக்கிரம்; obstinacy; incivility; perverseness.

ஒட்டார்: (பெ): பகைவர்; enemies; foes.

ஒட்டிய கரு: (பெ): சூனிய வித்தை; witchcraft.

ஒட்டிய போர்: (பெ): கலவிப் போர்; sexual intercourse.

ஒட்டியம்: (பெ): ஒரு மந்திர வித்தை; ஒரு மாந்திரீக நூல்; ஒரு நாடு; ஒரு மொழி; a kind of magic; the book, explaining the art of controlling or driving out the evil spirits by means of incantation; a country; a language.

ஒட்டியான்: (பெ): வேலைக்காரன்; பணியாள்; servant; attendant.

ஒட்டில்: (வி.அ): ஓரத்தில்; on the edge of something.

ஒட்டினர்: (பெ): நண்பர்; friends.

ஒட்டுண்ணி: (பெ): உடம்பு அல்லது விலங்கு, தாவரம் போன்றவற்றின் மேல் ஒட்டிக்கொண்டு உயிர்ச்சத்தினை உறிஞ்சி வாழும் உயிரினம்; parasite.

ஒட்டுதல்: (வி): துணிதல்; தாக்குதல்; கிடைத்தல்; நட்பாகுதல்; சம்மதித்தல்; பொருந்துதல்; to resolve; to attack; to accrue; to make friendship; to accept; be suitable.

ஒட்டுத்துத்தி: (செ): செடிவகை; a kind of plant and also a herb.

ஒட்டுநர்: (பெ): தோழர்; நண்பர்; companions; friends.

ஒட்டுப்பலகை: (பெ): மெல்லிய பல பலகைகளை ஒன்றன்மேல் ஒன்றாக ஒட்டிச் செய்யப்பட்ட பலகை; plywood.

ஒட்டுப் பழம்: (பெ): இரு வேறு வகையான ஒரே இன மரங்களை இணைத்து உருவாக்கி வளர்த்த மரத்தின் பழம்; fruit of the crafting tree.

ஒட்டுப் பற்று: (பெ): ஆசாபாசம்; noose of desire.

ஒட்டுப்புதவம்: (பெ): இரட்டைக் கதவு; twin doors.

ஒட்டுப்புழு: (பெ): புறாமுட்டி என்னும் செடி வகை; Puramutti, a kind of plant.

ஒட்டுரிமை: (பெ): நட்பு; உடந்தை; friendship; abetment.

ஒட்டோலக்கம்: (பெ): வெற்றி; பெருங்கூட்டம்; பகட்டு; victory; huge crowd; pomp; vanity.

ஒட்பம்: (பெ): அறிவு; அழகு; மேன்மை; விளக்கம்; intelligence; beauty; glory; excellence; explanation.

ஒண்டன்: (பெ): ஆண் நரி; நரி; male fox; jackal.

ஒண்ணுதல்: (வி): இயலுதல்; கூடுதல்; தக்கதாதல்; to be possible; to gather; be suitable; be fit.

ஒண்மை: (பெ): விளக்கம்; கூரிய அறிவு; ஒளி; சிறப்பு; இயற்கையழகு; நன்மை; அறநெறி; ஒழுங்கு; மிகுதி; elucidation; keen knowledge; light; excellence; natural beauty; good deed; ethical principle; discipline; excess.

ஒதளை: (பெ): ஒரு மருந்து; a kind of medicine.

ஒதி: (பெ): ஒதிய மரம்; a kind of tree.

ஒதுக்கு: (பெ): புகலிடம்; ஒண்டுக்குடித்தனம்; நடைவகை; refuge; co-tenancy; manner of walking; (வி): விலக்கு; பிரித்துக் கொடு; to repel; to distribute.

ஒத்தபடி: (பெ.அ): ஏற்றபடி; தகுதியானவாறு; agreeably; suitably.

ஒத்த பண்புரைப்போர்: (பெ): தூதர்; messenger; ambassador.

ஒத்தாப்பு: (பெ): குடில்; ஒதுக்கு; மறைவு; hut; refuge; secrecy.

ஒத்தாழிசை: (பெ): கலிப்பா வகை; kind of Kalippaa.

ஒத்திசைவு: (பெ): இயைபு; agreement.

ஒத்திவைப்புத் தீர்மானம்: (பெ): அவையின் அன்றைய நடவடிக்கைகளை ஒத்திப்போடக் கொண்டு வரப்படும் தீர்மானம்; motion adjournment to discuss a matter which has public importance.

ஒத்துதல்: (வி): விலகுதல்; தாக்குதல்; தாளம் போடுதல்; to move away; to strike against; to keep (time) beat.

ஒப்ப: (வி.அ): முறையில்; in the manner.

ஒப்பக்கதி: (பெ): அணிகலன்களை மெருகிடும் கருவி; a polishing instrument for ornaments.

ஒப்பங் கொடுத்தல்: (வி): ஆணை பிறப்பித்தல்; சம்மன் அளித்தல்; to grant orders; to issue summons.

ஒப்படி: (பெ): அறுவடை; ஒரு வகை நிதி; ஓர் இருக்கை; harvest; a kind of fund; a seat.

ஒப்படைப்பு: (பெ): சேர்ப்பிப்பு; delivery.

ஒப்பணி: *(பெ):* உவமையணி; simile.

ஒப்பணித்தல்: *(வி):* அலங்கரித்தல்; to decorate.

ஒப்பம்: *(பெ):* மெருகு; அலங்காரம்; கட்டளை; உடன்படிக்கை; கைச்சாத்து; கையொப்பம்; சமம்; polish; decoration; order; treaty; receipt; signature; equality.

ஒப்பாதல்: *(வி):* ஒன்றுடன் ஒத்திருத்தல்; சமமாயிருத்தல்; be similar; be equal.

ஒப்பாய்வு: *(பெ):* எடுத்துக்கொண்ட ஒன்றினை அதற்கொத்த படைப்பு (அ) பொருளுடன் ஒப்பிட்டு ஆய்ந்திடும் ஆராய்ச்சி; comparative study.

ஒப்பான்: *(பெ):* ஒழுக்கமான இயல்புகளைக் கொண்டுள்ளவன்; man of character.

ஒப்பித்தல்: *(வி):* உவமித்தல்; நிரூபித்தல்; அலங்கரித்தல்; ஒத்துக்கொள்ளச்செய்தல்; பங்கிடுதல்; மனப்பாடம் செய்தல்; to compare; to prove; to adorn; to cause to agree; to distribute; to recite.

ஒப்பியல்பு: *(பெ):* இரு வேறு பொருள்களுக்கு இடையே உள்ள ஒத்த தன்மை; analogy.

ஒப்பீடு: *(பெ):* மற்றொன்றோடு ஒன்றினை இணைத்து ஒப்பு நோக்குதல்; contrast; comparison.

ஒப்பு: *(பெ):* பொருத்தம்; ஒப்புமை; உவமை; தகுதி; சமம்; இசைவு; அழகு; உடன்படுகை; ஒப்பாரி; likeness; similarity; comparison; fitness; equal; approval; beauty; consent; lamentation.

ஒப்புக்கொடு: *(வி):* ஒப்படைத்தல்; to entrust.

ஒப்புமை: *(பெ):* ஒப்பியல்பு; உவமானம்; ஒத்த தன்மை; analogy; comparison; similarity.

ஒப்புரவாக்குதல்: *(வி):* ஒத்துப்போதல்; உறவாகுதல்; to reconcile.

ஒப்புரவு: *(பெ):* முறைமை; உலகநடை; சமாதானம்; உதவுதல்; உபகாரம்; தயாள குணம்; order; established usage; peace; helping; help; philanthropy.

ஒப்பேறு: *(வி):* தேறு; be salvaged.

ஒப்பேற்று: *(வி):* சரிகட்டு; ஓரளவுக்காவது தேறச்செய்; நிறைவேற்று; to persuade; to rescue; to fulfil.

ஒப்போலை: *(பெ):* உடன் படிக்கைப் பத்திரம்; contract deed.

ஒமை: *(பெ):* மாமரம்; mango tree.

ஒம்மல்: *(பெ):* வதந்தி; ஊர்ப்பேச்சு; rumour.

ஒயிலாட்டம்: *(பெ):* கையில் பல வண்ணத் துணிகளை வைத்துக் கொண்டு கும்மியடித்தல் போல, சுற்றி வந்து ஆடும் ஒருவகை நாட்டுப்புற நடனம்; a kind of folk dance by a group of men in a circle waving colourful hand kerchiefs.

ஒயில்: *(பெ):* அலங்காரம்; உல்லாசம்; ஒய்யாரம்; ஒருவகை நாட்டுப்புற நடனம்; adornment; loving fun; graceful gesture; a kind of folk dance.

ஒய்தல்: *(வி):* இழுத்தல்; போக்குதல்; கொடுத்தல்; தப்புதல்; ஒதுங்குதல்; to pull; to remove; to give; to escape; to step aside.

ஒய்யல்: *(பெ):* உயர்ச்சி; height; *(வி):* செலுத்துதல்; கொடுத்தல்; செயல்படுத்துதல்; forwarding; giving; performing.

ஒய்யாரன்: *(பெ):* பிலுக்கன்; பகட்டுக்காரன்; beau; dandy.

ஒய்யாரி: *(பெ):* கவர்ச்சியாக நடை உடை பாவனை கொண்ட பெண்; stylish woman.

ஒய்யெனை: *(வி.அ):* விரைவாக; quickly.

ஒரால்: *(பெ):* நீங்கல்; withdrawing.

ஒரானொரு: *(பெ.அ):* ஏதோவொன்று; யாரோ ஒருவர்; a certain; someone.

ஒரித்தல்: *(வி):* ஒற்றுமையாய் இருத்தல்; be united.

ஒரு கட்பாறை: *(பெ):* பாறை வகை; a kind of rock.

ஒரு காலிவி: *(பெ):* குபேரன்; சனி; Kubera, the God of wealth; Saturn.

ஒருகிடை: *(வி):* ஒரு பக்கமாகச் சாய்ந்து படுத்தல்; to lie on one side.

ஒரு குடி: *(பெ):* தாயத்தார்; kinsmen.

ஒருகை: *(பெ):* ஒரு பக்கம்; ஒரு கட்சி; ஒற்றுமைப்பட்ட குழு; a (or) one side; one party; united group.

ஒருக்க: *(வி.அ):* எப்பொழுதும்; ஒவ்வொன்றுக்கும்; ever; always; for each.

ஒருக்கம்: *(பெ):* மனதை ஒருமுகப்படுத்திடல்; ஒன்றாயிருத்தல்; concentration of mind; oneness.

ஒருக்குதல்: *(வி):* ஒன்றுசேர்த்தல்; அடக்குதல்; அழித்தல்; to bring together; to subdue; to destroy.

ஒருங்க விடுதல்: *(வி):* ஒன்றுசேர்த்தல்; to bring together; to unite.

ஒருங்கிருத்தல்: *(வி):* சேர்ந்து இருத்தல்; to co-exist.

ஒருங்கு: *(பெ):* முழுமை; அடக்கம்; ஒரு தன்மை; அழிவு; completeness; self-control; incomparableness; ruin; *(வி.அ):* ஒரு சேர; completely.

ஒருங்குதல்: *(வி):* ஒன்று கூடுதல்; ஒதுங்குதல்; ஒடுங்குதல்; அழிதல்; to gather together; to exclude; to become reduced; to destroy.

ஒரு சந்தி: *(பெ):* ஒரு வேளை; ஒரு பொழுது உண்ணுதல்; single time; observance of having one meal per day.

ஒரு சாலுழுதல்: *(வி):* ஒரு முறை உழுதல்; to plough single time.

ஒரு சாலை மாணாக்கர்: *(பெ):* ஒரே பள்ளியில் பயின்ற மாணவர்கள்; students who studied in the same school; schoolmates; collegemates.

ஒரு சிறை: *(பெ):* ஒரு பக்கம்; தனியிடம்; ஒரு பகுதி; one side; separate place; a part or a portion.

ஒரு சொல்: *(பெ):* உறுதிச் சொல்; assurance.

ஒரு தரப்பு: *(பெ):* ஒருவருக்கு (அ) ஓர் அமைப்பின் சார்பாகச் செயல்படும் நிலை; நடுநிலை இல்லாமை; being one-sided.

ஒருதலை: *(பெ):* ஒரு பக்கம்; ஒரு சார்பு; நிச்சயம்; ஓரிடம்; one-side; partiality; certainty; a place.

ஒருதலைச்சார்பு: *(பெ):* ஒருதலையான விருப்பு வெறுப்பு; பாரபட்சம்; bias; partiality.

ஒருதலைப்படுதல்: *(பெ):* முடிவு பெறுதல்; coming to an end.

ஒருதலையான: *(பெ.அ):* ஒரு பக்கமான; ஒரு சார்பான; one-sided; partial.

ஒரு தனி: *(பெ):* ஒப்பில்லாமை; தன்னந்தனி; peerlessness; quite alone.

ஒரு தன்மை: *(பெ):* ஒப்பற்ற தன்மை; மாறாத் தன்மை; incomparableness; unchangeableness.

ஒருத்தல்: *(பெ):* ஆண் விலங்கு; ஆண் யானை; எருமைக்கடா; ஆண் பன்றி; கவரிமான்; male animal; he-elephant; bison; hog; a rare species of deer.

ஒருத்து: *(பெ):* மன ஒருமைப்பாடு; concentration of mind.

ஒருநாயகம்: *(பெ):* ஒரே ஆட்சி; தனியாட்சி; universal dominion.

ஒருமுகப்படுத்து/ஒருநிலைப்படுத்து: *(வி):* மனதினை ஒரு முகப்படுத்து; கவனத்தைச் சிதறவிடாது கட்டுப்படுத்து; to focus one's mind on something; to concentrate one's attention.

ஒருநிலைப்பாடு: *(பெ):* வித்தியாசங்களைப் போக்கி ஒரே மாதிரியாக அமைத்தல்; standardization.

ஒருநெறிப்படுதல்: *(வி):* ஒரு வழிப்படுதல்; to stand together.

ஒருபடம்: *(பெ):* படுதா; இடுதிரை; மறைப்பு; curtain; screen; veil; covering.

ஒரு படி: *(பெ):* ஓர் அளவு; ஒருவாறு; a measure; somehow.

ஒரு பாட்டம்: *(பெ):* ஒரு முறை; ஒரு தடவை பெய்யும் மழை; single time; the rain which pours at one time.

ஒரு புடை: *(பெ.அ):* ஒரு சார்பாக; முறையற்ற; partial; imperfect; *(பெ):* ஒரு பக்கம்; one side.

ஒரு பூ: *(பெ):* ஒரு போகம்; single crop.

ஒருபொருட் கிளவி: *(பெ):* ஒரு பொருளைத் தரும் பல சொற்கள்; synonym.

ஒருபொருட் பன்மொழி: *(பெ):* ஒரு பொருளையே குறிப்பிடும் பல வார்த்தைகள்; different words connoting the same thing.

ஒரு போகு: *(பெ):* ஒரு படித்தான நிலம்; the land of uniform character.

ஒரு போக்கன்: *(பெ):* தனிப்போக்குடையவன்; one who has individualist character.

ஒரு போக்கு: *(பெ):* ஒரு விதம்; ஒரே மாதிரி; one kind; the same manner.

ஒரு போது: *(பெ):* ஒரு சமயம்; ஒரு சந்தி; ஒரு வேளை; once; vow of taking only one meal a day; one time.

ஒருப்பாடு: *(பெ):* முயற்சி; சம்மதம்; ஒற்றுமை; மன ஒருமைப்பாடு; உறுதியான நோக்கம்; endeavour; effort; consent; unity; concentration of mind.

ஒருமனப்படுதல்: *(வி):* மனதினை ஒருமுகப் படுத்துதல்; to concentrate the mind intensively upon an object.

ஒருமனப்பாடு: *(பெ):* ஒருமைப்பாடு; மனவடக்கம்; integration; mental restraint.

ஒருமா: *(பெ):* இருபதில் ஒரு பங்கு; one part of twenty.

ஒருமிக்க: *(வி.அ):* ஒருசேர; together.

ஒருமித்தல்: *(பெ):* ஒன்று சேர்தல்; ஒருமைப்படல்; be in union; to unite.

ஒருமிப்பு: *(பெ):* இசைவு; ஒன்றிப்பு; மனதினை ஒன்றினுள் செலுத்துதல்; harmony; union; close attention to an object.

ஒருமுகப்படு: *(வி):* மனம், உணர்வு போன்றவை ஒன்றில் மட்டுமே நிலைபெறுதல்; to get focussed on something.

ஒருமுக யெழினி: *(பெ):* ஒரு வகைத் திரை; a kind of curtain.

ஒருமுனை வரி: *(பெ):* உற்பத்தி செய்யப்படும் இடத்திலிருந்து ஒரு பொருள் விற்கப்படும்போது அல்லது கடைசியாக விற்கப்படும் போது விதிக்கப்படும் விற்பனை வரி; a tax levied either at the point of first sale or at the point of last sale; single-point tax.

ஒருமூச்சாக: *(வி.அ):* தொடர்ச்சியாகச் சிறிது நேரமாக; for a brief but uninterrupted spell of time.

ஒருமைப்படுதல்: *(வி):* ஒற்றுமைப்படுதல்; மனம் ஒருமுகப்படுதல்; to become united; to become concentrated.

ஒருமைப்பாடு: *(பெ):* (பல மாநிலங்களைக் கொண்டுள்ள நாடு ஒன்றினைக் குறிப்பிடும் போது) பல உறுப்புகளைக் கொண்ட முழுமை; ஒற்றுமை நிலை; ஒற்றுமைப்படுதல்; ஒற்றுமை யுணர்வு; (national) integration to become united; unity in feeling, etc.

ஒருமை மகளிர்: *(பெ):* கற்புடைய பெண்டிர்; women of chaste.

ஒரு மொழி: *(பெ):* ஆணை; command.

ஒரு வகையில்: *(வி.அ):* குறிப்பிட்ட ஒரு நோக்கத்தில்; ஒரு கோணத்தில்; from one angle; in a way.

ஒருவந்தம்: *(பெ):* உறுதி; நிலைபேறு; ஒற்றுமை; தனியிடம்; firmness; stability; unity; lonely place.

ஒருவயிற்றோர்: *(பெ):* ஒரு தாய்க்குப் பிறந்தோர்; children of the same mother.

ஒருவழிப்படுதல்: *(வி):* நேர்படுதல்; ஒருமுகப் படுதல்; ஒற்றுமைப்படுதல்; be in harmony; to get focussed of something; be united.

ஒருவழியாக: *(வி.அ):* இப்பொழுதாவது முடிந்ததே என்ற திருப்தியைத் தெரிவிக்கும் வார்த்தை; a word signifying relief, when something which dragged on for long, came to an end.

ஒரு வாக்கு: *(பெ):* உறுதிமொழி; promise; oath.

ஒருவாமை: *(பெ):* பிறழாமை; unchange-ableness.

ஒரு வியாழ வட்டம்: *(பெ):* பன்னிரண்டு ஆண்டுகள்; twelve years.

ஒருவு: *(பெ):* நீங்குதல்; பிரித்தல்; மறுத்தல்; separation; renunciation.

ஒருவுதல்: *(வி):* விலகுதல்; விடுதல்; கடத்தல்; ஒத்தல்; to leave; to renounce; to cross; to passover; to resemble.

ஒருவேளை: *(பெ):* ஒருபொழுது; ஒருமுறை; vow of taking only one meal a day; once.

ஒரே: *(பெ.அ):* ஒன்றினைத் தவிர வேறில்லாத; குறிப்பிட்ட அதே; one and only; the only; very same.

ஒரே மூச்சில் / ஒரே மூச்சாக: *(வி.அ):* ஒரு செயலினை ஆரம்பித்தபின் இடையில் நிறுத்தாமல் வேகத்துடன்; at one breath; at one stretch.

ஒரேயடியாக: *(வி.அ):* முற்றிலுமாக; ஒரே தடவையில்; totally; in one spell; completely.

ஒரோவழி: *(வி.அ):* சில இடங்களில்; சில நேரங்களில்; at some places; sometimes.

ஒரோவொருவர்: *(பெ):* ஒவ்வொருவர்; each person.

ஒலரி: *(பெ):* சிறு மீன் வகை; a kind of small fish.

ஒலிக்குறிப்பு: *(பெ):* ஒருவரின் செயல் ஏற்படுத்தும் (அ) ஒன்றின் தன்மையினால் உண்டாகும் சத்தத்தை அது கேட்கப்படும் விதத்திலேயே குறிக்கும் சொல்; onomatopoetic term.

ஒலிசை: *(பெ):* திருமணத்தில் மணமகனுக்குக் கொடுக்கப்படும் சீர்வரிசை; dowry.

ஒலிதல்: *(பெ):* தழைத்தல்; to shoot forth; to prosper; to thrive.

ஒலி நூல்: *(பெ):* ஒலியியல் சம்பந்தமானது; சப்த சாஸ்திரம்; acoustics; science of sound.

ஒலிநயம்: *(பெ):* கவிதை, இசை ஆகியவற்றில் இனிமையாகப் பொருந்தி வெளிப்படும் ஓசை; melodious quality in poetry, music, etc.; harmony of sound.

ஒலிப்பதிவாளர்: *(பெ):* ஒலிப்பதிவு செய்பவர்; sound-recordist.

ஒலிபரப்பு: *(பெ):* வானொலி நிலையத்தின் நிகழ்ச்சிகளை மின்காந்த அலையாக ஓர் எல்லைக்குள் அனைவரும் கேட்கும்படியாக அனுப்பிடல்; broadcasting.

ஒலி பெயர்: *(வி):* ஒரு மொழியின் சொல் ஒவ்வொன்றிற்கும் பிறிதொரு மொழியில் குறியீடு தந்து எழுதிடு; to transliterate.

ஒலிபெருக்கி: *(பெ):* ஒலி அளவினைப் பன்மடங்காகக் கூட்டி வெளிப்படுத்திட உதவிடும் சாதனம்; megaphone; loud-speaker.

ஒலிப்பு: *(பெ):* பேரொலி; பெருஞ்சத்தம்; மொழியில் சொற்கள் உச்சரிக்கப்படும் முறை; loud noise; pronunciation.

ஒலியல்: *(பெ):* ஆறு; தழைத்தல்; தளிர்; மாலை; மேலாடை; தோல்; தெரு; ஈயோட்டும் கருவி; river; luxuriance; sprout; shoot; garland; upper garment; skin; street; fly whisk.

ஒலியற்கண்ணி: *(பெ):* பச்சிலை மாலை; garland of green leaves.

ஒலியன்: *(பெ):* ஆடை; எழுத்தொலி; garment; dress; sound of letter.

ஒலிவு: *(பெ):* மரவகை; a kind of tree.

ஒலுகு: *(பெ):* திண்டு; சாய்வு; pad; cushion; cant.

ஒலுங்கு: *(பெ):* கொசு; mosquito.

ஒலோவுதல்: *(வி):* குறைவாதல்; to decrease.

ஒல்: *(பெ):* முடிவு; முடிவிடம்; எல்லை; end; limit.

ஒல்குதல்: *(வி):* மெலிதல்; தளர்தல்; குழைதல்; to become lean; to grow weak; to melt.

ஒல்லல்: *(பெ):* இயலுதல்; இசைதல்; being able; consent.

ஒல்லாங்கு: (வி.அ): சரியான வழியில்; எடுத்துக் கொள்ளத் தக்கதான; in a proper way; appropriately.

ஒல்லாதவர் / ஒல்லார்: பகைவர்; enemies.

ஒல்லுதல்: (வி): இயலுதல்; உடன்படுதல்; பொருந்துதல்; be able: to agree; to fit; to make sound.

ஒல்லுநர்: (பெ): நண்பர்; ஆற்றலுடையவர்; friend; able person.

ஒல்லை: (பெ): விரைவு; வேகம்; தொந்தரவு; பழமை; swiftness; speed; harassment; trouble; that which is ancient; antiquity.

ஒல்வழி: (வி.அ): பொருந்திய வகையில்; பொருந்திய இடத்து; in a suitable manner; in a suitable place.

ஒவ்வாத: (பெ.அ): பொருத்தமில்லாத; முரணான; தகாத; incongruous; inconsistent; unbecoming.

ஒவ்வாமை: (பெ): இயலாமை; பொருந்தாமை; இசையாமை; தகுதிக்குறைவு; உடம்புக்கு ஒத்துக்கொள்ளாத நிலை; infeasibility; impossibility; disagreement; incongruous state; want of suitability; allergy.

ஒவ்வுதல்: (வி): பொருந்தி வருதல்; be suitable; be agreeable.

ஒவ்வொரு: (பெ.அ): தனித்தனியான; வேறுவேறான; every; different.

ஒவ்வோன்: (பெ): ஒப்பில்லாதவன்; இறைவன்; matchless person; God.

ஒழி: (வி): நீக்கு; அகற்று; to dismiss; to remove.

ஒழிகை: (பெ): தொலைதல்; நீங்குகை; becoming extinct; leaving.

ஒழிதல்: (வி): அழிதல்; நீங்கல்; தவிர்தல்; விடுதல்; ஓய்தல்; to perish.

ஒழித்தல்: (வி): நீக்குதல்; அழித்தல்; தவிர்த்தல்; தீர்த்தல்; கொல்லுதல்; அகற்றுதல்; to dismiss; to destroy; to exclude; to finish; to kill; to remove.

ஒழிந்தார்: (பெ): ஏனையோர்; the others.

ஒழிபு: (பெ): மிச்சம்; எச்சம்; reminder; remnant.

ஒழிபொருள்: (பெ): எச்சில்; saliva.

ஒழிப்பு: (பெ): விலக்குகை; தவிர்ப்பு; omitting.

ஒழிய: (இணை.இ.சொ): தவிர; அன்றிப் பிற; except; unless.

ஒழியாவிளக்கு: (பெ): விடிவிளக்கு; lamp that burns till break of day.

ஒழிவு: (பெ): மிச்சம்; remainder.

ஒழிவு செய்தல்: (வி): காலி செய்தல்; to vacate.

ஒழுகலாறு: (பெ): ஒழுக்க நெறி; நன்னெறி; பழக்க வழக்கம்; the path of good conduct.

ஒழுகல்: (வி): ஒழுகுதல்; நடத்தல்; leak; behaving.

ஒழுகாத: (பெ.அ): நீர் கசியாத; watertight.

ஒழுகு: (பெ): உயரம்; ஒழுங்கு; height; order.

ஒழுகு சங்கிலி: (பெ): நீளமான சங்கிலி; lengthy chain.

ஒழுகுதல்: (வி): நீர் பாய்தல்; சொட்டுதல்; to flow; to drip.

ஒழுகு மாடம்: (பெ): மனித உடம்பு; human body.

ஒழுகை: (பெ): வண்டி; சகடவொழுங்கு; cart; train of carts.

ஒழுக்க நூல்: (பெ): நீதிநெறி நூல்; ethics.

ஒழுக்க நெறி: (பெ): நீதிநெறி; ethics.

ஒழுக்கம்: (பெ): நன்னடத்தை முறைமை; ஆசாரம்;

ஒழுக்கல்: (பெ): வடிதல்; வார்த்தல்; கசிதல்; leaking; pouring; dripping.

ஒழுக்க வணக்கம்: (பெ): அடக்கம்; கண்ணியம்; modesty.

ஒழுக்கு: (பெ): நீரோட்டம்; ஒழுகுகை; நன்னடை; ஆசாரம்; stream; leaking; conduct; demeanour; good behaviour; custom.

ஒழுக்கைச் சந்து: (பெ): முடுக்குத் தெரு; சந்து; corner street; lane.

ஒழுங்கரம்: (பெ): ஒருவகை அரம்; a kind of file.

ஒழுங்கு: (பெ): முறை; நேர்மை; நன்னடத்தை; கட்டளை; தரம்; proper manner; honesty.

ஒழுங்கு நடவடிக்கை: (பெ): நிறுவனம் தன் சட்டப்படி எடுத்திடும் நடவடிக்கை; disciplinary action taken by an organization.

ஒழுங்குப்பிரச்சினை: (பெ): உறுப்பினர் சபாநாயகரின் முடிவு வேண்டி எழுப்பிடும் பிரச்சினை; point of order.

ஒழுங்கை: (பெ): குறுகலான வழி; சந்து; narrow path; lane.

ஒளி: (பெ): சோதி; விளக்கு; சூரியன்; சந்திரன்; light; lamp; Sun; Moon.

ஒளிக்கம்பம்: (பெ): கலங்கரை விளக்கம்; minar; light house.

ஒளிக்கோட்டம்: (பெ): ஒளிமுறிவு ஏற்படுதல்; refraction.

ஒளிச்சிதறல்: (பெ): எல்லாத் திசைகளிலும் சிதறிடும் பிரதிபலிப்பு; ஒழுங்கற்ற பிரதிபலிப்பு; scattering of light.

ஒளிச்சேர்க்கை: (பெ): இலைகளில் சூரிய ஒளி படும்போது மண்ணிலிருந்து உறிஞ்சப்பட்ட நீரும், காற்றிலிருந்து பெறப்படும் கரியமில வாயுவும் இணைந்து தாவரத்திற்கு அவசியமான மாவுப் பொருளாக மாறிடும் முறை; photosynthesis.

ஒளி பரப்புதல்: *(வி):* தொலைக்காட்சிப்பெட்டியில் நிகழ்ச்சிகளைக் காணும் விதமாக மின்காந்த அலைகளாக மாற்றி அனுப்பல்; telecast.

ஒளிப்பதிவாளர்: *(பெ):* திரைப்பட ஒளிப்பதிவுப் பணியைச் செய்பவர்; camera man; cinematographer.

ஒளிப்பதிவு: *(பெ):* காட்சிகளைத் தக்க ஒளியமைப்புடன் புகைப்படக்கருவியால்பதிவு செய்தல்; cinematography.

ஒளிமறைவு: *(பெ):* இரகசியம்; secrecy.

ஒளியர்: *(பெ):* அறிவுடையோர்; ஒளி நாட்டைச் சேர்ந்தவர்; wise men; those who belong to Oli Naadu.

ஒளியவன்: *(பெ):* சூரியன்; the Sun.

ஒளியருவிய கல்: *(பெ):* வைடூரியம்; an opalescent gem.

ஒளிர்மருப்பு: *(பெ):* தந்தம்; elephant's tusk.

ஒளிர்முகம்: *(பெ):* வைரம்; அழகிய முகம்; diamond; beautiful face.

ஒளிவட்டி: *(பெ):* பச்சைக் கற்பூரம்; medicated camphor.

ஒளி விலகல்: *(பெ):* ஓர் ஊடகத்தினுள் செல்லும் ஒளிக்கதிர் தன் நேரான பாதையிலிருந்து சற்று விலகுதல்; refraction of light rays.

ஒளிவிளக்கு: *(பெ):* பிரகாசமான விளக்கு; a powerful bright lamp that illuminates the whole area.

ஒளிறுதல்: *(வி):* பிரகாசமடையச் செய்தல்; ஒளிர்தல்; to shine; to glitter.

ஒள்ளி: *(பெ):* செம்பொன்; சுக்கிரன்; gold; Venus.

ஒள்ளிய: *(பெ.அ):* பிரகாசமான; bright.

ஒள்ளியன்: *(பெ):* சிறந்தவன்; அறிவுடையோன்; excellent person; wise man.

ஒள்ளியோன்: *(பெ):* சுக்கிரன்; அறிவுடையோன்; Venus; wise man.

ஒள்ளொளி: *(பெ):* பிரகாசமான ஒளி; brilliant light.

ஒறுத்தல்: *(வி):* கடிதல்; தண்டித்தல்; to punish; to rebuke.

ஒறுத்து அடக்குதல்: *(வி):* தண்டித்திடு; to chastise.

ஒறுப்பு: *(பெ):* தண்டனை; வெறுப்பு; குறைவு; punishment; rebuke.

ஒறுவாய்: *(பெ):* சிதைவடைந்த வாய்; ஒடிந்த விளிம்பு; வடு; sunken mouth; broken edge; scar.

ஒறுவு: *(பெ):* வருத்தம்; துன்பம்; trouble; distress.

ஒற்கம்: *(பெ):* வறுமை; தளர்ச்சி; அடக்கம்; குறைவு; poverty; weakness; modesty; scarcity; dearth.

ஒற்குதல்: *(வி):* குறைதல்; தளர்தல்; be deficient; to droop.

ஒற்றாடல்: *(பெ):* ஒற்றர்களை ஆளுதல்; employing and directing spies.

ஒற்றிச்சீட்டு: *(பெ):* அடைமானப் பத்திரம்; mortgage bond.

ஒற்றித்தல்: *(வி):* வேவு பார்த்தல்; ஒற்றுமையாயிருத்தல்; to spy; be united.

ஒற்றிப்போதல்: *(வி):* விலகிச் செல்லுதல்; to leave.

ஒற்றி வைத்தல்: *(வி):* அடைமானம் வைத்தல்; தள்ளி வைத்தல்; to mortgage; to postpone.

ஒற்று: *(பெ):* மெய்யெழுத்து; உளவாளி; யாழிசைக் கருவியின் உறுப்பு; consonant; spy; a part of the musical instrument, Yaazh.

ஒற்றுதல்: *(வி):* துடைத்தல்; கட்டுதல்; to wipe away; to tie.

ஒற்றுமை: *(பெ):* ஒன்றுசேர்ந்து இருத்தல்; ஒருமை; unity; oneness.

ஒற்றெழுத்து: *(பெ):* மெய்யெழுத்து; consonant.

ஒற்றை: *(பெ):* ஒன்று; ஒற்றைப்படை எண்; one; odd number.

ஒற்றைக்காலில் நின்றிடு: *(வி):* பிடிவாதம் பிடித்தல்; be adamant.

ஒற்றைக்குச்சி: *(பெ):* சிலம்பாட்டம்; the martial art of using quarter staff.

ஒற்றைத் தலைவலி: *(பெ):* தலையின் ஒருபுறத்தில்மட்டும்உண்டாகிடும்வலி; migraine.

ஒற்றைத் தாலி: *(பெ):* தாலி மட்டும் உள்ள கழுத்தணி; a kind of necklace which has Thaali only.

ஒற்றை நாடி: *(பெ):* ஒல்லியான உடம்பு; மாட்டுக் குற்றம்; lean body; a defect in bull or cow.

ஒற்றை நின்றாள்: *(பெ):* கைம்பெண்; widow.

ஒற்றையடிப்பாதை: *(பெ):* குறுகலாக அமைந்த பாதை; track.

ஒற்றையாழித் தேர்: *(பெ):* ஒற்றைச் சக்கரமுடைய சூரியபகவானின் தேர்; Sun's chariot which has only one wheel.

ஒற்றையாள்: *(பெ):* தனியாள்; single person; lonely person.

ஒன்பதொத்து: *(பெ):* ஒருவகைத் தாளம்; a kind of rhythm measure.

ஒன்பான்: *(பெ):* எண் ஒன்பது; the number nine.

ஒன்றலர்: *(பெ):* பகைவர்; enemies; foes.

ஒன்றன்பால்: *(பெ):* அஃறிணை ஒருமை; singular of the impersonal class.

ஒன்றாக: *(வி.அ):* நிச்சயமாக; surely; certainly.

ஒன்றாகுதல்: *(வி):* ஐக்கியப்படுதல்; to merge.

ஒன்றாமை: *(பெ):* பகைமை; enmity.

ஒன்றார்: *(பெ):* பகைவர்; enemies; foes.

ஒன்றி: *(பெ):* ஒற்றை; தனிமை; தனித்த ஆள்.

ஒன்றிக்காரன் / ஒன்றியாள்: *(பெ):* குடும்பம் இல்லாதவன்; தனியாள்; one who has no family; lonely person.

ஒன்றித்தல்: *(வி):* ஒருமைப்படுதல்; சேர்ந்திருத்தல்; பொருந்துதல்; to unite; to combine.

ஒன்றிப்பு: *(பெ):* ஒருமிப்பு; union; harmony.

ஒன்றுக்கிரு: *(வி):* சிறுநீர் கழித்தல்; to urinate.

ஒன்றுக்குடி: *(பெ):* ஒண்டுக் குடித்தனம்; co-tenancy.

ஒன்றுகை: *(பெ):* ஒன்றுதல்; fitting together.

ஒன்றுதல்: *(வி):* ஒன்றாதல்; பொருந்துதல்; ஒத்தல்; to unite; to combine; to gather; to concentrate; to agree on intimate terms with; to resemble; be similar.

ஒன்றுநன்: *(பெ):* நண்பன்; friend.

ஒன்று மொழிதல்: *(வி):* சூளுரைத்தல்; to declare with a vow.

ஒன்றும்: *(இ.சொ):* ஒருவிதத்திலும்; எந்த விதத்திலும்; சிறிதும்; (not) to the extent; even a little.

ஒன்னப்பூ: *(பெ):* மாதர் காதணி வகை; a kind of ear ornament of women.

ஒன்னலர்: *(பெ):* பகைவன்; enemy; foe.

ஒன்னார்: *(பெ):* பகைவர்; enemies; foes.

ஓ

ஓ: *(பெ):* தமிழ் உயிர் எழுத்தின் பதினோறாவது எழுத்து; the eleventh letter or vowel of Tamil alphabet; *(இ.சொ):* ஒரு வாக்கியத்தில் மாற்றாக இருப்பவற்றோடு இணைக்கப்பட்டு 'அல்லது' என்னும் முறையில் பயன்படுத்தும் இடைச்சொல்; It is used as a conjunction, when added to nouns which are alternatives in a sentence.

ஓகணம் / ஓகணி: *(பெ):* பேன்; மூட்டைப் பூச்சி; louse; bed bug.

ஓகம்: *(பெ):* அடைக்கலம்; ஒரு குருவி; refuge; a kind of sparrow.

ஓகாரம்: *(பெ):* 'ஓ' என்னும் எழுத்து; மயிலைக் குறிக்கும் சொல்; the letter 'ஓ'; the word used as a symbol for the peacock.

ஓகாரவுரு: *(பெ):* கடவுள்; God.

ஓகுலம்: *(பெ):* அப்பம்; round cake made of rice flour and sugar in ghee.

ஓகை: *(பெ):* உவகை; ஆரவாரம்; ஆறு; நீர்ப்பெருக்கு; இனிய மொழி; joy; din and bustle; river; flood; a sweet word or language.

ஓக்கம்: *(பெ):* உயர்ச்சி; பெருமை; elevation; greatness.

ஓக்காளம்: *(பெ):* கக்குதல்; vomit.

ஓக்காளிப்பு: *(பெ):* வாந்தி உணர்வு; vomiting sensation.

ஓக்கியம்: *(பெ):* ஏற்றது; தக்கது; that which is suitable or acceptable.

ஓக்குதல்: *(வி):* உயர்த்துதல்; எழும்பச்; to raise; to lift up.

ஓங்கல்: *(பெ):* உயர்ச்சி; மலை; மேடு; மூங்கில்; யானை; மரக்கலம்; அரசன்; தலைவன்; வலியோன்; வழித்தோன்றல்; height; mountain; mound; peak; bamboo; elephant; boat; king; chief; lord; strong man; descendant.

ஓங்கார உப்பு: *(பெ):* கல்லுப்பு; rock salt.

ஓங்காரம்: *(பெ):* ஓம்; பிரணவம்; Om; the mystic syllable of Hindus.

ஓங்காரவுரு: *(பெ):* கடவுள்; கௌரிபாடாணம்; God; a kind of arsenic.

ஓங்கி: *(வி.அ):* உயரமாக; நெடிதாக; tallest; to a lofty height.

ஓங்கில்: *(பெ):* மீன் வகை; a kind of fish.

ஓங்குதல்: *(வி):* உயர்தல்; வளர்தல்; to rise high; to grow.

ஓசம்: *(பெ):* ஒளி; புகழ்; light; fame.

ஓசரம்: *(பெ):* நிமித்தம்; பொருட்டு; cause; motive.

ஓசரி: *(பெ):* கேடு; அதிசயம்; ruin; wonder.

ஓசழக்கு: *(பெ):* அழகு; beauty.

ஓசனித்தல்: *(வி):* சிறகடித்தல்; to flap wings.

ஓசனை: *(பெ):* நான்கு காதம்; sixty-four kilometres.

ஓசன்: *(பெ):* ஆசான்; குரு; பிடாரி கோயில் பூசாரி; teacher; guru; priest of Pidaari temple.

ஓசீவனம்: *(பெ):* பிழைப்பு; livelihood.

ஓசு: *(பெ):* புகழ்; வலிமை; இனாமாகக் கிடைப்பது; fame; strength; that which is received as gift.

ஓசுநன்: *(பெ):* வலியோன்; எண்ணெய் வணிகர்; மீகாமன்; பரவ சாதியர்; strong man; oil merchant; sailor; one who belongs to fisherman caste.

ஓசை: *(பெ):* ஒலி; இரைச்சல்; எழுத்தோசை; புகழ்; சொல்; பேச்சு; பாம்பு; வாழை; sound; sound of a letter; fame; word; speech; vocal sound; snake; plantain.

ஓசை செய் தளை: *(பெ):* கால் கொலுசு; a kind of anklet.

ஓச்சம்: *(பெ):* உயர்வு; புகழ்; eminence; fame.

ஓச்சல்: *(பெ):* உயர்வு; தளர்ச்சி; eminence; slackness.

ஓச்சன்: *(பெ):* ஆசான்; பிடாரி கோயில் பூசாரி; கணக்கன்; teacher; priest of Pidaari temple; accountant.

ஓச்சுதல்: *(வி):* எறிதல்; பாய்ச்சுதல்; to throw; to thrust.

ஓச்சை: *(பெ):* வறுத்த உணவு; fried food.

ஓடக்காரன்: *(பெ):* ஓடம் செலுத்துபவன்; boat man.

ஓடக்கோல்: *(பெ):* ஓடம் தள்ளும் கழி; boatman's pole.

ஓடதி: *(பெ):* மூலிகைச் செடி; herb.

ஓடதிநாதன்: *(பெ):* சந்திரன்; the Moon.

ஓடம்: *(பெ):* தெப்பம்; படகு; தோணி; raft; boat; country boat.

ஓடல்: *(வி):* ஓடுதல்; கெடுதல்; to run; to ruin.

ஓட விடுதல்: *(வி):* புடமிடுதல்; to calcinate; to refine metals.

ஓடன்: *(பெ):* ஆமை; tortoise.

ஓடாவி: *(பெ):* தச்சர்; ஓவியர்; carpenter; painter.

ஓடி: *(பெ):* ஒருவகை நிலம்; வன நெல்; a kind of land; a kind of paddy which grows in forests.

ஓடியம்: *(பெ):* பரிகாசம்; ஏளனம்; களங்கம்; ஆபாசம்; jest; raillery; ridicule; obscenity; ribaldry.

ஓடியவோடம்: *(பெ):* கிளிஞ்சில்; shell.

ஓடு: *(பெ):* வீடு வேயும் ஓடு; மண்டையோடு; பானையோடு; இரப்போர் பிச்சைப்பாத்திரம்; roofing tile; skull; bit of an earthen pot; mendicant's bowl.

ஓடுகால்: *(பெ):* நீரோடும் கால்வாய்; a water course; a channel.

ஓடுதல்: *(வி):* ஓட்டமாய்ச் செல்லுதல்; வருந்துதல்; நேரிடுதல்; பரவுதல்; கழன்று கொள்ளுதல்; to run; to suffer; to occur; to spread; to come-off.

ஓடுபடம்: *(பெ):* இடுதிரை; curtain.

ஓடு பாதை: *(பெ):* ஆகாயவிமானம் மேலே எழும்பும் முன்பாக (அ) கீழே இறங்கியதும் சற்று தூரம் ஓடுவதற்காக அமைக்கப் பட்டிருக்கும் நீளமான பாதை; runway in an airport.

ஓடை: *(பெ):* ஆற்றிலிருந்து பிரிந்து செல்லுகின்ற நீர் வழி; குளம்; சந்தன மடல்; முகபடாம்; rivulet; stream; tank; a vessel for holding sandal paste; frontlet of an elephant.

ஓட்டத்தி: *(பெ):* செடிவகை; a kind of plant.

ஓட்டம்: *(பெ):* ஓடுதல்; உதடு; தோல்வி; உலோகத்தை உருக்கிச் செய்யும் முறை; running; lips; failure; purifying the metals by melting.

ஓட்டன்: *(பெ):* கால்நடையாகச் சென்று தூது சொல்லுவோன்; பாட்டனுக்குப்பாட்டன்; runner; grandfather of the grandfather.

ஓட்டாங்கச்சி: *(பெ):* தேங்காய் ஓடு; மட்கல ஓட்டின் துண்டு; the outer shell of coconut; a small piece of a broken earthenware.

ஓட்டாங்கிளிஞ்சல்: *(பெ):* ஒருவகை மீன்; உடைந்த சிப்பி; a kind of fish; broken shell.

ஓட்டி: *(பெ):* பாட்டியின் பாட்டி; ஓட்டுகிறவன்; கொவ்வைப் பழம்; grandmother of the grandmother; driver; red fruits of a common creeper, found on the hedges.

ஓட்டியம்: *(பெ):* ஒட்டகம்; camel.

ஓட்டு^{1}: *(பெ):* ஓட்டுகை; புறங்காட்டி ஓடுதல்; கப்பலோட்டம்; நூலிழையோட்டுதல்; running; defeat; sailing; seam of cloth.

ஓட்டு^{2}: *(பெ):* (தேர்தல்) வாக்கு; vote.

ஓட்டுச்சாவடி: *(பெ):* வாக்கா-ளர்கள் வாக்குப்பதிவு செய்யுமிடம்; polling booth.

ஓட்டுச்சீட்டு: *(பெ):* வேட்பாளரின் பெயர், சின்னம் போன்றவை அச்சிடப்பட்ட தாள்; ballot paper.

ஓட்டுத்துத்தி: *(பெ):* ஒருவகைப்பூண்டு; a kind of herb.

ஓட்டுதல்: *(வி):* செலுத்துதல்; நீங்கச் செய்தல்; cause to run; to drive away.

ஓட்டு முத்து: *(பெ):* சிப்பியிலிருந்து எடுத்த முத்து; the pearl taken from a shell-fish.

ஓட்டை: *(பெ):* துளை; சில்லி; hole; a piece of the broken earthen pot.

ஓட்டை மனம்: *(பெ):* இளநெஞ்சு; tender heart.

ஓணப்பிரான்: *(பெ):* திருமால்; Lord Vishnu.

ஓணம்: *(பெ):* ஆறு; ஒரு பண்டிகை; திருவோண நட்சத்திரம்; river; a festival; one of the twenty-seven stars, Thiruvonam.

ஓணான் கொத்தி: *(பெ):* ஒருவகை இராசாளி; a kind of royal falcon.

ஓதக்கால்: *(பெ):* யானைக்கால்; elephantiasis.

ஓதப்புரோதம்: (பெ): நெசவின் பாவு மற்றும் ஊடிழைகள்; warp and woof. the thread woven across the warp.

ஓதம்: (பெ): ஈரம்; வெள்ளம்; நீர்ப்பெருக்கு; கடல் அலை; ஒலி; பெருமை; சோறு; அண்ட வாதநோய்; moisture: flood: sea-wave; sound; greatness: cooked rice: hydrocele; hernia.

ஓதவனம்: (பெ): கடல்; sea.

ஓதனம்: (பெ): சோறு; பெருமை; போர்; boiled rice; greatness; battle; war.

ஓதன்மை: (பெ): ஓதுதல் தன்மை; பாட்டு; nature of preaching; song.

ஓதி: (பெ): கல்வி; அறிவு; ஓதுபவன்; ஓந்தி; செறிவு; பெண் மயிர்; அன்னம்; அறிஞன்; education; wisdom; preacher: garden lizard; closeness; woman's hair; swan; learned person.

ஓதிஞானம்: (பெ): மெய்யறிவு; enlightenment.

ஓதிமம்: (பெ): அன்னம்; கவரிமான்; மலை; புளிய மரம்; swan: a kind of deer: mountain: tamarind tree.

ஓதி விடுதல்: (பெ): திருமண அன்பளிப்பு; marriage gift.

ஓதுதல்: (வி): படித்தல்; சொல்லுதல்; கற்பித்தல்; இரகசியமாகப் பேசுதல்; மந்திரம் உச்சரித்தல்; பாடுதல்; to read; to say; to teach; to talk in a secret way; to recite the mantras; to sing.

ஓதுவார்: (பெ): கோயிலில் தேவாரம் போன்ற பாடல்களைப் பாடுபவர்; the person who sings the songs of Thevaaram, etc.

ஓதை: (பெ): ஓசை; பேரொலி; ஆரவாரம்; மலை; காற்று; மதில்; sound; loud noise; din and bustle; mountain; wind; fortwall.

ஓதைவாரி: (பெ): சிறகு; வீட்டு வரிசை; கடல்; feather; rows of houses; sea.

ஓத்தி: (பெ): ஓந்தி; blood-sucker.

ஓத்து: (பெ): ஓதுகை; ஓதப்படுவது; வேதம்; விதி; preaching; that which is preached; veda; rule.

ஓபு: (பெ): கதவு; door.

ஓப்புதல்: (வி): ஓட்டுதல்; நீக்குதல்; துரத்துதல்; உயர்த்துதல்; to drive away; to remove; to chase; to raise.

ஓமத் திராவகம்: (பெ): ஓம நீர்; essence of bishop's weed; omam water.

ஓமப்பொடி: (பெ): திருநீறு; sacred ash.

ஓமம்: (பெ): வேள்வி வகை; ஒரு மருந்துச் சரக்கு; offering and oblation to the Gods by pouring ghee, etc. into the consecrated fire; sacrifice; bishop's weed.

ஓமம் வளர்த்தல்/ஓமாக்கினி: (வி): வேள்வி செய்தல்; to kindle and feed the sacrificial fire.

ஓமலிப்பு / ஓமல்: (பெ): ஊர்ப்பேச்சு; வசைப்பேச்சு; rumour; bruit.

ஓமவல்லி: (பெ): கற்பூரவல்லிப் பூண்டு; a herb

ஓமான்: (பெ): ஓந்தி; garden lizard; blood sucker.

ஓமி: (பெ): வேள்வி செய்வோன்; தீ; நீர்; நெய்; the person who does sacrifice; fire; water; ghee.

ஓமிடிதல்: (வி): கேடுறுதல்; அழிதல்; to harm: be ruined.

ஓமியம்: (பெ): ஓமம்; வேள்வி; bishop's weed; sacrifice.

ஓமை: (பெ): மாமரம்; mango tree.

ஓம்: (பெ): பிரணவம்; the mystic name of the deity preceding all the mantras of worship. writings. etc.

ஓம்படுதல்: (வி): உடன்படுதல்; to express assent: to consent.

ஓம்படுத்தல்: (வி): உறுதி கூறுதல்; பாதுகாப்பு அளித்தல்; உற்சாகப்படுத்துதல்; to give assurance; to protect; to cheer up; to encourage.

ஓம்படைக்கிளவி: (பெ): பெரியோர் கூறும் அறிவுரை; தலைவியைப் பாதுகாக்குமாறு தலைவனுக்குத் தோழி கூறும் கூற்று; sage advice given by wise men; entrustment of the heroine to her lover by her companion for protection.

ஓம்புதல்: (வி): காப்பாற்றுதல்; பாதுகாத்தல்.

ஓய்: (வி): ஒரு முடிவுக்கு வருதல்; ஓசை அடங்குதல்; to come to an end; sound subsiding.

ஓய்ச்சல்: (பெ): தளர்ச்சி; tiresomeness.

ஓய்தல்: (வி): அழிதல்; மாறுதல்; சுருங்குதல்; to expire; to change: to diminish.

ஓய்வூதியம்: (பெ): பிரதி மாதமும் அரசினால் வழங்கப்படும் ஊதியம்; pension.

ஓரகத்தன்: (பெ): சகலன்; co-brother.

ஓரகத்தி: (பெ): கணவனின் சகோதரரின் மனைவி; co-sister; the wife of the husband's brother.

ஓரம்: (பெ): விளிம்பு; பக்கம்; edge; margin; border.

ஓரம்பம்: (பெ): கணிதம்; mathematics.

ஓரம் பேசுதல்: (பெ): ஒரு பக்கம் சார்தல்; to show partiality.

ஓரவஞ்சனை: (பெ): வெளிப்படையான புறக்கணிப்பு; discrimination.

ஓரவாரம்: (பெ): பாரபட்சம்; partiality.

ஓரறிவுயிர்: (பெ): புல், மரம் முதலியன; the grass, plants, trees etc., which are supposed to have only the sense of touch.

ஓராங்கு: (வி.அ): இடைவிடாது; ஒருசேர; ஒன்றுபோல்; ceaselessly; combined; something like that.

ஓராட்டுதல்: (வி): தாலாட்டுதல்; to rock a child in a cradle with lullabies.

ஓராயம்: (பெ): சேர்க்கை; சாய்வு; இணைப்பு; union; slant; combination.

ஓரி: (பெ): வயதான நரி; குதிரையின் பிடரி மயிர்; தேன் முதிர்வால் உண்டாகும் நீல நிறம்; கணவருடைய உடன் பிறந்தானின் மனைவி; old jackal; mane; dark blue colour of matured honey; the wife of husband's brother.

ஓரிசு: (பெ): இசைவு; தீர்மானம்; சமாதானம்; consent; resolution; peace.

ஓரியர்: (பெ): வித்தியாதரர்; நாகர்; Vidhyadharas; Nagas.

ஓரிரு: (பெ.அ): மிகவும் குறைவான; very few.

ஓரு: (பெ): நொடி; நினைத்தல்; second; thinking.

ஓரை: (பெ): மாதர் கூட்டம்; ஒரு முகூர்த்தம்; concourse of women; Zodiac sign.

ஓர்கை: (பெ): யானை; elephant.

ஓர்கட் புள்: (பெ): ஒரு கண்பார்வை உடைய காகம்; the crow which has sight in only one eye.

ஓர்ச்சி: (பெ): ஆராய்ச்சி; அறிவு; உணர்ச்சி; investigation; research; wisdom; feeling.

ஓர்தல்: (வி): ஆராய்தல்; எண்ணுதல்; தெளிதல்; to examine; to investigate; to think over; to know.

ஓர்த்தல்: (வி): தெரிவு செய்தல்; எண்ணுதல்; உன்னிப்பாகக் கவனித்தல்; to select; to choose; to think; to listen attentively.

ஓர்பு: (பெ): ஆராய்கை; சிந்தித்தல்; examining; thinking.

ஓர்ப்பு: (பெ): பொறுமை; துணிவு; தெளிவு; patience; boldness; clearness.

ஓர்மம்: (பெ): மனவுறுதி; fortitude.

ஓர்மை: (பெ): ஒருமை; ஒற்றுமை; மன உறுதி; துணிவு; ஆடம்பரம்; oneness; unity; fortitude; courage; pomp.

ஓலக்கம்: (பெ): சபை; சபா மண்டபம்; durbar; assembly; royal presence hall.

ஓலம்: (பெ): ஒலி; கடல்; பாம்பு; அடைக்கலம்; sound; noise; sea; snake; refuge.

ஓலாட்டுதல் / ஓலுறுத்தல்: (வி): தாலாட்டுதல்; to rock a child in a cradle with lullabies.

ஓலிடுதல்/ஓலுதல்/ஓலுறுதல்: (வி): முழங்குதல்; to roar.

ஓலை: (பெ): பனை, தென்னை ஆகியவற்றின் ஓலை; ஆவண ஓலை; சீட்டு; காதணி; palm leaf; palmyra leaf on which something is written; round palm leaf used as an ear ornament.

ஓலைக் கணக்கர்: (பெ): மாணாக்கர்; students.

ஓலைக்கிணாட்டு: (பெ): ஓலைத்துண்டு; a piece or bit of palmyra leaf.

ஓலைக் கிளிஞ்சில்: (பெ): சங்கு வகை; கிளிஞ்சில் வகை; a kind of conch shell; a kind of shell.

ஓலை தீட்டும் படை: (பெ): எழுத்தாணி; style.

ஓலை நாயகன்: (பெ): சோழர்களின் தலைமைக் காரிய நிர்வாகி; the higher official executive of Cholas.

ஓலைப்புறம்: (பெ): கட்டளை; order.

ஓலைப்பூ: (பெ): தாழம்பூ; screw-pine flower.

ஓலை வாங்குதல்: (வி): இறத்தல்; to die.

ஓலை வாளை: (பெ): வாளை மீன் வகை; a kind of fish.

ஓல்: (பெ): தாலாட்டு; lullaby.

ஓவம்: (பெ): ஓவியம்; சித்திரம்; உயரம்; painting; picture; height.

ஓவருதல்: (வி): ஒழிதல்; to cease.

ஓவர்: (பெ): ஓவியர்; கம்மாளர்; painter; smith.

ஓவாய்: (பெ): பற்கள் இல்லாத வாய்; பொக்கை வாய்; toothless mouth.

ஓவி: (பெ): ஓவியம்; சித்திரம்; painting; picture.

ஓவியகாயம்: (பெ): புலி; tiger.

ஓவியப்பேச்சு: (பெ): இன்சொல்; pleasant speech.

ஓவுதல்: (வி): ஒழிதல்; நீங்குதல்; நீக்குதல்; முடிதல்; to cease; to leave; to remove; to end.

ஓளி: (பெ): ஒழுங்கு; யானைக் கூட்டம்; order; herd of elephants.

ஒற்பலம்: (பெ): கோங்கு; red cotton tree.

ஔ

ஔ/ஔகாரம்: (பெ): தமிழ் உயிரெழுத்தின் பன்னிரண்டாவது எழுத்து; அநந்தன் என்னும் பாம்பு; நிலம்; அழைத்தல்; the twelfth vowel of Tamil alphabet; a snake called Ananthan as per puranas; land; calling.

ஔகாரம்: (பெ): 'ஔ' என்னும் எழுத்து; the letter 'ஔ'.

ஔசித்தியம்: (பெ): தகுதி; fitness.

ஔசீரம்: (பெ): இருக்கை; ஆசனம்; கவரிமானின் மயிர்; படுக்கை; seat; the hair of a kind of deer; bed.

ஔடனம்: (பெ): மிளகுச் சாறு; mulligatawny, a soup highly seasoned with pepper.

ஔடதம்: (பெ): மருந்து; medicine; drug.

ஔதசியம்: (பெ): பால்; milk.

ஔதநிகன்: (பெ): சமையற்காரன்; cook.

ஔதா: (பெ): அம்பாரி; howdah with a canopy.

ஔதாரியம்: (பெ): பெருந்தன்மை; உதார குணம்; magnanimity.

ஔவித்தல்: (வி): பொறாமைப்படுதல்; to be envious.

ஔவியம்: (பெ): அழுக்காறு; பொறாமை; envy.

ஔவுதல்: (வி): வாயால் பற்றுதல்; துடைத்தல்; உராய்தல்; to grasp by mouth; to rub off; to graze.

ஔவை: (பெ): தாய்; மூதாட்டி; ஔவையார்; mother; matron; a female ascetic and a Tamil poetess, Avvaiyar.

ஔவை நோன்பு: (பெ): செவ்வாய்க் கிழமைகளில் பெண்கள் நோற்கும் நோன்பு வகை; a secret ceremony performed by women on Tuesdays.

ஃ

ஃ: (பெ): ஆயுத எழுத்து; the guttural letter.

க

க: *(பெ):* உயிர்மெய் எழுத்தில் முதலாவது (க் + அ = க); ஆன்மா; உடல்; காமன்; காற்று; நீர்; கதிரவன்; திருமால்; தொனி; மயில்; மனம்; ஆனைமுகக் கடவுள்; ஒலிக்கும் மணி; இயமன்; உடல்நலம்; தலை; திரவியம்; நனைதல்; பறவை; அரசன்; முகில்; வல்லவன்; நான்முகன்; அக்னி; 'ஒன்று' என்னும் எண்ணின் குறி; the first letter of vowel-consonant of Tamil alphabet; soul; body; Cupid; air; water; Sun; Lord Vishnu; tone; peacock; mind; Lord Ganapathi; ringing bell; Yama, the God of death; health; head; property; becoming wet; bird; king; cloud; capable man; Lord Brahma; Agni, the God of fire; the Tamil symbol of number 'ஒன்று' (one).

கஃசு: *(பெ):* காற்பலம்: a former measure of weight (8.75 gms).

கஃறு: *(பெ):* நிறத்தை உணர்த்தும் குறிப்புச் சொல்; a term indicating colour.

ககணி: *(பெ):* வான சாஸ்திர வல்லுநர்; astronomer.

ககபதி / ககராசன்: *(பெ):* கருடன்; eagle.

ககமாரம்: *(பெ):* மணித்தக்காளி; black night-shade.

ககம்: *(பெ):* அம்பு; பறவை; காற்று; arrow; bird; air.

கஃகான்/ககரம்: *(பெ):* 'க' என்னும் எழுத்து; the letter 'க'.

ககவசுகம்: *(பெ):* ஆலமரம்; banyan tree.

ககனம்: *(பெ):* வானம்; வளிமண்டலம்; காடு; படை; பறவை வகை; வேர் வகை; sky; atmosphere; a wood or thicket; an army; a kind of bird; a kind of root.

ககு: *(பெ):* கொடியவன்; wicked man.

ககுஞ்சலம்: *(பெ):* சாதகப்பறவை; shepherd koel.

ககுத்து: *(பெ):* நாக்கு; திமில்; முக்கியம்; tongue; hump; important.

ககுபம்: *(பெ):* மரவகை; திசை; a kind of tree; direction.

ககேசன் / ககேந்திரன்: *(பெ):* கருடன்; சூரியன்; eagle; Sun.

ககோதரம்: *(பெ):* பாம்பு; snake.

ககோளம்: *(பெ):* வானமண்டலம்; celestial firmament.

கக்கசம்: *(பெ):* கடினம்; முயற்சி; hard; effort.

கக்கடி: *(பெ):* செடிவகை; a kind of plant.

கக்கரி: *(பெ):* வெள்ளரி வகை; a kind of cucumber.

கக்கலாத்து: *(பெ):* கரப்பான் பூச்சி; cockroach.

கக்கார்: *(பெ):* இனிப்பு மாங்காய்; a kind of tasty mango.

கக்கு: *(வி):* வாந்தியெடுத்தல்; உமிழ்தல்; எரிமலைக்குழம்பை வெளிப்படுத்துதல்; புகையை வெளியாக்கல்; ரகசியமான விஷயத்தை வெளிப்படுத்துதல்; to vomit; to spit to spew (fire) of volcano; to let smoke of machines, vehicles, etc.; to spill the beans.

கங்கடம்: *(பெ):* கவசம்; சட்டை; shield; mail; shirt.

கங்கணம்: *(பெ):* காப்பு; கடகம்; கைவளை; வாழும் பறவை; bracelet; a yellow cord tied round the right arm of bridegroom and the left hand of bride in marriage ceremonies; bangle.

கங்கதம்: *(பெ):* சீப்பு; comb.

கங்கபத்திரம்: *(பெ):* அம்பு; பருந்தின் இறகு; உமி; arrow; feather of kite; husk.

கங்கம்: *(பெ):* தீப்பொறி; பருந்து; கழுகு; மரவகை; spark; kite; eagle.

கங்கரம்: *(பெ):* மோர்; butter milk.

கங்கர்: *(பெ):* சுக்கான் கல்; kunkur lime; over-burnt brick.

கங்கவி: *(பெ):* பருந்து; eagle.

கங்கன்: *(பெ):* ஓர் அரசன்; a king.

கங்காணி: *(பெ):* மேஸ்திரி; overseer.

கங்காநீலன்: *(பெ):* நீல நிறங்கொண்ட குதிரை; the blue horse.

கங்காளம்: *(பெ):* எலும்பு; பிணம்; பெருங்கலம் (ஆயிரம் நாண்களைக் கொண்ட பேரியாழ்); bone; corpse; a large lute having 1000 strings.

கங்காளன்: *(பெ):* துருசு; சிவபெருமான்; blue vitriol; Lord Shiva.

கங்காளி: *(பெ):* காளி; பார்வதி; ஏழை; Goddess Kali, the female deity with dark complexion; Parvathi, the consort of Lord Shiva; the poor.

கங்கானம்: *(பெ):* குதிரை; horse.

கங்கு: *(பெ):* எல்லை; வரம்பு; கரை; அணை; வரிசை; தீப்பொறி; கழுகு; பருந்து; limit; boundary; bank; dam; row; spark; kite; eagle.

கங்கு மட்டை: *(பெ):* பனை மட்டையின் அடிக்கருக்கு; toothed edge on either side of the stalk of palmyra leaf.

கங்கு ரோகம்: *(பெ):* நோய் வகை; a kind of disease.

கங்குல்: *(பெ):* இரவு; இருள்; night; darkness.

கங்குல்வாணர்: *(பெ):* அரக்கர்; monsters.

கங்குல் விழிப்பு: *(பெ):* கூகை; a kind of owl.

கங்கை: *(பெ):* கங்கையாறு; நவச்சாரம்; river Ganges; ammonium chloride.

கங்கை தூவி: *(பெ):* மேகம்; cloud.

கசகசா: *(பெ):* அபினிச் செடி; narcotic herb.

கசகம்: *(பெ):* வெள்ளரிக் கொடி; cucumber creeper.

கசகன்னி: *(பெ):* செடி வகை; a kind of plant.

கசகுதல்: *(வி):* பின்வாங்குதல்; நெருக்குதல்; to withdraw; to compress.

கசக்கல்: *(வி):* வருந்துதல்; பிழிதல்; to suffer; to squeeze.

கசக்கார்: *(பெ):* சுவையுடைய மாங்காய்; a tasty mango.

கசக்கால்: *(பெ):* நீரூற்று; spring; fountain.

கசங்கு: *(பெ):* ஈந்து; a kind of fruit-bearing thorny tree.

கசங்குதல்: *(வி):* தளர்தல்; நிலை கெடுதல்; be troubled at heart.

கசடன்: *(பெ):* கபடவன்; கீழ்மகன்; கொடியவன்; dishonest person; mean person; cruel man.

கசட்டம்: *(பெ):* சுக்குநாரிப்புல்; a kind of grass.

கசட்டை: *(பெ):* துவர்ப்பு; astringent taste.

கசதி: *(பெ):* துன்பம்; வருத்தம்; suffering; distress.

கசபம்: *(பெ):* கோரை; அருகு; sedges and bulrushes; holy grass.

கசப்பு: *(பெ):* கைப்பு; வெறுப்பு; bitterness; disgust.

கசமடையன்: *(பெ):* மூடன்; idiot; fool.

கசமாது: *(பெ):* ஊமத்தஞ்செடி; dhatura plant.

கசம்: *(பெ):* யானை; ஓர் அளவு; elephant; a measure; lotus.

கசரத்து: *(பெ):* உடற்பயிற்சி; exercise.

கசரை: *(பெ):* காலே அரைக்கால் பலம்; a former measure (roughly 13 grams).

கசரோகம்: *(பெ):* எலும்புருக்கி நோய்; tuberculosis.

கசர்: *(பெ):* குறைவு; எஞ்சியிருப்பது; deficiency; that which remains.

கசர்ப்பம்: *(பெ):* மஞ்சள்; turmeric.

கசவம்: *(பெ):* கடுகு; mustard.

கசவு / கசா: *(பெ):* ஒருவகைச் செடி; a kind of plant.

கசனை: *(பெ):* ஈரம்; பற்று; wet; attachment.

கசாது எழுதுதல்: *(பெ):* திருமணம் பதிவு செய்தல்; to register the marriage.

கசாலை: *(பெ):* அடுக்களை; hearth; kitchen.

கசானனன்: *(பெ):* விநாயகர்; ஆனைமுகக் கடவுள்; Lord Vinayaka.

கசானா: *(பெ):* கருவூலம்; treasury.

கசிதம்: *(பெ):* பதிக்கை; பூச்சு; துடுப்பு; சிறு அகப்பை; stamping; smearing; paddle; ladle; a small handled spoon generally made of coconut shell; secretion.

கசிதல்: *(வி):* நெகிழ்தல்; ஈரமாதல்; வியர்த்தல்; be moved; be wet; to sweat.

கசூர்: *(பெ):* அசட்டை; inattention.

கசை: *(பெ):* சவுக்கு; கவசம்; கடிவாளம்; பசை; whip; mail; shield; bridle; paste.

கசைமுறுக்கி: *(பெ):* தட்டானின் குறடு; கயிறு திரிப்பவன்; goldsmith's pincers; one who twists fibre into a rope.

கசை வளையல்: *(பெ):* பொற்கம்பி வளையல்; a kind of bangle made of thin gold string.

கசை வேலை: *(பெ):* பொற்கம்பி வேலை; art of making ornaments with thin gold strings.

கச்சகம்: *(பெ):* குரங்கு; monkey.

கச்சங்கம்: *(பெ):* ஒப்பந்தம்; agreement.

கச்சந்தி: *(பெ):* கோணிப்பை; gunny bag.

கச்சபம்: *(பெ):* ஆமை; நவநிதிகளுள் ஒன்று; tortoise; one of the nine kinds of Nidhis.

கச்சபீ: *(பெ):* கலைமகளின் வீணை; the veena of Saraswathi, Goddess of Arts and Learning.

கச்சம்: *(பெ):* அளவு; இறகு; இலட்சம்; measure; feather; lakh.

கச்சல்: *(பெ):* ஒல்லி; இளம் பிஞ்சு; வெறுப்பு; thin; tender unripe fruit; dislike.

கச்சலாட்டம்: *(பெ):* சச்சரவு; quarrel.

கச்சவடக்காரன்: *(பெ):* வணிகர்; merchant; trader.

கச்சவடம்: *(பெ):* வணிகம்; குழப்புகை; business; confusing.

கச்சளம்: *(பெ):* கண் மை; இருள்; புகை; black pigment for the eyelids; darkness; smoke.

கச்சற்கோரை: *(பெ):* நெய்தல் நிலத்துக் கோரை வகை; a kind of sedges and bulrushes of coastal region.

கச்சன்: *(பெ):* ஆமை; tortoise.

கச்சா: *(பெ.அ):* தற்காலிகமான; temporary; *(பெ):* தாழ்மை; ஒரு நிறை; meanness; a measure.

கச்சா எண்ணெய்: *(பெ):* நிலத்தடியிலிருந்து எடுக்கப்படும் சுத்திகரிக்கப்படாத எண்ணெய்; crude oil.

கச்சாத்து: *(பெ):* நிலவரி செலுத்தியதற்கான பற்றுச் சீட்டு; ரசீது; கைச்சாத்து; the receipt for the payment of land tax; voucher.

கச்சாப் பொருள்: *(பெ):* மூலப்பொருள்; raw material.

கச்சாயம்: *(பெ):* ஒரு வகைச் சிற்றுண்டி; a kind of eatable.

கச்சாரம்: *(பெ):* பாய் முடைதல்; mat weaving.

கச்சாலம்: *(பெ):* காய்ச்சற் பாடாணம்; a kind of arsenic.

கச்சால்: *(பெ):* மீன் பிடி கூடை; a kind of basket used for catching fish.

கச்சான் காற்று: *(பெ):* மேலைக்காற்று; west wind.

கச்சான் கொட்டை: *(பெ):* நிலக்கடலை; ground nut.

கச்சி: *(பெ):* காஞ்சிபுரம்; சீந்திற்கொடி; Kanchipuram, a kind of creeper.

கச்சேரி: *(பெ):* நீதிமன்றம்; காவல் நிலையம்; அரசின் மாவட்டத் தலைமை அலுவலகம்; இசை, நாட்டியம் போன்ற கலை நிகழ்ச்சி; வியாபாரங்கள் நிகழுமிடம்; judicial court; police station; government's district administrative office; performance of dance, music, etc.; office where transactions of any public business takes place.

கச்சை: *(பெ):* அரைக்கச்சை; மேலாடை; பாதிரியாரின் இடுப்புப் பட்டை; waist belt; jacket; upper garment; cincture.

கச்சோதம்: *(பெ):* மின்மினிப் பூச்சி; glow worm; fire fly.

கச்சோலம்: *(பெ):* வாசனைப் பொருள் வகை; a kind of aromatic substance.

கஞ்சக்கருவி: *(பெ):* வெண்கலத்தால் செய்யப்பட்ட தாள வாத்தியம்; a kind of percussion instrument made of bell-metal.

கஞ்சகம்: *(பெ):* கருவேப்பிலை மரம்; curry leaf tree.

கஞ்சகாரன்: *(பெ):* கன்னான்; one who makes vessels etc.

கஞ்சங்குல்லை: *(பெ):* கோரை வகைகளுள் ஒன்று; a kind of reed.

கஞ்சம்: *(பெ):* கருமித்தனம்; கஞ்சத்தனம்; தாமரை; நீர்; வெண்கலம்; niggardliness; meanness; lotus; water; bell-metal.

கஞ்சரி: *(பெ):* வாத்திய வகை; a kind of tabor.

கஞ்சன்: *(பெ):* பிரம்மன்; கம்சன்; குள்ளன்; கருமித்தனமாக இருப்பவன்; Lord Brahma; (born of a lotus); Kamsa. the maternal uncle of Lord Krishna; a dwarf; miser.

கஞ்சனை: *(பெ):* கண்ணாடி; தூபகலசம்; mirror; censer.

கஞ்சாகம்: *(பெ):* தவிடு; பொடி; மூட்டை; tailings of bran; powder; bundle.

கஞ்சாங் கொற்றி: *(பெ):* கனமில்லாதது; கீழோன்; that which is weightless; mean person.

கஞ்சாஞ்சிகம்: *(பெ):* சோம்பு; fennel.

கஞ்சாரி: *(பெ):* கண்ணபிரான்; Lord Krishna, enemy of Kamsa.

கஞ்சி: *(பெ):* சோற்றின் வடி நீர்; நீர் கலந்த உணவு; காஞ்சிபுரம்; sticky, starchy water drained from cooked rice; gruel; liquid food; Kanchipuram, one of Shiva's shrine in Tamil Nadu.

கஞ்சிகை: *(பெ):* பல்லக்கு; குதிரை பூட்டிய தேர்; சீலை; ஆடை; இடுதிரை; திரைச்சீலை; palanquin; chariot; cloth; garment; screen; curtain.

கஞ்சிப்பொழுது: *(பெ):* உச்சிப் பொழுது; நண்பகல்; noon; mid-day.

கஞ்சிரா: *(பெ):* ஒரு தாள வாத்தியம்; a musical instrument.

கஞ்சு: *(பெ):* கம்சன்; Kamsa. the maternal uncle of Lord Krishna.

கஞ்சுகம்: *(பெ):* அங்கி; அதிமதுரம்; பாம்புச் சட்டை; மேலாடை; tunic; liquorice plant; snake's slough; a kind of sedges and bulrushes; jacket.

கஞ்சுகன்: *(பெ):* காவற்காரன்; வேலைக்காரன்; மெய்க்காப்பாளன்; வைரவன் என்னும் கடவுள்; security guard; servant; bodyguard; Vairavan, a deity of Hindus.

கஞ்சுளி: *(பெ):* மேலாடை; பரதேசியின் பொக்கணம்; jacket; beggar's bag; wallet.

கடகண்டு: *(பெ):* ஒரு பழைய கூத்து நூல்; an ancient treatise of dance-drama.

கடகத்தண்டு: *(பெ):* சிவிகை; palanquin.

கடகநாதன்: *(பெ):* படைத்தலைவன்; chief commander of the army.

கடகம்: *(பெ):* நண்டு; வட்டம்; கங்கணம்; மதில்; crab; circle; a cord tied with a talisman fortwall.

கடகு: *(பெ):* கேடகம்; பாதுகாப்பு; encampment; protection.

கடக்கை: *(பெ):* ஒரு வகை வாத்தியம்; a kind of musical instrument; *(வி):* செல்லுதல்; கடத்தல்; to pass; to cross.

கடங்கரம்: *(பெ):* வைக்கோல்; உமி; பதர்; straw of paddy; husk empty ears of grain.

கடதீபம்: *(பெ):* குடவிளக்கு; a lamp like a small pot.

கடத்தல்: *(வி):* தாண்டுதல்; கடந்துபோதல்; மீறுதல்; நாள் கடத்துதல்; to cross; to pass through; to exceed; to extend the days.

கடத்தி: *(பெ):* வெப்பம் அல்லது மின்சாரத்தைத் தன் ஊடாகச் சென்றிட அனுமதிக்கும் பொருள்; the conductor of electricity or heat.

கடத்து: *(வி):* வலுக்கட்டாயமாகக் கொண்டு போதல்; தடைசெய்யப்பட்ட ஒரு பொருளினை அரசு அனுமதியின்றி எடுத்துச்செல்லுதல்; விமானம் போன்றவற்றை ஆயுதங்களைக் காட்டி சட்ட விரோதமாகக் கடத்திச் செல்லுதல்; to kidnap; to smuggle; to hijack; to let time pass.

கடந்தேறுதல்: *(வி):* நற்கதியடைதல்; to attain salvation.

கடப்ப நெல்: *(பெ):* நெல் வகை; a kind of paddy.

கடப்பழி: *(பெ):* கீழோன்; கருமி; mean person; miser.

கடப்பாடு: *(பெ):* கடமை; முறைமை; கொடை; ஒப்புரவு; duty; established custom; gift; usage.

கடப்பாரை: *(பெ):* இரும்பாலான நீண்ட கூரிய ஆயுதம்; crow-bar.

கடப்பு: *(பெ):* கடக்கை; மரவகை; குறுவை நெல்; மிகுதியானது; passing; a kind of tree; a kind of short-term crop paddy; that which is excess.

கடப்புக்கால்: *(பெ):* வளைந்த கால்; the leg which is bent.

கடப்பைக்கல்: *(பெ):* கட்டடங்களின் தரையில் பதிப்பதற்குப் பயன்படுத்தும் கடினமான கறுப்பு நிறக்கல்; a kind of granite, used for paving floors.

கடமனை: *(பெ):* வண்டியின் முன்னுறுப்பு; the front part of the cart.

கடமா: *(பெ):* மதயானை; காட்டெருமை; musth elephant; bison.

கட மாதம்: *(பெ):* மாசி மாதம்; the Tamil month 'Maasi'.

கடமுனி: *(பெ):* அகத்திய முனிவர்; the sage Agathiyar.

கடமை: *(பெ):* உரிய பணி; கடப்பாடு; முறை; கடன்; தகுதி; duty; task; obligation; established custom; fitness.

கடம்: *(பெ):* கடமை; உடல்; காடு; குடம்; யானையின் மதம்; கட வாத்தியம்; duty; body; forest; water pot; musth of elephant.

கடம்பம்: *(பெ):* கடம்ப மரம்; the common Cadamba tree.

கடம்பல்: *(பெ):* மர வகை; a kind of tree.

கடம்பவனம்: *(பெ):* மதுரை; Madurai.

கடம்பன்: *(பெ):* குமரக் கடவுள்; முருகன்; முரடன்; ஒரு பழங்குடி; Lord Kumaran; Lord Muruga; ruffian; a tribe.

கடம்பி: *(பெ):* வேடுவப் பெண்; the woman belonging to hunter's community.

கடம்பு: *(பெ):* கடம்ப மரம்; பசு கன்றினை ஈன்றதும் சுரக்கும் பால், கடும்பு; தீங்கு; a kind of tree; the first milk drawn from a cow, after calving; evil.

கடம்பை: *(பெ):* குளவி வகை; மதயானை; ஒரு காட்டு விலங்கு; தென்னையின் நார்; கடம்பூர்; a kind of wasp; musth elephant; a wild animal; fibre of coconut; Kadambur, a town.

கடரி: *(பெ):* அரிசனம்; Adi Dravidas; people of Hari - Lord Vishnu.

கடலகம்: *(பெ):* பூமி; ஆமணக்கு; ஊர்க்குருவி; கடற்கரை இல்லம்; earth; castor plant; a kind of sparrow; sea-shore house.

கடலஞ்சிகம்: *(பெ):* தருப்பை; a sacred grass.

கடலடி: *(பெ):* இலவங்கம்; cinnamon seed.

கடலமிழ்து: *(பெ):* உப்பு; salt.

கடலர்: *(பெ):* நெய்தல் நிலத்து மக்கள்; the people belonging to coastal tract.

கடலாடி: *(பெ):* ஓர் ஊர்; நாயுருவி; a town; a kind of plant growing in hedges.

கடலாத்தி: *(பெ):* பாதிரி; trumpet-flower tree.

கடலாமணக்கு: *(பெ):* காட்டாமணக்கு; common physic nut.

கடலி: *(பெ):* மரவகை; a kind of tree.

கடலியல்: *(பெ):* கடலில் உள்ள பொருட்கள், வாழும் உயிர் இனங்கள் போன்றவற்றை ஆராயும் அறிவியல் துறை; oceanography.

கடலிறைஞ்சி: *(பெ):* கடற்கரை மர வகை; a sea-shore tree.

கடலுடும்பு: *(பெ):* கடல் மீன் வகை; a kind of sea fish.

கடலெல்லை: *(பெ):* உலகம்; world.

கடலெலி: *(பெ):* மீன் வகை; a kind of fish.

கடலோடுதல்: *(வி):* கடலில் பயணம் செய்தல்; to navigate.

கடல்கட்டி: *(பெ):* வலைஞன்; fisherman.

கடல் வண்ணன்: *(பெ):* திருமால்; Lord Vishnu.

கடல் வாய்க்கால்: *(பெ):* உப்பங்கழி; back-water area; lagoon.

கடல் வாழை: *(பெ):* கடல் மீன்; sea-fish.

கடல்விளையமுதம்: *(பெ):* உப்பு; salt, being a valuable product of the sea; treasures of sea.

கடவது: *(வி.மு):* 'செய' என்னும் வாய்ப்பாட்டு வினையெச்சத்தின் பின், 'அவ்வாறே இருக்கட்டும்' என்னும் பொருள் தரும் வினைமுற்று; an optative form: 'Let it be so'.

கடவன்: (பெ): கடமைப்பட்டவன்; தலைவன்; கடன் கொடுத்தவன்; one who is under obligation; master; Lord; one who lends money, things, etc.

கடவான்: (பெ): துளை; கழிவுநீர் செல்ல வெட்டப்பட்ட நீர்மடை; hole; sewage channel.

கடவு: (வி): கேள்; முடுக்கு; to ask; to urge; (பெ): எருமைக்கடா; male buffalo.

கடவுண் மங்கலம்: (பெ): தெய்வப் பிரதிட்டை; ceremony of consecration of a new idol in a temple.

கடவுண் மண்டலம்: (பெ): சூரியன்; the Sun.

கடவுண்மை: (பெ): தெய்வத்தன்மை; divine nature.

கடவுதல்: (வி): செலுத்துதல்; கேட்டல்; வினாவுதல்; to drive away; to ask; to question.

கடவுநர்: (பெ): செலுத்துவோர்; drivers.

கடவுள் எழுதுதல்: (பெ): தெய்வ வடிவத்தை வரைதல்; to draw the figure of a deity.

கடவுள் தாரம்: (பெ): தேவதாரு மரம்; red cedar tree.

கடவுள் வாழ்த்து: (பெ): இறை வணக்கம்; invocation to the deity.

கடவை: (பெ): கடக்கை; வழி; வாயில்; ஏணி; ஒரு வகை மரம்; குற்றம்; crossing; passing; way; door way; ladder; a kind of tree; default.

கடவைப்படுதல்: (வி): காணாமல் போதல்; நீங்குதல்; to abscond; to leave.

கடறு: (பெ): காடு; அரு வழி; பாலை நிலம்; மலைச்சாரல்; வாளுறை; forest; difficult path; desert tract; mountain slope; sheath of sword.

கடற்கழி: (பெ): உப்பங்கழி; back water.

கடற்காக்கை: (பெ): கடல் காக்கை; ஒரு வகை மரம்; sea-crow; a kind of tree (Kadaliranchi.)

கடற்குருவி: (பெ): கல்லுப்பு; rock salt.

கடற்கொடி: (பெ): தும்பை; white dead nettle.

கடற்கோ: (பெ): வருணன்; Lord Varuna, the God of sea.

கடற்கோடு: (பெ): கடற்கரை; sea-shore.

கடற்சார்பு: (பெ): நெய்தல் நிலம்; coastal tract.

கடற்செலவு: (பெ): கடல் பயணம்; navigation.

கடற்சேர்ப்பன்: (பெ): நெய்தல் நிலத் தலைவன்; the chief of coastal tract.

கடற்தெங்கு: (பெ): தென்னை வகை; a kind of coconut tree of coastal areas.

கடற்பட்சி: (பெ): கிளிஞ்சில்; shell.

கடற்பாய்ச்சி: (பெ): கட்லில் கப்பலை செலுத்துவோன்; மாலுமி; navigator.

கடற்பாலை: (பெ): சோழி; cowry.

கடற்பிணா: (பெ): நெய்தல் நிலத்துப் பெண்; the woman belonging to coastal tract.

கடற்புறம்: (பெ): கடற்கரை; sea-shore.

கடற்பூ: (பெ): செம்மருது; a kind of tree.

கடனம்: (பெ): தாழ்வாரம்; முயற்சி; ஊக்கம்; verandah; effort; vigour.

கடனிறுத்தல்: (வி): கடனைத் திருப்பிச் செலுத்துதல்; கடமையைச் செய்தல்; to pay off a debt; to discharge an obligation.

கடன்: (பெ): முறைமை; இரவற் பொருள்; இயல்பு; வைதிகக் கிரியை; விருந்தோம்பல்; மரக்கால்; மானம்; இறுதிக்கடன்; கடப்பாடு; கடமை; system or turn by which work is done; loan; liability; nature; one of the four paths for attaining salvation which consists of ritual worship of Lord Shiva; entertaining guests; a measure of eight units; dignity; funeral rites; established custom; duty.

கடன் சீட்டு/கடன் முறி: (பெ): கடன் முறி; கடன் பத்திரம்; promissory note.

கடன்படுதல்: (வி): கடன் வாங்குதல்; ஒருவர் செய்த உதவி, நன்மை ஆகியவற்றின் காரணமாகக் கடமைப்படுதல்; be a debtor; to owe; be indebted to.

கடன்மரம்: (பெ): கப்பல்; மரக்கலம்; ship; vessel; boat.

கடன் முறை: (பெ): பெரியோருக்குச் செய்திடும் மரியாதை; the homage to the elders or learned persons.

கடன்மை: (பெ): தன்மை; nature.

கடா: (பெ): ஆண் ஆடு; ஆடு; எருமைக்கடா; வினா; கேள்வி; ram; goat; he-buffalo; question.

கடாகம்: (பெ): கிணறு; பெருங்கொப்பரை; கடாரம்; well; a wide vessel; Kadaaram, an ancient country (Burma and a few say Sumatra).

கடாகு: (பெ): பறவை; bird.

கடாசலம்: (பெ): யானை; elephant.

கடாசுதல்: (வி): எறிதல்; ஆப்பு அடித்தல்; to throw; to wedge.

கடாச்சங்காத்தம்: (பெ): மடத்தனம்; மதியாத் தன்மை; foolishness; disrespectful nature.

கடாட்சம்: (பெ): கடைக்கண் பார்வை; அருள் நோக்கு; a glance out of the corner of one's eyes; benign look (of God).

கடாதல்: (வி): வினாவுதல்; to question.

கடாத்தன்மை: (பெ): கீழ்ப்படியாமை; disobedience.

கடாம்: *(பெ):* யானை மதநீர்; மலைபடுகடாம் என்னும் நூல்; the secretion of a musth elephant; Malaipadukadaam - a Tamil treatise.

கடாரம்: *(பெ):* காழகம்; முந்தைய பர்மா; பெருநாரத்தை; cauldron; ancient Burma; Seville orange; *Citrus valgaris.*

கடாரி: *(பெ):* கன்று ஈனாத இளம் பசு; a young cow which has not calved.

கடாரை: *(பெ):* கடார நாரத்தை; Seville orange; *Citrus valgaris.*

கடாவல்/கடாவுதல்: *(பெ):* வினாவல்; ஆப்பு அடித்தல்; குட்டுதல்; கேட்டல்; questioning; wedging; rapping; asking.

கடி: *(பெ):* ஊறுகாய்; வாசனை; திருமணம்; காவல்; புதுமை; மிகுதி; விளக்கம்; விரைவு; பூஜை; சிறப்பு; ஓசை; அச்சம்; தேற்றம்; சந்தேகம்; கரிப்பு; பேய்; குறுந்தடி; இடுப்பு; நீக்கம்; pickle; scent; wedding; protection; newness; abundance; explanation; speed; pooja; worship; excellence; sound; fear; certainty; doubt; pungency; devil; club; waist; removal; *(வி):* கடிந்து கொள்ளுதல்; விடுத்தல்; நீக்குதல்;

கடிகண்டு: *(பெ):* பூனைக்காலிப் பூண்டு; a herb.

கடிகம்: *(பெ):* கைமுட்டி; elbow.

கடிகை: *(பெ):* நாழிகை; குத்துக்கோல்; காப்பு; a period of twenty-four minutes; small stick; band.

கடிகை மாக்கள்: *(பெ):* பழங்காலத்தில் அரசர்களுக்கு நாழிகையைக் கவியால் கூறுபவர்; மங்கலப் பாடகர்; court bards who keep time; bard.

கடிகையார்: *(பெ):* பறை மூலம் அரசு ஆணையை அறிவிப்பவர்; the person who announces the Government's order by beating a small drum.

கடிகொள்ளுதல்: *(வி):* காவல் புரிதல்; விளக்குதல்; to protect; to guard; to explain.

கடிக்கை: *(பெ):* ஒரு வகை மரம்; a kind of tree.

கடிசாரி: *(பெ):* கூத்து வகை; a kind of dance.

கடிசு: *(பெ):* கடுமை; rigour.

கடிசூத்திரம்: *(பெ):* அரைஞாண்; waist-string.

கடிசை: *(பெ):* பாய்மரம் தாங்கி; stand for a sail.

கடிச்சை: *(பெ):* ஒருவகை மீன்; ஒருவகைப் பூண்டு; ஒரு மரவகை; a kind of fish; a kind of herb; a kind of tree.

கடிஞை: *(பெ):* பிச்சைப்பாத்திரம்; மட்கலம்; beggar's bowl; earthen pot.

கடிதல்: *(வி):* அழித்தல்; கண்டித்தல்; ஓட்டுதல்; to destroy; to punish; to drive.

கடிது: *(வி.அ):* மிக; விரைவாக; very; extreme; quickly; *(பெ):* கடுமையானது; that which is very rigourous.

கடித்தகம்: *(பெ):* கேடயம்; shield.

கடிநகர்: *(பெ):* காவல் உள்ள நகரம்; மணமனை; fortified town; guarded city; marriage house.

கடிந்தமன்: *(பெ):* குயவன்; potter.

கடிந்தோன்: *(பெ):* முனிவன்; sage.

கடிபடி: *(பெ):* கடுமையான ஆணை; சண்டை; severe order; quarrel; fight.

கடிப்பகை: *(பெ):* வேம்பு; கடுகு; வெண்கடுகு; neem tree; mustard; white mustard.

கடிப்பம்: *(பெ):* காதணி; கெண்டி; அணிகலச் செப்பு; ear ornament; a small cup-like vessel with a spout used for feeding children; ornaments box.

கடிப்பு: *(பெ):* குறுந்தடி; கைப்பிடி; காதணி; ஆமை; குமிழ்; தழும்பு; small stick; handle; ear ornament; tortoise; knob; scar.

கடிப்பேறு: *(பெ):* முரசினை அடிகோலால் அடித்தல்; striking the drum with a beating stick.

கடிப்பை: *(பெ):* வெண் சிறுகடுகு; small white mustard.

கடிமரம்: *(பெ):* காவல் மரம்; the tree planted and well-guarded as a symbol of sovereign power.

கடிமனை: *(பெ):* திருமண வீடு; காவலிடம்; marriage house; protected place.

கடிமாடம்: *(பெ):* காவலுள்ள கன்னிமாடம்; the protected place where the royal maidens live.

கடிமுரசு: *(பெ):* அரசாங்க முரசு; royal drum, a symbol of sovereign authority in ancient times.

கடிமூலம்: *(பெ):* முள்ளங்கிச் செடி; radish plant.

கடியடு: *(பெ):* சிற்றரத்தை; Lesser Galangal.

கடியல்: *(பெ):* தோணியின் குறுக்குச் சட்டம்; the cross-bar of a boat.

கடியறை: *(பெ):* மணவறை; dais for the performance of the marriage rites.

கடியன்: *(பெ):* கொடுமையானவன்; கடின சித்தம் கொண்டவன்; cruel person; hard-hearted man.

கடியிருக்கை: *(பெ):* திருமண மண்டபம்; marriage choultry.

கடிவட்டு: *(பெ):* வட்டுடை; cloth tied round the waist and reaching down the knee.

கடிவை/கடிறு: *(பெ):* யானை; elephant.

கடு: *(பெ):* கசப்பு; நஞ்சு; முள்; கார்ப்பு; துவர்ப்பு; முதலை; பாம்பு; கடுக்காய் மரம்; bitterness; poison; thorn; pungency; astringent taste; crocodile; snake; gall-nut tree.

கடுகடுத்தல்: *(வி):* உறைத்தல்; சினக் குறிப்பு; வெடுவெடுத்தல்; விறுவிறுப்புடன் வலித்தல்; to reprove; a sign of anger; to quiver with rage; to cause pain with throbbing.

கடுகம்: *(பெ):* கார்ப்பு; கடுக ரோகணி; திரிகடுகம்; pungency; a siddha medicine.

கடுக ரோகணி: *(பெ):* ஒரு மருந்துச் சரக்கு; a siddha medicine.

கடுகி: *(பெ):* சுண்டைச்செடி; a berry plant.

கடுகுதல்: *(வி):* விரைதல்; அணுகுதல்; குறைதல்; மிகுதல்; to move fast; to approach; to diminish; to exceed.

கடுகோரை: *(பெ):* கடுகும் நெய்யும் கலந்து சமைத்த சித்திரான்னம்; a kind of variety rice cooked with mustard and ghee.

கடுக்கம்: *(வி):* விரைவு; swiftness.

கடுக்கன்: *(பெ):* ஆடவர் காதணி வகை; ஒட்டுப்புல்; a kind of ear ornament of males; a kind of grass.

கடுக்காய்: *(பெ):* கடுக்காய் மரத்தின் காய்; the fruit of gall-nut tree.

கடுக்காய் கொடு: *(வி):* அடுத்தவரை தன் சாமர்த்தியம், தந்திரம் ஆகியவற்றால் ஏமாற்றித் தப்பித்தல்; to give someone the slip.

கடுக்கிரந்தி: *(பெ):* இஞ்சி; ginger.

கடுக்குதல்: *(வி):* கோபத்தை வெளிப்படுத்துதல்; முலாம் பூசுதல்; சுளித்தல்; to show angry; to gild; to screw (one's face).

கடுக்கும்: *(பெ):* ஒக்கும்; equal.

கடுக்கை: *(பெ):* கொன்றை மரம்; மருத மரம்; Indian Laburnum tree; a kind of tree, Marudham.

கடுங்கண்: *(பெ):* கொடுமை; வீரம்; அஞ்சாமை; தறுகண்மை; severity; bravery; courage; ferocity.

கடுங்கவி: *(பெ):* ஆசுகவி வல்லான்; an extemporaneous poet.

கடுங்காய்: *(பெ):* சாதிக்காய்; பிஞ்சு; nut-meg, fragrant and medicinal one; tender fruit.

கடுங்காய் - நுங்கு: *(பெ):* முதிர்ந்த நுங்கு; kernel of an over-ripe palmyra fruit.

கடுங்கார நீர்: *(பெ):* முட்டை; egg.

கடுங்காரம்: *(பெ):* உப்பு வகை; சாதிபத்திரி; மிகுந்த காரம்; a kind of salt; mace, the nut-meg flower; excessive pungency.

கடுங்காலம்: *(பெ):* பஞ்சகாலம்; கோடைகாலம்; கொடிய காலம்; famine period; summer season; terrible period.

கடுங்கால்: *(பெ):* புயல்; பெருங்காற்று; storm; gale.

கடுசரம்: *(பெ):* கடுகரோகணி; a siddha medicine.

கடுசாரம்: *(பெ):* உப்பு வகை; a kind of salt.

கடுசித்தாழை: *(பெ):* அன்னாசி; pine-apple.

கடுஞ்சாரி: *(பெ):* நவச்சாரம்; ammonium chloride.

கடுஞ்சிநேகம்: *(பெ):* மிகுந்த நட்பு; intimate friendship.

கடுஞ்சின பூமி: *(பெ):* உவர் மண்; saline soil.

கடுஞ் சுண்ணத்தி: *(பெ):* சீனக்காரம்; alum.

கடுஞ்சூழ்: *(பெ):* முதற் கருப்பம்; the first pregnancy.

கடுஞ்சொட்டு: *(பெ):* மிகுந்த சிக்கனம்; overthrift.

கடுடம்: *(பெ):* ஒரு வகைச் செடி; a kind of plant.

கடுதல்: *(வி):* நோகுதல்; விரைவாக ஓடுதல்; to ache; to run fast.

கடுதாசி: *(பெ):* காகிதம்; paper.

கடுத்தம்: *(பெ):* அழுத்தம்; உலோபம்; கடுமை; கடிதம்; சீதன உடன்படிக்கை; emphasis in speech or writing; nature of being closelip; miserliness; rigour; letter; pact of dowry.

கடுத்தலை: *(பெ):* வாள்; sword.

கடுத்திறவாலி: *(பெ):* இறக்கை முளைத்த எறும்பு; ஈசல்; winged white ant.

கடுத்தேறு: *(பெ):* குளவி; wasp.

கடுநடை: *(பெ):* வேகமான நடை; rapid walk.

கடுநிம்பம்: *(பெ):* நிலவேம்பு; a kind of neem tree.

கடுந்தி: *(பெ):* நாயுருவி; a herb.

கடுந்திலா லவணம்: *(பெ):* ஒருவகை உப்பு; a kind of salt.

கடுபத்திரம்: *(பெ):* சுக்கு; dried ginger.

கடுபலம்/கடும்பலம்: *(பெ):* கருணைக்கிழங்கு; இஞ்சிப்பூண்டு; a kind of yam that gives a pungent taste; ginger plant.

கடுப்பு: *(பெ):* மிகுந்த நோவு; சினம்; விரைவு; செருக்கு; கடுக்காய் வேர்; வெகுளித்தனம்; கொதிப்பு; throbbing pain; anger; speed; pride; root of gall-nut tree; innocence; fury.

கடுமரம்: *(பெ):* எட்டிமரம்; கடுக்காய் மரம்; strychnine tree; gall-nut tree.

கடுமா: *(பெ):* புலி; சிங்கம்; யானை; tiger; lion; elephant.

கடுமான்: *(பெ):* சிங்கம்; lion.

கடுமீன்: *(பெ):* சுறா மீன்; shark; sword fish.

கடுமுள்: *(பெ):* ஆயுதம்; கண்டங்கத்திரி; நச்சு முள்; weapon; a thorny and medicinal plant poisonous thorn.

கடும் பச்சை: *(பெ):* நாகப் பச்சைக்கல்; a precious stone.

கடும்பு: (பெ): சும்மாடு; சுற்றம்; கூட்டம்; சீம்பால்; cloth pad used as a cushion while carrying load on the head; relation; crowd; yellowish milk, secreted by a cow after calving.

கடும்பை: (பெ): வெண்கடுகு; white mustard.

கடுரம்: (பெ): மோர்; butter milk.

கடுரவம்: (பெ): தவளை; frog.

கடுவங்கம்: (பெ): இஞ்சி; ginger.

கடுவரை: (பெ): செங்குத்தான மலை; a steep mountian.

கடுவல்: (பெ): வன்னிலம்; கடுங்காற்று; hard, rocky soil; storm.

கடுவழி: (பெ): கடத்தற்கரிய வழி; rugged path.

கடுவளி: (பெ): கடுங்காற்று; புயல்; storm.

கடுவன்/கடுவன் பூனை: (பெ): ஆண் பூனை; ஆண் குரங்கு; மாவிலங்கு மரம்; படைநோய்; Tom-cat; male of the monkey; a kind of tree; a kind of disease.

கடுவன் பன்றி: (பெ): ஆண் பன்றி; male pig.

கடுவன் முசல்: (பெ): ஆண் முயல்; male hare.

கடுவாயன்: (பெ): கழுதை; பாம்பு; எரிந்து விழுபவன்; donkey; snake; the person who talks angrily.

கடுவாய்: (பெ): நாய்; கழுதைப் புலி; காவிரி ஆற்றின் கிளையாறுகளுள் ஒன்று; பறை வகை; dog; hyena; one of the branches of River Kaveri; a kind of drum.

கடுவு: (பெ): வேளை; time.

கடுவெளி: (பெ): வானம்; sky.

கடுவை: (பெ): ஒருவகைப் பறை; a kind of drum.

கடேரியம்: (பெ): மரமஞ்சள்; கடம்; a kind of turmeric; Gadam, a pot-shaped earthen percussion instrument; water-pot.

கடை: (பெ): முடிவு; எல்லை; end; limit; place; meanness; shop; entrance; *(வி):* கடைந்திடு; to churn (butter milk).

கடை கட்டுதல்: (வி): செயலை நிறுத்துதல்; கடையை மூடுதல்; to discontinue the work; to close the shop.

கடைகாப்பாளன்: (பெ): வாயிற்காப்பாளன்; watchman at a gate.

கடைகூடுதல்: (வி): கைகூடிவருதல்; வெற்றி அடைதல்; to meet with success; be successful.

கடைகெட்ட: (பெ.அ): சீர்கெட்ட; இழிவான; abject; degraded.

கடைக்கால்: (பெ): அஸ்திவாரம் போடுவதற்குத் தோண்டப்படும் பள்ளம்; எதிர்காலம்; foundation pit; future time.

கடைக்கூட்டுதல்: (வி): ஒத்துக்கொள்ளுதல்; to agree.

கடைக்கூடு: (பெ): அந்திமக் காலம்; end of the life.

கடைசோரி: (பெ): அப்பக்கடை; tiffin shop.

கடைச்சி: (பெ): மருத நிலத்துப் பெண்; the woman belonging to agricultural tract.

கடைச்சித்தாழை: (பெ): அன்னாசி; pine-apple.

கடைஞன்: (பெ): மருத நிலத்தோன்; the man who belongs to agricultural tract.

கடைஞ்சன்: (பெ): இழி குணத்தோன்; mean person.

கடைத்தடம்: (பெ): வாயில்; entrance; gate.

கடைத்தரம்: (பெ): கீழ்த்தரம்; low quality.

கடைத்தலை: (பெ): முன்வாயில்; outer gate.

கடைத்தேறுதல்: (வி): ஈடேறுதல்; be redeemed.

கடைநன்: (பெ): கடைசல் வேலை செய்பவன்; turner.

கடைநாள்: (பெ): இறுதி நாள்; ஊழிக்காலம்; end of the life; period of cosmic destruction.

கடைநிலை: (பெ): முடிவு; புறவாயில்; கடைசி நிலை; end; backside door way; last grade.

கடைந்தெடுத்த: (பெ.அ): முழுக்க முழுக்க; out and out.

கடைபோதல்: (வி): முடிவுறுதல்; நீக்குதல்; முடிவுக்குக் கொண்டுவருதல்; to end; to terminate; to conclude.

கடைப்படை: (பெ): ஓர் அளவை; a measure.

கடைப்படுதல்: (வி): இழிவாதல்; be inferior.

கடைப்பாடு: (பெ): தீர்மானம்; முடிவு; இழிவு; determination; end; meanness.

கடைப்பான்மை: (பெ): இழிந்த தன்மை; meanness.

கடைப்பிடி: (பெ): உறுதி; சித்தாந்தம்; அபிமானம்; கருமம் முடிக்கும் துணிவு; firmness; doctrine; admiration; courage to do a task; *(வி):* பின்பற்றுதல்; மேற்கொள்ளுதல்; to follow; to observe.

கடைப்புத்தி: (பெ): முடத்தனம்; பின்புத்தி; foolishness; indiscretion after thought.

கடைப்பூ: (பெ): நிலத்தின் கடைசி போகம்; the last crop in a field.

கடைமணி: (பெ): ஆராய்ச்சி மணி; the bell said to be suspended outside the king's palace.

கடைமை: (பெ): கீழ்மை; lowness; meanness.

கடையகம்: (பெ): முன்வாயில்; main entrance.

கடையல்: (வி): கடைதல்; உணவு வகை; churning; turning; a kind of food.

கடையழிதல்: *(வி):* வருந்துதல்; தேய்தல்; வறுமையடைதல்; to suffer; to diminish; to become poor.

கடையாணி: *(பெ):* அச்சாணி; the axle pin of a wheel.

கடையாந்திரம்: *(பெ):* முடிவு; கடைசி; தாழ்வு; end; last; degradation.

கடையிலக்கம்: *(பெ):* கணக்கின் முடிவு; final figures arrived in an account.

கடையீடு: *(பெ):* இழிந்தது; கடைத்தரமான நிலம்; that abject one; barren land.

கடையுவா: *(பெ):* அமாவாசை; the New Moon day.

கடையுற: *(வி.அ):* முழுவதும்; entirely.

கடையுற நோக்கு: *(பெ):* மெய்யுணர்வு; knowledge of reality.

கடையெழுத்து: *(பெ):* கையொப்பம்; signature.

கடையேடு: *(பெ):* மரணச்சீட்டு; death warrant.

கடை வள்ளல்கள்: *(பெ):* கடையெழு வள்ளல்களான பாரி, ஆய், எழினி, நல்லி, மலையன், பேகன், ஓரி ஆகியோர்; the last seven munificent patrons - i.e., Paari, Aai, Ezhini, Nalli, Malayan, Began and Ori.

கடோரம்: *(பெ):* கடினம்; கொடுமை; difficult; severity.

கடோரன்: *(பெ):* கொடியவன்; cruel person.

கட்கண்: *(பெ):* ஊனக்கண்; defective eye.

கட்கத்தம்பம்: *(பெ):* அறுபத்து நான்கு கலைகளுள் ஒன்று; one of the sixty-four arts.

கட்கா: *(பெ):* இசைப்பாட்டு வகை; a kind of song.

கட்காதாரம்: *(பெ):* வாளுறை; the sheath of a sword.

கட்சபுடம்: *(பெ):* வழி; way.

கட்சம்: *(பெ):* மந்திர சாத்திரம்; ஒரு நூல்; magic art; a treatise.

கட்சாந்திரம்: *(பெ):* அந்தப்புரம்; வீட்டின் ஒரு பகுதி; the place where the queen and the royal family women reside; a portion of a house.

கட்சி: *(பெ):* காடு; புகலிடம்; பறவைக்கூடு; அரசியலில் பங்கு பெறும் அமைப்பு; forest; refuge; battle field; body, political party.

கட்சி கட்டுதல்: *(வி):* முரண் படுதல்; ஒரு தரப்பை ஆதரித்தல்; to differ; to take sides.

கட்சி தாவு: *(வி):* சட்டமன்ற (அ) பாராளுமன்ற உறுப்பினர் தன் கட்சியிலிருந்து அடுத்த கட்சிக்கு மாறுதல்; to switch-over to some other party after getting elected.

கட்செவி: *(பெ):* பாம்பு; snake.

கட்டகம்: *(பெ):* சித்திர வேலைப்பாடு; காந்தக்கல்; carved work; fancy work; magnetic stone.

கட்டங்கம்: *(பெ):* மழு; தண்டு; கட்டுவாங்கம்; battle axe; stem; handle.

கட்டடித்தல்: *(பெ):* அறுவடையான நெற்கதிர்களை அடித்தல்; to thrash paddy by beating or walking bullocks over the sheaves.

கட்டதரம்: *(பெ):* மிகவும் கொடியது; that which is very cruel.

கட்டம்: *(பெ):* நான்குபுறமும் கோடுகளால் இணைக்கப்பட்ட வடிவம்; நீராடும் துறை; square; bathing ghat.

கட்டம்பலம்: *(பெ):* வரி வசூலிக்கும் பணி; tax collection work.

கட்டரம்: *(பெ):* சேறு; mud.

கட்டர்: *(பெ):* துன்புறுவோர்; those who suffer.

கட்டல்: *(வி):* உடுத்துதல்; கட்டி வைத்தல்; to wear; to bind.

கட்டவிழ்: *(வி):* ஏவிவிடுதல்; நெகிழ்தல்; ஒற்றுமை நீங்குதல்; to unleash; to let loose; to disunite.

கட்டழல்: *(பெ):* மிகுந்த நெருப்பு; raging fire.

கட்டழிதல்: *(வி):* நிலை குலைதல்; to lose balance; to get disrupted.

கட்டளை: *(பெ):* அளவு; செங்கல் அச்சு; உவமை; a measure; mould for bricks; comparison involving a simile.

கட்டளைக்கலி: *(பெ):* அனைத்து அடிகளும் ஒற்றெழுத்து விலக்கி எழுத்து ஒத்து வரும் கலிப்பா வகை; a kind of Kali verse of four lines in which every line has the same number of 'asai' (அசை).

கட்டளைக் கலித்துறை: *(பெ):* கலிப்பா வகை; a kind of Kali verse.

கட்டளைக் கல்: *(பெ):* தங்கத்தை உரைத்து மாற்று அறியும் கல்; நிறை கல்; touch-stone; standard weight.

கட்டளைக் குறிப்பு: *(பெ):* உத்தரவு; behest.

கட்டளைத் தம்பிரான்: *(பெ):* கோயில்களை மேற்பார்வையிடும் சைவத் துறவி; ascetic appointed by the chief of a saiva mutt to supervise and administer the temples of the mutt.

கட்டளை மரம்: *(பெ):* திமிசுக்கட்டை; heavy wooden block with a long handle used as a hammer.

கட்டாகடி: *(பெ):* விடாப்பிடி; firm hold; grasp.

கட்டாக்காலி: *(பெ):* பட்டிமாடு; straying cattle.

கட்டாஞ்சி: *(பெ):* முள் வேல மரம்; babul tree.

கட்டாடி: *(பெ):* குறிசொல்பவன்; வண்ணான்; fortune teller; washerman.

கட்டாடியார்: *(பெ):* கோயில் பூசாரி; priest of a village temple.

கட்டாணி: *(பெ):* பலசாலி; உலோபி; பேராசைக்காரன்; கயவன்; strong man; miser; avaricious person; wicked person.

கட்டாண்மை: *(பெ):* மனிதத்தன்மை; அதிகப் படியான தைரியம்; manliness; great prowess.

கட்டாப்பு: *(பெ):* காவல் நிலம்; வேலியடைத்த நிலம்; protected land; the land which is surrounded by fence.

கட்டாயக் காத்திருப்பு: *(பெ):* நீண்ட விடுப்பிலிருந்து திரும்பும் உயர் அதிகாரி அடுத்த பதவி ஒதுக்கப்படும் வரை காத்திருக்க வேண்டிய காலம்; interim period of compulsory waiting for higher officials.

கட்டாவணி: *(பெ):* கதிர் அறுத்தல்; reaping the ears of cereal.

கட்டி: *(பெ):* இறுகின பொருள்; மண்கட்டி; கருப்புக்கட்டி; கற்கண்டு; lump; clod; unrefined jaggery; rock-candy.

கட்டிப் புகு: *(வி):* விதவையை மறுமணம் செய்து கொள்ளுதல்; to marry a widow.

கட்டிமை: *(பெ):* உலோபம்; கட்டுப்பாடு; miserliness; control.

கட்டியங்காரன்[1]/கட்டுக்காரன்: *(பெ):* தெருக்கூத்துக் கோமாளி; புகழ் கூறுபவன்; a buffoon; panegyrist.

கட்டியங்காரன்[2]: *(பெ):* கட்டியக்காரன்; சீவகனின் தந்தையினுடைய அமைச்சன்; panegyrist; the minister of the father of Seevagan, a character in Seevaga Chinthamani.

கட்டியங் கூறு: *(வி):* ஒன்றின் அல்லது ஒருவரின் வருகையைத் தெரிவித்து முன்னறிவிப்பு செய்; to announce in advance the arrival of someone or something.

கட்டி வராகன்: *(பெ):* பொன் நாணயம்; gold coin.

கட்டி வருதல்: *(பெ):* ஊதியம் கூடிவருதல்; an increase in salary, wages etc.

கட்டி வளர்த்திடு: *(வி):* கட்சி, குடும்பம் போன்றவற்றைப் பிளவு படாது பாதுகாத்து முன்னேற்றம் அடையச் செய்திடு; to nurture; to organize and develop.

கட்டு: *(பெ):* உறுதி; காவல்; அரண்; ஆணை; firmness; protection; fort; order; *(வி):* உருவாக்கு; பதி; பொருத்து; பாட்டெழுது; to construct; to build; to inlay; to fix; to compose;

கட்டுக்கழுத்தி: *(பெ):* சுமங்கலி; மனைவி; married woman who has her husband living; wife.

கட்டுக்காவல்: *(பெ):* பலத்த காவல்; strict guard; tight security; close custody.

கட்டுக்குத்தகை: *(பெ):* நீண்டகாலக் குத்தகை; கூட்டுக் குடித்தனம்; நிர்ணயிக்கப்பட்ட வாடகை; long-term lease of land; joint tenancy; fixed rent.

கட்டுக்கோப்பு: *(பெ):* காவலுள்ள பகுதி; கட்டுப்பாட்டுடன் கூடிய பிணைப்பு; கவிதை, கதை ஆகியவற்றின் கூறுகளின் இறுக்கமான அமைப்பு; that which is guarded; being well-knit; (of poetry, play, etc.,) well constructed or structured.

கட்டுச்சாட்சி: *(பெ):* பொய் சாட்சி; false testimony; false witness.

கட்டுச்சொல்: *(பெ):* பொய்யுரை; snivel.

கட்டுண்: *(வி):* திருடி உண்ணுதல்; to steal and eat something.

கட்டுதல்: *(வி):* பிணைத்தல்; அமைத்தல்; கற்பித்தல்; to tie; to construct; to teach; to control.

கட்டுத்தறி: *(பெ):* விலங்குகளைக் கட்டும் தூண்; the post for tying elephants, bulls, etc.

கட்டுத்திரவியம்: *(பெ):* பொற்கிழி; gold coins tied up in a piece of cloth.

கட்டுத்தோணி: *(பெ):* கட்டு மரம்; catamaran, a boat in which its seams are sewn together.

கட்டுப்படுத்தல்: *(வி):* குறி சொல்பவளிடம் குறி கேட்டல்; to consult woman soothsayer.

கட்டுப்பூட்டு: *(பெ):* அணிகலன் வகை; a kind of ornament.

கட்டுப்பெட்டி: ஒருவகைப்பெட்டி; நாகரிகமற்றவர்; a kind of box; an old-fashioned person who refuses to acknowledge the changes that are taking place.

கட்டுமரம்: *(பெ):* நீண்ட மரக்கட்டைகள் பெரும் கயிறுகளால் ஒன்றாகப் பிணைக்கப்பட்டு கடலுக்குள் செல்ல மீனவர்கள் பயன்படுத்தும் மிதவை; catamaran.

கட்டுமலை: *(பெ):* செய்குன்று; artificial hillock.

கட்டுமா: *(பெ):* ஒட்டு மாமரம்; grafted mango tree.

கட்டுமானம்: *(பெ):* நிர்மாணம்; கட்டுப்பாடு; கட்டப்பட்ட அமைப்பு; பொய்; construction; restriction; structure; lie.

கட்டுமுகனை: *(பெ):* அதிகாரம்; கண்டிப்பு; அடக்கம்; சிக்கனம்; authority; power; rebuke; calmness; self-control; thrift; economy.

கட்டுமுட்டு: *(பெ):* அமைதி; தேகக்கட்டு; peace; strongly-built.

கட்டுமை: *(பெ):* கட்டுப்பாடு; control; regulation.

கட்டுவடம்: *(பெ):* மணிமாலை; pearl necklace.

கட்டுவம்: *(பெ):* பெண்கள் கால் விரலில் அணியும் காலாழி; மெட்டி; toe-ring of women.

கட்டுவாங்கம்: *(பெ):* மழு; தண்டு; தடி; தைல வகை; battle axe; stem; stick; a kind of fragrant oil.

கட்டுவாயில்: *(பெ):* மேல்வளைவு இட்டுக் கட்டப்படும் வளைவு; arched door-way.

கட்டுவிச்சி: *(பெ):* குறி சொல்பவள்; female soothsayer.

கட்டுவிடல்: *(பெ):* மொட்டவிழ்தல்; வலிமை குறைதல்; to open as flower; to decrease strength.

கட்டூர்: *(பெ):* பாசறை; army camp.

கட்டேறுதல்: *(வி):* ஆவேசம் வருதல்; to become possessed by a spirit.

கட்டை புத்தியுள்ள: *(பெ.அ):* மந்த புத்தியுள்ள; slow witted.

கட்டைப் பொன்: *(பெ):* மட்டமான பொன்; gold of inferior quality.

கட்டோசை: *(பெ):* பேரொலி; loud noise.

கட்டோர்: *(பெ):* திருடர்கள்; thieves.

கட்படாம்: *(பெ):* யானை முகத்தில் அணிவிக்கப்படும் முகபடாம்; frontlet for decorating an elephant.

கட்பலம்: *(பெ):* தேக்கு; தான்றி; teak tree; a kind of tree.

கட்போன்: *(பெ):* களவு செய்வோன்; thief.

கணகன்: *(பெ):* சோதிடன்; கணக்கன்; astrologer; soothsayer; accountant.

கணக்கழிவு: *(பெ):* முறைகேடு; irregularity.

கணக்கன்: *(பெ):* கணக்கு எழுதுபவன்; சண்பக மரம்; புதன்; accountant; a kind of tree; Planet Mercury.

கணக்காய்ச்சல்: *(பெ):* ஒருவகை நோய்; a kind of disease.

கணக்காயர்: *(பெ):* ஆசிரியர்; அறிஞர்; பாவலர்; teacher; learned person; bard.

கணக்குப்பதிவியல்: *(பெ):* கணக்குகளைப் பதிவு செய்யும் முறை பற்றிய கல்வி; book-keeping.

கணச்சி: *(பெ):* மழு; அங்குசம்; battle axe; elephant goad.

கணதீபம்: *(பெ):* எருக்கு; yercum.

கணத்தி: *(பெ):* செங்கடம்பு மரம்; red kadamba tree.

கணபதியணி: *(பெ):* அருகம்புல்; a kind of grass.

கணப்பறை: *(பெ):* தோற்கருவி வகை; a kind of drum.

கணம்: *(பெ):* திரட்சி; கூட்டம்; உரிய தருணம்; ஒரு நோய்; பேய்; சிறுமை; ஒரு வகைப் புல்; sphericity; crowd; moment; a disease; ghost; meanness; a kind of grass.

கணவம்: *(பெ):* அரச மரம்; pipal tree.

கணவர்/கணவன்: *(பெ):* கணவன்; தலைவன்; கூட்டத்தார்; husband; lord; relatives.

கணவலர்: *(பெ):* அலரி; sweet oleander.

கணவாய்: *(பெ):* மலைகளுக்கிடையே அமையும் வழி; mountain pass. • கைபர் **கணவாய்,** போலன் **கணவாய்.**

கணவீரம்: *(பெ):* அலரிச்செடி; செவ்வலரி; sweet oleander; red oleander.

கணனம்: *(பெ):* எண்ணுதல்; thinking.

கணனை: *(பெ):* எண்; number.

கணன்: *(பெ):* கள்வன்; thief.

கணா: *(பெ):* திப்பிலி; long pepper.

கணாதர்: *(பெ):* தர்க்கவாதி; logician.

கணாதன்: *(பெ):* ஒரு முனிவன்; a sage.

கணாதிபன்: *(பெ):* விநாயகன்; குழுவின் தலைவன்; Lord Vinayaga; chief of a group.

கணி: *(பெ):* சோதிடன்; கலை; வேங்கை மரம்; astrologer; art; a tree; agricultural tract; *(வி):* மதிப்பிடுதல்; நிர்ணயித்தல்; முன்னறிவிப்புச் செய்தல்; கணக்கிடுதல்; ஜாதகம் எழுதுதல்; to estimate; to make a prediction; to forecast; to compute; to calculate; to cast horoscope.

கணிகன்: *(பெ):* சோதிடன்; astrologer.

கணிகாரம்: *(பெ):* கோங்கு; red cotton tree.

கணிகை: *(பெ):* முல்லை நிலம்; பொதுமகள்; pastoral tract; prostitute.

கணிக்காரிகை: *(பெ):* குறிசொல்லும் பெண்; female soothsayer.

கணிசம்: *(பெ):* மதிப்பு; மேம்பாடு; அளவு; மிகுதி; estimation; betterment; measure; surplus.

கணிசித்தல்: *(வி):* மதித்தல்; உய்த்துணர்தல்; சிந்தித்தல்; விரும்புதல்; to admire; to deduce; to think; to wish; to desire.

கணிச்சி: *(பெ):* மழு; கோடரி; தோட்டி; உளி; battle axe; axe; elephant hook; goad; chisel.

கணிதன்: *(பெ):* கணக்கு எழுதுவோன்; சோதிடன்; accountant; astrologer.

கணியான்: *(பெ):* கூத்தாடி; dancer; actor.

கணிப்பொறி/கணினி: (பெ): கொடுக்கப்படும் தகவல்களைத் தன்னுள் பதிவு செய்து கொண்டு, அவற்றைப் பகுத்தும், தொகுத்தும் தருதல் போன்ற பணிகளையும், கணக்கிடுதல் போன்ற பணிகளையும் அதிவிரைவாகச் செய்திடும் மின்னணுக்கருவி; computer.

கணு: (பெ): கரும்பு, மூங்கில், சோளம் போன்றவற்றில் ஒரு துண்டுப் பகுதியையும், மற்றொரு துண்டுப் பகுதியையும் இணைத்தது போன்று காணப்படும் இடம்; இணைப்பு; மூட்டு; node of sugarcane, bamboo, maize etc., joint; bone joint.

கணைக்கால்/கணுக்கால்: (பெ): கெண்டைக் காலின் கீழ்ப்பகுதியும், பாதமும் இணையும் இடம்; ankle.

கணுக்கை: (பெ): மணிக்கட்டு; wrist.

கணுமாந்தம்: (பெ): நகச்சுற்று; whitlow.

கணுவை: (பெ): ஒருவகைப் பறை; a kind of drum.

கணை: (பெ): அம்பு; திரட்சி; அம்பின் அலகு; காம்பு; arrow; cylindrical or globular shape; arrow head; stalk;

கணைகாடு: (பெ): துன்பம்; distress.

கணைக்கட்டு: (பெ): அம்புக்கட்டு; sheaf of arrows.

கணைக்கை: (பெ): முழங்கை; elbow.

கணைக்கொம்பன்: (பெ): கட்டையான கொம்புகளை உடைய எருது; the ox which has short horns.

கணைச்சூடு: (பெ): பித்தம் அதிகமாவதால், குழந்தைகளின் உடல் இளைத்தும் இயல்புக்கு அதிகமான சூட்டுடனும் இருக்கும் நிலை; increase in body temperature due to the excessive secretion of bile.

கணைப்புல்: (பெ): ஓட்டுப்புல்; a kind of grass.

கணைய மரம்: (பெ): கோட்டை வாயில் கதவின் குறுக்கு மரம்; the cross-bar of wood set behind the doors of a fortress.

கணை மூங்கில்: (பெ): பொன்னாங்கண்ணி; a kind of grass with shiny little leaves.

கணையம்: (பெ): இரைப்பைக்குக் கீழே இடதுபக்கம் அமைந்துள்ளதும், உணவினை செரித்திடச் செய்யும் ஒருவிதத் திரவத்தைச் சுரந்திடும் சுரப்பி; pancreas.

கணை வெட்டை: (பெ): வெட்டை நோய் வகை; a kind of gonorrhoea disease.

கண்^{1}: (பெ): விழி; கணு; மரக்கணு; கண்ணோட்டம்; eye; joint; joint of tree like bamboo; perspective; point of view.

கண்^{2}: (இ.சொ): (இலக்): ஏழாம் வேற்றுமை உருபு; locative case marker.

கண்கண்ணி: (பெ): குறுங்கண்ணி; small garland.

கண்கயில்: (பெ): உடைத்த தேங்காயின் மேல் மூடி; the upper part of a coconut broken into two halves.

கண்கல: (வி): எதிர்ப்படு; to come in sight.

கண்கவர்: (பெ.அ): கவர்ச்சிகரமான; attractive.

கண்காட்டி: (பெ): அழகுள்ளவர்; செயலாளர்; one who is beautiful; beautiful person; secretary; personal attendant.

கண்காணம்: (பெ): மேல் விசாரணை; பயிர்க்காவல்; retrial; rehearing; guard for crops.

கண்காணாத: (பெ.அ): எளிதாகச் சென்று வர இயலாத; தொலைதூரமான; far away; remote.

கண்காணி: (பெ): மேற்பார்வையாளன்; maistry; supervisor; (வி): மேற்பார்வை இடு; ஜாக்கிரதையாகக் கவனித்துக் கொள்; to monitor; to keep watch.

கண்குழிவு: (பெ): எளிமை; faintness.

கண்கூடுதல்: (வி): ஒன்று கூடுதல்; நெருங்குதல்; to gather together; be close together.

கண்கொதி: (பெ): கண்ணேறு; கண் பார்வையால் வரும் தீங்கு; evil eye; blight of the eyes causing misfortune.

கண்கொழுப்பு: (பெ): செருக்கு; அகங்காரம்; conceit; arrogance; pride.

கண் சாத்து: (வி): அன்புடன் நோக்கு; தெய்வத்துக்குக் கண் மலர் செலுத்து; to look with love; to offer eye-shaped metal figure to a deity.

கண் சுருட்டுதல்: (வி): உறங்குதல்; to sleep.

கண்டக பலம்: (பெ): பலாப்பழம்; jack fruit.

கண்டகம்: (பெ): முள்; நீர் முள்ளிச் செடி; காடு; thorn; a water plant; forest.

கண்டகன்: (பெ): பகைவன்; அசுரன்; கொடியவன்; enemy; demon; cruel man.

கண்டகசனம்: (பெ): ஒட்டகம்; camel.

கண்டகி: (பெ): தாழை; ஒரு வகை மூங்கில்; இலந்தை மரம்; முதுகெலும்பு; காசிக்கு அருகில் உள்ள ஆறு; screw-pine; a kind of bamboo; jujubee tree; spine; backbone; river (near Kasi).

கண்டகூணிகை: (பெ): வீணை; veena.

கண்டக்கரப்பான்: (பெ): ஒருவகைத் தொண்டை நோய்; a kind of throat disease.

கண்டக் குருகு: *(பெ):* கழுத்து நோய் வகை; a kind of neck disease.

கண்டங்கணம்: *(பெ):* திப்பிலி; long pepper.

கண்டங்கத்திரி: *(பெ):* மஞ்சள் நிறத்தில் சிறு பழங்கள் கொண்ட முட்கள் நிறைந்த கொடி; a thorny plant like creeper, which bears small yellow fruits.

கண்டசரம்: *(பெ):* கழுத்தணி வகை; a kind of necklace.

கண்ட சூலை: *(பெ):* கழுத்து நோய் வகை; a kind of neck disease.

கண்டநாளம்: *(பெ):* தொண்டைக் குழி; larynx.

கண்டபதம்: *(பெ):* பூநாகம்; மண்ணுளிப்பாம்பு; round-worm infecting small intestines; earth-worm; a kind of snake.

கண்டபலம்: *(பெ):* இலவு; silk cotton tree.

கண்டமாலை: *(பெ):* கழுத்தணி வகை; கழுத்தைச் சுற்றிலும் உண்டாகும் புண்; a kind of necklace; the sore around the neck.

கண்டம்: *(பெ):* கழுத்து; இடுதிரை; நிலத்தின் பெரும் பிரிவு; இடையூறு; neck; curtain; continent.

கண்டம் பயிறு: *(பெ):* காராமணி; chowlee bean.

கண்டயம்: *(பெ):* வீரக்கழல்; string of little bells worn on the leg as a sign of heroism.

கண்டரை: *(பெ):* ஒருவகை நரம்பு; a kind of nerve.

கண்டல்: *(பெ):* ஒரு மரவகை; தாழை; முட்செடி; நீர் முள்ளி; கடல் மீன்வகை; a kind of tree; screw-pine; thorny plant; a water plant; a kind of sea fish.

கண்டவிகாரம்: *(பெ):* கற்கண்டு; sugar-candy.

கண்டறை: *(பெ):* மலைக்குகை; mountain cavern.

கண்டற்குயம்: *(பெ):* தாழை விழுது; aerial roots of the screw-pine.

கண்டன்: *(பெ):* வீரன்; கணவன்; தலைவன்; கொடியவன்; கழுத்துடையவன்; சோழரின் பட்டப் பெயர்; warrior; husband; hero; lord; cruel person; one who has neck; a title of Cholas.

கண்டாஞ்சி: *(பெ):* மரவகை; முள் வேலமரம்; a kind of tree; babul tree.

கண்டாபரன்: *(பெ):* குதிரையின் கழுத்துச் சுழி; the curl of hair in the neck of a horse.

கண்டாமணி: *(பெ):* அளவில் பெரிய மணி; a large-sized bell.

கண்டாரவம்: *(பெ):* ஓர் இசை வகை; மணியோசை; a kind of music; the ringing sound of a bell.

கண்டாலம்: *(பெ):* ஒட்டகம்; கடப்பாரை; போர்; camel; crow-bar; war.

கண்டவாளி: *(பெ):* கழுத்தில் அணியும் மாலை; the garland which is worn on the neck.

கண்டாள எருது: *(பெ):* பொதி மாடு; pack-bull.

கண்டி: *(பெ):* மந்தை; எருமைக் கடா; மீன் பிடிக்க உதவும் கருவி; இலங்கையில் உள்ள ஊர்; a herd; he-buffallo; a fishing equipment; a town in Srilanka; *(வி):* கண்டித்திடு; கடிந்து பேசிடு; தண்டித்திடு; வெட்டு; பகிர்ந்திடு; to restrain; to reproach; to punish; to cut; to share.

கண்டிகம்: *(பெ):* ஒரு நிறையளவு; a weighing measure.

கண்டிகை: *(பெ):* கழுத்தணி; உருத்திராக்கம்; பதக்கம்; necklace; rudraksha nut; medal; region; little ornamental box of metal, wood etc., to keep kum-kum etc.

கண்டிப்பு: *(பெ):* விட்டுக் கொடுக்காத உறுதி; கடுமையான அதிகாரம்; strictness; firmness; firm control.

கண்டியர்: *(பெ):* பாணர்; பாடுவோர்; bards; singers.

கண்டில்: *(பெ):* அளவு வகையுள் ஒன்று; a kind of measure.

கண்டீரவம்: *(பெ):* சிங்கம்; சதுரக்கள்ளி; lion; a kind of spurges.

கண்டீரை: *(பெ):* ஒருவகைக் கருமிளகு; a kind of black pepper.

கண்டு: *(பெ):* கற்கண்டு; நூற்பந்து; கண்டங்கத்திரி; sugar candy; skein; a thorny plant.

கண்டுகம்: *(பெ):* மஞ்சிட்டிச் செடி; a kind of plant.

கண்டுமுதல்: *(பெ):* மகசூல்; ஆன செலவினை ஈடுகட்டும் வகையில் விற்றுக் கிடைத்த தொகை; (in agriculture) gross yield; income that balances the expenses incurred.

கண்டுமூலம்: *(பெ):* சிறுதேக்கு; திப்பிலி; a kind of herb; long pepper.

கண்டுழவு: *(பெ):* அரசனுக்குரிய சொந்த நிலம்; the own land of a king.

கண்டூதி: *(பெ):* தினவு; itching sensation.

கண்டை: *(பெ):* பெருமணி; வீரக்கழல்; சிறு துகில்; நூற்கண்டு; a large-sized bell; string of little bells worn on the leg, skein.

கண்ணகற்று: *(வி):* துயிலெழு; to awake from sleep.

கண்ணசாரம்: *(பெ):* கலைமான்; நூக்க மரம்; சதுரக்கள்ளி; rein-deer; black wood; a kind of spurges.

கண்ணமரம்: *(பெ):* கண்ணோய் வகை; a kind of eye disease.

கண்ணமுது: *(பெ):* பாயசம்; semi-liquid food prepared of milk, rice, sago etc. mixed with sugar.

கண்ணயத்தல்: *(வி):* மிகவும் விரும்பு; மோகம் கொள்ளு; to long for intensely; to fascinate someone.

கண்ணரி: *(வி):* நீக்கு; to cease.

கண்ணவர்: *(பெ):* அமைச்சர்; minister.

கண்ணழித்துரை: *(பெ):* சொற்பொருள்; meaning.

கண்ணழிவு: *(பெ):* தாமதம்; குறைவு; வார்த்தைக்கு வார்த்தை பொருள் உரைத்தல்; delay; defect; interpreting word by word.

கண்ணளி: *(பெ):* அருள்நோக்கு; blessing; benediction

கண்ணறுதல்: *(பெ):* அருளின்மை; hard-heartedness.

கண்ணறை: *(பெ):* அகலம்; குருடு; கண் பார்வை இல்லாதவன்; breadth; blindness; blind person.

கண்ணறு: *(வி):* நட்பு குலையச் செய்; நீங்கு; to cease to be friendly; to depart.

கண்ணமுத்தங்கோல்: *(பெ):* தூரிகை; painter's brush.

கண்ணாட்டி: *(பெ):* அன்பானவள்; மனைவி; kind-hearted woman; wife.

கண்ணாணை: *(பெ):* சூளுரை; oath.

கண்ணார்: *(பெ):* பகைவர்; enemies; foes.

கண்ணாளர்: *(பெ):* கம்மாளர்; ஓவியர்; கணவர்; நாயகர்; தலைவர்; தோழர்; smith; painter; husband; hero; lord; master; companion.

கண்ணாள்: *(பெ):* சரஸ்வதி; கலைமகள்; நாமகள்; Saraswathi, Goddess of learning and arts.

கண்ணாறு: *(பெ):* பாசன வாய்க்கால்; சிறு பாலம்; நன்செய் நிலம்; irrigation channel; small bridge; wet land.

கண்ணி: *(பெ):* பூங்கொத்து; சூடும் பூமாலை; பறவை பிடிக்கும் பொறி; bunch of flowers; garland; snare.

கண்ணி கட்டு: *(வி):* வலை கட்டு; to spread the net.

கண்ணிகம்: *(பெ):* மணித்தக்காளிச் செடி; black night shade.

கண்ணி குத்து: *(வி):* பறவைப் பொறி வை; to set noose.

கண்ணிகை: *(பெ):* பூ அரும்பு; தாமரைக் கொட்டை; flower bud; the seed of lotus.

கண்ணிக்கால்: *(பெ):* கிளையாறு; tributary stream.

கண்ணி மாங்காய்: *(பெ):* மாவடு; unripe mango.

கண்ணியன்: *(பெ):* வேடன்; hunter.

கண்ணிரங்கு: *(வி):* ஒலி செய்; அருள் புரி; to make sound; to grant favour.

கண்ணி வெடி: *(பெ):* கண்களுக்குப்புலப்படாதபடி, நிலம் (அ) தண்ணீரின் அடியில் வைக்கப்பட்டு, வாகனம் (அ) ஆள் கடக்கும்போது வெடித்திடக்கூடிய (அ) தொலைவிலிருந்து வெடிக்கச் செய்யக்கூடிய வெடிகுண்டு; mine; an explosive.

கண்ணிறை: *(பெ):* தூக்கம்; sleep.

கண்ணிற்றல்: *(வி):* எதிராக நில்; to stand before.

கண்ணுகம்: *(பெ):* குதிரை; horse.

கண்ணுக்கரசன்: *(பெ):* துருசு; blue vitriol.

கண்ணுக்கினியாள்: *(பெ):* கரிசலாங்கண்ணி; பொன்னாங்கண்ணி; a kind of greens with short thick leaves; eclipse plant; a kind of greens with shiny little leaves.

கண்ணுதல்: *(வி):* கருது; பொருந்தச் செய்; பார்; to intend; to agree; to see.

கண்ணுமை: *(பெ):* காட்சி; sight; show.

கண்ணுவம்: *(பெ):* கம்மியர் தொழில்; smith's profession.

கண்ணுள்: *(பெ):* அரும்புத் தொழில்; fine workmanship in jewellery.

கண்ணுள் வினைஞன்: *(பெ):* சித்திரம் வரைபவர்; வண்ணம் அடிப்பவர்; drawing master; painter.

கண்ணுளன் / கண்ணுளாளன்: *(பெ):* குழல் வாசிப்பவன்; flutist.

கண்ணுறு: *(வி):* அடை; பார்; எதிர்ப்படு; நெருங்கு; to attain; to see; to meet; to approach.

கண்ணுறை: *(பெ):* கறிமசாலை; கறி; கண்டு அஞ்சிடும் அச்சம்; curry stuff; curry; fear at sight.

கண்ணூடு: *(பெ):* கவனம்; attention.

கண்ணெழுத்தாளன்: *(பெ):* அரசனின் திருமுகம் எழுதுவோன்; amanuensis to a king.

கண்ணெறி: *(வி):* விரும்பு; கடைக்கண்ணால் பார்; தோல் கருவியைத் திறம்பட வாசி; to like; to look sidewise; to glance; to play skillfully on drum.

கண்ணேணி: *(பெ):* மலைகளில் ஏறிடப் பயன்படுத்தும் கணுக்களைப் படிகளாகக் கொண்ட ஏணி; a kind of ladder used for rock climbing.

கண்ணொடையாட்டி: *(பெ):* கள் விற்கும் பெண்; toddy selling woman.

கண்ணோட்டு: *(வி):* இரங்கு; மேற்பார்வை செலுத்து; to have pity; to supervise.

கண்துஞ்சு: *(வி):* உறங்கு; விழிப்புணர்வற்று இரு; to sleep; be not alert or vigilant.

கண் பஞ்சடைதல்: *(வி):* பசியால் (அ) மரணத்தின் அறிகுறியாக கண்பார்வை மங்குதல்; to become dim sighted because of hunger or approaching death.

கண்படல்: *(பெ):* பார்வை படுதல்; உறங்குதல்; be at sight; to sleep.

கண்படுதல்: *(பெ):* உறங்குதல்; பரவுதல்; கண்ணேறு படுதல்; to sleep; to spread; to affect by evil eye.

கண்படை: *(பெ):* உறக்கம்; படுக்கை; மாதர் படுத்துறங்கும் இடம்; sleep; bed; the bedroom of women.

கண்பட்டை: *(பெ):* வண்டியில் பூட்டப்படும் குதிரைக்கு, கண்ணை மறைத்தாற் போல் கட்டப்படும் தோல்பட்டை; blinkers.

கண்பறைதல்: *(வி):* கண்பார்வை மங்குதல்; to become dim sighted.

கண்பாடு: *(பெ):* உறக்கம்; sleep.

கண்பார்: *(வி):* இரங்கு; ஆராய்ந்து நோக்கு; to feel pity; to examine.

கண் பீலி: *(பெ):* கால் விரலில் அணியும் அணி வகை; a kind of plain ring worn on the next toe or the great toe.

கண்பு: *(பெ):* கோரை வகை; சம்பங்கோரை; a kind of sedges and bulrushes; elephant grass.

கண் பூத்தல்: *(வி):* கண் பார்வை மங்குதல்; to become blurred on account of looking at someone or for something too long.

கண் மலர்தல்: *(வி):* உறங்கி விழித்தெழு; to awake from sleep; to get up from bed.

கண் மாறுதல்: *(வி):* நிலை கெடு; தோன்றி மறைதல்; புறக்கணி; be upset; to disappear after appearing.

கண்மிச்சல்: *(பெ):* கண்ணேறு; evil eye.

கண் முகிழ்: *(பெ):* கண் இமை; eyelid.

கண் முகிழ்த்தல்: *(பெ):* உறங்கு; கண் மூடு; to sleep; to close one's eyes.

கண் மூடு: *(வி):* தூங்கு; சாதல்; to sleep; to die.

கண்வட்டம்: *(பெ):* பார்வைக்கு உட்பட்ட இடம்; நாணயச்சாலை; the place which is within one's sight; mint.

கண் வரி: *(பெ):* விழியில் உள்ள சிவந்த வரிகள்; the red fine marks in the eye.

கண் வலி: *(பெ):* கண்ணில் எரிச்சலை உண்டாக்குவதுடன் பீளை சேர்வதுமான நோய்; conjunctivitis.

கண்வலிப் பூ: *(பெ):* நந்தியவட்டைப் பூ; East Indian rosebay flower.

கண் வழுக்குதல்: *(வி):* கண் கூசுதல்; be dazzled by the brilliance of light.

கண் வளர்தல்: *(வி):* உறங்கு; to sleep.

கண்வாய்: *(பெ):* மதகு; sluice; culvert.

கண் வாருதல்: *(பெ):* தூர் எடு; to remove the silt at the bottom of water sources and water ways.

கண்வாளன்: *(பெ):* கணவன்; கம்மாளன்; husband; smith.

கண்விடு தூம்பு: *(பெ):* ஒரு வகையான தோல் கருவி; a kind of drum.

கண் விளிம்பு: *(பெ):* கண் இமை; eyelid.

கதகம்: *(பெ):* தேற்றான் கொட்டை மற்றும் அதன் மரம்; clearing nut and its tree.

கதண்டு: *(பெ):* கருவண்டு; black beetle.

கதநம்: *(பெ):* போர்; கலக்கம்; கொலை; கடுப்பு; பேசுதல்; war; being agitated; murder; throbbing pain; speaking.

கதம்: *(பெ):* சினம்; பாம்பு; பஞ்சம்; ஓட்டம்; வலிமை; சென்றது; anger; snake; famine; run; strength; one which is gone.

கதம்பகம்: *(பெ):* கூட்டம்; கலவை; கடுகு; உசடிறன; அஸைவரசந; அரளவயசன ளநநன.

கதம்பை: *(பெ):* வைக்கோல்; ஒரு வகைப் புல்; straw; a kind of grass.

கதலம்: *(பெ):* வாழை; plantain tree.

கதலி: *(பெ):* வாழை; காற்றாடி; தேற்றா மரம்; துகிற்கொடி; plantain tree; fan; clearing nut tree; banner.

கதலிச்சி: *(பெ):* கற்பூரம்; camphor.

கதலிப்பூ: *(பெ):* பச்சைக்கற்பூரம்; வாழைப்பூ; medicated camphor; flower of the plantain tree.

கதவம்: *(பெ):* காவல்; கதவு; protection; door.

கதவடைப்பு: *(பெ):* தொழிலாளர்களுடன் இறுதித் தீர்வு வரும்வரையில் அவர்களை தொழிற்சாலையில் பணிபுரிய அனுமதி மறுத்தல்; lock-out.

கதவுதல்: *(பெ):* சினத்தல்; be very angry.

கதழ்தல்: *(வி):* சினத்தல்; ஓடுதல்; விரைதல்; மிகுதல்; கடுமையாதல்; கோணுதல்; பிளத்தல்; to get angry; to run; to rush; to increase; be strict; be curved; to cleave; be disunited.

கதழ்வு: *(பெ):* விரைவு; கடுமை; மிகுதி; பெருமை; ஒப்பு; சினம்; speed; rigour; mickle; greatness; dignity; resemblance; anger.

கதழ்வுறுதல்: *(வி):* அச்சம் காரணமாக அலறுதல்; to shriek with terror.

கதனம்: *(பெ):* போர்; கடுமை; கடுப்பு; கலக்கம்; வேகம்; war; rigour; wrath; being agitated; speed.

கதாமஞ்சரி: *(பெ):* கதைகளின் தொகுதி; a collection of many stories.

கதாவணி: *(பெ):* கணக்குப்புத்தகம்; account book.

கதாவு: *(வி):* சொல்லு; to tell.

கதி[1]: *(பெ):* புகலிடம்; குதிரைநடை; உயிரின் பிறப்பு நிலைகள்; refuge; pace of horse; stages of birth.

கதி[2]: *(வி):* எழு; செல்; நட; விரைதல்; to rise; to go; to walk; to hurry.

கதிகம்: *(பெ):* சொல்லப்பட்டது; that which is told.

கதிக்கும் பச்சை: *(பெ):* பச்சைக்கல்; நாகப்பச்சை; Emerald; a precious stone.

கதிக்கை: *(பெ):* கருக்குவாளி மரம்; அதிகரிப்பு; a kind of tree; increasing.

கதித்த விலை: *(பெ):* அநியாய விலை; unfair price.

கதிப்பு: *(பெ):* இறுகுதல்; denseness.

கதிமி: *(பெ):* தலைமைக் குடியானவன்; chief farmer.

கதிமை: *(பெ):* கனம்; கூர்மை; பருமை; weight; sharpness; bulkiness.

கதிரடி: *(வி):* போரடி; to thrash paddy by beating or walking bullocks over the sheaves.

கதிரம்: *(பெ):* அம்பு; கருங்காலி; arrow; ebony.

கதிரி: *(பெ):* நாயுருவி; a plant growing in hedges.

கதிரை: *(பெ):* கதிர்காமம்; நாற்காலி; Kadhirkaamam, a shrine of Lord Kandha in Sri Lanka; chair.

கதிர்: *(பெ):* ஒளி; கிரணம்; வெயில்; சூரியன்; சந்திரன்; light; rays; Sun shining; Sun; Moon.

கதிர்க்கம்பி: *(பெ):* நூல் நூற்கும் கருவி; பொற்கொல்லர் கருவி வகை; spindle; a kind of instrument of goldsmith.

கதிர்ச்சிலை: *(பெ):* சூரிய காந்தக்கல்; Sun stone.

கதிர்த்தல்: *(வி):* ஒளிர்; வெளிப்படு; மிகுதல்; இறுமாத்து; to shine; to glow; to become manifest; to abound; to be conceited.

கதிர்நாவாப்பூச்சி: *(பெ):* சேதத்தை விளைவிக்கும் ஒரு வகைப் பூச்சி; earhead bug which causes damage to the corn of the paddy.

கதிர்ப்பாரி: *(பெ):* தாமரை; lotus.

கதிர்ப்புல்: *(பெ):* ஒரு வகைப் புல்; a kind of grass.

கதிர்மடங்கல்: *(பெ):* அறுவடை முடிவு; end of the harvest.

கதிர்முத்து: *(பெ):* ஆணிமுத்து; சிறந்த முத்து; superior pearl.

கதிர் வாங்கு: *(வி):* ஒளிவிடு; to shine.

கதிர்வால்: *(பெ):* பயிரின் நுனி; tip of the ear of cereal.

கது: *(பெ):* வடு; வெடிப்பு; மலைப்பிளவு; scar; crack; mountain cleft.

கதுப்பு: *(பெ):* கன்னம்; தாடை; தலைமயிர்; கூந்தல்; பசுக் கூட்டம்; cheek; chin; hair; long flowing tresses of a woman; herd of cows.

கதுப்புளி: *(பெ):* சூட்டுக்கோல்; branding iron; instrument for cauterizing; soldering iron.

கதுமுதல்: *(வி):* பிடிவாதம் செய்; கடிந்து கொள்; to persist; to scold.

கதுவாய்: *(பெ):* குறைதல்; diminishing.

கதுவு: *(வி):* பற்று; வலிந்து இழு; கலங்கு; to seize; to catch; to pull in a forced way; be confused.

கத்தக்காம்பு: *(பெ):* புகையிலைக் காம்பு; stalk of tobacco.

கத்தணம்: *(பெ):* கவசம்; சட்டை; shield; coat of mail; shirt.

கத்தபம்: *(பெ):* கழுதை; donkey

கத்தம்: *(பெ):* தோள்; கதை; பொல்லாங்கு; மலச்சேறு; shoulder; story; wickedness; dung mire.

கத்தராளி: *(பெ):* தலைவன்; hero; master; lord.

கத்தரிகை: *(பெ):* கத்தரிக்கோல்; நாட்டியப் பிடி வகை; scissors; hand pose in dance.

கத்தரிநாயகம்: *(பெ):* பெருஞ்சீரகம்; fennel.

கத்தரு: *(பெ):* ஆதிசேடன்; தாய்; கர்த்தா; படைப்போன்; ஆள்பவன்; Aadhisedan, mother; God; master; chief; doer; maker; ruler; creator.

கத்தரை: *(பெ):* கோத்திரம்; family.

கத்திகட்டி: *(பெ):* போர்வீரன்; soldier.

கத்திகை: *(பெ):* மாலை வகை; சிறு கொடி; துகில் கொடி; குருக்கத்தி; a kind of garland; a kind of small creeper; flag; a herb.

கத்திநுணா: *(பெ):* நிலவேம்பு; a herb.

கத்தியம்: *(பெ):* சிறு துகில்; உரை நடை; நல்லாடை; small cloth; prose style; good dress.

கத்தியோதம்: *(பெ):* மின்மினிப் பூச்சி; firefly.

கத்திரம்: *(பெ):* கீரிப்பிள்ளை; mongoose.

கத்திரி: *(பெ):* ஒருவகைப் பறை; கத்திரி வெயில்; அக்கினி நட்சத்திரம்; பாம்பு; a kind of drum; hottest period of summer, snake.

கத்திரிகம்: *(பெ):* கால் மாறி நிற்றல்; standing with legs crossed.

கத்திரிசால்: *(பெ):* சரவிளக்குத் தண்டு; மெழுகுவர்த்தி நின்று எரிந்திட ஆதாரமாக இருக்கும் தண்டு; the stand for the strings of lights usually hung in temples; candle stand.

கத்திரியம்: *(பெ):* ஆடு தின்னாப்பாளை; a herb.

கத்திரியன்: *(பெ):* அரசன்; சத்திரியன்; king; kshatriya.

கத்திரு: *(பெ):* கர்த்தா; God; creator; master; chief; doer; maker.

கத்திருவம்: *(பெ):* குதிரை; horse.

கத்து: *(பெ):* சந்து; கடிதம்; கூப்பிடுகை; narrow lane; letter; calling; *(வி):* பிதற்று; கூவிடு; முழங்கிடு; to chatter; to call out; to roar.

கத்தூரி: *(பெ):* மான்மதம்; கத்தூரி விலங்கு; musk; musk deer.

கத்தூரிகை: *(பெ):* வால்மிளகு; cubeb.

கத்தூரி மஞ்சள்: *(பெ):* ஒருவகை மஞ்சள்; a kind of turmeric.

கத்தை: *(பெ):* கற்றை; கழுதை; bundle; pack; sheaf of papers; donkey.

கத்தோயம்: *(பெ):* கள்; toddy.

கத்தோலிக்க சமயம்: *(பெ):* உருவ வழிபாட்டில் நம்பிக்கை கொண்ட கிறித்தவ சமயப் பிரிவு; catholicism.

கந்தகட்பலம்: *(பெ):* தான்றி மரம்; a kind of tree.

கந்தகப் பூ: *(பெ):* மருந்து வகை; a kind of medicine in siddha.

கந்தகம்: *(பெ):* ஒரு வகை மருந்து; ஒரு வகைத் தாதுப்பொருள்; முருங்கை மரம்; a kind of medicine; a kind of mineral; drum-stick tree.

கந்தக விரைப்பாடு: *(பெ):* ஐந்து ஏக்கர் நிலம்; five acres of land.

கந்தகாரம்: *(பெ):* சந்தனம்; பனித்துளி; sandal wood; dew drops.

கந்தகாரி: *(பெ):* ஆடு தின்னாப்பாளை; a herb.

கந்தங்குவளம்: *(பெ):* கழுகு; eagle.

கந்தசாலி: *(பெ):* ஒருவகை நெல்; a kind of paddy.

கந்தநாகுலி: *(பெ):* மிளகு; மிளகுக்கொடி; pepper and its creeper.

கந்த பாடாணம்: *(பெ):* கந்தகம்; sulphur.

கந்தபுட்பை: *(பெ):* அவுரி; Indigo.

கந்த மூடிகம்: *(பெ):* கத்தூரி மான்; மூஞ்சூறு; musk deer; musk-rat.

கந்தம்: *(பெ):* மணம்; சந்தனம்; fragrance; sandal wood.

கந்தரக்காட்டம்: *(பெ):* வெள்ளைப் பாடாணம்; a kind of arsenic.

கந்தரசம்: *(பெ):* சந்தனம்; sandal wood.

கந்தரசு: *(பெ):* சாம்பிராணி; gum benzoin, burnt as incense.

கந்தரம்: *(பெ):* கழுத்து; மேகம்; மலைக்குகை; neck; cloud; mountain cavern.

கந்தரலங்காரம்/கந்தரனுபூதி: *(பெ):* அருணகிரிநாதரால் முருகப் பெருமான் மீது இயற்றப்பட்ட 100 செய்யுள்கள் கொண்ட தொகுப்பு; a poem of 100 stanzas on Lord Skanda (Muruga) by Arunagirinaadhar.

கந்தராகரம்: *(பெ):* மலை; hill.

கந்தராசனம்: *(பெ):* சந்தம்; musical or rhythmic flow.

கந்தராபம்: *(பெ):* ஒருவகை மரம்; a kind of tree.

கந்தருவம்: *(பெ):* இசைப்பாட்டு; எண் வகை மணத்துள் ஒன்று; குதிரை; கந்தருவர் சாதி; song; one of the eight kinds of marriages; horse; the celestial group of singers.

கந்தருவ வேதம்: *(பெ):* சாம வேதத்தின் ஒரு பகுதி; a part of Saama Veda.

கந்தரை: *(பெ):* குகை; cave.

கந்தர்வ மணம்: *(பெ):* சடங்குகளின்றி இருவரும் மனம் ஒத்து செய்துகொள்ளும் திருமண முறை; a form of marriage by mutual love without any ritual.

கந்தலம்: *(பெ):* கிரணம்; முளை; rays; peg stump.

கந்தல் கூளம்: *(பெ):* ஒழுங்கின்மை; குழப்பம்; disorder; confusion.

கந்தவகம்: *(பெ):* மோப்பம்; மூக்கு; smell; nose.

கந்தவகன்: *(பெ):* காற்று; வாயுதேவன்; wind; Vaayudeva; God of air.

கந்தவடி: *(பெ):* வாசனைத் தைலம்; oil of perfume.

கந்தவருக்கம்: *(பெ):* மணப்பொருட்கள்; fragrant things.

கந்தவாகை: *(பெ):* மூக்கு; nose.

கந்தவாரம்: *(பெ):* அரண்மனை அந்தப்புரம்; queen and other royal women's apartments in a palace.

கந்தழி: *(பெ):* பரம்பொருள்; கடவுள்; Almighty; God.

கந்தளம்: *(பெ):* கவசம்; தங்கம்; சதுப்பு; தளிர்; யுத்தம்; armour; gold; marsh; sprout; war.

கந்தறுதா: *(பெ):* ஆமணக்கு; castor.

கந்தாயம்: *(பெ):* தவணை; ஆண்டில் மூன்றில் ஒரு பாகம்; ஆதாயம்; அறுவடைக்காலம்; instalment; astrological period of four months; one third of a year; profit; benefit; harvest period.

கந்தாரம்: *(பெ):* கள்; மது; toddy; liquor.

கந்தி: *(பெ):* மணப்பொருள்; துவரை; கந்தகம்; கமுகு; மரகதம்; fragrant things; perfumes; pigeon pea.

கந்திகை: *(பெ):* சிறுதேக்கு; a kind of herb.

கந்திதம்: *(பெ):* அழுகை; crying.

கந்தி செய்: *(வி):* மணக்கச் செய்; to emit fragrance.

கந்திரி: *(பெ):* பிச்சைக்காரன்; வண்டி; முகமதியர் பண்டிகை; beggar; mendicant; cart; vehicle; an Islamic festival.

கந்திருவர்: *(பெ):* யாழில் வல்லவர்கள்; கந்தருவர்; the experts in playing lutes; a group of celestial beings.

கந்திற் பாவை: *(பெ):* தூணில் வடிக்கப் பெற்ற பெண் தெய்வம்; the figure of female deity carved in a pillar.

கந்திவுத்தி: *(பெ):* வாசனைத் திரவியங்கள்; perfumes.

கந்து: *(பெ):* தூண்; யானை கட்டும் தறி; பதர்; பற்றுக்கோடு; pillar; elephant stable; empty ears of grain; support.

கந்துகம்: *(பெ):* பந்து; குதிரை; ball; horse.

கந்துக வரி: *(பெ):* மகளிர் பந்தாட்டப் பாட்டு வகை; the song sung by girls while playing with balls.

கந்துகன்: *(பெ):* தான்றி மரம்; a kind of tree.

கந்துதல்: *(பெ):* கெடுதல்; கூச்சம் அடைதல்; to decay; to feel shy.

கந்து வட்டி: *(பெ):* மிக அதிக வட்டி; exorbitant rate of interest.

கந்துள்: *(பெ):* கரி; charcoal.

கந்தூரி விழா: *(பெ):* மறைந்த மகானின் நினைவாக ஆண்டுதோறும் இஸ்லாமியர்கள் கொண்டாடும் விழா; the festival celebrated by Muslims annually in memory of Muslim saints.

கந்தோடம்: *(பெ):* குவளை வகை; a kind of purple Indian water lily.

கந்தோதம்: *(பெ):* குவளை; தாமரை; purple Indian water lily; lotus.

கந்தோர்: *(பெ):* அலுவலகம்; office.

கபடி: *(பெ):* சடுகுடு விளையாட்டு; நயவஞ்சகி; தந்திரசாலி; கொடியவள்; the game kabaddi; deceitful woman; cunning woman; wicked woman.

கபந்தம்: *(பெ):* அறிவிலி; முண்டம்; தலையற்ற உடம்பு; idiot; headless trunk.

கபம்: *(பெ):* கோழை; மனித உடம்பில் தாதுக்களை உள்ளடக்கி அவற்றை ஒரு நிலைக்குள் இருத்திப் பாதுகாத்து வைத்திருப்பது; phlegm; phlegm as binding and sustaining force.

கபரி: *(பெ):* பெருங்காயம்; asafoetida.

கபரோகம்: *(பெ):* சிலேட்டுமநோய் வகை; காசநோய் வகை; tuberculosis; Asthma.

கப விரோதி: *(பெ):* சித்தரத்தை; lesser galangal.

கபாடக்கட்டி: *(பெ):* வசம்பு; sweet flag.

கபாட பந்தனம்: *(பெ):* கதவடைப்பு; lock out.

கபாடபுரம்: *(பெ):* இரண்டாம் தமிழ்ச் சங்கம் இருந்ததும், பாண்டியர்களின் தலைநகராக இருந்ததுமான நகரம்; the place which was the seat of the second Tamil Academy and the ancient Pandiya's capital.

கபாடம்: *(பெ):* கதவு; காவல்; பொதி; door; guard; defence; beast's burden as wood.

கபாய்: *(பெ):* மேலாடை; upper garment.

கபால ரேகை: *(பெ):* தலையெழுத்து; fate.

கபால வாசல்: *(பெ):* தலையின் உச்சித் துளை; membraneous space in an infant's head; fontanelle.

கபால வாடை: *(பெ):* தலைநோய் வகை; a kind of head disease.

கபி: *(பெ):* குரங்கு; monkey.

கபிஞ்சலம்: *(பெ):* காடை; சாதகப் பறவை; ஆந்தை; ஒரு புண்ணியத் தலம்; quail; shepherd koel, believed to subsist on rain drops; owl; a holy place.

கபிதம்: *(பெ):* கருஞ்சீரகம்; black cumin.

கபித்தம்: *(பெ):* விளா மரம்; அபிநய வகை; கொட்டிக் கிழங்கு; a kind of tree; a dance posture; a kind of tuber.

கபிலப்பொடி: *(பெ):* மரவகை; a kind of tree.

கபில மதம்: *(பெ):* கபிலரால் ஏற்படுத்தப்பட்ட சாங்கிய மதம்; Saankhiya religion which was created by sage Kapila.

கபிலம்: *(பெ):* புகர் நிறம்; கரிக்குருவி; உப புராணங்கள் பதினெட்டினுள் ஒன்று; brown colour; king crow; one of the eighteen minor puranas.

கபிலர்: *(பெ):* உருத்திரர்; ஒரு புலவர்; பன்னிரு சைவத் திருமுறை ஆசிரியர்களுள் ஒருவர்; Rudhras; a poet; one of the authors of 'பன்னிரு சைவத் திருமுறை' (Twelve Hymn books on Saivism).

கபோதகம்: *(பெ):* புறா; dove.

கபோதம்: *(பெ):* கரும் புறா; கொடுங்கை; புறா முட்டிச் செடி; ஒரு நாட்டிய அபிநய வகை; black dove; overhanging projection of house; a kind of plant; a kind of dance pose.

கபோலம்: *(பெ):* தாடை; கன்னம்; jaw; cheek.

கப்படம்: *(பெ):* கந்தையாடை; tatters.

கப்படா: *(பெ):* அரைக்கச்சை; waist belt.

கப்படி: *(பெ):* கொடுக்கு; sting of a wasp, scorpion, etc.

கப்பணம்: *(பெ):* கழுத்தணி வகை; கைவேல்; காப்புக் கயிறு; a kind of necklace; lance; turmeric-dyed cord tied round the wrist.

கப்பரை: *(பெ):* மட்கலம்; பிச்சைப் பாத்திரம்; திருநீற்றுக்கலம்; earthen vessel; mendicant's bowl; sacred-ash vessel.

கப்பம் கட்டு: *(வி):* (கேலியாகக் கூறும்போது) காரியம் நிறைவேற்றிட ஒருவருக்குப் பணம் கொடு; லஞ்சம் அளி; to make a compulsory payment to someone to get things done; to grease one's palm.

கப்பறை: *(பெ):* தாய விளையாட்டில் ஒரு கணக்கு; a calculation in the indoor game - Thaayam.

கப்பற்கால்: *(பெ):* படகு; boat.

கப்பற் பாட்டு: ஓடப்பாட்டு; a kind of song sung by the men while sailing in the boats, catamarans etc.

கப்பாசு: *(பெ):* தூய்மை செய்யப்படாத பருத்தி; raw cotton.

கப்பி: *(பெ):* நொய்; தவிடு; மண் கலந்த சிறு கற்கள்; கயிறு இழுக்கும் கருவி; பொய்யுரை; broken rice; husk of paddy grain; gravel; pully; snivel.

கப்பிக்காய்: *(பெ):* பருவம் இல்லாத காலத்தில் காய்க்கும் காய்; unseasonal unripe fruit.

கப்பித்தல்: *(வி):* கிளை விடுதல்;பெருத்தல்; to put forth branches; to grow in size.

கப்பியம்: *(பெ):* உண்ணத்தக்கது; food or things that can be eaten.

கப்பு: *(பெ):* பிளவு; ஆதாரம்; a cleft; a deep wide gap; evidence; charm.

கப்பு: *(வி):* மூடிக்கொள்; உண்; வாயில் கொள்ளும் அளவுக்குத் திணி; to overspread; to close; to eat; to stuff full into mouth.

கப்பு மஞ்சள்: *(பெ):* குளியல் மஞ்சள்; a kind of turmeric used while bathing by married women.

கப்பைக்கால்: *(பெ):* வளைந்த கால்; bandy legs.

கமகமவென்று: *(பெ.அ):* வெகுவாக மணக்கின்ற; having a strong agreeable smell.

கமகம்: *(பெ):* ஒரு ஸ்வரத்திலிருந்து மற்றோர் ஸ்வரத்திற்குச் செல்லுகின்றபோது (அ) ஒரே ஸ்வரத்தில் வெளிப்படுத்தும் ஒலி அசைவு; the transition from one swaram to another in the rendering of a composition through voice medium.

கமக்காரன்: *(பெ):* நிலத்தின் உடமையாளன்; விவசாயி; landlord; agriculturist; farmer.

கமங்கட்டு: *(வி):* சொந்த நிலத்தில் வேளாண்மை செய்; to cultivate the crops in one's own land.

கமஞ்சூல்: *(பெ):* மேகம்; cloud.

கமடம்: *(பெ):* ஆமை; tortoise.

கமத்தல்: *(வி):* நிறை; to become full.

கமத்தொழில்: *(பெ):* உழவுத் தொழில்; ploughing; agriculture.

கமம்: *(பெ):* நிறைவு; வயல்; விவசாயம்; completion; paddy field; agriculture.

கமரதம்: *(பெ):* மணித்தக்காளி; black night shade plant.

கமரிப்புல்: *(பெ):* ஒருவகைப் புல்; a kind of grass.

கமலகுண்டலம்: *(பெ):* தலைகீழ் மாற்றம்; topsy-turviness.

கமலபாந்தி: *(பெ):* சூரியன்; the Sun.

கமலம்: *(பெ):* தாமரை; நீர்; வைரம்; கன்றிழந்த பசு; ஒரு பேரெண்; lotus; water; diamond; the cow who losts it's calf; a large number.

கமல மனோகரி: *(பெ):* ஒரு பண் வகை; a kind of music.

கமலயோனி: *(பெ):* பிரம்மா; Lord Brahma.

கமலாசனம்: *(பெ):* ஆசனவகை; பத்மாசனம்; one of the Aasanas; Padmaasana.

கமலி: *(பெ):* குங்கும பாடாணம்; a kind of arsenic.

கமலிப்பட்டு: *(பெ):* பட்டாடை வகை; a kind of silk cloth.

கமலினி: *(பெ):* உமையவளின் தோழியருள் ஒருத்தி; one of the lady-maids of Goddess Parvathi.

கமல்: *(பெ):* வெட்பாலை; a herbal medicine.

கமனம்: *(பெ):* செல்லுகை; நடை; போதல்; going; walk.

கமி: *(பெ):* மிளகு; pepper.

கமுக்கட்டு: *(பெ):* அக்குள்; armpit.

கமுக்கம்: *(பெ):* அடக்கம்; இரகசியம்; politeness; secrecy.

கமுனை: *(பெ):* மாதுளை; pomegranate.

கமை: *(பெ):* மலை; பொறுமை; புலத்தியன்; மனைவி; நிலம்; அழகு; ஏழு நல்வினைகளுள் ஒன்று; mountain; patience; endurance; ancient Rishi; wife; land; beauty; one of the seven kinds of virtuous deeds.

கமைதல்: *(வி):* நிரம்புதல்; to become full.

கம்: (பெ): நீர்; மேகம்; வானம்; காற்று; வெண்மை; water; cloud; sky; wind; whiteness.

கம்பங்கூத்து: *(பெ):* கழைக்கூத்து; pole dancing.

கம்பஞ்சம்பா: *(பெ):* சம்பா நெல் வகை; a kind of paddy.

கம்பட்டம்: *(பெ):* காசு; நாணயம்; coin.

கம்படி: *(பெ):* கம்பு விளையும் நிலம்; the land in which the bulrush millet is cultivated.

கம்பதாளி: *(பெ):* ஒருவகை வலிப்பு நோய்; a kind of hysteria.

கம்பத்தம்: *(பெ):* வேளாண்மை; agriculture.

கம்பத்து: *(பெ):* பகட்டு; vanity; pomp.

கம்பத்துக்காரன்: *(பெ):* நிலச்சொந்தக்காரன்; செல்வந்தன்; land owner; rich man.

கம்பரிசி: *(பெ):* தானிய வகை; a kind of grain.

கம்பலம்: *(பெ):* கம்பளி; செவ்வாடை; ஆரவாரம்; wool; red garment; pomposity; loud noise.

கம்பலை: *(பெ):* அச்சம்; நடுக்கம்; துன்பம்; சச்சரவு; மருதநிலம்; யாழோசை; fear; trembling; suffering; agricultural tract; the sound produced from lute.

கம்பல்: *(பெ):* ஆடை; ஆரவாரம்; dress; garment; vanity.

கம்பளர்: *(பெ):* மருத நிலத்து மக்கள்; the people belonging to agricultural tract.

கம்பளி: *(பெ):* ஒருவகைப் பூச்சி; தாறுமாறு; ஆட்டின் மயிர்; ஒருவகை ஆடு; caterpillar; disorder; confusion; wool; a kind of sheep.

கம்பளிச் செடி: *(பெ):* முசுக்கட்டைச் செடி; mulberry.

கம்பளிப்பூச்சி: *(பெ):* உடலில் மயிருள்ள புழு; caterpillar.

கம்பனம்: *(பெ):* அசைவு; நடுக்கம்; move; trembling.

கம்பி: *(பெ):* ஒருவகை காதணி; கடிவாளம்; உலோக இழை; தந்தி; உலோகத்துண்டு; வெடியுப்பு; அபின்; a kind of ear ring; bit of bridle; a thin metal line; string; any kind of thin rod; nitre; opium.

கம்பிதம்: *(பெ):* அசைவு; நடுக்கம்; கமகம் பத்தினுள் ஒன்று; movement; trembling; one among the ten gamagas.

கம்பு: (பெ): ஒருவகைத் தானியம்; கம்பம்; சிறு தடி; கழி; bulrush; millet; post; small stick; wooden peg.

கம்புகட்டி: (பெ): நீர் பாய்ச்சுவோன்; the man who conducts water.

கம்புகம்: *(பெ):* அபின்; opium.

கம்புள்: *(பெ):* சங்கு; நீர்ப்பறவை; வானம்பாடி; சம்பங்கோழி; conch-shell; water bird; Indian skylark; a kind of bird.

கம்பை: *(பெ):* கதவுச் சட்டம்; அதிகார வரம்பு; a door frame; the limit of powers.

கம்மக்காரர்: *(பெ):* கப்பலோட்டி; navigator.

கம்மக்கை: *(பெ):* கடினமான வேலை; hard work.

கம்மாறர்: *(பெ):* மரக்கலம் செலுத்துபவர்; the person who rows the boats, etc.

கம்மி: *(பெ):* தொழிலாளி; குறைவு; worker; labourer; deficiency; lack; want.

கம்மியம்: *(பெ):* கைத்தொழில்; handicrafts.

கம்மை: *(பெ):* சிறுகீரை; a species of amaranth.

கய: *(பெ.அ):* பெரிய; மெல்லிய; big; large; thin; lean.

கயக்கம்: *(பெ):* வாட்டம்; கலக்கம்; இடையீடு; fading; being agitated; that which occurs in the middle.

கயக்கால்: *(பெ):* ஊற்றுக்கால்; channel for irrigation issuing in from a spring.

கயக்குதல்: *(வி):* சோர்; கசங்கு; to become fatigued; to lose freshness.

கயத்தம்: *(பெ):* துளசி; sacred basil.

கயத்தல்: *(வி):* வெறுப்படை; கைப்பு; to hate; be bitter.

கயத்தி: *(பெ):* கீழ்மகள்; கொடியவள்; woman who has mean qualities; low caste woman; wicked woman.

கயந்தலை: *(பெ):* யானைக் கன்று; குழந்தை; வாவி; நீர்நிலை; calf of an elephant; child; tank.

கயப்பூ: *(பெ):* நீர்ப் பூ; water flower.

கயம்: *(பெ):* நீர்நிலை; நீர்; கடல்; ஆழம்; அகழி; தேய்வு; யானை; கேடு; காசநோய்; கீழ்மை; மென்மை; பெருமை; இளமை; கரிக்குருவி; ஊற்று; water source; reservoir; water; sea; depth; moat; trench; lessening; elephant; harm; tuberculosis; meanness; tenderness; greatness; youth; black drongo; spring.

கயல்: *(பெ):* கெண்டை மீன்; carp.

கயவஞ்சி: *(பெ):* உலுத்தன்; niggard; miser.

கயவளாகம்: *(பெ):* கீழுலகம்; நரகம்; hell.

கயவாய்: *(பெ):* எருமை; கரிக்குருவி; கழிமுகம்; பெரிய வாய்; buffalo; black drongo; barmouth of a river; big mouth.

கயவு: *(பெ):* பெருமை; மென்மை; கழிமுகம்; களவு; கீழ்மை; கரிக்குருவி; greatness; tenderness; barmouth of a river; theft; meanness; black drongo.

கயாகரமை: *(பெ):* கயாகரர் இயற்றிய நிகண்டு; the metrical gloss containing synonyms and meanings of words written by Kayaagarar.

கயிரவம்: *(பெ):* செவ்வாம்பல் மலர்; வெள்ளாம்பல் மலர்; red water lily; white water lily.

கயிரகம்: *(பெ):* காவிக்கல்; red ochre.

கயிரை: *(பெ):* சுற்றம்; relatives.

கயில்: *(பெ):* பிடரி; தேங்காயில் பாதி; nape; half of the coconut.

கயிறு: *(பெ):* வடம்; மங்கலநாண்; நூல்; large rope; a turmeric smeared cord with holy pendants.

கயிற்றேணி: *(பெ):* நூலேணி; the ladder made of threads.

கயினி: *(பெ):* கைம்பெண்; widow; the woman who lost her husband.

கர: *(பெ):* ஒரு தமிழ் ஆண்டு; a Tamil year.

கரகம்: *(பெ):* கமண்டலம்; நீர்த்துளி; ஆலங்கட்டி; நீர்; a cruet-like vessel containing holy water water drop; hail stone; water.

கரகணம்: *(பெ):* கையினால் செய்யும் அபிநயம்; hand pose.

கரசம்: *(பெ):* புலிதொடக்கி; கூர்மையான ஆயுதம்; யானை; a herb; a sharpened weapon; elephant.

கரசரணாதி: *(பெ):* கை, கால் முதலியன; hands, legs, etc.

கரசை: *(பெ):* கரணம் பதினொன்றினுள் ஒன்று; ஓர் அளவு; one of the eleven Karanas; a measure.

கரஞ்சம்: *(பெ):* புங்க மரம்; Indian beech tree.

கரடகம்: *(பெ):* கபடம்; வஞ்சனை; deceit; guile.

கரடகன்: *(பெ):* வஞ்சகன்; தந்திரக்காரன்; deceitful person; cunning fellow.

கரடம்: *(பெ):* காக்கை; யானையின் மதம் பாயும் துளை; crow; the elephant's musth hole.

கரடிக்கூடம்: *(பெ):* மல்யுத்தம், சிலம்பம் போன்றவற்றைப் பயிலும் சாலை; a training centre where wrestling, fencing arts are taught.

கரடி வித்தை: *(பெ):* சிலம்ப வித்தை; a kind of martial art where fencing is done with a staff.

கரடு: *(பெ):* சிறுகுன்று; மரக்கணு; ஒரு வகை முத்து; முருகு; யானையின் மதவெறி; a low hill; knot in a tree; a kind of pearl; roughness; running amuck of an elephant.

கரட்டரிதாரம்: *(பெ):* அரிதார வகை; ஒரு மருந்து; a kind of musk; a medicine.

கரட்டுவாதம்: *(பெ):* கழலை; விதண்டாவாதம்; tumour; argument leading nowhere.

கரணத்தான்: *(பெ):* கணக்கன்; கணக்கு எழுதுபவன்; accountant.

கரணம்: *(பெ):* கைத்தொழில்; தலைகீழாய்ப் பாய்தல்; காரணச்சாசனம்; கருமாதிச் சடங்குக்குரிய பண்டங்கள்; handicraft; diving; somersault; deed; the things which are necessary for the final obsequies.

கரணி: *(பெ):* மருந்து செய்பவன்; a druggist.

கரணிகம்: *(பெ):* அந்தக்கரணம்; கலவி; ஊர் கணக்குவேலை; inner seat of thought; intercourse; the work of village Karnam (accountant).

கரணை: *(பெ):* கொத்துக் கரண்டி; துண்டு; புண் வடு; வீணைத் தண்டு; கருணைக் கிழங்கு; ஒரு வகைச் செடி; mason's trowel; piece; scar; stem of a Veena; a kind of yam that gives a pungent taste; a kind of plant.

கரண்: *(பெ):* புல் பத்தை; புண் வடு; grass sod; scar.

கரண்டகம்: *(பெ):* தென்னை ஓலையால் முடையப்பெற்ற பூக்குடலை; சுண்ணாம்புச் செப்பு; flower basket made of coconut leaves; a small metal box for keeping quick lime used by those who chew betel.

கரண்டம்: *(பெ):* நீர்க்காக்கை; அணிகலச் செப்பு; கமண்டலம்; a water bird; ornamental box; a cruet-like vessel containing holy water carried by saints and heads of certain religious institutions.

கரண்டிகை: *(பெ):* பூக்கூடை; flower basket.

கரண்டை: *(பெ):* மலைக்குகை; கமண்டலம்; பறவையின் கதிவிசேடம்; cave in a hill; a cruet-like vessel containing holy water carried by saints and heads of certain religious institutions; mode of flight.

கரதம்: *(பெ):* காக்கை; crow.

கரதலாமலகம்: *(பெ):* கரம், தலம், ஆமலகம் = உள்ளங்கை நெல்லிக்கனி; anything which is dear and certain as the nelli fruit on the palm of one's hand.

கரதாளம்: *(பெ):* பனை மரம்; palmyra tree.

கரந்து: *(வி):* மறை; கவர்ந்திடு; கெடு; to hide; to conceal; to disguise.

கரத்தை: *(பெ):* வண்டி; வாகனம்; cart; vehicle.

கரந்துறை: *(பெ):* மூடப்பட்ட நீர்க்கால்; closed drain.

கரந்தை: *(பெ):* ஒருவகை மூலிகைச் செடி; குரு; தவணை; a kind of herb - Vishnu Karanthai - Thiruneetrupachai; priest; limited time.

கரபம்: *(பெ):* யானை; கழுதை; elephant; donkey.

கரபல்லவம்: *(பெ):* கை விரல்; finger.

கரபவல்லபம்: *(பெ):* விளாமரம்; a kind of tree named Vila.

கரபாத்திரம்: *(பெ):* பிச்சைக்காரர் பாத்திரம்; beggar's bowl.

கரப்பறை: *(பெ):* ஒளிந்து கொள்வதற்குரிய அறை; hiding place; a room for hiding.

கரப்பான்: *(பெ):* குழந்தைகளைத் தாக்குகின்றதும், தடித்து அரிப்பை உண்டாக்கக் கூடியதுமான ஒரு நோய்; a kind of skin disease that causes eruption and itch especially in children.

கரப்பிரசாரம்: ஒருவகை அபிநயம்; a kind of pose.

கரப்பு: *(பெ):* களவு; வஞ்சகம்; மத்து; கரப்பான் பூச்சி; மீன்பிடி கூடை; theft; guile; churn-staff; cockroach; fishing basket; *(வி):* மறை; to hide.

கரமஞ்சரி: *(பெ):* நாயுருவி; a kind of plant growing in hedges.

கரமர்த்திகை: *(பெ):* திராட்சை; grapes.

கரமாலம்: *(பெ):* புகை; smoke.

கரமுகிழ்த்தல்: *(பெ):* கை கூப்புதல்; to respect or worship as by raising joined hands.

கரமை: *(பெ):* யானை; elephant.

கரம்: *(பெ):* கை; கிரணம்; முழம்; ஒளி; hand; ray of light; cupit; light.

கரம்பு: *(பெ):* தரிசுநிலம்; களிமண் பூமி; களவு; வஞ்சகம்; waste land; clay soil; theft; deceit.

கரலட்சணம்: *(பெ):* கை அபிநயம்; a kind of hand pose.

கரவடம்: *(பெ):* வஞ்சகம்; களவு; கரப்பான் பூச்சி; மறைப்பு; deceit; theft; cockroach; concealment.

கரவடி: *(பெ):* தங்க நகைக்கு இடும் மெருகு; polish to gold jewels.

கரவதம்: *(பெ):* காக்கை; crow.

கரவம்: *(பெ):* ஈச்ச மரம்; date-palm tree.

கரவர்: *(பெ):* கள்வர்; thieves.

கரவல்: *(வி):* மறைத்திடு; to conceal.

கரவாகம்: *(பெ):* காக்கை; crow.

கரவாதி: *(பெ):* அரிவாள் கத்தி; சூரிக்கத்தி; sickle; sharp and pointed double-edged knife.

கரவாபிகை/கரவாளம்: *(பெ):* குறுவாள்; dagger.

கரவாலம்: *(பெ):* நகம்; nail.

கரவிந்தை: *(பெ):* களாச்செடி; a kind of plant named Kala.

கரவீரம்: *(பெ):* அரளிச் செடி; பொன்னரளிச் செடி; oleander; golden oleander / yellow oleander.

கரவு: *(பெ):* மறைவு; களவு; பொய்; வஞ்சனை; முதலை; concealment; theft; falsehood; deceit; crocodile.

கரவை: *(பெ):* கூத்து வகை; கம்மாளர் கருவியுள் ஒன்று; a kind of dance; one of the equipments of smith.

கரளம்: *(பெ):* எட்டி மரம்; நஞ்சு; strychnine tree; poison.

கரளை: *(பெ):* குள்ளன்; dwarf.

கரன்: *(பெ):* நிலையானவன்; ஓர் அரக்கன்; Almighty; a monster.

கரா: *(பெ):* முதலை; ஆண் முதலை; crocodile; male alligator.

கராசலம்/கராத்திரி: *(பெ):* யானை; elephant.

கராசனம்: *(பெ):* புலி; tiger.

கராடம்: *(பெ):* தாமரைக் கிழங்கு; the root of the lotus.

கராமம்: *(பெ):* வெண்கடம்பு மரம்; a flower tree sacred to Lord Muruga.

கராலகம்: *(பெ):* கருந்துளசி; black basil plant.

கராளம்: *(பெ):* தீயகுணம்; பயங்கரம்; harmful quality; terror.

கராளன்: *(பெ):* சிவகணத் தலைவர்களுள் ஒருவன்; Karalan, one of the heads of Shivaganas.

கராளி: *(பெ):* தீயகுணம்; அக்னியின் ஏழு நாக்குகளுள் ஒன்று; harmful quality; one of the seven flames of fire.

கரி: *(பெ):* நஞ்சு; மிளகு; கரி; நிலக்கரி; poison; pepper; charcoal; coal.

கரிக்கண்டு: *(பெ):* கரிசலாங்கண்ணி; a kind of greens with short thick leaves - eclipse plant.

கரிக்கணை: *(பெ):* யானைத்திப்பிலி; a kind of long pepper.

கரிக்கை: *(பெ):* கரிசலாங்கண்ணி; யானைத் தும்பிக்கை; a kind of greens with short thick leaves; eclipse plant; elephant's trunk.

கரிசங்கு: *(பெ):* தென்னங்கீற்று; split coconut-leaf.

கரிசம்: *(பெ):* தேய்கை; பஞ்சம்; யானைக் கன்று; wear and tear; famine; dearth; calf of elephant.

கரிசல்: *(பெ):* கருமை; விலையேற்றம்; நீண்ட நாட்களுக்கு ஈரத்தைத் தன்னுள் நிறுத்தி வைத்துக்கொள்ளும் தன்மையைக் கொண்ட கருப்பு நிற மண்; blackness; rise in price; black soil which is capable of retaining water for long.

கரிசலை/சரிச்சால்: *(பெ):* கரிசலாங்கண்ணி; a kind of greens with short thick leaves - eclipse plant.

கரிசு: *(பெ):* குற்றம்; பாவம்; ஓர் அளவு; உறுதியான பிடிப்பு; fault; sin; a kind of measure; firm grip.

கரிஞ்சம்: *(பெ):* அன்றில் பறவை; Andril bird, male or female, noted for its constancy in love.

கரிணி: *(பெ):* மலைக் குகை; யானை; மலை; mountain cavern; elephant; mountain.

கரிதன்: *(பெ):* பயந்தவன்; the man who has fear in mind.

கரிதூபம்: *(பெ):* கரிப்புகை; smoke coming from burning charcoal.

கரித்தல்: *(வி):* உறுத்து; எரி; தாளி; உப்புக் கரி; வெறுப்படை; to set an uneasy feeling; to burn; to season; to taste too salty; to hate.

கரிபூசு: *(வி):* அவமதி; to treat with indignity or disrespect; to insult.

கரிபோக்கு: *(வி):* கண்ணுக்கு மையிடு; to apply the black pigment to the eyelids.

கரிப்பு: *(பெ):* அச்சம்; காரம்; நிந்தனை; fear; pungency; scorn.

கரிமருந்து: *(பெ):* வெடிமருந்து; gunpowder; explosive.

கரிம வேதியல்: *(பெ):* கரியினை மூலக்கூறாகக் கொண்ட கூட்டுப்பொருள் பற்றி விவரிக்கும் வேதியல்; organic chemistry.

கரிமா: *(பெ):* எண்வகை சித்திகளுள் ஒன்று; யானை; one of the eight kinds of attainments; elephant.

கரிமுள்ளி: *(பெ):* நாய்முள்ளிச் செடி; a herb.

கரியநிம்பு: *(பெ):* கறிவேம்பு; a kind of neem.

கரியபோளம்: *(பெ):* ஒருவகைப் பூண்டு; a herb.

கரியமணி: *(பெ):* கருகுமணி; கருஞ்சீரகம்; கண்மணி; a string of black beads worn closely around the neck by women; black cumin; pupil.

கரியமிலவாயு: *(பெ):* கரிவளி; carbon-di-oxide.

கரியர்: *(பெ):* கீழ்மக்கள்; low-caste people.

கரியல்: *(பெ):* ஒருவகைத் துணி; கருகல்; வளராத மரம்; a kind of cloth; that which is charred or over-roasted; that which is not grown well.

கரியல் வடலி: *(பெ):* பனங்கருக்கு; the toothed edge on either side of the stalk of palmyra leaf.

கரியாள்: *(பெ):* குதிரை வகை; a kind of horse.

கரில்: *(பெ):* கொடுமை; கார்ப்பு; குற்றம்; severity; pungency; offence.

கரிவாளை: *(பெ):* கடல் மீன் வகை; a kind of sea-fish.

கரிவு: *(பெ):* வெந்துபோனது; that which is cooked.

கரீரம்: *(பெ):* மிடா; கும்ப ராசி; large earthen vessel; the eleventh constellation of the zodiac.

கரு: *(பெ):* கருப்பம்; முட்டைக்கரு; உடம்பு; குழந்தை; pregnancy; embryo; body; child.

கருகூலம்: *(பெ):* கருவூலம்; treasury.

கருக்கம்: *(பெ):* கார்மேகம்; rainy cloud.

கருக்கல்: *(பெ):* இருள்; மந்தாரம்; காய்ந்துபோன பயிர்; pre dawn (time); to wilt (sprout, leaf, etc.)

கருக்காய்: *(பெ):* முற்றாத காய்; உள்ளிருக்கும் மணி முற்றாத நெல்; immature fruit; paddy in which the corn is not fully grown.

கருக்கான பணம்: *(பெ):* புது நாணயம்; new coin.

கருக்கானவன்: *(பெ):* ஒழுங்கானவன்; the man of good conduct.

கருக்கிடு: *(வி):* கூராக்கு; மீசை அரும்பச் செய்; to sharpen; to spring forth moustache.

கருக்கிடை: *(பெ):* ஆலோசனை; consultation.

கருக்கு: *(பெ):* ஆயுதப் பற் கூர்மை; அரிவாள் பல்லின் கூர்மை; பனை மட்டையின் இருபுறத்துக் கூர்மை; the sharpness of teeth of a weapon; serrated edge of the sickle; serrated edge on either side of the stalk of palmyra leaf; *(வி):* கருகிடச் செய்; cause to become black something by over-roasting.

கருக்கு வேலை: *(பெ):* சிற்ப வேலை; stone carving work.

கருங்கலம்: *(பெ):* மண்பாண்டம்; earthen pot.

கருங்கற்றலை: *(பெ):* கடல் மீன் வகை; a kind of sea fish.

கருங்களமர்: *(பெ):* தாழ்ந்த குலத்து மக்கள்; the people who belong to scheduled castes and tribes.

கருங்காய்: *(பெ):* இளம் பாக்கு; tender areca-nut.

கருங்காலி: *(பெ):* கலப்பை போன்றவை செய்யப் பயன்படும் கறுப்பு நிறங்கொண்ட உறுதியான மரம்; a kind of ebony tree; black leg; scab.

கருங்கால்: *(பெ):* கால்நடை நோய் வகை; a kind of cattle's disease.

கருங்காவி: *(பெ):* கருங்குவளை; blue nelumbo.

கருங்குங்கிலியம்: *(பெ):* ஒருவகை மருந்து; a kind of medicine.

கருங்குட்டம்: *(பெ):* குட்டநோய் வகை; a kind of leprosy disease.

கருங்குணம்: *(பெ):* தீயகுணம்; harmful quality.

கருங்குந்தம்: *(பெ):* கண்ணோய் வகை; a kind of eye disease.

கருங்குன்றி: *(பெ):* துவரை வகை; குன்றி வகை; a kind of pigeon pea; a kind of crab's eye plant.

கருங்கேசம்: *(பெ):* வெண்கலம்; an alloy of copper and tin; bell metal; bronze.

கருங்கொடி: *(பெ):* வெற்றிலை வகை; a kind of betel.

கருங்கொல்: *(பெ):* இரும்பு; iron.

கருங்கொன்றை: *(பெ):* கொன்றை மர வகை; a kind of Indian laburnum.

கருச்சிதம்: *(பெ):* முழக்கம்; வீராவேசம்; rumble; roar; frenzy of heroism.

கருஞ்சரக்கு: *(பெ):* 18 வகைத் தானியம்; eighteen kinds of grains.

கருஞ்சனம்: *(பெ):* முருங்கை மரம்; horse-radish tree.

கருஞ்சாந்து: *(பெ):* குழைந்த சேறு; mire.

கருஞ்சிலை: *(பெ):* கருநீலக்கல்; a kind of precious stone.

கருஞ்சுக்கான்: *(பெ):* ஒருவகைக் கல்; a kind of stone.

கருஞ்சுக்கிரன்: *(பெ):* கண்ணோய் வகை; a kind of eye disease.

கருஞ்செய்: *(பெ):* நன்செய் நிலம்; wet land.

கருஞ்சேரா: *(பெ):* ஒருவகை நச்சுப் பூச்சி; a kind of poisonous insect.

கருடசாரம்: *(பெ):* கடலுப்பு; the salt.

கருடத்தொனி: *(பெ):* ஒரு பண் வகை; a kind of music.

கருடப்பச்சை: *(பெ):* கருடக் கல்; ஒரு வகை மரகதம்; the stone of Garuda; a kind of Emerald.

கருடப்பார்வை: *(பெ):* கூரிய பார்வை; மாறுகண்; keen sight; squint eye.

கருடக்கிழங்கு: *(பெ):* பெரு மருந்து; a kind of medicine.

கருடாசனம்: *(பெ):* ஒரு வகை யோகாசனம்; a kind of yogasana.

கருடி: *(பெ):* சிலம்பம்; கரடிக் கூட்டம்; a kind of martial art where fencing is done with a staff; herd of bears.

கருடு: *(வி):* விரும்பு; to like.

கருடோற்காரம்: *(பெ):* மரகத வகை; a kind of Emerald.

கருணமல்லி: *(பெ):* முல்லை; a kind of jasmine.

கருணம்: *(பெ):* எலுமிச்சை மரம்; காது; lime tree; ear.

கருணா: *(பெ):* கருணை; அருள்; mercy; grace.

கருணி: *(பெ):* மலை; குகை; mountain; cave.

கருணிகை: *(பெ):* தாமரைக்கொட்டை; the seed of lotus.

கருணீகர்: *(பெ):* ஊர்க் கணக்குப்பிள்ளை; village accountant (formerly).

கருணை மனு: *(பெ):* குற்றத்திற்கான தண்டனையைக் குறைக்கவோ, ரத்து செய்திடவோ குடியரசுத் தலைவர் அல்லது ஆளுநருக்குக் குற்றவாளி செய்துகொள்ளும் மனு.

கருதலர்: *(பெ):* பகைவர்; enemies.

கருதுகோள்: *(பெ):* உண்மை என நிறுவப்படாத வெறும் அனுமானத்தளவிலான கொள்கை; hypothesis; postulate.

கருத்தமம்: *(பெ):* சேறு; mire; mud.

கருத்தவ்வியம்: *(பெ):* செய்யத்தக்கது; that which is fit for doing.

கருத்தாளி: *(பெ):* அறிவாளி; பொறுப்புடையவன்; wiseman; the man who is in-charge.

கருத்தியல்: *(பெ):* சித்தாந்தம்; ideology.

கருத்துப்படம்: *(பெ):* Cartoon in journals, newspapers, etc.

கருநத்து: *(பெ):* நத்தை வகை; a kind of snail.

கருநாடகம்: *(பெ):* தென்னிந்திய மாநிலங்களுள் ஒன்று; கன்னட மொழி; தென்னாட்டு இசை; முதன்மையானது; நாகரிகமற்றது; Karnataka, one of the states in South India; Kannada language; South Indian music; that which is ancient; that which is not civilized.

கருநாபி: *(பெ):* கல்லுப்பு; rock salt.

கருநாழிகை: *(பெ):* இரவு; night.

கருநிலம்: *(பெ):* பயன்படாத நிலம்; barren land.

கருநெய்தல்: *(பெ):* கருங்குவளை; நீலம்; blue nelumbo; blue colour.

கருநெல்லி: *(பெ):* ஒரு வகை நெல்லி மரம்; a kind of emblic myrobalan tree.

கருநெறி: *(பெ):* நெருப்பு; fire.

கருப்படம்: *(பெ):* கந்தல் புடவை; tattered saree; tattered cloth.

கருப்பணி: *(பெ):* பனையின் பதநீர்; sap of palmyra collected in a pot lined with slaked lime to prevent fermentation; non-alcoholic sweet toddy.

கருப்ப நாள்: *(பெ):* குழந்தை பிறந்த ஒன்பதாம் நாள்; the nineth day after the child birth.

கருப்பரம்: (பெ): இரும்புப் பாத்திரம்; எலும்பு; மண்டையோடு; iron vessel; bone; skull.

கருமகாண்டம்: (பெ): ஒரு மருத்துவ நூல்; a treatise of medicine.

கருமகீலகன்: (பெ): வண்ணான்; washer-man.

கருமக் கழிபலம்: (பெ): நல்வினை; virtuous deed.

கருமசம்: (பெ): அரச மரம்; வினைப்பயன்; களங்கம்; கலியுகம்; pipal tree; result of a Karma; stain; fault; the period in which evils and atrocities abound.

கருமசாட்சி: (பெ): சூரியன்; the Sun.

கருமஞ்சரி: (பெ): நாயுருவிச் செடி; a herb.

கருமப்பழி: (பெ): துரோகம்; cheating.

கரும பாகை: (பெ): கரும காண்டம்; Karma kaandam, one part of Veda.

கரும பூமி: (பெ): உழவு, தொழில், வாணிகம், வரைவு, கல்வி, சிற்பம் என்னும் அறுவகைத் தொழில்களுக்குரிய இடம்; the place where the following six professions are executed, ploughing, profession or work, business, painting, education and sculpture

கரும மூலம்: (பெ): தர்ப்பை; kaus grass considered sacred.

கருமருந்து: (பெ): வெடிமருந்து; gunpowder; explosive.

கரும வினைஞன்: (பெ): புரோகிதன்; brahmin priest who officiates at marriage and other rituals.

கருமானம்: (பெ): மந்திர வித்தை; magic.

கருமான்: (பெ): கொல்லன்; ஆண் மான்; கலை மான்; பன்றி; blacksmith; stag; rein-deer; pig.

கருமுகை: (பெ): இருவாட்சி; சாதிமல்லி; a kind of fragrant jasmine.

கருமுரடன்: (பெ): கீழ்ப்படியாதவன்; dis-obedient person.

கருமேனி: (பெ): தூல உடம்பு; corpulent body.

கருமை: (பெ): கறுப்பு; வலிமை; பெருமை; பசுமை; கொடுமை; வெப்பம்; செயல்; வெள்ளாடு; black; strength; greatness; greenness; atrocity; heat; action; goat.

கரும்பனசை: (பெ): கருவழலைப் பாம்பு; a kind of black ground snake.

கரும் பித்தம்: (பெ): நோய் வகை; பைத்தியம்; a kind of disease; madness.

கரும் பிள்ளை: (பெ): காக்கை; crow.

கரும்புசம்: (பெ): வண்டு; beetle.

கரும்புல்: (பெ): பனை மரம்; palmyra tree.

கரும் புள்: (பெ): கரிக்குருவி; காகம்; வண்டு வகை; black drongo; crow; a kind of beetle.

கரும்புறம்: (பெ): கருமை; பனை மரம்; black; palmyra tree.

கரும்பூ: (பெ): கருங்குவளை; blue nelumbo.

கரும்பொன்: (பெ): இரும்பு; iron.

கருவங்கம்: (பெ): காரீயம்; lead, black in colour.

கருவடம்: (பெ): மலையும், ஆறும் சூழ்ந்த ஊர்; the village or town which is surrounded by mountain and river.

கருவப்பை: (பெ): கருவூலம், பொருட்களை வைத்து எடுத்துச் செல்லும் பை; treasury; carry bag.

கருவல்: (பெ): குள்ளன்; dwarf.

கருவா: (பெ): இலவங்க மரம்; cinnamon tree.

கருவாப்பட்டை: (பெ): இலவங்கப்பட்டை; the bark of cinnamon tree.

கருவாய்: (பெ): இலவங்கம்; cinnamon.

கருவாலி: (பெ): குருவி வகை; மர வகை; a kind of sparrow; a kind of tree.

கருவாளி: (பெ): அறிவாளி; wiseman.

கருவிகரணம்: (பெ): உடலுறுப்புகளும், மனமும்; the parts of the body and mind.

கருவி பணம்: (பெ): வரி வகை; a kind of tax.

கருவிப் பை: (பெ): அடைப்பம்; ஆயுதம் வைக்கும் பை; scroll of betel; weapon bag.

கருவிப்புட்டில்: (பெ): ஆயுத உறை; the sheath of weapon.

கருவி மாக்கள்: (பெ): பாணர்கள்; bards.

கருவிளா: (பெ): வில்வம்; காக்கணம்; bael tree; a kind of creeper.

கருவினை: (பெ): பாவம்; sin.

கருவூர்: (பெ): சேரரின் தலைநகர்; the capital of Chera Kings.

கருவேல்: (பெ): மரவகை; babul tree.

கருளன்: (பெ): கருடன்; white-headed kite and the vehicle of Lord Vishnu.

கருள்: (பெ): இருள்; கறுப்பு; குற்றம்; சீற்றம்; நல்லாடை; dark; black; fault; defect; fine, superior cloth.

கருனை: (பெ): பொரியல்; fried food.

கரேணு: (பெ): பெண் யானை; she-elephant.

கரைக்கல்லோலம்: (பெ): கடற்பாசி; sea weeds.

கரைக்காரன்: (பெ): மணியக்காரன்; village headman.

கரைசல்: (பெ): ஒரு பொருள் (அ) வாயு கலந்துள்ள திரவம்; solution.

கரைசிலை: (பெ): இந்துப்பு; rock salt.

கரைசேர்: (வி): தன் பொறுப்பில் உள்ளவரை நல்ல நிலைக்குக் கொண்டுவருதல்; to help one's dependents until they become self supporting.

கரைச்சல்: (பெ): உருக்குகை; தொல்லை; தொந்தரவு; melting; botheration; trouble.

கரைஞ்சான்: (பெ): அகில் மரம்; eagle wood.

கரை: (வி): கரைந்துபோ; வருந்து; தேய்ந்துபடு; ஒலி; தாமதி; அழை; அழு; தாங்கு; விளக்கு; to dissolve; to suffer; to wear away; to sound; to delay; to call or invite; to weep; to carry; to expound.

கரைபொருள்: (பெ): கரையக்கூடிய பொருள்; solution.

கரைமான்: (பெ): மீனை வலை வீசிப் பிடிப்பவன்; fisherman.

கரையல்: (பெ): கரை சேர்ந்தது; கரைதல்; உருகுதல்; that which in anchored in the shore; dissolving; melting.

கரையற் சோறு: (பெ): குழைந்த சோறு; over boiled rice.

கரையான்: (பெ): கடலோரப்பகுதியில் வாழும் மீனவன்; the fisherman living near the sea-coast.

கரையேற்று: (வி): அடிமைத்தளையிலிருந்து விடுவி; நற்கதியடை; to emancipate; to attain salvation.

கரையோலை: (பெ): பிரிவினைப் பத்திரம்; partition deed.

கரை வலை: (பெ): மீன்பிடி வலை; fishing net.

கரை வழி: (பெ): நீர்க்கரைப் பாதை; the road or the path nearer to sea-shore, river-shore etc.

கரைவாடை: (பெ): வடமேற்குக் காற்று; North-west wind.

கரைவு: (பெ): கரைதல்; சரிவு; dissolving; slope.

கரோடம்: (பெ): மண்டையோடு; skull.

கரோடி: (பெ): முடிமாலை; கழுதை; skull-garland; donkey.

கரோருகம்: (பெ): நகம்; nail.

கர்க்கசம்: (பெ): கடினமானது; that which is very difficult.

கர்க்கடக சங்கிராந்தி: (பெ): ஆடிமாதப் பிறப்பு; the first day of the Tamil month Aadi.

கர்க்கடகம்: (பெ): நண்டு; கடகராசி; crab; cancer, a sign of the zodiac.

கர்ச்சி: (வி): முழங்கு; பேரொலி செய்; to roar; to make loud noise.

கர்ணம்[1]: (பெ): காது; ஊர்க்கணக்கு வேலை; ஊர்க்கணக்கு எழுதுவோன்; ear; the work of maintaining the village accounts; village accountant.

கர்ணம்[2]: (பெ): தலைகீழாகப் பாய்தல்; ஒரு செங்கோண முக்கோணத்தின் அடிப் பகுதியையும், குத்துயரத்தையும் இணைத்திடும் கோடு; somersault; hypotenuse.

கர்ண மந்திரம்: (பெ): காதோடு கூறும் இரகசியம்; the secret.

கர்ண வேதம்: (வி): காது குத்து; to bore or pierce the ear of a child at a ceremony.

கர்ணா: (பெ): ஒரு வகை வாத்தியம்; a kind of musical instrument.

கர்ணிகம்: (பெ): சன்னி நோய் வகை; a kind of fit disease.

கர்த்தமம்: (பெ): இறைச்சி; சேறு; பாவம்; meat; mire; mud; sin.

கர்த்தவியம்: (பெ): கடமை; duty.

கர்நாடக சங்கீதம்: (பெ): தென்னிந்திய மரபில் வந்த இசை வகை; carnatic music.

கர்ப்பம்: (பெ): பெண்ணின் கர்ப்பப் பையில் கரு உருவாகி வளர்ந்து வரும் நிலை; state of being pregnant.

கர்ப்புரை: (பெ): சாம்பிராணி; benzoin.

கர்ப்பூர சிலாசத்து: (பெ): ஒரு வகை மருந்துக்கல்; a kind of medicated stone.

கர்ப்பூரத் தைலம்: (பெ): ஒரு வகை மருந்துத் தைலம்; a kind of medicated oil.

கர்ப்பூரப் புல்: (பெ): ஒருவகை மணம் தரும் புல்; a kind of fragrant grass.

கர்மம்: (பெ): கருமம்; செயல்; தனது குடும்பத்திற்கும் தான் சார்ந்திருக்கும் சமூகத்திற்கும் ஒருவன் செய்திடும் கடமை; the deed in previous birth which has the consequences to be borne in the present or future births according to Hinduism; action; one's duty to his/her family or the society.

கர்மயோகி: (பெ): தான் செய்யும் காரியத்தைத் தவிர வேறெதைப் பற்றிய சிந்தனையும் இல்லாதவர்; the person who pursues his work single-mindedly.

கர்வடம்: (பெ): ஆறும் மலையும் சூழ்ந்துள்ள இடம்; the place surrounded by mountain and river.

கலகக்காரன்: (பெ): குழப்பம் விளைவிப்பவன்; தீயோன்; rowdy; mutineer.

கலகக் குருவி: (பெ): மீன்கொத்திப் பறவை; king fisher.

கலகப்பிரியன்: (பெ): நாரதர்; the celestial saint Naaradha.

கலகி: (பெ): கலகம் செய்பவள்; mischievous woman.

கலகித்தல்: (வி): கலகம் செய்தல்; to create commotion.

கலக்கடி: (பெ): கலகம்; அச்சம்; குழப்பம்; affray; strife; fear; confusion.

கலக்கு: *(வி):* பொருத்து; கலந்திடச் செய்; குழப்பம் செய்திடு; ஆரவாரம் செய்திடு; to join; to stir; to agitate; to confuse.

கலங்கல்: *(பெ):* கலங்கிய நீர்; அச்சம்; ஏரி; மதகு; துன்புறல்; கலங்குதல்; அழுதல்; murkiness; the condition of being not clear; fear; lake; sluice; being murky; to suffer; crying; weeping.

கலக்கொம்பு: *(பெ):* கலைமானின் கொம்பு; horn of the reindeers.

கலசக்கொப்பு: *(பெ):* மகளிர் அணியும் காதணி; a kind of ear ring worn by women.

கலசப்பானை: *(பெ):* தூப கலசம்; சிறு பானை; காளாஞ்சி; censer stand; a small pot; spittoon.

கலசுதல்: *(வி):* கலத்தல்; to stir.

கலடு: *(பெ):* கல் நிலம்; a rocky land.

கலணை: *(பெ):* குதிரை சேணம்; saddle.

கலதம்: *(பெ):* வழுக்கைத் தலை; bald head.

கலதிமை: *(பெ):* தீவினை; adversity; unworthy act.

கலத்தல்: *(வி):* சேர்த்தல்; நெருங்குதல்; சேர்தல்; புணர்தல்; to join; be close together; to accede; to have intercourse.

கலந்தருநன்: *(பெ):* குயவன்; தட்டான்; potter; goldsmith.

கலந்தை: *(பெ):* பெருமை; greatness; excellence.

கலபம்: *(பெ):* மயில்தோகை; peacock's tail.

கலபி: *(பெ):* மயில்; peacock.

கலபிங்கம்: *(பெ):* ஊர்க்குருவி; house sparrow.

கலப்பை: *(பெ):* மாட்டைப் பூட்டி நிலத்தினை உழுதிடப் பயன்படும் மரத்தாலான கருவி; யாழ்; வாத்தியக் கருவி; plough; lute; a kind of musical instrument.

கலப்பைக்கூர்: *(பெ):* கொழுமுனை; plough share.

கலமர்: *(பெ):* பாணர்; bards.

கலம்: *(பெ):* பாண்டம்; உண்கலம்; குப்பி; கப்பல்; vessel; eating vessel; bottle; ship; ornament; lute.

கலம்பகம்: *(பெ):* கலவை; கலக்கம்; சிற்றிலக்கிய வகை; mixture; confusion; a kind of poem composed of different kinds of stanzas.

கலம்பகன்: *(பெ):* செவிட்டுமன்; a person who is dumb and deaf.

கலம்பம்: *(பெ):* மரவகை; பாடாண வகை; a kind of tree; a kind of arsenic.

கலம்பி: *(பெ):* கொத்துப் பசளை; a kind of plant.

கலர்: *(பெ):* கீழ்மக்கள்; தீயோர்; mean persons; wicked people.

கலவகம்: *(பெ):* காக்கை; crow.

கலவஞ் சம்பா: *(பெ):* நெல்வகை; a kind of paddy.

கலவடை: *(பெ):* பிரிமணை; ring shaped pad of twisted straw, etc.

கலவம்: *(பெ):* மயில்தோகை; மயில்; பெண்கள் இடையில் அணிந்துகொள்ளும் அணிகலன்; தோணி; peacock's tail; peacock; women's girdle; boat; raft.

கலவர்: *(பெ):* கப்பல் பயணிகள்; படைவீரர்; நெய்தல் நிலத்து மக்கள்; passengers of a ship; soldiers; inhabitants of maritime tract.

கலவாங்கட்டி: *(பெ):* உடைந்த ஓடு; tile which is broken.

கலவாசி: *(பெ):* ஒரு வகை வெடி; a kind of explosive.

கலவார்: *(பெ):* பகைவர்; enemies.

கலவி: *(பெ):* கலத்தல்; புணர்ச்சி; intercourse; sexual union.

கலவினர்: *(பெ):* உறவினர்; relatives.

கலவை நீர்: *(பெ):* நறுமண நீர்; scented water.

கலனரசு: *(பெ):* தாலி; a turmeric smeared cord with a holy pendant.

கலனிருக்கை: *(பெ):* பண்டகசாலை; granary; godown; warehouse; store-house.

கலனிலி: *(பெ):* விதவை; widow.

கலனை: *(பெ):* கலப்பை; குதிரை சேணம்; plough; saddle.

கலன்: *(பெ):* அணிகலன்; கீழ்மகன்; மரக்கலம்; பூண்; யாழ்; வில்லங்கம்; ornament; mean person; boat; ferrule; lute; bar.

கலாசு: *(பெ):* மரக்கலம்; கப்பல்; boat; ship.

கலாசுக்காரன்: *(பெ):* மரக்கலம் ஓட்டுவோன்; boat man.

கலாதன்: *(பெ):* தட்டான்; கருமான்; goldsmith; blacksmith.

கலாதி: *(பெ):* கலகம்; சண்டை; agitation; quarrel.

கலாபம்: *(பெ):* மாதர் இடையணி; மயில் தோகை; அம்புக்கூடு; கலகம்; women's girdle; peacock's tail; quiver; commotion.

கலாபனை: *(பெ):* கலகம்; commotion.

கலாபி: *(பெ):* மயில்; peacock.

கலாபூர்வமான: *(பெ.அ):* கலையம்சம் பொருந்திய; artistic.

கலாம்: *(பெ):* போர்; சினம்; ஊடல்; கொடுமை; மாறுபாடு; war; anger; tiffs between lovers; atrocity; difference.

கலாம்பூரம்: *(பெ):* ஒருவகை மருந்து; a kind of medicine.

கலால்: *(பெ):* கள்; toddy.

கலால் வரி: *(பெ):* உள்நாட்டுப் பொருட்களுக்கு விதிக்கப்படும் மறைமுக வரி; excise duty.

கலாவுதல்: *(வி):* கலத்தல்; கூடுதல்; சினத்தல்; to mix; to cohabit; be angry.

கலாவிகாத்: *(பெ):* சேவல்; cock.

கலி: *(பெ):* ஒலி; கடல்; வலிமை; செருக்கு; தழைக்கை; மனஎழுச்சி; கலித்தொகை; கலியுகம்; துன்பம்; வறுமை; வஞ்சகம்; போர்; சனி; ஆரவாரம்; sound; sea; strength; arrogance; sprouting; sensation; an ancient Tamil anthology of 150 verses in Kali metre, treating of the five chief phases of love; the period in which evils and atrocities abound; grief; poverty; deceit; war; the Planet Saturn; loud noise.

கலிகன்றி: *(பெ):* திருமங்கை ஆழ்வார்; Thirumangai Aazhwar, one of the devotees of Lord Vishnu.

கலிகை: *(பெ):* அரும்பு; மல்லிகை; bud; jasmine.

கலிகொள்ளுதல்: *(வி):* வெளிப்படுதல்; to emerge.

கலிக்கம்: *(பெ):* கண்ணிலிடும் மருந்து; eye drops.

கலிங்கம்: *(பெ):* ஆடை; ஒரு மொழி; ஒரு நாடு; வானம்பாடி; ஊர்க்குருவி; வெட்பாலை மரம்; ஆற்றுத் தும்மட்டி; மிளகு; கண்ணிலிடும் மருந்து; garment; a language; an ancient country; Indian skylark; house sparrow; a kind of medicinal tree; a kind of cucumber; pepper; eye drops.

கலிங்கல்: *(பெ):* ஏரி மதகு; அணைக்கட்டு; sluice gate; barrage.

கலிங்கு: *(பெ):* ஏரி மதகு; sluice gate.

கலிச்சி: *(பெ):* இரட்டைக் குழந்தைகளுள் பெண் குழந்தை; the female child, one of the twins.

கலிசம்: *(பெ):* வன்னிமரம்; a kind of tree.

கலிதி: *(பெ):* திப்பிலி; long pepper.

கலித்தல்: *(வி):* ஒலித்தல்; செழித்தல்; உண்டாதல்; to produce sound; to prosper; to result.

கலித்துருமம்: *(பெ):* தான்றி மரம்; a kind of tree.

கலிநடம்: *(பெ):* கழைக் கூத்து; pole-dance.

கலிபுருடன்: *(பெ):* சனி; saturn.

கலிப்பா: *(பெ):* நான்கு வகைப் பாக்களுள் ஒன்று; one of the four kinds of stanza forms in Tamil.

கலிப்பு: *(பெ):* பொலிவு; grandness of appearance.

கலிமகிழ்: *(பெ):* ஓலக்கம்; royal presence; durbar.

கலிமாரகம்: *(பெ):* கிலுகிலுப்பை; child's rattle.

கலிமாலகம்: *(பெ):* அகில்; eagle-wood.

கலிமோகனம்: *(பெ):* அத்திமரம்; a kind of fig tree.

கலியன்: *(பெ):* திருமங்கையாழ்வார்; படைவீரன்; கலிபுருடன்; இரட்டைப் பிள்ளைகளுள் ஆண்பிள்ளை; வறியவன்; Thirumangai Aazhwar, one of the devotees of Lord Vishnu; soldier; Saturn; the male child, one of the twins; poor man.

கலிலம்: *(பெ):* கலப்பு; செந்நீர்; mixing of two that ought to be kept separate; blood.

கலிழ்: *(பெ):* கலங்கல்; the condition of not being clear water.

கலிழ்தல்: *(வி):* ஒழுகுதல்; அழுதல்; கலங்குதல்; to leak; to cry; to be disturbed; to join with.

கலினம்: *(பெ):* கடிவாளம்; வன்னி மரம்; பாடாண வகை; bit of bridle; a kind of tree; a kind of arsenic.

கலினி: *(பெ):* திப்பிலி; விதவை; long pepper; widow.

கலினை: *(பெ):* மிளகு; கொள்ளு; கடிவாளம்; கைம்மை; pepper; gram used as fodder for horse; bit of bridle; widowhood.

கலீயம்: *(பெ):* கடிவாளம்; bit of bridle.

கலுடம்: *(பெ):* பாவம்; கலங்கிய நீர்; sin; the condition of being not clear water.

கலுவடம்: *(பெ):* அரும்பு; bud.

கலுவம்: *(பெ):* மருந்து அரைக்கும் குழி அம்மி; a hallow slab-stone with a stone roller used to grind certain medicines of siddha.

கலுழன்: *(பெ):* கருடன்; பறவை வகை; white headed kite; a kind of bird.

கலுழி: *(பெ):* காட்டாறு; வெள்ளம்; கண்ணீர்; wild stream; flood; tears.

கலுழ்ச்சி: *(பெ):* அழுகை; weeping.

கலுழ்தல்: *(வி):* கலங்குதல்; அழுதல்; தடுமாறுதல்; to brim with tears; to cry; to weep.

கலேயகம்: *(பெ):* மஞ்சள்; turmeric.

கலை: *(பெ):* ஆண்மான் வகை; ஆண் குரங்கு; ஆடை; stag; male of black monkey; garment;

கலைக்கணாளர்: *(பெ):* அமைச்சர்; minister.

கலைச்சொல்: *(பெ):* ஒவ்வொரு துறையிலும் வழங்கும் கோட்பாடுகளுக்கான சொல்; the special terms used in different fields.

கலைஞன்: *(பெ):* கலைப்படைப்பில் தேர்ச்சி பெற்றவர்; artist.

கலைஞானி: *(பெ):* சாஸ்திரம் அறிந்தவர்; the learned person in treatise.

கலை நியமம்: *(பெ):* கலைமகள் கோயில்; temple of the Goddess of arts and learning.

கல்: *(பெ):* சிறிய கல்; பாறை; மலை; குன்று; a small stone; rock; mountain; hill; ochre; *(வி):* கல்வியைப் பெற்றிடு; தோண்டு; to educate; to dig out.காவேரியும் உள்ள மட்டும் நீடூழி வாழ்க.

கல்கம்: *(பெ):* குளிகை; tablet.

கல்நுங்கு: *(பெ):* முற்றிய நுங்கு; overriped palmyra fruit.

கல்நார்: *(பெ):* சாம்பல் நிறங் கொண்டதும் இழை இழையான தாதுவாகக் கிடைப்பதுமான ஒரு பொருள்; asbestos.

கல்பு: *(பெ):* மனம்; mind.

கல்மாந்தம்: *(பெ):* குழந்தை நோய் வகை; a kind of paediatric disease.

கல்மூங்கில்: *(பெ):* ஒரு வகை மூங்கில்; a kind of bamboo.

கல்யாணகுணம்: *(பெ):* உயர்ந்த குணம்; virtue.

கல்யாணன்: *(பெ):* நற்குணம் உடையவன்; சிவபெருமான்; virtuous man; Lord Shiva.

கல்லகம்: *(பெ):* மலை; mountain.

கல்லகாரம்: *(பெ):* செங்குவளை; a kind of flower.

கல்லக்காரம்: *(பெ):* பனங்கற்கண்டு; sugar crystals brown in colour, made from palmyra sap.

கல்லடார்: *(பெ):* ஒரு வகைப் பொறி; a kind of trap to catch the animals.

கல்லத்தி: *(பெ):* ஒரு வகை அத்திமரம்; a kind of fig tree.

கல்லம்: *(பெ):* மஞ்சள்; செவிடு; turmeric; deaf.

கல்லலகு: *(பெ):* ஒரு வகை வாத்தியம்; a kind of musical instrument.

கல்லல்: *(பெ):* குழப்பம்; பெரும் ஓசை; ஓர் ஊர்; confusion; being disturbed; a loud noise due to overcrowd; a town.

கல்லவடம்: *(பெ):* ஒருவகை முரசு; a kind of large drum.

கல்லளை: *(பெ):* மலைக்குகை; hill cavern.

கல்லன்: *(பெ):* தீயோன்; பொல்லாதவன்; the person who is having evil qualities; wicked man.

கல்லாங்குத்து நிலம்: *(பெ):* கடினமான நிலம்; a hard land.

கல்லாடை: *(பெ):* காவித்துணி; the cloth which is in ochre colour or dyed in red ochre.

கல்லாணக் காணம்: *(பெ):* (பண்டைய காலத்தில்) திருமண வரி; (in ancient periods) marriage tax.

கல்லாரம்: *(பெ):* செங்கழுநீர்ப்பூ; நீர்க்குளிரி; மஞ்சள்; purple Indian water lily; a kind of water plant; turmeric.

கல்லாரை: *(பெ):* ஒரு வகைப் பூ மரம்; a kind of flower tree.

கல்லால்: *(பெ):* ஒருவகை ஆலமரம்; பூவரசு; a kind of banyan tree; portia tree.

கல்லி: *(பெ):* கேலி; ஆமை; ஊர்க்குருவி; வேடிக்கை; சகடம்; மேலங்கி; fun; mockery; tortoise; house sparrow; amusement; chariot; carriage; upper garment.

கல்லித்தி: *(பெ):* இத்தி மர வகை; a kind of tree.

கல்லியம்[1]: *(பெ):* கள்; toddy.

கல்லியம்[2]: *(பெ):* ஆரோக்கியம்; good health.

கல்லுகம்: *(பெ):* பெரு வாகை; a kind of tree.

கல்லுதல்: *(வி):* தோண்டுதல்; துருவுதல்; அரித்தல்; தின்னுதல்; ஒலித்தல்; to dig out; to drill; to erode; to eat; cause to sound.

கல்லுளுவை: *(பெ):* கடல் மீன் வகை; a variety of seafish.

கல்லூற்று: *(பெ):* கல்லில் சுரக்கும் நீர் ஊற்று; the spring coming from rocks.

கல்லெரிப்பு: *(பெ):* நீர் சுருக்கு நோய்; a kind of urinary disease.

கல்லை: *(பெ):* இலையால் செய்த உண்கலம்; தொன்னை; அவதூறு; a cup made of leaf; ill report.

கல்லொட்டி: *(பெ):* நத்தை; snail.

கல்லோலம்: *(பெ):* அலை; wave.

கல்வி: *(பெ):* முறைப்படுத்தப்பட்ட படிப்பைப் படித்துப் பெறும் அறிவு; வித்தை; பயிற்சி; education; art; learning.

கல்விமான்: *(பெ):* புலவன்; அறிஞன்; படிப்பாளி; poet; learned man; educated person.

கல்வியாண்டு: *(பெ):* பெரும்பாலும் ஜூன் மாதம் முதற்கொண்டு ஏப்ரல் மாதம் வரை கல்வி நிறுவனங்கள் செயல்படும் ஆண்டு; academic year from June to April in a year.

கல்வியாளர்: *(பெ):* கல்வித்துறை சம்பந்தமான அனைத்துப் பணிகளிலும் தேர்ச்சி பெற்றிருப்பவர்; educationalist.

கல்விளக்கு: *(பெ):* மாக்கல்லினால் ஆன எண்ணெய் விளக்கு; lamp made of soap stone.

கல்வெடி: *(பெ):* மலைக்கற்களை உடைத்துத் தகர்த்திட பயன்படுத்தும் வெடிமருந்து; dynamite; gun-powder.

கல்வெள்ளி: *(பெ):* இரும்பும், வெள்ளீயமும் கலந்த உலோகம்; an alloy of iron and lead.

கவசம்: *(பெ):* உடல் பாதுகாப்பு உறை; தாயத்து; காப்பு; shield; mail; amulet; protection.

கவச வாகனம்: *(பெ):* போரில் குண்டுகளால் துளைக்கப்படாதபடி சுற்றிலும் உறுதியான உலோகத்தகடு பொருத்தப்பட்டதும், இயந்திரத் துப்பாக்கி (அ) பீரங்கி பொருத்தப்பட்டதுமான வாகனம்; armoured vehicle.

கவடமில்லாத: *(பெ.அ):* வெளிப்படையான; open (minded).

கவடம்: *(பெ):* வஞ்சனை; விரகு; artfulness; deceit; means.

கவடா வீடு: *(பெ):* களஞ்சியம்; granary.

கவடி: *(பெ):* வெள்வரகு; பலகறை; ஒருவகை விளையாட்டு; கபடதாரி; தகரம்; common white millet; cowry; a kind of game; deceitful person; tin.

கவடு: *(பெ):* மரக்கிளை; இடைச்சந்து; ஓர் அளவை; யானையின் கழுத்தில் அணியப்படும் கயிறு; கபடம்; உட்பிரிவு; branch of a tree; fork of the legs; a measure; the coir tied around the neck of the elephant; fraud; guile; sub-division.

கவடுவட்டம்: *(பெ):* முத்து வகைகளுள் ஒன்று; a kind of pearl.

கவடு வைத்தல்: *(வி):* எட்டி நடத்தல்; to step on.

கவட்டன்: *(பெ):* வஞ்சகன்; fraud.

கவட்டுதல்: *(வி):* வளைத்தல்; to bend.

கவணி: *(பெ):* ஜரிகை வேலை; ஒரு வகைச் சீலை; Jari work (a decorative work in women's clothes); a kind of cloth.

கவணை: *(பெ):* கவண்; கல்லெறியும் கருவி; மாட்டுக்குத் தீனி வைத்திடும் இடம்; catapult; sling to drive away birds that destroy crops; the place for feeding cattle.

கவண்காரன்: *(பெ):* கவணைக் கொண்டு பறவைகளை விரட்டுபவன்; slinger.

கவந்தம்: *(பெ):* தலையில்லாத உடல்; முண்டம்; வயிறு; நீர்; செக்கு; பேய்; headless body; stomach; water; oilpress; ghost.

கவந்திகை/கவந்தை: *(பெ):* கந்தையாலான மெத்தைப் போர்வை; quilt made of rags.

கவம்: *(பெ):* கபம்; மத்து; phlegm; a wooden stick with a hemispherical bottom.

கவயமா: *(பெ):* காட்டுப்பசு; wild cow.

கவயம்: *(பெ):* காட்டுப்பசு; கவசம்; wild cow; shield.

கவரம்: *(பெ):* சினம்; anger.

கவராயுதம்: *(பெ):* வட்டம் வரையும் கருவி; the instrument to draw a circle.

கவரி: *(பெ):* கவரிமான்; தேர்; எருமை; சாமரை; a kind of stag; chariot; buffalo; bushy tail of the yak, used as a fly flapper for idols or as a royal insignia.

கவருகோல்: *(பெ):* குயவர் கருவிகளுள் ஒன்று; one of the instruments of potter.

கவர்: *(பெ):* பிரியும் மரக்கிளை; நீண்ட திருமண் கட்டி; சூலத்தின் கவர்; வஞ்சகம்; வாழைமரம்; அணையிலிருந்து நீர் வெளியேறும் வழி; fork of the branch of a tree; a long chalk-like white earth used for drawing 'Naamam' by Vaishnavites; fork of a trident; deceit; plantain tree; the outlet of a dam.

கவர்கோடல்: *(வி):* ஐயுறுதல்; to doubt.

கவர்த்தல்: *(வி):* கப்பு விடுதல்; கிளைத்தல்; பிரிதல்; to branch; to multiply; to become parted.

கவர்நெறி: *(பெ):* கிளை வழி; lineage; side-walk.

கவர்படுதல்/கவர்விடுதல்: *(வி):* இரண்டு படுதல்; பிரிவுபடுதல்; பலபொருள் படுதல்; to split into two; to get separated; to have several meanings.

கவர்படுபொழி: *(பெ):* பல பொருள் தரும் மொழி; the word which gives several meanings.

கவர்பு: *(வி):* வேறுபடுதல்; to differ.

கவர்வழி: *(பெ):* கிளைவழி; side-walk; lineage.

கவர்வு: *(பெ):* கவர்ச்சி; விருப்பம்; அகிம்சை; துயரம்; இழுத்தல்; கைப்பற்றுதல்; attraction; desire; non-violence; grief; pulling; seizing.

கவலம்: *(பெ):* துயரம்; grief; sorrow.

கவலுதல்: *(வி):* மனம் வருந்துதல்; கவலைப்படுதல்; to concern; to worry.

கவலை: *(பெ):* மனச் சஞ்சலம்; வருத்தம்; ஒருவகை நோய்; ailment; grief; a kind of disease.

கவலை கவற்றுதல்: *(வி):* வருத்தம் செய்தல்; cause to distress.

கவலைச்சால்: *(பெ):* நீர் இறைக்கும் சால்; a device lifting water from a well with oxen.

கவல்: *(பெ):* வருத்தம்; துயரம்; கலக்கம்; distress; grief; being agitated.

கவவுக் கை: *(பெ):* அணைக்கும் கை; embracing hand.

கவவுதல்: *(வி):* அகத்திடுதல்; விரும்புதல்; கைகளால் தழுவுதல்; முயங்குதல்; நெருங்குதல்; பொருந்துதல்; to embrace; to like; to fold in the arms; to have sexual connection; be near; to come close; be suitable.

கவழம்/கவளம்: *(பெ):* வாயளவு கொண்ட உணவு; யானைக்கு ஒரு முறை கொடுக்கப்படும் உணவு; a mouthful of food; the food which is given to an elephant for a time.

கவழிகை: *(பெ):* திரைச்சீலை; curtain.

கவளி: *(பெ):* கட்டு; வெற்றிலைக் கட்டு; புத்தகக்கட்டு; bundle; a bundle contains 50s or 100s of betel leaf; package of books.

கவறல்: *(வி):* (மனம்) கலங்குதல்; வருந்துதல்; to agitate (in mind); to suffer.

கவறாடல்: *(வி):* சூதாடுதல்; to gamble.

கவறு: *(பெ):* சூதாடு கருவி; தாயக்கட்டை; சூது; dice; gambling.

கவற்சி: *(பெ):* கவலை; வருத்தம்; விருப்பம்; worry; anxiety; distress; desire.

கவற்றுமடி: *(பெ):* பட்டாடை வகை; a kind of silk garment.

கவாடக்கட்டி: *(பெ):* வசம்பு; sweet flag.

கவாடக்காரன்: *(பெ):* பொதிமாட்டுக்காரன்; the owner of a pack-bull.

கவாடம்: *(பெ):* கதவு; வைக்கோல் அமை; door; bullock load of straw.

கவாட்சம்: *(பெ):* சாளரம்; window.

கவாட்டி: *(பெ):* சிப்பி; shell-fish; shell.

கவாத்துப் பயிற்சி: *(பெ):* போர் வீரர் செய்யும் பயிற்சி; drill of soldiers; military exercise.

கவாய்: *(பெ):* மெய்; உண்மை; கந்தை; பாடகன்; truth; tatters; singer; bard.

கவாரம்: *(பெ):* தாமரை; lotus.

கவாளம்: *(பெ):* மருந்து வகை; a kind of medicine.

கவான்: *(பெ):* தொடை; திரட்சி; மலைப்பக்கம்; thigh; mass; hilly side.

கவான் செறி: *(பெ):* தொடையில் அணிந்திடும் ஒரு வகை அணிகலன்; a kind of ornament worn around the thighs.

கவி: *(பெ):* பாவலன்; கவிகளைப் பாடுவோன்; குரங்கு; பூனைக்காலிச் செடி; poet; song; wiseman; philosopher; Venus; one who is capable of singing.

கவிகம்: *(பெ):* குக்கில் மரத்துப் பிசின்; resin of crow pheasant tree.

கவிகை: *(பெ):* நன்மை-தீமை; குடை; வண்மை; தியாகம்; ஈகம்; good and evil; umbrella; liberality; spirit of self-sacrifice.

கவிசனை: *(பெ):* உறை; wrapper.

கவிசினம்: *(பெ):* கோவணம்; man's loin-cloth.

கவிசை: *(பெ):* வயிற்றுநோய்; stomach disease.

கவிதல்: *(வி):* வளைதல்; மூடுதல்; கருத்தூன்றுதல்; இடிதல்; விருப்பமாயிருத்தல்; to bend; to cover; to be absorbed; to break down; to long for.

கவித்தம்: *(பெ):* விளாம்பழம் மற்றும் மரம்; முஷ்டி; அபிநய வகை; the fruit and tree of wood apple; closed fist; a kind of dance pose.

கவியம்: *(பெ):* கடிவாளம்; bridle with bit and reins.

கவிரம்: *(பெ):* தேவதாரு; அலரிச்செடி; celestial tree; a kind of plant.

கவிரோமம்: *(பெ):* பூனைக்காலிச் செடி; Poonaikali - a herb.

கவிவு: *(பெ):* உட்குழிவு; concavity.

கவினம்: *(பெ):* வெண்ணெய்; வளைவு; கடிவாளம்; butter; bend; bridle with bit and reins.

கவினுதல்: *(வி):* அழகு பெறுதல்; to attain beauty.

கவின்: *(பெ):* அழகு; beauty.

கவீச்சுரன்: *(பெ):* கவிவாணன்; a great poet.

கவீரம்: *(பெ):* செடிவகை; a kind of plant.

கவீனம்: *(பெ):* வெண்ணெய்; butter.

கவுசனை: *(பெ):* உறை; சேணம்; wrapper; saddle.

கவுசி: *(பெ):* குறைவு; வருத்தம்; ஒருவகை வரிக்கூத்து; பாட்டு; கொன்றை; ஒருவகை நோய்; deficiency; distress; a kind of play; song; Indian Laburnum; a kind of disease.

கவுசிகம்/கவுசுகம்: *(பெ):* வெண்பட்டு; சாம வேதம்; ஒரு பண் வகை; விளக்குத் தண்டு; white silk; Sama Veda; a kind of music; lamp-stand.

கவுடதம்: *(பெ):* வெட்பாலை; a herb.

கவுடம்: *(பெ):* மறைபொருள்; hidden-meaning.

கவுணம்: *(பெ):* ஒருவகைத் திருநீறு; a kind of sacred ash.

கவுணியன்: *(பெ):* கவுண்டின்ய கோத்திரத்தான்; one who belongs to the Kaundinya Gothiram.

கவுதகம்: *(பெ):* கைப்பிடிச் சுவர்; parapet wall.

கவுதம்: *(பெ):* மீன் கொத்திப் பறவை; kingfisher.

கவுத்துக வாதம்: *(பெ):* அறுபத்து நான்கு கலைகளுள் ஒன்று; one of the sixty-four arts.

கவுத்துவம்: *(பெ):* திருமாலின் மார்பில் விளங்கும் அணிகலன்; வஞ்சகம்; a kind of chest ornament, worn by Lord Vishnu; deceit.

கவுரம்: *(பெ):* வெண்மை; whiteness.

கவுல்தார்: *(பெ):* குத்தகை எடுத்தவர்; lease-holder.

கவுளி: *(பெ):* பல்லி; வெற்றிலைக் கட்டு; ஒருவகைத் தெங்கு (தென்னை); lizard; a bundle of one-hundred betel leaves; a kind of coconut tree.

கவுள்: *(பெ):* கன்னம்; பக்கம்; cheek; side.

கவுனி: *(பெ):* கோட்டைவாயில்; ஒருவகைப் பாடாணம்; entrance of a fort; a kind of arsenic.

கவேது: *(பெ):* ஒரு வகை கோதுமை; a kind of wheat.

கவேரகன்னி: *(பெ):* காவிரி ஆறு; River Kaveri.

கவேலம்: *(பெ):* குவளை மலர்; purple Indian water lily.

கவை: *(பெ):* பிளவுபட்ட கிளை; அகில்; செயல்; எள்ளின் இளங்காய்; காடு; கிளைவழி; தேவை; தொழில்; இரு புள்ளிகளுக்கு இடையே உள்ள தூரத்தை அளக்க உதவக் கூடிய கருவி; forked branch; eagle wood; action; the tender unripe fruit of sesame; forest; lineage; side-walk; necessity; profession; geometric divider.

கவைக்கம்பு: *(பெ):* கவையை உடைய கம்பு; முனிவர்களின் கையைத் தாங்கும்படியான Y வடிவ தண்டம்; forked twig; Y-shaped arm-rest used by ascetics.

கவைக்குதவாதது: *(பெ):* பயனற்றது; that which is useless.

கவைதல்: *(வி):* மொய்த்தல்; மூடுதல்; to swarm; to cover.

கவைத்தாள்: *(பெ):* நண்டு; crab.

கவைநா: *(பெ):* பாம்பு; உடும்பு; snake; salamander; big lizard.

கவை முட்கோல்: *(பெ):* அங்குசம்; elephant's goad.

கவையடி: *(பெ):* பிளவுபட்ட பாதம்; forked foot.

கவ்வை: *(பெ):* ஒலி; பழிச்சொல்; துன்பம்; கவலை; பொறாமை; செயல்; எள்ளின் இளங்காய்; sound; slander; distress; care; anxiety; jealousy; action; the unripe fruit of sesame.

கழகண்டு: *(பெ):* தீம்பு; evil; wickedness.

கழகம்: *(பெ):* கல்வி பயிலும் இடம்; கல்விச் சங்கம்; the place like school, college etc.

கழங்கம்: *(பெ):* சூதாடு கருவி; dice.

கழப்பன்: *(பெ):* வீணன்; குறிக்கோளின்றி சுற்றித் திரிபவன்; useless person; vagabond.

கழப்பு: *(பெ):* சோம்பல்; கள்ளத்தனம்; laziness; hypocrisy; cunning; craftiness.

கழலி: *(பெ):* பிரண்டை; square-stalked vine.

கழலுதல்: *(வி):* விலகுதல்; வெளியேறுதல்; to step aside; to move away.

கழலை: *(பெ):* இரணக்கட்டி; கழுத்தில் வரும் ஒரு நோய் வகை; a tumour; a kind of neck disease.

கழலைக்கரப்பான்: *(பெ):* ஒருவகை சொறி நோய்; a kind of scabies.

கழல்: *(பெ):* வீரக்கழல்; சிலம்பு; string of little bells worn on the leg, anklet.

கழல் வளை: *(பெ):* வளையல் வகை; a kind of bangles.

கழறியுரைத்தல்: *(வி):* இடித்துரைத்தல்; to rebuke someone with the intention of correcting, etc.

கழறுதல்: *(வி):* இடித்துரைத்தல், சினத்தல்; to rebuke; be very angry; to promise; to insult.

கழற்பதி: *(பெ):* பெருங்குமிழ் மரம்; a kind of tree named in Tamil - Kazharpathi.

கழற்று: *(பெ):* உறுதிமொழி; promise; *(வி):* நீக்கு; பிரித்துத் தனியாக்கிடு; உருவி எடு; to disconnect; to unfasten; to take off.

கழனி: *(பெ):* வயல்; மருதநிலம்; சேறு; கழுநீர்; திரைச்சீலை; paddy field; agricultural tract; mire; mud; purple Indian water lily; curtain.

கழனிலை: *(பெ):* ஒரு வகைக் கூத்து; a kind of dance or play.

கழாஅல்: *(பெ):* கழுவுதல்; washing.

கழாநிலம்: *(பெ):* உவர்நிலம்; saline soil.

கழாயம்: *(பெ):* துவர்ப்பு; astringent taste.

கழாயர்: *(பெ):* கழைக்கூத்தாடிகள்; rope-dancers; pole-dancers; acrobats.

கழாய்: *(பெ):* கமுகு; மூங்கில்; சிறுகீரை; கம்பம்; areca-nut tree; bamboo; a species of amaranth; post; pillar.

கழால்: *(வி):* கழுவுதல்; களைதல்; கழலுதல்; to purify; to remove; to slip off.

கழாறுதல்: *(வி):* விலகுதல்; நெகிழ்தல்; to leave away; to become loose.

கழிகடை: *(பெ):* இழிந்தது; that which is wretched.

கழிகண்ணோட்டம்: *(பெ):* அளவு கடந்த மகிழ்ச்சி; extravagant happiness.

கழிகாலம்: *(பெ):* கடந்த காலம்; past time.

கழிக்கானல்: *(பெ):* கடற்கரைப் பூங்கா; sea-side park.

கழிகெட்டவன்: *(பெ):* மிகவும் கெட்டவன்; cruel person.

கழிசல்: *(பெ):* வேண்டத்தகாதது; ஒதுக்கப் பட்டது; waste; discard.

கழிச்சியர்: *(பெ):* நெய்தல் நிலப் பெண்கள்; women belonging to maritime tract.

கழிதல்: *(வி):* மிகுதல்; கடந்து போதல்; குறைபடுதல்; to exceed; to pass through; to decrease.

கழிநிலம்: *(பெ):* உவர்நிலம்; உப்பளம்; saline soil; marshy tract bordering on the sea; salt pan.

கழிந்த காலம்: *(பெ):* இறந்த காலம்; past tense.

கழிந்தார்: (பெ): வறியவர்; இறந்தவர்கள்; தாழ்ந்தவர்; poor men; the persons who died; low persons.

கழிபடர்: (பெ): மிகுந்த துயரம்; excessive grief.

கழிபிறப்பு: (பெ): முற்பிறப்பு; previous birth.

கழிபேருவகை: (பெ): பெருமகிழ்ச்சி; ecstasy.

கழிமுகம்: (பெ): ஆறு கடலுடன் கலக்கும் இடம்; அருவி; bar-mouth; waterfall.

கழிமுள்ளி: (பெ): முள்ளிச் செடி; a kind of plant.

கழிமை: (பெ): நீக்குதல்; தள்ளுதல்; விலக்குதல்; to remove; to push away; to repel.

கழிய: (வி.அ): மிகவும்; a term used to indicate the enormity or immensity of something.

கழியவர்: (பெ): நெய்தல் நிலத்து மக்கள்; the people belonging to maritime tract.

கழியிருக்கை: (பெ): ஆறு சூழ்ந்த இடம்; the place which is surrounded by river.

கழியுப்பு: (பெ): கடலுப்பு; (sea) salt.

கழிவட்டம்: (பெ): கடைப்பட்டது; that which is very last or very least.

கழிவிரக்கம்: (பெ): அடுத்தவர் மீது காட்டும் இரக்கம்; பச்சாதாபம்; நடந்தவற்றை எண்ணி தன் மீதே ஒருவர் கொள்ளும் அதிகப்படியான வருத்தம்; sympathy; pity; self-pity.

கழினி: (பெ): இடுதிரை; curtain.

கழு: (பெ): கழுமரம்; கழுகு; stake for impaling criminals; eagle.

கழுகண்டு: (பெ): வணங்காமுடி; recalcitrant person; stiff-necked person.

கழுக்கடை: (பெ): சூலம்; சிறு ஈட்டி; trident; spike.

கழுக்காணி: (பெ): உலக்கை; அறிவில்லாத மூடன்; தாமரை; pestle; fool; lotus.

கழுது: (பெ): பேய்; வண்டு; காவற் பரண்; demon; beetle; elevated platform for guarding fields.

கழுத்தல்: (வி): பொய் கூறுதல்; to lie.

கழுத்து: (பெ): கண்டம்; neck.

கழுநீர்: (பெ): செங்குவளை; அரிசி கழுவிய நீர்; purple Indian water-lily; the water in which rice has been washed.

கழுந்து: (பெ): உலக்கை நுனி (அ) வில் நுனி; முரட்டுத்தனம்; மரத்து வைரம்; rounded end as of pestle or of a bow; rashness; core of a tree.

கழுமணி: (பெ): தூய்மை செய்யப்பட்ட மணி; polished gem.

கழுமம்: (பெ): குற்றம்; fault.

கழுமல்: (பெ): மயக்கம்; மிகுதி; பற்றுதல்; நிறைவு; confusion; surplus; seizing; fulness.

கழுமு: (பெ): கலப்பு; திரட்சி; infusion; mass.

கழுமுதல்: (வி): சேர்தல்; திரளுதல்; கலத்தல்; to join; to abound; to mix.

கழுவன்: (பெ): கொடியவன்; wicked person.

கழுவாய் நிலம்: (பெ): புல் தரை; pasture.

கழுவுணி: (பெ): சோம்பேறி; lazy-bones.

கழுவெளி: (பெ): புல்தரை; pasture.

கழை: (பெ): கரும்பு; மூங்கில்; sugarcane; bamboo.

கழைநெல்: (பெ): மூங்கிலரிசி; the seed of bamboo.

கள: (பெ): களாச்செடி; களவொழுக்கம்; a kind of shrub; secret union of lovers before ceremonial marriage.

கள ஆய்வு: (பெ): ஆய்வு, அறிக்கை போன்றவற்றிற்கு உரிய இடங்களுக்குச் சென்று தகவல்களைச் சேகரிக்கும் பணி; field work of research, investigation, etc.

களகண்டம்: (பெ): குயில்; cuckoo bird.

களகம்பளம்: (பெ): எருதின் அலைதாடி; bull's dewlap.

களக்கம்: (பெ): குற்றம்; fault.

களக்கர்: (பெ): புலையர்; வேடர்; ஈனர்; base persons; hunters; low persons.

களங்கம்: (பெ): குற்றம்; மறு; fault; blemish.

களங்கன்: (பெ): சந்திரன்; the Moon.

களஞ்சியம்: (பெ): தானியத்தைக் கொட்டி வைப்பதற்கான இடம் (அ) பெட்டி போன்ற அமைப்பு; granary; store-house.

களத்திரம்: (பெ): மனைவி; குடும்பம்; wife; family.

களத்துமேடு: (பெ): நெற்களமாக அமைந்த மேடு; thrashing ground.

களந்தூன்றி: (பெ): தான்றிக்காய் மரம்; a kind of tree.

களபம் (பெ): சுண்ணச் சாந்து; கலவைச் சாந்து; யானைக் கன்று; கண்ணாடி; mortar; perfumery paste; young of elephant; mirror.

களப்படி: (பெ): அதிகப்படியான கூலி; extra quantity of grains given over and above the wages.

களப்பன்றி: (பெ): பெருங்குமிழ் மரம்; a kind of tree.

களப்பாட்டு: (பெ): களத்துமேட்டில் களத்துப் போரடிப்போர் பாடும் பாட்டு; the song sung by the agricultural workers at thrashing ground.

களப்பு: (பெ): உப்பங்கழி; lagoon.

களமம்: (பெ): நெல்; paddy.

களமர்: (பெ): உழவர்; வீரம்; மருதநிலத்து மக்கள்; agriculturist; bravery; the people belonging to agricultural tract.

களமாலை: *(பெ):* கண்டமாலை என்னும் நூல்; the text Kanda Malai.

களம்: *(பெ):* நெற்களம்; போர்க்களம்; battle field.

களம்பாடுதல்: *(வி):* போர்க்களம் பற்றி விவரித்தல்; to describe about the battlefield.

களரவம்: *(பெ):* காட்டுப் புறா; the dove which lives in the forests.

களரி: *(பெ):* களர் நிலம்; காடு; saline soil; wood; forest.

களர்: *(பெ):* உவர் நிலம்; களர் நிலம்; saline soil; marshy land.

களவோர் வாழ்க்கை: *(பெ):* திருட்டுத் தொழில்; profession of thieving.

களன்: *(பெ):* மருதநிலம்; இடம்; agricultural tract; place.

களா: *(பெ):* சிறுகளா; பெருங்களா; மலைக்களா என்னும் களா வகை; the three kinds of Kala plant ie. Sirukala, Perunkala, and Malaikala; holly leaved.

களாசம்: *(பெ):* பிரம்பு; rattan.

களாவகம்: *(பெ):* சிறுகீரை; a species of amaranth.

களாவதி: *(பெ):* ஒரு வகை வீணை; a kind of Veena.

களாவன்: *(பெ):* இடையணி வகை; a kind of waist ornament.

களி: *(பெ):* கள்; மகிழ்ச்சி; தேன்; toddy; joy; revel; honey.

களிகம்: *(பெ):* மருந்து வகை; a kind of medicine.

களிகூர்ந்த: *(பெ.அ):* பெரு மகிழ்ச்சியான; gay.

களிகை: *(பெ):* மொட்டு; கழுத்தணி வகை; bud; a kind of necklace.

களிக்கல்: *(பெ):* சிலாச்சத்து; gypsum.

களித்தரை: *(பெ):* களிமண் நிலம்; clay land.

களிப்பு: *(பெ):* மகிழ்ச்சி; செருக்கு; joy; delight.

களிமகன்: *(பெ):* குடிகாரன்; drunkard.

களிமம்: *(பெ):* எலி; rat.

களிம்பற்றவன்: *(பெ):* அப்பாவி; innocent.

களியலடி: *(பெ):* கும்மியாட்டம்; dancing accompanied by the clapping of hands to a tune sung by all.

களியாட்டு: *(பெ):* கள்ளுண்டு ஆடும் ஆட்டம்; drunken feast.

களியாதல்: *(பெ):* மகிழ்தல்; be happy.

களிறு: *(பெ):* ஆண் யானை; ஆண் பன்றி; male elephant; boar.

களிற்றினம் பூ: *(பெ):* யானைத் திப்பிலை; a Siddha medicinal plant.

களிற்றுப் பன்றி: *(பெ):* ஆண் பன்றி; boar.

களுசி: *(பெ):* சீந்தில் கொடி; a kind of creeper.

களைகண்: *(பெ):* பற்றுக்கோடு; ஆதரவு; ஆதாரம்; காப்பவன்; refuge; support; protection; protector.

களைஞன்: *(பெ):* களை பறிப்பவன்; சண்டாளன்; one who weeds; violent-tempered man.

களைவாரி: *(பெ):* களைக்கொட்டு; களைகளைப் பறித்தெடுக்கும் கருவி; a weeding hook; a grass hoe; a small iron pick with broad blade and wooden handle.

கள்: *(பெ):* மது; தேன்; வண்டு; களவு; toddy; honey; bee; theft.

கள்ளக்கிடை: *(பெ):* பதுங்கியிருத்தல்; ambush.

கள்ளங்கபடு: *(பெ):* சூது வாது; வஞ்சகம்; ஏமாற்றுதல்; cunning; deceit; fraud.

கள்ளச்சுரம்: *(பெ):* உட்காய்ச்சல்; latent or internal fever.

கள்ளாட்டு: *(பெ):* களியாட்டம்; drunken feast.

கள்ளிக்காக்கை: *(பெ):* ஒரு வகைக் காக்கை; செம்போத்து; a kind of crow; crow pheasant.

கள்ளிச்சொட்டு: *(பெ):* கள்ளிச் செடியிலிருந்து வடியும் பால் போன்ற திரவத்துளி; drop of spurge milk.

கள்ளிப்பெட்டி: *(பெ):* சாதிக்காய்ப் பெட்டி; deal wood box (for transporting things.)

கறக்குதல்: *(வி):* நிமிண்டுதல்; நூல் முறுக்கேற்றுதல்; to pinch; to twist the thread, etc.

கறங்கல்: *(பெ):* சுழற்சி; பேய்; வளைதடி; rotation; whirl; demon; a kind of curved cudgel.

கறங்குதல்: *(வி):* சூழ்தல்; ஒலித்தல்; சுழலுதல்; to surround; to sound; to rotate.

கறங்கோலை: *(பெ):* ஓலை விசிறி; (palm leaf) fan.

கறடு: *(பெ):* குள்ளமானது; தரக்குறைவான முத்து; பொன்; that which is short; low quality pearl; inferior pearl; gold.

கறண்டிகைச் செப்பு: *(பெ):* சுண்ணாம்புக் கரண்டகம்; a small metal box for keeping slaked lime.

கறமண்: *(பெ):* காய்ந்தது; that which is dried.

கறம்: *(பெ):* கொடுமை; தீவினை; harshness; unworthy act; evil activity.

கறவை: *(பெ):* பால் கறக்கும் மாடு; கறந்திடும் அளவு; பால் தந்து கொண்டிருப்பது; milk cow or buffalo; the quantity that is milked in one round; milk yielding.

கறள்: *(பெ):* துரு; கறை; வன்மம்; rust; stain; grudge.

கறி: *(பெ):* மிளகு; மரக்கறி; இறைச்சி; ஒரு நாழிகை; குழம்பு; மென்று தின்னுகை; pepper; vegetables; meat; 24 minutes = a Naazhigai; a sauce used for mixing cooked rice; chewing.

கறிக்கருணை: *(பெ):* காறாக் கருணை; elephant yam.

கறிப்பலா: *(பெ):* ஈரப்பலா; bread-fruit tree.

கறிப்புடல்: *(பெ):* கறிக்குரிய காயினைக் காய்க்கும் ஒரு வகைக் கொடி; ஒரு வகை வண்டு; snake gourd creeper; a kind of bee.

கறியாமணக்கு: *(பெ):* பப்பாளி; papaya, the fruit and tree.

கறு: *(பெ):* குரோதம்; rancour.

கறுக்கன் வெள்ளி: *(பெ):* மட்ட வெள்ளி; silver of low quality; inferior silver.

கறுக்காய்: *(பெ):* பதர்; empty ears of grain; chaff.

கறுத்த கார்: *(பெ):* நெல் வகை; a kind of paddy.

கறுப்பு மரம்: *(பெ):* தும்பிலி மரம்; a kind of tree.

கறுப்பு வீரம்: *(பெ):* விளக்குக் கரி; stain in lamp due to smoke.

கறுமுதல்: *(வி):* சினத்தல்; to become angry.

கறும்புதல்: *(வி):* துன்புறுத்துதல்; to torment.

கறுவம்: *(பெ):* வெகுளி; innocence.

கறுவல்: *(பெ):* கருமைநிறம்: சினக் குறிப்பு; black colour; a sign of anger.

கறுவியம்: *(பெ):* தீராப் பகை; rancour.

கறுவு: *(பெ):* சினம்; குரோதம்; anger; rancour.

கறு வைத்தல்: *(வி):* குரோதம் பாராட்டுதல்; to entertain malice.

கறுழ்: *(பெ):* கடிவாளம்; bridle; horse's bit.

கறையடி: *(பெ):* உரல் போன்ற அடிப்பகுதியுடைய பானை; the pot which has its bottom like a mortar.

கறையோர்: *(பெ):* வரி செலுத்துவோர்; tax-payer.

கற்கடகசிங்கி: *(பெ):* கடுக்காய்ப் பூ; the flower of gall-nut tree.

கற்கடக வைரி: *(பெ):* குரங்கு; monkey.

கற்கண்டம்: *(பெ):* அகில்; eagle-wood.

கற்கந்து: *(பெ):* கல்தூண்; stone pillar.

கற்கம்: *(பெ):* இலுப்பைப்பூ; தாமரை; ஒரு வகை மருந்து; the flower of South Indian Mahua; lotus; a kind of medicine.

கற்கரம்: *(பெ):* மத்து; a wooden stick with a hemispherical bottom.

கற்கரி: *(பெ):* ஒருவகை நிலக்கரி; a kind of coal.

கற்கரிகை: *(பெ):* சதங்கை; string or strip of small metal bells (tied around the ankle of dancers, etc.)

கற்கலை: *(பெ):* காவி வேட்டி; saffron-coloured dhoti.

கற்காரம்: *(பெ):* கல்வேலை; stone work.

கற்காலம்: *(பெ):* மனித வரலாற்றில் கருவிகளாகவும், ஆயுதங்களாகவும் கல்லை மட்டுமே பயன்படுத்திய ஆதி காலம்; stone age.

கற்கிடை: *(பெ):* செங்கல் சூளை: kiln for backing bricks, pot, etc.

கற்குளித்தல்: *(வி):* முத்துச்சிப்பிகளைச்சேகரித்திட கடலின் அடிப்பகுதிக்குச் செல்லுதல்; to dive for pearl oysters.

கற்குளி மாக்கள்: *(பெ):* முத்துக் குளிப்போர்; divers for pearl oysters.

கற்கை: *(பெ):* படித்தல்; learning.

கற்கொத்தி : *(பெ):* கல்லைப் பிளந்து வேலை செய்பவன்; ஒரு வகைப் புறா; one who split rocks for digging wells, etc; a kind of dove which picks small stones.

கற்சத்து/கற்சவளை: *(பெ):* கல்நார்; asbestos.

கற்சரீரம்: *(பெ):* வலிமையான உடம்பு; strong body.

கற்சாகம்: *(பெ):* மரகதம்; Emerald.

கற்சூரம்: *(பெ):* கழற் கொடி; molucca-bean creeper.

கற்சூலை: *(பெ):* வலிப்பு நோய்; fit; epilepsy.

கற்பகக்கரம்: *(பெ):* ஒரு வகை கந்தகம்; a kind of sulphur.

கற்பகன்: *(பெ):* நாவிதன்; hair dresser.

கற்பசு: *(பெ):* பயனற்றது; that which is useless.

கற்பணம்: *(பெ):* கை வேல்; javelin.

கற்பம்: *(பெ):* தேவருக்கு உரிய வாழ்நாள் அளவு; பிரம்ம தேவனின் வாழ்நாள் அளவு; ஆயுளை நீடிக்கச் செய்திடும் மருந்து; celestial's life time; Lord Brahma's life time; the medicine to promote longevity.

கற்பரன்: *(பெ):* நஞ்சு வகை; ஊழிக்காலம்; a kind of poison; a kind of arsenic; period of cosmic destruction.

கற்பலகை: *(பெ):* எழுதும் பலகை; slate.

கற்பலங்காரி: *(பெ):* கற்புடையவள்; chaste woman.

கற்பழித்தல்: *(வி):* ஒரு பெண்ணை பலவந்தமாகக் கற்பழித்தல்; to rape a woman.

கற்பழிப்பு: *(பெ):* ஒரு பெண்ணை பலவந்தப் படுத்தி அவளுடன் உடலுறவு கொள்ளுதல்; raping.

கற்பன்: *(பெ):* பலவும் கற்றறிந்த அறிவாளி; learned man.

கற்பாசி: *(பெ):* கல்லில் படிந்துள்ள பாசி வகை; algae.

கற்பாஞ்சான்: *(பெ):* பெருங்காயம்; asafoetida.

கற்பாடு: *(பெ):* பாறை நிலம்; rocky land.

கற்பாந்தம்: *(பெ):* ஊழி முடிவு; end of the period of cosmic destruction.

கற்பாலவணம்: *(பெ):* உப்பு; salt.

கற்பாழி: *(பெ):* மலைக் குகை; mountain cavern.

கற்பிதம்: *(பெ):* அலங்கரிப்பு; பொய்; புனைந்துரை; கட்டளை; decoration; lie; poetic embellishment; command.

கற்புரம்: *(பெ):* பொன்; gold.

கற்புரை: *(பெ):* சாம்பிராணி; benzoin. (burnt of incense.)

கற்புழை: *(பெ):* மலைக்குகை; mountain cavern.

கற்பூ: *(பெ):* மகளிர் அணியும் காதணி வகை; a kind of ear ornament of women.

கற்பூரக்கொடி: *(பெ):* வெற்றிலை வகை; a kind of betel creeper.

கற்பூரணி: *(பெ):* கற்றாழை; aloe.

கற்பூரவல்லி: *(பெ):* நோய் தீர்க்கும் மூலிகை; a kind of small medicinal herb.

கற்பூர விலை: *(பெ):* குறைந்த விலை; low price.

கற்பை: *(பெ):* எடைக்கல்; தராசு; a piece of metal of standard heaviness for weighing; weighing balance.

கற்பொழுக்கம்: *(பெ):* கற்பியல்; conjugal fidelity of husband and wife.

கற்பொறி: *(பெ):* மதில் பொறி வகை; a kind of war machine placed on ramparts.

கற்பொறுக்கி: *(பெ):* புறா வகை; a kind of dove.

கற்றச்சன்: *(பெ):* சிற்பி; sculptor.

கற்றம்: *(பெ):* பாறை; rock.

கற்றளம்: *(பெ):* கற்கள் பதிக்கப்பட்ட தளம்; the floor paved with stones.

கற்றளி: *(பெ):* கற்கோயில்; stone temple.

கற்றா: *(பெ):* கன்றினை உடைய பசு; a cow which has its calf.

கற்றாமரை: *(பெ):* பூண்டு வகை; a kind of herb.

கற்றாணை: *(பெ):* காவித்துணி; saffron-coloured cloth.

கற்றை: *(பெ):* கட்டு; தொகுதி; அடர்த்தியான திரள்; bundle; sheaf (of papers); lock (of hairs).

கன: *(பெ):* கனவு; கனா; dream; *(பெ.அ):* மிகுந்த; ஒரு பொருளின் நீளம், அகலம், உயரம் மூன்றும் ஒரே அளவாக உள்ள; very; cubic.

கனகதண்டிகை: *(பெ):* பொற்சிவிகை; golden palanquin.

கனகதம்: *(பெ):* ஒட்டகம்; camel.

கனகதர்: *(பெ):* சண்டாளர்; புலையர்; base people, persons who have low qualities.

கனகத்தும்பி: *(பெ):* பொன் வண்டு; dragonfly.

கனகமலை: *(பெ):* பொன் மலை; goldenrock.

கனகமாழை: *(பெ):* பொன்கட்டி; gold bar.

கனகமிளகு: *(பெ):* வால்மிளகு; cubebs.

கனகம்: *(பெ):* பொன்; தங்கம்; மீன்கொத்தி; gold; kingfisher.

கனகாபிஷேகம்: *(பெ):* பொன் திருமஞ்சனம்; showering gold.

கனகாமிர்தம்: *(பெ):* வெள்ளி; silver.

கனகாம்பரம்: *(பெ):* மணமற்ற சிவந்த மஞ்சள் நிறப் பூ; a flower of orange colour petals without fragrance, worn by women; Cassandra.

கனகாரியம்: *(பெ):* முக்கியமான வேலை; ஊமத்தை, important work; thorn-apple plant.

கனகி: *(பெ):* ஊமத்தை; thorn-apple.

கனங்கோய்: *(பெ):* மனோரஞ்சிதம்; fragrant heart's joy.

கனசாரம்: *(பெ):* பச்சைக் கற்பூரம்; medicated camphor.

கனசாரி: *(பெ):* மிகுதி; surplus.

கனதி: *(பெ):* பாரம்; இறுமாப்பு; weight; arrogance; pride.

கனதை: *(பெ):* மதிப்பு; சிறப்பு; மேன்மை; கௌரவம்; respectability; grandeur; excellence; dignity.

கனநீர்: *(பெ):* அணு உலைகளின் தேவைக்கு ஏற்ப வேதியல் முறைப்படி தயாரிக்கப்படும் நீர்; heavy water.

கனபரிமாணம்: *(பெ):* ஒரு பொருளின் நீளம், அகலம், உயரம் ஆகியவை சேர்ந்து அமையும் அளவு; dimension.

கனப்பாடு: *(வி):* அகலமாதல்; to expand.

கனமாப் பலகை: *(பெ):* சங்கப் பலகை; the miraculous seat at Madurai accommodating only deserving scholars.

கனம்: *(பெ):* மேகம்; பாரம்; பருமன்; பெருமை; cloud; load; stoutness.

கனரகத்தொழில்: *(பெ):* பெரும் வாகனங்கள், இயந்திரங்கள் ஆகியவற்றைத் தயாரிப்பதும், எஃகு, இரும்பு போன்ற மூலப்பொருட்களை உற்பத்தி செய்வதுமான தொழில்; heavy vehicles industry.

கன ருசி: *(பெ):* மிகுந்த சுவை; மின்னல்; excessive taste; lightning.

கனலுதல்: *(வி):* எரித்தல்; கொதித்தல்; சினத்தல்; சிவத்தல்; to burn up; to boil; to become angry; to redden.

கனலொழுங்கு: *(பெ):* சுடர்; சுவாலை; light; flame.

கனவல்: *(பெ):* கனாக் காணுதல்; dreaming.

கனவிரதம்: (பெ): நீர்; water.

கனவீனம்: (பெ): மதிப்புக்குறைவு; degradation.

கனறல்: (பெ): சினம்; angry.

கனற்கொடி: (பெ): வால் நட்சத்திரம் என்றழைக்கப்படும் தூமகேது; comet.

கனற்சி: (பெ): சினம்; வெப்பம்; anger; heat.

கனற்சிலை: (பெ): ஒரு வகைக் கருங்கல்; a kind of granite.

கனற்பு: (பெ): அடுப்பு; oven; stove.

கனனிறக்கல்: (பெ): இரத்தினக்கல்; மாணிக்கக்கல்; gem; ruby.

கனிகரம்: (பெ): அன்பு; அக்கறை; love; care; serious attention.

கனிகாலம்: (பெ): பழுக்கும் காலம்; riping period.

கனிக்கால்: (பெ): பழத்தின் விதை; the seed of the fruit.

கனிட்டன்: (பெ): கடைசி மகன்; youngest son.

கனிட்டிகை/கனிட்டை: (பெ): கடைசி மகள்; சிறு விரல்; youngest daughter; little finger.

கனிமப்பொருள்/கனிமம்: (பெ): தனித்த பண்புகளைக் கொண்டதும், தனிமங்களை உள்ளடக்கியதும், இயற்கையில் கிடைத்திடக் கூடியதுமான பொருள்; mineral.

கனிமவேதியல்: (பெ): கனிமங்களைப் பற்றி விளக்கிடும் வேதியல்; inorganic chemistry.

கனியாமணக்கு: (பெ): பப்பாளி; ஒருவகை ஆமணக்கு. papaya; a kind of castor plant.

கனிவு: (பெ): அன்பு மற்றும் பரிவு ஆகியவை நயமாக வெளிப்படுதல்; sympathy; tenderness in deeds, speech, look etc.

கனைதல்: (வி): நெருங்குதல்; மிகுதியாதல்; ஒலித்தல்; to be crowded; to be intense; to sound.

கனைவு: (பெ): நெருக்கம், செறிவு; closeness; nearness.

கனோபலம்: (பெ): ஆலங்கட்டி; hailstone.

கன்: (பெ): கல்; சிறு தராசு; வேலைப்பாடு; செம்பு; உறுதிப்படு; stone; small balance; workmanship; copper; firmness.

கன்கூட்டு: (பெ): குகை; cave.

கன்சருக்கரை: (பெ): கற்கண்டு; sugar candy.

கன்மதம்: (பெ): ஒரு மருந்துப் பொருள்; a medicinal thing.

கன்ம பாதகன்: (பெ): கொடியவன்; cruel man.

கன்மம்: (பெ): கருமம்; செயல்; வினைப்பயன்; செய்தொழில்; பாவம்; தீவினை; deed; action; result of karma; profession; sin; adversity.

கன்மலி: (பெ): ஏலக்காய்ச் செடி; cardamom plant.

கன்மலை: (பெ): படிகாரம்; alumen; alum.

கன்மழை: (பெ): ஆலங்கட்டி மழை; hailstone rain.

கன்மி: (பெ): உத்தியோகஸ்தன்; தொழிலாளி; official person, labourer.

கன்மிட்டன்: (பெ): திறமை வாய்ந்தவன்; able person; efficient man.

கன்முரசு: (பெ): பெருவாகை மரம்; a kind of tree.

கன்முழை: (பெ): மலைக்குகை; mountain cavern.

கன்மேய்வு: (பெ): மாடப்புறா; pigeon.

கன்றல்/கன்றுதல்: (பெ): அடிபட்ட இடம் கறுத்துக் காணப்படுவது; அவமானம், கோபம் போன்றவற்றால் முகம் சிறுத்திருத்தல்; கடினமான; to develop bruise from a blow or hit; to become blackened of face with anger due to insult.

கன்று: (பெ): விலங்கின் குட்டி; கை வளையல்; calf; bangle.

கன்றுகாலி: (பெ): கன்றுகளுடன் கூடிய மாடுகளின் மந்தை; the herd of cows with their calves.

கன்றுதல்: (வி): முதிர்தல்; அடிபடுதல்; மனம் உருகுதல்; வருந்துதல்; வாடுதல்; to mature; to get accustomed; to feel compassion; to suffer; to fade.

கன்னத்தட்டு: (பெ): சிறு தராசு; a small weighing mechine.

கன்னபூரம்: (பெ): அசோகு; மாதர் காதணி வகை; Asoka tree; a kind of ear ornament of women.

கன்னப்பூ: (பெ): மாதர் காதணி வகை; a kind of ear ornament of women.

கன்னமூலம்: (பெ): காதின் அடி; bottom of the ear.

கன்னார்: (பெ): வெண்கலம், பித்தளை, செம்பு போன்ற உலோகங்களைக் கொண்டு பாத்திரங்கள் செய்பவர்; the person who makes vessels, etc., using bell-metal or copper or bronze.

கன்னிகம்: (பெ): மணித்தக்காளி; black night shade.

கன்னிகாரம்: (பெ): கோங்கு மரம்; red cotton tree.

கன்னிப்பேச்சு: (பெ): அவையில் முதன் முதலாகப் பேசும் பேச்சு; the first speech delivered in an assembly.

கன்னிமுயற்சி: (பெ): ஒருவரின் முதல் முயற்சி; maiden attempt.

கன்னிவிடியல்: (பெ): வைகறை; dawn; daybreak.

கன்னிறம்: (பெ): சங்கஞ்செடி; a kind of shrub.

கன்னுவர்: (பெ): கன்னார்; the persons who make vessels, etc., using bell-metal, or copper or bronze.

கன்னுறுகம்: (பெ): சிறுகீரை; a kind of species of amaranth.

கன்நெஞ்சு: (பெ): வன் நெஞ்சம்; hard heart.

கன்னை: (பெ): கட்சி; பக்கம்; party; side.

கன்னைக் கோல்: (பெ): நெசவுக் கருவிகளுள் ஒன்று. a kind of weaving instrument.

கஜம்: (பெ): யானை; மூன்று அடி கொண்ட நீட்டல் அளவை; (only in phrases) elephant; yard i.e. 3 feet or 36 inches.

கஸரத்து: (பெ): உடற்பயிற்சி; physical exercise.

கஸ்தூரி: (பெ): ஆண் கஸ்தூரி மானிடம் இருந்து பெறப்படும் ஒருவகை வாசனைப் பொருள்; musk.

கா

கா[1]: ஓர் உயிர் மெய்யெழுத்து; a vowel consonant letter.

கா[2]: (பெ): சோலை; கற்பக மரம்; பாதுகாப்பு; காவடித் தண்டு; துலாக்கோல்; ஒரு நிறையளவு; பூக்கூடை; கலைமகள்; pleasure grove; a tree in heaven, yielding what all one desires; protection; balancing pole of kaavadi; scales; a weight; flower basket; Saraswathi, the Goddess of Learning.

காகச்சிலை: (பெ): காந்த சக்தியுள்ள ஒருவகை இரும்புக்கட்டி; a kind of iron bar which has magnetic power.

காகதாளி: (பெ): கருங்காலி மரம்; ebony.

காகதுண்டம்: (பெ): அகில் மரம்; eagle-wood.

காகதுண்டி: (பெ): ஒருவகைப் பித்தளை; கஞ்சாப் பூண்டு; a kind of brass; a narcotic and intoxicating plant - Indian hemp.

காகதேரி: (பெ): மணித்தக்காளிச் செடி; black-night shade.

காகத்தூத்தி: (பெ): ஆதொண்டைக் கொடி; a kind of herbal creeper.

காகநதி: (பெ): காவிரி ஆறு; River Kaveri.

காகந்தி: (பெ): காவிரிப்பூம்பட்டினம்; பூம்புகார்; Kaviripoompattinam; Poompuhar, a historical place in Nagai District.

காகபலம்: (பெ): வேம்பு; எலுமிச்சை மரம்; neem tree; lime tree.

காகபீலி: (பெ): குன்றிக் கொடி; crab's eye creeper.

காகமாசி: (பெ): மணித்தக்காளி; black-night shade.

காகரி: (பெ): திப்பிலி; long pepper.

காகரூடி: (பெ): பன்றி; pig.

காகலீரவம்: (பெ): குயில்; cuckoo bird.

காகனுகம்/காகாரி: (பெ): ஆந்தை: owl.

காகவாகனன்: (பெ): சனி பகவான்; Saturn.

காகளம்: (பெ): எக்காளம்; ஒரு வகை வாத்தியம்; trumpet; a kind of musical instrument.

காகாலன்: (பெ): அண்டங்காக்கை; raven.

காகி: (பெ): விளாமரம்; a kind of tree.

காகுத்தன்: (பெ): ஓர் அரசன்; இராமபிரான்; திருமால்; a king; Sri Rama; Lord Vishnu.

காகுளி: (பெ): பேய்க்குரல்; harsh demoniac sound.

காகொடி/காகோடி: (பெ): எட்டி மரம்; strychnine tree.

காகோடியன்: (பெ): கழைக் கூத்தாடி; pole-dancer; rope-walker;

காகோதகம்/காகோதரம்: (பெ): பாம்பு; snake.

காகோளி: (பெ): அசோக மரம்; Asoka tree.

காக்கம்: (பெ): கோவைக் கொடி; common hedge creeper which bears red fruits.

காக்காச்சி: (பெ): கடல் மீன் வகை; ஒரு வகைக் கிளிஞ்சில்; a kind of sea fish; a kind of shell fish.

காக்காய்ச் சோளம்: (பெ): கருஞ்சோளம்; a kind of maize.

காக்காய்ப் பொன்: (பெ): சிவந்த பொன் நிறத்தில் இருக்கும் ஒருவகைத் தகடு; a kind of tinsel used for decoration.

காக்காய் வலிப்பு: (பெ): மூளைப்பகுதியில் உண்டாகும் பாதிப்பால் கைகால்கள் வெட்டி வெட்டி இழுத்து வாயில் நுரை தள்ளி தன் சுய நினைவினை இழந்திடச் செய்யும் ஒரு நோய்; epilepsy.

காக்குறட்டை: (பெ): காக்கணங்கொடி; a kind of creeper.

காக்கைக் கொடியாள்: (பெ): மூதேவி; Goddess of misfortune.

காக்கை மல்லி: (பெ): நுணா மரம்; a kind of tree.

காக்கை வேலி: (பெ): உத்தாமணிச்செடி; வேலிப் பருத்திச் செடி; a kind of shrub.

காங்கி: (பெ): பேராசைக்காரன்; avaricious person.

காங்கிரசை: *(பெ):* விருப்பம்; desire.

காங்கு: *(பெ):* கருநீலம்; பெரும் பானை; கோங்கு வகை; dark blue; big pot; a kind of red cotton tree.

காங்கேயம்: *(பெ):* ஒரு நகரம்; ஒரு வகைப் பொன்; a town in Tamilnadu; a kind of gold.

காசண்டி: *(பெ):* வாய் அகலமுள்ள பாண்டம்; the vessel which has wide mouth.

காசமர்த்தகம்: *(பெ):* பெரும்புல்; a kind of grass.

காசரம்: *(பெ):* எருமை; buffalo.

காசறை: *(பெ):* கத்தூரி; கத்தூரிமான்; மணி; musk; musk-deer; gem.

காசனம்: *(பெ):* கொலை; murder.

காசா: *(பெ):* காயாஞ்செடி; நாணல்; எருமை; சொந்தம்; அசல் விலை; தலைவன்; துணி வகை; a kind of plant; Kaus, a large and coarse grass; buffalo; relationship; principal cost; lord; master; a kind of cloth.

காசாக்காரன்: *(பெ):* சொந்தக்காரன்; relative.

காசிக்கமலம்: *(பெ):* வைர வகை; a kind of diamond.

காசிக்கல்: *(பெ):* காகச்சிலை; an iron bar which has magnetic power.

காசித்தும்பை: *(பெ):* தும்பைச் செடி வகை; a kind of herb.

காசிமணி மாலை: *(பெ):* கழுத்தணி வகை; a kind of necklace.

காசிரம்: *(பெ):* வட்டம்; circle; round.

காசிரோர்த்தம்: *(பெ):* தொட்டால் சுருங்கி/சிணுங்கி; touch-me-not-plant.

காசினி: *(பெ):* பூமி; earth.

காசு கல்: *(பெ):* நிறை கல்; a piece of metal of standard heaviness for weighing.

காசுக்கட்டி: *(பெ):* ஒரு வகை மருந்து; மரவகை; a kind of medicine; a kind of tree.

காசுமண்: *(பெ):* காவிக்கல்; red-ochre.

காசை: *(பெ):* காயாஞ்செடி; நாணல்; காசநோய்; a kind of plant; Kaus, a large and coarse grass; tuberculosis.

காசையாடை: *(பெ):* காவித்துணி; saffron coloured cloth.

காச்சி: *(பெ):* துவரை; dhal; pigeon-pea.

காஞ்சனம்: *(பெ):* பொன்; புங்க மரம்; gold; a kind of tree, the Indian beech tree.

காஞ்சனி: *(பெ):* மஞ்சள்; பொன்னிறம்; கோரோசனை; காட்டத்தி; turmeric, golden colour; bezoar taken from the stomach of cows; a kind of tree.

காஞ்சியம்: *(பெ):* வெண்கலம்; bell-metal; an alloy of copper and tin.

காஞ்சிரம்: *(பெ):* எட்டி மரம்; strychnine tree.

காஞ்சுகம்: *(பெ):* சட்டை; shirt.

காடகம்: *(பெ):* ஆடை; garment.

காடபந்தம்: *(பெ):* தீவட்டி; torch.

காடமர் செல்வி: *(பெ):* கொற்றவை; துர்க்கை; Kottravai; Durga, the Goddess of Victory.

காடவன்: *(பெ):* பல்லவர்களின் சிறப்புப் பட்டம்; the special title of Pallava kings.

காடாவிளக்கு: *(பெ):* பெருவிளக்கு; lamp formed by putting oil and wick in a large vessel.

காடாரம்பம்: *(பெ):* நீர்ப்பாசன வசதியற்ற பகுதி; the place which has no irrigation facilities.

காடாரம்பற்று: *(பெ):* காட்டுப்புறம்; forest side.

காடாற்று: *(பெ):* பால் தெளிப்பு; ceremony of sprinkling milk and scattering cereals where a corpse has been buried or burnt.

காடி: *(பெ):* புளித்த கஞ்சி; புளித்த கள்; புளித்த பழரசம்; fermented gruel or rice water; fermented toddy; fermented fruit juice.

காடிகம்: *(பெ):* சீலை; a long cloth; saree.

காடிக்காரம்: *(பெ):* நெருப்புக் கல்; flint-stone for making fire.

காடிச்சத்து: *(பெ):* ஈஸ்ட்; yeast.

காடிச்சால்: *(பெ):* காடி வைத்திடும் சால்; the large vessel for keeping fermented gruel, vinegar, etc.,

காடிச்சால் மூலை: *(பெ):* வடகிழக்கு மூலை; north-east corner.

காடியடுப்பு: *(பெ):* கோட்டையடுப்பு; the fire-place in the form of a long ditch.

காடியுளி: *(பெ):* இழைப்புளி வகை; a kind of tool used by carpenters for smoothening the wood; plane.

காடினியம்: *(பெ):* வன்மை; கடினத்தன்மை; hardness.

காடு கட்டுதல்: *(வி):* குறித்த இடத்தினை, விலங்குகள் மற்றும் பறவைகளிடமிருந்து காத்தல்; to protect a place from the animals and birds.

காடுகலைத்தல்: *(வி):* விலங்குகளை வேட்டைக்காகக் கலைத்தல்; to scatter the animal herds for hunting.

காடு காட்டுதல்: *(வி):* ஏமாற்றுதல்; to cheat.

காடுபடுதல்: *(வி):* வீணாதல்; நிரம்புதல்; to waste; to become full.

காடுபடு திரவியம்: *(பெ):* காட்டில் கிடைத்திடும் பொருட்கள்; the things which are gathered from the forest.

காடு மறைதல்: *(பெ):* சாதல்; to die.

காடுலகம்: *(பெ):* முத்து; pearl.

காட்சியர்: *(பெ):* அறிஞர், learned people.

காட்டகத்தி: *(பெ):* வீழிச் செடி; a straggling shrub.

காட்டணம்: *(பெ):* பெருங்குமிழ்: a kind of tree.

காட்டத்தி: *(பெ):* மரவகை; a kind of tree.

காட்டம்: *(பெ):* விறகு; சிறுகோல்; சினம்; மிகுதி; உறைப்பு; வெண்கலம்; firewood; small stick; anger; abundance; pungency; bronze; bell-metal.

காட்டி: *(பெ):* பன்றி; pig.

காட்டிலம்: *(பெ):* வாழை மரம்; plantain tree.

காட்டிலவு: *(பெ):* கோங்கிலவு மரம்; red cotton tree.

காட்டிலுமிழி: *(பெ):* நாகர வண்டு; a kind of beetle.

காட்டீந்து: *(பெ):* ஈச்ச மரம்: date-palm tree.

காட்டீருள்ளி/காட்டுள்ளி: *(பெ):* நரிவெங்காயம்; a kind of onion.

காட்டுத்தம்பட்டன்: *(பெ):* வாளவரைக் கொடி வகை; a kind of creeper.

காட்டு தர்பார்: *(பெ):* வரைமுறை இல்லாமல் தன்னிச்சையாகச் செயல்படும் நிர்வாகம்; anarchy.

காட்டுப்பயிர்: *(பெ):* புன்செய்ப் பயிர்; dry land crop.

காட்டு மா: *(பெ):* மரவகை; காட்டு விலங்கு; a kind of tree; wild animal.

காட்டு ரோகம்: *(பெ):* மாட்டு நோய் வகை; a kind of cattle disease.

காட்டுவாரி: *(பெ):* காட்டாறு; wild stream.

காட்டை: *(பெ):* திசை; எல்லை; நுனி; direction; limit; boundary; tip; point.

காட்பு: *(பெ):* மர வைரம்; hardness as of timber.

காணம்[1]: *(பெ):* செக்கு; எண்ணெய் ஆட்டுவதற்குப் போடும் தானியத்தின் ஒரு செக்கு அளவு; கொள்ளு; oil press; the capacity of an oil press; horsegram.

காணம்[2]: *(பெ):* நிறுத்தல் அளவையுள் ஒன்று; பொன்; பொற்காசு; பொருள்; யாகம்; நிலம்; a kind of weighing measure; gold; gold coin; thing; an oblation; land.

காணலன்: *(பெ):* பகைவன்; enemy.

காணன்: *(பெ):* ஒற்றைக் கண்ணன்; the man who is having one eye.

காணா: *(பெ):* சிறு பாம்பு; a kind of small snake.

காணி: *(பெ):* ஓர் எண்; நிலம்; உரிமையான இடம்; நூறு குழி அளவுடைய நிலம்; பொன்னாங் கண்ணி; a number; land; the place which is owned by someone; the land area equivalent to 100 kuzhi; a kind of plant with little shiny leaves.

காணிக்கடன்: *(பெ):* நிலவரி; land tax.

காணித்தாயம்: *(பெ):* பங்காளிகளுக்கான நில வழக்கு; land dispute among kinsmen.

காணித்துண்டு: *(பெ):* நிலத்தின் சிறுபகுதி; a bit of land; a small portion of land.

காணியாளன்: *(பெ):* நிலவுடைமையாளன்; landholder; land-owner.

காண்கை: *(பெ):* அறிவு; knowledge.

காண்டகம்: *(பெ):* காடு; நோய்; கமண்டலம்; நிலவேம்பு; forest; disease; a cruet-like vessel; a kind of neem tree.

காண்டம்: *(பெ):* நூலின் பெரும் பிரிவு; மலை; எல்லை; a large section of a book; mountain; boundary.

காண்டிகை: *(பெ):* சொற்பொருள் அடங்கிய உரை; brief exposition of the salient points in a text.

காண்டியம்: *(பெ):* சரகாண்ட பாடாணம்; a kind of arsenic.

காண்டீபம்: *(பெ):* அருச்சுனனின் வில்; the bow of Arjuna.

காண்டீபன்: *(பெ):* அருச்சுனன்; Arjuna, the brother of Pandavas, as armed with the bow-Kandeepam.

காண்டு: *(பெ):* கூப்பிடு தூரம்; சினம்; துன்பம்; hailing distance; anger; suffering.

காண்டை: *(பெ):* முனிவர் உறைவிடம்; கற்பாழி; dwelling place of saints; cave; hermitage.

காண்வரி: *(பெ):* ஒருவகைக் கூத்து; a kind of play.

காதகம்: *(பெ):* கொல்லுதல்; தொல்லை கொடுத்தல்; killing; torturing.

காதம்: *(பெ):* கொலை; கள்; நாற்சதுரமான கிணறு; (முற்காலத்தில் தூரத்தின் கணக்காகக் கூறப் பட்ட) பத்து மைல் அளவு; murder; toddy; square well; (in former times) a measure of distance of roughly ten miles.

காதம்பகம்: *(பெ):* பாணம்; arrow.

காதம்பம்: *(பெ):* அன்னப்பறவை வகை; கானாங் கோழி; கரும்பு; கடப்ப மரம்; a kind of swan; a kind of wild fowl; sugarcane; a kind of tree.

காதம்பரம்: *(பெ):* தயிர்; ஆடை; curd; thin layer, formed in boiled milk and curd.

காதம்பரி: *(பெ):* கள்; வடமொழியிலிருந்து தமிழில் மொழிபெயர்க்கப்பட்ட காப்பியம்; toddy; a Tamil epic - Kadambari, translated from Sanskrit verse.

காதரம்/காதரவு: *(பெ):* அச்சம்; தீவினைப் பயன்;

fear; the effect of evil deeds upon the soul.

காதவம்: *(பெ):* வான்கோழி; நிலவேம்பு; ஆலமரம்; turkey; a kind of neem tree; banyan tree.

காதி: *(பெ):* கதர்த்துணி; விசுவாமித்திரனின் தந்தை; மிருகபாடாணம்; கொலை; cloth woven by handloom with handspum yarn; father of Viswamithra; a kind of arsenic; murder.

காதுகன்: *(பெ):* கொலைகாரன்; கொடியவன்; murderer; wicked person.

காத்தடி: *(பெ):* இரண்டு முனைகளிலும் சுமையைக் கட்டித் தூக்கிச்செல்லப் பயன் படும் நீளமான தடி; a wooden pole for carrying loads on shoulder.

காத்தட்டி: *(பெ):* ஆதொண்டைக் கொடி; a herbal creeper.

காத்தண்டு: *(பெ):* காவடியின் தண்டு; a pole or stave of wood used for carrying loads.

காத்திரவேயம்: *(பெ):* பாம்பு; snake.

காத்திரன்: *(பெ):* வலிமை வாய்ந்தவன்; the man who is strong.

காத்திரி: *(பெ):* ஆயுதம்; கீரி; சினம்; weapon; mongoose; anger.

காத்திரை: *(பெ):* ஆயுதம்; weapon.

காத்தூலம்: *(பெ):* துகில் வகை; a kind of cloth.

காந்தக்கம்பி: *(பெ):* இடிதாங்கிக் கம்பி; lightning conductor or rod.

காந்தச் சத்துரு: *(பெ):* வெடியுப்பு; நவச்சாரம்; nitre; ammonium chloride.

காந்தப்பெட்டி: *(பெ):* திசையறி கருவி; mariner's compass.

காந்தபசாசம்: *(பெ):* காந்தக்கல்; magnet.

காந்த பட்சி: *(பெ):* மயில்; peacock.

காந்த மணி: *(பெ):* காந்தக் கல்; magnet.

காந்தம்: *(பெ):* காந்தக்கல்; ஒரு வகைப் பளிங்கு; அழகு; மின்சாரம்; கந்தபுராணம்; magnet; a kind of marble; beauty; electricity; Kandha Puranam.

காந்தருவி: *(பெ):* பாடுபவள்; woman singer.

காந்தர்ப்பர்: *(பெ):* இசைபாடுவோர்; the songsters, a class of celestial beings.

காந்தல்: *(பெ):* காந்துதல்; உமி, பனையோலை, பயிர் ஆகியவற்றின் எரிந்த கருகல்; burning; burnt flakes of straw, palm leaves, etc.

காந்தளிகம்: *(பெ):* சின்னி மரம்; a kind of tree.

காந்தள்: *(பெ):* நெளிவுகள் உடைய சிவப்பு நிறப்பூ; malabar glory lily red or white species.

காந்தன்: *(பெ):* அரசன்; இறைவன்; கணவன்; தலைவன்; சந்திரன்; மன்மதன்; king; God, the Almighty; husband; lord; master; Moon; Kaama, the God of love, Cupid.

காந்தாரம்: *(பெ):* வடமேற்கு இந்திய நாடு; ஐம்பத்தாறு நாடுகளுள் ஒன்று; காடு; பாலை யாழ்த் திறம்; a north-west Indian country (in ancient times); one of the fifty-six countries; forest; wood; an ancient secondary melody-type of the Palai class.

காந்தாரி: *(பெ):* கௌரவர்களின் தாய்; கொடியவள்; தச நாடிகளுள் ஒன்று; சிவனார் வேம்பு; சத்திசாரம்; ஒரு பண் வகை; Kanthari, the mother of Kauravas; wicked woman; one of the Dhasa Nadis; a kind of herb; a siddha medicine; a kind of music.

காந்தி: *(பெ):* அழகு; ஒளி; கதிர்; beauty; light; rays.

காந்திமான்: *(பெ):* ஒளிமயமான அம்சம் உடையவன்; the man having bright features.

காந்திருவம்: *(பெ):* காந்தருவம்; கந்தர்வ லோகம்; Kaandharvam, a form of marriage based on mutual love and free from ritual rites; the place where the celestial beings (the songsters) are dwelling.

காந்துகம்: *(பெ):* வெண்காந்தள் மலர்; white malabar glory lily.

காந்துகன்: *(பெ):* பலகாரம் விற்பவன்; seller of refreshments.

காந்தை: *(பெ):* பெண்; தலைவி; மனைவி; காதலி; woman; heroine; mistress; wife; beloved woman.

காபட்டியம்: *(பெ):* கபடம்; guile.

காபணம்: *(பெ):* ஒற்றடம்; fomentation.

காபந்து: *(பெ):* பாதுகாப்பு; protection.

காபாலி: *(பெ):* சிவபிரான்; Lord Shiva.

காபிலம்: *(பெ):* சாங்கிய மதம்; ஈரத்துணியால் உடம்பைத் துடைத்துக்கொள்ளும் நீராட்டு; the religion Saankhiyam; towel bath.

காபில்: *(பெ):* திறமையானவன்; talented person.

காபினி: *(பெ):* நவச்சாரம்; ammonium chloride.

காப்பியம்: *(பெ):* தெய்வம், உயர் மக்கள் ஆகியோரைக் கதைத் தலைவராகக் கொண்டு உயரிய உண்மைகளை உள்ளடக்கிய நீண்ட செய்யுள் இலக்கியம்; epic.

காப்பு[1]: *(பெ):* பாதுகாவல்; திருநீறு; வளையல்; சிறை; போக்கியம்; வேலி; மதில்; கதவு; ஊர்; அரசமுத்திரை; மிதியடி; protection; sacred ash; bangles; prison; objects of enjoyment; fence; compound wall; door; town;

government seal; sandals.

காப்பு²: *(பெ):* வெள்ளியினால் ஆன காலில் அணியும் வளையம்; நோய்த் தடுப்பாகக் காலில் அணியும் வளையம்; திருமணம் போன்ற சடங்குகளில் தீய சக்திகளிடமிருந்து காப்பாற்றிட கையில் கட்டும் மஞ்சள் கயிறு; a silver anklet; lead, copper or iron protective anklet, turmeric-dyed cord tied round the wrist on occasions such as wedding.

காப்புக்கலம்: *(பெ):* சேமச் செப்பு; Thermos flask.

காப்புக்காடு: *(பெ):* பாதுகாக்கப்படும் காடு; reserved forest.

காப்புரிமை: *(பெ):* கண்டுபிடித்த பொருள், அதற்குச் சூட்டிய பெயருக்குக் குறிப்பிட்ட காலம் வரை அதைத் தான்மட்டும் தயாரித்து விற்றிட அரசில் பதிவு செய்து பெற்றிடும் உரிமை; copy-right.

காமக்கோட்டம்: *(பெ):* காஞ்சிபுரத்தில் உள்ள காமாட்சியம்மன் திருக்கோயில்; Kamatchi Amman Temple at Kancheepuram.

காமதகனன்/காமநாசன்: *(பெ):* சிவபிரான்; Lord Shiva.

காமதாலம்: *(பெ):* குயில்; cuckoo bird.

காமபாலன்: *(பெ):* பலராமன்; Balarama.

காமபீடம்: *(பெ):* காஞ்சிபுரம்; Kancheepuram.

காமரசி: *(பெ):* நெருஞ்சில்; cow's thorn.

காமரம்: *(பெ):* அடுப்பு; இசை; வண்டு; அகில் மரம்; ஆல மரம்; காவடித் தண்டு; fire place; stove; oven; music; beetle; eagle-wood tree; banyan tree; the pole used for carrying loads;

காமரீசம்: *(பெ):* புல்லுருவி; parasitic plant; lares.

காமரூபி: *(பெ):* பச்சோந்தி; chameleon.

காமர்: *(பெ):* விருப்பம்; அழகு; காமுகர்; desire; beauty; lustful men.

காமவேழம்: *(பெ):* நாணல்; Kaus, a large and coarse grass.

காமனாள்: *(பெ):* இளவேனிற் காலம்; spring-season.

காமனூர்தி: *(பெ):* தென்றல்; south-wind.

காமனை: *(பெ):* சிறு கிழங்கு; விருப்பம்; a small tuber; desire.

காமன்கொடி: *(பெ):* மீன் கொடி; fish flag.

காமாட்சி: *(பெ):* பார்வதி; காஞ்சிபுரத்தில் கோயில் கொண்டிருக்கும் பெண் தெய்வம்; Goddess Parvathi, the Goddess who is enshrined at Kancheepuram.

காமியக்கல்: *(பெ):* கோமேதகக்கல்; a precious stone of light yellow colour.

காமியசத்தி: *(பெ):* அப்பிரகம்; mica.

காமினி: *(பெ):* பெண்; அழகு; ஒரு மந்திரம்; woman; beauty; a mantra.

காமுகப்பிரியம்: *(பெ):* கஸ்தூரி மஞ்சள்; a kind of turmeric, used by women while bathing.

காமுருகி: *(பெ):* ஓணான்; common agamoid lizard.

காம்பி: *(பெ):* நீர் இறைக்கும் கருவி; a water pumping instrument.

காம்பிலி: *(பெ):* ஒரு நாடு; a country.

காம்பீரம்: *(பெ):* பெருமிதம்; கம்பீரம்; ஆழம்; pride; manliness; depth.

காம்புச் சத்தகம்: *(பெ):* ஒரு வகைக் கத்தி; a kind of small knife.

காயகம்: *(பெ):* வாணிகம், இசை; மோக மயக்கம்; business; music; infatuation.

காயசித்திக்கடியான்: *(பெ):* காந்தக்கல்; magnet.

காயசித்தியானோன்: *(பெ):* சூதபாடாணம்; a kind of arsenic.

காயசித்தியுப்பு: *(பெ):* அமரியுப்பு; a kind of salt.

காயத்திரி: *(பெ):* நான்முகன் மனைவியான சரஸ்வதி தேவி; ஒரு வேதமந்திரம்; கருங்காலி; Goddess Saraswathi, the consort of Lord Brahma; a Veda manthra; ebony.

காயமேரை: *(பெ):* தச்சர், கொல்லர் போன்றோர் ஊராரிடமிருந்து பெறும் ஊதியம்; the salary which is received by carpenters and black-smiths from the villagers.

காயல்: *(பெ):* உப்பங்கழி; கழிமுகம்; உப்பளம்; lagoon; estuary; salt-pans.

காயா: *(பெ):* காசா மரம்; a kind of tree.

காயாபுரி: *(பெ):* உடம்பு; body.

காய்க்கடுக்கன்: *(பெ):* உருத்திராட்சம் வைத்துக் கட்டிய கடுக்கன்; a kind of ear ornament, tied with rudraksha nut.

காய்ச்சி: *(பெ):* துவரை; pigeon-pea.

காய்ச்சுக்கல்: *(பெ):* போலி ரத்தினம்; duplicate gem.

காய்ச்சு மண்: *(பெ):* வளையல் தயாரிக்க ஏதுவான மண்; the sand suitable for making bangles.

காய்ச்சுரை/காய்ச்சுளுக்கு: *(பெ):* புளிச்சக் கீரை; a kind of eatable greens.

காய்த்தானியம்: *(பெ):* முதிரை; முசுக்கட்டை; pulse; a kind of creeper; mulberry.

காய்ப்பு: *(பெ):* வெறுப்பு; மட்டமான இரும்பு; மரம், செடி முதலியவை பலன் தருதல்; தோலின் தடிப்பு; தழும்பு; aversion; inferior iron; crop of fruit and grain; callousness of skin; scar.

காய்மகாரம்: *(பெ):* பொறாமை; எரிச்சல்; jealousy; irritation.

காய்மை: *(பெ):* பொறாமை; jealousy.

காய்வள்ளி: (பெ): ஒரு வகைக் கொடி; a kind of creeper.

காரகம்: (பெ): வெப்பம்; சிறைச்சாலை; மேகநோய்; heat; prison; syphilis.

காரகன்: (பெ): படைப்போன்; creator.

காரச்சீலை: (பெ): புண்ணுக்கு இடும் மருந்துச் சீலை; corrosive plaster.

காரண குரு: (பெ): ஞான தேசிகன்; person of sublime religious knowledge and philosopher.

காரணக்குறி: (பெ): முன்னறிகுறி; காரணப்பெயர்; forecast; name based on some logic.

காரண சரீரம்: (பெ): பருவுடலுக்கு காரணமாயுள்ள நுண்ணுடல்; subtle body; astral body.

காரணச்சொல்: (பெ): கதை; story.

காரணமான: (பெ.அ): அடிப்படை ஆதாரமான; causal.

காரணி[2]: (பெ): ஒரு செயல் உருவாகிட (அ) நிகழ்ந்திடக் காரணமாக அமைந்திடுவது; ஒரு பெரிய எண்ணை மீதியில்லாமல் வகுத்திடும் ஒன்று என்னும் எண் நீங்கலாக பிற சிறு எண்; causative factor or agent factor; (in mathematics) Factor.

காரணிகன்: (பெ): நடுநிலையாளன்; ஆய்வாளன்; arbitrator; umpire; judge; inspector.

காரணிக்கம்: (பெ): வரலாறு; செபமாலை; history; rosary.

காரண்டம்: (பெ): கடல் காக்கை; sea crow; a kind of bird.

காரன்: (பெ): உரியவன்; செய்வோன்; சோர பாடாணம்; appropriate person; the creator; a kind of arsenic.

காரா: (பெ): எருமை; buffalo.

காராகிரகம்: (பெ): சிறைச்சாலை; prison.

காராஞ்சி: (பெ): நீர் இறைக்கும் கருவி; an instrument for drawing water from a well.

காராடு: (பெ): வெள்ளாடு; goat.

காராண்மை: (பெ): நிலத்தில் பயிரிடும் உரிமை; ஒரு வகை வரி; the right for growing crops in land; a kind of tax.

காராளர்: (பெ): வேளாளர்; வணிகர்; மலைவாழ் மக்கள்; husbandmen; merchants; the people who live in hills.

காரானை: (பெ): மேகம்; cloud.

காரான்: (பெ): எருமை; கருமை நிறப் பசு; buffalo; the cow, black in colour.

காரி: (பெ): கருமை; கரிக் குருவி; காகம்; blackness; black drongo; crow.

காரிகம்: (பெ): காரகம்; மேகநோய்; காவிக்கல்; வாதனை; prison; syphilis; ochre; pain.

காரிகை: (பெ): வாதனை; பெண்; அழகு; அலங்காரம்; ஓர் அணி; ஒரு நிறை; pain; woman; beauty; adornment; an ornament; a measure.

காரிக்கன்: (பெ): வெளுக்காத புது வெள்ளைத் துணி; unwashed new white cloth.

காரிமை: (பெ): கொடி வேலி; a herb.

காரிய சாதனம்: (பெ): துணைக் கருவி; appliance.

காரியத்தலைவன்: (பெ): மேலதிகாரி; superior official.

காரியத்தை மடித்தல்: (வி): குதர்க்கம் பேசுதல்; to speak unreasonable arguments.

காரியப்படுதல்: (வி): கைகூடுதல்; to come to fruition; to materialize.

காரியப்பாடு: (பெ): பயன்; benefit.

காரிய மாயை: (பெ): மூலப் பிரகிருதி; original source.

காரிரத்தம்: (பெ): ஆடுதின்னாப் பாளைச் செடி; a herb.

காரிழை நாதம்: (பெ): கந்தகம்; sulphur.

காரு: (பெ): வண்ணான்; கம்மாளன்; கம்மத் தொழில்; washerman; smith; smith's work.

காருகத்தியம்: (பெ): இல்லற நிலை; the state of being in domestic life.

காருகம்[1]: (பெ): நெசவுத் தொழில்; ஊழிய வேலை; இல்லறம்; நெருப்பை வணங்கும் சமயம்; weaving; servant; domestic life; the religion which worships the fire.

காருகம்[2]: (பெ): கருங்குரங்கு; black langur.

காருகன்/தாருவாகன்: (பெ): வண்ணான்; நெசவாளி; ஓவியன்; கொலையாளி; washerman; weaver; painter; murderer.

காருச்சிவல்: (பெ): கடல் பாசி; sea-weeds.

காருணி: (பெ): வானம்பாடி; Indian Skylark; Shepherd Koel.

காரை: (பெ): காட்டுச் செடி வகை; ஆடை; காரல் மீன்; சுண்ணச்சாந்து; பல்லில் உண்டாகும் அழுக்குக் கறை; பாகல்; wild plant; garment; a kind of fish; mortar; plaster; tartar; balsam-pear.

காரோடன்: (பெ): சாணைக்கல் தயாரிப்பவன்; the person who makes the touch-stones.

கார்: (பெ): கருமை; கரியது; மேகம்; மழை; நீர்; blackness; that which is black; cloud; rain; water; rainy season; a kind of paddy; black langur; goat.

கார்கோள்: (பெ): சனி; கடல்; Saturn; sea.

கார்கோன்: (பெ): மேலதிகாரி; superior officer.

கார்க்கோடல்: *(பெ):* கருங்காந்தள்; black malabar glory lily.

கார்க்கோழி: *(பெ):* கருங்கோழி; கருஞ்சீரகம்; black-fowl; black-cumin.

கார்த்தல்: *(வி):* உறைத்தல்; உப்புக்கரித்தல்; கறுப்பாதல்; அரும்பாதல்; வெறுத்தல்; be pungent; be very saltish; to become black; to bud; to spring forth; to hate.

கார்த்தன்: *(பெ):* துரிசு; blue vitriol.

கார்த்திகேயன்: *(பெ):* முருகப் பெருமான்; Lord Muruga.

கார்போகி: *(பெ):* பூண்டு வகை; a kind of herb.

கார்ப்பணியம்: *(பெ):* பொறாமை; jealousy.

கார்ப்பாசம்: *(பெ):* பருத்திச் செடி; cotton plant.

கார்ப்பாளன்: *(பெ):* கொடியவன்; cruel man.

கார்ப்பான்: *(பெ):* கரிசலாங்கண்ணி; a kind of greens with short thick leaves; eclipse plant.

கார்மணி: *(பெ):* கரிசலாங்கண்ணி; a kind of greens with short thick leaves; eclipse plant.

கார்மலி/கார்வலயம்: *(பெ):* கடல்; sea.

கார்முகம்: *(பெ):* வில்; மூங்கில்; bow; bamboo.

கார்வா: *(பெ):* கடல் மீன் வகை; a kind of sea fish.

கார்வாரி: *(பெ):* செயலாளன்; secretary.

கார்வெள்ளி: *(பெ):* மட்ட வெள்ளி; silver of inferior quality.

கார்வை: *(பெ):* பெரும்பாலும் நரம்பு இசைக்கருவிகளில் ஒரே ஸ்வரத்தை நீட்டிப் பாடும் முறை; the extent to which a swaram can be stretched in the rendering of the composition especially in a stringed instrument like veena.

காலகம்: *(பெ):* சேங்கொட்டை; marking nut and its tree.

காலசங்கதி: *(பெ):* நடப்புச் செய்தி; current news.

காலசந்தி: *(பெ):* காலை வழிபாடு; morning prayer.

காலசம்: *(பெ):* காற்று; wind.

காலசேயம்: *(பெ):* மோர்; butter-milk.

காலஞ்செல்தல்: *(வி):* இறத்தல்; to die.

காலதர்: *(பெ):* சன்னல்; window as an air passage.

கால வர்த்தமானம்: *(பெ):* நடப்புச் செய்தி; current news.

கால விதி: *(பெ):* தீவினை; evil deeds.

காலனியாட்சி/காலனியாதிக்கம்: *(பெ):* ஒரு நாட்டைத் தனது அதிகாரத்துக்கு உட்படுத்தி வல்லரசு நாடு நடத்திடும் ஆட்சி; colonial rule.

காலன் கொம்பு: *(பெ):* மாட்டுக் கொம்பு; horn of bull.

காலாசு: *(பெ):* காற்கவசம்; greaves.

காலாடி: *(பெ):* முயற்சியுடையவன்; தொழிலற்றுத் திரிபவன்; active person; idle and disorderly person.

காலாட்டம்: *(பெ):* முயற்சி; effort.

காலாயுதம்: *(பெ):* சேவற் கோழி; cock using its feet as weapon.

காலாழி: *(பெ):* கால் விரல் மோதிரம்; toe-ring.

காலாழ்: *(பெ):* சேறு; mud.

காலாறு: *(பெ):* வண்டு; சிற்றாறு; beetle; stream.

காலி: *(பெ):* பசு; பசுக்கூட்டம்; பயனற்றவன்; தீய வழி; வெறுமை; cow; herd of cows; useless fellow; evil path; vacant; empty.

காலிடுதல்: *(பெ):* கால் வைத்தல்; to put the foot in/on.

காலியம்: *(பெ):* விடியல்; daybreak; dawn.

காலியாங்குட்டி: *(பெ):* சிறுபாம்பு வகை; a kind of small snake.

காலூரம்: *(பெ):* தவளை; frog.

காலெடுத்தல்: *(வி):* தொடங்குதல்; அனுமதியளித்தல்; to start; to give permission; to admit.

காலேகம்: *(பெ):* முத்து; pearl.

காலேயம்: *(பெ):* புல்லை உண்ணும் நாலுகால் பிராணிகள்; மோர்; கள்; herbivorous quadrupeds; butter-milk; toddy.

கால் இறுதி: *(பெ):* விளையாட்டுப் போட்டியின் அரை இறுதி ஆட்டத்திற்குத் தகுதி பெற்றிட விளையாடும் ஆட்டம்; quarter-final.

கால்கடியன்: *(பெ):* தீரன்; வல்லவன்; valiant person.

கால் கிளர்தல்: *(வி):* ஓடுதல்; படையெடுத்தல்; to run; to invade a country.

கால்கோள்: *(பெ):* தொடக்கம்; அடிப்படை; அஸ்திவாரம்; beginning; basis; foundation.

கால் சாய்தல்: *(வி):* அடியோடு அழிதல்; to ruin completely.

கால் சீத்தல்: *(வி):* வேரோடு களைதல்; to root off.

கால்செய் வட்டம்: *(பெ):* விசிறி; fan.

கால்தல்: *(வி):* வெளிப்படுதல்; குதித்தல்; கக்குதல்; தோற்றுவித்தல்; to emerge; to jump; to leap; to vomit; to produce; to generate.

கால் தாழ்தல்: *(வி):* ஈடுபடுதல்; மூழ்குதல்; to absorb; be drowned.

கால் மாடு: *(பெ):* பசு; கால்புறம்; cow; foot of someone or something lying.

கால்மேசு: *(பெ):* காலுறை; socks.

கால்வடம்: *(பெ):* காலணி வகை; a kind of anklet.

கால் வழி: *(பெ):* மரபு வழி; lineage.

கால்வாய்: *(பெ):* வாய்க்கால்; canal for irrigation or transport.

கால் விடுதல்: *(வி):* முட்டுக் கொடுத்தல்; to prop.

காவகா: *(பெ):* சேங்கொட்டை; mark-nut.

காவட்டம் புல்: *(பெ):* மாந்தப்புல்; a kind of grass.

காவணப்பத்தி: *(பெ):* மண்டபம், பந்தல் போன்றவற்றின் அலங்கரிக்கப்பட்ட மேல் தளம்; the decorated roof of pandal or a hall.

காவணம்: *(பெ):* பந்தல்; தட்டையான மேல் தளத்துடன் கூடிய கொட்டகை; சோலை; pandal; a shed with a flat roof; grove.

காவணவன்: *(பெ):* ஒரு புழு வகை; a kind of worm.

காவந்து: *(பெ):* தலைவன்; காபந்து; master; chief; protection.

காவற்பெண்டு: *(பெ):* செவிலித்தாய்; பெண்பால் புலவருள் ஒருவர்; foster mother; a poetess of ancient period.

காவன்: *(பெ):* சிலந்தி; spider.

காவன்மகளிர்: *(பெ):* எதிரியின் அரண்மனையில் சிறைபிடிக்கப்பட்ட பெண்கள்; captive wives of enemy.

காவா: *(பெ):* காட்டுமல்லிகை; wild-jasmine.

காவியம்: *(பெ):* பழமையான கதை பற்றிய தொடர்நிலைச் செய்யுள்; epic poem.

காவியாக் கட்டை: *(பெ):* நங்கூரம்; anchor.

காவிரி புதல்வர்: *(பெ):* வேளாளர்; உழவர்; velalas; agriculturists.

காவு[1]: *(வி):* தோள் (அ) கையில் தூக்குதல்; to carry.

காவு தடி: *(பெ):* காவடித் தண்டு; pole for carrying burdens on shoulder.

காவுதல்: *(பெ):* சுமத்தல் (பல்லக்கு); விரும்புதல்; to carry on shoulder as a palanquin; to long for desire.

காவுவோர்: *(பெ):* பல்லக்கைச் சுமப்போர்; palanquin-bearers.

காழகம்: *(பெ):* கடாரம்; ஆடை; கைக்கவசம்; கருமை; Burma; garment; glove, put on while handling an arrow; blackness.

காழியன்: *(பெ):* வண்ணான்; உப்பு வணிகன்; புட்டு வணிகன்; washerman; salt merchant; dealer of puttu, a pudding.

காழுன்று: *(பெ):* குத்துக்கோல்; கூடாரம்; அங்குசம்; pointed pole used as a weapon; tent; elephant's goad.

காழோர்: *(பெ):* யானைப் பாகர்; mahouts.

காழ்: *(பெ):* மர வைரம்; மனவுறுதி; கட்டுத்தறி; hardness of wood; firmness of mind; strength of mind; post to which a cow is tied.

காழ்கொள்: *(வி):* முதிர்தல்; to ripe.

காழ்கோளி: *(பெ):* நெட்டிலிங்கம்; a kind of tree.

காழ்த்தல்: *(வி):* முற்றுதல்; மிகுதல்; உறைத்தல்; to become hard; to abound; to pungent.

காழ்ப்ப: *(வி.அ):* மிகுதியாக; excessively.

காழ்ப்பு: *(பெ):* மர வைரம்; காரம்; தழும்பு; hardness of wood; pungency; scar.

காழ்வை: *(பெ):* அகில்; eagle-wood.

காளகண்டம்: *(பெ):* குயில்; மயில்; கரிக்குருவி; ஊர்க்குருவி; வேங்கை மரம்; cuckoo bird; peacock; black drongo; sparrow; a kind of tree.

காளகம்: *(பெ):* சேங்கொட்டை; எக்காளம்; கருமை; marking-nut; a long trumpet; blackness.

காளச்சிலை: *(பெ):* வைடூரியம்; an opalescent gem.

காளபந்தம்: *(பெ):* ஒரு விளக்கு; a lamp.

காளபம்: *(பெ):* போர்; war; battle.

காளம்: *(பெ):* கருமை; நஞ்சு; பாம்பு; எட்டி மரம்; blackness; poison; snake; strychnine tree;

காளிங்கம்: *(பெ):* ஆபரண வகையுள் ஒன்று; a kind of ornament.

காளிதம்: *(பெ):* கறுப்பு; black.

காளித்தனம்: *(பெ):* முரட்டுத்தனம்; incivility.

காளிந்தம்: *(பெ):* பாம்பு; snake.

காளினியம்: *(பெ):* கத்தரிச் செடி; brinjal plant.

காளையங்கம்: *(பெ):* போர்; war; battle.

காறு: *(பெ):* கால அளவு; கொழு; சலாகை; இரும்புக்கம்பி; time measure; metal blade in a plough; spear; iron bar.

காறை: *(பெ):* வண்டி; அணி வகை; cart; carriage; a kind of ornament.

காற்காறை: *(பெ):* ஓர் அணிகலன்; an ornament for a deity.

காற்சரி: *(பெ):* ஒரு காலணி; பாதரசம்; a kind of sandals; mercury.

காற்செறி: *(பெ):* கால் விலங்கு; fetters for legs.

காற்படுதல்: *(வி):* அழிதல்; be ruined.

காற்படை: *(பெ):* காலாட்படை; கோழி; infantry; fowl.

காற்பாசம்: *(பெ):* பருத்தி; cotton.

காற்பாதை: *(பெ):* ஒற்றையடிப்பாதை; a narrow track.

காற்புரவு: *(பெ):* ஆற்றுப் பாசனம் கொண்ட நிலம்; the land which has its irrigation facilities from the river.

காற்பெய்தல்: *(வி):* ஓடுதல்; to run.

காற்றன்: *(பெ):* துரிசு; blue vitriol.

காற்றுக்கடுவல்: *(பெ):* பெருங்காற்று; storm; gale.

கானகச் சங்கம்: (பெ): நாகர வண்டு; a kind of beetle.

கானகநாடன்: (பெ): முல்லை நிலத்தலைவன்; குறிஞ்சி நிலத் தலைவன்; the chief of the pastoral tract; the chief of the hilly tract.

கானசரம்: (பெ): நாணல்; Kaus, a large and coarse grass.

கானத்தேறு: (பெ): மஞ்சள்; turmeric.

கானம்: (பெ): காடு; தேர்; நந்தவனம்; மணம்; பேதை; வானம்பாடி; இசைப்பாட்டு; forest; chariot; flower garden; fragrance; person of no discernment; Indian skylark; a kind of musical song.

கானயூகம்: (பெ): காட்டுக் குரங்கு; wild monkey.

கானல்: (பெ): மணம்; கடற்கரை; கழி; உப்பளம்; உவர்நிலம்; மலை சார்ந்த சோலை; கடற்கரைச் சோலை; வெப்பம்; சூரியக்கதிர்; fragrance; sea-shore; lagoon; salt-pan; saline land; the grove near a mountain; sea-shore grove; heat; sun rays.

கானல் நீர்: (பெ): நீரோடை ஒன்று அருகில் ஓடுவது போல் தோன்றும் மாயத்தோற்றம்; mirage.

கானவன்: (பெ): குரங்கு; குறிஞ்சி நிலத்தோன்; பாலை நிலத்தோன்; முல்லை நிலத்தோன்; monkey; the person who belongs to hill tract; person belonging to arid tract; person belonging to pastoral tract.

கானவிருக்கம்: (பெ): பாதிரி மரம்; trumpet flower tree.

கானாங்கெளிறு: (பெ): நன்னீர் மீன் வகை; a kind of fresh water fish.

கானை: (பெ): கால்நடை நோய் வகை; a kind of cattle disease.

கான்: (பெ): காடு; மணம்; பூ; சலதாரை; வாய்க்கால்; இசை; செவி; புகழ்; forest; fragrance; flower; drainage outlet; channel for irrigation; music; ear; glory.

கான் மரம்: (பெ): ஆலமரம்; banyan tree.

கான்முளை: (பெ): மகன்; son.

கி

கிகிணி: (பெ): வலியான் குருவி; a kind of bird.

கிக்கரி: (பெ): மீன்கொத்திப் பறவை; kingfisher.

கிங்கிணி: (பெ): பாதச் சதங்கை; கிலுகிலுப்பை; girdle of bells; child's rattle.

கிங்கிரம்: (பெ): குதிரை; குயில்; வண்டு; horse; koel; beetle.

கிங்கிலியன்: (பெ): வேலைக்காரன்; தூதுவன்; servant; messenger.

கிசம்/கிசலம்/கிசலை: (பெ): தயிர்; curd.

கிசலயம்: (பெ): தளிர்; sprout.

கிசனி: (பெ): பறவையின் கதிவகை; kind of bird's flight.

கிசில்: (பெ): கீல்; ஒருவகைப் பிசின்; tar; a kind of resin.

கிச்சாட்டம்: (பெ): தொல்லை; trouble.

கிச்சிலி: (பெ): நாரத்தை, எலுமிச்சை; பூலாங் கிழங்கு; a kind of orange; bitter lime; a kind of tuber plant.

கிச்சிலிக்கிழங்கு: (பெ): ஒரு வகை மணம் தரும் கிழங்கு; a kind of fragrant tuber plant.

கிச்சு: (பெ): நெருப்பு; fire.

கிஞ்சப்பண்ணி: (பெ): நாயுருவிச் செடி; a plant growing in hedges.

கிஞ்சம்: (பெ): சிறிது; புளி; புளிய மரம்; சிறுமை; that which is small in size; tamarind; tamarind tree; meanness.

கிஞ்சல்: (பெ): எல்லை; limit; border.

கிஞ்சித்தும்: (வி.அ): சிறிதும்; even a little.

கிஞ்சில்: (பெ): சிறிது; very little.

கிஞ்சு: (பெ): முதலை; crocodile.

கிஞ்சுகம்: (பெ): ஒரு வகை மரம்; சிவப்பு; கிளி; a kind of tree; red colour; parrot.

கிஞ்சுகி: (பெ): பலாசு மரம்; a kind of tree used for furniture.

கிஞ்சுமாரம்: (பெ): முதலை; crocodile.

கிடங்கர்: (பெ): கடல்; அகழி; sea; moat.

கிடந்துருளி: (பெ): இராட்டின உருளை; the pulley for drawing water from a well.

கிடாக்காலன்: (பெ): எருமைக் கொம்பு; the horn of buffalo.

கிடாரம்: (பெ): கொப்பரை; dried coconut-kernel.

கிடாரவன்: (பெ): அகில் வகை; eagle-wood.

கிடுபிடி: (பெ): ஒரு வகை வாத்தியம்; a kind of musical instrument.

கிடுமுடி: (பெ): ஒரு வகைப் பறை; a kind of drum.

கிடைப்பாடு: (பெ): நோய்; disease.

கிட்டக்கல்: *(பெ):* இரும்பு போன்றவற்றின் துரு; முருக வெந்துள்ள செங்கல்; the rust of iron; over-burnt brick.

கிட்டம்: *(பெ):* அண்மை; உலோகக்கட்டி; இரும்பு போன்றவற்றின் துரு; வண்டல்; சேறு போன்றவற்றின் ஏடு; இரத்தினக் கல்லில் உள்ள கருகு; nearness; ore; rust of iron etc.; silt; sediment; crust on a precious stone.

கிட்டம் பிடித்தல்: *(வி):* உலர்தல்; to dry.

கிட்டார்: *(பெ):* பகைவர்; enemies.

கிட்டாலம்: *(பெ):* செம்புப் பாத்திர வகை; a kind of copper vessel.

கிட்டிக்கயிறு: *(பெ):* பூட்டுக்கயிறு, a rope by which a bullock is fastened to the yoke.

கிட்டிணம்: *(பெ):* கறுப்பு; மான் தோல்; black; the skin of deer.

கிட்டிமுட்டி: *(வி.அ):* மிக நெருக்கமாக; very closely.

கிட்டிரம்: *(பெ):* நெருஞ்சிப் பூண்டு; cow's thorn.

கிட்டினர்: *(பெ):* சுற்றத்தார், உறவினர்; relatives.

கிட்டினன்: *(பெ):* திப்பிலி; long-pepper.

கிட்டுமானம்: *(பெ):* அண்மை; நெருக்கம். nearness; closeness.

கிணகன்: *(பெ):* அடிமை; slave.

கிணம்: *(பெ):* கிணறு; தழும்பு; a well; a scar.

கிணி: *(பெ):* கைத்தாளம்; cymbals.

கிணிதி: *(பெ):* கிலுகிலுப்பைச் செடி; a kind of plant growing in hedges.

கிணை: *(பெ):* பறை வகை; a kind of drum.

கிண்ணகம்: *(பெ):* வெள்ளம்; flood.

கிண்ணாரம்: *(பெ):* நரம்பிசைக் கருவி வகை; a kind of stringed musical instrument.

கிண்ணி: *(பெ):* கிண்ணம்; சிறு வட்டில்; நாழிகை வட்டில்; நண்டின் கால்; a cup; a small bowl; hour-glass; crab's leg.

கிண்ணிக் கர்ப்பூரம்: *(பெ):* ரசக் கர்ப்பூரம்; உயர்ந்த கர்ப்பூரம்; a kind of superior quality camphor.

கிதவம்: *(பெ):* ஊமத்தம் செடி; thorn apple; dhatura plant.

கிதவன்: *(பெ):* வஞ்சகன்; a fraud; cunning fellow.

கித்தம்: *(பெ):* விரைவு; செய்யப்பட்டது; swiftness; that which is made.

கிந்திகம்: *(பெ):* திப்பிலி மூலம்; the root of long pepper.

கிமித்துக்கினம்: *(பெ):* புழு; worm.

கியாதம்: *(பெ):* புகழ்; fame.

கியாழம்: *(பெ):* கஷாயம்; decoction.

கியானம்: *(பெ):* ஞானம்; அறிவு; wisdom; knowledge.

கிரகச்சித்திரம்: *(பெ):* குடும்பச் சச்சரவு; the quarrel or dispute within a family.

கிரகணம்: *(பெ):* சந்திரனால் சூரிய ஒளியும், பூமியால் சந்திரனின் பிரதிபலிப்பு ஒளியும் தற்காலிகமாக மறைக்கப்படும் நிலை; eclipse of the Sun/Moon.

கிரகநீதி: *(பெ):* இல்லற ஒழுக்கம்; the moralities of domestic life.

கிரக பதனம்: *(பெ):* அட்ச ரேகை; line of latitude.

கிரகம்: *(பெ):* கோள்; தாள அளவையுள் ஒன்று; வீடு; planet; a kind of rhythm measure; house.

கிரசேமிரம்: *(பெ):* பச்சைக் கர்ப்பூரம்; medicated camphor.

கிரது: *(பெ):* வேள்வி; நரகவகை; ஒரு முனிவர்; sacrifice; a kind of hell; a sage.

கிரந்த கர்த்தா: *(பெ):* நூலாசிரியன்; the author of a text.

கிரந்தம்: *(பெ):* நூல்; வடமொழி; வடமொழியை எழுதிட தமிழ்நாட்டில் பயன்படுத்திய எழுத்து; treatise; Sanskrit; the grantha script that was used in Tamil Nadu for writing Sanskrit.

கிரந்தி: *(பெ):* முடிச்சு; மேக புண்; knot; syphilis.

கிரந்திதகரம்: *(பெ):* நந்தியாவட்டை; East Indian rose-bay, the flower or the plant, the flower used in prayers.

கிரந்தி மூலம்: *(பெ):* திப்பிலி மூலம்; the root of long pepper.

கிரந்தி வாயு: *(பெ):* குழந்தை நோய் வகை; a kind of children's disease.

கிரமுகம்: *(பெ):* கமுகம்; பாக்கு மரம்; areca-nut tree.

கிராகதி: *(பெ):* நிலவேம்பு; a kind of tree.

கிராகியம்: *(பெ):* அறியத்தக்கது; கொள்ளத் தக்கது; that which is suitable for perception; that which is suitable for approval.

கிராணி: *(பெ):* எழுத்தர்; ஒரு வகை நோய்; writer; a kind of disease.

கிராந்துதல்: *(வி):* மறைந்து கொள்ளுதல்; இணைத்தல்; to hide; to unite.

கிராம சிம்மம்: *(பெ):* நாய்; dog.

கிராம மானியம்: *(பெ):* இறையிலி நிலம்; free hold lands given to the village workers by the ancient kings.

கிராம்: *(பெ):* கடிவாளம்; bridle; horse's bit.

கிராம்பு: *(பெ):* இலவங்கம்; clove.

கிராய்தல்: (வி) சுவர் போன்றவற்றைக் கழுவிச் சுத்தம் செய்தல்; to clean the walls by washing.

கிரிகன்னி: (பெ) துர்க்கை; வெள்ளைக் காக்கணங்கொடி; Durga, Goddess of Victory; a kind of creeper.

கிரிகோலம்: (பெ) அலங்கோலம்; disorder; confusion.

கிரிசம்: (பெ) மென்மை; tenderness.

கிரிசு: (பெ) குறுவாள்; stiletto; dagger; dirk.

கிரிச்சம்: (பெ) வருத்தம்; suffering.

கிரிதுர்க்கம்: (பெ) மலையரண்; mountain as natural defence, one of four arans.

கிரிமல்லிகை: (பெ) மலைமல்லிகை; மரவகை; a kind of jasmine; a kind of tree.

கிரிமிஞ்சி: (பெ) ஒரு வகை சிவப்புச்சாயம்; a kind of red paint.

கிரியாஊக்கி: (பெ) தான் எந்தவித மாற்றத்திற்கும் ஆளாகாது தான் சேர்ந்துள்ளதில் வேதியியல் மாற்றத்தைத் தூண்டுவதற்கான பொருள்; catalyst.

கிரியா சத்தி: (பெ) ஐந்து சக்தியுள் ஒன்று; one of the five kinds of Sakthis.

கிரியாத்து: (பெ) மலைவேம்பு; a kind of neem tree.

கிரியைக் கேடு: (பெ) முறைகேடு; irregularity; injustice.

கிரிவாணம்: (பெ) நீலாஞ்சனக்கல்; a precious stone.

கிரீட்டி: (பெ) பிரண்டைக் கொடி; square-stalked vine.

கிரீட்டுமம்: (பெ) முதுவேனிற் காலம்; summer; the month of Aani and Aadi, the season of extreme heat.

கிருகாங்கம்: (பெ) கற்பக மர வகை; a tree in the heaven.

கிருசம்: (பெ) மெலிவு; இளைப்பு; weakness; weariness.

கிருட்டிகன்: (பெ) விவசாயி; வேளாளன்; agriculturist; one who belongs to velala caste.

கிருட்டிண பாணம்: (பெ) எட்டி மரம்; strychnine tree; worm wood.

கிருட்டிணம்: (பெ) கறுப்பு; இரும்பு; மிளகு; துருசு; காகம்; குயில்; மான் வகை; black; iron; pepper; blue vitriol; crow; koel; a kind of deer.

கிருட்டிண மூலி: (பெ) துளசிச் செடி; sacred basil plant.

கிருதருக்கு: (பெ) வஞ்சகம்; deceit.

கிருதம்: (பெ) நெய்; செம்முருங்கை மரம்; ghee; a kind of tree.

கிருதி: (பெ) பாட்டின் இராகத்தை அதிகமாகச் சார்ந்திருக்கும் இசை வடிவம்; a composition depending on and bringing out the form of a raagam set to a particular thaalam.

கிருத்தம்: (பெ) செய்யப்பட்டது; that which is done entirely.

கிருத்தியம்: (பெ) தொழில்; ஐந்தொழில்; பிதுர் கடன்; profession; five functions of God; obsequies to one's deceased father.

கிருத்திரம்: (பெ) கழுகு; eagle; vulture.

கிருத்திரமம்: (பெ) வஞ்சனை; போலியானது; தொல்லை; artfulness; anything counterfeit; trouble.

கிருபணம்: (பெ) உலோபம்; miserliness.

கிருபணன்: (பெ) கருமி; miser.

கிருபாகரம்: (பெ) திருவருள்; divine grace.

கிருமி சத்துரு: (பெ) பலாசு மரம்; a kind of tree.

கிரேந்தி: (பெ) ஏலத்தோல்; the outer cover of cardamom pod.

கிலம்: (பெ) சிதைந்தது; சிறுமை; புன்மை; that which is spoiled; smallness; offence; meanness.

கிலமாதல்: (வி) பழுதுபடுதல்; to impair.

கிலாய்த்தல்: (வி) கோபப்படுதல்; அங்கலாய்த்தல்; be very angry; to lament.

கிலீபம்: (பெ) அலி; an eunuch; a person who is neither a man nor a woman.

கிலுக்கம்: (பெ) பறவை வகை; a kind of bird.

கிலுத்தம்: (பெ) மணிக்கட்டு; wrist.

கிலுபதம்: (பெ) நியாயம்; முறைமை; justice; order; manner.

கில்தல்: (வி) ஆற்றல் கொள்ளுதல்; சம்மதித்தல்; be able; to accept.

கில்லம்: (பெ) கழுத்து; தொண்டைக் குழி; neck; larynx.

கிழலை: (பெ) திசை; direction.

கிழா அன்: (பெ) தயிர் பானை; curd pot.

கிழாத்தி: (பெ) மீன் வகை; a variety of fish.

கிழார்: (பெ) வேளாளர் பட்டப்பெயர்; நீர் இறைக்கும் பொறி; தோட்டம்; a title of agriculturists/velalas; water-lift; a pumping engine; garden; field.

கிழாலை: (பெ) களர் நிலம்; saline soil.

கிழாள்: (பெ): உரியவள்; the woman who is having the right.

கிழான்: (பெ): உரியவன்; சூரியன்; வேளாளர் பட்டப்பெயர்; தயிர்த்தாழி; தயிர்; the man who is having the right; the Sun; a title of velalas; curd pot; curd.

கிழான் பச்சை: (பெ): சந்தன வகை; a kind of sandal paste.

கிழி: (பெ): நிதி முடிப்பு; கந்தை; துணியில் வரையப்பட்ட சித்திரம்; gold or valuables tied up in a piece of cloth; rag; a figure painted on cloth.

கிழிதம்: (பெ): நிதி முடிப்பு; gold or valuables tied up in a cloth.

கிழியீடு: (பெ): பொன் முடிப்பு; நிதி முடிப்பு; valuables tied up in a piece of cloth.

கிளத்தல்: (வி): புலப்படும்படி கூறுதல்; to express clearly.

கிளப்பம்: (பெ): கிளர்ச்சி; rising.

கிளர்: (பெ): ஒளி; பூந்தாது; light; pollen.

கிளர்தல்: (வி): வளர்தல்; மேலெழும்புதல்; மிகுதல்; விளங்குதல்; சிறத்தல்; உள்ளம் கிளர்ச்சியடைதல்; சினத்தல்; to grow; to rise; to exceed; to become renowned; to shine; to become spirited; be very angry.

கிளர்வரி: (பெ): நடிப்பில் ஒரு வகை; a kind of acting.

கிளர்வி: (பெ): கதவு; door.

கிளவி: (பெ): பேச்சு; சொல்; மொழி; speech; word; language.

கிளா: (பெ): களாச்செடி; a kind of plant.

கிளாய்: (பெ): பறவை வகை; கிளி; வெட்டுக்கிளி; a kind of bird; parrot; grasshopper.

கிளுவை: (பெ): செடி வகை; பறவை வகை; மீன் வகை; மர வகை; a kind of plant; a kind of bird; a kind of fish; a kind of tree.

கிளை: (பெ): கப்பு; பூங்கொத்து; தளிர்; சுற்றம்; பகுப்பு; இனம்; உறவினர்; மூங்கில்; ஓர் இசை; ஓர் இசைக் கருவி; branch; bunch of flowers; shoot; kith; division; race; kindred; bamboo; a music; a musical instrument.

கிளை கூட்டுதல்: (பெ): ஆந்தைகள் கூட்டமாகச் சத்தமிடுதல்; the loud cry of owls totally.

கிளைஞர்: (பெ): சுற்றத்தார்; நண்பர்; மருத நிலத்தவர்; relatives; friends; those who belong to agricultural tract.

கிளைதல்: (வி): நீக்குதல்; களைதல்; கிளறுதல்; to remove; to exterminate; to stir.

கிளைத்தல்: (வி): மரக்கப்பு விடுதல்; பெருகுதல்; உண்டாதல்; நெருங்குதல்; விளைதல்; நிறைதல்; கிளறுதல்; to branch off; to multiply; to appear; be near; to produce; to abound; to digup.

கிள்ளவடு: (பெ): கரண்டகம்; a small metal box for keeping quick lime.

கிள்ளாக்கு: (பெ): அதிகாரச் சீட்டு; authorization letter.

கிள்ளை: (பெ): கிளி; குதிரை; சாதிபத்திரி; parrot; horse; the nut-meg flower.

கிறாக்கி: (பெ): அருமை; விலையேற்றம்; rareness; a rise in price.

கிறாம்புதல்: (வி): மெல்லச் செதுக்குதல்; to carve slowly.

கிறாய்: (பெ): களிமண்; clay.

கிறாளித்தனம்: (பெ): கொடுமை; cruelty; wickedness.

கிறி: (பெ): பொய்; தந்திரம்; மாயம்; பவள வடம்; false; trick; deception; coral chain.

கிறிசு: (பெ): குறுவாள்; dagger.

கிறித்தல்: (வி): மாயஞ்செய்தல்; to make illusion; to produce false appearance.

கிறுங்குதல்: (வி): அசைதல்; to move.

கிறுசன்: (பெ): குங்குமப்பூ; மஞ்சள்; saffron flower; turmeric.

கிறுது: (பெ): குறும்பு; செருக்கு; mischivousness; pride.

கிறுதுவேதன்: (பெ): பீர்க்கன் கொடி; sponge-gourd creeper.

கிறுத்துவம்: (பெ): அகில்; eagle-wood.

கிற்பன்: (பெ): அடிமை; slave.

கிற்பு: (பெ): வலிமை; வேலைப்பாடு; செய்கை; அடிமைத்தனம்; strength; workmanship; action; slavery.

கினிதல்: (வி): முற்றுங் கவிதல்; to envelop.

கினை: (பெ): விளா மரம்; a kind of tree.

கின்னகம்: (பெ): தூக்கணாங் குருவி; weaver bird.

கின்னம்: (பெ): கீழ்மை; துன்பம்; meanness; suffering.

கின்னரப்பெட்டி: (பெ): ஆர்மோனியம் போன்ற இசைக்கருவி; a kind of musical instrument like Harmonium.

கின்னரம்: (பெ): பறவை வகை; a kind of bird.

கீ

கீகசம்: (பெ): எலும்பை ஒட்டிய சதைப்பகுதி; மிகச் சிறிய புழு வகை; the flesh on the bone; a kind of tiny worm.

கீகடம்: (பெ): நெருக்கம்; closeness; nearness.

கீசகம்: (பெ): மூங்கில்; குரங்கு; தலைக்கு இடும் காப்புறை; bamboo; monkey; helmet.

கீசம்பறை: (பெ): முறைகேடு; ஒழுங்கீனம்; injustice; irregularity; disorder.

கீசரன்/கீசரி: (பெ): சரக்கொன்றை மரம்; Indian Laburnum tree.

கீசன்: (பெ): சூரியன்; போர் வீரன்; the Sun; warrior.

கீசா: (பெ): பொய்; lie; false.

கீச்சான்: (பெ): குழந்தை; ஒரு குருவி வகை; கடல்மீன் வகை; child; a kind of a small bird; a variety of sea fish.

கீச்சி: (பெ): கழுத்தணி வகை; a kind of necklace.

கீச்சு: (பெ): அழுகையொலி; ஒரு வகைப் பறவையொலி; இறுகிய இரும்பு; moan; the sound produced by a bird; hardened iron.

கீடப்பகை: (பெ): வாய் விளங்கம்; a siddha medicinal thing.

கீடமணி: (பெ): மின்மினிப் பூச்சி; firefly.

கீடமாரி: (பெ): சிறு புள்ளடிப் பூண்டு; a herb.

கீடம்: (பெ): புழு; பூச்சி; வண்டு; worm; insect; beetle.

கீணம்: (பெ): சிதைவு; கேடு; damage; harm; adversity.

கீணர்: (பெ): அற்பர்; கீழோர்; mean persons; those who have low qualities.

கீதசாலை: (பெ): இசை பயிலுமிடம்; the place for learning music.

கீதவம்: (பெ): ஊமத்தை; thorn-apple; Datura plant.

கீதவேதம்: (பெ): சாம வேதம்; Sama Veda.

கீதாரி: (பெ): இடையர்; shepherds.

கீதி: (பெ): பாடுகை; பாட்டு; கருங்காலி; singing; song; ebony.

கீரணம்: (வி): விழுங்குதல்; swallow.

கீரம்: (பெ): பால்; நீர்; கிளி; milk; water; parrot.

கீரிப்பூச்சி: (பெ): கீரைப்பூச்சி; thread-worm.

கீரி ராசி: (பெ): சுறுசுறுப்பற்ற பருமனான குதிரை; the horse which is fat and lazy.

கீரை நார்ப்பட்டு: (பெ): பட்டுச் சேலை வகை; a kind of silk saree.

கீரை மணி: (பெ): கழுத்தில் அணியும் பாசிமணி வகை; a kind of necklace of green.

கீரை மீன்: (பெ): ஒரு வகை மீன்; a kind of fish.

கீர்: (பெ): சொல்; பாட்டு; பாயச வகை; word; song; a kind of semi-liquid food prepared of milk, rice, sago, etc. mixed with sugar.

கீர்த்தித்தானம்: (பெ): சென்ம லக்னம்; (Astrol) the ascendant.

கீர்த்திமை: (பெ): கீர்த்தி; புகழ்; praise; fame; popularity.

கீலகம்: (பெ): ஆணி; விரகு; ஏய்ப்பு; தந்திரம்; கீல்; nail; means; deceit; cunning; hinge.

கீலச்சு: (பெ): உருவத்தை வடிக்கும் கட்டளை அச்சு; mandrel.

கீலம்: (பெ): ஆணி; சுடர்க்கொழுந்து; பிசின்; கிழிதுண்டம்; வெட்டு; தார்; கீல்; கீற்று; சுவாலை; ஆப்பு; தூண்; ஆயுதம்; சிறுமை; சலாகை; nail; shooting flame; resin; tattered cloth; cutting; tar; hinge; stripe; flame; peg; pillar; weapon; meanness; needle-like tool of steel.

கீலாலம்: (பெ): இரத்தம்; நீர்; காடி; blood; water; fermented gruel or rice water.

கீலி: (பெ): விரகன்; தந்திரசாலி; clever person; cunning fellow.

கீல்தல்: (வி): கிழித்தல்; to tatter.

கீழறுத்தல்: (வி): சதிசெய்தல்; to plot.

கீழறுப்பான்: (பெ): வஞ்சகன்; deceitful man.

கீழாநெல்லி: (பெ): நெல்லிச்செடி வகை; a small plant with slender green main branches; *phyllanthus niruri*, used in the treatment of jaundice.

கீழிடுதல்: (வி): தாழ்த்துதல்; to degrade.

கீழிதழ்: (பெ): கீழுதடு; lower lip.

கீழை நாள்: (பெ): விடியற்காலம்; dawn.

கீழோங்கி: (பெ): செம்படவருள் ஒரு வகுப்பினர்; a sub-caste in fishermen community.

கீழ்: (பெ): கீழிடம்; கிழக்கு; பள்ளம்; முற்காலம்; குற்றம்; கயமை; இழிந்தவன்; மறதி; கடிவாளம்; underground; east; pit; ancient period; fault; baseness; the man who has low qualities; forgetfulness; horse bit.

கீழ்த்திசையியல்: (பெ): உலகில் கிழக்கு ஆசியப் பகுதியைச் சார்ந்த மக்கள், அவர்களின் வரலாறு, கலை, பண்பாடு போன்றவற்றைப் பற்றிய படிப்பு; concerning the oriental people, their art, culture etc.

கீழ்மடை: (பெ): கடைமடை; the land which is far away to irrigate through a canal.

கீழ்மரம்: *(பெ):* அச்சு மரம்; axle-tree.

கீழ்மேலாதல்: *(வி):* தலைகீழாதல்; to topsy - turvy.

கீழ்வாய்: *(பெ):* மோவாய்; குய்யம்; chin; anus.

கீழ்வாயிலக்கம்: *(பெ):* ஒன்றுக்குக் கீழ்ப்பட்ட எண்ணின் பெருக்கல் வாய்ப்பாடு; பின்ன எண்ணின் கீழ்த் தொகை; multiplication of fractions; denominator of a fraction.

கீழ்வெட்டு: *(பெ):* தடுத்துப் பேசுதல்; speaking against.

கீளி: *(பெ):* கடல் மீன் வகை; a kind of sea-fish.

கீற்பாய்: *(பெ):* தார்ப்பாய்; tarpaulin.

கீற்றுமதி: *(பெ):* மூன்றாம் பிறை; crescent moon.

கீனம்: *(பெ):* இழிவு; குறைவு; meanness; deficiency.

கு

கு: *(பெ):* பூமி; குற்றம்; சிறுமை; தடை; தொனி; நிந்தை; பாவம்; நீக்குதல்; நிறம்; இகழ்ச்சி; earth; default; meanness; obstacle; tone; sound; reproach; sin; removing; colour; vilification.

குகம்: *(பெ):* மலைக்குகை; நுட்பம்; மறைவு; குதிரை; mountain cavern; minuteness; secrecy; horse.

குகரம்: *(பெ):* சுரங்கம்; மலைக்குகை; நிலவறை; செவி; தொண்டை; mine; mountain cavern; cellar; ear; throat.

குகரர்: *(பெ):* சாவகத் தீவில் வாழும் ஒரு சாதியர்; Kugarar, a caste who live in Saavaham island-(now Java).

குகலிதம்: *(பெ):* ஒலி; குயிலின் குரல்; sound; crow of Koel.

குகீலம்: *(பெ):* மலை; mountain.

குகு: *(பெ):* அமாவாசை; கூகையொலி; தசநாடியுள் ஒன்று; new-moon day; the cry of an owl; one of the Dhasa Nadis.

குகுலா: *(பெ):* தேனீ; கடுகரோகணி; honey bee; a siddha medicinal thing.

குகூகம்: *(பெ):* குயில்; Koel.

குக்கன்: *(பெ):* நாய்; dog.

குக்கி: *(பெ):* வயிறு; stomach.

குக்கிலம்: *(பெ):* அதிவிடயப்பூண்டு; a herb.

குக்கில்: *(பெ):* செம்போத்து; குங்கிலியம்; crow pheasant; Konkani resin.

குக்குடம்: *(பெ):* கோழி; fowl; cock.

குக்குடி: *(பெ):* பெட்டைக் கோழி; hen.

குக்குதல்: *(வி):* இருமுதல்; குந்துதல்; to whoop; to sit.

குக்குரம்: *(பெ):* கோடகச்சாலைப் பூண்டு; a herb.

குக்குலி: *(பெ):* செம்போத்து; crow pheasant.

குக்குலுவம்: *(பெ):* குங்கிலியம்; Konkani resin.

குக்கூடல்: *(பெ):* முட்டாக்கு; veil; overall.

குங்கிலிகம்: *(பெ):* வாலுளுவையரிசி; a kind of siddha medicinal thing.

குங்கிலியம்: *(பெ):* ஒரு வகை மரம்; ஒரு வகை வாசனைச் சரக்கு; a kind of tree; Konkani resin, a kind of fragrant thing.

குங்குதல்: *(வி):* குன்றுதல்; குறைதல்; to decrease; to diminish.

குங்குமக் காவி: *(பெ):* செங்காவி; red-ochre.

குங்குமச் சம்பா: *(பெ):* நெல்வகை; a kind of paddy.

குங்குமச்சோரன்: *(பெ):* குதிரை வகை; a kind of horse.

குங்குமப் பரணி: *(பெ):* குங்குமச் சிமிழ்; a casket for keeping saffron powder.

குங்குலு: *(பெ):* குங்கிலிய மரம்; konkani resin tree.

குசந்தனம்: *(பெ):* செஞ்சந்தனம்; fragrant sandal powder.

குசபலம்: *(பெ):* மாதுளை மரம்; pomegranate tree.

குசமசக்கு: *(பெ):* குழப்பம்; confusion.

குசம்: *(பெ):* நீர்; மரம்; தர்ப்பை; மார்பகம்; water; tree; sacred grass, Kaus; chest; breast.

குசர்: *(பெ):* பிசிர்; frayed end; rough edge.

குசலக்காரன்: *(பெ):* வஞ்சகன்; மந்திரவாதி; deceiver; magician; conjurer.

குசலப்புத்தி: *(பெ):* கூர்மையான புத்தி; keen knowledge.

குசலம்: *(பெ):* திறமை; நலம்; நற்குணம்; மாட்சிமை; தந்திரம்; மாந்திரிகம்; talent; goodness; virtue; majesty; stratagem; exercising supernatural powers by means of mantras.

குசலர்: *(பெ):* அறிஞர்; வல்லவர்; wise men; learned people; capable men.

குசலை: *(பெ):* தடை; obstacle.

குசவம்: *(பெ):* கொய்சகம்; tucked-up ends of a saree as a woman's.

குசாக்கிர புத்தி: *(பெ):* நுட்பமான அறிவு; keen knowledge.

குசாண்டு: *(பெ):* அற்பத்தனம்; சிறுமை; baseness; vileness; meanness.

குசால்: *(பெ):* களிப்பு; joy.

குசாற்காரன்: *(பெ):* பகட்டுக்காரன்; dandy; fop.

குசினி: (பெ): சமையல் அறை; சமையற்காரன்; kitchen; the cook.

குசுமம்: (பெ): பூ; flower.

குசுமாகரம்: (பெ): பூந்தோட்டம்; இளவேனில்; flower garden; spring season.

குசுமாசவம்: (பெ): தேன்; honey.

குசும்பம்: (பெ): செந்துருக்கம் பூ மரம்; a kind of flower tree.

குசும்பு: (பெ): குறும்புத்தனம்; mischief.

குசுலம்: (பெ): குதிரை; horse.

குசேசயம்: (பெ): தாமரை; lotus.

குசை: (பெ): தர்ப்பை; குதிரைக் கடிவாளம்; குதிரையின் பிடரி மயிர்; மகிழ்ச்சி; Kaus, the sacred grass; horse bit; nape of the neck of a horse; joy; happiness.

குசோத்தியம்: (பெ): தந்திரம்; பரிகாசம்; trick; mockery.

குச்சம்: (பெ): பூங்கொத்து; கொத்து; குஞ்சம்; bunch of flowers; cluster; tuft.

குச்சரி: (பெ): பண் வகை; துகில் வகை; a kind of music; a kind of cloth.

குச்சிகை: (பெ): வீணை வகை; a kind of Veena (Lute).

குச்சிதம்: (பெ): இழிவு; disgrace.

குச்சிப்புல்: (பெ): புல்வகை; a kind of grass.

குச்சு: (பெ): கழுத்தணி வகை; சிற்றறை; a kind of necklace; a small room.

குச்சு மட்டை: (பெ): சுண்ணாம்பு அடிக்கும் மட்டை; the brush used in white-washing.

குச்சை: (பெ): கொய்ச்சகம்; tucked-up ends of a saree as a woman's.

குஞ்சம்: (பெ): குறள்; கூன்; குறளை; பூங்கொத்து; dwarf; hump-back; dwarfishness; bunch of flowers.

குஞ்சரம்: (பெ): யானை; கருங்குவளை; elephant; blue nelumbo.

குஞ்சரமணி: (பெ): கழுத்தணி வகை; a kind of necklace.

குஞ்சராசனம்: (பெ): அரச மரம்; Pipal tree.

குஞ்சனம்: (பெ): வளைவு; bend.

குஞ்சன்: (பெ): குறளன்; குள்ளன்; dwarf.

குஞ்சி: (பெ): குடுமி; பறவைக் குஞ்சு; சிற்றன்னை; சிற்றப்பன்; tuft of hair of men; chicken; young bird; mother's younger sister; father's younger brother.

குஞ்சிதம்: (பெ): வளைந்தது; that which is curved/bent.

குஞ்சிரிப்பு: (பெ): புன்னகை; குறுநகை; smile;

குஞ்சுக்கடகம்: (பெ): சிறு ஓலைப் பெட்டி; a small box made of dried palm leaf.

குஞ்சுரம்: (பெ): குன்றிமணி; crab's eye.

குஞ்சறை: (பெ): பறவைக் கூடு; bird's nest.

குஞ்சை: (பெ): நெய்வோர் பாவினில் தேய்க்கும் குஞ்சம்; weaver's brush.

குட: (பெ.அ): வளைந்த; bent; curved.

குடகம்: (பெ): மேற்கு; குடகு மலை; west; Kudagu mountain.

குடகரம்: (பெ): வேலிப்பருத்தி; உத்தாமணிக் கொடி; a herb; a kind of creeper.

குடகன்: (பெ): சேரன்; மேலை நாட்டவன்; Chera King; one who belongs to western country.

குடக்கம்: (பெ): வளைவு; bend; curve.

குடக்கனி: (பெ): பலாக்கனி; jack fruit.

குடக்கியன்: (பெ): கூனன்; hump-back.

குடக்கினி: (பெ): கருங்காலி மரம்; a kind of ebony.

குடக்கோ: (பெ): சேரன்; Chera King.

குடங்கர்: (பெ): நீர்க்குடம்; குடிசை; கும்ப ராசி; water pot; hut; eleventh constellation of the Zodiac having a pitcher as its sign; Aquarius.

குடங்கால்: (பெ): மடி; lap.

குடங்குதல்: (வி): வளைதல்; to bend.

குடசப்பாலை: (பெ): செடி வகை; a kind of plant.

குடசம்: (பெ): மலை மல்லிகை; குடசப்பாலை; a kind of jasmine; a kind of tree.

குடச்சூல்: (பெ): பாதச்சிலம்பு வகை; a kind of anklet.

குடஞ்சுட்டவர்: (பெ): பசுக்கூட்டம் மேய்க்கும் ஆயர்; cowherds.

குடஞ்சுட்டு: (பெ): பசு; cow.

குடதாடி: (பெ): வீடுகளில் தூணின் மேல் பொருத்தும் குடம் போன்ற வடிவமுடைய பகுதி; a wooden part like a pot, erected on a pillar in the houses.

குடதேவர்: (பெ): அகத்தியர்; the Sage Agathiyar.

குடத்தி: (பெ): ஓநாய்; ஆயர்குலப் பெண்; hyena; woman belonging to shepherd community.

குடந்தம்: (பெ): உடலை வளைத்துக் கை கூப்பிச் செய்திடும் வழிபாடு; குடம்; கும்பகோணம்; திரட்சி; a posture of worship; pot; Kumbakonam, a town in Thanjavur district; multitude.

குடபலை: (பெ): மணித்தக்காளி; black-night shade.

குடபுலம்: (பெ): மேலைநாடு; western country.

குடப்பம்: (பெ): இலுப்பை மரம்; a kind of tree.

குடப் பெட்டி: (பெ): நெல் வகை; a kind of paddy.

குடமணம்: (பெ): கருஞ்சீரகம்; black-cumin.

குடமண்: (பெ): வெண்மணல்; white sand.

குடமலை: (பெ): குடகு மலை; Kudaghu mountain.

குடமாடல்: (பெ): மாயோன் கூத்து; குடக் கூத்து; a dance played by Lord Krishna with a pot.

குடமுழவம்: (பெ): முழவு வாத்திய வகை; a kind of drum.

குடமுனி: (பெ): அகத்திய முனிவர்; the Sage Agathiyar.

குடம்பை: (பெ): கூடு; முட்டை; ஏரி; உடல்; nest; egg; lake; body.

குடராசம்: (பெ): பூரான் வகை; centipede; myriopod.

குடரி: (பெ): யானைத் தொட்டி; elephant stall.

குடலை: (பெ): பூக்கூடை; பழக்கூடை; குடல்; basket, made of palm leaves to keep fruits and flowers; bowels.

குடவம்: (பெ): பித்தளை; brass.

குடவர்: (பெ): குடகு நாட்டிலுள்ளோர்; those who belong to Kudagu Nadu.

குடவளப்பம்: (பெ): இலுப்பை மரம்; a kind of tree.

குடவறை: (பெ): சிற்றறை; நிலவறை; a small room; cellar.

குடவன்: (பெ): இடையன்; பித்தளை; ஒரு கொட்டை; கணிகை; shepherd; brass; a nut; a girl belonging to the community of dancer.

குடவு: (பெ): வளைவு; குகை; curve; bend; cave; cavern.

குடவுதல்: (வி): வளைவாதல்; to become bent.

குடவோலை: (பெ): முற்காலத்தில் கிராம நிர்வாக உறுப்பினர்களைத் தேர்வு செய்வதற்காக ஓலையில் பெயரை எழுதி குடத்தில் போட்டுக் குலுக்கி எடுக்கும் வாக்குச் சீட்டு; (formerly) vote as recorded on palm leaf used as a ballot paper and cast into a pot and drawn from it.

குடற்றுடக்கு: (பெ): இரத்தக் கலப்பான உறவு; blood relationship.

குடாக்கு: (பெ): புகையிலை; tobacco.

குடாசகம்: (பெ): கபடம்; ஏமாற்று; தீயுரை; fraud; deceit; ill-speech.

குடாசுதல்: (வி): சதி செய்தல்; to plot.

குடாது: (பெ): மேற்கு; மேற்கிலுள்ளது; west; that which is in the west.

குடாப்பு: (பெ): கூடு; nest.

குடாரம்: (பெ): கோடரி; தயிர் கடை தாழி; axe; churning pot of curd.

குடாரி: (பெ): கோடரி; திப்பிலி; axe; long pepper.

குடாரு: (பெ): தயிர் கடையும் தாழி; churning pot of curd.

குடாவு: (பெ): குடைவு; cavity.

குடான்: (பெ): செடிவகை; a kind of plant.

குடி: (பெ): வீடு; பருகுகை; மதுபானம்;

குடிகை: (பெ): இலைக்குடில்; கோயில்; கமண்டலம்; hut; hermitage; temple; ascetic's pitcher.

குடிகோள்: (பெ): சதி செய்து குடியைக் கெடுத்தல்; ruining the family by schemes.

குடிக்காடு: (பெ): ஊர்; town; village.

குடிக்காணம்: (பெ): வரி வகை; a kind of tax.

குடிக்கூலி: (பெ): வீட்டு வாடகை; house rent.

குடிங்கு: (பெ): பறவை; bird.

குடிசில்: (பெ): குடிசை; hut.

குடிஞை: (பெ): ஆறு; குடிசை; கோட்டான்; பறவை; river; hut; rock horned owl; bird.

குடிஞைக்கல்: (பெ): எடைக்கல்; a piece of metal of standard heaviness for weighing.

குடிஞைப்பள்ளி: (பெ): நாடக அரங்கின் ஒரு பகுதி; a portion in a drama stage.

குடிதாங்கி: (பெ): குடும்பத்தை வழிநடத்துபவன்; one who leads a family.

குடித்தரம்: (பெ): தீர்வை வகை; a kind of tax.

குடிபடை: (பெ): குடிமக்கள்; the people of a village, town, city or nation.

குடிப்பெண்: (பெ): மனைவி; கற்புடையவள்; wife; woman of chastity.

குடிமை: (பெ): அடிமைத்தனம்; குடியுரிமை; உயர் குலத்தார் பழக்க வழக்கங்கள்; slavery; nobility; manners and customs of the higher classes.

குடிமைப்பாடு: (பெ): ஊழியம்; service.

குடிமைப்பொருள்: (பெ): அன்றாட வாழ்க்கைக்குத் தேவையான அரிசி, எண்ணெய் போன்ற பொருட்கள்; civil supplies.

குடியெழும்பு: (வி): மக்கள் தாங்கள் வாழும் இடத்தை விட்டு வேறிடத்திற்குப் போதல்; people to move out to another place.

குடிலச்சி: (பெ): கருவண்டு; black-beetle.

குடிலப்பாட்டு: (பெ): இசை வகை; a kind of music.

குடிலம்: (பெ): விண்; குரா மரம்; வஞ்சகம்; சடை; sky; a kind of tree; deceit; matted hair.

குடிலை: (பெ): பிரணவம்; மாயை; Om, the principal mantra of Hindus; illusion.

குடிவாரம்: (பெ): பயிரிடுவோன் உரிமை; tenancy; occupancy right.

குடீசகம்: (பெ): ஒரு வகை சன்னியாசம்; a kind of asceticism.

குடீரம்: (பெ): குடில்; குடிசை; cottage; hut.

குடுகு: (பெ): குடுவை; தேங்காய் ஓடு போன்ற வற்றாலான குடுவை; earthen or wooden pitcher of an ascetic; hard shell of coconut used as a vessel.

குடுப்பம்: (பெ): நான்கு பலம் அளவுள்ள பழைய அளவு வகை; a former weighing measure.

குடுமிகொள்ளுதல்: (பெ): வெற்றியடைதல்; to succeed.

குடும்பு: (பெ): காய் போன்றவற்றின் கொத்து; cluster of fruits.

குடுவை: (பெ): கமண்டலம்; vessel with small narrow mouth.

குடைக்கல்: (பெ): கல்லறையில் மூடுகல்; the covering stone of a cemetery.

குடைச்சூல்: (பெ): சிலம்பு; anklet.

குடோரி: (பெ): வெங்காரம்; வெள்ளைப் பாடாணம்; கீறுதல்; borax; a kind of arsenic; dissecting.

குட்சி: (பெ): வயிறு; stomach.

குட்ட நாசனம்: (பெ): வெண்கடுகு; white mustard.

குட்டநாடு: (பெ): திருவாங்கூர் பகுதியைச் சார்ந்த பண்டைய நாடு; an ancient country in South India covering a part of Travancore.

குட்டமிடுதல்: (வி): பள்ளம் தோண்டுதல்; to dig a ditch, pit, etc.

குட்டரி: (பெ): மலை; mountain.

குட்டான்²: (பெ): சிறு ஓலைப்பெட்டி; a small palm leaf box.

குட்டிமம்: (பெ): கல் பாவப்பட்ட தரை; the floor, paved with stones.

குட்டியம்: (பெ): சுவர்; மேடை; wall; raised platform; dais.

குட்டினம்: (பெ): கருஞ்சீரகம்; black-cumin.

குணகண்டி: (பெ): சிவகைக் கொடி; a kind of creeper.

குணகம்: (பெ): பெருக்கும் எண்; multiplying number.

குணகர்: (பெ): கணக்கர்; accountant.

குணகாரம்: (பெ): பெருக்கல்; multiplication.

குணகு/குணங்கர்/குணங்கு: (பெ): பூதம்; பிசாசு; goblin; devil.

குணகுதல்: (வி): வளைதல்; சோர்தல்; தளருதல்; தடுமாறுதல்; to bend; to be weary; to faint; to totter.

குணகோளார்த்தம்: (பெ): பூமியின் கிழக்குப் பாதி உருண்டை; the eastern half of the globe.

குணக்காய்ப் பேசு: (வி): விதண்டாவாதம் செய்திடு; to argue meaninglessly.

குணக்கிராகி: (பெ): நற்குணங்களுடையவன்; man of good qualities.

குணக்கு: (பெ): கிழக்கு; கோணல்; எதிரிடை; மாறுபாடு; நோய் முற்றுதல்; east; bend; crookedness; opposition; difference; severity of disease.

குணக்குன்று: (பெ): நற்குணசாலி; man of nobility.

குணக்கேடன்: (பெ): நற்குணம் இல்லாதவன்; ill-natured person.

குணக்கேடு: (பெ): நற்குணம் இல்லாமை; ill-nature.

குணங்குறி: (பெ): தன்மையும், வடிவமும்; form and attribute.

குணட்டுதல்: (வி): பகட்டாய்ப் பேசுதல்; செல்லம் கொஞ்சுதல்; to talk vainly; be indulgent as to child.

குணதரன்: (பெ): முனிவன்; நற்குணமுடையவன்; sage; man of good qualities.

குணதிசை: (பெ): கிழக்கு; east.

குணத்தொனி: (பெ): வில்லின் நாண் ஓசை; the sound produced from the bow string when fastened.

குணபாகம்: (பெ): ஏற்ற பக்குவம்; அனுகூல நிலை; suitability; favourable condition.

குணலி: (பெ): சீந்தில் கொடி; a kind of creeper.

குணனம்: (பெ): பெருக்கல்; multiplication.

குணனீயம்: (பெ): பெருக்கப்படும் எண்; the number which is to be multiplied.

குணாம்பி: (பெ): கோமாளி; buffoon; jester.

குணாலை: (பெ): கூத்து வகை; a kind of dance or play.

குணி: (பெ): பண்பி; நற்குணம் உடையவன்; முடமானது; object as possessing attributes; a good person; that which is lame.

குணில்: (பெ): குறுந்தடி; பறையடிக்கும் தடி; short stick; drumstick.

குணு: (பெ): புழு; worm.

குணுக்கம்: (பெ): வருத்தம்; துன்பம்; distress; pain; sufferings.

குணுங்கு: (பெ): பிசாசு; goblin.

குண்டக்கிரியை: (பெ): ஒரு பண் வகை; a kind of music.

குண்டடுப்பு: (பெ): அடுப்பு வகை; a kind of stove.

குண்டாக்கன்: (பெ): தலைவன்; chief.

குண்டிகை: (பெ): கமண்டலம்; குடம்; குடுக்கை; 108 உபநிடதங்களுள் ஒன்று; a cruet-like vessel containing holy water carried by saints; pot; coconut or other hard shell used as vessel; one of the 108 Upanishads.

குண்டியம்: *(பெ):* குறளை; பொய்; dwarfishness; lie; false.

குண்டில்: *(பெ):* முதுகு; back.

குண்டீரம்: *(பெ):* வல்லமை; கொள்கை; power; principle.

குண்டுக்கலம்: *(பெ):* 24 மரக்கால் கொண்ட ஓர் அளவு; a measure of capacity equal to 24 marakkaas.

குண்டுணி: *(பெ):* கோள்; கோள் சொல்பவன்; back-bite; backbiter.

குண்டு நீர்: *(பெ):* கடல்; sea.

குண்டு மரக்கால்: *(பெ):* எட்டு படி கொண்ட முந்தைய முகத்தலளவு; a kind of former measure containing eight units.

குண்டை: *(பெ):* எருது; இடப ராசி; ox; second constellation of the Zodiac having the bull as its sign; Taurus.

குண்ணவடை: *(பெ):* வடகிழக்குக்காற்று; North-east wind.

குண்ணியம்: *(பெ):* பெருக்கப்படும் எண்; the number which is to be multiplied.

குதம்புதல்: *(வி):* கொதித்தல்; சினத்தல்; துணி அலசுதல்; to boil; to get angry; to rinse a cloth.

குதம்பை: *(பெ):* காதணி வகை; a kind of ear ornament.

குதரம்: *(பெ):* மலை; வெற்பு; பொருப்பு; mountain; hill.

குதர்: *(பெ):* பிரிவு; விலக்கு; நீக்கம்; separation; prohibition; elimination.

குதனம்: *(பெ):* துப்புரவின்மை; திறமையின்மை; அக்கறையின்மை; impurity; incapability; lack of interest.

குதாவிடை: *(பெ):* அலங்கோலம்; காலத் தாழ்வு; disorder; delay.

குதானன்: *(பெ):* செடி வகை; a kind of plant.

குதிகள்ளன்: *(பெ):* குதிகாலில் வரும் புண்; the sore or boil in the heel of the foot.

குதிகொள்ளுதல்: *(வி):* குதித்தல்; பெருகுதல்; பொலிதல்; to jump; to maximize; to flourish.

குதிமுள்: *(பெ):* குதிரை முள்; spur.

குதிரம்: *(பெ):* 35 கழஞ்சு அளவுள்ள கற்பூரம்; camphor (with a weight of 35 kazhanju - a former measure)

குதிரி: *(பெ):* அடங்காப் பிடாரி; termagant.

குதிரை சக்தி: *(பெ):* ஓர் இயந்திரத்தின் இயங்கு சக்தியை அளவிடப் பயன்படுத்தும் ஓர் அலகு; horse power.

குதிரைப்படை: *(பெ):* குதிரை வீரர்கள் பலரைக் கொண்ட படை; cavalry.

குதிரைப்பட்டை: *(பெ):* மேற்கூரையைத் தாங்கும் கட்டை; the block that supports the roof.

குதிரைப்பல்லவன்: *(பெ):* வெள்ளைப் பூண்டு; garlic.

குதிரை மரம்: *(பெ):* கால்வாய் அடைக்கும் கதவு; நெசவுக் கருவி; sluice gate; an equipment of weaving loom.

குதிரை வலி: *(பெ):* பெண்களுக்குப் பிள்ளைப் பேறு காலத்தில் உண்டாகும் பெரும் வலி; labour pain.

குதுகம்: *(பெ):* விருப்பம்; desire.

குதுகுதுப்பு: *(பெ):* ஆவல்; நடுங்குதல்; eagerness; shivering.

குதும்பகர்: *(பெ):* தும்பைப் பூண்டு; white dead nettle; leucas.

குதை: *(பெ):* அம்பு; அம்பின் அடிப்புறம்; கையணிகலனின் பூட்டு; முயற்சி; பசி; arrow; bottom of an arrow; clasp or button of bracelet; effort; hunger.

குதைதல்: *(வி):* துளையிடுதல்; செலுத்துதல்; தடுமாறச் செய்தல்; to make a hole; to drill; to discharge; to cause embarrassment.

குதை போடுதல்: *(வி):* முடிச்சு போடுதல்; to put a knot.

குத்தகை: *(பெ):* அனுபவ உரிமையளிக்கும் ஒப்பந்தக் கட்டுப்பாட்டு முறை; lease.

குத்தரசம்: *(பெ):* பெருங்காயம்; asafoetida.

குத்திரம்: *(பெ):* சுடுசொல்; பொய்; வஞ்சகம்; caustic remarks; false; lie; deceit.

குத்தன்: *(பெ):* காப்பவன்; வணிகர் பட்டம்; the protector; a title of merchants.

குத்தாணி: *(பெ):* மரக்கைப்பிடி அமைந்த நீண்ட ஆணி வகை; a kind of long nail with wooden handle.

குத்தாலா: *(பெ):* கடுகரோகணி; a siddha medicinal thing.

குத்தாளை: *(பெ):* மானாவாரி நெல்; the paddy cultivated in the field without any possibility of irrigation.

குத்திரக்காரன்/குத்திரன்: *(பெ):* வஞ்சகன்; deceitful man.

குத்திரப் பேச்சு: *(பெ):* சுடுசொல்; hurtful remarks.

குத்திரவித்தை: *(பெ):* தந்திரம்; சூனிய வித்தை; trick; witchcraft.

குத்திருமல்: *(பெ):* கக்குவான் இருமல்; whooping cough.

குத்தினி: *(பெ):* ஒரு வகைப் பட்டுச் சீலை; a kind of silk cloth.

குத்தீட்டி: *(பெ):* ஈட்டி வகை; poniard.

குத்துக்கல்: *(பெ):* எல்லையில் செங்குத்தாக நட்டு வைக்கப்படும் கல்; the stone planted erect in the ground marking the boundary.

குத்துண்ணுதல்: *(வி):* செங்குத்தாக நிற்றல்; to stand erect.

குத்துணி: *(பெ):* இழிவானவன்; தமுக்குணி; ஒரு புடவை; mean person; drummer who announces the orders; a saree.

குத்துத்திராய்: *(பெ):* கீரை வகை; a kind of greens.

குத்துப்பாடு: *(பெ):* குற்றம்; fault.

குத்பா: *(பெ):* பள்ளி வாசலில் தொழுகை செய்யும் போது நடத்தப்படும் பிரசங்கம்; discourse in a mosque during the time of prayer.

குந்தமம்: *(பெ):* பூனை; cat.

குந்தம்[1]: *(பெ):* எறிகோல்; குத்துக்கோல்; குதிரை; javelin; pike; horse.

குந்தம்[2]: *(பெ):* துன்பம் தருவது; that which gives distress.

குந்தலிங்கம்: *(பெ):* சாம்பிராணி; frankincense.

குந்தளம்: *(பெ):* பெண்ணின் தலை முடி; woman's flowing hair.

குந்தனம்: *(பெ):* இரத்தினம் பதிக்கும் இடம்; the interspace for setting gems.

குந்தன்: *(பெ):* திருமால்; Lord Vishnu.

குந்தா: *(பெ):* துப்பாக்கியின் அடிப்பகுதி; butt of a rifle.

குந்தாலம்/குந்தாலி: *(பெ):* குத்திப் பறிக்கும் கருவி; கணிச்சி; pick axe; battle axe.

குந்தாளித்தல்: *(வி):* மகிழ்ந்து கூத்தாடுதல்; to dance with joy.

குபசுபா: *(பெ):* எட்டி மரம்; strychnine tree; wormwood.

குபலம்: *(பெ):* இழப்பு; loss.

குபார்: *(பெ):* கூச்சலிடுகை; shouting.

குபிதன்: *(பெ):* கோபக்காரன்; an angry man.

குபிலன்: *(பெ):* மன்னன்; king.

குபினன்: *(பெ):* வலைஞன்; fisherman.

குபேரகம்: *(பெ):* சின்னிப்பூடு; a kind of herb.

குப்பஞ்சனா: *(பெ):* நெற்குவியலின் மதிப்பு; the value of the heap of paddy.

குப்பத்தம்: *(பெ):* நில உடைமையாளரின் பங்கு; the share of the land-owner from the crop.

குப்பிமா: *(பெ):* மாக்கல்; greyish-blue soft stone.

குப்பி லவணம்: *(பெ):* வளையலுப்பு; a kind of salt.

குப்புறுதல்: *(பெ):* தலை கவிழுமாறு விழுதல்; கடந்து செல்லுதல்; to fall headlong; to cross.

குமடு: *(பெ):* கன்னம்; cheek.

குமணன்: *(பெ):* முதிரமலை நாட்டு அரசன்; Kumana, the king of Mudhiramalai Naadu.

குமண்டை: *(பெ):* செருக்குடன் கூடிய செயல்; மகிழ்ச்சிக் கூத்து வகை; a haughty deed; a kind of joyful dance.

குமதி: *(பெ):* முட்டாள்; அறிவிலி; foolish fellow; an idiot.

குமரகண்டம்: *(பெ):* ஒரு வகை வலிப்பு நோய்; a kind of epileptic fits.

குமரகம்: *(பெ):* மாவிலங்க மரம்; a kind of tree.

குமரம்: *(பெ):* கொம்பற்ற விலங்கு; ஒரு தமிழ் இலக்கண நூல்; a hornless animal; a text of Tamil grammar.

குமரிஞாழல்: *(பெ):* மல்லிகை; jasmine.

குமரிப்போர்: *(பெ):* முதலாவது போர்; the first battle.

குமரிமுத்தல்: *(வி):* இறக்கும் வரை கன்னியாகவே வாழ்தல்; பயனின்றி கழிதல்; to live and die as a virgin; to be wasted.

குமலி/குமிலி: *(பெ):* துளசி; sacred basil.

குமல்: *(பெ):* அரிவாள்; bill-hook; sickle.

குமாரம்: *(பெ):* இளமை; உருக்கிய பொன்; youthfulness; melted gold.

குமிகை: *(பெ):* வெள்ளை எள்; white sesame.

குமிண்டி: *(பெ):* கீரை வகை; a kind of greens.

குமிதம்: *(பெ):* தேக்கு மரம்; Teak wood.

குமிதல்: *(வி):* குளிர்தல்; திரளுதல்; to feel cold; to abound.

குமித்தல்: *(வி):* குவித்தல்; to heap.

குமிழ்த்தல்: *(வி):* குமிழிடுதல்; மயிர் சிலிர்த்தல்; ஒலிக்கச் செய்தல்; கொழித்தல்; to form into bubbles; to stand on end as hair; cause to sound; to winnow.

குமிறுதல்: *(வி):* ஒலித்தல்; to sound.

குமுகம்: *(பெ):* பன்றி; pig.

குமுகாயம்: *(பெ):* சமுதாயம்; society.

குமுக்கு: *(பெ):* மொத்தம்; பெருந்தொகை; உதவி; கூட்டம்; இரகசியம்; total; a large sum of money; help; crowd; secret.

குமுக்குதல்: *(வி):* ஆடையைக் கும்முதல்; to pound the clothes gently on a hard surface holding in both hands while washing.

குமுங்குதல்: *(வி):* மசிதல்; உள்ளிறங்குதல்; மனம் வெதும்புதல்; be placable; to sink; be disturbed in mind.

குமுதம்: *(பெ):* வெள்ளாம்பல்; செவ்வாம்பல்; மிகுதி; white water lily; red water lily; abundance.

குமுதிகை: *(பெ):* பறங்கிக் கொடி; பூசணிக்கொடி; pumpkin creeper; squash gourd creeper.

குமுறக் காய்தல்: *(வி):* நன்றாகக் காய்தல்; to dry entirely.

குமேரு: *(பெ):* பேய் பிசாசுகளின் இருப்பிடமான தென்முனை; the south end which is the abode of goblins, devils and some other evil spirits.

கும்பகாரன்: *(பெ):* குயவன்; potter.

கும்பஞ் செய்தல்: *(பெ):* பிணத்தைப் புதைத்தல்; to bury the corpse.

கும்பளம்: *(பெ):* கல்யாணப் பூசணி; squash gourd.

கும்பாகம்: *(பெ):* பவளக்கொடி; red coral as a marine plant.

கும்பி: *(பெ):* குவியல்; சேறு; சுடுசாம்பல்; வயிறு; heap; mire; hot ashes; stomach; elephant;

கும்பிடு சட்டி: *(பெ):* தீச்சட்டி; fire pot.

கும்பீரம்: *(பெ):* முதலை; crocodile.

கும்பு: *(பெ):* கூட்டம்; திரள்; crowd; abundance.

கும்மட்டம்: *(பெ):* சிறு பறை வகை; கட்டட வளைவு; a kind of small drum; arch.

கும்மட்டி: *(பெ):* குதிக்கை; ஒரு விளையாட்டு; ஒரு வாத்தியம்; jumping; leaping; a kind of game; a musical instrument.

கும்மலி: *(பெ):* பருத்த உடலை உடையவள்; the woman who is having fat body.

கும்மலித்தல்: *(வி):* விளையாடுதல்; to play a game.

கும்மல்: *(பெ):* ஆடையை நனைத்துக் கசக்குதல்; அரிவாள்; கூட்டம்; to pound the clothes gently on a hard surface while washing; sickle; crowd.

கும்முதல்: *(வி):* ஆடையை கசக்குதல்; to pound the clothes gently on a hard surface while washing.

குயவு: *(பெ):* தேர்; chariot.

குயா: *(பெ):* கோங்கு மரம்; a kind of tree.

குயிலாயம்: *(பெ):* பறவையின் கூடு; மாடம்; nest of a bird; a small niche in the wall.

குயிலுவம்: *(பெ):* பறை, கொம்பு, எக்காளம் போன்றவற்றை வாசித்தல்; playing on musical instruments like drums, horns, etc.

குயிலுவன்: *(பெ):* இசைக் கருவி வாசிப்பவன்; one who plays the musical instrument.

குயில்தல்/குயிறல்: *(வி):* கூவுதல்; சொல்லுதல்; செய்தல்; (மணி)பதித்தல்; to crow; to tell; to make; to fix (the gem);

குயின்: *(பெ):* செயல்; மேகம்; action; deed; cloud.

குய்: *(பெ):* தாளிப்பு; நறும்புகை; சாம்பிராணி; seasoning; fragrant smoke; gum-benzoin (burnt as incense).

குய்யதீபகம்: *(பெ):* மின்மினி; glow-worm; firefly.

குய்யபீசகம்: *(பெ):* எட்டி மரம்; strychnine tree.

குரகதம்: *(பெ):* குதிரை; horse.

குரகம்: *(பெ):* நீர்வாழ் பறவை; மைனா; water bird; aquatic bird; common myna.

குரக்கு பிடி: *(வி):* கை, கால் போன்றவற்றில் திடீரெனக் குத்தி இழுப்பது போன்ற தசைவலி உண்டாகுதல்; to suffer muscle pull; to suffer cramps.

குரங்கம்: *(பெ):* எட்டி மரம்; மான் விலங்கின் பொதுப்பெயர்; மலைக் கொன்றை; strychnine tree; a common name of stag; a kind of Indian Laburnum.

குரங்குதல்: *(வி):* தாழ்தல்; குறைதல்; தங்குதல்; வளைதல்; தொங்குதல்; இரங்குதல்; to droop; to diminish; to rest; to bend; to hang; to have pity.

குரசு/குரம்: *(பெ):* குதிரைக் குளம்பு; horse's hoof.

குரணம்: *(பெ):* முயற்சி; effort.

குரண்டம்: *(பெ):* மருதோன்றி மரம்; கொக்கு; henna tree; crane; stork.

குரத்தம்: *(பெ):* ஆரவாரம்; bustle; loud noise.

குரப்பம்: *(பெ):* குதிரை உடம்பின் மீது தேய்க்கும் கருவி; brush like instrument for rubbing the horse's body.

குரமடம்: *(பெ):* பெருங்காயம்; asafoetida.

குரம்பு: *(பெ):* அணைக்கட்டு; செயற்கையாக அமைக்கப்பட்ட அணை; எல்லை; dam; artificial bank; boundary.

குரம்பை: *(பெ):* சிறு குடில்; உடல்; பறவைக்கூடு; தானியக் கூடு; hovel; body; bird's nest; granary.

குரவகம்: *(பெ):* மருதோன்றி மரம்; henna tree.

குரவம்: *(பெ):* குரா மரம்; பேரீச்சை மரம்; a kind of tree; palm-date tree.

குரவம்பாவை: *(பெ):* பூ வகை; a kind of flower.

குரவன்: *(பெ):* ஆசிரியன்; அரசன்; குரு; தாய்; தந்தை; தமையன்; பிரம்மன்; அமைச்சன்; teacher; king; Guru; mother; father; elder brother; Lord Brahma; minister.

குரவு: *(பெ):* மரவகை; a kind of tree.

குரவை: *(பெ):* கடல்; மகளிர் கைகோத்து ஆடும் கூத்து; sea; dancing in a circle by women holding their hands.

குரவையிடுதல்/குலவை/குரவை: *(வி):* நாவால் குழறி மகிழ்ச்சியொலி செய்தல்; குலவையிடுதல்; to utter in a chorus a shrill sound by wagging the tongue as done by women on festive and religious occasions.

குரான்: *(பெ):* முகமதியரின் புனித நூல்; the sacred book of Muhammadans.

குரிசில்: *(பெ):* பெருமையில் சிறந்தவன்; தலைவன்; உபகாரி; illustrious person; chief; Lord; philanthropist.

குரீஇ: *(பெ):* குருவி; பறவை; sparrow; a kind of bird.

குருகிலை: *(பெ):* மர வகைகளில் ஒன்று; a kind of tree.

குருகு: *(பெ):* இளமையான விலங்கு; குட்டி; குருத்து; பறவை; நாரை; young animal; sprout; bird; crane

குருகு மண்: *(பெ):* வெண் மணல்; white sand.

குருக்கத்தி: *(பெ):* மாதவிக் கொடி; a kind of creeper.

குருக்கன்: *(பெ):* உடலை இளைக்க வைத்திடும் நோய்; a kind of disease.

குருசு: *(பெ):* சிலுவை; cross.

குருடி: *(பெ):* பார்வையற்றவள்; blind woman.

குருது: *(பெ):* நெய்; தானியக் குதிர்; ghee; a large barrel-like receptacle for storing grain.

குருத்தல்: *(வி):* தோன்றுதல்; சினங்கொள்ளுதல்; to appear; to resent; be enraged.

குருத்தெலும்பு: *(பெ):* இளவெலும்பு; cartilage.

குருநாதன்: *(பெ):* சுவாமிநாதன்; முருகப் பெருமான்; Lord Muruga.

குருந்தம்: *(பெ):* குருந்த மரம்; குருந்தக்கல்; a kind of tree; corundum emery.

குருந்து: *(பெ):* குழந்தை; மாதவிக் கொடி; குருந்தக்கல்; child; a kind of creeper; corundum emery.

குருபத்திரம்: *(பெ):* துத்தநாகம்; புளிய மரம்; zinc; tamarind tree.

குருப்பு: *(பெ):* பரு; pimple.

குருமடம்: *(பெ):* கிறித்தவ குரு ஆவதற்கான பயிற்சி பெறும் இடம்; seminary.

குருமித்தல்: *(பெ):* பேரொலி செய்தல்; முழங்குதல்; to make loud noise; to roar.

குரு மாணவன்: *(பெ):* கிறித்தவ குரு ஆவதற்கு பயிற்சி பெறும் மாணவன்; seminarian.

குருமார்: *(பெ):* சீக்கியமதத் தலைவர் (அ) முதன்மைக் குரு; leader or head-priest of Sikh religious institutions.

குருமை: *(பெ):* பெருமை; வண்ணம்; greatness; colour.

குரும்பட்டி/குரும்பை: *(பெ):* தென்னை, பனை ஆகியவற்றின் இளங்காய்; immature coconuts and palmyra nuts.

குரும்பம்: *(பெ):* வலை; net.

குருவகம்: *(பெ):* வெண் சிகப்பு; light red colour.

குருவண்டு: *(பெ):* குளவி வகை; a kind of wasp.

குரு வருடம்: *(பெ):* நவ கண்டங்களுள் ஒன்று; one of the 'Nava Kandams'.

குருவன்: *(பெ):* குரு; priest; teacher.

குரு வால்: *(பெ):* இத்தி மரம்; a kind of tree.

குருவிக்கல்: *(பெ):* ஒரு வகைச் செம்மண்; a kind of red soil.

குருவிக்கார்: *(பெ):* நெல் வகை; a kind of paddy.

குருவிஞ்சி: *(பெ):* வெற்றிலை வகை; a kind of betel leaf.

குருவிந்தம்: *(பெ):* தரம் தாழ்ந்த மாணிக்க வகை; குன்றிமணி; சாதிலிங்கம்; inferior kind of ruby; crab's eye; red sulphurate of mercury oxide.

குருவி வாலான்: *(பெ):* நெல்வகை; a kind of paddy.

குருவுக்காதி: *(பெ):* பச்சைக் கர்ப்பூரம்; medicated camphor.

குருளை: *(பெ):* இளமை; விலங்கின் குட்டி; குழந்தை; ஆமை; youthfulness; young animal; child; tortoise.

குருள்: *(பெ):* பெண்ணின் கூந்தல்; the flowing hair of woman.

குரூபம்: *(பெ):* அழகின்மை; வேறுபட்ட உருவம்; ugliness; deformity.

குரூரம்: *(பெ):* கொடுமை; cruelty; savagery.

குரோசம்: *(பெ):* 2¼ மைல் கொண்ட தொலைவு; a distance of approximately 2¼ miles.

குரோட்டம்: *(பெ):* நரி; fox.

குரோட்டு/குரோடம்: *(பெ):* பன்றி; pig.

குரோதம்: *(பெ):* பகைமை; கோபம்; malice; wrath; anger.

குரோதன்: *(பெ):* வீரபத்திரன்; கோபம் உள்ளவன்; Lord Veerabadhra; the man who is angry.

குரோதி: *(பெ):* ஒரு தமிழ் வருடம்; பகைவன்; a Tamil year; enemy.

குலகாயம்: *(பெ):* நத்தை; பேய்ப் புடலை; snail; a kind of snake-gourd.

குலச்சுமால்: *(பெ):* களத்தில் விற்கும் தானியம்; the grain or paddy sold at thrashing ground.

குலநாசகம்: *(பெ):* ஒட்டகம்; camel.

குல மீன்: *(பெ):* அருந்ததி நட்சத்திரம்; scarcely visible Alcor of the Great Bear Constellation.

குலம்பா: *(பெ):* பேய்ச் சுரை; wild melon.

குலரி: *(பெ):* குலை; பூங்கொத்து; bunch; cluster; bunch of flowers.

குலவரி: *(பெ):* சந்தன மரம்; செஞ்சந்தனம்; sandal wood tree; fragrant sandal paste.

குலவலி: *(பெ):* இலந்தை; jujubee fruit and tree.

குலவன்: *(பெ):* உயர்குடிப்பிறந்தோன்; aristocrat.

குலவு: *(பெ):* வளைவு; bend; curve.

குலவுகாசம்: *(பெ):* நாணல் புல்; Kaus, a large and coarse grass; lalong grass.

குலவுதல்: *(வி):* விளங்குதல்; மகிழ்தல்; உலாவுதல்; நெருங்கி உறவாடுதல்; தங்குதல்; வளைதல்; குவிதல்; to prosper; to rejoice; to roam; to move closely; to stay; to bend; to heap.

குலவுரி: *(பெ):* சந்தன மரம்; Sandal wood tree.

குலா: *(பெ):* மகிழ்ச்சி; joy; happiness.

குலாங்கனை: *(பெ):* உயர் குலப் பெண்; the woman who belongs to noble family.

குலாதனி: *(பெ):* கடுகரோகணி; a kind of medicinal thing.

குலாமர்: *(பெ):* உலோபிகள்; misers.

குலாயம்: *(பெ):* பறவைக் கூடு; வலை; bird's nest; net.

குலாரி: *(பெ):* ஒரு வகை வண்டி; a kind of carriage.

குலி: *(பெ):* மனைவியின் மூத்த தமக்கை; elder sister of one's wife.

குலிகம்: *(பெ):* இலுப்பை மரம்; சிவப்பு சாதிலிங்கம்; South Indian Mahua; red sulphurate of mercury oxide; vermilion.

குலிங்கம்: *(பெ):* ஊர்க்குருவி; ஒரு நாடு; குதிரை; sparrow; a country; horse.

குலிசம்: *(பெ):* வச்சிரப்படை; வயிரம்; the weapon of Lord Indra; diamond.

குலிசவேறு: *(பெ):* வச்சிரப்படை; the weapon of Lord Indra; Indra's thunderbolt.

குலிசன்/குலிசி: *(பெ):* இந்திரன்; Lord Indra.

குலிரம்: *(பெ):* நண்டு; crab.

குலிலி: *(பெ):* வீராவேச ஒலி; shout of triumph.

குலீனன்: *(பெ):* உயர் குடியில் பிறந்தவன்; aristocrat.

குலுக்கை: *(பெ):* குதிர்; a large barrel-like receptacle for storing grains.

குலுத்தம்: *(பெ):* கொள்ளு; gram used as fodder for horse.

குலும மூலம்: *(பெ):* இஞ்சி; ginger.

குலைக்கல்: *(பெ):* கோரோசனை; bezoar taken from the stomach of cows.

குலை தள்ளுதல்: *(வி):* குலை விடுதல்; to bring forth a stem with flowers to yield fruits (of trees such as coconut, palm, plantain etc.)

குலைத்தல்: *(வி):* அவிழ்த்தல்; பிரித்தல்; அழித்தல்; அசைத்தல்; (நாய்) குரைத்தல்; to untie; to disperse; to destroy; to shake; to bark.

குலோமி: *(பெ):* புல் வகை; a kind of grass.

குலோமிச்சை: *(பெ):* வசம்பு; sweet-flag.

குல்கந்து: *(பெ):* உலர்த்திய ரோஜா மலரின் இதழ்களை தேன், ஜீரா ஆகியவற்றில் சேர்த்து தயாரித்த லேகியம் போன்ற மருந்து; conserve of rose petal prepared in honey and sugar syrup said to have cooling effect.

குல்யன்: *(பெ):* மந்திரி; அமைச்சர்; minister.

குல்லகம்: *(பெ):* வறுமை; poverty.

குல்லம்: *(பெ):* முறம்; wide-mouthed winnowing pan.

குல்லரி/குல்வரி: *(பெ):* இலந்தை மரம்; Jujube tree.

குல்லிரி: *(பெ):* வீராவேச ஒலி; shout of triumph.

குல்லை: *(பெ):* துளசிச்செடி; கஞ்சாச் செடி; sacred basil; a narcotic and intoxicating plant.

குவலிடம்: *(பெ):* ஊர்; town.

குவலை: *(பெ):* துளசி; கஞ்சாச்செடி; sacred basil; a narcotic and intoxicating plant.

குவலையன்: *(பெ):* துரிசு; blue vitriol.

குவவு: *(பெ):* திரட்சி; கூட்டம்; குவியல்; பெருமை; மேடு; பூமி; mass; crowd; pile; heap; greatness; mound; earth.

குவாகம்: *(பெ):* கழுகு; ஒரு வகைப் பிசின்; white-headed kite; a kind of resin.

குவாகுலம்: *(பெ):* ஒட்டகம்; camel.

குவால்: *(பெ):* குவியல்; அதிகம்; கூட்டம்; மேடு; நெற்போர்; pile; heap; abundance; crowd; mound; pile of hay; rick.

குவி: *(பெ):* சுவர்; wall.

குவிமுட் கருவி: *(பெ):* அங்குசம்; elephant's goad used by mahouts.

குவேலம்: *(பெ):* ஆம்பல் மலர்; water lily.

குவை: *(பெ):* குவியல்; குப்பைமேடு; தொகுதி; கூட்டம்; கண்ணோய் வகை; பொன்னுருக்கும் குகை; heap; pile; collection; heap of rubbish; heap; crowd; a kind of eye disease; a vessel for melting gold.

குழ: *(பெ.அ):* இளமையான; youthful.

குழகம்: *(பெ):* அழகு; beauty.

குழகன்: *(பெ):* இளைஞன்; அழகன்; முருகன்; youth; handsome person; Lord Muruga.

குழகு: *(பெ):* அழகு; குழந்தை; beauty; child.

குழங்கல்: *(பெ):* கழுத்தணிகலன் வகை; a kind of necklace.

குழல்: *(பெ):* கூந்தல்; மயிர்க் குழற்சி; துளையுடைய பொருள்; the flowing hair; curl of hair; the thing which has a hole.

குழவி: *(பெ):* கைக்குழந்தை; அரைக்கும் கல்; பெருமை; child; infant; baby; grinding pestle.

குழவு: *(பெ):* இளமை; youth.

குழாஅல்: *(பெ):* கூடுகை; union.

குழாம்: *(பெ):* கூட்டம்; சபை; crowd; assembly.

குழிக்கணக்கு: *(பெ):* ஒரு வகை நில அளவை; a kind of land measurement.

குழிங்கை: *(பெ):* உள்ளங்கை; அகங்கை; the palm of hand.

குழிசி: *(பெ):* பானை; வண்டியின் குடம்; pot; hub of a cart wheel.

குழித்தாமரை: *(பெ):* கொட்டைப்பாசி; a herb.

குழி நாவல்: *(பெ):* நாவல் மர வகை; a kind of jamoon palm tree.

குழிப்பாடி: *(பெ):* துகில் வகை; a kind of cloth.

குழிப்பு: *(பெ):* தாழ்வு; low.

குழிமி: *(பெ):* மதகு; பாண்டத்தின் மூக்கு; sluice; spout of a vessel.

குழியம்மி: *(பெ):* மருந்தரைக்கும் கலுவம்; a small hollow grinding stone used for grinding medicines.

குழியாடி: *(பெ):* உட்புறம் குழிவாக உள்ள அரைக் கோள வடிவப் பிரதிபலிக்கும் பரப்பினைக் கொண்ட ஆடி; concave mirror or lens.

குழுதாழி: *(பெ):* மாட்டுத் தொட்டி; stable; cow shed; cattle-shed.

குழும்பு: *(பெ):* குழி; திரள்; pit; abundance.

குழூஉ: *(பெ):* கூட்டம்; crowd.

குழூஉக்குறி: *(பெ):* குறிப்புச் சொல்; conventional term peculiar to a class or body of men.

குழை: *(பெ):* குண்டலம்; தளிர்; சேறு; ear jewels; tender leaf; mud.

குழைமுகப்புரிசை: *(பெ):* அந்தப்புரம்; queen's apartments in a royal palace.

குழையடித்தல்: *(வி):* தழையை உரமாக இடுதல்; to apply green manure.

குளகம்: *(பெ):* மரக்கால்; ஆழாக்கு; சர்க்கரை; a measure consisting of eight units; a former measure; sugar.

குளகன்: *(பெ):* இளைஞன்; youth.

குளகு: *(பெ):* இலைக்கறி; கீரை; greens.

குளக்கால்: *(பெ):* குளத்தின் வாய்க்கால்; inlet channel of a tank.

குளக்குருவி: *(பெ):* நண்டு; crab.

குளசு: *(பெ):* கயிற்றுச் சுருக்கு; noose.

குளஞ்சி: *(பெ):* கிச்சிலி மரம்; a kind of tree.

குளப்படி: *(பெ):* குளம்புச் சுவடு; hoof print.

குளப்படுகை: *(பெ):* குளத்தின் அருகாமையில் உள்ள நிலம்; the land nearer to a tank.

குளம்பாசி: *(பெ):* குளத்தில் மீன் பிடிக்கும் உரிமை; the right to catch fishes in the tank.

குளவஞ்சி: *(பெ):* குளஞ்சி மரம்; a kind of tree.

குள வாழை: *(பெ):* ஆறு மாதத்தில் பயிராகும் நெல் வகை; a kind of paddy, maturing in six months.

குளவிந்தம்: *(பெ):* மருந்தாக உதவும் மஞ்சள்; turmeric, used as medicine.

குளிகை: *(பெ):* மாத்திரை; மந்திர மாத்திரை; tablet; magic-pill.

குளிசம்: *(பெ):* ஒரு வகைக் காப்புத் தகடு வைத்த சுருள்; தாயத்து; amulet.

குளிப்பச்சை: *(பெ):* ஒரு வகை மணி; a kind of gem.

குளியம்: *(பெ):* உருண்டை; மருந்து; வேங்கைப்புலி; ball; medicine; tiger.

குளிரம்: *(பெ):* நண்டு; crab.

குளிரி: *(பெ):* மயிலிறகினால் ஆன விசிறி; the fan made of peacock's feathers.

குளிர்ச்சி/குளிர்த்தி: *(பெ):* வெப்பம் குறைந்த நிலை; இதம்; சுகம்; coldness; pleasantness.

குளிர்தல்: *(வி):* சில்லிடுதல்; கண்ணுக்கு இனிமையாதல்; அம்மை போன்ற நோய்களால் இறந்து போதல்; விதைத்தல்; to feel cold; be cool; to get pleasantness; to die due to small-pox, measles, etc.; to sow the seeds.

குளிறு: *(பெ):* ஒலி; sound.

குளிறுதல்: *(வி):* ஒலித்தல்; to make sound; to sound.

குளுகுளுப்பை: *(பெ):* காமாலை நோய்; jaundice.

குளித்தி: *(பெ):* குளிர்மை; affection; love; coldness.

குளுந்தை: *(பெ):* கத்தூரி வகை; a kind of musk.

குளுமை: *(பெ):* குளிர்ச்சி; coldness.

குளுவன்: *(பெ):* பாம்பாட்டி; snake-charmer.

குளுவை: *(பெ):* ஒரு பறவை; a kind of bird.

குளைச்சக்கரம்: *(பெ):* ஓடு; tiles used for roofing.

குளைச்சு: *(பெ):* நான்கில் ஒரு பகுதி; கால் பங்கு; one-fourth; quarter.

குள்ளம்: *(பெ):* குறுமை; தந்திரம்; கொடுமை; shortness; cunning; cruelty.

குள்ளி: *(பெ):* குள்ளமானவள்; a puny woman.

குள்ளிருமல்: *(பெ):* கக்குவான் இருமல்; whooping cough.

குறங்கு: *(பெ):* கிளை வாய்க்கால்; தொடை; கொக்கி; branch canal; tributary stream; thigh; hook.

குறங்குசெறி: *(பெ):* தொடையணிகலன்; a kind of ornament worn on the thigh.

குறஞ்சனம்: *(பெ):* வெண்காரம்; borax.

குறஞ்சி/குறிஞ்சி: *(பெ):* செம்முள்ளிச் செடி; ஈந்து; மருதோன்றி; a kind of plant; a kind of fruit-bearing thorny tree; henna tree.

குறடா: *(பெ):* குதிரைச் சவுக்கு; whip.

குறடு: *(பெ):* பாதக் குறடு; மரத்துண்டு; பலகை; சந்தனக்கல்; பறை வகை; நண்டு; படைப்பு; wooden sandals with a toe-grip; wooden piece; plank; a stone for grinding sandal-wood into paste; a kind of drum; crab; that which is created.

குறட்டரியம்: *(பெ):* குறை கூறுதல்; criticizing.

குறட்பா: *(பெ):* குறள் வெண்பா; couplet.

குறண்டி: *(பெ):* முட்செடி; தூண்டில் முள்; a thorny plant; fishing hook.

குறண்டுதல்: *(வி):* வளைதல்; சுருளுதல்; வலிப்பு கொள்ளுதல்; to bend; to curl; to roll; to suffer from fit.

குறவஞ்சி: *(பெ):* ஒரு பெண்ணுக்கு, குறத்தி அவளது கைரேகை பார்த்து எதிர்காலத்தைப் பற்றிக் குறி சொல்லுவதாக அமைத்துப் பாடப்படும் ஒரு சிற்றிலக்கிய வகை; a poem in which a Kurava woman is represented as describing to a maiden the future course of her love by reading her palm.

குறவணன்: *(பெ):* புழு வகை; a kind of worm.

குறவழக்கு: *(பெ):* நெடும்பகை; long-cherished enmity.

குறவை: *(பெ):* மீன் வகை; a kind of fish.

குறழ்தல்: *(வி):* குனிதல்; to bow; to bend.

குறளன்: *(பெ):* வாமனன்; குள்ளன்; Vamana, one of the incarnation of Lord Vishnu; dwarf.

குறளை: *(பெ):* கோள் சொல்லுதல்; வறுமை; குள்ளம்; தீய செயல்; backbiting; poverty; dwarfishness; reproach.

குறாள்: *(பெ):* கன்னி; பெண் ஆடு; virgin; ewe.

குறி[1]**:** *(பெ):* அடையாளம்; இலக்கு; நோக்கு; குறிப்பு; mark; sign; target; goal; point of view.

குறி[2]**:** *(வி):* பதிவு செய்தல்; நிர்ணயம் செய்தல்; ஒன்றுமற்றொன்றினை சுட்டுதல்; துல்லியமாகத் தெரிவித்தல்; to jot down; to note down; to mark; to appoint; to indicate something through something; to state clearly.

குறிக்கொள்ளுதல்: *(வி):* புரிந்து கொள்ளுதல்; பாதுகாத்தல்; to understand; to guard carefully.

குறிச்சி: *(பெ):* ஊர்; குறிஞ்சி நிலத்து ஊர்; town; a town in the hilly tract.

குறிஞ்சி: *(பெ):* மலையும் மலை சார்ந்த இடமும்.

குறிஞ்சிப்பறை: *(பெ):* பறை வகை; a kind of drum.

குறிப்பறிதல்: *(வி):* நோக்கினை அறிதல்; to understand one's view.

குறிப்பாளி: *(பெ):* உய்த்துணர்பவன்; the man who knows by careful investigation.

குறிப்புச்சொல்: *(பெ):* நினைவில் நிற்கும் சொல்; சைகை; catch word; signal; cue.

குறிப்புப் பொருள்: *(பெ):* இரகசியத்தை அறிய குறிப்பால் உணர்த்துவது; clue.

குறியீட்டெண்: *(பெ):* ஒப்பிட்டுப் பார்த்திடப் பயன்படும் சதவிகித அடிப்படையிலான எண் முறை; (price) index.

குறியெதிர்ப்பை: *(பெ):* வாங்கிய அளவிலான பொருளை அதே அளவில் திருப்பிக் கொடுப்பது; exact return of things borrowed.

குறில்: *(பெ):* குற்றெழுத்து; குறுமை; short vowel; dwarfishness; shortness.

குறுகலர்/குறுகார்: *(பெ):* பகைவர்; enemies.

குறுக்கம்: *(பெ):* குறுகிய நிலை; சுருக்கம்; narrow; shortness; abbreviation; contraction.

குறுக்கல்: *(வி):* குறைத்தல்; to reduce.

குறுக்கு: *(பெ):* குறுமை; அகலம்; சுருக்கம்; இடுப்பு; dwarfishness; diameter; shortness; abbreviation; hip.

குறுக்குவெட்டுத் தோற்றம்: *(பெ):* ஒரு பொருளினுடைய உட்பகுதியைக் காட்டிடக் கூடிய அதனை குறுக்காக வெட்டியது போன்ற தோற்றம்; cross-section.

குறுக்கை: *(பெ):* புலி; உடைவாள்; ஒரு சிவத்தலம்; tiger; sword; a shiva's shrine.

குறுங்கண்: *(பெ):* சன்னல்; window.

குறுணி: *(பெ):* எட்டு படி கொண்ட தானிய அளவு; the measure of eight units (of grains).

குறுணிப்பாடு: *(பெ):* குறுணி அளவுள்ள நெல்லை விதைப்பதற்கான நிலம்; the land requiring one Kuruni of paddy to sow it.

குறுணை: *(பெ):* அரைக்கும்போது/இடிக்கும் போது ஒன்று-இரண்டாக நொறுங்கும் தானியம்; broken grain especially rice, (used for cooking).

குறுதல்: *(வி):* பறித்தல்; நீக்குதல்; to pluck; to remove.

குறுநர்: *(பெ):* களையெடுப்போர்; those who pluck the weeds in the paddy fields.

குறுநறுங்கண்ணி: *(பெ):* குன்றிப் பூ; the flower of crab's eye plant.

குறுநொய்: *(பெ):* குறுணை; broken grain, especially of rice.

குறுந்தறி: *(பெ):* சிறு முளை; stake.

குறுந்தொகை: *(பெ):* சங்க காலத்திய நூல்; Kurunthogai, a treatise of Sangam period.

குறுமல்: *(பெ):* பொடி; நுட்பம்; அணு; powder; minuteness; atom.

குறுமுட்டு: *(பெ):* அளவுக்கு அதிகமான செருக்கு; ஒடுக்கம்; விரைவு; பலாத்காரம்; excessive pride; narrowness; swiftness; violence.

குறும்படி: *(பெ):* வாசல் படி; doorstep.

குறும்படை: *(பெ):* கோட்டை; சிறு படை; fort; a small army.

குறும்புழை: *(பெ):* சிறு வாயில்; small entrance.

குறும்பூழ்: *(பெ):* காடை; quail.

குறும்பொறை: *(பெ):* சிறு மலை; குறிஞ்சி நிலம்; குறிஞ்சி நிலத்து ஊர்; காடு; a small hill; hilly tract; a town belonging to hilly tract; forest.

குறும்போது: *(பெ):* மாபெரும் பருவமுள்ள அரும்பு; flower bud.

குறுவால்: *(பெ):* இத்தி மரம்; a kind of tree.

குறுவாழ்க்கை: *(பெ):* வறுமை; சிறிது கால இன்பம்; poverty; happiness for a short period.

குறுவை நோவு: *(பெ):* கால்நடைகளுக்கான தொண்டை நோய்; a kind of throat disease of cattle.

குறைகோள்: *(வி):* இரத்தல்; to beg.

குறை செய்தல்: *(வி):* வெட்டுதல்; அவமரியாதை செய்தல்; to cut down; to treat with indignity; to insuit.

குறைதல்: *(வி):* கீழிறங்குதல்; கம்மியாதல்; தீர்தல்; தணிதல்; கட்டுப்படுதல்; கீழ் வருதல்; to come down; to get reduced; to diminish; to subside; to lessen; to become less.

குறைபடுதல்: *(வி):* குறைவாதல்; வருத்தத்தை வெளிப்படுத்துதல்; to get reduced; to complain.

குறைப்பக்கம்: *(பெ):* தேய்பிறை நாள்; waning moon day.

குறைப்பு: *(பெ):* (எண்ணிக்கையில்)குறைத்தல்; reduction.

குறைமதி: *(பெ):* தேய் பிறை; waning moon.

குறையிரத்தல்: *(வி):* பிச்சையெடுத்தல்; to beg.

குறையிருத்தல்: *(வி):* தன் குறை நீக்க வேண்டுதல்; to petition for one's wants.

குறைவில்: *(பெ):* வானவில்; rainbow.

குறோக்கை: *(பெ):* குறட்டை; snoring.

குற்குலு: *(பெ):* குங்கிலியம்; Konkani resin.

குற்சிதம்: *(பெ):* அருவருப்பு; disgust.

குற்பகம்: *(பெ):* நாணல்; kaus, a large coarse grass; lalong grass.

குற்பம்: *(பெ):* பரடு; கணுக்கால்; ankle.

குற்ற உணர்வு: *(பெ):* குற்றம் செய்ததை உணர்த்தும் மனநிலை; feeling of guilt.

குற்றக் குறிப்பாணை: *(பெ):* குற்றங்களைப் பட்டியலிட்டு மறுப்பைத் தெரிவிக்க வாய்ப்பு அளிக்கும் வகையில் அலுவலகத்தால் அனுப்பப்படும் கடிதம்; charge-memo.

குற்றப்பத்திரிகை: *(பெ):* குற்றம் பற்றிய தகவல்கள் அடங்கிய அறிக்கை; charge sheet; police report.

குற்றி: *(பெ):* கழுமரம்; மரக்கட்டை; வாய் குறுகிய பாத்திரம்; stake; stump; a kind of vessel, which has a narrow mouth.

குற்றியலுகரம்: *(பெ):* கு, சு, டு, து, பு, று ஆகிய எழுத்துக்களில் ஒன்றினைக் கடைசி எழுத்தாகக் கொண்ட சொல்லில் உள்ள இறுதி 'உ' தன் இயல்பான அளவில் குறைந்து ஒலிப்பது; the shortening of the final 'உ' in certain words.

குனட்டம்: *(பெ):* அதிவிடையப்பூண்டு; a kind of herb.

குனா: *(பெ):* குற்றம்; fault.

குனாசம்: *(பெ):* குன்றிக் கொடி; மாசு; பிழை; crab's eye creeper; stain; dross; default.

குனாபீ: *(பெ):* சுழற் காற்று; vortex.

குனி: *(பெ):* வில்; வளைகை; bow; bending; *(வி):* வளைதல்; to bow; to bend.

குனித்தல்: *(வி):* வளைத்தல்; ஆடுதல்; குரல் நடுங்குதல்; to bend; to dance; to shake; to quiver (as of voice).

குனிப்பு: *(பெ):* வளைகை; ஆடல்; கூத்து வகை; bending; dance; a kind of play.

குனை: *(பெ):* நுனி; tip.

குன்மப்புரட்டு: *(பெ):* வாந்தியுண்டாக்கும் வயிற்று நோய் வகை; a kind of stomach disease which causes vomit.

குன்மம்: *(பெ):* வயிற்று நோய்; stomach disease.

குன்றவர்: *(பெ):* குறிஞ்சி நிலத்தோர்; mountaineers; inhabitants of the hilly tract.

குன்றாவாடை: (பெ): வடகிழக்குக் காற்று; north-east wind.

குன்றி வேர்: (பெ): அதிமதுரம்; sweet flag; the root of crab's eye creeper.

குன்றுபயன்: (பெ): களவொழுக்கம்; secret union of lovers before ceremonial marriage.

குன்றுவர்: (பெ): வேடுவர்; குறிஞ்சி நில மக்கள்; hunters; mountaineers; inhabitants of hilly tract.

குன்று வாடை: (பெ): வடமேற்குக் காற்று; North-west wind.

குன்னம்: (பெ): அவமானம்; பழி; dishonour; guilt.

கூ

கூ: (பெ): கூவுதல்; பூமி; நிலம்; கூக்குரல்; கூழ்; crowing; calling out; earth; land; loud noise; gruel.

கூகம்: (பெ): கோட்டான்; ஆந்தை; மறைவு; rock-horned owl; owl; secrecy.

கூகமானம்: (பெ): மறைபொருள்; secret.

கூகளம்: (பெ): ஒருவித மந்த்ர வித்தை; a kind of magical art.

கூகனம்: (பெ): மாய்மாலம்; பொருந்தாத மொழி; pretention; unworthy words; unsuitable words.

கூகாகம்: (பெ): கமுகு; பாக்கு மரம்; areca-tree.

கூகாரி: (பெ): காக்கை; the crow.

கூகு: (பெ): எட்டு வயதுடைய பெண்; the girl who is eight years old.

கூகைக்கட்டு: (பெ): பொன்னுக்கு வீங்கி என்னும் அம்மைக் கட்டு; mumps.

கூகை நீறு: (பெ): காட்டெருமைப்பால்; ஒரு மருந்து; the milk of female bison; a kind of medicine.

கூசம்: (பெ): கூச்சம்; மார்பகம்; delicacy; shyness; breast.

கூசா: (பெ): மட்பாண்டம்; வெண்கலப்பாண்டம்; earthen pot; vessel made of bell metal (bronze).

கூசிதம்: (பெ): பறவையொலி; the cry of a bird.

கூசுமாண்டம்: (பெ): பூசணி; squash-gourd.

கூச்சி: (பெ): விளாம்பழத்து விதை; the seed of wood-apple.

கூச்சிதம்: (பெ): வெண்கடம்பு; a kind of tree.

கூச்சு: (பெ): கூரிய முனை; புளகம்; sharpened edge; horripilation.

கூடகம்: (பெ): வஞ்சகம்; deceit.

கூடகாரம்: (பெ): மேன்மாடம்; கூடம்; upper storey; balcony.

கூடசன்: (பெ): தந்தையின் பெயர் தெரியாத புதல்வன்; one who doesn't know who is his father.

கூடசாரன்: (பெ): அந்தரங்கத் தூதுவன்; personal messenger.

கூடணை: (பெ): மயிலிறகுக் கண்; the eye of the peacock's feather.

கூடத்தன்: (பெ): ஆன்மா; முதன்மையானவன்; பரப்பிரமம்; soul; supreme being; the Almighty.

கூடபாதம்: (பெ): பாம்பு; snake.

கூடம்: (பெ): வீடு; வீட்டின் கூடம்; தாழ்வாரம்; house; hall; verandah.

கூடம்பில்: (பெ): சுரைக்கொடி; bottle gourd-creeper.

கூடயந்திரம்: (பெ): பொறி; வலை; trap; net.

கூடலர்: (பெ): பகைவர்; enemies.

கூடல்: (பெ): மதுரை; பொருந்துகை; புணர்தல்; ஆறுகள் கூடும் இடம்; தேடல்; அடர்த்தியான தோப்பு; Madurai, a Shiva shrine in Tamil Nadu; fitting; sexual intercourse; junction of rivers; striving; dense grove.

கூடவற்சை: (பெ): தவளை; frog.

கூடாகாரம்: (பெ): நிலவறை; மேல் மாடி; cellar; upstairs.

கூடாக்கு: (பெ): புகையிலை; tobacco.

கூடாங்கம்: (பெ): ஆமை; tortoise.

கூடாதார்: (பெ): பகைவர்; enemies.

கூடாநட்பு: (பெ): அகத்தால் பொருந்தாது புறத்தே கூடியொழுகும் நட்பு; insincere and unreal friendship.

கூடார்: (பெ): பகைவர்; enemies.

கூடிலி: (பெ): காமன்; புலால் உண்பவன்; Kamadevan, the love God; Cupid; one who eats meat.

கூடி வா: (வி): ஒத்து வருதல்; ஏற்றதாக அமைதல்; (of time) be appropriate to do something.

கூடு: (பெ): உடல்; பறவைக்கூடு; விலங்கின் கூடு; body; nest; case; ஓரிடத்தில் வந்து சேர்தல்; to gather; to join; to set.

கூடு விடுதல்: (வி): இறத்தல்; எலும்பு தோன்ற இளைத்தல்; to die; to grow weary.

கூடையன்: (பெ): உடல் பருத்தவன்; fat man.

கூட்டடி: *(பெ):* உப்புக் குவியல் களம்; the ground used to store the salt collected from salt pans.

கூட்டமை: *(பெ):* கறி வகை; a kind of curry.

கூட்டத்தொடர்: *(பெ):* உறுப்பினர்கள் நாள்தோறும் கூடும் கூட்டம்; session of parliament, assembly, etc.

கூட்டமைப்பு: *(பெ):* ஒன்றுக்கு மேற்பட்ட சங்கங்கள், அமைப்புகள் ஆகியவற்றின் இணைப்பு; association of more than one union, etc.; federation.

கூட்டரக்கு: *(பெ):* செவ்வரக்கு; sealing wax.

கூட்டரவு: *(பெ):* கூடுகை; நட்பு; சேர்க்கை; excess; friendship; combination.

கூட்டர்: *(பெ):* தோழர்; companion.

கூட்டற்றவன்: *(பெ):* ஒன்றுக்கும் உதவாதவன்; useless fellow.

கூட்டு: *(பெ):* நட்பு; துணை; தொடர்பு; திரள்; கலப்பு; friendship; partnership; alliance; abundance; mixing; *(வி):* ஒன்றுசேர்த்தல்; to sweep a place; to bring together.

கூட்டுப்பங்கு: *(பெ):* பல பங்குதாரர்களைக் கொண்டு நடத்தப்படும் நிறுவனத்தின் ஒரு பங்கு; a share in a partnership concern.

கூட்டுப்புழு: *(பெ):* கூட்டினுள் இருக்கும் (சில வகைப் பூச்சிகளின்) புழு; cocoon.

கூட்டுப் பொறுப்பு: *(பெ):* (ஒரு செயலில்) பலருக்கும் உள்ள பொறுப்பு; joint responsibility.

கூட்டு வட்டி: *(பெ):* கடனாக வாங்கிய தொகைக்கு ஒவ்வொரு ஆண்டு வட்டியும் அசலுடன் சேர்க்கப்பட்டு அந்தக் கூட்டுத் தொகைக்குக் கணக்கிடப்படும் வட்டி; compound interest.

கூட்டுறவு: *(பெ):* சேர்ந்து வாழும் வாழ்க்கை; நெருக்கமான தொடர்பு; நட்பு; ஒத்துழைப்பு; ஒற்றுமையாய் வேலை செய்கை; living as joint family; intimate connection; friendship; co-operation.

கூட்டுறவுச் சங்கம்: *(பெ):* ஐக்கியமாகச் செயல்படும் சங்கம்; co-operative society.

கூதல்: *(பெ):* குளிர்; coldness; chillness.

கூதளம்: *(பெ):* வெள்ளரி; தூதுவளை; கூதாளிச் செடி; cucumber; climbing brinjal; a kind of plant.

கூதறை: *(பெ):* இழிந்தது; கிழியல்; degenerated one; tattered garment.

கூதாரி: *(பெ):* வெள்ளரி; cucumber.

கூதாளி: *(பெ):* தூதுவளை; செடிவகை; climbing brinjal; a kind of plant.

கூதாளி: *(பெ):* பனிக்காற்று; குளிர்; குளிர் காலம்; chill wind; chillness; cold season; autumn.

கூதிர்: *(பெ):* காற்று; குளிர் காற்று; wind; cold wind.

கூதை செய்தல்: *(வி):* காதை அறுத்து மூளியாக்குதல்; to cut the ears.

கூத்தப்பள்ளி: *(பெ):* நாடகப் பாடசாலை; school of drama.

கூத்தம்பலம்: *(பெ):* கோயிலில் நடனம், நாடகம் நிகழ்த்துவதற்குரிய அரங்கு; the place in a temple to enact play, dance, etc.

கூத்தராற்றுப்படை: *(பெ):* தலைவனைக் கண்டு மீண்ட இரவலன் கூத்தாடுபவரைத் தலைவனிடம் செலுத்தும் புறத்துறை; (purap), theme of a dancer himself the recipient of favours from a king or a chieftain directing another of his kind to that patron for royal bounty.

கூத்தன்: *(பெ):* உயிர்; நடிகன்; சிவபெருமான்; soul; actor; Lord Shiva.

கூத்தாட்டு: *(பெ):* நடிப்பு; நடனம்; acting a play; dance.

கூந்தல் கொள்ளுதல்: *(வி):* இறுகப் பெண்ணைத் தழுவுதல்; to embrace a woman tightly.

கூந்தன்மா: *(பெ):* குதிரை; horse.

கூந்தாலம்: *(பெ):* கடப்பாரை; crow-bar.

கூபம்: *(பெ):* கிணறு; well.

கூபரம்: *(பெ):* முழங்கை; fore-arm.

கூபரி: *(பெ):* தேர்; chariot.

கூபாரம்: *(பெ):* கடல்; sea.

கூம்பல்: *(பெ):* குமிழ மரம்; a kind of tree.

கூம்பு: *(பெ):* பாய்மரம்; தேர் மொட்டு; சேறு; பூவரும்பு; sail of a boat; cone-shaped pinnacle of a chariot; mud; flower bud.

கூரணம்: *(பெ):* பாகல்; கோடகசாலைப் பூண்டு; balsam-pear; a kind of herb.

கூரம்: *(பெ):* ஓர் ஊர்; பாகற் கொடி; யாழ்; பொறாமை; கொடுமை; கோடக சாலைப் பூண்டு; a village; balsam-pear creeper; lute; envy; atrocity; a kind of herb.

கூரல்: *(பெ):* கூந்தல்; இறகு; பெருமீன் வகை; flowing hair (of women); feather; a kind of large fish.

கூரன்: *(பெ):* நெல் வகை; நாய்; a kind of paddy; dog.

கூரியம்: *(பெ):* கூர்மை; sharpness; keenness.

கூரியன்: *(பெ):* புதன்; புத்திசாலி; Mercury; prudent; intelligent person.

கூரிலவணம்: *(பெ):* அமரியுப்பு; a kind of salt.

கூர்: (பெ): மிகுதி; கூர்மை; காரம்; குயவனின் சக்கரத்தைத் தாங்கும் உறுப்பு; abundance; sharpness; pungency, support of potter's wheet.

கூர்கேவு: (பெ): வெண் கடுகு; white mustard.

கூர்க்கருப்பன்: (பெ): நெல் வகை; a kind of paddy.

கூர்ங்கண்: (பெ): ஊடுருவிப் பார்க்கும் கண்; keen eyes.

கூர்ச்சகன்: (பெ): நெசவாளி, weaver.

கூர்ச்சம்: (பெ): தருப்பை; the sacred grass.

கூர்ச்சி: (பெ): கூர்மை; sharpness.

கூர்ச்சிகை: (பெ): எழுதுகோல்; தூரிகை; pencil; pen; painting brush.

கூர்ச்சேகரம்: (பெ): தென்னை மரம்; coconut tree.

கூர்ச்சீட்டு: (பெ): பாகப்பத்திரம்; கூறு சீட்டு; partnership deed.

கூர்தல்: (வி): மிகுதல்; விரும்புதல்; வளைதல்; to exceed; to like; to bend.

கூர்த்தல்: (வி): உவர்த்தல்; சினங்கொள்ளுதல்; மிகுதியாதல்; be saltish; be enraged; to abound.

கூர்த்திகை: (பெ): ஆயுதம்; weapon.

கூர்ந்த: (பெ.அ): நுட்பமான; sharp; keen.

கூர்ப்பம்: (பெ): புருவ மையம்; the centre point of the eyebrows.

கூர்ப்பரம்: (பெ): முழங்கை; fore-arm.

கூர்ப்பு: (பெ): அறிவு நுட்பம்; உவர்ப்பு; கூர்மை; keen knowledge; saltness; sharpness.

கூர்மம்: (பெ): ஆமை; திருமால் அவதாரங்களில் ஒன்று; tortoise; one of the ten incarnations of Lord Vishnu.

கூர்மாதனம்: (பெ): சப்பணமிட்டு உட்காருதல்; ஒரு வகை இருக்கை; sitting by folding the two legs; a kind of seat.

கூர்மிகை: (பெ): வீணை வகை; a kind of veena/ lute.

கூர்முள்: (பெ): குதிரை செலுத்தும் முள்; spurs.

கூர்வை: (பெ): படகின் குறுக்குக்கட்டை; the cross-bar fixed in a boat.

கூலகம்: (பெ): கரை; கரையான் புற்று; குவியல்; bank; ant-hill; heap.

கூலக்கடை: (பெ): பலதான்யக் கடை; grocery; grain bazaar.

கூலங்கடம்: (பெ): கடல்; sea.

கூலபந்து: (பெ): எட்டி மரம்; strychnine tree.

கூலம்: (பெ): பல தானியம்; பருப்பு வகைகள்; நீர்க்கரை; grains; cereals; bank of a river.

கூவ நூல்: (பெ): கிணறு வெட்டுதற்குரிய இடம் போன்றவற்றை உணர்த்தும் இயல்; science of determining the sites for sinking wells.

கூவம்: (பெ): கிணறு; ஓர் ஆறு; well; a river.

கூவிரம்: (பெ): வில்வ மரம்; (மலை) மர வகை; bael tree; a kind of tree (in mountain).

கூவிரி: (பெ): தேர்; chariot.

கூவிளை: (பெ): வில்வ மரம்; கோளக பாடாணம்; bael tree; a kind of arsenic.

கூவை: (பெ): கூட்டம்; செடி வகை; crowd; a kind of plant.

கூழங்கை: (பெ): முடமான கை; lame hand.

கூழம்: (பெ): எள்; sesame.

கூழன்: (பெ): ஒரு வகைப் பலா; அறிவிலி; a kind of jackfruit; idiot.

கூழான்: (பெ): கண்டகிக் கல்; a kind of stone.

கூழைப் பார்வை: (பெ): வஞ்சகப் பார்வை; deceitful sight or view.

கூழைமை: (பெ): கடமை; task; obligation; duty.

கூழையன்: (பெ): குள்ளன்; அறிவிலி; dwarf; idiot.

கூழ்த்தல்: (வி): பயப்படுதல்; be frightened.

கூழ்படுதல்: (வி): கலக்கமுண்டாதல்; be confused; be agitated.

கூறடைத்தல்: (வி): பகுதியாகப் பிரித்தல்; to separate; to divide.

கூறை/கூறைப் புடவை: (பெ): ஆடை; திருமணப்புடவை; garment; wedding-saree.

கூறை கோட்படுதல்: (வி): ஆடையைப் பறிகொடுத்தல்; to lose the garment.

கூறைப்பாய்: (பெ): தோணிப்பாய்; sail.

கூற்றம்: (பெ): மாவட்டத்தின் ஓர் உட்பிரிவு; கொடும் பகைவன்; யமன்; அழிவுண்டாக்குவது; சொல்; நாட்டின் பகுதி; a sub-division of a district; cruel enemy; Yama, the God of death; that which causes ruin; word; a part of a country.

கூற்றன் கொலையோன்: (பெ): மயில்துத்தம்; copper sulphate.

கூற்றன் வாய்: (பெ): தலை மதகு; inlet sluice.

கூற்றுவன்: (பெ): யமன்; Yama, the God of death.

கூனலங்காய்: (பெ): புளியங்காய்; tamarind fruit.

கூனிக்குயம்/கூனிரும்பு: (பெ): அரிவாள்; sickle.

கூனுதல்: (வி): வளைதல்; முதுகு வளைதல்; to bend; to bend with age.

கெ

கெக்கட்டம்: (பெ): ஆரவாரம்; a loud noise with laugh.

கெக்கலி: (பெ): குலுங்கச் சிரித்திடும் சிரிப்பு; loud laughter.

கெக்களித்தல்: (வி): ஏளனமாகச் சிரித்தல்; to laugh in a loud derisive manner.

கெசமா முட்டி: (பெ): எட்டி மரம்; strychnine tree.

கெச்சக்காய்: (பெ): கழற்சிக்காய்; molucca-beans.

கெச்சம்: (பெ): முல்லைக் கொடி; அரச மரம்; கால்சதங்கை; wild jasmine; pipal tree; string of metal balls worn around the anklets.

கெச்சை: (பெ): காற் சதங்கை; string of metal balls worn around anklets.

கெடவரல்: (பெ): மகளிர் குழு; மகளிர் விளையாட்டு; a group of women; a kind of women's game.

கெடி: (பெ): ஊர்; அதிகாரம்; மலைக்கோட்டை; வல்லமை; புகழ்; அச்சம்; village/town; power; a fort in the mountain; strength; fame; fear.

கெடிலம்: (பெ): ஓர் ஆறு; ஒடுங்கிய வழி; a river; narrow passage.

கெடுதலை: (பெ): அழிவு; பழுது; ruin; break-down.

கெடும்பு: (பெ): கெடு நினைவு; கேடு; ill-will; ruin.

கெட்டிக்காப்பு: (பெ): கையில் அணியும் அணி வகை; armlet.

கெட்டித்தல்: (பெ): உறுதிப்படுத்துதல்; to ascertain, to make sure.

கெட்டு: (பெ): பக்கக்கிளை; side-branch.

கெணனை: (பெ): எண்ணிக்கை; (total) numbers.

கெண்டன்: (பெ): தடியன்; முரடன்; stocky person; a term used impolitely in the sense of useless person; one who is rough and tough.

கெண்டி: (பெ): துண்டு; சற்று நீண்ட குழல் போன்ற மூக்குடைய செம்பு; a piece; a small cup-like vessel with a spout used for feeding children.

கெதாயு: (பெ): இறந்தவன்; dead person.

கெத்து: (பெ): தந்திரம்; trick; cunning.

கெத்துதல்: (வி): கீறிப்பிளத்தல்; கொக்கரித்தல்; ஏமாற்றுதல்; to split; to cut off; to cackle; to cheat.

கெந்தகம்/கெந்தி: (பெ): கந்தகம்; நாய்வேளைப் பூண்டு; sulphur; a herb.

கெந்தசாலி: (பெ): ஒரு வகை நெல்; a kind of paddy.

கெந்திபரம்: (பெ): ஆடு தின்னாப்பாளை; a herb.

கெந்திவாருணி: (பெ): பேய்த் தும்மட்டி கொடி; a kind of creeper.

கெமித்தல்: (வி): போதல்; புணர்தல்; to go; to copulate.

கெம்பத்து: (பெ): பகட்டு; glamour.

கெம்பரை: (பெ): கூடை; basket.

கெம்பளிப்பு: (பெ): மகிழ்ச்சி; happiness.

கெம்பு: (பெ): பதுமராகம்; சிவப்பு இரத்தினக் கல்; Ruby.

கெம்பு நீலம்: (பெ): உயர்ந்த நீலம்; superior saphire.

கெலித்தல்: (வி): வெல்லுதல்; அஞ்சுதல்; ஆசைப்படுதல்; to win; to frighten; to like.

கெலுழன்: (பெ): கருடன்; eagle.

கெவரி: (பெ): வெள்ளைக் காக்கணங் கொடி; a kind of herb.

கெவியூதி: (பெ): நாலரை கல் தொலைவு; a distance of roughly seven kilometres.

கெவுரா: (பெ): துளசி; sacred basil.

கெவுனி: (பெ): கோட்டை வாயில்; the entrance of a fort.

கெழீஇயிலி: (பெ): பகைவன்; enemy.

கெழு: (பெ): நிறம்; ஒளி; colour; light.

கெழுதகைமை: (பெ): உரிமை; நட்பு; right; friendship.

கெழுமுதல்: (வி): நிறைதல்; முதிர்தல்; முளைத்தல்; கற்றல்; காமவிகாரம் கொள்ளுதல்; கூடுதல்; பொருந்துதல்; to become full; to ripe; to sprout; to learn; to have lust; to maximize; to be suitable.

கெழுமை: (பெ): நிறம்; ஒளி; வளமை; colour; light; wealth.

கெளிதம்: (பெ): பெருங்கல்; large stone.

கெளிர்ச்சல்லியம்: (பெ): மீன் எலும்பு; bone of the fish.

கெளிறு: (பெ): மீன் வகை; a kind of fish.

கெற்சி: (பெ): சிறு வழுதலை; a herb.

கெற்சிதம்: (பெ): முழக்கம்; roar; rumble.

கே

கேகம்: *(பெ):* வீடு; மயில் குரல்; house; the cry of a peacock.

கேகயம்: *(பெ):* மயில்; ஒரு நாடு; பண் வகை; வில்; கவுரிப் பாடாணம்; peacock; a country; a kind of music; bow; a kind of arsenic.

கேகரம்: *(பெ):* கடைக்கண் பார்வை; a look in sideways.

கேகலன்: *(பெ):* கூத்தாடி; dancer; actor.

கேசகன்: *(பெ):* நாவிதன்; barber.

கேசதம்: *(பெ):* கரிசலாங்கண்ணி; a kind of greens with short thick leaves; eclipse plant.

கேசமுட்டி: *(பெ):* வேம்பு; neem.

கேசரம்: *(பெ):* பூந்தாது; குங்குமப்பூ; மகிழ மரம்; வண்டு; பெருங்காயம்; புன்னை மரம்; பொன் மாதுளை; pollen dust; saffron flower; a kind of tree; beetle; asafoetida; a kind of tree; a kind of pomegranate.

கேசரர்: *(பெ):* வித்தியாதரர்; Vidyadaras.

கேசரவரம்: *(பெ):* குங்குமம்; kum-kum.

கேசரி: *(பெ):* சிங்கம்; அரியணை; இனிப்புப் பண்டம்; lion; throne; a sweet.

கேசரிகம்: *(பெ):* நாயுருவிச் செடி; a plant growing in hedges.

கேசரை: *(பெ):* பருத்திச் செடி; cotton plant.

கேசவம்: *(பெ):* (பெண்)வண்டு; நறுமணம்; பைசாசம்; ஒரு நீதி நூல்; a (female) bee; fragrance; devil; goblin; a moral treatise.

கேசவன்: *(பெ):* சோழன்; கிருஷ்ணர்; சிவபிரான்; Chozha King; Lord Sri Krishna; Lord Sri Shiva.

கேசாதிபாதம்: *(பெ):* முடி முதல் பாதம் வரை; head to foot.

கேசினி: *(பெ):* சங்கங் குப்பிச் செடி; a herb.

கேடகம்: *(பெ):* கேடயம்; மலையடிவார ஊர்; பாசறை; ஒரு வகை ஊர்தி; புறா முட் செடி; தட்டு வகை; வேதிகை; shield; the town at the foot of the mountain; camp; a kind of vehicle; a kind of thorny plant; a kind of plate; a chemical change.

கேடம்: *(பெ):* மலையடிவார ஊர்; கிளி; ஆறு; the town at the foot of the mountain; parrot; river.

கேணம்: *(பெ):* செழிப்பு; flourishing condition.

கேணி: *(பெ):* கிணறு; சிறு குளம்; அகழி; தொட்டில்; well; pond; moat; cradle.

கேண்மை: *(பெ):* நட்பு; உறவு; வழக்கு; கண்ணோட்டம்; friendship; relationship; dispute; point of view.

கேதகம்/கேதகி/கேதகை: *(பெ):* தாழை; screw-pine.

கேதனம்: *(பெ):* கொடி; இடம்; அடையாளம்; வீடு; வேலை; துகிர்க்கொடி; படர் கொடி; flag; place; mark; house; work; banner; creeper.

கேதாரம்: *(பெ):* இமயமலையில் உள்ள சிவத்தலம்; விளை நிலம்; மயில்; பண் வகை; ஒரு நகரம்; a famous Shiva's shrine in Himalayas; cultivable land; peacock; a kind of music; a town.

கேதுக்கல்: *(பெ):* வயலின் எல்லைக் கல்; the boundary stone of a paddy field.

கேதுபம்: *(பெ):* முகில்; மேகம்; cloud.

கேதுமாலம்: *(பெ):* ஒன்பது கண்டங்களுள் ஒன்று; one of the nine continents.

கேதுரு: *(பெ):* ஒரு வாசனை மரம்; a kind of fragrant tree.

கேத்திரம்: *(பெ):* புண்ணியத் தலம்; கோயில்; விளைநிலம்; பூமி; a holy place; temple; cultivable land; earth.

கேந்துவம்: *(பெ):* ஒரு மரம்; தவளை; a tree; frog.

கேயம்: *(பெ):* இசைப்பாட்டு; a kind of song.

கேயிகம்: *(பெ):* காவிக்கல்; red-ochre.

கேயூரம்: *(பெ):* தோளணி வகை; a kind of shoulder ornament.

கேரண்டம்: *(பெ):* காகம்; காக்கை; crow.

கேலகன்: *(பெ):* கழைக் கூத்தாடி; pole-dancer.

கேலம்: *(பெ):* விளையாட்டு; game; play.

கேவல திரவியம்: *(பெ):* மிளகு; pepper.

கேவலி: *(பெ):* திரிகால ஞானம் உள்ளவன்; one who has the knowledge of the past, present and future.

கேவல்: *(பெ):* வள்ளிக் கொடி; a kind of climber.

கேவு: *(பெ):* வெண் கடுகு; white mustard.

கேவேடன்: *(பெ):* மீனவன்; fisherman.

கேழ்: *(பெ):* ஒளி; நிறம்; lustre; colour.

கேழ்பு: *(பெ):* நன்மை; good.

கேளலர்: *(பெ):* பகைவர்; enemies.

கேளன்: *(பெ):* தோழன்; நண்பன்; companion; friend.

கேளி: *(பெ):* தென்னை வகை; மகளிர் விளையாட்டு வகை; a kind of coconut tree; a kind of women's game.

கேளிதம்: *(பெ):* பெரும் பாறைக்கல்; a huge rock.

கேள்: *(பெ):* அன்பு; சுற்றம்; உறவு; love; affection; relatives; *(வி):* வினவுதல்; கேட்டல்; கோருதல்; to question; to ask.

கேள்விப்பத்திரம்: *(பெ):* ஒப்பந்தப்புள்ளி அறிக்கை; tender notice.

கேனம்: *(பெ):* பத்து உபநிடதத்துள் ஒன்று; பைத்தியம்; one of the ten upanishads; madness.

கை

கை: *(பெ):* கரம்; யானையின் துதிக்கை; கதிர்; hand; elephant's trunk; streak.

கை கழிதல்: *(வி):* எல்லை தாண்டுதல்; to cross the boundary.

கைகாரன்: *(பெ):* திறமைசாலி; able man.

கைகூடு: *(வி):* வெற்றிகரமாக நிறைவேற்று; நல்லபடியாக முடித்து வை; to materialize; to come to fruition.

கை கோலுதல்: *(வி):* முயற்சி செய்தல்; தொடங்குதல்; to make effort; to begin.

கைக்கடன்: *(பெ):* கை மாற்றுக் கடன்; petty loan without interest.

கைக்காப்பு: *(பெ):* கையில் அணியும் அணிகலன்; armlet.

கைக்கிளை: *(பெ):* ஒருதலைக் காமம்; one-side love/lust.

கைக்கீறல்: *(பெ):* கையெழுத்துக் குறி; signature.

கைக் குடை: *(பெ):* சிறு குடை; small umbrella.

கைக்கூட்டன்: *(பெ):* காவல்காரன்; watchman.

கைக்கோல்: *(பெ):* ஊன்றுகோல்; support; walking stick.

கைக்கோளன்: *(பெ):* நெசவாளி; செங்குந்தன்; weaver; one who belongs to the Senguntha community.

கைங்கரன்: *(பெ):* அடிமை; slave.

கைங்கரியம்: *(பெ):* பணிவிடை; தொண்டு; work; service.

கை சருவுதல்: *(வி):* கை கலத்தல்; எதிர்த்தல்; திருடுதல்; பெண்களிடம் குறும்பு செய்தல்; to fight hand to hand; to oppose; to rob; to tease women.

கை சலித்தல்: *(வி):* வறுமையடைதல்; கை தளர்தல்; to become poor; to become slack of hand.

கைச்சரி: *(பெ):* மகளிர் கையணி வகை; a kind of hand ornament.

கைச்சவளம்: *(பெ):* கையீட்டி; lance; spear.

கைச்சாத்து: *(பெ):* கையெழுத்து; signature.

கைச்சி: *(பெ):* கமுகு; areca-nut and its tree.

கைச்சுரிகை: *(பெ):* உடைவாள்; sword; dagger.

கைடவை: *(பெ):* துர்க்கை; கொற்றவை; Durga; Goddess of Victory.

கைதகம்: *(பெ):* தாழம்பூ; Screw-pine flower.

கை தரல்: *(வி):* உதவுதல்; உறுதி செய்தல்; மிகுதல்; கை கூடுதல்; to help; to confirm; to exceed; to materialize.

கைதல்: *(பெ):* தாழை; fragrant screw pine.

கைதவம்: *(பெ):* கபடம்; துன்பம்; பொய்; guile; sorrow; falsehood.

கைதவன்: *(பெ):* பாண்டியன்; வஞ்சக எண்ணம் கொண்ட கயவன்; Pandya King; deceitful cunning person.

கை தூவாமை: *(பெ):* ஓயாது ஒழியாது இருத்தல்; incessant.

கை தூவு: *(பெ):* ஓய்வு; வேலை நேர ஓய்வு; rest; leisure from work.

கைதேர்தல்: *(பெ):* திறமையாயிருத்தல்; be skilful.

கைதை: *(பெ):* தாழை; fragrant screw-pine.

கை தொடரல்: *(பெ):* உணவு; உண்ணுதல்; திருமணம்; food; eating; wedding.

கை தொடுதல்: *(வி):* உண்ணுதல்; சூளுரைத்தல்; தொடங்குதல்; பரிசித்தல்; to eat; to take a vow; to begin; to touch.

கை தொடுமானம்: *(பெ):* உதவி; help.

கைத்தல்: *(வி):* கசத்தல்; நைந்து வருந்துதல்; சினத்தல்; அழகூட்டுதல்; be bitter; be astringent; be very angry; to adorn.

கைத்தளம்: *(பெ):* ஒருவகைக் கேடயம்; a kind of shield.

கைத்தாய்: *(பெ):* வளர்ப்புத்தாய்; foster-mother.

கைத்து: *(பெ):* கையில் உள்ள பொருள்; பொன்; செல்வம்; வெறுப்பு; the thing which is in hand; gold; wealth; contempt; abhorrence.

கைத்தூண்: *(பெ):* சிறு தூண்; a small pillar.

கைநாகம்: *(பெ):* யானை; elephant.

கைநிலை: *(பெ):* பண்டைய அகப்பொருள் பாட்டு; பதினெண் கீழ்க்கணக்கில் ஒரு பாடல்; an ancient love poem; one of Pathinen Keezhkanakku.

கை நிறுத்துதல்: *(வி):* நிறுவுதல்; வெற்றி கொள்ளுதல்; to establish; to conquer.

கைநெகிழ்தல்: *(வி):* கை தவற விடுதல்; பொருளிழத்தல்; to err by slip of the hand; be lost.

கைந்தலை: *(பெ):* கைம்பெண்; widow.

கை பதில்: *(பெ):* தற்காலிகமாகக் கொடுக்கப்படும் கடன்; temporary loan; oral loan.

கை பரிதல்: *(வி):* ஒழுங்கு கெடுதல்; to derange.

கை பறிதல்: *(வி):* கை தவறுதல்; to err by slip of the hand.

கை புகுதல்: *(வி):* வசப்படுதல்; be brought into one's possession.

கை புனைதல்: *(வி):* அலங்கரித்தல்; அழகூட்டுதல்; to adorn; to beautify; to decorate.

கைப்படை: *(பெ):* ஆயுதங்கள்; weapons.

கைப்பணி: *(பெ):* குற்றேவல்; menial service.

கைப்பரிசு: *(பெ):* இலஞ்சம்; சிறு தெப்பம்; bribe; a small raft.

கைப்பாடு: *(பெ):* கைவேலை; manual labour.

கைப்பாணி: *(பெ):* கொத்து வேலையில் சிமெண்ட் பூசிச் சமன்படுத்தும் பலகை; முடவனின் கைப்பிடி; mason's smoothing plane; handle for lame person.

கைப்பு: *(பெ):* கசப்பு; வெறுப்பு; குடிவெறி; bitterness; disfavour; hate; intoxication.

கைப்புடை: *(பெ):* கை விரலுறை; வாயிற் காவலர் தங்குமிடம்; thimble; guard's room.

கைப்புலி: *(பெ):* கையை உடைய புலி; யானை; tiger with a hand; elephant.

கை மலிவு: *(பெ):* விலை நயமானது; the price (of a thing) which is a moderate one.

கை மிஞ்சுதல்: *(வி):* வரம்பு மீறுதல்; to exceed the limit.

கை முளுத்தம்: *(பெ):* போணியாதல் எனப்படும் முதல் விற்பனை; the first sale of the day for cash payment as soon as the shop opens.

கைமுறை: *(பெ):* அனுபவம்; நாட்டியம்; experience; dance.

கைமூலம்: *(பெ):* கைராசி; luck associated with one's hand.

கைம்மடல்: *(பெ):* தோட்பட்டை; shoulder blade.

கைம்மரம்: *(பெ):* உத்தரம்; தராய்; a beam supporting the roof; rafter.

கைம்மலை/கைம்மா: *(பெ):* யானை; elephant.

கைம்மறித்தல்: *(வி):* கைகளால் தடுத்தல்; to stop with hands.

கைம்மிகுதல்: *(பெ):* அளவுக்கு அதிகமாதல்; to exceed the limit;

கைம்முதல்: *(பெ):* வாணிகத்திற்கு வைத்த முதற்பொருள்; ரொக்கம்; பொருள்; சாதனம்; business capital; cash; valuables; means.

கைம்முற்றுதல்: *(வி):* முடிவு பெறுதல்; to come to an end.

கைம்மை: *(பெ):* கணவனை இழந்த நிலை; கைம்பெண்; சிறுமை; அறிவின்மை; பொய்; widowhood; lovelorn condition; widow; meanness; ignorance; lie.

கைம்மை பெற்றோன்: *(பெ):* விதவைக்குப் பிறந்தவன்; one born of a widow.

கைம்மை வினை: *(பெ):* மனிதத் திறன்; கைத்திறன்; manual skill.

கையகலுதல்: *(வி):* விட்டு நீங்குதல்; to leave from.

கையச்சு: *(பெ):* அறிகுறி (அ) முத்திரைக்கட்டை; mark; stamp; type.

கையடுத்தல்: *(வி):* அடைக்கலம் புகுதல்; to get refuge.

கையடை: *(பெ):* அடைக்கலம்; லஞ்சம்; அடைக்கலமாயிருத்தல்; shelter; bribe; entrusting.

கையரி: *(வி):* தேடுதல்; to search.

கையரியம்: *(பெ):* இரும்பு; iron.

கையர்: *(பெ):* மூடர்; வஞ்சகர்; கீழ்மக்கள்; ignorants; fools; deceitful persons; men of low qualities.

கையலகு: *(பெ):* கை மரம்; rafter.

கையலைத்தல்: *(வி):* துன்புறுதல்; to suffer.

கையளித்தல்: *(வி):* ஒப்படைத்தல்; to entrust; to deliver.

கையறவு: *(பெ):* இறப்பு; துன்பம்; வறுமை; ஊடல்; ஒழுக்கமின்மை; death; misery; poverty; tiffs between lovers; immorality.

கையறுநிலைப்பாட்டு: *(பெ):* தலைவன் (அ) தலைவி இறந்தமை குறித்துச் சுற்றத்தார் முதலானோர் வருந்தியமை குறித்துப் பாடும் இரங்கற்பா; elegy.

கையறை: *(பெ):* ஒழுக்கமின்மை; immorality.

கையன்: *(பெ):* கயவன்; கீழ்மகன்; scoundrel; meanful person; man of low qualities.

கையாடு: *(வி):* பொதுப்பணத்தை (அ) அடுத்தவர் பணத்தை நம்பிக்கைக்கு மாறாக எடுத்துக் கொள்ளுதல்; to embezzle.

கையாறுதல்: *(வி):* இளைப்பாறுதல்; to relax after hard work.

கையிகத்தல்: *(வி):* அளவுக்கு அதிகமாதல்; கட்டுக்கடங்காது போதல்; to exceed the limits; to go beyond one's control.

கையிணக்கம்: *(பெ):* பொருத்தம்; கையடக்கம்; suitability; subsiding within the hand.

கையிழத்தல்: *(வி):* காணாமல் போதல்; நஷ்டப்படுதல்; to lose something.

கையிறக்கம்: *(பெ):* வறுமை நிலையை அடைதல்; impoverishment.

கையிறுக்கம்: *(பெ):* கருமித்தனம்; ஈயாத தன்மை; சிக்கனம்; miserliness; thrift.

கையிறை: *(பெ):* கைரேகை; the line on the palm.

கையுடை: *(பெ):* கையுறை; gloves.

கையுறுதல்: *(வி):* கையில் கிடைத்தல்; to be attained.

கையுறுதி: *(பெ):* கடனுக்கு அடமானமாக வைக்கப்படும் பொருள்; the thing which is mortgaged.

கையேற்பு: *(பெ):* யாசித்தல்; begging.

கையேறல்: *(பெ):* (நடுத்தரமான) முத்து; (a moderate) pearl.

கையை: *(பெ):* தங்கை; sister.

கையொறுப்பு: *(பெ):* இச்சையை அடக்குகை; சிக்கனம்; controlling of lust; thrift.

கையோங்கு: *(வி):* செழித்தோங்கு; மேன்மையுறு; to prosper; to elevate.

கைரவம்: *(பெ):* வெள்ளாம்பல்; குமுதம்; white water lily.

கைரவி: *(பெ):* நிலவு, வெந்தயம்; the Moon; fenugreek.

கைராட்டு: *(பெ):* கையால் நூற்கும் பொறி; இராட்டை; spinning wheel.

கைரிகம்: *(பெ):* காவிக்கல்; பொன்; பொன்னூமத்தை; ochre; reddle; gold; a herb.

கைலாகை: *(வி):* கை கொடுத்தல்; assisting someone to get down, walk, etc, holding by hand.

கைலேசு/கைலேஞ்சி: *(பெ):* கைக்குட்டை; handkerchief.

கைவட்டணை: *(பெ):* கையினால் செய்யும் அபிநயம்; a hand posture.

கைவட்டி: *(பெ):* சிறு ஓலைப் பெட்டி; a small box made of palm-leaf.

கைவந்தி: *(பெ):* ஓர் அணிகலன்; a kind of ornament.

கைவருதல்: *(வி):* ஒருவருக்கு ஒரு துறையில் ஒன்று திறமையானதாக இருத்தல்; be gifted with.

கைவலம்: *(பெ):* வீடுபேறு; final bliss.

கை வலை: *(பெ):* சிறு வலை; a small net.

கைவல்லியம்: *(பெ):* தனிமை; வீடுபேறு; கைகூடுதல்; நூற்று எட்டு உபநிடதங்களுள் ஒன்று; perfect isolation; final emancipation; success; one of the 108 upanishads.

கைவழி: *(பெ):* யாழ்; ஒற்றையடிப்பாதை; சிறு கிளையாறு; lute; footpath; a small branch of a river.

கைவளம்: *(பெ):* கைராசி; செழுமை; கைத்தொழில் திறமை; luck associated with one's hand; prosperity; skill in craft.

கைவாளம்: *(பெ):* அடைப்பை; betel pouch.

கைவிடு படை: *(பெ):* அம்பு; arrow.

கைனி: *(பெ):* கைம்பெண்; widow.

கொ

கொக்கரி: *(பெ):* முழக்கம்; வாத்திய வகை; shouting; a kind of musical instrument.

கொக்கரித்தல்: *(வி):* ஆரவாரம் செய்திடு; கூவுதல்; to roar; to make loud noise; to cluck; to cackle.

கொக்காட்டல்: *(வி):* சீராட்டுதல்; to cherish.

கொக்கு மந்தாரை: *(பெ):* வெள்ளை மந்தாரை; ஒரு பூமரம்; காட்டத்தி மரம்; a shrub; a flower tree; a kind of fig tree.

கொக்கைச்சால்: *(பெ):* உழுதிடாத நிலம்; unploughed land.

கொங்கரி: *(பெ):* ஏலரிசி; cardamom seed.

கொங்காரம்: *(பெ):* குங்கும மரம்; saffron-flower tree.

கொங்காளன்: *(பெ):* ஒரு குதிரை வகை; a kind of horse.

கொசமசக்கு: *(பெ):* குழப்பம்; செயல் சிக்கல்; confusion; a struggle in an action.

கொசிகம்: *(பெ):* ஆடை; garment.

கொச்சன்: *(பெ):* சிறு பையன்; a small boy.

கொஞ்சன்: *(பெ):* அற்பன்; mean fellow.

கொடி: *(பெ):* படர்கொடி; கொப்பூழ்க் கொடி; மகளிர் கழுத்தணி; ஆடை உலர்த்தும் நீண்ட கயிறு; creeper; umbilical cord; a kind of ornament of women; a long thin cord used to dry clothes.

கொடிக்கரும்பு: *(பெ):* நேராக வளர்ந்த கரும்பு; the sugarcane which grows straightly.

கொடிக்கவி: *(பெ):* கொடியைப் பற்றிய பாட்டு; சைவ சித்தாந்த நூல்களுள் ஒன்று; the song about a flag; one of the Saiva Siddantha treatises.

கொடிஞ்சி: *(பெ):* தேர்த்தட்டின் முன்னே உள்ள அலங்கார உறுப்பு; an ornamental lotus-shaped handle in a chariot to hold as support.

கொடித்தடம்: *(பெ):* ஒற்றையடிப் பாதை; footpath.

கொடித்தீ: *(பெ):* கொடிவேலி; a medicinal plant.

கொடிப்பிள்ளை: *(பெ):* காக்கைக் குஞ்சு; பள்ளையாடு; the young one of crow; sheep or goat.

கொடிப்புல்: *(பெ):* அருகம்புல்; harialli grass.

கொடியரசு: *(பெ):* அவரைக் கொடி; அரச மர வகை; field bean creeper; a kind of pipal tree.

கொடியாடு: *(பெ):* நீண்ட கால்களைக் கொண்ட ஆடு; long-legged goat.

கொடியீச்சு: *(பெ):* சவ்வரிசி; sago.

கொடிவழி: *(பெ):* மரபுவழி; ஒற்றையடிப்பாதை; established usage; footpath.

கொடிவிடுதல்: *(பெ):* மிகுதியாதல்; to exceed; to multiply.

கொடிவீடு: *(பெ):* கொடி படரும் பந்தல்; arbor.

கொடிவேலி: *(பெ):* சித்திரமூலம் என்னும் கொடி; a medicinal creeper - Kodiveli - Chithra Moolam.

கொடிறு: *(பெ):* கதுப்பு; யானை மதச் சுவடு; குறடு; cheek; jaw; marks of elephant's musth; pincers.

கொடிற்றுக்கோல்: *(பெ):* கன்னக்கோல்; கள்வர் பயன்படுத்தும் கருவி; an implement for house-breaking used by robbers.

கொடுகொட்டி: *(பெ):* திரிபுரம் எரித்தபோது சிவபெருமான் ஆடிய கூத்து; ஒரு வகைப் பறை; Lord Shiva's dance on the destruction of Thiripuram; a kind of drum.

கொடுங்கண்: *(பெ):* தீமையை விளைவிக்கும் பார்வையை உடைய கண்; evil eye.

கொடுங்கரி: *(பெ):* பொய்சாட்சி; false witness.

கொடுங்காய்: *(பெ):* வெள்ளரிக்காய்; cucumber.

கொடுங்குழை: *(பெ):* வளைவாக உள்ள காதணி; a kind of ear ornament which has a curved shape.

கொடுங்கை: *(பெ):* மடித்த கை; நீண்டு வளைவாக இருக்கும் வீட்டின் உறுப்பு; கொடுமை; folded arm; curved cornice or projection on the sides or front side of a building; severity; harshness.

கொடுஞ்சூரி: *(பெ):* கொடியவள்; wicked woman.

கொடுதி: *(பெ):* மர ஆணி; a tiny peg.

கொடுநுகம்: *(பெ):* கலப்பை; நுகத்தடி; plough; yoke.

கொடுந்தமிழ்: *(பெ):* தமிழ் நாட்டைச் சூழ்ந்துள்ள பகுதிகளில் பழக்கத்திலுள்ள தமிழ்; dialect used in border districts of Tamil Nadu.

கொடுப்பனவு: *(பெ):* கொடுக்கப்பட வேண்டிய தொகை; amount to be paid to someone.

கொடுப்பு: *(பெ):* கொடுத்தல்; கடைவாய்; giving; the region in the mouth near molar teeth.

கொடுப்புப்பல்: *(பெ):* கடைவாய்ப் பல்; molar tooth.

கொருப்பை: *(பெ):* பொன்னாங்கண்ணி; a kind of grass with shiny little leaves.

கொடுமரம்: *(பெ):* வில்; தனுசு இராசி; bow; the ninth constellation of the Zodiac having the bow as its sign; Sagittarius.

கொடுவாய்: *(பெ):* குறளை; பழிச்சொல்; ஒரு மீன் வகை; புலி வகை; dwarfishness; reproach; a kind of fish; a kind of tiger.

கொடுவை: *(பெ):* முரட்டுத்தனம்; incivility.

கொடைமுடி: *(பெ):* சரக்கொன்றை; Indian laburnum.

கொடைவீரம்: *(பெ):* பிறருக்குத் தன்னை அளித்தல்; heroism in generosity as the voluntary sacrifice of one's life for another.

கொட்டகாரம்: *(பெ):* பொருள் வைக்கும் அறை; store-room.

கொட்டங்காய்: *(பெ):* தேங்காய்; coconut.

கொட்டணை: *(பெ):* ஒரு வகைப் பூண்டு; a kind of herb.

கொட்டம்: *(பெ):* இறுமாப்பு; சேட்டை; கடுகடுப்பு; வீடு; arrogance; mischievousness; petulance.

கொட்டன்: *(பெ):* கொட்டாப்புளி; பருத்த உடலை உடையவன்; பருத்தது; தேங்காய்; mallet; fat man; that which is fat; coconut.

கொட்டாறு: *(பெ):* உப்பளம்; salt-pan.

கொட்டி/கொடு கொட்டி: *(பெ):* வாயில்; தாளம்; கூட்டம்; கோயில் வாசல்; entrance; rhythm; crowd; entrance of a temple.

கொட்டியம்: *(பெ):* எருது; ox.

கொட்டு: *(பெ):* அடி; வாத்தியம்; தேள் போன்றவை கொட்டுதல்; மண்வெட்டி; strike; drum; sting of scorpion etc.; hoe; shovel.

கொட்டை: *(பெ):* விதை; மகளிர் தலையணி வகை; சும்மாடு; seed; a head ornament of women; a cloth-pad.

கொண்கன்: *(பெ):* கணவன்; நெய்தல் நிலத் தலைவன்; husband; chief of the maritime tract.

கொண்கானம்: *(பெ):* கொங்கண நாட்டில் உள்ள மலை; the mountain in the Kongana, a former country.

கொண்டகுளம்: *(பெ):* எட்டி மரம்; strychnine tree.

கொண்டம்: *(பெ):* குறிஞ்சாக் கொடி; a kind of creeper.

கொண்டல்: *(பெ):* கொள்ளுதல்; மேகம்; காற்று; கீழ்க்காற்று; கிழக்கு; keeping; cloud; wind; eastern wind; east.

கொண்டாரணியம்: *(பெ):* அடர்ந்த காடு; dense forest.

கொண்டியம்: *(பெ):* குறளை; புறங்கூறுதல்; dwarfishness; tale-bearing; back-biting.

கொண்டியாரக்காரன்: *(பெ):* புறங்கூறித் திரிபவன்; a tale-bearer.

கொண்டியாரம்: *(பெ):* நிந்தை; செருக்கு; சிறப்பு; reproach; pride; elegance.

கொண்டின்னி: *(பெ):* தும்பைச் செடி; white dead nettle; leucas.

கொண்டேசன்: *(பெ):* சுக்கு; dried ginger.

கொண்டைமுசு: *(பெ):* கருங்குரங்கு; black monkey.

கொண்மூ: *(பெ):* மேகம்; ஆகாயம்; cloud; sky.

கொத்தம்: *(பெ):* எல்லை; கொத்துமல்லி; boundary; limit; coriander leaf and seed.

கொத்தாள்: *(பெ):* வயலில் வேலை செய்பவர்; farm worker; agricultural labourer.

கொத்தித்தழி: *(பெ):* சரக்கொன்றை; Indian Laburnum.

கொத்துமானம்: *(பெ):* அணிகலன்களில் செய்யப்படும் அலங்கார வேலை; filigree.

கொத்து விளக்கு: *(பெ):* சரவிளக்கு; chandelier.

கொந்தராத்து: *(பெ):* ஒப்பந்தம்; contract.

கொந்தளம்: *(பெ):* காதணி வகை; குழப்பம்; காண்டா மிருகம்; a kind of ear ornament; confusion; rhinoceros.

கொந்தளை: *(பெ):* நெய்தல் நிலத்து மர வகை; a kind of tree found in coastal areas.

கொந்தி: *(பெ):* வரிக் கூத்து வகை; a kind of dance.

கொந்து: *(பெ):* கோபம்; கொத்து; கூடுகை; anger; cluster; gathering.

கொப்பம்: *(பெ):* ஒரு நாடு; யானை பிடிக்க வெட்டிய குழி; ஓர் ஊர்; a country; the pit for catching an elephant; a town.

கொப்பரம்: *(பெ):* முழங்கை; மற்போர் வகை; fore arm; a kind of wrestling.

கொப்பாட்டன்: *(பெ):* பாட்டனுக்குப் பாட்டன்; grandfather of one's grandfather.

கொப்பி: *(பெ):* கும்மியாட்டம்; dancing, especially among young women, accompanied with the clapping of hands to a tune sung by all.

கொப்பு: *(பெ):* கிளை; பெண்கள் அணியும் காதணி வகை; branch of a tree; a kind of ear ornament of women.

கொம்பர்: *(பெ):* மரக் கொம்பு; விலங்கின் கொம்பு; branch or twig of a tree; horn of an animal.

கொம்பனார்: *(பெ):* பெண்கள்; women.

கொம்புதல்: *(பெ):* முயலுதல்; சினத்தல்; to try; to anger.

கொம்புமுளை: *(வி):* சிறப்புக் குணம் கொண்டிருத்தல்; to have something special; be exceptional.

கொம்பு ளகரம்: *(பெ):* (தமிழ் மொழியில்) 'ள்' என்னும் எழுத்து; பொது ளகரம்; the letter 'ள்' in Tamil (as distinguished from சிறப்பு ழகரம்.)

கொம்பூதி: *(பெ):* நத்தை; snail.

கொம்மட்டி: *(பெ):* கொடி வகை; a kind of creeper.

கொய்: *(பெ):* மீன்வகை; a kind of fish.

கொய்யடி: *(பெ):* நாரை வகை; a kind of crane.

கொய்யுளை: *(பெ):* குதிரை; குதிரைப் பிடரி மயிர்; horse; horse's mane.

கொரக்கை: *(பெ):* குறட்டை; snoring.

கொரலி: *(பெ):* தினை; வெண் தினை; millet; white millet.

கொருடன்: *(பெ):* கொடி வகை; a kind of creeper.

கொலு விடுத்தல்: *(வி):* கொலு மண்டபத்தில் அரசர் அரியணையில் அமர்ந்திருத்தல்; (of things) be in the throne in the royal court.

கொல் குறும்பு: *(பெ):* பாலை நிலத்து ஊர்; the village in the desert.

கொல்லங்கோவை: *(பெ):* காக்கணங் கொடி; ஆகாச கருடன்; a kind of creeper; a herb.

கொல்லத்துக்காரன்: *(பெ):* கொத்துவேலை செய்பவன்; கொத்தனார்; mason.

கொல்லமா: *(பெ):* முந்திரி வகை மரம்; a kind of cashew-nut tree.

கொல்ல மிளகு: *(பெ):* மிளகாய் வகை; a kind of chilly.

கொல்லை வெளி: *(பெ):* வயல்வெளி; மைதானம்; paddy-field; ground.

கொவ்வை: *(பெ):* கொவ்வைக் கொடி; a kind of common creeper, found in hedges.

கொழி: *(வி):* வளமை மிகுந்து காணப்படுதல்; be seen in excess or abundance; to winnow rice, ragi etc.

கொழித்தல்: *(வி):* தெள்ளுதல்; ஒதுக்குதல்; to be lucid; to scold; to examine; to praise; to rise up.

கொழு: *(பெ):* கொழுப்பு; உலோகக் கோல்; ஆந்தை; கலப்பையில் பதிக்கும் இரும்புத் துண்டு; fat; bar of metal; owl; plough share.

கொழுங்கிரி: *(பெ):* மல்லிகை; jasmine.

கொழுத்தல்: *(வி):* செழித்தல்; உடற் கொழுப்பு மிகுதல்; வளம் மிகுதல்; to flourish; be plump; to prosper; to thrive.

கொழுந்தாடை: *(பெ):* கரும்பின் நுனிப்பகுதி; the tip of the sugar-cane.

கொழுந்து: *(பெ):* சுடர்; இளந்தளிர்; மென்மை; மருக்கொழுந்து; light; shoot; tenderness; southern-wood.

கொழுந்துதல்: *(வி):* சுடர் விட்டு எரிதல்; வெயிலில் கருகுதல்; காய்ச்சப்படுதல்; to burn in a flame; be scorched; be kindled; be heated.

கொழுந்து விடுதல்: *(வி):* சுடர் விடுதல்; தளிர் விடுதல்; to blaze up; to tender shoot.

கொழும்புகை: *(பெ):* நறும்புகை; fragrant smoke.

கொளுச் சொல்: *(பெ):* கருத்து; opinion; idea.

கொளுவுதல்: *(வி):* தீ மூட்டுதல்; பூட்டுதல்; to kindle fire; to fasten; to be entangled; to be caught; to make tricks.

கொளை: *(பெ):* பிடிப்பு; கோட்பாடு; பயன்; இசை; sticking; grasping; principle; benefit; music.

கொளையமைத்தல்: *(வி):* வில்லை நாணேற்றுதல்; to bend a bow and fasten its string.

கொள்: *(பெ):* ஒரு தானியம்; குடை வேலமரம்; horse gram; a kind of babul tree.

கொள்ளம்: *(பெ):* குழை சேறு; soft well-trodden mud.

கொள்ளாமை: *(பெ):* பகை; மிகை; enmity; abundance.

கொள்ளார்: *(பெ):* பகைவர்; enemies.

கொறடா: *(பெ):* குதிரைச் சவுக்கு; கட்சி உறுப்பினர்கள் தவறாது அவைக்கு வந்து வாக்களிப்பதை உறுதிப்படுத்தும் பொறுப்புக்கு நியமிக்கப்பட்ட உறுப்பினர்; horse-whip; party-whip.

கொறிதலை: *(பெ):* நிலவேம்பு; a kind of neem tree.

கொறுக்கச்சி: *(பெ):* நாணல் வகை; a kind of large and coarse grass.

கொறுக்கு: *(பெ):* ஒரு கொடிய மேக நோய் வகை; syphilis.

கொறுக்கை: *(பெ):* நாணல்; கடல்; பால்வினை நோய் வகை; a large and coarse grass; sea; a kind of sexual disease.

கொறுடு: *(பெ):* கன்னம்; cheek.

கொற்ற முரசு: *(பெ):* வெற்றி முரசு; the drum beaten in token of a victory.

கொற்றவன்: *(பெ):* அரசன்; வெற்றியுடையோன்; king; victor.

கொற்றவை: *(பெ):* துர்க்கை; Durga, the Goddess of Victory.

கொற்றை: *(பெ):* இழிவானது; that which is niggardly.

கொனை: *(பெ):* நுனி; tip.

கொன்: *(பெ):* பயனில்லாமை; அச்சம்; காலம்; பெருமை; வலிமை; uselessness; fear; season; greatness; strength.

கொன்னாளன்: *(பெ):* பயனில்லாதவன்; பாவி; useless fellow; sinner.

கொன்னேச்சன்: *(பெ):* உண்ணி; tick on dogs, sheep and cattle.

கோ

கோ: *(பெ):* இறைவன்; அரசன்; எருது; தந்தை; பசு; God; king; ox; father; cow.

கோகடம்: *(பெ):* முயல் வகை; a kind of rabbit.

கோகண்டம்: *(பெ):* நெருஞ்சில்; cow's thorn.

கோகத்தி: *(பெ):* பசுக் கொலை; killing of cows.

கோகநகம்: *(பெ):* செந்தாமரை; செவ்வாம்பல்; red lotus; red water lily.

கோகம்: *(பெ):* உலர்ந்த பூ; சக்கரவாகப் புள்; செந்நாய்; தவளை; பல்லி; பேரீச்ச மரம்; துணி; faded flower; a bird, grey-hound; frog; lizard; date-palm tree; cloth.

கோகயம்: *(பெ):* தாமரை; lotus.

கோகருணி: *(பெ):* மரவகை; a kind of tree.

கோகலி: *(பெ):* கடப்ப மரம்; a kind of tree.

கோகனகச்சிலை: *(பெ):* பதுமராகக் கல்; a kind of ruby.

கோகனகத்தி: *(பெ):* திருமகள்; கலைமகள்; Lakshmi, Goddess of Wealth; Saraswathi, Goddess of arts and learning.

கோகனகம்/கோகனதம்: *(பெ):* செந்தாமரை; red lotus.

கோகனகன்: *(பெ):* பிரமன்; Lord Brahma.

கோகனம்: *(பெ):* கரிசலாங்கண்ணி; நில வேம்பு; a kind of greens with short thick leaves; eclipse plant; a kind of tree.

கோகிலம்: *(பெ):* குயில்; குரங்கு; பல்லி; துளை; koel; monkey; lizard; hole.

கோகில வாசம்: *(பெ):* மாமரம்; mango tree.

கோகுத்தம்: *(பெ):* மல்லிகை; Jasmine.

கோக்கலம்: *(பெ):* வெண்கலப் பாத்திரம்; bronze vessel.

கோக்கா மரம்: *(பெ):* கட்டு மரம்; catamaran.

கோக்காலி: *(பெ):* உயரமான மனிதன்; a tall person.

கோக்குஞ்சம்: *(பெ):* அம்பறாத்தூணி; quiver; case of arrows.

கோங்கம்: *(பெ):* நெல்லி மரம்; ஒரு மர வகை; emblic myrobalan tree; a kind of tree.

கோங்கு: *(பெ):* மர வகை; a kind of tree.

கோசகாரம்: *(பெ):* பட்டுப் பூச்சி; moth; silkworm.

கோசக்கம்: *(பெ):* குழப்பம்; confusion.

கோசங்கம்: *(பெ):* வைகறை; dawn.

கோசணை: *(பெ):* பேரொலி; loud noise.

கோசம்: *(பெ):* முட்டை; கவசம்; மதிலுறுப்பு; கருப்பை; egg; shield; bastions of a (fort) wall; uterus.

கோசமம்: *(பெ):* பீர்க்கங் கொடி; sponge-gourd creeper.

கோசம்பி: *(பெ):* கௌசாம்பி என்னும் நகரம்; a town named Kausambi.

கோசர்: *(பெ):* பழைய மறக்குடியுள் ஒரு சாரார்; ancient caste of warriors.

கோசன்: *(பெ):* சீர்பந்த பாடாணம்; a kind of arsenic.

கோசனை: *(பெ):* பேரொலி; கோரோசனை; loud noise; bezoar used as an antidote.

கோசாங்கம்: *(பெ):* நாணல்; a large and coarse grass.

கோசிகம்: *(பெ):* பட்டாடை; பண் வகை; கூகை; சாமவேதம்; silk garment; a kind of music; rock-horned owl; Sama Veda, the third Veda of the four Vedas.

கோசிகை: *(பெ):* பட்டுச்சீலை; silk saree.

கோசு: *(பெ):* கூப்பிடு தொலைவு; வீதி; தோல்வி; செயல்; முட்டைகோஸ்; hailing distance; street; failure; defeat; action; cabbage.

கோடகம்: *(பெ):* தலை முடியுறுப்புள் ஒன்று; பல தெருக்கள் கூடும் இடம்; குதிரை; புதுமை; குண்டிகை; crown; junction; horse; novelty; jug.

கோடங்கிழங்கு: *(பெ):* சிற்றரத்தைச் செடி; a herb.

கோடணை: *(பெ):* ஒலி; முழக்கம்; யாழ் வாசித்தல்; அலங்காரம்; கொடுமை; sound; roar; playing a lute; decoration; severity.

கோடதகம்: *(பெ):* சுக்கு; dried ginger.

கோடம்: *(பெ):* பேரொலி; வெண்கலம்; எல்லை; loud noise; bronze; limit, boundary.

கோடரம்: *(பெ):* மரம்; சோலை; எட்டிமரம்; குரங்கு; மரக்கிளை; தேரின் மொட்டு; மரப்பொந்து; குதிரை; tree; grove; strychnine tree; monkey; branch of a tree; the knob on the top of a temple car; a hollow space in the tree; horse.

கோடரவம்: *(பெ):* துன்பம்; வருத்தம்; suffering; distress.

கோடல்: *(பெ):* கொள்ளுகை; பாடம் கேட்டல்; keeping; listening to a lesson.

கோடவதி: *(பெ):* வீணை; veena.

கோடவி: *(பெ):* துர்க்கை; Durga, Goddess of Victory.

கோடாங்கி: *(பெ):* வரிக்கூத்து வகை; மாதர் துகில்; உடுக்கை; a kind of play; women's garment; a kind of hour-glass shaped hand drum.

கோடாசுழி: *(பெ):* பூண்டு வகை; a kind of herb.

கோடாஞ்சி: *(பெ):* மரவகை; a kind of tree.

கோடாய்: *(பெ):* செவிலித்தாய்; foster-mother.

கோடிகர்: *(பெ):* துணி நெய்வோர்; weavers.

கோடித்தல்: *(வி):* அலங்கரித்தல்; ஒலித்தல்; வேண்டுதல்; to decorate; to produce sound; to request.

கோடிப்பருவம்: *(பெ):* இளமைப் பருவம்; youth.

கோடியர்: *(பெ):* கூத்தர்; dancers.

கோடியலூர்தி: *(பெ):* யானைத் தந்தத்தால் செய்யப்பட்ட வாகனம்; the carriage made of elephant's tusk.

கோடிரம்: *(பெ):* கீரி; இந்திரகோபம்; mongoose; cochineal insect.

கோடு: *(பெ):* வளைவு; நடுநிலை நீங்குகை; யானைத் தந்தம்; bend; curve; slipping from impartiality; tusk of an elephant.

கோடை: *(பெ):* மேலைக்காற்று; வெயில் காலம்; குதிரை; வெயில்; வெண் காந்தள்; செங்காந்தள்; west wind; summer; horse; Sun shining; white water lily; red water lily.

கோடைக்கிழங்கு: *(பெ):* சிற்றரத்தை; a herbal plant.

கோடைக்கொட்டை: *(பெ):* நிலக்கடலை; ground-nut.

கோட்டகம்: *(பெ):* ஆழமான நீர் நிலை; பள்ளம்; கரை; deep tank; depth; bank.

கோட்டங்காவலர்: *(பெ):* சிறைச்சாலைக் காவலர்கள்; the guards of a prison.

கோட்டடி: *(வி):* தோல்வியடைதல்; to fail.

கோட்டம்[1]: *(பெ):* வளைவு; வணக்கம்; கோயில்; bend; salutation; temple.

கோட்டம்²: *(பெ):* குரங்கு; கரை; யாழ்; குளம்; வயல்; monkey; bank of a water source; lute; tank; paddy field.

கோட்டரவு: *(பெ):* மனவருத்தம்; துன்பம்; வாட்டம்; suffering; distress; withering.

கோட்டலை: *(பெ):* துன்பம்; விகடக்கூத்து; மூட நம்பிக்கை; distress; buffoonery; superstition.

கோட்டல்: *(வி):* எழுதல்; வளைத்தல்; செய்தல்; பூசுதல்; to rise; cause to bend; to make; to smear.

கோட்டாரம்: *(பெ):* கிணறு; மரம்; well; tree.

கோட்டி: *(பெ):* துன்பம்; பைத்தியம்; நிந்தை; சபை; distress; madness; vilification; assembly.

கோட்டித்தல்: *(வி):* ஆரவாரித்தல்; to make loud noise.

கோட்டினம்: *(பெ):* எருமைக்கூட்டம்; herd of buffaloes.

கோட்டு: *(பெ):* நெற்சூடு; stack of unthrashed sheaves of paddy.

கோட்டுதல்: *(வி):* வளைத்தல்; ஓவியம் வரைதல்; முறித்தல்; கட்டுதல்; to bend; to draw pictures; to break; to build.

கோட்டுமா: *(பெ):* யானை; எருமைக்கடா; elephant; he-buffalo.

கோட்டு மீன்: *(பெ):* சுறா மீன்; shark.

கோட்டுவான்: *(பெ):* கோட்டான்; நீர்ப்பறவை வகை; rock-horned owl; a kind of water-bird.

கோட்படுதல்: *(வி):* கொள்ளப்படுதல்; வலிமை கொள்ளுதல்; be seized; be realised; to become powerful.

கோட்படு பதம்: *(பெ):* மாட்டின் குளம்பு; hoof of the cattle like cow, bull, etc.

கோட்பறை: *(பெ):* செய்தி அறிவிக்கும் முன்பாக ஒலிக்கப்படும் பறை; proclamation drum; tom-tom.

கோட்பு: *(பெ):* கொள்ளுகை, வலிமை; taking; strength; power.

கோணாய்: *(பெ):* ஓநாய்; நரி; wolf; fox (male).

கோணை: *(பெ):* கோணல்; வளைவு; கொடுமை; bend; curve; curvature.

கோணையன்: *(பெ):* கொடியவன்; cruel man.

கோண்: *(பெ):* வளைவு; மாறுபாடு; கொடுங்கோன்மை; நுண்ணிய பகுதி; பாத்திரத்தின் மூக்கு; bend; curve; difference; tyranny; minute part; spout of a vessel.

கோண்டம்: *(பெ):* நெருஞ்சில்; குறிஞ்சாக்கொடி; cow's thorn; a kind of herb.

கோண்டன்: *(பெ):* கீழ் மகன்; mean person.

கோண்டை: *(பெ):* கமுகு; இலந்தைப் பழம்; arecanut; jujube-fruit.

கோண்மா: *(பெ):* சிங்கம்; புலி போன்ற கொடிய விலங்குகள்; beast of prey as lion, tiger, etc.

கோண் மீன்: *(பெ):* கிரகம்; planet.

கோதண்டபாணி: *(பெ):* இராமபிரான்; Sri Rama.

கோதந்தி: *(பெ):* தாடை; கன்னம்; jaw; cheek.

கோதம்: *(பெ):* பொல்லாங்கு; சினம்; கோத்திரம்; குலம்; fault; offence; anger; family; lineage.

கோதல்: *(பெ):* கேடுற்ற பொருள்; decayed thing; ruined thing.

கோதனம்: *(பெ):* பசுவின் கன்று; calf of the cow.

கோதா: *(பெ):* மல்யுத்த களம்; உடும்பு; wrestling ground; big lizard; salamander.

கோதாட்டு/கோதாட்டம்: *(பெ):* வஞ்சித்தல்; குறும்பு விளையாட்டு; வருத்தம்; deceit; mischievous sport; regret.

கோதாட்டுதல்: *(வி):* குற்றங்களைப் போக்குதல்; சீராட்டுதல்; to cleanse or purify from sin or dirt; to tend with care.

கோதாரி: *(பெ):* கொள்ளை நோய்; epidemic.

கோதானம்: *(பெ):* பசுக்கொடை; free gift of cow.

கோதி: *(பெ):* கோதுமை; நெற்றி; முதலை; wheat; forehead; crocodile.

கோதிகை: *(பெ):* முதலை; உடும்பு; crocodile; big lizard.

கோது: *(பெ):* சக்கை; விதையுறை; குற்றம்; பயனின்மை; நெறி தவறுகை; உள்ளக்களிப்பு; waste; capsule; fault; uselessness; losing one's conduct; joy.

கோதுகலம்/கோதுகுலம்: *(பெ):* உள்ளக்களிப்பு; joy.

கோதுதல்: *(வி):* துளைத்தல்; மயிர் வகிர்தல்; மூக்கால் இறகைக் குடைதல்; to pierce; to part the hair from the crown to the forehead; to preen (of birds).

கோதூளி: *(பெ):* மாலைப் பொழுது; evening.

கோத்தல்: *(வி):* ஒழுங்குபடுத்துதல்; தொகுத்துரைத்தல்; தொடுத்தல்; to systematise; to compile; to string.

கோத்திரவம்: *(பெ):* வரகு; common millet.

கோத்திரிகை: *(பெ):* முந்திரிகை மரம்; cashew-nut tree.

கோத்திரை: *(பெ):* பூமி; earth.

கோத்து: *(பெ):* பட்டாளம் தங்குமிடம்; military camp.

கோத்தை: *(பெ):* பழுது; anything rotten.

கோநாய்: *(பெ):* ஓநாய்; wolf.

கோந்தி: *(பெ):* குரங்கு, monkey.

கோந்துரு: *(பெ):* ஏளனம்; பாட்டனின் பாட்டன்; mockery; grandfather of one's grandfather.

கோபகுண்டம்: *(பெ):* எட்டி மரம், strychnine tree.

கோபவல்லி: *(பெ):* பெருங்குரும்பைக் கொடி; a kind of herbal creeper.

கோபனம்: *(பெ):* இரகசியம்; மறைவு; secret; secrecy.

கோபனை: *(பெ):* கவண்; a sling to drive away the birds that destroy the crops.

கோபன்: *(பெ):* ஆநிரை காப்போன்; cow-herd.

கோபிதாரம்: *(பெ):* குரா மரம்; a kind of tree.

கோப்பன்/கோப்பாளி: *(பெ):* கெட்டிக்காரன்; clever and active man.

கோப்பியம்: *(பெ):* இரகசியம்; அடக்கம்; secrecy; privacy; quietness; self-restraint.

கோப்பு: *(பெ):* கோக்கை; ஒழுங்கு; சீர்; அலங்காரம்; பகட்டு; உபாயம்; சுமை; காய்கறிகள்; அலுவலக ஆவணத் தொகுப்பு; stringing; order; adornment; vanity; means; weight; vegetables; file.

கோமளம்: *(பெ):* அழகு; இளமை; மென்மை; மகிழ்ச்சி; கறவைப் பசு; மாணிக்க வகை; beauty; youth; tenderness; happiness; milch cow; a kind of ruby.

கோமாட்டி: *(பெ):* தலைவி; அரசி; heroine; lady; queen.

கோமாயு: *(பெ):* நரி; fox.

கோமாரி: *(பெ):* மாடுகளுக்கு உண்டாகும் ஒரு நோய்; foot and mouth disease of cows.

கோமுற்றவர்: *(பெ):* அரசர்; king.

கோமேதகம்: *(பெ):* பழுப்பு அல்லது வெளிர் மஞ்சள் நிறத்தில் உள்ள விலையுயர்ந்த கல்; komethagam, a precious stone of light yellow colour.

கோம்பல்: *(பெ):* முன்கோபம்; quick temper; irascibility.

கோம்பறை: *(பெ):* பயனற்றது; useless thing.

கோம்பி: *(பெ):* ஓணான்; பச்சோந்தி; common agamous lizard; chameleon.

கோம்பை: *(பெ):* தேங்காயின் மேலோடு; ஓர் ஊர்; அறிவிலி; hard outer covering as of coconut; a town; an idiot.

கோயக்கண்: *(பெ):* மாறுகண்; squint eye.

கோயின்மை: *(பெ):* பெருமை; செருக்கு; greatness; pride.

கோய்: *(பெ):* கள் முகந்திடப் பயன்படும் செப்பு; சிறு வாசனைதிரவியப் பெட்டி; a small vessel for taking out toddy; a small perfume box.

கோரகம்: *(பெ):* வட்டில்; இளம் பூவரும்பு; platter; tender flower bud.

கோரங்கம்: *(பெ):* நெல்லி; emblic myrobalan.

கோரங்கி: *(பெ):* சிற்றேலம்; a kind of cardamom seed.

கோரசம்: *(பெ):* 'சிவல்' என்னும் பறவை; a kind of bird named 'Sival'.

கோரணி: *(பெ):* கேலிக்கூத்து; காக்காய் வலிப்பு; முணுமுணுப்பு; mimicry; epilepsy; grimace.

கோரண்டம்: *(பெ):* மருதோன்றி மரம்; henna tree.

கோரதரம்: *(பெ):* ஒரு நரகம்; a hell.

கோரம்: *(பெ):* கொடுமை; விரைவு; வேறுபட்டது; அச்சம் தருவது; severity; swiftness; that which is different; that which gives fear.

கோரம்பர்: *(பெ):* கழைக் கூத்தர்; pole-dancers.

கோரம்பலம்: *(பெ):* கேளிக்கை; சூழ்ச்சி; வாய்ச் சண்டை; merriment; design; quarrel.

கோரம்பு: *(பெ):* தீம்பு; evil.

கோரவாரம்: *(பெ):* சந்தன மரம்; sandal-wood.

கோரவாரி: *(பெ):* பெருங்காற்று; புயல்; storm; gale.

கோரான்: *(பெ):* குரான்; முகமதியரின் வேதம்; Koran, the sacred book of Muslims.

கோரிகை: *(பெ):* அகப்பை; நெற்கூடை; wooden ladle; paddy basket.

கோரிதம்: *(பெ):* துகள்; minute particle.

கோரியை: *(பெ):* அகப்பை; wooden ladle.

கோடுதல்: *(வி):* விரும்புதல்; to like.

கோரையுள்ளான்: *(பெ):* பறவை வகை; a kind of bird.

கோர்க்கலம்: *(பெ):* மண்பாண்டம்; earthen pot.

கோலகம்: *(பெ):* திப்பிலி; long pepper.

கோலரம்: *(பெ):* முளை; peg.

கோலலவணம்: *(பெ):* துருசு; blue vitriol.

கோலவேர்: *(பெ):* நிலப்பனை; palm-tree.

கோலா: *(பெ):* திப்பிலி; குடிநீர் வகை; ஒரு மீன் வகை; long pepper; a kind of drink; a kind of fish.

கோலாஞ்சி: *(பெ):* பகட்டு; தற்பெருமை; vanity; self-importance; boasting of oneself.

கோலிகன்: *(பெ):* நெசவாளி; ஆடை வகை; weaver; a kind of garment.

கோலிக்கற்றை: *(பெ):* சாமரம்; bushy tail of the yak used as a fly flapper for idols or as a royal insignia.

கோலி வருதல்: *(வி):* சுற்றி வருதல்; to come around.

கோலிளகுதல்: *(பெ):* அரசன் இறத்தல்; death of a king.

கோலுதல்: *(வி):* வகுத்தல்; வளைத்தல்; தொடங்குதல்; உண்டாக்குதல்; அமைத்தல்; to divide; to bend; to begin; to make; to be settled.

கோலை: *(பெ):* மிளகு; pepper.

கோலொற்றுதல்: *(வி):* அம்பு எய்தல்; to discharge arrows.

கோலோர்: *(பெ):* யானைப் பாகர்; mahouts.

கோல்வளை: *(பெ):* வளையல்; bangles.

கோல் விழுக்காடு: *(பெ):* தற்செயல்; that which happens accidentally or by chance.

கோவளை: *(பெ):* வாழை; plantain tree.

கோவன்: *(பெ):* ஆயன்; அரசன்; சிவபெருமான்; herdsman; king; Lord Shiva.

கோவிதன்: *(பெ):* அறிஞன்; learned man.

கோவேள்: *(பெ):* குயவன்; potter.

கோவை: *(பெ):* வரிசை; ஒழுங்கு; அணிகலன் (வடம்); இலக்கிய நூல் வகை; கோயம்புத்தூர் என்னும் ஊர்; row; order; chain made of gold or silver; literary treatise; Kovai - a town named Coimbatore.

கோவைசியர்: *(பெ):* வணிகர் வகை; a group of merchants.

கோழம்பம்: *(பெ):* குழப்பம்; போர்; confusion; war.

கோழிக்காரம்: *(பெ):* ஒரு வகை மருந்து; a kind of medicine.

கோழிக்குடி: *(பெ):* அசோக மரம்; Asoka tree.

கோழியுள்ளான்: *(பெ):* பறவை வகை; a kind of bird.

கோழிவேந்தன்: *(பெ):* சோழன்; Chozha king.

கோழை விந்து: *(பெ):* துளசி; basil (considered sacred in worship).

கோழ்: *(பெ):* வழுவழுப்பு; செழிப்பு; கொழுமை; slippery; oily; luxurious; rich; fat.

கோளகம்: *(பெ):* மிளகு; திப்பிலி; தாளகம்; மண்டலிப் பாம்பு; pepper; long pepper; pearl; a kind of snake.

கோளன்: *(பெ):* கைம்பெண்ணின் மகன்; கோள் சொல்பவன்; son of a widow; tale-bearer.

கோளி: *(பெ):* ஆல மரம்; அத்தி மரம்; கைம்பெண்ணின் மகன்; banyan tree; country fig tree; son of a widow; female horse.

கோளிழைத்தல்: *(பெ):* கொல்லுதல்; to kill.

கோளேசம்: *(பெ):* குங்குமப் பூ; saffron flower.

கோளை: *(பெ):* எலி; குவிளை; தோழி; கோதாவரி; rat; a small cup-like vessel; lady-maid; river Godhavari.

கோறணி: *(பெ):* கேலிக்கூத்து; முணுமுணுப்பு; farce; grumbling.

கோறல்: *(பெ):* கொல்லுதல்; killing.

கோறை: *(பெ):* பழுது; துளை; defect; hole.

கோற்கூத்து: *(பெ):* வரிக்கூத்து வகை; a kind of dance.

கோற்கொடி: *(பெ):* இலந்தை மரம்; சுரைக் கொடி; jujube tree; bottle-gourd creeper.

கௌ

கௌசலம்: *(பெ):* ஒரு நாடு; திறமை; சூழ்ச்சி; a country; skill; deceit.

கௌசல்யம்: *(பெ):* திறமை; skill; ability.

கௌசனை: *(பெ):* உறை; cover.

கௌசிக பலம்: *(பெ):* தேங்காய்; coconut.

கௌசிகம்: *(பெ):* கூகை; பட்டாடை; ஒரு பண்; விளக்குத் தண்டு; பாம்பு; வியாழன்; rock-horned owl; silk garment; a song; the stem of a lamp; snake; the Planet Jupiter.

கௌசுகம்: *(பெ):* குங்கிலியம்; konkani resin.

கௌஞ்சம்: *(பெ):* அன்றில் பறவை; Andril bird, male or female noted for its constancy in love.

கௌஞ்சிகன்: *(பெ):* பொற்கொல்லன்; goldsmith.

கௌடம்: *(பெ):* ஒரு மூலிகைப் பூண்டு; a herb.

கௌடிலம்: *(பெ):* வளைவு; bend; curve.

கௌணம்: *(பெ):* முக்கியமற்றது; that which is not important.

கௌதகம்: *(பெ):* போதித்தல்; preaching.

கௌதம்: *(பெ):* கட்டுமான வகை; a kind of construction.

கௌதாரி: *(பெ):* ஒரு பறவை; a kind of bird.

கௌத்துவக்காரன்: *(பெ):* வஞ்சகன்; deceitful person.

கௌந்தி: *(பெ):* வால் மிளகு; கடுக்காய் வேர்; cubeb; the root of gall-nut.

கௌமாரம்: *(பெ):* இளம்பருவம்; ஆறுசமயங்களுள் ஒன்று; youth; one of the six religions and its deity is Lord Muruga.

கௌமுதி: *(பெ):* நிலவு; திருவிழா; Moon; festival.

கௌரம்: *(பெ):* வெண்மை; பொன்னிறம்; white; golden colour.

கௌரவர்: *(பெ):* திருதராட்டிர மன்னரின் நூறு புதல்வர்கள்; Kauravas, the one hundred sons of King Dhritharashtra.

கௌரி: *(பெ):* பார்வதி; காளி; எட்டிலிருந்து பத்து வயதுக்குட்பட்ட பெண்; Goddess Parvathi, consort of Lord Shiva; Kali, the girl whose age is in between eight and ten years.

கௌரியம்: *(பெ):* வேம்பு வகை; a kind of neem.

கௌரியன்: *(பெ):* பாண்டியரின் பட்டப் பெயர்; a title of Pandya Kings.

கௌல்: *(பெ):* தீய நாற்றம்; நிலக் குத்தகை; உடன் படிக்கை; a bad smell; lease deed.

கௌவை: *(பெ):* கள்; ஒலி; வெளிப்பாடு; பழிச்சொல்; துன்பம்; செயல்; எள்ளின் இளங்காய்; toddy; sound; manifestation; slandering words; grief; action; tender fruit of sesame.

கௌளி: *(பெ):* பல்லி; நூறு வெற்றிலை கொண்ட கட்டு; house lizard; a bundle of 100 betel leaves.

கௌளி பாத்திரம்: *(பெ):* தென்னை வகை; துறவியர் பாத்திர வகை; a kind of coconut tree; a kind of vessel of mendicants.

ங

ஙகரம்: *(பெ):* குறுணியளவு; a former measure.

ச

சஃகுல்லி: *(பெ):* சிற்றுண்டி; light refreshment; tiffin.

சக கமனம்: *(வி):* உடன்கட்டை ஏறுதல்; a wife ascending, the funeral pyre of her husband and perform 'sati.'

சகசட்சு/சகசாட்சி: *(பெ):* சூரியன்; the Sun.

சகசண்டி: *(பெ):* நாணமில்லாதவன்; immodest person.

சகசரம்: *(பெ):* சிறு குறிஞ்சாக் கொடி; a kind of herb.

சகசரி: *(பெ):* மனைவி; தோழி; மருதோன்றி மரம்; wife; lady-maid; henna tree.

சகசரிதம்: *(பெ):* உடன் நிகழ்வது; that which is held immediately.

சகசன்: *(பெ):* சகோதரன்; உடன் பிறந்தான்; brother.

சகசாட்சி: *(பெ):* சூரியன்; the Sun.

சகசிரம்: *(பெ):* ஆயிரம்; thousand.

சகச்சிரம்: *(பெ):* ஆயிரம்; சிவாகமங்கள் இருபத்தெட்டினுள் ஒன்று; thousand; one of the twenty-eight Sivagamas.

சகச்சை: *(பெ):* பொன்னாங்கண்ணிக் கீரை; a kind of greens with shiny little leaves.

சகடக்கால்: *(பெ):* வண்டிச்சக்கரம்; wheel of a cart.

சகடபலம்: *(பெ):* நீர்ப்பறவை; a kind of water bird.

சகடம்/சகடி/சகடு: *(பெ):* வண்டி; தேர்; சக்கரம்; ஊர்க்குருவி; துந்துபி; வட்டில்; மர வகை; cart; chariot; wheel; sparrow; large kettle drum; platter; a kind of tree.

சகடிகை: *(பெ):* கை வண்டி; hand-cart.

சகடை: *(பெ):* வண்டி; துந்துபி; cart; large kettle drum.

சகடோல்: *(பெ):* அம்பாரி; howdah with a canopy.

சகணவர்த்தம ரோகம்: *(பெ):* கண்ணோய் வகை; a kind of eye disease.

சகண்டை: *(பெ):* துந்துபி; a large kettle drum.

சகதண்டம்: *(பெ):* உலக உருண்டை; globe.

சகதாந்திரி: *(பெ):* உலகத் தாயான துர்க்கை; Goddess Durga considered as mother of the world.

சகத்து: *(பெ):* உலகம்; world.

சகநாயகன்: *(பெ):* காந்தம்; magnet.

சகம்: *(பெ):* உலகம்; சகாப்தம்; ஆண்டுகளைக் கணிக்கும் கணக்கு; world; universe; era; epoch.

சகரிகம்: *(பெ):* நாயுருவிச் செடி; a herbal plant growing in hedges.

சகலகம்: *(பெ):* வெள்ளாட்டுக்கிடா; he-goat/ram.

சகலாத்து: *(பெ):* கம்பளித் துணி; woollen cloth.

சகல்: *(பெ):* கொசு; mosquito.

சகன்: *(பெ):* தோழன்; companion.

சகாடி: *(பெ):* பீர்க்கங் கொடி; sponge-gourd.

சகாமியம்: *(பெ):* பயனை எதிர்பார்த்துச் செய்யும் செயல்; an action which is done expecting a benefit.

சகாயதனம்: *(பெ):* உதவித் தொகை; scholarship; exgratia payment.

சகாரம்: *(பெ):* ஏச்சு; இகழ்ச்சி; insult; abuse; vilification; reproach.

சகாரித்தல்: *(வி):* ஏசுதல்; to rebuke.

சகி: *(பெ):* தோழன்; தோழி; companion; lady maid.

சகித்துவம்: *(பெ):* தோழமை; friendliness.

சகியம்: *(பெ):* மஞ்சள்; மாமரம்; காவிரியாறு தோன்றும் மலை; turmeric; mango tree; kudagu hills.

சகுடம்: *(பெ):* சேம்பு; நாய்; Indian kales; dog.

சகுந்தம்: *(பெ):* பறவை வகை; கமுகு; கழுகு; பூதம்; a kind of bird; areca-nut; white-headed kite; goblin.

சகுலி: *(பெ):* அப்ப வகை; மீன் வகை; a kind of cake; a kind of fish.

சகோரா: (பெ): பண்டசாலை; granary; store-house.

சகோத்திரம்: (பெ): குலம்; lineage.

சக்கட்டம்: (பெ): பரிகாசம்; நிந்தை; mockery; reproach.

சக்கட்டை: (பெ): திறமையின்மை; இளப்பம்; inability; flimsiness.

சக்கத்து: (பெ): முத்து வகை; a kind of pearl.

சக்கந்தம்: (பெ): நிந்தை; reproach.

சக்கரக்கள்ளன்: (பெ): உலோபி; கருமி; ஈயான்; miser.

சக்கரக்காரன்: (பெ): செல்வந்தன்; a rich man.

சக்கரச் செல்வம்: (பெ): பெருஞ்செல்வமும் வளமையும்; great wealth and prosperity.

சக்கரத் தேர்: (பெ): (இழுப்புத்) தேர்; a chariot/ a car (to be moved by pulling).

சக்கரம்: (பெ): வட்டம்; உருளை; சக்கராயுதம்; பழைய நாணய வகை; circle; wheel; discus; an old coin.

சக்கரவர்த்தினி: (பெ): பேரரசி; சடாமஞ்சில்; queen; empress; a kind of herb.

சக்கரவாளக் கோட்டம்: (பெ): பூம்புகாரில் உள்ள கோயில்; a temple at Kaaviripoompattinam-Poompuhar.

சக்களித்தல்: (வி): தட்டையாதல்; to be flat in surface.

சக்காந்தம்: (பெ): ஏளனம்; பரிகாசம்; reproach; mockery.

சக்காரம்: (பெ): மரவகை; a kind of tree.

சக்கியம்: (பெ): நட்பு; இயன்றது; friendship; that which is possible.

சக்கிரம்[1]: (பெ): வண்டு; beetle.

சக்கிரம்[2]: (பெ): வட்டம்; circle.

சக்கிரயானம்: (பெ): வண்டி; cart.

சக்கிரவாதம்: (பெ): சுழற்காற்று; cyclone; whirl-wind.

சக்கிரன்: (பெ): இந்திரன்; Lord Indra.

சக்கிரி: (பெ): அரசன்; திருமால்; இந்திரன்; குயவன்; செக்கான்; பாம்பு; king; Lord Vishnu; Lord Indra; potter; one who works in oil press; snake.

சக்கிரிகை: (பெ): முழந்தாள்; marrow bone; knee; part of the leg from knee to ankle.

சக்கிலிக் குருவி: (பெ): மீன் கொத்திக் குருவி; kingfisher.

சக்கு: (பெ): கண்; பூஞ்சணம்; eye; mould.

சக்கை: (பெ): கோது; பட்டை; சிராய்; பலா; refuse; bark; chips; jack-fruit tree.

சங்ககாலம்: (பெ): தமிழ் இலக்கிய வரலாற்றில் ஏறத்தாழ கி.பி. மூன்றாம் நூற்றாண்டு வரையிலான காலம்; (in the literary history) the period approximately upto third century A.D. (in which the body of literature on Agam and Puram themes arose.)

சங்கடி: (பெ): கேழ்வரகுக் களி; gruel of Ragi.

சங்கடை: (பெ): இறக்கும் தறுவாய்; வருத்தம்; the time of death; grief; distress.

சங்கதம்: (பெ): நட்பு; பொருத்தம்; முறையீடு; வருத்தம்; friendship; suitability; complaint; distress.

சங்கத்தமிழ்: (பெ): சங்ககாலத் தமிழ் மொழி; the Tamil language of Sangam period.

சங்கநகை: (பெ): நத்தை; முத்து; snail; pearl.

சங்கநிதி: (பெ): குபேரனின் நவநிதிகளுள் ஒன்று; வட்டக்கிலுகிலுப்பைச் செடி; one of the Nava Nidhis of Lord Kubera; a kind of herbal plant.

சங்கபாணி: (பெ): திருமால்; Lord Vishnu.

சங்கபீடம்: (பெ): நாணல் வகை; a kind of large and coarse grass.

சங்கபுட்பம்: (பெ): ஞாழல்; a gold-coloured flower tree.

சங்கப்பலகை: (பெ): மதுரையில் சங்கப் புலவர்கள் இருந்த தெய்வீகப் பலகை; (in olden times); a miraculous seat at Madurai accommodating only deserving scholars and their treatises.

சங்கப்புலவர்: (பெ): மதுரையில் இருந்த சங்ககாலப் புலவர்கள்; the poets of the Madurai Tamil Academy of ancient times.

சங்கமர்: (பெ): சிவனடியார்; வீர சைவர்; Veerasaivar; Lingayats.

சங்கமுகம்: (பெ): கழிமுகம்; estuary.

சங்கம்: (பெ): சேர்க்கை; அன்பு; அவை; புலவர் கூட்டம்; union; love; kindness; guild; poet's academy; larynx; Adam's apple; one hundred thousand crores; a division of army.

சங்கயம்: (பெ): ஐயம்; சந்தேகம்; doubt.

சங்கர சாதி: (பெ): கலப்பு சாதி; inter-caste.

சங்கராபரணம்: (பெ): ஒரு பண் வகை; a kind of music, one of the seventy-two carnatic ragas.

சங்கரித்தல்: (வி): அழித்தல்; to destroy.

சங்கலார்: (பெ): பகைவர்; enemies.

சங்கலிகரணம்: (பெ): முறைகேடான புணர்ச்சி; உயிர்க் கொலையாகிய பாவம்; rape; the sin of murder.

சங்கனனம்: (பெ): நரம்பு; nerve; vein.

சங்காதம்: (பெ): கூட்டம்; அழித்தல்; நரகம்; assembly; crowd; ruining; hell.

சங்காத்தி: (பெ): நண்பன்; தோழன்; friend; companion.

சங்காயம்: (பெ): கரும்புத் தோகைச் சருகு; வயலில் பயிரோடு முளைக்கும் களைகள்; the dried leaves of sugarcane; the weeds growing in the paddy fields.

சங்காளர்: (பெ): காமுகர்; lustful persons as prostitutes.

சங்கிதை: (பெ): வேதத்தின் ஒரு பகுதி; செய்தித் தொகுப்பு; வரலாறு; a part of the Veda; news collection; history.

சங்கியை: (பெ): எண்; எண்ணிக்கை; புத்தி; ஆராய்வு; number; knowledge; examining.

சங்கிரகணம்: (வி): ஏற்றுக்கொள்ளல்; accepting.

சங்கிரம்: (பெ): காடு; forest.

சங்கிராந்தம்: (பெ): மாதப் பிறப்பு; தொடர்பு; ஒன்றிலிருந்து மற்றொன்றுக்கு மாறுகை; the first day of a month; connection; changing from one to another.

சங்கிராம சூரன்: (பெ): போர் வீரன்; soldier; warrior.

சங்கிராமம்: (பெ): போர்; மலைப்பாதை; war; the road on the hill.

சங்கிருதம்: (பெ): வடமொழி; Sanskrit.

சங்கிலி: (பெ): தொடர்; விலங்கு; ஒரு நில அளவு; ஒன்றுடன் ஒன்று இணைக்கப்பட்ட இரும்பு வளையங்களால் ஆன கோர்வை; link; fetters; a land measure, chain.

சங்கீரண சாதி: (பெ): ஒரு தாள அளவை; a rhythm measure.

சங்கீர்த்தனம்: (பெ): புகழ்கை; துதிக்கை; praise; reciting.

சங்கு^{2}: (பெ): ஒரு பேரெண்; கோழி; ஆயுத வகை; a large number; cock; a kind of weapon.

சங்குட்டம்: (பெ): எதிரொலி; echo.

சங்குமதம்: (பெ): புனுகு; civet.

சங்குமரு: (பெ): வேப்ப மரம்; neem tree.

சங்குருளை: (பெ): ஆமை; tortoise.

சங்குலம்: (பெ): கூட்டம்; போர்; crowd; war.

சங்குவடம்: (பெ): தோணி வகை; a kind of boat.

சங்கேதம்: (பெ): குறிப்பிட்டோர்களுக்கு மட்டும் புரியக்கூடிய விதத்தில் இருப்பது (பேச்சு, signal; a vow; an agreement.

சங்கேபம்: (பெ): சுருக்கம்; summary.

சங்கை: (பெ): எண்ணம்; வழக்கம்; சுக்கு; எண்; அளவு; கனம்; ஐயம்; கணைக்கால்; அச்சம்; பகை; பிசாசு; thought; usage; dried ginger; number; a measure; weight; doubt; ankle; fear; enmity; goblin.

சங்கோபனம்: (பெ): இரகசியம்; மறைவு; secret; secrecy.

சசமதம்: (பெ): கஸ்தூரி; musk.

சசம்: (பெ): முயல்; rabbit.

சசம்பரி: (பெ): ஆமணக்குச் செடி; castor plant.

சசி: (பெ): கற்பூரம்; நிலவு; இந்திராணி; இந்துப்பு; கடல்; மழை; camphor; Moon; Indrani, wife of Lord Indra; rock-salt; sea; rain.

சசிகன்னம்: (பெ): பூமிக்கும் சந்திரனுக்கும் உள்ள தொலைவு; the distance between earth and Moon.

சசிமணாளன்: (பெ): இந்திரன்; Lord Indra.

சசியம்: (பெ): பயிர்; தானியம்; மராமரம்; கஞ்சாச் செடி; இந்துப்பு; நிலப்பனைக் கிழங்கு; crop; grains; a kind of tree; a narcotic and intoxicating plant; rock-salt; the root of palm tree.

சசிவன்: (பெ): நண்பன்; மந்திரி; friend; minister; advisor.

சசுபம்: (பெ): நெட்டிலிங்க மரம்; அசோக மரம்; Asoka tree.

சச்சடம்: (பெ): தாமரை; Lotus.

சச்சடி: (பெ): சந்தடி; மக்கள் திரளுதல்; bustle of activities; gathering of people.

சச்சம்: (பெ): உண்மை; truth.

சச்சதுரம்: (பெ): சரி சதுரம்; perfect square.

சச்சரி: (பெ): வாத்திய வகை; a kind of musical instrument.

சச்சற்புடம்: (பெ): தாள வகை; a kind of rhythm measure.

சச்சனம்: (பெ): காவல்; protection.

சச்சாரம்: (பெ): யானைக் கூட்டம்; herd of elephants.

சச்சை: (பெ): ஆராய்ச்சி; பலமுறை ஓதுதல்; examining; reciting of several times.

சச்சையன்: (பெ): உண்மைப் பொருளானவன்; God as reality.

சஞ்சம்: (பெ): பூணூல்; கச்சு; sacred thread of three strands worn by men of certain castes; jacket.

சஞ்சயம்: (பெ): ஐயம்; கூட்டம்; doubt; crowd.

சஞ்சலை: (பெ): மின்னல்; திருமகள்; திப்பிலி; lightning; Lakshmi, Goddess of Wealth; long pepper.

சஞ்சாயம்: (பெ): தினக்கூலி; இலவசம்; அதிக இலாபம்; daily wage; free; more profit.

சஞ்சாரன்: (பெ): உயிர்; soul.

சஞ்சாலி: (பெ): பெரிய துப்பாக்கி; rifle.

சஞ்சீவகரணி: *(பெ):* புளிய மரம்; உயிர் காக்கும் மருந்து; tamarind tree; the medicine which cures the disease and saves the life.

சஞ்சீவன்: *(பெ):* மாமரம்; mango tree.

சஞ்சீவனம்: *(வி):* உயிர்ப்பித்தல்; to resuscitate; to vitalate.

சஞ்சு: *(பெ):* பறவையின் அலகு; குலதருமம்; சாயல்; ஆமணக்குச் செடி; beak of a bird; custom of a family; resemblance; castor plant.

சஞ்சை: *(பெ):* பேரொலி; பெருங்காற்று; பெருமழை; சூரியனின் மனைவி; loud noise; storm; heavy rain; the wife of Sun.

சடகம்: *(பெ):* ஊர்க்குருவி; கரிக்குருவி; வட்டில்; sparrow; king crow; plate.

சடக்கடை: *(பெ):* ஒன்பது; the number nine.

சடக்கரம்: *(பெ):* ஆறெழுத்து மந்திரம் ('சரவணபவ'); six-lettered mantra (Saravanabhava).

சடக்கு: *(பெ):* உடம்பு; செருக்கு; வேகம்; body; arrogance; speed.

சடக்கோதன்: *(பெ):* வசம்பு; sweet-flag.

சடங்கம் போடுதல்: *(வி):* மூட்டை கட்டுதல்; to bundle.

சடப்பால்: *(பெ):* தாய்ப்பால்; mother's milk.

சடம்: *(பெ):* அறியாமை; உடல்; பொய்; வஞ்சகம்; கொடுமை; சோம்பல்; ஒரு வகை வாயு; ஆறு என்னும் எண்; ignorance; body; false; lie; deceit; severity; idleness; a kind of gas; the number six.

சடம்பு: *(பெ):* சணல்; jute.

சடரம்: *(பெ):* வயிறு; stomach.

சடலம்: *(பெ):* உயிரற்ற உடம்பு; பிணம்; dead body; corpse.

சடன்: *(பெ):* மூடன்; அறிவிலி; fool; idiot.

சடாகம்: *(பெ):* மரவகை; a kind of tree.

சடாக்கரம்/சடாட்சரம்: *(பெ):* ஆறெழுத்து மந்திரம்; the six-lettered mantra.

சடாரி: *(பெ):* கவசம்; நம்மாழ்வார்; coat or mail; Nammaazhvar, a vaishnava saint, author of Thiruvaaimozhi and other works, foremost of twelve Azhvars.

சடாலம்: *(பெ):* ஆலமரம்; தேன்கூடு; Banyan tree; honeycomb.

சடானன்: *(பெ):* முருகக் கடவுள்; Lord Muruga.

சடிதி/சடுதி: *(பெ):* விரைவு; swiftness.

சடிலம்: *(பெ):* செறிவு; நெருக்கம்; வேர்; குதிரை; சடைமுடி; denseness; root; horse, as having a mane; matted locks of hair.

சடினம்: *(பெ):* வசம்பு; நெட்டிவேர்; sweet-flag; root of the cork tree.

சடுகுடு: *(பெ):* ஒரு வகை விளையாட்டு; a kind of game, Kabadi.

சடுத்தம்: *(பெ):* போட்டி; போராட்டம்; வற்புறுத்தல்; competition; agitation; insistence.

சடுரசம்: *(பெ):* அறுசுவை; the six kinds of tastes in relation to food viz.

சடுலம்: *(பெ):* மின்னல்; நடுக்கம்; lightning; shivering.

சடுலை: *(பெ):* மின்னல்; lightning.

சடை கந்தம்: *(பெ):* வசம்பு; sweet-flag.

சடைதல்: *(வி):* உள்ளடங்குதல்; சோர்தல்; தடுத்தல்; to be included; to feel tired; to stop.

சடை பற்றுதல்: *(வி):* அடர்த்தியாகுதல்; be close together.

சடைவு: *(பெ):* மனத் தளர்வு; depression of mind.

சட்சு: *(பெ):* கண்; eye.

சட்டகம்: *(பெ):* சட்டம்; படுக்கை; வடிவு; உடல்; பிணம்; frame; bed; image; body; corpse.

சட்டக்கல்லி: *(பெ):* வீண்பேச்சு; idle-talk.

சட்டமூலம்: *(பெ):* மசோதா; Bill in a Parliament or State Legislative Assembly.

சட்டம்பி: *(பெ):* ஆசிரியர்; தலைவன்; teacher; chief; lord; master.

சட்டன்: *(பெ):* மாணாக்கன்; pupil; student.

சட்டால்: *(பெ):* வில்வ மரம்; bael tree.

சட்டிசுரண்டி: *(பெ):* சமையல்காரர்; சிறு சுரண்டும் கருவி; a cook; a small scraping instrument.

சட்டிபூர்த்தி: *(பெ):* அறுபது ஆண்டு நிறைவு; attainment of one's sixtieth birthday.

சட்டினி: *(பெ):* துவையல் வகை; a kind of strong relish prepared by adding paste of chilli to coconut, ginger, curry leaf or to similar things.

சட்டு: *(பெ):* ஆறு; அழிவு; சிக்கனம்; six; ruin; thrift; economy.

சட்டுவஞ்செய்தல்: *(பெ):* விருந்தோம்பல்; welcoming and entertaining guests.

சட்டோலை: *(பெ):* எழுதுவதற்கு ஏற்ற பனையோலை; palmleaf fit for writing.

சட்பதம்: *(பெ):* அறுகால் வண்டு; a kind of beetle which has six legs.

சணகம்: *(பெ):* புளியாரைக் கீரை; சணல்; கடலை; yellow wood-sorrel; jute; Bengal gram.

சணப்பு: *(பெ):* கஞ்சா; சணல்; a narcotic and intoxicating plant; jute; hemp.

சணாய்: *(பெ):* கடலை; Bengal gram.

சணைத்தல்: *(வி):* கொழுத்தல்; be plump.

சண்டதாண்டவம்: *(பெ):* காளியுடன் சிவபெருமான் ஆடிய கூத்து; the dance of Lord Shiva with Kali, a female deity with dark complexion.

சண்டப்பை: *(பெ):* கருப்பை; uterus.

சண்டம் *(பெ):* கொடுமை; கோபம்; வேகம்; வலிமை; பெருமை; நரகம்; அலி; severity; anger; speed; strength; greatness; a hell; an eunuch.

சண்டித்தனம்: *(பெ):* பிடிவாதம்; விடாப்போக்கு; obstinacy; perversity.

சண்டீனம்: *(பெ):* பறவை; bird.

சண்டு: *(பெ):* கூளம்; எல்லைக் கோல்; chaff; pole, as a mark of boundary.

சண்டுதல்: *(வி):* அதிகமாக உண்ணுதல்; to eat excessively.

சண்ணைக்கிடா: *(பெ):* தின்று கொழுத்த கிடா; ram.

சண்ணித்தல்: *(பெ):* பூசுதல்; to smear as with sacred ashes.

சண்ணுதல்: *(வி):* தாக்குதல்; நீக்குதல்; நிறைய உண்ணுதல்; to attack; to remove; to eat excessively.

சண்பகம்: *(பெ):* ஒரு பூ மரவகை; champak, a flower tree.

சண்பங்கோரை: *(பெ):* ஒரு கோரை வகை; a kind of sedges and bulrushes.

சண்பனி: *(பெ):* தேவதை; யோகினி; an angel; fairy.

சண்பு: *(பெ):* யானைப்புல்; elephant-grass.

சதகம்: *(பெ):* நூறு பாடல் கொண்ட நூல் வகை; நூற்றாண்டு; தான்றி மரம்; a poem of 100 stanzas; century; a kind of tree.

சதகுப்பி/சதகுப்பை: *(பெ):* ஓமம்; ஒரு மருந்துப் பூண்டு; Bishop's weed; a herb; dill.

சதகோடி/சததளம்/சததாரை/சதுபதுமம்/: *(பெ):* இடி; வச்சிரப்படை; நூறு கோடி; lightning; a weapon sharp edged at both ends; hundred crores.

சதக்கல்: *(பெ):* சதுப்பு நிலம்; சேறு; marsh; mire; swamp.

சதக்கினி: *(பெ):* நூறுபேரைக் கொன்றிடும் மதிற்பொறி; a kind of device in a fort wall (formerly) which may kill roughly hundred persons.

சதங்கைத்தாமம்: *(பெ):* ஒரு வகை மாலை; ஒரு வகைக் கழுத்தணிகலன்; a kind of garland; a kind of necklace.

சதசத்து: *(பெ):* ஆன்மா; soul.

சதசல்லியம்: *(பெ):* பெருந்தொந்தரவு; trouble.

சதசு: *(பெ):* கற்றோர் பேரவை; assembly of learned people.

சதஞ்சீவி: *(பெ):* நூறு ஆண்டுகள் வாழ்பவர்; one who lives hundred years.

சதசம்: *(பெ):* எப்பொழுதும்; always.

சதநியுதம்: *(பெ):* கோடி; crore.

சதபுட்பம்: *(பெ):* ஒரு பூண்டு; ஓமம்; a herb; Bishop's weed.

சதமகன்: *(பெ):* இந்திரன்; Lord Indra.

சதம்: *(பெ):* நூறு; இலங்கையில் வழங்கும் நாணயம்; hundred; a coin of Srilanka.

சதவல்: *(பெ):* சதுப்பு நிலம்; குப்பை; marshy land; damp.

சதவீரியம்: *(பெ):* வெள்ளறுகம்புல்; a kind of grass.

சதவீரு: *(பெ):* மல்லிகை; jasmine.

சதளம்: *(பெ):* திரள்; கூட்டம்; multitude; crowd.

சதனம்: *(பெ):* வீடு; நூறு; house; hundred.

சதாகதி: *(பெ):* சூரியன்; காற்று; Sun; air.

சதாக்கினி: *(பெ):* தேள்; scorpion.

சதாங்கம்: *(பெ):* தேர்; car; chariot.

சதாசாரம்: *(பெ):* நல்லொழுக்கம்; good conduct.

சதாட்டம்: *(பெ):* நூற்று எட்டு; one hundred and eight.

சதாபடம்: *(பெ):* எருக்கஞ் செடி; Yercum.

சதாபதி: *(பெ):* இறைவன்; மரவட்டை; God; deity; wood-leech.

சதாபலம்: *(பெ):* எலுமிச்சை மரம்; lime-tree.

சதாபுட்பம்: *(பெ):* முல்லை; வெள்ளெருக்கு; wild jasmine; white yercum.

சதாமூர்க்கம்: *(பெ):* பாம்புக் கொல்லிப் பூண்டு; a kind of herb.

சதாயுசு: *(பெ):* நூறு வயது வரை வாழ்ந்த முதியவர்; old man who has lived hundred years.

சதாய்தல்: *(வி):* கேலி செய்தல்; எள்ளுதல்; to make a mockery of something; to ridicule.

சதாவுதல்: *(பெ):* பழுதாதல்; to fall into a state of disrepair; to be spoiled.

சதானகம்: *(பெ):* சுடுகாடு; இடுகாடு; மயானம்; grave-yard; crematorium; burial ground.

சதி: *(பெ):* உடன்கட்டை ஏறுதல்; வட்டம்; கற்புடைய மனைவி; self-immolation of a widow along with her deceased husband; round; circle; virtuous wife.

சதித்தல்: *(வி):* அழித்தல்; வஞ்சித்தல்; to destroy; to deceit.

சதி பாய்தல்: *(வி):* நடனமாடுதல்; to dance.

சதிமானம்: *(பெ):* வஞ்சனை; deceit.

சதிரம்: *(பெ):* உடல்; சதுரம்; கொடி வகை; body; square; a kind of creeper.

சதிரி: *(பெ):* திறமையுடையவள்; talented woman.

சதிர்: *(பெ):* திறமை; பெருமை; பேறு; அழகு; குறைந்த விலை; சிக்கனம்; எல்லை; நாட்டியம்; talent; greatness; excellence; good fortune; beauty; cheaper rate; thrift; economy; limit; dance.

சதுக்கல்: *(பெ):* வழுக்கல்; slipperiness.

சதுரகராதி: *(பெ):* பெயரகராதி, பொருளகராதி, தொகையகராதி, தொடையகராதி என்னும் நான்கு பிரிவுகளைக் கொண்டதும் 18-ஆம் நூற்றாண்டில் வீரமாமுனிவர் இயற்றியதுமான அகராதி; The Tamil lexicon by Veeramamunivar (Beschi) in the 18th century with four parts, viz, *peyar akarathi, porul akarathi, thokai akarathi* and *thodai akarathi.*

சதுரங்கம்: *(பெ):* விளையாட்டு வகை; நாற்கோணம்; chess; tetrahedron; quadrangular figure.

சதுரச்சந்தி: *(பெ):* நாற் சந்தி; junction of four roads.

சதுரந்தயானம்: *(பெ):* சிவிகை; பல்லக்கு; palanquin.

சதுரப்பாடு: *(பெ):* திறமை; அறிவுக்கூர்மை; உடலுழைப்பு; skill; acumen; manual labour.

சதுரம்: *(பெ):* நீளம், அகலம் ஒத்த நாற்கோணம்; திறமை; அறிவுக்கூர்மை; நாகரிகம்; விரைவு; square; skill; acumen; civilization; swiftness.

சதுரன்: *(பெ):* திறமைசாலி; பேராசைக்காரன்; efficient man; greedy man.

சதுர்க்கதி: *(பெ):* ஆமை; tortoise.

சதுனி: *(பெ):* வௌவால்; bat.

சதேகமுத்தி: *(பெ):* சீவன் முக்தி; final deliverance while yet in this life.

சதேரன்: *(பெ):* பகைவன்; enemy.

சதைக்குந்தம்: *(பெ):* கண்ணோய் வகை; a kind of eye disease.

சதைதல்: *(வி):* நசுங்குதல்; நெரிதல்; be crumpled; be crushed.

சதையல்: *(பெ):* மூங்கில் பிளப்பு; cleft of bamboo.

சதையொட்டி: *(பெ):* செடி வகை; a kind of plant.

சதை வைத்தவள்: *(பெ):* மலடி; sterile woman.

சத்தகம்: *(பெ):* சிறு கத்தி; இறுதிக்கடன்; a small knife; funeral rites.

சத்தக்கருவி: *(பெ):* இசைக் கருவி; musical instrument.

சத்தக்கூலி: *(பெ):* வண்டிக்கூலி; hire; cartage.

சத்தங்காட்டுதல்: *(வி):* ஒலி எழுப்புதல்; to make noise.

சத்தசுரம்: *(பெ):* ஏழுசுரம்; seven notes of gamut.

சத்திகம்: *(பெ):* குதிரை; horse.

சத்திரபதி: *(பெ):* அரசன்; king.

சத்திரம்²: *(பெ):* இரும்பு; வேல்; குடை; வியப்பு; தும்பைச் செடி; யஜுர் வேதத்தின் ஓர் உட்பிரிவு; iron; lance; umbrella; amazement; white dead nettle - leucas; a part in Yajur Veda.

சத்திரவித்தை: *(பெ):* அறுவை சிகிச்சை; surgery.

சத்திரி: *(பெ):* யானை; சத்திரியன்; elephant; one who belongs to royal family.

சத்திலி: *(பெ):* கற்பூரம்; camphor.

சத்துவகர்: *(பெ):* தேவதூதர்; holy angels; divine messengers.

சத்துவ குணம்: *(பெ):* நற்செயல்களில் மனதினைச் செலுத்தும் சாந்தகுணம்; முக்குணங்களில் ஒன்று; goodness or virtue; one of the three qualities.

சத்துவம்: *(பெ):* சாரம்; இயல்பு; வலிமை; vigour; natural quality; strength.

சத்துவாரி: *(பெ):* வெள்ளெழுத்து; long-sight.

சத்தை: *(பெ):* உண்மை; பலன்; வலிமை; சாரம்; truth; reality; benefit; strength; vigour.

சந்தகபுட்பம்: *(பெ):* கிராம்பு; clove.

சந்தக்குழம்பு: *(பெ):* நறுமணங்கொண்ட சந்தனக் குழம்பு; scented sandal paste.

சந்தசு: *(பெ):* வேதம்; யாப்பு வகை; Veda; a kind of prosody.

சந்தணி: *(பெ):* சந்தனம்; sandal paste.

சந்ததி: *(பெ):* வழித்தோன்றல்; மரபு; மகன்; descendant; lineage; son.

சந்தம்: *(பெ):* அழகு; நிறம்; வண்ணம்; செய்யுள்; வடிவு; சுகம்; வேதம்; சந்தனம்; துளை; கருத்து; beauty; colour; verse; form; pleasure; Veda; sandal; hole; view.

சந்தயம்: *(பெ):* ஐயம்; doubt.

சந்தரி: *(பெ):* துளசி; basil plant.

சந்தாபம்: *(பெ):* துன்பம்; mental worry.

சந்தான கரணி: *(பெ):* மருந்து வகை; இலுப்பை மரம்; அருகம்புல்; a kind of medicine; South Indian Mahua tree; a kind of grass.

சந்தானம்: *(பெ):* மரபு; சந்ததி; தொடர்பு; அம்பு எய்கை; lineage; descendant; connection; shooting of arrow.

சந்தாணி: *(பெ):* வெண்காரம்; borax.

சந்திக்கோணம்: *(பெ):* தேர் உறுப்புகளுள் ஒன்று; a part of chariot.

சந்திகை: *(பெ):* சிற்றுண்டி வகை; a kind of refreshment.

சந்தியக்கரம்: *(பெ):* (சமஸ்கிருதத்தில்) இரு உயிரெழுத்துக்கள் இணைந்து ஒலிக்கும் ஏ, ஐ, ஓ, ஔ ஆகிய எழுத்துக்கள்; diphthongs of Sanskrit viz. ae, ai, oe, ou.

சந்திரகம்: *(பெ):* மயில்தோகை; வெண்மிளகு; நகம்; feather of peacock; white pepper; nail.

சந்திரகாலை: *(பெ):* சந்திரன் கூறு; ஓர் அணிகலன்; digit of moon; a kind of ornament.

சந்திரகாந்தம்: *(பெ):* வெள்ளாம்பல்; white water lily.

சந்திரகாம்புயம்: *(பெ):* வெண்தாமரை; white lotus.

சந்திரகி: *(பெ):* மயில்; peacock.

சந்திர குரு: *(பெ):* வெண்முத்து; அசுரகுரு; சுக்கிரன்; white pearl; Asura's guru; the Planet Venus.

சந்திர ஞானம்: *(பெ):* ஒரு சைவாகமம்; a Shivagama.

சந்திர திசை: *(பெ):* வடக்கு; north.

சந்திரநாதம்: *(பெ):* இராகு; மருந்து வகை; Ragu, moon's ascending node; a kind of medicine.

சந்திரபாணி: *(பெ):* வைரம்; diamond.

சந்திரபூதம்: *(பெ):* பச்சைக்கற்பூரம்; medicated camphor.

சந்திரம்: *(பெ):* கற்பூரம்; பொன்; மிருகசீரிடம்; நீர்; camphor; gold; the fifth of the twenty-seven stars; water.

சந்திரவட்டம்: *(பெ):* வெண்கொற்றக்குடை; white umbrella of victory.

சந்திரனாள்: *(பெ):* திங்கட்கிழமை; Monday.

சந்திராயுதம்: *(பெ):* பிறை வடிவான அம்பு; the arrow which has its edge as crescent moon.

சந்திரேகம்: *(பெ):* கார்போக அரிசி விதை; the seed of a herb.

சந்தில்: *(பெ):* சனி; மூங்கில்; Saturn; bamboo.

சந்துக்காறை: *(பெ):* ஒருவகைக் கைவளை; a kind of bangles.

சந்து செய்தல்: *(பெ):* துளை போடுதல்; பொருத்துதல்; சமாதானம் செய்தல்; to bore; to fix; to compromise.

சந்து பார்த்தல்: *(வி):* சமயம் பார்த்தல்; to expect the suitable or proper time (to do a thing).

சந்துமந்து: *(பெ):* குழப்பம்; தாறுமாறு; confusion; disorder.

சந்துயிர்: *(பெ):* எலும்பு; bone.

சந்தேசம்: *(பெ):* தூது; embassy; message.

சந்தோடம்: *(பெ):* பூரிப்பு; மகிழ்ச்சி; இனாம்; pleasure; delight; happiness; gratification.

சபம்: *(பெ):* குதிரைக் குளம்பு; கடவுளைத் துதித்தல்; ஆலம் விழுது; மூங்கில்; பிணம்; hoof of a horse; praising; aerial root of banyan tree; bamboo; corpse.

சபரணை: *(பெ):* முழுமை; ஆதரவு; ஆயத்தம்; ஒழுங்கு; fullness; support; readiness; order.

சபரன்: *(பெ):* வேடுவன்; hunter.

சபரியை: *(பெ):* பூசை; worship; homage to superiors.

சபர்: *(பெ):* கடற் பயணம்; voyage; navigation.

சபலா: *(பெ):* திப்பிலி; long-pepper.

சபலை: *(பெ):* மின்னல்; மனவுறுதியற்றவள்; விலைமகள்; திப்பிலி; திருமகள்; lightning; the woman who is not having moral resolution; prostitute; long-pepper; Lakshmi, Goddess of Wealth.

சபினம்: *(பெ):* வசம்பு; ஒரு வகை மருந்து; sweet-flag; a kind of medicine.

சப்பரை: *(பெ):* அறிவிலி; மூடன்; idiot; fool.

சப்பல்: *(பெ):* தட்டை; flat.

சப்பளாத்தி: *(பெ):* திறமையற்றவள்; unskilled woman.

சப்பாணி: *(பெ):* கை கொட்டுதல்; நொண்டி; clapping the hands; cripple; lame person.

சப்பாத்து: *(பெ):* சப்பாத்திக் கள்ளி; மிதியடி வகை; common prickly-pear; a kind of footwear.

சப்பி: *(பெ):* பதர்; chaff.

சமங்கை: *(பெ):* தொட்டாற் சுருங்கி; ஆடுதின்னாப் பாளை; a sensitive plant touch-me-not; a herb.

சமசி: *(பெ):* நிறைவு; fulfilment; completion.

சமஞ்சிதன்: *(பெ):* ஊர்க் கணக்கு எழுதுபவன்; village accountant.

சமட்டு வண்டி: *(பெ):* மிதி வண்டி; bi-cycle.

சமணி: *(பெ):* இலவ மரம்; silk-cotton tree.

சமதீதம்: *(பெ):* ஐக்கியம்; கழிந்தது; union; that which is gone.

சமதை: *(பெ):* ஒப்பு; equality; similarity.

சமத்தம்: *(பெ):* அனைத்தும்; எல்லாம்; all.

சமத்தானம்: *(பெ):* தலை நகரம்; நாட்டின் ஒரு பகுதி; capital city; a part of a nation.

சமயக் கணக்கர்: *(பெ):* பல்வேறு சமயங்களைச் சார்ந்த பிரசங்கிகள்; exponents of various religious systems.

சமய சஞ்சீவி: *(பெ):* தக்க சமயத்தில் உயிரைக் காக்கும் மருந்து; தக்க சமயத்தில் உதவுபவர்; life-saving drug; one who renders timely help.

சமயத் தறுவாய்: *(பெ):* தக்க காலம்; ஏற்ற சமயம்; proper time or period.

சமயப்பரப்புக்குழு: (பெ): சமயக் கொள்கைப் பிரசங்கிகள் அடங்கிய குழு; mission.

சமயம்: (பெ): காலம்; தருணம்; மதம்; அவகாசம்; நூல்; உடன்படிக்கை; மரபு; time; critical moment; religion; leisure; treatise; treaty; established usage.

சமரகேசரி: (பெ): போரிடுவதில் சிங்கம் போன்றவன்; one who fights like a lion.

சமரங்கம்: (பெ): போர்க்களம்; battle-field.

சமரச சன்மார்க்கம்: (பெ): ஏற்றத்தாழ்வு இல்லாது அனைவரையும் சமமாகப் பாவித்துச் செயல்படுதல் வேண்டும் என்னும் உயரிய கொள்கை; a religious doctrine advocating love of fellow beings and equality.

சமரசர்: (பெ): நண்பர்கள்; நடுநிலை வகிப்பவர்; friends; impartial arbiter.

சமரம்: (பெ): போர்; முள்ளம்பன்றி; கவரிமான்; battle; war; porcupine; a kind of deer.

சமரி: (பெ): கொற்றவை; பாம்பு; Durga, Goddess of Victory; snake.

சமர்: (பெ): போர்; சண்டை; war; battle; fight.

சமலம்: (பெ): அழுக்கு; மலம்; dirt; the three impurities of soul.

சமலன்: (பெ): மும்மலங்களை உடைய ஆன்மா; the soul which has the three impurities.

சமவாசம்: (பெ): நட்பு; friendship.

சமழ்த்தல்: (வி): வருந்துதல்; தாழ்தல்; நாணுதல்; to aggrieve; to degenerate; to feel shy.

சமழ்மை: (பெ): இழிவு; disgrace.

சமற்காரம்: (பெ): பேச்சுத் திறமை; locution.

சமனம்: (பெ): வசம்பு; தணிந்த நிலை; sweet-flag; state of being calmness.

சமனாதம்: (பெ): உவர்மண்; saline soil.

சமனிகை: (பெ): இடுதிரை; curtain.

சமனிசை: (பெ): அமைதி; peace.

சமனியகரணி: (பெ): புண்ணை ஆற்றும் மருந்து; the medicine that cures wounds, sores etc.

சமனியம்: (பெ): முழுமை; பொதுவானது; fullness; that which is common.

சமன்பாடு: (பெ): (கணிதப்படி) இரு அளவுகள் சமம் என நிருபிக்கும் குறியீட்டு வடிவிலான கூற்று; balance; equation; ($x + y = 10$ என்பது ஒரு சமன்பாடு.)

சமஷ்டி: (பெ): தனித்தனியாக இயங்கிட அதிகாரம் படைத்த அமைப்புகள் ஒன்றுகூடி அமைத்துக் கொள்ளும் உயர் கூட்ட அமைப்பு; federation.

சமாசம்: (பெ): சபை; இலிங்க பாடாணம்; assembly; a kind of arsenic.

சமாது: (பெ): ஊமத்தைச் செடி; thorn apple plant; dhatura plant.

சமாபந்தி: (பெ): ஆண்டின் நிலவரித் தணிக்கை; the auditing of land revenue of a year.

சமாராதனை: (பெ): அந்தணர் போன்றோருக்கு உணவு அளித்தல்; to feed brahmins, etc.

சமாலம்: (பெ): மயில் தோகை விசிறி; a fan made up of peacock feathers.

சமாலி: (பெ): பூச்செண்டு; bouquet of flowers.

சமாலேபனம்: (பெ): தரையைச் சாணத்தால் மெழுகுதல்; to cleanse the floor with cow-dung water.

சமாளம்: (பெ): களிப்பு; joy.

சமானதை: (பெ): ஒப்பு; similarity.

சமானரகிதம்: (பெ): ஒப்பில்லாதது; that which is not comparable.

சமி: (பெ): வன்னி மரம்; வாழை மரம்; ஜீரணம் ஆதல்; a kind of tree; plantain tree; digestion.

சமிதம்: (பெ): அமைதி; போர்; தீ; peace; war; fire.

சமிதி: (பெ): சபைக்கூட்டம்; போர்; assembly; meeting; war.

சமிதை: (பெ): அத்தி, அரசு, ஆல், இத்தி, கருங்காலி, நாயுருவி, மா, பலாசு, வன்னி என ஒன்பது விதமான வேள்விக்குரிய விறகு; sacrificial fuel.

சமிபாகம்: (பெ): கொன்றை மரம்; Indian labumum tree.

சமிபாடு: (பெ): ஜீரணம்; ஜீரணிக்கும் காலம்; digestion; digestion period.

சமிதணன்/சமீரணன்: (பெ): வாயு; காற்று; gas; air.

சமிர்த்தி: (பெ): நிறைவு; completion.

சமிலாகி: (பெ): திப்பிலி; sweet-flag.

சமியாக்குணம்: (பெ): அஜீரணம்; indigestion.

சமீகம்: (பெ): போர்; battle; war.

சமீரணம்: (பெ): எலுமிச்சை; lime tree.

சமீரணி: (பெ): பீமன்; Bheema, the second brother of Pancha Pandavas.

சமுகம்: (பெ): சன்னிதானம்; முன்னிலை; நேர்காணல்; திரள்; மரியாதை குறித்த சொல்; presence; interview; mass; multitude; a term of respect.

சமுகு: (பெ): கலகக் கூட்டம்; தீய ஆலோசனை; gangsters; rowdies; evil counsel.

சமுத்திராந்தம்: (பெ): சிறு காஞ்சொறிக் கொடி; பருத்திச் செடி; சாதிக்காய்; a kind of herb; cotton plant; nutmeg.

சமுப்பவம்: (பெ): தைவேளைப் பூண்டு; a herb.

சமுன்னதி: (பெ): அகந்தை; pride; egotism.

சமூகக்காடு: (பெ): ஊராரின் தேவைகளை நிறைவு செய்யவும், சுற்றுச் சூழல் சமநிலையைப் பாதுகாக்கவும் பொது இடங்களில் வளர்க்கப் படும் காடு; social forestry.

சமூகம்: (பெ): சமுதாயம்; ஜாதி; அரசன் போன்றோரின் முன்னிலை; society; caste; presence of a king, etc.

சமூகவியல்: (பெ): குழுவாக வாழும் மனிதர்களைப் பற்றியும் சமூக அமைப்பைப் பற்றியும் ஆராயும் படிப்பு; sociology.

சமூலம்: (பெ): முழுவதும், அனைத்தும், வேர் முதல் தளிர் இலை ஈறாக அனைத்தும் உள்ளவை; all; those which are from root to tender leaf of a tree.

சமேதம்: (பெ): உடனிருத்தல்; கூடியிருத்தல்; being present; coming together; gathering.

சமேதன்: (பெ): கூடியிருப்பவன்; an associate.

சமை: (பெ): ஆண்டு; பொறுமை; மன அமைதி; year; fortitude; patience.

சமைகடை: (பெ): முடிவு; end.

சமைவு: (பெ): நிலைமை; மன அமைதி; அழிவு; state; situation; patience; destruction.

சம்சயம்: (பெ): சந்தேகம்; doubt.

சம்பகம்: (பெ): சண்பகம்; தற்பெருமை; champak; pride.

சம்பங்கி: (பெ): சண்பகம்; champak.

சம்பங்கூடை: (பெ): சம்பம் புல்லால் செய்த கூடை; a basket made of sambam grass.

சம்படம்: (பெ): கூறை; ஒரு பழைய வரி; சோம்பல்; உலோகத்தாலான சிறு செப்பு; a cloth; a former tax; indolence; a small round metal case.

சம்பரம்: (பெ): நீர்; பறவை வகை; ஆடை; களிப்பு; சிறப்பு; பரபரப்பு; water; a kind of bird; garment; joy; speciality; hurry.

சம்பரி: (பெ): நேர்வாள மரவகை; a kind of tree.

சம்பர்க்கம்: (பெ): சேர்க்கை; acquirement.

சம்பவை: (பெ): பார்வதி தேவி; Parvathi Devi, the consort of Lord Shiva.

சம்பளி: (பெ): வெற்றிலைப் பை; betel-leaf bag.

சம்பன்னம்: (பெ): நிறைவு; fulfilment.

சம்பன்னன்: (பெ): செல்வந்தன்; rich man.

சம்பா: (பெ): உயர்ரக நெல்; கடவுளுக்குப் படைக்கும் உணவு; a crop of paddy the food offered to a deity.

சம்பாகம்: (பெ): நன்றாகச் சமைத்தது; நாடு; well cooked; nation; country.

சம்பாலம்: (பெ): ஆட்டுக்கிடா; ram.

சம்பாவனை: (பெ): வெகுமானம்; பரிசுப் பொருள்; மரியாதை; high esteem; gift; respect.

சம்பான்: (பெ): படகு; தோணி; boat; raft.

சம்பிரதானம்: (பெ): கொடை; bounty; gift; reward.

சம்பிரதி: (பெ): தலைமைக் கணக்கர்; accounts executive; chief accountant.

சம்பிரமம்: (பெ): மகிழ்ச்சி; பரபரப்பு; களிப்பு; நிறைவு; சிறப்பு; happiness; hurry; joy; completion; greatness; speciality.

சம்பிராத்தி: (பெ): பேறு; good-fortune.

சம்பீரம்: (பெ): எலுமிச்சை மரம்; lime-tree.

சம்பு: (பெ): சிவபெருமான்; திருமால்; பிரமன்; சூரியன்; நாவல் மரம்; நாவலந்தீவு; Lord Shiva; Lord Vishnu; Lord Brahma; Sun; jamoon-plum tree; the central continent surrounded by six others.

சம்புகம்: (பெ): நரி; fox.

சம்புடம்: (பெ): உலோகத்தாலான சிறு செப்பு; புத்தகப்பகுதி; இருக்கை அமைப்பு; small round metal casket; volume; part of a book; the form of a seat.

சம்பை: (பெ): சம்பங்கோரைப் புல்; எளிதாகக் கெட்டுப் போகும் பண்டம்; மீன்; மின்னல்; செழிப்பு; எழுவகைத் தாளங்களுள் ஒன்று; elephant grass; the thing which decays very easily; fish; lightning; prosperity; one of the seven kinds of rhythms.

சம்பைச்சரக்கு: (பெ): மட்டமான பொருள்; low quality thing.

சம்போர்: (பெ): பூதம்; goblin; demon.

சம்மான்: (பெ): தோணி; boat.

சம்மிய ஞானம்: (பெ): பேரறிவு; great wisdom; sense of discrimination.

சம்மியாகம்: (பெ): கொன்றை; Indian laburnum tree.

சம்மேளனம்: (பெ): கூட்டம்; கலப்பு; association; conference; meeting.

சம்வாதம்: (பெ): உரையாடல்; தருக்கம்; சொற்போர்; conversation; logic; debate.

சம்வித்து: (பெ): அறிவு; knowledge.

சயகம்: (பெ): மொட்டு; bud.

சயதாளம்: (பெ): தாளம் ஒன்பதினுள் ஒன்று; one of the nine kinds of rhythms.

சயத்தம்பம்: (பெ): வெற்றித் தூண்; victory pillar.

சயந்தனம்: (பெ): தேர்; chariot.

சயமகள்: (பெ): கொற்றவை; துர்க்கை; மிதுனராசி; Durga, Goddess of Victory; third constellation of the Zodiac.

சயம்: (பெ): வெற்றி; சூரியன்; காசநோய்; சிதைவு; சர்க்கரை; ஆம்பல்; victory; the Sun; tuberculosis; ruin; sugar; water-lily.

சயா: (பெ): கடுக்காய்; வாதமடக்கி மரம்; gall-nut tree; a kind of tree.

சயிக்கம்: (பெ): மென்மை; tenderness; softness.

சயிக்கர்/சயித்தி: (பெ): அரசமரம்; pipal tree.

சயித்தம்: (பெ): புத்தர் கோயில்; Buddhist monastery.

சயித்தியம்: (பெ): ஒரு நோய்; குளிர்ச்சி; a disease; coldness.

சயிந்தர்: (பெ): சிந்து நாட்டினர்; those who belong to Sindhu.

சயிந்தவம்: (பெ): குதிரை; இந்துப்பு; தலை; horse; rock-salt; head.

சயிப்பு: (பெ): வெற்றி; பொறுமை; victory; patience.

சயிலங்கமாலை: (பெ): வெட்டிவேர்; cuscus grass.

சயினி: (பெ): திப்பிலி; long-pepper.

சரகம்: (பெ): தேனீ; வண்டு; எல்லை; நாட்டின் பகுதி; honey bee; a beetle; limit; boundary; part of a country.

சரகாண்டம்: (பெ): அம்புக் கூடு; quiver.

சரக்கறை: (பெ): சரக்குகள் வைக்கும் அறை; பொன் அறை; கருவூலம்; store house; jewel-house; treasury.

சரக்கொன்றை: (பெ): சரஞ்சரமாகப் பூக்கும் கொன்றை மரம்; Indian laburnum tree.

சரசக்காரன்: (பெ): நற்குணம் உடையவன்; விகடன்; virtuous man; buffoon.

சரசப்பேச்சு: (பெ): வேடிக்கைப் பேச்சு; கேலி; காதல் பேச்சு; joke; mockery; erotic talk.

சரசம்: (பெ): இனிய குணம்; மலிவு; தேக்குமரம்; வெண்ணெய்; உண்மை; இனிமை; sweet nature; lowness in price; teak-wood; butter; truth; reality; sweetness.

சரசிசம்: (பெ): தாமரை; Lotus.

சரசு: (பெ): குளம்; நீர்நிலை; tank; pond; lake.

சரசுவதி பண்டாரம்: (பெ): நூல் நிலையம்; library.

சரசுவதியூர்தி: (பெ): பூரான்; centipede.

சரசோதி: (பெ): கலைமகள்; Saraswathi, Goddess of arts and learnings.

சரடம்: (பெ): பச்சோந்தி; chameleon.

சரணர்: (பெ): வீர சைவப் பெரியோர்; the aged and learned people of Veera Saivas.

சரணாயுதல்: (பெ): கோழி; சேவல்; fowl; cock.

சரணி: (பெ): வழி; path.

சரணியப்பன்: (பெ): காப்பவன்; the protector; guard.

சரண்: (பெ): பாதம்; அடைக்கலம்; foot; seeking refuge.

சரண்டம்: (பெ): பறவை; பல்லி; bird; lizard.

சரதம்: (பெ): உண்மை; truth; reality.

சரபடி: (பெ): மரபு வழி; established usage.

சரபம்: (பெ): ஒட்டகம்; மலையாடு; குறும்பாடு; camel; goat; sheep, etc.

சரமகவி: (பெ): கையறு நிலை; இறந்தவரைப் பற்றி இரங்கிப்பாடும் பாட்டு; dirge; elegy.

சரமணி: (பெ): மணிகள் கட்டிய அணிகலன்; a kind of ornament stringed with small metal balls.

சரமண்: (பெ): சுண்ணச்சாந்து மண்; the soil mixed with lime paste.

சரமதசையான: (பெ.அ): இறக்குந் தறுவாயிலுள்ள; mortal.

சரமம்: (பெ): முடிவு; மேற்கு; end; west.

சரம்: (பெ): அசையும் பொருள்; உயிர்; நடை; இயங்கு திணை; மூச்சு; சஞ்சலம்; அம்பு; movable thing; soul; gait; category of movables; breath; unsteadiness; arrow; five.

சரயு: (பெ): அயோத்தியில் ஓடும் நதி; a river on which stands the ancient city of Ayodhya.

சரலம்: (பெ): மர வகை; பதினெட்டு ஆண்டு; a kind of tree; eighteen years.

சரல்: (பெ): கப்பி; சரளைக்கல்; gravel.

சரவட்டை: (பெ): கீழ்த்தரமானது; that which has mean qualities.

சரவணம்: (பெ): நாணற் புல்; கொறுக்கைப் புல்; thicket of kaus; European bamboo reed.

சரவன்: (பெ): அம்பு தொடுப்பவன்; one who shoots the arrow.

சரவாச்சம்: (பெ): உப்பு; salt.

சரவீணை: (பெ): கருவண்டு; வீணை வகை; black beetle; a kind of veena.

சரவை: (பெ): எழுத்துப் பிழை; அற்பம்; தொந்தரவு; mis-spelling; slip of the pen; meanness; trouble.

சரளம்: (பெ): எளிது; ஒழுங்கு; தடையின்மை; சிவதைக் கொடி; ease; regularity; freedom from obstruction; a kind of creeper.

சரற்காலம்: (பெ): மழைக்காலம்; கார்காலம்; ஐப்பசி, கார்த்திகை மாதங்கள்; the rainy season during the months of Aiyppasi and Kaarthigai.

சரன்: (பெ): ஒற்றன்; தூதன்; spy; messenger; ambassador.

சராகம்: (பெ): நேர் வழி; நாட்டின் ஒரு பகுதி; straight way; a part of the country.

சராகை: *(பெ):* வட்டில்; plate to hold food.

சராங்கம்: *(பெ):* நேர்மை; நிறைவு; தடையின்மை; honesty; completion; freedom from obstruction.

சராசரம்: *(பெ):* உலகம்; பூமி; அசையும் பொருள் அசையாப் பொருள்; இயங்கு திணை; நிலைத் திணைப் பொருட்கள்; world; earth; movable and immovable things.

சராசனம்: *(பெ):* வில்; அரசமரம்; bow; pipal tree.

சராத்திரயம்: *(பெ):* அம்புக்கூடு; quiver.

சராயு: *(பெ):* கருப்பப்பை; uterus; womb.

சராவம்: *(பெ):* அகல்; இரும்புக் கம்பி; small shallow lamp made of fired clay; iron bar.

சராளம்: *(பெ):* எளிமை; ஒழுங்கு; தடையின்மை; ease; order; freedom from obstruction.

சராளித்தல்: *(பெ):* கழிச்சல்; வயிற்றுப்போக்கு; diarrhoea.

சரி: *(பெ):* ஒப்புமை; மலைச்சாரல்; வழி; கூட்டம்; கைவளை; பொருத்தம்; நடத்தை; ஒழுங்கு; சரியளவு; similarity; slope of mountain; path; crowd; a kind of bracelet; suitability; behaviour; regularity; rightness; exactness.

சரிசு: *(பெ):* கை வளை; bangles.

சரிதன்: *(பெ):* செயலில் சிறந்தவன்; talented man.

சரித்திரை: *(பெ):* புளிய மரம்; tamarind tree.

சரித்து: *(பெ):* ஆறு; river.

சரிபம்: *(பெ):* அசோக மரம்; Asoka tree.

சரிமேரை: *(பெ):* குடியுரிமை; பிரஜா உரிமை; the rights of citizen; citizenship.

சரியம்: *(பெ):* பூண்டு வகை; a kind of herb.

சரிளப்பா: *(பெ):* வெண்கடுகு; white mustard.

சரீரபதனம்: *(பெ):* இறப்பு; death.

சரீரி: *(பெ):* உயிர்; ஆன்மா; soul.

சரு: *(பெ):* சோறு; rice.

சருகட்டை: *(பெ):* மரவட்டைப் பூச்சி; wood-leech.

சருகொட்டி: *(பெ):* பறவை வகை; a kind of bird.

சருக்கம்: *(பெ):* நூல் பிரிவு; படலம்; அத்தியாயம்; chapter; part of the book.

சருக்கரை மாமணி: *(பெ):* கற்கண்டு; sugar candy.

சருத்தி: *(பெ):* தேர்க்கொடி; chariot flag.

சருப்பராசி: *(பெ):* நாணல்; large and coarse grass.

சருமபந்தம்: *(பெ):* மிளகு; pepper.

சருமம்: *(பெ):* தோல்; கேடகம்; மரப்பட்டை; skin; shield; bark of a tree.

சருமன்: *(பெ):* அந்தணர் இனத்தில் பட்டப்பெயர்; a title of a group in brahmin community.

சருவந்து: *(பெ):* தலைக்கவசம்; helmet.

சருவரி: *(பெ):* இரவு; இருள்; night; darkness.

சரை: *(பெ):* நரைமுடி; வயோதிகம்; grey hairs; old age.

சரோசம்/சரோருகம்: *(பெ):* தாமரை; lotus.

சரோவரம்: *(பெ):* பொய்கை; pond.

சலகரங்கம்: *(பெ):* தேங்காய்; சங்கு; தாமரை; திரை; coconut; conch-shell; lotus; curtain.

சலகு: *(பெ):* பயிற்சி; விதையடித்தல்; முத்துச் சிப்பி; practice; castrating; pearl oyster.

சலகை: *(பெ):* ஓர் அளவை வகை; தோணி; தெப்பம்; வெளிப்பாடு; காணிக்கை; a kind of measure; boat; raft; manifestation; offerings.

சலக்கரணை: *(பெ):* சௌகரியம்; தணிவு; உரிமை; convenience; remission; right.

சலக்கு: *(பெ):* நவச்சாரம்; ammonium chloride.

சலசம்: *(பெ):* தாமரை; முத்து; பாசி; lotus; pearl; algae.

சலரசம்: *(பெ):* மீன்; தோணி; மீன ராசி; fish; boat; twelfth constellation of the Zodiac having fish as its sign - *pisces.*

சலசூசி: *(பெ):* நீரட்டை; leech; a blood sucking worm living in water.

சலணி: *(பெ):* வால் மிளகு; cubeb.

சலதம்: *(பெ):* மேகம்; cloud.

சலதரம்: *(பெ):* மேகம்; கடல்; குளம்; நீர்நிலை; cloud; sea; tank; common name for water sources.

சலதளம்: *(பெ):* அரசமரம்; pipal tree.

சலதி: *(பெ):* கடல்; பொய் பேசுபவன்; sea; liar.

சலநிதி: *(பெ):* கடல்; sea.

சலபம்: *(பெ):* விட்டில்பூச்சி; locust, a kind of moth.

சலபத்திரம்: *(பெ):* அரசமரம்; pipal tree.

சலம்: *(பெ):* நீர்; அசைவு; நடுக்கம்; சுழற்சி; சினம்; water; movement; shivering; whirl; rotation; anger.

சலம்புரி: *(பெ):* சங்கு; conch.

சலரசம்: *(பெ):* உப்பு; salt.

சலராசி: *(பெ):* நண்டு; crab.

சலருகம்: *(பெ):* தாமரை; lotus.

சலரோகம்: *(பெ):* நீரிழிவு நோய்; diabetes.

சலவர்: *(பெ):* நெய்தல் நில மக்கள்; வஞ்சகர்; பகைவர்; சினம் மிகுந்தோர்; those who belong to coastal tract; deceivers; enemies; angry people.

சலவியன்: *(பெ):* கோபக்காரன்; angry man.

சலன்: *(பெ):* கால்; leg.

சலாகு: *(பெ):* இரும்புக் கம்பி; iron bar.

சலாங்கு: *(பெ):* கொசு; mosquito.

சலாசயம்: *(பெ):* நீர் நிலை; சிறுநீரகம்; water source; kidney.

சலாத்தி: (பெ): திரைச்சீலை; curtain.
சலாத்துதல்: (வி): குலுக்குதல்; to agitate.
சலாபக்குளி: (பெ): முத்துக் குளித்தல்; வருமான முள்ள தொழில்; pearl diving; the profession which gives more income.
சலாவணி: (பெ): செல்வாக்கு; influence.
சலிலம்: (பெ): நீர்; water.
சலினி: (பெ): திப்பிலி; long-pepper.
சலீகம்: (பெ): போர்; war; battle.
சலீசு: (பெ): மலிவு; எளிமை; எளிது: cheap; inexpensive; ease; that which is easy for execution.
சலுப்பு: (பெ): துண்டு; piece.
சலூகை: (பெ): அட்டை; leech.
சலோர்க்கம்: (பெ): குங்கிலியம்; konkani resin.
சல்லகண்டம்: (பெ): புறா; dove.
சல்லகம்: (பெ): முள்ளம்பன்றி; நார்; porcupine; fibre.
சல்லடம்: (பெ): சிறு காற்சட்டை; short drawers.
சல்லறை: (பெ): பறைகளின் பொதுப் பெயர்; a common name of different kinds of drums.
சல்லவட்டம்: (பெ): கேடயம்; shield.
சல்லியம்: (பெ): அம்பு; எலும்பு; மாயவித்தை; ஆணி; இரும்புக் கோல்; ஆயுதநுனி; தொல்லை; செஞ்சந்தனம்; arrow; bone; magic art; nail; iron rod; edge of a weapon; trouble; perfumed sandal wood paste.
சல்லிவேர்: (பெ): ஆணி வேருக்குச் சுற்றிலுமாகச் செல்லும் நுண்ணிய வேர்; rootlets.
சல்லுதல்: (வி): நீர் தெளித்தல்; சலித்தல்; to sprinkle water; to sift flour etc in sieve.
சவக்கம்: (பெ): சோர்வு; சதுரவடிவ வைரம்; tiredness; weariness; the diamond square in size.
சவங்குதல்: (வி): மனந்தளர்தல்; அவமானப் படுதல்; உடல் மெலிதல்; to suffer in mind; be insulted; to become lean.
சவடன்: (பெ): பயனற்றவன்; useless fellow.
சவடி: (பெ): கழுத்தணி வகை; காதணி வகை; பாம்பு வகை; காறையெலும்பு; a kind of necklace; a kind of ear ornament; a kind of snake, collar bone.
சவடு: (பெ): உவர்மண்; வண்டல்; saline soil; silt; sediment.
சவட்டுதல்: (வி): வளைத்தல்; மெல்லுதல்; விழுங்குதல்; கொல்லுதல்; மிதித்தல்; வெல்லுதல்; மொத்துதல்; அழித்தல்; to bend; to masticate; to swallow; to kill; to trample; to defeat; to beat or strike; to destroy.

சவணம்: (பெ): கேள்வி; question.
சவதரித்தல்: (வி): சம்பாதித்தல்; ஒத்துப்போதல்; to earn; to act agreeably to the wishes of another.
சவர அலகு: (பெ): முகத்தை மழிப்பதற்குப் பயன்படும் இருபுறமும் கூரிய விளிம்புகளைக் கொண்ட மெல்லிய தகடு; blade.
சவரட்சணை: (பெ): காப்பாற்றுதல்; protection.
சவரி: (பெ): கவரிமான்; சாமரம்; மயிர்க்கற்றை; தென்னை நார்; வேடுவக் குலப்பெண்; குறட்டைப் பூண்டு; a kind of deer; bushy tail of the lion, used as a fly flapper for idols or as a royal insignia; hair lock; coconut fibre; the woman belonging to hunter community; a herb.
சவர்க்காரம்: (பெ): சலவைக்கட்டி; soap.
சவலம்: (பெ): அரைக்கால் சவரன்; ஒரு கிராம் தங்கம்; பயனுடையது; one gram gold; that which is useful.
சவலை: (பெ): மனக்குழப்பம்; வருத்தம்; இளமை; confusion; distress; youthfulness.
சவலைக்கன்று: (பெ): இளங்கன்று; young calf.
சவலை நெஞ்சம்: (பெ): உறுதியற்ற மனம்; weak mind.
சவலைமதி: (பெ): இளம் பிறை; crescent.
சவளக்காரர்: (பெ): மீனவருள் ஓர் இனம்; ஓடம் செலுத்துபவர்; ஈட்டி வீரர்; a sub-caste in fisher-men community; one who rows the boat; lancer.
சவளமரம்: (பெ): படகைச் செலுத்தும் தண்டுக் கோல்; paddle.
சவளுதல்: (வி): வளைதல்; துவளுதல்; to bend; to lose stiffness.
சவறு: (பெ): குப்பை; பயனற்றவன்; rubbish; useless fellow.
சவனம்: (பெ): வேகம்; வேள்வி; பிருட்டம்; speed; sacrifice; buttocks.
சவனிக்கை: (பெ): திரை; இளைப்பாறு மண்டபம்; curtain; rest house; the hall which is used for relaxation of travellers.
சவி: (பெ): ஒளி; அழகு; நேர்மை; வலிமை; சுவை; திருவிழா; பலன்; மிளகு; light; beauty; honesty; straightforwardness; strength; taste; festival; benefit; pepper.
சவிக்கை: (பெ): சுங்கச் சாவடி; toll-gate.
சவிசங்கம்: (பெ): வாத நோய்; rheumatism.
சவிதா: (பெ): சூரியன்; the Sun.
சவித்தாரம்: (பெ): முக்கிய காரியம்; an important affair.
சவிர்சங்கி: (பெ): சிறு பீரங்கி; a small cannon.

சவுகந்தி: *(பெ):* வசம்பு; sweet-flag.

சவுக்கத்துணி: *(பெ):* கம்பளிக் கழுத்துக் குட்டை; the muffler.

சவுக்கம்: *(பெ):* சதுரம்; சதுர வடிவான துண்டுத் துணி; கல்தச்சன் உளி; square; square piece of cloth; chisel.

சவுக்கவர்ணம்: *(பெ):* நடனத்துக்குரிய இசைப் பாட்டு வகை; a kind of song for dance.

சவுக்களி: *(பெ):* காதணி வகை; புடவை வகை; a kind of ear ornament; a kind of saree.

சவுங்குதல்: *(வி):* மனம் தளர்தல்; உடல் மெலிதல்; மூர்ச்சையாதல்; வீக்கம் வற்றுதல்; to suffer in mind; to become lean; to faint; to get reduced; to subside.

சவுசம்: *(பெ):* தூய்மையாக்குகை; purifying.

சவுசயம்: *(பெ):* மரவகை; a kind of tree.

சவுடு: *(பெ):* வண்டல்; உவர்மண்; sediment; saline soil.

சவுண்டம்: *(பெ):* திப்பிலி; long-pepper.

சவுண்டிகன்: *(பெ):* கள் விற்பவன்; one who sells toddy.

சவுதம்: *(பெ):* விலை மலிவு; இளைப்பு; நாட்டிய வகை; வைதீகச் சடங்கு; cheap in price; faintness; a kind of dance; orthodox rites.

சவுதரித்தல்: *(வி):* பொருளீட்டல்; ஒத்து நடத்தல்; to earn wealth; to act agreeably to the wishes of another.

சவுத்து: *(பெ):* முன்மாதிரி; model; example.

சவுந்தரம்: *(பெ):* அழகு; beauty.

சவுபானம்: *(பெ):* படிக்கட்டு; தாழ்வாரம்; stairs; steps; verandah; sloping roof.

சவுரர்: *(பெ):* சூரியனை வழிபடும் மதத்தார்; a sect which worships the Sun.

சவுரியம்: *(பெ):* கனவு; dream.

சவைமகள்: *(பெ):* மிதுன ராசி; Gemini.

சவையல்: *(பெ):* பொழுதுபோக்கு; recreation.

சவ்வியம்: *(பெ):* இடப்பக்கம்; மிளகு; left side; pepper.

சழக்கு: *(பெ):* தளர்ச்சி; குற்றம்; தீமை; பயனின்மை; பொய்; slackness; defect; evil; uselessness; false;lie.

சழக்கன்: *(பெ):* தீயவன்; miscreant.

சழங்கு: *(பெ):* முதுமையால் உண்டாகும் தளர்ச்சி; weakness due to ageing.

சளகந்தம்: *(பெ):* வசம்பு; sweet-flag.

சளகன்: *(பெ):* நிலையற்ற மனம் உடையவன்; one who has unsteady mind.

சளசண்டி: *(பெ):* அடி முட்டாள்; downright idiot.

சளவட்டை: *(பெ):* கீழ்த்தரமானது; nefarious one.

சளன்: *(பெ):* வஞ்சகன், deceitful man.

சளுகம்: *(பெ):* அட்டை; leech.

சளுக்கை: *(பெ):* அகந்தைக் குணம் உடையவள்; arrogant woman.

சளுக்கு: *(பெ):* செருக்கு; பகட்டு; pride; vanity; pomp.

சளைத்தல்: *(வி):* சோர்தல்; to grow tired; to become weary.

சள்ளல்: *(பெ):* சேறு; சிக்கல்; பிஞ்சு; சாரமற்றது; இளகல்; mud; complication; tender fruit; that which is dried; becoming soft, melting.

சறுக்குக் கட்டை: *(பெ):* ஆப்பு; முட்டுக்கட்டை; peg; wedge; obstacle.

சறுக்கை: *(பெ):* மதகு; sluice.

சற்கரித்தல்: *(வி):* போற்றுதல்; to praise.

சற்கருமம்: *(பெ):* நற்செய்கை; good deed.

சற்காரம்: *(பெ):* உபசாரம்; hospitality.

சற்சனர்: *(பெ):* நல்லோர்; good people.

சற்பாத்திரம்: *(பெ):* நற்குணம் உடையவன்; ஒழுக்கமுடையவன்; good natured person; virtuous person.

சற்பிரசாதம்: *(பெ):* நல்லருள்; auspicious grace.

சற்புத்தி: *(பெ):* நல்லறிவு; good sense.

சனகந்தம்: *(பெ):* வசம்பு; sweet-flag.

சனகம்: *(பெ):* கீரை வகை; a kind of greens.

சனக்கட்டு: *(பெ):* உறவினர் கூட்டம்; relatives.

சனபதி: *(பெ):* அரசன்; மன்னன்; king.

சனமாலி: *(பெ):* இலவ மரம்; silk-cotton tree.

சனனி: *(பெ):* தாய்; mother.

சனாசாரம்: *(பெ):* உலக நடை; custom; usage; fashion.

சனு: *(பெ):* வேண்டியவன்; close person.

சனுகம்: *(பெ):* மிளகு; pepper.

சன்னசாலம்: *(பெ):* வெண்கடுகு; white mustard.

சன்னதம்: *(பெ):* ஆவேசம்; வீறாப்பு; மிகுகோபம்; frenzy; fury; boastful empty talk; much anger.

சன்னத்தம்: *(பெ):* ஆயத்தம்; readiness.

சன்னம்: *(பெ):* நுண்மை; நுண்ணிய பொடி; இரத்தினம்; நேர்மை; fineness; fine dust; a precious stone; ruby; straightforwardness.

சன்னவீரம்: *(பெ):* வெற்றி மாலை; victory garland.

சன்னாகம்: *(பெ):* கவசம்; shield.

சன்னி நாயகம்: *(பெ):* கருஞ்சீரகம்; தும்பைப் பூண்டு; black cumin; white dead nettle.

சன்னிபாதம்: *(பெ):* சன்னி நோய்; a disease.

சன்னிவேசம்: *(பெ):* அமைப்பு; structure; set-up.

சன்னை: *(பெ):* சமிக்ஞை; பெரிய முரசு; signal; large drum.

சா

சா: (பெ): இறப்பு; தேயிலைச்செடி; death; tea plant.

சாகங்காரம்: (பெ): பெருமை; மேன்மை; greatness; excellence.

சாகக்கியம்: (பெ): திறமை; பாசாங்கு; talent; pretention.

சாகசபட்சி: (பெ): குலிங்கம் என்னும் பறவை; a kind of bird.

சாகதன்: (பெ): வீரன்; துணிவுடையவன்; warrior; hero; daring person.

சாகபட்சிணி: (பெ): தாவர உண்ணி; herbivorous animal.

சாகரப்பிரபை: (பெ): நரகம்; hell.

சாகர மேகலை: (பெ): பூமி; earth.

சாகரி: (பெ): ஒரு பண் வகை; a kind of music.

சாகளம்: (பெ): வெள்ளாடு; goat.

சாகாங்கம்: (பெ): மிளகு; pepper.

சாகாடு: (பெ): வண்டி; வண்டிச் சக்கரம்; cart; carriage; cart wheel.

சாகாதுண்டம்: (பெ): அகில் மரம்; சீந்திற் கொடி; eagle wood tree; a kind of herb.

சாகாமிருகம்: (பெ): மரக்கிளைகளில் வாழும் விலங்கு; குரங்கு; அணில்; the animal which lives in the branches of a tree; monkey; squirrel.

சாகாமூலி: (பெ): சீந்திற்கொடி; a medicinal shrub.

சாகாரம்: (பெ): துயில் எழுதல்; to awake.

சாகி: (பெ): மரம்; ஈச்ச மரம்; tree; palmdate tree.

சாகியம்: (பெ): நட்பு; friendship.

சாகினி: (பெ): கீரை வகை; துர்தேவதை; a kind of greens; evil deity.

சாகீர்: (பெ): மானியம்; benefice.

சாகேதம்: (பெ): அயோத்தி; Ayodhya.

சாகை: (பெ): வேதம்; வேத நூற் பிரிவு; மரக்கிளை; Veda; a part of veda; branch of a tree.

சாக்காடு: (பெ): இறப்பு; கெடுதி; death; ruin; harm.

சாக்கி: (பெ): சாட்சி; சக்கிமுக்கிக்கல்; witness; evidence; flint stone (for making fire).

சாக்கியம்: (பெ): புத்த மதம்; சாட்சி; Buddhism; witness.

சாக்கியர்: (பெ): புத்தர்; சமணர்; Buddhists; Jains.

சாக்கியன்: (பெ): கௌதம புத்தர்; சாக்கிய முனிவர்; Gauthama Buddha; Saakkiya-Muni.

சாக்கிரத்தானம்: (பெ): எச்சரிக்கை; விழிப்புணர்வு; caution; state of awareness.

சாக்குருவி: (பெ): ஆந்தை வகை; a kind of owl.

சாக்கை: (பெ): புரோகிதன்; நிமித்திகன்; priest, astrologer; king's ministerial officer.

சாங்கம்: (பெ): உறுப்புகள்; சாயல்; முழுமை; parts; resemblence, fullness.

சாங்கரம்: (பெ): கலப்பு சாதி; inter-caste.

சாங்கு: (பெ): ஓர் அம்பு வகை; a kind of arrow.

சாசற்புடம்: (பெ): ஐந்து வகைத் தாளத்துள் ஒன்று; one of the five kinds of rhythms.

சாசி: (பெ): தாய்ப்பால்; ஒரு பூண்டு வகை; mother's milk; a kind of herb.

சாசிபம்: (பெ): தவளை; frog.

சாஞ்சலியம்: (பெ): நிலையற்றது; instability.

சாடி: (பெ): பாண்ட வகை; கோள் மொழி; துகள்; jar; mug; pitcher; backbiting; minute particle.

சாடித்தல்: (வி): கண்டித்தல்; கோள் சொல்லுதல்; to rebuke; to tell tale against someone.

சாடுகம்: (பெ): வண்டி; cart.

சாடுதல்: (பெ): மோதுதல்; அடித்தல்; to collide; to beat.

சாடுவர்: (பெ): நாவலர்; மோதுவர்; வசை கூறுவர்; orators; those who dash upon; those who abuse someone.

சாட்டம்: (பெ): செருக்கு; அடித்தல்; pride; beating.

சாட்டி: (பெ): கதிரடிக்கும் கோல்; பயிரிடுவதற்காக உரம் இடப்பட்ட நிலம்; சவுக்கு; flail; the manured land for cultivation; whip.

சாட்டுக் கூடை: (பெ): பெரிய கூடை; a large basket.

சாணக்கியம்: (பெ): சூழ்ச்சி; வஞ்சகம்; art; stratagem.

சாணங்கி: (பெ): துளசி; basil plant.

சாணத்தனம்: (பெ): கேலி; fun; mockery.

சாணன்: (பெ): வீரன்; அறிவாளி; hero; warrior; wise man.

சாணாக்கி: (பெ): மயிர்மாணிக்கப் பூண்டு; முயற்செவி; a herbal plant.

சாதகக் குணசலம்: (பெ): கந்தகம்; sulphur.

சாதகப்புடம்: (பெ): சாதகம் கணித்தல்; casting a horoscope.

சாதகும்பம்: (பெ): தங்கம்; பொன்; gold.

சாதரா/சாதர்: (பெ): உயரிய சால்வை; a kind of superior shawl.

சாதவேதா: (பெ): நெருப்பு; கொடிவேலி; fire; a herb.

சாதனன்: (பெ): பிறந்தவன்; one who is born.

சாதன்மியம்: (பெ): ஒப்புமை; resemblance.

சாதாழை: (பெ): ஒரு கடற் பூண்டு வகை; a kind of sea plant.

சாதாளநிம்பம்: *(பெ):* எருக்கிலை; yercum leaf.

சாதிசம்: *(பெ):* நறுமணப்பிசின்; வாசனையுள்ள பொருள்; a kind of fragrant resin; a fragrant thing.

சாதிமை: *(பெ):* பெருமை; சிறப்புக்குணம்; greatness; special quality.

சாதிருகியம்: *(பெ):* ஒப்புமை; resemblance.

சாதிரேகம்: *(பெ):* குங்குமப்பூ; saffron flower.

சாதிரை: *(பெ):* ஊர்வலம்; procession.

சாதிலிங்கம்: *(பெ):* வைப்புப் பாடாண வகை; a kind of arsenic.

சாதினி: *(பெ):* முசுக்கட்டை; பீர்க்கங் கொடி; mulberry; sponge-gourd creeper.

சாதுகம்: *(பெ):* பெருங்காயம்; asafoetida.

சாதுரங்கம்: *(பெ):* மாணிக்க வகை; a kind of precious stone.

சாதுரம்: *(பெ):* தேர்; chariot; car.

சாதுரன்: *(பெ):* தேரோட்டி; அறிவாளி; the driver of a charioteer; wise man.

சாதுவன்: *(பெ):* நல்லவன்; ஐம்புலன்களை அடக்கியவன்; மணிமேகலைக் காப்பியத்தில் வரும் ஆதிரையின் கணவன்; good and virtuous man; one who controlled the five senses; Saadhuvan, the husband of Aadhirai, a character in Manimekalai.

சாதேவம்: *(பெ):* மரவகை; a kind of tree.

சாத்தமுது: *(பெ):* ரசம்; a kind of soup added with cooked rice.

சாத்தல்: *(பெ):* வேதம்; Veda.

சாத்தவர்: *(பெ):* வெளிநாடு சென்று வாணிகம் செய்பவர்; one who engages in business in foreign countries.

சாத்தவி: *(பெ):* சக்தி; Goddess Sakthi.

சாத்திகன்: *(பெ):* சாத்வீகன்; அமைதியானவன்; quiet person.

சாத்தியந்தன்: *(பெ):* பிறவிக்குருடன்; one who is born blind.

சாத்தியர்: *(பெ):* தேவருள் ஒரு பகுதியர்; a group of celestial beings.

சாத்து: *(பெ):* வணிகர் கூட்டம்; கூட்டம்; கைம்மரம்; caravan; company; rafter.

சாத்துக்கவி: *(பெ):* நூல் செய்தோன் பெருமை சாற்றும் சிறப்புப் பாயிரம்; laudatory stanza in praise of an author and his work.

சாத்துப்படி: *(பெ):* கோயில் சிலைகளுக்கு மாலை போன்றவற்றை அணிவித்து அலங்கரித்தல்; adorning of idols; adornment.

சாத்துப்பயிர்: *(பெ):* நாற்றுப் பிடுங்கி நடப்பட்டு, வளர்ந்த பயிர்; grown-up plant transplanted again.

சாத்துமாலை: *(பெ):* கடவுள் சிலைகளுக்கு அணிவிக்கப்படும் மாலை; the garland intended to be put on idols.

சாத்துலம்: *(பெ):* புலி; tiger.

சாத்துவம்: *(பெ):* சாத்வீகம்; peacefulness; calmness.

சாத்துவிகன்: *(பெ):* சாந்த குணம் உடையவன்; polite man; calm person.

சாத்துறி: *(பெ):* உறிவகை; a rope swing used by ascetics for carrying vessels.

சாந்தி செய்தல்: *(வி):* தீய செயல்களைத் தவிர்க்கும் பொருட்டு நடத்தப்படும் சடங்கு; to perform propitiatory rites for averting evil influencess.

சாந்திரம்: *(பெ):* சந்திரகாந்தக் கல்; moonstone.

சாந்திராயனம்: *(பெ):* நோன்பு வகை; a kind of ceremonial fasting.

சாந்துக்காறை: *(பெ):* மகளிர் கழுத்தணி வகை; a kind of necklace of women.

சாந்துப்பொடி: *(பெ):* நறுமணப்பொடி; fragrant dust.

சாந்தை: *(பெ):* அமைதியானவள்; பூமி; polite woman; earth.

சாபலம்: *(பெ):* எளிமை; ease.

சாபல்லியம்: *(பெ):* சபலபுத்தி; temptation.

சாபனை: *(பெ):* சாபம்; curse.

சாபாலன்: *(பெ):* ஆட்டு வியாபாரி; sheep merchant.

சாப்பை: *(பெ):* புல்லால் ஆன பாய்; the mat made of grass.

சாமகன்: *(பெ):* சாணைக்கல்; grindstone; wetstone.

சாமந்தன்: *(பெ):* சிற்றரசன்; அமைச்சர்; படைத் தலைவர்; chieftain who accepts the over-lordship of king; minister; army chief.

சாமம்²: *(பெ):* சாமவேதம்; ஓர் உபாயம்; கருமை; பச்சை; பஞ்சம்; அருகம்புல்; Saama Veda; a means; blackness; green; famine; a kind of grass.

சாமரபுட்பம்: *(பெ):* மாமரம்; கமுகு; mango tree; areca-nut tree.

சாமரம்/சாமரை: *(பெ):* சிங்கத்தின் மயிரால் அமைந்த அரச சின்னம்; bushy hair of the lion used as a fly-flapper for idols or as a royal insignia.

சாமளம்: *(பெ):* கருமை; பசுமை; blackness; greenness.

சாமன்: *(பெ):* புதன்; மன்மதன் தம்பி; Mercury; brother of Kamadeva.

சாமாசி: *(பெ):* நடுநிலையாளன்; தூதன்; ஆலோசனை; the man who has impartial qualities; messenger; counsel.

சாமியம்: *(பெ):* ஒப்புமை; resemblance.

சாமீகரம்: *(பெ):* பொன்; gold.

சாமீன்: *(பெ):* பாதுகாவல்; security.

சாமுதம்: *(பெ):* கடுக்காய்; கோரைப்பல்; gall nut; fang.

சாமை: *(பெ):* வரகு; common millet.

சாமோற்பவை: *(பெ):* பெண் யானை; she-elephant.

சாம்பலொட்டி: *(பெ):* எருக்கு; yercum.

சாம்பல் மொந்தன்: *(பெ):* வாழை வகை; a kind of plantain tree.

சாம்பு: *(பெ):* பொன்; பறை வகை; படுக்கை; புடவை; நாவல் மரம்; gold; a kind of drum; bed; saree; jamoon-plum tree.

சாம்புதல்: *(வி):* வாடுதல்; கெடுதல்; ஒடுங்குதல்; குவிதல்; ஒளி மங்குதல்; to wither; to decay; be restrained; to grow dim as light.

சாயகம்: *(பெ):* அம்பு; arrow.

சாயரி: *(பெ):* பாலைப் பண் வகை; a kind of music belonging to desert tract.

சாயல்வரி: *(பெ):* காதல் பாட்டு; a love song.

சாயவேளாகொல்லி: *(பெ):* ஒரு பண் வகை; a kind of music.

சாயரனம்: *(பெ):* கள்; இரசாயனம்; toddy: chemical.

சாயா கௌளம்: *(பெ):* ஒரு வகைப் பண்; a kind of music.

சாயாநீர்: *(பெ):* நீரோடை ஒன்று அருகாமையில் ஓடுவது போன்று இருக்கும் மாயத் தோற்றம்; கானல் நீர்; mirage.

சாயானகம்: *(பெ):* ஓந்தி; ஓணான்; blood-sucker; common agamoid lizard.

சாயினம்: *(பெ):* இளம் மகளிர் கூட்டம்; crowd of young women.

சாயை: *(பெ):* நிழல்; எதிரொலி; புகழ்; பாவம்; பிரதேசம்; தேயிலை; ஒப்பு; shadow; echo; fame; sin; State; tea leaf; resemblance.

சாய்: *(பெ):* ஒளி; அழகு; நிறம்; புகழ்; தண்டாங் கோரைப் புல்; light; beauty; colour; fame; a kind of grass; sedge.

சாய்காலம்: *(பெ):* வளமையும் செல்வாக்குமுடைய காலம்; the time of prosperity and influence.

சாய்மணக் கதிரை: *(பெ):* சாய்வு நாற்காலி; easy chair.

சாய்மணை: *(பெ):* திண்டு; cushion; pad; pillow.

சாய்மரம்: *(பெ):* சிவதைக் கொடி; a kind of shrub.

சாரங்கம்: *(பெ):* மான்; வானம்பாடி; யானை; மேகம்; குயில்; வில்; வண்டு; ஒரு பண்; திருமாலின் வில்; குறிஞ்சாக் கொடி; deer; skylark; elephant; cloud; koel; bow; bee; a song; Lord Vishnu's bow; a shrub.

சாரசம்: *(பெ):* தாமரை; கொக்கு; வெண்ணாரை; இனிய ஓசை; நன்னாரி வகை; lotus; stork; crane; pleasant sound; a variety of Sarsaparilla.

சாரசியம்: *(பெ):* இனிமை; sweetness; pleasantness.

சாரணை: *(பெ):* ஒரு பூண்டு வகை; a kind of herb.

சாரதம்: *(பெ):* பூதம்; இனிய ஓசை; ஓர் இசைப்பாட்டு வகை; goblin; pleasant sound; a kind of song.

சாரதர்: *(பெ):* பூதகணத்தார்; hosts of goblins.

சாரதி: *(பெ):* தேரோட்டி; புலவர்; ஓட்டுநர்; charioteer; poet; driver.

சாரத்தின் சத்துரு: *(பெ):* முட்டை; egg.

சாரத்துவம்: *(பெ):* விபச்சாரம்; prostitution.

சாரத்துளை: *(பெ):* சுவரில் உள்ள துளை; the hole in the wall.

சாரப்பருப்பு: *(பெ):* காட்டு மாவிரை; pulp of cuddappah almond.

சாரலம்: *(பெ):* எள்; sesame.

சாரன்: *(பெ):* ஒற்றன்; குதிரை வகை; spy; a kind of horse.

சாரி: *(பெ):* பக்கம்; கூட்டம்; உலாவுதல்; இசைக் கருவி வகை; side; crowd; wandering; a kind of musical instrument.

சாரிகை: *(பெ):* சுழற்காற்று; நாகணவாய்ப் பறவை; கவசம்; சுங்கம்; பக்கம்; whirlwind; a kind of bird; shield; custom; side.

சாரிசம்: *(பெ):* கறியுப்பு; salt.

சாரிதம்: *(பெ):* இனிய குரல்; sweet voice.

சாரித்திரம்: *(பெ):* ஒழுக்கம்; வரலாறு; கதை; virtue; history; story.

சாரிநாதன்: *(பெ):* கத்தூரி விலங்கு; a kind of deer.

சாரிபம்/சாரியம்/சாரிபை: *(பெ):* நன்னாரி; sarsaparilla.

சாரியல்/சாருசம்: *(பெ):* இந்துப்பு; rock-salt.

சாரியன்: *(பெ):* ஒழுக்கமானவன்; virtuous man.

சாரியை: *(பெ):* விகுதி, வேற்றுமை உருபு முதலியவற்றை ஏற்பதற்கு முன் சொல்லில் வரும் பொருளற்ற எழுத்து (அ) இடைச்சொல்; letter or excrescent that appears in a word before admitting a suffix, case maker, etc., empty morph.

சாரு: *(பெ):* அழகு; கிளி; beauty; parrot.

சாருகம்: *(பெ):* கொலை; murder.

சாரூபம்: *(பெ):* இணக்கம்; பொன்; கடவுளைப் போன்ற வடிவம் அடைதல்; accordance; gold; attaining the form as of God.

சார்: *(பெ):* கூடுகை; இடம்; பக்கம்; தாழ்வாரம்; அழகு; ஒரு மரம்; ஒற்றன்; union; place; side; verandah; sloping roof; beauty; a tree; a spy.

சார்க்கரம்: *(பெ):* கற்கண்டு; பாலின் ஆடை; sugar candy; the thin layer formed on the top of the boiled milk.

சார்த்து: *(பெ):* குறிப்பு; பத்திரம்; a remark; document.

சார்த்தூலம்: *(பெ):* புலி; tiger.

சார்பியல் கோட்பாடு: *(பெ):* இயக்கத்திலிருக்கும் பொருளின் அளவு, நிறை, காலம் ஆகியவற்றின் வேகத்தைச் சார்ந்து மாறுபடும் என்பதை விளக்கும் கோட்பாடு; theory of relativity.

சார்பிலார்: *(பெ):* பகைவர்; முனிவர்; enemies; sages.

சார்புப்பந்தல்: *(பெ):* உயர் கூரைமேல் அமைந்த கட்டிடம்; penthouse.

சார்பு நூல்: *(பெ):* முதல் நூலிலிருந்தும் வழி நூலில் இருந்தும் பல அம்சங்களில் வேறுபட்டதாக இயற்றப்படும் நூல்; a treatise which differs in many respects from 'original' and auxilary texts.

சார்வு: *(பெ):* இடம்; புகலிடம்; ஆதாரம்; உதவி; பற்று; வழிவகை; ஒரு பக்கமாகச் சாய்தல்; place; refuge; support; help; attachment; means; partiality.

சாலகம்: *(பெ):* சிலந்திவலை; கயிற்று வலை; பறவைக்கூடு; cobweb; rope-net; nest.

சாலகராகம்: *(பெ):* ஒரு பண்; a kind of music.

சாலகன்: *(பெ):* விரிவாகப் பேசுவோன்; one who speaks elaborately.

சாலகிரி: *(பெ):* அரண்மனையின் ஒரு பகுதி; a portion of a palace.

சாலடித்தல்: *(வி):* உழுதல்; to plough.

சாலபஞ்சிகை: *(பெ):* மரப்பாவை; wooden toy.

சாலமாலம்: *(பெ):* வஞ்சகம்; deceit.

சாலர்: *(பெ):* நெய்தல் நில மக்கள்; those who belong to coastal tract.

சாலாரம்: *(பெ):* ஏணி; படிக்கட்டு; பறவைக்கூடு; ladder; steps; stairs; nest.

சாலி: *(பெ):* செந்நெல்; கள்; அருந்ததி; கவசம்; மரவகை; a kind of paddy; toddy; Arunthathi, wife of Sage Vasishtaa; shield; a kind of tree.

சாலிகன்: *(பெ):* நெசவாளி; weaver.

சாலிகை: *(பெ):* கவசம்; சுங்கவரி; shield; tariff.

சாலியன்: *(பெ):* ஆடை; துணி; நெசவாளி; garment; cloth; weaver.

சாலுகம்: *(பெ):* சாதிக்காய்; தாமரைக்கிழங்கு; nut-meg; the root of lotus.

சாலூரம்: *(பெ):* தவளை; மேன்மை; frog; excellence.

சாலேகம்: *(பெ):* சாளரம்; சந்தனம்; பூவரும்பு; சிந்தூரம்; சலதாரை; window; sandal paste; flower bud; marking nut tree; drainage outlet.

சாலேசரம்: *(பெ):* வெள்ளெழுத்து; long sight.

சாலேயம்: *(பெ):* செந்நெல் விளையும் நிலம்; சிறு தேக்கு; paddy field; a kind of tree.

சாலை: *(பெ):* அறச்சாலை; பள்ளிக்கூடம்; பசுக்கொட்டில்; குதிரை, யானை ஆகியவற்றின் கூடம்; இருபுறமும் மரங்கள் நிறைந்த பாதை; charitable house school; cowshed; horse stable; elephant stable; boulevard.

சால்பு: *(பெ):* மேன்மை; நற்குணம்; தன்மை; கல்வி; excellence; virtue; nature; learning; education.

சால்புளி: *(வி.அ):* முறைப்படி; வை வாந யீசடியீநச அயுநேச.

சால்வயிறு: *(பெ):* பெருவயிறு; pot belly.

சாவகன்: *(பெ):* மாணாக்கன்; சாவகத் தீவினைச் சார்ந்தவன்; சனி; pupil; disciple; one who belonged to the Island Savagam; Saturn.

சாவட்டை: *(பெ):* ஈர்; மெலிந்த மனிதன் (அ) பெண்; உலர்ந்த வெற்றிலை; the egg of a louse; lean person or woman; dried betel leaf.

சாவணம்: *(பெ):* நாணல்; நாளம்; கம்மியர் கருவிகளுள் ஒன்று; a large and coarse grass; vein; an equipment of artisans.

சாவம்: *(பெ):* சாபம்; தீட்டு; curse; defilement.

சாவரம்: *(பெ):* குற்றம்; பாவம்; default; sin.

சாவற் பண்ணை: *(பெ):* கொடி வகை; a kind of creeper.

சாவாமூலி: *(பெ):* வேப்ப மரம்; neem tree.

சாவாவுடம்பு: *(பெ):* புகழ்; fame.

சாவித்திரம்: *(பெ):* பூணூல்; sacred thread of three strands worn by men of certain caste.

சாவேரி: *(பெ):* ஒரு பண்; a kind of music.

சாழல்: *(பெ):* மகளிர் விளையாட்டு; ஒரு நூல்; வரிக்கூத்து வகை; கரடி; an ancient game of girls; a treatise; a kind of masquerade dance; bear.

சாளம்: (பெ): மணல்; குங்கிலியம்; sand; konkani resin.

சாளிகை/சாளியல்: (பெ): வண்டு; பணப்பை; bee; cash bag.

சாளியா: (பெ): ஒரு மருந்து விதை; a seed used as a medicine.

சாறயர்தல்: (வி): விழாவைக் கொண்டாடுதல்; to celebrate a festival.

சாறுதாரி: (பெ): கரிசலாங்கண்ணி; a kind of greens with short thick leaves; eclipse plant.

சாற்று: (வி): விளம்பரப்படுத்து; புகழ்ந்திடு; to advertise; to praise.

சானகம்: (பெ): வில்; bow.

சானம்: (பெ): பெருங்காயம்; சாதிலிங்கம்; தியானம்; அம்மி; asafoetida; a kind of arsenic; meditation; horizontal stone for macerating spices.

சானவி: (பெ): கங்கையாறு; the River Ganges.

சானித்தல்: (வி): தியானித்தல்; to meditate.

சானினி: (பெ): ஒரு செடி வகை; a kind of plant.

சானு: (பெ): மலை; முழந்தாள்; mountain; knee.

சான்மலி: (பெ): இலவமரம்; ஒரு தீவு; ஒரு நரகம்; silk cotton tree; an island; a hell.

சான்மலிசாரம்: (பெ): இலவம் பிசின்; the resin of silk cotton tree.

சான்றவன்: (பெ): சாட்சி கூறுபவன்; witness.

சான்றாண்மை: (பெ): கல்வி கேள்விகளில் சிறந்து இருத்தல்; பெருமை; பொறுமை; nobility; greatness; patience.

சான்று: (பெ): சாட்டு; evidence.

சான்றோர்: (பெ): அறிவிற் சிறந்தோர்; அறிஞர்; பெருமை மிகுந்தோர்; கல்வி கேள்விகளில் சிறந்தோர்; the wise people; the learned; the great; the noble.

சான்றோன்: (பெ): சூரியன்; அறிவிற் சிறந்தோன்; the Sun; wise person.

சி

சி: (பெ): சிவம் என்னும் சொல்லினைக் குறிக்கும் எழுத்து; சிரஞ்சீவி என்னும் சொல்லின் சுருக்கம்; the letter 'சி' indicates 'Sivam'; it is an abbreviation of the word 'Chiranjeevi'.

சிகண்டம்: (பெ): தலைமுடி; மயில் தோகை; head's hair; peacock's tail.

சிகண்டி: (பெ): மயில்; திருமால்; அலி; கருமி; அம்பு; சேவல்; தொல்லை கொடுப்பவன்; தலைமுடி; சிற்றாமணக்கு; peacock; Lord Vishnu; eunuch; hermaphrodite; miser; arrow; cock; obstinate person; hair; castor plant and seed.

சிகண்டிகம்: (பெ): கோழி; fowl.

சிகண்டிகை: (பெ): கருங்குன்றி; black crab's eye.

சிகன்டிசன்: (பெ): வியாழன்; the planet Jupiter.

சிகதை: (பெ): வெண் மணல்; white sand.

சிகநாதம்: (பெ): அப்பிரகம்; mica.

சிகரி: (பெ): மலை; கோபுரம்; கருநாரை; புல்லுருவி; எலிவகை; mountain; tower; black crane; parasitic plant; a kind of rat.

சிகரிகை: (பெ): பூண்டு வகை; a kind of herb.

சிகரிநிம்பம்: (பெ): மலை வேம்பு; a kind of neem tree.

சிகரியந்தம்: (பெ): புல்லுருவி; parasite plant.

சிகல்: (பெ): குறைவு; கேடு; deficiency; ruin.

சிகழி: (பெ): தலைமுடியின் முடிப்பு; lock of the hair.

சிகழிகை: (பெ): தலைமுடியின் முடிப்பு; தலையில் அணியும் மாலை வகை; lock of the hair; a ring-shaped garland worn around the head.

சிகா: (பெ): எலி; முத்திரை; முடி; rat; stamp; hair.

சிகாவரம்: (பெ): பலாமரம்; Jack-fruit tree.

சிகாவலம்/சிகாவளம்: (பெ): மயில்; peacock.

சிகி: (பெ): அம்பு; மயில்; நெருப்பு; ஆமணக்கு; எருது; குதிரை; சிலம்பு; சேவல்; விளக்கு; arrow; peacock; fire;

சிகிகண்டம்: (பெ): மயில் துத்தம்; copper sulphate.

சிகிடிமா: (பெ): முந்திரி மரம்; cashew tree.

சிகிலம்: (பெ): சேறு; mud.

சிகில்: (பெ): ஆயுதங்களைச் சுத்தப்படுத்துதல்; cleaning the weapons.

சிகுவை/சிங்நுவை: (பெ): நாக்கு; பத்து (தச) நாடிகளுள் ஒன்று; வாக்கு; tongue; one of the ten (Dhasa) nadis; promise.

சிகை: (பெ): குடுமி; தலைமயிர்; தலையுச்சி;

சிகைக்காய்: (பெ): சீயக்காய்; soap-pod wattle.

சிகைமாலை: (பெ): தலைமாலை; the garland worn around the head.

சிக்கடி: (பெ): சிக்கல்; அவரைக் கொடி; complexity; field bean creeper.

சிக்கணம்: (பெ): வழுவழுப்பானது; that which is slippery.

சிக்கம்: (பெ): மெலிவு; சிறைச்சாலை; ஈயம்; வெள்ளி; weakness; prison; lead; silver..

சிக்கல்: (பெ): தாறுமாறு; ஓர் ஊர்; எளிமையாக இல்லாதது; disorder; a town; complexity.

சிக்கனவு: (பெ): திண்மை; சிக்கனம்; solidity; economy; thrift.

சிக்கி: (பெ): நாணம்; வெட்கம்; shyness; bashfulness.

சிக்கு: (பெ): தடை; கண்ணி; மாசு; ஐயம்; எண்ணெய் சிக்கு; obstacle; snare; stain; doubt; tangle.

சிக்குரு: (பெ): முருங்கை மரம்; horse-raddish tree.

சிக்குவை: (பெ): நாக்கு; செடிவகை; tongue; a kind of plant.

சிக்கை: (பெ): தண்டனை; பயிற்சி; punishment; practice.

சிங்கச் சுவணம்: (பெ): உயர்தரமான பொன்; gold of superior quality.

சிங்கத்திசை: (பெ): தென்திசை; south.

சிங்கமடங்கல்: (பெ): சிங்கக்குட்டி; young one of lion; cub.

சிங்கம்புள்: (பெ): கிட்டிப்புள்; short piece in the game of tip-cat.

சிங்கல்: (பெ): இளைத்தல்; குறைதல்; growing lean; being reduced.

சிங்கவல்லி: (பெ): தூதுவளை; climbing brinjal.

சிங்கவேரம்: (பெ): இஞ்சி; சுக்கு; ஒரு மருந்து வகை; ginger; dried ginger; a kind of medicine.

சிங்களம்: (பெ): ஒரு கூத்து வகை; சிங்கள மொழி; இலங்கை; a kind of dance; the language Sinhalese; Sri Lanka.

சிங்கி: (பெ): நஞ்சு; பின்னல்; குறத்தி; நாணமற்றவள்; மிருதார் சிங்கி; கடுக்காய்; மீன் வகை; வல்லாரை; மான் கொம்பு; poison; plait; the woman belonging to kurava community; shameless woman; a kind of Siddha medicine; gall nut; a kind of fish; Indian penny wort (a herb); horn of the deer.

சிங்கிலி: (பெ): குன்றிக்கொடி; crab's eye.

சிங்கிவேரம்: (பெ): சுக்கு; dried ginger.

சிங்கினி: (பெ): வில்; வில்நாண்; bow; bow's string.

சிங்குதல்: (வி): குன்றுதல்; இளைத்தல்; கழிதல்; அழிதல்; சிக்கிக்கொள்ளுதல்; to diminish; to wane; to decay; to be caught.

சிங்குவம்: (பெ): சுக்கு; dried ginger.

சிங்குவை: (பெ): நாக்கு; tongue.

சிசம்: (பெ): மர வகை; a kind of tree.

சிசிரம்: (பெ): சந்தனம்; sandal wood.

சிசுமாரம்/சிஞ்சுமாரம்: (பெ): முதலை; crocodile.

சிசுரம்: (பெ): கிலுகிலுப்பைச் செடி; a herb.

சிச்சிலி: (பெ): மீன் கொத்திப் பறவை; king fisher.

சிஞ்சிதம்: (பெ): அணிகல ஒலி; the sound produced by the ornaments like string of small metal bells.

சிஞ்சினி: (பெ): வில்லின் நாண்; the string of bow.

சிஞ்சுகம்: (பெ): ஒரு வகைப்பறவை; a kind of small bird.

சிஞ்சுபம்: (பெ): அசோக மரம்; Asoka tree.

சிஞ்சுரம்: (பெ): புளி; tamarind.

சிஞ்சை: (பெ): புளி; முழக்கம்; tamarind; roar; shout.

சிடம்: (பெ): சாதிக்காய்; nut-meg.

சிடுக்கி: (பெ): சிக்கு; மகளிர் அணிகலன்; tangle; a kind of women's ornament.

சிட்சகன்: (பெ): ஆசிரியர்; மாணாக்கன்; தண்டிப்பவன்; teacher; pupil; student; one who punishes.

சிட்சித்தல்: (வி): தண்டித்தல்; கற்பித்தல்; to punish; to teach.

சிட்டப்பட்டார்: (பெ): அடியார்; follower.

சிட்டம்[1]: (பெ): பெருமை; நீதி; உயர்ந்தது; pride; greatness; justice; that which is superior.

சிட்டம்[2]: (பெ): எண்ணூற்று நாற்பது கெஜ நீள அளவு உள்ள நூலினை ஒன்றரை கெஜச் சுற்றளவில் சுற்றிய தொகுப்பு; hank.

சிட்டர்: (பெ): பெரியோர்; சான்றோர்; nobles; wise persons.

சிட்டன்: (பெ): மாணாக்கன்; முனிவன்; ஈசன்; pupil; student; sage; Lord Shiva.

சிட்டி: (பெ): ஒரு மட்கலம்; படைப்பு; சூது; ஒழுங்கு; சீழ்க்கை; an earthenware; creation; fraud; order; whistle.

சிட்டிக்கை: (பெ): விரற்பிடியளவு; கைநொடிப்பு; pinch; snap of the finger.

சிட்டிலிங்கி: (பெ): காட்டு மர வகை; a kind of forest tree.

சிட்டு: (பெ): சிட்டுக் குருவி; இழிந்தது; உச்சிக் குடுமி; பெருமை; sparrow; that which is very low in quality; small hair-tuft on the crown of the head; greatness.

சிட்டை: (பெ): குறிப்பேடு; ஆடையின் கரை; day book; the border on saree, dhoti, towel, etc.

சிணாட்டு: (பெ): அடர்த்தியான சிறு கிளைகள்; small dense branches.

சிண்: (பெ): சூதாட்டக் கூட்டாளி; partner in gambling.

சிண்டு: (பெ): குடுமி; சிறுபாத்திரம்; சிற்றளவு; hair-tuft; a small vessel; a small measure of capacity.

சிதகம்: (பெ): தூக்கணாங் குருவி; weaver bird.

சிதகு: (பெ): குற்றம்; fault; crime.

சிதகுதல்: (வி): உருகுதல்; அழிதல்; to melt; to ruin.

சிதசத்திரம்: (பெ): வெண்குடை; white umbrella of victory.

சிதசிந்து: (பெ): கங்கையாறு; River Ganges.

சிதடன்: (பெ): பார்வையற்றவன்; அறிவிலி; பித்தன்; blind man; idiot; madman.

சிதடி: (பெ): சிள்வண்டு; பேதை; அறிவற்றவள்; cicada; ignorance; foolish woman.

சிதப்பூரம்: (பெ): பொன்னாங்கண்ணிக் கீரை; a kind of greens with little shiny leaves.

சிதமருசம்: (பெ): வெண்மிளகு; white pepper.

சிதமை: (பெ): வெள்ளாடு; மறி; sheep; goat; young of sheep.

சிதம்: (பெ): வெண்மை; வெள்ளி; மனை வாயில்; அறிவு; whiteness; silver; the main entrance of a house; knowledge.

சிதம்பரம்: (பெ): தில்லை, Chidambaram (Thillai), a celebrated Saiva shrine in Cuddalore district; abode of Lord Nataraja.

சிதம்பர்: (பெ): இழிந்தோர்; low people; mean persons.

சிதம்பல்: (வி): பதனழிதல்; கெட்டுப்போதல்; to become over-ripe as fruit; to ruin.

சிதர்: (பெ): மழைத்துளி; பூந்தாது; பொடி; துணி; சீலை; கந்தைத் துணி; வண்டு; சிந்துகை; பறவை வகை; rain drop; pollen; farina of flowers; dust; cloth; saree; tatters; bee; spilling; a kind of bird.

சிதர்த்தல்: (வி): பிரித்தல்; சிந்துதல்; to separate; to spill.

சிதர்வை: (பெ): நைந்து போன கந்தை; tatters.

சிதலை: (பெ): துகில்; கறையான்; நோய்; cloth; white ant; disease.

சிதல்: (பெ): கறையான்; ஈசல்; white ant; winged white ant.

சிதவலிப்பு: (பெ): மனவுறுதி; determination.

சிதவல்: (பெ): கந்தை; சிதறுகை; படுக்கை; தேரின் கொடி; tatter; scattering; bed; flag of a chariot.

சிதள்: (பெ): மீனின் செதில்; எலும்புத்துண்டு; scale of a fish; piece of bone.

சிதறடித்தல்: (வி): முறியடித்தல்; கலங்கச் செய்தல்; to outmanoeuvre; to get stirred.

சிதறி: (பெ): மழை; பாதிரி மரம்; rain; trumpet flower tree.

சிதறுதல்: (வி): இறைத்தல்; சிந்துதல்; கலைதல்; அழிதல்; பயனற்றதாதல்; to scatter; to spill; to disperse; to ruin; to become useless one.

சிதனம்: (பெ): கோடகசாலைப் பூண்டு; a kind of herb.

சிதாத்துமா: (பெ): கடவுள்; God.

சிதாப்பிரம்: (பெ): வெண்முகில்; white cloud.

சிதாம்புசம்: (பெ): வெள்ளைத் தாமரை; white lotus.

சிதாரம்: (பெ): தேரின் கொடி; the flag of chariot.

சிதாரி: (பெ): தூபப்பண்டம்; incense thing.

சிதார்: (பெ): சீலை; மரவுரி; ஒரு வாத்திய வகை; cloth; saree; bark of a tree; garment made from the bark; a kind of musical instrument.

சிதி: (பெ): வெண்மை; சிதை விறகு; whiteness; fire wood used for pyre.

சிதிரம்: (பெ): கோடரி; தீ; வாள்; axe; fire; sword.

சிதலம்: (பெ): சிதைவு; ruin.

சிதுமலர்: (பெ): தண்ணீர் விட்டான் கிழங்கு; ஒரு மூலிகை; a herb.

சிதுரன்: (பெ): பகைவன்; தீயவன்; enemy; miscreant.

சிதேகி: (பெ): கடுக்காய் மரம்; gall-nut tree.

சிதேதரம்: (பெ): கருமை; black.

சிதேந்திரம்: (பெ): கோயில்; temple.

சிதேந்திரியம்: (பெ): புலன்கள்; senses.

சிதேந்திரியன்: (பெ): புலன்களை வென்றவன்; one who conquered the senses.

சிதை சுற்று: (பெ): செக்கு; சக்கரம்; oil press; wheel.

சிதையர்: (பெ): கீழ் மக்கள்; the base people.

சித்தகங்கை: (பெ): ஆகாய கங்கை; the celestial Ganges.

சித்தகம்: (பெ): மெழுகு; wax.

சித்த சமுன்னதி: (பெ): செருக்கு; pride.

சித்தசாதனம்: (பெ): வெண் கடுகு; white mustard.

சித்தமன்: (பெ): ஆமணக்குச் செடி; castor plant.

சித்தமுகம்: (பெ): கிலுகிலுப்பைச் செடி; a kind of plant.

சித்தரத்தை: (பெ): ஒரு வகைச் செடியின் காயவைத்த இஞ்சி போன்றிருக்கும் வேர்; galangal.

சித்தரி: (பெ): சிறு குளம்; pond.

சித்தல்: (பெ): சீலை; cloth; saree.

சித்தவிகாரம்: (பெ): மன வேறுபாடு; difference of mind.

சித்தாகாரம்: (பெ): அருவம்; உருவமின்மை; formlessness.

சித்தார்த்தம்: (பெ): வெண்கடுகு; மெய்யறிவு; white mustard; enlightenment.

சித்தியார்: (பெ): சிவஞான சித்தியார் என்னும் நூல்; a treatise named Sivagnana Siddhiyar.

சித்திரகடம்: (பெ): பெருங்காடு; a large forest.

சித்திரகம்: (பெ): ஆமணக்கு; castor plant.

சித்திரகாயம்: (பெ): புலி; tiger.

சித்திரகுண்டலி: (பெ): ஒரு வகைக் கூத்து; a kind of dance.

சித்திரகவி: (பெ): சித்திர வடிவில் எழுதப்படும் செய்யுள்; சித்திரகவி இயற்றுபவர்; a verse composition fitted into figures; one who composes the Chittirakavi.

சித்திரபானு: (பெ): ஒரு தமிழ் வருடம்; நெருப்பு; சூரியன்; Chithrabaanu, a Tamil year; fire; the Sun.

சித்திரபுண்டரம்: (பெ): வைணவர்கள் நெற்றியில் அணிந்து கொள்ளும் திருமண் காப்பு; chalk-like white earth used for marking 'Namam' by Vaishnavites worn on the forehead.

சித்திரப்பாடம்: (பெ): பூந்துகில்; garment embroidered with floral designs.

சித்திர மண்டபம்: (பெ): ஓவியச்சாலை; அரசவை; painted chamber; picture gallery; royal audience hall.

சித்திரமிருகம்: (பெ): மான்; deer.

சித்திரமூலம்: (பெ): கொடிவேலி; a medicinal plant.

சித்திரமேகலை: (பெ): மயில்; peacock.

சித்திரிகை: (பெ): நல்லாடை; வீணை வகை; good garment; a kind of veena; a string instrument.

சித்திலி: (பெ): சிற்றெறும்பு; a kind of small red ant.

சித்து: (பெ): அறிவு; ஆன்மா; அட்டமாசித்தி; வேள்வி; வெற்றி; வரிக்கூத்து வகை; சிற்றாள்; knowledge; wisdom; soul; Ashtama siddhi; sacrifice; victory; a kind of dance; unskilled labourer assisting mason.

சித்துக்காரன்: (பெ): மாயாஜாலக்காரன்; magician.

சித்துடு: (பெ): நேர்வாளம்; a herb.

சித்துரு: (பெ): கடவுள்; God.

சித்துரூபம்: (பெ): நேர்வாளக் கொட்டை; the nut of a herb.

சித்துவித்தை: (பெ): மாயாஜால வித்தை; magic.

சித்தேசன்: (பெ): ஒரு வகைப் பிச்சைக்காரன்; a mendicant.

சித்தேரி: (பெ): சிறு நீர்நிலை; small water pond.

சித்தை: (பெ): பார்வதி தேவி; Goddess Parvathi, the consort of Lord Shiva.

சிநேக பலம்: (பெ): எள்; sesame.

சிந்தகம்: (பெ): புளியமரம்; தூக்கணாங் குருவி; tamarind tree; weaver's bird.

சிந்தடி: (பெ): செய்யுள் முச்சீரடி; metrical line of three feet.

சிந்தம்: (பெ): புளிய மரம்; தூக்கணாங்குருவி; பாவகை; tamarind tree; weaver's bird; a kind of song.

சிந்தனை: (பெ): எண்ணம்; தியானம்; கவலை; கவனம்; thought; idea; meditation; care; attention.

சிந்தாகுலம்: (பெ): மனக்கவலை; ஆழ்ந்த துக்கம்; mental worry; deep sorrow.

சிந்தாக்கு: (பெ): கழுத்தணி வகை; விளையாட்டு வகை; a kind of necklace; a kind of game.

சிந்தாமணி: (பெ): வேண்டுவன யாவும் அளிக்கும் தெய்வமணி; சீவக சிந்தாமணி என்னும் காப்பியம்; ஒரு பண் வகை; mythical gem, believed to yield to its possessor everything that is desired; Jeevaka Cinthamani, an epic; a kind of music.

சிந்தாவிளக்கு: (பெ): கலைமகள்; Saraswathi as the illuminator of the mind.

சிந்திதம்: (பெ): நினைக்கப்பட்டது; that which is thought.

சிந்தியம்: (பெ): சிவாகமத்துள் ஒன்று; one of the Sivagamas.

சிந்தினன்: (பெ): குள்ளன்; dwarf.

சிந்து: (பெ): கடல்; ஆறு; சிந்து நதி; சிந்து மாநிலம்; ஒரு மொழி; sea; river; river Sind; a state; a language.

சிந்து சங்கமம்: (பெ): கழிமுகம்; bar-mouth of a river with sea.

சிந்துசம்: (பெ): உப்பு; salt.

சிந்துபுட்பம்: (பெ): சங்கு; conch shell.

சிந்துரக்கட்டி: (பெ): செங்காவிக் கல்; saffron colour stone.

சிந்துரம்: (பெ): சிவப்பு; பொட்டு; யானை; புளிய மரம்; red; vermillion; round mark worn on the forehead; elephant; tamarind tree.

சிந்துவாரம்: (பெ): வில்; நொச்சி மரம்; bow; five-leaved chaste tree; three-leaved chaste tree.

சிப்பியன்: (பெ): தையற்காரன்; tailor.

சிமயம்: (பெ): இமயமலை; பொதியமலை; மலையுச்சி; Himalayan mountain; the hill, Pothigai; peak.

சிமி: (பெ): ஆண்களின் குடுமி; tuft of male's hair.

சிமிட்டா: *(பெ):* சாமணம்; pincers.

சிமிண்டு: *(பெ):* தடி; stick.

சிமிலம்: *(பெ):* மலை; mountain.

சிம்பல்: *(பெ):* ஒலித்தல்; துள்ளுதல்; சிம்பு; making sound; jumping; a small thin stick.

சிம்பல்சிலும்பல்: *(பெ):* கந்தை; tatters.

சிம்பிலி: *(பெ):* புட்டு வகை; a kind of pudding.

சிம்பு: *(பெ):* சிராய்; இரும்புத் தூள்; செதும்பு; இளம் வளார்; குற்றம்; சுண்டி இழுக்கை; splinter; iron powder; flexible twig; fault; captivation.

சிம்புதல்: *(வி):* ஒலித்தல்; துள்ளுதல்; சுண்டி இழுத்தல்; ஒன்று கூட்டுதல்; நன்றாகத் தேய்த்தல்; to sound; to jump; to captivate; to mingle; to rub against.

சிம்புரி: *(பெ):* சும்மாடு; புரிமணை; cloth pad used as a cushion while carrying load on head; ring shaped pad of twisted hay.

சிம்புளி: *(பெ):* கம்பளி; செவ்வாடை; wool; red garment.

சிம்புளித்தல்: *(வி):* கண்களை மூடிக் கொள்ளுதல்; to close the eyes.

சிம்புள்: *(பெ):* ஒரு பறவை வகை; a kind of bird.

சிம்மதம்: *(பெ):* பாம்பு; snake.

சிம்மாத்தல்: *(வி):* இறுமாத்தல்; to feel exulted.

சிம்மாளம்: *(பெ):* மகிழ்ச்சி; happiness.

சிம்மு: *(பெ):* எல்லை; limit; boundary.

சியத்தினி: *(பெ):* தக்காளி; tomato.

சியிருதம்: *(பெ):* கடுக்காய்; gall-nut.

சியேனம்: *(பெ):* பருந்து; அணிவகுப்பு; eagle; parade.

சிரசுபாலம்: *(பெ):* தலையோடு; the skull.

சிரக்கம்பம்: *(பெ):* தலையசைத்தல்; shaking the head.

சிரக்கோழி: *(பெ):* வசம்பு; கொடி வகை; sweet-flag; a kind of creeper.

சிரங்காடு: *(பெ):* அடர்ந்த காடு; dense forest.

சிரட்டை: *(பெ):* கொட்டாங்கச்சி; பிச்சைப் பாத்திரம்; coconut shell; beggar's bowl.

சிரணி: *(பெ):* ஓமம்; bishop's weed.

சிரத்தல்: *(வி):* தேய்த்தல்; அழித்தல்; rubbing.

சிரத்தவன்: *(பெ):* தலைவன்; master; Lord.

சிரத்தியார்: *(பெ):* சிறிய தாயார்; step-mother.

சிரத்தை: *(பெ):* அன்பு; பக்தி; நம்பிக்கை; affection; love; faith; earnestness.

சிரநதி: *(பெ):* கங்கை நதி; the River Ganges.

சிரந்தை: *(பெ):* உடுக்கை; a kind of small drum tapering in the middle to be held in the hand and played with fingers.

சிரம சாத்தியம்: *(பெ):* வெகுவான முயற்சியுடன் செய்ய வேண்டியது; that which is to be done with great effort.

சிரமன்: *(பெ):* அடிமை; slave.

சிரமிலி: *(பெ):* நண்டு; crab.

சிரம்: *(பெ):* தலை; உச்சி; மேன்மை; நீண்டகாலம்; ஆமணக்கு; crown; excellence; long period; castor plant.

சிரல்: *(பெ):* முடிவிடம்; மீன் கொத்திப் பறவை; closing point or place; king fisher.

சிரவணம்: *(பெ):* திருவோணம்; கேள்வி; காது; Thiruvonam, the twenty-second star of the twenty-seven stars; hearing; ear.

சிரறுதல்: *(வி):* மாறுபடுதல்; சிதறுதல்; to differ; to scatter.

சிரற்றுதல்: *(வி):* சினத்தல்; உரக்க ஒலித்தல்; be very angry; to shout loudly.

சிராங்கம்: *(பெ):* தலை; உடல் நலம்; head; health.

சிராந்தி: *(பெ):* இளைப்பு; weariness.

சிராபத்திரம்: *(பெ):* மரவகை; a kind of tree.

சிராபரன்: *(பெ):* இறைவன்; God.

சிராய்: *(பெ):* மரச்சக்கை; காற்சட்டை; splinter; trousers; a man's garment extending from waist to the ankles.

சிராய்பாக்கு: *(பெ):* முற்றாத பாக்கு; tender arecanut.

சிராவியம்: *(பெ):* கேட்பதற்கு இனியது; that which is very pleasant to hear.

சிரானந்தம்: *(பெ):* என்றும் குறையாத இன்பம்; everlasting happiness.

சிரிட்டம்: *(பெ):* விளாமரத்துப்பட்டை; bark of the wood-apple tree.

சிரீ: *(பெ):* திருமகள்; Lakshmi, Goddess of Wealth.

சிரீடம்: *(பெ):* வாகை மரம்; குன்றி மணி; sirissa tree; crab's eye.

சிரீமுகம்: *(பெ):* திருமுகம்; letter from a great person.

சிருகம்: *(பெ):* தாமரை; காற்று; அம்பு; lotus; wind; arrow.

சிருகாலன்: *(பெ):* நரி; fox.

சிருங்கம்: *(பெ):* விலங்கின் கொம்பு; கொடு முடி; horn of an animal; peak; mount; a Shiva shrine in Erode District.

சிருங்கலம்: *(பெ):* விலங்கு; இரும்புச் சங்கிலி; வில்லங்கம்; fetter; iron chain; bar.

சிருங்காடகம்: (பெ): நாற்சந்தி; a junction of four streets; (town) square.

சிருங்கி: (பெ): சுக்கு; பொன்; dried ginger; gold.

சிருட்டி: (பெ): படைப்பு, சிறந்தது; creation; that which is created; that which is the best one.

சிருணி: (பெ): பகைமை; யானைத் தோட்டி; enmity; elephant's goad.

சிருதம்: (பெ): நன்மை; இனிமை; beneficence; sweetness.

சிரும்பணம்: (பெ): கொட்டாவி விடுதல்; the act of yawning.

சிரேட்டி: (பெ): வணிகன்; merchant.

சிரேணி: (பெ): தெரு; வரிசை; இடையர் வீதி; street; row; shepherd's street.

சிரேயசு: (பெ): புகழ்; நன்மை; fame; goodness.

சிரேவனம்: (பெ): காட்டாமணக்கு; wild castor plant.

சிரோசம்/சிரோருகம்: (பெ): தலைமுடி; hair.

சிரோட்டம்: (பெ): கடுக்காய்; நெல்லி மரம்; தான்றி மரம்; gallnut; emblic myrobalan tree; a kind of tree.

சிரோட்டம்: (பெ): காட்டாமணக்கு; wild castor plant.

சிரோதரம்: (பெ): கழுத்து; neck.

சிரோத்திரம்: (பெ): காது; ear.

சிரோபத்தியம்: (பெ): கடுக்காய்; gall-nut.

சிரோமணி: (பெ): உயர்ந்த மணி; தலைசிறந்தவன்; precious stone; eminent person.

சிரோமுட்டி: (பெ): கீழ்நோக்கி அம்பு எய்தல்; discharging of arrow, downwards.

சிரோவல்லி: (பெ): மயிலின் உச்சிக் கொண்டை; the crest of peacock.

சிரோவேட்டம்: (பெ): தலைப்பாகை; turban.

சிரௌதம்: (பெ): வேத விதிகள்; principles of Veda.

சிலகம்: (பெ): அகப்பை; wooden ladle with a long handle, generally made of coconut shell.

சிலக்குணம்: (பெ): திமிங்கலம்; whale.

சிலங்கம்: (பெ): விளாமரப்பட்டை; the bark of wood-apple tree.

சிலதன்: (பெ): வேலையாள்; தோழன்; தூதன்; மருத நிலத்தவன்; servant; companion; messenger; inhabitant of agricultural tract.

சிலதி: (பெ): வேலைக்காரி; தோழி; servant-maid; lady's-maid.

சிலமன்: (பெ): சாடை; resemblance.

சிலமான்கல்: (பெ): உயர்ந்த கல் வகை; a kind of precious stone.

சிலமி: (பெ): பிடிவாதக்காரன்; சிலம்ப வித்தையில் வல்லவன்; obstinate self-willed person; an expert in fencing art.

சிலம்: (பெ): இந்துப்பு; rock-salt.

சிலம்பல்: (பெ): யாழின் ஓசை; வீண்பேச்சுப் பேசுபவன் (அ) பேசுபவள்; sound of a lute; chatterer.

சிலம்பி: (பெ): சிலந்திப்பூச்சி; spider.

சிலம்புதல்: (வி): ஒலித்தல்; எதிரொலித்தல்; சுற்றிவருதல்; to sound; to echo; to round.

சிலம்புரி: (பெ): ஒரு சீலை வகை; a kind of cloth.

சிலவங்கம்: (பெ): மீன் எலும்பு; the bone of a fish.

சிலாகை: (பெ): புகழ்ச்சி; ஒரு வகை உயரிய கல்; praise; compliment; a kind of precious stone.

சிலாஞ்சனம்: (பெ): உயர்ந்த கல் வகை; a kind of precious stone.

சிலாதலம்: (பெ): பாறை; rock.

சிலாந்தி: (பெ): சீந்திற் கொடி; a herb.

சிலாபம்: (பெ): முத்துக் குளித்தல்; pearl diving.

சிலாப்பி: (பெ): சோம்பேறி; lazy person.

சிலாப்புட்டி: (பெ): நீர் இறைக்கும் சால்; baling bucket.

சிலாம்பு: (பெ): மீன் செதில்; விறகு (அ) கட்டையில் கூர்மையாக நீட்டிக் கொண்டிருக்கும் சிராய்; scales of fish; splinter of firewood, etc.

சிலாயுதன்: (பெ): ஆமை; tortoise.

சிலார்: (பெ): குழப்பம்; இனாம்; confusion; gift.

சிலாலோகை: (பெ): கல்வெட்டு; inscription of stone.

சிலாவட்டம்: (பெ): சாணைக்கல்; whetstone.

சிலாவி: (பெ): கல்நார்; சிற்பி; asbestos; stone carver; sculptor.

சிலாவிந்து: (பெ): கல்நார்; asbestos.

சிலாவுதல்: (வி): சுழலுதல்; வட்டமாக வார்த்தல்; to whirl; to pour (as a circle).

சிலிங்காரம்: (பெ): அலங்காரம்; beautification; adornment.

சிலியானை: (பெ): முடக்கொற்றான் பூண்டு; a herb.

சிலிர்: (பெ): மரவகை; a kind of tree.

சிலீபதம்: (பெ): யானைக்கால் நோய்; elephantiasis; filariasis.

சிலீமுகம்: (பெ): அம்பு; போர்; வண்டு; மார்பகக் கண்; arrow; battle; war; bee; nipple of the breast.

சிலுகி: (பெ): கலகக்காரி; mischievous woman.

சிலுகு: *(பெ):* சண்டை; துன்பம்; குழப்பம்; கூச்சல்; குறும்பு; தடை; fight; distress; confusion; confused loud noise; playful act; prank; obstacle.

சிலுக்கன்: *(பெ):* கலகக்காரன்; rowdy; mutineer.

சிலுக்கு: *(பெ):* இரும்பு வளையம்; சிறு துண்டு; சிறு காயம்; தொந்தரவு; iron circle; a small piece; a small wound; disturbance.

சிலுப்புதல்: *(வி):* முடி, இறகு போன்றவற்றைப் பக்கவாட்டில் வேகமாக அசைத்தல்; உதறுதல்; to shake vigorously the hair, feathers, etc.

சிலும்பு: *(பெ):* மரச்சிராய்; களிம்பு; splinter of firewood etc.; ointment.

சிலும்புதல்: *(வி):* ஒலித்தல்; கலங்குதல்; அசைதல்; பெருகி வருதல்; to sound; be stirred up; to shake; to grow more.

சிலுவலி: *(பெ):* சீர் கெட்டவள்; unchaste woman.

சிலுவல்: *(பெ):* எளிமை; கந்தை; ease; tatters.

சிலுவாணம்: *(பெ):* சேமிப்புப் பணம்; savings.

சிலேடை: *(பெ):* சொல் (அ) சொற்றொடர் பல பொருள்படுமாறு அமைய இயற்றும் செய்யுள்; (in poetry) paronomasia.

சிலேட்டர்: *(பெ):* வணிகர்; merchants.

சிலேட்டுமம்: *(பெ):* கபம்; phlegm.

சிலைத்தல்: *(வி):* ஒலித்தல்; முழங்குதல்; கொட்டுதல்; பின்னிடுதல்; சினங்கொள்ளுதல்; to sound; to roar; to beat; to get behind; to resent.

சிலைநார்: *(பெ):* கல்நார்; asbestos.

சிலைபாரித்தல்: *(வி):* வில்லை வளைத்தல்; to bend the bow.

சிலைமா: *(பெ):* மாக் கல்; soft-stone.

சிலையிராசன்: *(பெ):* வைரம்; diamond.

சிலோச்சயம்: *(பெ):* மலை; mountain.

சில்காற்று: *(பெ):* தென்றல்; gentle breeze.

சில்லத்து: *(பெ):* சிறு சட்டை; small shirt.

சில்லம்: *(பெ):* எட்டி; சிறு துண்டு; தேற்றா மரம்; strychnine tree; a small piece; clearing nut tree.

சில்லர்: *(பெ):* வேடர்; சுவர்க்கோழி; hunters; cricket.

சில்லான்: *(பெ):* குருவி வகை; a kind of sparrow.

சில்லி: *(பெ):* சுவர்க்கோழி; ஓட்டம்; வட்டம்; துண்டு; சிறுகீரை; cricket; running; circle; piece; a kind of greens.

சில்லிகை: *(பெ):* நல்லாடை; சுவர்க்கோழி; சூரிய கிரகணம்; superior cloth; cricket; eclipse.

சில்லிக்கோல்: *(பெ):* சிறு கம்பு; small stone-chip.

சில்வாய்: *(பெ):* கடைவாய்; region in the mouth near molar teeth.

சில்வானம்: *(பெ):* மழைத்துளிகளின் சிதறல்; drizzle.

சிவகம்: *(பெ):* சாதிக்காய்; நாய்ச்சீரகம்; nut-meg; a kind of cumin.

சிவச்சி: *(பெ):* சாதிக்காய்; nut-meg.

சிவதடி: *(பெ):* வெள்ளரி; cucumber.

சிவதாரம்: *(பெ):* மர வகை; a kind of tree.

சிவதுளசி: *(பெ):* திருநீற்றுப் பச்சை; a herb.

சிவதை: *(பெ):* கொடி வகை; a kind of creeper.

சிவத்தம்: *(பெ):* மரவகை; a kind of tree.

சிவத்துருமம்: *(பெ):* வில்வ மரம்; bael tree.

சிவந்தி: *(பெ):* கடுக்காய் வகை; பூச்செடி வகை; a kind of gall nut; a kind of flower plant.

சிவந்திரம்: *(பெ):* ஒரு வகைச் சுதந்திரம்; கைம்மாறு; a kind of independence; a return made out of gratitude.

சிவப்பணு: *(பெ):* பிராணவாயுவை உடலின் பல பகுதிகளுக்கும் எடுத்துச்செல்ல இரத்தத்தில் உள்ள சிவப்பு நிறம் கொண்ட உயிர் அணு; red corpuscle.

சிவப்பு அட்டை: *(பெ):* கால்பந்தாட்டத்தில் ஏற்கெனவே எச்சரிக்கப்பட்ட ஆட்டக்காரரை ஆட்டத்திலிருந்து வெளியேற்றும் பொருட்டுக் காண்பிக்கப்படும் சிவப்பு நிற அட்டை; (in foot ball) red card.

சிவப்புக் கம்பள வரவேற்பு: *(பெ):* பிற நாட்டுத் தலைவர் போன்ற முக்கிய விருந்தினருக்குச் சிறந்த வரவேற்பு; red carpet welcome; grand welcome.

சிவப்புச்சிலை: *(பெ):* கெம்பு; ruby.

சிவரசம்: *(பெ):* பாதரசம்; mercury.

சிவலை: *(பெ):* செந்நிற விலங்கு; reddish animal as a bull.

சிவலோகச் சேவகன்: *(பெ):* காந்தம்; magnet.

சிவல்: *(பெ):* காடை, கவுதாரி வகை; செம்மண்; கொடி வகை; a kind of quail; red soil; a kind of creeper.

சிவவல்லபம்: *(பெ):* எருக்கு; செவந்திச்செடி; yercum; wild chamomile plant.

சிவளிகை: *(பெ):* தலையணி; a kind of head ornament.

சிவனார் பாகல்: *(பெ):* கோவைக்கொடி; common hedge creeper which bears red fruit.

சிவனார் வேம்பு: *(பெ):* செடி வகை; a kind of plant.

சிவாதரம்: *(பெ):* மரக்கொம்பு; branch of a tree.

சிவாருகம்: *(பெ):* ஆலமரம்; banyan tree.

சிவிகரம்: *(பெ):* சாதிக்காய்; nut-meg.

சிவிகை: *(பெ):* பல்லக்கு; எருது பூட்டிய வண்டி; palanquin; covered litter; bullock-cart.

சிவிங்கி: *(பெ):* ஒரு விலங்கு வகை; ஒரு பறவை வகை; சிறுத்தை; a kind of animal; a kind of bird; hunting leopard.

சிவிங்கிப் பூனை: *(பெ):* சிறுத்தைப் பூனை; leopard cat.

சிவிடு: *(பெ):* சிறிது; ஓர் அளவை; small; a measure of capacity.

சிவிட்கு: *(பெ):* கோபம்; anger.

சிவிரம்: *(பெ):* பாசறை; encampment; barracks; camp.

சிவிறுதல்: *(வி):* பரத்தல்; to spread.

சிவுகம்: *(பெ):* மோவாய்; chin.

சிவேதை: *(பெ):* செடி வகை; நாணல்; a kind of plant; a large and coarse grass.

சிவ்வல்: *(பெ):* கடற்பாசி; sponge; sea-weed.

சிழுகுதல்: *(வி):* விம்முதல்; to heave a sob, as a child.

சிளைத்தல்: *(வி):* சோர்தல்; to languish.

சிறகி: *(பெ):* பறவை வகை; மீன் வகை; a kind of bird; a kind of fish.

சிறக்கணித்தல்: *(வி):* அவமதித்தல்; கண்ணைச் சுருக்கிப் பார்த்தல்; to disregard; to squint one's eyes and glance.

சிறங்கணித்தல்: *(வி):* அவமதித்தல்; கடைக் கண்ணால் பார்த்தல்; to insult; to cast a side look.

சிறங்கித்தல்: *(வி):* அவமதித்தல்; to insult.

சிறங்கை: *(பெ):* கையளவு; palmful, as a measure.

சிறந்தோர்: *(பெ):* உயர்ந்தோர்; தேவர்; உறவினர்; துறந்தோர்; eminent persons; celestial beings; relatives; ascetics.

சிறப்புப் பாயிரம்: *(பெ):* முன்னுரை; preface in verse form by the author or foreword by someone who knows the author normally in old treatises.

சிறவு: *(பெ):* சிறந்த செயல்; meritorious deed.

சிறாங்கித்தல்: *(வி):* இரத்தல்; உரிமையாக்குதல்; to beg; to dedicate.

சிறாம்பி: *(பெ):* காவல் பரண்; a kind of watch-tower made of bamboo.

சிறாம்பு: *(பெ):* மரச்சிராய்; wooden chip; splinter of firewood, etc.

சிறிட்டம்: *(பெ):* விளாம்பட்டை; bark of wood apple tree.

சிறிதுரைத்தல்: *(வி):* இகழ்ந்து உரைத்தல்; to vilify; to despise.

சிறிபலம்: *(பெ):* வில்வ மரம்; bael tree.

சிறியத்தினி: *(பெ):* வேலிப்பருத்தி; a herb.

சிறிவில்: *(பெ):* அகில் மரம்; eagle wood tree.

சிறுகாய்: *(பெ):* சாதிக்காய்; nut-meg.

சிறுகாலை: *(பெ):* வைகறை; day-break.

சிறுகால்: *(பெ):* தென்றல்; balmy breeze from the south.

சிறுகு: *(பெ):* குழப்பம்; துன்பம்; தடை; confusion; distress; obstacle.

சிறுகுடி: *(பெ):* குறிஞ்சி நிலத்து ஊர்; சிற்றூர்; ஏழைக் குடும்பம்; தாழ்வான நிலை; the village in a hilly tract; a hamlet; poor family; degradation.

சிறுகுழி: *(பெ):* 36 சதுர அடி கொண்ட ஓர் அளவு; a measurement equal to 36 square feet.

சிறுகுறிஞ்சி: *(பெ):* நேர்வாள மரம்; புளியாரைப் பூண்டு; a kind of tree; a herb.

சிறுக்குதல்: *(வி):* அளவில் குறைதல்; கோபம் கொள்ளுதல்; to reduce in size; be angry with.

சிறுசெங்குரலி: *(பெ):* கொடி வகை; a kind of creeper.

சிறுசெய்: *(பெ):* பாத்தி; garden plot; bed; pan.

சிறுசொல்: *(பெ):* பழிச்சொல்; இழிசொல்; slighting language; censure; reproach.

சிறுதகைமை: *(பெ):* அடக்கமான பண்பு; humility; meekness.

சிறுதடி: *(பெ):* பாத்தி; சிறுவயல்; garden plot; bed; pan.

சிறுதரம்: *(பெ):* இளம்பருவம்; juvenility.

சிறுதாரை: *(பெ):* நீர் வீசும் துருத்தி; sprayer made of bamboo or wood.

சிறுத்தல்: *(வி):* சிறிதாதல்; தடுத்தல்; சுருங்குதல்; be short; be small; to hinder; to resist.

சிறுநாகம்: *(பெ):* பூநாகம்; a species of very small snake found among flowers, considered to be poisonous.

சிறுநாக்கு: *(பெ):* உள்நாக்கு; uvula.

சிறுநீரகம்: *(பெ):* உடம்பில்; இரத்தத்திலிருந்து கழிவுப்பொருட்களைப் பிரித்துச் சிறுநீராக வெளியேற்றும் அவரை விதை வடிவில் இருக்கும் உறுப்பு; kidney.

சிறுநெல்லி: *(பெ):* அரிநெல்லிக்காய்; otaheite gooseberry.

சிறுநெறி: *(பெ):* தீயவழி; குறுகிய வழி; evil path; narrow path.

சிறுபஞ்சமூலம்: *(பெ):* கண்டங்கத்திரி, சிறு மல்லிகை, பெருமல்லிகை, சிறுவழுதுளை, சிறுநெருஞ்சி என்னும் ஐந்தின் வேர்களைக் கொண்டு செய்யும் மருந்து; ஒரு நூல்; a compound medicine prepared from five herb-roots; Sirupanchamoolam, a poetic treatise of ancient times.

சிறுபட்டி: *(பெ):* கட்டுக்கடங்காத இளைஞன்; unruly youngster.

சிறுபதம்: *(பெ):* வழி; தண்ணீராகிய உணவு; path; way; water as of food.

சிறுபயிர்: *(பெ):* குறுகிய காலத்துப் பயிர்; minor crops.

சிறுபறை: *(பெ):* கைம்மேளம்; தோற்கருவி வகை; timbrel; tambourine; a kind of drum.

சிறுபுறம்: *(பெ):* பிடரி; சிறிய பரிசு; nape, back of the neck; small gift.

சிறுப்பம்: *(பெ):* இளமை; youth.

சிறுப்பனை: *(பெ):* இழிவு; வறுமை; தொந்தரவு; meanness; poverty; trouble.

சிறுமணி: *(பெ):* ஒரு நெல் வகை; சதங்கை; காராமணி வகை; a kind of paddy; string of small metal balls; chowlee bean.

சிறுமலை: *(பெ):* பெரிய கற்பாறை; குன்று; huge rock; hill.

சிறுமல்: *(பெ):* தண்ணீர் விட்டான் கிழங்கு; a kind of water plant.

சிறுமாரோடம்: *(பெ):* மரவகை; a kind of tree.

சிறுமி: *(பெ):* மகள்; இளம்பெண்; daughter; young girl.

சிறுமியம்: *(பெ):* சேறு; mud.

சிறுமுத்தன்: *(பெ):* ஆண்பொம்மை; male toy.

சிறுமுதுக்குறைமை: *(பெ):* இளம்பிராயத்திலேயே முதிர்ச்சியடைதல்; precociousness.

சிறுமுறி: *(பெ):* கைச்சீட்டு; சிறுகுறிப்பு; chit; a small note.

சிறுமூசை: *(பெ):* உலோகங்களை உருக்க உதவும் சிறிய மண் குகை; a small crucible.

சிறுமூலகம்: *(பெ):* திப்பிலி; பூண்டு வகை; long pepper; a kind of herb.

சிறுமூலம்: *(பெ):* திப்பிலி; long pepper.

சிறுவல்: *(பெ):* இளம்பருவம்; குழந்தை; தடை; young age; child; obstacle.

சிறுவி: *(பெ):* மகள்; daughter.

சிறுவிடு: *(பெ):* கொள்ளு தானியம்; the gram used as fodder for horse.

சிறுவிடுப்பு: *(பெ):* தற்செயல் விடுப்பு; casual leave.

சிறுவிலை: *(பெ):* பஞ்சகாலம்; famine period.

சிறுவெண்காக்கை: *(பெ):* கழுத்துப் பகுதியில் சிறு வெண்மை நிறங்கொண்ட காகம்; the crow having a greyish neck.

சிறை: *(பெ):* காவல்; சிறைச்சாலை; அடிமைத்தனம்; அடிமையாள்; இளம்பெண்; protection; prison; slavery; slave.

சிறைக்கணித்தல்: *(வி):* புறக்கணித்தல்; to ignore; to neglect.

சிறைதல்: *(வி):* திரும்புதல்; வெளுத்துப் போதல்; நிறம் அழிதல்; to turn; to become pale; to lose colour.

சிறைத்தல்: *(வி):* கண்களைச் சுழற்றி விழித்தல்; to glance with rolling eyes.

சிறையிருப்பு: *(பெ):* தடுப்புக்காவல்; எல்லைக்கு உட்படுத்தல்; confinement.

சிறையீடு: *(பெ):* சிறைப்படுத்துதல்; காவல்; imprisonment; a guarding.

சிறைவன்: *(பெ):* கைது செய்யப்பட்டவன்; prisoner; captive.

சிறைவிடு: *(பெ):* சிறையினின்றும் வெளிவிடுகை; release from prison.

சிற்குணம்: *(பெ):* மெய்யறிவு; enlightenment.

சிற்குணன்: *(பெ):* கடவுள்; God.

சிற்சுகம்: *(பெ):* ஞானானந்தம்; intellectual pleasure.

சிற்பரவுப்பு: *(பெ):* இந்துப்பு; rock-salt.

சிற்பரை: *(பெ):* பார்வதி தேவி; சலவை சோப்புக்கட்டி; Goddess Parvathi, the consort of Lord Shiva; washing soap.

சிற்றகத்தி: *(பெ):* மரவகை; a kind of tree.

சிற்றடி: *(பெ):* சிறு பாதம்; a small foot.

சிற்றண்டம்: *(பெ):* முட்டை; egg.

சிற்றரத்தை: *(பெ):* ஒரு செடி வகை; a kind of plant.

சிற்றலை: *(பெ):* (வானொலியில்) நூறிலிருந்து பத்து மீட்டர் நீளத்துக்குட்பட்ட ஒரு மின் காந்த அலை; short wave.

சிற்றவை: *(பெ):* சிறிய தாய்; மாற்றாந்தாய்; சித்தி; step-mother; father's second wife; mother's younger sister.

சிற்றறிவன்: *(பெ):* ஆன்மா; soul.

சிற்றறிவு: *(பெ):* (அடக்கத்துடன் கூறுகையில்) அறிவு; (an expression of deference) limited knowledge.

சிற்றாமணக்கு: *(பெ):* ஆமணக்கு வகை; a kind of castor plant.

சிற்றால்: *(பெ):* கல்லத்தி மரம்; a kind of tree.

சிற்றி: *(பெ):* பசளைக் கீரை; சித்தி; a kind of greens; step-mother; father's second wife.

சிற்றிலக்கம்: (பெ): பின்னம்; சிறுதொகை; fraction; small amount.

சிற்றிலக்கியம்: (பெ): பிரபந்தம்; minor literary genre.

சிற்றிலை: (பெ): கடுக்காய்; சிறுஇலை; குன்றிமணி; gall-nut; small leaf; crab's eye.

சிற்றில்: (பெ): சிறு வீடு; சிறார் கட்டி விளையாடும் மணல் வீடு; கந்தை; small house; the toy house of sand; tatters; rags.

சிற்றுதல்: (வி): சஞ்சலப்படுதல்; to make anxious.

சினகரம்: (பெ): சிறு கோயில்; அரண்மனை; சமணக்கோயில்; small temple; palace; Jain temple.

சினவரன்: (பெ): கோபத்தை அடக்கியவன்; one who controls anger.

சினவர்/சினவுநர்: (பெ): பகைவர்; enemies.

சினவல்: (பெ): போர்; battle; war.

சினாது: (பெ): மெலிவு; மெலிந்தது; weakness; that which is thin.

சினாவில்: (பெ): தும்பைப் பூண்டு; white-dead nettle.

சினேகபலம்: (பெ): நட்பு; எண்ணெய்; friendship; oil.

சினேசம்: (பெ): சாதிக்காய்; nut-meg.

சினைத்தல்: (வி): தோன்றுதல்; பூவரும்புதல்; தழைத்தல்; பருத்தல்; கருக்கொள்ளுதல்; to arise; to form bud; to grow luxuriantly; to grow stout; be impregnated.

சினைப்பூ: (பெ): மரக்கொம்புகளில் பூக்கும் பூ; the flower which blossoms on the branch of a tree.

சினைப்பெயர்: (பெ): உறுப்பின்பெயர்; name of the limbs or parts of the body.

சின்: (பெ): ஓர் அசைச்சொல்; ஞானம்; an expletive article; knowledge; intellect.

சின்மை: (பெ): சிறுமை; இழிவு; குரலின் மென்மை; smallness; vulgarity; softness of voice.

சின்மொழி: (பெ): இழிவான சொல்; vulgar word.

சின்னகை: (பெ): புன்னகை; smile.

சின்னபின்னம்: (பெ): கண்ட துண்டம்; hacked pieces.

சின்னமலர்: (பெ): விடுபூ; loose flower, as not strung in a garland.

சின்னல்: (பெ): பகட்டு; வேடிக்கை; vanity; pomp; fun.

சின்னாருகம்: (பெ): சீந்திற்கொடி; a herb.

சின்னி: (பெ): சிறியது; ஒரு முகத்தலளவை; இலவங்கம்; குன்றிமணி; small; a measure of capacity; cinnamon seed; crab's eye.

சின்னை: (பெ): பெரிய கடல் மீன் வகை; a kind of large sea-fish.

சீ

சீ: (பெ): திருமகள்; ஒருவகை அடைமொழி; சீழ்; சளி; இகழ்ச்சிக் குறிப்பு; Lakshmi, Goddess of Wealth; a kind of attributive phrase; pus; phlegm; an exclamatory word of contempt, anger, resentment, etc.

சீகம்புல்: (பெ): ஊகம்புல்; broom-stick grass.

சீகம்: (பெ): தமரத்தை மரம்; a kind of tree.

சீகரி: (பெ): நீர்த்திவலை; drop of water.

சீகா: (பெ): பஞ்சலோகம்; alloy of five metals,viz. gold, iron, copper, lead and silver.

சீகாரம்: (பெ): பண் வகை; a kind of music.

சீகாரியம்: (பெ): மங்கலமான செயல்; auspicious work.

சீக்கட்டு: (பெ): சீழ்க்கட்டியிருத்தல்; abscess.

சீக்கல்: (பெ): சிவப்புக்கப்பிக்கல்; laterite.

சிக்குரு: (பெ): முருங்கை மரம்; horse raddish tree.

சீக்கை: (பெ): கோழை; phlegm.

சீங்கண்ணி: (பெ): முதலை வகை; a kind of crocodile.

சீசகம்: (பெ): ஈயம்; பைத்தியம்; lead; madness.

சீசம்: (பெ): பைத்தியம்; madness.

சீடு: (பெ): சீட்டம்; நூற்கண்டு; skein of thread.

சீட்டிலொன்று: (பெ): ஒழுங்கீனன்; அயோக்கியன்; knave.

சீட்டுக்கவி: (பெ): முற்காலத்தில் புலவர்கள் தம்மை ஆதரிக்க வேண்டி எழுதிய செய்யுள் வடிவக் கடிதம்; (formerly) letter written in verse by a poet to his patron.

சீணம்: (பெ): கேடு; சோர்வு; ruin; depression.

சீணித்தல்: (வி): அழிதல்; வலி குறைதல்; to ruin; to destroy; to reduce pain.

சீதகம்: (பெ): ஈயம்; lead.

சீதகன்: (பெ): சுக்கிரன்; சந்திரன்; சோம்பித் திரிபவன்; Planet Venus; the moon; lazy man; lazy-bone.

சீதகும்பம்: (பெ): அலரி; oleander.

சீதசம்பகம்: (பெ): கண்ணாடி; mirror.

சீதப்பிரபம்/சீதமயூகம்: (பெ): கற்பூரம்; camphor.

சீதமண்டலி: (பெ): பாம்பு வகை; a kind of snake.

சீதமேகரோகம்: (பெ): நீரிழிவு நோய்; diabetes.

சீதம்: (பெ): குளிர்ச்சி; நீர்; மேகம்; சோம்பு; சந்தனம்; கள்; சீதமலம்; அகில் மரம்; நரகம்; coldness; water; cloud; anise; sandal wood; toddy; dysentery; eagle wood; a hell.

சீதவாரம்: (பெ): மல்லிகைச் செடி; உத்தாமணிக் கொடி; jasmine plant; a kind of herb.

சீதளாதேவி: (பெ): மாரியம்மன்; Mariyamman; a village female deity.

சீதளை: (பெ): கொடி மாதுளை; மாரியம்மன்; a kind of pomegranate; Mariamman, a village female deity.

சீதாரி: (பெ): சாம்பிராணி; நகரம்; gum-benzoin burnt as incense; town.

சீதி: (பெ): குளிர்; பாவம்; முற்றும் துறத்தல்; coldness; sin; the act of renouncing worldly possessions, attachments etc.

சீது: (பெ): மது; ஈயம்; liquor; lead.

சீதுகந்தம்: (பெ): மகிழ மரம்; pointed-leaved ape-flower tree.

சீதோதகம்: (பெ): குளிர்ந்த நீர்; cold water.

சீத்தல்: (வி): துடைத்தல்; கிளறிக் கீறுதல்; போக்குதல்; பெருக்கித் தள்ளுதல்; தூயதாக்குதல்; to wipe; to slice by poking; to dispel; to sweep; to purify.

சீத்தி: (பெ): தாழ்வு; degradation.

சீத்துவம்: (பெ): திறன்; வளம்; தூய்மை; சத்து; efficiency; resources; richness; purity; content.

சீத்தைக்காடு: (பெ): அடர்ந்த காடு; dense forest.

சீந்தல்: (பெ): ஒரு படர் கொடி; a kind of creeper.

சீந்துதல்: (வி): சீறுதல்; சிந்துதல்; சினத்தல்; மதித்தல்; தீண்டுதல்; to growl; to spill; to get angry; to value; to touch.

சீபண்டாரம்: (பெ): கோயில் சொத்து; temple's property.

சீபலம்: (பெ): வில்வம்; bael tree.

சீமங்கலி: (பெ): நாவிதன்; barber.

சீமதி: (பெ): அழகான பெண்; beautiful woman.

சீமத்து: (பெ): செல்வம்; wealth.

சீமந்தினி: (பெ): பெண்; woman.

சீமம்: (பெ): எல்லை; boundary.

சீமுதகூடம்: (பெ): மலை; mountain.

சீமுதம்: (பெ): பெண் யானை; மழைமேகம்; ஊக்கம்; she-elephant; rainy clouds; interest.

சீமுகதவாகி: (பெ): தூபம்; புகை; ஆவி; smoke of incense offered during worship; smoke; stream; hot vapour from boiled water or hot drinks.

சீமுதை: (பெ): திராட்சை; grape.

சீமைக்காரை: (பெ): சிமெண்ட்; cement.

சீமைச் சுண்ணாம்பு: (பெ): எழுதப் பயன்படும் சுண்ணாம்புக் கட்டி; chalk.

சீமைப்பலா: (பெ): ஒரு வகைப் பழம்; bread-fruit.

சீமையிலந்தை: (பெ): ஆப்பிள்; apple.

சீமையெண்ணெய்: (பெ): மண்ணெண்ணெய்; kerosene.

சீயம்: (பெ): சிங்கம்; சிம்மராசி; எருக்கம்பால்; ஒரு நாடு; lion; the fifth constellation of the Zodiac having 'lion' as its sign; Leo; the milky liquid of yercum; a country.

சீயம்பாக்கு: (பெ): வேக வைத்துக் காய வைத்த தரக்குறைவான பாக்கு; boiled and dried areca-nut of inferior quality.

சீய்த்தல்: (வி): கிளறுதல்; பெருக்குதல்; வெட்டுதல்; போக்குதல்; உரசுதல்; to kindle; to sweep; to cut; to remove; to rub.

சீரகத்தாமன்: (பெ): வணிகன்; குபேரன்; merchant; Kubera, who wore the garland of cumin seeds.

சீரணை: (பெ): பழக்கம்; habit.

சீரமோடோ: (பெ): காட்டு எருமைப்பால்; milk of wild buffalo.

சீரம்: (பெ): பால்; மரவுரி; கலப்பை; சீரகம்; இலாமிச்சை; milk; garment made of bark of a tree; plough; cumin; a fragrant root.

சீராகம்: (பெ): ஒரு பண் வகை; a kind of music.

சீராடு: (வி): ஒரு பெண் தனது தாய் வீட்டில் வேண்டியன அனைத்தையும் பெற்று அனுபவித்து மகிழ்தல்; to enjoy affection.

சீரி: (பெ): புளிய மரம்; முக்காடு; tamarind tree; the cloth covering the head.

சீரிகை: (பெ): சுவர்க்கோழி; cricket.

சீரிடம்: (பெ): தலை; தகுதியான இடம்; வாய்ப்பு; வாகை மரம்; head; suitable place; opportunity; sirissa tree.

சீரிணன்: (பெ): கற்றோன்; learned man.

சீரிப்பு: (பெ): பழக்கம்; habit; practice.

சீரியர்: (பெ): சிறந்தவர்; அறிஞர்; செல்வந்தர்; நல்லோர்; உயர்ந்தோர்; புலவர்கள்; eminent person; learned people; rich people; nobles; men of high qualities; poets. • ***சீரியர் கெட்டாலும் சீரியரே! - பழமொழி.***

சீருணம்/சீருணி/சீருளியம்: (பெ): செம்பு; copper.

சீருள்: (பெ): செம்பு; வெள்ளீயம்; செல்வம்; copper; tin; wealth.

சீரை: (பெ): மரவுரி; கந்தை; சீலை; துலாத்தட்டு; garment, made of bark of a tree; tatters; cloth; saree; weighing scale; balance.

சீர்: (பெ): அழகு; பெருமை; நன்மை; செல்வம்; beauty; greatness; goodness; wealth.

சீர் குலை: (வி): (அமைதியைக்) கெடு; (வாழ்க்கையை) நாசம் செய்; to disturb (peace); to ruin (the life).

சீர் கெடு: (வி): தன்மை மாறு; வாழ்க்கை நெறிதனை இழ; ஒழுங்கு குலைத்திடு; life to deteriorate; be disordered, be irregular.

சீர்கேடு: (பெ): ஒழுங்கு குறைந்த நிலை; social ill; irregularity; disorder.

சீர்க்கம்: (பெ): அலங்கார மண்டபச் சிறப்ப விசேடம்; ornamental structure in a hall.

சீர்க்காரம்: (பெ): எதிரொலி; echo.

சீர்ணபத்திரம்: (பெ): வேம்பு; neem/Margosa tree.

சீர்திருத்தத்திருமணம்: (பெ): மரபுச் சடங்குகளை முற்றிலும் தவிர்த்துச் செய்யும் திருமணம்; a marriage conducted according to one's self-respect rejecting all the traditional rites.

சீர்தூக்குதல்: (வி): ஆராய்தல்; ஒப்பு நோக்குதல்; வரையறுத்தல்; to examine; to compare; to define.

சீர்த்தல்: (வி): கோபித்தல்; to get angry.

சீர்த்தி: (பெ): புகழ்; fame.

சீர்த்துழாய்: (பெ): துளசிச்செடி; basil plant *(Ocimum Sanctum).*

சீர்பிழை: (பெ): குற்றம்; தடை; fault; obstacle.

சீர்ப்பு: (பெ): சிறப்பு; speciality; prosperity.

சீர்பாதம்: (பெ): திருவடி; sacred feet of a deity.

சீர்மரம்: (பெ): நெசவுத்தறியின் பாகம்; a part of the weaving loom.

சீர்மை: (பெ): புகழ்; சிறப்பு; கனம்; வழவழப்பு; fame; speciality; prosperity; weight; slipperiness; smoothness.

சீர்வண்டு: (பெ): நெசவுக் கருவி வகை; a kind of weaving instrument.

சீலம்: (பெ): ஒழுக்கம்; தன்மை; நல்லுணர்வு; சீந்தில்; தண்டனை; morality; nature; good consciousness; a kind of creeper; punishment.

சீலனம்: (பெ): சாத்திரங்களைப் பலகாலம் பயிலுகை; studying the philosophies and science for a long period.

சீலாந்தி: (பெ): பூவரசு மரம்; portia tree.

சீலி: (பெ): ஒழுக்கமுடையவன்; கற்புடைய பெண்; man of virtue; chaste woman.

சீவக சிந்தாமணி: (பெ): கி.பி. 10-ஆம் நூற்றாண்டின் துவக்கத்தில் திருத்தக்க தேவரால் இயற்றப்பட்டதும் சீவகனைக் கதைத் தலைவனாகக் கொண்டதும் ஐம்பெருங் காப்பியங்களுள் ஒன்றானதுமான ஜைன மத காப்பியம்; a Jaina epic poem with Jivaka as hero composed by Thiruththakka Devar about the beginning of 10th century and one of the five major epics; Jeevaka Chinthamani.

சீவசஞ்சீவி: (பெ): சீந்தில் கொடி; a herb and a kind of creeper.

சீவசாட்சி: (பெ): பரப்பிரம்மம்; the Supreme Being.

சீவடம்: (பெ): இழைப்பு; one of the eight beauties of composition.

சீவதம்: (பெ): ஆமை; மயில்; முகில்; tortoise; peacock; cloud.

சீவதன்: (பெ): மருத்துவர்; doctor.

சீவதாது: (பெ): உயிர் நாடி; pulse usually felt at the wrist.

சீவந்தன்: (பெ): உயிரோடிருப்பவன்; one who is alive.

சீவந்தி: (பெ): கடுக்காய்; சீந்தில் கொடி; பாலை மரம்; புல்லுருவி; gall-nut; a herb and creeper; a kind of tree; parasitic plant.

சீவர ஆடை: (பெ): காவியாடை; saffron coloured garment.

சீவரத்தார்: (பெ): பௌத்த துறவியர்; Buddhist monks.

சீவரேகை: (பெ): உள்ளங்கையில் உள்ள ஆயுள்கோடு; the life-line on the palm of the hand.

சீவனகம்: (பெ): சோறு; boiled rice; meal.

சீவனி: (பெ): உயிர் காக்கும் மருந்து; the medicine which saves life from severe diseases.

சீவனீயம்: (பெ): நீர்; water.

சீவன்முத்தி: (பெ): ஆன்மா இம்மையிலேயே முத்தியடைதல்; final deliverance whilst yet in this life.

சீவிகா: (பெ): சாதிக்காய்; nut-meg.

சீவிதம்: (பெ): வாழ்க்கை; உயிர் வாழ்தற்குரிய வழி; life; the way to live.

சீவினி: (பெ): சஞ்சீவி; a medicine or herb for reviving one from swoon or death; panacea.

சீவை: (பெ): கூத்து; dance; drama; play.

சீவையர்: (பெ): கூத்தியர்; dancing girls.

சீழ்கு: (பெ): ஊகம் புல்; broom-stick grass.

சீழ்குதல்: (வி): விம்முதல்; to heave a sob like a child.

சீழ்மரம்: (பெ): மாமரம்; mango tree.

சீறடி: (பெ): சிறு கால்; a small foot.

சீறல்: (பெ): பெருங்காயம்; பெருங்கோபம்; asafoetida; fury.

சீறியாழ்: (பெ): சிறிய யாழ்; a small lute.

சீனக்காரம்: (பெ): படிக்காரம்; alum; alumen.

சீனச்சூடன்: (பெ): கர்ப்பூர வகை; a kind of camphor.

சீனை: (பெ): வன்னி மரம்; a kind of tree.

சு

சுகதன்: (பெ): அருகன்; God.

சுகதாரு: (பெ): கடப்ப மரம்; a kind of tree.

சுகத்திரம்: (பெ): வாகை மரம்; Sirissa tree.

சுகந்த பரிமளம்: (பெ): நறுமணம்; fragrance.

சுகந்தமா: (பெ): கத்தூரி விலங்கு; கற்பூர மரம்; a kind of deer; camphor tree.

சுகந்தமூலி: (பெ): வெட்டி வேர்; cuscus grass.

சுகந்தம்: (பெ): நறுமணம்; வாழை மரம்; வெங்காயம்; சந்தனம்; கந்தகம்; கொடி வகை; fragrance; plantain tree; onion; sandal wood; sulphur; a kind of creeper.

சுகந்த வர்க்கம்: (பெ): நறுமணப் பண்டம்; a fragrant thing.

சுகந்த வாழை: (பெ): பூவாழை; a kind of plantain.

சுகந்தி: (பெ): செவ்வந்திக்கல்; ஒரு மணி வகை; amethyst; a precious stone purple or violet blue in colour.

சுகந்திகம்: (பெ): வெண்தாமரை; ஒரு நெல் வகை; white lotus; a kind of paddy.

சுகபலம்: (பெ): எருக்கஞ்செடி; yercum plant.

சுகம்பல்: (பெ): புளிநறளைச் செடி; a herb.

சுகரம்: (பெ): எளிதாகச் செய்யக்கூடியது; that which can be done easily.

சுகர்மம்: (பெ): நற்செயல்; இருபத்தேழு யோகங்களுள் ஒன்று; good deed; one of the twenty-seven yogas.

சுகாசனம்: (பெ): ஆசனம் ஒன்பதினுள் ஒன்று; one of the nine kinds of Asanas.

சுகாட்டம்: (பெ): நாணல்; முடக்கொற்றான்; a large and coarse grass; a herb.

சுகாதீதம்: (பெ): வீடுபேறு; final bliss.

சுகாந்தம்: (பெ): வெங்காயம்; onion.

சுகி: (பெ): செல்வந்தன்; ஆரோக்கியமானவன்; இனிப்புப் பண்டம்; இன்பம் நுகர்பவன்; rich man; healthy man; a sweet; one who enjoys the pleasures. (வி): பெண்ணோடு கூடி மகிழ்தல்; to have pleasure with woman.

சுகிதம்: (பெ): பால்; milk.

சுகிப்பு: (பெ): இனிய அனுபவம்; pleasant experience.

சுகிர்தகுணம்: (பெ): நற்குணம்; virtue.

சுகிர்தசாலி: (பெ): பாக்கியசாலி; fortunate person (man or woman).

சுகிர்தம்: (பெ): இன்பம்; நன்மை; நெய்; நற்செயல்; pleasure; delight; goodness; ghee; good deed.

சுகிர்தல்: (பெ): கிழித்தல்; வடித்தல்; மயிர் வகிர்தல்; பஞ்சு கொட்டுதல்; to tear; to filter; to part one's hair; to beat the cotton.

சுகிர்த வசனம்: (பெ): நல்வாக்கு; auspicious greetings.

சுகிர்தன்: (பெ): நண்பன்; புண்ணியசாலி; friend; virtuous person; a holy person considered as an embodiment of virtue.

சுகுச்சை: (பெ): அருவருப்பு; disgust.

சுகுடம்: (பெ): சேம்பு; Indian Kales.

சுகுணம்: (பெ): நற்குணம்; virtue.

சுகோதயள்: (பெ): சுகத்தை அளிப்பவள்; the woman who gives pleasure (to her better-half).

சுக்கங்கீரை: (பெ): புளிக்கீரை வகை; a kind of greens.

சுக்கஞ்செட்டி: (பெ): கஞ்சன்; miser.

சுக்கல்: (பெ): உடைந்த துண்டு; கண்ணோய் வகை; broken piece; a kind of eye disease.

சுக்கான்: (பெ): படகு, கப்பல் போன்றவற்றைத் தேவையான திசையில் திருப்பிச் செலுத்த அமைக்கப்பட்டிருக்கும் கருவி; rudder of a boat, ship, etc.

சுக்கியானம்: (பெ): மெய்யறிவு; enlightenment; wisdom.

சுக்கிரிகை: (பெ): புளியாரைக் கீரை; a kind of greens.

சுக்கிரோதயம்: (பெ): விடிவெள்ளி; அதிகாலை; the rising of Venus; early morning.

சுக்கில: (பெ): ஒரு தமிழ் வருடம்; Sukkila, a Tamil Year.

சுக்கிலத்தம்பம்: (பெ): அறுபத்து நான்கு கலைகளுள் ஒன்று; one of the sixty-four arts.

சுக்கில பட்சம்: (பெ): சந்திரனின் வளர்பிறைக் காலம்; bright half of the lunar month.

சுக்கிலமண்டலம்: (பெ): கண்ணின் வெண்விழி; விழியின் மேல் தோல்; cornea of the eye; outer skin of the eye.

சுக்கு: (பெ): உலர்ந்த இஞ்சி; சிறு துண்டு; பயனற்றது; dried ginger; a small piece; useless thing.

சுக்குதல்: (வி): செய்தல்; புணர்தல்; உலர்தல்; to make; to have sex; to dry.

சுக்குநாறிப்புல்: (பெ): சுன்னாறிப் புல்; a kind of grass.

சுக்குமம்: (பெ): சிற்றேலம்; a kind of cardamom seed.

சுக்குமாந்தடி: (பெ): மந்திரக்கோல்; magic-wand.

சுக்கை: (பெ): நட்சத்திரம், பூமாலை; star; garland.

சுங்கம்: (பெ): ஆயம்; இறக்குமதி, ஏற்றுமதி செய்யப்படும் பொருட்கள் மீது செலுத்த வேண்டிய வரிகளை வசூலிக்கும் அரசுத் துறை; திருட்டு; customs department; robbery.

சுங்கவரி: (பெ): ஏற்றுமதி, இறக்குமதி செய்யப்படும் பொருட்கள் மீது விதிக்கப்படும் அரசு வரி; customs duty.

சுங்கி: (பெ): ஆலமரம்; வன்னிமரம்; banyan tree; a kind of tree.

சுங்கு: (பெ): ஆடையில் கொசுவம்; folded gathering of a saree; pleats.

சுசனம்: (பெ): காற்று; உறவினர்; air; wind; relatives.

சுசனன்: (பெ): நல்லவன்; man of good conduct.

சுசி: (பெ): சுத்தம்; வெண்மை; நெருப்பு; சந்திரன்; cleanliness; whiteness; fire; moon.

சுசிகம்: (பெ): புளியாரைக் கீரை; yellow wood sorrel.

சுசிகரம்: (பெ): மேன்மை; தூய்மை; excellence; purity.

சுசிதம்: (பெ): பால்; milk.

சுசிரம்: (பெ): நெருப்பு; ஊதுகுழல்; உட்டுளை; fire; wind pipe; hollow space in a pipe or tube.

சுசீலம்: (பெ): இனிய பண்பு; pleasant nature.

சுசீலன்: (பெ): ஒழுக்கமுடையவன்; virtuous person.

சுசீலை: (பெ): நல்லொழுக்கம் உடைய பெண்; virtuous woman.

சுசுகம்: (பெ): மார்பகக் காம்பு; nipple of the breast.

சுசுந்தரி: (பெ): மூஞ்சுறு; musk-rat.

சுசுலம்: (பெ): விழல்; சிறுபண்டம்; worthlessness; a small thing.

சுச்சு: (பெ): இஞ்சி; சுக்கு; பறவையின் அலகு; சுண்டிச்செடி; ginger; dried ginger; beak of a bird; a kind of plant.

சுஞ்சுமாரம்: (பெ): முதலை; காலணி; crocodile; sandal.

சுடர்க்கடை: (பெ): மயில்; மின்மினி; peacock; fire-fly.

சுடர்க்கொடி: (பெ): கற்பூரம்; camphor.

சுடர்ச்சக்கரம்: (பெ): துருவச் சக்கரம்; The Great Bear.

சுடர்நிலை: (பெ): விளக்குத்தண்டு; lamp stand.

சுடர்மணிக் கோவை: (பெ): யானையின் அணிகல வகை; a kind of ornament of elephant.

சுடர்மௌலியர்: (பெ): தேவர்கள்; celestial beings.

சுடல்: (பெ): சுடரிலிருந்து விழும் எண்ணெய்த் துளி; the oil drop which falls from the flame of a lamp.

சுடாரி: (பெ): கவசம்; கையுறை; shield; gloves.

சுடிகை: (பெ): தலையுச்சி; முடி; நெற்றிச்சுட்டி; குடுமி; பனங்கள்; crown of the head; hair; a kind of ornament worn on the forehead; tuft of hair; palmyra toddy.

சுடீரம்: (பெ): துளை; hole.

சுடுக்குதல்: (வி): பேனை நசுக்குதல்; to kill the louse by pressing.

சுடுதுரத்தம்: (பெ): பூண்டு வகை; a kind of herb.

சுடுபொன்: (பெ): புடமிட்ட பொன்; heated gold.

சுடுமட்பலகை: (பெ): செங்கல்; ஓடு; brick; baked tiles.

சுடுமண்: (பெ): சுட்ட ஓடு; மட்பாண்டம்; செங்கல்; tiles; earthenware; bricks.

சுடுவல்/சுடுவன்: (பெ): குருதி; இரத்தம்; blood.

சுடுவான்: (பெ): கப்பலில் உள்ள சமையல் அறை; வசம்பு; the kitchen in a ship; sweet flag.

சுடுவு: (பெ): சும்மாடு; cloth-pad, used as a cushion while carrying load on the head.

சுட்கம்: (பெ): வறட்சி; ஒரு நோய்; கடும்பற்று; உலர்ந்தது; drought; a disease; strong desire; dried thing.

சுட்குதல்: (வி): உலர்ந்து போதல்; to dry.

சுட்டல்: (வி): குறித்தல்; காட்டுதல்; to mark; to indicate; to show.

சுட்டறிவு: (பெ): புலன்களால் அறியும் அறிவு; knowledge gained from the sense organs.

சுட்டாமுட்டி: (பெ): சுட்டு விரல்; forefinger.

சுட்டிகை: (பெ): நெற்றிச் சுட்டி; an ornament of forehead.

சுட்டிச் சுண்ணம்: (பெ): நறுமணப் பொடி; fragrant powder.

சுட்டித் தலையன்: (பெ): முரடன்; ruffian; lout.

சுட்டு: (பெ): தூரத்தில் இருப்பதை (அ) அருகில் உள்ளதைக் காட்டும் நிலை; demonstration.

சுட்டெழுத்து: (பெ): சுட்டிக் காட்டும் அ, இ, உ என்னும் எழுத்துக்கள்; the demonstrative அ, இ and (in Sri Lankan Tamil) உ.

சுணக்கன்: (பெ): நாய்; இழிந்தோன்; dog; mean person.

சுணங்கதிசை: (பெ): தென் மேற்குத் திசை; south-west direction.

சுணங்கம்/சுணங்கன்: (பெ): நாய்; dog.

சுணங்கல்: (பெ): வாட்டம்; தாமதம்; சோம்பேறித் தனம்; சரசம்; fading; delay; laziness; amorous gestures.

சுணங்கை: (பெ): ஒரு வகைக் கூத்து; a kind of dance.

சுணம்: (பெ): அழகுத்தேமல்; நறுமணப் பொடி; beauty spots on the breasts of women; fragrant dust or powder.

சுணை: (பெ): சுரணை; அறிவு; கூர்மை; தினவு; இலை; காய் போன்றவற்றின் மேலுள்ள சிறு முட்கள்; sensitiveness; knowledge; keenness; eczema; itching; the small thorns on certain leaves and unripe fruits.

சுணைகேடன்: (பெ): சோம்பேறி; மானமில்லாதவன்; சுரணையற்றவன்; lazy man; disgraceful person; senseless man.

சுணைக்கோரை: (பெ): ஒரு வகைப் புல்; a kind of grass.

சுணைப்பு: (பெ): சுரணை; அறிவு; sensitiveness; knowledge.

சுண்ட: (வி.அ): முற்றிலும்; முழுவதும்; completely; as a whole.

சுண்டகம்: (பெ): மூங்கில் வில்; the bow made of bamboo.

சுண்டகன்: (பெ): கள்ளிறக்குவோன்; one who draws toddy from the palmyra trees.

சுண்டம்: (பெ): கள்; யானையின் துதிக்கை; toddy; elephant's trunk.

சுண்டன்: (பெ): அறிவிலி; மூஞ்சுறு; சிறிய மரவகை; a fool; musk-rat; shrew mouse; a kind of small tree.

சுண்டாங்கியாள்: (பெ): சிக்கனக்காரி; the woman who leads her life economically; stingy woman.

சுண்டாயம்: (பெ): விளையாட்டு; game; play.

சுண்டாலம்/சுண்டாலி: (பெ): யானை; elephant.

சுண்டிகை: (பெ): உள்நாக்கு; uvula.

சுண்டில்: (பெ): தொட்டாற்சுருங்கி; touch-me-not plant.

சுண்டு: (பெ): ஒரு சிற்றளவு; தலைப்பொடுகு; சிறு பாத்திர வகை; மூக்கு; கீழுதடு; சிறிது; a small measure; dandruff; a kind of small vessel; nose; lower lip; small (in quantity).

சுண்டுவில்: (பெ): விளையாடும் வில்; toy-bow used only for playing.

சுண்ணவாசி: (பெ): காட்டு மல்லிகை; wild jasmine.

சுண்ணித்தல்: (வி): நீற்றுதல்; to calcine.

சுதகம்: (பெ): குறைவு; insufficiency; deficiency.

சுதசனம்[1]: (பெ): ஆயுதம்; weapon.

சுதசனம்[2]: (பெ): தானாகத் தோன்றுவது; that which appears by itself.

சுதசித்தம்: (பெ): தானாகத் தோன்றுவது; that which is self-begotten.

சுதந்தி: (பெ): பெண் யானை; வடமேற்குத் திக்கின் பெண் யானை; she-elephant; the she-elephant of North-west.

சுதம்: (பெ): அழிவு; முறைமை; நெருஞ்சில்; இறங்குகை; ruin; order; manner; cow's thorn; stepping down.

சுதரிசனம்: (பெ): நற்காட்சி; அழகு; கண்ணாடி; திருமாலின் சக்கரம்; good vision; beauty; mirror; a disc-like weapon borne by Lord Vishnu.

சுதருமம்: (பெ): நல்லறம்; இயல்பு; virtuous life; nature.

சுதர்ச்சி: (பெ): சதுரக்கள்ளி; a kind of spurges.

சுதலம்: (பெ): பாதாள உலகம் ஏழினுள் ஒன்று; one of the seven lowest subterranean regions.

சுதனம்: (பெ): நற்பேறு; ஆயுதம்; fortune; weapon.

சுதன்: (பெ): மீட்சியை அருளுபவர்; மகன்; Jesus; the son.

சுதன்மம்: (பெ): நல்லறம்; ஆயுதம்; இந்திரனின் அத்தாணி மண்டபம்; virtuous life; weapon; audience hall of Lord Indra.

சுதா: (பெ): அமிர்தம்; ambrosia; the food of the celestial beings.

சுதாகரன்/சுதாதாரன்/சுதாநிதி: (பெ): சந்திரன்; the moon.

சுதாமனு: (பெ): மலை; முகில்; mountain; cloud.

சுதி: (பெ): யாழின் நரம்பு; அறிஞன்; வளர்பிறை; பெண்; ஆசனவாய்; இசைச் சுருதி; string of a lute; learned person; crescent moon; woman; anus hole; pitch of a tune.

சுதினம்: (பெ): நல்ல நாள்; good day; auspicious day.

சுத்தசாரி: (பெ): நாட்டியங்களில் ஒரு வகை; a kind of dance.

சுத்திகை: (பெ): கிளிஞ்சில்; அகல்; shell; a small hollow earthen lamp.

சுத்தியம்: (பெ): உயர் ரக ஆடை; garment of superior quality.

சுத்துடு/கத்தோதகம்: (பெ): நன்னீர்; குடிநீர்; pure water; drinking water.

சுத்துரு: (பெ): கண்டங்கத்தரிச் செடி; a thorny plant which bears small yellow fruits.

சுத்தோதகம்: (பெ): நல்ல தண்ணீர்; pure water.

சுந்து: (பெ): நீர்; water,

சுபகரம்: (பெ): நன்மை தருவது; that which gives goodness.

சுபசரிதை: (பெ): மங்கல வரலாறு; auspicious narration.

சுபசோபனம்: (பெ): மங்கலச் செய்தி; auspicious news.

சுபதம்: (பெ): அரசமரம்; நன்மையளிப்பது; pipal tree; that which gives benefit.

சுபன்னன்: (பெ): சேவல்; கருடன்; cock; eagle.

சுபா: (பெ): நாட்டின் ஒரு பகுதி; a part of a country.

சுபுகம்: (பெ): மோவாய்; chin.

சுபுட்பம்: (பெ): இலவங்கம்; பவளமல்லிகை; cinnamon seed; a kind of jasmine.

சுபை: (பெ): நாட்டின் பகுதி; அரசாட்சி; தேவர் கூட்டம்; மூங்கில்; a part of a country; rule or reign of a king; group of celestial beings; bamboo.

சுபோதம்: (பெ): மெய்ஞ்ஞானம்; spiritual wisdom.

சுப்பல்/கப்பிவிறகு: (பெ): சுள்ளி விறகு; dried twig.

சுப்பியம்: (பெ): விளாமரம்; wood-apple tree.

சுப்பிரசன்னம்: (பெ): தெளிவு; அருள்; clearness; grace.

சுப்பிர சுதை: (பெ): காட்டெருமைப் பால்; the milk of bison.

சுப்பிரம்: (பெ): வெண்மை; தூய்மை; யோகம் இருபத்தேழனுள் ஒன்று; whiteness; purity; one of the twenty-seven yogams.

சுமங்கை: (பெ): ஆடுதின்னாப்பாளை; a herb.

சுமடி: (பெ): அறிவற்ற பெண்; foolish woman.

சுமதலை: (பெ): பொறுப்பு; responsibility.

சுமத்தி: (பெ): மிகுதி; விலையேற்றம்; கெட்டி; mickle; a rise in price; hardness.

சுமந்த: (பெ.அ): அதிகமான; excess.

சுமம்: (பெ): பூ; மலர்; flower.

சுமரணை: (பெ): சுரணை; உணர்ச்சி; அறிவு; நினைவு; sensitiveness; feeling; knowledge; remembrance.

சுமனை: (பெ): சிவப்புப் பசு; the cow which is red in colour.

சுமாரகம்: (பெ): நினைப்பு; thought.

சுமாலி: (பெ): கள்; ஓர் அரக்கன்; toddy; a monster.

சுமுகன்: (பெ): இன்முகம் கொண்டோன்; one who has smiling face.

சுமைதி: (பெ): பொறுப்பு; மிகுதி; பாரம்; responsibility; excess; weight; load.

சும்பகம்: (பெ): ஊசிக் காந்தம்; magnetic needle; magnet stone.

சும்புள்: (பெ): கடப்ப மரம்; a kind of tree.

சும்புளித்தல்: (வி): (கண்) கூசுதல்; (of eyes) be dazzled (by the brilliance of light).

சுயம்பாகி: (பெ): சமையற்காரன்; சவர்க்காரம்; the cook; soap.

சுயமரியாதை இயக்கம்: (பெ): மனிதன் சுயமரியாதையுடனும், பகுத்தறிவுடனும் நடந்து கொள்ளும் கொள்கையைக் கொண்ட சமூக இயக்கம்; a social movement based on one's faith in the dignity and reasoning power of the individual; self-respect movement.

சுயமரியாதைத் திருமணம்: (பெ): சுயமரியாதை காரணமாக மரபான சடங்குகளை முழுவதுமாகத் தவிர்த்துச் செய்யும் திருமணம்; marriage conducted according to one's self-respect rejecting all the traditional rites.

சுயிரகம்: (பெ): தர்ப்பைப்புல்; kaus grass considered sacred.

சுயோகி: (பெ): கள்; toddy.

சுரசம்: (பெ): மதுரச்சாறு; மருந்துச்சாறு; துளசிச்செடி; நொச்சி; பாதரசம்; அரத்தை; sweet essence; medicinal syrup; basil plant; five-leaved tree; mercury; a kind of medicinal herb.

சுரசனி: (பெ): இரவு; night.

சுரசை: (பெ): சிற்றரத்தை; root of a medicinal plant.

சுரஞ்சனம்: (பெ): கமுகு; areca-nut tree.

சுரடி: *(பெ):* ஒரு பண் வகை; a kind of music.

சுரதரு: *(பெ):* கற்பக மரம்; a tree in the heaven yielding whatever one desires.

சுரநதி: *(பெ):* கங்கை; River Ganges.

சுரபதம்: *(பெ):* சொர்க்கம்; heaven.

சுரபிபத்திரை: *(பெ):* பெருநாவல் மரம்; a kind of jamoon plum tree.

சுரபு: *(பெ):* இலவம் பிசின்; பஞ்சுமர வகை; resin of silk-cotton tree; silk-cotton tree.

சுரப்பட்டைச் சத்து: *(பெ):* கொய்னா; quinine.

சுரப்பு: *(பெ):* சுரப்பியிலிருந்து வெளிவரும் திரவம்; வீக்கம்; பால் சுரத்தல்; நீர் சுரத்தல்; secretion from glands; swelling; (of a cow) secretion of milk; flow of water from the mountainous range.

சுரமதி: *(பெ):* மேகப்புண் வகை; a kind of syphilis.

சுரமாந்தம்: *(பெ):* குழந்தைகளுக்கான நோய் வகை; a kind of disease of children.

சுரம்: *(பெ):* பாலை நிலம்; காடு; காய்ச்சல்; வழி; இசை வகை; குரல்; கள்; உப்பு; உட்டுளை; desert tract; forest; fever; way; a kind of music; voice; toddy; salt; inner hole.

சுரம் தாழ்தல்: *(வி):* செருக்கு குறைதல்; to have one's pride reduced.

சுரம் பாடுதல்: *(வி):* கீர்த்தனம் போன்றவற்றைப் பாடுதல்; to sing the keerthanas, etc.

சுரழ்: *(பெ):* இலவம் பிசின்; the resin of silk cotton tree.

சுரளிகை: *(பெ):* பாலை மரம்; a kind of tree.

சுரன்: *(பெ):* அறிஞன்; சூரியன்; காடு; சிறு மீன் வகை; learned person; the Sun; forest; a kind of small fish.

சுராகரம்: *(பெ):* தென்னை மரம்; coconut tree.

சுராரி: *(பெ):* அசுரர்; Asuras.

சுராலை: *(பெ):* சாம்பிராணி; gumbenzoin burnt as incense.

சுரி: *(பெ):* சுழற்சி; சுழி; நரி; சேறு; துளை; whirl; curl; jackal; fox; mud; hole.

சுரிகுழல்: *(பெ):* பெண்; கவசம்; woman; shield.

சுரிகை: *(பெ):* உடைவாள்; கத்தி; கவசம்; sword; dagger; knife; shield.

சுரிதம்: *(பெ):* வெட்டப்பட்டது; கலக்கப்பட்டது; that which is cut off; that which is mixed up.

சுரிப்புறம்: *(பெ):* சங்கு; நத்தை; conch; snail.

சுரிமண்: *(பெ):* சேறு; புதை குழி; mud; quicksand.

சுரிமுகம்: *(பெ):* நத்தை; சங்கு; snail; conch as having a spiral head.

சுரியாணி: *(பெ):* முறுக்காணி; screw.

சுரியூசி: *(பெ):* பனையோட்டில் துளையிடும் கருவி; the instrument like long needle which was used to make hole in the palmyra leaf strips.

சுருக்கி: *(பெ):* தொட்டாற்சுருங்கி; ஆமை; touch-me-not plant; tortoise.

சுருக்கை: *(பெ):* வில்வம்; பூமாலை வகை; bael tree; a kind of garland.

சுருங்கில்: *(பெ):* சிறுவீடு; hut.

சுருங்கை: *(பெ):* கோட்டையின் இரகசிய வழி; நுழைவாயில்; சாளரம்; a secret way to enter a fort; entrance; window.

சுருட்டி: *(பெ):* ஆலவட்டம்; ஒரு பண் வகை; பூண்டு வகை; prodigious hand-fans used by attendants to fan their masters or idols; a kind of music; a kind of herb.

சுருணி: *(பெ):* யானைத்தோட்டி; elephant's goad.

சுருணை: *(பெ):* சுருட்டி வைத்த பொருள்; கந்தைத் துணி; anything rolled up; rags for mopping the floor especially with cow-dung mixture.

சுருதஞானம்: *(பெ):* கேள்வியால் உண்டாகும் அறிவு; knowledge gained by hearing.

சுருணை கட்டுதல்: *(வி):* வைக்கோலினைப் பிரியாகத் திரித்துச் சுருட்டி விதை நெல்லுக்குச் சுற்றி வைத்தல்; to store in straw bundles as paddy seeds.

சுருதம்: *(பெ):* காதால் கேட்டது; வரலாறு; வேதம்; that which is heard; history; Veda.

சுருதி: *(பெ):* காது; சுதி; ஒலி; வேதம்; புகழ்; அசரீரி; பொய்ச்செய்தி; ear; the basic note sound; Veda; fame; voice from heaven; false news.

சுரும்பர்: *(பெ):* வண்டு; beetle.

சுரும்பித்தல்: *(வி):* ஒலித்தல்; to produce sound.

சுரும்பு: *(பெ):* வண்டு; மலை; beetle; mountain.

சுருவம்: *(பெ):* தன்மை; வடிவம்; அகப்பை வகை; nature; form; a kind of long-handled wooden spoon.

சுருவை: *(பெ):* வேள்விக்குரிய நெய்த்துடுப்பு; a ghee ladle used in sacrifice.

சுருளமுது: *(பெ):* தாம்பூலம்; betel leaves and areca-nuts to chew.

சுருளை: *(பெ):* சுருள்; குருத்து; காதணி வகை; curl; coil; unfurled tender leaf; a kind of ear ornament.

சுருள்: *(பெ):* வெற்றிலைச் சுருள்; கட்டு; மகளிர் காதணி வகை; நாளம்; திருமணப் பரிசு; coil of betel leaf; bundle; a kind of ear ornament of women; blood vessel; wedding gift.

சுரோணிதம்: *(பெ):* குருதி; கருமுட்டை; சிவப்பு; blood; ovum; red.

சுரோதா: *(பெ):* கேட்கிறவன்; one who hears.

சுரோத்திரம்: *(பெ):* காது; ear.

சுரோத்திரியம்: *(பெ):* வேத விற்பன்னருக்கு விடப்பட்ட இறையிலி நிலம்; the land assigned to a brahmin learned in Vedas or a favourable rate of assessment.

சுலவுதல்: *(வி):* சுழலுதல்; சுழற்றுதல்; சுற்றுதல்; சூழ்தல்; to whirl; to spin; to roll; to surround.

சுலனன்: *(பெ):* நெருப்பு; fire.

சுலாவு: *(பெ):* காற்று; wind.

சுலு: *(பெ):* எளிது; தாமிரம்; ease; copper.

சுலுகம்: *(பெ):* சேறு; mud.

சுலுப்பு: *(பெ):* மரக்கலம்; boat.

சுலோசனம்: *(பெ):* அழகிய கண்; மூக்குக் கண்ணாடி; beautiful eye; spectacles; optics.

சுலோபம்: *(பெ):* எளிது; இழிந்தது; எறும்பு; பழமொழி; ease; that which is mean; ant; proverb.

சுல்கம்: *(பெ):* பந்தயப் பொருள்; the thing which is to be bet.

சுல்லம்: *(பெ):* கயிறு; தாமிரம்; coir; rope; copper.

சுல்லி: *(பெ):* அடுப்பு; மடைப்பள்ளி; oven; the kitchen in a temple.

சுல்லு: *(பெ):* வெள்ளி; silver.

சுல்வம்: *(பெ):* தாமிரம்; சிறுமை; copper; meanness.

சுவகம்: *(பெ):* மோவாய்; chin.

சுவகதம்: *(பெ):* தனக்குள் பேசுதல்; murmur; speaking within oneself but unable to heard by others.

சுவசம்: *(பெ):* தன்னகத்தே உள்ளது; that which is within oneself.

சுவச்சம்: *(பெ):* நலம்; தெளிவு; தூய்மை; நல்லெண்ணெய்; கவலையின்மை; betterment; clear; purity; sesame oil.

சுவடன்: *(பெ):* கலைஞன்; artist.

சுவடித்தல்: *(பெ):* ஒப்பனை செய்தல்; தின்னுதல்; make-up; eating.

சுவணம்: *(பெ):* பொன்; கருடன்; கழுகு; உலோகக்கட்டி; gold; eagle; kite; metal bar.

சுவண்டு: *(பெ):* பொருத்தம்; suitability.

சுவத்தன்: *(பெ):* உடல் ஆரோக்கியமுள்ளவன்; கவலையற்றவன்; healthy man; careless person.

சுவத்திகம்: *(பெ):* மங்கல அடையாளம்; auspicious sign.

சுவப்பிரம்: *(பெ):* வளை; நரகம்; hole; hell.

சுவம்: *(பெ):* பறவையலகு; மூஞ்சூறு; தேவலோகம்; உண்மை; நன்மை; beak of a bird; musk rat; heaven; truth; good.

சுவரம்: *(பெ):* காய்ச்சல்; fever.

சுவர்ணம்: *(பெ):* பொன்; நாணயம்; gold; coin.

சுவலை: *(பெ):* அரச மரம்; pipal tree.

சுவல்: *(பெ):* பிடரி; முதுகு; குதிரையின் கழுத்து மயிர்; மேடு; தொல்லை; nape of the neck; back; nape of the horse; mound; trouble.

சுவவு: *(பெ):* மூஞ்சூறு; பறவையின் அலகு; musk rat, beak of a bird.

சுவறுதல்: *(பெ):* வற்றுதல்; காய்தல்; ஊறுதல்; உறிஞ்சப்படுதல்; to dry up; to heat; to spring; to suck up.

சுவற்றுதல்: *(வி):* வற்றச் செய்தல்; அழித்தல்; cause to dry up; to destroy.

சுவனம்: *(பெ):* கனவு; dream.

சுவன்னகாரன்: *(பெ):* பொற்கொல்லன்; goldsmith.

சுவாகதம்: *(பெ):* வரவேற்பு; கிளி; reception; parrot.

சுவாசகம்: *(பெ):* எட்டி; உவர்மண்; கிளி; கொடி வகை; strychnine tree; saline soil; parrot; a kind of creeper.

சுவாசகாசம்: *(பெ):* ஈளை நோய்; asthma.

சுவாசகோசம்: *(பெ):* நுரையீரல்; lungs.

சுவாதம்[1]: *(பெ):* உயிர்ப்பு; animating factor such as breath, movement, etc.

சுவாது: *(பெ):* சுவை; இனிமை; ஆடாதோடை; taste; pleasure; a herb.

சுவாத்தியம்: *(பெ):* மனநிறைவு; இன்பம்; satisfaction; pleasure.

சுவாந்தம்: *(பெ):* மணம்; smell.

சுவாபம்: *(பெ):* இயல்பு; nature.

சுவாய்: *(பெ):* கப்பலின் ஒரு கயிறு; a rope of a ship.

சுவாவி: *(பெ):* ஒழுக்கமானவன்; man of virtue.

சுவானம்: *(பெ):* நாய்; நாயுருவி; dog; a plant growing in hedges.

சுவானுபூதிகம்: *(பெ):* சுய அனுபவத்தால் உண்டாகும் அறிவு; knowledge gained by self experience.

சுவி: *(பெ):* கல்லால மரம்; இத்தி மரம்; துளசிச் செடி; a kind of banyan tree; a kind of tree; basil plant.

சுவிகை: *(பெ):* கள்; கச்சோலம்; toddy; a kind of aromatic substance.

சுவீரியம்: *(பெ):* இலந்தைப் பழம்; jujube fruit.

சுவேகம்: *(பெ):* உறை; cover.

சுவுகம்: *(பெ):* மோவாய்க்கட்டை; chin.

சுவேச்சை: *(பெ):* சுய விருப்பம்; தன்னிச்சை; self-desire; nature of being self-willed.

சுவேதகம்: *(பெ):* விளாம்பழம்; wood-apple.

சுவேதகாண்டம்: *(பெ):* படரும் கொடி வகை; a kind of creeper.

சுவேதகாரி: *(பெ):* வியர்வை பிறப்பிக்கும் மருந்து; the medicine which causes the perspiration.

சுவேதகுசுமம்: *(பெ):* எருக்கு வகை; வெள்ளெருக்கு; a kind of yercum; white yercum.

சுவேதசாரம்: *(பெ):* நாணல்; a large and coarse grass.

சுவேதமூலம்: *(பெ):* சர்ரணைப் பூண்டு; a herb.

சுவேதமூலி: *(பெ):* தொட்டாற் சிணுங்கி; Touch-me-not plant.

சுவேதம்: *(பெ):* வியர்வை; வெள்ளி; பாதரசம்; வெண்மை; perspiration; silver; mercury; whiteness.

சுவேதாம்பரர்: *(பெ):* வெள்ளாடை தரித்திடும் சமண முனிவர்; Jain saint who wears white garment.

சுவையணி: *(பெ):* அணிவகை; a kind of figure of speech.

சுழங்குறுதல்: *(வி):* சுழலுதல்; to whirl.

சுழலன்: *(பெ):* ஏமாற்றுபவன்; the cheat.

சுழலை: *(பெ):* கொள்கலம்; வஞ்சகம்; container; deceit.

சுழல்படை: *(பெ):* வளைதடி; a kind of curved cudgel.

சுழல்மாறுதல்: *(பெ):* திருடுதல்; கவர்தல்; to rob; to seize.

சுழற்சி: *(பெ):* சுழலுகை; மனக்கலக்கம்; rotation; agitation of mind; perturbation.

சுழற்றி: *(பெ):* விசிறி; துளையிடும் கருவி; கருவண்டு; fan; boring instrument; black-beetle.

சுழற்றுதடி: *(பெ):* சிலம்பத்தடி; a quarter-staff used for fencing and brandishing.

சுழிக்குணம்: *(பெ):* தீய குணம்; bad habit.

சுழிதல்: *(வி):* வளைதல்; முகம் சுருங்குதல்; மனம் கலங்குதல்; இறத்தல்; to bend; to screw one's face; be confused; to die.

சுழித்தல்: *(வி):* ஒன்றாய் திரளுதல்; அலையச் செய்தல்; கோபித்தல்; to be gathered in one place; to cause to roam; to be angry.

சுழிபேதம்: *(பெ):* ஏமாற்றுதல்; cheating.

சுழிப்பு: *(பெ):* சஞ்சலம்; disturbed state of mind.

சுழியன்: *(பெ):* வஞ்சகன்; புத்திசாலி; குறும்பு செய்பவன்; சுழற் காற்று; ஒருவகைத் தின்பண்டம்; deceit; intelligent person; mischievous person; cyclone; a kind of eatable; snacks.

சுழிவு: *(பெ):* மனக்கவலை; worry.

சுழுத்தி: *(பெ):* உறக்கம்; sleep.

சுழுமுனை: *(பெ):* மூலாதாரத்தில் இருந்து உச்சி வரை நிற்கும் நாடி; a principal tubular vessel of human body.

சுளகம்: *(பெ):* உள்ளங்கை; palm.

சுளி: *(பெ):* புளியோதரைக் கீரை; a kind of greens.

சுளிகை: *(பெ):* அணிகல வகை; முருங்கை மரம்; a kind of ornament; horse-raddish tree.

சுளிதல்: *(பெ):* சினத்தல்; be very angry.

சுளிவு: *(பெ):* எளிது; சினம்; ease; anger.

சுளுகு[2]: *(பெ):* எளிது; நுட்பமான அறிவு; ease; keen knowledge.

சுளுக்கு நாயகம்: *(பெ):* ஒரு மூலிகைச் செடி; a herb.

சுளுந்து: *(பெ):* மரவகை; ஒரு வகைத் தீப்பந்தம்; a kind of tree; a kind of torch.

சுளுந்துக்காரன்: *(பெ):* தீவட்டி பிடிப்பவன்; one who holds the torch during festivals, marriages, etc.

சுளைப்பிடாம்: *(பெ):* கம்பளி; wool.

சுளையம்: *(பெ):* திருட்டு; theft; robbery.

சுள்: *(பெ):* கருவாடு; சிறுமை; உறைப்பு; dried fish; meanness; pungency.

சுள்ளக்கம்: *(பெ):* சினம்; வேர்க்குரு; anger; rash due to prickly heat.

சுள்ளக்கன்: *(பெ):* கோபம் கொண்டவன்; angry man.

சுள்ளக்காய்: *(பெ):* மிளகாய்; chilly.

சுள்ளம்: *(பெ):* சினம்; anger.

சுள்ளல்: *(பெ):* மெல்லியது; that which is very thin.

சுள்ளற்கோல்: *(பெ):* வளைதடி; சவுக்கு; a kind of curved cudgel; whip.

சுள்ளாணி: *(பெ):* சிறு ஆணி; small nail.

சுள்ளாப்பு: *(பெ):* உறைப்பு; பழிச்சொல்; கடுமை; pungency; reproach; vigour.

சுள்ளான்: *(பெ):* சுள்ளெறும்பு; கொசு வகை; red ant; a kind of mosquito.

சுள்ளிக்கோல்: *(பெ):* சவுக்கு; whip.

சுள்ளிடுவான்: *(பெ):* மிளகு; மிளகாய்; ஒருவகைப் பூச்சி; pepper; chilly; a kind of insect.

சுள்ளை: (பெ): காளவாய்; kiln for lime or brick.

சுறட்டு: (பெ): கொடுமை; தொந்தரவு; பிடிவாதம்; cruelty; trouble; obstinacy.

சுறட்டுவலி: (பெ): வாதநோய்; rheumatism.

சுறவம்: (பெ): சுறாமீன்; shark-fish.

சுறவுக்குழை: (பெ): மகளிர் காதணி வகை; a kind of women's ear ornament.

சுறவை: (பெ): கடுமை; உக்கிரம்; severity; 'intensity.

சுறாளம்: (பெ): கோபம்; வேகம்; anger; speed.

சுறுசுறுத்தல்: (வி): கடுமையாதல்; be severe.

சுற்பம்: (பெ): செம்பு; copper.

சுற்றவாளி: (பெ): குற்றமற்றவன்; நிரபராதி; one who is not guilty.

சுற்றாலை: (பெ): சுற்றுச் சுவர்; பிரகாரம்; surrounding wall; paved way around the sanctum sanctorum.

சுற்றுச்சூழல்: (பெ): உயிரினங்கள் வாழ்கின்ற பகுதியில் காற்று, நீர் போன்றவை அடங்கிய இயற்கையான சூழ்நிலை; environment.

சுற்றுவாடை: (பெ): சுற்றுப்புறம்; nearby place; surroundings.

சுற்றுவேலை: (பெ): உதவி செய்யும் வேலை; minor works as of household.

சுனம்: (பெ): வெங்காயம்; onion.

சுனிசனம்: (பெ): புளியாரை; yellow wood sorrel.

சுனை: (பெ): மலையூற்று; தினவு; சுரணை; mountain spring; itching; sensitiveness.

சுன்மை: (பெ): சுண்ணாம்பு; சுழி; slacked lime; curl.

சுன்னிதம்: (பெ): நுட்பம்; keenness.

சுன்னை: (பெ): சுன்னம்; சுழி; slacked lime; curl

சூ

சூகம்: (பெ): தாமரை; ஊர்வன; அம்பு; காற்று; சுனை; இரக்கம்; lotus; reptiles; arrow; wind; spring; pity; sympathy.

சூகரம்: (பெ): பன்றி; மான்வகை; pig; a kind of deer.

சூகை: (பெ): வீட்டின் பின்புறம்; தலைசுற்றல்; யானை; கரிய சிற்றெறும்பு வகை; backyard of a house; giddiness; elephant; a kind of small black ant.

சூகைக்கண்: (பெ): கிட்டப் பார்வை; short-sightedness; myopia.

சூகையாடுதல்: (பெ): தலைசுற்றல்; giddiness; reeling of the head.

சூக்கம்: (பெ): நுண்மை; கூர்மை; minuteness; keenness; sharpness.

சூக்காய்: (பெ): நண்டு வகை; a kind of crab.

சூக்கீடம்: (பெ): கம்பளிப்பூச்சி; caterpillar.

சூக்கும தண்டுலம்: (பெ): திப்பிலி; long pepper.

சூக்குமதாரி: (பெ): வஞ்சகன்; a cheat.

சூக்கும பத்திரம்: (பெ): கடுகு; கொத்துமல்லி; சீரகம்; கரும்பு வகை; mustard; coriander seed; cumin; a kind of sugarcane.

சூக்குமில்: (பெ): சிலந்திக்கூடு; cobweb.

சூக்குளி: (பெ): வெற்றிலை; betel leaf.

சூங்குமம்: (பெ): வேலிப்பருத்தி; a herb.

சூசகம்: (பெ): அறிகுறி; தர்ப்பை; hint; sign; kaus grass considered sacred.

சூசகன்: (பெ): ஒற்றன்; ஆசிரியர்; முன்மாதிரியாக நடந்து கொள்பவன்; informer; spy; teacher; person of exemplary virtues.

சூசம்: (பெ): செம்மறியாட்டுக் கிடா; ram.

சூசனம்: (பெ): குறிப்பு; கூர்மை; திட்டம்; remark; sharpness; plan.

சூசி: (பெ): ஊசி; மெல்லிய கரையை உடைய துணி வகை; needle; the cloth or saree which has a thin border.

சூசிகம்: (பெ): ஒரு வாத்திய வகை; a kind of musical instrument.

சூசிகன்: (பெ): தையற்காரன்; tailor.

சூசிகாதரம்: (பெ): யானை; elephant.

சூசிகாபாணம்: (பெ): அம்பு வகை; a kind of arrow.

சூசிகாமுகம்: (பெ): சங்கு வகை; a kind of conch.

சூசிகை: (பெ): யானையின் தும்பிக்கை; ஊசி; குறிப்பு; trunk of an elephant; needle; remark, a note.

சூசிக்கல்: (பெ): ஊசிக்காந்தம்; காந்தக்கல்; magnetic needle; stone magnet.

சூசித்தல்: (பெ): குறித்தல்; சுருக்குதல்; to note; to mark; to summarise.

சூடகம்: (பெ): கைவளை; சடை; கிணறு; bangles; matted locks of hair; well.

சூடம்: (பெ): கற்பூரம்; தலையுச்சி; சீழ்க்கை; camphor; the crown of the head; whistle.

சூடாமணி: (பெ): முடியில் அணிந்திடும் மணி; a jewel in the crest.

சூடாலம்: (பெ): தலை; head.

சூடி: (பெ): சீலை; cloth; saree.

சூடிகை: (பெ): தூண்; மணிமுடி; pillar; crown.

சூடிக்கொடுத்தாள்: *(பெ):* ஸ்ரீ ஆண்டாள் நாச்சியார்; Sri Andal Naachiyar, a female devotee of Lord Vishnu.

சூடை: *(பெ):* தலை; குடுமி; ஒரு மீன் வகை; head; tuft of hair; a kind of fish.

சூதசாலை: *(பெ):* மடைப்பள்ளி; kitchen in a temple.

சூதடி: *(பெ):* வஞ்சகம்; deceit.

சூதநதி: *(பெ):* பொருநை நதி; River Porunai.

சூதம்: *(பெ):* மாமரம்; பிறப்பு; பாதரசம்; பவளமல்லிகை; சூது; சூதாடு கருவி; வண்டு; mango tree; birth; mercury; a kind of jasmine; gambling; gambling dice; beetle.

சூதரம்: *(பெ):* மாங்கனி; mango.

சூதர்: *(பெ):* பாணர்; minstrel of ancient times.

சூதவம்: *(பெ):* வண்டு; bee; beetle.

சூதனம்: *(பெ):* அழித்தல்; destroying.

சூதாளி: *(பெ):* தந்திரக்காரன்; cunning person.

சூதி: *(பெ):* தைத்தல்; நடை; அசைவு; பிள்ளை பெற்றவள்; sewing; walk; move; the woman who gave birth to a child.

சூத்தி: *(பெ):* மிதியடி; sandals.

சூத்திரப்பாவை: *(பெ):* பொம்மலாட்ட பொம்மை; puppet, moved by strings.

சூத்திரம்: *(பெ):* இயந்திரம்; தந்திரம்; இரகசியம்; சில எழுத்தில் பல பொருள் தெரிவிக்கும் விளையாட்டு; machine; artifice; secret; puzzle.

சூத்திரன்: *(பெ):* தச்சன்; புட்பராகம்; வைடூரியம்; carpenter; kinds of precious stones.

சூத்துமம்: *(பெ):* சிலந்தி; பூண்டு வகை; spider; a kind of herb.

சூபகன்: *(பெ):* சமையற்காரன்; cook.

சூம்படைதல்: *(வி):* சோம்புதல்; நிலைகுலைதல்; to become lazy; be upset.

சூரணம்: *(பெ):* கருணைக்கிழங்கு; தூள்; பொடி; a kind of yam that gives a pungent taste; dust; powder.

சூரதை: *(பெ):* வீரம்; bravery.

சூரல்: *(பெ):* பிரம்பு; சூரைப்பூ; rattan; a flower.

சூரியகலை: *(பெ):* மூக்கின் வலப்புற துளை; the right side hole of the nose.

சூரிய கௌளி: *(பெ):* இளநீர் வகை; a kind of tender coconut.

சூரினர்: *(பெ):* தெய்வ மகளிர்; celestial nymphs.

சூருமம்: *(பெ):* தருப்பைப் புல்; Kaus, the sacred grass.

சூர்ணம்: *(பெ):* பொடி; dust; powder.

சூர்த்தல்: *(வி):* அச்சுறுத்துதல்; கொடுமை செய்தல்; to threaten; to rag.

சூலானோன்: *(பெ):* சவர்க்காரம்; washing soap.

சூலிகம்: *(பெ):* கோழி; hen; fowl.

சூலிகை: *(பெ):* இடிதாங்கி; lightning rod or conductor.

சூலினி: *(பெ):* பார்வதிதேவி; வெற்றிலை; சவர்க்காரம்; Goddess Parvathi; betel leaf; washing soap.

சூலை: *(பெ):* ஒரு வகை நோய்; a kind of disease.

சூல்: *(பெ):* கர்ப்பம்; முட்டை; சூலாயுதம்; pregnancy; egg; the trident.

சூவானக்காரன்: *(பெ):* சமையற்காரன்; cook.

சூழ்: *(பெ):* ஆலோசனை; ஆராய்தல்; சுற்று; தலை மாலை; கடலைப்பருப்பு; counsel; investigation; circuit; wreath for head; Bengal gram.

சூழ்கோடை: *(பெ):* சூறாவளி; cyclone; tempest.

சூழ்தாழை: *(பெ):* தாமரை; lotus.

சூழ்த்தல்: *(வி):* மொய்த்தல்; சுற்றுதல்; to swarm; to roll.

சூழ்வு: *(பெ):* ஆராய்தல்; வழிவகை; investigation; resources.

சூழ்வோர்: *(பெ):* அமைச்சர்; உறவினர்; சூழ்ந்து நிற்போர்; ministers; relatives; those who are surrounded.

சூளி: *(பெ):* உச்சிக்கொண்டை; tuft or braid of hair on the crown of one's head.

சூளுரவு: *(பெ):* ஆணையிடுகை; command; order.

சூள்: *(பெ):* சபதம்; ஆணை; தீவட்டி; சாபம்; a vow; order; torch; curse.

சூறல்: *(வி):* தோண்டுதல்; to dig out.

சூறன்: *(பெ):* எலி வகை; மூஞ்சூறு; a kind of rat; shrew mouse.

சூறுதல்: *(வி):* சூழ்தல்; to surround.

சூறை: *(பெ):* கொள்ளை; சுழற்காற்று; சல்லடம்; கடல் மீன் வகை; robbery; whirlwind; short drawers; a kind of sea fish.

சூறைகோட்பறை: *(பெ):* பறை வகை; a kind of drum.

சூறைக்காரன்: *(பெ):* கொள்ளைக்காரன்; robber.

சூறையர்: *(பெ):* பரத்தையர்; harlots.

சூனம்: *(பெ):* மான்; மலர்; deer; flower.

சூனர்: *(பெ):* இறைச்சி விற்போர்; meat-sellers.

சூனியன்: *(பெ):* முடவன்; lame person.

சூனு: *(பெ):* மகன்; son.

செ

செகதம்: (பெ): கெடுத்தல்; அழித்தல்; ruin.

செகருகம்: (பெ): நாயுருவிச் செடி; a herb.

செகில்: (பெ): தோலின் மேற்புறம்; சிவப்பு; the upper skin; red.

செகிள்: (பெ): மீன் செதில்; பழத்தோல்; scale of fish; outer covering of a fruit.

செகுத்தல்: (வி): கொல்லுதல்; வெல்லுதல்; to kill; to defeat.

செக்கணி: (பெ): கூத்து வகை; a kind of play.

செக்கம்: (பெ): இறப்பு; சிவப்பு; கோபம்; death; red; anger.

செக்கல்: (பெ): மாலை நேரம்; செவ்வானம்; evening hours; red sky.

செக்கவுரி: (பெ): செடி வகை; a kind of plant.

செக்குரல்: (பெ): செக்கின் அடிப்பகுதி; the bottom of the oil press.

செங்கட்டி: (பெ): காவிக்கல்; செங்கல்லின் துண்டு; சாதிலிங்கம்; ochre, reddle; brokened brick; a kind of arsenic.

செங்கடம்பு: (பெ): மர வகை; a kind of tree.

செங்கண்ணி: (பெ): செந்நெல் வகை; சிவந்த கண்களையுடைய மீன் வகை; a kind of red paddy; a kind of red-eyed fish.

செங்கரடு: (பெ): செம்மண் குன்று; red soil hill.

செங்கரப்பான்: (பெ): எயிற்றுப் புண்; the sore in the gums.

செங்கருங்காலி: (பெ): மரவகை; mahogany.

செங்கழுநீர்: (பெ): செங்குவளை; செவ்வாம்பல்; கொடி வகை; purple Indian water lily; red Indian water lily; a kind of creeper.

செங்கற்றலை: (பெ): மீன் வகை; a kind of fish.

செங்காந்தள்: (பெ): செந்நிறமுடைய படர் கொடி வகை; a kind of creeper which has red colour.

செங்காய்: (பெ): பழுக்கும் பருவத்திலுள்ள காய்; a fruit almost to ripe.

செங்கார்: (பெ): நெல் வகை; a kind of paddy.

செங்காலி: (பெ): மர வகை; a kind of tree.

செங்காவி: (பெ): காவி நிறம்; செங்கழுநீர்; saffron colour; purple Indian water lily.

செங்கிடை: (பெ): முட்செடி வகை; a thorny plant.

செங்குங்குமம்: (பெ): சந்தன மர வகை; a kind of sandal wood tree.

செங்குணக்கு: (பெ): கிழக்கு; east.

செங்குத்து: (பெ): கீழிருந்து மேலாக நேர்க் கோட்டிலிருந்து விலகாத நிலை; ஒரு கோடு (அ) பரப்பு மற்றொரு கோட்டுடன் (அ) பரப்புடன் 90° கோணத்தில் அமைந்திருக்கும் நிலை; steepness; perpendicularity.

செங்குந்தர்: (பெ): கைக்கோளர்; Kaikolas as the spearmen of ancient times.

செங்குமுதம்: (பெ): செவ்வாம்பல்; a kind of water lily.

செங்குலிகம்: (பெ): சாதிலிங்கம்; a kind of arsenic.

செங்கை: (பெ): சிவந்த கை; அழகிய கை; red hand; beautiful hand.

செங்கொல்: (பெ): தூய பொன்; pure gold.

செங்கொல்லர்: (பெ): பொற்கொல்லர்; goldsmith.

செங்கோட்டுயாழ்: (பெ): நான்கு வகையான யாழ்களுள் ஒன்று; one of the four kinds of lutes.

செங்கோணம்: (பெ): 90° கொண்ட கோணம்; right angle.

செஞ்ச: (பெ.அ): நிறைய; முழுவதும்; நேரான; much; entire; straight.

செஞ்சம்: (பெ): நேர்மை; முழுமை; honesty; fullness.

செஞ்சாந்து: (பெ): குங்குமம்; சந்தனக் குழம்பு; saffron powder; sandal wood paste.

செஞ்சாலி: (பெ): நெல் வகை; a kind of paddy.

செஞ்சி: (பெ): முழுமை; நேர்மை; நீதி; ஓர் ஊர்; வேடர் இனம்; fullness; honesty; justice; a town in Tamil Nadu; hunters community.

செஞ்சிலை: (பெ): சிவப்புக்கல்; செங்காவி; வில் வகை; red stone; saffron colour; a kind of bow.

செஞ்சுருட்டி: (பெ): ஒரு பண் வகை; a kind of music.

செஞ்செவியர்: (பெ): செல்வந்தர்; rich people.

செஞ்சொல் மாலை: (பெ): புகழ் மாலை; garland of verse in praise of a deity or a person.

செஞ்சோறு: (பெ): சிவந்த அன்னம்; உரிமைச் சோறு; boiled rice of red colour; provisions given by a king to a soldier as the price of his blood in battle.

செடகன்: (பெ): அடிமை; வேலையாள்; slave; servant.

செடி சீத்தல்: *(வி):* காட்டினை வெட்டுதல்; to cut the woods.

செண்டாடுதல்: *(வி):* பந்து விளையாடுதல்; நிலை குலைதல்; to play with a ball; be ruined in circumstances.

செண்டை: *(பெ):* கொட்டு வாத்திய வகை; a kind of drum.

செண்ணம்: *(பெ):* அழகிய வடிவம்; beautiful figure.

செண்ணுதல்: *(வி):* அலங்கரித்தல்; to decorate.

செதுகு: *(பெ):* சருகு; கூளம்; தீங்கு; dry leaf; waste; bits of straws; evil.

செதுகுதல்: *(வி):* தவறுதல்; to slip off.

செதுகை: *(பெ):* தீமை; evil.

செதுக்கை: *(பெ):* தழும்பு; scar.

செதுமொழி: *(பெ):* பொல்லா மொழி; evil words.

செதும்பு: *(பெ):* சோறு; cooked rice.

செதுவல்: *(வி):* பட்டுப் போதல்; to wither; to die.

செத்து: *(பெ):* சுருதி; ஐயம்; ஒத்து; செதுக்குகை; pitch of tone; fear, doubt; a long wind pipe instrument played on as an accompaniment; shaving the wood.

செந்தண்டு: *(பெ):* கீரை வகை; பவளம்; a kind of greens; coral.

செந்தண்மை: *(பெ):* அருள்; grace.

செந்தமிழ்: *(பெ):* செம்மையான உயர்வழக்குத் தமிழ்; Tamil of a high variety.

செந்தமிழ் நாடு: *(பெ):* வைகையாற்றுக்குத் தெற்காகவும், மருதையாற்றுக்கு வடக்காகவும், மருவூருக்குக் கிழக்காகவும், கருவூரின் மேற்காகவும் உள்ள செந்தமிழ் வழங்கும் நாடு; the country of the Standard Tamil said to be bounded on the south by the Vaigai river, on the north of Maruthai river, on the east by Maruvoor and on the west of Karuvur.

செந்தருப்பை: *(பெ):* நச்சுப்புல் வகை; a kind of poisonous grass.

செந்தலித்தல்/செந்தளித்தல்: *(வி):* செழிப்பாதல்; to prosper.

செந்தலிப்பு: *(பெ):* செழிப்பு; flourishing; state of fertility.

செந்தழற்கொடி: *(பெ):* கொடி வகை; a kind of creeper.

செந்தாது: *(பெ):* தங்கம்; gold.

செந்தார்: *(பெ):* ஆண்கிளியின் கழுத்திலுள்ள செங்கோடு; the red line mark around the neck of a male parrot.

செந்தாளி: *(பெ):* செடி வகை; a kind of plant.

செந்திருக்கை: *(பெ):* மஞ்சள் வகை; a kind of turmeric.

செந்தினை: *(பெ):* தானிய வகை; a kind of millet.

செந்து: *(பெ):* அணு; நரி; ஏழு நரகத்துள் ஒன்று; பெருங்காயம்; atom; fox; one of the seven hells; asafoetida.

செந்துத்தி: *(பெ):* பெருங்காயம்; asafoetida.

செந்துறை: *(பெ):* ஓர் ஊர்; பாட்டு வகை; a town; a kind of song.

செந்தூரத்தாசி: *(பெ):* கந்தகம்; sulphur.

செந்நாப்போதார்: *(பெ):* திருவள்ளுவர்; Thiruvalluvar.

செந்நெல்: *(பெ):* நெல் வகை; நன்னீர் மீன் வகை; a kind of paddy; a kind of fresh water fish.

செந்நெறி: *(பெ):* நல்வழி; path of virtue; the right path.

செபம்: *(பெ):* சூழ்ச்சி; மந்திரம் ஓதுகை; design; reciting of mantras.

செப்பட்டை: *(பெ):* தோள்பட்டை; கன்னம்; பறவைச் சிறகு; shoulder; chin; the feather of bird.

செப்பல் பிரிதல்: *(பெ):* பொழுது விடிதல்; dawn.

செப்பாடு: *(பெ):* நேர்மை; honesty.

செம்பகை: *(பெ):* யாழ்க் குற்றம் நான்கில் ஒன்று; இசை வகை; a kind of four faults of lute; a kind of music.

செம்பஞ்சு: *(பெ):* ஒரு பருத்தி வகை; சிவந்த பஞ்சு; a kind of cotton; red cotton.

செம்பஞ்சுக் குழம்பு: *(பெ):* சிவப்புக் கலவை வகை; a kind of red mixture.

செம்பத்தி: *(பெ):* உண்மையான அன்பு; true love.

செம்பாலை: *(பெ):* ஒரு பண் வகை; a kind of music.

செம்பி: *(பெ):* கருவண்டு; மருதோன்றி; சிவப்பு; black beetle; henna; red.

செம்பியன்: *(பெ):* முதல் ஏழு வள்ளல்களுள் ஒருவர்; ஒரு சோழ மன்னன்; one of the first seven liberal donors of ancient times; a chozha king.

செம்பிற் பொருப்பு: *(பெ):* பொதிகை மலை; the mountain Pothigai.

செம்புகம்: *(பெ):* நரி; செம்போத்துப் பறவை; fox; crow pheasant.

செம்புயிர்: *(பெ):* கீழ் மக்கள், விலங்குகள் ஆகியவற்றின் உயிர்; the souls of mean persons and animals.

செம்புலம்: *(பெ):* வளமையான நிலம்; போர்க்களம்; பாலைநிலம்; சுடுகாடு; rich, fertile land; battle field; desert; burning ground.

செம்பொத்தி: *(பெ):* ஆடை வகை; a kind of garment.

செம்பொருள்: *(பெ):* உண்மைப் பொருள்; சிறந்த பொருள்; கடவுள்; அறம்; natural, ordinary meaning; true significance; God; virtue.

செம்பொறி: *(பெ):* அரச முத்திரை; royal insignia.

செம்போதகம்: *(பெ):* சமணருள் ஒரு பகுதியினர்; a group of people in Jainism.

செம்போத்து: *(பெ):* கறுப்பு நிற உடலையும், பழுப்பு நிற இறக்கைகளையும் கொண்ட பறவை; crow pheasant.

செம்மட்டி: *(பெ):* மரமஞ்சள்; ஒரு சிப்பி வகை; a kind of turmeric; a kind of shell fish.

செம்மருதர்: *(பெ):* உழவர்கள்; farmers; agriculturists.

செம்மல்: *(பெ):* தலைமை; வலிமை; மேன்மை; பெருமையிற் சிறந்தவன்; நீர்; இறைவன்; சிவபெருமான்; புதல்வன்; சாதிபத்திரி; முல்லைப் பூ வகை; வாடாமல்லிப் பூ; leadership; strength; excellence; great person; water; God; Lord Shiva; son; mace as the nut-meg flower; a kind of jasmine; bachelor's buttons.

செம்மாத்தல்: *(வி):* அதிகமாகச் சந்தோஷப்படுதல்; வீறு பெறுதல்; to be overjoyed; to be majestic.

செம்மாந்து: *(வி.அ):* பெருமிதம் கொண்டு; in an exalted manner.

செம்மாப்பு: *(பெ):* இறுமாப்பு; அகமலர்ச்சி; வீற்றிருக்கை; pride, self-conceit; inward delight, happiness; throne.

செம்முதல்: *(வி):* மூடுதல்; தூர்த்தல்; புடைத்தல்; கலங்குதல்; நிறம் போன்றவை பரவுதல்; புண்ணைக் கீறி விடுதல்; to close; to fill up; to bulge; be confused; to spread as of colours; to dissect the wounds.

செம்மேவல்: *(வி):* இணங்குதல்; to agree.

செம்மை: *(பெ):* சிவப்பு; நேர்மை; ஒற்றுமை; பெருமை; தூய்மை; அழகு; கேது; கந்தகம்; பண்பட்ட நிலை; red; honesty; unity; greatness; purity; beauty; Kethu.

செயத்தம்பம்: *(பெ):* வெற்றித் தூண்; victory tower.

செயநீர்: *(பெ):* சுண்ணாம்பும், நவச்சாரமும் கலந்த நீர்; a liquid mixture of calcium and ammonium chloride.

செயப்படுபொருள்: *(பெ):* கருத்தா செய்யும் செயலின் பயனை அடைவது; (direct) object of a verb.

செயப்படுபொருள் குன்றா வினை: *(பெ):* செயப்படு பொருளினை ஏற்கும் வினைச்சொல்; transitive verb.

செயப்படுபொருள் குன்றிய வினை: *(பெ):* செயப்படு பொருளினை ஏற்றிடாத வினைச்சொல்; intransitive verb.

செயப்பாட்டு வினை: *(பெ):* படு என்ற துணை வினை சேர்த்து செயப்படு பொருளினை எழுவாயாகக் கொள்ளும் நிலையில் உள்ள வினை; verb in the passive voice.

செயர்: *(பெ):* வரிவகை மூலம் வரும் வருமானம்; the income through collecting taxes.

செயலகம்; *(பெ):* ஓர் அமைப்பினுடைய உயர்மட்ட நிர்வாக அலுவல்கள் நடைபெறும் இடம்; secretariat.

செயலை: *(பெ):* அசோக மரம்; Asoka tree.

செயற்குழு: *(பெ):* அமைப்பு, கட்சி போன்றவற்றின் நிர்வாகத்திற்காகத் தேர்வு செய்யப்பட்டவர்கள் குழு; executive committee.

செயற்கைக்கோள்: *(பெ):* தகவல் சேகரிப்பு, தகவல் தொடர்பு ஆகியவற்றிற்காகப் பூமியை (அ) ஒரு கிரகத்தைச் சுற்றி வருமாறு செலுத்தப்பட்ட அறிவியல் சாதனம்; satellite.

செயிர்ப்பு: *(பெ):* குற்றம்; சினம்; fault; anger.

செய்: *(பெ):* வயல்; ஒரு நில அளவு; (paddy) field; a land measure.

செய்கரை: *(பெ):* வரப்பு; பாலம்; ridge of a field; bridge.

செய்கால்: *(பெ):* சோலை; பயிரிடப்படும் நிலம்; நற்காலம்; grove; agricultural land; auspicious period or time.

செய்காற்கரம்பு: *(பெ):* தரிசு நிலம்; fallow or uncultivable land.

செய்க்கடன்: *(பெ):* நிலவரி; land tax.

செய்சுனை: *(பெ):* செயற்கையாக உருவாக்கப்பட்ட நீர்நிலை; artificial pond.

செய்ந்நன்றி: *(பெ):* உதவி; help.

செய்ய: *(பெ.அ):* சிவந்த; செப்பமான; red; perfect.

செய்யல்: *(பெ):* ஒழுக்கம்; காவல்; சேறு; செய்தொழில்; virtue, conduct; protection; mud; profession.

செய்யாமொழி: *(பெ):* வேதம்; Veda.

செய்யுள்: *(பெ):* பாட்டு; காவியம்; விளைநிலம்; செய்கை; verse; song; epic; agricultural land; an action.

செய்சேதி: *(பெ):* உப்பு; salt.

செருத்தல்: *(பெ):* மாட்டு மடி; udder of a cow.

செருத்தி: *(பெ):* வெற்றிக்கொடி; victory flag.

செருத்தொழிலோர்: *(பெ):* படைவீரர்கள்; soldiers.

செருநர்: *(பெ):* படைவீரர்கள்; பகைவர்; soldiers; enemies.

செருந்தி: *(பெ):* கோரை வகை; மரவகை; மணித் தக்காளிச் செடி; a kind of sedges and bulrushes; a kind of tree; black night shade.

செருந்து: *(பெ):* பூவிதழ்; மரவகை; flower petal; a kind of tree.

செருப்படை: *(பெ):* கொடி வகை; சேனை; a kind of creeper; army which consists of brave soldiers.

செருமுனை: *(பெ):* போர்க்களம்; battle field.

செருவிளை: *(பெ):* வெள்ளைக் காக்கணம்; a kind of herb.

செருவுறுதல்: *(வி):* ஊடுதல்; to coquette.

செர்மன் வெள்ளி: *(பெ):* நிக்கல்; nickel.

செலகம்: *(பெ):* மல்லிகை; jasmine.

செலக்குரு: *(பெ):* நவச்சாரம்; Ammonium Chloride.

செலக்கூபம்: *(பெ):* நண்டு; crab.

செலசரம்: *(பெ):* நீரில் வாழ்பவை; those which live in water.

செலதம்: *(பெ):* கோரைக் கிழங்கு; bulb of bulrushes.

செலம்: *(பெ):* நீர்; புல் வகை; water; a kind of grass.

செலு: *(பெ):* மீன் செதில்கள்; மரவகை; scales of fish; a kind of tree; *(பெ.அ):* மெலிந்த; lean.

செலுத்தி: *(பெ):* மெலிந்தது; that which is lean.

செலுவன்: *(பெ):* மெலிந்தவன்; lean person.

செல்: *(பெ):* கறையான்; கடன்; கையொப்பம்; வானம்; மேகம்; வேல்; white ant; debt; signature; sky; cloud; lance.

செல்கதி: *(பெ):* உய்வு; salvation.

செல்சுடன்: *(பெ):* சூரிய அஸ்தமனம்; sunset.

செல்லல்: *(பெ):* துன்பம்; வெறுப்பு; ஒரு வகை மீன்; grief; hate; a kind of fish.

செல்லியம்: *(பெ):* கோழி; hen; fowl.

செவிகொள்: *(பெ):* கவனித்திடு; கேட்டிடு; to listen to; to hear.

செவிச்செல்வம்: *(பெ):* கேள்வியறிவாகிய செல்வம்; the wealth of knowledge acquired through the ear.

செவிப்புலன்: *(பெ):* காதினால் உணர்ந்திடும் உணர்வு; sense of hearing.

செவிமடுத்தல்: *(வி):* கேட்டல்; வேண்டுகோளுக்கு இணங்குதல்; to hear; to lend ears to.

செவிமலர்: *(பெ):* மகளிர் காதணி; உட்செவி; women's ear ornament; inner ear.

செவியன்: *(பெ):* முயல்; rabbit.

செவிரம்: *(பெ):* ஒரு பாசி வகை; a kind of algae.

செவ்வட்டை நோய்: *(பெ):* நெற்பயிரின் தோகையில் எள்வடிவ பழுப்புநிறப் புள்ளிகளாகத் தோன்றி பச்சையத்தைச் சேதப்படுத்தும் பூசண நோய் வகை; helmin thosporium.

செவ்வணம்: *(வி.அ):* செவ்வனே; சிறந்த முறையில்; in an excellent manner; most properly.

செவ்வரக்கு: *(பெ):* சாதிலிங்கம்; a kind of arsenic.

செவ்வரத்தை: *(பெ):* செம்பருத்திச் செடி; a shrub with red flowers.

செவ்வழி: *(பெ):* நன்னெறி; ஒரு பண் வகை; righteous conduct; a kind of music.

செவ்வாப்பு: *(பெ):* குழந்தைகளின் நோய் வகை; a kind of disease of children.

செவ்வி: *(பெ):* நேர்முகம்; பேட்டி; ஏற்ற சமயம்; காட்சி; பக்குவம்; புதுமை; அழகு; சுவை; மணம்; தகுதி; interview; suitable time; view; show; maturity; newness; beauty; taste; smell; fitness.

செவ்விது: *(பெ):* நன்று; நேரானது; goodness; that which is straight.

செவ்விய: *(பெ.அ):* சிவந்த; சிறந்த; உன்னத; நேர்மையான; red; excellent; perfect; honest.

செவ்வு: *(பெ):* நேர்மை; செம்மை; திக்கு; முத்துக்களின் பருமன் அளவு வகை; honesty; fineness; direction; a kind of size measure of pearl.

செவ்வை: *(பெ):* நேர்மை; மிகுதி; வழி; சீர்மை; சிறப்பு; honesty; abundance; path; proper manner; speciality.

செழித்த கல்: *(பெ):* சுக்கான் கல்; Kunkur lime stone; over-burnt brick.

செழியன்: *(பெ):* பாண்டிய மன்னன்; Pandya king.

செழுகம்/செளுகம்: *(பெ):* அட்டை; leech.

செழுத்து: *(பெ):* வளமை; fertility, prosperity.

செளிம்பன்: *(பெ):* வஞ்சகன்; the deceiver.

செளிம்பு: *(பெ):* பிடிவாதம்; obstinacy.

செளைப்பு: *(பெ):* உள்ளச்சோர்வு; langour.

செறல்: *(பெ):* கொல்லுகை; சினம்; killing; anger.

செறி: *(பெ):* நெருக்கம்; closeness; *(வி):* அடர்ந்து நிறைந்திடு; be filled with; be full of.

செறிஞர்: *(பெ):* உறவினர்; relatives.

செறிதல்: *(வி):* நெருங்குதல்; இறுகுதல்; அடங்குதல்; பொருந்துதல்; மிகுதல்; திரளுதல்; கலத்தல்; be close together; be thick; to subside; be suitable; to exceed; to congregate; to mix.

செறித்தல்: *(வி):* சேர்த்தல்; இறுக்குதல்; அடைதல்; அடக்குதல்; வைத்தல்; திணித்தல்; பதித்தல்; மூழ்குதல்; திரட்டுதல்; நெரித்தல்; to accumulate; to tighten; to set; to repress; to place; to stuff; to impress; to dive; to get drowned; to collect; to crush such as the pods of dried pulses with one's hand.

செறிமை: *(பெ):* நெருக்கம்; proximity.

செறிவார்ந்த: *(பெ.அ):* அடர்த்தியான; அடர்ந்த; dense.

செறிவு: *(பெ):* நெருக்கம்; மிகுதி; உறவு; கூட்டம்; closeness; abundance; relationship; friendship; crowd; union.

செறு: *(பெ):* வயல்; குளம்; பாத்தி; கோபம்; பிறப்பிடம்; agricultural field; tank; pond; garden plot; bed; anger; birth place.

செறுதல்: *(வி):* தடுத்தல்; வருத்துதல்; வெல்லுதல்; to restrain; cause to suffer; to defeat.

செறுத்தல்: *(வி):* அடக்குதல்; தடுத்தல்; தூர்த்தல்; to control; to restrain; to fill up.

செறுநர்: *(பெ):* பகைவர்; enemies.

செறுப்பு: *(பெ):* நெருக்கம்; கட்டுப்பாடு; கொலை; closeness; discipline; murder.

செறும்பு: *(பெ):* மனத்திடம்; சிறாய்; firmness of mind; splinter.

செறுவு: *(பெ):* வயல்; paddy field.

செற்றம்: *(பெ):* மனத்திடம்; பகைமை; வெறுப்பு; firmness of mind; enmity; hate; disfavour.

செற்றல்: *(வி):* கொல்லுதல்; அழித்தல்; to kill; to destroy.

செற்றார்: *(பெ):* பகைவர்; enemies.

செற்று: *(பெ):* நெருக்கம்; proximity.

செற்றுதல்: *(வி):* செதுக்குதல்; கொல்லுதல்; அழித்தல்; to chisel; to engrave; to kill; to destroy.

செற்றை: *(பெ):* கூட்டம்; நன்னீர் மீன்; crowd; fresh water fish.

செற்றோர்: *(பெ):* பகைவர்; enemies.

செனகன்: *(பெ):* தந்தை; father.

சென்னம்: *(பெ):* நீர்ப் பறவை வகை; a kind of water bird.

சென்னி: *(பெ):* தலை; உச்சி; சிறப்பு; சோழன்; பாணன்; கன்னம்; அசுவினி; head; crown; excellence; cholan; bard; cheek; Aswini, the first of the twenty-seven stars.

சென்னியம்: *(பெ):* உண்டாக்கப்பட்டது; that which is created or produced.

சென்னை: *(பெ):* கோயில் மூர்த்தியின் புறப்பாடு அறிவிக்கும் மேளம்; மீன்வகை; கன்னம்; a drum announcing the procession of an idol; a kind of fish.

சே

சே: *(பெ):* காளை; சிவப்பு; ஒரு கொட்டை வகை; ஒரு மரவகை; வெறுப்புக் குறிப்பு; இடபராசி; bull; red; a kind of nut; a kind of tree; mark of hate; the second constellation of the Zodiac having the bull as its sign.

சேகண்டி: *(பெ):* காவலாளர் குடியிருப்பு; சிறு குச்சியால் தட்டி ஒலியெழுப்பக்கூடிய வட்டவடிவ உலோகத் தட்டு; patrol-hut; a kind of gong.

சேகம்: *(பெ):* மரவயிரம்; hardened core of a tree.

சேகரன்: *(பெ):* சிறந்தோன்; an eminent person.

சேகரி: *(பெ):* நாயுருவிச் செடி; a plant growing in hedges.

சேகன்: *(பெ):* ஆற்றல் படைத்தல்; skilled person.

சேகிலி: *(பெ):* வாழை மரம்; plantain tree.

சேகில்: *(பெ):* சிவந்த எருது; red ox.

சேகு: *(பெ):* சிவப்பு; திண்மை; குற்றம்; ஐயம்; தழும்பு; red; solidity; hardness; fault; doubt; scar.

சேகை: *(பெ):* சிவப்பு; red.

சேக்கரித்தல்: *(வி):* கொக்கரித்தல்; (of hen) to cackle.

சேக்கு: *(பெ):* தாய்ப்பால்; துருப்புச் சீட்டு; mother's milk; trump in cardgame.

சேக்குப்புள்ளி: *(பெ):* உறவினர் என எவருமில்லாதவன்; one who has no persons as relatives.

சேக்கை: *(பெ):* படுக்கை; தங்குமிடம்; வலை; பறவைக்கூடு; bed; dwelling place; net; nest of a bird.

சேக்கோள்: *(பெ):* பகைவனின் ஆநிரைகளைக் கவர்தல்; seizing of the enemy's cattle.

சேங்கன்று: *(பெ):* ஆண் கன்று; bull calf.

சேங்கொட்டை: *(பெ):* சேமரக்கொட்டை; சேமரம்; marking-nut; marking-nut tree.

சேடகம்: *(பெ):* கேடயம்; shield.

சேடக்கிரியை: *(பெ):* ஈமக்கடன்; funeral rites.

சேடக்குடுமி: *(பெ):* கோயில் அர்ச்சகன்; temple priest.

சேடக்கோல்: *(பெ):* தூக்குக்கோல்; steelyard.

சேடம்: *(பெ):* மிச்சம்; எச்சில்; இறைவனுக்குப் படைக்கப்படும் பொருள்; அடிமை; சிலேட்டுமம்; remainings; saliva; the offering of God; slave; phlegm.

சேடவட்டில்: *(பெ):* உண்கலம்; plate or dish to eat from.

சேடன்: *(பெ):* நெசவாளி; இளமையானவன்; பெரியோன்; தூயவன்; தோழன்; கடவுள்; காதலுக்குத் துணை புரிபவன்; வேலைக்காரன்; weaver; youth; great person; pure and holy person; companion; God; a companion who helps one in love affairs; Baladeva; servant; slave.

சேடித்தல்: *(வி):* குறைத்தல்; எஞ்சுதல்; to reduce; be left over.

சேடியம்: *(பெ):* ஊழியம்; service.

சேடு: *(பெ):* அழகு; பெருமை; திரட்சி; நன்மை; இளமை; beauty; highness; multitude; benefit; good; youth.

சேடை: *(பெ):* நடவு நடுவதற்கு ஏற்றவாறு நிலம் சேறாகுமாறு தண்ணீர் தேக்கி வைக்கப் பட்டிருக்கும் வயல்; the padded field made ready for transplantation.

சேடை பாய்ச்சுதல்: *(வி):* வயலுக்கு நீர்பாய்ச்சி நிரப்புதல்; to fill paddy field with water.

சேட்சி: *(பெ):* தொலைவு; distance.

சேட்டம்: *(பெ):* அழகு; ஆனி மாதம்; செழிப்பு; மேன்மை; வலிமை; beauty; one of the Tamil months, Aani; prosperity; excellence; strength.

சேட்டன்: *(பெ):* தமையன்; முத்தவன்; பெரியோன்; உருத்திரர்களுள் ஒருவர்; elder brother; the eldest person; senior person; one of the Rudras.

சேட்டனம்: *(பெ):* முயற்சி; effort.

சேட்டி: *(பெ):* அக்காள்; elder sister.

சேட்டித்தல்: *(வி):* தொழில் படுத்துதல்; to cause to be active.

சேட்டுமம்: *(பெ):* கபம்; phlegm.

சேட்படுதல்: *(வி):* எதிர்ப்படுதல்; தொலைவாதல்; to come across; to become remote.

சேட்புலம்: *(பெ):* தொலைவிடம்; the remote place.

சேண: *(வி.அ):* உயர; high; above.

சேணவி: *(பெ):* அறிவு; knowledge.

சேணாடு: *(பெ):* துறக்கம்; paradise; elysium.

சேணி: *(பெ):* ஏணி; முறை; சூழ்; செடி; ladder; order; group; a plant.

சேணியர்: *(பெ):* நெய்வோர்; weavers.

சேணியன்: *(பெ):* இந்திரன்; ஆடை நெய்வோன்; Lord Indira; weaver.

சேணை: *(பெ):* அறிவு; knowledge.

சேண்: *(பெ):* தூரம்; உயரம்; அகலம்; நீளம்; ஆகாயம்; நெடுங்காலம்; சொர்க்கம்; distance; height; width; length; sky; long time; heaven.

சேதகம்: *(பெ):* சிவப்பு; சேறு; red; mud.

சேதனம்: *(பெ):* அறிவு; intelligence.

சேதனன்: *(பெ):* அறிவுடையோன்; உயிர்; intelligent person; soul.

சேதனை: *(பெ):* அறிவு; பிளந்திடுதல்; intelligence; act of cutting.

சேதா: *(பெ):* சிவப்புப் பசு; red cow.

சேதாம்பல்: *(பெ):* செவ்வாம்பல்; red Indian water lily.

சேதிமம்: *(பெ):* தேவாலயம்; சமணப்பள்ளி; the church; Jain temple.

சேத்து: *(பெ):* சிவப்பு; நெருக்கம்; ஐயம்; ஒப்பு; red; proximity; doubt; similarity.

சேந்தன்: *(பெ):* முருகப் பெருமான்; சேந்தனார் என்னும் சைவத்திருமுறை ஆசிரியர்; திவாகரம் செய்வித்தவர்; Lord Muruga; Sendhanar, one of the authors of Saivaite scriptures; the author of Dhivaakaram.

சேந்தி: *(பெ):* களஞ்சியம்; பரண்; கள்; granary; watch tower; toddy.

சேந்து: *(பெ):* தீ; அசோகமரம்; சிவப்பு; fire; Asoka tree; red.

சேந்துபந்தம்: *(பெ):* அரக்கு; sealing wax.

சேமக்கலம்: *(பெ):* சேகண்டி; வெப்பமானி போன்ற உபகரணங்களில் பாதரசத்தைக் கொண்டுள்ள சேமிப்புக் கலம்; a kind of gong; a structure at the bottom of thermometer, barometer etc., for keeping mercury.

சேமக்காலம்: *(பெ):* செழிப்பான காலம்; prosperous period.

சேமணன்: *(பெ):* தந்தை இல்லாதவன்; one who has no father.

சேமரம்: *(பெ):* அழிஞ்சில் மரம்; சேங்கொட்டை மரம்; a kind of tree; mark-nut tree.

சேமன்: *(பெ):* போக்கிரி; கொடியவன்; one who creates nuisance; cruel man.

சேமா: *(பெ):* எருது; bull; ox.

சேயம்: *(பெ):* கரை; ஓட்டம்; வெற்றி; shore; running; victory.

சேயன்: *(பெ):* தொலைவில் உள்ளவன்; செந்நிறம் கொண்டவன்; மகன்; one who is in a remote place; one who has red colour body; the son.

சேயா: *(பெ):* கடுக்காய்; gall-nut.

சேயார்: *(பெ):* பகைவர்; the enemies.

சேயிலும்: *(பெ):* இலுப்பை மரம்; South Indian Mahua.

சேய்: *(பெ):* மகவு; சிவப்பு; இளமை; முருகன்; செவ்வாய்; தலைவன்; தொலைவு; நீளம்; பெருமை; மூங்கில்; child; red; youth; Lord Muruga; the planet Mars; chief of a group, master, lord; distance; length; greatness; bamboo.

சேய்மை: *(பெ):* தொலைவு; நீளம்; தூரம்; distance; length; being at a distance.

சேரலன்: *(பெ):* சேர மன்னன்; பகைவன்; Chera king; enemy.

சேரலி: *(பெ):* நெல் வகை; a kind of paddy.

சேரா: *(பெ):* கள்; toddy.

சேராங்கொட்டை: *(பெ):* சேங்கொட்டை; mark-nut.

சேரார்: *(பெ):* பகைவர்; enemies.

சேரிகை: *(பெ):* ஊர்; a town.

சேரிடுதல்: *(வி):* பிணைத்தல்; to join together; to unite.

சேரிமடை: *(பெ):* கழிவு வாய்க்கால்; the drainage.

சேருகம்: *(பெ):* பறவை வகை; a kind of bird.

சேர்: *(பெ):* திரட்சி; களஞ்சியம்; ஓர் ஏர் மாடு; conglomeration; granary; an ox used for ploughing.

சேர்கால்: *(பெ):* தளைக்கால்; yoke.

சேர்ந்தகை: *(பெ):* கூட்டாளி; partner, companion.

சேர்ந்தகைமை: *(பெ):* கூட்டுறவு; co-operation.

சேர்பந்து: *(பெ):* கசை; quirt; whip.

சேர்பு: *(பெ):* வீடு; வாழுமிடம்; house; residence.

சேர்ப்பன்: *(பெ):* நெய்தல் நிலத்துத் தலைவன்; chief of maritime tract.

சேர்ப்பு: *(பெ):* வாழுமிடம்; கடற்கரை; கலப்புப் பொருள்; பிற்சேர்க்கை; residence; sea-shore; a mixture; appendix.

சேர்விடம்: *(பெ):* வாழுமிடம்; residence.

சேர்வு: *(பெ):* அடைதல்; வாழுமிடம்; திரட்சி; ஊர்; கூட்டம்; ஒன்று சேர்க்கை; attaining; residence; mass; town; crowd; uniting together.

சேலகம்: *(பெ):* கோரைக்கிழங்கு; the root of sedges and bulrushes.

சேலியால்: *(பெ):* இலாமிச்சைப் புல்; a fragrant grass.

சேலேகம்: *(பெ):* சந்தன மரம்; சிந்தூரம்; sandal wood tree; red powdered metallic-oxide.

சேலோதம்: *(பெ):* சந்தன மரம்; sandal wood tree.

சேவனைக்காரர்: *(பெ):* கோயில் மேளக்காரர்; the drummer of the temple.

சேவா: *(பெ):* வாடகை; rent; hire.

சேவாகாலம்: *(பெ):* திவ்வியப் பிரபந்தம் ஓதுதல்; reciting the Dhivya Prabandham.

சேவாலிகம்: *(பெ):* கருநொச்சி மரம்; five-leaved black chaste tree.

சேவிதம்: *(பெ):* தொண்டு; devotedness; service.

சேவியம்: *(பெ):* வேர் வகை; a kind of root.

சேழும்: *(பெ):* மீதி; remainder.

சேழ்: *(பெ):* மேலிடம்; upper place.

சேற்கண்ணி: *(பெ):* அரிதாரம்; musk of deer; yellow orpiment.

சேற்பனம்: *(பெ):* கபம்; phlegm.

சேற்றுப்புழி: *(பெ):* உழவு செய்யப்பட்ட நிலம்; the ploughed land.

சேற்றுமம்: *(பெ):* கபம்; phlegm.

சேனம்: *(பெ):* பருந்து; white-headed kite.

சேனன்: *(பெ):* ஒரு பட்டப் பெயர்; a title.

சேனா: *(பெ):* விலாங்கு மீன்; eel fish.

சேனாவரையன்: *(பெ):* படைத்தலைவன்; army chief.

சேனாவு: *(பெ):* தகரைச் செடி; a kind of plant.

சை

சைகதம்: (பெ): மணல்; கடற்கரை; sand; sea-shore.

சைகதவுண்டை: (பெ): மணல் மேடு; sand mound.

சைசவம்: (பெ): இளமை; childhood.

சைதனம்: (பெ): ஜீவாத்மா; individual soul.

சைதனியம்: (பெ): அறிவு; ஜீவாத்மா; பரமாத்மா; knowledge; individual soul; the supreme soul.

சைத்தியம்: (பெ): பௌத்தர் ஆலயம்; குளிர்ச்சி; பலிபீடம்; Buddhist temple; coldness; altar.

சைத்திரம்: (பெ): ஓவிய வேலை; வெற்றி; சித்திரை மாதம்; painting work; victory; the Tamil month Chithirai.

சைத்திராதம்: (பெ): குபேரனின் நந்தவனம்; the flower garden of Lord Kubera.

சைத்திராவலி: (பெ): சித்திரா பௌர்ணமி; the full moon day in the month of Chithirai.

சைத்திரியம்: (பெ): தெளிவு; மன வலிவு; clearness; firmness of mind.

சைத்துவம்: (பெ): இந்துப்பு; குதிரை; தலை; சிந்து நதி; சிந்து தேசம்; rock salt; horse; head; river Sind; the region nearby the river Sind.

சைந்தவி: (பெ): ஒரு பண் வகை; a kind of music.

சைமானம்: (பெ): அன்பளிப்பு; gift.

சையகம்: (பெ): படுக்கை; bed.

சையம்: (பெ): கல்; குடகு மலை; நியமம்; மலை; stone; the mountain Kudagu; disciplinary observances; mountain.

சைரிகம்: (பெ): கலப்பை; plough.

சைரிபம்: (பெ): எருமை; buffalo.

சைலகம்: (பெ): புல் வகை; சாம்பிராணி; a kind of grass; benzoin.

சைலபதி: (பெ): இமயமலை; Himalayan mountain.

சைலபித்தி: (பெ): கல்லுளி; stone engraver's tool.

சைலம்: (பெ): சேலை; மலை; saree, cloth; mountain.

சைலாந்திரம்: (பெ): மலைக்குகை; mountain cavern.

சைலி: (பெ): இரு இரு பூக்களாகத் தொடுத்த பூமாலை; a kind of garland strung with pairs of flowers.

சைவசித்தாந்தம்: (பெ): சைவசமயத் தெளிவு உண்மை; (Saiva) a religious philosophical treatise.

சைவ சூக்கம்: (பெ): சிவபெருமானைப் பற்றிய வேத மந்திரங்கள்; Veda mantras on Lord Shiva.

சைவரல்: (பெ): இகழுதல்; vilification.

சைனியம்: (பெ): சேனை, படை; army.

சொ

சொகினம்: (பெ): நிமித்தம்; motive; cause.

சொக்கம்: (பெ): தூய்மை; களவு; துறக்கம்; purity; theft; paradise.

சொக்களை: (பெ): கொடி வகை; a kind of creeper.

சொக்காலி: (பெ): சிறுதுளைப் பூண்டு; a kind of plant.

சொக்கு: (பெ): அழகு; மயக்கம்; பொன்; கன்னக் கதுப்பு; தூய்மை; beauty; unconsciousness, stupor; gold; plumpness of the cheek; purity.

சொங்கு: (பெ): குற்றம்; fault.

சொடி: (பெ): சுறுசுறுப்பு; alertness, busy, active.

சொடிதல்: (வி): குழைதல்; (பயிர்கள்) வாடுதல்; to become mashy; to fade (as of crops).

சொடுகு: (பெ): பொடுகு; dandruff.

சொட்டம்: (பெ): குற்றவாளி; a criminal.

சொட்டா: (பெ): வாள் வகை; a kind of sword.

சொட்டையாளன்: (பெ): படை வீரன்; soldier.

சொண்டறை: (பெ): புல்லன்; இழிஞன்; ignorant person; scoundrel.

சொண்டன்: (பெ): செருக்குடையவன்; arrogant person.

சொண்டி: (பெ): சுக்கு; dried ginger.

சொண்டிலி: (பெ): இழிகுணத்தவன்; mean person.

சொண்டு: (பெ): பறவையின் அலகு; உதடு; குழிவு; அற்பன்; பொடுகு; ஆயுத நுனி; உத்தியோகம்; beak of a bird; lip; cavity; useless person; dandruff; tip of the weapon; profession.

சொண்டு பண்ணுதல்: (வி): இழிவாக நடத்து; to despise.

சொண்டு விற்றல்: (வி): புறங்கூறுதல்; to backbite.

சொத்தி: (பெ): உடல் ஊனம்; physical handicap; disability.

சொப்பம்: (பெ): ஒளியின்மை; lack of light.

சொம்: (பெ): சொத்து; உடைமை; property; possession.

சொம்மாளி: (பெ): உரிமைக்காரன்; owner.

சொரங்கம்: (பெ): ஏலத்தோல்; outer skin of cardamom seed.

சொரத்தோரசி: (பெ): இலவங்கப் பட்டை; cinnamon bark.

சொரடு: (பெ): துறட்டி; elephant goad.

சொரிதல்: (வி): உதிர்தல்; மிகுதல்; மழைபெய்தல்; பொழிதல்; கொட்டுதல்; கொடுத்தல்; to drop off; to exceed; to shower; to pour down; to fall; to give.

சொரிமணல்: (பெ): புதை மணல்; quick sand.

சொரிவு: (பெ): ஈவு; உதிர்வு; பொழிவு; giving; falling off; outpour.

சொருவு: (பெ): உறை; sheath.

சொர்ணக்கல்: (பெ): வைடூரியம்; an opalescent gem.

சொர்ண சீரகம்: (பெ): கரும்பு; sugarcane.

சொர்ண புஷ்பம்: (பெ): (பெரும்பாலும் வீட்டுச் சடங்குகளில்) பணம்; நாணயம்; (mostly in household rites) money, coin.

சொர்ணம்: (பெ): பொன்; மிகுதி; ஒரு வகைப் பூண்டு; gold; abundance; a kind of herb.

சொலவடை: (பெ): பழமொழி; proverb; adage.

சொலி: (பெ): மரப்பட்டை; bark (of a tree).

சொல்: (பெ): பேச்சு; மொழி; பழமொழி; புகழ்; speech; language; proverb; fame; **(வி):** எண்ணம், கருத்து முதலியவற்றைத் தெரிவித்தல்; எழுத்து மூலமாக (அ) ஒரு செய்தியினை அறிவித்தல்; வார்த்தைகளால் விவரித்தல்; பாடம் கற்றுத் தருதல்; செய்யுமாறு கட்டளையிடுதல்; பரிந்துரைத்தல்; குறை கூறுதல்; குறிப்பிடுதல்; to say; to tell; to utter the actual words spoken; to relate something in writing; to inform news etc.; to describe something in words; to teach something; to ask; to order; to speak for; to blame someone; to refer; to call; to mean.

சொல்லடைவு: (பெ): ஒரு நூலில் இருக்கும் அனைத்துச் சொற்களையும் அகர வரிசையில் தொகுத்தளிக்கும் பட்டியல்; word-index (for texts especially literary ones).

சொல்லமைதி: (பெ): சொற்களின் அமைப்பு; words and their arrangement; phraseology.

சொல்லாட்டு: (பெ): பேச்சு; உரை; speech.

சொல்லின்பம்: (பெ): சொல்லின் இனிய ஓசை; euphony.

சொல்லேருழவர்: (பெ): அமைச்சர்; புலவர்; minister; poet.

சொல்வென்றி: (பெ): வாதத்தில் பெற்றிடும் வெற்றி; victory in argument.

சொறிகிட்டம்: (பெ): இரும்புத் துரு; rust.

சொற்கட்டு: (பெ): இசைக்கான கால அளவினைக் காட்டும் பொருளற்ற ஒலிக் குறிப்புகளின் தொகுதி; a way of ordering and rendering the rhythmic groups.

சொற்கோவை: (பெ): ஒரு மொழியினில் உள்ள (அ) ஒருவர் அறிந்து வைத்துள்ள சொற்களின் தொகுப்பு; vocabulary; stock of words.

சொற்சிலம்பம்: (பெ): (பேச்சு (அ) எழுத்தில்) வார்த்தைகளின் அலங்காரம்; rhetorical flourish.

சொற்சுவை: (பெ): சொல்லின்பம்; euphony.

சொற்பெருக்கம்: (பெ): ஒரு கருத்தினைத் தெரிவிக்க தேவைக்கு அதிகமாக வார்த்தைகளை உபயோகித்தல்; verbiage.

சொற்பொருள்: (பெ): அர்த்தம்; meaning.

சொற்பொழிவு: (பெ): அவையில் உரையாற்றுதல்; lecture; oration.

சொற்போரிடு: (வி): வாதம் செய்திடு; to debate.

சொற்போர்: (பெ): ஒரு பொருள் குறித்துச் செய்யும் வாக்குவாதம்; contention.

சொற்றல்: (வி): சொல்லுதல்; to say; to tell.

சொற்றாமம்: (பெ): புகழ்ச்சி; புகழ் மாலை; commendation; garland of verse in praise of a deity or person.

சொனகு: (பெ): புல் வகை; a kind of grass.

சொனாகம்: (பெ): வேலிப்பருத்தி; a herb.

சொன்மாலை: (பெ): புகழ்ச்சி; commendation.

சொன்றி: (பெ): சுக்கு; சோறு; dried ginger; boiled rice.

சொன்னகாரன்: (பெ): தட்டான்; goldsmith.

சொன்னசீரம்: (பெ): கரும்பு; sugarcane.

சொன்னம்: (பெ): பொன்; சோளம்; கால்வாய்; gold; maize; a channel; a water course.

சொன்னல்: (பெ): சோளம்; இரும்பு; maize; iron.

சொன்னி: (பெ): மணம்; fragrance.

சோக நீக்கி: (பெ): மாதவிக் கொடி; a kind of creeper.

சோகரிகன்: (பெ): வேட்டைக்காரன்; hunter.

சோ

சோகாத்தல்: *(வி):* வருந்துதல்; துன்புறுதல்; be distressed; to suffer.

சோகி: *(பெ):* பலகறை; பாம்புப் பிடாரன்; cowry; snake-charmer.

சோங்கம்: *(பெ):* அகில் மரம்; கிச்சிலிக் கிழங்கு; eagle wood tree; a kind of tuber.

சோங்கு: *(பெ):* மறதி; துப்பாக்கிக்கட்டை; மரக்கலம்; நாரை; மர வகை; forgetfulness; butt of a rifle; boat; crane; a kind of tree.

சோங்குதல்: *(வி):* சரிவாதல்; to slide.

சோசம்: *(பெ):* தென்னை; coconut tree.

சோசனம்: *(பெ):* வெள்ளை வெங்காயம்; onion.

சோசித்தல்: *(வி):* வற்றுதல்; சோர்வடைதல்; to dry up; to languish.

சோச்சி: *(பெ):* சோறு; cooked rice.

சோடசம்: *(பெ):* பதினாறு; sixteen.

சோடனம்: *(பெ):* உலர்தல்; the act of drying.

சோடல்: *(பெ):* புடவை; saree.

சோடி: *(பெ):* இரட்டை; ஒப்பு; வரி வகை; twins; likeness; a kind of tax.

சோடை: *(பெ):* வறட்சி; நோய் வகை; வண்டித் தடம்; drought; a kind of disease; rut left by carts on soft earth.

சோட்டை: *(பெ):* பேரவா; அன்பு; great desire; affection.

சோணம்: *(பெ):* சிவப்பு; ஓர் ஆறு; red; a river.

சோணாகம்: *(பெ):* மர வகை; a kind of tree.

சோணாடு: *(பெ):* சோழ நாடு; Chozha kingdom.

சோணிதம்: *(பெ):* இரத்தம்; சிவப்பு; சுரோணிதம்; மஞ்சள்; வாதநோய் வகை; blood; red; ovum; turmeric; a kind of rheumatism.

சோணை: *(பெ):* காதின் அடிமடல்; ஓர் ஆறு; திருவண்ணாமலை; கைப்பிடிச்சுவர்; lobe of the ear; a river; Thiruvannamalai, a shrine of Lord Shiva; parapet wall.

சோதகம்[1]: *(பெ):* தூய்மை செய்தல்; ஆய்வு; கழிக்கப்படும் தொகை; the act of purifying; inspection; the amount deducted.

சோதகம்[2]: *(பெ):* தூய நீர்; pure water.

சோதகன்: *(பெ):* கல்விமான்; learned person.

சோதரி: *(பெ):* உடன் பிறந்தாள்; sister.

சோதனி/சோதனி: *(பெ):* துடைப்பம்; செத்தை; broom-stick; trash.

சோத்தாள்: *(பெ):* சோம்பேறி; lazy person.

சோத்தி: *(பெ):* புலன்கள் செயலற்று உறங்கும் நிலை; நடுஇரவு; state of unconsciousness; midnight.

சோத்திரம்: *(பெ):* காது; கேள்வி; ear; question.

சோத்திரியம்: *(பெ):* இறையிலி நிலம்; free hold, tax-free land.

சோந்தை: *(பெ):* இடையூறு; disturbance.

சோபம்: *(பெ):* அழகு; ஒளி; சோர்வு; துன்பம்; கள்; சோம்பல்; இரக்கம்; மூர்ச்சை; பத்து கோடி; beauty; light; exhaustion; distress; toddy; laziness; pity; fainting; ten crores.

சோபனப்பாட்டு: *(பெ):* மங்களப் பாட்டு; songs of benediction.

சோபானம்: *(பெ):* படிக்கட்டு; தாழ்வாரம்; stairs; verandah.

சோபான வகை: *(பெ):* பாரம்பரியம்; hereditary line.

சோபிதம்: *(பெ):* அழகு; ஒளி; ஒரு நோய் வகை; beauty; light; a kind of disease.

சோப்பம்: *(பெ):* இரக்கம்; pity.

சோப்பி: *(பெ):* ஈயோட்டி; lazy person.

சோப்புதல்: *(வி):* அடித்தல்; சோர்வுறச் செய்தல்; to beat; cause to be tired.

சோமதாரி: *(பெ):* இந்துப்பு; rock-salt.

சோமதிசை: *(பெ):* வடக்கு திசை; north direction.

சோமநாதி: *(பெ):* ஒரு வகைப் பெருங்காயம்; a kind of asafoetida.

சோமம்: *(பெ):* ஒரு வேள்வி; கள்; கொடி வகை; a sacrifice; toddy; a kind of creeper.

சோம வட்டம்: *(பெ):* புருவ மையம்; the mid-point between the two eyebrows.

சோமவல்லி: *(பெ):* சீந்தில் கொடி; a herb.

சோமவாரம்: *(பெ):* திங்கட்கிழமை; Monday.

சோம்பாகி: *(பெ):* சமையற்காரன்; the cook.

சோரகன்: *(பெ):* திருடன்; thief.

சோரி: *(பெ):* மழை; இரத்தம்; rain; blood.

சோர்: *(பெ):* வஞ்சகம்; பகட்டு; சோர்வு; deceit; vanity; langour.

சோர்ச்சி: *(பெ):* வஞ்சகம்; தளர்வு; deceit; slackness.

சோலி: *(பெ):* செயல்; தொந்தரவு; மகளிர் மேலாடை வகை; action; trouble; a kind of women's upper garment.

சோலிமாலி: *(பெ):* தொல்லை; trouble.

சோவானை: *(பெ):* மங்களகரமான ஆரத்திப் பாட்டு; an auspicious song.

சோழகக்கச்சான்: *(பெ):* தென்மேற்குக் காற்று; south-west wind.

சோழகக் கொண்டல்: *(பெ):* தென்கிழக்குக் காற்று; south-east wind.

சோழகம்: *(பெ):* தென்திசைக் காற்று; south-wind.

சோழங்கன்: *(பெ):* சோழன்; Chozha king.

சோழம்: *(பெ):* மூடன்; சோம்பேறி; ஒரு பேய்; a fool; lazy person; a devil.

சோழி: *(பெ):* கடல் வாழ் உயிரினங்களின் வெள்ளை (அ) பழுப்பு நிற ஓடு; cowry; shell.

சோழியப்பை: *(பெ):* இரப்போர் பை; mendicants' bag.

சோனகம்: *(பெ):* ஒரு நாடு; ஒரு மொழி; a country; a language.

சோனகன்: *(பெ):* யவன நாட்டினன்; man belonging to Greece.

சோனாமாரி: *(பெ):* விடா மழை; continuous rain.

சோனா மழை: *(பெ):* பெருமழையைப் பொழியும் மேகம்; the clouds which rain heavily.

சோனை: *(பெ):* மழைமேகம்; விடாமழை; கைப்பிடிச்சுவர்; dark clouds; incessant rain; parapet wall.

சோன்மதன்: *(பெ):* பித்தன்; mad man, fool.

சௌ

சௌகதன்: *(பெ):* சூனியவாதி; wizard.

சௌகந்தம்: *(பெ):* நறுமணம்; perfume, aroma.

சௌகந்தி: *(பெ):* மாணிக்க வகை; கந்தக பாடாணம்; a kind of precious stone; a kind of arsenic.

சௌகந்திகம்: *(பெ):* ஆம்பல் மலர் வகை; a kind of Indian water lily.

சௌகந்திகை: *(பெ):* தாமரை வகை; a kind of lotus.

சௌகம்: *(பெ):* நான்கு; four.

சௌசம்: *(பெ):* தூய்மை; purity; cleanliness.

சௌசிகன்: *(பெ):* தையற்காரர்; tailor.

சௌசேயன்: *(பெ):* துணி வெளுப்பவர்; washerman.

சௌடு: *(பெ):* வண்டல்; sediment, silt.

சௌண்டிகன்: *(பெ):* கள் விற்பவன்; toddy seller.

சௌதம்: *(பெ):* அரண்மனை; சாலை; வெள்ளி; மலிவு; palace; road; silver; cheap.

சௌதாயம்: *(பெ):* நன்கொடை; சீர் வரிசை; donation; dowry.

சௌபன்னம்: *(பெ):* சுக்கு; மரகதம்; dried ginger; a precious green stone, Emerald.

சௌபானம்: *(பெ):* படிக்கட்டு; stairs.

சௌமன்: *(பெ):* புதன்; the Planet Mercury.

சௌமாரம்: *(பெ):* இளமை; youth.

சௌமியம்: *(பெ):* அழகு; சாந்தம்; beauty; patience.

சௌமியன்: *(பெ):* சிவன்; புதன்; சமணத்துறவி; Lord Shiva; the Planet Mercury; Jain ascetic.

சௌமேசகம்: *(பெ):* பொன்; gold.

சௌரகன்: *(பெ):* நாவிதன்; barber.

சௌரப்பியன்: *(பெ):* குபேரன்; Lord Kubera, the God of Wealth.

சௌரன்: *(பெ):* சனி; சூரியன்; சந்திரன்; குபேரன்; the Planet Saturn; the Sun; the Moon; Kubera, God of Wealth.

சௌரி: *(பெ):* திருமால்; சனி; யமன்; யமுனையாறு; Lord Vishnu; the Planet Saturn; Yama, the God of Death; the river Yamuna.

சௌரியம்: *(பெ):* வீரம்; களவு; வசதி; bravery; theft; comfort.

சௌரு: *(பெ):* உவர்ப்பு; saltness.

சௌவீரகம்: *(பெ):* இலந்தை மரம்; jujube tree.

சௌவீரம்: *(பெ):* இலந்தை மரம்; ஒரு மருந்து வகை; jujube tree; a kind of medicine.

சௌளம்: *(பெ):* முடி களைதல்; shaving of hair.

சௌளாம்பரம்: *(பெ):* பட்டாடை; silk garment.

சௌனிகன்: *(பெ):* ஊன் விற்பவன்; meat-seller.

ஞ

ஞஞ்சை: (பெ): மயக்கம்; giddiness.

ஞண்டு: (பெ): நண்டு; கடக ராசி; crab; the fourth constellation of the Zodiac having crab as its sign; cancer.

ஞத்துவம்: (பெ): உணரும் தன்மை; sensitiveness.

ஞமர்தல்: (பெ): பரத்தல்; தங்குதல்; முற்றுதல்; ஒடிதல்; நெரிதல்; to spread; to stay; to become over-ripe; to break off; to strangle.

ஞமலி: (பெ): மயில்; நாய்; கள்; peacock; dog; toddy.

ஞயம்: (பெ): நயம்; இனிமை; being agreeable; pleasure.

ஞரல்தல்: (வி): ஒலித்தல்; முழங்குதல்; to produce sound; to sound loudly.

ஞவல்: (பெ): கொசு வகை; மின்மினிப் பூச்சி; a kind of mosquito; glow worm.

ஞா

ஞா: (வி): கட்டு; பொருத்து; to tie; to fit; to fix.

ஞாங்கள்: (பெ): இடம்; பக்கம்; வேற்படை; முள்; place; side; lance; thorn.

ஞாஞ்சில்: (பெ): கலப்பை; plough.

ஞாடு: (பெ): நாட்டுப்பகுதி; a part of a country.

ஞாட்பு: (பெ): போர்; போர்க்களம்; படை; கனம்; வலிமை; கூட்டம்; war; battlefield; army; weight; strength; crowd.

ஞாதம்: (பெ): அறியப்பட்டது; அறிபவன்; that which is understood; one who understand something or someone.

ஞாதா: (பெ): ஞானி; wise person; philosopher.

ஞாதி: (பெ): பங்காளி; சுற்றம்; partner; kinsman; relatives.

ஞாதிரு: (பெ): ஆத்மா; soul.

ஞாதேயம்: (பெ): உறவு; relationship.

ஞாத்தல்: (பெ): கட்டுதல்; பொருத்துதல்; to tie; to fix.

ஞாபித்தல்: (வி): நினைவூட்டுதல்; to remind.

ஞாயில்: (பெ): கோட்டையின் ஏவறை; bastion; breast-work in fortification.

ஞாய்: (பெ): தாய்; mother.

ஞாலுதல்: (வி): தொங்குதல்; to hang.

ஞாழல்: (பெ): ஆண்மரம்; மரவயிரம்; மல்லிகை வகை; மரவகை; male tree; hard-core of a tree; a kind of jasmine; a kind of tree.

ஞாழல் மாது: (பெ): ஊமத்தை; thorn apple plant, dhatura.

ஞாழி: (பெ): கொடி வகை; a kind of creeper.

ஞாளம்: (பெ): தண்டு; stem; pestle.

ஞாளி: (பெ): கள்; நாய்; toddy; dog.

ஞாறுதல்: (வி): தோன்றுதல்; மணம் வீசுதல்; to appear; to emit fragrance.

ஞாற்றுதல்: (வி): தொங்க விடுதல்; to suspend (something).

ஞானசரீரம்: (பெ): உண்மை அறிவுமயமான சரீரம்; spiritual body.

ஞான சுகம்: (பெ): இறைவனோடு ஆன்மா இரண்டறக் கலந்து நிற்கும் பேரின்ப நிலை; முக்தி; final salvation.

ஞான தீட்சை: (பெ): ஞான உபதேச வகை; a way of preaching the spiritual knowledge.

ஞானப் புதல்வன்: (பெ): மாணாக்கன்; pupil; student.

ஞானவிரல்: (பெ): மோதிர விரல்; ring-finger.

ஞானாசாரியன்: (பெ): மெய்யறிவு புகட்டும் ஆசான்; one who preaches the spiritual knowledge.

ஞானார்த்தம்: (பெ): மெய்ப்பொருள்; God.

ஞானானந்தம்: (பெ): பேரின்பம்; final bliss.

ஞானேந்திரியம்: (பெ): ஐம்புலன்கள்; the five organs of sense: viz, skin; mouth, eye, nose, and ear.

ஞான்று: (பெ): நாள்; day.

ஞான்றை: (பெ): காலம்; time; period.

ஞி

ஞிமிர்: *(பெ):* ஒலி; sound.

ஞிமிர்தல்: *(பெ):* (வண்டு போன்றவை) ஒலித்தல்; (of bees, etc.,) to hum.

ஞிமிறு: *(பெ):* வண்டு, தேனீ; bee; beetle; honey bee.

ஞெ

ஞெகிழம்: *(பெ):* சிலம்பு; anklet.

ஞெகிழி: *(பெ):* தீ; கொள்ளிக் கட்டை; கொடிவேலி; சிலம்பு; fire; short, thick piece of wood burning at one end; a herb; anklet.

ஞெண்டுதல்: *(வி):* கிண்டுதல்; to stir something with a stick, hand, etc.

ஞெப்தி: *(பெ):* அறிவு; நினைவு; knowledge; memory.

ஞெமர்தல்: *(வி):* பரத்தல்; நிறைதல்; to spread; be full.

ஞெமல்: *(பெ):* சருகு; dried leaves.

ஞெமல்தல்: *(வி):* திரிதல்; to get spoiled; to roam.

ஞெமன்கோல்: *(பெ):* துலாக்கோல்; weighing balance.

ஞெமிடுதல்: *(வி):* கசக்குதல்; to crush.

ஞெமிதல்: *(வி):* நெரிதல்; to be crushed.

ஞெமிர்தல்: *(வி):* பரத்தல்; முற்றுதல்; தங்குதல்; ஒடிதல்; நெரிதல்; to spread; to become over-ripe; to stay; to be broken; to be crushed.

ஞெமிர்த்தல்: *(வி):* ஒடித்தல்; நெரித்தல்; அமுத்துதல்; பரப்புதல்; to break; to crush; to press; to spread.

ஞெமை: *(பெ):* மர வகை; a kind of tree.

ஞெரல்: *(பெ):* ஒலி; விரைவு; sound; speed.

ஞெரி: *(பெ):* முறிந்த துண்டு; broken piece.

ஞெரிதல்: *(வி):* முறிதல்; to snap.

ஞெலி/ஞெலிக்கோல்: *(பெ):* தீக்கடைக்கோல்; fire-drill.

ஞெலிதல்: *(வி):* குடைதல்; to scoop.

ஞெலுவன்: *(பெ):* தோழன்; companion.

ஞெளிதல்: *(வி):* நெளிதல்; to bend uncomfortably.

ஞெளிர்: *(பெ):* யாழின் ஓசை; ஒலி; the sound produced from the lute; sound.

ஞெளிர்தல்: *(வி):* ஒலித்தல்; to produce sound.

ஞெள்ளுதல்: *(பெ):* உடன்படுதல்; ஒலித்தல்; பள்ள மாதல்; to agree; to sound; to become hollow.

ஞெள்ளை: *(பெ):* நாய்; dog.

ஞெறித்தல்: *(வி):* நெரித்தல்; to crush.

ஞே

ஞேயம்: *(பெ):* அன்பு; கடவுள்; kindness; love; affection; God.

ஞேயர்: *(பெ):* நண்பர்கள்; அறிவுடையோர்; friends; wise persons.

ஞேயா: *(பெ):* ஒரு மூலிகை; a kind of herb.

ஞொ

ஞொள்குதல்: *(வி):* மெலிதல்; குறைவுபடுதல்; சோம்புதல்; அஞ்சுதல்; குலைதல்; அலைதல்; to become lean; to diminish; be idle; to fear; be destroyed; to wander about.

ட

டங்கா: *(பெ):* ஒரு வகைப் பறை; a kind of drum.

டங்காரம்: *(பெ):* வில்லின் நாணோசை; the sound produced by the bow string.

டவாலி: *(பெ):* சீருடையின் மேல் தோள்பட்டையிலிருந்து குறுக்காக அணிந்திருக்கும் பித்தளை வில்லையைக் கொண்ட நீளமான சிவப்புப் பட்டை; a red cloth band with a brass badge passing over the shoulder and across the body.

டா

டாணா: *(பெ):* காவலிடம்; police station.

டால்: *(பெ):* கேடகம்; shield.

டோ

டோலக்கு: *(பெ):* ஒலி எழுப்பும் வகையில் சிறு வட்டத் தகடுகள் கோர்க்கப்பட்ட விளிம்பினை உடைய வட்ட வடிவத் தோல் வாத்தியம்; a kind of tambourine.

த

தகசு: *(பெ):* விலங்கு வகை; தகடு; a kind of animal; metal plate.

தகடி: *(பெ):* பீதாம்பரம்; ஏமாற்றுகை; நீர்; royal cloth laced with gold yarns, used during auspicious occasions; cheating; water.

தகணிதம்: *(பெ):* உலோக மணல்; துந்துபி; metallic sand; large kettle drum.

தகணேறுதல்: *(வி):* முற்றுதல்; to become over-ripe.

தகணை: *(பெ):* உலோகக்கட்டி; block of metal.

தகத்து: *(பெ):* அரியணை; பெருமை; அலங்கரித்த தேர்; throne; greatness; decorated chariot.

தகம்: *(பெ):* சூடு; எரிவு; heat; burning sensation.

தகரடி: *(பெ):* பெருமிதப் பேச்சு; boastful talk.

தகர்வு: *(பெ):* அழிவு; உடைவு; ruin; cracking.

தகலக் கட்டுதல்: *(வி):* ஏமாற்றுதல்; to cheat.

தகல்: *(பெ):* தகுதி; ஒரு கீரை வகை; suitability; a kind of greens.

தகவமை: *(வி):* குறிப்பிட்ட சூழல் ஒன்றுக்கு ஒத்துப் போகுமாறு மாற்றிக்கொள்ளுதல்; to adjust oneself to a situation.

தகவலாளி: *(பெ):* ஆராய்ச்சி செய்வோருக்கு வேண்டிய தகவல் கூறுபவர்; உளவு சொல்பவர்; informant; informer.

தகவின்மை: *(பெ):* தகுதியின்மை; வருத்தம்; disqualification; distress.

தகவுரை: *(பெ):* பரிந்துரை; recommendation.

தகனன்: *(பெ):* நெருப்பு; fire.

தகனை: *(பெ):* உலோகக்கட்டி; block of metal.

தகன்: *(பெ):* பூரான்; நெருப்பு; கீரை வகை; centipede; fire; a kind of greens.

தகா: *(பெ):* மிகுந்த ஆசை; பசி; தாகம்; மோகம்; பொருளாசை; மோசம்; excess desire; hunger; infatuation; covetousness; treachery.

தகிலன்: *(பெ):* வஞ்சகன்; deceiver.

தகிலாயம்: *(பெ):* நட்பு; நன்றி; friendship; gratitude.

தகிலித்தல்: *(வி):* வஞ்சித்தல்; குற்றஞ்சாட்டுதல்; பண்டமாற்றம் செய்தல்; to deceive; to accuse; to barter.

தகிலிமா: *(பெ):* சேங்கொட்டை மரம்; mark-nut tree.

தகு: *(பெ.அ):* தகுந்த; worthy of.

தகுணிச்சம்: *(பெ):* முழவு வகை; கூத்து வகை; a kind of drum; a kind of play.

தகுணிதம்: *(பெ):* வாத்தியம்; முழவு; musical instrument; drum.

தகுவன்: *(பெ):* அசுரன்; demon.

தகை: *(வி):* பொருத்தமாக அமைதல்; குதிர்தல்; தடுத்தல்; அடக்குதல்; கட்டுதல்; to materialize in keeping with one's expectations; be settled; to stop; to control; to bind.

தகைமை: *(பெ):* அழகு; தன்மை; தகுதி; பெருமை; மதிப்பு; ஒழுங்கு; நிகழ்வு; beauty; nature; fitness; pride; respect; value; order; event.

தகைவு: *(பெ):* தடை; இளைப்பு; obstacle; weariness.

தக்கடை: *(பெ):* தராசு; weighing balance.

தக்கடைக்கல்: *(பெ):* எடைக்கல்; a piece of metal of standard heaviness (for weighing).

தக்கணம்: *(பெ):* தெற்கு; வலப்பக்கம்; தக்காண நாடு; south; right side; the Deccan (in former period).

தக்கது: *(பெ):* தகுதியானது; that which is suitable.

தக்கம்: *(பெ):* பற்று; வாதம்; நிலையானது; attachment, argument; stability.

தக்கரம்: *(பெ):* களவு; வஞ்சகம்; robbery; deceit.

தக்கர்: *(பெ):* சாடி; jar.

தக்கல்: *(பெ):* அடைப்பு; stoppage.

தக்காணம்: *(பெ):* தெற்கு; வலப்புறம்; இந்தியாவின் தென்பகுதி; south; right side; southern part of India.

தக்காரி: *(பெ):* வாதமடக்கி; a herb.

தக்கிணம்: *(பெ):* தெற்கு; south.

தக்கிரம்: *(பெ):* மோர்; butter milk.

தக்கு: *(பெ):* தந்திரம்; trick.

தக்குதல்: *(வி):* நிலைபெறுதல்; பயன்படுதல்; ஏற்றதாதல்; to establish; be useful; be suitable.

தக்கோலம்: *(பெ):* வால்மிளகு; தாம்பூலம்; திப்பிலி; ஓர் ஊர்; cubeb; betel leaves and areca-nuts (to chew); long pepper; a town.

தக்கோலி: *(பெ):* அகில் மரவகை; a kind of eagle wood tree.

தக்கதம்: *(பெ):* சுடப்பட்டது; that which is roasted.

தங்கலர்: *(பெ):* பகைவர்; enemies.

தங்கல்: *(வி):* தங்குதல்; தாமதித்தல்; நிலைபெறுதல்; to stay; to delay; to establish; *(பெ):* தங்குமிடம்; விடுதி; waiting room; lodge.

தங்குபடி: *(பெ):* மீதி; remainder; balance.

தச: *(பெ):* பத்து; ten.

தசகம்: *(பெ):* பத்து செய்யுள் கொண்ட பதிகம்; poem of ten stanzas.

தசசீலம்: *(பெ):* பத்து வகையான ஒழுக்க முறை; ten kinds of moral practices prescribed by Buddhist ascetics.

தசமம்: *(பெ):* எண்களைப் பத்தின் மடங்காகக் கணக்கிடும் முறை; decimal system.

தசம்: *(பெ):* பத்து; சிவிகை; ten; palanquin.

தசனம்: *(பெ):* முக கவசம்; மலையுச்சி; helmet; peak.

தசாமிசம்: *(பெ):* பத்தில் ஒரு கூறு; one tenth.

தசாப்தம்: *(பெ):* பத்து ஆண்டு காலம்; decade.

தசாவதானம்: *(பெ):* ஒரே சமயத்தில் நிகழும் பத்து செயல்களைக் கவனித்து நினைவில் இருத்திடும் கலைத்திறமை; the skill of responding to (ten) tasks performed simultaneously.

தசிரம்: *(பெ):* மழைத்தூறல்; குழல்; உட்டுளை; drizzling of rain; tube; inner hole.

தசுகம்: *(பெ):* களவு; robbery.

தசுமன்: *(பெ):* கள்வன்; வேள்வி செய்விப்போன்; thief; one who executes sacrifice.

தசைதல்: *(பெ):* பூரித்தல்; சதைப்பற்றாதல்; to swell; to become perfect; be fleshy.

தச்சகன்: *(பெ):* குடும்பத் தலைவன்; the head of the family.

தச்சவாடி: *(பெ):* தச்சுவேலை செய்யுமிடம்; the place where carpentry is done.

தச்சன் குருவி: *(பெ):* மரங்கொத்திப் பறவை; wood pecker.

தச்சி: *(பெ):* தயிர்; curd.

தஞ்சக்கேடு: *(பெ):* வறுமை; poverty.

தஞ்சன்: *(பெ):* அறிஞன்; learned person.

தட: *(பெ.அ):* பெரிய; வளைந்த; மெல்லிய; big; bent; lean.

தடத்தம்: *(பெ):* நடுநிலை; mediation.

தடத்தோன்: *(பெ):* நடுநிலையாளன்; மேலோன்; impartial person; great person.

தடமண்: *(பெ):* சுதை மண்; lime paste; plaster.

தடல்: *(பெ):* மேட்டுநிலம்; வாழை மடல்; விலங்கின் தோல்; மரப்பட்டை; elevated place; tender leaf of plantain tree; animal's skin; bark.

தடவரல்: *(பெ):* வளைவு; bend, curve.

தடவுநிலை: *(பெ):* துறக்கம்; paradise.

தடவுவாய்: *(பெ):* மலைச்சுனை; pool of water in a mountain.

தடறு: *(பெ):* ஆயுத உறை; sheath.

தடாகம்: *(பெ):* குளம்; tank.

தடாதடி: *(பெ):* குழப்பம்; confusion.

தடாம்: *(பெ):* வளைவு; bend.

தடாரம்: *(பெ):* சின்னம்மை; small-pox.

தடாரித்தல்: *(வி):* ஊடுருவுதல்; மிகவும் கண்டித்தல்; to penetrate; to punish severely.

தடாவுதல்: *(வி):* வளைதல்; to bend.

தடி: *(பெ):* கழி; தண்டாயுதம்; கொம்பு; அளவுகோல்; உலக்கை; wooden peg; a club like weapon; stick; measuring rod; pestle.

தடிகை: *(பெ):* மின்னல்; lightning.

தடிக்கம்பு: *(பெ):* கழி; stick.

தடிதல்: *(வி):* அழித்தல்; வெட்டுதல்; தண்டித்தல்; to destroy; to cut down; to punish.

தடிவு: *(பெ):* வெட்டு; கொலை; cut; murder.

தடினி: *(பெ):* ஆறு; river.

தடுமன்: *(பெ):* ஜலதோஷம்; (common) cold.

தடுமாறு: *(வி):* ஓர் இயக்கத்தின்போது ஒழுங்காகச் செயல்பட முடியாமல் நிலை தவறி ஆட்டம் காணுதல்; பேச்சு சீராக இல்லாது வெளிப்படுதல்; முடிவொன்றை எடுக்க இயலாது கலங்குதல்; to stagger; be shaky; (of speech) to come haltingly; to falter; to stumble; be flummoxed; be flurried.

தடுமாற்றம்: *(பெ):* கலக்கம்; குழப்பம்; நிலை தவறி ஆட்டம் காணும் நிலை; ஐயம்; தவறு; confusion; faltering; staggering; doubt; mistake.

தடை: *(பெ):* இடையூறு; தடுத்தல்; மறுப்பு; கவசம்; காப்பு; காவல்; வாசல்; அணை; அடைப்பு; restraint; stop; objection; veto; shield; defence; protection; entrance; bund; stoppage.

தடைஇய: *(பெ.அ):* பெருத்த; திரண்ட; immense; gist.

தடைவிடை: *(பெ):* மறுப்பும் மாற்றமும்; objection and reply.

தட்குதல்: *(வி):* கட்டுதல்; தடுத்தல்; தங்குதல்; to tie up; to stop; to stay.

தட்சணம்: *(பெ):* தெற்கு; வலது பக்கம்; south; right side.

தட்சிணம்: *(பெ):* தெற்கு; வலது பக்கம்; அறிவுக் கூர்மை; தாராளம்; south; right side; keen knowledge; generocity.

தட்டத்தானி: *(பெ):* தனிமை; solitude.

தட்டம்: *(பெ):* உண்கலம்; தாம்பாளம்; துயிலிடம்; eating plate; salver; sleeping place; bed.

தட்டழி: *(பெ):* ஒரு வாத்திய வகை; a kind of musical instrument.

தட்டறை: *(பெ):* அடைப்பை போன்றவற்றிலுள்ள சிறு பை; a small inner pocket in a betel pouch.

தட்டி: *(பெ):* காவல்; கதவு; சிறை; படல்; protection; door; prison; a kind of wattled frame for sheltering cattle.

தட்டிக்கவி: *(பெ):* ஒரு வகைப் பாட்டு; a kind of song.

தட்டியம்: *(பெ):* ஒரு வகைக் கேடயம்; a kind of shield.

தட்டு: *(பெ):* தட்டுதல்; அடி; மோதுகை; தாளம் போடுதல்; knocking; beating; clash; keeping (time) beat.

தட்டுக்காரன்: *(பெ):* ஏமாற்றுபவன்; cheating fellow.

தட்டுக்கிளி: *(பெ):* விளையாட்டு வகை; a kind of game.

தட்டுக்கூடை: *(பெ):* அகன்ற கூடை; broad shallow basket.

தட்டுக்கேடு: *(பெ):* இழப்பு; அழிவு; வறுமை; குழப்பம்; loss; ruin; poverty; confusion.

தட்டுக்கொட்டு: *(பெ):* கொட்டு முழக்கு; போலி நடிப்பு; தந்திரம்; a kind of drum; pretention; trick.

தட்டுத்தாவரம்: *(பெ):* புகலிடம்; refuge; asylum.

தட்டைப்புழு: *(பெ):* உண்ணும் இறைச்சி மூலமாக மனித உடம்பினுள் சென்று வாழும் ஒருவகைப் புழு; tape worm.

தட்டோடு: *(பெ):* வளைவான ஒரு வகை ஓடு; country tile.

தட்பம்: *(பெ):* குளிர்ச்சி; அருள்; coldness; grace.

தணக்கு: *(பெ):* நுணாமரம்; வால்; கோங்கிலவு மரம்; Indian mulbury tree; tail; red cotton tree.

தணத்தல்: *(வி):* போதல்; நீங்குதல்; பிரிதல்; நீக்குதல்; to go; to leave; to split; to remove.

தணப்பு: *(பெ):* தடை; hindrance.

தணலம்: *(பெ):* எருக்கு; Yercum.

தணவம்: *(பெ):* அரச மரம்; pipal tree.

தண்: *(பெ):* குளிர்ச்சி; அருள்; coldness; grace.

தண்கதிர்: *(பெ):* சந்திரன்; நிலவொளி; the Moon; Moon-shine.

தண்கடற் சேர்ப்பன்: *(பெ):* நெய்தல் நிலத் தலைவன்; chief of the coastal tract.

தண்டகம்: *(பெ):* தொண்டை நாடு; தண்ட காரண்யம்; தண்டனை; முதுகெலும்பு; அணிகலன்; கரிக்குருவி; நுரை; an ancient division of the Tamil Nadu punishment; spinal cord; ornament; black drango; foam.

தண்டகாரண்யம்: *(பெ):* தக்காண தேசத்தில் துறவியர் வசித்து வந்த காடு; the forest of Dhandaka in Deccan and a famous resort of ascetics in olden days.

தண்டக்காரன்: *(பெ):* வேலையாள்; servant.

தண்ட சக்கரம்: *(பெ):* குயவனின் சுழற்றுச் சக்கரம்; potter's wheel.

தண்டட்டி/தண்டொட்டி: *(பெ):* காலில் அணியும் ஒரு வகை வளையம்; a kind of anklet.

தண்டத்தலைவன்: (பெ): படைத் தலைவன்; commander of an army.

தண்டத்தான்: (பெ): யமன்; Yama, the God of Death.

தண்டநாயகம்: (பெ): படைத்தலைமை; commandership of an army.

தண்டநாயகன்: (பெ): படைத்தலைவன்; அரசன்; நந்திதேவர்; commander of an army; the king; Nandhi Deva, the chief of Shiva ganas.

தண்ட நீதி: (பெ): அரசியல் நூல்; political treatise.

தண்டபாசிகன்: (பெ): கொலைகாரன்; murderer.

தண்டப்படுதல்: (வி): அபராதம் விதித்தல்; to fix fine.

தண்டலர்: (பெ): பகைவர்; enemies.

தண்டலாளர்: (பெ): தீர்வை வசூலிப்போர்; tax-collector.

தண்டலை: (பெ): சோலை; பூந்தோட்டம்; grove; flower garden.

தண்டனிடுதல்: (வி): நெடுஞ்சாண்கிடையாகத் தரையில் விழுந்து வணங்குதல்; to prostrate.

தண்டன்: (பெ): கோல்; வணக்கம்; a long stick; homage.

தண்டா: (பெ): சண்டை; சிக்கல்; உடற்பயிற்சி வகை; quarrel; confusion; push-up.

தண்டாரம்: (பெ): குயவன் சக்கரம்; வில்; தோணி; வண்டி; potter's wheel; bow; boat; cart.

தண்டான்: (பெ): கோரைப்புல் வகை; species of sedge.

தண்டிகை: (பெ): பல்லக்கு; பெரிய வீடு; palanquin; a large house.

தண்டிதரம்: (பெ): ஆற்றல்; ability; force; power.

தண்டியம்: (பெ): வாசற்படியின் மேல்கட்டை; நடனம் பயிலுவோர் ஆதரவாகக் கொள்ளும் தடி; the lintel; a staff to support the beginners in learning dance.

தண்டு: (பெ): கதாயுதம்; மூங்கில் குழாய்; செருக்கு; வளைதடி; club weapon; bamboo pipe; pride; a kind of cudgel.

தண்டுக்கோல்: (பெ): படகுத் துடுப்பு; paddle.

தண்டுதல்: (வி): வசூலித்தல்; வருந்துதல்; இணைத்தல்; நீங்குதல்; to collect; be distressed; to join; to leave.

தண்டுலபலை: (பெ): திப்பிலிச்செடி; long pepper plant.

தண்டுலம்: (பெ): அரிசி; rice.

தண்டுலம்பு: (பெ): அரிசி கழுவும் நீர்; the water in which rice has been washed.

தண்டுவடம்: (பெ): மூளையிலிருந்து உடம்பின் பல பாகங்களுக்கும் உணர்வுகளைக் கொண்டு செல்லும், முதுகெலும்பினுள் அமைந்திருக்கும் நரம்புத் தொகுதி; the spinal cord.

தண்டெடுத்தல்: (வி): படையெடுத்தல்; to invade; to lead a military expedition.

தண்டெலும்பு: (பெ): முதுகெலும்பு; back-bone.

தண்டேறு: (பெ): எலும்பு; bone.

தண்டேறுதல்: (வி): பல்லக்கில் ஏறுதல்; to get into a palanquin.

தண்டைக்காரன்: (பெ): வஞ்சகன்; தொந்தரவு செய்பவன்; deceiver; one who gives much trouble to others.

தண்டை மாலை: (பெ): பூமாலை வகை; a kind of flower garland.

தண்ணம்: (பெ): ஒரு வகைப் பறை; மழுவாயுதம்; காடு; குளிர்ச்சி; a kind of drum; battle-axe; forest; coldness.

தண்ணவன்: (பெ): சந்திரன்; the Moon.

தண்ணளி: (பெ): குளிர்ந்த அருள்; benevolence.

தண்ணாத்தல்: (வி): தாமதித்தல்; to delay.

தண்ணீர்த் துரும்பு: (பெ): இடையூறு; obstacle.

தண்பனை: (பெ): மருத நிலம்; agricultural tract.

தண்பதம்: (பெ): புதுப்புனல் விழா; ஆற்றில் வரும் புதுநீர்; தாழ்ந்த நிலை; the festival celebrating the freshet in the river; the freshet in the river; low condition.

தண்மை: (பெ): குளிர்ச்சி; சாந்தம்; மென்மை; தாழ்வு; அறிவின்மை; coldness; patience; tenderness; lowness; ignorance.

ததபத்திரி: (பெ): வாழை; plantain tree.

ததம்: (பெ): அகலம்; width.

ததர்: (பெ): நெருக்கம்; கொத்து; சிதறுகை; denseness; bunch; scattering.

ததர்தல்: (பெ): நெரிதல்; be crushed.

ததர்த்தல்: (வி): வருத்துதல்; to aggrieve.

ததா: (வி.அ): அவ்வாறு; அப்படி; in the manner stated; like that.

ததாகதன்: (பெ): அறிஞன்; learned man.

ததி: (பெ): தயிர்; தக்க சமயம்; curd; proper time.

ததிகேடு: (பெ): வலியின்மை; painlessness.

ததிசாரம்: (பெ): வெண்ணெய்; butter.

ததிமண்டம்: (பெ): மோர்; butter-milk.

ததியர்: (பெ): அடியார்; devotees.

ததியோதனம்: (பெ): தயிர் சாதம்; curd rice.

ததீயாராதனை: (பெ): திருமால் அடியார்க்கு இடும் உணவு; the food given to the devotees of Lord Vishnu.

தகைதல்: (வி): நெருங்குதல்; சிதைதல்; சிதறுதல்; வெளியாகாது இருத்தல்; be crowded; be shattered; be scattered; be suppressed.

தகைத்தல்: (வி): கூட்டுதல்; நெருக்குதல்; நிறைதல்; to add; to press; be full.

தத்: (சு.பெ): அது; அந்த; that.

தத்தரம்: (பெ): நடுக்கம்; தந்திரம்; மிகு விரைவு; trembling; trick; swiftness.

தத்தளித்தல்: (வி): திண்டாடுதல்; அலைக்கழித்தல்; தவித்தல்; be in a struggle; be in great distress; be in great straits.

தத்தாங்கி: (பெ): சிறுமியர் விளையாட்டு வகை; a kind of game played by girls.

தத்தி: (பெ): கொடை; சத்துவம்; bounty; essential principles; natural quality.

தத்திகாரம்: (பெ): பொய்; false; lie.

தத்தியம்: (பெ): மெய்; துகில் வகை; truth; a kind of cloth.

தத்து: (பெ): கவலை; தவறு; சுவீகாரம்; anxiety; mistake; adoption.

தத்துவ சதுக்கம்: (பெ): மண மேடை; the dais for the performance of the marriage rites.

தத்துவ ஞானம்: (பெ): உண்மையுணர்வு; knowledge of the ultimate truth.

தத்துவம்: (பெ): உண்மை; தன்மை; அதிகாரம், பரமாத்மா; ஆன்மா; அதிகார பத்திரம்; truth; nature; power; God as the Supreme Soul; soul; authoritative deed or document.

தத்துறுதல்: (வி): நேர்தல்; கிட்டுதல்; வருத்தப் படுதல்; to happen; be attained; be distressed.

தத்தை: (பெ): தமக்கை; கிளி; elder sister; parrot.

தநம்: (பெ): சந்தனம்; sandal wood.

தந்தசடம்: (பெ): எலுமிச்சை; விளா மரம்; lime tree; wood apple tree.

தந்தசூகம்: (பெ): பாம்பு; snake.

தந்தசூலை: (பெ): பல் வலி; tooth ache.

தந்தபலம்: (பெ): விளா மரம்; wood apple tree.

தந்தபலை: (பெ): திப்பிலி; long pepper.

தந்தபாகம்: (பெ): யானையின் மத்தகம்; forehead of an elephant.

தந்த மாமிசம்: (பெ): பல் ஈறு; gums of the teeth.

தந்தாயுதம்: (பெ): யானை; elephant.

தந்தாலிகை: (பெ): கடிவாளம்; bridle.

தந்தாவளம்: (பெ): யானை; elephant.

தந்தித்தீ: (பெ): பெரும்பசி; severe hunger.

தந்திமருப்பு: (பெ): முள்ளங்கி; radish.

தந்திரி: (பெ): தந்திரக்காரன்; மந்திரி; கோயில் அர்ச்சகர்; யாழ்; யாழ்நரம்பு; குழலின் துளை; cunning fellow; minister; temple priest; lute; string of a lute; the hole in a pipe.

தந்திரிகை: (பெ): கம்பி; wire.

தந்திரை: (பெ): சோம்பல்; உறக்கம்; laziness; sleep.

தந்து: (பெ): நூல்; கயிறு; சந்ததி; உபாயம்; உத்தி; தொழில் திறமை; thread; coir; descendant; means; effective means; skill in a work.

தந்துகடம்: (பெ): சிலந்தி; spider.

தந்துகம்: (பெ): கடுகு; mustard.

தந்துகி: (பெ): நுட்பமான நாடிக்குழல்; capillary.

தந்துசாரம்: (பெ): கமுகு; areca-nut tree.

தந்துபம்: (பெ): கடுகு; mustard.

தந்துமந்து: (பெ): குழப்பம்; confusion.

தந்துரம்: (பெ): ஒழுங்கின்மை; disorderliness.

தந்துவர்: (பெ): நெசவாளிகள்; கைக்கோளர்; weavers; Kaikolas as the spear-men of ancient times.

தந்துவை: (பெ): மாமியார்; மாமன் மனைவி; mother-in-law; wife of the uncle; aunt.

தபசியம்: (பெ): முல்லை; பங்குனி மாதம்; a kind of jasmine; the Tamil month, Panguni.

தபதி: (பெ): சிற்பி; கல்தச்சன்; sculptor; stone carver.

தபம்: (பெ): தவம்; வெப்பம்; மாசி மாதம்; penance; heat; the Tamil month, Maasi.

தபலை: (பெ): தவலை; மத்தள வகை; a large metal vessel; a kind of elongated drum with two sides.

தபனம்: (பெ): வெப்பம்; தாகம்; நரகம்; heat; thirst; hell.

தபனன்: (பெ): சூரியன்; அக்கினி தேவன்; கொடிவேலி; the Sun; God of Fire; a herb.

தபன்/தபணன்: (பெ): சூரியன்; the Sun.

தபாது: (பெ): தப்பு; ஏமாற்றுதல்; fault; cheating.

தபித்தல்: (வி): வருந்துதல்; காய்தல்; be distressed; to dry.

தபுதல்: (வி): இறத்தல்; கெடுதல்; to die; to decay.

தபுத்தல்: (வி): அழித்தல்; to destroy.

தபோதனன்: (பெ): முனிவன்; saint; ascetic; hermit.

தப்படி: (பெ): தவறான செயல்; wrong action.

தப்பணம்: (பெ): கோணூசி; bodkin; packing needle for sewing gunny bags.

தப்பளம்: (பெ): எண்ணெய் முழுக்கு; குழம்பு வகை; oil bath; a kind of sauce.

தப்பளை: (பெ): தவளை; மீன் வகை; பெருவயிறு; frog; a kind of fish; pot-belly.

தப்பறை: (பெ): பொய்; சூது; கெட்ட வார்த்தை; falsehood, lie; gambling; vulgar word.

தப்பறைக்காரன்: (பெ): பொய் பேசுபவன்; liar.

தமகன்: (பெ): கொல்லன்; blacksmith.

தமக்கை: (பெ): அக்காள்; மூத்த சகோதரி; elder sister.

தமசம்: (பெ): இருள்; தாமச குணம்; darkness; one of the three kinds of gunas.

தமத்தல்: (வி): தணிதல்; நிரம்புதல்; விலை மலிவாதல்; to abate; be full; being cheap in price.

தமப்பிரபை: (பெ): நரகம்; hell.

தமயன்: (பெ): அண்ணன்; மூத்த சகோதரன்; தமையன்; elder brother.

தமரகம்: (பெ): உடுக்கை; மூச்சுக்குழல்; a kind of small drum tapering in the middle; wind pipe; trachea.

தமரக வாயு: (பெ): இரைப்பு நோய்; asthma.

தமரம்: (பெ): ஒலி; அரக்கு; மரவகை; sound; sealing wax; a kind of tree.

தமரித்தல்: (வி): ஒலித்தல்; விரும்புதல்; to sound; to like.

தமருகம்: (பெ): உடுக்கை; a kind of small drum tapering in the middle.

தமரோசை: (பெ): கிலுகிலுப்பைச் செடி; a kind of plant.

தமர்ப்படுதல்: (வி): விரும்புதல்; இணங்குதல்; to like; to consent.

தமர்மை: (பெ): நட்பு; friendship.

தமலி: (பெ): அகப்பை; சட்டுவம்; a kind of wooden ladle; a kind of spatula.

தமள்: (பெ): உற்றவள்; intimate woman.

தமனம்: (பெ): மருக்கொழுந்து; southern wood.

தமனி: (பெ): இதயத்திலிருந்து உடலின் அனைத்துப் பாகங்களுக்கும் இரத்தம் செல்வதற்கான குழாய்; artery.

தமனியம்: (பெ): பொன்; gold.

தமன்: (பெ): உற்ற நண்பன்; intimate friend.

தமாலம்: (பெ): மர வகை; இலை; a kind of tree; leaf.

தமி: (பெ): தனிமை; ஒப்பின்மை; இரவு; solitude; in equality; night.

தமிசிரம்: (பெ): இருள்; குறைவு; night; deficiency.

தமிசு: (பெ): வேங்கை மரம்; a kind of tree.

தமித்தல்: (பெ): தண்டித்தல்; to punish.

தமியம்: (பெ): கள்; toddy.

தமிழ் நடவை: (பெ): தமிழகம்; Tamilnadu.

தமிழ்நதி: (பெ): வைகை நதி; River Vaigai.

தமிழ்நாடன்: (பெ): தமிழ் நாட்டு வேந்தன்; பாண்டியன்; king of Tamilnadu; Pandiyan.

தமிழ்மலை: (பெ): பொதிகை மலை; Pothigai mountain.

தமிழ்மறை: (பெ): திருக்குறள்; தேவாரம்; திருவாசகம்; திவ்வியப்பிரபந்தம்; Thirukkural; Thevaaram; Thiruvaasagam; Naalaayira Dhivya Prabandham.

தமிழ்முனிவன்: (பெ): அகத்திய முனிவர்; Sage Agathiya.

தமுக்கம்: (பெ): யானைகள் இருக்குமிடம்; elephants stable.

தமையம்: (பெ): அரிதாரம்; yellow orpiment; musk of deer.

தமையன்: (பெ): மூத்த சகோதரன்; தமையன்; elder brother.

தமோமணி: (பெ): மின்மினி; fire fly.

தம்: (பெ): 'தாம்' என்ற வார்த்தை வேற்றுமை ஏற்பதற்குத் திரியும் வடிவம்; the form of third person pronoun 'தாம்' serving as a base for further declension.

தம்பனக்காரன்: (பெ): மந்திரவாதி; magician.

தம்பா: (பெ): கள் அளக்கும் கருவி; an instrument to measure toddy.

தம்பிகை: (பெ): சிறு செம்புப் பாத்திரம்; a small copper vessel.

தம்புதல்: (வி): குட்டுதல்; to strike with the knuckles on the head.

தம்போலி: (பெ): வச்சிரப்படை; a weapon sharp edged at both ends.

தம்மனை: (பெ): தாய்; mother.

தம்மான்: (பெ): தலைவன்; master; lord.

தம்மி: (பெ): தாமரை; lotus.

தம்மிலம்: (பெ): பெண்ணின் கூந்தல்; the flowing hair of a woman.

தம்முன்: (பெ): அண்ணன்; elder brother.

தயல்: (பெ): பெண்; woman.

தயனியம்: (பெ): அருளத்தக்கது; that which is fit for giving.

தயித்தியர்: (பெ): அசுரர்; demons.

தயினியம்: (பெ): எளிமை; ease.

தய்யான்: (பெ): தையற்காரன்; tailor.

தரக்கு: (பெ): புலி; கழுதைப் புலி; tiger; hyena.

தரங்கம்: (பெ): அலை; கடல்; மனக்கலக்கம்; ஈட்டி; wave; sea; confusion; lance; spear.

தரங்கிணி: (பெ): ஆறு; a river.

தரங்கு: (பெ): வழி; ஈட்டி முனை; அலை; way; the sharp tip of the spear; wave.

தரணம்: (பெ): பாலம்; பூமி; அரிசி; இமயமலை; கதிரவன்; பாவம்; bridge; earth; rice; Himalayas; the Sun; sin; *(வி):* தாண்டுதல்; தரித்தல்; to jump over; to wear.

தரணி: (பெ): மலை; பூமி; சூரியன்; நியாயவாதி; படகு; மருத்துவன்; mountain; earth; the Sun; pleader; boat; doctor.

தரணிதரன்: (பெ): அரசன்; திருமால்; the king; Lord Vishnu.

தரணிபன்: (பெ): சூரியன்; அரசன்; the Sun; the king.

தரணீதரம்: (பெ): ஆமை; tortoise.

தரதூது: (பெ): முயற்சி; வேளாண்மை; effort; agriculture.

தரந்தம்: (பெ): தவளை; கடல்; அடைமழை; frog; sea; heavy rain.

தரபடி: (பெ): நடுத்தரம்; உட்சட்டை; middling sort; inner jacket.

தரவழி: (பெ): நடுத்தரம்; வகை; middling sort; category.

தரவு: (பெ): தரகு கூலி; இலாபம்; தரகன்; வரிவகை; பிடரி; brokerage; profit; broker; a kind of tax; nape of the neck.

தரளம்: (பெ): நடுக்கம்; முத்து; shivering; pearl.

தரளை: (பெ): கள்; கஞ்சி; toddy; semi-liquid food.

தரா: (பெ): கலப்பு உலோகம்; பூமி; சங்கு; alloy; earth; conch.

தராங்கம்: (பெ): மலை; mountain.

தராதலம்: (பெ): பூமி; earth.

தராய்: (பெ): மேட்டு நிலம்; கீரை வகை; an elevated ground; a kind of greens.

தரி: (பெ): நன்செய் நிலம்; wet land.

தரிகம்: (பெ): அச்சம்; fear.

தரிகொடுத்தல்: (வி): இடங்கொடுத்தல்; to give place.

தரிசியம்: (பெ): காணத்தக்கது; that which is fit for seen.

தரிஞ்சகம்: (பெ): அன்றில் பறவை; Andril bird, male or female noted for its constancy in love.

தரித்திரி: (பெ): வறுமையானவள்; பூமி; poor woman; earth.

தரிபெறுதல்: (பெ): நிலை பெறுதல்; to rest on.

தரியலர்/தரியார்: (பெ): பகைவர்; enemies.

தரு: (பெ): மரம்; இசைப்பாட்டு; கற்பகமரம்; tree; song; a tree in heaven yielding what all one desires.

தருக்கு: (பெ): வலிமை; செருக்கு; களிப்பு; வாக்குவாதம்; strength; pride; joy; debate.

தருசாரம்: (பெ): கற்பூரம்; camphor.

தருணன்: (பெ): இளைஞன்; young man.

தருணை: (பெ): இளம்பெண்; young woman.

தருதல்: (வி): கொடுத்தல்; to give.

தருதன்: (பெ): கொடுப்பவன்; one who gives (something)

தருப்பகம்: (பெ): தாழ்வு; degradation.

தருப்படன்: (பெ): ஊர்க் காவற்காரன்; village guard.

தருப்பணம்: (பெ): தேவர், முனிவர், முதாதையர்கள் ஆகியோருக்குச் செய்யும் நீர்க்கடன்; கண்ணாடி; உணவு; libations of water to Gods, rishis and manes; mirror; food.

தருப்பம்: (பெ): அகங்காரம்; தருப்பைப்புல்; egotism; kaus grass considered sacred.

தருப்பு: (பெ): தரம்குறைந்த வெள்ளைக்கல்; an inferior white stone, a gem.

தருமதி: (பெ): நிலுவை; balance as of dues.

தருமிருகம்: (பெ): குரங்கு; monkey.

தருராசன்: (பெ): பனை மரம்; palmyra tree.

தருவாரி: (பெ): கல்லுப்பு; rock-salt.

தருவி: (பெ): துடுப்பு; இலைக்கரண்டி; paddle; a leaf used as a ladle in Yagas to pour ghee in the sacrificial pit.

தருவை: (பெ): பெரிய ஏரி; a large lake.

தரூடம்: (பெ): தாமரை; lotus.

தர்ச்சினி: (பெ): சுட்டு விரல்; fore-finger.

தலகம்: (பெ): தடாகம்; pond.

தலக்கம்: (பெ): இழிசெயல்; the act which is considered as degraded.

தலக்கு: (பெ): நாணம்; modesty.

தசலம்: (பெ): முத்து; pearl.

தலம்: (பெ): இடம்; பூமி; உலகம்; ஆழம்; காடு; வீடு; தலை; நகரம்; இலை; உடலுறுப்பு; இதழ்; place; earth; world; depth; forest; house; head; town; leaf; part of the body; petal.

தலன்: (பெ): கீழோன்; man of low qualities.

தலாடகம்: (பெ): காட்டு எள்; சுழல் காற்று; யானைச் செவி; wild sesame; cyclone; whirl wind; ear of an elephant.

தலாடகன்: (பெ): யானைப் பாகன்; mahout.

தலாடம்: (பெ): அணில்; squirrel.

தலாதிபதி: (பெ): அதிகாரி; மன்னன்; officer; king.

தலாமலம்: (பெ): மருக்கொழுந்து; southern wood.

தலைக்கருவி: (பெ): தலைக்கவசம்; helmet.

தலைக்கழிதல்: (பெ): பிரிதல்; to part with.

தலைக்குடி: (பெ): பழங்குடி; tribal people; tribes.

தலைக்கோலம்: (பெ): தலையில் அணியும் அணிகலன்; a kind of ornament worn on the head.

தலைக்கோலாசான்: (பெ): நட்டுவனார்; dance master.

தலைச்சீரா: (பெ): தலைக்கவசம்; helmet.

தலைச் சுருளி: (பெ): மூலிகை வகை; a kind of herb.

தலைதல்: (வி): மேன்மையாதல்; கூடுதல்; மழை பெய்தல்; மிகக் கொடுத்தல்; பரத்தல்; to rise; be added; to rain; to give excessively; to spread.

தலைநிம்பம்: (பெ): சிவனார் வேம்பு; a herb.

தலைப்பணிலம்: (பெ): வலம்புரிச்சங்கு; conch, whose spirals turn to the right.

தலைப்பிரிதல்: (வி): நீங்குதல்; to leave from.

தலைப்புணை: (பெ): முக்கிய ஆதாரம்; important evidence.

தலைப் பெயர்த்தல்: (வி): மீளச் செய்தல்; to relieve someone from trouble, danger etc.

தலைபெய்தல்: (வி): ஒன்று கூடுதல்; கிட்டுதல்; to come together; to receive; to get.

தலைமகன்: (பெ): தலைவன்; மூத்த மகன்; கணவன்; master lord, hero; eldest son; husband.

தலை மடிதல்: (வி): இறத்தல்; to die.

தலை மடை: (பெ): முதல் மடை; first (sluice) channel.

தலை மணத்தல்: (பெ): நெருங்குதல்; கலத்தல்; ஒன்றுடன் ஒன்று பின்னுதல்; to come close; to mingle; to become united.

தலை மயங்குதல்: (வி): பெருகுதல்; கலந்து இருத்தல்; கைகலத்தல்; கெடுதல்; பிரிதல்; to increase; be mixed up; to fight at close quarters; be ruined; to part with.

தலைமிதழ்: (பெ): மூளை; brain.

தலை மூர்ச்சனை: (பெ): வருத்தம்; distress.

தலைமைப்பாடு: (பெ): பெருமை; greatness.

தலையுவா: (பெ): அமாவாசை; New Moon day.

தலை வழிதல்: (வி): நிரம்பி வழிதல்; to overflow.

தலைவாசகம்: (பெ): பாயிரம்; preface.

தல்லம்: (பெ): குழி; நீர் இருக்கும் பள்ளம்; pit; a hollow space with water.

தல்லி: (பெ): தாய்; mother.

தல்லிகை: (பெ): திறப்பு; opening.

தல்லுதல்: (வி): இடித்து நசுக்குதல்; to press something by hitting.

தல்லை: (பெ): இளம்பெண்; தெப்பம்; young woman; raft.

தவக்கு: (பெ): நாணம்; modesty.

தவதாயம்: (பெ): இடுக்கண்; distress.

தவத்தல்: (வி): நீங்குதல்; to leave.

தவந்து: (பெ): தானியம்; grain.

தவப்பள்ளி: (பெ): முனிவர் வாழுமிடம்; hermitage.

தவராசம்: (பெ): வெள்ளைச் சர்க்கரை; white sugar.

தவர்: (பெ): வில்; துளை; bow; hole.

தவர்தல்: (வி): துளைத்தல்; to bore.

தவலத்து: (பெ): ஆட்சி; rule; government.

தவல்: (பெ): குறைவு; கேடு; குற்றம்; இறப்பு; வறுமை; வருத்தம்; deficiency; harm; fault; death; poverty; distress.

தவளசத்திரம்: (பெ): வெண்கொற்றக் குடை; white umbrella of victory.

தவளத் தொடை: (பெ): தும்பை மாலை; a garland of leucas flowers worn by warriors when engaged in battle as a mark of their valour.

தவளம்: (பெ): வெண்மை; வெண்மிளகு; சங்கபாடாணம்; whiteness; white pepper; a kind of arsenic.

தவளிதம்: (பெ): வெண்மை; whiteness.

தவற்றுதல்: (வி): விலக்குதல்; to reject; to discard.

தவனகம்: (பெ): மருக்கொழுந்து; southern wood.

தவனம்: (பெ): வெப்பம்; தாகம்; ஆசை; வருத்தம்; மருக்கொழுந்து; heat; thirsty; desire; distress; southern wood.

தவறணை: (பெ): (இலங்) மதுபானக் கடை; tavern; the place where liquor is sold or consumed.

தவனியம்: (பெ): பொன்; gold.

தவாநிலை: (பெ): உறுதிநிலை; stubbornness.

தவாவினை: (பெ): மலை; முத்தி; mountain; final salvation.

தவாளித்தல்: (வி): கால்வாய் தோண்டுதல்; to dig a channel.

தவிசணை: (பெ): கட்டில்; cot.

தவிசம்: (பெ): வீடுபேறு; கடல்; final bliss; sea.

தவிசு: (பெ): தடுக்கு; பாய்; மெத்தை; பீடம்; திராவகம்; a small palmleaf mat; mat; mattress; cushion; distilled spirit; mineral acid.

தவுசெலம்: (பெ): முருங்கை மரம்; horse radish tree.

தவுதல்: (வி): குன்றுதல்; to diminish.

தவ்வல்: *(பெ):* சிறு குழந்தை; இளம் விலங்கு; a small child; young animal.

தவ்வி: *(பெ):* அகப்பை; wooden ladle.

தவ்வு: *(பெ):* கெடுதல்; பாய்ச்சல்; பலகையில் இடும் துளை; decaying; spring forth; galloping; a hole drilled in a plank.

தவ்வை: *(பெ):* தாய்; தமக்கை; mother; elder sister.

தழங்கல்: *(பெ):* ஆரவாரம்; யாழ் நரம்போசை; loud noise; furore; the sound produced from the lute by stringing.

தழங்குதல்: *(வி):* ஒலித்தல்; முழங்குதல்; to sound; to rumble.

தழம்: *(பெ):* தைலம்; oil-like substance extracted from certain flora and fauna; medicinal oil; balm (for headache, etc.).

தழலாடி வீதி: *(பெ):* நெற்றி; forehead.

தழற்சி: *(பெ):* அழலுதல்; to burn; to shine.

தழற்சொல்: *(பெ):* சுடுசொல்; harsh word.

தழற்பூமி: *(பெ):* உவர்மண்; saline soil.

தழால்: *(வி):* தழுவுதல்; சேர்த்துக்கொள்ளுதல்; to embrace; to recruit.

தழிச்சுதல்: *(வி):* தழுவுதல்; புகுதல்; to embrace; to enter.

தழு: *(பெ):* தழுவுகை; embracing.

தழுக்குதல்: *(வி):* செழிப்படைதல்; to prosper; to flourish.

தழுதணை: *(பெ):* படர்தாமரை; ஒருவகை கரப்பான்; ringworm; tetter.

தழுதாழை: *(பெ):* வாதமடக்கி மரம்; a kind of tree.

தழும்பம்: *(பெ):* ஈகையாளன்; philanthropist.

தழும்புதல்: *(வி):* பழகியிருத்தல்; to become addicted.

தழுவணி: *(பெ):* பெண்கள் ஆடும் குரவைக்கூத்து; a kind of dance by rural women.

தழைக்கண்ணி: *(பெ):* இலை மாலை; leaf garland.

தழைதல்: *(வி):* செழித்தல்; மிகுதல்; வளர்ச்சி அடைதல்; to flourish; to exceed; to grow.

தழைவு: *(பெ):* தளிர்ப்பு; குழைவு; செழிப்பு; வளமை; மிகுதி; sprout; mashy condition; flourishing condition; wealth; mickle.

தளசிங்கம்: *(பெ):* மாவீரன்; great warrior.

தளதளத்தல்: *(வி):* பலமாதல்; ஒளிர்தல்; to grow strong; to shine.

தளப்படி: *(பெ):* மனவுளைவு; anxiety.

தளப்பம்: *(பெ):* காதணி வகை; மனவுளைவு; a kind of ear ornament; anxiety.

தளப்பு: *(பெ):* கேடு; சோர்வு; injury; langour.

தளம்பு: *(பெ):* மதகு; சேற்றில் பயன்படுத்தும் கருவி; sluice gate; an instrument for working in mire.

தளம்புதல்: *(வி):* பழக்கமாதல்; to get accustomed.

தளவம்: *(பெ):* முல்லைக்கொடி; jasmine creeper.

தளவரிசை: *(பெ):* எழுதகம்; ornamental stone base for a pillar.

தளவு: *(பெ):* செம்முல்லை; யானையின் வாய்; golden jasmine; elephant's mouth.

தளா: *(பெ):* செம்முல்லை; முல்லை; ஊசி மல்லிகை; golden jasmine; jasmine; a kind of jasmine.

தளி: *(பெ):* கோயில்; இடம்; நீர்த்துளி; மழை; மேகம்; குளிர்; விளக்குத்தண்டு; temple; place; drop of water; rain; cloud; coldness; chillness; lamp stand.

தளிகை: *(பெ):* உண்கலம்; சமையல்; கூழ்; இறைவனுக்குப் படைக்கப்பட்ட பொருள்; plate to eat from; cooking; gruel; the offering to God.

தளித்தல்: *(வி):* துளித்தல்; பூசுதல்; தெளித்தல்; to drip; to smear; to sprinkle.

தளிமம்: *(பெ):* அழகு; மெத்தை; படுக்கை; திண்ணை; வாள்; beauty; mattress; bed; raised platform to sit; sword.

தளிவம்: *(பெ):* தகடு; metal sheet.

தளுகன்: *(பெ):* பொய்யன்; liar.

தளுகு: *(பெ):* பொய்; lie.

தளுக்குணி: *(பெ):* ஏமாற்றுபவன்; a cheat.

தளுக்குதல்: *(வி):* துலக்குதல்; ஒளிர்தல்; to polish; to shine.

தளுவம்: *(பெ):* கைத்துண்டு; towel.

தளையம்: *(பெ):* விலங்கு; fetters.

தள்ளல்: *(பெ):* பொய்; தள்ளுகை; lie; false; pushing.

தள்ளுறுதல்: *(வி):* வருந்துதல்; be distressed.

தள்ளை: *(பெ):* தாய்; mother.

தறடிகம்: *(பெ):* மாதுளை; pomegranate.

தறி: *(பெ):* தூண்; முளைக்கோல்; கோடரி; pillar; peg; axe.

தறிகை: *(பெ):* கட்டுத் தறி; கோடரி; post for tying elephants; axe.

தறிச்சன்: *(பெ):* எருக்கு; yercum.

தறிதல்: *(வி):* அறுபடுதல்; be severed; to break.

தறுகண்: *(பெ):* அஞ்சாமை; கொடுமை; கொல்லுகை; bravery; atrocity; act of killing.

தறுகுதல்: *(வி):* தடைப்படுதல்; தவறுதல்; திக்கிப் பேசுதல்; தாமதம் செய்தல்; be checked; to slip off; to stammer; to delay.

தறுகும்பன்: *(பெ):* முரடன்; தீயவன்; ruffian; lout; miscreant.

தறுதல்: *(வி):* கட்டுதல்; to tie.

தறும்பு: *(பெ):* முளை; அகழி; peg; moat considered as a defence.

தறுவுதல்: *(வி):* குறைதல்; to decrease.

தறைதல்: *(வி):* தைத்தல்; to sew.

தறைமலர்: *(பெ):* ஆணியின் மரை; screw.

தற்கரன்: *(பெ):* கள்வன்; thief.

தற்கரிசனம்: *(பெ):* சுயநலம்; selfishness.

தற்கு: *(பெ):* செருக்கு; pride.

தற்கெலம்: *(பெ):* வறுமை; poverty.

தற்கொண்டான்: *(பெ):* கணவன்; husband.

தற்கோலம்: *(பெ):* வால் மிளகு; cubeb.

தற்சனி: *(பெ):* சுட்டு விரல்; forefinger.

தற்சாட்சி: *(பெ):* மனச்சாட்சி; பரமாத்மா; conscience; God as the supreme being.

தற்சுட்டு: *(பெ):* தன்னைச் சுட்டுதல்; reference to one's self.

தற்செறுக்கு: *(பெ):* அகங்காரம்; egotism.

தற்பின்: *(பெ):* தம்பி; younger brother.

தற்பு: *(பெ):* செருக்கு; உள்ள நிலைமை; pride; real position.

தற்புருடம்: *(பெ):* சிவனின் ஐந்து முகங்களுள் ஒன்று; one of the five faces of Lord Shiva.

தனகரன்: *(பெ):* குபேரன்; கள்வன்; millionaire; robber.

தனகுதல்: *(வி):* சண்டையிடுதல்; to fight with.

தனக்கட்டு: *(பெ):* பெருஞ்செல்வம்; wealth.

தனதன்: *(பெ):* பெருஞ் செல்வந்தன்; very rich man.

தனபதி: *(பெ):* குபேரன்; Kubera, Lord of Wealth.

தனாசி: *(பெ):* ஒரு பண்; a song.

தனாதி: *(பெ):* தன்னுடையது; one's own thing.

தனிகம்: *(பெ):* கொத்துமல்லி; coriander leaf and seed.

தனிகன்: *(பெ):* செல்வந்தன்; rich man.

தனிசு: *(பெ):* கடன்; loan.

தனிதம்: *(பெ):* ஒலி; முழக்கம்; sound; loud noise.

தனிப்பாடு: *(பெ):* தனிமை; solitude; loneliness.

தனியா: *(பெ):* கொத்தமல்லி; அரைக்கச்சை; coriander seed; waist-belt.

தனியூர்: *(பெ):* பெருநகர்; corporation.

தனுகாண்டன்: *(பெ):* வில்; அம்பு; bow; arrow.

தனுசன்: *(பெ):* மகன்; ஒரு அசுரன்; the son; an Asura.

தனுசை: *(பெ):* மகள்; the daughter.

தனுத்திரம்: *(பெ):* கவசம்; shield.

தனுமேக சாய்கை: *(பெ):* நீலக்கல்; a precious stone.

தனுரசம்: *(பெ):* வியர்வை; perspiration.

தனுவாரம்: *(பெ):* கவசம்; shield.

தன்: *(பெ):* 'தான்' என்பதன் வேற்றுமை உருபு ஏற்கும்போது திரியும் வடிவம்; the form of the third person pronoun 'தான்' serving as a base for further declension.

தன்கு: *(பெ):* மகிழ்ச்சி; joy; happiness.

தன்மயம்: *(பெ):* இயற்கை; திறமை; nature; ability.

தன்மன்: *(பெ):* யமன்; திப்பிலி; Yama, the God of death; long pepper.

தன்மானி: *(பெ):* வறுமை; poverty.

தன்னமை: *(பெ):* நட்பு; friendship.

தன்னயம்: *(பெ):* சுய நலம்; selfish.

தன்னியம்: *(பெ):* தாய்ப்பால்; mother's milk.

தன்னுதோணி: *(பெ):* சிறிய படகு; a small boat.

தன்னை: *(பெ):* தலைவன்; தமையன்; தமக்கை; தாய்; master; lord; elder brother; elder sister; mother.

தா

தா: *(பெ):* வலிமை; வருத்தம்; கேடு; பாய்தல்; குற்றம்; குறை; strength; pain; decay; pouncing; fault; defect; *(வி):* கொடு; to give.

தாக்கீது: *(பெ):* நீதி மன்றம், அரசு போன்றவற்றின் எழுத்து மூலமான உத்தரவு; summon.

தாக்கு: *(பெ):* போர்; படை; வேகம்; சாதனை; war; army; speed; achievement.

தாங்கி: *(பெ):* ஆதாரம்; பூண்; யானைக் கொம்பில் அணிவிக்கப் படும் சிம்புரி; support; ring; ferrule; ring on elephant's tusk.

தாங்கு: *(பெ):* ஆதாரம்; ஈட்டிக் காம்பு; support; pole of a spear.

தாங்குதல்: *(வி):* சுமத்தல்; புரத்தல்; ஆதரித்தல்; பொறுத்தல்; to carry; to protect; to support; to bear.

தாசமார்க்கம்: *(பெ):* அடிமை நெறி; the way of slavery.

தாசரி: *(பெ):* நாதன்; பாம்புப் பிடாரன்; மலைப்பாம்பு; lord; husband; master; snake catcher; snake-charmer; python.

தாசு: *(பெ):* நாழிகை வட்டில்; ஒரு மணி நேரம்; சூதாடு கருவி; clock; an hour; gambling dice.

தாசுவம்: *(பெ):* கொடை; bounty; gift.

தாசேரம்: *(பெ):* ஒட்டகம்; camel.

தாச்சி: *(பெ):* புல் வகை; a kind of grass.

தாடங்கம்: *(பெ):* மகளிரின் காதணி வகை; a kind of ear ornament worn by women.

தாடபத்திரம்: *(பெ):* ஓலையாலான காதணி; an ear ornament made of palmyra leaf.

தாடம்: *(பெ):* அடிக்கை; beating; striking.

தாடனம்: *(பெ):* தட்டுதல்; அடித்தல்; அபிநய வகை; act of knocking; beating; a kind of posture.

தாடாளன்: *(பெ):* மேன்மையானவன்; an eminent man.

தாடிமஞ்சம்: *(பெ):* கொடி வகை; a kind of creeper.

தாடிமம்: *(பெ):* சிற்றேலம்; a kind of cardamom seed.

தாடு: *(பெ):* தலைமை; வலிமை; leadership; high command; strength.

தாட்கம்: *(பெ):* கொடி முந்திரிகை; vine.

தாட்கவசம்: *(பெ):* செருப்பு; slipper; leather sandals.

தாட்சம்: *(பெ):* கொடி முந்திரிகை; vine.

தாட்சன்: *(பெ):* கருடன்; white-headed kite.

தாட்சி: *(பெ):* தாமதம்; இழிவு; தாழ்ந்து பணிதல்; delay; meanness, the act of submitting to someone.

தாட்டானை: *(பெ):* கிழக்குரங்கு; an aged monkey.

தாட்டான்: *(பெ):* கணவன்; தலைவன்; husband; hero; master; lord.

தாட்டுதல்: *(வி):* மறுத்தல்; காலங்கடத்துதல்; நீக்குதல்; to deny; to postpone; to reject.

தாட்படை: *(பெ):* கோழி; fowl; hen.

தாணா: *(பெ):* சிற்றுணவு; அவித்த கொள்ளு; காவல் நிலையம்; tiffin; cooked horse-gram; police station.

தாணி: *(பெ):* மரவகை; பூண்டு வகை; உந்து வண்டி; a kind of tree; a kind of herb; Auto.

தாணித்தல்: *(வி):* பதித்தல்; கெட்டிப்படுத்துதல்; to fix; to solidify.

தாணையம்: *(பெ):* கோட்டைக்குள் இருக்கும் படை; பாளையம்; மந்தை; the army which is in the fort; army quarters; a herd.

தாண்டகம்: *(பெ):* ஒரு வகைப் பாடல்; பிரபந்த வகை; a kind of verse; a kind of Prabandham.

தாண்டு: *(பெ):* குதித்தல்; வெற்றி; அகங்கரிப்பு; act of leaping; victory; conceit; arrogance.

தாண்முளை: *(பெ):* மகன்; the son.

தாதச்சி: *(பெ):* தவப்பெண்; woman ascetic.

தாதரி: *(பெ):* ஆடுதின்னாப் பாளை; a herb.

தாதலம்: *(பெ):* மனத்திட்பம்; பாகம்; நோய்; firmness of mind; part; disease.

தாதன்: *(பெ):* தாசன்; அடியவன்; தொண்டன்; தந்தை; ஈகையாளன்; வைணவப் பரதேசி; devotee; servant; slave; father; liberal donor; Vaishnava mendicant.

தாதானம்: *(பெ):* கரிக்குருவி; glossy black bird with long forked tail.

தாதான்மியம்: *(பெ):* ஒன்றுபட்டிருத்தல்; being united.

தாதுகி: *(பெ):* செங்கல்; brick.

தாதுசேகரம்: *(பெ):* துரிசு; blue vitriol.

தாதுண் பறவை: *(பெ):* வண்டு; bee.

தாது பார்த்தல்: *(வி):* கைநாடி அறிதல்; to feel the pulse.

தாதுவாதம்: *(பெ):* நாடியறிதல்; கபடம்; பொய்; உலோகப் பரிசோதனை; act of the feeling of the pulse; deceit; lie; false; metal examining.

தாதுவிழுதல்: *(வி):* நாடி ஒடுங்குதல்; sinking of the pulse.

தாது வைரி: *(பெ):* கந்தகம்; கடுக்காய்; sulphur; gallnut.

தாதை: *(பெ):* தந்தை; பாட்டன்; பிரம்மன்; father; grandfather; Lord Brahma.

தாதொரு மன்றம்: *(பெ):* மேடை; dais.

தாத்தாரி: *(பெ):* நெல்லி; emblic myrobalan.

தாத்தி: *(பெ):* ஆத்தி மரம்; a kind of tree.

தாத்திரம்: *(பெ):* கோடரி; வளைந்த வாள்; axe; curved sword.

தாத்திரி: *(பெ):* தாய்; பூமி; நெல்லிமரம்; ஆடுதின்னாப் பாளை; mother; earth; emblic myrobalan tree; a herb.

தாத்திரியம்: *(பெ):* வறுமை; poverty.

தாத்திருவாதம்: *(பெ):* கபடம்; சூது; பொய்; deceit; fraud; false; lie.

தாத்து: *(பெ):* நீதி; புகார்; பிரதிநிதித்துவம்; justice; complaint; representation.

தாத்துதல்: *(வி):* கொழித்தல்; ஒளித்து வைத்தல்; செலவழித்தல்; to winnow; to conceal (as stolen bullocks); to spend.

தாத்துரு: *(பெ):* கொத்துமல்லி; coriander seed.

தாநகம்: (பெ): கொத்துமல்லி; coriander seed.

தாந்தன்: (பெ): ஐம்புலன்களையும் வென்றவன்; victor of the five senses of the organs.

தாந்தி: (பெ): மன அடக்கம்; modesty.

தாந்துவீகன்: (பெ): தையற்காரன்; tailor.

தாபசன்/தாபதன்: (பெ): துறவி; முனிவர்; monk; hermit; ascetic.

தாபசோபம்: (பெ): மிகு துன்பம்; heavy sorrow.

தாபத நிலை: (பெ): தவ ஒழுக்கம்; penance.

தாபதம்: (பெ): முனிவர் வாழுமிடம்; residing place of ascetics.

தாபந்தம்: (பெ): இரக்கம்; ஆத்திரம்; சங்கடம்; pity; mercy; hastiness of temper; difficulty; trouble.

தாபரம்: (பெ): உடம்பு; மரப்பொந்து; மலை; இடம்; ஆதாரம்; பூமி; கோயில்; உறுதி; இலிங்கம்; body; hollow in a tree; mountain; place; support; earth; temple; firmness; Lingam, the symbol of Lord Shiva.

தாபரித்தல்: (வி): ஆதரித்தல்; to support.

தாபனன்: (பெ): சூரியன்; the Sun.

தாபி: (பெ): யமுனை ஆறு; the River Yamuna.

தாபிஞ்சம்: (பெ): ஆமணக்குச் செடி; the castor plant.

தாபித்தல்: (வி): பிரதிஷ்டை செய்தல்; மெய்ப்பித்தல்; to establish a deity as in a newly built temple; to prove.

தாமசம்: (பெ): தாமதம்; தமோகுணம்; delay; one of the three gunas.

தாமணி: (பெ): கயிறு; தும்பு; coir; tethering rope.

தாமநூல்: (பெ): ஆயுர்வேதம்; Ayurveda.

தாமரசம்: (பெ): செம்பு; செந்தாமரை; copper; red lotus.

தாமரைப்பாசினி: (பெ): அரிதாரம்; yellow orpiment; musk of deer.

தாமளை: (பெ): புன்னை மரம்; mast wood.

தாமிர சிகி: (பெ): சேவல்; the cock.

தாமிர பல்லவம்: (பெ): அசோக மரம்; the Asoka tree.

தாமிர பீசம்: (பெ): கொள்ளு; the horse gram.

தாமிரம்: (பெ): செப்பு; copper.

தாமிரிகை: (பெ): குன்றிக் கொடி; crab's eye creeper.

தாமீகன்: (பெ): பகட்டுக்காரன்; dandy.

தாமை: (பெ): தாம்புக் கயிறு; rope.

தாம்பூரவல்லம்: (பெ): வாழைமரம்; plantain tree.

தாம்போகி: (பெ): ஏரி மதகு; the sluice of a lake.

தாயத்தவர்: (பெ): உறவுமுறைப் பங்காளிகள்; kinsmen.

தாயபந்து: (பெ): உடன் பிறந்தவன்; brother.

தாயபாகம்: (பெ): உரிமைப் பங்கு; right of share.

தாயம்: (பெ): பங்கு; கவறு; தந்தை வழிச் சுற்றம்; துன்பம்; சூதாடு கருவி; share; gamble; paternal relationship; grief; dice.

தாயோலை: (பெ): மூலவோலை; original (palmyra leaf) script.

தாய்க்கட்டு: (வி): வீட்டின் மையப் பகுதி; the central portion of a house.

தாரகத்தான்: (பெ): பன்றிக் கொம்பு; horn of a pig.

தாரகம்: (பெ): பிரணவம்; சாதனம்; விண்மீன்; ஆதாரம்; 'OM', the Pranava Mantra; means; star; source.

தாரகாகணம்: (பெ): விண்மீன் கூட்டம்; group of stars.

தாரக்கம்: (பெ): பத்திய உணவு; prescribed diet for a patient.

தாரணம்: (பெ): தரிக்கை; உறுதிப்பாடு; நிலைத்திருக்கை; act of wearing; firmness; stability.

தாரணி: (பெ): பூமி; மலை; யமன்; earth; mountain; Yama, the God of Death.

தாரணித்தல்: (வி): தாங்குதல்; தரித்தல்; to support; to bear; to wear.

தாரதண்டுளம்: (பெ): வெண்சோளம்; (white) jowar; sorghum.

தாரபரிக்கிரகம்: (பெ): திருமணம்; wedding; marriage.

தாரம்: (பெ): மனைவி; அரிதாரம்; நீர்; வெள்ளி; அரும் பண்டம்; முத்து; நாக்கு; வெண்கலம்; wife; yellow orpiment; water; silver; a rare thing; pearl; tongue; bell metal; bronze.

தாரா: (பெ): விண்மீன்; நாரை வகை; வாத்து வகை; நீர்த்தாரை; star; a kind of crane; a kind of duck; spout; gutter.

தாராங்கம்: (பெ): வாள்; sword.

தாராங்குரம்: (பெ): ஆலங்கட்டி; hail stone.

தாராடம்: (பெ): குதிரை; மேகம்; சாதகப்பறவை; horse; cloud; shepherd bird, believed to subsist on rain drops.

தாராதரம்: (பெ): மேகம்; cloud.

தாராபதம்: (பெ): வானம்; the sky.

தாராவணி: (பெ): காற்று; air.

தாரி: (பெ): வழி; முறைமை; விலைவாசி; அரிதாரம்; வண்டின் ஒலி; way; manner; prices of (essential) commodities; yellow orpiment; sound produced by beetle.

தாரிகம்: (பெ): தீர்வை; excise, duty, tax.

தாரிசம்: *(பெ):* நியாயமானது; ஒப்பந்தம்; that which is justified; treaty; pact; agreement.

தாரிணி: *(பெ):* பூமி; இலவ மரம்; earth; silk cotton tree.

தாரித்தல்: *(வி):* பொறுத்தல்; உடையதாதல்; தாங்குதல்; to endure; to possess; to bear; to support.

தாரிப்பு: *(பெ):* உதவி; மதிப்பு; support; help; respect.

தாரு: *(பெ):* மரம்; மரக்கிளை; tree; branch of a tree.

தாருணம்: *(பெ):* அச்சம்; fear.

தாருண்ணியம்: *(பெ):* இளமைப் பருவம்; youth.

தாரை மழுங்கல்: *(பெ):* வயிரக் குற்றங்களுள் ஒன்று; one of the defects of diamond.

தாரை வார்த்தல்: *(வி):* திருமணத்தின்போது மகளை அல்லது ஒரு பொருளைத் தானம் செய்யும்போது கைகளில் நீரை வார்த்து ஒப்படைத்தல்; to offer one's daughter at the time of marriage or something by ritually pouring water into the hands of the recipient.

தார்[1]: *(பெ):* மாலை; பூ; அரும்பு; பூங்கொத்து; கிளியின் கழுத்திலுள்ள கோடு; முன்னணிப் படை; garland; flower; flower bud; cluster of flower; neck stripes of parrot; van of army; army; orderliness; coir; mane; a kind of drum; dextrous move; bunch (of fruit); chain.

தார்[2]: *(பெ):* சாலை போடப் பயன்படும் நிலக்கரியிலிருந்து கிடைத்திடும் பிசுபிசுப்பான கறுப்பு நிறப் பொருள்; நெசவுத் தறியின் நாடாவின் உள்ளே ஊடு இழையினைச் சுற்றி வைப்பதற்கான குச்சி போன்ற பகுதி; liquid tar; the pin in the shuttle of handlooms or power looms.

தார்க்கியன்: *(பெ):* கருடன்; white-headed kite.

தார்ட்டியம்: *(பெ):* வலிமை; strength.

தார்ப்பூ: *(பெ):* அடையாளப் பூ; the flower used as symbol.

தார்மபத்தனம்: *(பெ):* மிளகு; pepper.

தார்மீக: *(பெ.அ):* சட்டப்படி (அ) நியாயப்படி அல்லாது எது உண்மையோ, தர்மமோ அதன் அடிப்படையிலான; righteous.

தாலகி: *(பெ):* கள்; toddy.

தாலபத்திரம்: *(பெ):* பனையோலை; palmyra leaf.

தாலப்புல்: *(பெ):* பனை மரம்; palmyra-palm.

தாலமூலி: *(பெ):* நிலப்பனை; a herb.

தாலம்: *(பெ):* பனை மரம்; கூந்தற் கமுகு; பூமி; நாக்கு; தட்டம்; உண்கலம்; தேன்; உலகம்; palmyra-palm tree; a kind of areca palm; earth; tongue; plate; eating plate; honey; world.

தாலவட்டம்: *(பெ):* விசிறி; யானைக் காது; யானை வால்; பூமி; fan; ear of an elephant; elephant's tail; earth.

தாலவிருந்தம்: *(பெ):* பேரால வட்டம்; விசிறி; a large sized fan; fan.

தாலாப்பு: *(பெ):* குளம்; tank.

தாலாலம்: *(பெ):* பழமொழி; proverb.

தாலு: *(பெ):* நாக்கு; அண்ணம்; tongue; roof of mouth; uvula.

தாலூரம்: *(பெ):* நீர்ச்சுழல்; சுழல் காற்று; குங்கிலிய வகை; whirlpool; cyclone; whirlwind; a kind of konkani resin.

தால்: *(பெ):* நர்க்கு; tongue.

தாவகம்: *(பெ):* வனம்; காட்டுத்தீ; forest; wild fire; conflagration.

தாவடி: *(பெ):* பயணம்; போர்; tour; war.

தாவடியிடுதல்: *(வி):* அடியிட்டுத் தாவியளத்தல்; to measure by leaping.

தாவம்: *(பெ):* காடு; தீ; காட்டுத்தீ; வெப்பம்; துன்பம்; மரப்புழு; forest; fire; wild fire; heat; sorrow; a kind of worm.

தாவரித்தல்: *(வி):* காப்பாற்றுதல்; தாங்குதல்; to maintain; to protect; to bear; to support.

தாவல்: *(பெ):* தாண்டுதல்; பரப்பு; வருத்தம்; act of leaping or jumping; area; sorrow; distress.

தாவளம்: *(பெ):* தங்குமிடம்; lodging.

தாவளி: *(பெ):* கம்பளம்; வெண்மை; carpet; whiteness.

தாவளியம்: *(பெ):* வெண்மை; whiteness.

தாவளை: *(பெ):* நோய் தணிதல்; curing of disease.

தாவனம்: *(பெ):* தூய்மை செய்தல்; தோற்றுவித்தல்; act of purifying; act of producing.

தாவானலம்: *(பெ):* காட்டுத்தீ; wild fire.

தாழம்: *(பெ):* அமைதி; தாமதம்; தாழ்வு; calmness; delay; shortness.

தாழ்ப்பம்: *(பெ):* ஆழம்; depth.

தாழ்வடம்: *(பெ):* கழுத்தணிகலன் வகை; a kind of necklace.

தாழ்வரை: *(பெ):* மலையடிவாரம்; foot of a hill.

தாழ்வறை: *(பெ):* நிலவறை; cellar; vault.

தாழ்வாய்: *(பெ):* மோவாய்; chin.

தாழ்வு: *(பெ):* அவமானம்; பள்ளம்; குறுமை; அடக்கம்; துன்பம்; dishonour; pit; lowness; shortness; modesty; distress.

தாளகம்: *(பெ):* அரிதாரம்; yellow orpiment.

தாளடி: *(பெ):* குறுவைக்குப் பின் பயிரிடப்படும் இரண்டாவது நெல் சாகுபடி; சாகுபடி காலம்; the second crop of paddy; cultivation season.

தாளன்: *(பெ):* பயனற்றவன்; useless fellow.

தாளாண்மை: *(பெ):* விடா முயற்சி; perseverance.

தாளாளன்: *(பெ):* ஊக்கமுடையவன்; முயற்சி உடையவன்; energetic person; active person.

தாளி: *(பெ):* பனை; கொடிவகை; தாளித்தல்; palmyra palm; a kind of creeper; seasoning.

தாளிகை: *(பெ):* செய்தித்தாள்; பத்திரிகை; newspaper; magazine.

தாளிக்கம்: *(பெ):* தழைப்பு; sprout.

தாளிதம்: *(பெ):* தாளித்தல்; seasoning.

தாளிம்பம்: *(பெ):* நுதலணி வகை; a kind of forehead ornament.

தாளுதல்: *(பெ):* இயலுதல்; பொறுத்தல்; விலை பெறுதல்; be possible; to tolerate; be valued high.

தாளுருவி: *(பெ):* காதணி வகை; a kind of ear ornament.

தாறுகன்னி: *(பெ):* வெள்ளைக் காக்கணங் கொடி; a herb.

தாற்பரியம்: *(பெ):* பொருள்; விவரம்; நோக்கம்; ஆவல்; பாராட்டு; meaning; particulars; motive; desire; felicitation.

தாற்றுதல்: *(வி):* கொழித்தல்; தரித்தல்; to winnow; to wear.

தாற்றுப்பூ: *(பெ):* கொத்துப்பூ; cluster of flowers.

தானகம்: *(பெ):* கூத்து வகை; a kind of dance.

தானசீலன்: *(பெ):* ஈகையாளன்; charitable man.

தானம்: *(பெ):* இடம்; இருப்பிடம்; பதவி; கோயில்; இருக்கை; place; dwelling place; responsible position; temple; seat.

தானவண்ணம்: *(பெ):* இசைப்பாட்டு வகை; a kind of song.

தானாகரன்: *(பெ):* பெருங் கொடை வள்ளல்; a liberal donor.

தானாதிபதி: *(பெ):* படைத்தலைவர்; தூதுவன்; நடுநிலையாளர்; chief of an army; messenger; impartial person.

தானா பத்தியம்: *(பெ):* தூது; நடுவு நிலைமை; message; errand; mediation.

தானிகம்/தானிகை: *(பெ):* கொத்துமல்லி; coriander seed.

தானியம்: *(பெ):* நெல் முதலானவை; paddy, etc.

தானீகம்: *(பெ):* கோயில்; temple.

தானு: *(பெ):* காற்று; கொடையாளி; வெற்றியாளன்; wind; liberal donor; the person who gets victory.

தானூரம்: *(பெ):* சுழற்காற்று; cyclone; whirlwind.

தானை: *(பெ):* படை; ஆயுதம்; ஆடை; மேடைத் திரைச்சீலை; army; weapon; garment; curtain.

தான்: *(பெ):* உயர்திணை, அஃறிணை ஒருமைப் பொதுப்பெயர்; reflexive pronoun of third person singular.

தான்றி: *(பெ):* தான்றிமரம்; மருதோன்றி; எல்லை; a kind of tree; henna; boundary.

தி

திகதி: *(பெ):* தேதி; date.

திகந்தம்: *(பெ):* திக்கின் முடிவு; end of the direction.

திகந்தராளம்: *(பெ):* வானம்; the sky.

திகம்: *(பெ):* மிகுதி; புலித்தோல்; அவாவறுத்தல்; excess; abundance; skin of the tiger; act of extirpating desire.

திகரடி: *(பெ):* சோர்வு; முச்சடைப்பு; weariness; choking.

திகரம்: *(பெ):* சோர்வு; ஈளை; அவா; weariness; phlegm; desire.

திகழ்: *(பெ):* ஒளி; தோற்றம்; light; appearance; origin.

திகழ்வு: *(பெ):* ஒளி; விளக்கம்; light; lamp.

திகிரிப்புள்: *(பெ):* சக்கரவாகப் பறவை; a kind of bird in separation said to be pining for its mate during the night, mentioned in classical Indian literature.

திகிர்: *(பெ):* நடுக்கம்; trembling; shivering.

திகில்: *(பெ):* அச்சம்; பீதி; fear; panic.

திகைதி: *(பெ):* தேதி; date.

திக்கம்: *(பெ):* இளம் யானை; young elephant.

திக்கரன்: *(பெ):* இளைஞன்; the youth.

திக்கரி: *(பெ):* இளம் பெண்; குமரி; young woman; virgin.

திக்கரித்தல்: *(வி):* மறுத்தல்; வெறுத்தல்; to deny; to hate.

திக்கரை: *(பெ):* முருக்கு; palas tree; sour lime.

திக்காரம்: *(பெ):* நிந்தை; இகழ்ச்சி; பிடிவாதம்; reproach; vilification; stubbornness; perverseness.

திக்குறு: *(பெ):* காட்டு முருங்கை மரம்; wild horse-radish tree.

திசாமுகம்: *(பெ):* திக்கு; direction.

திசாயம்: *(பெ):* குங்கிலியம்; konkani resin.

திசி: *(பெ):* திசை; direction.

திசு: *(பெ):* குறிப்பிட்ட செயல்பாட்டினை நிகழ்த்துவதற்கான ஒத்த வடிவ உயிரணுக்களின் தொகுப்பு; tissue.

திசைக்கல்: *(பெ):* எல்லைக்கல்; landmark.

திசைச்சொல்: *(பெ):* பண்டைய தமிழகத்தை ஒட்டியிருந்த நிலப்பகுதிகளிலிருந்து வந்து வழங்கிய சொல்; borrowing made in the past found in Tamil from ancient Tamil land.

திசைத்தல்: *(வி):* மயங்குதல்; bewildered.

திடமை: *(பெ):* வெள்ளெருக்கு; white yercum.

திடர்: *(பெ):* மேட்டு நிலம்; மலை; குப்பைமேடு; புடைப்பு; தீவு; upland; mountain; heap of rubbish; swelling; island.

திடறு: *(பெ):* மேட்டுநிலம்; upland.

திடாரி: *(பெ):* ஊக்கம் உடையவன்; energetic person.

திடுமலி: *(பெ):* அடங்காதவள்; termagant.

திடுமல்: *(பெ):* பெண்ணின் அடங்காத்தன்மை; arrogant nature of a woman.

திடுமன்: *(பெ):* திண்மை; அடங்காத் தன்மை; solidity; strength; arrogant nature.

திட்குதல்: *(வி):* மனம் குலைதல்; broken-heartedness.

திட்டாணி: *(பெ):* மரத்தைச் சுற்றியுள்ள மேடை; the raised platform around a tree.

திட்டி: *(பெ):* மேடு; திட்டிவாயில்; பலகணி; பார்வை; கண்ணேறு; தினை; mound; a wicket gate in the door of temple or fort; lattice; vision; sight; evil-eye; millet.

திட்டித்தம்பம்: *(பெ):* கண்கட்டு வித்தை; art of conjuring.

திட்டை: *(பெ):* வெள்ளெருக்கு; ஓர் ஊர்; திண்ணை; மேட்டு நிலம்; உரல்; white yercum; a town; raised platform in front of a house; upland; mortar.

திட்பம்: *(பெ):* வலிமை; உறுதி; strength; firmness.

திணர்: *(பெ):* செறிவு; closeness.

திணர்தல்: *(வி):* சோர்தல்; திகைத்தல்; be weary; be confused; be perplexed.

திணர்த்தல்: *(வி):* நெருக்கமாதல்; கனமாகப் படிந்திருத்தல்; be congested; to settle as sediment.

திணி: *(பெ):* திட்பம்; செறிவு; பூமி; firmness; strength; closeness; earth.

திணிகம்: *(பெ):* போர்; battle field.

திணிதல்: *(வி):* இறுகுதல்; செறிதல்; to become tight; be thick.

திணிவு: *(பெ):* வன்மை; நெருக்கம்; strength; hardness; closeness.

திணுக்கம்: *(பெ):* கட்டி; செறிவு; boil; closeness.

திணைக்களம்: *(பெ):* (அரசுத்) துறை; (government) department.

திண்கல்: *(பெ):* சுக்கான் கல்; kunkur lime stone; overburnt brick.

திண்டகம்: *(பெ):* கிலுகிலுப்பைச் செடி; a kind of plant.

திண்டி: *(பெ):* உணவு; யானை; பருமன்; தம்பட்டம்; food; elephant; bulk; a large round tom-tom.

திண்ணகம்: *(பெ):* மெருகிடும் கருவி; செம்மறியாட்டுக் கிடா; a polishing tool; ram.

திண்ணக்கம்: *(பெ):* திமிர்; haughtiness.

திண்ணன்: *(பெ):* வலிமையுடையோன்; கண்ணப்ப நாயனார்; strong man; Kannappa Nayanar, one of the sixty-three saiva Nayanmars.

திண்ணியன்: *(பெ):* வலியவன்; மனவுறுதி உடையவன்; strong man, one who has firm mind.

திண்ணைக்குறடு: *(பெ):* திண்ணையை ஒட்டி அமைந்திருக்கும் படிக்கட்டு; the step adjacent to the raised platform.

திண்மம்: *(பெ):* திட வடிவம்; solidity.

திதலை/திதனி: *(பெ):* தேமல்; வெளிறியிருத்தல்; yellow spots on the skin; paleness.

திதிட்சயம்: *(பெ):* அமாவாசை; New-moon day.

திதிட்சை/திதீக்கை: *(பெ):* பொறுமை; patience.

திதித்தல்: *(வி):* காத்தல்; கட்டுதல்; to protect; to tie.

திதியம்: *(பெ):* அழிவின்மை; state of imperishableness.

திதைதல்: *(வி):* பரவுதல்; to spread.

தித்தம்: *(பெ):* கசப்பு; bitterness.

தித்திசாகம்: *(பெ):* மாவிலங்க மரம்; a kind of tree.

தித்தியம்: *(பெ):* வேள்விக் குழி; sacrificial pit.

தித்திரம்: *(பெ):* அரத்தைச் செடி; a kind of herb.

தித்திரி: *(பெ):* மீன்கொத்திப் பறவை; கவுதாரி; king fisher; partridge.

தித்துப்பாடு: *(பெ):* திருத்தம்; correction.

திந்திடம்: *(பெ):* புளிய மரம்; tamarind tree.

திந்திருணி: *(பெ):* புளிய மரம்; tamarind tree.

திப்பி: *(பெ):* கோது; சிறு மண் சட்டி; waste; a small earthen pot.

திப்பியம்: *(பெ):* திவ்வியம்; துறக்கம்; சிறந்தது; தெய்வத்தன்மை வாய்ந்தது; ஓமம்; divinity; paradise; that which is excellent; that which is divine; bishop's weed.

திப்பிலாட்டம்: *(பெ):* விடுகதை; பித்தலாட்டம்; riddle; deception.

திப்பிலி: *(பெ):* ஒரு மருந்துச் சரக்கு; long pepper.

திப்பை: *(பெ):* மேடு; பருத்தது; mound; that which is bulky.

திமி: *(பெ):* பெருமீன்; a large fish.

திமிகோடம்: *(பெ):* கடல்; sea.

திமிசம்: *(பெ):* வேங்கை மரம்; neem tree.

திமிதம்: *(பெ):* பேரொலி; உறுதி; குதித்தாடுதல்; loud noise; firmness; a kind of game.

திமிரகாசம்: *(பெ):* கண்ணோய்; an eye-disease.

திமிரம்: *(பெ):* இருள்; கருநிறம்; இரவு; நரகம்; மாயை; கண்ணோய் வகை; darkness; black colour; night; hell; illusion; a kind of eye-disease.

திமிரன்: *(பெ):* மந்தன்; dull fellow; lazy fellow.

திமிர்தம்: *(பெ):* பேரொலி; loud noise.

திமிர்தல்: *(வி):* பூசுதல்; தடவுதல்; ஒலித்தல்; வளர்தல்; to smear; to anoint; to sound; to grow.

திமிலம்: *(பெ):* பேரொலி; பெருமீன்; loud noise; large fish.

திமிலர்: *(பெ):* நெய்தல் நிலத்து மக்கள்; inhabitants of coastal tract.

திமிலை: *(பெ):* ஒரு வகைப்பறை; கடல் மீன்; a kind of drum; sea fish.

திம்மன்: *(பெ):* ஆண் குரங்கு; he-monkey.

திம்மை: *(பெ):* பருமன்; thickness; bulk.

தியக்கடி: *(பெ):* சோர்வு; exhaustion.

தியந்தி: *(பெ):* கீரை வகை; a kind of greens.

தியாலம்: *(பெ):* நேரம்; hour (that is specified).

தியூதம்: *(பெ):* சூதாட்டம்; gambling.

தியோதம்: *(பெ):* ஒளி; வெயில்; light; sunshine.

திரக்கத்தாரு: *(பெ):* நிலப்பனை; a herb.

திரக்கம்: *(பெ):* கொன்றை மரம்; Indian laburnum tree.

திரக்கரித்தல்: *(வி):* விலக்குதல்; இகழ்தல்; to reject; to vilify.

திரக்குதல்: *(வி):* சுருங்குதல்; தேடுதல்; to shrink; to search for.

திரங்கம்: *(பெ):* மிளகு; நகரம்; pepper; town.

திரங்கல்: *(பெ):* முத்துக் குற்ற வகை; மிளகு; சுருங்குதல்; a kind of defect of pearl; pepper; shrinking.

திரடு: *(பெ):* மேடு; mound.

திரட்டு: *(பெ):* தொகை நூல்; anthology; collection of essays, etc.

திரணபதி: *(பெ):* வாழை மரம்; plantain tree.

திரணம்: *(பெ):* அற்பம்; புல்; துரும்பு; that which is insignificant; grass; bit of straw.

திரணை: *(பெ):* உருண்டை; திண்ணை; கொத்துக் கரண்டி; anything round; raised platform for sitting; mason's trowel.

திரந்திகம்: *(பெ):* திப்பிலி வேர்; the root of long pepper.

திரபு: *(பெ):* நகரம்; நரக வகை; town; a hell.

திரமம்: *(பெ):* பழைய கிரேக்க நாணயம்; old Greek coin.

திரமிடம்/திராவிடம்: *(பெ):* தமிழ் மொழி; Tamil language.

திரயம்: *(பெ):* மூன்று; three.

திரவிணம்: *(பெ):* பொன்; பாக்கியம்; வலிமை; gold; good fortune; strength.

திரள: *(வி.அ):* சுருக்கமாக; concisely.

திரளாரம்: *(பெ):* நிலப்பனை; a tree and herb.

திரளி: *(பெ):* ஒரு வகை மீன்; மர வகை; a kind of fish; a kind of tree.

திரளை: *(பெ):* கட்டி; நூல் உருண்டை; படை; மிகுதி; குலை; boil; skein; army; abundance; cluster.

திராங்கு: *(பெ):* தாழ்ப்பாள்; latch.

திராசு: *(பெ):* தராசு; குதிரையை வண்டியில் பூட்டும் கயிறு; weighing balance; the cord which ties the horse to the cart.

திராட்சை: *(பெ):* திராட்சைக் கொடியும் அதன் பழமும்; grapes, creeper and its fruit.

திராணி: *(பெ):* சக்தி; வலிமை; strength; energy.

திராபை: *(பெ):* பயனற்றது; மதிப்பற்றது; கழிசடை; useless one; rubbish; worthless stuff.

திராவணம்: *(பெ):* ஓடுதல்; running.

திரிகண்: *(பெ):* மூங்கில்; bamboo.

திரிகண்டகம்: *(பெ):* நெருஞ்சிப்பூண்டு; cow's thorn, a herb.

திரிகரணம்: *(பெ):* மனம், வாக்கு, உடம்பு ஆகிய மூன்று கருவிகள்; the three organs, mind, word and body.

திரிசமஞ்சரி: *(பெ):* துளசி; basil plant.

திரிசாக பத்திரம்: *(பெ):* வில்வம்; bael tree.

திரிசி: *(பெ):* இல்லறத்தான்; householder.

திரிசிகம்: *(பெ):* வில்வ மரம்; bael tree.

திரிசிகை: *(பெ):* சூலப்படை; trident.

திரிசுடர்: *(பெ):* சூரியன், சந்திரன் மற்றும் அக்கினி ஆகியவை; the Sun, the Moon and the fire.

திரிசூலம்: *(பெ):* முத்தலைச் சூலம்; trident.

திரிஞ்சில்: *(பெ):* வௌவால்; துரிஞ்சில்; bat; the tree acacia pennata.

திரிதசர்: *(பெ):* தேவர்கள்; celestial beings.

திரிதரல்: *(வி):* திரிதல்; சுழலுதல்; மீளுதல்; to wander; to rotate; to resume.

திரிதியம்: *(பெ):* செவ்வள்ளிக் கொடி; a kind of creeper.

திரிதூளி: *(பெ):* சின்னாபின்னம்; mangled.

திரிபதகை: *(பெ):* கங்கை; the River Ganges.

திரிபலை: *(பெ):* கடுக்காய், நெல்லிக்காய் மற்றும் தான்றிக்காய் என்னும் மூன்று காய்களின் கலவை; a mixture of gall-nut, emblic myrobalan and Thaandrikaai.

திரிபழுகம்: *(பெ):* பால், நெய், தேன் ஆகியவை யாலான ஒரு கூட்டுப் பண்டம்; a mixture of milk, ghee, and honey.

திரிபு: *(பெ):* வேற்றுமை; செய்யுள் வகை; புணர்ச்சி விகாரம்; difference; a kind of verse; changes occurring in the combination of words.

திரியாமை: *(பெ):* இரவு; யமுனையாறு; நீலக்கல்; வீண் அலைச்சல் கொள்ளாமை; night; river Yamuna; Blue Diamond; state of not rambling.

திரிரேகம்: *(பெ):* சங்கு; conch.

திரிலோகேசன்: *(பெ):* சூரியன்; the Sun.

திரில்: *(பெ):* குயவன் சக்கரம்; potter's wheel.

திரிவேணி சங்கமம்: *(பெ):* மூன்று ஆறுகள் கூடுமிடம்; the junction of three rivers.

திருகம்: *(பெ):* துளை; காட்டுச் சாதிக்காய் மரம்; hole; wild nut-meg tree.

திருகல்: *(பெ):* மாறுபடுதல்; மாணிக்கக் குற்ற வகை; difference; a kind of defect of carbuncle.

திருகு முடுக்கி: *(பெ):* திருகுகளை முடுக்கி இறுக்கிடும் உபகரணம்; spanner.

திருக்கண்: *(பெ):* அருட்பார்வை; grace.

திருக்கண்ணமுது: *(பெ):* பாயசம்; semi-liquid food prepared of milk, rice, sago etc., mixed with sugar.

திருக்கம்: *(பெ):* வஞ்சனை; deceit.

திருசி: *(பெ):* கண்; eye.

திருசியம்: *(பெ):* காணப்படும் பொருள்; the thing, which one can see.

திருசோபம்: *(பெ):* வெண்தாமரை; white lotus.

திருடக்கிரந்தி: *(பெ):* மூங்கில்; bamboo.

திருடதை: *(பெ):* மிகுதி; உறுதி; excess; firmness.

திருட பலம்: *(பெ):* கொட்டைப் பாக்கு வகை; a kind of areca-nut.

திருடமூலம்: *(பெ):* தேங்காய்; coconut.

திருடம்: *(பெ):* வலிமை; இரும்பு; strength; iron.

திருட்டி: *(பெ):* கண்; பார்வை; நோக்கம்; தீக்கண்; eye; sight; vision; motive; evil-eye.

திருட்டித்தல்: *(வி):* கண்களுக்குப் புலனாதல்; to see.

திருட்டிப்பந்து: *(பெ):* மின்மினிப் பூச்சி; glow-worm.

திருட்டியம்: *(பெ):* அறிவு; ஞானம்; knowledge, wisdom.

திருணகம்: *(பெ):* வாளுறை; sheath of a sword.

திருணசிங்கம்: *(பெ):* கோடரி; axe.

திருணதை: *(பெ):* வில்; bow.

திருணபதி: *(பெ):* பனை மரம்; palmyra tree.

திருணம்: *(பெ):* தேள்; உலர்ந்த புல்; உடைவாள்; வில்; தேனீ; scorpion; dried grass; sword; bow; honey bee.

திருதம்: *(பெ):* தாள வகை; தரித்தல்; a kind of rhythm measure; wearing.

திருதி: *(பெ):* துணை; உறுதி; 27 யோகங்களுள் ஒன்று; விரைவு; assistance; firmness; one of the twenty-seven yogams; swiftness.

திருதிமை: *(பெ):* மனத்திடம்; firmness of mind.

திருத்தம்: *(பெ):* ஒழுங்கு; திட்டம்; செப்பனிடுதல்; புண்ணிய நீர்; order; plan; correction; sacred water.

திருத்தல்: *(பெ):* வயல்; திருத்தம்; paddy field; correction.

திருத்துழாய்: *(பெ):* துளசி; basil plant.

திருநடை மாளிகை: *(பெ):* கோயில் பிரகாரம்; the paved way around the Sanctum Sanctorum.

திருநிலை மகளிர்: *(பெ):* சுமங்கலிப் பெண்கள்; married women.

திருநீற்றுப் பச்சை: *(பெ):* திருநீற்றுப் பத்திரி; a kind of plant.

திருப்பதிகம்: *(பெ):* தெய்வத்தைப் போற்றிப் பாடும் பாடல்; the poem generally containing 10 or 11 stanzas in praise of a deity.

திருப்பரிவட்டம்: *(பெ):* தெய்வத் திருமேனிக்குச் சாற்றப்படும் ஆடை; a small piece of cloth for dressing an idol.

திருப்பள்ளி: *(பெ):* திருக்கோயில்; திருச்சயனம்; temple; sacred bed of God.

திருப்புகழ்: *(பெ):* அருணகிரிநாதர் முருகப் பெருமானைப் போற்றிப் பாடிய நூல்; a treatise in praise of Lord Muruga by Arunagirinathar.

திருமஞ்சனம்: *(பெ):* இறைவனுக்குச் செய்யப்படும் அபிஷேகம்; bath of an idol.

திருமணுத்தானம்: *(பெ):* தலை முழுகிய பின் செய்யப்படும் தானம்; the gift made after bath.

திருமரம்: *(பெ):* அரசமரம்; pipal tree.

திருமலர்: *(பெ):* தாமரை; lotus.

திருமலை நாயக்கர்: *(பெ):* கி.பி. **1623**-லிருந்து **1659**-ஆம் ஆண்டு வரை மதுரையை ஆண்ட நாயக்கர் வம்சத்து மன்னர்; Thirumalai Nayakkar, a ruler of Madurai, AD-1623-1659.

திருமுகம்: *(பெ):* சான்றோரிடமிருந்து பெறப்பட்ட கடிதம்; a letter from a great person.

திருமுடி: *(பெ):* திருக்கோயிலின் பிரதான இறைவனின் விக்கிரகத்துத் தலைப்பகுதி; the head of the chief idol in a temple.

திருமுடிச்சாத்து: *(பெ):* இறைவனுக்கு அணிவிக்கப்படும் தலைப்பாகை; turban.

திருமேனி: *(பெ):* திருக்கோயிலில் உள்ள கடவுள் விக்கிரகம்; முனிவர் போன்றோரின் சரீரம்; sacred image of the deity; idol; (sacred) body of saints, etc.

திருமை: *(பெ):* அழகு; beauty.

திருவடி நிலை: *(பெ):* பாதுகை; sacred sandals.

திருவணை: *(பெ):* சேது; a reef off sunken rocks connecting the north of Sri Lanka (Ceylon) with the main land of India, 30 feet wide with 3 or 4 feet of water above it, at a high tide said to have been constructed to enable Rama's monkey forces to cross over to Sri Lanka.

திருவணைக்கரை: *(பெ):* தனுஷ்கோடி; Dhanushkoti.

திருவமுது: *(பெ):* நிவேதன உணவு; boiled rice offered to an idol.

திருவருட்பா: *(பெ):* இராமலிங்க அடிகளால் பாடப்பெற்ற பக்திப் பரவசமூட்டும் பாடல்களின் தொகுப்பு; a collection of devotional songs by Ramalinga Adigal.

திருவலகு: *(பெ):* திருக்கோயிலைச் சுத்தம் செய்யப் பயன்படுத்தும் துடைப்பம்; the broomstick used for cleaning the temple's paved floors.

திருவன்: *(பெ):* செல்வம்; திருமால்; விகடன்; புரட்டன்; ஒரு வகை மீன்; wealth; Lord Vishnu; jester; deceitful person; a kind of fish.

திருவாசகம்: *(பெ):* மாணிக்கவாசகர் சிவபிரானைப் போற்றிப் பாடிய நூல்; the celebrated collection of poems in praise of Lord Shiva by Manickavasakar.

திருவாணை: *(பெ):* அரசாணை; royal order.

திருவாதவூரர்: *(பெ):* மாணிக்கவாசகர்; Manickavasagar, born in Thiruvadhavur in Madurai Dist.

திருவாழி: *(பெ):* திருமாலின் சக்கராயுதம்; the disc weapon of Lord Vishnu.

திருவுளச் செயல்: *(பெ):* தெய்வச் செயல்; God's will.

திருவுள்ளம்: *(பெ):* தெய்வசித்தம்; பெரியோர் உள்ளக் கருத்து; Will of God; Will of great persons.

திருவுறுப்பு: *(பெ):* மகளிர் நெற்றியில் அணியும் அணிகலன்; a kind of ornament worn on the forehead of women.

திருவூறல்: *(பெ):* ஊற்று நீர்; spring water.

திருவெம்பாவை: *(பெ):* திருவாசகத்தில் ஒரு பகுதி; a portion in Thiruvaasagam sung by Manickavasagar.

திரேதாயுகம்: *(பெ):* நான்கு யுகங்களுள் ஒன்று; one of the four Yugas - 'Thredhayugam.'

திரை: *(பெ):* அலை; ஆறு; பூமி; கடல்; திரைச்சீலை; wave; river; earth; sea; curtain; betel leaf roll; cotton roll.

திரையன்: *(பெ):* தொண்டை நாட்டு அரசன்; நெய்தல் நிலத் தலைவன்; the king of Thondai Nadu; chief of the coastal tract.

திரைலோக்கியம்: *(பெ):* மூவுலகம்; பேரழகுள்ளது; three kinds of world; that which is very beautiful.

திரௌபதர்: *(பெ):* திரௌபதியின் புதல்வர்கள்; the sons of Draupathi.

திலகடம்: *(பெ):* எள்ளுப் பிண்ணாக்கு; gingily oil cake.

திலகலம்: *(பெ):* செக்கு; oil-press.

திலகன்: *(பெ):* சிறந்தவன்; eminent person.

திலகாதுகன்: *(பெ):* எண்ணெய் வணிகன்; oil merchant.

திலகை: *(பெ):* கத்தூரி வகை; a kind of musk.

திலதண்டுலம்: *(பெ):* எள்ளுடன் கலந்த அரிசி; the rice mixed with sesame.

திலதம்: *(பெ):* திலகம்; நெற்றிப்பொட்டு; சிறந்தது; the mark in the forehead; the best.

திலதைலம்: *(பெ):* நல்லெண்ணெய்; sesame oil.

திலப்பொறி: *(பெ):* எள் இட்டு ஆட்டும் செக்கு; sesame oil-press.

திலம்: *(பெ):* எள்; மர வகை; sesame; a kind of tree.

திலவகம்: *(பெ):* விளாம்பட்டை; bark of wood-apple.

திலு: *(பெ):* மூன்று என்பதைக் குறிப்பது; that which indicates three.

திலுபுலு: *(பெ):* முப்பது என்பதைக் குறிப்பது; that which indicates thirty.

தில்லம்: *(பெ):* காடு; மர வகை; forest; a kind of tree.

தில்லியம்: *(பெ):* நல்லெண்ணெய்; sesame oil.

தில்லை நாயகம்: *(பெ):* நெல் வகை; a kind of paddy.

திவம்: *(பெ):* பகல்; வானம்; பரமபதம்; daytime; sky; the highest bliss.

திவரம்: *(பெ):* நாடு; country; region.

திவவு: *(பெ):* மலையேறும் படிக்கட்டு; steps in a mountain for climbing.

திவளுதல்: *(வி):* துவளுதல்; வாடுதல்; தொடுதல்; திளைத்தல்; அசைதல்; to wither; to fade; to touch; be close; to move.

திவறுதல்: *(வி):* சாதல்; to die.

திவா: *(பெ):* பகல்; நாள்; நற்செயலுக்கு ஆகாத காலம்; daytime; day; the time which is not suitable to do good things.

திவ்வியப் பிரபந்தம்: *(பெ):* 4000 பாசுரங்களைக் கொண்டதும் பன்னிரு ஆழ்வார்கள் இயற்றியதுமான ஒரு நூல்; a collection of 4000 stanzas in Tamil composed by 12 Vaishnava saints.

திறக்கு: *(பெ):* செயல்; action.

திறக்குதல்: *(வி):* அதிகரித்தல்; to increase.

திறத்தகை: *(பெ):* வலியவன்; the strong man.

திறத்தவன்: *(பெ):* வலியோன்; strong man.

திறத்தி: *(பெ):* மருத்துவச்சி; mid-wife.

திறத்திறம்: *(பெ):* மைதானம்; open space; ground.

திறப்பாடு: *(பெ):* கூறுபாடு; திறமை; partition; skill.

திறப்பு: *(பெ):* வெளியிடம்; திறவுகோல்; வாயில்; பிளப்பு; outside, open space; key; gate; cleft.

திறம்: *(பெ):* வகை; சார்பு; மிகுதி; வலிமை; திறமை; மேன்மை; கற்பு; உடம்பு; இயல்பு; செய்தி; பேறு; காரணம்; type; abundance; strength; ability; chastity.

திறம்புதல்: *(வி):* மாறுபடுதல்; தவறுதல்; to differ; to miscarry.

திறலோன்: *(பெ):* பதினைந்து வயது நிரம்பியவன்; one who is 15 years old.

திறல்: *(பெ):* வலிமை; ஊக்கம்; போர்; பகை; ஒளி; வெற்றி; strength; spirit; war; enmity; light; victory.

திறவான்: *(பெ):* வல்லவன்; one who is proficient in something.

திறவு: *(பெ):* வாயில்; வழி; வெளியிடம்; உளவு; திறப்பு; காரணம்; gate; way; open space; spying; opening; reason.

திறை: *(பெ):* கப்பம்; tribute paid by the feudatories to the king.

திற்றி: *(பெ):* இறைச்சி; meat.

தினமுகம்: *(பெ):* விடியற் காலம்; dawn; break of a day.

தினிகை: *(பெ):* நாள் கூலி; daily wage.

தினை: *(பெ):* ஒரு வகை சிறு தானியம்; millet.

தின்மை: *(பெ):* தீமை; சாவு; தீயசெயல்; evil; death; evil act.

தீ

தீ: *(பெ):* நெருப்பு; கோபம்; தீமை; நஞ்சு; நரகம்; விளக்கு; fire; anger; evil; poison; hell; lamp.

தீக்கரும்பு: *(பெ):* விறகு; firewood.

தீக்கல்: *(பெ):* தீத்தட்டிக்கல்; flint-stone.

தீசகன்: *(பெ):* ஆசிரியன்; teacher.

தீச்சடம்: *(பெ):* சிறுநீர்; urine.

தீச்சனகம்: *(பெ):* இலுப்பை; South Indian Mahua.

தீச்சனம்: *(பெ):* மிளகு; pepper.

தீட்சண கந்தகம்: *(பெ):* வெங்காயம்; onion.

தீட்சணகம்: *(பெ):* வெண்கடுகு; white mustard.

தீட்சண சாரம்: *(பெ):* இலுப்பை; South Indian Mahua.

தீட்சண தண்டுலம்: *(பெ):* திப்பிலி; long pepper.

தீட்சண புட்பம்: *(பெ):* இலவங்கம்; clove.

தீட்சணியம்: *(பெ):* உறைப்பு; கூர்மை; கடுமை; pungency; keenness; severity.

தீட்டுக்கல்: *(பெ):* சாணைக்கல்; whetstone.

தீட்பு: *(பெ):* இழிவு; ஒழுக்கக்கேடு; disgrace; immoral behaviour.

தீதை: *(பெ):* கன்னிப் பெண்; அறிவு; virgin; knowledge; wisdom.

தீத்தகம்: *(பெ):* பொன்; gold.

தீத்தட்டிக்கல்: *(பெ):* சிக்கிமுக்கிக் கல்; flint-stone.

தீத்த பிங்கலம்: *(பெ):* சிங்கம்; lion.

தீத்தம்: *(பெ):* தீர்த்தம்; பெருங்காயம்; 28 சிவாகமங்களுள் ஒன்று; sacred water; asafoetida; one of the 28 shivagamas.

தீத்தலோகம்: *(பெ):* வெண்கலம்; நிறம்; bell metal; bronze; colour.

தீத்தலோசனம்: *(பெ):* பூனை; cat.

தீத்தாங்கம்: *(பெ):* மயில்; peacock.

தீத்தாட்சம்: *(பெ):* பூனை; மயில்; cat; peacock.

தீத்தி: *(பெ):* ஒளி; அழகு; வெண்கலம்; light; beauty; bronze; bell metal.

தீத்தீண்டல்: *(பெ):* திருமணச் சடங்கு; matrimonial rites.

தீத்தீண்டுகையார்: *(பெ):* வேங்கை மரம்; a kind of tree.

தீத்தொழில்: *(பெ):* வேள்வி; பாவச் செய்கை; sacrifice; sinful act.

தீநா: *(பெ):* தீச்சுடர்; கலங்கரை விளக்கம்; தீப்பந்தம்; flame; lighthouse; torch.

தீந்தமிழ்: *(பெ):* இனிய தமிழ்; sweet and elegant Tamil.

தீபகம்: *(பெ):* விளக்கு; lamp.

தீபகாந்தி: *(பெ):* வைரம்; diamond.

தீபகூபி: *(பெ):* விளக்குத் திரி; wick.

தீபக்கால்: *(பெ):* விளக்குத் தண்டு; lamp stand.

தீபக்கொடிச்சி: *(பெ):* கற்பூர வகை; a kind of camphor.

தீபபுட்பம்: *(பெ):* செண்பகப்பூ; champak flower.

தீபவதி: *(பெ):* ஆறு; river.

தீபவிருட்சம்: *(பெ):* விளக்குத்தண்டு; lamp stand.

தீபனம்: *(பெ):* பசி; உணவு; மஞ்சள்; ஒளி; படையல்; செய்கை; விளக்கு; hunger; food; turmeric; light; offering; action; lamp.

தீபி: *(பெ):* புலி; tiger.

தீபிகை: *(பெ):* விளக்கு; lamp.

தீபு: *(பெ):* கடலால் சூழப்பட்ட நிலப்பகுதி; island.

தீப்தம்: *(பெ):* ஒளி; சிங்கம்; பெருங்காயம்; 28 சிவாகமங்களுள் ஒன்று; light; lion; asafoetida; one of the 28 shivagamas.

தீப்பள்ளயம்: *(பெ):* தீமிதித் திருவிழா; the fire-walking festival.

தீப்பி: *(பெ):* நெருப்பு; fire.

தீப்பியம்: *(பெ):* வேள்வி; தீச்சுடம்; sacrifice; flame.

தீப்புட்பம்: *(பெ):* செண்பகப்பூ; champak flower.

தீமடுத்தல்: *(வி):* தீயிலிடுதல்; to put in fire.

தீமுகம்: *(பெ):* நெருப்பு எரியும் இடம்; the place where there is fire.

தீம்: *(பெ):* இனிமை; அமுது; sweetness; food.

தீம்பன்: *(பெ):* தீயவன்; கீழ்மகன்; person of low qualities.

தீம்பு: *(பெ):* கேடு; கொடூர குணம்; evil, wicked nature.

தீம்புகை: *(பெ):* நறும்புகை; incense.

தீம்புழல்: *(பெ):* இலுப்பைப் பூ; இனிய பணியாரம்; flower of South Indian Mahua; a kind of sweet pastry.

தீயம்: *(பெ):* இனிப்பு; sweet.

தீயர்: *(பெ):* வேடுவர்; கொடியோர்; hunters; wicked persons.

தீயல்: *(பெ):* கருகுதல்; be charred.

தீரதை: *(பெ):* மனத்திட்பம்; firmness of mind.

தீர்க்க கணம்: *(பெ):* வெண் சீரகம்; white cumin.

தீர்க்க கதி/தீர்க்கக்கிரீ பம்: *(பெ):* ஒட்டகம்; camel.

தீர்க்க காண்டம்: *(பெ):* கோரைப்புல்; sedges and bulrushes.

தீர்க்க சங்கம்: *(பெ):* நாரை; ஒட்டகம்; crane; camel.

தீர்க்க சாலம்: *(பெ):* ஆச்சாமரம்; a kind of tree.

தீர்க்க சுவாசம்: *(பெ):* பெருமூச்சு; hard breathing.

தீர்க்கதண்டம்: *(பெ):* ஆமணக்கு; castor.

தீர்க்க தரு: *(பெ):* பனை மரம்; palmyra palm.

தீர்க்க தாரு: *(பெ):* நிலப்பனை என்னும் மூலிகைச் செடி; a kind of herb.

தீர்க்க நாதம்: *(பெ):* சங்கு; conch.

தீர்க்க பர்ணி: *(பெ):* நீண்ட இலைகளை உடைய வாழைமரம்; plantain tree which has long leaves.

தீர்க்க பாதபவம்: *(பெ):* தென்னை மரம்; coconut tree.

தீர்க்க மாருதம்: *(பெ):* யானை; elephant.

தீர்க்க மூலம்: *(பெ):* வில்வம்; bael tree.

தீர்க்க ரசனம்: *(பெ):* பாம்பு; snake.

தீர்க்க லோகிதம்: *(பெ):* சிலந்தி; தருப்பை; spider; kaus, the sacred grass.

தீர்க்க வர்ச்சிகை: *(பெ):* முதலை; crocodile.

தீர்க்க விருச்சம்: *(பெ):* பெருமரம்; a kind of tree.

தீர்தல்: *(பெ):* முற்றுப் பெறுதல்; அழிதல்; to come to an end; to destroy.

தீர்த்தகரர்: (பெ): தீர்த்தங்கரர்; (in Jainism) Arhats (saints) twenty-four in number.

தீர்த்தன்: (பெ): குரு; கடவுள்; அருகன்; தூயவன்; Guru; God; Arhat (Jaina saint) pure and holy person.

தீர்த்திகை: (பெ): ஆறு; river.

தீர்ந்தவன்: (பெ): துறந்தவன்; ascetic.

தீர்ப்பான்: (பெ): மருத்துவன்; physician.

தீர்மை: (பெ): நீக்கம்; elimination.

தீர்வை: (பெ): கழுவாய்; கீரிப்பிள்ளை; remedy; mongoose.

தீவளி: (பெ): கடுங்காற்று; சுழற்காற்று; tempest; whirlwind.

தீவாணம்: (பெ): அரசாட்சி; rule of a king.

தீவானம்: (பெ): பைத்தியம்; madness.

தீவி: (பெ): புலி; பறவை வகை; tiger; a kind of bird.

தீவிகை: (பெ): விளக்கு; lamp.

தீவிய: (பெ.அ): இனிமையான; pleasant.

தீவிர கந்தம்: (பெ): துளசி; basil plant.

தீவிரம்: (பெ): சூரியக்கதிர்; விரைவு; கடுமை; கொடுமை; உறைப்பு; ஒரு நரகம்; rays of the Sun; swiftness; severity; harshness; pungency; a hell.

தீவிளி: (பெ): காயா மரம்; கொடுஞ்சொல்; கடுங்காற்று; tree which is not yielding; evil words; tempest.

தீழ்ப்பு: (பெ): கீழ்மை; தீட்டு; meanness; pollution.

தீற்றுதல்: (வி): ஊட்டுதல்; பூசுதல்; மெழுகுதல்; to feed; to smear; to cleanse the floor with cow-dung water.

தீனக்காரன்: (பெ): நோயாளி; patient.

தீனம்: (பெ): வறுமை; நோய்; கொடுமை; நட்பு; poverty; disease; severity; friendship.

து

துகத்தல்: (வி): கசத்தல்; to taste bitter.

துகம்: (பெ): பங்கு; share.

துகளிதம்: (பெ): தூளி; dust; particle of dust.

துகள்: (பெ): தூளி; குற்றம்; பூந்தாது; particle of dust; fault; pollen.

துகிசையிலம்: (பெ): இமயமலை; Himalayan mountain.

துகிதை: (பெ): மகள்; daughter.

துகிரிகை: (பெ): எழுதுகோல்; சித்திரம்; சாந்து; painting brush; pencil; painting; paste.

துகிர்: (பெ): பவளம்; பவளக்கொடி; red coral; red coral as a marine plant.

துகிலிகை: (பெ): எழுதுகோல்; துணிக்கொடி; சித்திரம்; pencil; banner; painting.

துகிற்கிழி: (பெ): உறை; cover; sheath.

துகிற்பீசம்: (பெ): பருத்தி விதை; cotton seed.

துகினம்: (பெ): பனி; நிலவின் கதிர்; snow; the rays of the Moon.

துகினூல்: (பெ): வெள்ளை நூல்; white thread.

துகின்மனை: (பெ): கூடாரம்; tent.

துகின்முடி: (பெ): தலைப்பாகை; turban.

துகு: (பெ): வருத்தம்; distress.

துகூலம்: (பெ): நுண்ணிய சீலை; வெண்பட்டு; fine cloth; white silk.

துகைத்தல்: (வி): வருத்துதல்; இடித்தல்; திரிதல்; cause to distress; to hit; to wander.

துக்க சகிதர்: (பெ): மானிடர்; human beings.

துக்க சாகரம்: (பெ): பெருந்துன்பம்; deep sorrow.

துக்கடி: (பெ): சிறு துண்டு; நிலப்பகுதி; piece; bit; part of land.

துக்காதீதம்: (பெ): இன்பம்; pleasure.

துக்கிதம்: (பெ): துன்பம்; grief.

துக்கித்தல்: (வி): வருந்துதல்; to feel sorrow.

துக்கு: (பெ): கீழ்மை; பயனின்மை; உதவாதவன்; துரு; meanness; uselessness; useless or unworthy person; rust.

துங்கசேகரம்: (பெ): மலை; mountain.

துங்கதை: (பெ): பெருமை; உயர்ச்சி; greatness; pride; excellence.

துங்கரிகம்: (பெ): காவிக்கல்; ochre.

துங்கன்: (பெ): தூயவன்; உயர்ந்தோன்; மேன்மையுடையவன்; pure and holy man; eminent person; man of excellence.

துங்கி: (பெ): இரவு; night.

துசகம்: (பெ): மாதுளை மரம்; pomegranate.

துசம்: (பெ): பல்; உமி; குங்கிலியம்; கொடி; tooth; husk; konkani resin; creeper.

துசன்: (பெ): பார்ப்பனன்; one who belongs to brahmin community.

துச்சதரு: (பெ): ஆமணக்கு; castor plant.

துச்சதானியம்: (பெ): பதர்; chaff.

துச்சரிதம்: (பெ): தீயொழுக்கம்; debauchery; misconduct.

துச்சாரி: *(பெ):* தீய நடத்தை உடையவன்; immoral fellow; profligate.

துச்சி: (பெ): உண்ணுதல்; அனுபவம்; தேர்வு; பூநீர்; the act of eating; experience; test; the water obtained from brackish soil.

துச்சிமை: (பெ): கீழ்மை; meanness.

துச்சில்: (பெ): ஒதுக்கிடம்; தங்குமிடம்; மயில் கொண்டை; place of retreat; shelter; dwelling place; creast of peacock.

துஞ்சரித்தல்: *(வி):* கண் விழித்தல்; துயிலெழுதல்; to awake from sleep.

துஞ்சர்: (பெ): அசுரர்; asuras.

துஞ்சு: (பெ): பின்னித் தொங்கவிடப்பட்ட ஜடை; plaited hair of women.

துஞ்சுதல்: *(வி):* உறங்குதல்; சோம்புதல்; சோர்தல்; இறத்தல்; to sleep; to droop; be weary; to die.

துஞ்சுநிலை: (பெ): கட்டில்; cot.

துஞ்சுமரம்: (பெ): மதில் வாயிலில் இடும் கணைய மரம், கழுக்கோல்; wooden bar to fasten the large doors of a fort; impaling stake.

துடக்கு: (பெ): சம்பந்தம்; relation.

துடக்குதல்: *(வி):* கட்டுதல்; தொடங்குதல்; to tie; to begin.

துடராமுறி: (பெ): விடுதலை ஆவணம்; release deed.

துடர்: (பெ): சங்கிலி; chain.

துடவை: (பெ): விளை நிலம்; சோலை; தோட்டம்; field; grove; garden; farm.

துடியடி: (பெ): யானைக்கன்று; calf of the elephant.

துடும்புதல்: (வி): கூடுதல்; ததும்புதல்; to accede; to overflow.

துடுவை: (பெ): நெய்க்கரண்டி; ghee spoon.

துட்கு: (பெ): அச்சம்; fear.

துட்டகன்: (பெ): தீயோன்; wicked person.

துட்டக்கிளவி: (பெ): தீயசொல்; bad words.

துட்டரி: (பெ): தொடரிச்செடி; a kind of plant.

துட்டாட்டம்: (பெ): முரட்டுத்தனம்; தீய வாழ்க்கை; incivility; debauchery.

துட்டுத்தடி: (பெ): குறுந்தடி; truncheon; drum-stick.

துட்டுவம்: (பெ): சிறுமை; புன்மை; degradation; meanness.

துட்பதம்: (பெ): பாசாங்கு; pretence.

துணங்கல்: (பெ): கூத்து; dance.

துணங்கறல்: (பெ): இருள் திருவிழா; the festival which is held in the night

துணங்கு: (பெ): இருள்; night.

துணரி: (பெ): பூங்கொத்து; cluster of flowers.

துணர்: (பெ): பூங்கொத்து; பூந்தாது; குலை; cluster of flowers; pollen dust; bunch.

துணவு: (பெ): நுணா மரம்; விரைவு; Indian Mulberry tree; speed.

துணித்தல்: (வி): வெட்டுதல்; to cut.

துணிநிலா: (பெ): பிறை நிலா; Crescent Moon.

துணைதல்: (வி): ஒத்திருத்தல்; be resemble.

துணைவேந்தர்: (பெ): பல்கலைக் கழக நிர்வாகப் பணி, கல்விப்பணி ஆகியவற்றினை ஏற்றுத் தலைவராகச் செயல்பட மாநில ஆளுநரால் நியமிக்கப்படும் நபர்; Vice-Chancellor.

துண்டம்: (பெ): துண்டு; பிரிவு; மூக்கு; பறவை அலகு; முகம்; யானையின் துதிக்கை; piece; slice; segment; bill; beak; face; elephant's trunk.

துண்டரிகம்: (பெ): கொடுமை; தொல்லை; atrocity; vileness; trouble.

துண்டரிக்கம்: (பெ): கொடுமை; கண்டிப்பு; முகக்களை; atrocity; vileness; rebuke; radiance; liveliness.

துண்டன்: (பெ): கொலைகாரன்; murderer.

துண்டாயம்: (பெ): பொற்பணம்; gold coin.

துண்டி: (பெ): துண்டு நிலம்; பறவையலகு; கொப்பூழ்; a piece of land; beak; bill; navel.

துண்டீகை: (பெ): மூங்கில்; bamboo.

துதமுகம்: (பெ): வேண்டாமையை உணர்த்தும் முகபாவம்; facial expression of dislike.

துதம்: (பெ): அசைவு; தோத்திரம்; movement; eulogy.

துதியம்: (பெ): பழவகை; a kind of fruit.

துதியரிசி: (பெ): மங்கல அரிசி; the rice mixed with turmeric or saffron, used in benediction or worship.

துதிவாதம்: (பெ): புகழுரை; praising words.

துது: (பெ): இருது; season of two months.

துதை: (பெ): நெருக்கம்; மிகுதி; nearness; closeness; excess; more.

துதைதல்: (வி): செறிதல்; நெருங்கியிருத்தல்; மிகுதல்; படிதல்; be crowded; be thick; be close; be abound; to gather.

துதைத்தல்: (வி): நெருக்குதல்; அழுத்துதல்; to press together; to withhold deliberately.

துத்தரி: (பெ): ஊதுகொம்பு; trumpet.

துத்தல்: (வி): நுகர்தல்; உண்ணுதல்; to enjoy; to eat.

துத்தன்: (பெ): வஞ்சகன்; the deceitful person.

துத்தாத்தி: *(பெ):* பாற்கடல்; (in puranas) Ocean of milk (said to be the abode of Lord Vishnu).

துத்தாரி: *(பெ):* ஒரு விதச் சீலை; a kind of cloth.

துத்தியம்: *(பெ):* புகழ்ச்சி; praise.

துத்து: *(பெ):* பொய்; வஞ்சனை; தப்பிதம்; கம்பளிப் போர்வை; false; deceit; mistake; woollen blanket.

துத்துக்கோல்: *(பெ):* நெய்வோர் உபயோகிக்கும் கழி; a long stick used by weavers.

துத்துமாற்று: *(பெ):* வஞ்சனை; சூழ்ச்சி; பொல்லாங்கு; deceit; plot; talking ill of others; anything bad or injurious.

துத்தூரம்: *(பெ):* ஊமத்தை; thorn apple.

துந்தமம்: *(பெ):* பறை வகை; a kind of drum.

துந்தம்: *(பெ):* வயிறு; stomach.

துந்திகன்: *(பெ):* பெருவயிறு; pot belly.

துந்திரோகம்: *(பெ):* பெருவயிறு; மகோதரம்; pot belly; cirrhosis; a kind of disease.

துந்துபம்: *(பெ):* கடுகு; mustard.

துந்துமி: *(பெ):* பேரிகை; பேரொலி; மழைத்துளி; kettle drum; loud noise; rain drop.

துந்துளம்: *(பெ):* காரெலி; a kind of rat.

துப்பம்: *(பெ):* நெய்; குருதி; ghee; blood.

துப்பன்: *(பெ):* வலிமையுடையவன்; ஒற்றன்; strong man; spy.

துப்பார்: *(பெ):* உண்பவர்; the person who eats food, etc.

துமானம்: *(பெ):* அணிகலப் பெட்டி; ornamental box.

துமி: *(பெ):* நீர்த்துளி; தூறல்; வெட்டு; water drop; drizzling; cutting.

துமிலம்: *(பெ):* பேராரவாரம்; a loud noise.

துமுலம்: *(பெ):* குழப்பம்; confusion.

தும்: *(பெ):* தூசி; dust.

தும்சம்: *(பெ):* அழிவு; ruin.

தும்பரம்: *(பெ):* அத்திமரம்; a kind of country-fig tree.

தும்பன்: *(பெ):* தூயவன்; pure holy man.

தும்பாலை: *(பெ):* சுரைக் கொடி; bottle gourd creeper.

தும்பி: *(பெ):* காட்டத்தி; யானை; வண்டு; சுரைக் கொடி; முடக்கொற்றான் கொடி; தட்டான் பூச்சி; a kind of fig tree; elephant; male-bee; bottle gourd creepers; a herb; dragon-fly.

தும்பினி: *(பெ):* மின்மினிப்பூச்சி; fire-fly.

தும்மட்டி: *(பெ):* சிறு கொம்மட்டி; country cucumber.

துயக்கம்: *(பெ):* சோர்வு; தடை; languor; obstacle; restraint; hindrance.

துயக்கு: *(பெ):* துயரம்; மனமயக்கம்; பந்தம்; ஆசை; தடை; தளர்வு; grief; fatigue; mental delusion; bondage; desire; obstacle; exhaustion; *(வி):* கட்டிடு; to tie; to fasten.

துயங்குதல்: *(வி):* சோர்தல்; to faint.

துயம்: *(பெ):* இணை; pair; couple.

துயரடி: *(பெ):* சோர்வு; துன்பம்; exhaustion; grief.

துயரி: *(பெ):* யாழ் நரம்பு; string of lute.

துயல்: *(பெ):* அசைதல்; பறத்தல்; தொங்குதல்; sway; wave; fly; swing; hang.

துயிலி: *(பெ):* ஒரு கீரை வகை; ஓர் ஆடை வகை; a kind of greens; a kind of garments.

துயிலெடை: *(தொ.பெ):* ஒருவரை உறக்கத்திலிருந்து எழுப்புதல்; waking one from sleep.

துய்யம்: *(பெ):* தூய்மை; purity.

துரகதம்: *(பெ):* குதிரை; horse.

துரகம்: *(பெ):* குதிரை; பாடாண வகை; horse; a kind of arsenic.

துரக்கு: *(பெ):* ஐயப்பாடு; suspicion; doubt.

துரங்கமம்: *(பெ):* குதிரை; horse.

துரங்கம்: *(பெ):* மனம்; குதிரை; mind; horse.

துரங்காரி: *(பெ):* எருமை; buffalo.

துரங்கி: *(பெ):* குதிரைக்காரன்; horse man.

துரட்டன்: *(பெ):* தீய நெறியில் நடப்பவன்; evil person.

துரட்டு: *(பெ):* அபாயம்; சிக்கல்; முள் மர வகை; danger; complication; a kind of thorn tree.

துரந்தரம்: *(பெ):* பொதியெருது; பொறுப்பு; pack-bull; responsibility.

துரந்தரன்: *(பெ):* பொறுப்பு ஏற்பவன்; வெற்றி பெற்றவன்; one who takes responsibility; conqueror; victor.

துரப்புதல்: *(வி):* தேடுதல்; to search for.

துரமி: *(பெ):* தூதுவளைக் கொடி; தொடரிச் செடி; a kind of creeper used for medicine; climbing brinjal; a kind of plant.

துரம்: *(பெ):* பொறுப்பு; சுமை; ஓர் இசைக் கருவி; responsibility, burden; load; a kind of musical instrument.

துரவு: *(பெ):* பாசனக் கிணறு; தூது; a large well for irrigation purposes; errand.

துராகிருதம்: *(பெ):* கெட்ட நடத்தை; நிந்தை; கொடுஞ்செயல்; ill or evil conduct; vilification; atrocious act.

துராத்தியம்: *(பெ):* ஏழ்மை நிலை; poverty.

துராரம்பலம்: *(பெ):* தீய செயல்; evil act.

துரால்: *(பெ):* செத்தை; பழுது; துன்பம்; trash; anything rotten; grief.

துரி: *(பெ):* தூரிகை; எழுதுகோல்; பாரம்; painter's brush; burden; weight.

துரிசு: *(பெ):* துன்பம்; குறும்பு; குற்றம்; மயில்துத்தம்; grief; sorrow; mischievousness; perversity; crime; fault; copper sulphate.

துரிஞ்சன்: *(பெ):* கறையான்; white-ants.

துரிஞ்சில்: *(பெ):* வௌவால்; சீக்கிரி மரம்; bat; *acacia pennata* tree.

துரியம்: *(பெ):* பொதியெருது; சுமத்தல்; pack-bull; the act of carrying a load.

துருகம்: *(பெ):* மதில்; compound wall; fort-wall.

துருக்கல்: *(பெ):* செம்புறைக்கல்; iron-stone.

துருக்கன்: *(பெ):* துருக்கி நாட்டினைச் சேர்ந்தவன்; native of Turkey.

துருசு: *(பெ):* மயில் துத்தம்; களிம்பு; மாசு; விரைவு; ஆத்திரம்; copper sulphate; dross; dust; speed; impatience.

துருதை: *(பெ):* தினவு; ஆசை; itching; desiring.

துருத்தூரம்: *(பெ):* ஊமத்தை; thorn apple.

துருநாமம்: *(பெ):* மூலநோய்; piles.

துருபவருணி: *(பெ):* காட்டாமணக்குச் செடி; a kind of castor plant.

துருமசிரேட்டம்: *(பெ):* பனை மரம்; palmyra-palm.

துருமநகம்: *(பெ):* முள்; thorn.

துருமம்: *(பெ):* கற்பக மரம்; மனக்கலக்கம்; குங்கும மரம்; a tree in heaven yielding what all one desires; mental disturbance; saffron tree.

துருமவருணி: *(பெ):* காட்டாமணக்குச் செடி; a kind of castor plant.

துருமாரி: *(பெ):* யானை; elephant.

துருமோற்பலம்: *(பெ):* கோங்கு மரம்; red cotton tree.

துருவகம்: *(பெ):* குற்றி; stump; stake.

துருவண்ணம்: *(பெ):* வெள்ளி; silver.

துருவதாளம்: *(பெ):* தாள வகை; rhythm measure.

துருவை: *(பெ):* சங்கீத உறுப்பு வகை; செம்மறியாடு; பார்வதி; a piece of musical composition; sheep; Parvathi, the consort of Lord Shiva.

துரை: *(பெ):* தலைவன்; வேகம்; மிகுதிப்பாடு; chief; lord; master; speed; addition, increase.

துரோணி: *(பெ):* தோணி; boat.

துரோதரம்: *(பெ):* சூதாட்டம்; gambling.

துரோபாவம்: *(பெ):* மயக்குதல்; the act of fascinating.

துர்க்கடம்: *(பெ):* இடர்ப்பாடு; state of sorrow; affliction.

துர்க்கம்: *(பெ):* மலைக்கோட்டை; அரண்; rock fort; protective building such as castle, wall of a fort, etc.

துர்த்தூரம்: *(பெ):* ஊமத்தை; thorn apple plant.

துர்பலம்: *(பெ):* கிடைத்தற்கரியது; that which is not easy to secure.

துர்ப்பலம்: *(பெ):* பலவீனம்; weakness.

துலக்கம்: *(பெ):* ஒளி; தெளிவு; மெருகு; மற்றவற்றிலிருந்து ஒன்றினை வேறுபடுத்தும் வெளிப்படை; light; lustre; splendour; polish; prominence.

துலங்கு: *(பெ):* தொழுமரம்; cattle-stall, stocks.

துலம்: *(பெ):* கனம்; கோரைப்புல்; நிறைகோல்; பருத்தி; load; burden; sedges and bulrushes; weighing balance; cotton.

துலாதாரன்: *(பெ):* வணிகன்; merchant.

துலாம்பரம்: *(பெ):* வெளிப்படை; obviousness.

துலி: *(பெ):* பெண் ஆமை; female tortoise.

துலிசம்: *(பெ):* அசைவு; movement.

துலுக்கு: *(பெ):* ஒரு மொழி; a language.

துலுக்குதல்: *(வி):* அசைத்தல்; to shake.

துல்லபம்: *(பெ):* அருமை; rareness.

துல்லம்: *(பெ):* பேரொலி; loud noise.

துவக்கு: *(பெ):* கட்டு; தொடர்பு; பற்று; சங்கிலி; துப்பாக்கி; தோல்; உடல்; tie; connection; bondage; chain; rifle; skin; body.

துவங்கிசம்: *(பெ):* தேசம்; துன்பம்; இழப்பு; nation; sorrow; loss.

துவசத்தம்பம்: *(பெ):* கொடி மரம்; flagstaff in a temple.

துவசம்: *(பெ):* கொடி; அடையாளம்; flag; recognizable feature.

துவசர்: *(பெ):* கள் விற்போர்; toddy sellers.

துவஞ்சம்: *(பெ):* அழிவு; ruin.

துவடர்: *(பெ):* பகைவர்; enemies.

துவட்சி: *(பெ):* சோர்வு; வறட்சி; அசைவு; weariness; dryness; movement.

துவட்சிகை: *(பெ):* கடுக்காய்ப் பிஞ்சு; tender gall-nut.

துவட்டர்: *(பெ):* சிற்பியர்; sculptors.

துவத்தம்: *(பெ):* விழுதல்; வீழ்ச்சி; falling down; decline.

துவந்தம்: *(பெ):* நெருக்கம்; closeness.

துவந்தனை: *(பெ):* தடை; கட்டு; obstacle; bondage.

துவந்துவம்: *(பெ):* இரண்டு; இரட்டை; இணை; ஐயம்; கருமம்; two; dual; pair; doubt; karma.

துவம்: (பெ): அசையா நிலை; இரண்டு; நிலைபேறு; state of firmness; the number two; state of immobility.

துவயம்: *(பெ):* இரண்டு; the number two.

துவர: *(வி.அ):* முழுவதும்; entirely.

துவரி: *(பெ):* காவி நிறம்; இலவம் பூ; saffron colour; the flower of silk cotton tree.

துவரிதம்: *(பெ):* யானை; elephant.

துவர்க்காய்: *(பெ):* பாக்கு; areca-nut.

துவர்ச்சிகை: *(பெ):* கடுக்காய்ப் பிஞ்சு; the immature gall-nut.

துவலுதல்: *(வி):* விரைதல்; நிறைதல்; துளித்தல்; be speedy; to become full; to trickle down.

துவல்: *(பெ):* அருச்சிக்கும் பூ; the flowers offered in worship.

துவளை: *(பெ):* மேற்பூச்சு; ஒற்றடம்; வாட்டம்; coating; fomentation; fading.

துவனம்: *(பெ):* ஒலி; noise.

துவனித்தல்: *(வி):* முழங்குதல்; to rumble; to roar.

துவன்று: *(பெ):* நிறைவு; fullness.

துவன்றுதல்: *(வி):* நெருங்குதல்; கூடி நிற்றல்; குவிதல்; be close; to join; be heaped.

துவா: *(பெ):* இரண்டு; தொழுதல்; the number two; worshipping.

துவாதசம்: *(பெ):* பன்னிரண்டு; twelve.

துவாந்தம்: *(பெ):* இருள்; நரகம்; darkness; hell.

துவாபர யுகம்: *(பெ):* நான்கு யுகங்களுள் மூன்றாவது யுகம்; the third of the four aeons.

துவாய்: *(பெ):* துடைத்திடப் பயன்படுத்தும் துண்டு; துவாலை; towel.

துவாலை²: *(பெ):* உதிரப் பெருக்கு; மேற்பூச்சு மருந்து; bleeding; ointment.

துவி: *(பெ):* இரண்டு; the number two.

துவிசம்: *(பெ):* பல்; tooth.

துவிசன்: *(பெ):* பிராமணன்; brahmin.

துவிதம்: *(பெ):* இருமை; இரண்டு; duality; two.

துவிதாகதி: *(பெ):* நண்டு; crab.

துவிதாதகி: *(பெ):* முதலை; crocodile.

துவிதாத்துகமம்: *(பெ):* சாதிக்காய்; nut-meg.

துவிதீயம்: *(பெ):* இரண்டாம் மனைவி; இரண்டாவது; the second wife; the second.

துவிரதம்: *(பெ):* யானை; elephant.

துவிரம்: *(பெ):* தேனீ; honey-bee.

துவிரோபாரி: *(பெ):* செண்பகம்; champak.

துவீபம்: *(பெ):* தீவு; புலித்தோல்; island; tiger's skin.

துவைதம்: *(பெ):* ஆன்மாவும் இறைவனும் இரண்டாகவே இருந்திடும் என்ற தத்துவத்தை உணர்த்திடும் கொள்கை; the doctrine of duality; Dwaita.

துவ்வாமை: *(பெ):* நுகராமை; வறுமை; வெறுப்பு; non-enjoyment; poverty; contempt.

துவ்வு: *(பெ):* உணவு; அனுபவம்; நுகர்வு; இழிவு; food; experience; enjoyment; disgrace.

துவ்வுதல்: *(வி):* உண்ணுதல்; நீங்குதல்; வலியுறுத்தல்; to eat; to leave; to stress.

துவ்வை: *(பெ):* இறைச்சி; பிண்ணாக்கு; meat; oil-cake.

துழதி: *(பெ):* துன்பம்; grief; sorrow.

துழத்தல்: *(வி):* துழாவுதல்; to stir as with a ladle.

துழவு: *(வி):* தடவுதல்; நாடுதல்; தண்டு வலித்தல்; தடுமாறுதல்; to grope; to seek; to row; be perplexed.

துழவை: *(பெ):* கூழ்; porridge.

துழனி: *(பெ):* ஒலி; குற்றம்; sound; default.

துழாய்: *(பெ):* துளசி; sacred basil.

துழாவாரம்: *(பெ):* வம்புப் பேச்சு; gossip; idle talk.

துளக்கு: *(பெ):* அசைவு; வருத்தம்; shaking; sorrow.

துளக்குதல்: *(வி):* வணங்குதல்; to bow.

துளங்குதல்: *(வி):* தளர்தல்; ஒலித்தல்; பிரகாசித்தல்; to droop; to sound; to shine.

துளபம்/துளவம்: *(பெ):* துளசி; sacred basil.

துளப்பு: *(பெ):* வயிறு; belly.

துளம்: *(பெ):* மாதுளை; மயில் இறகின் அடிப்பாகம்; common pomegranate; the root of peacock's feather.

துளர்: *(பெ):* பயிரின் களை; களைக்கொட்டு; weeds; weeding hook.

துளர்தல்: *(வி):* மணம் வீசுதல்; வயல் போன்றவற்றைக் கொத்தி விடுதல்; to spread as fragrance; to hoe the land.

துளவை: *(பெ):* துளை; hole.

துளாரி: *(பெ):* ஆடை நெய்வோர் கருவி; weaver's instrument.

துளிநசைப்புள்: *(பெ):* வானம்பாடி; skylark.

துளிப்பிடுதல்: *(வி):* கலக்குதல்; to stir.

துளு: *(பெ):* ஒரு நாடு; ஒரு மொழி; a country; a language.

துளுவன்: *(பெ):* ஒரு வாழை வகை; துளு நாட்டவன்; a kind of plantain tree; one who belongs to Thulu Country.

துளைக்கை: (பெ): தும்பிக்கை; elephant's trunk.

துளைச்செவி: (பெ): உட்செவி; internal ear.

துளைதல்: (வி): முழுகிக் கிடத்தல்; be immersed.

துளை நிறை: (பெ): சொக்கத் தங்கம்; pure gold.

துளைப்பொன்: (பெ): புடமிட்ட பொன்; refined gold.

துள்ளம்: (பெ): சிறு துளி; a drop of water.

துள்ளுமறி: (பெ): ஆட்டுக்குட்டி; lamb.

துறக்கம்: (பெ): தேவருலகம்; சுவர்க்கம்; paradise; heaven.

துறட்டிச்செடி: (பெ): முட்செடி வகை; a kind of thorny plant.

துறட்டு: (பெ): அபாயம்; danger.

துறட்டுவாதம்: (பெ): பிடிவாதம்; stubbornness, obstinacy, perverseness.

துறு: (பெ): நெருக்கம்; closeness.

துறுகல்: (பெ): குன்று; பாறை; உருண்டையான கல்; hillock; mound; rock; a ball-like stone.

துறுதல்: (வி): நெருங்குதல்; குவிதல்; அடைதல்; சூட்டுதல்; to come close; to pile; to get; to reach; to wear.

துறுத்தல்: (வி): திணித்தல்; அமைத்தல்; to stuff; to set up.

துறுபடை: (பெ): போர்ப்படை; military force; army.

துறுபவம்: (பெ): நெருக்கம்; closeness.

துறுமல்: (பெ): திரட்சி; நெருக்கம்; mass; denseness; closeness.

துறைபடிதல்: (வி): ஆற்றில் குளித்தல்; to bathe in a river.

துறைபோதல்: (வி): காரியம் முடிவடைதல்; நிரம்புதல்; be accomplished; be completed.

துறைமாறு: (வி): வேலையை (அ) பணியை மாற்று; to change an occupation.

துறைவன்: (பெ): நெய்தல் நிலத் தலைவன்; காதலன்; chief of maritime tract; lover.

துற்கதம்: (பெ): தொல்லை; வறுமை; trouble; poverty.

துற்றி: (பெ): உண்பவை; the eatables.

துற்று: (பெ): உணவு; கவளம்; food; the quantity of food which is equal to a mouthful.

துனாவி: (பெ): திப்பிலி; long pepper.

துனி: (பெ): வெறுப்பு; சினம்; பிரிவு; துன்பம்; அச்சம்; disgust; anger; separation; distress; fear.

துனிநாதம்: (பெ): கடல்; sea.

துனைதல்: (வி): விரைதல்; to rush.

துனைவு: (பெ): விரைவு; speed; swiftness.

துன்பியல்: (பெ): நாடகம்; புதினம் போன்றவற்றில் துன்ப முடிவினைக் கொண்டது; tragedy in literature.

துன்மை: (பெ): தீமை; evil.

துன்றுதல்: (வி): நெருங்குதல்; பொருந்துதல்; be close; to get near; be suitable.

துன்றுநர்: (பெ): நண்பர்; friends.

துன்னகாரர்/துன்னர்: (பெ): தையற்காரர்; tailor.

துன்னபோத்து: (பெ): உழவுக்குப் பயன்படுத்தும் எருமை; the buffalo used for ploughing.

துன்னம்: (பெ): ஊசித்துளை; தையல்; needle hole; needle work.

துன்னலர்: (பெ): பகைவர்; enemies.

துன்னல்: (வி): தைத்தல்; நெருங்குதல்; to stitch; be close; to get near.

துன்னுதல்: (வி): பொருந்துதல்; அணுகுதல்; செய்தல்; நெருங்குதல்; தைத்தல்; ஆலோசித்தல்; be suitable; to approach; to do; to come close; to get near; to sew; to stitch; to consider; (வி): உண்ணுதல்; be eaten.

துன்னுநர்: (பெ): நண்பர்; friends.

துன்னூசி: (பெ): தையல் ஊசி; கலப்பையின் கொழு; the needle used for sewing; ploughshare.

தூ

தூ: (பெ): தூய்மை; வெண்மை; வலிமை; பகை; இறைச்சி; பறவையின் இறகு; பற்றுக்கோடு; purity; whiteness; strength; enmity; meat; bird's feather; support.

தூருதல்: (வி): குப்பை வாருதல்; to gather the rubbish; to sweep.

தூரகை: (பெ): பாளை; spathe of palms.

தூக்கணக்கயிறு: (பெ): நீரில் குதித்து மூழ்குபவர் இடுப்பில் கட்டிக் கொள்ளும் (ஆபத்துக் காலத்தில் பயன்படுத்தும்) நீளமான கயிறு; the rope that holds a diver while he is under the water.

தூக்கிரி: (பெ): ஊர்க் காவற்காரன்; village guard.

தூக்கிட்டு: (வி.அ): தூக்குப்போட்டு; by hanging (commit suicide).

தூக்குக் குண்டு: (பெ): நூல் குண்டு; plumb line.

தூக்குப் பாலம்: (பெ): கப்பல், பெரிய படகு போன்றவை கடந்து சென்றிட ஏதுவாக

நடுவில் பிரிந்து உயரே எழும்பி பின் இணையுமாறு அமைக்கப்பட்டிருக்கும் பாலம்; draw-bridge.

தூங்கமாரி: *(பெ):* ஆடுகட்டில்; swinging cot.

தூங்கலன்: (பெ): சோம்பித்திரிபவன்; சோம்பேறி; lazyman; idler.

தூங்கிருள்: *(பெ):* அடர்ந்த இருள்; dense darkness.

தூங்கு கட்டில்: *(பெ):* தொங்கியாடும் கட்டில்; swinging cot.

தூங்குதோல்: *(பெ):* பாம்பின் சட்டை; slough of a snake.

தூசக்குடிஞை: (பெ): கூடாரம்; tent.

தூசம்: (பெ): யானையின் கழுத்தில் கட்டப்படும் கயிறு; the rope tied on the elephant's neck.

தூசரம்: (பெ): சாம்பல் நிறம்; ash colour; grey colour.

தூசரன்: (பெ): எண்ணெய் வணிகன்; oil merchant.

தூசர்: (பெ): வண்ணார்; படைவீரர்; washermen; soldiers.

தூசறுத்தல்: *(வி):* அடியோடு அழித்தல்; to destroy completely or entirely.

தூசியம்: (பெ): கூடாரம்; tent.

தூசு: (பெ): ஆடை; பஞ்சு; முன்னணிப்படை; யானையின் கழுத்திலிடும் கயிறு; தூய்மை; புழுதி; மிகச் சிறியது; garment; cotton; van of army; elephant's neck band; purity; dust; a tiny particle.

தூடணம்: (பெ): நிந்தை; குற்றம்; reproach; defect; fault.

தூணம்: (பெ): தூண்; பகை; pillar; hatred.

தூணி: (பெ): அம்பறாத் தூணி; நான்கு மரக்கால் கொண்ட அளவை; quiver, which is a case for carrying arrows; a former measure of capacity.

தூணிகர்: (பெ): தனவணிகர்; traders; merchants.

தூணித்தல்: (வி): பருத்தல்; to grow fat.

தூணியங்கம்: (பெ): அத்தி மரப் பிசின்; the resin of country fig tree.

தூணீரம்: (பெ): அம்புக்கூடு; quiver.

தூதம்: (பெ): நிந்தை; அசைவு; reproach; movement; motion.

தூது: (பெ): தூதுமொழி; ஒரு பிரபந்த வகை; செய்தி; கூழாங்கல்; message sent through a messenger; a kind of prabandha; message; a small pebble.

தூதுணம்புறவு: (பெ): கூழாங்கற்களை விழுங்கும் புறா வகை; a kind of dove that eats pebbles.

தூதுவளை: *(பெ):* ஒரு கொடி வகை; climbing brinjal.

தூதுவென்றி: *(பெ):* தூதுவரின் வெற்றியைக் கூறும் புறத்துறைப் பாடல்; (purapadal) a theme describing the success of an embassy.

தூதை: *(பெ):* சிறு மட்கலம்; சிறு மரப்பாளை; சிறு சம்மட்டி; a small vessel made of earth, etc.; toy utensils of wood; a small hammer.

தூபரம்: (பெ): கொம்பில்லாத விலங்கு; an animal without horns.

தூபவருக்கம்: *(பெ):* நறும்புகைப் பண்டம்; the thing used for creating incense.

தூபாயிதம்: *(பெ):* நெருப்பினால் உண்டாகும் சாவு; death caused by fire.

தூபி: (பெ): உச்சி; மலைமுகடு; கோபுரம்; விமான சிகரம்; top; mountain peak; pinnacle as of tower, temple etc.; minaret.

தூபிதம்: (பெ): சுடுதல்; தீயில் இறத்தல்; baking; being hot; death caused by fire.

தூப்பு: (பெ): தூய்மை; பெருக்குதல்; துளை; cleanliness; sweeping; hole.

தூமணி: (பெ): முத்து; pearl.

தூமமுட்டி: (பெ): தூபக் குடம்; censer.

தூமம்: (பெ): புகை; மண்கலச் சூளை; நறும்புகை; வால் நட்சத்திரம்; smoke; kiln; perfume; incense; comet.

தூமரதம்: (பெ): புகை வண்டி; train.

தூமலம்: (பெ): பாவம்; கருமை; sin; blackness.

தூமான்: (பெ): அணிகலச் செப்பு; அரியணை; ornamental pot; throne.

தூமியம்: (பெ): புகை; smoke.

தூமிரதம்: (பெ): ஒட்டகம்; camel.

தூமிரம்: (பெ): கருஞ்சிவப்பு; purple colour.

தூம்: (பெ): ஒரு நிறை; a weight.

தூம்பல்: (பெ): சுரைக்கொடி; bottle gourd creeper.

தூம்பு: (பெ): உள் துளை; மதகு; வாய்க்கால்; சலதாரை; மூங்கில்; இசைக் குழல்; இடுக்கு வழி; inner hole; sluice; water-course; drain; bamboo; flute; narrow lane.

தூம்பு வாய்: (பெ): சலதாரை; drain.

தூம்பை: (பெ): பாடை; funeral bier with poles to carry.

தூரகாரி: (பெ): வருங்காலத்தை அறிந்திடுபவன்; far-sighted man.

தூரல்: (பெ): துன்பம்; நிறை வகை; grief; sorrow; a kind of measure.

தூரி: (பெ): பலகறை; எருது; ஊசல்; தூரியம் என்னும் வாத்திய வகை; cowry; ox; bull; swing; a kind of musical instrument.

தூரிகை: (பெ): எழுதுகோல்; painter's brush.

தூரிது: (பெ): சேய்மையானது; that which is very distant.

தூரியம்: (பெ): மங்கலப் பறை; முரசு; பொதியெருது; எழுதுகோல்; கைவேல்; நல்லாடை; நஞ்சு; ஈயம்; a kind of drum (two-sided); kettle drum; pack-bull; painter's brush; lance; garment; poison; lead.

தூர்த்தம்: (பெ): தீயநெறி; ஊமத்தை; evil path; thorn apple.

தூர்த்தல்: (பெ): அடைத்தல்; அடைபடுதல்; நிரம்புதல்; அழிதல்; மறைதல்; நெருங்குதல்; to shut; be closed; be filled; to perish; to disappear; to come close.

தூர்மம்: (பெ): தேள் கொடுக்கிப் பூண்டு; a kind of herb.

தூர்வகம்: (பெ): பொதிமாடு; pack-bull.

தூர்வை: (பெ): கிணற்றுத்தூர்; அருகம்புல்; செத்தை; rubbish in well; quitch grass; discarded sheaves of sugarcane, dry leaves, vegetable waste, etc.

தூர்னா: (பெ): அருகு; quitch grass.

தூலகம்: (பெ): பருத்தி; cotton.

தூலநாலம்: (பெ): வாழ்நாள்; life time.

தூலசருக்கரை: (பெ): உப்பு; பருத்தி விதை; salt; cotton seed.

தூலசித்து: (பெ): சீவான்மா; உயிர்; individual soul; soul.

தூலிகை: (பெ): அன்னப் பறவையின் இறகு; எழுதுகோல்; feather of a swan; writing instrument.

தூலித்தல்: (வி): பருத்தல்; பெருகுதல்; to grow stout; to abound.

தூலினி: (பெ): இலவு; silk-cotton tree.

தூலை: (பெ): பருத்தி; cotton.

தூவத்தி: (பெ): வாள்; sword.

தூவரம்: (பெ): துவர்ப்பு; காளை; கொம்பில்லாத விலங்கு; astringent taste; bull; the animal which has no horns.

தூவி: (பெ): பறவை இறகு; மயில் தோகை; அன்னப்பறவையின் இறகு; அன்னப்பறவை; எழுதுகோல்; தூள்; feather of a bird; peacock's feather; feather of a swan; swan; painter's brush; dust.

தூவுரை: (பெ): நல்லுரை; maxim.

தூவையர்: (பெ): புலால் உண்போர்; flesh-eaters.

தூளித்தல்: (வி): பருத்தல்; to become thick.

தூளித்துவசன்: (பெ): காற்று; air; wind.

தூளிமட்டம்: (பெ): தரைமட்டம்; being the level of ground.

தூறன்: (பெ): காமுகன்; lustful person.

தூறுமாறு: (பெ): தீய நெறி; தீயொழுக்கம்; vicious life; bad conduct.

தூறுவாதி: (பெ): தீம்பாலை மரம்; a kind of tree.

தூனம்: (பெ): வருத்தம்; grief; distress.

தூனனம்: (பெ): அசைதல்; அகற்றுதல்; to move; to remove.

தெ

தெகடி: (பெ): விளையாட்டு; புரட்டு; சூது; game; deceit; gambling.

தெகிழ்தல்: (வி): விளங்குதல்; நிறைதல்; to shine; be satisfied.

தெகுடாடுதல்: (வி): திண்டாடுதல்; to struggle.

தெகுளம்: (பெ): நிறைவு; பெருக்கம்; completion; consummation; abundance.

தெக்கணம்: (பெ): தெற்கு; வலப்புறம்; south; right side.

தெக்குதல்: (வி): கொள்ளுதல்; to have; to acquire; to occupy; to accept.

தெங்கநாடு: (பெ): கடல் கொண்டதாகக் கருதப்படும் தென் தமிழ்நாடு; the southern parts of Tamil Nadu which were drowned in the sea formerly.

தெசலம்: (பெ): மாமரம்; mango tree.

தெட்சணதேசம்: (பெ): விந்திய மலைக்குத் தென்புறமுள்ள நாடு; the region in the South of Vindhya hills.

தெட்சணம்: (பெ): தெற்கு; வலப்புறம்; South; right side.

தெட்சணாவிருத்தம்: (பெ): வலம்புரிச்சங்கு; conch, whose spirals turn to the right.

தெட்ட: (பெ.அ): தெளிவான; clear.

தெட்டரசர்: (பெ): வென்று கீழ்ப்படுத்தப்பட்ட அரசர்; defeated king.

தெட்டல்: (பெ): ஏமாற்றுதல்; பறித்தல்; to cheat; to pluck.

தெட்டவர்: (பெ): தெளிந்தவர்; intellectual person.

தெட்டி: (பெ): வஞ்சிப்பவன்; வஞ்சிப்பவள்; வாணிகன்; யானை; deceitful person; deceitful woman; merchant; elephant.

தெட்டு: *(பெ):* வஞ்சனை; பறித்தல்; deceit; plucking.

தெட்பம்: *(பெ):* தெளிவு; முதிர்ச்சி; முதறிவு; clearness; maturity; wisdom.

தெண்: *(பெ):* தெளிவு; clearness.

தெண்டகை: *(பெ):* நெருக்கடி; தேவை; stress; necessity.

தெண்டன்: *(பெ):* வணக்கம்; கோல்; obeisance; pole.

தெண்டிரை: *(பெ):* கடல்; sea.

தெண்டு: *(பெ):* கோல்; கற்றை; ஓணான்; pole; mass; common agamoid lizard.

தெண்டுதல்: *(வி):* கிளப்புதல்; இரத்தல்; மிண்டுதல்; நெருங்குதல்; to start; to beg; to talk harshly; to come close.

தெண்ணர்: *(பெ):* அறிவற்ற மூடர்; idiots; ignorant persons; fools; senseless persons.

தெண்ணீர்: *(பெ):* தெளிந்த நீர்; clear water.

தெண்மை: *(பெ):* தெளிவு; தெளிவான அறிவு; clearness; clear knowledge.

தெத்து: *(பெ):* மூலை; வேலியடைப்பு; corner; fence; *(வி):* ஏமாற்று; to cheat.

தெந்தனம்: *(பெ):* சோம்பல்; தாமதம்; அலட்சியம்; laziness; delay; carelessness.

தெந்தி: *(பெ):* நேர்வாள மரம்; a kind of tree.

தெம்பல்: *(பெ):* சேறு; mud; mire.

தெம்பாங்கு: *(பெ):* சந்தன வகை; a kind of sandal wood.

தெம்முனை: *(பெ):* போர்க்களம்; battle field.

தெய்: *(பெ):* கொலை; தெய்வம்; murder; God.

தெய்வதம்: *(பெ):* தெய்வம்; ஆண்டு; God; deity; divine nature; year.

தெய்வப்பெண்: *(பெ):* தேவலோகப் பெண்; celestial nymph.

தெய்வவுத்தி: *(பெ):* மகளிர் தலையில் அணியும் ஆபரணம்; woman's head ornament.

தெரிசம்: *(பெ):* அமாவாசை; the New Moon day.

தெரிசி: *(பெ):* குதிரை; horse.

தெரிசியம்: *(பெ):* காட்சி; vision, view.

தெரிசொல்: *(பெ):* சத்தியம்; அருஞ்சொற்பொருள்; truth; oath; meaning of difficult words.

தெரிதரல்: *(வி):* அறிதல்; to know; to understand.

தெரிதல்: *(வி):* விளக்கமாதல்; அறிதல்; ஆராய்தல்; கேட்டல்; be seen; to know; to understand; to examine; to hear.

தெரித்தல்: *(வி):* வெளிப்படுத்துதல்; சொல்லுதல்; விளக்குதல்; எழுதுதல்; கொழித்தல்; மாறுபடுதல்; to bring to view; to declare; to inform; to explain; to write; to flourish; to differ.

தெரிநிலை: *(பெ):* விளங்கி நிற்பது; the state of clear indication.

தெரிபடுதல்: *(வி):* தோன்றுதல்; to appear.

தெரிபொருள்: *(பெ):* அறிபவனான ஆன்மா; the soul as the agent of cognition.

தெரிப்பு: *(பெ):* அறிவிப்பு; ஆராய்வு; சொல்லுதல்; declaration; research; saying.

தெரிமா: *(பெ):* அரிமா; சிங்கம்; lion.

தெரியலர்: *(பெ):* பகைவர்; மூடர்; enemies; idiots.

தெரியல்: *(பெ):* பூமாலை; தெரிந்து கொள்ளுதல்; flower garland; understanding.

தெரிவு: *(பெ):* அறிவு; தோற்றம்; தெரிந்தெடுக்கை; knowledge; appearence; the act of choosing.

தெரிவை: *(பெ):* பெண்; **25** முதல் **31** வயதுக் குட்பட்டவள்; கன்னி ராசி; woman; the woman whose age is between 25 and 31; the sixth constellation of the Zodiac having the figure of a maiden as its sign; Virgo.

தெருட்சி: *(பெ):* அறிவு; தெளிவு; முதற்பூப்பு; knowledge; clearness; first menstruation.

தெருட்டல்: *(வி):* தெளியச் செய்தல்; to make clear.

தெருட்டு: *(பெ):* அறிவிப்பு; declaration; announcement; *(வி):* தேற்றுதல்; பூப்படைதல்; to console; to attain puberty.

தெருணை: *(பெ):* ஒரு வகை மரம்; a kind of tree.

தெருமரல்: *(பெ):* துன்பம்; மனக்கலக்கம்; perplexity; distress.

தெருவில் அழகி: *(பெ):* குப்பைமேனி; a herb.

தெருவுபாடு: *(பெ):* வீட்டின் முன்புறம்; the front side of a house.

தெருளான்: *(பெ):* அறிவிலி; fool; idiot.

தெல்லாட்டம்: *(பெ):* விளையாட்டு வகை; வஞ்சனை; a kind of game; deceit.

தெல்லுக்காரர்: *(பெ):* தபால்காரர்; postman.

தெல்லோட்டு: *(வி):* அலைக்கழித்தல்; to put one to trouble; to vex.

தெவம்: *(பெ):* மாமரம்; mango tree.

தெவ்: *(பெ):* பகை; போர்; enmity; war.

தெவ்வர்: *(பெ):* பகைவர்; enemies.

தெவ்வினை: *(பெ):* போர்; war.

தெவ்வு: *(பெ):* பகை; சந்திரன்; enmity; the Moon.

தெவ்வுதல்: *(வி):* கொள்ளுதல்; மன்றாடிக் கேட்டுக் கொள்ளுதல்; நிறைத்தல்; to get; to pray; to fill.

தெழி: *(பெ):* ஒலி; sound; noise.

தெழிப்பு: *(பெ):* ஆரவாரம்; noisy rage.

தெழ்கு: *(பெ):* இடையில் அணியும் அணி வகை; a kind of waist ornament.

தெளிஞன்: *(பெ):* அறிஞன்; learned person, wiseman.

தெளிர்தல்: *(வி):* ஒளிபெறுதல்; to illuminate.

தெளிவெண்ணெய்: *(பெ):* வேப்பெண்ணெய்; oil extracted from margosa seed.

தெள்குதல்: *(வி):* தெளிவாதல்; to become clear.

தெள்விளி: *(பெ):* தெளிவான ஒலி; இசைப்பாட்டு; clear sound; musical song.

தெள்ளி: *(பெ):* யானை; elephant.

தெள்ளிச்சி: *(பெ):* உவர்மண்; saline soil.

தெள்ளிதின்: *(வி.அ):* தெளிவாக; clearly.

தெள்ளியர்: *(பெ):* தெளிந்த அறிவுடையவர்; those who are having a keen knowledge.

தெள்ளுதல்: *(வி):* தெளிவாதல்; ஆராய்தல்; படைத்தல்; கொழித்தல்; to become clear; to refer; to create; to sift.

தெள்ளேணம்: *(பெ):* மகளிர் விளையாட்டு வகை; a kind of game played by women.

தெறல்: *(வி):* அழித்தல்; கோபித்தல்; வருத்துதல்; to destroy; to reprove; to oppress.

தெறி: *(வி):* சிதறுதல்; to scatter.

தெறிகெடுதல்: *(வி):* நிலை குலைதல்; to lose hold.

தெறிபடுதல்: *(வி):* தோற்றோடுதல்; கலங்குதல்; தவறுதல்; திக்கறுதல்; சிதறுதல்; be defeated; be confused; be lost; be routed; be scattered.

தெறு: *(பெ):* கோபம்; அச்சம்; துன்பம்; anger; fear; distress.

தெறுநர்: *(பெ):* பகைவர்; enemies.

தெறுவி: *(பெ):* அகப்பை; wooden ladle with a long handle.

தெற்றல்: *(வி):* அலைத்தல்; இறுக்குதல்; மாறுபடுதல்; உடுத்துதல்; to rock to and fro; to toss about; to constrain; to differ; to wear.

தெற்றி: *(பெ):* திண்ணை; மண்மேடு; மர வகை; மாடம்; a raised platform; pial; mound; a kind of tree; a small niche in the wall of a house.

தெற்றுதல்: *(வி):* இடறுதல்; தடைப்படுதல்; மாறுபடுதல்; பிழை செய்தல்; பிணங்குதல்; to trip; be resisted; to differ; to do wrong; be at variance.

தெற்றுமாற்று: *(வி):* ஏமாற்றிடு; to cheat.

தெற்றுவாசல்: *(பெ):* திட்டி வாசல்; wicket gate (in the door of a temple or fort).

தெனாது: *(பெ):* தெற்கு; south.

தென்: *(பெ):* அழகு; இனிமை; இசை; கற்பு; தென்னை மரம்; வலப்புறம்; தெற்கு; beauty; sweetness; music; chastity; coconut tree; right side; south.

தென்கலை: *(பெ):* இசை, இலக்கியம், சிற்பம் ஆகியன; வைணவர் தரித்திடும் திருமண் குறி வகை; Tamil literature and art as belonging to the south; a Vaishnava sect wearing in their forehead a 'Y'-shaped mark.

தென்கால்: *(பெ):* தென்றல்; gentle breeze.

தென்மொழி: *(பெ):* தமிழ் மொழி; Tamil as the speech of the south.

தென்றுதல்: *(வி):* சிதறுதல்; to scatter.

தென்னம்பொருப்பு: *(பெ):* பொதிய மலை; the Pothigai hill in the far south.

தென்னர்: *(பெ):* தெற்கு; பகைவர்; பாண்டிய மன்னர்; south; enemies; the Pandiya Kings.

தென்னன்: *(பெ):* தென்னவன்; one who belongs to Southern Country.

தென்னி: *(பெ):* வாழை; plantain tree.

தே

தே: *(பெ):* தெய்வம்; தலைவன்; God; deity; chief; master; Lord.

தேஎம்: *(பெ):* நாடு; இடம்; country; place.

தேகவியோகம்: *(பெ):* இறப்பு; death.

தேகளி: *(பெ):* இடைகழி; narrow passage between rooms.

தேகனி: *(பெ):* மஞ்சள்; turmeric.

தேகாந்தம்: *(பெ):* இறப்பு; முழு உடம்பு; death; the whole body.

தேகி: *(பெ):* ஆன்மா; soul.

தேக்கரண்டி: *(பெ):* சிறுகரண்டி; tea-spoon.

தேக்கர்: *(பெ):* மிகுதி; abundance.

தேக்கொக்கு: *(பெ):* தேமா; a technical term for the metrical foot of 'Ner-Ner' (நேர்-நேர்).

தேசகன்: *(பெ):* அரசன்; நாடாள்பவன்; the king; the ruler of a country.

தேசலம்: *(பெ):* மாமரம்; mango-tree.

தேசனம்: *(பெ):* மூங்கில்; திருத்தம்; bamboo; correction.

தேசனி: *(பெ):* மஞ்சள்; turmeric.

தேசி: *(பெ):* குதிரை; அழகு; எலுமிச்சை மரம்; ஒரு வகைப் பண்; ஒரு வகைக் கூத்து; horse; beauty; lime tree; a kind of music; a kind of dance.

தேசிகம்: *(பெ):* ஒரு கூத்து வகை; அழகு; ஒளி; தங்கம்; a kind of dance; beauty; lustre; gold.

தேசிக்காய்: *(பெ):* எலுமிச்சை; lime; lemon.

தேசு: *(பெ):* ஒளி; அழகு; விந்து; பெருமை; பொன்; அறிவு; புகழ்; lustre; beauty; sperm; greatness; pride; gold; knowledge; fame.

தேட்குடிச்சி: *(பெ):* கருவண்டு; black-beetle.

தேட்டக்காரன்: *(பெ):* திருடன்; பொருள் தேடுவோன்; thief; robber; one who searches or earns something.

தேட்டாண்மை: *(பெ):* நாட்டாண்மை; விசாரிப்பு; சம்பாத்தியம்; office of the village head-man; enquiring; earning.

தேட்டாளன்: *(பெ):* சம்பாதிப்பவன்; புதல்வன்; earning person; son.

தேட்டை: *(பெ):* தெளிவு; உயர்ந்தது; clearness; that which is superior.

தேண்டுதல்: *(வி):* தேடுதல்; to pursuit.

தேதி: *(பெ):* மாதத்தில் ஒரு குறிப்பிட்ட எண்ணுடைய நாள்; date.

தேநீர்: *(பெ):* தேயிலைநீர்; tea.

தேபூசை: *(பெ):* தெய்வ வழிபாடு; worship of God.

தேப்பை: *(பெ):* தெப்பம்; float; raft.

தேமம்: *(பெ):* ஈரம்; wetness.

தேமா: *(பெ):* நேர்நேர் என வரும் சீரினைக் குறிக்கும் தமிழிலக்கண வாய்ப்பாடு; மாமர வகை; a technical term for the metrical foot of Ner-Ner; a kind of mango tree.

தேமாங்கனி: *(பெ):* நேர்நேர்நிரை என்னும் சீரினைக் குறிக்கும் வாய்ப்பாடு; a technical term for the metrical foot of Ner-Ner-Nirai.

தேமாங்காய்: *(பெ):* நேர்நேர்நேர் என்னும் சீரினைக் குறிக்கும் வாய்ப்பாடு; a technical term for the metrical foot of Ner-Ner-Ner.

தேயன்: *(பெ):* திருடன்; thief, robber.

தேரர்: *(பெ):* பௌத்த முனிவர்; a Buddhist monk.

தேரலர்: *(பெ):* பகைவர்; enemies.

தேரார்: *(பெ):* கல்லாதவர்; பகைவர்; uneducated persons; enemies.

தேரி: *(பெ):* மணல் தரை; மணற் குன்று; sandy land; sand hill.

தேலிக்கை: *(பெ):* எளியது; ease.

தேலுதல்: *(வி):* தப்புதல்; தேறுதல்; to escape; to trust; to decide.

தேவகண்ணி: *(பெ):* மலை வேம்பு; a kind of margosa tree.

தேவகந்தம்: *(பெ):* குங்கிலியம்; konkani resin.

தேவகுசுமம்: *(பெ):* கிராம்பு; clove.

தேவக்கிரியை: *(பெ):* ஒரு பண்; தெய்வச் செயல்; a kind of music; providence.

தேவ சன்னதி: *(பெ):* திருக்கோயில்; temple.

தேவதா: *(பெ):* தெய்வம்; பேய்; deity; devil.

தேவதாகாரம்: *(பெ):* கோயில்; temple.

தேவதாசன்: *(பெ):* கடவுள் பக்தி நிறைந்தவன்; அரிச்சந்திரனின் மைந்தன்; the devotee; Devadas, the son of King Harichandra.

தேவதீபம்: *(பெ):* கண்; eye.

தேவதூபம்: *(பெ):* வெள்ளைக் குங்கிலியம்; a kind of Konkani resin.

தேவபா(ஷை)டை: *(பெ):* வடமொழி; Sanskrit.

தேவப்புள்: *(பெ):* அன்னப்பறவை; the swan.

தேவம்: *(பெ):* கடவுள்; மாமரம்; God; mango tree.

தேவரன்: *(பெ):* கணவருடன் பிறந்த கொழுநன்; கொழுந்தன்; brother-in-law.

தேவலன்: *(பெ):* அந்தணன்; brahmin.

தேவளம்: *(பெ):* கோயில்; temple.

தேவனம்: *(பெ):* தாமரை; சூதாட்டம்; Lotus; gambling.

தேவாத்துமா: *(பெ):* அரசமரம்; pipal (peepul) tree.

தேவாபீட்டை: *(பெ):* வெற்றிலை; betel-leaf.

தேவாயுதம்: *(பெ):* வானவில்; rainbow.

தேவாரம்: *(பெ):* பூஜை; குல (குடும்ப) தெய்வம்; திருஞானசம்பந்தர், திருநாவுக்கரசர், சுந்தரமூர்த்தி நாயனார் ஆகியோர் பாடியருளிய துதிப் பாடல்கள்; worship; family deity; the hymns sung by Thirugnanasambandar, Thirunavukkarasar and Sundaramoorthi Nayanar - Thevaram.

தேவிகை: *(பெ):* ஊமத்தை; thorn apple.

தேவேசியம்: *(பெ):* வியாழன்; the Planet Jupiter.

தேளி: *(பெ):* தேங்காய் வகை; மீன் வகை; a kind of coconut; a kind of fish.

தேளை: *(பெ):* இதயத்துடிப்பு; heart beating.

தேறல்: *(பெ):* தெளிவு; தெளிந்த கள்; தேன்; சாறு; clearness; pure toddy; honey; juice.

தேறலர் / தேறார்/தேற்றார்: *(பெ):* பகைவர்; அறியாதார்; enemies; ignorant people.

தேறு: *(பெ):* தெளிவு; உறுதி; துண்டு; clearness; firmness; piece.

தேறுகடை: *(பெ):* தீர்மானம்; resolution.

தேறுநர்: *(பெ):* கற்றோர்; literates.

தேறுமுகம்: *(பெ):* பற்றுக்கோடு; support.

தேற்றம்: *(பெ):* தெளிவு; உறுதி; செழிப்பு; விதி வரையறுத்தல்; clearness; firmness; flourishness; theorem.

தேற்றா: *(பெ):* மர வகை; a kind of tree.

தேற்று: *(பெ):* தெளிவு; தேற்றா மரம்; clearness; a kind of tree.

தேனம்: *(பெ):* பெருங்கடல்; ocean.

தேனன்: *(பெ):* திருடன்; thief.

தேனித்தல்: *(வி):* இனித்தல்; மகிழ்தல்; தியானித்தல்; to sweeten; be happy; to meditate.

தேனுகம்: *(பெ):* பெண் யானை; she-elephant.

தேனுகாரி: *(பெ):* தேனுகனுக்குப் பகைவனான கண்ணபிரான்; Sri Krishna as the enemy of Denugan.

தேனெய்: *(பெ):* தேன்; honey.

தேன்கதலி: *(பெ):* வாழை வகை; a kind of plantain tree.

தேன்மரம்: *(பெ):* மர வகை; a kind of tree.

தேன் வதை: *(பெ):* தேன் கூடு; honeycomb; beehive.

தை

தை: *(பெ):* ஒரு தமிழ் மாதம்; மகர ராசி; தையல்; மூலிகை வகை; அலங்காரம்; a Tamil month, Thai; the tenth constellation of the Zodiac, sewing; a herb; decoration.

தைதம்: *(பெ):* விரல் நுனி; tip of the finger.

தைதிலம்: *(பெ):* காண்டாமிருகம்; rhinoceros.

தைதேயர்: *(பெ):* அரக்கர்; demons.

தைப்பை: *(பெ):* சட்டை; shirt.

தையல்: *(பெ):* பெண்; தைப்பு; மேகம்; கட்டழகு; girl; young woman; sewing; cloud; beauty.

தைலபீதம்: *(பெ):* அத்திப் பிசின்; the resin of fig tree.

தைலம்: *(பெ):* எண்ணெய்; வலிநிவாரணி; மணமுள்ள பண்டங்களுள் ஒன்று; மரத்துளை; oil; balm; one of the fragrant thing; the hole in a tree.

தைலா: *(பெ):* மரப்பெட்டி; wooden-box.

தைலி: *(பெ):* பணப்பை; cash-bag.

தைலிகன்: *(பெ):* எண்ணெய் வணிகன்; மருத்துவன்; oil merchant; physician.

தைவதீபம்: *(பெ):* கண்கள்; eyes.

தைவரல்: *(வி):* வருடுதல்; தடவுதல்; அலங்கரித்தல்; to rub; to massage; to smear; to decorate.

தைனியம்: *(பெ):* எளிமை; கீழ்மை; பொருளாசை; ease; meanness; avarice.

தொ

தொகம்: *(பெ):* மதிப்பு; value; estimation.

தொகம் பார்த்தல்: *(வி):* மதிப்பிடுதல்; to value; to estimate.

தொகை நூல்: *(பெ):* பலரால் பாடப்பட்ட பாடல்கள் ஒன்றாகத் திரட்டப்பட்ட நூல்; anthology.

தொக்கடம்: *(பெ):* பழம் வைக்கும் சிறு கூடை; a small basket, used for keeping fruits.

தொக்கடவு: *(பெ):* குறுக்கு வழி; short cut (to reach a place).

தொக்கடை: *(பெ):* வறுமை; poverty.

தொக்கம்: *(பெ):* வழக்கு; dispute.

தொக்கார்: *(பெ):* தோழர்; நண்பர்; companions; friends.

தொங்கன்: *(பெ):* கள்வன்; thief.

தொங்காரம்: *(பெ):* ஏளனம்; ridicule.

தொங்கி: *(பெ):* கள்ளி; cactus; milk-hedge.

தொங்கிசம்: *(பெ):* கேடு; துன்பம்; ruin; distress; grief.

தொங்குங்கல்: *(பெ):* ஆட்டுரல்; grinding stone.

தொசம்: *(பெ):* கொடி; flag.

தொடக்கு: *(பெ):* கட்டு; பற்று; மகளிர் சூதகம்; bondage; desire; menstruation.

தொடங்கு: *(பெ):* கால் விலங்கு; தளை; fetters; manacle.

தொடரி: *(பெ):* முட்செடி வகை; a kind of thorny plant.

தொடர்மொழி: *(பெ):* இரண்டு, இரண்டிற்கு மேற்பட்ட சொற்கள் தொடர்ந்து வந்து பொருள் தருவது தொடர்மொழி; a language in which two or more words occur continuously giving the meaning.

தொடரியல்: *(பெ):* வாக்கிய அமைப்பு விதிமுறைகள், வாக்கியங்களுக்கு இடையே உள்ள உறவு போன்றவற்றை விளக்கும் மொழியியல் பிரிவு; syntax.

தொடல்: *(வி):* சார்தல்; தோண்டுதல்; தீண்டல்; பிடித்தல்; உண்ணுதல்; to depend; to dig; to touch; to hold; to eat.

தொடலை: *(பெ):* மகளிர் விளையாட்டு வகை; தொங்கவிடுகை; மணிமேகலை; மாலை; a kind of game played by women; hanging; jewelled girdle; garland.

தொடி: *(பெ):* கங்கணம்; வளையல்; a cord tied with a piece of turmeric worn around the wrist till a particular auspicious event comes to an end; bangles.

தொடிமகள்: *(பெ):* விறலி; danseuse.

தொடு: *(பெ):* பரிசம்; தோட்டம்; தோண்டல்; மருதநிலம்; வஞ்சகம்; touch; garden; digging; agricultural tract; deceit.

தொடுக்கம்: *(பெ):* பொன்; gold.

தொடுசு: *(பெ):* உடந்தை; சம்பந்தம்; abetment; relevance.

தொடுவிலங்கு: *(பெ):* இரு நபர்களுக்கு இடும் விலங்கு; the fetters which link two persons.

தொடுவு: *(பெ):* கொல்லைப் புறம்; back-yard of a house; grove.

தொடுவை: *(பெ):* கூட்டாளி; வைப்பாட்டி; புது யானையைப் பழக்கும் யானை; partner; concubine; the elephant which trains the newly brought elephant.

தொடையல்: *(பெ):* பூமாலை; மாலை; flower garland; garland.

தொடைவாழை: *(பெ):* செடி வகை; நோய் வகை; a kind of plant; a kind of disease.

தொட்ட: *(பெ.அ):* பெரிய; large; big.

தொட்டம்: *(பெ):* சிறுநிலம்; a small piece of land.

தொட்டல்: *(பெ):* தீண்டுதல்; உண்ணுதல்; கட்டுதல்; தோண்டுதல்; to touch; to eat; to tie; to unite; to dig.

தொட்டாட்டு மணியம்: *(பெ):* குற்றேவல்; menial task.

தொட்டிமை: *(பெ):* ஒற்றுமை; அழகு; unity; beauty.

தொட்டியம்: *(பெ):* ஓர் ஊர்; ஒரு மொழி; பாடை வகை; ஒருவிதக் கலை வகை; a town (in Tamil Nadu); a language; a kind of funeral bier; a kind of art.

தொட்டி வயிறு: *(பெ):* பெருவயிறு; paunch belly.

தொட்பம்: *(பெ):* திறமை; ability.

தொண்டர் சீர் பரவுவார்: *(பெ):* சேக்கிழாரின் சிறப்புப் பட்டப்பெயர்; special title given to Sekkizhar.

தொண்டலம்: *(பெ):* கள்; துதிக்கை; toddy; elephant's trunk.

தொண்டியோர்: *(பெ):* சோழர்கள்; சேரர்கள்; Chozha kings; Chera kings.

தொண்டீரண்: *(பெ):* தொண்டை மண்டல அரசன்; the king of the ancient region Thondai Nadu.

தொத்தன்: *(பெ):* அடிமை; slave.

தொத்தா: *(பெ):* சிறிய தாய்; mother's sister.

தொத்து: *(பெ):* பூங்கொத்து; பற்று; திரள்; அடிமை; சார்பு; நட்பு; cluster of flowers; support; mass; slavery; refuge; friendship; *(வி):* தொற்றுதல்; to hold precariously onto something.

தொத்தூண்: *(பெ):* தொங்கு சதை; lobe.

தொந்தம்: *(பெ):* இரட்டை; பகை; ஆயுத வகை; பழமை; போர்; தொடர்பு; சம்பந்தம்; twin; enmity; a kind of weapon; antiquity; war; relationship; connection.

தொந்தித்தல்: *(வி):* தொடர்தல்; இரட்டித்தல்; to continue; to make double.

தொந்திப்பு: *(பெ):* பேதம்; தொடர்பு; இரட்டிப்பு; difference; contact; double.

தொப்பாரம்: *(பெ):* பொட்டலம்; கொப்புளம்; பெரிய வீடு; packet; blister; bungalow.

தொம்பங்கூத்தாடி: *(பெ):* கழைக் கூத்தாடி; pole dancer; tight rope walker.

தொம்பம்: *(பெ):* கழைக் கூத்து வகையுள் ஒன்று; a kind of pole dance.

தொம்பரம்: *(பெ):* சமையல் பானை; பந்தி; பெரிய வீடு; cooking pot; an arrangement; a bungalow.

தொம்பரை: *(பெ):* நெற்குதிர்; ஊர் சுற்றித் திரிபவன்; large earthen receptacle for storing paddy, grains, etc.; grain bin; a vagabond.

தொம்பர்: *(பெ):* கழைக் கூத்தாடுபவர்; pole dancer.

தொம்பறை: *(பெ):* நெற்குதிர்; களஞ்சியம்; large earthen receptacle for storing paddy, grain, etc.; grain bin.

தொம்பன்: *(பெ):* கழைக் கூத்தாடுபவன்; pole dancer.

தொம்பாரம்: *(பெ):* பெரிய கட்டடம்; a bungalow.

தொம்பை: *(பெ):* நெற்குதிர்; a high basket for storing paddy, grain, etc.

தொய்: *(பெ):* குற்றம்; fault.

தொய்யல்: *(பெ):* சோகை; துன்பம்; களிப்பு; சேறு; anaemia; misery; exultation; mud.

தொலை: *(பெ):* ஒப்பு; அழிவு; தூரம்; அக்கரைச் சீமை; likeness; ruin; distance; foreign country.

தொலைச்சுதல்: *(வி):* கொல்லுதல்; முடித்தல்; செலுத்துதல்; to kill; to complete; to drive.

தொலை எழுதி: *(பெ):* ஒரு முனையில் தட்டச்சு செய்து அனுப்பும் செய்தியை மறுமுனையில் தானாகத் தட்டச்சுப் பதிவு செய்யும் மின்கருவி; teleprinter.

தொலைபு: *(பெ):* அழிவு; ruin.

தொலைபேசித் தொடர்பகம்: *(பெ):* தொலைபேசி களுக்கிடையே தேவைப்படுகிற இணைப்பினை ஏற்படுத்தித் தருகின்ற நிலையம்; telephone exchange.

தொலைப்பதிவு: *(பெ):* தொலை எழுதி வாயிலாக அனுப்பப்படும் தந்தி முறைச் செய்தி; telex.

தொல்: *(பெ.அ):* பண்டைய; தொன்மையான; ancient; old.

தொல்காப்பியம்: *(பெ):* பழமையான இலக்கண நூல்; the most ancient Tamil grammar extant by Tholkappiyanar.

தொல்பதி: *(பெ):* பழமையான ஊர்; a very old town.

தொல்பொருளியல்: *(பெ):* தொல்பொருட்களைக் கண்டறிந்து வெளிப்படுத்திடும் ஆய்வு; archaeology.

தொல்லெழில்: *(பெ):* இயற்கை அழகு; beauty of nature.

தொழிதல்: *(வி):* சிதறுதல்; to split.

தொழித்தல்: *(வி):* ஒலித்தல்; கோபித்தல்; to sound; be angry.

தொழில் முனைவோர்: *(பெ):* போதுமான அளவு முலதனம் செய்து ஒரு தொழிலைத் தொடங்க முற்படுபவர்கள்; entrepreneurs.

தொழிற்பெயர்: *(பெ):* வினைப்பெயர்; வினையா லணையும் பெயர்; verbal noun; gerund.

தொழின் மொழி: *(பெ):* வினைச்சொல்; verb.

தொழுகுலம்: *(பெ):* குலதெய்வம்; அந்தணர் குலம்; family deity; brahmin community.

தொழுக்கன்: *(பெ):* அடிமை; slave.

தொழுதி: *(பெ):* கூட்டம்; திரட்சி; பறவைக் கூட்டம்; பறவை ஒலி; crowd; multitude; flock of birds; chirping of birds.

தொழுதேல்: *(வி):* விரும்புதல்; to like.

தொழுப்பு: *(பெ):* உழவுத் தொழில்; ploughing.

தொழு மகளிர்: *(பெ):* குற்றேவல் பெண்கள்; servant-maids.

தொழுமரம்: *(பெ):* தொழுக்கட்டை; stocks.

தொழும்பர்: *(பெ):* ஊழியர்கள்; menials.

தொழும்பன்: *(பெ):* அடிமை; கீழோன்; slave; base-person.

தொழுவர்: *(பெ):* தொழில் செய்யும் மக்கள்; மருதநிலத்தோர்; workers; agriculturists.

தொழுவறை: *(பெ):* மாட்டுக் கொட்டில்; cattle shed.

தொழுவை: *(பெ):* மடு; pool.

தொளி: *(பெ):* சேறு; வீதி; mire; street.

தொளுக்குதல்: *(பெ):* தளர்வாகக் கட்டுதல்; to tie loosely.

தொளை: *(பெ):* துளை; மூங்கில்; hole; bamboo.

தொள்கல்: *(பெ):* துளைத்தல்; drilling.

தொள்கு: *(பெ):* பள்ளம்; வலை; சேறு; pit; net; mud.

தொள்ளம்: *(பெ):* தெப்பம்; சேறு; raft; mud.

தொள்ளல்: *(பெ):* துளை; hole.

தொள்ளாடி: *(பெ):* வலிமையற்றவன்; weak person.

தொள்ளி: *(பெ):* குழைந்த சேறு; soft wet mud.

தொள்ளுதல்: *(வி):* துளைத்தல்; நெகிழ்தல்; to drill; to become loose.

தொறு: *(பெ):* தொழுவம்; பசுக்கூட்டம்; மிகுதி; கூட்டம்; அடிமை; cattle shed; herd of cows; abundance; crowd; slave.

தொறுவன்: *(பெ):* இடையன்; shepherd.

தொறுவி: *(பெ):* இடைச்சி; woman belonging to shepherd community.

தொறுவிடம்: *(பெ):* மாட்டுத் தொழுவம்; cattle shed.

தொற்று: *(பெ):* சம்பந்தம்; connection.

தொனி: *(பெ):* நேரிடையாக இல்லாது, குறிப்புப் பொருள் தரும் வெளிப்பாடு; tone; suggestion; implication; *(வி):* நேரிடையாக இல்லாது குறிப்புப் பொருளாக வெளிப்படுதல்; to suggest; to imply.

தொன்மரம்: *(பெ):* ஆலமரம்; banyan tree.

தொன்று: *(பெ):* பழைமை; ஊழ்; antiquity; fate.

தொன்னூல் விளக்கம்: *(பெ):* ஒரு தமிழ் இலக்கண நூல்; a Tamil grammar by Veeramaa Munivar.

தோ

தோகசம்: (பெ): பால்; milk.

தோகதம்: (பெ): விருப்பம்; desire.

தோகம்: (பெ): சிறுமை; துயரம்; பால்; இளங் குழந்தை; meanness; grief; milk; infant.

தோகலி: (பெ): அசோக மரம்; Asoka tree.

தோகைப் பகை: (பெ): ஓந்தி; garden lizard.

தோகை மயில்: (பெ): ஆண் மயில்; peacock.

தோகைமுகப் பூடணம்: (பெ): மஞ்சள்; turmeric.

தோகையர்: (பெ): பெண்கள்; women.

தோக்கியம்: (பெ): முகில்; மேகம்; காதுக்குறும்பி; cloud; a pointed instrument to remove ear-wax.

தோக்கு: (பெ): துப்பாக்கி; gun; rifle.

தோக்குமம்: (பெ): காதுக்குறும்பி; முகில்; ear-wax remover; cloud.

தோடகம்: (பெ): தாமரை; கொப்புளம்; lotus; boil.

தோடம்: (பெ): குறை; பாவம்; பிணி; fault; sin; disease.

தோடயம்: (பெ): நாடகத்தின் முன்மொழிப் பாட்டு; the song, sung before starting a drama, explaining the features of the play.

தோடா: (பெ): கையணி வகை; பொற்காப்பு; a kind of hand ornament; a kind of gold bracelet.

தோடை: (பெ): ஆடாதோடை; கிச்சிலி வகை; முத்துச் சிப்பி; மாட்டு நோய் வகை; a herb; a kid of bitter lime; pearl oysters; a kind of cattle disease.

தோட்கோப்பு: (பெ): கட்டுச்சோறு; food, packed for a journey.

தோட்டக்கலம்: (பெ): புன்செய்ப் பகுதியில் கிணற்றுப் பாசனம் செய்து பயிரிடும் நிலம்; garden land.

தோட்டக்கால்: (பெ): கொல்லை நிலம்; farm-land; field.

தோட்டந்துரவு: (பெ): நிலபுலன்; landed property.

தோட்டப்பயிர்: (பெ): மேட்டுப்பாங்கான நிலத்தில் நீர் பாய்ச்சிப் பயிரிடப்படும் பயிர்; garden crop.

தோட்டுணை: (பெ): கணவன்; husband.

தோட்பலகை: (பெ): கைசீப்பு; comb.

தோணாமுகம்: (பெ): அகழியால் சூழப்பட்ட நகரம்; a town surrounded by moat.

தோணியம்: (பெ): அம்பு; arrow.

தோணோக்கம்: (பெ): மகளிர் விளையாட்டு வகை; a kind of women's game.

தோண்டான்: (பெ): ஓநாய்; wolf.

தோண்முதல்: (பெ): புஜ வலிமை; strength of arm.

தோண்மேல்: (பெ): பிடரி; nape.

தோதகம்: (பெ): வஞ்சகம்; வருத்தம்; மரியாதை யின்மை; சாலவித்தை; கற்பின்மை; deceit; grief; disrespect; jugglery; unchastity.

தோதகன்: (பெ): வஞ்சகன்; deceitful person.

தோதகி: (பெ): வஞ்சகி; கற்பிழந்தவள்; விபச்சாரி; deceitful woman; unchaste woman; prostitute.

தோதம்: (பெ): பசுங் கன்று; வருத்தம்; calf of a cow; grief.

தோதனம்: (பெ): அங்குசம்; ஈட்டி; elephant's goad; lance.

தோப்பாடி: (பெ): துஷ்டன்; wicked man.

தோப்பி: (பெ): கள்; toddy.

தோமம்: (பெ): கூட்டம்; சாம வேதம்; crowd; Sama Veda.

தோமரம்: (பெ): கைவேல்; தண்டாயுதம்; lance; club-like weapon.

தோம்: (பெ): குற்றம்; தீமை; துன்பம்; default; evil; grief.

தோம்பு: (பெ): சிவப்பு; நில விவரக் கணக்கு; red; village record containing details of lands and the revenue from them.

தோயசம்: (பெ): தாமரை; Lotus.

தோயசூசகம்: (பெ): தவளை; frog.

தோயதம்: (பெ): நெய்; வெண்ணெய்; மேகம்; ghee; butter; cloud.

தோயதரம்: (பெ): மழைமேகம்; rainy cloud.

தோயதி: (பெ): கடல்; sea.

தோயதிப்பிரியம்: (பெ): இலவங்கம்; clove.

தோயம்: (பெ): நீர்; கடல்; water; sea.

தோயல்: (வி): கலத்தல்; குளித்தல்; தயிர் தோய்த்தல்; to mix; to bathe; to curdle.

தோய்வு: (பெ): சார்பு; கலப்பு; dependence; being put together.

தோரணன்: (பெ): யானைப் பாகன்; elephant mahout.

தோரணி: (பெ): ஒழுங்கு; வரலாறு; propriety; history.

தோரத்தம்: (பெ): தொந்தரவு; கட்டாயம்; trouble; compulsion.

தோரம்: (பெ): அபிநய வகை; a dance gesture.

தோரி: (பெ): சாதம்; boiled and cooked rice.

தோரிதம்: (பெ): குதிரை நடை; gait of horse.

தோரியம்: *(பெ):* கூத்து வகை; வாச்சியம்; a kind of dance; musical instrument.

தோரை: *(பெ):* மூங்கிலரிசி; மலை நெல்; இரத்தம்; பனை மர வகை; மங்கல் நிறம்; மயில் விசிறி; ஒரு வகை நீட்டலளவை; bamboo seed; a kind of paddy; blood; a kind of palm tree; dull colour; fan, made of peacock's feathers; a kind of linear measurement.

தோலனம்: *(பெ):* நிறுத்தல்; to weigh.

தோலன்: *(பெ):* புல்லன்; அற்பன்; hunter; mean person.

தோலாடிப் பறவை: *(பெ):* வாத்து போன்ற பறவை; the bird like duck.

தோலாட்டம்: *(பெ):* கயமைத்தனம்; baseness.

தோலாமை: *(பெ):* தோல்வியின்மை; state of not being defeated.

தோலிகை: *(பெ):* காது; ஊஞ்சல்; ear; swing.

தோல்: *(பெ):* சருமம்; கேடகம்; துருத்தி; புகழ்; அழகு; சொல்; யானை; உடம்பு; தோல்வி; மூங்கில்; skin; leather; shield; bellows; fame; beauty; word; elephant; body; defeat; bamboo.

தோவத்தி: *(பெ):* ஆடவர் அரையாடை; the inner garment of male.

தோவம்: *(பெ):* ஒரு கால அளவு; a time measure.

தோவாளம்: *(பெ):* கிணற்றைச் சுற்றி எழுப்பிய சுவர்; the wall erected around a well.

தோழம்: *(பெ):* பேரெண்; மாட்டுக் கொட்டில்; கடல்; a large number; cattle-shed; sea.

தோழ்: *(பெ):* மாட்டுத் தொழுவம்; cattle-stall.

தோளாமணி: *(பெ):* இரத்தினம்; ruby; a precious stone.

தோளி: *(பெ):* அரக்கு; அவுரிப்பூண்டு; sealing wax; indigo.

தோற்பரம்: *(பெ):* கேடகம்; shield.

தோற்பாவை: *(பெ):* தோலால் செய்யப்பட்ட பொம்மலாட்டப் பாவை; leather puppet.

தோற்றுவாய்: *(பெ):* தொடக்கம்; பாயிரம்; origin; preface.

தோன்றி: *(பெ):* இரத்தம்; ஒரு மலை மல்லி; blood; Malabar jasmine.

தோன்றிகர்: *(பெ):* வணிகர்; செல்வந்தர்; merchants; rich people.

தௌ

தௌகித்திரன்: *(பெ):* மகளுடைய மகன்; daughter's son.

தௌகித்திரி: *(பெ):* மகளுடைய மகள்; daughter's daughter.

தௌசாரம்: *(பெ):* குளிர்; பனி; cold; snow; mist.

தௌதசிலம்: *(பெ):* பளிங்கு; marble.

தௌதம்: *(பெ):* வெள்ளி; குளியல்; துவைத்த ஆடை; silver; bathing; washed cloth.

தௌதிகம்: *(பெ):* முத்து; pearl.

தௌத்தியம்: *(பெ):* துதி; தூது; praise; errand; message.

தௌரிதம்: *(பெ):* குதிரை நடை; gait of the horse.

தௌர்ப்பல்லியம்: *(பெ):* பலஹீனம்; weakness.

தௌலம்: *(பெ):* தராசு; weighing balance.

தௌலிகன்: *(பெ):* ஓவியன்; painter.

தௌலேயம்: *(பெ):* ஆமை; tortoise.

தௌவல்: *(பெ):* இளமை; கேடு; youth; harm.

தௌவாரிகன்: *(பெ):* வாயில் காப்போன்; gate-keeper.

தௌவுத்தல்: *(பெ):* கெடுதல்; to perish.

ந

ந: *(பெ):* சிறப்பு; மிகுதி; grandeur; large quantity.

நகக்கண்: *(பெ):* விரல் நுனிக்கும், நகத்துக்கும் இடைப்பட்ட பகுதி; the part between the tip of the finger and the nail.

நகக்குத்தன்: *(பெ):* நாவிதன்; barber.

நகசம்: *(பெ):* யானை; elephant.

நகடு: *(பெ):* உடல் வெளுத்திருத்தல்; சோகை; the state of being pale; paleness.

நகதி: *(பெ):* பொன்கட்டி; நிலத்தீர்வை; கருவூலம்; block of gold; land tax; treasury.

நகமுகம்: *(பெ):* வில்; bow.

நகர காதம்: *(பெ):* யானை; elephant.

நகரசம்: *(பெ):* யானை; elephant.

நகரசபை/நகராட்சி: *(பெ):* நகரத்துக்கான உள்ளாட்சி அமைப்பு; municipality.

நகரப்பதி: *(பெ):* தலைநகர்; capital city.

நகரவிரம்: *(பெ):* மயில்; peacock.

நகரா: *(பெ):* பெரிய அரைக்கோள வடிவ தோல் கருவி; a big hemispherical drum.

நகரி: *(பெ):* நக்ரம்; செடி வகை; புறம்போக்கு நிலம்; town; a kind of plant; land which is not privately owned.

நகரிபகம்: *(பெ):* காகம்; crow.

நகரூடம்: *(பெ):* மூக்கு; nose.

நகரை: *(பெ):* மர வகை; அரிசி வகை; a kind of tree; a variety of rice.

நகர்: *(பெ):* நகரம்; மாளிகை; கோயில்; அரண்மனை; மனைவி; town; mansion; temple; palace; wife.

நகர்ப்பேரவை: *(பெ):* மாநகராட்சி; Corporation.

நகழ்தல்: *(வி):* துன்பம் அடைதல்; to grieve.

நகாசி: *(பெ):* நெற்றி; forehead.

நகாயுதம்: *(பெ):* சேவல்; சிங்கம்; புலி; கருடன்; கழுகு; cock; lion; tiger; white-headed kite; vulture.

நகிலம்/நகில்: *(பெ):* பெண்ணின் மார்பகம்; woman's breast.

நகுதா: *(பெ):* மாலுமி; navigator; sailor; seaman.

நகுத்தம்: *(பெ):* புங்கமரம்; Indian beech, a kind of tree.

நகுலம்: *(பெ):* கீரி; mongoose.

நகைமுகம்: *(பெ):* தோற்றப் பொலிவு; cheerful countenance.

நகைவேழம்பர்: *(பெ):* விகடம் செய்வோர்; clowns.

நக்கரம்: *(பெ):* முதலை; crocodile.

நக்கவாரம்: *(பெ):* ஒரு தீவு; வறுமை; an island; poverty.

நக்கிதம்: *(பெ):* இரண்டு; two.

நக்கிரை/நக்குடம்: *(பெ):* மூக்கு; nose.

நக்குணி: *(பெ):* ஒரு பாம்பு வகை; சிறுபிள்ளை; a kind of snake; child.

நக்குட்டன்: *(பெ):* நாவிதன்; சவரத் தொழிலாளி; barber.

நங்கனை: *(பெ):* அரைப் பட்டிகையின் உறுப்பு; a part of girdle.

நங்கிணம்: *(பெ):* மைனா; mynah.

நங்கு: *(பெ):* பரிகாசம், ஏளனம்; ridicule.

நங்கையார்: *(பெ):* அண்ணி; elder brother's wife.

நசலாளி: *(பெ):* நோயாளி; patient.

நசல்: *(பெ):* வியாதி; நோய்; sickness; disease.

நசாரி: *(பெ):* எட்டி மரம்; strychnine tree.

நசிதல்: *(வி):* அழிதல்; நசுங்குதல்; குறைதல்; சுருங்குதல்; be destroyed; be crushed; to decrease; to become extinct.

நசியம்: *(பெ):* மூக்கிலிடும் மருந்து; மூக்குப்பொடி; the medicine which is applicable to nose.

நசியரி: *(பெ):* குப்பைமேனி; Indian acalypha.

நசிவு: *(பெ):* கேடு; நிந்தை; ruin; harm; vilification.

நசிறாணி: *(பெ):* உலோபி; கஞ்சன்; மெலிந்தவன்; miser; one who has lean body.

நசுநாறி: *(பெ):* கஞ்சன்; இழிந்தோன்; பேரம் பேசுபவன்; stingy person; person of low qualities; huggler.

நசை: *(பெ):* ஆசை; அன்பு; ஒழுக்கம்; நம்பிக்கை; ஈரம்; குற்றம்; ஏளனம்; desire; love; discipline; hope; wetness; fault; ridicule.

நசைதல்: *(பெ):* விரும்புதல்; அன்பு செய்தல்; to like; to love.

நசைநர்: *(பெ):* நண்பர்கள்; friends.

நசையுரை: *(பெ):* காதற்பேச்சு; amorous talk.

நசைவினை: *(பெ):* நற்செயல்; good deed.

நச்சினி: *(பெ):* கேழ்வரகு; Ragi.

நச்சுக்கண்: *(பெ):* கொடும் பார்வை; the evil-eye.

நச்சுதல்: *(வி):* அலட்டுதல்; விரும்புதல்; to bluster; to like; to desire.

நச்சுப்பொடி: *(பெ):* சிறு மீன் வகை; a kind of small fish.

நச்சுமரம்: *(பெ):* எட்டி மரம்; நஞ்சுள்ள மரம்; strychnine tree; poisonous tree.

நச்சுவளி: *(பெ):* தீமையை விளைவிக்கும் காற்று; miasma.

நச்சுவாயன்: *(பெ):* வீண்வம்பு பேசுபவன்; babbler.

நச்சுவிறகு: *(பெ):* சுள்ளி; twig.

நஞ்சறுப்பான்: *(பெ):* கொடிப்பாலை; படுவங்கீரை; herbs.

நஞ்சன்: *(பெ):* தீயவன்; evil-minded person.

நஞ்சி: *(பெ):* குன்றிமணி; crab's eye.

நடபடி: *(பெ):* ஒழுக்கம்; வழக்கம்; discipline; custom.

நடபாவி: *(பெ):* படிகள் உள்ள கிணறு; the well which has steps inside.

நடமாளிகை: *(பெ):* கோயில் பிரகாரம்; paved way around the Sanctrum Sanctorum.

நடலம்: *(பெ):* செருக்கு; இகழ்ச்சி; பாசாங்கு; வீண் செலவு செய்கை; pride; contempt; pretence; act of spending vainly.

நடலை: *(பெ):* வஞ்சனை; துன்பம்; பொய்மை; பாசாங்கு; அசைவு; deceit; grief; falsehood; pretence; motion.

நடவை: *(பெ):* வழி; உபாயம்; மர வகை; path; plan; a kind of tree.

நடாத்திகை: *(பெ):* லஜ்ஜை; bashfulness.

நடி: *(பெ):* பெருமை; நாட்டிய மங்கை; நடிகை; greatness; dancing girl; actress.

நடு: *(பெ):* இடுப்பு; தொழில்; பூமி; மிதம்; நடுவுநிலை; நீதி; வழக்கு; மையம்; waist; profession; earth; moderation; impartiality; justice; manners; centre.

நடுங்காலன்: (பெ): அச்சம் உடையவன்; the person who has fear always.

நடுங்குதல்: (வி): அதிர்தல்; பயப்படுதல்; அசைதல்; பதறுதல்; ஒப்பாகுதல்; to vibrate; to fear; to tremble, be in a great hurry; to resemble.

நடுச்சொல்வார்: (பெ): சாட்சி சொல்பவர்; those who testify.

நடுத்தீர்வை: (பெ): நியாயமான தீர்ப்பு; judgement.

நடுவண்: (வி.அ): இடையில்; மத்தியில்; மையத்தில்; in the centre.

நடுவண் அரசு: (பெ): மத்திய அரசு; central government.

நடுவர்: (பெ): நீதிபதி; மத்தியஸ்தர்; judge; mediator.

நடுவர் மன்றம்: (பெ): இருதரப்பினரும் பேசி முடிவு காண முடியாத பிரச்சினைக்குத் தீர்வு கண்டிட அவர்கள் ஏற்றுக்கொண்ட வகையில் அமைக்கப்படும் குழு; tribunal.

நடுவு: (பெ): மையம்; இடை; நீதி; middle; waist; justice.

நடுவெலும்பு: (பெ): முதுகெலும்பு; backbone; spine.

நடுவெழுத்து: (பெ): பத்திரம் எழுதுபவன்; document writer.

நடுவெளி: (பெ): இடைவெளி; intervening space.

நடேசன்: (பெ): நடராசர்; Lord Shiva in dancing pose.

நடைகிணறு/நடைபாவி/நடைவாவி: (பெ): படிகள் கொண்டுள்ள கிணறு; the well with steps down to the water at its base.

நடைச்சலங்கு: (பெ): சிறு படகு; small boat.

நடைநாயகம்: (பெ): அன்னப்பறவை; swan.

நடைபடி: (பெ): நடத்தை; வழக்கம்; behaviour; custom.

நடைபாதை: (பெ): நடக்கும் பாதை; footpath.

நடைப்பயணம்: (பெ): கால்நடையாகவே செல்லும் பயணம்; travel on foot.

நடைப்பரிகாரன்: (பெ): பயணச் சாமான்; luggage for travel.

நடைமலை: (பெ): யானை; the elephant.

நடைமனை: (பெ): உடம்பு; body as a walking house.

நடையாட்டம்: (பெ): வழக்கம்; usage.

நடையியல்: (பெ): பேச்சு மொழி, எழுத்து மொழி போன்றவற்றின் நடையைப் பற்றி ஆராயும் மொழியியல் பிரிவு; stylistics.

நடையொத்து: (பெ): தாளவகை; mode of marking time.

நடைவரம்பு: (பெ): வரப்பு; ridge of a field.

நட்டணை: (பெ): கொடூரம்; நடிப்பு; வெறுப்பு; horrifying severity; imitative action; dislike.

நட்டபாடை: (பெ): குறிஞ்சிப்பண்; one of the four melody types.

நட்டம்: (பெ): இழப்பு; நடனம்; ஆடையற்ற; அழிவு; கேடு; loss; dance; nakedness; ruin; harm.

நட்டராகம்: (பெ): நட்டபாடை; one of the four kinds of melody types.

நட்டவம்: (பெ): நட்டுவாங்கத்தொழில்; profession of training the dancers.

நட்டவர்: (பெ): நண்பர்; friends.

நட்டாமுட்டி: (பெ): நடுத்தரம்; வஞ்சகம்; கீழ்மை; ஒரு நூல்; medium; deceit; meanness; a treatise.

நட்டார்: (பெ): நண்பர்; உறவினர்; friends; relatives.

நட்டி: (பெ): இழப்பு; நஷ்டம்; loss.

நட்டு: (பெ): இழப்பு; கீழ்மை; நடனம்; நட்டுவாங்கன்; loss; meanness; dance; dance master.

நட்டுக்கதை: (பெ): கட்டுக்கதை; myth.

நட்டுச்சினை: (பெ): நண்டு முட்டை; crab's egg.

நணந்தம்: (பெ): சணல்; புங்க மரம்; jute; Indian beech, a kind of tree.

நணி: (பெ): அண்மை; சமீபம்; nearness.

நணுகுதல்: (வி): இணைத்தல்; கிட்டுதல்; சார்ந்து இருத்தல்; to join; to approach; to depend upon someone.

நண்டுக்கரம்: (பெ): அபிநய வகை; a dance gesture.

நண்டுக்கல்: (பெ): ஒரு வகைக் கல்; a kind of stone.

நண்டுக்கால் கீரை: (பெ): ஒரு வகைக் கீரை; a kind of greens.

நண்ணம்: (பெ): சிறிது; trifle.

நண்ணுநர்: (பெ): நண்பர்; friends.

நண்பகல்: (பெ): மதியம்; noon.

நண்பன்: (பெ): நட்பினால் மிகவும் நெருக்கமானவன்; தோழன்; friend; companion.

நண்பு: (பெ): அன்பு; நட்பு; உறவு; kindness; love; friendship; relationship.

நண்மை: (பெ): அண்மை; nearness.

நதநதீபதி: (பெ): சமுத்திரம்; ocean.

நதம்: (பெ): மேற்கு நோக்கிப் பாயும் ஆறு; நந்தியா வட்டைச் செடி; the river which flows in western direction; East Indian rosebay plant.

நதனு: (பெ): முகில்; சிங்கம்; cloud; lion.

நதாங்கி: *(பெ):* தங்கம்; பொன்; gold.

நதிசரம்: *(பெ):* யானை; elephant.

நதீசம்: *(பெ):* தாமரை; lotus.

நதுத்தல்: *(வி):* மறைத்தல்; கெடுத்தல்; அவித்தல்; to hide; to spoil; to destroy.

நத்தகம்: *(பெ):* கந்தை; tatters.

நத்தப்பாழ்: *(பெ):* அழிந்துபோன சிற்றூர்; the village which was destroyed.

நத்தப்பிலா: *(பெ):* எருக்கு; Yercum.

நத்தமாலம்: *(பெ):* புங்கமரம்; Indian beech, a kind of tree.

நத்தமுகை: *(பெ):* இரவு; night.

நத்தாசை: *(பெ):* பேராசை; விருப்பம்; greed; desire.

நத்தார் வைத்தல்: *(வி):* தோணி நகராது இருக்க ஆற்றில் நங்கூரம் வைத்தல்; to anchor the ship.

நத்தி: *(பெ):* இன்மை; nought.

நத்து: *(பெ):* சங்கு; நத்தை; மூக்குத்தி வகை; பறவை வகை; விருப்பம்; conch shell; snail; a kind of nose ornament; a kind of bird; desire.

நத்துதல்: *(வி):* விரும்புதல்; to like.

நத்தைக் குத்தி: *(பெ):* நாரை வகை; a kind of stork.

நத்தைச் சூரி: *(பெ):* செடி வகை; a kind of plant.

நந்தகி: *(பெ):* திப்பிலி; long pepper, a medicinal plant.

நந்தல்: *(பெ):* ஆக்கம்; நிந்தை; கேடு; constructiveness; vilification; harm; ruin.

நந்தனன்: *(பெ):* மகன்; son.

நந்தனி/நந்தனை: *(பெ):* மகள்; daughter.

நந்தாபதம்: *(பெ):* மோட்சம்; salvation; heaven.

நந்தாவிளக்கு: *(பெ):* திருக்கோயில் கருவறையில் உள்ள அணையா விளக்கு; the lamp that burns ceaselessly in the Sanctum Sanctorum of temple.

நந்தியாவட்டம்: *(பெ):* ஒரு பூச்செடி வகை; East Indian rosebay flower plant.

நந்தியாவருத்தனன்: *(பெ):* சிவபெருமான்; நண்பன்; மகன்; Lord Shiva; friend; son.

நந்தி விருட்சம்: *(பெ):* சின்னி மரம்; a kind of tree.

நந்து: *(பெ):* ஆக்கம்; சங்கு; பறவை; நத்தை; constructiveness; conch shell; bird; snail.

நந்துதல்: *(வி):* கெடுதல்; மிகுதல்; செருக்குதல்; அவிதல்; மறைதல்; தழைத்தல்; விளங்குதல்; சாதல்; to ruin; to exceed; be proud; to extinguish; to disappear; to sprout; to shine; to die.

நந்துருணி: *(பெ):* புறங்கூறுவோன்; அறிவிலி; இழிஞன்; backbiter; fool; mean person.

நந்தை: *(பெ):* தேற்றா மரம்; கபிலைப்பசு; கொற்றான் கொடி; clearing nut tree; brown colour cow; a herb.

நபசம்: *(பெ):* இணக்கம்; suitability.

நபசன்: *(பெ):* உதவுபவன்; one who helps somebody.

நபசிதன்: *(பெ):* வழிபடத்தக்கவன்; the person who is fit for worshipping.

நபம்: *(பெ):* ஆவணி மாதம்; வானம்; கார்காலம்; the Tamil month Aavani; sky; rainy season.

நபனம்: *(பெ):* திருமஞ்சனம்; a ritual bathing of the deity of a temple in water brought from an appointed place.

நபாகம்/நபோரஜம்: *(பெ):* இருள்; darkness; absence of light.

நபி: *(பெ):* தீர்க்கதரிசி; prophet.

நபோசகம்: *(பெ):* முகில்; cloud.

நபோலயம்: *(பெ):* புகை; smoke.

நப்பிரிதல்: *(வி):* நம்மிடமிருந்து பிரிந்து செல்லுதல்; to part from us.

நப்புணர்தல்: *(வி):* நம்மிடம் வந்து இணைதல்; to join with us.

நப்பூதனார்: *(பெ):* பத்துப்பாட்டினைச் சேர்ந்த முல்லைப்பாட்டினை இயற்றியவர்; the poet and author of Mullaippaattu in Paththuppaattu.

நமக்காரி: *(பெ):* ஆடுதின்னாப்பாளை; a kind of herb - Aaduthinnaapaalai.

நமதன்: *(பெ):* ஆண்டவன்; புகை; God; smoke.

நமருதல்: *(வி):* ஊறுதல்; பெருகுதல்; be soaked; to become damp; to increase.

நமர்: *(பெ):* நம்முடைய உறவினர்; our relatives.

நமலுதல்/தமறுதல்: *(வி):* வணங்குதல்; to worship, to bow.

நமறுதல்: *(வி):* வணங்குதல்; to worship.

நமன்: *(பெ):* உறவினன்; இயமன்; relative; Yama, the God of death.

நமிடு: *(பெ):* பேன் முட்டை; நாரை வகை; egg of the louse; a kind of crane.

நமித்திரர்: *(பெ):* பகைவர்; enemies.

நமுகுதல்: *(வி):* குழைதல்; to become mashy.

நமுடு: *(பெ):* பூச்சிகளின் புழுப்பருவம்; larva of insects.

நமுத்தல்: *(வி):* நமர்த்தல்; to become wet.

நமுது: *(பெ):* சாட்சி; பொறுப்பாளி; witness; the responsible man.

நமேரு: *(பெ):* சுர புன்னை மரம்; mast wood.

நமை: *(பெ):* தினவு; வைக்காலி மரம்; itching; a kind of tree.

நமைக்காய்: *(பெ):* கத்தரிக்காய்; brinjal.

நமைப்பு: *(பெ):* தினவு; சிரங்கு; வருத்தம்; itching; itch; distress.

நம்: *(பெ):* நாம் என்பதன் வேற்றுமை ஏற்றிடும் போது திரியும் வடிவம்; the form of the first person plural (நாம்) Nam serving as base of further declensions.

நம்பாசு: *(பெ):* அவநம்பிக்கை; lack of trust.

நம்பு: *(பெ):* நாவல்; விருப்பம்; அருச்சகம்; jamoon fruit; desire; the right of conducting temple worship.

நம்பு செய்வார்: *(பெ):* அருச்சகர்; the priest of the temple.

நயச்சொல்: *(பெ):* இன்சொல்; pleasing words.

நயத்தகு: *(பெ):* அன்புடன் கூடிய; lovable.

நயத்தல்: *(வி):* விரும்புதல்; மகிழ்தல்; பாராட்டுதல்; இனிமையாகப் பழகுதல் to like; be happy; to rejoice; to compliment; to become acquainted.

நயநிலைப் படலம்: *(பெ):* நாடகம்; drama.

நயநௌஷகம்: *(பெ):* கண் மருந்து; a medicine for eyes.

நயப்பாடு: *(பெ):* பலன்; மேம்பாடு; benefit; betterment.

நயப்பித்தல்: *(பெ):* விரும்புமாறு செய்தல்; மகிழ்வித்தல்; உடன்படுத்துதல்; பயன்படுத்தல்; to induce to love; to enchant; to make someone agree; to utilize.

நயப்பு: *(பெ):* அன்பு; விருப்பம்; இன்பம்; மலிவு; Love; desire; pleasure; that which is cheap.

நயப்புணர்வு: *(பெ):* கண்ணோட்டம்; point of view.

நயமாலி: *(பெ):* மருந்து வகை; a kind of medicine.

நயமொழி: *(பெ):* இன்சொல்; pleasing words.

நயம்: *(பெ):* இன்பம்; அருள்; மகிழ்ச்சி; விருப்பம்; pleasure; grace; happiness; desire.

நயம்பாடுதல்: *(வி):* முகமன் கூறுதல்; to flatter; to salute.

நயர்: *(பெ):* அறிவுடையார்; wise persons.

நயவசனம்: *(பெ):* இன்சொல்; pleasing words.

நயவருதல்: *(வி):* விரும்புதல்; to like.

நயவர்: *(பெ):* காதலர்; நண்பர்; lover; friend.

நயவார்: *(பெ):* பகைவர்; enemies.

நயவான்: *(பெ):* உபகாரி; விரும்பாதவன்; helper; donor; one who does not like.

நயனோற்சவம்: *(பெ):* விளக்கு; கண்காட்சி; lamp; eyesight; exhibition.

நயன்: *(பெ):* நயம்; பசை; உறவு; விரகு; உபாயம்; நீதி; profit; gum; relationship; means; contrivance; justice.

நயன்மை: *(பெ):* நீதி; justice.

நயிட்டிகப் பிரமச்சாரி: *(பெ):* மாணாக்கன்; disciple.

நயிந்தை: *(பெ):* தலைவன்; பட்டப்பெயர்; master; lord; chief; a title.

நரகரி: *(பெ):* நரசிம்மம்; Narasimham, the sixth incarnation of Lord Vishnu.

நரகலித்தல்: *(வி):* அருவருத்தல்; to get a feeling of disgust because of something.

நரகாமயம்: *(பெ):* ஆத்மா; the soul.

நரகாலி: *(பெ):* கால்நடைகளுக்கு வரும் நோய்; cattle's disease.

நரகேசரி: *(பெ):* மக்களுள் சிறந்தவன்; the eminent among people.

நரங்கடித்தல்: *(வி):* அழித்தல்; to destroy.

நரங்குதல்: *(வி):* மெலிதல்; நொறுங்குதல்; to become lean; be crushed.

நரசீவன்: *(பெ):* மனிதன்; human being.

நரதுங்கன்: *(பெ):* மனிதருள் சிறந்தவன்; the eminent person among people.

நரதன்: *(பெ):* மக்களின் தலைவனாகிய அரசன்; the king as the chief of human beings.

நரத்துவம்: *(பெ):* மனிதத்தன்மை; humanitarianism.

நரந்தம்: *(பெ):* கஸ்தூரி மான்; மணம்; கஸ்தூரி; காகம்; நாரத்தை; மணப்புல் வகை; musk deer; smell; musk; crow; a kind of wild lime; a kind of grass.

நரபுடம்: *(பெ):* ஐம்பது எருகொண்டு போடப்படும் புடம்; calcine with fifty dried cow-dung cakes.

நரம்பு: *(பெ):* மூளையிலிருந்து உடம்பின் அனைத்து பாகங்களுக்கும் உணர்வுகளைக் கொண்டு செல்லும் மெல்லிய இழை; வீணை போன்ற இசைக் கருவிகளில் பயன்படுத்தப் படும் நாண்; இலையின் அடிப்பரப்பில் காணப்படும் மெல்லிய கம்பி போன்ற பகுதி; வில் நாண்; nerve; catgut; vein of leaves; bow-string.

நரலல்: *(பெ):* பேச்சொலி; the sound caused by speech. *(வி):* ஒலித்தல்; to sound.

நரலுதல்: *(வி):* கத்துதல்; ஒலித்தல்; to low as cow; to make sound.

நரலை: *(பெ):* கடல்; ஒலி; மதிலுறுப்பு; sea; sound; part of a fort wall.

நரளி: *(பெ):* கடலை; Bengalgram.

நரன்: *(பெ):* மாந்தன்; அருச்சுனன்; ஒரு முனிவன்; Arjuna, third of the Pancha Pandavas; a saint.

நராதாரை: *(பெ):* பூமி; the earth.

நராதிபன்: *(பெ):* மன்னன்; the king.

நராந்தகம்: *(பெ):* மரணம்; இறப்பு; death.

நராந்தம்: *(பெ):* காக்கை; the crow.

நரிக்கொன்றை: *(பெ):* ஒரு வகை மரம்; a kind of tree.

நரிக்காய்ச்சி: *(பெ):* ஒரு வகைப் பனை மரம்; a kind of Palmyra tree.

நரிச்சல்: *(பெ):* வௌவால் வகை; a kind of bat.

நரிதல்: *(வி):* வருத்துதல்; சித்திரவதை செய்தல்; to cause pain; to torture.

நரித்தல்: *(வி):* அழிதல்; to perish.

நரிப்பாகல்: *(பெ):* காட்டுப்பாகல்; wild bitter-gourd.

நரிப்பு: *(பெ):* வியப்பு; இகழ்வு; surprise; derision.

நரிமருட்டி: *(பெ):* கிலுகிலுப்பை; child's rattle.

நரியிலந்தை: *(பெ):* ஒரு வகை மரம்; a kind of tree.

நரியுடை: *(பெ):* மொசுமொசுக்கை; bristly bryony.

நரியுணி: *(பெ):* நண்டு; crab.

நருக்கல்: *(பெ):* வேகாத சோறு; ஒரு வகை வயிற்று நோவு; insufficiently cooked rice; a kind of stomach pain.

நருக்குதல்: *(வி):* குட்டுதல்; நொறுக்குதல்; to strike with knuckles on the head; to smash.

நருங்குதல்: *(வி):* தேய்தல்; நொறுங்குதல்; to rub; to smash.

நருவிசு: *(பெ):* துப்புரவு; நாகரிகம்; சிக்கனம்; cleanliness; refinement; economy.

நரேந்திரன்: *(பெ):* அரசன்; the king.

நரைதல்: *(வி):* மெலிதல்; to become lean.

நரைகொம்பு: *(பெ):* எலும்பு; bone.

நரையான்: *(பெ):* நாரை; காகம்; நெல் வகை; வெள்ளை நிறப் பசு; crane; crow; a kind of paddy; white cow.

நர்த்தகப்பிரியம்: *(பெ):* மயில்; peacock.

நர்த்தகம்: *(பெ):* ஆண் யானை; he-elephant.

நலக்குதல்: *(வி):* கசக்குதல்; அழுக்காக்குதல்; to crumple; to tarnish.

நலங்குதல்: *(வி):* வருந்துதல்; கசங்குதல்; be distressed; to lose freshness.

நலதம்: *(பெ):* வெட்டிவேர்; cuscus grass.

நலதம்பு: *(பெ):* வேப்பமரம்; neem tree.

நலத்தல்: *(வி):* சிந்தித்தல்; to think.

நலப்பாடு: *(பெ):* ஆதாயம்; நன்மை; அதிர்ஷ்டம்; benefit; good (deed); good fortune.

நலப்பு: *(பெ):* சித்தி; நன்மை; success; good (deed).

நலம்: *(பெ):* அழகு; ஆசை; உயர்வு; அன்பு; இன்பம்; அறம்; புகழ்; சுக்கு; beauty; desire; excellence; love; affection; pleasure; virtue; fame; dried ginger.

நலவர்: *(பெ):* நல்லோர்; nobles.

நலவல்: *(பெ):* நாவல் மரம்; jamoon tree.

நலி: *(பெ):* நோய்; மெலிவு; disease; leanness.

நலிதம்: *(பெ):* தாமரை; lotus.

நல்: *(பெ):* மங்கல வழக்காக சில சொற்களின் முன்பாகச் சேர்க்கப்படுவது; a word prefixed as a polite way of describing an auspicious thing or event.

நல்குதல்: *(வி):* கொடுத்தல்; அதிகமாக அன்பு செலுத்துதல்; வளர்த்தல்; பயன்படுதல்; அருள் செய்தல்; உவத்தல்; to give; to show deep love; to bring up; be useful; to bestow grace.

நல்குரவு: *(பெ):* வறுமை; poverty.

நல்கூர்தல்: *(வி):* வறுமை நிலையை அடைதல்; துன்புறுதல்; to become poor; to suffer.

நல்கை: *(பெ):* கல்வி நிறுவனங்களுக்கு நிதியுதவி; grant to educationl institutions; sponsor-ship.

நல்லந்துவனார்: *(பெ):* கலித்தொகையைத் தொகுத்த சங்க காலப் புலவர்; a sangam period poet and compiler of Kaliththokai.

நல்லமை: *(பெ):* நட்பு; உண்மை; friendship; truth.

நல்லம்: *(பெ):* கறுப்பு; கரி; இஞ்சி; black; coal; ginger.

நல்ல விளக்கு: *(பெ):* தெய்வத்தின் முன்பாக ஏற்றி வைத்திடும் விளக்கு; a lamp, placed in front of a deity (at home).

நல்லாங்கு: *(பெ):* நன்மை; being beneficial.

நல்லாண்மை: *(பெ):* நல்ல முறையில் ஆளும் தன்மை; ability to rule in a proper way.

நல்லி: *(பெ):* பெண்; முதுகெலும்பு; woman; back-bone.

நல்வசி: *(பெ):* சூலம்; trident.

நவசி: *(பெ):* தென்னை வகை; கமுகு வகை; a kind of coconut tree; a kind of arecanut tree.

நவதளம்: *(பெ):* தாமரைத்தளிர்; the sprout of lotus.

நவதி: *(பெ):* தொண்ணூறு; ninety.

நவதை: *(பெ):* புதுமை; newness.

நவநீதகம்: *(பெ):* நெய்; ghee.

நவநீதம்: *(பெ):* புதுமை; வெண்ணெய்; newness; butter.

நவமணிமாலை: *(பெ):* பிரபந்த வகை; a kind of Prabandha.

நவமம்: *(பெ):* பாகவதத்தின் ஒன்பதாம் அத்தியாயம்; the ninth chapter of Bhagavatham.

நவமி: (பெ): அமாவாசை (அ) பௌர்ணமி கழிந்து ஒன்பதாம் நாள்; the ninth lunar day after the New Moon or Full Moon.

நவம்: (பெ): புதுமை; நட்பு; பூமி; கார்காலம்; ஒன்பது; newness; friendship; earth; rainy season; the number nine.

நவரை: (பெ): தாளடிக்குப் பின் பயிரிடப்படும் நெல் சாகுபடி; the third crop of paddy after Thaaladi.

நவலோகாங்கம்: (பெ): காந்தம்; magnet.

நவவஸ்திரம்: (பெ): புதுத்துணி; new cloth.

நவாடா: (பெ): தோணி; boat.

நவாது: (பெ): வெள்ளைச் சர்க்கரை; white sugar.

நவி: (பெ): கோடரி; axe.

நவித்தல்: (வி): அவித்தல்; to boil.

நவியம்: (பெ): கோடரி; புதுமை; புதியது; axe; modernity; the new one.

நவிரம்: (பெ): உச்சி; தலை; மயில்; மலை; வாள்; crown; head; peacock; mountain; sword.

நவிர்: (பெ): தக்கேசிப் பண்; ஆண் மயிர்; வாள்; புன்மை; மர வகை; குற்றம்; a melody type; men's hair; sword; baseness; a kind of tree; fault.

நவிர்தல்: (வி): கிழிதல்; to be torn.

நவிழ்த்தல்: (வி): அவித்தல்; to boil.

நவிற்றுதல்: (வி): சொல்லுதல்; உரைத்தல்; to say; to tell.

நவுதல்: (வி): தளர்தல்; to become slack.

நவுரி: (பெ): எக்காள வகை; a kind of trumpet.

நவை: (பெ): இகழ்ச்சி; குற்றம்; தண்டனை; vilification; fault; punishment.

நவோந்திருதம்: (பெ): வெண்ணெய்; butter.

நவ்வு: (பெ): ஆடு; தோணி; goat; boat.

நவ்வுதல்: (பெ): நம்புதல்; எதிர்பார்த்திருத்தல்; to believe; to expect.

நழுக்கம்/நழுங்கல்: (பெ): மழுங்கல்; bluntness.

நழுவமிழ்து: (பெ): கூழ்; porridge like preparation from the flour of certain grains such as Ragi.

நளி: (பெ): அகலம்; செறிவு; பெருமை; செருக்கு; கூட்டம்; நிந்தை; எள்ளல்; தேள்; குளிர்ச்சி; width; vanity; greatness; pride; crowd; ridicule; scorpion; coldness.

நளிதல்: (வி): செறிதல்; ஒத்தல்; பரத்தல்; be close; be resemble; be like; to spread.

நளிர்: (பெ): நண்டு; குளிர்ச்சி; பகை; பெருமை; crab; coldness; enmity; greatness.

நளிர்விடம்: (பெ): தேள்; scorpion.

நளிவு: (பெ): செறிவு; abundance.

நளினம்: (பெ): இங்கிதம்; தாமரை; நிந்தை; நீலம்; நீர்; பரிகாசம்; prudence; lotus; vilification; blue; water; making fun of.

நளினி: (பெ): தாமரைப் பொய்கை; ஒரு பண்; திருமகள்; lotus tank; a kind of song; Lakshmi, Goddess of Wealth.

நளுக்குதல்: (வி): நடுக்குதல்; to shiver.

நளுங்கு: (பெ): ஒரு கிளிஞ்சில் வகை; a kind of shell.

நளுத்தை: (பெ): ஒரு பண்; a song.

நளை: (பெ): ஏலத்தோல்; the outer covering of cardamon seed.

நள்: (பெ): நடு இரவு; செறிவு; உச்சிப்பொழுது; middle; centre; night; abundance; noon.

நள்ளலர்: (பெ): பகைவர்; enemies.

நள்ளார்: (பெ): பகைவர்; enemies.

நள்ளி: (பெ): நண்டு; உறவு; கடையெழு வள்ளல்களுள் ஒருவர்; crab; relationship; one of the last famous seven liberal donors - Nalli.

நள்ளிடை: (பெ): நடுவிடம்; centre place.

நள்ளிருள்நாறி: (பெ): இருவாட்சிப் பூ; a kind of fragrant jasmine.

நள்ளுதல்: (வி): நட்பு கொள்ளுதல்; விரும்புதல்; அடைதல்; to make friendship; to like; to attain.

நள்ளுநர்: (பெ): நண்பர்; friends.

நற: (பெ): கள்; தேன்; toddy; honey.

நறவு/நறா: (பெ): தேன்; கள்; மணம்; honey; toddy; fragrance.

நறுக்கு: (பெ): துண்டு; ஓலைச்சீட்டு; piece; a palmleaf strip.

நறுக்குமூலம்: (பெ): கண்டந் திப்பிலி; வெட்டி வேர்; a kind of long pepper; cuscus grass.

நறுஞ்சுதை: (பெ): தூய்மையான பசுவின் பால்; cow's milk.

நறுதடி: (பெ): அடைகல்; anvil; foundation stone; base.

நறுநாற்றம்: (பெ): நல்ல மணம்; fragrant smell.

நறுந்தொகை: (பெ): கொற்கை வேந்தன் குலசேகர பாண்டியனால் இயற்றப்பட்ட நூல்; a minor didactic work by Pandya king Kulasekaran who ruled Korkai.

நறுந்தொடை: (பெ): மணமுடைய மாலை; fragrant garland.

நறுமடி: (பெ): அழகிய துகில்; fine cloth.

நறுமருப்பு: (பெ): இஞ்சி; ginger.

நறுமா: (பெ): எளியது; புறக்கணிப்பு; அலட்சியம்; புல்லன்; that which is very easy; contempt; indifference; meanful person.

நறுமுதல்: (வி): பல்லைக் கடித்தல்; to grind one's teeth.

நறுமை: (பெ): நன்மை; நறுமணம்; benefaction; fragrance.

நறும்புகை: (பெ): சுகந்தமான புகை; fragrant smoke.

நறை: (பெ): கள்; தேன்; மணம்; நறும்புகை; குற்றம்; toddy; honey; fragrance; fragrant smoke; fault.

நறைக்காய்: (பெ): சாதிக்காய்; gall nut.

நற்கல்: (பெ): ஆட்டுக்கல்; grinder stone.

நற்கூறு: (பெ): பயன்; advantage.

நற்சா்: (பெ): இயற்கையான மரணம்; natural death.

நற்சாந்து: (பெ): சுண்ணச்சாந்து; slaked lime.

நற்சாரி: (பெ): நவச்சாரம்; ammonium chloride in solid state.

நற்சாளை: (பெ): ஒரு வகை மீன்; a kind of fish.

நற்சிலை: (பெ): கருங்கல்; granite.

நற்பலம்: (பெ): வெட்பாலை மரம்; a kind of tree.

நற்பு/நற்று: (பெ): நன்மை; benefaction.

நற்றம்: (பெ): நற்குணம்; virtue.

நற்றாய்: (பெ): பெற்ற தாய்; own mother.

நற்றிறம்: (பெ): நன்மை; நோன்பு; நீதிநெறி; benefaction; penance; morality.

நற்றுடி: (பெ): வேர்; புன்னாக மரம்; root; a kind of tree.

நற்றுளி: (பெ): அத்தி மரம்; அத்திப்பிசின்; country fig tree; gum of that tree.

நனந்தலை: (பெ): அகன்ற இடம்; மண்டலம்; உச்சி; திக்கு; நடு; vast place; circle; earth; crown of the head; direction; middle.

நனம்: (பெ): அகலம்; width.

நனி: (வி.அ): மிகுதியாய்; abundantly.

நனை: (பெ): பூவரும்பு; தேன்; கள்; flower bud; honey; toddy.

நன்பன்: (பெ): சணல்; jute.

நன்பால்: (பெ): நல்லொழுக்கம்; virtue.

நன்பொருள்: (பெ): மகன்; the son.

நன்முகம்: (பெ): தாராளம்; generosity.

நன்மையாதல்: (வி): பூப்படைதல்; to attain puberty.

நன்னயம்: (பெ): உபசாரச் சொல்; நன்மை; நினைவு; a word of hospitality; good; memory.

நன்னயன்: (பெ): முகமன்; எண்ணம்; சந்தோஷம்; flattery; thought; happiness.

நன்னர்: (பெ): நன்மை; good.

நன்னாரி: (பெ): கொடி வகை; sarsaparilla.

நன்னி: (பெ): சிறிது; that which is very small.

நன்னிலம்: (பெ): நன்செய் நிலம்; ஓர் ஊர்; wet land; Nannilam, a town near Thiruvarur.

நன்னிலை: (பெ): நல்லொழுக்கம்; தவம்; உலகம்; good conduct; penance; world.

நன்னூல்: (பெ): ஓர் இலக்கண நூல்; a kind of grammar treatise.

நன்னெறி: (பெ): நல்ல வழி; ஒரு நீதி நூல்; righteous path; a didactic poem of 40 stanzas by Sivaprakasa munivar.

நா

நா: (பெ): சொல்; நடு; மணியின் நாக்கு; தீயின் சுடர்; பொலிவு; நாக்கு; word; middle; tongue of the bell; flame; beauty; tongue.

நாககர்ணம்: (பெ): செவ்வாமணக்குச்செடி; a kind of plant.

நாகசம்: (பெ): ஈயம்; lead.

நாகசீவணம்: (பெ): துத்தநாகம்; zinc.

நாகணவாய்: (பெ): பறவை வகை; a kind of bird.

நாகதமறி: (பெ): ஒரு வகை மரம்; a kind of tree.

நாகதீபம்: (பெ): ஐந்து தலை நாக வடிவுடைய விளக்கு; the lamp in the form of five-headed serpent.

நாகத்திசை: (பெ): வடமேற்கு; North-west.

நாகபந்தம்: (பெ): சித்திரக்கவி வகை; a kind of metrical composition fitted into fanciful figures.

நாகபந்து: (பெ): அரச மரம்; pipal tree.

நாகப்பூச்சி: (பெ): நாக்குப் பூச்சி; earthworm.

நாகமல்லி: (பெ): கொடி வகை; a kind of creeper.

நாகமாதா: (பெ): துளசி; sacred basil plant.

நாகமாபுரம்: (பெ): மதுரை; Madurai.

நாகமுகன்: (பெ): விநாயகப் பெருமான்; Lord Vinayaka.

நாகம்பு: (பெ): ஒரு மருந்து வகை; a kind of medicine.

நாகரகன்: (பெ): கள்வன்; thief.

நாகரம்: (பெ): வடமொழி எழுத்து; சுக்கு; இளைப்பு; ஒரு வண்டு; விருப்பம்; a Sanskrit letter; dried ginger; wheezing; a beetle; desire.

நாகரன்: (பெ): கணவனின் சகோதரன்; நகரத்தான்; சிறந்தவன்; brother of one's husband; the person who resides in a town; eminent person.

நாகரி: *(பெ):* குருக்கத்திக் கொடி; a kind of herb.

நாகரிகி: *(பெ):* ஒழுக்கம் நிரம்பிய, நாகரிகமான பெண்; woman of refined manners.

நாகரை: *(பெ):* பூண்டு வகை; a kind of bulbous plant.

நாகல்: *(பெ):* நாவல் மரம்; jamun-plum tree.

நாகவல்லி: *(பெ):* வெற்றிலைக்கொடி; திருமணச் சடங்குகளில் ஒன்று; betel leaf creeper; one of the rituals of marriage.

நாகவல்லிதனம்: *(பெ):* வெற்றிலை; betel leaf.

நாகவள்ளி: *(பெ):* வெற்றிலைக்கொடி; the betel leaf creeper.

நாகவாரிகம்: *(பெ):* மயில்; கருடன்; பட்டத்து யானை; peacock; white-headed kite; royal elephant.

நாகாதிபன்: *(பெ):* இந்திரன்; ஐராவதம்; ஆதிசேடன்; இமயமலை; குறிஞ்சி நிலத் தலைவன்; Lord Indra; Iravatham, Lord Indra's elephant; Adiseshan; Himalayas; chief of the hilly tract.

நாகியர்: *(பெ):* தேவமாதர்; celestial nymphs.

நாகினி: *(பெ):* வெற்றிலை; கொடி வகை; betel leaf; a kind of creeper.

நாகுகன்று: *(பெ):* கிடாரிக் கன்று; female calf.

நாகுணம்: *(பெ):* நறுமணப் பண்ட வகை; an aromatic substance.

நாக்கரணை: *(பெ):* நாக்கில் வரும் நோய்; a tongue disease.

நாக்கிரந்தி: *(பெ):* நோய் வகை; a kind of disease.

நாக்குளிப்புழு: *(பெ):* மண் புழு; earthworm.

நாக்கு வளைத்தல்: *(வி):* இகழ்ந்து பேசுதல்; to vilify.

நாங்கு: *(பெ):* மர வகை; தானியமாகச் செலுத்தும் வட்டி; a kind of tree; the interest paid in grains.

நாங்குதல்: *(வி):* ஆற்றல் குறைதல்; decrease of efforts.

நாசகன்: *(பெ):* அழிப்பவன்; destroyer.

நாசாக்கிரம்: *(பெ):* மூக்கு நுனி; tip of the nose.

நாசிகேது: *(பெ):* நெருப்பு; fire.

நாசிகை: *(பெ):* மூக்கு; nose.

நாசியம்: *(பெ):* மூக்கணாங்கயிறு; rope or a string put through a bullock's nose as a curb.

நாச்செறு: *(பெ):* வசை; abuse.

நாஞ்சில் வள்ளுவன்: *(பெ):* நாஞ்சில் நாட்டின் முற்காலத்திய தலைவன்; an ancient chief of Nanchil.

நாடக வழக்கு: *(பெ):* புனைந்துரை வழக்கு; dramatic usage of idealism in poetry.

நாடகன்: *(பெ):* நடிகன்; நாட்டியமாடுபவன்; actor; player; dancer.

நாடவர்: *(பெ):* தேசத்தைச் சேர்ந்த மக்கள்; country men.

நாடன்: *(பெ):* தேசத்தவன்; குறிஞ்சி நிலத்தலைவன்; ஆள்வோன்; country man; inhabitant and chief of hilly tract; ruler.

நாடாளுமன்றம்: *(பெ):* இந்திய மக்களவை, மாநிலங்களவை ஆகியவை சேர்ந்த அமைப்பு; Indian Parliament.

நாடுரி: *(பெ):* ஒரு முகத்தல் அளவை; (formerly) a measure of capacity.

நாடோறும்: *(வி.அ):* தினந்தோறும்; daily.

நாட்கடன்: *(பெ):* தினக் கடமை; daily duty/work.

நாட்கணக்கு: *(பெ):* அன்றாடக் கணக்கு; daily account.

நாட்காலம்: *(பெ):* ஏற்ற பருவம்; விடியற்காலம்; appropriate period; early morning; break of the day; dawn.

நாட்காலை: *(பெ):* விடியற் காலை; break of the day.

நாட்சோறு: *(பெ):* காலையுணவு; breakfast.

நாட்டம்: *(பெ):* நோக்கம்; கண்; பார்வை; அழகு; விருப்பம்; ஐயம்; வாள்; சோதிட நூல்; ஆராய்ச்சி; intention; eye; sight; beauty; desire; doubt; sword; astrology; investigation.

நாட்டு: *(பெ.அ):* கைத்தொழில் மூலமாகத் தயாரிக்கப்பெற்ற; கலப்பினம் (அ) உயர் இனம் இல்லாத; country; indigenous; *(வி):* நடுதல்; ஸ்தாபித்தல்; to plant; to establish.

நாட்டு ஓடு: *(பெ):* பிளக்கப்பட்ட மூங்கில் போன்ற வளைவினை உடைய ஓடு; country tile.

நாட்டுச்சார்பு: *(பெ):* மருத நிலம்; the agricultural tract.

நாட்டுத்தேவர்: *(பெ):* அந்தணர்; brahmin.

நாட்டுநீங்கல்: *(பெ):* அரசு உரிமையற்ற கிராமம்; the land or area or village which was not owned by Government in former periods.

நாட்பறை: *(பெ):* நாழிகைப் பறை; the hour drum.

நாட்பூ, நாட்போது: *(பெ):* புதிதாக மலர்ந்துள்ள பூ; fresh flower.

நாணகம்: *(பெ):* நாணயம்; honesty.

நாணயசில்லம்: *(பெ):* அவமானம்; dishonour.

நாணயவியல்: *(பெ):* நாணயங்களையும், நாணயங்களாகப் பயன்படும் பொருட்களையும் பற்றிய ஆய்வு; numismatics.

நாணாங்கள்ளி: *(பெ):* ஒரு வகைக் கள்ளி; a kind of spurges.

நாணி: *(பெ):* வில் நாண்; bow string.

நாணீர்: *(பெ):* புது வெள்ளம்; freshet.

நாணுகம்: *(பெ):* குதிரை; horse.

நாணுவம்: *(பெ):* நாகணவாய் என்னும் பறவை; a kind of bird.

நாண்டு: *(பெ):* தொங்குவது; be hanged.

நாண்மதி: *(பெ):* பௌர்ணமி நிலவு; Full Moon.

நாண்மலர்: *(பெ):* புதிதாக மலர்ந்த மலர்; new blown flower.

நாண்மை: *(பெ):* வெட்கம்; மகளிர் கூச்சம்; shyness; delicacy of women.

நாதக்குடம்: *(பெ):* சங்கு; conch-shell.

நாதக்குழல்: *(பெ):* ஊதுகுழல்; wind pipe, musical instrument.

நாதம்: *(பெ):* இந்திரியம்; ஒலி; பாதிவட்டம்; sensory organs; sound; semi-circle.

நாதாக்கள்: *(பெ):* பெரியோர்; the old and wise persons.

நாதாந்தம்: *(பெ):* ஞான நெறிகளுள் ஒன்று; one of the spiritual paths.

நாதித்தல்: *(வி):* ஒலித்தல்; to sound.

நாதேனி: *(பெ):* மணத்தக்காளி; black night shade.

நாந்தல்: *(பெ):* ஈரம்; மந்தாரம்; wetness; cloudiness.

நாந்தி: *(பெ):* பாயிரம்; முதுகு; சிரார்த்த வகை; preface; back; a kind of ceremony of offering oblations of food and water to the manes.

நாந்துதல்: *(பெ):* நனைதல்; to become wet.

நாத்தொனி: *(பெ):* ஒரு பூண்டு வகை; a kind of bulbous plant.

நாபதி: *(பெ):* பேச்சாற்றல் மிகுந்தவன்; one who has the gift of locution.

நாப்பண்: *(பெ):* நடு; யாழின் உறுப்பு; middle; part of a lute.

நாப்பாடம்: *(பெ):* மனப்பாடம் பண்ணியது; that which is memorized.

நாப்பு: *(பெ):* ஏளனம்; பரிகாசம்; நிந்தை; scorn; ridicule; vilification.

நாப்புதல்: *(வி):* வஞ்சித்தல்; ஏளனம் செய்தல்; to deceit; to ridicule.

நாம: *(பெ):* பயம்; fear.

நாமக்குச்சரி: *(பெ):* புடைவை வகை; a kind of saree.

நாமசாஸ்த்திரம்: *(பெ):* நிகண்டு; Dictionary of Nameology.

நாமசேடம்: *(பெ):* மரணம்; death.

நாமச்சி: *(பெ):* நத்தை; snail.

நாமதுருத்தி: *(பெ):* ஒரு வகைப் பூண்டு; a kind of bulbous plant.

நாமநீர்: *(பெ):* கடல்; sea.

நாமமாலை: *(பெ):* பிரபந்த வகை; a kind of Prabandha.

நாமயம்: *(பெ):* தன்னையும், கடவுளையும் அறியும் அறிவு; ஆணவம்; self-realization; arrogance.

நாமவெகுண்டம்: *(பெ):* தும்பை; white dead nettle.

நாமறுதல்: *(வி):* முற்றிலும் அழிதல்; to destroy entirely.

நாமாபாரதம்: *(பெ):* நிந்தனை; vilification.

நாமிதம்: *(பெ):* வளைவு; bend.

நாமுடி: *(பெ):* நாக்கின் நுனி; நுனி நாக்கு; tip of the tongue.

நாம்பல்/நாம்புதல்: *(பெ):* இளைத்தல்; growing lean.

நாம்பன்: *(பெ):* இளம்காளை மாடு; young bull.

நாம்பு: *(பெ):* மெலிவு; being thin.

நாம்புதல்: *(பெ):* இளைத்தல்; to become lean.

நாயகத்வம்: *(பெ):* தலைமை; leadership.

நாயகப்பேர்: *(பெ):* மேஸ்திரி; head-servant.

நாயகமுத்து: *(பெ):* பெருமுத்து; large pearl.

நாயகமேனி: *(பெ):* மரகதப் பச்சை; Emerald.

நாயகம் பண்ணுதல்: *(வி):* முதன்மை செலுத்துதல்; to dominate over.

நாயகாதிபன்: *(பெ):* மன்னன்; the king.

நாயகிமேனி: *(பெ):* மரகதம்; Emerald.

நாயக்கன்: *(பெ):* படைத்தலைவன்; நாயக்கர் சாதியைச் சேர்ந்தவன்; சாதிப் பெயர்; army general in olden days; one who belongs to Nayakkar caste; name of a caste.

நாயரஞ்சி: *(பெ):* நாயுருவிச் செடி; a plant growing in hedges.

நாயன்: *(பெ):* கடவுள்; அரசன்; தலைவன்; God; king; the chief.

நாயாடி: *(பெ):* வேடன்; the hunter.

நாயிகை: *(பெ):* தலைவி; heroine of an epic, story, etc.

நாயுள்ளி: *(பெ):* நரிவெங்காயம்; a kind of onion.

நாயோட்டம்: *(பெ):* குதிரை கதி வகை; a gait of horse.

நாய்க்கரந்தை: *(பெ):* குன்றிக் கொடி; crab's eye.

நாய்க்குடை: *(பெ):* குடை போன்று கவிந்த மேல்புறமுடைய சிறு காளான்; a kind of mushroom that looks like an umbrella.

நாய்க்குருவி: *(பெ):* நாயுருவிச் செடி; a kind of plant growing in hedges.

நாய்த்திசை: *(பெ):* தென்மேற்குத் திசை; the south-west direction.

நாய்த்துளசி: *(பெ):* கஞ்சாங்கோரைப் பூண்டு; a kind of plant.

நாரகம்: *(பெ):* நரகம்; hell.

நாரகர்: *(பெ):* பாவிகள்; sinners.

நாரசிங்கம்: *(பெ):* உபபுராணங்களுள் ஒன்று; மருந்து வகை; one of the Upapuranas; a kind of medicine.

நாரணவன்: *(பெ):* கிருமி வகை; மாட்டு நோய்; a kind of insect; cattle disease.

நாரதை: *(பெ):* ஒரு நதி; a river, Narathai.

நாரத்தம்: *(பெ):* வசம்பு; the sweet flag which is used as a medicine.

நாரநிதி: *(பெ):* கடவுள்; God.

நாரம்: *(பெ):* நீர்; நீர் வாழ் பறவை வகை; பசுவின் கன்று; மரவகை; மக்கள் கூட்டம்; பாசி; water; a kind of water bird; calf of a cow; a kind of tree; crowd; moss.

நாராயணம்: *(பெ):* அரசமரம்; கடல் மீன் வகை; முப்பத்திரண்டு உபநிடதங்களுள் ஒன்று; pipal tree; a kind of sea fish; an upanishad and one of the thirty-two upanishads.

நாரிகேசம்: *(பெ):* தென்னை; தேங்காய்; coconut tree; coconut.

நாரிப்பிடிப்பு: *(பெ):* இடுப்பு வலி; waist pain.

நாரியங்கம்: *(பெ):* கிச்சிலி வகை; a kind of bitter lime.

நாலம்பலம்: *(பெ):* கோயிலுள் ஒரு பகுதி; a portion in a temple.

நாலா: *(பெ):* வாய்க்கால்; பள்ளத்தாக்கு; channel; valley.

நாலாரைச் சக்கரம்: *(பெ):* சித்திரக்கவி வகை; a metrical composition fitted into fanciful figures.

நாலி: *(பெ):* முத்து; கந்தைத்துணி; pearl; tatters.

நாலிகம்: *(பெ):* எருமை; காகம்; தாமரை; buffalo; crow; lotus.

நாலிகை: *(பெ):* மூங்கில்; bamboo.

நாலு: *(பெ):* நான்கு; the number four.

நாலுதல்/நால்தால்: *(வி):* தொங்குதல்; to hang.

நாலுபேர்: *(பெ):* ஒருவருக்கு ஆதரவாக இருக்கும் சில நபர்கள்; those who are well disposed.

நாலைங்கள்ளி: *(பெ):* இலைக்கள்ளி மரம்; a kind of cactus.

நால்: *(பெ):* நான்கு; நாலடியார் என்னும் தமிழ் நூல்; the number four; *Naaladiyaar* - a Tamil treatise.

நால்வகைப் பொருட்கள்: *(பெ):* அறம், பொருள், இன்பம், வீடு; ethical code of conduct, matter, pleasure and heaven.

நால்வாயன்: *(பெ):* விநாயகர்; இந்திரன்; Lord Vinayakar; Lord Indra.

நால்வாய்: *(பெ):* யானை; elephant.

நாவணம்: *(பெ):* உள்நாக்கு; uvula.

நாவமிர்தம்: *(பெ):* அறிவுரை; பேச்சு; advice; speech.

நாவூரணை: *(பெ):* நாக்கில் உண்டாகும் புற்றுநோய்; cancer disease in tongue.

நாவலந்தீவு: *(பெ):* ஆறு கண்டங்கள் சூழப் பெற்றுள்ள ஒரு கண்டம்; the continent surrounded by six others.

நாவலம்பொலம்: *(பெ):* 'சாம்பூநதம்' என்று அழைக்கப்படும் பொன்; the gold, named 'Samboonatham.'

நாவல்: *(பெ):* இரக்க உணர்வு; வெற்றி முழக்கம்; நாவல் பழ மரம்; sympathy; roar denoting victory; Jamun plum tree.

நாவாய்: *(பெ):* மரக்கலம்; நெய்தல் நிலப் பறை; ship; a kind of drum.

நாவித்தண்டை: *(பெ):* பூண்டு வகை; எரு முட்டை; a kind of plant; dried cow-dung cake used as fuel.

நாவிப்பிள்ளை: *(பெ):* கத்தூரி மான் குட்டி; young one of musk deer.

நாவிப்புழுகு: *(பெ):* புனுகு; மான் மதம்; civet; musk of the deer.

நாவியம்: *(பெ):* காந்தள் மலர்; malabar glory lily flower.

நாவிலை: *(பெ):* வெற்றிலை; betel leaf.

நாவினார்: *(பெ):* பேச்சாற்றல் மிகுந்தவர்; அமைச்சர்; புலவர்; orators; learned ministers; poets.

நாவுதல்: *(வி):* கொழித்தல்; பழிப்புக் காட்டுதல்; to sift; to make faces to.

நாவேறு: *(பெ):* வெற்றிலை; நோய் வகை; betel leaf; a kind of disease.

நாவை: *(பெ):* கலப்பை நுனி; படை வாள்; the sharp edge of plough-share; a kind of sword.

நாழம்: *(பெ):* வசை; abuse.

நாழிகைத்தூம்பு: *(பெ):* நீர் பீச்சும் கருவி; the water squirt.

நாழிகை வட்டம்/நாழிகை வட்டில்: *(பெ):* நாழிகை வட்டில்; கடிகாரம்; hour-glass; clock; watch.

நாழிகை வட்டில்: *(பெ):* நாழிகையை அறிவிக்கும் கருவி; hour-glass.

நாழ்: *(பெ):* குற்றம்; திறமை; கர்வம்; நாள்; fault; skill; pride; day.

நாழ்மை: *(பெ):* செருக்கு; குற்றம்; pride; fault.

நாளகம்: *(பெ):* இலாமிச்சம் புல்; a kind of grass.

நாளங்காடி: *(பெ):* பகலில் வாணிகம் செய்யும் கடை; the day-bazaar.

நாளது: *(பெ.அ):* நடைபெறும் காலமான; current; present.

நாளத்தி: *(பெ):* அதிகாலை; early morning.

நாளரும்பு: *(பெ):* புது மொட்டு; the new bud.

நாளாய்ந்தோர்: *(பெ):* வைத்தியர்; physician.

நாளிகம்: *(பெ):* தாமரை; கொடி வகை; மதிலில் அமைக்கப்படும் எறிபடை வகை; lotus; a wild pot herb; a fortwall machine for defence.

நாளிகேரம்: *(பெ):* தென்னை மரம்; coconut tree.

நாளினி: *(பெ):* புளிமா மரம்; a kind of mango fruit tree.

நாளுலத்தல்: *(வி):* இறத்தல்; to die.

நாளெல்லை: *(பெ):* ஒரு நாளின் முடிவு; இறப்புக்கான தருணம்; end of a day; time of death.

நாளோலக்கம்: *(பெ):* அரசவை; சட்டசபை; durbar; assembly of a state.

நாளோலை: *(பெ):* திருமண அழைப்பிதழ்; marriage invitation.

நாறற்பாக்கு: *(பெ):* பாக்கு வகை; a kind of areca nut.

நாறி: *(பெ):* கற்றாழை; aloe.

நாறுகட்டி: *(பெ):* பெருங்காயம்; asafoetida.

நாற்சதுரம்: *(பெ):* நான்கு சம பக்கங்களைக் கொண்டுள்ள சதுரம்; square.

நாற்சி: *(பெ):* தொங்குகை; hanging.

நாற்பால்: *(பெ):* நான்கு சாதியர்; the four castes.

நாற்றவுணவு: *(பெ):* அவியுணவு; burnt offering.

நாற்றி: *(பெ):* நான்கு மடங்கு; four-fold.

நாற்றுதல்: *(வி):* தொங்கவிடுதல்; to hang.

நானச்செப்பு: *(பெ):* புனுகுச் செப்பு; a little metal box for keeping civet.

நானமா: *(பெ):* கஸ்தூரி; கஸ்தூரி மான்; கவரி மான்; வாசனை; குளித்தல்; musk; musk deer; an animal which is said to give up its life if a single strand of its hair falls off; fragrance; bath.

நானூல்: *(பெ):* பூணூல்; the sacred thread.

நான்: *(பெ):* தன்மை இடத்து ஒருவரைச் சுட்டிக் காட்டும் சொல்; first person singular.

நான்காம் வேதம்: *(பெ):* அதர்வண வேதம்; Adharvana, the fourth Veda.

நான்மணி மாலை: *(பெ):* பிரபந்த வகை; a kind of Prabandha.

நான்மறை: *(பெ):* நான்கு வேதங்களான ரிக், யஜுர், சாமம் மற்றும் அதர்வணம்; the four Vedas, viz., Rig, Yajur, Sama and Atharvana.

நான்மாடக்கூடல்: *(பெ):* மதுரை மாநகரம்; Madurai.

நான்று: *(பெ):* காலம்; time; period.

நி

நிக: *(பெ.அ):* நிகரான; a term of comparison; equal to.

நிகசம்: *(பெ):* உணவு; food.

நிகசலாசம்: *(பெ):* ஏகாந்தமான இடம்; lonely place.

நிகசோத்தியம்: *(பெ):* பரிசுத்தம்; purity.

நிகடம்: *(பெ):* அண்மை; closeness; nearness; propinquity.

நிகணம்: *(பெ):* வேள்விப் புகை; sacrificial smoke.

நிகண்டவாதம்: *(பெ):* ஒரு சமயம்; a caste.

நிகண்டவாதி: *(பெ):* நிகண்டவாத சமயத்தைச் சேர்ந்தவர்; one who belongs to 'Nigandavadam'.

நிகண்டு: *(பெ):* சொற்பொருள் கூறும் செய்யுள் அகராதி நூல்; தொகுப்பு; நிச்சயம்; படலம்; metrical glossary; thesaurus in verse; a collection; certainty; a chapter or section in an epic like the Ramayana, etc.

நிகதம்: *(பெ):* சொல்; பேச்சு; word; speech.

நிகப்பிரபை: *(பெ):* இருள்; darkness.

நிகமனம்: *(பெ):* உறுதிப்படுத்திய தீர்ப்பு; judgement given on confirmation.

நிகம்: *(பெ):* பிரகாசம்; brightness.

நிகரணம்: *(பெ):* விழுங்குகை; the act of swallowing.

நிகரம்: *(பெ):* கூட்டம்; கொடை; சரம்; திரவியம்; மொத்தம்; விழுங்குகை; crowd; donation; string; wealth, total; act of swallowing.

நிகரார்: *(பெ):* பகைவர்; enemies.

நிகருவம்: *(பெ):* அடக்கம்; modesty.

நிகர்தி: *(பெ):* இருப்புலக்கை; iron pestle.

நிகர்த்தல்: *(வி):* மாறுபடுதல்; to rival.

நிகர்ப்பு: *(பெ):* ஒப்பு; போர்; resemblance; battle.

நிகர்வம்: *(பெ):* பணிவு; கர்வம் இல்லாதவன்; saying something in a humble way; one who is not having haughtiness.

நிகலம்: *(பெ):* பிடரி; nape.

நிகளம்: *(பெ):* விலங்கு; சங்கிலி; பந்தம்; fetters; chain; bondage.

நிகன்னம்: *(பெ):* கொலை; murder.

நிகேதனம்: *(பெ):* வீடு; கோயில்; நகரம்; house; temple; town; city.

நிகாசம்: *(பெ):* உவமை; comparison involving a simile.

நிகாதம்: *(பெ):* நரகம்; hell.

நிகாதன்: *(பெ):* வஞ்சகன்; the deceitful fellow.

நிகாயம்: *(பெ):* இடம்; வீடு; நகரம்; கூட்டம்; place; house; town; crowd.

நிகாயன்: *(பெ):* கடவுள்; God.

நிக(ச)ாரணம்: *(பெ):* கொலை; murder.

நிகாரம்: *(பெ):* அவமரியாதை; பணி; தவறு; தூற்றுகை; விழுங்குகை; disrespect; service; fault; publishing evil reports abroad; swallow.

நிகிதம்: *(பெ):* படை; army.

நிகிருதி: *(பெ):* வறுமை; பொல்லாங்கு; நிந்தை; poverty; offence; vilification.

நிகிலம்: *(பெ):* எல்லாம்; all.

நிகீனன்: *(பெ):* கீழ்மகன்; mean person.

நிகு: *(பெ):* மஞ்சள்; turmeric.

நிகுஞ்சம்: *(பெ):* குகை; சிறு குடிசை; புதர்; cave; small hut; bush.

நிகுஞ்சகம்: *(பெ):* மர வகை; a kind of tree.

நிகுஞ்சனம்: *(பெ):* கொலை; அபிநய வகை; murder; a dancing pose.

நிகுட்டம்: *(பெ):* தொனி; tone; implication.

நிகுத்தை: *(பெ):* கதவு; door.

நிகூடம்: *(பெ):* ஆழம்; மறைவு; depth; hiding.

நிகேசாயம்: *(வி):* குவித்தல்; act of heaping.

நிக்கந்தன்: *(பெ):* அருகன்; God.

நிக்கிரகம்: *(பெ):* தண்டனை; வெறுப்பு; எல்லை; அழித்தல்; அடக்குதல்; punishment; disgust; boundary; destruction; restrain.

நிக்குரோதம்: *(பெ):* ஆலமரம்; காட்டாமணக்கு; banyan tree; a kind of castor plant.

நிசகரம்: *(பெ):* உறுதியளித்தல்; act of giving assurance.

நிசங்கம்: *(பெ):* அம்புக்கூடு; இணக்கம்; quiver; harmony.

நிசதி: *(வி.அ):* தவறாது; நாள்தொறும்; without fail; daily.

நிசமணம்: *(பெ):* பார்வை; கேள்வி; glance; interrogation.

நிசமம்: *(பெ):* நியமம்; observance of religious rites.

நிசரேதம்: *(பெ):* தள்ளுகை; act of pushing.

நிசற்கம்: *(பெ):* உருவம்; சிருஷ்டி; மாற்றுதல்; விடுதல்; figure; creation; change; to let.

நிசற்கசம்: *(பெ):* பிறவிச் சுபாவம்; congenital habit.

நிசா: *(பெ):* இரவு; night.

நிசாகசம்: *(பெ):* ஆம்பல்; water lily.

நிசாகம்/நிசாடு: *(பெ):* மஞ்சள்; turmeric.

நிசாகரன்: *(பெ):* சந்திரன்; சேவல்; the Moon; cock.

நிசாசரம்: *(பெ):* ஆந்தை; பாம்பு; owl; snake.

நிசாசரன்: *(பெ):* சந்திரன்; அசுரன்; the Moon; Asura.

நிசாசலம்: *(பெ):* பனி; dew; snow.

நிசாடம்: *(பெ):* ஆந்தை; owl.

நிசாடு: *(பெ):* மஞ்சள்; turmeric.

நிசாதனம்: *(பெ):* வீடு; இடம்; நகரம்; உடல்; நெய்; house; place; town; body; ghee.

நிசாதன்: *(பெ):* வஞ்சகன்; இழிஞன்; the deceitful person; scoundrel.

நிசாதி: *(பெ):* மாலை வெயில்; yellow glow of the evening Sun.

நிசாந்த நாரி: *(பெ):* மனைவி; wife.

நிசாந்தம்: *(பெ):* விடியற்காலம்; the daybreak.

நிசாபதி: *(பெ):* சந்திரன்; கற்பூரம்; the Moon; the camphor.

நிசாமனம்: *(பெ):* சந்திரன்; மின்மினி; the Moon; firefly.

நிசாமனம்: *(பெ):* கேள்வி; பார்வை; நிழல்; interrogation; glance; shadow.

நிசாமானம்: *(பெ):* இராக்கால அளவு; duration of a night.

நிசாரம்: *(பெ):* வருத்தம்; distress.

நிசார்த்தம்: *(பெ):* உண்மை; நடு இரவு; truth; midnight.

நிசாளம்: *(பெ):* பறை வகை; a kind of drum.

நிசான்: *(பெ):* கொடி; creeper.

நிசி: *(பெ):* நள்ளிரவு; இருள்; மஞ்சள்; பொன்; midnight; darkness; turmeric; gold.

நிசிசரன்: *(பெ):* சந்திரன்; காவற்காரன்; கள்வன்; அசுரன்; the Moon; watchman; robber; an asura.

நிசிதம்: *(பெ):* இரும்பு; கூர்மை; பொய்; இகழ்ச்சி; iron; sharpness; falsehood; vilification.

நிசிதன்: *(பெ):* அசுரன்; இழிந்தவன்; an asura; mean person; scoundrel.

நிசீதம்: *(பெ):* நள்ளிரவு; இரவு; கூர்மை; புன்மை; midnight; night; sharpness; meanness.

நிசீதிகை: *(பெ):* உண்ணாவிரதம் இருந்து உயிர்விடுதல்; death caused by fasting.

நிசீதினி/நிசை: *(பெ):* இரவு; night.

நிசும்பன்/நிசாரணன்: *(பெ):* கொலைகாரன்; murderer.

நிசுலம்: *(பெ):* கவசம்; துப்பட்டி; vest; a sheet of cloth used as blanket.

நிசூதனம்: (பெ): அழித்தல்; destruction.
நிச்சத்தியதை: (பெ): பொய்; false; lie.
நிச்சம்: (வி.அ): நித்தம்; அன்றாடம்; every day; daily; (பெ): உறுதி; firmness; certainty.
நிச்சயார்த்தம்: (பெ): மெய்ப்பொருள்; the true meaning; God, the only reality.
நிச்சலத்துவம்: (பெ): சலியாமை; not to be weary of.
நிச்சலம்: (பெ): அசைவின்மை; உறுதி; motionless state; certainty; (வி.அ): நாள்தொறும்; நித்தம்; daily; everyday.
நிச்சலை: (பெ): பூமி; earth.
நிச்சல்: (வி.அ): எப்போதும்; always.
நிச்சாயகம்: (பெ): உறுதிப்படுத்துவது; that which is ascertaining something.
நிச்சாரகம்: (பெ): காற்று; air.
நிச்சாலங்கம்: (பெ): மலை; mountain.
நிச்சிதம்: (பெ): நிஜம்; genuine.
நிச்சிந்தன்: (பெ): ஈசன்; அருகன்; Lord Shiva; God.
நிச்சிரேணி: (பெ): ஏணி; ladder.
நிச்சிரேயசம்: (பெ): வீடுபேறு; salvation.
நிடதம்: (பெ): ஒரு நாடு; ஒரு மலை; நளன் ஆட்சிபுரிந்த நாடு; a country; a mountain; the country which king Nalan ruled.
நிடலம்: (பெ): நெற்றி; forehead.
நிடாதம்: (பெ): ஏழிசையுள் ஏழாவது; the seventh of the seven kinds of music.
நிடுதம்: (பெ): உமிழ்தல்; spit.
நிடேதம்: (பெ): விலக்கப்பட்டது; தடை; that which is prohibited; prohibition.
நிட்கம்: (பெ): நாணய வகை; பொன்; பறை வகை; a kind of coin; gold; a kind of drum.
நிட்கருடம்: (பெ): நிச்சயம்; certainty.
நிட்களம்: (பெ): தூய்மை; உருவமின்மை; purity; formlessness.
நிட்காமியம்: (பெ): விருப்பமின்மை; தன்னலம் கருதாமை; unwillingness; selflessness.
நிட்காரம்: (பெ): நிந்தை; reproach.
நிட்குடி: (பெ): ஏலம்; cardamom seed.
நிட்டூரம்: (பெ): கொடுமை; தாட்சண்யம் இல்லாமை; inconsiderateness; severity.
நிட்பத்தி: (பெ): பிறப்பு; முடிவு; birth; commencement; death; end.
நிட்பிரபஞ்சன்: (பெ): அமைதியானவன்; peaceful man.
நிணச்செருக்கு: (பெ): ஆணவம்; மூர்க்கம்; pride; arrogance; egotism; fierce obstinacy.

நிணத்தல்: (வி): முடைதல்; கொழுத்தல்; to plait; to be plump.
நிணப்பு: (பெ): நிணம்; கொழுப்பு; fat.
நிணம்: (பெ): ஊனீர்; ஊன்; கொழுப்பு; pus; flesh; fat.
நிணர்தல்: (வி): கட்டுதல்; செறிதல்; to bind; be thick.
நிணவை: (பெ): பிணிப்பு; bondage; attachment.
நிணறு: (பெ): உருக்கம்; இதழ்; compassion; petal.
நிண்ணயம்: (பெ): உறுதி; ஏற்பாடு; ஆராய்வு; certainty; firmness; arrangement; scrutiny.
நிதத்துரு: (பெ): மனிதன்; man.
நிதாகம்: (பெ): வெப்பம்; வியர்வை; heat; perspiration.
நிதாந்தம்: (பெ): விடியற்காலம்; மேன்மை; day break; excellence.
நிதாந்தன்: (பெ): மேன்மையுள்ளவன்; eminent person.
நிதார்த்தம்: (பெ): உறுதி; உண்மை; நேர்மை; firmness; truth; honesty.
நிதானவான்: (பெ): அறிவாளி; wise man.
நிதானி: (வி): ஒரு செயலைச் செய்திடும் முன்பாக தேவையான கவனத்துடன் செயல்படுதல்; to pay due attention while doing a thing.
நிதித்தியாசனம்: (பெ): சிந்தனை; thought.
நிதிநிட்சேபம்: (பெ): புதையல்; treasure trove; (underground) treasure.
நிதிந்திகம்: (பெ): கண்டங்கத்திரி; a thorny plant which bears small yellow fruits.
நிதிப்பொதி: (பெ): பொற்கிழி; gold coins, tied up in a piece of cloth.
நிதியம்: (பெ): நாடுகளின் வளர்ச்சிப் பணிகளுக்கு என ஒதுக்கப்பட்டிருக்கும் பெருந்தொகையை நிர்வகிக்கும் அமைப்பு; the financial consortium.
நிதியறை: (பெ): ஏழை; poor man.
நிதீசன்: (பெ): குபேரன்; Lord Kubera, the God of wealth.
நிதுவனம்: (பெ): கலப்பு; மகிழ்ச்சி; விளையாட்டு; infusion; joy; game.
நிதேசம்: (பெ): கட்டளை; சொல்; அண்மை; order; command; word; nearness.
நித்தன்: (பெ): ஆன்மா; சிவபெருமான்; கடவுள்; the soul; Lord Shiva; God.
நித்திய: (பெ.அ): அன்றாட; daily.
நித்தியகதி: (பெ): காற்று; wind; air.
நித்தியமுத்தன்: (பெ): கடவுள்; ஞானி; God; person of sublime religious knowledge.

நித்திலம்: (பெ): முத்து; pearl.

நிந்தகன்: (பெ): இழிவாகப் பேசுவோன்; the person who despises.

நிந்தம்: (பெ): தனியுரிமை; monopoly licence.

நிந்தாத்துதி: (பெ): இகழ்தல் போலப் புகழ்தல்; praise in the apparent form of abuse.

நிந்திதம்: (பெ): பரிகாசம்; ஏளனம்; தடை; mockery; raillery; scorn; obstacle.

நிந்திதன்: (பெ): பழிக்கப்பட்டவன்; one who is vilified.

நிந்திப்பு: (பெ): நிந்தனை; இகழ்ச்சி; பரிகாசம்; vilification; scorn; raillery; mockery; making fun of.

நிபடம்: (பெ): படித்தல்; reading (a book, etc.).

நிபடிதம்: (பெ): படித்தல்; வாசித்தல்; reading (a book, etc.).

நிபதனம்: (பெ): இறக்குதல்; வீழ்தல்; putting (something) down; falling down.

நிபத்தி: (பெ): உண்மை; உதவி; நிச்சயம்; truth; help; certainty.

நிபத்தியை: (பெ): போர்க்களம்; battlefield.

நிபந்தம்: (பெ): கடமை; யாப்பு; அணை; கோயில் கட்டளைக்கு விடப்பட்ட சொத்து; responsibility; prosody; dam; endowment of property for temple worship.

நிபம்: (பெ): கபடம்; உவமை; காரணம்; வஞ்சனை; கோள்; guile; a comparison involving a simile; cause; deceit; backbiting; talebearing.

நிபாகம்: (பெ): சமையல்; cooking.

நிபாடம்: (பெ): படித்தல்; reading (a book, etc.).

நிபாதம்: (பெ): மரணம்; விழுதல்; இறங்குதல்; death; act of falling down; act of getting down.

நிபாதனம்: (பெ): கொல்லுகை; murder.

நிபானம்: (பெ): கிணறு; நீர்த்தொட்டி; பால் ஜாடி; well; water tank; milk jar.

நிபிடம்: (பெ): நெருக்கம்; proximity.

நிபீடனம்: (பெ): மல்யுத்தம்; art of wrestling.

நிபுடம்: (பெ): நெருக்கம்; proximity.

நிபுணத்துவம்: (பெ): குறிப்பிட்ட ஒரு துறையில் தேர்ச்சி; professionalism.

நிபுணம்: (பெ): திறமை; சிறப்பு; skill; excellence.

நிபூதம்: (பெ): அதீதம்; excessiveness.

நிப்பரம்: (பெ): தீவிரம்; பாரமின்மை; அசைவின்மை; seriousness; weightlessness; motionless state.

நிமந்தக்காரர்: (பெ): கோயில் ஊழியர்; temple servant.

நிமந்தம்: (பெ): கோயில் ஊழியம்; temple service.

நிமலம்: (பெ): மாசின்மை; கறை படியாமை; purity; spotlessness.

நிமிடன்: (பெ): திறமையாளன்; an expert.

நிமிடிபாதம்: (பெ): கண்டிப்பு; பிடிவாதம்; rigour; obstinacy; stubbornness.

நிமிடு: (பெ): திறமையான வேலை; ingenious work; clever workmanship.

நிமிட்கரம்: (பெ): நெருக்கம்; proximity.

நிமிண்டி: (பெ): ஓர் எறும்பு வகை; a kind of ant.

நிமித்தியம்: (பெ): சகுனம்; காரணம்; omen; cause.

நிமிரல்: (பெ): சோறு; cooked rice.

நிமிர்: (வி): உயர்தல்; நேராக்குதல்; to raise; be erect.

நிமிர்ச்சி: (பெ): இறுமாப்பு; உறுதி; arrogance; firmness.

நிமிலனம்: (பெ): மரணம்; சிமிட்டுதல்; death; blinking.

நிமிளன்: (பெ): கெட்டிக்காரன்; clever man.

நிமிளை: (பெ): செவ்வெண்மையான கல் வகை; amber.

நிமீலிகை: (பெ): மாயம்; சிமிட்டுதல்; illusion; blinking.

நிமேஷகம்: (பெ): மின்மினிப்பூச்சி; a glow worm; firefly.

நிமை: (பெ): இமை; eyelid.

நிமைத்தல்: (வி): இமைத்தல்; to wink.

நிம்பம்: (பெ): வேப்ப மரம்; margosa tree.

நிம்பன்: (பெ): பாண்டியன்; Pandiya King.

நிம்பரி: (பெ): பொறாமை; envy; jealousy.

நிம்மளம்: (பெ): மன அமைதி; களங்கமற்றது; ease of mind; that which is undefiled.

நியக்கி: (பெ): மான்; deer.

நியக்குரோதம்: (பெ): ஆலமரம்; அகலம்; banyan tree; width.

நியக்குரோதன்: (பெ): கஞ்சன்; தம்பி; miser; younger brother.

நியதம்: (பெ): அடக்கம்; உறுதி; நிஜம்; முகவுரை; modesty; certainty; truth; preface.

நியதுதல்: (வி): விடுதல்; to let.

நியதேந்திரியன்: (பெ): இந்திரியத்தை அடக்குபவன்; the person who controls the five sensory organs.

நியத்துதல்: (வி): விடுதல்; to let.

நியத்துவம்: (பெ): பூஜித்தல்; worship.

நியந்தா: (பெ): கடவுள்; கட்டளை இடுவோன்; the God; commander.

நியமநம்: (பெ): வேம்பு; margosa tree.

நியர்: (பெ): ஒளி; lustre.

நியாமகன்: (பெ): ஓட்டுநர்; மாலுமி; driver; navigator; captain of a vessel.

நியாயத்தார்: (பெ): நீதிபதிகள்; judges.

நியுப்பிசம்: (பெ): வளைவு; வியாதி; bend; a disease.

நியூனம்: (பெ): குறைவு; deficiency.

நியோகம்: (பெ): கட்டளை; தத்துவம்; உறுதி; முயற்சி; தொழில்; order; command; philosophy; certainty; effort; profession.

நியோகர்: (பெ): உத்தியோகஸ்தர்; an employee; an officer.

நியோக்கியம்: (பெ): தகுதி; qualification.

நியோசனம்: (பெ): இசைவு; கட்டளை; harmony; order.

நிரகங்காரம்: (பெ): ஆணவமின்மை; absence of pride.

நிரக்கு: (பெ): நேர்மை; அகவிலை; honesty; price of grain.

நிரங்குசம்: (பெ): கீழ்ப்படியாமை; disobedience.

நிரங்குசன்: (பெ): கீழ்ப்படியாதவன்; the person lacking in discipline; disobedient person.

நிரசம்: (பெ): சுவையின்மை; tasteless.

நிரசனம்: (பெ): அழிவு; வாந்தியெடுத்தல்; தள்ளுதல்; பட்டினி; எதிரிடை; destruction; vomiting; push; fast; opposite.

நிரஞ்சனம்: (பெ): களங்கமில்லாதது; தூய்மை; that which is spotless; pure.

நிரடு: (வி): உறுத்துதல்; to have an uneasy sensation.

நிரட்சம்: (பெ): நிலநடுக்கோடு; the line of equator.

நிரதம்: (வி.அ): எப்பொழுதும்; எப்போதும்; always; ever.

நிரதி: (பெ): சம்பந்தம்; relevance.

நிரதிசயம்: (பெ): உயர்ந்த நிலை; high position; splendid state; dignity.

நிரத்தகம்: (பெ): பயனின்மை; uselessness.

நிரந்தரித்தல்: (வி): நிறைதல்; to become full.

நிரபத்திரவம்: (பெ): வெட்கமின்மை; shamelessness.

நிரப்பம்: (பெ): ஒப்புமை; சமம்; சிறப்பு; பூரணம்; கற்பு; symmetry; uniformity; excellence; perfection; chastity.

நிரப்பு: (பெ): குறைபாடு; தரித்திரம்; the condition of being incomplete; abject poverty; (வி): நிறைத்தல்; to fill.

நிரப்போர்: (பெ): வறியோர்; இரப்போர்; poor people; mendicants.

நிரம்பிய புட்பம்: (பெ): வாழை; plantain tree.

நிரம்பியம்: (பெ): வாழை; plantain tree.

நிரயபாலர்: (பெ): நரகத்தில் உள்ளோர்; those who are in the hell.

நிரயம்: (பெ): நரகம்; hell.

நிரல்பட: (வி.அ): வரிசைப்படி; in proper order.

நிரவதி: (பெ): எல்லை இல்லாதது; that which has no limits.

நிரவம்: (பெ): ஒலியின்மை; soundless state.

நிரவயன்: (பெ): அழிவற்ற கடவுள்; சிவபெருமான்; the Supreme Being as eternal; Lord Shiva.

நிரவலியம்: (பெ): நித்தியம்; perpetuity.

நிராகம்: (பெ): உருவமின்மை; formlessness.

நிராகரணம்: (பெ): மறுப்பு; denial; objection.

நிராகாரம்: (பெ): புறக்கணிப்பு; வானம்; வீடுபேறு; உருவமின்மை; உணவு இல்லாமை; contempt; sky; salvation; formlessness; want of food.

நிராகுலம்: (பெ): கலக்கமின்மை; calmness.

நிராங்குதல்: (பெ): தேய்தல்; நொறுங்குதல்; to lessen; be crushed.

நிராதபகை: (பெ): இரவு; night.

நிராமயம்: (பெ): நோயற்றது; that which is free from disease.

நிராம்பலம்: (பெ): ஆதரவின்மை; absence of support.

நிராலம்பம்: (பெ): ஆதரவின்மை; absence of support.

நிரியாணம்: (பெ): இறப்பு; வீடுபேறு; death; salvation.

நிரீச்சுரம்: (பெ): நாத்திகம்; atheism.

நிரீச்சுரவாதி: (பெ): நாத்திகன்; atheist.

நிரீட்சணம்: (பெ): பார்வை; மதிப்பு; vision; sight; respect.

நிருணயம்: (பெ): ஆராய்வு; உறுதி; scrutiny; certainty.

நிருதர்: (பெ): அரக்கர்; monster; gaint and demon.

நிருதி: (பெ): அரக்கி; demoness.

நிருதூளி: (பெ): தூளி; அழுக்கு; dust; dirt.

நிருத்தம்: (பெ): நடனம்; பற்றின்மை; dance; absence of worldly attachment.

நிருத்தாசனம்: (பெ): தெளிவு; clearness.

நிருபம்: (பெ): கடிதம்; தீர்மானம்; letter; resolution.

நிருபர்: (பெ): செய்தி திரட்டுபவர்; reporter of a newspaper, radio, television, etc.

நிருபன்: (பெ): மன்னன்; king.

நிருமதம்: (பெ): யானை; elephant.

நிருமலம்: (பெ): மாசின்மை; purity.

நிருமிதி: *(பெ):* படைப்பு; creation.

நிருமித்தியல்: *(வி):* உறுதி கொள்ளுதல்; படைத்தல்; to determine; to create.

நிருவாகம்: *(பெ):* ஆளுகை; பொறுப்பு; மேற்பார்வை; ஓம்புகை; act of governing; responsibility; supervision; protection.

நிரூபணம்: *(பெ):* மெய்ப்பித்தல்; ஆராய்ச்சி; demonstration; investigation.

நிரை: *(பெ):* வரிசை; கோபுரம்; ஒழுங்கு; படை; வகுப்பு; பசுக்கூட்டம்; row; temple tower; order; military array; herd of cows.

நிரைசல்: *(பெ):* மறைப்பு; a screen.

நிரைதல்: *(வி):* நிரப்புதல்; முடைதல்; முறைப்படுதல்; நிரவுதல்; பரிமாறுதல்; to make full; to plait; be in a row; be regular; to level up; to serve.

நிரைத்தல்: *(வி):* கோர்த்தல்; தொடர்தல்; பரப்புதல்; to string; to follow; to continue; to spread.

நிரையம்: *(பெ):* நரகம்; hell.

நிரோதம்: *(பெ):* தடை; அபகாரம்; வெறுப்பு; அழிவு; அடக்கம்; an obstacle; harm; feeling of emptiness caused by frustration; ruin; modesty.

நிரோதனம்: *(பெ):* தடை; an obstacle.

நிரோதனை: *(பெ):* புலனடக்கம்; suppression of the senses.

நிர்: *(பெ):* 'எண்' என்னும் வார்த்தையைக் குறிக்கும் ஆங்கில வார்த்தையான 'நம்பர்' என்பதன் சுருக்க வடிவம்; the abbreviated form of number.

நிர்க்கதி: *(பெ):* கதியின்மை; எவ்வித ஆதரவும் இல்லாத நிலை; utter helplessness; absence of support.

நிர்க்குணம்: *(பெ):* குணமின்மை; being devoid of qualities.

நிர்க்குணன்: *(பெ):* சிவபெருமான்; கடவுள்; Lord Shiva; God as without attributes.

நிர்ச்சலனம்: *(பெ):* சலனமில்லாத தன்மை; the state of unwavering nature.

நிர்ணயம்: *(பெ):* ஆராய்வு; தீர்ப்பு; உறுதி; மதிப்பீடு; நிச்சயம்; investigation; judgement; certainty; assessment; determination.

நிர்த்தூளி: *(பெ):* நிர்மூலம்; utter destruction.

நிர்மலம்: *(பெ):* மாசின்மை; spotlessness.

நிர்மித்தல்: *(வி):* கட்டுதல்; அமைத்தல்; to construct; to form.

நிர்வர்த்தம்: *(பெ):* தரிசனம்; having a glimpse of a deity, saint, etc.

நிர்வஹணம்: *(பெ):* நிஷ்டை; meditation.

நிர்வாசநம்: *(பெ):* கொலை; murder.

நிர்வாதம்: *(பெ):* நிந்தை; vilification.

நிர்விகற்பம்: *(பெ):* ஐயமின்மை; வேறுபாடின்மை; doubtlessness; clearness.

நிலக்குழி: *(பெ):* உரக்குழி; manure pit.

நிலத்தாமரை: *(பெ):* ரோஜா மலர்; the rose flower.

நிலத்தெய்வம்: *(பெ):* பூமி; பூமாதேவி; Earth as Goddess.

நிலைக்காரை: *(பெ):* ஒரு முட்செடி; a thorny plant.

நிலச்சார்: *(பெ):* நிலவளம்; the suitability of land for cultivation.

நிலவடலி: *(பெ):* சிறு பனை மரம்; a kind of palmyra tree.

நிலவளையம்: *(பெ):* பூமி; the earth.

நிலவறை: *(பெ):* பூமிக்கு அடியில் அமைக்கப்பட்டு இருக்கும் அறை; bunker; cellar.

நிலவாயு: *(பெ):* எரிவாயு; natural gas.

நிலாவுதல்: *(வி):* நிலைத்திருத்தல்; தியானித்தல்; ஒப்பாதல்; be permanent; to meditate; to resemble.

நிலிஞ்சிகை: *(பெ):* பசு; cow.

நிலுவை: *(பெ):* வரவு; பாக்கி; கிடப்பு நிலை; arrears; balance; pending.

நிலைக்கடசம்: *(பெ):* பெரிய கூடை; a large basket.

நிலைக்களம்: *(பெ):* நின்றவிடம்; வரி வசூலிக்கும் அலுவலகம்; standing place; the revenue office.

நிலைக்கால்: *(பெ):* வாசல்கால்; the outer frame in which the door is fixed.

நிலைக்குடி: *(பெ):* ஊரில் வெகுகாலமாக வாழ்ந்து வரும் மக்கள்; the citizens of a village who have lived there for a very long period.

நிலைக்குழு: *(பெ):* சிலவகைப் பிரச்சினைகள் எந்நேரம் எழுந்தாலும் அவற்றினைக் கவனித்திட அமைக்கப்படும் குழு; the standing committee.

நிலைதல்: *(வி):* சம்பவித்தல்; to occur; to happen.

நிலைத்தானம்: *(பெ):* கோயில்; temple.

நிலைத்துறை: *(பெ):* குளத்தின் படித்துறை; the usual bathing ghat of a tank.

நிலைநீர்: *(பெ):* கடல்; sea or ocean.

நிலைபரம்: *(பெ):* உறுதி; நிலைமை; firmness; situation.

நிலைப்படம்: *(பெ):* இயக்கம் இல்லாத பொருட்களைக் காட்டும் ஓவியம்; still life picture.

நிலைபேறு: (பெ): நிலைத்து இருப்பது; உறுதி; தூண்; நிச்சயம்; மானம்; அசையாமை; that which is everlasting; certainty; pillar; firmness; dignity; state of immobility.

நிலைப்பு: (பெ): உறுதி; முயற்சி; நிலைத்திருத்தல்; firmness; try hard; effort; permanence.

நிலைப்பெட்டி: (பெ): அலமாரி; shelf.

நிலைமாடம்: (பெ): மேல்மாடி; storey.

நிலைமுதல்: (பெ): சொத்து; assets.

நிலைமேடை: (பெ): பீடம்; raised platform; pedestal.

நிலையகம்: (பெ): வீடு; இருப்பிடம்; house; place for living; habitation.

நிலையாறுதல்: (வி): அமைதியுறுதல்; be pacified.

நிலையிறக்கு: (வி): தரம் குறைத்திடு; இழிவு படுத்திடு; to degrade; to disgrace.

நிலைவரம்: (பெ): மாறுதல் இல்லாமை; permanence.

நிலைவிளக்கு: (பெ): பீடம் ஒன்றில் பொருத்தப் பட்டிருக்கும் விளக்கு; a lamp which is fixed in a stand.

நிலைவைப்பு: (பெ): குறித்த காலத்திற்கு பணத்தை வங்கியில் முதலீடு செய்திடல்; fixed deposit.

நிவகம்: (பெ): திரள்; கூட்டம்; an accumulated state; crowd.

நிவசதம்: (பெ): கிராமம்; village.

நிவசதி: (பெ): இல்லம்; வீடு; house.

நிவசனம்: (பெ): வீடு; ஆடை; புடவை; house; garment; saree.

நிவத்தல்: (வி): உயர்தல்; படர்தல்; வளர்தல்; தோன்றுதல்; மேலாதல்; to rise; to spread; to grow; to appear; be superior.

நிவப்பு: (பெ): உயரம்; மேல் நோக்கிய சரிவு; height; elevation.

நிவம்: (பெ): தோளின் மேல் பகுதி; upper part of the shoulder.

நிவருணம்: (பெ): பார்த்தல்; act of looking.

நிவருத்தனம்: (பெ): ஓர் அளவு வகை; a kind of measure.

நிவர்தல்: (வி): ஓங்குதல்; to rise high.

நிவர்த்தல்: (வி): உயர்தல்; be high.

நிவாகம்: (பெ): இடம்; place.

நிவாசம்: (பெ): வாழுமிடம்; தெய்வம் வாழிடம்; abode; habitation as of a deity.

நிவாசித்தல்: (வி): குடியிருத்தல்; to reside; to live in rented house.

நிவாதம்: (பெ): காற்றின்மை; absence of air or wind.

நிவாரம்: (பெ): தடை; prohibition.

நிவி: (பெ): மாமரம்; mango tree.

நிவிர்த்தி: (பெ): ஒழிப்பு; விடுதல்; துறவு; dismissal; abolition; renunciation; asceticism.

நிவேசனம்[1]: (பெ): ஊர்; இடம்; பட்டினம்; வீடு; வாசல்; village; place; maritime town; house; gateway.

நிவேசனம்[2]: (பெ): 2400 சதுர அடி கொண்ட மனை அளவு; a plot which has the area of 2400 sq.ft.

நிழத்துதல்: (வி): மங்குதல்; to wane.

நிழலி: (பெ): ஒளி; நீதி; காற்று; நோய்; lustre; justice; air; wind; disease.

நிழலுதல்: (வி): ஒளி செய்தல்; to illuminate.

நிழல் கூத்து: (பெ): பாவைக் கூத்து வகை; a kind of shadow play.

நிழறுதல்: (வி): ஒளி விடுதல்; to shade.

நிழற்றுதல்: (வி): இருளாக்குதல்; நிழல் உண்டாக்குதல்; அடங்குதல்; காத்தல்; to shade; to make shadow; to subside; to protect.

நிறங்குணம்: (பெ): இயல்பு; nature.

நிறுத்திப்பிடித்தல்: (வி): நிலை நிற்றல்; தூக்கிப் பிடித்தல்; to stand firmly; to uphold.

நிறுத்திய நிலை: (பெ): செயல் இழந்த நிலை; state of abeyance.

நிறுத்துக்கட்டு: (வி): அளவீடு; to measure.

நிறுத்துப்பார்: (வி): எடை போட்டுப்பார்; to examine the weight of.

நிறுப்பான்: (பெ): தராசு; துலாம் இராசி; weighing balance; the seventh constellation of the zodiac.

நிறைகலை: (பெ): பௌர்ணமி; நிறைவு; Full Moon; fullness.

நிறைகுணம்: (பெ): பொறுமையான குணம்; calmness; the power to endure troubles.

நிறைகோல்: (பெ): தராசு; weighing balance.

நிறைசபை: (பெ): பெரியசபை; an assembly.

நிறை செல்வம்: (பெ): தேவைக்கு அதிகமான பொருளாதார வசதி; abundant wealth.

நிறை திறமுடைய: (பெ.அ): நிறைவேற்றிடக் கூடிய; accomplishable.

நிறைந்த வீடு: (பெ): பொருட் செல்வமும், மக்கட் செல்வமும் நிறைந்துள்ள வீடு; house in prosperity.

நிறை பாரம்: (பெ): பளு அதிகமாக உள்ள சுமை; heavy load.

நிறை மதியம்: (பெ): உச்சிப் பொழுது; நடுப்பகல்; noon.

நிறை மொழி: (பெ): பலிக்கும் வாக்கு; prophetic word.

நிறைமொழியாளர்: *(பெ):* பெரியோர்; முனிவர்; great persons; ascetics.

நிறையழிதல்: *(வி):* கற்பு இழத்தல்; மனம் கலங்குதல்; to lose chastity; be anxious.

நிறையளவு: *(பெ):* எடைபோட்டு அறியும் அளவு; the measure by weighing.

நிறையாமை: *(பெ):* குறைவு; lacking.

நிறைவாரகம்: *(பெ):* மிகுதி; excess.

நிற்காரம்: *(பெ):* இகழ்ச்சி; vilification.

நிற்சரம்: *(பெ):* அமுதம்; மலையருவி; ambrosia; manna; mountain torrent.

நிற்சலம்: *(பெ):* அசைவின்மை; motionless state.

நிற்சனம்: *(பெ):* தனிமையிடம்; தள்ளுதல்; lonely place; act of pushing.

நிற்பத்தி: *(பெ):* விவாகம்; marriage.

நினாதம்: *(பெ):* ஒலி; sound.

நினைப்பிடுதல்: *(வி):* ஆணையிடுதல்; to order; to give command.

நினைவோடுதல்: *(வி):* ஞாபகம் வருதல்; to recollect in memory.

நின்: *(பெ.அ):* உனது; yours.

நின்மலம்: *(பெ):* அழுக்கின்மை; purity of mind.

நின்மலன்: *(பெ):* கடவுள்; அருகன்; God; Arhat.

நின்மலி: *(பெ):* வில்வம்; bael tree.

நின்மூடன்: *(பெ):* நிர்மூடன்; absolute fool.

நின்று: *(வி.அ):* எப்பொழுதும்; always.

நிஷ்களங்கம்: *(பெ):* களங்கமின்மை; flawlessness.

நிஷ்காமியம்: *(பெ):* தன்னலம் கருதாமை; selflessness.

நிஷ்டூரம்: *(பெ):* தயவு தாட்சண்யம் இல்லாமை; harshness; mercilessness.

நிஷ்டை: *(பெ):* மனம் ஒருமுகப்படுத்தப்பட்ட நிலை; தியானம்; meditation.

நீ

நீ: *(பெ):* முன்னிலை இடத்து ஒருமைப் பெயர்; the pronoun of second person; you; *(வி):* விடுதல்; துளுத்தல்; to give up; to renounce.

நீகம்: *(பெ):* தவளை; மேகம்; frog; cloud.

நீகாசம்: *(பெ):* ஒப்பு; உண்மை; உறுதி; resemblance; truth; firmness.

நீகாமன்: *(பெ):* மீகான்; navigator.

நீகாரம்: *(பெ):* பனி; அவமதிப்பு; ஆணவம்; mist; disrespect; arrogance.

நீகான்: *(பெ):* மாலுமி; steersman.

நீகேரம்: *(பெ):* வீடு; house.

நீக்குபோக்கு: *(பெ):* ஒருவருடைய குணம், இயல்பு, சூழ்நிலை போன்றவற்றிற்குத் தக்கவாறு ஒத்துப்போகும் தன்மை; நெளிவு சுளிவு; adaptability; flexibility.

நீங்கள்: *(பெ):* மரியாதை ஒருமையாகவும், முன்னிலைப் பன்மையாகவும் பயன்படுத்தும் பெயர்; second person plural or honorific singular pronoun.

நீசகம்: *(பெ):* நீர்; water.

நீசகை: *(பெ):* இழிவானவள்; mean woman.

நீசபங்கராசயோகம்: *(பெ):* ஒரு யோகம்; a kind of luck.

நீசாரம்: *(பெ):* திரைச்சீலை; curtain.

நீச்சு: *(பெ):* நீந்துதல்; வெள்ளம்; நிலம் என்னும் சொல்லுடன் இணைந்து வரும் சொல்; swimming; flood; a word which occurs in combination with 'Nilam' ('நிலம்').

நீடசம்: *(பெ):* குருவி; sparrow; a little bird.

நீடசேந்திரன்: *(பெ):* கருடன்; the white-headed kite.

நீடம்: *(பெ):* பறவையின் கூடு; இருப்பிடம்; bird's nest; dwelling place.

நீடல்: *(பெ):* நீளல்; lengthening.

நீடாணம்: *(பெ):* கறி; குழம்பு; raw or boiled meat; a kind of thickened sauce which is to be added to boiled rice.

நீடி: *(பெ):* எங்கும் பரவும் தன்மை; the quality of spreading everywhere.

நீடுநீர்: *(பெ):* புனிதநீர்; sacred water.

நீடோத்பவம்: *(பெ):* பறவை; a bird.

நீட்சி: *(பெ):* நீளம்; தாமதம்; நீட்டுகை; length; delay; lengthening.

நீட்டாணம்: *(பெ):* குழம்பு; a kind of thickened sauce.

நீட்டாள்: *(பெ):* பணியாள்; servant.

நீட்டு: *(பெ):* நீளம்; தூரம்; length; distance; *(வி):* நீட்டுதல்; to lengthen.

நீட்டுமுடக்கு: *(பெ):* கொடுக்கல், வாங்கல்; lending and borrowing; money transaction.

நீட்பம்: *(பெ):* நீளம்; length.

நீணாளம்: *(பெ):* நீளமான புகைக்குழாய்; a lengthy hookah.

நீணிதி: *(பெ):* பெருஞ்செல்வம்; great riches; a large quantity of wealth.

நீணிலை: *(பெ):* ஆழம்; நீர்மடு; depth; deep place in a river or channel.

நீணுதல்: *(வி):* நெடுந்தூரம் செல்லுதல்; to go to a great distance.

நீண்மை: *(பெ):* பழமை; antiquity.

நீண் மொழி: *(பெ):* சூளுரை; oath.

நீதம்: *(பெ):* தகுதியானது; நீதி; தானியம்; நற்பேறு; that which is proper; justice; grain; prosperity.

நீதம்பாதம்: *(பெ):* நீதி; justice.

நீதவான்: *(பெ):* நீதிபதி; Judge.

நீதிகேடு: *(பெ):* அநியாயம்; injustice.

நீத்தம்: *(பெ):* வெள்ளம்; கடல்; ஆழம்; மிகுதி; flood; sea; depth; abundance.

நீபம்: *(பெ):* கடம்பு மரவகை; common Indian oak tree.

நீமம்: *(பெ):* ஒளி; lustre.

நீம்: *(பெ):* முன்னிலைப் பன்மை; second person plural.

நீம்பல்: *(பெ):* பிளப்பு; வெடியுப்பு; crevice; saltpetre.

நீயர்: *(வி):* விடுதல்; நீங்கல்; to quit; to leave.

நீயிர்: *(பெ):* நீவிர்; you.

நீரசம்: *(பெ):* சுவையற்றது; மாதுளை; தாமரை; சலவாயு; that which is not tasty; pomegranate; lotus; hydrogen.

நீரதம்: *(பெ):* மேகம்; cloud.

நீரதி: *(பெ):* கடல்; சாறு; sea; extract.

நீரநிதி: *(பெ):* கடல்; sea.

நீரம்: *(பெ):* தண்ணீர்; water.

நீரரண்: *(பெ):* அகழி; moat, considered as a defence.

நீராமை: *(பெ):* கடலாமை; sea-turtle.

நீராம்பல்: *(பெ):* ஆம்பல்; ஒரு நோய்; water-lily; a kind of disease.

நீராழி: *(பெ):* கடல்; sea.

நீராளம்: *(பெ):* நீர்த்தன்மை; நீர் மிகுதி; fluidity; abundance of water.

நீரி: *(பெ):* நீரில் வாழக்கூடியது; that which is living in water.

நீரிணை: *(பெ):* ஜலசந்தி; strait i.e., a narrow passage of water which connects the large bodies of water.

நீரியல்: *(பெ):* நிலத்தின் அடிப்புறம், மேற்புறம் ஆகியவற்றில் இருக்கும் தண்ணீர் பற்றியும் அத்தண்ணீர் உள்ள இடத்தின் அமைப்பு பற்றியும் விவரித்துக் கூறும் அறிவியல்; hydrology.

நீருருள்: *(பெ):* சகடமாகப் பண்ணித் தண்ணீர் ஏற்றி உருட்டிடும் கருவி; a kind of cart-like waterbarrel.

நீருள்ளி: *(பெ):* வெங்காயம்; onion.

நீரூபம்: *(பெ):* காற்று; வானம்; air; wind; sky.

நீரேற்றம்: *(பெ):* நீர்க்கோப்பு; சளிபிடித்தல்; வெள்ளம்; கடல்நீர்ப் பெருக்கம்; dropsy; catarrh; flood; hightide of sea-water.

நீரோசை: *(பெ):* சந்தோஷம்; மகிழ்ச்சி; கொண்டாட்டம்; joy; happiness; celebration.

நீரோடி: *(பெ):* மதகு; sluice.

நீரோடு: *(பெ):* கால்வாய்; channel.

நீரோருகம்: *(பெ):* தாமரை; lotus.

நீரோற்காரி: *(பெ):* ஆற்றுநீர் சுழல் விட்டபடி செல்வது; whirlpool of water in the river.

நீர்க்கடன்: *(பெ):* பிதுர்க்கிரியை; libation of water, etc., offered to one's manes.

நீர்க்கட்டி: *(பெ):* ஆலங்கட்டி; சீழ் பிடித்த புண்கட்டி; hail stone; boil.

நீர்க்கமல்லி: *(பெ):* அல்லி; water-lily.

நீர்க்கரை: *(பெ):* ஆறு, குளம் போன்றவற்றின் கரை, bank of a river, tank, etc.

நீர்க்கால்: *(பெ):* வாய்க்கால்; canal; water course.

நீர்க்காவி: *(பெ):* கருங்குவளை மலர்; a kind of water flower.

நீர்க்கிழவன்: *(பெ):* வருணன்; the Lord Varuna.

நீர்க்குட்டம்: *(பெ):* ஒரு வகை நோய்; a kind of disease.

நீர்க்குறிஞ்சா: *(பெ):* ஒரு வகை மருந்துச் செடி; a kind of medicinal plant.

நீர்க்குன்று: *(பெ):* நத்தை; snail.

நீர்க்கைக்கதவு: *(பெ):* மதகு; sluice.

நீர்க்கொதி: *(பெ):* நீரெறிவு; feeling of pain and itching while passing urine.

நீர்க்கொழுந்து: *(பெ):* நீரோட்டம்; flow of water.

நீர்க்கோத்தை/நீர்க்கோலி: *(பெ):* தண்ணீர்ப் பாம்பு வகை; a kind of snake which lives in water and land.

நீர்க்கோப்பு: *(பெ):* ஜலதோஷம்; catarrh; cold.

நீர்க்கோழி: *(பெ):* நீர்நிலைகளில் வாழும் பறவை வகை; water fowl.

நீர்க்கோவை: *(பெ):* கை கால்களில் அதிகமான நீர் சேர்வதால் உண்டாகும் வீக்கம்; dropsy.

நீர்ச்சாய்வு: *(பெ):* நீர்க்கசிவு உள்ள நிலம்; wet soil.

நீர்ச்சால்: *(பெ):* தண்ணீர்க் குடம்; water pot.

நீர்ச்சிரங்கு: *(பெ):* சேற்றுப்புண்; itching sore between the toes due to frequent walking in the mud.

நீர்ச்சிறுப்பு: *(பெ):* நீர்; urine.

நீர்ச்சூலை: *(பெ):* நோய் வகை; a kind of disease.

நீர்ச்சோபை: *(பெ):* உடல் வீக்கம்; swelling on the body.

நீர்த்தல்: *(வி):* நீராதல்; ஈரமாதல்; to become watery; to become wet.

நீர்த்தாழை: *(பெ):* நீர்க்குழாய்; spout.

நீர்த்தூம்பு: *(பெ):* மதகு; sluice.

நீர்த்தெளியான்: *(பெ):* தரையில் நீர் தெளித்துச் சுத்தம் செய்யும் வேலைக்காரன்; the servant who cleans the floor with water.

நீர்நாடு: *(பெ):* சோழநாடு; Chozha country.

நீர்நிலம்: *(பெ):* நன்செய் நிலம்; wet land.

நீர்ப்பஞ்சு: *(பெ):* கடற்காளான்; sea-weed.

நீர்ப்படலம்: *(பெ):* கண்ணோய் வகை; an eye disease.

நீர்ப்பரிசை: *(பெ):* ஆமை; tortoise.

நீர்ப்பாடு: *(பெ):* விஷக்கிராணி நோய்; a kind of disease.

நீர்ப்பாண்டு: *(பெ):* நீர்க்கோப்பு; dropsy.

நீர்ப்புடையான்: *(பெ):* புடையான் கொத்திப் பாம்பு; a kind of snake.

நீர்ப்பை: *(பெ):* பித்தநீர்ப்பை; சிறுநீர்ப்பை; gall bladder; urinary bladder.

நீர்மம்: *(பெ):* திரவநிலை; liquid state.

நீர்மாடம்: *(பெ):* படகு வகை; a kind of boat.

நீர்முகம்: *(பெ):* இறங்குதுறை; bathing ghat in river, tank, well, etc.; port of debarkation; port of disembarkation; landing stage.

நீர்மை: *(பெ):* நீரின் தன்மை; சிறந்த குணம்; எளிமை; ஒளி; நிலைமை; ஒப்புரவு; அழகு; property of water; good conduct; goodness; ease; lustre; nature; evenness; beauty.

நீர்வஞ்சி: *(பெ):* ஒரு வகைப் பிரம்பு; a kind of rattan.

நீர்வரைப்பு: *(பெ):* கடலால் சூழப்பட்ட உலகம்; the earth as sea-girt.

நீர்வல்லி: *(பெ):* வெற்றிலைக் கொடி; betel leaf and its creeper.

நீர்வளி: *(பெ):* ஒரு வகைத் தனிமம்; நீரியம்; hydrogen.

நீர்வாரி: *(பெ):* யானை அடிச் சங்கிலி; the foot chain of elephant.

நீர் வாழைக்காய்: *(பெ):* மீன்; fish.

நீர் வேட்கை: *(பெ):* தாகம்; strong desire for drink; thirst.

நீலகண்டம்: *(பெ):* மயில்; peacock.

நீலகந்தி: *(பெ):* மாணிக்க வகை; a kind of precious stone.

நீலகமலம்: *(பெ):* கருங்குவளை; a kind of water lily; blue nelumbo.

நீலகாசம்: *(பெ):* கண்ணோயுள் ஒன்று; a kind of eye disease.

நீலக்காரம்: *(பெ):* துரிசு; blue vitriol; Copper Sulphate.

நீலக்காலி: *(பெ):* அவுரி; ஒரு வகை நண்டு; indigo; a kind of crab.

நீலக்கிரௌஞ்சம்: *(பெ):* கருங்கொக்கு; a kind of crane.

நீலதரு: *(பெ):* தென்னை மரம்; coconut tree.

நீலந்தன்: *(பெ):* பாணன்; bard.

நீலபடிகம்: *(பெ):* பளிங்கு; crystal.

நீலபதுமம்: *(பெ):* நீலோற்பவம்; blue Indian water lily.

நீலபம்: *(பெ):* தேனீ; சந்திரன்; மேகம்; honey-bee; the Moon; cloud.

நீலபுட்பம்: *(பெ):* அவுரி; எட்டி; indigo; the strychnine tree; worm wood.

நீலமணி: *(பெ):* கண்ணின் கருமணி; நீல ரத்தினம்; தென்னை; pupil of the eye; a precious stone; coconut tree.

நீலமணிகாயம்: *(பெ):* கண்ணோய் வகை; a kind of eye disease.

நீலமருந்து: *(பெ):* அவுரி; indigo.

நீலமார்க்கம்: *(பெ):* கையாந்தகரை; a kind of shrub.

நீலமீளிகை: *(பெ):* மின்மினிப்பூச்சி; the glow worm; fire-fly.

நீலம்: *(பெ):* இருள்; மாணிக்க வகை; கறுப்பு; காற்று; நாணய வகை; darkness; a kind of precious stone; black; wind; an old coin.

நீலம் பற்ற வை: *(வி):* கதை கட்டு; to concoct a slander.

நீலர்: *(பெ):* கருநிறங்கொண்ட அரக்கர்; the black demons.

நீலன்: *(பெ):* சனி; கொடியவன்; மாங்கனி வகை; குதிரை வகை; the presiding deity of Planet Saturn; wicked person; a kind of mango; a kind of horse.

நீலாங்கம்: *(பெ):* புழு; worm.

நீலாஞ்சனம்: *(பெ):* கருமை நிறங்கொண்ட கல்; granite.

நீலாஞ்சனை: *(பெ):* மின்னல்; lightning.

நீலாட்சம்: *(பெ):* அன்னப் பறவை; the swan.

நீலாம்பரி: *(பெ):* ராக வகை; a kind of music/raga.

நீலி: *(பெ):* துர்க்கை; பார்வதி; கருமை நிறம்; ஒரு பெண்; Durga, Goddess Parvathi, black colour; a woman.

நீலினி: *(பெ):* அவுரிச் செடி; indigo.

நீலோற்பவம்: *(பெ):* கருங்குவளை; blue nelumbo; blue Indian water lily.

நீல்: *(பெ):* நீலம்; காற்று; வாதம்; கருங்குவளை மலர்; அவுரி; கறுப்பு; blue; wind; air; humour of the body; blue nelumbo; blue water lily; indigo; black colour.

நீவரகம்: *(பெ):* பஞ்சம்; famine.

நீவரம்: *(பெ):* சேறு; நீர்; நாடு; வாணிகம்; mud; mire; water; country; business.

நீவல்: *(வி):* நீவுதல்; to rub gently.

நீவியம்: *(பெ):* ஆடை; saree.

நீவிர்: *(பெ):* நீங்கள்; you.

நீழல்: *(பெ):* ஒளி; நிழல்; நோய்; lustre; shadow; disease.

நீழை: *(பெ):* காற்று; ஒளி; wind; lustre.

நீளங்கடை: *(பெ):* நாட்செல்லுதல்; passing of days.

நீளி: *(பெ):* நெடியன்; நெடியது; tall man; that which is very long.

நீளிடை: *(பெ):* காடு; நெடிய வழி; forest; jungle tract; long distance; long way.

நீளித்தல்: *(வி):* நீளுதல்; தாமதித்தல்; நாட்செல்லுதல்; to get prolonged; to delay; to pass the days.

நீளெரி: *(பெ):* பெருநெருப்பு; conflagration.

நீள்: *(பெ):* நீளம்; நெடுங்காலம்; உயரம்; ஆழம்; ஒழுங்கு; ஒளி; length; long period; height; depth; order; lustre.

நீள் சடையோன்: *(பெ):* சிவபெருமான்; Lord Shiva.

நீள்விசும்பு: *(பெ):* விண்ணுலகம்; வைகுந்த பதவி; heaven.

நீறடித்தல்: *(வி):* வெள்ளையடித்தல்; to white-wash.

நீறுதல்: *(வி):* சாம்பலாகப் போதல்; அழிதல்; to burn into ashes; be ruined.

நீற்றறை: *(பெ):* சுண்ணாம்புக் காளவாய்; kiln for lime.

நீற்றுக்கோயில்: *(பெ):* திருநீற்றுப் பை; pouch for sacred ash.

நீற்றுண்டை: *(பெ):* முட்டை; egg.

நீற்றுதல்: *(பெ):* சாம்பலாக்குதல்; பொடியாக்குதல்; to burn into ashes; to powder.

நீற்றுப்பூசனி: *(பெ):* ஒரு வகைக் கொடி; a kind of creeper.

நீனிறவியலகம்: *(பெ):* கடல்; சமுத்திரம்; sea; ocean.

நீனிறவினை: *(பெ):* பாவச் செயல்; sinful action.

நீன்மை: *(பெ):* நீல நிறம்; blue colour.

நு

நு: *(பெ):* ஆயுதப் பொது; தோணி; தியானம்; நிந்தை; நேரம்; புகழ்; common word for weapon; boat; meditation; vilification; time; period; fame.

நுகத்தடி: *(பெ):* காளையின் கழுத்தில் பூட்டப்பெறும் மரத்தடி; yoke.

நுகத்தாணி: *(பெ):* நுகத்தடியில் பதிக்கப்படும் ஆணி; stud of the yoke.

நுகத்துளை: *(பெ):* நுகத்தடியின் இருபுறமும் உள்ள துளை; hole at each end of a yoke.

நுகம்: *(பெ):* நுகத்தடி; பாரம்; வலிமை; கணைய மரம்; yoke; burden; power; wooden bolt.

நுகம்புரட்டி: *(பெ):* கட்டுக்கடங்காத எருது; வேலையில் ஒழுங்கு தவறுபவன்; the refractory ox which will not submit to the yoke; the man who shirks work.

நுகும்பு: *(பெ):* குருத்து; பனையோலை; tender shoot (of palmyra, plantain, coconut etc.); palmyra leaf.

நுகைதல்: *(வி):* தளர்தல்; இளகுதல்; be faint; to relent.

நுகைப்பு: *(பெ):* இளக்குதல்; cause to relent.

நுகைவு: *(பெ):* தளர்வு; மென்மை; தணிவு; இளக்கம்; மிருதுத்தன்மை; slackness; tenderness; remission; lubrication; softness.

நுக்கு: *(பெ):* பொடி; எட்டி மரம்; நுங்கு; powder; worm wood; a tender palmyra fruit.

நுக்குடம்: *(பெ):* எட்டி மரம்; worm wood; strychnine tree.

நுக்குதல்: *(வி):* பொடியாக்குதல்; புடைத்தல்; அழித்தல்; to grind to powder; to beat soundly; to destroy.

நுங்கல்: *(வி):* பருகுதல்; விழுங்குதல்; to drink; to swallow.

நுங்கள்: *(சு.பெ):* நீங்கள்; உங்கள்; you; *(பெ.அ):* உங்களுடைய; your.

நுங்குதல்: *(வி):* விழுங்குதல்; ஆரப் பருகுதல்; கைக்கொள்ளுதல்; கெடுதல்; to swallow; to drink in large draughts; to occupy; to perish.

நுங்குப்பாக்கு: *(பெ):* இளம் பாக்கு; tender areca nut.

நுங்கை: *(பெ):* உம் தங்கை; உம் தாய்; your younger sister; your mother.

நுசுப்பு: *(பெ):* பெண்ணின் இடை; மருங்குல்; waist of a woman.

நுசை: *(பெ):* சிவதை வேர்; the root of a medicinal plant.

நுடக்கம்: *(பெ):* அசைவு; வளைவு; எளிதாக வளைக்கும் தன்மை; shaking; bend; pliability.

நுடங்கு: *(பெ):* அசைவு; நுட்பம்; shaking; minuteness.

நுணங்கு: *(பெ):* நுண்மை; தேமல்; fineness; yellow spots spreading about the breasts of woman.

நுணங்குதல்: *(வி):* வாடுதல்; செறிதல்; அசைதல்; மெலிதல்; to fade; be dense; to shake; be thin.

நுணல்: *(பெ):* தவளை; கடல் மீன் வகை; frog; a kind of sea fish.

நுணவம்: *(பெ):* நுணா மரம்; Indian mulberry tree.

நுணவு: *(பெ):* நுணா மரம்; தணக்க மரம்; கட்டில்; Indian mulberry tree; a kind of tree; cot.

நுணவை: *(பெ):* அரிசி மா; எள்ளுருண்டை; rice flour; a ball-shaped sweetmeat prepared by mixing sesame seeds of treacle.

நுணா: *(பெ):* நுணா மரம்; தணக்க மரம்; Indian mulberry tree; a kind of tree.

நுணிதல்: *(வி):* தேய்தல்; to wear out.

நுணுங்கு: *(வி):* பொடியாகு; be powdered; be pulverized.

நுணை: *(பெ):* கோட்சொல்; backbiting.

நுண் கணிதம்: *(பெ):* இடம், காலம் ஆகியவற்றின் அடிப்படையில் மாறுபடும் அளவுகளைக் கணக்கிடுவதற்கான ஒரு கணிதப் பிரிவு; calculus.

நுண்கலை: *(பெ):* அழகியலை அடிப்படையாகக் கொண்டுள்ள ஓவியம், இசை போன்றுள்ள கலை; fine arts like painting, music, etc.

நுண்காட்சி: *(பெ):* கூர்ந்து நோக்குகை; observation.

நுண்ணயமுள்ள: *(பெ.அ):* வெகு நுட்பமானதும் சிறியதுமான; that which is thin and fine.

நுண்ணய முறைகள்: *(பெ):* செயல் நுட்பங்கள்; tactics.

நுண்ணளவுகோல்: *(பெ):* வெர்னியர் கோல்; vernier scale.

நுண்ணிமை: *(பெ):* நுட்பம்; நுண்மை; minuteness; fineness.

நுண்ணியர்: *(பெ):* அறிவுடையோர்; நுட்பமானவர்; மந்திரிகள்; பெரியோர்; intellectual persons; subtle men; ministers; great persons.

நுண்ணூட்டச்சத்து: *(பெ):* பயிர்களுக்கு மிகவும் குறைந்த அளவில் அளிக்கப்படும் கனிமச் சத்து; micro-nutrients.

நுண்ணோக்கி/நுண்பேராடி: *(பெ):* வெகுஎளிதில் கண்களுக்குப் புலப்படாத மிகவும் சிறிய பொருட்களையும், நுண்கிருமிகளையும் காண்பதற்குத் தக்கவாறு அவற்றின் உருவத்திறனைப் பெரிதுபடுத்திக் காட்டக்கூடிய ஆடிகளைக் கொண்ட ஓர் அறிவியல் சாதனம்; microscope.

நுண் நயமுறை(கள்): *(பெ):* புத்தி சாதுர்யத்துடன் (அ) விவேகத்துடன் ஒரு விஷயத்தை (அ) நிலைமையைச் சமாளித்தல்; tactics; the art of handling a situation with skill.

நுண்பிண்டி: *(பெ):* புழுதி; dust.

நுண்புலம்: *(பெ):* நுண்ணறிவு; insight.

நுண்பொடி: *(பெ):* புழுதி; dust.

மிகவும் சிறிய பொருள்; minute thing.

நுண்மக்கொல்லி: *(பெ):* கிருமிநாசினி; வியாதிக் கிருமிகளை ஒழித்திடும் பொருள்; bactericide; germicide.

நுண்மருங்குல்: *(பெ):* நுண்ணிடை; slender waist (of woman).

நுண்மம்: *(பெ):* ஜீவ அணு; bacterium.

நுண்மையற்ற: *(பெ):* நுண்மையானதும் சிறியதும் அல்லாத; that which is not thin and fine.

நுதம்: *(பெ):* நீராடும் துறை; தோத்திரம்; bathing ghat; words of praise.

நுதம்பு: *(பெ):* கள்; சோறு; toddy; boiled rice.

நுதம்புதல்: *(வி):* நனைந்திருத்தல்; to become damp.

நுதலணி: *(பெ):* நெற்றிச் சுட்டி; forehead ornament.

நுதலல்: *(வி):* கருதுதல்; குறித்தல்; to intend; to denote.

நுதலுதல்: *(வி):* கருதுதல்; தோற்றுவித்தல்; to intend; to create.

நுதல்: *(பெ):* சொல்; புருவம்; நெற்றி; தலை; word; eyebrow; forehead; head; *(வி):* பேசிடு; கூறிடு; குறித்திடு; பொருள்படு; கருதிடு; to speak; to tell; to denote; to mean; to intend.

நுதற்கண்ணன்: *(பெ):* சிவபெருமான்; Lord Shiva.

நுதி: *(பெ):* புகழ்; முனை; கூர்மை; வணக்கம்; முன்பு; fame; tip; end; sharpness; regard; front.

நுதுத்தல்: *(வி):* அடக்கல்; அவித்தல்; அழித்தல்; நீக்குதல்; to restrain; to boil; to destroy; to remove.

நுதுப்பு: *(பெ):* தணிப்பு; subsidence.

நுந்தாவிளக்கு: (பெ): தூண்டா விளக்கு; அணையா விளக்கு; ever-burning lamp.

நுந்துதல்: (வி): தள்ளுதல்; தூண்டுதல்; to thrust forth; to trim.

நுந்தை: (பெ): உம் தந்தை; your father.

நுபம்: (பெ): எருக்கஞ்செடி; yercum.

நுமள்: (பெ): உம்மவள்; your woman.

நுமன்: (பெ): உம்மவன்; your man.

நுமையன்: (பெ): உம் தமையன்; your elder brother.

நும்பி: (பெ): உம் தம்பி; your younger brother.

நும்முன்: (பெ): உம் முன்னோன்; உம் தமையன்; your ancestor; your elder brother.

நும்மோர்: (பெ): உம்மவர்; your persons.

நுரம்பு: (பெ): சேறு; mud.

நுலையிலி: (பெ): ஊமை; dumb person.

நுவணம்/நுவணை: (பெ): நுட்பம்; இடித்த மாவு; புத்தகம்; பஞ்சு நூல்; minuteness; flour; book; thread.

நுவலுதல்: (வி): சொல்லுதல்; விரும்புதல்; to tell; to like.

நுவல்வோன்: (பெ): ஆசிரியன்; teacher.

நுவற்சி: (பெ): சொல்லுதல்; utterance; saying.

நுவ்வை: (பெ): உம் தங்கை; your younger sister.

நுழாய்ப்பாக்கு: (பெ): முற்றாத பாக்கு; tender areca-nut.

நுழுதுதல்: (வி): முடித்தல்; to tie as hair.

நுழுந்தி: (பெ): பொறுப்பைத் தவிர்ப்பவன்; one who avoids his responsibilities.

நுழுந்துதல்: (வி): முடித்தல்; நகர்தல்; பதுங்குதல்; திருடுதல்; நழுவுதல்; to tie as hair; to move; to hide; to steal; to slide.

நுழை: (பெ); பலகணி; குகை; துளை; நுண்மை; சிறு வழி; அறிவுக்கூர்மை; நுழைவாயில்; window; cave; hole; minuteness; narrow way; keen knowledge; inlet.

நுழைநரி: (பெ): வஞ்சகன்; deceiver.

நுழைபுலம்: (பெ): நுண்ணறிவு; insight.

நுளம்பு: (பெ): ஈ வகை; கொசு; மின்மினிப் பூச்சி; a gnat; mosquito; fire-fly.

நுளம்புதல்: (வி): அசட்டை செய்தல்; to treat with contempt.

நுளை: (பெ): ஈனம்; குருடு; இழிவு; meanness; blindness; disgrace.

நுளைச்சி: (பெ): நெய்தல் நிலத்துப் பெண்; மீனவப்பெண்; the woman belonging to coastal tract; fisher woman.

நுளையன்: (பெ): இழிவானவன்; நெய்தல் நிலத்தோன்; மீனவன்; mean fellow; an inhabitant of the maritime tract; fisherman.

நுள்ளான்: (பெ): சிற்றெறும்பு; a kind of small ant.

நுள்ளுதல்: (வி): கிள்ளுதல்; to pinch.

நுறுக்கு: (வி): பொடியாக்கிடு; to pulverize.

நுளையர்: (பெ): நெய்தல் நிலத்து மக்கள்; the inhabitants of maritime tract.

நுறுங்கு: (வி): பொடியாகு; கசங்கிடு; be powdered; be squeezed; (பெ): குறு நொய்; broken grain of rice, wheat, etc.

நுறுங்குதல்: (வி): சிதைதல்; be broken.

நுனிப்பு: (பெ): உற்று ஆராய்கை; careful examination.

நுன்: (பெ): உனது; உன்னுடைய; your.

நூ

நூ: (பெ): எள்; யானை; ஆபரணம்; sesame; elephant; ornament.

நூக்கம்: (பெ): தோதகத்தி மரம்; உயரம்; black wood; height.

நூக்கல்: (வி): செலுத்துதல்; தள்ளுதல்; driving; act of pushing.

நூக்குதல்: (வி): தள்ளுதல்; ஊசலாடுதல்; அசைத்தல்; தூண்டுதல்; எறிதல்; முறித்தல்; to push; to thrust aside; to swing; to shake; to induce; to throw; to break.

நூக்கு: (பெ): தோதகத்தி மரம்; நொய்; black wood; broken grain of rice, wheat, etc.

நூங்கர்: (பெ): தேவர்கள்; the celestial beings.

நூங்கு: (பெ): மிகுதி; பெருமை; excess; pride.

நூங்குதல்: (வி): பெருமைப்படுதல்; மிகுதியாதல்; be proud; be excessive.

நூடி: (பெ): சிற்றேலம்; a kind of cardamom seed used as medicine.

நூதல்: (வி): அவிதல்; to become extinguished.

நூதனசாலி: (பெ): புது நெல்; newly harvested paddy.

நூதன சாலை: (பெ): அருங்காட்சியகம்; museum.

நூதன மணம்: (பெ): புது மணம்; peculiar fragrance.

நூத்தல்: (வி): நொதுத்தல்; தளர்தல்; அழித்தல்; to turn sour; to sag; to destroy.

நூபம்: (பெ): எருது; எருக்கஞ்செடி; ox; yercum.

நூபுரம்: (பெ): கால் சிலம்பு; பாதகிண்கிணி; anklet; tinkling anklets.

நூப்பு: (பெ): தணிப்பு; act of curing.

நூர்தல்: *(வி):* அவிதல்; அணைதல்; தணிதல்; பதனழிதல்; be extinguished; to become extinct; be appeased; be spoiled.

நூர்த்தல்: *(வி):* அவித்தல்; ஆற்றுதல்; to put out; to appease.

நூலகவியல்: *(பெ):* நூல்களை வகைப்படுத்துதல், நூலகம் அமைத்தல் போன்றவற்றை விளக்கிடும் துறை; library science.

நூலச்சு: *(பெ):* நெசவுக் கருவி உறுப்பு; a part of the weaving loom.

நூலிழத்தல்: *(வி):* கைம்மை நிலையடைதல்; to attain widowhood.

நூலிழந்தாள்: *(பெ):* விதவை; widow.

நூலுண்டை: *(பெ):* நூல் சுற்றிய உருண்டை; skein of thread.

நூலுறுஞ்சி: *(பெ):* நெய்வோர் கருவி வகை; நெய்வோன்; நெசவாளி; a kind of weaving instrument; weaver.

நூலோட்டுதல்: *(வி):* தையலிடுதல்; to sew.

நூலோர்: *(பெ):* கற்றோர்; அமைச்சர்கள்; பார்ப்பனர்; learned persons; ministers; brahmins.

நூல்: *(பெ):* புத்தகம்; பருத்தி இழை; ஆகமம்; மங்கல நாண்; book; cotton thread; sacred writings; the sacred thread with the holy pendant 'Thaali'.

நூல்கேட்டல்: *(வி):* பாடம் கேட்டல்; to listen to the lessons.

நூவன்: *(பெ):* குறவன்; male of a nomadic community known by the name of Kurava.

நூவு: *(பெ):* எள்; sesame.

நூவுதல்: *(வி):* நீர் பாய்ச்சுதல்; to irrigate.

நூவுநெய்: *(பெ):* நல்லெண்ணெய்; sesame oil.

நூழல்: *(வி):* அழித்தல்; to destroy.

நூழிலர்: *(பெ):* வணிகர்; merchants.

நூழை: *(பெ):* சிறு வாயில்; துளை; சன்னல்; குகை; நுண்மை; narrow way; hole; window; cave; minuteness.

நூறை: *(பெ):* மலங்கு மீன்; a kind of fish.

நூற்கழி: *(பெ):* நூலுருண்டை; skein of thread.

நூற்குண்டு: *(பெ):* ஒரு நுனியில் உலோக குண்டையும், மற்றொரு நுனியில் சதுரமான மரக்கட்டையையும் உடைய சாதனம்; plumb line.

நூற்கும் கதிர்: *(பெ):* நூல் நூற்கப் பயன்படும் கருவி; spindle.

நூற்குற்றம்: *(பெ):* ஒரு நூலினைப் பற்றிய பத்து வகையான குற்றங்கள்; faults in a treatise ten in number.

நூற்படுகு: *(பெ):* நூற்பாவு; warp.

நூற்பா: *(பெ):* இலக்கண, தத்துவ நூல்களில் விதிகள் ஆக்குவதற்குப் பயன்படுத்தும் பா வகையான சூத்திரம்; metre, terse in form, mostly employed in grammatical or philosophical treatises to formulate rules or concepts.

நூனம்: *(பெ):* உறுதி; குறைபாடு; certainty; firmness; defect.

நூனயம்: *(பெ):* நூலின் அழகு; நூலின் மகிமை; excellences of a treatise.

நூனாயம்: *(பெ):* சூது; trick; fraud.

நூனாழி: *(பெ):* நெசவு நாடா; weaver's shuttle.

நூனுட்பம்: *(பெ):* நூற்கருத்து; contents of a treatise.

நூன்மாடம்: *(பெ):* கூடாரம்; tent.

நூன்முகம்: *(பெ):* பாயிரம்; நூலின் அறிமுகவுரை; preface; introduction to a treatise.

நெ

நெகல்: *(வி):* நெகிழ்தல்; தளர்தல்; கனிதல்; to become loose; to faint; to overripe; *(பெ):* நிழல்; to become a shady place.

நெகிடி: *(பெ):* நெருப்புக் குவை; built fire.

நெகிழம்: *(பெ):* பாதச்சிலம்பு; anklet.

நெகிழ்த்தல்: *(வி):* பிரித்தல்; நசுக்குதல்; அவிழ்த்தல்; விடுதல்; உருக்குதல்; மலர்த்தல்; to split; to repress; to untie; to quit; melt with fire; to unfold as a closed hand or an umbrella.

நெக்கல்: *(வி):* உருகுதல்; தளர்தல்; கனிதல்; அழுதல்; to melt; to sag; to become ripe; to weep.

நெக்கு: *(வி):* தள்ளு; அழுத்து; உடைதல்; to push; to press; be broken.

நெக்குரோதம்: *(பெ):* ஆலமரம்; banyan tree.

நெக்கு விடு: *(வி):* பிளவுபடு; be broken.

நெச்சி: *(பெ):* கடுக்காய்; gall-nut.

நெஞ்சடைப்பான்: *(பெ):* கால்நடை நோய்; a kind of cattle's disease.

நெஞ்சழிதல்: *(வி):* ஏங்குதல்; மதி மயக்கம் கொள்ளுதல்; to yearn; to get confused.

நெஞ்சு கலத்தல்: *(வி):* மனம் ஒன்றுபடுதல்; to be of one mind.

நெஞ்சுக்கோழை: *(பெ):* ஒரு வகை நோய்; a kind of disease.

நெஞ்சோர்மம்: *(பெ):* நெஞ்சுத் துணிவு; boldness of mind.

நெடலை: *(பெ):* நாரை வகை; a kind of stork.

நெடித்தல்: *(வி):* பொழுது நீடித்தல்; to extend the time.

நெடித்தொடர்: *(பெ):* நெட்டெழுத்தினைத் தொடர்ந்து வருவது; the letter which comes after the long vowel.

நெடிய வட்டம்: *(பெ):* பெருங்கேடயம்; a large shield.

நெடியன்: *(பெ):* நெட்டையன்; உயரமானவன்; tall man.

நெடிலடி: *(பெ):* ஐந்து சீரால் அமைந்த செய்யுளடி; line of five metrical feet.

நெடிலி: *(பெ):* கடற்பறவை வகை; புல் வகை; a kind of large sea-heron; a kind of grass.

நெடில்: *(பெ):* நீளம்; மூங்கில்; நெட்டெழுத்து; length; bamboo; long vowel.

நெடுகப்பிடி: *(வி):* நீளமாகப் பிடி; to hold a thing in full length.

நெடுகல்: *(வி):* போதல்; நீளுதல்; to go; to lengthen.

நெடுகுதல்: *(வி):* நீளுதல்; தாமதித்தல்; சாதல்; உயருதல்; to extend; to delay; to die; to become high.

நெடுக்கு: *(பெ):* நீட்சி; extension.

நெடுங்கடை: *(பெ):* கட்டடத்திற்கு முன் இருக்கும் நுழைவாயில்; பால்கனி; portico, a platform or gallery projecting from a building.

நெடுங்கணக்கு: *(பெ):* அரிச்சுவடி; பழங்கடன்; வாராக்கடன்; alphabet; old debt; bad debt.

நெடுங்கயிற்றில் விடுதல்: *(வி):* நாள் கடத்துதல்; to pass away time.

நெடுங்கழுத்தன்: *(பெ):* ஒட்டகம்; கோவேறு கழுதை; camel; mule.

நெடுங்கூவிளி: *(பெ):* பெருமுழக்கம்; great rumble.

நெடுங்கை: *(பெ):* நீண்ட துதிக்கையை உடைய யானை; the elephant having a long trunk.

நெடுங்கோணி: *(பெ):* ஒட்டகம்; camel.

நெடுஞ்சாலை: *(பெ):* அரசுத்துறையின் நேரடிப் பராமரிப்பில் இருந்திடும் முக்கிய சாலை; highway.

நெடுஞ்சால்: *(பெ):* நீளவாக்கில் நிலத்தை உழுதல்; ploughing lengthwise.

நெடுஞ்சொல்: *(பெ):* புகழ்; fame.

நெடுநல்வாடை: *(பெ):* பத்துப் பாட்டில் ஏழாவது பாட்டு; 'Nedunal Vaadai', the seventh of Pathuppaattu of ancient Tamil literature.

நெடுநாவை: *(பெ):* கலப்பையின் நீண்ட கொழு; long ploughshare.

நெடுநீர்: *(பெ):* காலம் தாழ்த்தல்; கடல்; to be procrastinate; sea.

நெடுநீர்மை: *(பெ):* காலம் கடத்துதல்; procrastination, habit of delaying.

நெடுந்தகை: *(பெ):* மேன்மையுடையோர்; persons of great worth.

நெடுந்தோட்டி: *(பெ):* பெரிய அங்குசம்; large goad.

நெடுப்பம்: *(பெ):* நீட்சி; நீளம்; extension; length.

நெடுமடை: *(பெ):* வெள்ளத்தடுப்பு அணை; flood-gate.

நெடுமழை: *(பெ):* பெருமழை; heavy rain.

நெடுமன்: *(பெ):* நீண்டது; பாம்பு; that which is very lengthy; snake.

நெடுமாந்தடி: *(பெ):* நீண்ட கழி; பயனற்றவன்; a long stick; useless fellow.

நெடுமி: *(பெ):* மழை; பனைமரம்; rain; palmyra tree.

நெடுமிசை: *(பெ):* உச்சி; crest.

நெடுமுரல்: *(பெ):* மீன் வகை; a kind of fish.

நெடுமூக்கு: *(பெ):* யானையின் துதிக்கை; the elephant's trunk looking like long nose.

நெடும்பா: *(பெ):* ஆடாதோடை; an Indian medicinal plant.

நெடும்பாடு: *(பெ):* பெருங்குறைவு; serious defect.

நெடும்புரி விடுதல்: *(வி):* ஏய்த்தல்; கடத்தல்; to cheat; to pass through.

நெடும்புனல்: *(பெ):* ஆழமான நீர்நிலை; the water source which is very deep.

நெடுவரி: *(பெ):* நீளமான வரிசை; ஒழுங்கு; long row; order.

நெடுவல்: *(பெ):* உயரமானவன்; tall man.

நெடுவெள்ளூசி: *(பெ):* புண் தைக்கும் ஊசி; அறுவை சிகிச்சை ஊசி; நெட்டை என்னும் ஆயுதம்; surgical needle for stitching wounds; a kind of weapon.

நெட்டங்கம்: *(பெ):* செருக்கு; pride.

நெட்டம்: *(பெ):* மிளகு; pepper.

நெட்டாயம்: *(பெ):* நீளம்; length.

நெட்டிக்கோரை: *(பெ):* ஒரு வகைப் புல்; a kind of grass.

நெட்டிடை: *(பெ):* வெகுதொலைவு; a long distance.

நெட்டில்: *(பெ):* மூங்கில்; bamboo.

நெட்டு: *(பெ):* இணுக்கு; காம்பு; குலை; தாக்குகை; தள்ளுகை; நீளம்; twig; stalk; bunch; act of attacking; act of pushing; length.

நெட்டுயிர்: *(பெ):* உயிர் நெடில் எழுத்து; long vowel.

நெட்டூதி: *(பெ):* சங்கு வகை; a kind of conch.

நெட்டூரம்: *(பெ):* இடையூறு; கொடுமை; வஞ்சகம்; obstacle; atrocity; deceit.

நெட்டெழுத்து: *(பெ):* நெடில் எழுத்து; கையொப்பம்; தூரப்பார்வை; long vowel; signature in full; autograph; long-sight.

நெட்டெழுத்துக்காரன்: *(பெ):* பத்திரம் எழுது வோன்; document writer.

நெட்டோலை: *(பெ):* திருமுகம்; epistle; a letter from a great person.

நெண்டுதல்: *(வி):* (உணவு) எதிர்க்களித்தல்; நொண்டுதல்; தோண்டுதல்; to have vomiting sensation; to walk lamely; to dig.

நெதி: *(பெ):* செல்வம்; முத்து; தியானம்; wealth; pearl; meditation.

நெதியாளன்: *(பெ):* குபேரன்; Kubera, the God of Wealth; millionaire; very rich man.

நெப்பம்: *(பெ):* மென்மை; மிருதுத்தன்மை; tenderness; softness.

நெம்பு: *(வி):* மேலெழும்புதல்; to push upwards (as with a lever); to lever.

நெம்புகோல்: *(பெ):* (ஒரு பொருளினை நகர்த்திட (அ) உயர்த்திடப்பயன்படும்) ஒரு புள்ளியினை ஆதாரமாகக் கொண்டு இயக்கப்படும் கம்பி (அ) கருவி; lever.

நெய்க்கொட்டை: *(பெ):* பூவந்திக் கொட்டை மற்றும் அதன் மரம்; soap nut and its tree.

நெய்ச்சாயம்: *(பெ):* மெருகெண்ணெய்; varnish.

நெய்ச்சிட்டி: *(பெ):* குன்றிமணி வகை; சீரக வகை; a variety of crab's eye; a kind of cumin.

நெய்தல் திணை: *(பெ):* நெய்தல் நிலம்; maritime tract.

நெய்தல் நில ஊர்: *(பெ):* பாக்கம்; Pakkam, the seaside village.

நெய்தல் நிலத் தலைவன்: *(பெ):* சேர்ப்பன்; chief of maritime tract.

நெய்தல் நிலப் பறவை: *(பெ):* கடல் காக்கை; a kind of sea-bird.

நெய்தல் நிலப் பறை: *(பெ):* பம்பை; tabor drum.

நெய்தல் நிலப் பெண்: *(பெ):* மீனவப் பெண்; நுளைச்சி; a fisher woman.

நெய்தல் நில மரம்: *(பெ):* அடம்பு மரம்; கோங்கு மரம்; தாழை மரம்; புன்னை மரம்; முள்ளிச்செடி; a fragrant flowering tree; red cotton tree; screw pine tree; Indian beech tree; thorny plant.

நெய்தல் நிலத் தொழில்: *(பெ):* கடலில் மீன் பிடித்தல்; உப்பளத் தொழில்; fishing in the sea; salt plantation.

நெய்தல் பறை: *(பெ):* சாவு மேளம்; funeral drum.

நெய்தல் விளைவு: *(பெ):* உப்பு; மீன்; salt; fish.

நெய்தற் கடவுள்: *(பெ):* வருணன்; Lord Varuna, the God of rain, sea, etc.

நெய்தை: *(பெ):* பெருமை; greatness; pride; dignity.

நெய்த்தல்: *(வி):* பளபளத்தல்; கொழுத்தல்; to shine; to glitter; to become fat; be plump.

நெய்த்தோர்: *(பெ):* இரத்தம்; blood.

நெய்நெட்டி: *(பெ):* கோரை வகை; a kind of sedges and bulrushes.

நெய்ப்பு: *(பெ):* கொழுப்பு; சிதல்; சீழ்; fat; termite; pus.

நெய்முட்டை: *(பெ):* நெய்க்கரண்டி; ghee spoon.

நெய்யணி: *(பெ):* மகன் பிறந்ததும் அக்குழந்தைக்கு முதன் முதலாகச் செய்விக்கும் எண்ணெய் முழுக்கு; ceremonial oil-bath given for the first time to a male child.

நெய்யரி: *(பெ):* பன்னாடை; the fibrous covering about the base of the palmyra or coconut tree.

நெய்யல்: *(பெ):* நெசவுத்தொழில்; weaving.

நெரிதல்: *(வி):* நொறுங்குதல்; நிலைகெடுதல்; வளைதல்; நெருங்குதல்; be crushed; be broken; be routed; to bend; be overcrowded.

நெரியல்: *(பெ):* மிளகு; black-pepper.

நெரியாசம்: *(பெ):* எரிகாசு; காசுக்கட்டி; a kind of perfuming ingredient.

நெரியாசி: *(பெ):* புகைக்கும் பொருள்; வேம்பு; a thing used for smoking; neem.

நெரிவருண் சுக்கிரன்: *(பெ):* கண்ணோய் வகை; a kind of eye disease.

நெரிவு: *(பெ):* நசுக்குகை; பகை; crushing; enmity.

நெருக்கமான: *(வி.அ):* செறிவான, இறுக்கமாக இணைக்கப்பட்ட; dense; compact.

நெருக்கல்: *(பெ):* நெருக்கம்; being close together.

நெருக்கவாரம்: *(பெ):* தரித்திரம்; நெருக்கம்; being close together.

நெருங்கல்: *(வி):* கொல்லுகை; செறிவு; உறுதிச் சொல்; act of killing; closeness; assurance.

நெருங்கிக் கூறு: *(வி):* மறுதலித்திடு; to rebuke.

நெருடன்: *(பெ):* வஞ்சகன்; கெட்டிக்காரன்; deceitful person; clever man.

நெருடி: *(பெ):* வஞ்சகி; கெட்டிக்காரி; deceitful woman; clever woman.

நெருடு: (பெ): கருகல்; துணியில் உள்ள நூல் முடிச்சு; வஞ்சனை; that which is overroasted; knot in a cloth from the joining of the yarn; deceit.

நெருநல்: (பெ): நேற்று; yesterday.

நெருப்பன்: (பெ): பொல்லாதவன்; wicked person.

நெருப்புக் கல்: (பெ): சிக்கிமுக்கிக் கல்; flint stone, used for kindling the fire.

நெருப்புச் சயநீர்: (பெ): ஒரு வகை திராவகம்; a kind of acid.

நெருப்புத் தண்ணீர்: (பெ): ஏரி நீர்; lake water.

நெருப்பு மூட்டு: (வி): தீ மூட்டு; to kindle fire.

நெருள்: (பெ): மக்கட் கூட்டம்; mass; crowd.

நெல்லரி: (பெ): அரியப்பட்ட கைப்பிடியளவான நெற்கதிர்; sheaf of rice-corn.

நெல்லிக்காய் கந்தகம்: (பெ): ஒரு வகைக் கந்தகம்; a kind of sulphur.

நெல்லு: (பெ): ஒரு நீட்டல் அளவு வகை; சாலி; நெற்பயிர்; a kind of linear measure; a kind of paddy; paddy.

நெளி: (பெ): மோதிர வகை; வளைவு; சுருள்; a kind of ring; bend; curls.

நெளிதம்: (பெ): இலேசு; அற்புதம்; lightness; miracle.

நெளிப்பு: (பெ): இறுமாப்பு; பரிகாசம்; துன்பம்; செருக்குச் செய்கை; arrogance; raillery; sorrow; afflicted gestures of the body.

நெளியலன்: (பெ): கூனன்; வளையல் வியாபாரி; humpback (man); bangles seller.

நெளியலி: (பெ): கூனி; humpback (woman).

நெளிர்: (பெ): எடுத்தலோசை; raised pitch of voice; high-pitched rhythm.

நெளிர்தல்: (வி): சத்தமிடுதல்; to make noise.

நெறிக்கல்: (பெ): சுக்கான் கல்; kunkur lime stone; pipe clay; over-burnt brick.

நெறிக்கோரை: (பெ): ஒரு வகைப் புல்; a kind of grass.

நெறிநீர்: (பெ): கடல்; the sea.

நெறிமருப்பு: (பெ): எருமை, மான் போன்றவற்றின் கொம்பு; horn of buffalo, deer, etc.

நெறிமை: (பெ): விதி; நன்னெறி; rule; religious conduct.

நெறியோன்: (பெ): பெரியோன்; great person.

நெறு: (பெ): ஓசை; sound.

நெற்கழி: (பெ): ஒரு வகை நிலம்; a kind of land.

நெற்காணி: (பெ): நன்செய் நிலம்; wet land.

நெற்குவை/நெற்போர்: (பெ): நெற்போர்; large stack of half-thrashed sheaves of paddy.

நெற்றி: (பெ): தலை முடிக்கும் புருவத்திற்கும் இடையே உள்ள தலைப்பகுதி; விலங்குகளின் கண்களுக்கு மேலுள்ள பகுதி; forehead of human beings and animals.

நெற்றிச்சுழி: (பெ): கால்நடைகளின் நெற்றியில் உள்ள மயிற்சுழி; curl of hair in the forehead of cattle.

நெற்றிப்பொட்டு: (பெ): நெற்றியின் ஓரப் பகுதிக்கும் காதிற்கும் இடையே உள்ள பகுதி; திலகம்; temple of the forehead; round mark worn on the forehead.

நெற்று: (பெ): தேங்காய் போன்றவற்றின் முதிர்ந்த வித்தாகப் பயன்படும் காய்; ripe seed or nut fit for raising seedlings.

நென்பு: (பெ): மர ஆப்பு; ஏணிப்படிச் சட்டம்; peg; stake; the crossbar of ladder.

நென்னல்: (பெ): நேற்று; முன்னாள்; yesterday.

நே

நே: (பெ): அன்பு; இரக்கம்; love; mercy.

நேசகன்: (பெ): வண்ணான்; washerman.

நேசமாக்கு: (வி): ஒன்று கூட்டு; to ally.

நேடல்: (வி): தேடுதல்; விரும்புதல்; to search; to like.

நேடுதல்: (வி): விரும்புதல்; தேடுதல்; எண்ணுதல்; சம்பாதித்தல்; to desire; to search; to think; to earn.

நேட்டம்: (பெ): சம்பாதித்த பொருள்; தேட்டம்; the thing which is earned; earning; search.

நேதா: (பெ): எஜமான்; பிரபு; தலைவன்; master; Lord; chief.

நேதி: (பெ): நியதி; முறை; custom; rule; method; manner.

நேத்திரச்சதம்: (பெ): கண்ணிமை; eyelid.

நேத்திர நோக்கம்: (பெ): கண்பார்வை; eyesight.

நேத்திர நோய்: (பெ): கண்ணோய்; eye disease.

நேத்திரப் படலம்: (பெ): கண்ணோய் வகை; a kind of eye disease.

நேத்திரப் பரியந்தம்: (பெ): கடைக்கண்; a glance out of the corner of one's eyes.

நேத்திரப் பிண்டம்: (பெ): கண்விழி; பூனை; pupil; cat.

நேத்திரபேஷஜம்: (பெ): கண் வைத்தியம்; medical treatment to eyes.

நேத்திரம்: (பெ): பட்டாடை; கண்; மயிற்பீலிக்கண்; வேர்; silk garment; eye; eye of the peacock's feather; root.

நேத்திராம்பு: *(பெ):* கண்ணீர்; tears.

நேத்திராரி: *(பெ):* கள்ளி; cactus.

நேபத்தியம்: *(பெ):* அலங்காரம்; வேடம்; நாடகமேடை; adornment; disguise; costume due to a role in a drama; make-up; drama stage.

நேபம்: *(பெ):* நீர்; water.

நேபன்: *(பெ):* புரோகிதன்; priest.

நேமம்: *(பெ):* சாயுங்காலம்; அணாப்பு; நேரம்; நியமம்; பிளப்பு; பங்கு; வேர்; வேலி; முறை; மேலிடம்; evening; cheating; time; disciplinary observance; cleft; share; root; fence; order; upper place.

நேமன்: *(பெ):* ஒழுக்க சீலன்; virtuous person.

நேமிசந்தனா: *(பெ):* வேங்கை; tiger.

நேமிவலயம்: *(பெ):* பூமண்டலம்; earth.

நேமிவலன்: *(பெ):* திருமால்; அரசன்; கடவுள்; Lord Vishnu; the king; God.

நேம்புதல்: *(வி):* கொழித்தல்; to sift.

நேயம்: *(பெ):* அன்பு; நன்மை; எண்ணெய்; நெய்; உறவு; நிலப்பனை; love; affection; advantage; oil; ghee; relationship; a kind of medicinal plant.

நேயவை: *(பெ):* இடுதிரை; curtain that is let fall.

நேரசூசி: *(பெ):* கால அட்டவணை; time-table.

நேரசை: *(பெ):* (யாப்பு) குறிலும் நெடிலும் தனித்து (அ) ஒற்றுடன் இணைந்து வரும் அசை; metrical syllable consisting of a short or long vowel, alone or followed by a consonant.

நேரலன்: *(பெ):* பகைவன்; enemy.

நேராதார்: *(பெ):* பகைவர்; enemies.

நேரார்: *(பெ):* பகைவர்; enemies.

நேராளி: *(பெ):* நேர்மையானவன்; honest person.

நேரிசம்: *(பெ):* அம்பு வகை; a kind of arrow.

நேரியது: *(பெ):* நல்லாடை வகை; a kind of fine or superior cloth.

நேரியன்: *(பெ):* நுண்ணறிவாளன்; a man of subtle intellect.

நேரியிறை: *(பெ):* சோழன்; Chozha king.

நேரேடம்: *(பெ):* நாவல் மரம்; Jamun-plum tree.

நேர்: *(பெ):* உவமை; நீதி; மாறுபாடு; வரிசை; வலிமை; ஒப்புரவு; கற்பு; தகுதி; உண்மை; உடன்பாடு; comparison involving a simile; justice; difference; row; strength; evenness; chastity; fitness; truth; consent.

நேர்ச்சி: *(பெ):* இணக்கம்; தகுதி; நட்பு; suitability; agreement; qualification; friendship.

நேர்தல்: *(வி):* உடன்படுதல்; ஈதல்; சம்பவித்தல்; to agree; to donate; to happen.

நேர்பாடு: *(பெ):* உடன்பாடு; agreement.

நேர்வாளம்: *(பெ):* மருந்து மர வகை; a kind of medicinal tree.

நேர்வு: *(பெ):* நிகழ்ச்சி; உடன்பாடு; சண்டை; happening; consent; fighting.

நேனம்: *(பெ):* பைத்தியம்; madness.

நை

நைகரம்: *(பெ):* துன்பம்; குறைவு; வருத்தம்; grief; insufficiency; deficiency; inadequate nature; distress.

நைகாட்டுதல்: *(வி):* நையாண்டி செய்தல்; to scoff.

நைசர்கிகம்: *(பெ):* சுபாவம்; personality; traits.

நைசல்: *(பெ):* காக்கை; மூக்கிலிடும் மருந்து; crow; nose drops.

நைச்சி: *(பெ):* காகம்; பாம்பு; crow; snake.

நைச்சியம்: *(பெ):* தாழ்வு; degradation.

நைட்டூரியம்: *(பெ):* நிட்டூரம்; harshness.

நைதிகை: *(பெ):* முல்லை; a kind of jasmine.

நைபாலி: *(பெ):* அடுக்கு மல்லிகை; a kind of jasmine with clustered petals.

நைபாலிகம்: *(பெ):* பித்தளை; தாமிரம்; செம்பு; brass; copper.

நைபுணம்: *(பெ):* நிபுணத்துவம்; expertise.

நைபுணன்: *(பெ):* நிபுணன்; the expert; skilled person.

நைமிசம்: *(பெ):* நைமிசம் என்னும் காடு; திருப்பதி; a forest named Naimisam; Tirupati.

நைமித்தகம்: *(பெ):* சிறப்பு வழிபாடு; special worship.

நையம்: *(பெ):* மூக்கிலிடும் மருந்து; காக்கை; drops through nose; crow.

நையல்: *(பெ):* ஒரு நோய் வகை; a kind of disease.

நையாயிகன்: *(பெ):* அறநூல் கற்றவன்; learned person of ethical codes.

நைரந்திரியம்: *(பெ):* இறுக்கம்; tension.

நைராக்கியம்: *(பெ):* பரிகாசம்; எள்ளி நகையாடுதல்; mockery; ridicule; making fun of someone.

நைருதி: *(பெ):* தென்மேற்கு; south-west.

நைலம்: *(பெ):* மருந்து வகை; a kind of medicine.

நைவருதல்: *(வி):* வருந்துதல்; இரங்குதல்; to suffer; to feel pity.

நைவனம்: *(பெ):* நடனம்; வீரம்; dance;bravery.

நொ

நொ: *(பெ):* துன்பம்; மென்மை; நோய்; grief; suffering; tenderness; disease.

நொக்கு: *(பெ):* வெடிப்பு; அடித்தல்; crack; act of beating.

நொக்குதல்: *(வி):* அடித்தல்; உண்டு குறைத்தல்; to beat; to reduce by eating.

நொங்குதல்: *(வி):* விழுங்குதல்; மெலிதல்; to swallow; to become lean.

நொசி: *(பெ):* நுண்மை; வருத்தம்; minuteness; distress.

நொசிதல்: *(வி):* துவளுதல்; நுண்மையாதல்; வாடுதல்; வருந்துதல்; to wither; be minute; to fade; to suffer.

நொசிப்பு: *(பெ):* மன அடக்கம்; சமாதி; deep contemplation; communion with God or self.

நொசிவு: *(பெ):* நுண்மை; வருத்தம்; minuteness; distress.

நொடிதல்: *(வி):* ஒடிதல்; சொல்லுதல்; be broken; to tell.

நொடித்தான் மலை: *(பெ):* கைலாய மலை; Himalayas.

நொடி பாராட்டுதல்: *(வி):* விடுகதை கூறுதல்; to propose a riddle.

நொடியவிழ்த்தல்: *(வி):* விடுகதை விளக்குதல்; to explain the meaning of a riddle.

நொடி வரை: *(வி.அ):* விரைவில்; quickly.

நொடுத்தல்: *(வி):* விற்றல்; to sell.

நொடுநொடுத்தல்: *(வி):* பரபரத்தல்; to act in a hurry.

நொடை: *(பெ):* விலை; விற்பனை; விலைப் பண்டம்; price; sale; merchandise.

நொடைமை: *(பெ):* விலை; price.

நொதல்: *(வி):* துன்புறுதல்; to feel distress.

நொதுத்தல்: *(வி):* அவித்தல்; to boil.

நொதுமலாளர்: *(பெ):* அயலார்; neighbour.

நொதுமல்: *(பெ):* அயல்; நொய்மை; மென்மை; நட்பும் பகையும் இல்லாத நிலை; neighbourhood; softness; tenderness; state of neutrality.

நொத்தல்: *(வி):* வருத்துதல்; cause to suffer.

நொந்தகைமை: *(பெ):* வறுமை; poverty.

நொந்தலை: *(பெ):* வறுமை; வலுவின்மை; poverty; weakness.

நொந்தார்: *(பெ):* பகைவர்; enemies.

நொந்துதல்: *(வி):* தூண்டுதல்; அழிதல்; to induce; be ruined.

நொப்பம்: *(பெ):* திறமை; skill.

நொய்தல்: *(பெ):* நுண்மை; minuteness; fineness.

நொய்து: *(பெ):* மெல்லியது; இழிவானது; விரைவு; that which is light; that which is mean; swiftness.

நொய்ப்பம்: *(பெ):* திறமை; இலேசு; skill; lightness.

நொய்ய: *(பெ.அ):* மென்மையான; அற்பமான; வலிவற்ற; soft; tender; mean; weak.

நொய்யச் சொல்: *(பெ):* வசைச் சொல்; reproach.

நொய்யவன்: *(பெ):* வறியவன்; இழிஞன்; poor man; mean person.

நொய்வு: *(பெ):* மன வருத்தம்; இலக்கு; distress of mind; goal.

நொருக்கு: *(பெ):* அடி; நெறிவு; முறிவு; beating; crushing; breaking.

நொவ்வல்: *(பெ):* உடல் வலி; மன வேதனை; severe pain in body; mental anguish.

நொவ்வி: *(பெ):* நொய்மை; வருத்தம்; தளர்வு; நோய்; meanness; distress; weakness; disease.

நொழுந்துதல்: *(வி):* நுழைத்தல்; to insert.

நொளுக்கல்: *(பெ):* இளம்பாக்கு; முற்றாத நிலை; tender areca-nut; unripe state.

நொள்குதல்: *(வி):* நூல் போல் சுருங்குதல்; இளைத்தல்; to contract as thread; to grow weary.

நொள்தல்: *(வி):* முகத்தல்; to take liquid as in a vessel.

நொள்ளுதல்: *(வி):* விழுங்குதல்; to swallow.

நொள்ளை: *(பெ):* குருடு; நாகர வண்டு; விலங்கு வகை; blindness; beetle; a kind of animal.

நொறிதல்: *(வி):* விரைதல்; hasten.

நொறில்: *(பெ):* விரைவு; ஒடுக்கம்; சேறு; swiftness; narrowness; mud.

நொறு: *(பெ):* தின்பண்டம்; eatables such as sweets and savouries.

நொறுக்கரிசி: *(பெ):* பாதி வெந்த அரிசி; half-boiled rice.

நொறுக்குச் சக்கந்தம்: *(பெ):* பரிகாசம்; raillery.

நொன்னை: *(பெ):* நையாண்டி; பரிகாசம்; taunt; ridicule; sarcasm.

நோ

நோ: (பெ): சிதைவு; துன்பம்; பலவீனம்; இன்னல்; துக்கம்; நோய்; ruin; grief; weakness; affliction; distress; disease.

நோக்கர்: (பெ): பார்வையாளர்; கழைக் கூத்தாடுபவர்; audience; spectator; acrobats or pole dancers.

நோக்கு வித்தை: (பெ): கண்கட்டு வித்தை; art of conjuring.

நோசல்: (பெ): நோவு; நோய்; pain; disease.

நோஞ்சல்: (பெ): மெலிவு; feebleness; weakness.

நோடலம்: (பெ): நொள்ளை; நூதனம்; blindness; novelty.

நோணா வட்டம்: (பெ): சிறு குற்றங்களைக் காணும் தன்மை; state of finding even small faults, defects, etc.

நோதலை: (பெ): மெலிவு; நோய்; தரித்திரம்; leanness; weakness; disease; destitution.

நோதிறம்: (பெ): இராக வகை; melody type.

நோப்படுதல்: (வி): மெலிதல்; காயப்படுதல்; விதனப்படுதல்; be weak; be wounded; to get physical pain.

நோப்பாளம்: (பெ): அரிப்பு; கோபம்; குற்றம்; irritation; anger; offence.

நோம்புக்கடன்: (பெ): உறுதிமொழி; a solemn promise; vow.

நோம்புதல்: (வி): நுணாவுதல்; to separate stone particles from rice by winnowing.

நோய் அணு உயிர்: (பெ): நோயினை உண்டாக்கும் ஒரு ஜீவ அணு; a bacterium / a microbe / a very minute organism causing disease.

நோலல்: (வி): நோற்றல்; to do penance.

நோலாதார்: (பெ): பொறாமைக்காரர்கள்; jealous persons.

நோலாமை: (பெ): பொறாமை; grudge; malice.

நோலுதல்: (வி): பொறுத்தல்; தவம் செய்தல்; to endure; to do penance.

நோலை: (பெ): எள்ளுருண்டை; a ball-shaped preparation of sesame.

நோல்தல்: (வி): பழகுதல்; பொறுத்தல்; நோற்றல்; to practise; to endure; to do penance.

நோவல்: (பெ): அப்பம்; round cake of rice flour and sugar prepared in ghee.

நோழிகை: (பெ): நெசவு நூல் சுற்றிய தார்; the bobbin wound with cotton thread for weaving purpose.

நோளை: (பெ): நோயால் அவதியுறும் நிலை; the state of suffering from disease.

நோறு: (பெ): வாய்; mouth.

நோனாமை: (பெ): ஆற்றாமை; அழுக்காறு; inability to bear; envy.

நோன்மை: (பெ): பொறுமை; வலிமை; பெருந்தன்மை; தவம்; patience; strength; magnanimity; penance.

ப

ப: (பெ): சாபம்; காற்று; பெருங்காற்று; curse; wind; storm.

பஃதி: (பெ): பகுப்பு; வேறுபாடு; திறை; வருவாய்; section; difference; a kind of tax collected from another king; income.

பஃறி: (பெ): ஓடம்; மரக்கலம்; boat; ship.

பஃறியார்: (பெ): நெய்தல் நிலத்து மக்கள்; inhabitants of maritime tract.

பகடம்: (பெ): தற்பெருமை; சிலம்பு; வெளிவேடம்; self-importance; boasting; anklet; deceptive appearance.

பகடு: (பெ): பெருமை; வலிமை; ஏர்; ஓடம்; சந்து; தெப்பம்; ஆடு, எருமை, யானை ஆகியவற்றின் ஆண்; greatness; strength; plough; boat; lane; raft; male of goat, buffalo and elephant.

பகண்டை: (பெ): விகடப்பாடல்; a song of ridicule.

பகதத்தன்: (பெ): மூத்த மகன்; elder son.

பகரம்: (பெ): ஒளி; அழகு; தெளிவு; lustre; beauty; clearness.

பகரிப்பு: (பெ): மினுக்குதல்; shining; glittering.

பகர்: (பெ): ஒளி; பங்கம்; radiance; distortion.

பகர்ச்சி: (பெ): சொல்; word; saying.

பகர்ப்பு: (பெ): நகல்; பிரதி; copy; duplicate.

பகலாணி: (பெ): நுகத்தாணி; stud of the yoke.

பகவிருக்கம்: (பெ): நிலக்கடம்பு மரம்; a kind of tree.

பகவு: (பெ): பிளப்பு; துண்டு; பங்கு; வெடிப்பு; split; piece; share; crack.

பகழி: (பெ): அம்பு; அம்புக்கூடு; arrow; quiver.

பகளி: (பெ): ஐம்பது வெற்றிலைகள் கொண்ட 'கவுளி' எனக் கூறப்படும் கட்டு; a pack of fifty betel leaves.

பகற் குருடு: (பெ): கூகை; owl.

பகற்பண்: *(பெ):* பகல்பொழுதில் பாடப்படும் பாட்டு; the song sung in the daytime.

பகன்றை: *(பெ):* சீந்தில் கொடி; சிவதைக் கொடி; கிலுகிலுப்பைச் செடி; varieties of Indian medicinal plants; a kind of herb.

பகா: *(பெ):* தூதுவளை; climbing brinjal.

பகாப்பதம்: *(பெ):* பகுத்திட இயலாத சொல்; the word, base or suffix which cannot be analysed into parts.

பகாரம்: *(பெ):* அழகு; தெளிவு; beauty; clearness.

பகாலம்: *(பெ):* கபாலம்; பிச்சைப் பாத்திரம்; the skull; beggar's bowl.

பகாலின்பம்: *(பெ):* முக்தி; final salvation.

பகிகண்டம்: *(பெ):* பிடரி; nape (back of the neck).

பகிர்: *(பெ):* பகுப்பு; விலை; பங்கு; வெடிப்பு; துண்டம்; வெளிப்புறம்; section; price; share; break; piece; outer.

பகினி: *(பெ):* உடன்பிறந்தாள்; சகோதரி; பெண்; sister; woman.

பகீரதப் பிரயத்தனம்: *(பெ):* சகலவிதமான வழிகளையும் கையாண்டிடும் பெருமுயற்சி; Herculean effort.

பகீரதி: *(பெ):* கங்கையாறு; the River Ganges.

பகுபதம்: *(பெ):* பிரித்துப்பார்த்துப் பொருள் அறிந்திடக்கூடிய வார்த்தை; divisible word; a word that can be analysed into stem, suffix, etc.

பகுப்பு: *(பெ):* பிரிவு; separation.

பகுவசனம்: *(பெ):* பன்மை; plural.

பகுவாய்: *(பெ):* திறந்திருக்கும் வாய்; அகன்ற வாய்; தாழி; open mouth; wide mouth; a large vessel which has a wide mouth.

பகுளம்: *(பெ):* மிகுதி; தேய்பிறை; abundance; waning Moon.

பகேசிகை: *(பெ):* காயற்ற மரம்; the tree which has no fruits.

பகோளம்: *(பெ):* வானம்; sky.

பக்க அணிமை: *(பெ):* மிக அண்மை; contiguity.

பக்ககன்: *(பெ):* கூட்டாளி; பங்குதாரர்; நண்பன்; partner; friend.

பக்ககேசம்: *(பெ):* நரை முடி; grey hairs.

பக்கசமன்: *(பெ):* சந்திரன்; the Moon.

பக்கசரம்: *(பெ):* யானை; சந்திரன்; elephant; the Moon.

பக்கசூலை: *(பெ):* நோய்வகை; துன்பம்; a kind of disease; grief.

பக்கச்சொல்: *(பெ):* பரிந்துரை; a favourable report about something or somebody.

பக்கணம்: *(பெ):* ஊர்; வேடுவர் வீதி; சிற்றுண்டி; தின்பண்டம்; town; hunter's street; tiffin; snacks.

பக்கபாதிதை: *(பெ):* சேர்மானம்; connection.

பக்கரசம்: *(பெ):* தேன்; honey.

பக்கரை: *(பெ):* சேணம்; துணிப்பை; saddle; cloth bag.

பக்கறை: *(பெ):* துணியுறை; குழப்பம்; கறுப்புக் கறை; ஏற்றுகை; பை; jacket; confusion; black spot; act of lifting; bag.

பக்கி: *(பெ):* பறவை; குதிரை வண்டி; கருமி; bird; horse-drawn cart as a mode of transport; miser.

பக்கிணி: *(பெ):* ஓர் இரவும், அதற்கு முன்பின்னான இரு பகல் நேரங்களும்; a night and the day-times before and after the same night.

பக்குவர்: *(பெ):* வைத்தியர்; physician.

பக்கு விடு: *(வி):* பிரித்திடு; வெடித்திடு; உடைந்திடு; be split; be cracked; to break.

பக்தாதாயம்: *(பெ):* நெல் வருவாய்; the income through the harvested paddy.

பங்கதாளம்: *(பெ):* தாள வகை; a kind of rhythm measure.

பங்கம்: *(பெ):* தோல்வி; குற்றம்; அவமானம்; வெட்கம்; defeat; fault; dishonour; shyness;

பங்கயம்: *(பெ):* தாமரை; நாரை; lotus; crane.

பங்கயன்: *(பெ):* பிரம்மா; Lord Brahma.

பங்கவாசம்: *(பெ):* நண்டு; crab.

பங்கன்: *(பெ):* உலோபி; miser.

பங்காரம்: *(பெ):* வரம்பு; பொன்; boundary; gold.

பங்காரு: *(பெ):* பொன்; தங்கம்; gold.

பங்கியடித்தல்: *(வி):* கஞ்சா புகைத்தல்; to smoke the leaves of Indian hemp.

பங்கிலம்: *(பெ):* தெப்பம்; raft.

பங்குதை: *(பெ):* அவலட்சணம்; unseemliness.

பங்குரம்: *(பெ):* ஆற்று முடக்கு; வளைவு; river curve; bend.

பங்குரை: *(பெ):* அதிவிடையம்; a herbal medicine.

பங்கேசம்/பங்கேருகம்: *(பெ):* தாமரை; lotus.

பசகன்: *(பெ):* சமையற்காரன்; the cook.

பசண்டை: *(பெ):* ஈரம்; wetness.

பசதன்: *(பெ):* அக்கினி; சூரியன்; இந்திரன்; fire; the Sun; Lord Indra.

பசந்தல்: *(பெ):* நேரம்; time.

பசப்பன்: *(பெ):* டாம்பீகன்; டம்பாச்சாரி; coxcomb; dandy.

பசமநத்திரம்: *(பெ):* மரமஞ்சள்; a medicinal plant.

பசம்பை: (பெ): கழுத்து; neck.

பசர்: (பெ): சமைத்தல்; cooking.

பசலி: (பெ): கிராமத்து விளைநிலம்பற்றிய கணக்குகளுக்கான ஓராண்டு; the accounting year for land revenue; fazali.

பசறு: (பெ): பச்சிலைச் சாறு; the juice of herbal leaves, used for medicinal purposes.

பசனன்: (பெ): அக்கினி தேவன்; Agni, the God of Fire.

பசாசம்: (பெ): பிசாசு; இரும்பு; அபிநய வகை; ghost; iron; a dance gesture.

பசாடு/பசாடை: (பெ): மாசு; dust.

பசாரி: (பெ): விபசாரி; prostitute.

பசானம்: (பெ): ஒரு நெல் வகை; a kind of paddy.

பசிதகனி: (பெ): சோறு; boiled rice.

பசிதம்: (பெ): சாம்பல்; திருநீறு; ash; sacred ash.

பசியம்: (பெ): கயிறு; coir.

பசிரி: (பெ): பசலைக் கொடி; malabar night shade (creeper).

பசுகரணம்: (பெ): உயிர்களின் செயல்; duty of the souls.

பசுகாதம்/பசுகௌவியம்: (பெ): மிருக பலி; sacrifice of animal to a deity.

பசுங்கல்: (பெ): சந்தனம் அரைக்கும் கல்; stone for grinding sandalwood into paste.

பசுங்காய்: (பெ): இளங்காய்; முற்றிடாத காய்; unripe fruit.

பசுங்குடி: (பெ): உழவர்; farmers.

பசுங்கூட்டு: (பெ): நறுமணக் கலவை; mixture of fragrant things.

பசுத்துவம்: (பெ): மனிதத் தன்மை; human nature.

பசுநரம்பு: (பெ): கெட்ட இரத்தத்தை இதயப் பகுதிக்குக் கொண்டுசெல்லும் நரம்பு; சிரை; artery.

பசுநாகு: (பெ): கிடேரிக் கன்று; female-calf.

பசுநிலை: (பெ): பசுத்தொழுவம்; cow-stall.

பசுந்தமிழ்: (பெ): செந்தமிழ்; classical Tamil.

பசுந்து: (பெ): நெற்றி; அழகு; பசுமை; மேன்மை; forehead; beauty; greenness; glory; excellence.

பசுபந்தம்: (பெ): ஒரு வகை யாகம்; a kind of yaga.

பசுபோதம்: (பெ): ஆன்ம அறிவு; spiritual knowledge.

பசுமஞ்சள்: (பெ): மஞ்சள் வகை; a kind of turmeric.

பசு மருந்து: (பெ): மூலிகை மருந்து; medicine prepared from herbs.

பசும்பை: (பெ): வணிகர்கள் தோளில் மாட்டிக் கொள்ளும் நீண்ட பை; shoulder bag of merchants.

பசுவதி: (பெ): சாது; virtuous person; ascetic.

பசுவன்: (பெ): கோரோசனை; bezoar taken from the stomach of cows.

பசுவாசாரம்: (பெ): சத்தி பூசை; the worship of a woman deity.

பசு வெயில்: (பெ): மாலை வெயில்; evening sunshine.

பசைந்தார்: (பெ): நண்பர்கள்; friends.

பசையாப்பு: (பெ): உலகப்பற்று; worldly pleasure.

பசைவு: (பெ): அன்பு; நட்பு; பிசைதல்; love; affection; friendship; squeeze.

பச்சவடம்: (பெ): போர்வை, விரிப்பு, திரை போன்றவை; the long piece of cloth used as a blanket, bedsheet or screen.

பச்சாது: (பெ): பின்பு; after.

பச்சிம காண்டம்: (பெ): புது ஏற்பாடு; New Testament.

பச்சிமம்: (பெ): மேற்கு; பின்புறம்; பின்பட்டது; west; back; that which is of later time.

பச்சுதி: (பெ): நழுவுகை; act of slipping.

பச்சூன்: (பெ): புதிய இறைச்சி; fresh meat.

பச்செனவு: (பெ): பச்சை; ஈரம்; தழைவு; green; wetness; foliage.

பச்சைக் குவடு: (பெ): மரகதம்; Emerald.

பச்சைக் கொம்பு: (பெ): இஞ்சி; ginger.

பச்சைப்பட்டி: (பெ): எரு; manure.

பச்சைப்பானை: (பெ): சுட்டெடுக்காத பானை; the pot which is not baked in the kiln.

பச்சைப்புண்: (பெ): ஆறாத புண்; green wound.

பச்சையம்: (பெ): தாவர இலைகளுக்குப் பச்சைநிறம் தரும் இயற்கைப் பொருள்; chlorophyll.

பச்சையன்: (பெ): திருமால்; Lord Vishnu.

பச்சைவடம்: (பெ): சேலை வகை; a kind of saree.

பஞ்சகம்: (பெ): யுத்தகளம்; battlefield.

பஞ்ச குத்தம்/பஞ்ச கூடம்: (பெ): ஆமை; tortoise.

பஞ்ச சதம்: (பெ): ஐந்நூறு; five-hundred.

பஞ்ச சன்னியம்: (பெ): குதிரை; horse.

பஞ்ச சாயகன்: (பெ): மன்மதன்; Kamadeva, the God of Love.

பஞ்சதாரை: (பெ): சர்க்கரை; குதிரையின் ஐந்து வகை நடை; refined sugar; the five kinds of paces of a horse.

பஞ்சது: (பெ): குயில்; நேரம்; cuckoo bird; time.

பஞ்சதை: (பெ): ஐம்பூதம்; இறப்பு; the five elements; death.

பஞ்சநகம்: (பெ): ஆமை; யானை; புலி; tortoise; elephant; tiger.

பஞ்சநகி: *(பெ):* உடும்பு; big lizard.

பஞ்சப்படி: *(பெ):* அகவிலைப்படி; dearness allowance.

பஞ்சம கதி: *(பெ):* வீடுபேறு; final bliss; salvation.

பஞ்சமம்: *(பெ):* ஏழு சுரங்களில் ஐந்தாவது சுரம்; அழகு; திறமை; பண் வகை; the fifth of seven kinds of notes; beauty; skill; a kind of music.

பஞ்சலித்தல்: *(வி):* மனம் தடுமாறுதல்; be distracted in mind.

பஞ்சலிப்பு: *(பெ):* பஞ்சத்தால் உண்டாகும் துன்பம்; the distress or sufferings caused by famine.

பஞ்சவத்திரம்: *(பெ):* சிங்கம்; Lion.

பஞ்சவன்: *(பெ):* பாண்டியன்; Pandiyan

பஞ்சனம்: *(பெ):* அழிவு; destruction.

பஞ்சாங்கம்: *(பெ):* முகூர்த்த நேரம் பார்ப்பதற்கும், ஜாதகம் கணிப்பதற்கும் பயன்படும் ஜோதிட முறைப்படி குறிப்பிட்ட ஆண்டுக்கான திதி, வாரம், நட்சத்திரம், கரணம், யோகம் போன்றவை குறித்த விளக்கங்கள் அடங்கிய நூல்; an almanac, containing astrological and astronomical information.

பஞ்சாங்கி: *(பெ):* குதிரையின் கடிவாளம்; bridle/ bit of a horse.

பஞ்சாங்குலம்: *(பெ):* கை; ஆமணக்கு; hand; castor plant.

பஞ்சாசியம்: *(பெ):* சிங்கம்; Lion.

பஞ்சாடுதல்: *(வி):* கண் பஞ்சடைதல்; to become dim sighted due to hunger or approaching death.

பஞ்சாய்: *(பெ):* கோரை; sledges and bulrushes.

பஞ்சாயத்து யூனியன்: *(பெ):* ஊராட்சி ஒன்றியம்; Panchayat Union.

பஞ்சாவத்தம்: *(பெ):* பிரேதம்; பிணம்; the dead body, corpse.

பஞ்சானனம்: *(பெ):* சிங்கம்; Lion.

பஞ்சிகம்: *(பெ):* தாளி; bowl-shaped earthen lamp.

பஞ்சிகை: *(பெ):* நமன்; கணக்கு; பஞ்சாங்கம்; முடி; Yama, the God of Death; arithmetic; almanac; hair.

பஞ்சிதம்: *(பெ):* நட்சத்திரம்; star.

பஞ்சுகம்: *(பெ):* பெருமை; greatness; pride.

பஞ்ஞிலம்: *(பெ):* மக்கள் கூட்டம்; crowd; populace.

படகாரன்: *(பெ):* ஓவியன்; நெசவாளி; painter; weaver.

படகுடி: *(பெ):* கூடாரம்; tent.

படங்கம்: *(பெ):* கூடாரம்; மரவகை; tent; a kind of tree.

படங்கன்: *(பெ):* கடல்மீன் வகை; a kind of sea fish.

படங்கு: *(பெ):* கூடாரம்; ஆடை; இடுதிரை; அடிப்பகுதி; பாதத்தின் உட்பகுதி; tent; garment; curtain; bottom; bottom of the foot.

படச்சரம்: *(பெ):* பழம் புடவை; an old saree.

படதீபம்: *(பெ):* விளக்கு வகை; a kind of lamp.

படப்பை: *(பெ):* தோட்டம்; ஊர்ப்புறம்; நாடு; மருதநிலத்தூர்; பசுக்கொட்டில்; garden; countryside; country; the village nearby agricultural tract; cow-stall.

படபம்: *(பெ):* பாதாளம்; the lowest subterranean region; abyss.

படப்பொறி: *(பெ):* செடி வகை; பாம்பின் படத்தில் உள்ள புள்ளிகள்; a kind of plant; the dots on the hood of cobra.

படமரம்: *(பெ):* நெசவுக் கருவியுள் ஒன்று; one of the weaving instruments.

படமாடம்: *(பெ):* கூடாரம்; tent.

படம்: *(பெ):* சீலை; சித்திரச்சீலை; திரைச்சீலை; சட்டை; போர்வை; ஓவியம், எழுதிய படம்; பெருங்கொடி; உடல்; பாம்பின் படம்; காற்றாடி; பாதத்தின் முதற்பகுதி; cloth; saree; cloth painted with picture; curtain; shirt; blanket; painting; flag; body; hood of a cobra; large banner; kite; the front part of foot.

படம் புகுதல்: *(வி):* சட்டையிடுதல்; to put on a coat or jacket or a shirt.

படர்க்கை: *(பெ):* மூன்றாமிடம்; third person in grammar.

படர்ச்சி: *(பெ):* பரப்பு; படர்தல்; ஒழுக்கம்; விரிதல்; area; spreading as light; moral conduct; expanse.

படர்நோய்: *(பெ):* கவலை; ஒன்றை எண்ணிக் கவலை கொள்ளுதல்; anxiety; anxious thought.

படரை: *(பெ):* ஆவிரை; tanner's senna.

படலாசகம்: *(பெ):* வாசனைத்தூள்; கூடாரம்; perfumed powder; tent.

படலாசம்: *(பெ):* கூடாரம்; tent.

படலி: *(பெ):* வீட்டின் மேற்கூரை; கூட்டம்; roof of the house; crowd.

படலியம்: *(பெ):* குதிரையின் சேண உறுப்பு; saddle and other articles of a horse.

படலை: *(பெ):* தழை; படல்; பரப்பு; கூட்டம்; leaf; small shutter made with sticks and leaves; expanse; mass.

படல்: *(பெ):* உறக்கம்; தழை மற்றும் குச்சிகளால் ஆன தட்டி; sleep; small shutter made with sticks and leaves.

படவம்: *(பெ):* போர்ப்பறை; battle drum.

படவன்: *(பெ):* படகோட்டி; boatman.

படவு: *(பெ):* சிறிய ஓடம்; small boat.

படனம்: *(பெ):* மனப்பாடம்; படித்தல்; learning by heart; reading.

படன்: *(பெ):* படைவீரன்; யமதூதன்; பேய்; soldier; the messenger of Yama; ghost; goblin.

படாகி: *(பெ):* செருக்கு; pride.

படாகை: *(பெ):* கிராமம்; கொடி; நாட்டின் உட்பிரிவு; கூட்டம்; குடிசை; village; flag; a division of a country; crowd; hut.

படாபஞ்சனம்: *(பெ):* முற்றும் அழிதல்; total destruction.

படாந்திரம்: *(பெ):* கோள்; கட்டுக்கதை; முழுப் பொய்; backbite; an imaginary story; downright lie.

படாமுரசு: *(பெ):* ஓயாது ஒலித்திடும் பேரிகை; the large drum which makes sound continuously.

படாம்: *(பெ):* முகபடாம்; திரைச்சீலை; கூடாரம்; ornamental cloth on the face of the elephant; curtain; tent.

படாம் வீடு: *(பெ):* கூடாரம்; tent.

படாரர்: *(பெ):* கடவுள்; God.

படாரன்: *(பெ):* பாம்பாட்டி; snake-charmer.

படாரூபம்: *(பெ):* பெரும்பழி; ignominious decry.

படாவஞ்சனம்: *(பெ):* கடும் பொய்; கொடிய வஞ்சனை; downright lie; atrocious deceit.

படிகம்: *(பெ):* பளிங்கு; கூத்து வகை; பிச்சை; விளாம்பட்டை; crystal; a kind of folk dance; alms; the bark of wood apple tree.

படிகர்: *(பெ):* வாயிலாளர்; the door-keeper.

படிகாரம்: *(பெ):* தண்ணீரைத் தெளிய வைத்தல் மற்றும் மருத்துவத்திற்கு பயன்படும் காரத் தன்மை கொண்ட ஒரு வேதிப்பொருள்; alum.

படிகால்: *(பெ):* தலைமுறை; generation.

படிகை: *(பெ):* படிவு; புடவை; அம்பாரி; deposit; saree; howdah.

படிக்காசு: *(பெ):* ஒரு தமிழ்ப் புலவர்; நாட் செலவுக்குக் கொடுக்கும் பணம்; a Tamil poet; daily allowance.

படிக்கால்: *(பெ):* ஏணி; ladder.

படிசம்: *(பெ):* தூண்டில்; fishing hook.

படிதம்: *(பெ):* துதிப்பாடல்; கூத்து; மாணிக்க வகை; படித்தல்; hymn; dance; a kind of ruby; act of reading.

படிப்படை: *(பெ):* கூலிப்படை; mercenary army.

படிப்பனவு: *(பெ):* போதனை; படிப்பு; teaching; learning.

படிப்புறம்: *(பெ):* அர்ச்சனா போகம்; the land endowed to a temple priest.

படிமக்கலம்: *(பெ):* முகம் பார்க்கும் கண்ணாடி; காணிக்கை; mirror; offering.

படிமத்தானம்: *(பெ):* நவதானங்களில் ஒன்று; one of the nine kinds of charities.

படிம விரதம்: *(பெ):* பிரமச்சரிய விரதம்; vow of brahmachariya (celibacy).

படிமானம்: *(பெ):* கீழ்ப்படிதல்; திருத்தம்; தகுதி; விலை குறைவு; obedience; correction; fitness; fall of price.

படிமுறை: *(பெ):* வழக்கமான முறை; regular course.

படியச்சு: *(பெ):* மூல வடிவம்; prototype.

படியளத்தல்: *(வி):* வாழ்வதற்கான தேவைகளை அளித்தல்; to provide for one's subsistence.

படியாள்: *(பெ):* படி வாங்கிப் பயிரிடும் உழவன்; a hired servant for agricultural work whose wages are paid either in grain or in cash.

படியுடையார்: *(பெ):* அரசர்கள்; kings.

படியோர்: *(பெ):* உலகில் வாழ்ந்திடும் மக்கள்; பகைவர்; people who are living in the world; enemies.

படிலன்: *(பெ):* போர் வீரன்; வேலையாள்; warrior; servant.

படிவர்: *(பெ):* முனிவர்; துறவிகள்; sages; ascetics.

படிறன்: *(பெ):* திருடன்; பொய்யன்; வஞ்சகன்; தீங்கு செய்வோன்; கொடியவன்; காமுகன்; thief; liar; cheat; mischievous person; cruel person; lustful person.

படிற்றுரை: *(பெ):* பொய்ச்சொல்; lie.

படினம்: *(பெ):* மேன்மை; பக்குவம்; வெற்றி; கல்வி; eminence; maturity; fitness; victory; education; learning.

படுகல்: *(பெ):* நீர்நிலை; water source.

படுகளி: *(பெ):* மிகுந்த சந்தோஷம்; ஆழமான சகதி; excessive joy; deep mire.

படுகள்ளன்: *(பெ):* போக்கிரி; மோசக்காரன்; வஞ்சகன்; ruffian; clever rogue; deceitful person.

படுகால்: *(பெ):* படி; ஏணி; மேகலை; step; ladder; woman's girdle.

படுகி: *(பெ):* சீனாக்காரம்; alum.

படுகுடி: *(பெ):* சீரழிந்த குடும்பம்; ruined family.

படுகுழி: *(பெ):* யானை போன்ற பெரு மிருகங்களைப் பிடித்திட இலை, தழைகளால் மூடப்பட்டிருக்கும் குழி; kheda for catching elephants etc.

படுகுறவன்: *(பெ):* போக்கிரி; தந்திரக்காரன்; knave; tricky person.

படுகை: (பெ): ஆற்றோர நிலம்; நீர்நிலை; the field nearer to the river; water source.

படுக்காழி விசேஷம்: (பெ): கட்டுக்கதை; figment.

படுக்கைப்பற்று: (பெ): அந்தப்புரம்; சீதனம்; zenana; dowry.

படுசூரணம்: (பெ): பேரழிவு; மருந்துத்தூள்; great destruction; medicated powder.

படுசூல்: (பெ): முதிர்ந்த கர்ப்பம்; advanced pregnancy.

படுசூளை: (பெ): வட்ட வடிவமாக அமைக்கப்படும் சூளை; a furnace in circular form for baking limestone, etc.

படுஞாயிறு: (பெ): ஒரு நோய்; மறையும் சூரியன்; a kind of disease; setting Sun.

படுதம்: (பெ): கூத்து வகை; a kind of dance.

படுதல்: (வி): உண்டாதல்; தோன்றுதல்; பூத்தல்; மொய்த்தல்; அகப்படுதல்; புகுதல்; பெய்தல்; to come into existence; to appear; to blossom; to swarm; be caught; to enter; to rain.

படுத்துவம்: (பெ): வலிமை; திறமை; strength; ability.

படுபயன்: (பெ): பிறர் பொருளைக் கவருவதால் உண்டாகும் பயன்; the benefit gained by seizing the things of others.

படுபழம்: (பெ): முதிர்ந்த பழம்; வஞ்சகன்; ripe fruit; a deceitful fellow.

படுபொய்: (பெ): முழுப்பொய்; gross lie.

படுபொருள்: (பெ): புதையல்; அளவுக்கு அதிகமாகத் திரட்டப்பட்ட செல்வம்; treasure-trove; amassed excessive wealth.

படுபொழுது: (பெ): மாலை நேரம்; evening.

படுமலைப் பாலை: (பெ): யாழ்த்திற வகை; secondary melody.

படுமுறை: (பெ): அபராதம்; fine.

படுவம்: (பெ): சேற்று நிலம்; marshy land.

படுவான்: (பெ): மேற்கு; west.

படுவி: (பெ): குள்ளமான வேலைக்காரி; கள் விற்பவள்; dwarfish maid servant; woman who sells toddy.

படுவை: (பெ): தெப்பம்; raft.

படைச்சால்: (பெ): உழவுசால்; a narrow trench made by plough.

படைநிலை: (பெ): படைவீரர்கள் பெண்களுடன் தங்குமிடம்; a place where soldiers are lodged with women.

படைப்பு வரி: (பெ): இசைப்பாட்டு வகை; a musical composition.

படைமயிர்: (பெ): பாவு ஆற்றி; weaver's brush.

படைமரம்: (பெ): நெசவுக் கருவிகளுள் ஒன்று; one of the instruments of weaving.

படைமுகம்: (பெ): போர் முகம்; war-front.

படையறுத்தல்: (வி): வலிமையிழத்தல்; வசீகரித்தல்; வஞ்சித்தல்; to lose strength; to captivate; to deceive.

படையிராசன்: (பெ): வெடியுப்பு; saltpetre; nitre.

படையுறை: (பெ): ஆயுத உறை; sheath of a sword.

படை வட்டம்: (பெ): வளைதடி; a kind of curved cudgel.

படை வாரம்: (பெ): குதிரையின் சேணம்; saddle of a horse.

படைவாள்: (பெ): கலப்பைக் கொழு; கலப்பை; ploughshare; plough.

படைலோகம்: (பெ): சிப்பி; shell.

படோலம்: (பெ): யானை கட்டும் தறி; elephant's stable.

படோலி: (பெ): நிலவு; the Moon.

படோலுகை: (பெ): புடலங்காய்; snake gourd.

பட்கை: (பெ): பாம்பின் மேல்வாயில் இருக்கும் பல்; the tooth in the upper jaw of a snake.

பட்சசரன்: (பெ): அந்தணன்; brahmin.

பட்சபாதம்: (பெ): ஒருதலைச் சார்பு; partiality.

பட்டகம்: (பெ): துணி; cloth.

பட்டசம்: (பெ): பண்டகசாலை; godown.

பட்டச்சீலை: (பெ): உப்புத்தாள்; sand-paper.

பட்டடை: (பெ): அடைகல்; ஐந்தாம் சுரமான இசை; இசைக்கரண வகை; கழுத்தணி; anvil; fifth note of gamut; a movement in playing yazh; necklace.

பட்டடைக்கட்டி: (பெ): பேராசைக்காரன்; an avaricious person.

பட்டடை மரம்: (பெ): இறைச்சியை வைத்து வெட்டித் துண்டுகளாக்கப் பயன்படுத்தும் மரக்கட்டை; butcher's block.

பட்டணவர்: (பெ): மீனவர்; fishermen.

பட்டர் பிரான்: (பெ): பெரியாழ்வார்; Periyazhvar, one of the famous devotees of Lord Vishnu.

பட்டவிளக்கு: (பெ): விளக்கு வகை; a kind of lamp.

பட்டறை நிலம்: (பெ): கிணற்று நீர்ப்பாசனமுள்ள நன்செய் நிலம்; the wet land which has its irrigation through wells.

பட்டாங்கு: (பெ): உண்மை; சாத்திரம்; கேலிப்பேச்சு; truth; spiritual text; mockery.

பட்டாங்குக்காரன்: (பெ): தீங்கிழைப்பவன்; mischievous person.

பட்டிகன்: (பெ): திருடன்; thief.

பட்டிகைச் சூட்டு: *(பெ):* மேகலை; a jewelled girdle.

பட்டிடை: *(பெ):* நந்தியாவட்டப் பூ மற்றும் அதன் செடி; the East Indian rosebay, the flower used in prayers and its plant.

பட்டிமரம்: *(பெ):* கள்ளமாட்டின் கழுத்தில் கட்டப்படும் மரம்; the block which is tied on the neck of straying cattle.

பட்டிமாடு: *(பெ):* கள்ளமாடு; straying cattle.

பட்டி முறித்தல்: *(பெ):* ஒருவகை விளையாட்டு; கட்டுக்கடங்காது போதல்; a kind of game; that which is ungovernable.

பட்டி மேய்தல்: *(பெ):* ஆடு, மாடு போன்றவை விளைநிலங்களில் பயிர்களை மேய்ந்து அழித்தல்; cattles straying into fields and damaging crops.

பட்டிமை: *(பெ):* வஞ்சனை; மோசடி; deceit; fraud.

பட்டியிலடை: *(பெ):* கால்நடைகளைப் பட்டியில் அடைத்தல்; to shut up the animals in a pound.

பட்டிவாய்: *(பெ):* எதிர்விளைவினை அறிந்திடாமல் பேசுபவன்; person of loose tongue.

பட்டினச்சேரி: *(பெ):* மீனவர் குப்பம்; a hamlet of fishermen.

பட்டினவர்: *(பெ):* மீனவர்; fishermen.

பட்டினி கிட: *(வி):* பசியோடு இரு; to starve.

பட்டைச்சீலை: *(பெ):* உப்புத்தாள்; sand paper.

பட்டையம்: *(பெ):* தேச சேவைக்கான பாராட்டு, வெகுமதி போன்றவற்றிற்கான உலோகப் பத்திரம்; வாள்; ஆவணம்; scroll of honour in metal; sword; document.

பட்பு: *(பெ):* குணம்; quality; nature; character.

பண உதவி: *(பெ):* உதவித் தொகை; subsidy.

பணதரம்: *(பெ):* படத்தையுடைய பாம்பு; the cobra with hood.

பணதி: *(பெ):* செயல்; வேலைப்பாடு; சிருஷ்டி; கற்பனை; ஆபரணம்; action; workmanship; creation; imagination; ornament.

பணப்பயிர்: *(பெ):* பருத்தி, கரும்பு போன்ற பயிர்கள்; the commercial crops like cotton, sugarcane, etc.

பணமணி: *(பெ):* நாகரத்தினம்; a kind of gem.

பணமுறி: *(பெ):* காசோலை; a written order for drawing money to a bank; a cheque.

பணர்: *(பெ):* மரக்கிளை; branch of a tree.

பணவம்: *(பெ):* தம்பட்டம்; a kind of drum.

பணவன்: *(பெ):* வேலைக்காரன்; servant.

பணவிடை: *(பெ):* ஒருவர், மற்றொருவருக்குப் பணத்தை அஞ்சல் மூலமாகக் கட்டணம் செலுத்தி அனுப்பிடும் முறை; money order sent through post office.

பணவை: *(பெ):* பரண்; watch tower.

பணாகரம்: *(பெ):* பாம்பு; snake; serpent.

பணாங்கனை: *(பெ):* விலைமகள்; prostitute.

பணாமகுடம்: *(பெ):* பாம்பின் படமுடி; the crown of the cobra's hood.

பணாமணி: *(பெ):* நாகரத்தினம்; the gem of cobra.

பணிக்களரி: *(பெ):* பட்டறை; workshop.

பணிக்காரன்: *(பெ):* வேலையாள்; servant.

பணிதம்: *(பெ):* பந்தயப்பொருள்; stake in gambling.

பணிதி: *(பெ):* அலங்காரம்; வேலை; அணிகலன்; decoration; work; ornament.

பணிப்பாளர்: *(பெ):* ஒரு துறையின் இயக்குநர்; director of a department, etc.

பணிப்பு: *(பெ):* தாழ்வு; ஏவல்; degradation; command.

பணிப்பொத்தி: *(பெ):* துகில் வகை; a kind of cloth.

பணிப்பொன்: *(பெ):* தங்க நகை; gold jewel.

பணிமக்கள்: *(பெ):* வேலையாட்கள்; servants.

பணிமுட்டு: *(பெ):* கருவிகள்; உபகரணங்கள்; tools; instruments.

பணியல்: *(பெ):* வழிபாடு; worship.

பணியார்: *(பெ):* பகைவர்; enemies.

பணிலம்: *(பெ):* சங்கு; conch.

பணிவிடை: *(பெ):* சேவை; வேலை; வழிப்படுத்துகை; service; work; command.

பண்டம்: *(பெ):* உண்மை; பொன்; பொருள்; சரக்கு; பழம்; செல்வம்; மூலப்பொருள்; சேமிப்புப் பொருள்; truth; gold; article; substance; fruit; wealth; materials; stored materials.

பண்டர்: *(பெ):* அசுரர்; பாணர்; Asuras; bards.

பண்ட வீடு: *(பெ):* நிதியறை; treasury.

பண்டனம்: *(பெ):* போர்; கவசம்; battle field; shield.

பண்டாகி: *(பெ):* கத்தரிச்செடி; brinjal plant.

பண்டார சன்னிதி: *(பெ):* சைவ மதத்தைச் சேர்ந்த மடத்தின் தலைமைப் பொறுப்பினை வகிப்பவர்; the head of a Saiva Mutt who is the chief of the ascetics in his Mutt.

பண்டாரி: *(பெ):* கிடங்குப் பொறுப்பாளர்; பொக்கிஷதாரர்; store-keeper; treasurer.

பண்டி: *(பெ):* வயிறு; உடம்பு; நான்கு சக்கரங்களையுடைய பளுவண்டி; கட்டை வண்டி; belly; body; waggon; cart.

பண்டிதவாய்: *(பெ):* கடுக்காய்; gall-nut.

பண்டிதன்: *(பெ):* மொழி கற்பிக்கும் ஆசிரியர்; மருத்துவர்; கூத்து வகை; நாவிதர்; teacher; physician; a kind of dance; barber.

பண்டிலன்: *(பெ):* தூதுவன்; messenger; ambassador.

பண்டுவம்: *(பெ):* வைத்தியம் செய்தல்; medical treatment; curing diseases.

பண்ணத்தி: *(பெ):* நூல் வகை; a kind of poetic composition.

பண்ணவன்: *(பெ):* கடவுள்; முனிவன்; பாணன்; God; sage; bard.

பண்ணவி: *(பெ):* தேவி; female deity.

பண்ணறை: *(பெ):* முறைகேடு; disorder.

பண்ணியம்: *(பெ):* இசைக்கருவி; பண்டம்; பணியாரம்; musical instrument; provisions; disc-shaped cake.

பண்ணிய வீதி: *(பெ):* கடைத்தெரு; bazaar.

பண்ணியாங்கனை: *(பெ):* தடை; obstacles.

பண்ணுவர்: *(பெ):* யானைப் பாகர்; mahout.

பண்ணுறுதல்: *(வி):* ஆயத்தமாதல்; சீர்படுத்துதல்; to get ready; to rectify.

பண்ணையார்: *(பெ):* பெருமளவில் தோப்பு, நிலம் முதலியவற்றைச் சொந்தமாகக் கொண்டுள்ளவர்; a landlord of a large farm.

பண்பாகு பெயர்: *(பெ):* பண்பின் (அ) குணத்தின் பெயர், அப்பண்பை உடைய பொருளின் பெயராக வருவது; a kind of metonymy in which a word denoting a quality is used for the object having that quality.

பண்புரைப்பார்: *(பெ):* தூதுவர்; ambassador; messenger.

பண்புலம்: *(பெ):* உரமிடப்பட்ட நிலம்; the land which is manured.

பண்மை: *(பெ):* தகுதி; suitability.

பண்விடுதல்: *(வி):* நிலைகுலைதல்; be ruined in circumstances.

பதகம்: *(பெ):* பறவை; பாதகம்; bird; grievous sin.

பதகளித்தல்: *(வி):* பதறுதல்; be agitated.

பதகன்: *(பெ):* சண்டாளன்; கீழ்மகன்; low-graded person; person of low qualities.

பதகி: *(பெ):* சண்டாளி; கீழ்மகள்; low-graded woman; woman of low qualities.

பதக்கிரமம்: *(பெ):* காலடி; footprint.

பதங்கம்: *(பெ):* பறவை; வெட்டுக்கிளி; பாதரசம்; மரவகை; bird; grasshopper; mercury; a kind of tree.

பதங்கு: *(பெ):* குழி; ஓட்டு வரிசை; பிளவு; pit; row of tiles; cleavage.

பதசம்: *(பெ):* சந்திரன்; பறவை; the Moon; bird.

பதசாலம்: *(பெ):* மகளிர் காலணி வகை; a kind of footwear of women.

பதச்சேதம்: *(பெ):* சொற்றொடரைத் தனித்தனி சொல்லாகப் பிரித்தல்; splitting a sentence into component parts.

பதணம்: *(பெ):* கோட்டையின் மதிற்சுவர்; parapet wall surrounding a fortified place.

பதத்திரம்: *(பெ):* சிறகு; wing.

பதத்திரி: *(பெ):* பறவை; bird.

பதபாதம்: *(பெ):* காலடி; footprint.

பதபூர்த்தி: *(பெ):* சாரியை; filler.

பதப்பர்: *(பெ):* மணல்முட்டை; sand bag.

பதப்பாடு: *(பெ):* பக்குவமாதல்; being seasoned.

பதப்புணர்ச்சி: *(பெ):* நிலைமொழியும் வருமொழியும் ஒன்றுபடுதல்; சந்தி; combination of one word with another; sandhi.

பதமம்: *(பெ):* பறவை; சந்திரன்; விட்டிற்பூச்சி; bird; Moon; a kind of moth.

பதமை: *(பெ):* மென்மை; மந்தத்தன்மை; அமைதி; இணக்கம்; தாழ்மை; softness; dullness; peace; harmony; humbleness.

பதரி: *(பெ):* இலந்தை மரம்; jujube tree.

பதலம்: *(பெ):* பத்திரம்; பாதுகாப்பு; aware; caution; safety.

பதலை: *(பெ):* மலை; மத்தளம்; அலங்காரக் குடம்; mountain; a kind of two-sided drum; a decorated pot.

பதவம்: *(பெ):* அருகம்புல்; quitch grass.

பதவியல்: *(பெ):* பதப்புணர்ச்சி இலக்கணம்; morphology.

பதவு: *(பெ):* புல்; அருகு; அமைதி; புன்மை; grass; quitch grass; calmness; trifle.

பதவுரை: *(பெ):* செய்யுளில் சொல்லைப் பிரித்துப் பொருள் உரைத்தல்; word by word explanation.

பதவை: *(பெ):* குப்பை; வழி; rubbish; path.

பதனம்: *(பெ):* பத்திரம்; பாதுகாப்பு; மதில்; இறக்கம்; தாழ்மை; அமைதி; பாவம்; caution; safety; fortwall; descent; lowness; calmness; sin.

பதன்: *(பெ):* பதம்; பக்குவம்; fitness; consistency.

பதாகன்: *(பெ):* அரசன்; கொடியவன்; king; wicked person.

பதாகினி: *(பெ):* படை; army.

பதாகை: *(பெ):* படையின் விருதுக்கொடி; பெருங்கொடி; அபிநய வகை; ensign; banner; a kind of dance gesture.

பதாயுதம்: *(பெ):* கோழி; fowl; hen.

பதாரம்: *(பெ):* தெப்பம்; raft.

பதிகம்: *(பெ):* பாயிரம்; பத்து செய்யுட்களைக் கொண்ட ஒரு பிரபந்தம்; நாற்று; preface; a poem in praise of a deity consisting generally of ten stanzas; seedling.

பதிசித்திரம்: *(பெ):* கோபுரப் பதுமை; the doll in the tower of a temple.

பதிட்டை: *(பெ):* தொடக்கம்; origin.

பதிதன்: *(பெ):* சமய ஒழுக்கம் தவறியவன்; the person who has committed sins.

பதித்திரி: *(பெ):* உலைத் துருத்தி; the bellows.

பதியம்: *(பெ):* நாற்று; பதிகம்; பாடல்; seedling; a poem in praise of a deity consisting generally of ten stanzas; poem.

பதியரி: *(பெ):* நாற்று; seedling.

பதிரன்: *(பெ):* செவிடர்; deaf person.

பதிவதம்: *(பெ):* கற்பொழுக்கம்; the law of chastity.

பதுக்காய்: *(பெ):* உள்ளான் குருவி; a kind of small water-bird.

பதுக்கை: *(பெ):* கற்குவியல்; பாறை; புதர்; pile of stones; rock; the thicket.

பதுமகேசரம்: *(பெ):* புன்னை மரம்; mast wood.

பதுமமணி: *(பெ):* தாமரைக் கொட்டை; Lotus seed.

பதுமாசனம்: *(பெ):* ஆசன வகை; a kind of Asana.

பத்ததி: *(பெ):* பதவுரை; வரிசை; மலைத்தொடர்; meaning of words; row; mountain range.

பத்தம்: *(பெ):* உண்மை; உணவு; உண்கலம்; குவியல்; truth; food; plate or dish to eat from; heap.

பத்தனம்: *(பெ):* பட்டணம்; a town.

பத்தாசு: *(பெ):* படகு; boat.

பத்தி: *(பெ):* ஒழுக்கம்; வரிசை; முறைமை; வழிபாடு; யானையின் நடைவகை; அலங்கார வேலைப்பாடு; பக்தி; பாத்தி; நம்பிக்கை; morality; row; manner; worship; a kind of elephant's walk; decoration; devotion; field bed; faith.

பத்திசாரன்: *(பெ):* திருமழிசையாழ்வார்; Thirumazhisai Aazhwar, one of the devotees of Lord Vishnu.

பத்திடை: *(பெ):* முப்பத்தைந்து கிலோ கிராம் கொண்ட நிறுத்தல் அளவை; a weighing measure equal to 35 kilograms.

பத்திமாலை: *(பெ):* தாழ்வடம்; bolt chain.

பத்திமை: *(பெ):* தெய்வபக்தியுடைமை; devotion.

பத்தியம்: *(பெ):* மருந்துக்குத் தக்கபடி நோயாளிக்குத் தரப்படும் உணவு; இலஞ்சம்; கடுக்காய்; செய்யுள்; prescribed diet for a patient; bribe; gall-nut; poetry.

பத்திரகம்: *(பெ):* இலை; இறகு; சந்தனம்; leaf; feather; sandal wood.

பத்திராங்கம்: *(பெ):* ஊமத்தை; thorn apple.

பத்திராசனம்: *(பெ):* அரியணை; ஆசன வகை; royal throne; a kind of seat.

பத்திரி: *(பெ):* அம்பு; பறவை; குதிரை; சாதிபத்திரி; இலை; காளி; arrow; bird; horse; mace or the nut-meg flower; leaf; Kali, the Goddess with a dark complexion.

பத்துக்காடு: *(பெ):* வயல்; paddy field.

பத்துக்காலோன்: *(பெ):* நண்டு; crab.

பத்தூரம்: *(பெ):* பொன்னாங்கண்ணிப் பூண்டு; a kind of greens used for cooking.

பத்தை: *(பெ):* சிறு துண்டு; குயவன் கருவி; a small piece; an instrument of potter.

பந்தகம்: *(பெ):* கட்டு; முடிச்சு; அடமானம்; bundle; knot; pledge.

பந்தனம்: *(பெ):* பற்று; attachment.

பந்தயம்: *(பெ):* போட்டி; contest for a prize; competition.

பந்தர்: *(பெ):* பந்தல்; நிழல்; பண்டகசாலை; ஒரு கடற்கரைப் பட்டினம்; a temporary shed with a roof made of plaited coconut leaves or cloth for a function, purpose, etc.; shadow; godown; warehouse; a seashore village.

பந்தல்: *(பெ):* ஓலக்கமண்டபம்; இடம்; நிழல்; பண்டகசாலை; durbar; place; shadow; godown; warehouse.

பந்தனம்: *(பெ):* பற்று; கயிறு; சிறைப்படுத்தல்; attachment; rope; arrest.

பந்தனாலயம்: *(பெ):* சிறைச்சாலை; prison.

பந்தனை: *(பெ):* கட்டு; பற்று; மகள்; குழந்தை நோய்; bondage of soul; attachment; daughter; a disease of children.

பந்தானம்: *(பெ):* உறவினர்; relatives.

பந்துரம்: *(பெ):* அழகு; beauty.

பப்பரம்: *(பெ):* ஒரு மொழி; ஒரு தேசம்; புளிய மர வகை; a language; a country; a kind of tamarind tree.

பப்பரப்புளி: *(பெ):* புளி வகை; a kind of tamarind.

பப்பரர்: *(பெ):* பப்பர நாட்டார்; those who belong to Pappara country.

பப்புவர்: *(பெ):* அரசனின் கீர்த்தியைப் புகழ்வோர்; those who praise the fame of a king.

பமரம்: *(பெ):* வண்டு; beetle.

பம்பல்: (பெ): ஒலி; களிப்பு; பொலிவு; அறுவடை; துளி; sound; noice; rejoice; beauty; harvest; drop.

பம்பு: (பெ): கல்; மூங்கில்; stone; bamboo.

பம்புதல்: (வி): நெருங்குதல்; பரவுதல்; நிறைதல்; ஒலித்தல்; எழுதல்; be close; to spread; be full; to sound; to raise.

பம்பை: (பெ): பறை வகை; பரட்டை முடி; ஓர் ஆறு; a kind of drum; dishevelled hair; a river.

பம்முதல்: (வி): செறிதல்; மேக மூட்டம் போடுதல்; ஒலித்தல்; பதுங்குதல்; to become thick; the gathering of clouds; to sound; to hide oneself from others' vision.

பயசு: (பெ): நீர்; பால்; water; milk.

பயசுகம்: (பெ): பூனை; cat.

பயதம்: (பெ): வண்டு; beetle; bee.

பயத்தல்: (வி): கொடுத்தல்; உண்டாதல்; பிறப்பித்தல்; சிந்தித்தல்; விளைதல்; to give; to produce; to give birth; to think; to yield.

பயந்தாள்: (பெ): தாய்; mother.

பயந்தோர்: (பெ): பெற்றோர்; parent.

பயந்தோன்: (பெ): தந்தை; father.

பயப்பாடு: (பெ): அச்சம்; fear.

பயப்பு: (பெ): பயன்; அருள்; பொன்னிறம்; benefit; grace; gold colour.

பயம்பு: (பெ): படுகுழி; வசம்பு; pit; sweet flag.

பயரை: (பெ): ஒரு மர வகை; a kind of tree.

பயல்: (பெ): குறிப்புச்சொல்; சிறுபிள்ளை; பாகம்; பங்கு; பள்ளம்; a suggestive word; a small boy; part; share; pit.

பயலி: (பெ): மூடன்; fool.

பயற்றம்மை: (பெ): சின்னம்மை நோய்; chicken pox.

பயனிலை: (பெ): ஒரு வாக்கியத்தின் எழுவாய் நிலையைத் தெரிவிப்பது (அ) எழுவாய்க்கான செயலினுடைய முடிவைத் தெரிவிப்பது; predicate.

பயிக்கம்: (பெ): பிச்சை; alms.

பயிட்டம்: (பெ): முத்து வகை; a kind of pearl.

பயிர் ஊக்கி: (பெ): பயிரின் சீரான வளர்ச்சிக்கு ஊக்கம் தரக்கூடிய இரசாயனப் பொருள்; plant harmone.

பயிர்சுழற்சி: (பெ): சில வகைப் பயிர்களைச் சுழற்சி முறையில் பயிரிடுதல்; crop rotation.

பயிலியம்: (பெ): குப்பைமேனிப் பூண்டு; a herb.

பயில்வு: (பெ): இருப்பு; பயிற்சி; செய்கை; existence; training; action.

பயிற்றுமொழி: (பெ): பாடம் கற்பிக்கப் பயன்படுத்தும் மொழி; the medium of instruction.

பயினி: (பெ): இணக்கம்; மர வகை; consent; a kind of tree.

பயோகடம்: (பெ): தீவு; island.

பயோதகம்: (பெ): மேகம்; கடல்; நீர்நிலை; cloud; sea; water source.

பயோதகி/பயோதி: (பெ): கடல்; sea.

பயோதம்: (பெ): மேகம்; cloud.

பயோதரம்: (பெ): மேகம்; கடல்; கரும்பு; பால்; பெண்ணின் மார்பகம்; cloud; sea; sugarcane; milk; woman's breast.

பர: (வி): ஓரிடத்தில் நிறைதல்; to spread out.

பரகரணம்: (பெ): இகழ்ச்சி; vilification.

பரகளத்திரம்: (பெ): அடுத்தவர் மனைவி; other man's wife.

பரகாயம்: (பெ): பரவெளி; the great cosmic space.

பரகாயப் பிரவேசம்: (பெ): கூடுவிட்டுக் கூடு பாய்தல்; transmigration.

பரகாலன்: (பெ): திருமங்கையாழ்வார்; Thirumangai Aazhwar, one of the famous devotees of Lord Vishnu.

பரகுடிலம்: (பெ): பிரணவம்; Om, the principal mantra of Hindus.

பரகேசரி: (பெ): எதிரிகளுக்குச் சிம்மம் போன்றவன்; one who is like a lion to his enemies.

பரக்குதல்: (வி): அலைந்து திரிதல்; to roam about.

பரங்கி: (பெ): இலவங்கம்; cloves.

பரசஞ்சகம்: (பெ): ஆன்மா; soul.

பரசு: (பெ): மூங்கில்; கோடரி; பிரார்த்தனை; புகழ்கை; bamboo; axe; praise; extol.

பரசுதல்: (வி): துதித்தல்; புகழ்தல்; to worship; to extol.

பரசுவம்: (பெ): பிறரின் பொருள்; other's thing.

பரஞானம்: (பெ): பதிஞானம்; knowledge of the supreme being.

பரஞ்சம்: (பெ): செக்கு; நுரை; oil press; foam.

பரடன்: (பெ): கூலிக்காரன்; day labourer.

பரடு: (பெ): கரண்டை; ankle.

பரட்டையம்: (பெ): ஒட்டுச்சல்லடம்; close fitting drawers.

பரணம்: (பெ): பட்டுச்சீலை; சம்பளம்; கவசம்; பரணி; silk saree; salary; shield; armour; oven.

பரணியம்: (பெ): கூலி; சம்பளம்; wage; salary.

பரதன்மம்: (பெ): பரோபகாரம்; the willingness to help others.

பரதாரம்: *(பெ):* அடுத்தவரின் மனைவி; another's wife.

பரதை: *(பெ):* நேர்மையானவன்; ஏழ்மையில் உழல்பவன்; a simple minded artless person; poverty-stricken person.

பரத்தல்: *(வி):* பரவுதல்; தட்டையாதல்; திகைத்தல்; to spread; to be flattened; bewildered.

பரத்துவம்: *(பெ):* வித்தியாசம்; யுத்தம்; கடவுள் தன்மை; difference; war; Godliness.

பரநாதம்: *(பெ):* ஒரு மருந்து வகை; a kind of medicine.

பரந்த காட்சி: *(பெ):* வருங்கால வாய்ப்பு; prospect.

பரந்தவர்: *(பெ):* பிச்சையெடுப்பவர்; mendicants.

பரபட்சம்: *(பெ):* பகைமை; enmity.

பரபதம்: *(பெ):* முத்தி நிலை; final bliss.

பரபத்தியம்: *(பெ):* சமன் செய்கை; பணம் கொடுக்கல் வாங்கல்; act of equalizing; money transaction.

பரபத்தியம் வாங்கல்: *(வி):* கடன் வாங்குதல்; to borrow money.

பரபரீணம்: *(பெ):* உரிமை; பாரம்பரியம்; rights; hereditary.

பரபாகம்: *(பெ):* அதிர்ஷ்டம்; மேன்மை; அடுத்தவர் சமைத்த உணவு; luck; glory; the food cooked by some other person.

பரபிருத்தம்: *(பெ):* காக்கை; crow.

பரபிருதம்: *(பெ):* காக்கை; குயில்; crow; cuckoo bird.

பரபுட்ட மகோற்சவம்: *(பெ):* மாமரம்; mango tree.

பரபுட்டம்: *(பெ):* குயில்; cuckoo bird.

பரபூமி: *(பெ):* அயல்நாடு; foreign country.

பரபோகம்: *(பெ):* பேரின்பம்; the final bliss.

பரமகருத்தன்: *(பெ):* இறைவன்; the God.

பரமம்: *(பெ):* தெய்வத்தன்மை; divinity.

பரமாங்கணை: *(பெ):* சௌந்தரி; a lovely woman.

பரமாத்துவன்: *(பெ):* கடவுள்; சந்நியாசி; God; one who has renounced worldly attachment.

பரமார்த்தம்: *(பெ):* மெய்ம்மை; truth.

பரர்: *(பெ):* பகைவர்; அந்நியர்; enemies; others.

பரலோக கமனம்: *(பெ):* மரணம்; death.

பரலோக சாதனம்: *(பெ):* மோட்சத்திற்கான சாதிப்பு; that which leads to heaven.

பரலோக ப்ராப்தி: *(பெ):* மரணம்; death.

பரல்: *(பெ):* சரளைக்கல்; கூழாங்கல்; விதை; gravel stone; pebble stone; seed.

பரவணி: *(பெ):* பரம்பரை; heredity.

பரவர்: *(பெ):* ஒரு ஜாதி; a caste.

பரவல்: *(வி):* பரவுதல்; புகழ்தல்; சொல்லுதல்; வணங்குதல்; to spread; to praise; to tell; to pay respect.

பரவெளி: *(பெ):* பராகாயம்; மாயா சூன்யம்; the God; the great cosmic space.

பரவை: *(பெ):* பெருந்திடல்; கூத்து; விரிவடைந்த பகுதி; கடல்; பரந்தவெளி; பரப்பு; wide ground; dance; extension; sea; extent.

பரன்: *(பெ):* கடவுள்; God.

பராகண்டம்: *(பெ):* அசட்டை; பராமுகம்; inattention; disregard.

பராகண்டிதம்: *(பெ):* கவனமின்மை; inattention.

பராகம்: *(பெ):* மகரந்தம்; தூள்; கீர்த்தி; அடுத்த நாள்; சந்தனம்; பூந்தாது; ஒரு மலை; கிரகணம்; pollen; powder; fame; the next day; sandal wood; farina of flowers; a mountain; eclipse.

பராங்கவம்: *(பெ):* சமுத்திரம்; ocean.

பராசயம்: *(பெ):* தோல்வி; failure.

பராசனம்: *(பெ):* கொலை; murder.

பராசனன்: *(பெ):* கொலைகாரன்; murderer.

பராசிதம்: *(பெ):* கைவாள்; சிவபெருமான்; a sword which is small in size; Lord Shiva.

பராசுதை: *(பெ):* துக்கம்; மரணம்; distress; death.

பராஞ்சம்: *(பெ):* செக்கு; oil press.

பராதீனம்: *(பெ):* கீழ்ப்படுகை; சார்ந்திருக்கை; subjection; dependance.

பராந்திரம்: *(பெ):* பிற வழி; other source.

பராபரம்: *(பெ):* நன்மை; தீமை; கடவுள்; நடுத்தரம்; good; evil; God; medium.

பராபரிப்பு: *(பெ):* ஆதரவு; support.

பராபவம்: *(பெ):* தோல்வி; அபசாரம்; defeat; irreverence.

பராபூதன்: *(பெ):* தோல்வியடைந்தவன்; the defeated person.

பராயணம்: *(பெ):* இராசி மண்டலம்; விருப்பு; பற்று; the Zodiac; desire; affection.

பராருகம்: *(பெ):* கல்; stone.

பராரை: *(பெ):* பருத்த அடிமரம்; உள்ளோசை; பருத்த இடை; large trunk of a tree; low note as of a flute; large hip.

பராவணம்: *(பெ):* துதிக்கப்படும் பொருள்; the object of worship.

பராவரம்: *(பெ):* கடல்; sea.

பராவர்த்திகம்: *(பெ):* அபிநய வகை; a kind of dance gesture.

பரிகதம்: *(பெ):* அறிவு; தடை; விசாரணை; ஆதாயம்; மறதி; knowledge; obstacle; enquiry; gain; forgetfulness.

பரிகம்பம்: *(பெ):* பயங்கரம்; terror.

பரிகரணம்: *(பெ):* விடுதல்; to quit.

பரிகரம்: *(பெ):* சேனை; பரிவாரம்; உபகரணம்; army; retinue; means.

பரிகரிப்பு: *(வி):* குணமாக்கல்; விலக்குதல்; to cure; to repel.

பரிகலச்சட்டம்: *(பெ):* உச்சிட்டம்; a thing treated as impure.

பரிகலம்: *(பெ):* சேனை; உணவு உட்கொள்ளும் கலம்; பரிவாரம்; army; plate or vessel used by a holy person; attendants.

பரிகலிதம்: *(வி):* பாய்தல்; உருகுதல்; to flow; to melt.

பரிகாசம்: *(பெ):* கேலி; கேலிப்பேச்சு; வேடிக்கைப் பேச்சு; உண்ணும் பொருள்; jest; raillery; joke; provisions.

பரிகாதநம்: *(பெ):* கதாயுதம்; a heavy mace without spikes used as a weapon in olden days.

பரிகாதம்: *(பெ):* கொலை; ஆயுதம்; murder; weapon.

பரிகிருசம்: *(பெ):* மெலிவு; weakness.

பரிகீர்த்தனம்: *(பெ):* சொல்லுகை; புகழ்கை; act of saying; praising.

பரிகை: *(பெ):* அன்பு; அகழி; உருக்கம்; love; trench; tenderness.

பரிக்காரம்: *(பெ):* துலக்கம்; அலங்காரம்; ஒப்பனை; splendour; decoration; make-up.

பரிக்காரர்: *(பெ):* குதிரைக்காரர்; horseman.

பரிக்கிரகம்: *(பெ):* இணக்கம்; அழிவு; மனைவி; சூளுரை; நிலைபேறு; பிற்படை; மூலம்; ஊர்ச்சபை; fitness; ruin; wife; oath; establishment; rear of an army; origin; village assembly.

பரிக்கிரயம்: *(பெ):* விற்பனை; சூழல்; மீட்பு; sales; surroundings; salvation.

பரிக்கிரியை: *(பெ):* பலிபீடம்; வேலியடைத்தல்; altar; fencing.

பரிக்கோல்: *(பெ):* அங்குலம்; குத்துக்கோல்; elephant's goad.

பரிசகம்: *(பெ):* சித்திரச்சாலை; artist's studio.

பரிசட்டம்: *(பெ):* ஆடை; garment.

பரிசணித்தல்: *(வி):* மெதுவாகப் பேசுதல்; to speak in a low voice.

பரிசயம்: *(பெ):* பழக்கம்; habit.

பரிசரண்: *(பெ):* தோழன்; படைத் தலைவன்; காவற்காரன்; companion; chief of an army; guard.

பரிசரம்: *(பெ):* அகலம்; முறை; மரணம்; width; manner; death.

பரிசருப்பம்: *(பெ):* சூழ்தல்; act of surrounding.

பரிசனவேதி: *(பெ):* இரசவாதக் குளிகை; philosopher's stone.

பரிசனன்: *(பெ):* காற்று; air.

பரிசனை: *(பெ):* பழக்கம்; habit.

பரிசன்னியம்: *(பெ):* மேகம்; cloud.

பரிசாதனம்: *(பெ):* தீர்மானம்; ஒரு செயலைச் செய்து முடித்தல்; determination; completion of an action.

பரிசாத்து: *(பெ):* குதிரைப்படை; troop of horses.

பரிசித்தல்: *(வி):* தொடுதல்; உணவு, பானம் போன்றவற்றை உட்கொள்ளுதல்; பழகுதல்; பற்றுதல்; நுகர்தல்; to touch; to take food, drinks etc.; to experience; to catch; to enjoy.

பரிசிரமம்: *(பெ):* வருத்தம்; பிரயாசம்; distress; endeavour.

பரிசிரயம்: *(பெ):* கூட்டம்; crowd.

பரிசிலாளர்: *(பெ):* பிச்சைக்காரர்; beggars.

பரிசேரபை: *(பெ):* அலங்காரம்; decoration.

பரிசை: *(பெ):* கேடயம்; விருது; சிற்றோடம்; shield; award; coracle.

பரிச்சதம்: *(பெ):* போர்வை; மூடி; blanket; lid.

பரிச்சிதம்/பரிச்சியம்: *(பெ):* பழக்கம்; குதிரை நோய்; habit; a disease of horses.

பரிச்செண்டு: *(பெ):* விளையாடும் பொருள்; a thing used in game.

பரிச்சேதம்: *(பெ):* துண்டிப்பு; முழுமை; சிறுபகுதி; நூற் கூறுபாடு; பகுத்தறிகை; dissection; fullness; small part; chapter of a book; determination.

பரிஞ்சு: *(பெ):* வாளின் பிடி; handle of sword.

பரிஞ்ஞானம்: *(பெ):* அறிவு; knowledge.

பரிட்கிருத பூமி: *(பெ):* பலிபீடம்; altar.

பரிணதம்: *(பெ):* கனிவு; வளைவு; sympathy; curve.

பரிணதன்: *(பெ):* கற்றோன்; learned person.

பரிணதை: *(பெ):* மனைவி; wife.

பரிணயம்: *(பெ):* முதிர்வு; திருமணம்; ripened condition; marriage.

பரிணாக்கன்: *(பெ):* கணவன்; husband.

பரிணாகம்: *(பெ):* வட்டத்தின் சுற்றளவு; அகலம்; circumference; breadth.

பரிணாமசூலம்: *(பெ):* ஒருவகை நோய்; a kind of disease.

பரிணேத்திரு: *(பெ):* கணவன்; husband.

பரிதகனம்: *(பெ):* பொசுங்குதல்; scorching.

பரிதபித்தல்: *(வி):* துக்கம் கொள்ளுதல்; இரங்குதல்; வருந்துதல்; to distress; to feel pity; to regret.

பரிதாகம்: *(பெ):* வெம்மை; heat.

பரிதானக்காரன்: *(பெ):* லஞ்சப்பேர்வழி; one who takes bribe.

பரிதானம்: *(பெ):* பண்டமாற்று; ஆடை; கைக்கூலி; barter; garment; bribe.

பரிதிவிட்டரம்: *(பெ):* அகழி; trench.

பரிது: *(பெ):* பெரியது; that which is large.

பரிதுட்டம்: *(பெ):* சந்தோஷம்; happiness.

பரிதேவனம்: *(பெ):* புலம்பல்; அச்சம்; plaint; fear.

பரிதேவிதம்: *(பெ):* புலம்பல்; plaint.

பரித்தல்: *(வி):* சூழ்தல்; பொறுக்குதல்; சுமத்தல்; ஓடுதல்; ஆளுதல்; தரித்தல்; பாதுகாத்தல்; to surround; to pick; to bear; to run; to govern; to wear; to protect.

பரித்தியாகம்: *(பெ):* முற்றும்; நட்டம்; விடுதல்; end; loss; let.

பரித்தியாச்சியம்: *(பெ):* சன்னியாசம்; renunciation.

பரித்திராசம்: *(பெ):* பெரும் பயம்; terror.

பரித்திராணம்: *(பெ):* பாதுகாப்பு; தற்காப்பு; protection; self-protection.

பரிநாமம்: *(பெ):* செல்வம்; கீர்த்தி; wealth; fame.

பரிநியாசம்: *(பெ):* முடிவு செய்தல்; act of finalising; determining.

பரிநிர்வாணம்: *(பெ):* வீடுபேறு; final bliss.

பரிந்து பேசு: *(பெ):* சிபாரிசு செய்திடு; வக்காலத்து வாங்கு; உணர்ச்சிப்பெருக்குடன் பேசிடு; to recommend; to plead; to speak with feeling.

பரிபணம்: *(பெ):* முலதனம்; கைப்பணம்; capital; cash in hand.

பரிபதி: *(பெ):* பகைவன்; enemy.

பரிபரி: *(பெ):* யானையை அடக்கும் பரியாய மொழிச்சொல்; the word or slang used to control elephant.

பரிப்பிரமம்: *(பெ):* தவறு; சுழலல்; திரிதல்; fault; rotation; wandering.

பரிப்பு: *(பெ):* வருத்தம்; துன்பம்; sorrow; distress; grief.

பரிபந்தகன்: *(பெ):* எதிரி; பகைவன்; enemy; antagonist.

பரிபந்தி: *(பெ):* எதிரி; கள்வன்; antagonist; thief.

பரிபவம்: *(பெ):* இழிவு; அவமானம்; எளிமை; தோல்வி; வியாகுலம்; disgrace; dishonour; simplicity; defeat; sorrow.

பரிபாகம்: *(பெ):* பக்குவம்; பலம்; சமர்த்து; முதிர்வு; உணவு சமைத்தல் வகை; ripeness; strength; skill; ripened condition; a type of cooking.

பரிபாடல்: *(பெ):* பாவகை; a kind of poem.

பரிபாடி: *(பெ):* ஒழுங்கு; order.

பரிபாலகன்: *(பெ):* காப்போன்; one who guards something or someone, protector.

பரிபாலனம்: *(பெ):* ஆளுகை; காவல்; அருளுதல்; சமாளித்தல்; தற்காத்தல்; governing; protection; grant; putting up with; self-protection.

பரிபாலித்தல்: *(வி):* காத்தல்; பேணுதல்; to protect; to maintain.

பரிபாவம்: *(பெ):* நிந்தை; abuse.

பரிபிட்டகம்: *(பெ):* ஈயம்; lead.

பரிபுதம்: *(பெ):* வெறுப்பு; அவமானம்; repulsion; disgrace.

பரிபுரம்: *(பெ):* காற்சிலம்பு; anklet.

பரிபூதம்: *(பெ):* அவமானம்; தெரிவு; பழையது; disgrace; selection; that which is old.

பரிபூர்த்தி: *(பெ):* நிறைவு; மிகுதி; completion; abundance.

பரிப்பு: *(பெ):* வருத்தம்; துன்பம்; distress; sorrow; grief.

பரிமகம்: *(பெ):* அசுவமேதம்; horse-sacrifice.

பரிமந்தம்: *(பெ):* அற்புதம்; மந்தம்; miracle; dullness.

பரிமாற்றமான: *(பெ.அ):* எதிரீடான; reciprocal.

பரிமித்தல்: *(வி):* அலங்கரித்தல்; to decorate.

பரிமுகமாக்கள்: *(பெ):* கின்னரர்; a class of demigods.

பரிமோகனம்: *(பெ):* மயக்கம்; fascination.

பரியகம்: *(பெ):* பாதக்கிண்கிணி; anklet-ring.

பரியங்கம்: *(பெ):* கட்டில்; துயில் கொள்ளும் இடம்; cot; bedroom.

பரியது: *(பெ):* பெரிய உடம்புடையது; that which has a large body.

பரியம்: *(பெ):* பரிசம்; the money given to bride at the time of marriage.

பரியயம்: *(பெ):* அசட்டை; ஒழுங்கின்மை; எதிரிடை; படுக்கை; carelessness; irregularity; opposition; bed.

பரியயனம்: *(பெ):* சேணம்; saddle.

பரியரை: *(பெ):* மரத்தின் பருத்த அடிப்பகுதி; the bulky bottom of a tree.

பரியல்: *(வி):* இரங்குதல்; to sympathize.

பரியவசானம்: *(பெ):* முடிவு; end.

பரியவத்தை: *(பெ):* எதிரிடை; opposition.

பரியழல்: *(பெ):* வடவைத் தீ; cosmic fire.

பரியன்: *(பெ):* பெரியோன்; உயரமானவன்; great person; tall man.

பரியன்னியம்: *(பெ):* முகில்; முழக்கம்; cloud; roar.

பரியாகாரம்: *(பெ):* காகம்; சுமை; தானியக் குவியல்; நுகம்; crow; load; heap of grains; yoke.

பரியாசகர்: *(பெ):* வேடிக்கைக்காரன்; droll person.

பரியாத்தம்: *(பெ):* திருத்தியமைத்திடுகை; கூட்டுத் தன்மை; சம்மதம்; act of remodelling; unity; acceptance.

பரியாத்தி: *(பெ):* சம்பாதித்தல்; பகுத்தறிதல்; காத்தல்; சம்மதித்தல்; விலக்குகை; தகுதி; earning; discrimination; protection; acceptance; act of rejecting; fitness.

பரியாயம்: *(பெ):* சமயம்; ஒழுங்கு; முகவுரை; மாதிரி; சுபாவம்; பிரதிபதம்; time; regularity; preface; example; personality traits; synonym.

பரியாலோசனம்: *(பெ):* ஆலோசித்தல்; சுற்றிப் பார்த்தல்; consultation; act of looking around.

பரியாளம்: *(பெ):* சூழ்வோர்; those who surround something or someone.

பரியானம்: *(பெ):* சேணம்; பரிவாரம்; saddle; retinue.

பரியுதஞ்சனம்: *(பெ):* கடன்; loan.

பரியுதாசனம்: *(பெ):* வணக்கம்; homage.

பரிரட்சணம்: *(பெ):* காத்தல்; protection.

பரிரபமாணம்: *(பெ):* ஆலிங்கனம்; act of embracing.

பரிவசதம்: *(பெ):* கிராமம்; village.

பரிவதனம்: *(பெ):* அழுகை; நிந்தனை; crying; abuse.

பரிவயத்தம்: *(பெ):* விரோதித்தல்; act of opposing.

பரிவயம்: *(பெ):* இளமை; நெடுநாட்களுக்குக் கூடியிருத்தல்; அரிசி; youth; being gathered for a long period; rice.

பரிவருக்கம்: *(பெ):* பாக்கியம்; பரிவாரம்; good fortune; retinue; attendants.

பரிவருத்தல்: *(பெ):* உலக முடிவு; சுற்றுகை; பொருள் ஒன்றைத் தந்து வேறொரு பொருளினைப் பெறுதல்; ஆமை; end of the world; rotation; barter; tortoise.

பரிவர்: *(பெ):* அன்புடையவர்; kind person.

பரிவற்சரம்: *(பெ):* ஆண்டு; year.

பரிவற்சனம்: *(பெ):* கொலை; விடுகை; murder; quitting.

பரிவாகம்: *(பெ):* மதகு; sluice.

பரிவாகிதம்: *(பெ):* வெறுமை; inanity.

பரிவாசம்: *(பெ):* தங்குகை; staying (in a place).

பரிவாதம்: *(பெ):* பழிச்சொல்; குற்றச்சாட்டு; defamation; allegation.

பரிவாபனம்: *(பெ):* முடிகளைதல்; hair dressing.

பரிவாராலயம்: *(பெ):* சுற்றுக்கோவில்; a temple which has surrounding arcade.

பரிவிரட்டம்: *(பெ):* தவறு; mistake; fault.

பரிவிராசகன்: *(பெ):* துறவி; ascetic.

பரிவிருகிதம்: *(பெ):* அதிகப்படுகை; being excessive.

பரிவேட்டி: *(பெ):* வலம் வருகை; act of going around (a temple, etc. in clockwise direction).

பரிவேட்பு: *(பெ):* பறவை வட்டமிடுகை; hovering (over) of a bird.

பரிவேதனம்: *(பெ):* உபத்திரவம்; ஆராய்வு; விவாகம்; சம்பாத்தியம்; affliction; scrutiny; marriage; earnings.

பரிற்பவம்: *(பெ):* முழ்குதல்; அசைவு; கொடுங் கோன்மை; sinking; shake; tyranny.

பரீசாரம்: *(பெ):* சுற்றுதல்; rotation.

பரீணம்: *(பெ):* ஒடித்தல்; break.

பரீதாவி: *(பெ):* ஓராண்டு; a year.

பரீபாவம்: *(பெ):* நிந்தை; reproach.

பரீமலம்: *(பெ):* நறுமணம்; fragrance.

பரீமாணம்: *(பெ):* ஊடுருவுகை; act of penetrating.

பரீரம்: *(பெ):* பழம்; fruit.

பரீவாகம்: *(பெ):* பிரவாகம்; inundation.

பரீவாதம்: *(பெ):* கடிந்து கொள்கை; reproach.

பரீவாரம்: *(பெ):* வாளுறை; பரிவாரம்; metal or leather cover of a sword; retinue.

பரு: *(பெ):* கடல்; பருமை; கணு; வேர்க்குரு; மலை; துறக்கம்; sea; bulkiness; joint of a bamboo, cane, sugarcane, etc.; boil; pimple; mountain; paradise.

பருங்கி: *(பெ):* வண்டு; bee.

பருங்குதல்: *(வி):* கொல்லுதல்; பறித்தல்; to kill; to pluck.

பருங்கை: *(பெ):* செல்வந்தர்; கொடையாளர்; rich man; munificent person.

பருணயணம்: *(பெ):* திருமணம்; விவாகம்; marriage.

பருணன்: *(பெ):* ஆள்பவன்; நிர்வாகி; ruler; administrator.

பருணிதன்: *(பெ):* புலவன்; அறிஞர்; a poet; learned person.

பருத்தாரம்: *(பெ):* குதிரை; horse.

பருந்தலை: *(பெ):* மேன்மையாளன்; முக்கியமானவன்; noble person; very important person.

பருந்தாட்டம்: *(பெ):* பெருந்துன்பம்; extreme torment.

பருப்பம்: *(பெ):* பருமை; பருக்கை; மலை; அளவு; bulkiness; a small pebble; mountain; measure.

பருமம்: *(பெ):* மேகலை; சேணம்; கவசம்; பருமை; the woman's girdle; saddle; shield; bulkiness.

பருமை செய்: *(வி):* செப்பனிடு; to repair.

பருவ முறை: *(பெ):* உயர்கல்வி நிறுவனங்களில் ஆறுமாத காலத்திற்கான ஒரு பாடத்திட்டமும், தேர்வு முறையும் கொண்டிருக்கும் கல்வி முறை; the semester system.

பருவரல்: *(பெ):* துன்பம்; பொழுது; affliction; grief; distress; period; time.

பருவுதல்: *(வி):* சேர்த்தல்; அரித்தல்; to gather; to sift.

பருஷோத்தி: *(பெ):* கடுஞ்சொல்; harsh words.

பரேண்: *(பெ):* வன்மை; strength.

பரேதம்: *(பெ):* பிசாசு; the ghost.

பரேதராசன்: *(பெ):* எமன்; Yama, the God of Death.

பரேபம்: *(பெ):* நீர்நிலை; water source; tank, lake etc.

பரேர்: *(பெ):* அழகு; beauty.

பரோட்சம்: *(பெ):* கடந்த காலம்; இறையறிவு; the past period; spiritual knowledge.

பரோட்சன்: *(பெ):* தவசி; துறவி; ascetic.

பரோதிதம்: *(பெ):* அச்சுறுத்தல்; rebuke.

பரோபகாரி: *(பெ):* அடுத்தவருக்கு மனமுவந்து உதவி செய்பவர்; philanthropist.

பரோபசாபம்: *(பெ):* வாக்குவாதம்; quarrel in words.

பர்க்கம்: *(பெ):* ஒளி; வீரியம்; lustre; strength.

பர்ணாசம்: *(பெ):* இலையுணவு; கீரை; மேகம்; leaf food; greens; cloud.

பர்ணீ: *(பெ):* முருக்க மரம்; Bengal kino tree.

பர்மம்: *(பெ):* பொன்; கொப்பூழ்; gold; navel.

பர்யுகஞ்சனம்: *(பெ):* கடன்; loan.

பர்வதாக்கிரம்: *(பெ):* மலையுச்சி; the peak of the mountain.

பலகம்: *(பெ):* கேடயம்; நாற்காலி; அடுக்கு; பின்சந்து; shield; chair; layer; back lane.

பலகறை: *(பெ):* சோழி; சிப்பி; a kind of shell; cowry.

பலகோசம்: *(பெ):* தென்னை மரம்; coconut tree.

பலங்கரம்: *(பெ):* பித்தம்; bile.

பலசம்: *(பெ):* நகர வாயில்; பழம்; வயல்; போர்; the main entrance of a town; fruit; paddy field; battle; war.

பலசிரட்டம்: *(பெ):* மாமரம்; mango tree.

பலட்சயம்: *(பெ):* பலவீனம்; weakness.

பலட்சாரம்: *(பெ):* இரத்தம்; blood.

பலண்டு: *(பெ):* வெங்காயம்; onion.

பலம்: *(பெ):* மரம்; tree.

பலபட்டறை: *(பெ):* பண்டகசாலை; warehouse.

பல பூமி: *(பெ):* நரகம்; சொர்க்கம்; hell; heaven.

பலபூரசம்: *(பெ):* மாதுளை; pomegranate.

பலமுலாசனர்: *(பெ):* துறவிகள்; தவசிகள்; ascetics.

பலமுறை: *(பெ):* அனேக முறை; பல தடவை; many times.

பலம்: *(பெ):* ஆதாயம்; இலை; கிழங்கு; காய்; கேடயம்; பழம்; கொழு; படை; வட்டப்பரப்பு; மாமிசம்; ஆயுதத்தின் நுனி; benefit; leaf; tuber; unripe fruit; shield; fruit; ploughshare; army; area of a circle; meat; tip of a weapon.

பலம்பழம்: *(பெ):* சேங்கொட்டை; marking nut.

பலர்பால்: *(பெ):* உயர்திணையில் பலரைக் குறித்திடும் சொல்; the term for human plural.

பலலப் பிரியம்: *(பெ):* காக்கை; crow.

பலலம்: *(பெ):* பிண்ணாக்கு; சேறு; மாமிசம்; oil cake; mud; meat.

பலலாசயம்: *(பெ):* கழுத்து; neck.

பலவம்: *(பெ):* குழி; காய்; பழம்; pit; unripened fruit; fruit.

பலவழித் தோன்றல்: *(பெ):* மருமகன்; son-in-law.

பலவறுதி: *(பெ):* பலவீனம்; weakness.

பலவிருட்சம்: *(பெ):* பலா மரம்; jack fruit tree.

பலவின்பால்: *(பெ):* அஃறிணையில் பலவற்றைக் குறிக்கும் சொல்; the term for neuter plural.

பலவுறுதல்: *(வி):* பெரும் விலை பெறுதல்; to fetch a high price.

பலாகம்: *(பெ):* கொக்கு; crane.

பலாக்கன்: *(பெ):* கண்பார்வை குறையுள்ளவன்; short-sighted person.

பலாக்கினி: *(பெ):* பித்தம்; bile.

பலாங்கம்: *(பெ):* மீன் வகை; a kind of fish.

பலாசம்: *(பெ):* பச்சை நிறம்; இலை; பயிர்; பலா மரம்; green colour; leaf; crop; jack fruit tree.

பலாசனம்/பலாதனம்: *(பெ):* கிளி; parrot.

பலாசாக்கியம்: *(பெ):* பெருங்காயம்; asafoetida.

பலாசு: *(பெ):* முருக்க மரம்; Bengal kino tree.

பலாண்டு: *(பெ):* ஈர வெங்காயம்; wet onion.

பலாந்தம்: *(பெ):* பூண்டு வகை; மூங்கில்; a kind of shrub; bamboo.

பலாபம்: *(பெ):* யானையின் மத்தகம்; the forehead of an elephant.

பலாபேசை: *(பெ):* பயன்; விருப்பம்; benefit; desire.

பலாயனம்: *(பெ):* புறங்காட்டுகை; நிலைகுலைவு; போதல்; act of showing one's back in defeat; being ruined in circumstances; to go.

பலார்த்தம்: *(பெ):* அரைப்பலம்; seventeen and half grams.

பலாதோகதம்: *(பெ):* மாமரம்; mango tree.

பலாலம்: *(பெ):* வைக்கோல்; straw.

பலிகம்: *(பெ):* பளிங்கு; வாயில்; சுவர்; பிச்சைப் பாத்திரம்; marble; gate; wall; beggar's bowl.

பலிகை: *(பெ):* பிண்ணாக்கு; oil-cake.

பலிசை: *(பெ):* ஊதியம்; இலாபம்; வட்டி; salary; remuneration; profit; interest.

பலிதம்: *(பெ):* பயன்; நரைமயிர்; கனியுள்ள மரம்; சேறு; பழம்; ஆதாயம்; வெம்மை; benefit; grey hair; the tree which has fruits; mud; fruit; gain; severity.

பலிதேர்தல்: *(வி):* பிச்சையெடுத்தல்; to beg.

பலிதை: *(பெ):* கிழவி; aged woman.

பலித்தம்: *(பெ):* இலாபம்; ஊதியம்; பயன்; கனிகளுள்ள மரம்; profit; salary; remuneration; benefit; the tree which has fruits.

பலித்தல்: *(வி):* கொடுத்தல்; செழித்தல்; மிகுதல்; நேர்தல்; to give; to thrive; be excessive; to occur.

பலிபுட்டம்: *(பெ):* காக்கை; crow.

பலிப்பு: *(பெ):* வெற்றி; பயன்; வினைப்பயன்; victory; benefit; result of an action.

பலி மந்திரம்: *(பெ):* பாதாளம்; the lowest subterranean region.

பலிமுகம்: *(பெ):* குரங்கு; monkey.

பலியம்: *(பெ):* பூ; தளிர்; flower; tender leaf.

பலியாம்: *(பெ):* சேணம்; saddle.

பலினி: *(பெ):* மிளகு; ஞாழல் மரம்; எலி வகை; மல்லிகை; pepper; species of fragrant tree; a kind of rat; jasmine.

பலீ: *(பெ):* எருது; ஒட்டகம்; பன்றி; கடா; கோழை; ox; camel; pig; male animal; coward.

பலுகம்: *(பெ):* குரங்கு; monkey.

பலுக்குதல்: *(வி):* தெளிவாக உச்சரித்தல்; தற்புகழ்ச்சியாகப் பேசுதல்; to pronounce clearly; to brag.

பலுட்டல்: *(வி):* முடித்தல்; to complete.

பலேந்திரன்: *(பெ):* வலிமையானவன்; strong man.

பலோதகம்: *(பெ):* பழச்சாறு; fruit juice.

பலோதயம்: *(பெ):* ஆதாயம்; பலம்; சந்தோஷம்; மோட்சம்; benefit; strength; happiness; final bliss.

பலோத்தமை: *(பெ):* திராட்சை; grapes.

பலோற்பதி: *(பெ):* மாமரம்; mango tree.

பல்கணி: *(பெ):* சாளரம்; window.

பல்கலப்பான: *(பெ.அ):* கூட்டுத் தொகுதியான; complex.

பல்காலும்: *(பெ.அ):* தொடர்ச்சியாக; பலமுறைகளாக; frequently; many times.

பல்தெய்வக்குழு: *(பெ):* ஓரினத்து மக்களின் கடவுள்கள்; pantheon.

பல்பொருள் கூட்டு: *(பெ):* பலவகைப் பொருட்களின் கலவை; mixture.

பல்லகம்: *(பெ):* கரடி; bear.

பல்லதி: *(பெ):* ஒரு பண்; a melody.

பல்லயம்: *(பெ):* கை வாள்; sword.

பல்லவத் தரு: *(பெ):* அசோக மரம்; Asoka tree.

பல்லவம்: *(பெ):* தளிர்; அம்பு; ஒரு நாடு; a shoot from a seed or another plant; arrow; a country.

பல்லாதகி: *(பெ):* சேங்கொட்டை மரம்; marking nut tree.

பல்லாதரன்: *(பெ):* மகன்; the son.

பல்லார்: *(பெ):* பலர்; many persons.

பல்லிக்கை: *(பெ):* பல்லி; சேங்கொட்டை; house lizard; marking nut.

பல்லியம்: *(பெ):* பல்வகை இசைக்கருவிகள்; மருதநிலம்; many kinds of musical instruments; agricultural tract.

பல்லினர்: *(பெ):* சதுரக்கள்ளி; a variety of spurges.

பல்லுகம்: *(பெ):* மரவகை; கரடி; a kind of tree; bear.

பல்லுங்கம்: *(பெ):* மூங்கில்; bamboo.

பல்லூகம்: *(பெ):* கரடி; குரங்கு; bear; monkey.

பல்வலம்: *(பெ):* வாவி; சிறுகுளம்; tank; pond.

பல்வலாவாசம்: *(பெ):* ஆமை; tortoise.

பவசாகரம்: *(பெ):* பிறவிக் கடல்; ocean of birth.

பவணை: *(பெ):* கழுகு; eagle.

பவண்: *(பெ):* கொடி; creeper.

பவத்தல்: *(வி):* தோன்றுதல்; to appear.

பவநாசினி: *(பெ):* சரயு நதி; the river Sarayu.

பவந்தம்: *(பெ):* பாசாங்கு; சூது; pretention; gambling.

பவந்தருதல்: *(வி):* தோன்றுதல்; to appear.

பவந்தி: *(பெ):* கற்புடைய பெண்; woman of chastity.

பவபந்தம்: *(பெ):* பிறவிக்கட்டு; the bondage of birth.

பவமானம்: *(பெ):* தீ; வாயு; fire; air.

பவர்: *(பெ):* நெருக்கம்; கொடி; வியாபகம்; மூடுகை; closeness; creeper; pervasiveness; act of closing.

பவர்க்கம்: *(பெ):* நரகம்; hell.

பவழந்திரி: *(பெ):* பவழ மாலை வகை; a kind of coral necklace.

பவளக்குறிஞ்சி: *(பெ):* மருதோன்றி; henna.

பவள நீர்: *(பெ):* குருதி; இரத்தம்; செந்நீர்; blood.

பவளகுமாரன்: *(பெ):* அக்னி; fire.

பவனசம்: *(பெ):* பாம்பு வகை; a kind of snake.

பவாகை: *(பெ):* சுழற்காற்று; whirlwind.

பவாநிருகு: *(பெ):* இமயமலை; Himalayan mountain.

பவாயனை: *(பெ):* கங்கையாறு; the river Ganges.

பவானி: *(பெ):* உமையவள்; காவிரியின் துணையாறு; Goddess Parvathi; River Bhavani, a tributary of River Cauvery.

பவி: *(பெ):* நீர்; இடியேறு; water; thunderbolt.

பவிகம்: *(பெ):* சிலாக்கியம்; மங்களம்; that which is excellent; auspiciousness.

பவிசி: *(பெ):* வாழ்வு; மானம்; life; honour.

பவிசியம்: *(பெ):* எதிர்காலம்; ஒரு புராணம்; செல்வம்; future; an epic; wealth.

பவிடியம்: *(பெ):* எதிர்காலம்; பதினெட்டு புராணங்களுள் ஒன்று; future; one of the eighteen puranas.

பவித்தல்: *(வி):* உண்டாதல்; to come into existence.

பவித்திரிதம்: *(பெ):* சுத்தம்; purity; cleanliness.

பவித்திரீகணம்: *(பெ):* நெய்; ghee.

பவுஞ்சு: *(பெ):* படை; ஒழுங்கு; army; order.

பவுண்டரிகம்: *(பெ):* ஒரு யாகம்; a kind of yaga.

பவுதம்: *(பெ):* மிளகு; சுத்தம்; pepper; cleanliness.

பவுரி: *(பெ):* கூத்து வகை; மண்டலமிடுகை; a kind of dance; act of moving in a circle.

பவுரிசம்: *(பெ):* வேஷம்; deceptive appearance.

பவுருசம்: *(பெ):* ஆண்மை; manliness.

பவுழியன்: *(பெ):* பூழி நாட்டை ஆண்ட சேரன்; a Chera king who ruled over Poozhi kingdom.

பவ்வம்: *(பெ):* மரக்கணு; முழுநிலவு; ஆழ்கடல்; நுரை; நீர்க்குமிழ்; உப்பு; knot in a tree; full moon; deep sea; foam; water bubble; salt.

பழகல்: *(வி):* பழகுதல்; to practise.

பழங்கண்: *(பெ):* வருத்தம்; துன்பம்; மெலிவு; ஒலி; distress; sorrow; leanness; sound.

பழப்பரசம்: *(பெ):* கருஞ்சீரகம்; black cumin.

பழவடியார்: *(பெ):* வழிவழியாக வந்த அடிமைகள்; hereditary slaves.

பழனம்: *(பெ):* வயல்; பொய்கை; மருதநிலம்; paddy field; pond; agricultural tract.

பழனவெதிர்: *(பெ):* கரும்பு; sugarcane.

பழிச்சுதல்: *(வி):* அறிவித்தல்; துதித்தல்; பாராட்டுதல்; கூறுதல்; உயர்வாக மதித்தல்; to announce; to praise; to extol; to tell; to eulogise.

பழிப்பாக்கு: *(வி):* குற்றம் சுமத்திடு; to pollute one's character; to accuse.

பழிப்பான: *(பெ.அ):* வெறுத்திடத்தக்க; விவேகமற்ற; பாழாக்கும்விதமான; contemptuous; imprudent; abusive.

பழு: *(பெ):* பொன்னிறம்; விலா எலும்பு; பேய்; ஏணிப்படி; golden colour; rib; devil; rung of ladder.

பழுக்கா: *(பெ):* பொன்னிறம்; golden colour.

பழுக்காய்: *(பெ):* ஒரு நிறம்; பாக்கு; தேங்காய்; a colour; areca-nut; coconut.

பழுதுதல்: *(வி):* முற்றுதல்; to mature.

பழுப்பு: *(பெ):* பொன்னிறம்; சீழ்; ஏணிப்படி; அரிதாரம்; golden colour; pus; ladder rung; yellow orpiment.

பழுப்புப் பொன்: *(பெ):* செம்பொன்; pure gold.

பழுமணி: *(பெ):* மாணிக்கம்; சிவப்புக் கல்; ruby.

பழுமரம்: *(பெ):* ஆலமரம்; banyan tree.

பழுவம்: *(பெ):* கூட்டம்; காடு; crowd; forest.

பழுவறை: *(பெ):* விலா எலும்பு; rib.

பளகம்: *(பெ):* மலை; பவளம்; mountain; coral.

பளகர்: *(பெ):* மூடர்; குற்றவாளிகள்; idiots; criminals.

பளகு: *(பெ):* மடமை; குற்றம்; stupidity; guilt.

பளக்கு: *(பெ):* கொப்புளம்; boil.

பளிக்கறை: *(பெ):* சலவைக் கற்களால் கட்டப்பெற்ற விசாலமான மண்டபம்; a hall which is constructed with marble stones.

பளிக்காய்: *(பெ):* வாசனைப் பாக்கு; scented areca nut.

பளிக்கு: *(பெ):* படிகம்; கண்ணாடி; crystal; glass.

பளிதம்: *(பெ):* பச்சைக் கற்பூரம்; ஒரு பேரெண்; பச்சடி; medicated camphor; a large number; a vegetable salad.

பளை: *(பெ):* வளை; bangles.

பள்: *(பெ):* ஒரு காவிய வகை; a folk dramatic poem.

பள்குதல்: *(வி):* பதுங்குதல்; to crouch.

பள்ளாடு: *(பெ):* குள்ளமான ஆடு; goat which is very short.

பள்ளிப்படை: *(பெ):* அரசர் போன்றோரின் ஈமக்கடன்; burial rites of kings.

பள்ளியோடம்: *(பெ):* படகு வகை; a kind of boat.

பள்ளு: *(பெ):* பள்; folk dramatic poem.

பள்ளுவில்: *(பெ):* ஒரு சாதி; a caste.

பள்ளையம்: *(பெ):* உண்கலம்; தாம்பாளம்; eating plate; salver.

பறங்கி: *(பெ):* மேகநோய்; ஐரோப்பியன்; syphilis disease; European.

பறங்கிப் பட்டை: *(பெ):* ஒரு கொடி வகை; a kind of creeper.

பறண்டை: *(பெ):* வாத்திய வகை; a kind of musical instrument.

பறதி: *(பெ):* பதற்றம்; அவசரம்; பறத்தல்; hurry; urgency; act of flying.

பறதிக்காரன்: *(பெ):* அவசரக்காரன்; a man in haste.

பறந்தடித்தல்: *(வி):* அவசரப்படுதல்; be in hurry.

பறந்தலை: *(பெ):* சுடுகாடு; பாழிடம்; போர்க்களம்; படைவீடு; cremation ground; arid tract; battlefield; encampment.

பறப்பர்: *(பெ):* தோல்பொருள் செய்வோர்; cobblers who make leather products like sandals, shoes, bags, etc.

பறப்பு: *(பெ):* விரைவு; மறதி; swiftness; forgetfulness.

பறப்பை: *(பெ):* நெய் விடு பாத்திரம்; vessel for pouring ghee.

பறம்பர்: *(பெ):* தோல்பொருட்களைச் செய்பவர்கள்; those who make leather products like sandals, shoes, bags, etc.

பறம்பி: *(பெ):* மோசம் செய்பவள்; fraudulent woman.

பறம்பு: *(பெ):* பெண்ணின் மார்பகம்; மலை; பாரியின் நாடு; woman's breast; mountain; the region of king Pari.

பறம்புதல்: *(வி):* அடித்தல்; to beat.

பறல்: *(பெ):* பறவை; bird.

பறவாதி: *(பெ):* பேராசைக்காரன்; greedy man.

பறழி: *(பெ):* சிலவகை விலங்குகளின் குட்டி; young one of certain animals.

பறளை: *(பெ):* குறடு; forceps.

பறிகாரன்: *(பெ):* வலைஞன்; பறிப்பவன்; fisherman; one who plucks something.

பறிதல்: *(வி):* அறுதல்; ஊடுருவுதல்; ஓடிப்போதல்; தப்புதல்; கட்டவிழ்தல்; be cut off; to penetrate; to run away; to escape; be loosened.

பறிமணல்: *(பெ):* பொன்மணல்; golden sand.

பறிமுறை: *(பெ):* பல் விழுந்து முளைப்பது; cutting of the second teeth.

பறிய: *(பெ.அ):* தூரமான; distant.

பறிய விடுதல்: *(வி):* நெகிழ விடுதல்; தப்ப விடுதல்; to let loose; to give way to escape.

பறிவு: *(பெ):* கழிவு; பறிப்பு; residue; plucking.

பறிவை: *(பெ):* செடி வகை; a kind of plant.

பறுகு: *(பெ):* குள்ளம்; dwarfness.

பறுணி: *(பெ):* பெருங்குமிழ்; கொடி வகை; கொள்ளு; big bubble; a kind of creeper; gram used as fodder for horse.

பறைக்காலி: *(பெ):* ஒருவிதப் புடவை; a kind of saree.

பறைக்குடும்பு: *(பெ):* வரிக்கூத்து வகை; a kind of folk dance.

பறைச்சல்: *(பெ):* பேச்சு; speech.

பறைதல்: *(வி):* சொல்லுதல்; குறைதல்; தேய்தல்; அழிதல்; to tell; decrease; to grow thin; be ruined.

பறைபருந்து: *(பெ):* கரிய பருந்து; black kite.

பறையலகு: *(பெ):* பலகறை; cowry.

பறையாமை: *(பெ):* காரியம் நடவாமை; the thing which is not happening.

பறைவு: *(பெ):* பேச்சு; speech.

பறைவெட்டு: *(பெ):* பறை தட்டுகை; beating the drum.

பற்கம்: *(பெ):* பிரபை; lustre.

பற்சர்: *(பெ):* பகைவர்; enemies.

பற்சனம்: *(பெ):* நிந்தை; reproach.

பற்பதம்: *(பெ):* மலை; mountain.

பற்றம்: *(பெ):* கற்றை; அடர்த்தியாக வளர்ந்திருக்கும் தலைமுடி; கனம்; வீக்கம்; கூட்டம்; collection; mass of hair; weight; inflammation; crowd.

பற்றலர்: *(பெ):* பகைவர்; enemies.

பற்றாணை: *(பெ):* அதிகாரப் பத்திரம்; warrant.

பற்றாயம்: *(பெ):* விலங்குகளை அடைத்து வைத்திடப் பயன்படும் கூண்டு; பெரிய பெட்டி; cage for keeping animals; a large box.

பற்றாயார்: *(பெ):* முனிவர்; sage.

பற்றார்: *(பெ):* பகைவர்; enemies.

பற்றுப் பார்த்தல்: *(வி):* உரைத்துப் பார்த்தல்; to test by rubbing.

பற்று முறி: *(பெ):* ரசீது; receipt.

பற்றை: *(பெ):* கீழ்மகன்; புதர்; mean person; bush.

பனங்கூடல்: *(பெ):* பனை மரக் காடு; the palmyra grove.

பனசம்: *(பெ):* பலா மரம்; jack fruit tree.

பனசை: *(பெ):* ஒரு பாம்பு வகை; அம்மை நோய் வகை; ஓர் ஊர்; a kind of snake; a kind of pox; a town in Tamil Nadu.

பனஞ்செறும்பு: *(பெ):* பனை மரத்தின் உட்பகுதியில் இருக்கும் தடித்த நார் போன்றவை; fibres in palmyra wood.

பனஞ்சோறு: *(பெ):* பனைமர உச்சியில் உள்ள குருத்தின் அடிப்புறமாக இருக்கும் மென்மையான மரச்சோறு; the pith of palmyra wood.

பனம்பிடுக்கு: *(பெ):* பனம் பூ; the flower of palmyra tree.

பனம்புடையல்: *(பெ):* பனம் பூ மாலை; garland of palmyra flower.

பனம் பூ: *(பெ):* ஆண் பனைப் பாளை; spathe of male palmyra tree.

பனர்: *(பெ):* கிளை; branch.

பனாட்டு: *(பெ):* பனம் பாகு; palm jelly.

பனாத்து: *(பெ):* துணி வகை; a kind of cloth.

பனார்: *(பெ):* தும்பு; the fibre of palmyra.

பனிக்கஞ்சி: *(பெ):* தாமரை; lotus.

பனிக்காடு: *(பெ):* மேகமூட்டம்; overspreading of clouds.

பனித்து: *(பெ):* கற்பூரம்; camphor.

பனிப்போர்: *(பெ):* நேரடியான மோதலாக இல்லாமல் இருந்திடும் உட்பகை; cold war.

பனிமலை: *(பெ):* இமயமலை; Himalayas.

பனிற்றுதல்: *(வி):* தூவுதல்; to sprinkle.

பனுக்குதல்: *(வி):* துளிர்த்தல்; to sprout.

பனுவல்: *(பெ):* பருத்தியில் நூற்கும் நூல்; கட்டுரை; செய்யுள்; நூல்; cotton thread; treatise; stanza; text.

பனுவுதல்: *(வி):* சொல்லுதல்; to say.

பன்: *(பெ):* ஒரு புல்; பன்மை; பருத்தி; a kind of grass; plural; cotton.

பன்பாய்: *(பெ):* புற்பாய்; the mat made of grass.

பன்மணி மாலை: *(பெ):* ஒரு பிரபந்த வகை; a kind of prabandha.

பன்மம்: *(பெ):* தாமரை; திருநீறு; பொடி; துகள்; lotus; sacred ash; powder; minute particle.

பன்மை: *(பெ):* ஒருபடி ஒவ்வாமை; தொகுதி; வரி வகை; inconsistency; plurality; a kind of tax.

பன்னகம்: *(பெ):* பாம்பு; இலை; snake; leaf.

பன்னம்: *(பெ):* இலை; வெற்றிலை; leaf; betel leaf.

பன்னல்: *(பெ):* நூல் நூற்கப் பயன்படும் பருத்தி; பேச்சாற்றல்; நெருக்கம்; ஆராய்கை; cotton for spinning; utterance; closeness; examination.

பன்னவல்லி: *(பெ):* வெற்றிலைக் கொடி; betel leaf creeper.

பன்னாசம்: *(பெ):* துளசி; sacred basil plant.

பன்னாலம்: *(பெ):* தெப்பம்; raft.

பன்னி: *(பெ):* சணற் பயிர்; hemp.

பன்னு: *(வி):* வரிப்பணம்; tax money.

பன்னுதல்: *(வி):* ஆராய்தல்; செய்தல்; பேசுதல்; பாடுதல்; பஞ்சு ஆய்தல்; to examine; to do; to speak; to sing; to card cotton.

பா

பா: *(பெ):* பாட்டு; பரப்பு; கைம்மரம்; பாவு; தூய்மை; காப்பு; கடிகார ஊசி; அழகு; பாம்பு; பஞ்சு நூல்; பூனைக்காலிக் கொடி; song; expanse; rafter; warp; purity; safety; needle of the clock; beauty; snake; cotton thread; a kind of herb.

பாகசாலை/பாகதானம்: *(பெ):* மடைப்பள்ளி; temple kitchen.

பாகடை: *(பெ):* வெற்றிலை, பாக்கு; betel leaf and areca-nut.

பாகதம்: *(பெ):* பிராகிருதம்; Prakrit, a language.

பாகதாரி: *(பெ):* சமையற்காரன்; cook.

பாகபடி: *(பெ):* குயவன் சூளை; the furnace for baking earthenwares made by the potter.

பாகப்படுதல்: *(வி):* சமைக்கப்படுதல்; பதப்படுதல்; be cooked; be seasoned.

பாகப்பத்திரம்: *(பெ):* சமையற் பாத்திரம்; cooking vessel.

பாகலம்: *(பெ):* யானை நோய்; a disease of elephants.

பாகலன்: *(பெ):* உன்மத்தன்; மயக்கமுடையவன்; mad man; intoxicated person.

பாகாரம்: *(பெ):* வகுத்தல்; dividing.

பாகி: *(பெ):* நாய்; பெண் சாரதி; தகுதியானவன்; dog; woman driver of a chariot; qualified person.

பாகிடுதல்: *(வி):* பங்கிடுதல்; பிச்சையிடுதல்; to share; to give alms.

பாகியம்: *(பெ):* புறம்பானது; that which is extraneous.

பாகினேயன்: *(பெ):* உடன்பிறந்தாளின் மகன்; sister's son.

பாகீடுதல்: *(வி):* பங்கிடுதல்; to share.

பாகீரதி: *(பெ):* கங்கையாறு; the River Ganges.

பாகுடம்: *(பெ):* கையுறை; gloves.

பாகுடி: *(பெ):* வெகு தொலைவு; a very long distance.

பாகுவலயம்: *(பெ):* தோள் ஆபரண வகை; a kind of shoulder ornament.

பாகுவன்: (பெ): சமையற்காரன்; cook.

பாகுளி: (பெ): புரட்டாசி மாதத்துப் பௌர்ணமி; the Full Moon day of the Tamil month Purattasi.

பாகை: (பெ): ஊர்; பகுதி; வட்டத்தில் **1/360** பங்கு; ஒரு கால அளவு; தலைப்பாகை; town; portion; 1/360 of a circle; a time measure; turban.

பாக்கம்: (பெ): நெய்தல் நிலத்தூர்; ஊர்; சிறு மூட்டை; town on a maritime tract; town; a small bundle. • *செம்பரம்பாக்கம் - சென்னை அருகிலுள்ள ஓர் ஊர்*

பாக்கன்: (பெ): பூனை; காட்டுப்பூனை; cat; wild cat.

பாக்கி: (பெ): நிலுவை; மிச்சம்; arrears; balance; rest; remainder.

பாக்கிலை: (பெ): வெற்றிலை, பாக்கு; betel leaf and areca-nut.

பாக்கு-வெற்றிலைப் பை: (பெ): அடைப்பை; betel pouch.

பாக்கு வைத்தல்: (பெ): தாம்பூலம் வைத்தல்; to give betel leaves with areca-nuts to the relatives as a token of inviting them for a family function.

பாக்கை: (பெ): ஓர் ஊர்; a town.

பாங்கர்: (பெ): இடம்; பக்கம்; தோழர்; கணவர்; உகா மரம்; place; side; companion; husband; tooth brush tree (a kind of tree).

பாங்கன்: (பெ): தோழன்; நண்பன்; கணவன்; companion; friend; husband.

பாங்கி: (பெ): தோழி; lady-maid; female companion.

பாங்கினம்: (பெ): ஆயம்; toll; customs; revenue.

பாங்கு: (பெ): அழகு; பக்கம்; இடம்; ஒப்பு; நன்மை; தகுதி; உடல் நலம்; இயல்பு; ஒழுக்கம்; தோழமை; இணக்கம்; வழி; நாணயம்; தொழுமிடம்; beauty; side; place; location; likeness; goodness; suitability; health; nature; morality; companionship; harmony; way; honesty; place of worship.

பாங்குபண்ணல்: (வி): சிறப்பித்தல்; to celebrate.

பாங்குமம்: (பெ): கருஞ்சீரகம்; black-cumin.

பாங்கோர்: (பெ): நண்பர்கள்; friends.

பாசகத்திரி: (பெ): சமையற்காரி; a female cook.

பாசகம்: (பெ): சூதாடு கருவி; வகுக்கும் எண்; a gambling disc; dividing number.

பாசகரன்: (பெ): எமன்; விநாயகர்; Yama, the God of Death; Lord Vinayaka.

பாசகன்/பாசீகன்: (பெ): சமையற்காரன்; cook.

பாசடம்: (பெ): வெற்றிலை; betel leaf.

பாசடை: (பெ): பசுமையான இலை; green leaf.

பாசண்டசாத்தன்: (பெ): ஐயனார்; Ayyanar, a village male deity.

பாசண்டம்: (பெ): வழக்கில் உள்ள நம்பிக்கைக்கு வேறான கொள்கை; orthodox opinion.

பாசண்டன்: (பெ): வழக்கில் உள்ள நம்பிக்கைக்கு வேறான கொள்கையை உடையவன்; the holder of heretical opinion.

பாசமாலை: (பெ): கழுத்தில் அணிந்திடும் நகை வகை; a kind of necklace.

பாசருகம்: (பெ): அகில்; eagle wood.

பாசலம்: (பெ): காற்று; தீ; air; fire.

பாசவர்: (பெ): வெற்றிலை விற்பவர்; இறைச்சி விற்பவர்; betel leaf seller; meat seller.

பாசவல்: (பெ): விளைநிலம்; cultivable land.

பாசறவு: (பெ): துயரம்; பற்றகை; grief; free from bondage and attachments.

பாசறை: (பெ): படைகள் தங்குமிடம்; மர வகை; துன்பம்; army camp; a kind of tree; sorrow.

பாசாண பேதி: (பெ): நெருஞ்சி முள்; cow's thorn.

பாசிசம்: (பெ): எல்லாவிதமான முக்கியத் தொழில்களையும் தனது முழுக் கட்டுப்பாட்டிற்குள் வைத்துக்கொண்டும், அரசியல் தொடர்பான எதிர்ப்புகள் ஏதும் எழாதவாறு அடக்குமுறையைப் பிரயோகித்தும் நடத்தப்படும் ஆட்சி; fascism.

பாசிதம்: (பெ): ஈவு; வகுத்து வந்த எண்; quotient; that which is divided.

பாசிப்படை: (பெ): வலிமையான படை; கைவிட்டுவிட்ட நம்பிக்கை; strongest army; the faith which was dropped.

பாசிப்பருவம்: (பெ): மீசை முளைக்கும் பருவம்; the stage of the appearance of moustache.

பாசிலை: (பெ): பச்சிலை; வெற்றிலை; green leaf; betel leaf.

பாசிவிலை: (பெ): மீன் விலை; price of a fish.

பாசிழை: (பெ): நன்கு அலங்காரம் செய்யப்பட்ட பெண்; well-adorned woman.

பாசினம்: (பெ): கிளிகள்; parrots.

பாசு: (பெ): பசுமை; மூங்கில்; தைரியம்; இணைப்பு; இணை; அன்பு; greenness; bamboo; bravery; attachment; tie; love.

பாசுபதம்: (பெ): சிவனது அம்பு; நூற்றெட்டு உபநிடதங்களுள் ஒன்று; Lord Shiva's arrow; one of the 108 Upanishads.

பாசுரம்: (பெ): திருப்பாட்டு; திருமுகம்; மொழி; வாய்ப்பாடு; புல்லாங்குழல் இசை; hymn; letter from great persons; language; formula; the music of flute.

பாசை: *(பெ):* மொழி; பாசி; ஆணை; சமைத்தல்; language; algae; order; cooking.

பாச்சிகை: *(பெ):* சூதாடு கருவி; dice.

பாச்சியம்: *(பெ):* பகுதி; வகுக்கப்படும் எண்; part; portion; the number which is to be divided.

பாஞ்சலம்: *(பெ):* காற்று; நெருப்பு; இலாபப் பொருள்; air; wind; fire; profitable thing.

பாஞ்சாலம்: *(பெ):* இலக்கணம்; ஐந்து ஆறுகள் பாயும் நாடு; grammar; a region in which five rivers are flowing.

பாஞ்சாலிகை: *(பெ):* சித்திரப்பாவை; portrait.

பாடச்சுரன்: *(பெ):* கள்வன்; thief.

பாடணம்: *(பெ):* பேச்சு; போதனை; speech; preachings.

பாடபேதம்: *(பெ):* ஒரு நூலின் எழுத்து, சொல், தொடர் போன்றவை அதன் பல படிகளில் வெவ்வேறாகக் காணப்படும் நிலை; variant readings of a text.

பாடம்[2]: *(பெ):* தெரு; இடையர் வீதி; உடன்பாடு; மிகுதி; வெற்றிலை; சொல்; street; shepherds' lane; agreement; abundance; betel leaf; word.

பாடலங்கிரி: *(பெ):* புறா; dove.

பாடலி: *(பெ):* ஒரு வகை நெல்; கள்; பாதிரி மரம்; ஒரு நகரம்; a kind of paddy; toddy; a kind of tree; a town.

பாடலோபம்: *(பெ):* மாணிக்கம்; a kind of ruby.

பாடல்: *(பெ):* பாட்டு; புகழ்; song; poem; fame; *(வி):* பாடுதல்; வாசித்தல்; to sing; to read.

பாடவம்: *(பெ):* வடவைத் தீ; வல்லமை; களிப்பு; மகளிர் காலணி; cosmic fire; power; rejoicing; women's sandal.

பாடவிதானம்: *(பெ):* பாடத்திட்டம்; curriculam.

பாடவியம்: *(பெ):* வாத்திய வகை; a kind of musical instrument.

பாடனம்: *(பெ):* பேசுகை; போதிக்கை; பாடுகை; act of speaking; act of preaching; act of singing.

பாடன் மகள்: *(பெ):* விறலி; woman of the 'pan' caste (bards).

பாடாந்தரம்: *(பெ):* அந்நிய மொழி; foreign language.

பாடி காவல்: *(பெ):* பாதுகாவல்; ஊர்க்காவல்; வரிவகை; safety; village protection; a kind of tax.

பாடிக்கதை: *(பெ):* வீண் பேச்சு; vain talk.

பாடி சொல்லுதல்: *(வி):* இரகசியங்களை வெளிப்படையாகக் கூறுதல்; to expose the secrets.

பாடிதம்: *(பெ):* உச்சரிக்கப்படுவது; that which is pronounced.

பாடியம்: *(பெ):* சூத்திர விளக்க உரை; an elaborate commentary on sutras.

பாடிலம்: *(பெ):* நாடு; country.

பாடி வீடு: *(பெ):* பாசறை; the place where the army is camping.

பாடினி: *(பெ):* பாணர் சாதிப் பெண்; a woman belonging to bards community.

பாடீரம்: *(பெ):* சந்தனம்; முகில்; மூங்கிலரிசி; கிழங்கு வகை; வயல்; துத்தநாகம்; sandal wood; cloud; the seed of bamboo; a kind of tuber; paddy field; zinc.

பாடுபறப்பு: *(பெ):* ஒருவருடைய ஆர்வம்; one's anxiety.

பாடுவாசி: *(பெ):* சேதாரம்; wastage.

பாடுவிச்சி: *(பெ):* பாணர் குலப் பெண்; a woman of bards community.

பாடை கூறுதல்: *(வி):* உறுதிமொழி கூறுதல்; to make a promise.

பாட்டாள்: *(பெ):* உழைப்பாளி; சோம்பேறி; பாடுபவன்; industrious person; lazy man; singer.

பாட்டுடைத் தலைவன்: *(பெ):* கவியுடைத் தலைவன்; காப்பியத் தலைவன்; the hero of a poem or an epic.

பாட்டை: *(பெ):* வழி; பாணி; சாலை; ஒழுக்கம்; way; style; road; morality.

பாட்பம்: *(பெ):* கண்ணீர்; வெம்மை; tears; heat.

பாணத்தி: *(பெ):* பாணர் குலப் பெண்; a woman belonging to minstrel caste.

பாணம்: *(பெ):* அம்பு; வாணம்; பட்டாடை; arrow; a rocket (cracker); silk garment.

பாணன்: *(பெ):* யாழ் போன்ற இசைக் கருவிகளை வாசித்துப் பாடும் கலைஞன்; தையற்காரன்; சிவபக்தனாகிய ஓர் அசுரன்; bard; minstrel; tailor; an Asura, who was a devotee of Lord Shiva.

பாணா: *(பெ):* வயிறு பெருத்த பானை; மண்சட்டி; சிலம்பக் கழி; a large pot; earthen vessel; fencing pole.

பாணிகை: *(பெ):* அகப்பை; wooden ladle.

பாணிக்கிரகணம்: *(பெ):* திருமணம்; marriage.

பாணிசம்: *(பெ):* கைந்நகம்; தாமரை; nails of the hand; lotus.

பாணிசரியை: *(பெ):* கயிறு; coir; rope.

பாணிதம்: *(பெ):* கற்கண்டு; sugar-candy.

பாணித்தல்: *(வி):* பின்வாங்குதல், நிறைவேற்றுதல்; கொடுத்தல்; தாமதம் செய்தல்; to withdraw; to achieve; to give; to delay.

பாணி பாத்திரம்: *(பெ):* கமண்டலம்; a cruet like vessel containing holy water carried by ascetics and sages.

பாணிதலம்: *(பெ):* உள்ளங்கை; palm of the hand.

பாணி தூங்குதல்: *(வி):* தாளத்திற்குத் தக்கபடி நாட்டியமாடுதல்; to dance to a time measure.

பாணிப்பீடணம்: *(பெ):* திருமணம்; marriage.

பாணிப்பு: *(பெ):* சூழ்ச்சி; தாமதம்; மதிப்பு; plot; intrigue; delay; value.

பாணிப்பூ: *(பெ):* உலர்ந்த இலுப்பைப் பூ; dried flower of South Indian Mahua.

பாணிவரதன்: *(பெ):* வாணிகன்; merchant.

பாணு: *(பெ):* பாட்டு; song.

பாண்: *(பெ):* பாட்டு; பாணர்; தாழ்ச்சி; song; bards; meanness.

பாண்டரம்: *(பெ):* வெண்மை; whiteness.

பாண்டிகம்: *(பெ):* பறை வகை; a kind of drum.

பாண்டுகம்: *(பெ):* நோய் வகை; வெண்மை; a kind of disease; whiteness.

பாண்டு ராகம்: *(பெ):* வெண்மை; whiteness.

பாண்டுரை: *(பெ):* பாதிரி மரம்; trumpet flower tree.

பாண்டை: *(பெ):* துர்நாற்றம்; bad smell.

பாதங்கம்: *(பெ):* பொடி; powder.

பாதசன்: *(பெ):* வேளாளன்; விவசாயி; agriculturist; farmer.

பாத சத்துவரம்: *(பெ):* அரச மரம்; ஆலங்கட்டி; ஆடு; pipal tree; hailstone; goat.

பாத சாகை: *(பெ):* கால் விரல்; the finger of the foot.

பாத முத்தி: *(பெ):* பரகதி; the final bliss.

பாத மூலம்: *(பெ):* குதிகால்; முத்தித் திருவடி; heel; feet of a deity.

பாதரோகணம்: *(பெ):* அரச மரம்; pipal tree.

பாதவம்: *(பெ):* மரம்; தோப்பு; மலை; tree; plantation; mountain.

பாதனம்: *(பெ):* வணக்கம்; homage.

பாதாரம்: *(பெ):* கிரணம்; rays.

பாதாள மூலி: *(பெ):* நெருஞ்சில்; கரையான் வகை; கொடி வகை; cow's thorn; a kind of white ant; a kind of creeper.

பாதாளி: *(பெ):* தொல்லை கொடுப்பவள்; தெளிவாக்கிட இயலாதவை; troublesome woman; anything which is very difficult to unravel.

பாதானி: *(பெ):* வயதானது; that which is very old.

பாதிகம்: *(பெ):* சம்பளம்; salary.

பாதிடுதல்: *(வி):* நெருக்கல்; பாதுகாத்தல்; பங்கிடுதல்; to compress; to protect; to share.

பாதிமம்: *(பெ):* நாலில் ஒன்று; quarter.

பாதிரம்: *(பெ):* சந்தனம்; மலையாத்தி மரம்; sandal wood; a kind of tree.

பாதிரி: *(பெ):* மரவகை; மூங்கில்; கிறித்துவ குருமார்; a kind of tree; bamboo; Christian priest.

பாதிரியம்: *(பெ):* செவிடு; deaf.

பாதிலி: *(பெ):* வலை; (fishing) net.

பாதீடு: *(வி):* பங்கிடுதல்; செரித்தல்; காத்தல்; act of sharing; digestion; protection.

பாது: *(பெ):* கதிரவன்; காவல்; பங்கு; Sun; fortification; share.

பாதேயம்: *(பெ):* கட்டுச் சோறு; the food packed for journey.

பாதை: *(பெ):* மிதவை; வழி; துன்பம்; முறை; raft; way; distress; manner.

பாத்தம்: *(பெ):* மர வகை; செய்தி; a kind of tree; news.

பாத்தல்: *(வி):* பங்கிடுதல்; to share.

பாத்திபம்: *(பெ):* பூமி; பூண்டு வகை; earth; a kind of shrub.

பாத்திரடீரம்: *(பெ):* காகம்; நாரை; தீ; பாத்திரம்; crow; crane; fire; vessel.

பாத்திராதீரம்: *(பெ):* அக்னி; fire.

பாத்திரீரம்: *(பெ):* காணிக்கை; offerings.

பாத்திரை: *(பெ):* இரப்போர் கலம்; beggar's bowl.

பாத்தில்: *(பெ):* வீடு; house.

பாத்து: *(பெ):* பகுத்தல்; பங்கு; பாதி; நீக்கம்; கஞ்சி; சோறு; ஐம்புல இன்பம்; dividing; share; half; elimination; gruel; boiled rice; the pleasure of five senses.

பாத்துதல்: *(வி):* பகுத்தல்; to divide.

பாத்தூண்: *(பெ):* பிச்சை; alms.

பாநாள்: *(பெ):* பாதிநாள்; half a day.

பாந்தல்: *(பெ):* துன்பம்; பதுங்கல்; sorrow; act of hiding.

பாந்தள்: *(பெ):* பாம்பு; மலைப்பாம்பு; snake; python.

பாந்தன்: *(பெ):* பிரயாணி; traveller; passenger.

பாந்து: *(பெ):* பொந்து; எருதுகள்; hole; oxes.

பாந்துதல்: *(வி):* பதுங்குதல்; to skulk.

பாந்தை: *(பெ):* பொந்து; hole.

பாபகம்: *(பெ):* பாவம்; sin.

பாபக்கினம்: *(பெ):* எள்; sesame.

பாப சமனம்: *(பெ):* பாவப் பரிகாரம்; expiation of sin.

பாபத்தை: (பெ): வேட்டை; chase; hunt.
பாபநிரதி: (பெ): பொல்லாங்கு; offence.
பாப மூர்த்திகள்: (பெ): வேடர்கள்; hunters.
பாபு: (பெ): தலைவன்; master.
பாப்பம்: (பெ): சோறு; boiled rice.
பாமம்: (பெ): தினவு; கோபம்; நுரை; பிரபை; பரப்பு; itching sensation; anger; foam; lustre; area.
பாமன்: (பெ): மைத்துனன்; சூரியன்; brother-in-law; the Sun.
பாமாரி: (பெ): கந்தகம்; Sulphur.
பாமினி: (பெ): பெண்; woman.
பாமை: (பெ): சிரங்கு; அகங்காரி; சத்தியபாமா; eruption; unruly woman, Sathyabhama, the consort of Lord Krishna.
பாயக்கட்டு: (பெ): கிராம அதிகாரி; village officer.
பாயமுகம்: (பெ): வடவைத் தீ; cosmic fire.
பாயம்: (பெ): நீர்; புணர்ச்சி விருப்பம்; water; sexual desire.
பாயல்: (பெ): படுக்கை; உறக்கம்; பாதி; bed; sleep; half.
பாயிரம்: (பெ): முகவுரை; வரலாறு; பொருளடக்கம்; preface; history; contents.
பாயு: (பெ): மலவாய்; anus-hole.
பாய்: (பெ): கோரை போன்றவற்றால் முடைந்த விரிப்பு; பரப்பு; mat; area.
பாய்ச்சல்: (வி): தாவுதல்; எழுச்சி; நீரோட்டம்; பாசனம்; jumping; upheaval; flow of water; irrigation.
பாய்தல்: (வி): தாவுதல்; நீர் செல்லுதல்; பரவுதல்; விரைந்து ஓடுதல்; துள்ளுதல்; குதித்தல்; முனைத்தெழுதல்; to jump; the flow of water; to spread; to run fast; to leap; to spring.
பாய்மா: (பெ): புலி, குதிரை; tiger; horse.
பாய்மாலி: (பெ): வெள்ளத்தால் உண்டாகும் அழிவு; destruction caused by flood.
பாரகம்: (பெ): பூமி; தோணி; திரைச் சீலை; earth; boat; curtain.
பாரகன்: (பெ): தாங்குபவன்; சுமப்பவன்; கல்வி மிகக் கற்றவன்; one who supports; one who bears; learned person.
பாரகாவியம்: (பெ): பெருங்காப்பியம்; great epic.
பாரங்கதன்: (பெ): அளவற்ற கல்வியறிவு பெற்றவன்; great scholar.
பாரங்கம்: (பெ): இலவங்கப்பட்டை; cinnamon bark.
பாரங்கு: (பெ): சிறு தேக்கு; a herb.
பாரசிகை: (பெ): பருந்து; eagle.

பாரணம்: (பெ): உண்ணுதல்; மேகம்; மன நிறைவு; eating; cloud; satisfaction of mind.
பாரிடம்: (பெ): பூமி; பூதம்; earth; goblin; demon.
பாரிணாயம்: (பெ): சீதனம்; dowry.
பாரிதத்தியை: (பெ): நெற்றிச் சுட்டி; an ornament worn on the forehead by women.
பாரிதோஷம்: (பெ): உபகாரம்; help.
பாரிந்திரன்: (பெ): சிங்கம்; அரிமா; lion.
பாரிபட்டியம்: (பெ): ஒழுங்கு; order.
பாரிபத்திரம்: (பெ): வேம்பு; the neem tree.
பாரிபந்திரன்: (பெ): திருடன்; thief.
பாரிபர்ச்சுவிசன்: (பெ): உதவியாள்; helper.
பாரிபாவிகம்: (பெ): கை; hand.
பாரிபாவியம்: (பெ): பிணை; ஒரு குளிகை; being knit together; a tablet.
பாரிப்பு: (பெ): கனம்; பருமன்; பரப்பு; விருப்பம்; வீரச்செயல்; அதிகரிப்பு; load; thickness; area; desire; a brave deed; increase.
பாரியம்: (பெ): கடுக்காய்; gall-nut.
பாரியாடிகன்: (பெ): மனைவிக்கு அடங்கிய கணவன்; one who obeys the orders of his wife.
பாரியாத்திரம்: (பெ): ஒரு மலை; a mountain.
பாரிஷதன்: (பெ): காண்பவன்; காவற்காரன்; one who is seeing; watchman; guard.
பாரீந்திகம்: (பெ): மலைப்பாம்பு; சிங்கம்; python; lion.
பாரு: (பெ): மருந்து; தீ; சூரியன்; medicine; fire; the Sun.
பாருசியம்: (பெ): நிந்தை; கடுஞ்சொல்; அகில்; செல்வம்; கொடுமை; abuse; harsh word; eagle wood; wealth; wickedness.
பாரை: (பெ): கடப்பாரை; மீன் வகை; இருப்புலக்கை; எறி படை வகை; crow bar; a kind of fish; a heavy iron pestle; a kind of weapon.
பாரோகம்: (பெ): வாள்; sword.
பாரோலை: (பெ): பழம் வைத்திடப் பயன்படும் பனையோலை; the palmyra leaf used for keeping fruits.
பார்கவம்: (பெ): பக்கம்; உதவி; வட்டம்; side; help; circle.
பார்த்தவம்: (பெ): மிகுதி; surplus.
பார்த்திவ சாலை: (பெ): அரச சபை; the royal court.
பார்த்திவம்: (பெ): பூமி; earth.
பார்ப்பு: (பெ): பறவைக் குஞ்சு; பார்த்தல்; மான் கன்று; the young bird; the act of seeing; young deer.

பார்மகன்சாரி: *(பெ):* பச்சைக் கற்பூரம்; the medicated camphor.

பார்மிசையோன்: *(பெ):* புத்தன்; man of knowledge.

பார்வைத் தாழ்ச்சி: *(பெ):* குருடு; blindness.

பாலகம்: *(பெ):* மோதிரம்; எள்; ring; sesame.

பாலங்கம்: *(பெ):* பறவை; குதிரை; bird; horse.

பாலசூவிகம்: *(பெ):* சாமரம்; bush tail of the lion used as a fly flapper for idols or as a royal insignia.

பாலடிசில்: *(பெ):* பாற்சோறு; the rice boiled in milk.

பாலமணி: *(பெ):* அக்குமணி; the necklace made of conch-shell or small white plastic balls.

பாலமை: *(பெ):* அறியாமை; ignorance.

பாலம்மை: *(பெ):* வைசூரி; smallpox.

பாலரசம்: *(பெ):* பொன்னிறம்; golden colour.

பாலா: *(பெ):* கையீட்டி; a kind of lance.

பாலாக்குதல்: *(வி):* பங்கிடுதல்; to share.

பாலாசம்: *(பெ):* பச்சை நிறம்; green colour.

பாலாசிரியன்: *(பெ):* குழந்தைகளுக்குக் கல்வி கற்பிப்பவர்; the teacher of children.

பாலிசம்: *(பெ):* அறியாமை; ignorance.

பாலிசன்: *(பெ):* மூடன்; fool; idiot; ignorant person.

பாலித்தல்: *(வி):* கொடுத்தல்; காத்தல்; பரிபாலித்தல்; விரித்தல்; அருளுதல்; to give; to protect; to maintain; to spread; to grant.

பாலியம்: *(பெ):* இளம்பருவம்; குழந்தைப் பருவம்; youth; childhood.

பாலிறுவி: *(பெ):* முருங்கை மரம்; horse-radish tree.

பாலுகம்: *(பெ):* கற்பூரம்; camphor.

பாலை: *(பெ):* ஐவகை நிலப்பாகுபாட்டில் ஒன்றான வறண்ட நிலப்பகுதி; ஒரு யாழ் வகை; பெண்; குழந்தை; பதினாறு வயதுக்கு உட்பட்ட பெண்; மீன் வகை; arid land and one of the five-fold divisions of land; a kind of lute; woman; child; the girl below sixteen years; a kind of fish.

பாலைக் கிழத்தி: *(பெ):* கொற்றவை; Durga; Goddess of Victory.

பால் நண்டு: *(பெ):* ஒரு வகை நண்டு; a kind of crab.

பால் மாறுதல்: *(வி):* பால் வற்றுதல்; சோம்பியிருத்தல்; பின்வாங்குதல்; to become dry of milk; to be lazy; to go back on one's word.

பால் வழு: *(பெ):* ஒருபாற் சொல் ஏனைய பாற்சொல்லுடன் முடிதலாகிய குற்றம்; incorrect use of one gender with another.

பாவகன்: *(பெ):* தூய்மையானவன்; அக்கினி; கற்றோன்; விஷம் நீக்கும் மருத்துவன்; pure and holy person; fire; learned person; physician who cures poisonous diseases and bites.

பாவசேடம்: *(பெ):* தீவினை; வினைப்பயன்; evil deed; result of karma.

பாவடி: *(பெ):* அங்கவடி; stirrup.

பாவட்சயம்: *(பெ):* பாவ விமோசனம்; expiation of sin.

பாவமூர்த்தி: *(பெ):* வேடுவன்; hunter.

பாவறை: *(பெ):* கூடாரம்; tent.

பாவன தீர்த்தம்: *(பெ):* புண்ணிய தீர்த்தம்; the sacred water.

பாவனத்துவனி: *(பெ):* சங்கு; conch shell.

பாவனம்: *(பெ):* துப்புரவு செய்கை; தூய்மை; purification; purity.

பாவனி: *(பெ):* துளசி; கங்கை; பசு; sacred basil; River Ganges; cow.

பாவாடைப்பூ: *(பெ):* இலுப்பைப்பூ; South Indian mahua flower.

பாவாதுகை: *(பெ):* சாயை; resemblance.

பாவார்த்தம்: *(பெ):* சொற்பொருள்; connotation.

பாவாற்றி: *(பெ):* நெய்வார்க் குச்சு; weaver's brush.

பாவிதம்: *(பெ):* கூட்டு; சம்மதம்; பேறு; பாவிப்பு; சங்கற்பம்; கலப்பு; compound; consent; good fortune; determination; mixture.

பாவித்தல்: *(வி):* வழங்குதல்; எண்ணுதல்; பாவனை செய்தல்; to distribute; to think; to pretend.

பாவிப்பு: *(பெ):* பாவனை; pretension.

பாவியம்: *(பெ):* காப்பியம்; தகுதி; great epic; fitness.

பாவு கல்: *(பெ):* தளம் பரப்பும் கல்; the stone used for paving.

பாழிமை: *(பெ):* வெறுமை; வலிமை; emptiness; strength.

பாளி: *(பெ):* அடையாளம்; துணி வகை; பாசறை; mark; a kind of cloth; camp in battle field.

பாளை தட்டுதல்: *(வி):* தென்னை, பனை போன்ற மரங்களில் கள் இறக்கவேண்டி அவற்றின் பாளையைச் சீவிடுதல்; to tape the spathe of a palmyra or coconut tree to make it to yield toddy.

பாளைப் பருவம்: *(பெ):* கருவில் இருக்கும் பருவம்; embryonic stage.

பாளையப்பட்டு: *(பெ):* பண்ணை; estate.

பாளையம்: *(பெ):* பாசறை; சிற்றூர்; படை; camp; cantonment; army.

பாளையம் போடுதல்: *(வி):* போரிடும் இராணுவத்தின் முகாமுக்காகக் கூடாரமடித்தல்; to pitch a war camp.

பாளையமிறங்குதல்: *(வி):* போர்க்களத்தில் போரிடும்போது வீரர்கள் தங்கிடக் கூடாரம் போட்டுத் தேவையான வசதிகளைச் செய்தல்; to encamp in a war expedition.

பாளையமெழும்புதல்: *(வி):* படையெழுச்சி; to start on an expedition.

பாளை வைத்தல்: *(வி):* கமுகு, தென்னை, பனை போன்ற மரங்களில் பாளை தோன்றுதல்; spathes to shoot forth in areca, coconut, palmyra trees.

பாறல்: *(பெ):* எருது; ரிஷப ராசி; ox; Taurus.

பாறு: *(பெ):* கேடு; பருந்து; கழுகு; மரக்கலம்; harm; kite; eagle; boat.

பாறுதல்: *(வி):* அழிதல்; சிதறுதல்; கிழிதல்; பொருதல்; கடத்தல்; ஓடுதல்; be ruined; to scatter; to be torn into pieces; to fight; to pass; to run.

பாறைபடுதல்: *(வி):* இறுகுதல்; to become hard.

பாறையுப்பு: *(பெ):* ஒரு வகை உப்பு; a kind of salt.

பாற்கதிர்: *(பெ):* நிலவொளி; சந்திரன்; moonlight; the moon.

பாற்கரன்: *(பெ):* சூரியன்; the Sun.

பாற்குனம்: *(பெ):* பங்குனி மாதம்; the Tamil month Panguni.

பாற்படுதல்: *(வி):* ஒழுங்குபடுதல்; be in order.

பாற்பட்டார்: *(பெ):* துறவியர்; ascetics.

பாற்றம்: *(பெ):* செய்தி; news.

பாற்று: *(பெ):* உரியது; that which belonged (to someone).

பாற்றுதல்: *(வி):* நீக்குதல்; அழித்தல்; கெடுதல்; to remove; to destroy; to ruin.

பானசம்: *(பெ):* கள்; ஒருவகை மதுபானம்; toddy; a kind of intoxicating drink.

பானசியர்: *(பெ):* சமையற்காரர்கள்; cooks.

பானபரம்: *(பெ):* குடித்தல்; drinking.

பானபாசனம்: *(பெ):* குடிக்கும் பாத்திரம்; the vessel used for drinking purpose.

பானபாத்திரம்: *(பெ):* கிண்ணம்; சிறு தோணி; cup; a small boat.

பானல்: *(பெ):* மருத நிலம்; வயல்; கடல்; கள்; குதிரை; வெற்றிலை; கருங்குவளை; agricultural tract; paddy field; sea; toddy; horse; betel leaf; blue nelumbo.

பானாள்: *(பெ):* பாதிநாள்; நண்பகல்; நள்ளிரவு; half a day; noon; midnight.

பானி: *(பெ):* படை; பருகுவோன்; army; the drinker.

பானித்தல்: *(வி):* குடித்தல்; to drink.

பானியம்: *(பெ):* நீர்; குடிப்பவை; water; those which are meant for drinking.

பானு: *(பெ):* அழகு; அரசன்; அழகி; ஒளி; கிரணம்; எஜமான்; சூரியன்; beauty; king; beautiful woman; lustre; rays; master; the Sun.

பானுபலை: *(பெ):* வாழை; plantain tree.

பான்மடை: *(பெ):* பாற்சோறு; rice boiled in milk.

பி

பி: *(பெ):* அழகு; beauty.

பிகசத்துரு/பிக விரோதி: *(பெ):* மேகம்; cloud.

பிகபந்து: *(பெ):* மாமரம்; mango tree.

பிகம்: *(பெ):* குயில்; cuckoo bird.

பிகவல்லபம்: *(பெ):* மாமரம்; mango tree.

பிகானந்தம்: *(பெ):* வசந்த காலம்; spring season.

பிகி: *(பெ):* பெண் குயில்; female cuckoo bird.

பிகுவு: *(பெ):* பலம்; செருக்கு; இறுக்கம்; strength; pride; tenaciousness.

பிக்கம்: *(பெ):* யானைக்கன்று; இருவேலி (வெட்டிவேர்); calf of elephant; cuscus grass.

பிக்காரி: *(பெ):* வறிஞன்; destitute person.

பிக்கு: *(பெ):* குழப்பம்; ஒவ்வாமை; பௌத்த துறவி; confusion; inconsistency; Buddhist monk.

பிக்குணி: *(பெ):* பிட்சுணி; female ascetic.

பிங்கத்திருட்டி: *(பெ):* சிங்கம்; Lion.

பிங்கம்: *(பெ):* பொன்னிறம்; golden colour.

பிங்கலாதனம்: *(பெ):* யோகாசன வகை; a kind of Yogasana.

பிங்களம்: *(பெ):* பொன்னிறம்; வஞ்சகம்; களிம்பு; வேறுபாடு; golden colour; deceit; ointment; difference.

பிங்களித்தல்: *(வி):* அருவருத்தல்; to nauseate.

பிங்களை: *(பெ):* வாழ்நாளில் மூன்று பகுதியுள் இரண்டாவது; the second part of the life time.

பிங்கி: *(பெ):* மர வகை; a kind of tree.

பிங்குசம்: *(பெ):* தலைக்கோலம்; woman's head ornament.

பிசகடி: *(பெ):* தடை; prohibition.

பிசக்குதல்: *(வி):* பிழிதல்; தடுத்தல்; விரல்களுக்கு இடையே வைத்து நசுக்கிடல்; to squeeze; to stop; to press in between the fingers.

பிசங்கதை: *(பெ):* வெண்மை; கருமை கலந்த பொன்னிறம்; whiteness; dark golden colour.

பிசங்கம்: *(பெ):* பொன்னிறம் கலந்த சிவப்பு; golden red colour.

பிசங்கல்: *(பெ):* அழுக்கான ஆடை; dirty cloth.

பிசண்டம்: *(பெ):* வயிறு; விலங்கினுடைய முதுகு; stomach; animal's back.

பிசம்: *(பெ):* இறகு; தாமரைத் தண்டு; feather; stem of lotus.

பிசல்: *(பெ):* தோள்; பிடரி; shoulder; nape.

பிசவ்வியம்: *(பெ):* பருத்தி; cotton.

பிசறுதல்: *(வி):* கலத்தல்; to mix with hands.

பிசாசகி: *(பெ):* குபேரன்; Kubera, the God of Wealth.

பிசானம்: *(பெ):* அறுவடைக் காலம்; ஒரு வகை நெல்; harvest season during the Tamil months of Thai and Maasi; a kind of paddy.

பிசான்: *(பெ):* பிசுபிசுப்பானது; அழுக்கு; that which is greasy; dirt.

பிசி: *(பெ):* பொய்; சோறு; அரும்பொருள்; lie; boiled rice; a rare or difficult meaning.

பிசிதம்: *(பெ):* ஊன்; உதாரணம்; நீர்; மலைவேம்பு; flesh; example; water; a kind of neem.

பிசிதூசி: *(பெ):* ஊன் உண்பவன்; the person who eats meat.

பிசினம்: *(பெ):* கோள் சொல்லுகை; இவறல்; back-biting; miserliness.

பிசினி: *(பெ):* கோள் சொல்பவன்; கருமி; உலோபம்; நெல் வகை; backbiter; miser; niggardliness; a kind of paddy.

பிசினித்தனம்: *(பெ):* கருமித்தனம்; miserliness.

பிசின்: *(பெ):* ஒட்டும் தன்மை கொண்ட மரப்பால்; சாம்பிராணி; பஞ்சு நூல்; ஒட்டுகை; gum; benzoin; cotton thread; sticking.

பிசு: *(பெ):* நோய் வகை; பருத்தி; a kind of disease; cotton.

பிசுகுதல்: *(வி):* பிசிறுதல்; தடுமாறுதல்; இவறல்; to drizzle; to toss; be miserly.

பிசுக்கர்: *(பெ):* புல்லர்; persons of low qualities.

பிசுக்கு: *(பெ):* கருமித்தனம்; எண்ணெய் படிவதால் உண்டாகும் பிசுபிசுப்பு; இழிவுத்தன்மை; miserliness; grease; niggardliness.

பிசுமந்தம்: *(பெ):* வேம்பு; neem tree.

பிசுனம்: *(பெ):* கோட்சொல்லுகை; உலோபம்; மஞ்சள்; குங்குமப்பூ; பருத்தி; காக்கை; backbiting; miserliness; turmeric; saffron flower; cotton; crow.

பிச்சடம்: *(பெ):* துத்தநாகம்; ஈயம்; zinc; lead.

பிச்சல்: *(வி):* பிய்த்தல்; to rip.

பிச்சாசரன்: *(பெ):* பிச்சைக்காரன்; beggar.

பிச்சிலம்: *(பெ):* குழம்பு; கஞ்சி; ஈரம்; thickened sauce; liquid food; gruel; wetness.

பிச்சு: *(பெ):* பைத்தியம்; பித்தநீர்; madness; bile.

பிச்சை முட்டி: *(பெ):* கைப்பிடி அரிசி; a handful of rice.

பிஞ்சகம்: *(பெ):* இறகு; கொலை; feather; murder.

பிஞ்சம்: *(பெ):* இறகு; மயில் தோகை; கொலை; வலிமை; சத்தி கொடி; feather; peacock feathers; murder; strength; a kind of herb.

பிஞ்சரம்: *(பெ):* பொன்; கருஞ்சிவப்பு; அரிதாரம்; gold; dark red; musk of deer.

பிஞ்சலம்: *(பெ):* தருப்பை; அரிதாரம்; kaus grass which is considered as sacred; musk of deer.

பிஞ்சுக்கட்டை: *(பெ):* தலையகன்ற தூண்; the pillar which has wide top.

பிஞ்சூலம்: *(பெ):* விளக்கின் திரி; the wick; a thin roll of cotton thread or cloth.

பிஞ்சூலை: *(பெ):* தர்ப்பைப் புற்கட்டு; the bundle of sacred kaus grass.

பிஞ்சை: *(பெ):* மஞ்சள்; இளங்காய்; பஞ்சு; பிள்ளை; turmeric; tender fruit; cotton; child.

பிஞ்ஞகம்: *(பெ):* மகளிர் தலைக்கோலம்; women's head ornament.

பிடகம்: *(பெ):* கூடை; பிச்சை; நூல்; கொப்புளம்; basket; alms; treatise; boil.

பிடகன்: *(பெ):* புத்தன்; மருத்துவன்; one who renounced the worldly pleasures; physician.

பிடகாரி: *(பெ):* விஷ வைத்தியன்; the physician for snake bite, etc.

பிடகை: *(பெ):* பூந்தட்டு; the plate for keeping the flowers.

பிடங்கு: *(பெ):* கத்தியின் முதுகு; ஆயுதங்களின் அடிப்பகுதி; back of a knife; bottom of the weapons.

பிடம்: *(பெ):* பெட்டி; மரக்கால்; புடம்; box; a corn measure; calcination in fire.

பிடலம்: *(பெ):* செடி வகை; முதுகு; a kind of plant; back, the region of the spine.

பிடல்: *(பெ):* கதவு; door.

பிடவம்: *(பெ):* மர வகை; மரக்கிளை; a kind of tree; branch of a tree.

பிடாகை: *(பெ):* உட்கிடையூர்; hamlet.

பிடாம்: *(பெ):* போர்வை; தளர்ந்த மேலங்கி; blanket; a loose outer garment.

பிடாரச் சொல்: (பெ): புதிய சொல்; மருத்துவச் சொல்; a new word; a medical term.

பிடாரிச்சி: (பெ): குறத்தி; a woman belonging to Kurava community.

பிடார்: (பெ): இறுமாப்பு; பெருமை; செருக்கு; arrogance; greatness; pride.

பிடிகம்: (பெ): பிள்ளைக் கைவளை; bangles of a child.

பிடிகயிறு: (பெ): மாடு கட்டும் கயிறு; rope used to tie the cattle.

பிடிகாரன்: (பெ): வேட்டைக்காரன்; மீனவன்; hunter; fisherman.

பிடிகை: (பெ): ஓர் இருக்கை கொண்ட வண்டி; a single-seater conveyance.

பிடிகொம்பன்: (பெ): சிறு கொம்புள்ள விலங்கு; the animal which has small horns.

பிடிச்சுவர்: (பெ): சிறிய உயரம்கொண்ட கைப்பிடிச் சுவர்; parapet wall.

பிடித்தாடி: (பெ): பலகறை; cowry shell.

பிடிநாள்: (பெ): நல்லநாள்; auspicious day.

பிடிபாடு: (பெ): ஆதாரம்; பற்று; support; attachment.

பிடியல்: (பெ): சிறு துகில்; நல்லாடை; small cloth; fine garment.

பிடியாள்: (பெ): காவலில் வைக்கப்பட்ட மனிதன்; தினக்கூலியாள்; person taken into custody; day labourer.

பிடுகு: (பெ): இடி; thunder.

பிடை: (பெ): புடக்குகை; மூசை; crucible.

பிடையன்: (பெ): புடையன்; wart snake.

பிட்குதல்: (வி): கத்துதல்; to cry.

பிட்டகம்: (பெ): பலகாரம்; refreshments.

பிட்டபம்: (பெ): உலகம்; world.

பிட்டன்: (பெ): ஆடுதின்னாப் பாளை; மதத்திற்குப் புறம்பானவன்; a herb; one who is a heretic.

பிணக்கம்: (பெ): மாறுபாடு; ஊடல்; நெருக்கடி; difference; lover's tiff; crisis.

பிணக்கன்: (பெ): மாறுபாடு உள்ளவன்; quarrelsome person.

பிணக்குதல்: (வி): கட்டுதல்; to tie.

பிணங்குதல்: (வி): ஊடுதல்; செறிதல்; பின்னுதல்; மாறுபடுதல்; be at variance; be close or dense; be intertwined; to differ.

பிணர்: (பெ): சொறசொறப்பு; roughness.

பிணவல்: (பெ): நாய், பன்றி, மற்றும் மான் போன்ற விலங்குகளின் பெண் இனம்; female of dog, pig, deer, etc.

பிணிதல்: (வி): சாதல்; to die.

பிணித்தல்: (வி): கட்டுதல்; to tie.

பிணிமித்தல்: (வி): நெசவுத்தொழிலில் ஒரு வகை; a kind of weaving.

பிணியகம்: (பெ): காவலிடம்; guarded place.

பிணியீடு: (பெ): கஷ்டங்களிலிருந்தும், துன்பங்களிலிருந்தும் பெற்றிடும் விடுதலை; escape from difficulties and distress.

பிணுக்கன்: (பெ): மாறுபட்ட கொள்கையினை உடையவன்; heretic.

பிணைமாடு: (பெ): நுகத்தடியில் பிணைக்கப் பெற்ற ஒரு ஜோடி மாடுகள்; a pair of oxen yoked together.

பிண்டக்காப்பு: (பெ): சோறு; boiled rice.

பிண்ட சூத்திரம்: (பெ): பொதுச் சூத்திர வகை; a formula mentioning a major topic in a general way.

பிண்டதன்: (பெ): உதவுபவன்; helper.

பிண்ட புட்பம்: (பெ): அசோக மரம்; Asoka tree.

பிண்டப் பொருள்: (பெ): கருத்து; gist of a verse or a passage.

பிண்டவுரை: (பெ): பொழிப்புரை; paraphrase.

பிண்டாரன்: (பெ): இரவலன்; mendicant.

பிண்டாரி: (பெ): கொள்ளைக்காரன்; robber.

பிண்டி: (பெ): அசோக மரம்; நுண்பொடி; வடிவம்; பிண்ணாக்கு; கூட்டம்; அபிநய வகை; Asoka tree; fine dust; form; oil cake; crowd; a kind of dance gesture.

பிண்டிகை: (பெ): கடிவாளம்; இருக்கை; bridle; seat.

பிண்டித்தல்: (வி): திரளையாக்குதல்; to make into ball.

பிண்டி பாலம்(வாலம்) : (பெ): எறிபடை வகை; a kind of missile.

பிண்டியார்: (பெ): சமணர்; Jains.

பிண்டு: (பெ): உடம்பு; body.

பிதகம்: (பெ): இடி; thunder.

பிதக்குதல்: (வி): நசுங்குதல்; be crumpled.

பிதரம்: (பெ): பிளப்பு; cleft.

பிதளை: (பெ): எண்ணெய்ப் பாத்திரம்; oil vessel.

பிதிகாரம்: (பெ): பரிகாரம்; கழுவாய்; remedy.

பிதிரர்: (பெ): மூதாதையர்; ancestors.

பிதிர்தல்: (வி): உதிர்தல்; கிழிதல்; சிதறுதல்; பரவுதல்; to separate into small particles; be torn; become separated; to spread.

பிதிர்திதி: (பெ): அமாவாசை; new moon.

பிதிர்பதம்: (பெ): தெற்கு; south.

பிதிர்பிதிர்: (பெ): பாட்டன்; grand father.

பிதிர் வழி: (பெ): முன்னோர் வழி; the way of ancestors.

பிதிவி: *(பெ):* ஊழியன்; servant.

பிது: *(பெ):* தந்தை; பெருமை; father; greatness.

பிதுகம்: *(பெ):* நவமணிகளுள் ஒன்று; one of the nine gems.

பித்தக் கட்டி: *(பெ):* ஈரல்நோய் வகை; a kind of disease of the liver.

பித்தக் கிராணி: *(பெ):* பித்தத்தின் காரணமாக உண்டாகும் பேதி; diarrhoea caused by bile.

பித்தக் குன்மம்: *(பெ):* பித்தநீர் சுரப்பு அதிகரிப்பால் உண்டாகும் நோய் வகை; dyspepsia due to excess of bile.

பித்தை: *(பெ):* தலைமயிர்; lock of hair.

பிபீலிகை: *(பெ):* எறும்பு; ant.

பிப்பலம்: *(பெ):* அரச மரம்; தண்ணீர்; pipal tree; water.

பிப்பலிகை: *(பெ):* அரச மரம்; pipal tree.

பிம்பி: *(பெ):* கோவைக் கொடி; a common hedge creeper which bears small red fruits.

பியந்தை: *(பெ):* மருதநிலப் பண் வகை; a kind of song sung by the inhabitants of agricultural tract.

பியல்: *(பெ):* பிடரி; nape of the neck.

பியை: *(பெ):* அச்சம்; fear.

பிரகசம்: *(பெ):* கொலை; murder.

பிரகசனம்: *(பெ):* வசைப்பாட்டு; மகிழ்ச்சி; lampoon; happiness.

பிரகசிதம்: *(பெ):* மகிழ்ச்சி; happiness.

பிரகடம்: *(பெ):* வெளிப்பாடு; publicity.

பிரகடிதம்: *(பெ):* வெளிப்படல்; coming out.

பிரகதி: *(பெ):* கத்தரிச் செடி; brinjal plant.

பிரகமனம்: *(பெ):* தர்க்கம்; தோற்றம்; discussion; appearance.

பிரகம்பனம்: *(பெ):* காற்று; அசைவு; நாசம்; wind; movement; ruin.

பிரகம்பிதம்: *(பெ):* அசைவு; movement.

பிரகரணம்: *(பெ):* ஆயுதம்; பகுதி; யுத்தம்; அத்தியாயம்; சமயம்; முகவுரை; விஷய முடிவு; weapon; part; battle; chapter; time; preface; end of a subject.

பிரகரம்: *(பெ):* ஒரு வாசனை மரம்; பூச்செண்டு; உதவி; குவியல்; வளமை; a fragrant tree; flower bouquet; help; heap of something; prosperity.

பிரகருசம்: *(பெ):* மேன்மை; மிகுதி; glory; abundance.

பிரகஸ்தம்: *(பெ):* விரித்தல்; expansion.

பிரகாசத்மா: *(பெ):* சூரியன்; the Sun.

பிரகாண்டம்: *(பெ):* மரக்கிளை; மேன்மை; branch of a tree; glory.

பிரகாண்டரம்: *(பெ):* மரம்; tree.

பிரகாபரணம்: *(பெ):* நன்கொடை; gift.

பிரகி: *(பெ):* கிணறு; well.

பிரகிதம்: *(பெ):* ஏவியது; அனுப்பியது; நியமித்தது; வைக்கப்பட்டது; that which is ordered; that which is sent; that which is determined; that which is laid down.

பிரகிருட்டம்: *(பெ):* மேலானது; that which is superior.

பிரகிருதம்: *(பெ):* நிகழ்காலம்; present time.

பிரகீர்ணம்: *(வி):* விசாலம்; சாமரம்; spaciousness; bushy tail of the lion used as a fly flapper for idols or as a royal insignia.

பிரகுடி: *(பெ):* காட்டு மல்லிகை; wild jasmine.

பிரகேலகம்: *(பெ):* இனிப்புப்பண்டம்; sweet meat.

பிரகோட்டம்: *(பெ):* முற்றம்; the inner yard of the house without a roof.

பிரகோபணம்: *(பெ):* காத்தல்; protection.

பிரகோபம்: *(பெ):* கோபம்; மூர்க்கம்; anger; violence.

பிரக்கரம்: *(பெ):* போர்க் கவசம்; a defence armour.

பிரக்கியம்: *(பெ):* அறிவு; knowledge.

பிரக்கியானம்: *(பெ):* அறிவு; knowledge.

பிரக்கிரமம்: *(பெ):* அடிமை; சமயம்; போதல்; மேற்கொள்ளுதல்; கிரணம்; தொடக்கம்; பிடித்தம்; slave; time; go; undertaking; race; origin; relish.

பிரக்கினை: *(பெ):* உணர்வு; அறிவு; sensation; knowledge.

பிரசகந்தணம்: *(பெ):* வயிற்றுளைவு; diarrhoea.

பிரசஞ்சனம்: *(பெ):* பாவித்தல்; சேர்த்தல்; consideration; collection.

பிரசஞ்சை: *(பெ):* புகழ்ச்சி; praise.

பிரசண்ட மாருதம்: *(பெ):* பலத்த காற்று; storm.

பிரசண்டம்: *(பெ):* மிகுதி; வேகம்; பலன்; வீரம்; வலிமை; abundance; speed; benefit; bravery; strength.

பிரசண்ட வாயு: *(பெ):* பலத்த காற்று; storm.

பிரசண்ட வேகம்: *(பெ):* பலத்த வேகம்; high speed.

பிரசண்டன்: *(பெ):* வீரன்; வலிமையானவன்; வேசி; soldier; strong man; prostitute.

பிரசத்தம்: *(பெ):* நித்தியம்; eternity.

பிரசத்தி: *(பெ):* சாதனம்; தக்க சமயம்; இசைவு; கிருபை; சுத்தம்; பற்று; முயற்சி; equipment; proper time; consent; grace; purity; attachment; effort.

பிரசமனம்: *(பெ):* கொலை; murder.

பிரசம்: (பெ): தேனீ; தேன்கூடு; தேன்; கள்; வண்டு; பூந்தாது; honey bee; honey comb; honey; toddy; bee; pollen dust of flowers.

பிரசயம்: (பெ): திரட்சி; இணைவு; accumulation; accession.

பிரசரம்: (பெ): அம்பு; கதி; சிறுகொம்பு; போர்; வழி; இடம்; சமயம்; திரள்; வழக்கம்; arrow; final beatitude; small horn; war; way; place; time; crowd; custom.

பிரசலாகம்: (பெ): மயில் தோகை; பாம்பு; peacock's feather; snake.

பிரசலை: (பெ): மனக்கலக்கம்; mental agitation.

பிரசற்பம்: (பெ): மழலை; lisping of children.

பிரசன்: (பெ): கணவன்; husband.

பிரசன்னமுகம்: (பெ): மலர்ந்த முகம்; shiny face.

பிரசன்னம்: (பெ): தெளிவு; இடுப்பு; பிறப்பு; ஓரிடத்தில் காட்சியளித்திடும் தோற்றம்; clearness; waist; birth; gracious appearance.

பிரசாகிதம்: (பெ): தண்ணீர்; water.

பிரசாக்கிடை: (பெ): மதகு; sluice.

பிரசாதனம்: (பெ): சீப்பு; அலங்கரிப்பு; சுத்தம்; மனத்திருப்தி; சோறு; வெள்ளி; comb; decoration; cleanliness; mental satisfaction; cooked rice; silver.

பிரசாபத்தியம்: (பெ): மக்களாட்சி; எண் வகை மணத்துள் ஒன்று; democracy; one of the eight kinds of marriages.

பிரசாபன்: (பெ): அரசன்; the king.

பிரசாமம்: (பெ): சமாதானம்; மன அமைதி; conciliation; peace of mind.

பிரசாவதி: (பெ): சகோதரனின் மனைவி; தாய்; brother's wife; mother.

பிரசிதம்: (பெ): சிதல்; flying white ant.

பிரசியம்: (பெ): உருக்கம்; நட்பு; உபசரணை; சங்கை; melting of heart; friendship; assistance; suspicion.

பிரசினம்: (பெ): கேள்வி; சிக்கல்; உபநிடதங்களுள் ஒன்று; question; emaciation; one of the upanishads.

பிரசீவனம்: (பெ): சீவனம்; சம்பாத்தியம்; livelihood; earnings.

பிரசீனம்: (பெ): காற்று; air.

பிரசுனம்: (பெ): ஆளுகை; governing.

பிரசூனம்: (பெ): பூ; flower.

பிரசேகம்: (பெ): பொசிவு; நனைவு; oozing; moisture.

பிரசை: (பெ): குடி; சந்ததி; citizen; descendant.

பிரசோதனம்: (பெ): அனுப்புகை; சொல்லுகை; act of sending; act of telling something.

பிரஞ்ஞத்துவம்: (பெ): அறிவு; உணர்ச்சி; knowledge; sensation.

பிரஞ்ஞன்: (பெ): சமர்த்தன்; அறிஞன்; பண்டிதன்; skilled person; learned person; scholar.

பிரஞ்ஞானம்: (பெ): அறிவு; knowledge.

பிரட்சானகம்: (பெ): கழுவுதல்; washing.

பிரட்டை: (பெ): ஒரு செடி; a kind of plant.

பிரணருத்தினம்: (பெ): நாட்டியம்; dance.

பிரணாசம்: (பெ): அழிவு; ruin.

பிரணாதம்: (பெ): காது நோய் வகை; a kind of ear disease.

பிரணாமம்: (பெ): பெரியோருக்குச் செய்திடும் மரியாதை; the respect given to the noble people.

பிரணாயம்: (பெ): வெறுப்பு; இணங்காமை; hatred; disfavour; disharmony.

பிரணாலம்: (பெ): மதகு; sluice.

பிரணி: (பெ): தியானம்; வாயில்; தானம்; முயற்சி; meditation; gate; donation; effort.

பிரணிதி: (பெ): தோழன்; ஒற்றன்; companion; spy.

பிரணிநாதம்: (பெ): பேரொலி; loud noise.

பிரணிபாதம்: (பெ): வணங்குகை; act of paying respect.

பிரதகம்: (பெ): முன்பு; before.

பிரதக்கணம்: (பெ): வலம் வருகை; act of going round a temple in a clockwise direction.

பிரதக்கு: (பெ): தனிமை; solitude.

பிரதட்சிணம்: (பெ): திருக்கோயில்களில் வழிபடும் விதமாக இடமிருந்து வலமாகச் சுற்றி வருகை; act of going round from left to right as a mode of worship.

பிரதம காலம்: (பெ): விடியற்காலம்; பூர்வ காலம்; early morning; origin.

பிரதமம்: (பெ): முதன்மை; தொடக்கம்; priority; beginning.

பிரதரம்: (பெ): சுருக்கு; பிளப்பு; அம்பு; விறைப்பு; சுழலல்; noose; cleft; arrow; stiffness; rotation.

பிரதனம்: (பெ): புராதனம்; யுத்தம்; நீட்டல்; விரித்தல்; antiquity; war; lengthening; act of expanding.

பிரதன்: (பெ): ஈகையாளன்; donor.

பிரதாபானம்: (பெ): நரகம்; hell.

பிரதாரம்: (பெ): கடத்தல்; act of passing through.

பிரதாவனம்: (பெ): காற்று; air.

பிரதிகம்: (பெ): அவல்; குழந்தை; rice obtained from fried paddy; child.

பிரதிகரணம்: (பெ): வெறுப்பு; hatred.

பிரதிகருமம்: (பெ): மாற்று; அலங்கரிப்பு; substitute; decoration.

பிரதிகாசம்: (பெ): பரிகாரம்; raillery.

பிரதிகாதம்: (பெ): தடுத்தல்; மோதுதல்; a check; a dash.

பிரதிகாதனம்: (பெ): கொலை; murder.

பிரதிகாந்தி: (பெ): பிரதிபிம்பம்; counter part of an original.

பிரதிகாரகன்: (பெ): வஞ்சகன்; வாயிற் காப்போன்; a deceiver; gate-keeper.

பிரதிகாரணம்: (பெ): உட்படுதல்; subjection.

பிரதிகாரம்: (பெ): கதவு; பதில்; பழிவாங்கல்; door; substitution; revenge.

பிரதிசங்காரம்: (பெ): அழித்தல்; குறைத்தல்; act of destroying; reduction.

பிரதிசங்கை: (பெ): பயம்; fear.

பிரதிசத்தம்: (பெ): எதிரொலி; echo.

பிரதிசந்தனம்: (பெ): ஆலோசனை; counsel.

பிரதிசமாதானம்: (பெ): மாற்று மருந்து; antidote.

பிரதிசரன்: (பெ): பணியாள்; servant.

பிரதிசாகிரம்: (பெ): எச்சரிக்கை; caution.

பிரதிசாந்தனிகன்: (பெ): புலவன்; poet.

பிரதிசாயை: (பெ): நிழல்; பிரதிபிம்பம்; சொரூபம்; shadow; counterpart of an original; figure.

பிரதிசிரயம்: (பெ): கூட்டம்; யாகசாலை; இருப்பிடம்; crowd; sacrificial hall; abode.

பிரதி சிரவம்: (பெ): சம்மதம்; acceptance.

பிரதி சூரியம்: (பெ): பல்லி; lizard.

பிரதிதேசம்: (பெ): எதிரிடை; opposition.

பிரதிபதம்: (பெ): பதவுரை; word-by-word explanation.

பிரதிபந்தம்: (பெ): தடை; கட்டுப்பாடு; obstacle; discipline.

பிரதிபாதனம்: (பெ): ஈகை; charity.

பிரதிபேதனம்: (பெ): பிரித்தல்; வெட்டுதல்; separation; cut.

பிரதிபை: (பெ): கூர்மை; அறிவு; பிரகாசம்; keenness; knowledge; brightness.

பிரதிபோதம்: (பெ): கற்பித்தல்; teaching; training.

பிரதிமண்டலம்: (பெ): சுற்றளவு; circumference.

பிரதிமதை: (பெ): பிம்பம்; image.

பிரதிமூர்த்தி: (பெ): தோற்றம்; பாவனை; appearance; fancy.

பிரதியத்தினம்: (பெ): விருப்பம்; எதிரிடை; பழிவாங்குகை; desire; opposition; revenge.

பிரதியாதனை: (பெ): சாயல்; சாயை; resemblance.

பிரதியோகி: (பெ): எதிரிடை; கூட்டம்; opposition; crowd.

பிரதிரூபம்: (பெ): பிரதிமை; figure; statue; idol.

பிரதிரோகம்: (பெ): களவு; முற்றுகை; மறைப்பு; theft; protest; hide.

பிரதிரோதி: (பெ): திருடன்; கள்வன்; thief; robber.

பிரதிலம்பம்: (பெ): இலாபம்; gain; profit.

பிரதிவசகம்: (பெ): கிராமம்; village.

பிரதிவாசகம்: (பெ): எதிரொலி; இணக்கம்; echo; suitability.

பிரதீகாரம்: (பெ): இணக்கம்; கதவு; சீர்திருத்தம்; பழிவாங்குகை; suitability; door; reform; revenge.

பிரதீசி: (பெ): மேற்கு; west.

பிரதீதம்: (பெ): சந்தோஷம்; கீர்த்தி; happiness; fame.

பிரத்தம்: (பெ): ஒரு நிறையளவு; a weighing measure.

பிரத்தல்: (பெ): எழுத்து இல்லா ஒலி; the letterless sound.

பிரத்தியக்கு: (பெ): மேற்கு; west.

பிரபஞ்சனன்: (பெ): காற்று; air.

பிரபதனம்: (பெ): மரணம்; அழிவு; விழுதல்; death; ruin; falling down.

பிரபதன்: (பெ): மகன்; son.

பிரபதை: (பெ): மகள்; daughter.

பிரபத்தி: (பெ): அடைக்கலம்; refuge.

பிரபந்தம்: (பெ): கதை; சிற்றிலக்கியம்; தொடர்பு; உள்ளடக்கத்தின் அடிப்படையிலும், செய்யுள் வடிவ அடிப்படையிலும் பாகுபடுத்தப்பட்ட இலக்கிய வகை; story; minor literary genre; attachment.

பிரபந்தன்: (பெ): சரணடைந்தவன்; one who surrenders himself to someone.

பிரபம்: (பெ): தண்ணீர்ப் பந்தல்; the place where water is supplied free of cost to quench the thirst.

பிரபாகீடம்: (பெ): மின்மினி; firefly.

பிரபாதிகம்: (பெ): மயில்; peacock.

பிரபுத்தன்: (பெ): இளைஞன்; the youth.

பிரபுதை: (பெ): மகத்துவம்; பெருமை; magnificence; pride; greatness.

பிரபூரணம்: (பெ): அம்பு; நாணேற்றல்; arrow; bending the bow and fastening its string.

பிரபை(வை): (பெ): ஒளி; தண்ணீர்ப் பந்தல்; துர்க்கை; lustre; the place where water is supplied free of cost to quench the thirst; Durga, the Goddess of Victory.

பிரபோதம்: (பெ): அறிவு; புத்தி; சுறுசுறுப்பு; தெளிதல்; knowledge; intellect; alertness; becoming clear.

பிரமகூர்ச்சம்: *(பெ):* தருப்பைக் கட்டு; bundle of sacred kaus grass.

பிரமக் கிழத்தி: *(பெ):* இறைவனது சக்தி; the power and the consort of God.

பிரமதம்: *(பெ):* வெறி; குடிமயக்கம்; சந்தோஷம்; bigotry; intoxication; happiness.

பிரமதனம்: *(பெ):* கொலை; வருத்தம்; கடைதல்; murder; distress; churn.

பிரமதேசம்/பிரமதேயம்: *(பெ):* பிராமணர்க்குத் தானமாக வழங்கப்பட்ட ஊர்; the village gifted to brahmins.

பிரமபத்திரி: *(பெ):* புகையிலை; tobacco.

பிரமதாளம்: *(பெ):* பறை வகை; a kind of drum.

பிரம நாதை: *(பெ):* தாமிரபரணி ஆறு; the River Thamiraparani.

பிரமபிங்கை: *(பெ):* வெள்ளி; silver.

பிரமயம்: *(பெ):* மரணம்; கொலை; death; murder.

பிரமரம்: *(பெ):* வண்டு; bee.

பிரமராசனர்: *(பெ):* தபோதனர்; ascetics.

பிரமரி: *(பெ):* சுழற்சி; சமண மந்திரம்; rotation; mantra of Jains.

பிரமவாதம்: *(பெ):* வேத மதம்; Vaidik religion.

பிரமாணிகம்: *(பெ):* உண்மை; ஆணை; truth; order.

பிரமாதா: *(பெ):* தாத்தா; grandfather.

பிரமாதிட்சு: *(பெ):* அறிவிப்பு; announcement.

பிரமாந்தரம்: *(பெ):* உயிர் நிலை; the vital part of the body.

பிரமிருதம்: *(பெ):* விவசாயம்; agriculture.

பிரமுகம்: *(பெ):* நிகழ்காலம்; சிறந்தது; present period; that which is better.

பிரமுகன்: *(பெ):* சிறந்தவன்; good person.

பிரமுதிதம்: *(பெ):* மகிழ்ச்சி; happiness.

பிரமூடன்: *(பெ):* மடையன்; the dolt.

பிரமேகம்: *(பெ):* மேக வியாதி; gonorrhoea.

பிரமேயம்: *(பெ):* வாய்ப்பு; ஐயம்; அளவிடப் படுவது; அறியப்படுவது; chance; doubt; that which is to be measured; that which is to be recognised.

பிரமோதம்: *(பெ):* விருப்பமானதை அடைந்ததால் உண்டாகும் உவகை; intense joy.

பிரயாகம்: *(பெ):* குதிரை; யாகம்; horse; yaga.

பிரயாமம்: *(பெ):* நீளம்; அருந்துகை; length; drinking.

பிரயுதம்: *(பெ):* பத்து லட்சம்; கோடி; ten lakhs; one crore.

பிரயுத்தம்: *(பெ):* முகாந்திரம்; யுத்தம்; cause; war.

பிரவணம்: *(பெ):* நான்கு தெருக்கள் கூடுமிடம்; வளைவு; பள்ளத்தாக்கு; junction of four streets; curve; valley.

பிரவர்த்தனம்: *(பெ):* அசைவு; செல்லுதல்; செய்கை; movement; motion; action.

பிரவரம்: *(பெ):* மரபு; வம்சம்; established usage; descent.

பிரவாதம்: *(பெ):* காற்று; air.

பிரவாலம்: *(பெ):* இளந்தளிர்; sprout.

பிரவாளம்: *(பெ):* பவளம்; coral.

பிரவீணன்: *(பெ):* விரகன்; skillful person.

பிராசம்: *(பெ):* ஆயுத வகை; a kind of weapon.

பிராசயம்: *(பெ):* ஆதி; the first; beginning; source.

பிராசானம்: *(பெ):* சோறூட்டுதல்; உண்ணுதல்; feeding of cooked rice; eating.

பிராசாதம்: *(பெ):* கோயில்; மந்திரம்; கருவறை; temple; mantra; sanctum sanctorum.

பிராசி: *(பெ):* கிழக்கு; east.

பிராசீனர்: *(பெ):* முன்னோர்; ancients.

பிராஞ்ஞம்: *(பெ):* நல்லறிவு; good knowledge.

பிராஞ்ஞன்: *(பெ):* அறிவுடையவன்; உயிர்; wise person; soul.

பிராணாந்தம்: *(பெ):* மரணம்; death.

பிராணாந்திகம்: *(பெ):* கொலை; murder.

பிராணாயாமம்: *(பெ):* குறிப்பிட்ட வகையில் மூச்சை இழுத்து அடக்கி வெளிவிடும் யோகமுறை; breathing exercise in Yoga.

பிராதக்காலம்: *(பெ):* விடியற் காலம்; daybreak.

பிராதா: *(பெ):* அண்ணன்; elder brother.

பிராதிரு: *(பெ):* சகோதரன்; brother.

பிராதிருசாயை: *(பெ):* சகோதரனின் மனைவி; brother's wife.

பிராணேசன்: *(பெ):* கணவன்; husband.

பிராணேசை: *(பெ):* மனைவி; wife.

பிராத்தி: *(பெ):* எண் வகைச் சித்தியுள் ஒன்று; பயன்; விதி; one of the eight kinds of siddhis; benefit; fate.

பிராத்தியக்கு: *(பெ):* மேற்கு; west.

பிராந்தம்: *(பெ):* ஓரம்; நாட்டுப்பகுதி; கடை; மதயானை; edge; countryside; shop; the elephant which has rut.

பிராந்தரம்: *(பெ):* காட்டுப் பாதை; காடு; the path which goes to the forest; forest.

பிராந்தன்: *(பெ):* முட்டாள்; foolish fellow; idiot.

பிராந்த துருக்கம்: *(பெ):* நகரம்; town.

பிராந்திகன்: *(பெ):* மந்திரி; minister.

பிராந்து: *(பெ):* பருந்து; பிராந்தி; white-headed kite; drowsiness.

பிராபவநியம்: *(பெ):* தத்துவம்; philosophy.

பிராப்பியம்: *(பெ):* பேறு; பெறத்தக்கது; good fortune; that which can be attained.

பிராமகம்: *(பெ):* நரி; காந்தம்; எத்து; fox; magnet; cheating.

பிராமதீட்சு: *(பெ):* அறிவிப்பு; announcement.

பிராமரம்: *(பெ):* தேன்; கிராமம்; விறைப்பு; சுழற்சி; honey; village; stiffness; rotation.

பிராயணம்: *(பெ):* மரணம்; death.

பிராயப்படல்: *(வி):* பக்குவப்படல்; maturity.

பிராரத்தம்: *(பெ):* பழம்வினை; past karma.

பிராரம்பம்: *(பெ):* ஆரம்பம்; beginning.

பிராலம்பம்: *(பெ):* பூமாலை; flower garland.

பிராவரணம்: *(பெ):* வெளியங்கி; a kind of outer garment.

பிராவரம்: *(பெ):* வேலி; fence.

பிராவிருதம்: *(பெ):* காணிக்கை; முக்காடு; the offerings by cash or kind; the cloth worn to cover one's head.

பிரிசாலம்: *(பெ):* கலக்கம்; being agitated.

பிரித்தம்: *(பெ):* பரிசனம்; dependants.

பிரிமனை: *(பெ):* கயிறு போன்று முறுக்கப் பட்டிருக்கும் வைக்கோல் இழைத் தொகுதி; the twisted hay; the strand.

பிரியகம்: *(பெ):* மர வகை; a kind of tree.

பிரிய சந்தேகம்: *(பெ):* செண்பக மரம்; Indian mangolia tree.

பிரியஞ்செய்தல்: *(வி):* அன்பு செலுத்துதல்; to love.

பிரியத்தம்: *(பெ):* நன்கொடை; donation.

பிரியதரிசனம்: *(பெ):* கிளி; parrot.

பிரியதரிசினி: *(பெ):* வன்னி மரம்; a kind of tree.

பிரியப்பிராயம்: *(பெ):* இன்சொல்; pleasant words.

பிரியபாவம்: *(பெ):* நல்லெண்ணம்; goodwill.

பிரியலர்: *(பெ):* நண்பர்கள்; friends.

பிரியாம்பு: *(பெ):* மாமரம்; mango tree.

பிரியாலு: *(பெ):* திராட்சை; grapes.

பிரியை: *(பெ):* பெண்; மனைவி; செய்தி; மது; பிரியன் என்பதன் பெண்பால்; woman; wife; news; liquor; feminine of 'பிரியன்'.

பிரியோதிகம்: *(பெ):* இன்சொல்; pleasant words.

பிரிவினை வாதம்: *(பெ):* மொழி, இனம், சமயம் ஆகியவற்றின் அடிப்படையில் நாட்டினைப் பிரித்திட வேண்டும் என்ற போக்கு; the separatist tendency.

பிரீது: *(பெ):* பறவை; bird.

பிருகதி: *(பெ):* கத்தரிச் செடி; மாமரம்; ஒரு வீணை வகை; brinjal plant; mango tree; a kind of veena.

பிருகா: *(பெ):* இசை கமகம்; voice modulation.

பிருகுடி: *(பெ):* புருவம்; eyebrow.

பிருங்கம்: *(பெ):* வண்டு; கரிசலாங்கண்ணி; beetle; a kind of greens with short thick leaves; eclipse plant.

பிருங்கராசம்: *(பெ):* கரிசலாங்கண்ணி; a kind of greens with short thick leaves; eclipse plant.

பிருங்கிமலை: *(பெ):* பறங்கிமலை; a mountain.

பிருசகன்: *(பெ):* கொலைகாரன்; murderer.

பிருடை: *(பெ):* யாழின் முறுக்காணி; தக்கை; பொய்ச் செய்தி; போலி நடிப்பு; a screw in the lute; cork; false news; pretension.

பிருதிவி: *(பெ):* நிலம்; கடுக்காய் வகை; land; a kind of gall-nut.

பிருது: *(பெ):* விருது; சூரிய குலத்தோன்; award; one who belongs to Sun dynasty.

பிருதுகேசுரம்: *(பெ):* மலை; mountain.

பிருதூதரம்: *(பெ):* ஆட்டுக்கிடா; the ram.

பிருத்தியத்துவம்: *(பெ):* ஊழியம்; service.

பிருத்தியன்: *(பெ):* அடிமை; slave.

பிருந்தை: *(பெ):* துளசி; நெருஞ்சி; basil plant; cow's thorn.

பிரேட்சணம்: *(பெ):* கண்; களரி; eye; saline soil.

பிரேட்சை: *(பெ):* ஆடல்; அறிவு; மரக்கொம்பு; புத்தி; dance; knowledge; wooden stick; the power of discernment.

பிரேயம்: *(பெ):* கள்; toddy.

பிரேரணம்: *(பெ):* அனுப்புதல்; ஓட்டுதல்; விகாரம்; ஏவல்; நடத்துதல்; act of sending; act of driving; distortion; order; act of conducting.

பிரோகம்: *(பெ):* முடிச்சு; யானைக்கால்; யானையின் கணுக்கால்; knot; elephantiasis; the ankle of an elephant.

பிரோரட்சணம்: *(பெ):* மிருக பலி; கொலை; the sacrifice of an animal to a village deity; murder.

பிரோதம்: *(பெ):* கந்தை; rags.

பிரோற்சாகம்: *(பெ):* முயற்சி; effort.

பிரௌடம்: *(பெ):* முதிர்ச்சி; முழு வளர்ச்சி; maturity, full growth.

பிலசம்: *(பெ):* கருஞ்சீரகம்; black-cumin.

பிலஞ்சுலோபம்: *(பெ):* எறும்பு; ant.

பிலம்: *(பெ):* பாதாளம்; குகை; வளை; கீழறை; subterranean region; cave; rat hole; basement.

பிலம்பி: *(பெ):* புளிச்சைக்காய்; a kind of unripe fruit which has sour taste.

பிலவகம்: *(பெ):* தவளை; குரங்கு; frog; monkey.

பிலவங்க: *(பெ):* ஒரு தமிழ் வருடம்; Pilavanga, a Tamil Year.

பிலவங்கம்: *(பெ):* ஆடு; தவளை; மான்; குரங்கு; நஞ்சுள்ள உயிரினங்கள்; goat; frog; deer; monkey; poisonous creatures.

பிலவாகை: *(பெ):* கப்பல்; ship.

பிலன்: *(பெ):* எறும்பு; ant.

பிலாக்கு: *(பெ):* மூக்கு அணி வகை; a kind of nose ornament.

பிலாச்சை: *(பெ):* கடல் தவளை; sea-frog.

பிலிற்றுதல்: *(வி):* வெளிப்படுதல்; to let out.

பிலுக்கன்: *(பெ):* பகட்டன்; dandy.

பிலுக்கி: *(பெ):* பகட்டுக்காரி; minx.

பிலேசயம்: *(பெ):* கீரி; எலி; பாம்பு; சிங்கம்; mongoose; rat; snake; lion.

பிலேசயை: *(பெ):* உடும்பு; monitor lizard.

பிலோடம்: *(பெ):* சுடுதல்; burn.

பில்குதல்: *(பெ):* சொட்டுதல்; வழிதல்; கொப்புளித்தல்; to drip; to overflow; to rise in bubbles; to blister.

பில்லடை: *(பெ):* இடியாப்பம்; a kind of steamed rice noodles.

பில்லாணி: *(பெ):* மெட்டி; a kind of silver ring worn on the toe by women.

பிழக்கு: *(பெ):* பிழை; wrong.

பிழம்பு: *(பெ):* திரட்சி; வடிவு; கொடுமை; multitude; form; cruelty.

பிழா: *(பெ):* கொள்கலம்; receptacle.

பிழி: *(பெ):* கள்; toddy.

பிழிஞர்: *(பெ):* கள் விற்போர்; toddy sellers.

பிழியர்: *(பெ):* கள் விற்போர்; toddy sellers.

பிழிவு: *(பெ):* பிழிதல்; சாறு; squeezing; juice.

பிழைகாயம்: *(பெ):* இலேசான காயம்; minor wound.

பிளவை: *(பெ):* வெடித்த புண்; சீழ்க்கட்டி; துண்டு; boil; abscess; piece.

பிளாச்சு: *(பெ):* மரத்துண்டு; பிளப்பு; firewood; lath.

பிளிச்சி: *(பெ):* சீனக்காரம்; alum.

பிளிச்சு: *(பெ):* பிளப்பு; lath.

பிள்ளுதல்: *(வி):* வெடித்தல்; to burst.

பிள்ளுவம்: *(பெ):* யானை; elephant.

பிள்ளை: *(பெ):* இளமை; அணில்; காகம்; கரிக்குருவி; மகன்; கிளி; கீரி; மரக்கன்று; youth; squirrel; crow; a kind of bird; son; parrot; mongoose; young tree.

பிறக்கம்: *(பெ):* அச்சம்; fear.

பிறகரம்: *(பெ):* சாமம்; காவல்; இரவு; a watch of three hours i.e. seven and half naazhigai; protection; night.

பிறகரித்தல்: *(வி):* பாதுகாத்தல்; to protect.

பிறகரீசம்: *(பெ):* அகில்; eagle wood, a fragrant wood.

பிறகு காட்டுதல்: *(வி):* பின்காட்டுதல்; to turn back; to retreat.

பிறகு காணுதல்: *(வி):* தோல்வியடையச் செய்தல்; to defeat.

பிறக்கம்: *(பெ):* ஒளி; உயர்ச்சி; குவியல்; அச்சம்; மரக்கிளை; lustre; excellence; heap; fear; branch of a tree.

பிறக்கீடு: *(பெ):* பின்னிடுகை; getting back.

பிறக்கு: *(பெ):* முதுகு; back.

பிறக்குதல்: *(வி):* உற்பத்தி செய்தல்; உண்டாகுதல்; வெளிவருதல்; to produce; to come into existence; to come out.

பிறங்கடை: *(பெ):* மகன்; வழித்தோன்றல்; மருகன்; அயலிடம்; son; descendent; son-in-law; neighbourhood.

பிறசாதனம்: *(பெ):* தேக்கு; teak wood.

பிறந்தை: *(பெ):* பிறவி; பாவம்; துன்பம்; இயல்பு; பிறந்த இடம்; birth; sin; grief; nature; birth place of a person.

பிறவினை: *(பெ):* அடுத்த நபரைக்கொண்டு ஒரு செயல் செயல்படுத்தப்படுவதைக் குறித்திடும் வினை; causative verb.

பிறழ்ச்சி: *(பெ):* ஒழுங்கின்மை; மாறுதல்; நடுக்கம்; disorder; irregularity; change; variation; trembling.

பிறழ்தல்: *(வி):* மாறுதல்; ஒளிர்தல்; திகைத்தல்; சாதல்; முறிதல்; துள்ளுதல்; to vary; to shine; be perplexed; to die; to break; to leap.

பிறன்: *(பெ):* பிறர் என்னும் பன்மை வார்த்தையின் ஒருமை; singular of 'பிறர்'.

பிறிதல்: *(வி):* நீங்குதல்; வேறுபடுத்துதல்; பங்குபோடுதல்; to leave; to vary; to share.

பிறிதி: *(பெ):* பிரதி; copy.

பிறையிரும்பு: *(பெ):* கருக்கு அறுவாள்; crescent-shaped sickle.

பிறைவடம்: *(பெ):* பிறை வடிவிலான கழுத்தணி வகை; necklace of crescent-shaped pendants.

பிற்கழித்தல்: *(பெ):* போரில் பின்வாங்குதல்; to with-draw from the battle.

பிற்கால்: *(பெ):* தம்பி; younger brother.

பிற்படை: *(பெ):* கூழைப்படை; rear of an army.

பிற்றல்: *(வி):* பின்வாங்குதல்; to withdraw.

பிற்றை: *(து.வி):* பின்னர்; பிறகு; afterwards; *(பெ):* அடுத்து வருவது; subsequent event.

பினாகினி: *(பெ):* பெண்ணையாறு; River Pennai.

பினாதி: *(பெ):* அற்பன்; புல்லன்; mean person; useless fellow; person of low qualities.

பிணைதல்: (வி): பிசைதல்; தொல்லையளித்தல்; to squeeze; to mash; to give trouble.

பின் எச்சம்: (பெ): சந்ததி; சந்தானம்; offspring.

பின்கதவு: (பெ): பின்புறக் கதவு; backdoor.

பின்கழுத்து: (பெ): பிடரி; nape of the neck.

பின்காட்டுதல்: (வி): தோற்றோடுதல்; being defeated.

பின்சேர்: (வி): ஒன்றின் பிற்பகுதியில் சேர்த்திடு; to supplement.

பின்மாலை: (பெ): வைகறைப்பொழுது; விடியற்காலம்; daybreak.

பின்றுதல்: (பெ): கீழ்ப்படிதல்; மீளுதல்; மாறுபடுதல்; to obey; to resume; to differ.

பின்றை: (பெ): பின்னை நாள்; the next day; the coming day.

பின்னகம்: (பெ): பின்னப்பட்ட முடி; வேறுபாடு; பேதி; plaited hair; difference; diarrhoea.

பின்னபேதம்: (பெ): விரோதம்; enmity.

பின்னர்: (பெ): பின்பு; தம்பியர்; வேளாளர்; after younger brothers; husbandmen.

பின்னல்: (பெ): பின்னுதல்; முடைதல்; சிக்கு; தவறு; சடை; பருத்தி; plaiting; braiding; twining; web; texture; error; mistake; matted hair; cotton.

பின்னி: (பெ): தங்கை; சிறிய தாய்; younger sister; step-mother; sister of one's mother.

பின்னிதம்: (பெ): மாறுபாடு; opposition.

பின்னியாசம்: (பெ): பெருங்காயம்; asafoetida.

பின்னோன்: (பெ): தம்பி; வேளாளன்; younger brother; husbandman.

பீ

பீகம்: (பெ): பெருமாட்டி; முகமதியப் பெண்; திறவுகோல்; lady; a woman belonging to the Muslim community; padlock.

பீகமுத்திரை: (பெ): கோயில் கதவில் இடப்படும் முத்திரை; the seal upon the door especially of a temple.

பீக்கம்: (பெ): எட்டிக்கொட்டை; nux vomica; gall nut.

பீக்கருவேல்: (பெ): மரவகை; a kind of tree.

பீசகணிதம்: (பெ): அல்ஜீப்ரா (கணக்கு); Algebra (maths).

பீசி: (பெ): பூவில் விதையுள்ள பகுதி; the part where the seed is kept in a flower.

பீச்சாகத்தி: (பெ): சிறுகத்தி; small knife.

பீச்சாங்கொள்ளி: (பெ): அச்சமுடையவன்; the person who is afraid of something.

பீடணம்: (பெ): அச்சம்; fear.

பீடபூமி: (பெ): உயர்ந்து மேடாக இருந்திடும் நிலப்பகுதி; plateau.

பீடரம்: (பெ): கோயில்; temple; a place of worship.

பீடனம்: (பெ): வருத்தம்; துன்பம்; பீடை; distress; grief; state of misery.

பீடார்த்தம்: (பெ): அவத்தை; state; condition.

பீடிகை: (பெ): பீடம்; அரியணை; கடைத்தெரு; பூந்தட்டு; முகவுரை; seat; throne; market place; bazaar street; flower plate; preface.

பீடுநடை: (பெ): பெருமிதம் கொண்ட நடை; majestic gait.

பீட்டகம்: (பெ): தொழில்; உத்தியோகம்; profession; employment.

பீட்டி: (பெ): பாட்டி; grandmother.

பீதககனி: (பெ): செவ்வாழை; a kind of plantain.

பீதகாட்டம்: (பெ): செஞ்சந்தனம்; a kind of fragrant sandal wood.

பீதகாரகம்: (பெ): வேங்கை மரம்; சந்தனம்; a kind of tree; sandalwood.

பீதகாவேரம்: (பெ): மஞ்சள்; பித்தளை; turmeric; copper.

பீதகி: (பெ): அரிதாரம்; musk of deer.

பீதசலம்: (பெ): சந்தனம்; வேங்கை மரம்; sandal wood; a kind of tree.

பீததுண்டம்: (பெ): மீன்கொத்திப் பறவை; பொன் வாய்ப்புள்; king fisher; a kind of bird which has golden colour beak.

பீதபீசம்: (பெ): வெந்தயம்; fenugreek seed.

பீதமணி: (பெ): புஷ்பராகம்; topaz.

பீதமுண்டம்: (பெ): தூக்கணாங்குருவி; the weaver bird which builds hanging nest.

பீதயூகி: (பெ): ஒரு வகை மல்லிகை; a kind of jasmine.

பீதரோசனை: (பெ): மருந்து வகை; a kind of medicine.

பீதலகம்/பீதலம்: (பெ): பித்தளை; copper.

பீத வண்ணம்: (பெ): கடுக்காய்; gall-nut.

பீதன்: (பெ): சூரியன்; தீ; குடிகாரன்; அச்சமுடையவன்; the Sun; fire; drunkard; one who is afraid of something.

பீதாப்தி: (பெ): அகத்தியர்; the sage Agasthiya.

பீதிகை: (பெ): செம்மல்லிகை; a kind of jasmine.

பீதை: (பெ): மஞ்சள்; மருதோன்றி மரம்; turmeric; the henna tree.

பீத்தை: (பெ): நாடா; tape.

பீத்தோல்: (பெ): மேல்தோல்; epidermis.

பீந்துதல்: (வி): கொடுத்தல்; to give.

பீபற்சு: (பெ): சீர் குலைவு; அருச்சுனன்; disorder; Arjuna, third of the Pandavas.

பீமநாதம்: (பெ): பேரொலி; சிங்கம்; loud noise; lion.

பீமபாகம்: (பெ): சுவையான சமையல்; tasty cooking.

பீமம்: (பெ): அச்சம்; பருமை; fear; bulkiness.

பீமரம்: (பெ): போர்; யுத்தம்; war; battle.

பீமரன்: (பெ): போர் வீரன்; warrior.

பீயு: (பெ): காகம்; ஆந்தை; காலம்; சூரியன்; crow; owl; time; the Sun.

பீரங்கி: (பெ): நீளமான குழல் மூலம் குண்டுகளை வெகு தொலைவுக்குச் சென்று வெடித்து சேதமுண்டாக்கும் போர்க்கருவி; cannon.

பீரம்: (பெ): வீரம்; வலிமை; தாய்ப்பால்; பூவரசு மரம்; bravery; strength; mother's milk; portia tree.

பீரு: (பெ): புருவம்; அச்சம் கொண்டவன்; eyebrow; one who fears something.

பீருகம்: (பெ): காடு; கரடி; ஆந்தை; forest; bear; owl.

பீருகன்: (பெ): அச்சம் கொண்டவன்; one who fears something.

பீரை: (பெ): பீர்க்கங்கொடி; sponge gourd.

பீர்க்கு: (பெ): பீர்க்கங்காய்; sponge-gourd.

பீர்விடுதல்: (வி): பீறிட்டு வெளியாதல்; to stream forth.

பீலிகை: (பெ): எறும்பு; ant.

பீலிக்குடை: (பெ): மயில் தோகைக் குடை; an umbrella made of peacock's feathers.

பீலிப்பட்டை: (பெ): நீரிறைக்கும் பூட்டை (இறை கூடை); a large basket for bailing water.

பீலியார்: (பெ): சமணர்; Jains.

பீலுகம்: (பெ): கரடி; bear.

பீவரம்: (பெ): ஆமை; கொழுப்பு; பருமை; tortoise; fat; bulkiness.

பீவரி: (பெ): அமுக்கிரா; பசு; இளம் பெண்; பெண் கிளி; a medicinal plant; cow; young woman; female of parrot.

பீழித்தல்: (வி): வருத்துதல்; to cause pain; to afflict.

பீள்: (பெ): கரு; கர்ப்பம்; இளமை; embryo; pregnancy; youth.

பீறல்: (பெ): கிழியல்; கந்தை; tear; tattered garment.

பீறுதல்: (வி): கிழிதல்; பிளத்தல்; கீறுதல்; to tear; be split; to scratch.

பீனம்: (பெ): பெருமை; பருமை; பேடி; ஊர்; பாசி வகை; greatness; pride; bulkiness; impotence; town; a kind of algae.

பு

புகடு: (பெ): அடுப்பின் பின்பகுதி; the backside of the stove.

புகடுதல்: (வி): வீசியெறிதல்; to throw.

புகர்: (பெ): கபில நிறம்; குற்றம்; ஒளி; பொறி; அழகு; கறை; tawny colour; fault; lustre; engine; beauty; spot; stain.

புகர்முகம்: (பெ): யானை; elephant.

புகர்வு: (பெ): அம்பு வகை; சோறு; a kind of arrow; the cooked rice.

புகல்: (பெ): பாடும் முறை; புகழ்; வெற்றி; இருப்பிடம்; சரண்; பற்றுக்கோடு; உபாயம்; mode of singing; fame; victory; residence; refuge; support; means.

புகல்வி: (பெ): ஆண் விலங்கு; male animal.

புகல்வு: (பெ): செருக்கு; விருப்பம்; pride; desire.

புகவு: (பெ): உணவு; புகுதல்; food; to enter.

புகழ்க்கூத்து: (பெ): கூத்து வகை; a kind of dance.

புகழ்வீசு: (பெ): பச்சைக் கற்பூரம்; சந்திரன்; medicated camphor; the moon.

புகள்: (பெ): அகத்தி; coronilla grandiflora tree.

புகற்சி: (பெ): விருப்பம்; நேசம்; desire; love.

புகற்று: (வி): விருப்பமாக்குதல்; cause to desire.

புகா: (பெ): உணவு; சோறு; food; the cooked rice.

புகிடி: (பெ): மாதர் காதணி வகை; a kind of women's ear-ornament.

புகுடி: (பெ): வாயில்; கழி; பருவம்; மகளிர் காதணி வகை; gate; wooden peg; season; a kind of women's ear-ornament.

புகுது: (வி): நிகழ்தல்; நுழைதல்; to happen; to enter.

புகுத்தல்: (வி): உணவு உட்கொள்ளுதல்; உட்செலுத்துதல்; to eat food; to penetrate.

புகைக்கொடி: (பெ): வால் நட்சத்திரம்; comet.

புகைரதம்: (பெ): புகை வண்டி; train.

புகையாற்றி: (பெ): ஒட்டடை; dust enriched with cobwebs.

புகையிலை நஞ்சு: (பெ): நிகோடின் என்னும் நச்சுப்பொருள்; nicotine.

புக்கசன்: *(பெ):* சண்டாளன்; (a term of abuse) one who commits heinous crime; cruel person.

புக்கி: *(பெ):* பிராய் மரம்; a kind of tree.

புக்கில்: *(பெ):* உடம்பு; வீடு; வசிக்குமிடம்; body; house; abode.

புக்கை: *(பெ):* நீர் நிறைந்த கேணி; கூழ் வகை; a well full of water; a kind of gruel.

புங்கவம்: *(பெ):* மேன்மையானது; நந்தி; எருது; அம்பு; that which is excellent; Nandhi, Lord Shiva's bull; ox; arrow.

புங்கவன்: *(பெ):* சிறந்தோன்; குரு; தேவன்; an eminent person; the preceptor; God.

புங்கவி: *(பெ):* உமையம்மை; Goddess Parvathi, the consort of Lord Shiva.

புங்கவிருக்கம்: *(பெ):* கத்தூரி மான்; musk deer.

புங்கன்: *(பெ):* மூடன்; foolish person; idiot.

புங்கு: *(பெ):* புங்க மரம்; the Indian beech tree.

புசகங்கம்: *(பெ):* பாம்பு; snake.

புசகம்: *(பெ):* பாம்பு; snake.

புசம்: *(பெ):* பதர்; புயம்; எருவாட்டி; பேறு; chaff; arm; dried cowdung; good fortune.

புசல்: *(பெ):* பெருங்காற்று; குச்சு மட்டை; சுழற்காற்று; storm; the brush used in white-washing; whirlwind.

புசிப்பு: *(பெ):* உண்ணுகை; நல்லூழ்; eating; fruits of past actions.

புச்சம்: *(பெ):* வால்; வால் நட்சத்திரம்; தேள்; தேள் கொடுக்கு; மயில் தோகை; tail; comet; scorpion; sting of scorpion; peacock's feathers.

புச்சி: *(பெ):* எருக்கு; கோழி; Yercum; hen.

புஞ்சம்: *(பெ):* கூட்டம்; திரட்சி; குவியல்; crowd; collection; heap.

புஞ்சானம்: *(பெ):* உண்ணுகை; eating.

புஞ்சிகை: *(பெ):* ஆலங்கட்டி; hailstone.

புஞ்சுதல்: *(வி):* ஒன்று சேர்தல்; to come together.

புஞ்சை: *(பெ):* மழையினால் கிடைத்திடும் நீரைக் கொண்டு சாகுபடி செய்யும் நிலம்; வானம் பார்த்த பூமி; the dry land.

புஞ்சைமுத்து: *(பெ):* மிகப் பெரிய முத்து; big-sized pearl.

புடகம்: *(பெ):* தாமரை; தொன்னை; lotus; a cup made of leaf pinned up at the corners.

புடபாகம்: *(பெ):* செரிக்கை; சமைத்தல்; digestion; cooking.

புடபேதனம்: *(பெ):* பட்டினம்; coastal town.

புடம்: *(பெ):* இடம்; சுத்தம்; மூடி; கண்ணிமை; பக்கம்; place; cleanliness; cover; eyelid; side.

புடலி: *(பெ):* பூமி; உலகம்; earth; world.

புடலித்தல்: *(வி):* வீங்குதல்; to swell.

புடைநகர்: *(பெ):* புறநகர்; outskirts of a city.

புடைமண்: *(பெ):* சுதை; plaster.

புடையடுப்பு: *(பெ):* பக்க அடுப்பு; side-oven.

புடையல்: *(பெ):* மாலை; garland.

புடோதகம்: *(பெ):* தெங்கு; coconut-palm.

புட்கரம்: *(பெ):* நீர்; வானம்; கருடன்; தீவு; water; sky; common kite; island.

புட்கரி: *(பெ):* யானை; elephant.

புட்கலம்: *(பெ):* முழுமை; நிறைவு; உடம்பு; பிச்சையுணவு; fullness; end; body; the alms given to a beggar or a mendicant.

புட்குரல்: *(பெ):* பறவையொலி; cry of a bird.

புட்கோ: *(பெ):* கருடன்; white-headed kite.

புட்டக மண்டபம்: *(பெ):* கூடாரம்; tent.

புட்டகம்: *(பெ):* சேலை; saree.

புட்டல்: *(பெ):* தலைச்சுமை; the load that is carried on the head.

புட்பகீடம்: *(பெ):* தேனீ; honey-bee.

புட்பசாமரம்: *(பெ):* தாழை; screw-pine.

புட்பசாரம்: *(பெ):* தேன்; honey.

புட்பபலம்: *(பெ):* விளாம்பழம்; wood apple.

புட்பம்: *(பெ):* பூ; வாழை; மகளிர் தீட்டு; கண்ணோய் வகை; flower; plantain; menses; a kind of eye disease.

புட்பராகம்: *(பெ):* நவரத்தின மணிகளுள் ஒன்று; one of the nine kinds of precious stones.

புட்பறை: *(பெ):* பறை வகை; a kind of drum.

புணரி: *(பெ):* கடல்; அலை; கரை; தனிமை; sea; wave; shore; solitude.

புணர்: *(பெ):* பதுமை; novelty.

புணர்குறி: *(பெ):* (அகம்) தலைவனும், தலைவியும் சந்திக்கும் குறியிடம்; (Akam) lovers' meeting place.

புணர்க்கை: *(பெ):* சேர்க்கை; சூழ்ச்சி; மாயம்; union; plot; illusion.

புணி: *(பெ):* மயிர் முடி; hair-knot.

புணை: *(பெ):* தெப்பம்; உதவி; மூங்கில்; விலங்கு; ஈடு; ஒப்பு; ஆள் பொறுப்பு; raft; help; support; bamboo; animal; pledge; comparison; security.

புணைக்கட்டை: *(பெ):* கட்டு மரம்; catamaran.

புணையல்: *(பெ):* ஒன்றுசேர்த்தல்; joining together.

புண்டரம்: *(பெ):* சந்தனம்; நீறு கொண்டு நெற்றியில் தரித்திடும் குறி; வெண்கரும்பு; கழுகு; sandal wood; the sacred ashes mark on the forehead; white sugarcane; eagle.

புண்டரிகம்: (பெ): யானை; புலி; வண்டு; தாமரை; வெண்தாமரை; tiger; bee; beetle; lotus; white lotus.

புண்ணிய சாந்தம்: (பெ): சாணம்; திருநீறு; cow-dung; sacred ashes.

புண்ணிய திசை: (பெ): வடக்கு; north.

புண்ணியை: (பெ): துளசி; புண்ணியவதி; sacred basil; virtuous woman; benevolent woman.

புண்ணீர்: (பெ): இரத்தம்; குருதி; blood.

புண்ணுறுத்து: (வி): வலியுண்டாக்கு; to give pain.

புண்வழலை: (பெ): சீழ்; the pus from sores.

புத: (பெ): வாயில்; doorway.

புதசனன்: (பெ): அறிஞன்; learned person.

புதப்பிரியம்: (பெ): மரகதம்; emerald.

புதம்: (பெ): மேகம்; அறிவு; cloud; knowledge.

புதல்: (பெ): தூறு; புல் வகை; நாணல்; புருவம்; அரும்பு; bushes; a kind of grass; a large and coarse grass; eyebrow; bud.

புதல்வன்: (பெ): மகன்; மாணாக்கன்; சீடன்; son; student; disciple.

புதல்வி: (பெ): மகள்; daughter.

புதவம்: (பெ): வாயில்; அருகு; doorway; holy grass.

புதளி: (பெ): புலால்; meat.

புதா: (பெ): கதவு; நாரை; கொக்கு வகை; door; crane; a kind of crane.

புதானன்: (பெ): அறிஞன்; குரு; the learned person; preceptor.

புதுக்குப்புறம்: (பெ): அறநிலையங்கள் புதுப்பிக்க வைத்திட்ட தருமச் சொத்து; provisions for repairing charitable institutions.

புதுமணம்: (பெ): திருமணம்; wedding.

புதுவது புகுத்து: (வி): புதிதாக ஒன்றை (அ) பலவற்றை அறிமுகப்படுத்து; to introduce one or more new things.

புதுவது புனை: (வி): புதிதாகக் கண்டுபிடி; to invent.

புத்திதம்: (பெ): எட்டி மரம்; worm wood.

புத்தேனாடு: (பெ): சுவர்க்கம்; heaven; the celestial world.

புத்தேள்: (பெ): கடவுள்; தேவர்; புதியவள்; புதுமை; God; celestial beings; strange woman novelty.

புத்தேன்: (பெ): எட்டி மரம்; worm wood.

புத்தோடு: (பெ): புதுப்பானை; new earthen pot.

புப்புசம்: (பெ): நுரையீரல்; lungs.

புமான்: (பெ): ஆண்மகன்; கணவன்; ஆன்மா; male; husband; soul.

புயகம்: (பெ): பாம்பு; snake.

புயகாசனன்: (பெ): கருடன்; white-headed kite.

புயக்கறுதல்: (வி): புறக்கணித்திடுதல்; to forsake.

புயங்கமலை: (பெ): திருவேங்கட மலை; the mountain Thiruvenkatam; Tirupati hills.

புயங்கம்: (பெ): பாம்பு; நடன வகை; snake; a kind of dance.

புயத்தல்: (வி): பறித்தல்; வெளியேறுதல்; பெயர்த்தல்; to pluck; to get away; to displace.

புயத்துணை: (பெ): தோளோடு தோளாக நின்று உதவுபவன்; the helper, useful as the arm.

புயமுட்டி: (பெ): அம்பெய்யும் வகை; mode of shooting arrows.

புயம்: (பெ): தோள்; மேற்கை; arm; shoulder.

புயலேறு: (பெ): இடி; thunderbolt.

புயவலி: (பெ): தோள் வலிமை; strength of arm.

புயாந்தரம்: (பெ): மார்பு; chest.

புய்த்தல்: (வி): பறித்தல்; வெளியே இழுத்தல்; வேரோடு பிடுங்குதல்; to pluck; to pull out; to uproot.

புரசு: (பெ): பூவரசு மரம்; சிறு பெண் குழந்தை; portia tree; a female child.

புரசை: (பெ): யானையின் கழுத்திலிடும் கயிறு; halter of elephant.

புரணம்: (பெ): நிறைவு; சமுத்திரம்; புரட்சி; fullness; completion; ocean; revolution.

புரணி: (பெ): ஊன்; தோல்; flesh; meat; skin.

புரதடி: (பெ): கடைவீதி; market place.

புரந்தரம்: (பெ): தோள்; shoulder.

புரப்பு: (பெ): பாதுகாப்பு; protection; safety.

புரவி: (பெ): குதிரை; சாதி; horse; caste.

புராணிகன்: (பெ): புராணப் பிரசங்கம் செய்பவன்; one who expounds the puranas.

புராந்திமம்: (பெ): பழைமை; antiquity.

புரிகுழல்: (பெ): சுருண்ட கூந்தல்; curly tresses.

புரிகை: (பெ): அபிநய வகை; a kind of dance gesture.

புரிசடை: (பெ): திரண்டு உருண்ட சடை; matted locks.

புரிசம்: (பெ): அருமை; நான்கு முழ நீளம்; rareness; a length of four cubit.

புரிசாலம்: (பெ): வருந்தி வேண்டுகை; canvassing.

புரிசை: (பெ): மதில்; சுவர்; fortification; wall.

புரிந்தோர்: (பெ): நண்பர்கள்; friends.

புரிமுகம்: (பெ): கோபுரம்; சங்கு; நத்தை; temple tower; conch; snail.

புரியட்டகாயம்: *(பெ):* நுண்ணுடல்; subtle body.

புரியம்: *(பெ):* கூத்து; நாடகம்; கேளிக்கை; folk dance; play; entertainment.

புரிவளை: *(பெ):* வளையல் வகை; a kind of bangles.

புரிவு: *(பெ):* தவறு; அன்பு; விருப்பம்; தொழில்; தெளிவு; வேறுபடுகை; fault; mistake; love; desire; profession; clearness; difference.

புரீடம்: *(பெ):* மலம்; அழுக்கு; impurities of soul; sin; dirt.

புருடாமிருகம்: *(பெ):* மனித முகங் கொண்ட விலங்கு; an animal with human face.

புருடோத்தமன்: *(பெ):* திருமால்; ஓர் அரசன்; சிறந்தவன்; Lord Vishnu; the king Purushothaman; eminent person.

புருவை: *(பெ):* ஆடு; இளமை; செம்மறியாடு; பெண்ணாடு; goat; youth; ram; she-goat.

புரூணம்: *(பெ):* இளமை; youth.

புரைசல்: *(பெ):* இரகசியம்; பொத்தல்; குழப்பம்; சச்சரவு; குற்றம்; secret; hole; confusion; quarrel; defect.

புரைசு: *(பெ):* பலாசு மரம்; a kind of tree.

புரைதல்: *(வி):* தைத்தல்; நேர்தல்; ஒத்தல்; பொருந்துதல்; to sew; to happen; to resemble; to suit.

புரைத்தல்: *(வி):* தப்புதல்; to escape.

புரைமை: *(பெ):* பெருமை; உயர்ச்சி; greatness; excellence.

புரையன்: *(பெ):* வீடு; குடில்; house; hut.

புரையுள்: *(பெ):* வீடு; house.

புரோகன்: *(பெ):* உயர்ந்தோன்; man of good qualities.

புரோசர்: *(பெ):* குறுநில மன்னர்கள்; chieftains.

புரோசனம்: *(பெ):* பயன்; benefit.

புரோசு: *(பெ):* சடங்கு செய்துவைக்கும் புரோகிதர்; the family priest.

புரோதம்: *(பெ):* குதிரை மூக்கு; nose of a horse.

புல: *(பெ):* புலால்; meat.

புலத்தல்: *(வி):* மனம் வேறுபடுதல்; வெறுத்தல்; துன்புறுதல்; அறிவுறுத்தல்; to sulk; to dislike; to suffer; to instruct.

புலத்தி: *(பெ):* வண்ணாத்தி; washer-woman.

புலத்தியன்: *(பெ):* பண்டைக் காலத்தில் வாழ்ந்த ரிஷி; an ancient sage.

புலத்தோர்: *(பெ):* ஞானியர்; சான்றோர்; wise persons; learned people.

புலமகன்: *(பெ):* கற்றறிந்தோன்; அறிஞன்; scholar; learned person.

புலமையோர்: *(பெ):* சான்றோர்; அறிஞர்; scholars; learned people.

புலம்: *(பெ):* வயல்; இடம்; நூல்; திக்கு; இந்திரிய உணர்வு; அறிவு; வேதம்; arable land; paddy field; location; treatise; direction; sensation; knowledge; the Veda.

புலம்பன்: *(பெ):* நெய்தல் நிலத்துத் தலைவன்; ஆன்மா; chief of a maritime tract; soul.

புலம்பு: *(பெ):* ஒலி; பிரிவு; வெறுப்பு; குற்றம்; மனவருத்தம்; தனிமை; sound; separation; dislike; fault; grief; solitariness.

புலரி: *(பெ):* அதிகாலை; சூரியன்; dawn; the Sun.

புலவரை: *(பெ):* ஒரு நாட்டின் எல்லை; boundary of a country.

புலவுதல்: *(வி):* ஒலித்தல்; to sound.

புலனி: *(பெ):* நண்டு; crab.

புலிக்கண் கல்: *(பெ):* கோமேதகம்; one of the nine gems.

புலிங்கம்: *(பெ):* தீப்பொறி; ஊர்க்குருவி; spark; sparrow.

புலித் தண்டை: *(பெ):* விருது வகை; a kind of award.

புலித்தொடக்கி: *(பெ):* கற்றாழை; தொடரிச் செடி; aloe; a herb.

புலிநகக் கொன்றை: *(பெ):* கொன்றை மர வகை; a kind of tree.

புலிப்போத்து: *(பெ):* புலிக்குட்டி; young one of tiger.

புல்ல கண்டம்: *(பெ):* கரும்பு வகை; கண்ட சர்க்கரை; sugarcane; a kind of sugar.

புல்லகம்: *(பெ):* மகளிர் நெற்றி அணி வகை; a kind of women's forehead ornament.

புல்லம்: *(பெ):* எருது; மலர்; வசைமொழி; ox; flower; abuse.

புல்லர்: *(பெ):* வேடுவர்; கீழ்மக்கள்; hunters; those who are having low qualities.

புல்லறிவு: *(பெ):* அறியாமை; குன்றிய அறிவு; ignorance; little knowledge.

புல்லன்: *(பெ):* அறிவற்றவன்; ஒழுக்கமற்றவன்; ignorant person; one who is not having good conduct.

புல்லார்: *(பெ):* பகைவர்; enemies.

புல்லார்தல்: *(வி):* தோல்வியடைதல்; be defeated.

புல்லாள்: *(பெ):* வழிப்பறி செய்வோன்; highway robber.

புல்லி: *(பெ):* பூவிதழ்; flower petal.

புல்லிகை: *(பெ):* குதிரைச் செவிக் குஞ்சம்; tassels for horse's ears.

புல்லிதழ்: *(பெ):* பூவின் புறவிதழ்; external petal of a flower.

புல்லினம்: *(பெ):* ஆட்டினம்; sheeps and goats.

புல்லுநர்: *(பெ):* நண்பர்கள்; friends.

புல்லூறு: *(பெ):* பறவை வகை; a kind of bird.

புல்வாய்: *(பெ):* கலைமான்; antelope.

புவம்: *(பெ):* வானம்; sky.

புவனகோசம்: *(பெ):* பூமி; earth.

புவிப்பாத்திரம்: *(பெ):* மட்கலம்; earthenware.

புழுகு: *(பெ):* மலையெருக்கு; a kind of yercum.

புழல்: *(பெ):* உட்டுளை; சலதாரை; பணியாரம்; மீன் வகை; inner hole; drain; a kind of pastry; a kind of fish.

புழுகு சட்டம்: *(பெ):* ஒரு நறுமணப் பொருள்; புனுகு; a fragrant thing; civet.

புழுகு சம்பா: *(பெ):* நெல் வகை; a kind of paddy.

புழுதிக்கால் சாகுபடி: *(பெ):* புன்செய் நிலத்தை உழுது புழுதியாக்கிச் செய்திடும் சாகுபடி; dry farming.

புழுதி நாற்று: *(பெ):* காய்ந்து போன நாற்றங்காலில் வளர்ந்திருக்கும் நெல்லின் நாற்றுகள்; paddy seedlings grown on dry seed bed.

புழுதிப்பாடு: *(பெ):* தரிசு நிலம்; barren land.

புழுதிமாயம்: *(பெ):* ஏமாற்றுகை; வீண் செலவு செய்கை; cheating; to expend unnecessarily.

புழுது: *(பெ):* அம்புறாத்தூணி; quiver; case for holding arrows.

புழுவகை: *(பெ):* தேனடை; honeycomb.

புழைக்கை: *(பெ):* துதிக்கை; யானை; elephant's trunk; elephant.

புழைத்தல்: *(வி):* துளையிடுதல்; to make a hole.

புளகம்: *(பெ):* மகிழ்ச்சி; சோறு; கண்ணாடி; joy; boiled rice; mirror.

புளிச்சி: *(பெ):* பருத்தி வகை; a kind of cotton.

புளிஞன்: *(பெ):* வேடன்; மலைவாசி; hunter; mountaineer.

புளிதம்: *(பெ):* ஊன்; ஓர் உணவு வகை; flesh; a kind of food.

புளிந்தன்: *(பெ):* வேடுவன்; hunter.

புளிமாறு: *(பெ):* புளி மிலாறு; tamarind switch.

புளினம்: *(பெ):* மணற்குன்று; ஆற்றிடைத் திட்டு; sand dune; ait.

புளினன்: *(பெ):* வேடுவன்; hunter.

புளைதல்: *(வி):* அலங்கரித்தல்; to adorn.

புள்: *(பெ):* பறவை; வண்டு; மதுபானம்; கைவளை; சகுனம்; கிட்டிப்புள்; bird; bee; beetle; liquor; bangles; bracelet; omen; tip cat game.

புள்ளகம்: *(பெ):* மகிழ்ச்சி; happiness; joy.

புள்ளடி: *(பெ):* பறவையின் பாதம்; உரைகல்; ஏணி; ஒரு செடி வகை; bird's foot; touch-stone; ladder; a kind of plant.

புள்ளம்: *(பெ):* அரிவாள்; billhook.

புள்ளரசு/புள்ளரையன்: *(பெ):* கருடன்; white-headed kite.

புள்ளியம்: *(பெ):* சிறுகுறிஞ்சாச் செடி; a herb.

புள்ளுவம்: *(பெ):* வஞ்சகம்; பறவையொலி; deceit; cry of bird.

புற ஆசாரமான: *(பெ.அ):* சமயச் சடங்கு சம்பந்தமான; ஒழுங்கு முறையான; ceremonial; formal.

புறகு: *(பெ):* புறம்பானது; that which is extraneous.

புறக்கட்டு: *(பெ):* புற வீடு; a small house adjacent to the main house.

புறக்காவல்: *(பெ):* மெய்க்காவல்; escort.

புறக்கிடுதல்: *(பெ):* தோல்வியுறுதல்; be defeated.

புறக்கு: *(பெ):* வெளிப்புறம்; outside.

புறக்குடி: *(பெ):* நகருக்கு வெளியே உள்ள ஊர்; outskirts of a city.

புறக்குடை: *(பெ):* முதுகு; back.

புறக்கூத்து: *(பெ):* கூத்து வகை; a kind of dance.

புறக்கொடை: *(பெ):* மெய்க்காவல்; கோயிலின் வெளிப்புறம்; escort; outside of a temple.

புறக்கோட்டை: *(பெ):* கோட்டையொன்றின் வெளிப்புறப் பாதுகாப்பு அரண்; outer defence to a castle.

புறங்கால்: *(பெ):* புறவடி; upper part of the foot.

புறங்கான்: *(பெ):* முல்லை நிலம்; forest tract.

புறஞ்சாற்றல்: *(பெ):* தோல்வியுறுதல்; be defeated.

புறணி: *(பெ):* முல்லை நிலம்; கோள்; புறம்பானது; pastoral tract; backbiting; anything outside.

புறணி நாடு: *(பெ):* வெளிநாடு; foreign country.

புறத்தவன்: *(பெ):* அன்னியன்; அயல் நாட்டவன்; stranger; foreigner.

புறத்திணை: *(பெ):* புறப்பொருள் வகை; a major theme of Purapporul.

புறநடம்: *(பெ):* கூத்து வகை; a kind of dance.

புறநாடகம்: *(பெ):* நாடக வகை; a kind of drama.

புறந்தருதல்: *(வி):* பாதுகாத்தல்; போற்றுதல்; கைவிடுதல்; தோற்றுப்போதல்; to protect; to praise; to give up; be defeated.

புறந்தருநர்: *(பெ):* பாதுகாப்பவர்; one who protects someone or something.

புறந்தாள்: *(பெ):* புறங்கால்; the upper part of the foot.

புறப்பகட்டு: *(பெ):* வெளிவேஷம்; pretension.

புறப்பணை: (பெ): முல்லை நிலம்; forest tract.

புறப்பாட்டு: (பெ): புறநானூறு; Purananooru.

புறப்புண்: (பெ): முதுகில் உள்ள புண்; the wound on the back of someone.

புறமடை: (பெ): வெளிப்புற வாய்க்கால்; outside channel for water irrigation.

புறமறை: (பெ): மறைத்தல்; concealing; hiding.

புறமாறு: (பெ): வறண்ட நிலம்; இடம் மாறுகை; கைவிடுதல்; desert; change of place; giving up something.

புறமுழவு: (பெ): பறை வகை; a kind of drum.

புறமுனைப்புடைய: (பெ.அ): மிகவும் முக்கியமான; salient.

புறமொழி: (பெ): கோள் மூட்டுதல்; தூற்றுதல்; backbiting; slandering.

புறம்பனை: (பெ): மலையும் மலை சார்ந்த இடமும்; hilly tract.

புறம்பாக்கு: (வி): சமூகத்திலிருந்து விலக்கிடல்; to excommunicate.

புறம்பு: (பெ): வெளிப்பகுதி; முதுகு; வெளித் தோற்றம்; outside; back; exterior.

புறம்புல்கு: (வி): ஒருவரின் பின்புறமிருந்து தழுவுதல்; to embrace someone from behind.

புறம் பொசிதல்: (வி): வெளிப்படுதல்; கசிதல்; to emerge; to ooze.

புறம்போதல்: (வி): வெளியேறுதல்; to quit.

புறம்வாயில்: (பெ): வெளிக்கதவு; outer door.

புறம்விடுதல்: (வி): கைவிடுதல்; to give up.

புறவடி: (பெ): பாதத்தின் மேல்பகுதி; the upper part of the foot.

புறவுரை: (பெ): பாயிரம்; preface.

புறனுரை: (பெ): பழிச்சொல்; abuse.

புறன்: (பெ): பழிச்சொல்; abuse.

புறா: (பெ): பறவை வகை; dove.

புற்கசன்: (பெ): வேடுவன்; சண்டாளன்; கீழ் மகன்; hunter; cruel person; man of low qualities.

புற்கம்: (பெ): குறைவு; மாயம்; decrease; illusion.

புற்கலம்: (பெ): உடம்பு; உயிரற்ற பொருள்; body; lifeless thing.

புற்கலன்: (பெ): ஆன்மா; உடல்; soul; body.

புற்கை: (பெ): கூழ்; gruel.

புற்பதம்: (பெ): நீர்க்குமிழி; water bubble.

புற்பதி: (பெ): பனை மரம்; palmyra tree.

புற்போதி: (பெ): பூவரசு மரம்; portia tree.

புற்றாஞ்சோறு: (பெ): கரையான் புற்று மண்; the soft earth of the ant-hill.

புற்றாளி: (பெ): பனை மரம்; palmyra tree.

புனக்காவல்: (பெ): மலைப் பிரதேசங்களில் விளைந்திருக்கும் பயிர்களைக் காவல் காத்திடுதல்; guarding crops in the hilly areas.

புனக்குளம்: (பெ): குட்டை; pool.

புனரி: (பெ): ஒரு பூண்டு வகை; a kind of shrub.

புனருத்தாரணம்: (பெ): புதுப்பித்தல்; மீட்பு; renovation; redemption.

புனர் விசாரணை: (பெ): மறு விசாரணை; re-trial.

புனலி: (பெ): காட்டு மல்லிகை; a kind of jasmine.

புனலை: (பெ): மர வகை; a kind of tree.

புனல்நாடன் (நாடு): (பெ): சோழ மன்னன்; Chozha king.

புனல் வாயில்: (பெ): மதகு; sluice.

புனல் வேந்தன்: (பெ): வருணன்; Lord Varuna.

புனவர்: (பெ): குறிஞ்சி நில மக்கள்; the inhabitants of hilly tract.

புனவேடு: (பெ): கூத்து வகை; a kind of dance.

புனற்படு நெருப்பு: (பெ): ஊழித்தீ; cosmic fire.

புனிறு: (பெ): ஈன்றணிமை; புதுமை; recent delivery; novelty.

புனிற்றுமதி: (பெ): இளம்பிறை; crescent moon.

புனையல்: (பெ): மாலை; garland.

புனையிழை: (பெ): பெண்; woman.

புனையிறும்பு: (பெ): செய்காடு; artificial forest.

புனையன்: (பெ): கம்மாளன்; smith.

புனைவு: (பெ): அலங்காரம்; decoration.

புன்கண்: (பெ): துன்பம்; distress.

புன்கம்: (பெ): மர வகை; சாதம்; a kind of tree; boiled rice.

புன்கூர்தல்: (வி): துன்பப்படுதல்; to distress.

புன்சொல்: (பெ): தூற்றுகை; slander.

புன்புலம்: (பெ): புன்செய் நிலம்; தரிசு நிலம்; dry land; barren land.

புன்மரம்: (பெ): தென்னை மரம்; coconut tree.

புன்மை: (பெ): சிறுமை; இழிவு; வறுமை; துன்பம்; மங்கல்; குற்றம்; smallness; meanness; poverty; affliction; dimness; fault.

புன்றலை: (பெ): சிவந்த முடியுடைய தலை; ruddy haired head.

புன்னாகம்: (பெ): புன்னை மரம்; mast-wood.

புன்னாடன்/புன்னாடு: (பெ): சோழ மன்னன்; Chozha king.

புன்னிலம்: (பெ): தரிசு நிலம்; புன்செய் நிலம்; barren land; dry land.

புன்னீர்: (பெ): இரத்தம்; சாக்கடை நீர்; blood; drainage water.

பூ 386 பூதசஞ்சாரம்

பூ

பூ: (பெ): மலர்; தாமரை; அழகு; சேவலின் தலைச்சூடு; நிறம்; நீல நிறம்; தீப்பொறி; தேங்காய்த் துருவல்; வேள்வித் தீ; கூர்மை; நரக வகை; பூப்பு; பூமி; பிறப்பு; flower; lotus; beauty; cock's comb; colour; blue colour; spark; scrap of coconut; sacrificial fire; sharpness; a kind of hell; puberty, earth; birth. ● பூ மலர்ந்து கெட்டது; வாய் விரிந்து கெட்டது. ● பூவுடன் கூடிய நாரும் மணம் பெற்றது போல - *பழமொழிகள்.*

பூகண்டர்: (பெ): உலகின் பகைவரான அசுரர்; Asuras as the enemies of the world.

பூகண்டம்: (பெ): பூமியின் நிலப்பகுதி; the mass of land portion of the earth.

பூகதம்: (பெ): கமுக மரம்; areca-nut tree.

பூகதர்: (பெ): புகழ்ந்திடுவோர்; those who praise someone.

பூகம்: (பெ): பாக்கு மரம்; திரட்சி; நேரம்; இயல்பு; கழுகு; இருள்; பிளப்பு; பலா; துளை; areca-nut tree; mass; time; nature; common kite; night; darkness; cleft; jack tree; hole.

பூகரம்: (பெ): கையாந்தகரை; a kind of greens with short thick leaves.

பூகேசம்: (பெ): ஆலமரம்; banyan tree.

பூக்கம்: (பெ): கமுக மரம்; ஊர்; areca-nut tree; town.

பூங்கற்று: (பெ): அழகு; பூதம்; beauty; demon.

பூங்கு: (பெ): பல; many.

பூசகன்: (பெ): அருச்சகன்; priest.

பூசணம்: (பெ): அணிவகை; அழுக்கு; ornament; dirt.

பூசலிடு: (வி): பெருங்குரலில் சத்தமிடு; to cry loudly.

பூசனம்: (பெ): வழிபாடு; ஈடுபாடு; worship; devotion.

பூசிதன்: (பெ): பூஜிக்கப்படுபவன்; one who is worshipped by others.

பூசு: (பெ): பூசுதல்; தூசு; ஒட்டடை; smearing; dust; cobweb.

பூசுரன்: (பெ): அந்தணன்; brahmin.

பூசை: (பெ): ஆராதனை; பூனை; pooja; worship; cat.

பூச்சக்கரம்: (பெ): பூமி; வெடி வகை; earth; a kind of cracker.

பூச்சக்கரன்: (பெ): அரசன்; king.

பூச்சட்டை: (பெ): பூவேலைப்பாடு கொண்ட ஆடை; a garment embroidered with floral design.

பூச்சாரம்: (பெ): நில வளம்; fertility of land.

பூச்சிதம்: (பெ): மதிப்பு; value.

பூச்சியத்துவம்: (பெ): சிறப்புத்தன்மை; முக்கியத்துவம்; speciality; importance.

பூச்சை: (பெ): பூனை; cat.

பூஞை: (பெ): பூனை; cat.

பூஞ்சல்: (பெ): வலுவற்றவன்; மங்கல் நிறம்; one who is not strong; dull/dim colour.

பூஞ்சி: (பெ): தூசி; மங்கல்; dust; dimness.

பூஞ்சு: (பெ): ஒட்டடை; பாசி; மங்கல் நிறம்; cobweb; fungus; dull colour.

பூஞ்சுண்ணம்: (பெ): பூந்தாது; மகரந்தத் தூள்; the pollen; the fertility dust discharged from flowers.

பூஞ்சை நிலம்: (பெ): தரிசு நிலம்; barren land.

பூடணம்: (பெ): அணி வகை; a kind of ornament.

பூட்கை: (பெ): வலிமை; உறுதி; யானை; strength; firmness; elephant.

பூட்சி: (பெ): உடம்பு; ஆபரணம்; உடலுறவு; வரி வகை; உறுதி; body; ornament; union; copulation; a kind of tax; firmness.

பூட்டகம்: (பெ): வஞ்சகம்; வீண் ஜம்பம்; deceit; vanity.

பூட்டுவாய்: (பெ): பூட்டில் சாவியை விட்டுத் திறந்திட உள்ள துளை; keyhole.

பூட்டூசி: (பெ): பெண்கள் புடவை, சட்டை முதலியவற்றில் குத்திக்கொள்ளும் பாதுகாப்பு ஊசி; safety pin.

பூட்டை: (பெ): ஏற்ற மரம்; இராட்டினச் சக்கரம்; picottah; wheel of a pulley.

பூட்டைப்பொறி: (பெ): நீர் இறைக்கும் கருவி; water lift.

பூணாரம்: (பெ): ஆபரணம்; அணிகலன்; jewel; ornament.

பூணி: (பெ): காளை; கால்நடை; bull; cattle.

பூணித்தல்: (வி): தீர்மானம் செய்தல்; தோற்றுவித்தல்; சபதம் செய்தல்; to decide; cause to appear; to make a vow.

பூணுதல்: (வி): மேற்கொள்ளுதல்; அணிதல்; சூழ்ந்து கொள்ளுதல்; to undertake; to wear; to surround.

பூணூரம்: (பெ): அணிகலன் வகை; a kind of ornament.

பூண்: (பெ): ஆபரணம்; கவசம்; ornament; armour.

பூதசஞ்சாரம்: (பெ): உலக வாழ்வு; worldly life.

பூததானியம்: *(பெ):* எள்; sesame.

பூதநாசினி: *(பெ):* பெருங்காயம்; asafoetida.

பூதபலி: *(பெ):* திருவிழாக் காலத்தில் தீய சக்திகளுக்குப் பலியிடல்; the offerings to evil spirits during festival time.

பூதரம்: *(பெ):* மலை; mountain.

பூதரன்: *(பெ):* திருமால்; அரசன்; Lord Vishnu; king.

பூதவக் குருக்கண்: *(பெ):* ஆலம் விழுது; aerial root of banyan tree.

பூதவம்: *(பெ):* ஆலமரம்; banyan tree.

பூதவீடு: *(பெ):* உடம்பு; body.

பூதாத்துமன்: *(பெ):* துறவி; ascetic.

பூதாரன்: *(பெ):* அரசன்; the king.

பூதாரி: *(பெ):* பெருங்காயம்; asafoetida.

பூதிகம்: *(பெ):* பூமி; உடம்பு; நிலவேம்பு; மரவகை; earth; body; a kind of herb; a kind of tree.

பூதியம்: *(பெ):* பூமி; உடம்பு; earth; body.

பூதுரந்தரர்: *(பெ):* அரசர்கள்; kings.

பூதை: *(பெ):* அம்பு; arrow.

பூத்தானம்: *(பெ):* புதுமை; novelty.

பூத்திரம்: *(பெ):* மலை; mountain.

பூநீறு: *(பெ):* உவர் மண்; saline soil.

பூந்தை: *(பெ):* பூதன் என்பவனின் தந்தை; father of Bhoodhan.

பூந்தோடு: *(பெ):* பூவிதழ்; flower petal.

பூபதி: *(பெ):* அரசன்; மல்லிகை; ஒரு குளிகை; king; jasmine; a tablet.

பூபன்: *(பெ):* அரசன்; king.

பூப்பலி: *(பெ):* பூஜைக்குரிய பூ; the flower used for worship.

பூமன்: *(பெ):* அரசன்; காமன்; பிரம்மன்; செவ்வாய்; king; Kama, the God of love; Lord Brahma; the Planet Mars.

பூமான்: *(பெ):* அரசன்; கணவன்; திருமால்; king; husband, Lord Vishnu.

பூமி குருவகம்: *(பெ):* வெள்ளெருக்கு; white yercum.

பூமிசம்: *(பெ):* நரகம்; hell.

பூமிசம்பவை: *(பெ):* சீதாப்பிராட்டி; Sita, the daughter of Bhooma Devi.

பூமிசன்: *(பெ):* செவ்வாய்; the Planet Mars.

பூமிசை: *(பெ):* திருமகள்; சீதாப்பிராட்டி; Lakshmi, Goddess of Wealth; Sita, the daughter of Bhooma Devi.

பூமிநாதம்: *(பெ):* காந்தம்; வெடியுப்பு; magnet; a kind of salt.

பூமுகம்: *(பெ):* அழகிய முகம்; beautiful face; charming face.

பூம்பாளை: *(பெ):* நெல் வகை; a kind of paddy.

பூபயம்: *(பெ):* சீழ்; pus.

பூரகம்: *(பெ):* மூச்சை உள்ளிழுத்தல்; புல் வகை; inhaling the air; a kind of grass.

பூரண கும்பம்: *(பெ):* நற்காரியங்களுக்காக மாவிலை போன்றவற்றை வைத்துக் கட்டி அலங்கரித்து வைத்துள்ள நீர்க்குடம்; a pot, full of water, decorated with mango leaves for the use of auspicious occasions.

பூரணத்துவம்: *(பெ):* நிறைவான நிலை; perfection.

பூரணானந்தம்: *(பெ):* மகிழ்ச்சிப் பெருவெள்ளம்; overflowing happiness.

பூரணை: *(பெ):* முழுமை; நிறைவு; பௌர்ணமி; fullness; perfection; the Full Moon.

பூரிகம்: *(பெ):* அப்ப வகை; a kind of round cake of rice flour and sugar fried in ghee.

பூரிகல்யாணி: *(பெ):* ஒரு பண் வகை; a kind of melody.

பூரிகா: *(பெ):* அகில் மரம்; a kind of fragrant wood; eagle wood.

பூரிகை: *(பெ):* ஊது கொம்பு; நிரப்புகை; a kind of wind instrument; act of filling something.

பூரிதக்கரைசல்: *(பெ):* கரைப்பதற்காகப் போடப்பட்டுள்ள பொருள் மேலும் கரைந்திட முடியாத நிலையினை அடைந்திருக்கும் கரைசல்; the saturated solution.

பூரிதம்: *(பெ):* களிப்பு; மிகுதி; நிறைந்தது; exultation; abundance; that which is filled.

பூரிமம்: *(பெ):* தெருப்பக்கம்; தொட்டி வகை; street side; a kind of cistern.

பூரிமாயன்: *(பெ):* நரி; fox.

பூரிமாயு: *(பெ):* நரி; பழைமை; fox; quality of being old; antiquity.

பூரியம்: *(பெ):* ஊர்; மருதநிலத்தூர்; நகரம்; அரண்மனை; village; a town of agricultural tract; town; palace.

பூரியரிசி: *(பெ):* வெள்ளை அரிசி; white rice.

பூரியர்: *(பெ):* கீழ்மக்கள்; கொடியவர்; persons of low qualities; cruel persons.

பூரு: *(பெ):* புருவர்; குரு குலத்து அரசருள் ஒருவன்; eye brow; one of the kings of Kuru dynasty.

பூருண்டி: *(பெ):* மல்லிகை; வேலிப்பருத்தி; jasmine; a kind of herb.

பூருவகங்கை: *(பெ):* நர்மதை; River Narmadha.

பூருவ திக்கு: *(பெ):* கிழக்கு; east.

பூருவ தேகம்: *(பெ):* முற்பிறவியில் பெற்ற உடம்பு; one's body in his/her previous birth.

பூருவ பக்கம்: *(பெ):* பழைமை; கிழக்கு; antiquity; east.

பூரை: *(பெ):* போதுமானது; முடிவு; உதவாக்கரை; sufficiency; end; worthless person.

பூர்வ திக்கு: *(பெ):* கிழக்கு; east.

பூர்வத்தார்: *(பெ):* முன்னோர்; ancients.

பூர்வோத்திரம்: *(பெ):* வடகிழக்கு; முன் வரலாறு; north-east; past history.

பூர்ஷ்வா: *(பெ):* பொதுவுடைமைக் கொள்கையின் அடிப்படையில் பொருட்கள், தானியங்கள் உற்பத்திக்கான உழைப்பில் ஒருவர் தாமே நேராக ஈடுபடாது தொழிலாளர்களை ஈடுபடுத்திப் பயன் பெற்றிடும் உடைமையாளர்; bourgeois.

பூலதை: *(பெ):* பூநாகம்; the round worm infecting the small intestines.

பூலத்தி: *(பெ):* மருத மரம்; a kind of tree.

பூலம்: *(பெ):* புற்கட்டு; grass bundle.

பூலா: *(பெ):* செடி வகை; மர வகை; பூ; a kind of plant; a kind of tree; flower.

பூலித்தல்: *(வி):* வீங்குதல்; to swell.

பூவட்டம்: *(பெ):* பூவிதழ் வட்டம்; அல்லி வட்டம்; corolla.

பூவணி[1]: *(பெ):* பூமாலை; flower garland.

பூவணி[2]: *(பெ):* மலர்ப் படுக்கை; flower bed.

பூவண்டம்: *(பெ):* வெங்காயம்; onion.

பூவந்தி: *(பெ):* புங்க மரம்; பலகார வகை; a kind of tree; a kind of snack.

பூவலியம்: *(பெ):* மண்ணுலகு; the earth.

பூவல்: *(பெ):* சிவப்பு; செம்மண் பூமி; பெரிய கிணறு; பூத்தல்; red; red earth; large well; to blossom.

பூவழலை: *(பெ):* பூநீரு; the water obtained from brackish soil.

பூவள்ளம்: *(பெ):* மண் கிண்ணம்; தங்கக் கிண்ணம்; earthen vessel; golden vessel.

பூவன்: *(பெ):* வாழை வகை; பிரமன்; a kind of plantain; Lord Brahma.

பூவாடைக்காரி: *(பெ):* சுமங்கலியாக இறந்த பெண்; ஒரு பெண் தெய்வம்; the woman who died while her husband is alive; a woman deity.

பூவிந்து: *(பெ):* அப்பிரகம்; வீரம் என்னும் மருந்துச் சரக்கு; mica; veeram, a medicinal thing.

பூவிலி: *(பெ):* பிறப்பற்றவர்; one who has birthless state.

பூவினன்: *(பெ):* பிரமன்; Lord Brahma.

பூவை: *(பெ):* காயா மரம்; பெண்; கிளி; குயில்; a kind of tree; woman; parrot; koel.

பூவைசியர்: *(பெ):* உழவர்; farmers.

பூழான்: *(பெ):* கவுதாரி; partridge.

பூழி: *(பெ):* குழை சேறு; புழுதி; தூள்; திருநீறு; mire; dust; powder; sacred ash.

பூழியன்: *(பெ):* பாண்டியன்; பூழி நாட்டின் தலைவனாகிய சேரன்; Pandiya king; Chera king who was the chief of Poozhi Nadu.

பூழில்: *(பெ):* அகில் மரம்; பூமி; eagle wood; earth.

பூழ்: *(பெ):* துளை; காடை வகை; hole; grey quail.

பூழ்க்கை: *(பெ):* யானை; elephant.

பூழ்தி: *(பெ):* புழுதி; இறைச்சி; கொடுமை; dust; meat; severity.

பூளை: *(பெ):* இலவ மரம்; செடி வகை; பீளை; silk-cotton tree; a kind of plant; secretion from the eyes.

பூனதம்: *(பெ):* பொன்; gold.

பூனைத் திசை: *(பெ):* தென்கிழக்கு; south-east.

பூனை மூலி: *(பெ):* குப்பை மேனி; a kind of herb.

பூனை வணங்கி: *(பெ):* குப்பை மேனி; a kind of herb.

பூன்றம்: *(பெ):* முழுமை; completion; fullness.

பெ

பெகுலம்: *(பெ):* மிகுதி; abundance.

பெங்கு: *(பெ):* தீயொழுக்கம்; debauchery.

பெடம்: *(பெ):* மிகுதி; abundance.

பெடை: *(பெ):* பெண் பறவை; female bird.

பெட்டல்: *(பெ):* விருப்பம்; ஆசை; desire; longing.

பெட்டன்: *(பெ):* பொய்யன்; liar.

பெட்டார்: *(பெ):* நண்பர்கள்; friends.

பெட்டு: *(பெ):* பொய்; சிறப்பு; மதிப்பு; lie; greatness; respect.

பெட்பு: *(பெ):* பெருமை; விருப்பம்; அன்பு; தன்மை; பாதுகாப்பு; greatness; desire; love; nature; protection.

பெண் சரக்கு: *(பெ):* படிகாரம்; காடி; alum; fermented gruel or rice water.

பெண்டகைமை: *(பெ):* பெண்தன்மை; womanliness.

பெண்டகம்/ன்: *(பெ):* அலி; eunuch.

பெண்டுகம்: *(பெ):* கழற்சிக் கொடி; molucca bean creeper.

பெண்ணரசி: *(பெ):* பட்டத்தரசி; queen.

பெண்ணை: *(பெ):* பனை மரம்; பெண்ணையாறு; பெண் மரம்; palmyra/palm tree; the river Pennai; female tree.

பெண்பாற் பிள்ளைத் தமிழ்: *(பெ):* பெண்ணைப் புகழ்ந்து பாடும் பாடல்; a poem sung in praise of a woman.

பெண் பிறந்தார்: *(பெ):* பெண்ணாய்ப் பிறந்தவர்கள்; women.

பெண்மூச்சு: *(பெ):* பிடிவாதம்; obstinacy.

பெண்வலை: *(பெ):* பெண்ணின் கடும் உழைப்பு; woman's hardwork.

பெண்வழி: *(பெ):* பெண்ணைப் பற்றியுள்ள இனம்; the feminine line.

பெதும்பை: *(பெ):* எட்டு வயதிற்கும், பதினோரு வயதிற்கும் இடைப்பட்ட வயதுடைய சிறுமி; the girl between the age of eight and eleven.

பெத்தம்: *(பெ):* கட்டு; ஒடுக்கம்; உறுதி; சேர்மானம்; bond; narrowness; firmness; mixture.

பெத்தரிக்கம்: *(பெ):* அகந்தை; pride.

பெத்தல்: *(பெ):* பெருங்குரும்பைச் செடி; a herb.

பெந்தம்: *(பெ):* பந்தம்; கட்டு; தொடர்பு; relationship; bond; attachment.

பெந்து: *(பெ):* சுற்றம்; relatives.

பெயரடை: *(பெ):* பெயர்ச்சொல்லுக்கு அடையாக வரும் சொல்; adjective.

பெயரன்: *(பெ):* பேரன்; பாட்டன்; grandson; grandfather.

பெயர்த்தி: *(பெ):* பேத்தி; granddaughter.

பெயர்த்தும்: *(து.வி):* மறுபடியும்; மீண்டும்; in return; again.

பெயர் வழி: *(பெ):* தலைமுறை; ஆள்; generation; man.

பெய்கலம்: *(பெ):* பாண்டம்; vessel.

பெய்துரை: *(பெ):* பாயிரம்; preface.

பெரிய திருவடி: *(பெ):* கருடாழ்வார்; Lord Garuda.

பெரிய நடை: *(பெ):* நல்லொழுக்கம்; moral conduct.

பெரிய புராணம்: *(பெ):* சிவனடியார்கள் அறுபத்து மூவரின் வரலாறு, சிவத்தொண்டு ஆகியன பற்றிக் கூறும் நூல்; a literary work on the 63 Saiva Saints.

பெரிய பெருமாள்: *(பெ):* திருவரங்கத்து அரங்க நாதன்; Lord Ranganathar of Sri Rangam.

பெருக: *(பெ.அ):* அதிக; நிரம்ப; சிறந்த; முத்த; big; large; full; great; elder.

பெருகு: *(பெ):* தயிர்; அணிகலன் வகை; curd; a kind of ornament.

பெருக்காளர்: *(பெ):* சிறந்தோர்; வேளாளர்; great persons; farmers.

பெருங்கட்டி: *(பெ):* பிளவை; cancer; boil.

பெருங்கணக்கு: *(பெ):* பெருந்தொகை; அகந்தை; huge amount; arrogance.

பெருங்கதை: *(பெ):* நீண்ட கதை; காப்பியம்; very long story; epic.

பெருங்கலம்: *(பெ):* ஆயிரம் நரம்புகளைக் கொண்ட பேரியாழ்; a kind of large string instrument which has thousand strings.

பெருங்கலையன்: *(பெ):* நெல் வகை; a kind of paddy.

பெருங்கால்: *(பெ):* யானைக்கால்; elephantiasis.

பெருங்கிராமம்: *(பெ):* 500 குடிமக்கள் வாழும் கிராமம்; a village where 500 people live.

பெருங்கை: *(பெ):* யானை; elephant.

பெருங்கோடணை: *(பெ):* ஒரு முரசு வகை; a kind of drum.

பெருங்கோப்பெண்டு: *(பெ):* பட்டத்து அரசி; chief queen.

பெருநம்பி: *(பெ):* இளவரசுக்கான பட்டப்பெயர்; the title of a prince.

பெருநாள்: *(பெ):* முகமதியப் பண்டிகை; Islamic festival.

பெருநிலம்: *(பெ):* பூமி; பரமபதம்; earth; salvation as the final bliss.

பெருநீர்: *(பெ):* கடல்; sea.

பெருந்தகவு: *(பெ):* பெருமை; பெருந்தன்மை; greatness; benevolence.

பெருந்தகை: *(பெ):* மதிப்பிற்கும், மரியாதைக்கும் உரியவர்; one who is held in high esteem.

பெருந்தனம்: *(பெ):* நடனமாந்தரில் ஒரு பிரிவினர்; a class of dancing girls.

பெருந்திணை: *(பெ):* அகத்திணை வகை; மனம் பொருந்தாக் காதல்; பொருந்தாக் காமம்; a major theme of 'Agapporul' in Tamil literature; improper love; lust.

பெருந்துறை: *(பெ):* ஓர் ஊர்; பெரிய துறைமுகம்; a town in Tamil Nadu; a large seaport.

பெருப்பம்: *(பெ):* பருமன்; bulkiness.

பெருமணம்: *(பெ):* திருமணம்; marriage.

பெருமதி: *(பெ):* தகுதி; ஆற்றல்; உறுதி; வெகுமதி; fitness; effort; firmness; gift.

பெருமா: *(பெ):* யானை; elephant.

பெருமிதம்: *(பெ):* மேம்பாடு; களிப்பு; மிகுதி; pride; joy; plenty.

பெருமூளை: *(பெ):* மூளை; cerebrum.

பெரும்பனையன்: *(பெ):* அம்மை நோய் வகை; a kind of measles.

பெரும்பாண்: *(பெ):* பாணர்; bards.

பெரும்பானையோர்: *(பெ):* நீராகாரம்; rice-water.

பெரும் பிழுக்கை: *(பெ):* கூத்து வகை; a kind of dance.

பெரும்பிறிது: *(பெ):* இறப்பு; death.

பெரும்புலர் சாலை: *(பெ):* அதிகாலை; the daybreak.

பெரும்பூ: *(பெ):* நிலத்தின் ஆண்டு வருவாய்; annual agricultural produce.

பெரும்பூண்: *(பெ):* மார்பில் அணிந்திடும் அணி வகை; a kind of chest ornament.

பெரும்பூழை: *(பெ):* திட்டி வாசல்; a wicket in a large gate.

பெரும்பூளை: *(பெ):* ஒரு செடி; a plant.

பெரும்பெயல்: *(பெ):* பெருமழை; heavy rain.

பெருவங்கியம்: *(பெ):* வாத்திய வகை; a kind of musical instrument.

பெருவரை: *(பெ):* மகாமேரு; Maha Meru, a mountain said in Puranas.

பெருவழக்காக்கு: *(வி):* அதிகப்படியான உபயோகத்திற்குக் கொண்டுவந்திடு; to popularize.

பெருவழக்கு: *(பெ):* பலரும் கையாளும் முறை; largely prevalent custom.

பெருவளி: *(பெ):* சூறைக் காற்று; storm.

பெருவனம்: *(பெ):* கடல்; sea.

பெருவாகை: *(பெ):* மர வகை; a kind of tree.

பெருவாயன்: *(பெ):* கழுதை; அலப்புபவன்; donkey; ass; chatterbox.

பெருவாயில்: *(பெ):* மிகப் பெரிய வாயில்; கோபுரம்; tower.

பெருவாரி நோய்: *(பெ):* தொற்று நோய்; infection.

பெருவாழ்வு: *(பெ):* சீரும் சிறப்பும் கூடிய வாழ்வு; பேரின்ப வாழ்க்கை; life of prosperity; life of eternal bliss.

பெரு வீடு: *(பெ):* பிற்பகலில் மாடுகளை மேய்ச்சலுக்கு விடுகை; letting out the cattle in the afternoon for grazing.

பெருவெள்ளை: *(பெ):* நெல் வகை; a kind of paddy.

பெறாப்பேறு: *(பெ):* அரிதான அதிர்ஷ்டம்; rare luck.

பெறா விலை: *(பெ):* அதிக விலை; குறைந்த விலை; much price; minimum price.

பெறுக்கல்: *(பெ):* அரிசி; rice.

பெறுதி: *(பெ):* இலாபம்; profit.

பெறுத்துதல்: *(வி):* உண்ணுதல்; to eat.

பெறுமதி: *(பெ):* தகுதி; ஆற்றல்; உறுதி; வெகுமதி; fitness; effort; firmness; gift.

பெறுமுறி: *(பெ):* சம்பளம்; salary.

பெற்றிமை: *(பெ):* பெருமை; முறைமை; சாதி; greatness; manner; caste.

பெற்று: *(பெ):* பெருக்கம்; செல்வாக்கு; அடுக்கு; எருது; greatness; influence; layer; ox.

பென்னை: *(பெ):* யானை; elephant.

பே

பே: *(பெ):* நுரை; அச்சம்; மேகம்; இல்லை என்னும் பொருள் தருவது; foam; fear; cloud; the word which means nothing.

பேகனித்தல்: *(வி):* மனம் கலங்குதல்; நிறம் வேறுபடுதல்; be distressed; changing of colours.

பேகணிப்பு: *(பெ):* துயரம்; grief.

பேகம்: *(பெ):* தவளை; மேகம்; முகமதியப் பெண்; frog; cloud; Muslim woman.

பேகன்: *(பெ):* கடையேழு வள்ளல்களில் ஒருவன்; ஆண் தவளை; Began, one of the last seven munificent patrons; male frog.

பேகி: *(பெ):* பெண் தவளை; female frog.

பேசகம்: *(பெ):* ஆந்தை; முகில்; யானை வாலின் நுனி; வாயில்; owl; cloud; tip of the elephant's tail; gate; entrance.

பேசகி: *(பெ):* யானை; elephant.

பேசலம்: *(பெ):* மரகதத்தின் குணங்களுள் ஒன்று; one of the qualities of emerald.

பேசார்: *(பெ):* பேச்சுத் திறன் இல்லாதோர்; ஊமைகள்; dumb persons.

பேசி: *(பெ):* தசை; இடியேறு; உடை; முட்டை; நரம்பு; பூ மொட்டு; muscle; thunderbolt; dress; garment; egg; vein; bud.

பேடகம்: *(பெ):* பெட்டி; பெட்டகம்; கூடை; துகில் வகை; திரள்; box; chest; basket; a kind of cloth; abundance.

பேடம்: *(பெ):* தெப்பம்; வெள்ளாடு; raft; goat.

பேடன்: *(பெ):* அலி; eunuch.

பேடிகை: *(பெ):* கூடை; உறை; basket; sheath.

பேட்பு: *(பெ):* விருப்பம், பெருமை; desire; greatness.

பேணகம்: *(பெ):* பலகார வகை; a kind of dish.

பேணார்: (பெ): பகைவர்; கேடு நினைப்போர்; enemies; foes.

பேணியார்: (பெ): நேசிப்போர்; lovers.

பேணிவளர்: (வி): மேன்மைப்படுத்து; to cultivate.

பேணுகை: (பெ): பாதுகாத்தல்; பராமரிப்பு; preservation; maintenance.

பேணுநர்: (பெ): பாதுகாப்பாளர்; guardians.

பேதகம்: (பெ): வஞ்சகம்; deceit.

பேதறுத்தல்: (வி): சந்தேகத்தை நிவர்த்தி செய்திடல்; to clear doubt.

பேதிதம்: (பெ): பிளத்தல்; split.

பேது: (பெ): துயரம்; மயக்கம்; அறிவின்மை; தடுமாற்றம்; வருத்தம்; இரகசியம்; grief; confusion; ignorance; perplexity; distress; secret.

பேதுறவு: (பெ): துன்பம்; மயக்கம்; sorrow; confusion.

பேதை: (பெ): அறியாப்பெண்; ஐந்து முதல் ஏழு வயது வரையுள்ள பெண்; வறிஞன்; கள்; innocent girl; the girl in the age between five and seven; destitute person; toddy.

பேத்துவம்: (பெ): நெய்; ghee.

பேத்தை: (பெ): வயிற்று வீக்கம்; பல்லீறு வீக்கம்; swelling of stomach; swelling in gums.

பேந்துதல்: (வி): மருளுதல்; be confused.

பேம்: (பெ): அச்சம்; fear.

பேயம்: (பெ): நீர், பால் போன்றவை; water, milk etc.

பேயன்: (பெ): மதிகேடன்; வாழை வகை; fool; idiot; a kind of plantain.

பேய்க்கரும்பு: (பெ): நாணல் வகை; a kind of lalong grass.

பேரணை: (பெ): மிகப் பெரிய அணை; big dam.

பேரண்டம்: (பெ): உலகம்; நரி; தலையோடு; மூளை; world; fox; skull; brain.

பேராண்டு: (பெ): அறுபது ஆண்டு கொண்ட காலம் (தமிழ் ஆண்டு); a period of sixty years (Tamil Year).

பேராழி: (பெ): பெருங்கடல்; ocean.

பேராறு: (பெ): கிருஷ்ணா நதி; River Krishna.

பேரி: (பெ): மர வகை; முரசு வகை; a kind of tree; a kind of large drum.

பேரிசை: (பெ): பெரும்புகழ்; great reknown.

பேரியல்: (பெ): பெருந்தன்மை; magnanimity.

பேரியாழ்: (பெ): இருபத்தேழு நரம்புகளைக் கொண்ட யாழ்; நான்கு வகை யாழ்களுள் ஒன்று; a lute of twenty-seven strings; one of the four kinds of yazh.

பேரிருக்கை: (பெ): அகழியால் சூழப்பெற்ற நகரம்; a town surrounded by a moat.

பேரிளம் பெண்: (பெ): முப்பதுக்கு மேல் நாற்பது வயது வரையுள்ள பெண்; the woman between the age of 30 and 40 years**பேரு:** (பெ): சூரியன்; கடல்; பொன் மலை; the Sun; the sea; golden rock.

பேரு: (பெ): சூரியன்; கடல்; பொன் மலை; the Sun, the sea, golden rock.

பேர்தல்: (வி): சிதைதல்; பிரிதல்; போதல்; அழிதல்; அசைதல்; be destroyed; be detached; to go out; to be ruined; to move.

பேர்த்தும்: (பெ.அ): மீண்டும்; பின்னும்; again.

பேலகம்: (பெ): தெப்பம்; raft.

பேலா: (பெ): கும்ப வடிவக் கிண்ணம்; chalice-shaped vessel.

பேலிகை: (பெ): எச்சில்; saliva; spittle.

பேழி: (பெ): புடவை; saree.

பேழ்: (பெ): பெருமை; greatness.

பேனம்: (பெ): நுரை; foam.

பேனன்: (பெ): சூரியன்; சந்திரன்; the Sun; the Moon.

பை

பை[1]: (பெ): நிறம்; அழகு; பசுமை; இளமை; வலிமை; பாம்புப்படம்; colour; beauty; greenness; youth; strength; hood of a snake.

பைக்கம்: (பெ): பிச்சை; alms.

பைக்கலம்: (பெ): பச்சைக் குப்பி; green bottle.

பைங்கண்: (பெ): பசிய உடம்பு; tender body.

பைசல்: (பெ): சிறுவன்; இறப்பு; வழக்குத் தீர்ப்பு; வராத கடன் திரும்ப அடைத்திடல்; boy; death; disposal of a suit, request etc.; clearance of debts.

பைசுனம்: (பெ): புறங்கூறுகை; backbiting.

பைஞ்சாய்: (பெ): கோரைப் புல்; sedges and bulrushes.

பைஞ்சோறு: (பெ): சாணம்; dung.

பைஞ்ஞிலம்: (பெ): மக்கள் தொகுதி; mass of people.

பைஞ்ஞீலி: (பெ): மக்கள் தொகுதி; வாழை வகை; mass of people; a kind of plantain.

பைதல்: (பெ): துன்பம்; சிறுவன்; distress; boy.

பைதிரம்: (பெ): நாடு; country.

பைது: *(பெ):* ஈரம்; பசுமை; wetness; greenness.

பைத்தல்: *(வி):* ஒளிர்தல்; கோபித்தல்; மிகுதல்; to glitter; to shine; to rebuke; to exceed.

பைத்து: *(பெ):* பசுமை; greenness; freshness.

பைந்து: *(பெ):* பத்து; the number ten.

பைந்தொடி: *(பெ):* பொன் வளை; இளம் பெண்; golden bangle; young woman.

பைந்நாகம்: *(பெ):* நாகப்பாம்பு; cobra.

பைபீலம்: *(பெ):* எறும்பு; ant.

பைம்பொன்: *(பெ):* பசும்பொன்; pure gold.

பைம்மை: *(பெ):* பசுமை; அருக தவப் பெண்; greenness; ascetic woman belonging to Jainism.

பையம்: *(பெ):* கூடை; கோரை; basket; sedges and bulrushes.

பையாத்தல்: *(வி):* வருந்துதல்; அஞ்சுதல்; to distress; to fear.

பையாப்பு: *(பெ):* துன்பம்; grief.

பையுள்: *(பெ):* சிறுமை; துன்பம்; நோய்; மயக்கம்; meanness; grief; disease; confusion.

பையோடரி: *(பெ):* பசுங்கொடி; a kind of creeper.

பைரவம்: *(பெ):* பயங்கரம்; அச்சம்; terror; fear.

பைவருதல்: *(வி):* துயருறுதல்; be distressed.

பொ

பொகடி: *(பெ):* மகளிர் காதணி வகை; a kind of women's ear ornament.

பொகில்: *(பெ):* அரும்பு; bud.

பொகுட்டு: *(பெ):* நீர்க் குமிழி; மலை; தாமரைப் பூக் கொட்டை; water bubble; mountain; pericarp of lotus.

பொகுத்தல்: *(வி):* ஓட்டை போடுதல்; to make a hole.

பொகுவல்: *(பெ):* பறவை வகை; a kind of bird.

பொக்கணி: *(பெ):* குழியுரல்; mortar.

பொக்கணை: *(பெ):* மரப்பொந்து; குழியுரல்; hollow in a tree; mortar.

பொக்கரணி: *(பெ):* கோயில் குளம்; tank nearby a temple.

பொக்கை: *(பெ):* சிறுதுளை; குற்றம்; small hole; fault.

பொங்கடி: *(பெ):* சிங்கம்; யானை; lion; elephant.

பொங்கம்: *(பெ):* மிகுதி; மகிழ்ச்சி; ஒழுங்கு; நெற்றி; நறுமணம்; பொலிவு; increase; joy; order; forehead; fragrant smell; splendour.

பொங்கர்: *(பெ):* மரக்கொம்பு; மலை; சோலை; இலவமரம்; branch of a tree; mountain; grove; silk-cotton tree.

பொங்கழி: *(பெ):* தூற்றாத நெல்; unsifted paddy.

பொங்காரம்: *(பெ):* பொங்குதல்; துயரம்; வளையலுப்பு; boiling; grief; a kind of salt used in Siddha medicines.

பொசி: *(வி):* கசிதல்; to ooze out.

பொசிதல்: *(வி):* கசிதல்; வடிதல்; மனமுருகல்; நெகிழ்தல்; to ooze out; to flow freely; to percolate; to melt.

பொச்சாத்தல்: *(வி):* மறத்தல்; மனம் தடுமாறுதல்; இகழ்தல்; to forget; be indecisive; to ridicule.

பொச்சாப்பு: *(பெ):* மறதி; குற்றம்; பொல்லாங்கு; forgetfulness; fault; offence.

பொஞ்சுதல்: *(வி):* செழித்தல்; இணங்குதல்; to prosper; to agree.

பொட்டுதல்: *(பெ):* அழிதல்; be perished.

பொண்டுதல்: *(வி):* கெட்டுப் போதல்; be ruined.

பொதிப்போதா: *(பெ):* ஒரு நாரை வகை; a kind of crane.

பொதியறை: *(பெ):* நிலவறை; underground room, cellar.

பொதியன்: *(பெ):* அகத்திய முனிவர்; sage Agasthiyar.

பொதிர்: *(பெ):* நடுக்கம்; shivering.

பொதிர்தல்: *(வி):* வீங்குதல்; நடுங்குதல்; அஞ்சுதல்; மிகுதல்; to swell; to tremble; to fear; to exceed.

பொதிர்த்தல்: *(வி):* குத்துதல்; முறித்தல்; to pierce; to break.

பொதிவு: *(பெ):* ஒற்றுமை; resemblance.

பொதுக் கணக்குக் குழு: *(பெ):* பொதுத்துறை நிறுவனங்களின் வரவு-செலவு மீதான அறிக்கையை பரிசீலித்திட அமைச்சர் அல்லாத பாராளுமன்ற உறுப்பினர்கள் கொண்ட குழு; Parliamentary Committee on Public Accounts abbreviated as P.A.C.

பொதுக்கு: *(வி):* விலக்கு; ஒதுக்கு; மறைப்பு; prohibition; separation; concealment.

பொதுக்கை: *(பெ):* அபிநய வகை; a kind of dance gesture.

பொதுங்குதல்: *(வி):* வருந்துதல்; to suffer.

பொதுதல்: *(வி):* துளை போடுதல்; to make a hole.

பொதுத்தல்: *(வி):* துளைத்தல்; to bore.

பொதுத்தேர்வு: *(பெ):* நாடு முழுமையும் ஒரே நாளில் ஒரே நேரத்தில் நடத்தப்படும் தேர்வு; public examination.

பொது நிறம்: *(பெ):* மாநிறம்; neither dark nor fair of complexion.

பொதுப்பெயர்: *(பெ):* இனப்பொருட்கள் அனைத்தையும் குறிப்பிடும் பெயர்; general name; genus.

பொதும்பர்: *(பெ):* சோலை; grove.

பொதுமை: *(பெ):* பொதுவுடைமை; நன்மை; communism; goodness.

பொதும்பு: *(பெ):* சோலை; குகை; மரப்பொந்து; குழி; grove; cave; hollow in a tree; pit.

பொதுவர்: *(பெ):* நடுவர்; mediator; arbitrator.

பொதுவில்: *(பெ):* அம்பலம்; public hall.

பொதுளுதல்: *(வி):* நெருங்குதல்; தழைத்தல்; நிறைதல்; be close; to thrive; be filled.

பொதை: *(பெ):* புதர்; bush.

பொத்தாறு: *(பெ):* ஏர்க்கால்; shaft of plough.

பொத்திரம்: *(பெ):* எறியாயுதம்; a kind of lance.

பொத்திலம்: *(பெ):* மரப்பொந்து; hollow of a tree.

பொத்து மான்: *(பெ):* ஒரு வகை மான்; a kind of deer.

பொத்தை: *(பெ):* துளை; கற்பாறை; காடு; கடன்; குற்றம்; உடம்பு; hole; rock; forest; loan; fault; body.

பொத்தைக்கால்: *(பெ):* யானைக்கால்; elephantiasis.

பொந்தி: *(பெ):* உடல்; பருமை; மரவாள்; body; bulkiness; wooden sword.

பொந்திகை: *(பெ):* திருப்தி; satisfaction.

பொந்தை: *(பெ):* உடல்; body.

பொம்மலி: *(பெ):* உடல் பருத்தவள்; fat woman.

பொம்மல்: *(பெ):* பொலிவு; மிகுதி; கூட்டம்; பருமன்; சோறு; மகிழ்ச்சி; splendour; excess; crowd; fatness; boiled rice; happiness.

பொம்முதல்: *(வி):* மிகுதல்; பொலிதல்; to exceed; to thrive.

பொய்க்க: *(வி.அ):* மெதுவாக; slowly.

பொய்க்கூடு: *(பெ):* உடம்பு; body.

பொய்ச்சூழ்: *(பெ):* பொய்யான சூளுரை; false oath.

பொய்ச்சொல்: *(வி):* பொய்யானவற்றைக் கூறிடு; to tell lie.

பொய்நீர்: *(பெ):* கானல் நீர்; mirage.

பொய்ப்பாடு: *(பெ):* தவறுகை; missing.

பொய்ம்மணல்: *(பெ):* புதை மணல்; quick sand.

பொய்யாமொழி: *(பெ):* திருக்குறள்; வேதாகமம்; ஒரு நூலாசிரியர்; Thirukkural; Vedagamam; an author of a Tamil treatise.

பொய்யிகந்தோர்: *(பெ):* முனிவர்; saints.

பொய்யில் புலவன்: *(பெ):* திருவள்ளுவர்; Thiruvalluvar, the author of Thirukkural.

பொய்யுகம்: *(பெ):* கலியுகம்; iron age.

பொரிகாரம்: *(பெ):* வெண்காரம்; படிகாரம்; borax; alum.

பொரிமலர்: *(பெ):* புங்க மரம்; Indian beech tree.

பொரு: *(பெ):* ஒப்பு; உவமை; likeness; comparison.

பொருகு: *(பெ):* சோறு; boiled rice.

பொருக்கு: *(பெ):* பருக்கை; மரப்பட்டை; single grain of boiled rice; bark.

பொருக்குதல்: *(வி):* பெருக்குதல்; பொருந்துதல்; to multiply; to be fit.

பொருட்குன்று: *(பெ):* மேரு மலை; Meru hill.

பொருட்கை: *(பெ):* அபிநய வகை; a kind of dance gesture.

பொருட்சுவை: *(பெ):* பாட்டில் கூறப்படும் பொருளால் பெறும் இன்பம்; beauty of ideas.

பொருட்பெண்டிர் / பொருட்பொருளார்: *(பெ):* விலைமகளிர்; prostitutes.

பொருட்பெயர்: *(பெ):* பொருளைக் குறிக்கும் பெயர்; name of things.

பொருண்மை: *(பெ):* ஸ்தூலம்; பொருள் நிலை; பொருளின் தன்மை; material; true substance; quality.

பொருண்மையியல்: *(பெ):* மொழியில் பொருள் என்பது பற்றி விளக்கிடும் இயல்; semantics.

பொருதல்: *(வி):* போர் செய்தல்; மாறுபடுதல்; ஒப்பாதல்; பொருந்துதல்; தடவுதல்; வீசுதல்; to fight; to vary; to like; to fit; to smear; to throw.

பொருநல்: *(பெ):* பொருநையாறு; the river Porunai.

பொருநன்: *(பெ):* படைவீரன்; அரசன்; படைத்தலைவன்; நடிகன்; soldier; king; chief of an army; actor.

பொருநை: *(பெ):* தாமிரபரணியாறு; River Thamiraparani alias Porunai.

பொருநைத் துறைவன்: *(பெ):* சேரன்; பாண்டியன்; Chera king; Pandya king.

பொருந்தார்: *(பெ):* பகைவர்; enemies.

பொருபுவி: *(பெ):* போர்க்களம்; பாலை நிலம்; battle field; arid land.

பொருப்பன்: *(பெ):* குறிஞ்சி நிலத் தலைவன்; பாண்டியன்; இமயமலை; chief of hilly tract; Pandya king; Himalayas.

பொருப்பு: *(பெ):* மலை; mountain.

பொருமல்: *(பெ):* துன்பம்; அச்சம்; அழுது விம்முதல்; பருமை; grief; fear; sobbing; plumpness.

பொருமிநாதம்: *(பெ):* இரசக் கற்பூரம்; medicated camphor.

பொருமுதல்: *(வி):* துன்புறுதல்; பொறாமைப்படுதல்; to suffer; to grudge.

பொருவு: *(பெ):* ஒப்பு; likeness.

பொலங்கலம்: *(பெ):* பொன் நகை; golden ornaments.

பொலம்: *(பெ):* அழகு; பொல்லாங்கு; பொன்; beauty; offence; gold.

பொலன்: *(பெ):* அழகு; beauty.

பொலிகடா: *(பெ):* இனப்பெருக்கம் செய்வதற்காக வளர்த்திடும் கடா; bull or ram reared for the purpose of breeding.

பொலிகை: *(பெ):* வட்டி; இலாபம்; interest; profit.

பொலிக்கொடி: *(பெ):* வைக்கோல்; straw.

பொலிசை: *(பெ):* வட்டி; இலாபம்; interest; profit.

பொலிவு: *(பெ):* அழகு; செழிப்பு; எழுச்சி; பொன்; beauty; splendour; prosperity; upheaval; gold.

பொல்: *(பெ):* பதர்; chaff.

பொல்லம்: *(பெ):* இணைத்தல்; தைத்தல்; joint; sewing.

பொல்லர்: *(பெ):* தையற்காரர்; tailor.

பொல்லு: *(பெ):* பதர்; தடி; ஊன்றுகோல்; chaff; stick; support; walking-stick.

பொழி: *(பெ):* கணு; எல்லை; உரிக்கப்பட்டது; node of sugarcane, bamboo, etc; boundary; that which is peeled.

பொழிவு: *(பெ):* நிறைவு; விருத்தி; ஆதாயம்; மழை, பனி போன்றவை பெய்தல்; completion; increase; benefit; outpour of rain, snow, etc.

பொழுதிருக்க: *(வி.அ):* பகல்பொழுது முடியும் முன்பாக; before the sunset.

பொழுது வணங்கி: *(பெ):* சூரியகாந்திப் பூ; Sun flower.

பொளி: *(பெ):* உளியால் இட்ட துளை; the hole which is drilled by a chisel.

பொளிதல்: *(வி):* உளியால் கொத்துதல்; இடித்தல்; to chisel; to break.

பொளித்தல்: *(வி):* கிழித்தல்; to tear.

பொள்: *(பெ):* துளை; hole.

பொள்ளை: *(பெ):* துளை; hole.

பொறித்தல்: *(வி):* முத்திரையிடுதல்; தெறித்தல்; அழுந்துதல்; to stamp; to splash up; to press.

பொறிமுதல்: *(பெ):* ஆன்மா; soul.

பொறியிலார்: *(பெ):* கீழ்மக்கள்; persons of low qualities.

பொறியிலி: *(பெ):* அறிவிலி; idiot.

பொறி வாயில்: *(பெ):* புலன்; sense organ.

பொறுக்குதல்: *(வி):* ஆய்ந்தெடுத்தல்; to elect; to select; to choose.

பொறுப்பாசிரியர்: *(பெ):* புத்தகம், பத்திரிகை போன்றவற்றை வெளியிடுவதில் நிர்வாகப் பொறுப்பினை வகிப்பவர்; managing editor of a journal, etc.

பொறை: *(பெ):* பாரம்; சுமை; மலை; கல்; பூமி; அடக்கம்; பொறுமை; வலிமை; தின்பண்டம்; burden; mountain; stone; earth; modesty; patience; strength; a kind of snack.

பொறையன்: *(பெ):* சேரன்; தருமன்; Chera king; Dharma, the eldest of the Pandavas.

பொறையுயிர்த்தல்: *(வி):* சுமையை இறக்குதல்; பிரசவித்தல்; to unburden; to give birth to a child.

பொற்சுண்ணம்: *(பெ):* நறுமணத்தூள்; a perfume dust.

பொற்சூட்டு: *(பெ):* நெற்றிப்பட்டம்; thin plate of gold or other metal worn on the forehead as an ornament.

பொற்பிதிர்: *(பெ):* பசலை; beauty spots on a woman's skin.

பொற்பு: *(பெ):* அழகு; பொலிவு; மிகுதி; ஒப்பனை; beauty; elegance; excess; make-up.

பொற்புறுத்து: *(வி):* அழகுபடுத்து; to adorn.

பொற்பூ: *(பெ):* தங்கமலர்; golden flower.

பொற்ற: *(பெ.அ):* சிறந்த; good.

பொற்றை: *(பெ):* பாறை; காடு; rock; forest.

பொற்றொடி: *(பெ):* தோள் வளை வகை; ஒரு பெண்; a kind of shoulder ornament; a woman.

பொன் செய்தல்: *(வி):* நற்செயல் புரிதல்; to do good deeds.

பொன்மலை: *(பெ):* மேருமலை; இமயம்; ஓர் ஊர்; mount Meru; the Himalayas; a town in Trichy district, Tamil Nadu.

பொன்மாரி: *(பெ):* குதிரை சாதி வகை; a kind of horse.

பொன்மெழுகு: *(பெ):* தங்கத்தை உரைத்துப் பார்க்கும் மெழுகு; the wax used in testing the quality of gold.

பொன்மை: (பெ): பொன்னிறம்; golden colour.

பொன்வரை: (பெ): மேருமலை; இமயமலை; mount Meru; the Himalayas.

பொன்வாய்ப்புள்: (பெ): பறவை வகை; a kind of bird.

பொன்விழா: (பெ): ஐம்பது ஆண்டுகள் நிறைவுற்றதற்கான கொண்டாட்டம்; Golden Jubilee.

பொன்றக் கெடுதல்: (பெ): முற்றிலும் அழிதல்; a great disaster.

பொன்றுதல்: (வி): அழிதல்; இறத்தல்; தவறுதல்; to perish; to die; to fail.

பொன்னஞ்சிலம்பு: (பெ): பொன்மலை; mount Meru; the Himalayas; Golden Rock, a town.

பொன்னாட்சி: (பெ): வியாழக்கிழமை; Thursday.

பொன்னி: (பெ): காவிரியாறு; the river Cauveri.

பொன்னி நாடன்: (பெ): சோழன்; Chozha king.

பொன்னி நாடு: (பெ): சோழ நாடு; Chozha kingdom.

பொன்னோர்: (பெ): தேவர்கள்; the celestial beings.

பொன்னோலை: (பெ): மகளிர் காதணி வகை; a kind of women's ear ornament.

போ

போ: (வி): செல்லுதல்; நீங்குதல்; காலம் கழிந்திடல்; இல்லை என்றாகுதல்; to go; to leave; to pass time; be lost.

போகடுதல்: (வி): விலகுதல்; போக விடுதல்; to leave; let go.

போகணி: (பெ): ஒரு பெரிய பாண்டம்; a large vessel.

போகண்டன்: (பெ): ஐந்து முதல் பதினைந்து வயதுக்குட்பட்ட ஆண்; the male between the age of five and fifteen.

போகத்தானம்: (பெ): உடம்பு; body.

போகபதி: (பெ): தலைவன்; அதிபதி; master; lord; owner.

போக பூமி: (பெ): விளை நிலம்; சுவர்க்கம்; முப்பத்தாறு தத்துவங்கள்; cultivable land; heaven; thirty-six kinds of philosophies.

போகமகள்: (பெ): மனைவி; பெண்; wife; woman.

போகர்: (பெ): ஒரு சித்தர், ஏழாயிரம் பாடல்களைப் பாடியவர்; உலக அனுபவங்களை நுகர்பவர்; a Siddhar-Bhogar who wrote 7000 stanzas; one who enjoys the worldly pleasures.

போகல்: (பெ): உயர்ச்சி; நீளம்; போதல்; height; length; act of going.

போகாறு: (பெ): செல்வம் செலவாகும் வழி; the way of expenses.

போகு: (பெ): நெடுமை, உயரம்; நீளம்; tallness; height; length.

போகுயர்தல்: (வி): வளர்தல்; உயர்தல்; to grow; be high.

போகூழ்: (பெ): இழக்கச் செய்திடும் விதி; fate that ordains loss.

போகை: (பெ): போதல்; செலவு; act of going; expenditure.

போக்கடி: (பெ): இழப்பு; மாற்று; வாய்ப்பு; loss; a change; chance.

போக்கணம்: (பெ): கட்டுச்சோறு; cooked rice bundled up as food for a journey.

போக்கம்: (பெ): பொலிவு; splendour.

போக்காளி: (பெ): உதவாக்கரை; useless fellow.

போக்கிடம்: (பெ): புகலிடம்; refuge.

போக்கியம்: (பெ): செல்வம்; ஒற்றியுரிமை; wealth; lease.

போங்கம்: (பெ): மண்சாடி வகை; a kind of earthen vessel.

போசகம்: (பெ): நுகர்வதற்குரியது; worth enjoying.

போடகம்: (பெ): புண்; அம்மைக் கொப்புளம்; wound; boil due to pox.

போடி: (பெ): மரவகை; எதிரிடை; நிலக்கிழார்; a kind of tree; opposite; landlord.

போடு: (பெ): நற்பேறு; மொட்டை; பொந்து; அடி; good fortune; bald head; hollow space; beating.

போட்கன்: (பெ): பொய்யன்; liar.

போட்டோ: (பெ): புகைப்படம்; photo.

போணம்: (பெ): சோறு; cooked rice.

போணி: (பெ): கடையைத் திறந்ததும் முதன் முதலாகப் பணம் தரப்பட்டு செய்யும் முதல் வணிகம்; ஒரு பெரிய பாத்திரம்; the first sale of a day; the first transaction of a day in a business; a kind of large vessel.

போதகன்: (பெ): குரு; ஒற்றன்; guru; priest; spy.

போதர: (வி.அ): அதிகமாக; mostly; largely.

போதரவு: (பெ): போற்றுகை; நயச்சொல்; இச்சகம்; பேணுதல்; செலுத்துகை; praising; pleasing words; flattery; to maintain; to pay.

போதன்: (பெ): சான்றோன்; அறிஞன்; பிரம்மன்; wise person; learned person; Lord Brahma.

போதா: (பெ): நாரை வகை; a kind of crane.

போதாமை: *(பெ):* குறைவு; deficiency.

போதி: *(பெ):* அரசமரம்; அறிவு; மலை; pipal tree; knowledge; mountain.

போதிகன்: *(பெ):* ஆன்மா; soul.

போதிகை: *(பெ):* குறுந்தடி; தூண் மேல் வைக்கும் தாங்குகட்டை; stake; blocks built in a wall to support timbers; top of pillar.

போதியார்: *(பெ):* புத்தர்; பௌத்தர்கள்; Lord Buddha; Buddhists.

போது: *(பெ):* அரும்பு; மலர்; செவ்வி; காலம்; பொழுது; bud; flower; season; period; time.

போதுகாலம்: *(பெ):* பிள்ளைப் பேற்றுக்காலம்; the time for child birth.

போத்து: *(பெ):* மயில், முதலை, சுறா போன்ற வற்றின் ஆண்; புதுக்கிளை; பொந்து; male of peacock, crocodile, shark, etc.; new branch; hollow space.

போத்துக்கால்: *(பெ):* கரும்பு; sugarcane.

போந்தி: *(பெ):* வீக்கம்; யானைக்கால்; swelling; elephantiasis.

போந்து: *(பெ):* பல்லி; lizard.

போந்தை: *(பெ):* பனைமரம்; palmyra-palm tree.

போபடி: *(பெ):* சாடை; similarity.

போய்ப்பாடு: *(பெ):* புகழ்; fame.

போரி: *(பெ):* போர் வீரன்; சண்டையிடுபவன்; திருப்போரூர்; soldier; fighter; Thirupporur, a town.

போருதல்: *(வி):* செல்லுதல்; எட்டுதல்; பொருள் பெறப்படுதல்; to go; to attain; to receive something.

போரெதிர்தல்: *(வி):* போர் செய்தல்; to fight in a battle.

போரேறு: *(பெ):* செவ்வாய்; படைவீரன்; காளை; Mars; soldier; ox.

போர்க்கதவு: *(பெ):* இரட்டைக்கதவு; twin doors.

போர்ப்பு: *(பெ):* நெற்போர்; stack of hay.

போர்ப்பைக் காளை: *(பெ):* பொலி காளை; உழவுக்குரிய காளை மாடு; stallion; the bull for the use of ploughing.

போர்மை: *(பெ):* கருணை; அருள்; mercy; grace.

போர்வு: *(பெ):* வைக்கோல் போர்; stack of hay.

போர்வை: *(பெ):* மேலே மூடும் துணி; மூடுதல்; கவசம்; உறை; வெளிவேஷம்; the blanket used to cover oneself; act of closing; armour; shield; sheath (of a sword, etc.); guise.

போலுதல்: *(வி):* ஒத்தல்; to resemble.

போவு: *(பெ):* போதல்; act of going.

போழ்: *(பெ):* பிளவு; தகடு; துண்டம்; தோல் வார்; பனங்குருத்து; cleft; thin metal sheet; piece; leather strip; tender leaf of palmyra-palm tree.

போழ்க்கமை: *(பெ):* ஒழுக்கக் கேடு; misbehaviour.

போழ்து: *(பெ):* பொழுது; நல்வேளை; time; auspicious time.

போழ்வாய்: *(பெ):* பிளந்த வாய்; பொக்கை வாய்; open mouth; toothless mouth.

போழ்வு: *(பெ):* பிளப்பு; cleft.

போளம்: *(பெ):* மணப்பாண்ட வகை; a kind of aromatic thing.

போறல்: *(வி):* ஒத்திருத்தல்; to resemble.

போறை: *(பெ):* பொந்து; hollow space.

போற்றரவு: *(பெ):* பேணுகை; maintenance.

போற்றன்: *(பெ):* பாட்டன்; grandfather.

போற்றார்: *(பெ):* பகைவர்; enemies.

போற்றீடு: *(பெ):* பாதுகாவல் வகை; a kind of protection.

போற்றுநர்: *(பெ):* சுற்றத்தார்; relatives.

போனகச்சட்டி: *(பெ):* அன்னம் பரிமாறும் பாத்திரம்; the vessel used for serving food.

போனகத்தி: *(பெ):* சமைப்பவள்; ஊட்டும் தாய்; the cooking woman; the feeding mother.

போனகம்: *(பெ):* உணவு; சாதம்; food; cooked rice.

போனக்குருத்து: *(பெ):* தலைவாழை இலை; the plantain leaf with its tip.

போனம்: *(பெ):* உணவு; அன்னம்; நிலக்கடம்பு பூண்டு; food; cooked rice; a kind of herb.

போனு: *(பெ):* பொறி; trap.

போன்: *(பெ):* எலிப்பொறி; மலைக்குகை; rat-trap; mountain cavern.

பௌ

பௌஞ்சு: *(பெ):* சேனை; army.

பௌடம்: *(பெ):* தை மாதம்; the Tamil month 'Thai'.

பௌடிகம்: *(பெ):* ரிக்வேதம்; ஒரு புராணம்; Rig Veda; a purana.

பௌத்திரம்: *(பெ):* தூய்மை; ஒரு நோய்; purity; a kind of disease.

பௌமன்: *(பெ):* செவ்வாய்; நரகாசுரன்; the Planet Mars; Narakasura, an Asura.

பௌரணை: *(பெ):* கடல்; முழுநிலவு; மரக்கன்று; sea; Full Moon; the young plant of a tree.

பௌராணிகம்: *(பெ):* புராணத்தைப் பின்பற்றும் மதம்; the religion which follows Puranas.

பௌரி: *(பெ):* ஒரு பண் வகை; a kind of melody.

பௌரிகன்: *(பெ):* குபேரன்; Lord Kubera, the God of Wealth.

பௌழியம்: *(பெ):* ரிக் வேதம்; Rig Veda.

ம

ம: *(பெ):* சந்திரன்; சிவபெருமான்; இயமன்; பிரம்மன்; திருமால்; காலம்; நஞ்சு; the moon; Lord Shiva; Lord Yama, the God of Death; Lord Brahma; Lord Vishnu; period; poison.

மக: *(பெ):* மகன்; மகள்; பிள்ளை; இளமை; son; daughter; child; youth.

மகக்குழை: *(பெ):* மாவிலை; mango leaf.

மகங்காரம்: *(பெ):* ஆணவம்; arrogance.

மகடு: *(பெ):* மகுடி; a kind of wind music instrument of snake-charmer.

மகண்மா: *(பெ):* அலி; eunuch.

மகண்மை: *(பெ):* பெண் தன்மை; womanliness.

மகதை: *(பெ):* திப்பிலி; நடு நாட்டின் ஒரு பகுதி; long pepper; a part of Nadu Naadu.

மகத்துறை: *(பெ):* வேள்வி செய்யுமிடம்; the place where a sacrifice is held.

மகந்தரம்: *(பெ):* கள்; toddy.

மகமுறை: *(பெ):* விருந்து; வேள்வி முறை; feast; the way of conducting a sacrifice.

மகமை: *(பெ):* கோயில், சத்திரம் போன்றவற்றின் செலவு குறித்து வசூலிக்கும் வரி; பழைய நிலவரி வகை; a kind of tax on the expenditures of temple, choultry, etc.; a kind of old tax.

மகரகண்டிகை: *(பெ):* கழுத்தணி வகை; a kind of necklace.

மகரக்குழை: *(பெ):* காதணி வகை; a kind of ear ornament.

மகரந்தவதி: *(பெ):* பாதிரிப்பூ; a kind of flower.

மகர நீர்: *(பெ):* கடல்; the sea.

மகர மாதம்: *(பெ):* தை மாதம்; the Tamil month 'Thai'.

மகர மீன்: *(பெ):* சுறா மீன்; the shark.

மகர முகம்: *(பெ):* அபிநய வகை; a kind of dance gesture.

மகர யாழ்: *(பெ):* யாழ் வகை; a kind of Yazh.

மகரவாகனன்: *(பெ):* வருணன்; Lord Varuna.

மகராகரம்: *(பெ):* கடல்; the sea.

மகரிகை: *(பெ):* அணிகல வகை; ஒரு பேரெண்; a kind of ornament; a large number.

மகன்மை: *(பெ):* புதல்வனுக்கான தன்மை; the quality of a son.

மகன்றில்: *(பெ):* நீர்ப் பறவை வகை; a kind of water bird.

மகாகதம்: *(பெ):* காய்ச்சல்; fever.

மகாகாசம்: *(பெ):* பெருவெளி; a vast space.

மகாகாயம்: *(பெ):* யானை; பெருவெளி; elephant; a vast space.

மகாகாலம்: *(பெ):* மாமரம்; நெடுங்காலம்; mango tree; long period.

மகாசம்பு: *(பெ):* பெருநாவல் மரம்; a kind of tree.

மகாசூதம்: *(பெ):* போர்ப்பறை; a kind of kettle drum.

மகாச்சாயம்: *(பெ):* ஆலமரம்; banyan tree.

மகாத்மா: *(பெ):* பரமஞானி; one who attains spiritual knowledge.

மகாதலம்: *(பெ):* பூமி; புண்ணியத் தலம்; earth; sacred place.

மகாதனம்: *(பெ):* பொன்; வேளாண்மை; புகை; gold; agriculture; smoke.

மகாதுருமம்: *(பெ):* அரசமரம்; pipal tree.

மகாநாதம்: *(பெ):* சங்கு; சிங்கம்; முகில்; யானை; பேரொலி; conch; lion; cloud; elephant; loud noise.

மகாநேமி: *(பெ):* காகம்; crow.

மகாபத்திரம்: *(பெ):* பனை மரம்; palmyra-palm tree.

மகாபலம்: *(பெ):* தெங்கு; வில்வம்; தூதுவளை; coconut tree; bael tree; climbing brinjal.

மகாபலை: *(பெ):* வில்வம்; bael tree.

மகாமிருகம்: *(பெ):* யானை; elephant.

மகாமுகம்: *(பெ):* முதலை; crocodile.

மகார்: *(பெ):* புதல்வர்; sons.

மகாலயம்: *(பெ):* கோயில்; பிரமலோகம்; temple; Lord Brahma's world.

மகாவிலயம்: *(பெ):* வானம்; குகை; இதயம்; நீர்க்குடம்; sky; cave; heart; water pot.

மகி: *(பெ):* பூமி; பசு; earth; cow.

மகிணன்: *(பெ):* கணவன்; husband.

மகிதம்: *(பெ):* திரிசூலம், மேன்மை; trident; excellence.

மகிதலம்: *(பெ):* பூமி; earth.

மகிந்தகம்: *(பெ):* எலி; கீரி; rat; mongoose.

மகிபன்: *(பெ):* அரசன்; king.

மகிழம்: *(பெ):* மரவகை; a kind of tree.

மகிழ்ச்சி: *(பெ):* சந்தோஷம்; joy.

மகிழ்நன்: *(பெ):* கணவன்; மருதநிலத் தலைவன்; husband; chief of the agricultural tract.

மகிழ்வு: *(பெ):* இன்பம்; pleasure.

மகிளம்: *(பெ):* பூவிதழ்; flower petel.

மகீபன்: *(பெ):* அரசன்; king.

மகீரதம்: *(பெ):* மலை; mountain.

மகீபன்: *(பெ):* அரசன்; king.

மகுரம்: *(பெ):* கண்ணாடி; பளிங்கு; மலர்மொட்டு; glass; crystal; flower bud.

மகுளி: *(பெ):* ஓசை; எள் பயிர் நோய்; sound; noise; a disease which affects sesame plants.

மகூலம்: *(பெ):* மலர்; flower.

மகேந்திரம்: *(பெ):* மலை; mountain.

மகோததி: *(பெ):* கடல்; sea.

மகோதயம்: *(பெ):* பெருமை; வீடுபேறு; மேன்மை; greatness; final bliss; excellence.

மகோதரம்: *(பெ):* பூதம்; ஒரு நோய் வகை; goblin; a kind of disease, dropsy.

மகோதை: *(பெ):* கொடுங்கோளூர்; Kodungoloor.

மகௌடதம்: *(பெ):* சுக்கு; வசம்பு; திப்பிலி; நன்மருந்து; dried ginger; sweet flag; long pepper; good medicine.

மக்கட்டு: *(பெ):* மணிக்கட்டு; wrist.

மக்கம்: *(பெ):* நெய்வோர் தறி; எருக்கு; loom; Yercum.

மக்கனம்: *(பெ):* அவமானம்; disgrace.

மக்கி: *(பெ):* ஈ; குளிகை; fly; tablet; *(வி):* மக்கிப்போதல்; be destroyed.

மங்குரம்: *(பெ):* பளிங்கு; crystal.

மங்குலம்: *(பெ):* கலக்கம்; ஐயம்; confusion; doubt.

மங்குல்: *(பெ):* வானம்; மேகம்; மூடுபனி; இருட்டு; திசை; sky; cloud; mist; darkness; night; direction.

மசகம்: *(பெ):* கொசு; மயிர்; மயக்கம்; mosquito; hair; confusion; drowsiness.

மசகி: *(பெ):* அத்திமரம்; country fig tree.

மசகிற்புள்: *(பெ):* கடற் பறவை வகை; a kind of sea bird.

மசக்குதல்: *(வி):* குழப்புதல்; to confuse.

மசங்கல்: *(பெ):* விடியற்காலை; மயக்கம்; dawn period; confusion.

மசண்டை: *(பெ):* விடியற்காலை; dawn period.

மசம்: *(பெ):* கொசு; mosquito.

மசரதம்: *(பெ):* கானல் நீர்; mirage.

மசனம்: *(பெ):* வருத்தம்; suffering.

மசிகம்: *(பெ):* புற்று; ant-hill.

மசுக்கரம்: *(பெ):* மூங்கில்; bamboo.

மசுரம்: *(பெ):* கடலை; bengal-gram.

மசூரம்: *(பெ):* தானிய வகை; a kind of grain.

மசோதா: *(பெ):* சட்ட முன்வடிவு; a rough draft of a document; draft bill of an act.

மச்சிகை: *(பெ):* ஈ; மோர்; fly; buttermilk.

மச்சுக்கல்: *(பெ):* செங்கல் வகை; a kind of bricks.

மச்சை: *(பெ):* அம்பு எய்தற்குரிய குறி; உடம்பில் உண்டாகும் புள்ளி; the target for shooting an arrow; black mole.

மஞ்சகம்: *(பெ):* கட்டில்; கொக்கு வகை; cot; a kind of crane.

மஞ்சணம்: *(பெ):* பற்பொடி; tooth-powder.

மஞ்சத்தலம்: *(பெ):* அரியணை; royal throne.

மஞ்சனி: *(பெ):* பெண்; வேலிப்பருத்தி; woman; a herb.

மஞ்சன்: *(பெ):* ஆண் மகன்; male.

மஞ்சி: *(பெ):* படகு; நார்; மூடுபனி; புல் வகை; boat; fibre; mist; a kind of grass.

மஞ்சிகம்: *(பெ):* பெட்டி; box.

மஞ்சிகன்: *(பெ):* நாவிதர்; barber.

மஞ்சிகை: *(பெ):* பெட்டி; காதணி வகை; box; a kind of ear ornament.

மஞ்சிபலை: *(பெ):* வாழை; plantain tree.

மஞ்சிமம்: *(பெ):* அழகு; beauty.

மஞ்சிலிக்கான்: *(பெ):* திருநீற்றுப் பச்சை; a herb.

மஞ்சிலை: *(பெ):* செங்கல்; bricks.

மஞ்சீரம்: *(பெ):* காற்சிலம்பு; anklet.

மஞ்சு: *(பெ):* அழகு; மேகம்; மூடுபனி; வலிமை; beauty; cloud; fog; strength.

மஞ்சுளம்: *(பெ):* அழகு; மிருது; beauty; softness.

மஞ்சூரம்: *(பெ):* கடலை; bengal-gram.

மஞ்ஞை: *(பெ):* மயில்; peacock.

மடக்கடி: *(பெ):* அபாயம்; தந்திரம்; கோணல்; danger; trick; curve.

மடக்கிளி: *(பெ):* பெண்; இளங்கிளி; மீன் வகை; woman; young parrot; a kind of fish.

மடக்கு: *(பெ):* வளைவு; மூலை முடுக்கு; மடிப்பு; தடை; ஒரு முறை உட்கொள்ளக்கூடிய நீர்; curve; nook and corner; folds; obstacle; a sip of water.

மடக்கொடி: *(பெ):* பெண்; woman.

மடங்கலர்: *(பெ):* பகைவர்; enemies.

மடங்கு: *(பெ):* அளவு; அடக்கம்; தண்டவரி நோய்; நிறை வகை; quantity; modesty; a kind of disease; a kind of weighing measure.

மடந்தை: *(பெ):* 14 வயது முதல் 19 வயது வரையுள்ள பெண்; பெண்; பருவமடையாத பெண்; the woman who is between the age of 14 and 19 years; woman; the woman who has not attained puberty.

மடமயில்: (பெ): அழகி; beautiful woman.

மடமான்: (பெ): அழகிய பெண்; beautiful woman.

மடலி: (பெ): இளம் பனை மரம்; a small palmyra-palm tree.

மடவரல்: (பெ): பெண்; மடப்பம்; woman; ignorance.

மடவளாகம்: (பெ): கோயிலைச் சுற்றியுள்ள தெரு; the surrounding street of a temple.

மடவள்: (பெ): அறிவிலாள்; foolish woman.

மடவார்: (பெ): பெண்டிர்; மூடர்; women; idiots.

மடவை: (பெ): மீன் வகை; துடுப்பு; கவைக்கால்; a kind of fish; paddle; 'Y'-shaped peg to support something.

மடற்பனை: (பெ): ஆண் பனை; male palmyra-palm tree.

மடற்பாளை: (பெ): பூம்பாளை; tender-spathe.

மடிமை: (பெ): சோம்பல்; laziness.

மடிவை: (பெ): தழை; foliage.

மடுப்பு: (பெ): உண்மை; கேடு; ஏமாற்றம்; truth; harm; disappointment.

மடை: (பெ): சோறு; சமையல்; வேலை; மதகு; துளை; மதகுப் பலகை; ஓடை; ஆணி; பகுதி; cooked rice; cooking; work; sluice; hole; sluice gate; stream; nail; portion.

மடைக்கலம்: (பெ): சமையல் பாத்திரம்; cooking vessel.

மடைத்தலை: (பெ): மதகு; sluice.

மடைத்தொழில்: (பெ): சமையல் வேலை; cooking.

மட்டப்பலகை: (பெ): சமனறியும் தச்சுக் கருவி; மணியாசிப் பலகை; carpenter's wooden instrument; mason's smoothing plane.

மட்டப்பா வீடு: (பெ): மொட்டை மாடியுள்ள வீடு; the house with open terrace.

மட்டறிதல்: (வி): சமனறிதல்; அளவு அறிதல்; மதிப்பிடுதல்; to know the level; to know the quantity; to value.

மட்டனம்: (பெ): பூசுகை; act of smearing.

மட்டாயுதம்: (பெ): வாள்; sword.

மட்டிப்பால்: (பெ): ஒரு நறுமணப்பொருள்; மரவகை; a kind of perfume; a kind of tree.

மட்டுக்கோல்: (பெ): அளவுக்கழி; the pole used for measuring.

மட்டைத் தும்பு: (பெ): பனை நார்; fibre of palm's spine.

மட்டையர்: (பெ): சமணர்; Jains.

மட்பலகை: (பெ): சுடப்படாத செங்கல்; the brick which is not baked.

மணங்கல்: (பெ): பெரிய பானை; a large pot.

மணலி: (பெ): கீரை வகை; ஒரு நெல் வகை; ஒரு பாம்பு வகை; ஓர் ஊர்; a kind of greens; a kind of paddy; a kind of snake; a town in Tamil Nadu.

மணலேறு: (பெ): முத்துக் குற்ற வகை; a kind of defect in pearls.

மணல் மூட்டை: (பெ): மணல் நிரம்பிய மூட்டை; sand bag.

மணல் வட்டில்: (பெ): பழங்காலத்தில் நேரம் அறிந்திடப் பயன்படுத்திய மணல் கடிகாரம்; hour glass.

மணவணி: (பெ): திருமண அணிகலன்கள் (அ) அலங்காரம்; wedding ornaments or decoration.

மணவை: (பெ): அடுப்பு; ஓர் ஊர்; oven; a town.

மணற்கூகை: (பெ): தவளை; frog.

மணாட்டு: (பெ): மணமகளாகும் நிலை; the state of being a bride.

மணாட்டுப் பெண்: (பெ): மருமகள்; daughter-in-law.

மணிகம்: (பெ): நீர்க்குடம்; water-pot.

மணிகாசம்: (பெ): கண்ணோய் வகை; a kind of eye disease.

மணிக்கயிறு: (பெ): முறுக்கு நன்கு அமைந்த கயிறு; whiplash with knots in the end.

மணிக்குடல்: (பெ): சிறுகுடல்; small intestine.

மணிக்கோவை: (பெ): இரத்தின மாலை; a kind of necklace fixed with gems.

மணிச்சிகை: (பெ): குன்றிமணி; crab's eye.

மணிதனு: (பெ): வானவில்; rainbow.

மணிப்பிரவாளம்: (பெ): வடமொழிச் சொற்கள் அதிகமாகவும், வடமொழி இலக்கண விதிகள் குறைவாகவும் பயன்படுத்தப்பட்ட ஒரு வகைத் தமிழ்நடை; a kind of Tamil prose practised mainly by commentators characterized by heavily borrowed Sanskrit words but fewer grammatical terminations.

மணிப்பொறி: (பெ): கடிகாரம்; clock.

மணிமந்தம்: (பெ): இந்துப்பு; a kind of salt used in siddha medicines.

மணிமலர்: (பெ): குவளை; blue nelumbo.

மணிமலை: (பெ): மேருமலை; Mount Meru.

மணிமிடைபவளம்: (பெ): இரத்தினமும், பவளமும் பதியப்பெற்ற கழுத்தணி; அகநானூறின் இரண்டாம் பாகம்; a necklace of gems and coral beads; second part of the anthology Akananuru.

மணியம்பலம்: (பெ): சபா மண்டபம்; assembly hall; public hall.

மணியரங்கம்: (பெ): நிலா முற்றம்; open terrace.

மணியாசிக் கட்டை: (பெ): சுவர் கட்டும்போது சமமாக இருந்திட தட்டித் தேய்க்கும் நீளமான கட்டை; mason's smoothing plane.

மணிவட்டம்: (பெ): சிலம்பு; வீரக்கழல்; சேகண்டி; anklet; string of little bells worn on the leg as a sign of heroism; gong.

மணி வினைஞர்: (பெ): இரத்தின வேலைகள் செய்பவர்கள்; those who set gems in jewels.

மணிவீசம்: (பெ): மாதுளை; pomegranate.

மணீசகம்: (பெ): சந்திரகாந்தக் கல்; moon stone.

மண்கனை: (பெ): அடிப்புறம் மண்ணால் செய்யப்பட்ட வாயகன்ற சட்டியாகவும், மேற்புறம் தோலினால் மூடப்பட்டதுமான பறை; earthen drum covered with skin.

மண்சுதை: (பெ): சுண்ணச் சாந்து; lime plaster.

மண்டபவெழினி: (பெ): கூடாரம்; tent.

மண்டம்: (பெ): ஆமணக்குச் செடி; castor plant.

மண்டர்: (பெ): படைவீரர்; soldiers.

மண்டல பூசை: (பெ): கோயிலில் 40, 41, 45 (அ) 48 நாட்களுக்குத் தொடர்ந்தாற்போலச் செய்யப்படும் பூசைகள்; a special ceremony conducted continually for 40, 41, 45 or 48 days in a temple.

மண்டலி: (பெ): பாம்பு வகை; காட்டுப் பூனை; எலி வகை; நாய்; பூமி; கூட்டம்; a kind of snake; wild cat; a kind of rat; dog; earth; crowd.

மண்டலிசிதம்: (பெ): கடுகு; தேன்; வியர்வை; mustard; honey; perspiration.

மண்டலித்தல்: (வி): சூழ்தல்; to surround.

மண்டலீகன்: (பெ): அரசன்; king.

மண்டிலம்: (பெ): வட்டம்; பூமி; சூரியன்; சந்திரன்; பரிவேடம்; வானம்; கண்ணாடி; ஊர்; நாட்டின் பெரும் பகுதி; கூத்து வகை; circle; earth; Sun; moon; halo around the Sun or the Moon; sky; mirror; town; a large part of a country.

மண்டு: (பெ): செறிவு; மிகுதி; பொதுவிடம்; மூடன்; abundance; plenty; public place; fool; dull-head.

மண்டூகம்: (பெ): தவளை; மூடன்; frog; fool; idiot.

மண்ணம்: (பெ): நீற்றிய சுண்ணாம்பு; burnt lime.

மண்ணறிவாளன்: (பெ): குயவர்; potter.

மண்ணன்: (பெ): மந்தன்; dull person.

மண்ணியல்: (பெ): நிலஇயல்; Geology.

மண்ணீடு: (பெ): சுதையால் வடிக்கப்பட்ட பொம்மை; plaster image.

மண்ணீர்மை: (பெ): உலக இயல்பு; worldliness; earthliness.

மண்ணுடையான்: (பெ): அரசன்; நில உரிமையுடையவன்; குயவர்; the king; landlord; potter.

மண்ணுணி: (பெ): மண்புழு; திருமால்; earthworm; Lord Vishnu.

மண்ணு நீர்: (பெ): மஞ்சன நீர்; the water used for ceremonial bath to a deity.

மண்ணை: (பெ): பேய்; இளமை; மூடன்; கூர் மழுக்கம்; கொடி வகை; goblin; devil; youth; fool; bluntness; a kind of creeper.

மண்பாடு: (பெ): பூமியின் இயல்பு; soil quality.

மண்மகன்: (பெ): குயவர்; potter.

மண்வாரி: (பெ): பெருங்காற்று; storm.

மத: (பெ): வலிமை; அழகு; மிகுதி; மடமை; strength; beauty; plenty; foolishness.

மதகம்: (பெ): யானையின் மத்தகம்; சுக்கு; forehead of an elephant; dried ginger.

மதகயம்/மதகரி: (பெ): ஆண் யானை; he-elephant.

மதகு: (பெ): ஏரி போன்றவற்றில் நீர் பாயும் மடை; sluice.

மதக்கம்: (பெ): குடி மயக்கம்; சோர்வு; intoxication; langour.

மதங்கம்: (பெ): யானை; முகில்; மலை; ஓர் ஆகமம்; வாத்திய வகை; elephant; cloud; mountain; an Aagamam; a kind of musical instrument.

மதங்கன்: (பெ): பாணன்; ஒரு முனிவர்; bard; a sage.

மதபேதம்: (பெ): களிப்பு; மிகு காமம்; rejoice; excess lust.

மதமத்தகம்: (பெ): கஞ்சாச் செடி; Indian hemp plant.

மதமலை: (பெ): யானை; elephant.

மதர்: (பெ): மிகுதி; செருக்கு; மகிழ்ச்சி; வீரம்; plenty; pride; happiness; bravery.

மதர்த்தல்: (வி): செழித்தல்; களித்தல்; மிகுதல்; flourish; to rejoice; be excessive.

மதர்வு: (பெ): களிப்பு; அழகு; வலிமை; மிகுதி; rejoicing; beauty; strength; plenty.

மதர்வை: (பெ): மயக்கம்; செருக்கு; களிப்பு; செழிப்பு; drowsiness; pride; rejoice; good growth.

மதலை: (பெ): குழந்தை; மகன்; மழலை மொழி; தூண்; பற்றுக்கோடு; மரக்கலம்; கொன்றை மரம்; child; son; lisping of children; pillar; support; boat; Indian laburnum tree.

மதவலி: (பெ): மிக வலிமை; முருகப் பெருமான்; great strength; Lord Muruga.

மதவு: *(பெ):* வலிமை; மடமை; அழகு; மதகு; strength; foolishness; beauty; sluice.

மதளை: *(பெ):* மழலை மொழி; prattle of children.

மதன பாடகம்: *(பெ):* குயில்; Koel.

மதன்: *(பெ):* அழகு; செருக்கு; வலிமை; மடமை; கலக்கம்; மன்மதன்; beauty; pride; strength; foolishness; ignorance; confusion; Kama, the God of Love.

மதாணி: *(பெ):* கழுத்தணி; அணிகலன்; necklace; ornament.

மதாரம்: *(பெ):* கத்தூரி; பன்றி; யானை; musk; pig; elephant.

மதார்: *(பெ):* செருக்கு; pride.

மதாலம்: *(பெ):* கொன்றை மரம்; Indian laburnum tree.

மதாவளம்: *(பெ):* யானை; elephant.

மதிகம்: *(பெ):* செடி வகை; a kind of plant.

மதிஞன்: *(பெ):* அறிஞன்; wise man; learned person.

மதிதம்: *(பெ):* தயிர்; மோர்; curd; buttermilk.

மதிதிசை: *(பெ):* வடதிசை; north.

மதிப்பகை: *(பெ):* இராகு; Raahu, moon's ascending node.

மதிப்பிள்ளை: *(பெ):* பிறை நிலவு; the crescent moon.

மதிப்பிற்குரிய: *(பெ.அ):* மரியாதைக்குரிய; honourable.

மதிமண்டலம்: *(பெ):* புருவ மையம்; centre of eyebrows/forehead.

மதிமை: *(பெ):* அறிவு; knowledge.

மதியுப்பு: *(பெ):* இந்துப்பு; rock-salt.

மதிரம்/மதிரை: *(பெ):* கள்; toddy.

மதிவட்டம்: *(பெ):* மாதம்; month.

மதுகண்டம்: *(பெ):* குயில்; Indian cuckoo bird.

மதுகரம்: *(பெ):* தேனீ; தேன்; honey-bee; honey.

மதுகை: *(பெ):* வலிமை; strength.

மதுகம்: *(பெ):* வண்டு; தித்திப்பு; ஓர் உலோகம்; அழகு; எட்டி மரம்; செடி வகை; beetle; sweetness; a metal; beauty; worm wood; a kind of plant.

மதுகரன்: *(பெ):* அன்பன்; lover; friend; companion.

மதுகை: *(பெ):* அறிவு; வலிமை; knowledge; strength.

மதுத்திருமணம்: *(பெ):* கரும்பு; sugarcane.

மதுபதி: *(பெ):* காளி; Kali, Goddess with dark complexion.

மதுபம்: *(பெ):* கள்; வண்டு; toddy; bee.

மதுப்பிரமேகம்: *(பெ):* நீரிழிவு நோய்; diabetes.

மதுமா: *(பெ):* மாமரம்; mango tree.

மதுரகவி: *(பெ):* இனிமையாகப் பாடப்படும் கவி; பன்னிரு ஆழ்வார்களுள் ஒருவர்; a pleasant poem; one of the twelve Vaishnava saints.

மதுரசம்: *(பெ):* கரும்பு; இனிமை; பேரீந்து; பனை; சாராயம்; sugarcane; sweetness; dates; palmyra-palm tree; arrack.

மதுரம்: *(பெ):* இனிமை; செஞ்சந்தன மரம்; நஞ்சு; எட்டி மரம்; துத்தநாகம்; sweetness; a kind of sandal wood tree; poison; strychnine tree; zinc.

மதுரேசன்: *(பெ):* பாண்டியன்; சோமசுந்தரக் கடவுள்; கண்ணபிரான்; King Pandya; God Somasundareshwar; Lord Krishna.

மதுவம்: *(பெ):* தேன்; கள்; வண்டு; honey; toddy; bee.

மதூகம்: *(பெ):* இலுப்பை; South Indian mahua.

மதோற்கடம்: *(பெ):* யானையின் மத்தகம்; the forehead of an elephant.

மதோன்மத்தன்: *(பெ):* செருக்குடையவன்; one who is arrogant.

மத்தங்காய்: *(பெ):* கடுக்காய்; பூசணி; செஞ்சாமையரிசி; gall-nut; pumpkin; a kind of rice.

மத்தமா: *(பெ):* யானை; elephant.

மத்தளி: *(பெ):* வாத்திய வகை; உடல்; a kind of drum; body.

மத்தனம்: *(பெ):* கடைதல்; அழுத்திப்பிடித்தல்; churning; to hold firmly.

மத்தாடி: *(பெ):* செடி வகை; a kind of plant.

மத்திகை: *(பெ):* விளக்குத் தண்டு; கழி; பூமாலை; lampstand; stick; flower garland.

மத்திடுதல்: *(பெ):* கடைதல்; churning.

மத்திபம்: *(பெ):* நடுத்தரம்; middling sort.

மத்திமம்: *(பெ):* சமனிசை; சராசரி அளவை; ஒரு நாடு; the tenor in music; mediocrity; a country.

மத்திரிப்பு: *(பெ):* கோபம்; போட்டி; anger; competition.

மத்து: *(பெ):* தயிர் கடையும் கருவி; churn-staff.

மத்தை: *(பெ):* ஊமத்தஞ்செடி; throrn apple.

மந்தகாசம்: *(பெ):* புன்னகை; காசநோய் வகை; smile; a kind of asthma.

மந்தணம்: *(பெ):* இரகசியம்; secret.

மந்தமா: *(பெ):* யானை; elephant.

மந்தரம்: *(பெ):* ஒரு மலை; துறக்கம்; கோயில்; 'நி' என்னும் ஒரு சுரம்; Mount Mantra; paradise; temple; a musical note.

மந்தரன்: (பெ): ஒற்றன்; சோம்பேறி; spy; lazy man.

மந்தல்: (பெ): சோம்பல்; laziness.

மந்த வாரம்: (பெ): சனிக்கிழமை; Saturday.

மந்தனம்: (பெ): ஆலோசனை; யானையின் முகபடாம்; counsel; ornamental cloth on the face of an elephant.

மந்தாகினி: (பெ): கங்கை; அறுபது வயதானவள்; the river Ganges; the woman who has completed sixty years of age.

மந்தாரச்சிலை: (பெ): ஒரு மருந்துக் கல்; a medicinal stone.

மந்தாரை: (பெ): ஒரு மர வகை; a kind of tree.

மந்தானம்: (பெ): மத்து; churn-staff.

மந்தித்தல்: (வி): தாமதித்தல்; மந்தமடைதல்; to be delayed; become dull.

மந்திப்பு: (பெ): சுறுசுறுப்பின்மை; செரியாமை; laziness; indigestion.

மந்திரகூடம்: (பெ): கருங்கல்; granite.

மந்திரகூடன்: (பெ): ஒற்றன்; தூதுவன்; spy; messenger.

மந்திர பசு: (பெ): பூனை; cat.

மந்திரர்: (பெ): அமைச்சர்; minister.

மந்திர வீதி: (பெ): மாடசாலை; main street surrounding a temple.

மந்தினி: (பெ): ஆடுதின்னாப் பாளை; a herb.

மந்து: (பெ): அரசன்; மனிதன்; குற்றம்; யானைக்கால் நோய்; நாய்வேளைப்பூண்டு; king; human being; fault; elephantiasis; a herb.

மந்துரை: (பெ): படுக்கை; குதிரை லாயம்; bed; horse stable.

மந்தைவெளி: (பெ): ஆடுமாடுகளை அடைத்து வைக்குமிடம்; மேய்ச்சல் இடம்; pen for cattle; pasturage.

மப்பு: (பெ): மேக மூட்டம்; மயக்கம்; செருக்கு; மட்டித்தனம்; cloudiness; drowsiness; pride; fatuous state.

மம: (பெ): நற்பேறு; good fortune.

மமதை: (பெ): செருக்கு; pride.

மம்மர்: (பெ): துயரம்; மயக்கம்; காமம்; கல்லாமை; grief; drowsiness; lust; illiteracy.

மயரி: (பெ): உன்மத்தன்; காமுகன்; madman; lustful person.

மயர்: (பெ): மயக்கம்; drowsiness.

மயர்வு: (பெ): அறியாமை; சோர்வு; ignorance; langour.

மயற்கை: (பெ): மயக்கம்; confusion; drowsiness.

மயிடம்: (பெ): எருமை; இலவம் பிசின்; buffalo; resin of silk-cotton tree.

மயிந்துதல்: (வி): பதுங்குதல்; to hide.

மயிலியல்: (பெ): பெண் மயிலைப் போன்ற பெண்; lady like a peafowl.

மயிலெள்: (பெ): எள் வகை; a kind of sesame.

மயிலைப் பச்சை: (பெ): கருமை கலந்த பச்சை நிறம்; green colour mingled with black.

மயூகம்: (பெ): அழகு; கதிர்; சுடர்; ஒளி; beauty; rays; flame; light.

மயூராரி: (பெ): பல்லி; பச்சோந்தி; lizard; chameleon.

மயேனம்: (பெ): வால்மிளகு; cubeb.

மரக்காழ்: (பெ): மர வயிரம்; core of a tree.

மரக்கோவை: (பெ): படகு; மரக்கலம்; boat; ship.

மரச்சக்கை: (பெ): சிறாய்; chip of wood.

மரணை: (பெ): நினைவு; உணர்ச்சி; சாவு; memory; feeling; sensation; death.

மரத்தோல்: (பெ): மரப்பட்டை; மரவுரி; bark of a tree.

மரநாய்: (பெ): விலங்கு வகை; the pole cat.

மரந்தம்: (பெ): பூந்தேன்; flower honey.

மரமஞ்சள்: (பெ): செடி வகை; a kind of plant.

மரமரிவாள்: (பெ): மரத்தை அறுக்கும் வாள்; saw.

மரலுகம்: (பெ): குங்குமப்பூ; வாசனை; saffron flower; fragrance; smell.

மரல்: (பெ): சிறு செடி வகை; a kind of small plant.

மரவட்டணம்: (பெ): மரத்தட்டு; wooden tray.

மரவடி: (பெ): பாதக்குறடு; wooden sandals.

மரவடை: (பெ): மரங்கள் மீது போடப்படும் வரி வகை; a kind of tax on trees.

மரவம்: (பெ): வெண் கடம்பு மரம்; a kind of tree.

மரவாடி: (பெ): மரக்கடை; timber yard or depot.

மரவாரை: (பெ): கனமான மரச் சட்டம்; beam; sleeper.

மரவினைஞர்: (பெ): தச்சர்; carpenter.

மரவுப்பு: (பெ): பொட்டாஷியம் கார்பனேட்; carbonate of potash.

மரவை: (பெ): மரத்தாலான பாண்டம்; wooden utensil.

மரவைக்காசு: (பெ): பிச்சையெடுத்துச் சம்பாதிக்கும் காசு; the money got by begging.

மரா: (பெ): அரசமரம்; pipal tree.

மராடி: (பெ): மரத்தின் அடிப்பகுதி; பாதுகை; bottom of a tree; wooden sandals.

மராட்டம்: (பெ): பெண்களின் கூந்தல்; இடம்; மகாராஷ்டிர மாநிலம்; woman's tresses; place; Maharashtra State.

மராமரம்: (பெ): அரசமரம்; pipal tree.

மராம்: (பெ): கடம்பு; a flower tree sacred to Lord Muruga.

மராரம்: (பெ): பண்டகசாலை; warehouse; godown.

மராளம்: (பெ): அன்னம்; பூநாரை; பாம்பு; மாதுளை; swan; a kind of crane; snake; pomegranate.

மரிசம்: (பெ): மிளகு; பொறுமை; pepper; patience.

மரிசி: (பெ): செடி; plant.

மரிசிதம்: (பெ): பொறுமை; patience.

மரிச்சம்: (பெ): மாமரம்; mango tree.

மரியவர்: (பெ): பின்பற்றி நடப்பவர்கள்; followers.

மரீசம்: (பெ): மிளகு; pepper.

மரீசிகை: (பெ): கானல்; mirage.

மரீசினம்: (பெ): வால்மிளகு; cubeb.

மரு: (பெ): மணம்; மணவிருந்து; இடம்; மலை; smell; wedding feast; place; mountain.

மருகம்: (பெ): மான் வகை; ஆதொண்டைச் செடி; a kind of deer; a herb.

மருகு: (பெ): காட்டு மல்லிகை; மகர வாழை; wild jasmine; a kind of plantain.

மருக்கட்டி: (பெ): மச்சம்; பாலுண்ணி; mark; black mole; wart.

மருக்கம்: (பெ): குரங்கு; உடம்பு; காற்று; மிளகு; monkey; body; air; wind; pepper.

மருங்கு: (பெ): பக்கம்; இடை; வடிவு; எல்லை; இடம்; சுவடு; சுற்றம்; ஒழுங்கு; குலம்; செல்வம்; நூல்; side; waist; form; limit; place; track; relation; kith and kin; order; lineage; wealth; treatise.

மருஞ்சகம்: (பெ): இரச கற்பூரம்; medicated camphor.

மருட்டம்: (பெ): மயக்கம் தருவது; கள்; that which gives bewilderment; toddy.

மருட்பா: (பெ): வெண்பாவும்; ஆசிரியப்பாவும் கலந்து வரும் செய்யுள் வகை; the poem in which 'venba' and 'aaciriappa' occur alternatively.

மருண்மா: (பெ): யானை; elephant.

மருண்மாலை: (பெ): அந்தி நேரம்; twilight joining day to night.

மருத யாழ்: (பெ): மருத நிலத்துக்குரிய யாழ்; a lute peculiar to agricultural tracts.

மருது: (பெ): மரவகை; a kind of tree.

மருத்தன்: (பெ): மருத்துவன்; வாயு பகவான்; physician; Vayu Bhagavan, the God of Wind.

மருத்துபலம்: (பெ): ஆலங்கட்டி மழை; hail stone.

மருத்துபாலன்: (பெ): இந்திரன்; Lord Indra.

மருத்து நூல்: (பெ): வைத்திய இயல்; medical science.

மருநிலம்: (பெ): நீரும் நிழலும் இல்லாத இடம்; desert.

மருப்பு: (பெ): யாழின் உறுப்பு; யானையின் தந்தம்; இஞ்சி; a part of a lute; elephant's tusk; ginger.

மருபுகா: (பெ): ஒரு வாழை வகை; a kind of plantain.

மருமதாரை: (பெ): மார்பு; உயிர்நிலை; breast; the genital part.

மருமம்: (பெ): இரகசியம்; விதைப்பை; உடம்பு; secret; testicle; body.

மருமாட்டி: (பெ): வழித்தோன்றியவள்; மருமகள்; female descendant; daughter-in-law.

மருவலர்/மருவார்: (பெ): பகைவர்; enemies.

மருவாளி: (பெ): பச்சைக் கற்பூரம்; medicated camphor.

மருவிதழ்: (பெ): பூவிதழ்; flower petal.

மருளிந்தம்/மருளிந்தளம்: (பெ): ஒரு பண் வகை; a kind of melody.

மரை: (பெ): மான் வகை; காட்டுப் பசு; தவளை; திருகு வகை; இரத்தினக் குற்றம்; தாமரை; a kind of deer; wild cow; frog; a kind of screw; defect in gem; lotus.

மரைநீகம்: (பெ): தவளை; frog.

மரையா/மரையான்: (பெ): காட்டுப் பசு; wild cow.

மரையாடு: (பெ): ஆடு வகை; a kind of goat.

மர்க்கடகம்: (பெ): பெருங்காயம்; asafoetida.

மர்க்கடம்: (பெ): குரங்கு; monkey.

மர்த்தியம்: (பெ): நிலவுலகம்; earth.

மலகரி: (பெ): குறிஞ்சி நிலப்பண் வகை; a kind of melody of hilly tract.

மலக்கடி: (பெ): மனக்கலக்கம்; perturbation.

மலக்கம்: (பெ): துன்பம்; மாறுபாடு; grief; difference.

மலக்கு: (பெ): மயக்கம்; தேவன்; drowsiness; celestial being.

மலக்குதல்: (வி): கலக்குதல்; to mix.

மலங்கல்: (பெ): குளம்; tank.

மலங்கு: (பெ): விலாங்கு மீன்; eel.

மலட்டா: (பெ): கன்று ஈனாத பசு; sterile cow.

மலபாண்டம்: (பெ): உடம்பு; body.

மலப்பு: (பெ): கடவுள் திருமுன்பாக ஆடும் கூத்து வகை; a kind of dance performed before a deity.

மலப்பை: (பெ): உடம்பு; மலம் தங்குமிடம்; body; the portion of the bowels containing faeces.

மலயக்கோ: (பெ): பாண்டியன்; Pandya king.

மலயமாருதம்: *(பெ):* ஒரு பண் வகை; a kind of melody.

மலயம்: *(பெ):* பொதிகை மலை; சந்தன மரம்; Podhigai hill; sandalwood tree.

மலருக்கு நாயகம்: *(பெ):* கருவண்டு; black beetle.

மலாகை: *(பெ):* தூது செல்லும் பெண்; காமம் உள்ளவள்; பெண் யானை; woman messenger; lustful woman; she-elephant.

மலாவகம்: *(பெ):* பிண்ணாக்கு; oil cake.

மலிசம்: *(பெ):* அரசமரம்; pipal tree.

மலிபு: *(பெ):* மிகுதி; நிறைவு; உவகை; உயர்வு; தன்மை; உத்தமம்; abundance; completion; joy; elevation; nature; that which is pre-eminent.

மலிர்நிறை: *(பெ):* பெருவெள்ளம்; நீரூற்று; torrent; fountain; spring.

மலினமுகன்: *(பெ):* அக்கினி; பிசாசு; கருங்குரங்கு; கருவண்டு; கொடியவன்; fire; goblin; devil; black-monkey; black beetle; cruel person.

மலீமசம்: *(பெ):* அழுக்கு; இரும்பு; dirt; iron.

மலூகம்: *(பெ):* குருவி; sparrow; a small bird.

மலைக்கல்: *(பெ):* ஆட்டுக்கல்; stone mortar.

மலைக்கோன்: *(பெ):* கொன்றை மர வகை; a kind of Indian laburnum tree.

மலைக் குண்டுவேர்: *(பெ):* செடி வகை; a kind of plant.

மலைச்சாரை: *(பெ):* பாம்பு வகை; a kind of snake.

மலைச்சுரம்: *(பெ):* மலேரியா காய்ச்சல்; malaria.

மலைநார்: *(பெ):* கல்நார்; asbestos.

மலைநெல்: *(பெ):* மலைப்பகுதியில் விளையும் நெல் வகை; a kind of paddy grown on the hills.

மலைமஞ்சி: *(பெ):* பெருங்குரும்பை என்னும் செடி; Perunkurumbai, a kind of plant.

மலைமதம்: *(பெ):* கன்மதம்; rock alum.

மலைமுகடு: *(பெ):* மலையுச்சி; peak.

மலைமுழை/மழைமுழைஞ்சு: *(பெ):* மலைக்குகை; mountain cavern.

மலையசம்: *(பெ):* தென்றல்; சந்தன மரம்; மலையாடு; south wind; sandalwood tree; wild goat.

மலையப் பொருப்பன்: *(பெ):* பாண்டியன்; Pandya king.

மலையமான்: *(பெ):* சேரன்; Chera king.

மலையம்: *(பெ):* பொதிகை மலை; மலையுச்சி; Podhigai hill; peak.

மலையரையன்: *(பெ):* மலையரசன்; king of the Himalayas.

மலையாட்டி: *(பெ):* மலைநாட்டுப் பெண்; the woman who belongs to hilly tract.

மலையாரம்: *(பெ):* சந்தனமரம்; sandalwood tree.

மலையாளர்: *(பெ):* மலை நாட்டார்; those who belong to hilly tract.

மலையிடறு: *(பெ):* பெருந்தடை; great restraint.

மலையின் முனிவன்: *(பெ):* அகத்தி மரம்; மிளகு; அத்தி வகை; coronilla grandiflora; pepper; country fig tree.

மலையேறுதல்: *(பெ):* முடிவடைதல்; மலையின் மீது ஏறுதல்; completion; mountaineering.

மலை வசம்பு: *(பெ):* மிளகு; செடி வகை; pepper; a kind of plant.

மலை வாசம்: *(பெ):* மிளகு; pepper.

மலைவாசிக் கொம்பு: *(பெ):* பன்றிக் கொம்பு; the tusk of boar.

மலைவு: *(பெ):* மயக்கம்; மாறுபாடு; முரண்; போர்; confusion; difference; contrast; battle.

மல்லசம்: *(பெ):* மிளகு; black-pepper.

மல்லம்: *(பெ):* மற்போர்; வலிமை; கிண்ணம்; தட்டம்; கதுப்பு; பள்ளியறை; wrestling; strength; small cup; plate; cheek; bed room.

மல்லரி: *(பெ):* பறை வகை; a kind of drum.

மல்லல்: *(பெ):* மிகுதி; வளம்; வலிமை; பொலிவு; அழகு; செல்வம்; abundance; fertility; strength; splendour; beauty; wealth.

மல்லாத்தல்: *(வி):* தோற்றுப்போதல்; be defeated.

மல்லாய்: *(பெ):* இரப்போர் கலம்; beggar's bowl.

மல்லூகம்: *(பெ):* புழு; worm.

மல்லை: *(பெ):* வளம்; பெருமை; வட்டம்; மாமல்லபுரம்; fertility; pride; greatness; circle; Mahabalipuram, a sea-shore town.

மவுணன்: *(பெ):* கணவன்; husband.

மவுனி: *(பெ):* ஆமை; மவுனம் சாதிப்பவன்; tortoise; silent person.

மவ்வம்: *(பெ):* அழகு; beauty.

மழபுலவர்: *(பெ):* பள்ளியில் படித்திடும் சிறுவர்; young pupils.

மழவன்: *(பெ):* இளைஞன்; குழந்தை; மழ நாட்டான்; young man; child; the inhabitant of Malanadu.

மழவு: *(பெ):* இளமை; மென்மை; மயக்கம்; youth; juvenile period; tenderness; drowsiness.

மழித்தலை: *(பெ):* வழுக்கைத் தலை; bald head.

மழுகுதல்: *(வி):* ஒளி குறைதல்; முனை மழுங்குதல்; light getting dim; to become blunt.

மழுசூழை: *(பெ):* வாலிழந்த விலங்கு; மூடன்; the animal which had lost its tail; fool.

மழுக்கம்: (பெ): கூரின்மை; ஒளியின்மை; விவேகம் இன்மை; bluntness; dimness; indiscrimination.

மழுக்கல்: (வி): முனை மழுங்கல்; to become blunt.

மழுங்குணி: (பெ): அறிவில்லாதவன்; idiot; fool.

மழுமாறி: (பெ): புரட்டன்; deceiver.

மழுவன்: (பெ): பயமில்லாதவன்; தலையாரி; கிராமக் காவல்காரன்; fearless person; village watchman.

மழுவாள்: (பெ): பரசு ஆயுதம்; battle axe.

மழுவி: (பெ): நாணமற்ற பெண்; unbashful woman.

மழைக்கோள்: (பெ): சுக்கிரன்; the Planet Venus.

மழையலர்: (பெ): நீர்; water.

மழையேறு: (பெ): இடி; thunderbolt.

மள்குதல்: (வி): குறைதல்; to decrease.

மள்ளம்: (பெ): வலிமை; strength.

மள்ளு: (பெ): கைம்மரம்; rafter.

மறக்கருணை: (பெ): அழித்து நலமுண்டாக்கும் அருள்; divine grace that chastises.

மறங்குதல்: (வி): மனம் கலங்குதல்; be worried.

மறப்புலி: (பெ): கொடிய புலி; ferocious tiger.

மறமலி: (பெ): யானை; elephant.

மறலுதல்: (வி): கொல்லுதல்; மாறுபடுதல்; to kill; to vary.

மறலை: (பெ): புல்லறிவாளன்; person of mean understanding.

மறித்தும்: (வி.உ): மீண்டும்; again.

மறிந்து: (வி.உ): மீண்டும்; again.

மறிவு: (பெ): கேடு; harm.

மறுகல்: (பெ): சுழலுதல்; கலங்குதல்; whirling; unsteadiness.

மறுகால்: (பெ): மதகு; வாய்க்கால்; sluice; channel.

மறுகு: (பெ): குறுகலான தெரு; narrow street; lane.

மறுகு சிறை: (பெ): தெருவின் இருபுறமும் உள்ள வீடுகளின் வரிசை; row of houses on either side of a street.

மறுகை: (பெ): தெரு; நுங்கு; street; pulpy kernel of a tender palmyra fruit.

மறுக்கம்: (பெ): சுழற்சி; மனக் கலக்கம்; துன்பம்; whirling; perplexity; distress.

மறுக்கொள்ளி: (பெ): மரியாதையற்றவன்; dishonest person.

மறுதலை: (பெ): பகைப்பொருள்; எதிர்க்கட்சி; இரண்டாம் முறை; opponent's point of view; opposite side; second time.

மறுபகர்ப்பு: (பெ): பதிலுரை; reply.

மறுபுலம்: (பெ): பாலை நிலம்; desert tract.

மறு போகம்: (பெ): ஓர் ஆண்டில் பயிராகும் இரண்டாவது சாகுபடி; the second crop in the year.

மறுப்பாணை: (பெ): ஒரு தீர்மானத்தை ரத்து செய்யும் அதிகாரம்; veto.

மறுமாற்றம்: (பெ): பதில்; விடை; reply; answer.

மறுவலும்: (வி.உ): மீண்டும்; மறுபடியும்; again; once more.

மறுவல்: (பெ): கத்தூரி விலங்கு; கத்தூரி; musk deer; musk.

மறுவி: (பெ): கத்தூரி விலங்கு; கத்தூரி; musk deer; musk.

மறைக் குறிப்பு: (பெ): சந்தேகக் குறிப்பு; allusion.

மறை சதி: (பெ): இரகசிய சதி; cabal.

மறை செயல்: (பெ): தந்திர உபாயம்; தப்பித்துக் கொள்ளச் செய்யும் முயற்சி; subterfuge.

மறைச்சிரம்: (பெ): உபநிடதம்; upanishad.

மறைமதியம்: (பெ): அமாவாசை; New Moon.

மறைமுதல்: (பெ): கடவுள்; பிரணவம்; God; Pranava Mantra, Om.

மறைமுதல்வன்: (பெ): பிராமணன்; a brahmin who is well versed in the Vedas.

மறையுவா: (பெ): அமாவாசை; New Moon.

மற்கடம்: (பெ): குரங்கு; monkey.

மற்கரை: (பெ): குகை; மலடி; cave; sterile woman.

மற்குணம்: (பெ): மூட்டைப்பூச்சி; bug.

மற்கூத்து: (பெ): கிருஷ்ணர் ஆடிய கூத்து; Lord Krishna's dance.

மற்கோல்: (பெ): பகை; hatred.

மற்சரம்: (பெ): பொறாமை; envy; rivalry.

மற்ற: (வி.அ): பிற; ஏனைய; other; the rest.

மற்றொழில்: (பெ): மல்யுத்தக் கலை; art of wrestling.

மனக்கிலேசம்: (பெ): மனத் துயரம்; grief.

மனக்கோழை: (பெ): நெஞ்சுரம் இல்லாத நபர்; coward.

மனவு: (பெ): சங்கு; புடவை; conch; saree.

மனவொடுக்கம்: (பெ): அடக்கம்; சலனமற்ற மனநிலை; modesty; tranquillity.

மனனம்: (பெ): சிந்திக்கை; எண்ணம்; மனப்பாடம்; thinking; thought; memorizing; rote learning.

மனாலம்: (பெ): குங்குமம்; சாதிலிங்கம்; saffron; vermillion.

மனிச்சு: (பெ): ஆண்தகைமை; manliness.

மனிதன்: (பெ): ஆண்; male.

மனுகுலம்: (பெ): மனித சாதி; சூரிய குலம்; human being; Surya dynasty.

மனைக்கோள்: *(பெ):* பல்லி; lizard.

மனைதல்: *(வி):* செய்தல்; to make.

மனைமரம்: *(பெ):* தேற்றா மரம்; clearing-nut tree.

மனைமுதல்: *(பெ):* மனைவி; wife.

மனைவேள்வி: *(பெ):* குடும்ப வாழ்க்கை; family life.

மனோகதி: *(பெ):* மனதின் வேகம்; quickness of mind.

மனோபூசை: *(பெ):* மனதுள் வழிபடுதல்; mental worship.

மன்பது: *(பெ):* மக்கட்பரப்பு; society; humanity.

மன்பதை: *(பெ):* மக்கட்பரப்பு; படை; society; humanity; army.

மன்மம்: *(பெ):* வஞ்சினம்; தீராப்பகை; rage; rancour.

மன்ற: *(வி.அ):* மிக; தெளிவாக; excessively; clearly.

மன்றகம்: *(பெ):* அவை; assembly.

மன்றல்: *(பெ):* திருமணம்; மணம்; புணர்ச்சி; marriage; fragrance; sexual intercourse.

மன்றில்: *(பெ):* வாயில் முற்றம்; courtyard of a house.

மன்றுதல்: *(வி):* தண்டம் செய்தல்; to punish.

மன்றுபடுதல்: *(வி):* வெளிப்படுதல்; to emerge.

மன்ன குமாரன்: *(பெ):* இளவரசன்; prince.

மன்னல்: *(பெ):* வலிமை; பெருமை; உயர்ச்சி; விடாமுயற்சி; நிலைபேறு; strength; pride; excellence; perseverance; permanence.

மன்னார்: *(பெ):* பகைவர்; enemies.

மன்னியர்: *(பெ):* மதிக்கத்தக்கவர்கள்; respectable persons.

மன்னுமான்: *(பெ):* கடவுள்; God.

மன்னுயிர்: *(பெ):* ஆன்மா; soul.

மன்னுலகு: *(பெ):* துறக்கம்; Paradise.

மன்னை: *(பெ):* தொண்டை; கோபம்; கதுப்பு; throat; anger; cheek.

மா

மா: *(பெ):* குதிரை; யானை; விலங்கு; குதிரை, யானை ஆகியவற்றின் ஆண்; சிம்ம ராசி; வண்டு; அன்னம்; மாமரம்; சீலை; அழகு; ஆணி; திருமகள்; கலைமகள்; செல்வம்; ஒரு நிறை; வயல்; நிலம்; வெறுப்பு; கானல்; பெருமை; வலிமை; கருமை; அரிசி மாவு; horse; elephant; animal; male of horse, elephant, the fifth constellation of the zodiac having lion as its sign; beetle; swan; mango tree; saree; beauty; nail; Lakshmi, Goddess of Wealth; Saraswathi, Goddess of Arts and Learning; wealth; a measure; paddy-field; land; hatred; mirage; greatness; strength; blackness; rice flour.

மாகதி: *(பெ):* முல்லை வகை; சர்க்கரை; திப்பிலி; a kind of jasmine; sugar; long pepper.

மாகத்தார்: *(பெ):* தேவர்கள்; celestial beings.

மாகந்தம்: *(பெ):* மாமரம்; mango tree.

மாகந்தி: *(பெ):* நெல்லி மரம்; emblic myrobalan tree.

மாகபதி: *(பெ):* இந்திரன்; Lord Indra.

மாகம்: *(பெ):* மாசி மாதம்; வானம்; மேலிடம்; துறக்கம்; திக்கு; மேகம்; the Tamil month, Masi; sky; upper place; paradise; direction; cloud.

மாகரி: *(பெ):* ஆண் யானை; he-elephant.

மாகவதி: *(பெ):* கீழ்த்திசை; east.

மாகனன்: *(பெ):* அந்தணன்; brahmin.

மாகு: *(பெ):* வலை; net.

மாகுலர்: *(பெ):* வேடுவர்; hunters.

மாகுலி: *(பெ):* உயர்குடிப் பெண்; woman of noble family.

மாகேயம்: *(பெ):* பவளம்; coral.

மாகை: *(பெ):* பசு; cow.

மாக்கிகம்: *(பெ):* தேன்; செவ்வெண்மைக் கல்; honey; a kind of stone.

மாங்கிசம்: *(பெ):* மாமிசம்; meat.

மாசக்காய்: *(பெ):* மருந்து வகை; a kind of medicine.

மாசலம்: *(பெ):* முதலை; நோய்; crocodile; disease.

மாசலன்: *(பெ):* கள்வன்; thief.

மாசிகம்: *(பெ):* சிரார்த்தம்; a ceremony of offering oblations of food and water to the manes.

மாசிகை: *(பெ):* பறவை; bird.

மாசிங்கம்: *(பெ):* கலைமான் கொம்பு; horn of a stag.

மாசியம்: *(பெ):* ஒரு போதைப் பண்ட வகை; a thing which gives intoxication.

மாசுகம்: *(பெ):* பீர்க்கு; மிகு இன்பம்; sponge-gourd; delight.

மாசுணம்: *(பெ):* பாம்பு; snake.

மாசை: *(பெ):* பொன்; ஒரு பழைய நாணயம்; gold; an ancient coin.

மாச்சரியம்: *(பெ):* பகைமை; பொறாமை; hatred; enmity; envy.

மாச்சல்: *(பெ):* சாதல்; சோம்பல்; மிகு வருத்தம்; death; laziness; great suffering.

மாச்சி: *(பெ):* கைவிலங்கு; fetters.

மாச்சீர்: *(பெ):* நேரசைச்சீர்; metrical foot of two 'asai' ending 'ner'.

மாச்சு: *(பெ):* குற்றம்; பிள்ளை விளையாட்டு; fault; a kind of game played by children.

மாடகம்: *(பெ):* யாழின் முறுக்காணி; screw-pin of a lute.

மாடநிலை: *(பெ):* உப்பரிகை; upstairs.

மாடியம்: *(பெ):* கவசம்; shield.

மாடை: *(பெ):* பொன்; அரை வராகன்; ஒரு பழைய நாணய வகை; gold; half of a varagan; an ancient coin.

மாட்டறிதல்: *(வி):* சாட்சிக் கையெழுத்து இடுதல்; to sign as witness.

மாட்டுதல்: *(வி):* பற்றுதல்; செலுத்துதல்; தீயிடுதல்; அழித்தல்; to grasp; to drive; to set fire; to destroy.

மாட்டெறிதல்: *(வி):* ஏறிட்டுக் கூறுதல்; to ascribe.

மாணம்: *(பெ):* மாட்சிமை; majesty.

மாணல்: *(பெ):* மாட்சிமை; நன்மை; majesty; goodness.

மாணார்: *(பெ):* பகைவர்; enemies.

மாண்: *(பெ):* மாட்சிமை; மாணவன்; பிரம்மச்சாரி; majesty; pupil; disciple; celibate.

மாண்டல்: *(பெ):* மாட்சிமையடைதல்; இறப்பு; being great; death.

மாதங்கன்: *(பெ):* கீழ்மகன்; வேடன்; person of low qualities.

மாதிமை: *(பெ):* காதல்; தகுதி; love; fitness.

மாதிரம்: *(பெ):* வானம்; திசை; மலை; யானை; நிலம்; மண்டிலம்; sky; direction; mountain; elephant; land; region.

மாதிருகை: *(பெ):* நெடுங்கணக்கு; தேவி; தாய்; alphabet; wife; consort; mother.

மாதுமை: *(பெ):* பெண்தன்மை; அறிவின்மை; womanliness; ignorance.

மாதுரம்: *(பெ):* மல்லிகை வகை; a kind of jasmine.

மாதுரியம்: *(பெ):* இனிமை; sweetness.

மாதுலன்: *(பெ):* தாய் மாமன்; maternal uncle.

மாதுலி: *(பெ):* மாமன் மனைவி; uncle's wife.

மாதுவான்: *(பெ):* நகச்சுற்று; பெண் குதிரை; whitlow; female horse.

மாதோ: *(பெ):* ஓர் அசைச் சொல்; an expletive article.

மாதோயம்: *(பெ):* கடல்; sea.

மாத்தகை: *(பெ):* பெருந்தகை; noble-minded person.

மாத்திரம்: *(பெ):* தனிமை; தும்பி; அளவு; solitude; dragon fly; measurement.

மாத்து: *(பெ):* செருக்கு; பெருமை; pride; greatness.

மாத்துவம்: *(பெ):* பெருமை; greatness.

மாந்தி: *(பெ):* மாமரம்; கல்யாணச் சடங்கு; mango tree; marriage rites.

மாந்துதல்: *(வி):* குடித்தல்; நுகர்தல்; வருந்துதல்; to drink; to consume; to suffer.

மாந்தை: *(பெ):* ஒரு நகரம்; நோய் வகை; a town; a kind of disease.

மாபலன்: *(பெ):* காற்று; wind.

மாபனம்: *(பெ):* தராசு; அளவு; weighing balance; a measure.

மாபாடியம்: *(பெ):* பேருரை; elaborate commentary.

மாப்பு: *(பெ):* மிகுதி; மன்னிப்பு; abundance; excuse.

மாமலர்: *(பெ):* கொன்றை; Indian laburnum.

மாமாத்திரன்: *(பெ):* மருத்துவன்; physician.

மாமை: *(பெ):* நிறம்; அழகு; கருமை; மேனி; துன்பம்; colour; beauty; blackness; body; distress.

மாயவன் மேனி: *(பெ):* பச்சைக்கல்; Emerald.

மாயிடம்: *(பெ):* எருமை; buffalo.

மாயிரம்: *(பெ):* புறமாய் உள்ளது; that which is outside.

மாரகாகளம்: *(பெ):* குயில்; Koel.

மாரப்பற்று: *(பெ):* கற்பூர வகை; a kind of camphor.

மாரம்: *(பெ):* செடி வகை; a kind of plant.

மாராட்டம்: *(பெ):* துன்பம்; ஊர்; மகாராட்டிரம்; ஆள் மாறாட்டம்; distress; town; Maharashtra; impersonation.

மாராயன்: *(பெ):* அரசன்; பட்டப்பெயர்; king; a title.

மாரிபம்: *(பெ):* மூலம்; origin.

மாருதப்படை: *(பெ):* வாயுதேவனின் அம்பு; arrow of the Vayu Deva.

மாரோடம்: *(பெ):* செங்கருங்காலி மரம்; a kind of tree.

மார்க்கடம்: *(பெ):* குரங்குகள் கூட்டம்; crowd of monkeys.

மார்க்கணம்: *(பெ):* அம்பு; நெஞ்சு; arrow; chest.

மார்க்கிகன்: *(பெ):* வேடன்; வழிப்போக்கன்; hunter; wayfarer.

மார்ச்சரியம்: *(பெ):* பொறாமை; envy.

மார்ச்சாலம்: *(பெ):* பூனை; மரநாய்; cat; the pole-cat.

மார்த்தாண்டன்: *(பெ):* சூரியன்; the Sun.

மார்வம்: *(பெ):* நெஞ்சு; chest.

மாலவம்: *(பெ):* வேப்ப மரம்; the neem tree.

மாலதி: *(பெ):* மல்லிகை வகை; விளக்குத் தண்டு; நிலவின் கதிர்; a kind of jasmine; lamp stand; moon's rays.

மாலதிபலம்: *(பெ):* சாதிக்காய்; nutmeg.

மாலர்: *(பெ):* வேடர்; புலையர்; கவசம்; hunters; persons of low qualities; shield.

மாலவன்: *(பெ):* திருமால்; புதன்; Lord Vishnu; Planet Mercury.

மாலிகன்: *(பெ):* பூ விற்போன்; flower merchant.

மாலிகை: *(பெ):* மாலை; வரிசை; செடிவகை; garland; row; a kind of plant.

மாலினி: *(பெ):* உமையம்மை; துர்க்கை; Parvathi, the consort of Lord Shiva; Durga, Goddess of Victory.

மாலுதல்: *(வி):* மயங்குதல்; bewildered.

மாலுதானம்: *(பெ):* பச்சைப் பாம்பு; whip snake.

மாலுரம்: *(பெ):* வில்வமரம்; bael tree.

மாலைப்படிகம்: *(பெ):* பளிங்கு; marble.

மாலோகம்: *(பெ):* மிகுதி; மேலுலகில் ஒன்று; abundance; one of the heavens.

மால்தொடை: *(பெ):* துளசி; sacred basil plant.

மால்முருகு: *(பெ):* துளசி; sacred basil plant.

மாவடம்: *(பெ):* மாம்பலகை; slab of mango tree.

மாவரி: *(பெ):* சல்லடை; sieve.

மாவலன்: *(பெ):* குதிரைப்பாகன்; யானைப்பாகன்; horsemanship; mahout.

மாவிட்டம்: *(பெ):* கடல் நுரை; cuttle-bone.

மாவிரதம்: *(பெ):* சைவ உட்சமயங்களுள் ஒன்று; sect of Saivism.

மாவிலங்கம்: *(பெ):* மரவகை; பாஷாண வகை; a kind of tree; a mineral poison.

மாவிழை: *(பெ):* சேமியா; vermicelli.

மாவிளம்: *(பெ):* வில்வம்; bael tree.

மாழாம்பலம்: *(பெ):* தூக்கம்; sleep.

மாழ்கி: *(பெ):* தொட்டாற்சிணுங்கி; touch-me-not plant.

மாழ்கு: *(பெ):* சுருள்; coil.

மாழ்குதல்: *(வி):* மயங்குதல்; கெடுதல்; கலத்தல்; bewildered; be ruined; to mix.

மாளம்: *(பெ):* கத்தூரி; musk.

மாளை: *(பெ):* புளியம்பட்டை; bark of tamarind tree.

மாளுவம்: *(பெ):* ஒரு நாடு; a country.

மாறாடுதல்: *(வி):* மாறுதல்; தடுமாறுதல்; to change; to stumble.

மாறுகம்: *(பெ):* சீலை; cloth; saree.

மாற்சரியம்: *(பெ):* பொறாமை; envy.

மாற்றாண்மை: *(பெ):* பகைமை; enmity.

மானசம்: *(பெ):* கருத்து; மனம்; ஒரு புண்ணிய தீர்த்தம்; opinion; mind; a sacred river or tank or sea water.

மானசி: *(பெ):* உமையவள்; Goddess Parvathi.

மானசீகம்: *(பெ.அ):* உள்ளார்ந்த; within the mind.

மானசூத்திரம்: *(பெ):* அரைஞாண்; waist cord.

மானதன்: *(பெ):* பகைவரின் மானத்தை அழிப்பவனாகிய அரசன்; the king who destroyed the pride of his enemies.

மானபரன்: *(பெ):* ஒரு பட்டப் பெயர்; a title.

மானரந்திரி: *(பெ):* நாழிகை வட்டில்; hour-glass.

மானல்: *(பெ):* நாணம்; மயக்கம்; modesty; bewilderment.

மானவர்: *(பெ):* மாந்தர்; human beings.

மானவன்: *(பெ):* அரசன்; மனிதன்; வீரன்; பெருமையுடையோன்; king; man; warrior; great person.

மானவு: *(பெ):* தெளிவு; clearness.

மானன்: *(பெ):* தலைவன்; வேடன்; மூடன்; master; lord; hunter; idiot; fool.

மானா: *(பெ):* பாட்டன்; தகப்பன்; grandfather; father.

மானாகம்: *(பெ):* பெருநாரை; a kind of crane.

மானார்: *(பெ):* பெண்கள்; பகைவர்கள்; women; enemies.

மானாவி: *(பெ):* நவராத்திரி விழா; Navarathri festival.

மானிதம்: *(பெ):* சிறப்பு; greatness; speciality.

மானித்தல்: *(வி):* நாணுதல்; to feel shy.

மானினி: *(பெ):* பெண்; woman.

மானுதல்: *(வி):* ஒத்தல்; to resemble.

மான்கொம்பு: *(பெ):* மர வகை; மானின் கொம்பு; a kind of tree; horn of a deer.

மான்மதம்: *(பெ):* கத்தூரி; musk.

மான்மறி: *(பெ):* பெண் மான்; மான் குட்டி; female deer; calf of deer.

மான்றல்: *(பெ):* மயக்கம்; drowsiness.

மான்றார்: *(பெ):* மனம் குழம்பியோர்; those who are confused in mind.

மி

மிகிரம்: *(பெ):* காற்று; முகில்; wind; cloud.

மிகைபாடு: *(பெ):* அதிகம்; உபரி; surplus; excess.

மிக்கார்: *(பெ):* பெரியோர்; மேம்பட்டவர்; பெரும்பாலோர்; பகைவர்; தீமை செய்வோர்; great persons; superiors; majority of persons; enemies; evil-doers.

மிக்கிளமை: *(பெ):* குழந்தைப் பருவம்; childhood.

மிக்கோர்: *(பெ):* அறிவுடையோர்; wise persons.

மிசிரம்: *(பெ):* கலப்பு; கலப்பு இனம்; mixture; hybrid.

மிசுக்கன்: *(பெ):* வறிஞன்; ஈனன்; destitute person; person of low qualities.

மிசுக்கை: *(பெ):* புல்லியது; that which is mean.

மிசைஞர்: *(பெ):* உண்பவர்; one who eats.

மிசைதல்: *(வி):* உண்ணுதல்; நுகர்தல்; to eat; to consume.

மிசைவடம்: *(பெ):* வீரக்கழல்; string of little bells worn on the leg as a sign of heroism.

மிசைவு: *(பெ):* உண்ணுகை; உணவு; eating; food.

மிச்சில்: *(பெ):* மீதி; மீதப்படுத்தப்பட்டவை; சாப்பிட்டபின் எஞ்சியது; remainder; leavings; what is left after meal.

மிச்சை: *(பெ):* அறியாமை; வறுமை; பொய்; ignorance; poverty; lie.

மிஞிறு: *(பெ):* தேனீ; வண்டு; honey-bee; beetle.

மிஞ்சி: *(பெ):* கால்விரலில் அணியும் மோதிர வகை; a kind of (silver) ring worn in the toe.

மிஞ்சிகை: *(பெ):* குண்டலம்; பேழை; pendant; ear ring; casket; chest.

மிஞ்சு: *(பெ):* வண்டு; மீதமாக இருப்பது; beetle; that which is left over.

மிடல்: *(பெ):* மகன்; வலிமை; சந்திரன்; son; strength; the moon.

மிடறு: *(பெ):* கழுத்து; தொண்டை; கண்டம்; neck; throat.

மிடன்: *(பெ):* மகன்; வலிமை; சந்திரன்; son; strength; the moon.

மிடி/மிடிமை: *(பெ):* வறுமை; துன்பம்; poverty; distress.

மிடுக்கன்: *(பெ):* வலிமையுள்ளவன்; strong man.

மிடை: *(பெ):* புதர்; பரண்; புணர்ச்சி; நெருக்கம்; bush; watch tower; sexual intercourse; closeness.

மிண்டன்: *(பெ):* திண்ணியன்; அறிவில்லாதவன்; strongman; fool.

மிண்டி: *(பெ):* நெம்புகோல்; lever.

மிண்டு: *(பெ):* வலிமை; முட்டு; துணிவு; துடுக்கு; strength; support; courage; mischief.

மிண்டை: *(பெ):* கண்ணின் கருவிழி; pupil of the eye.

மிதம்: *(பெ):* அளவு; நிதானம்; நடுத்தரம்; measure; uprightness; middling point.

மிதவாதம்: *(பெ):* தீவிரப் போக்கில்லாது, மிதமான முறையில் செயல்படுவது என்னும் கொள்கை; moderation.

மிதி தோல்: *(பெ):* துருத்தி; bellows.

மிதுக்கை: *(பெ):* தும்மட்டிக் கொடி; a kind of creeper.

மிதுனன்: *(பெ):* புதன் கிரகம்; the Planet Mercury.

மிதுனி: *(பெ):* கரிக்குருவி; a kind of bird.

மித்தம்: *(பெ):* தாமதம்; delay.

மித்தியம்: *(பெ):* பொய்; lie; falsehood.

மித்தியாமதி: *(பெ):* அறியாமை; பிழை; ignorance; mistake.

மித்தியை: *(பெ):* பொய்; கபடம்; lie; falsehood; deceit.

மித்திரம்: *(பெ):* நட்பு; பாசம்; friendship; affection.

மித்தை: *(பெ):* பொய்; மாயை; lie; falsehood; illusion.

மிரதம்: *(பெ):* பாம்பு; snake.

மிரிநாளம்: *(பெ):* தாமரை; lotus.

மிரியம்: *(பெ):* மிளகு; pepper.

மிருகதரன்: *(பெ):* சந்திரன்; the moon.

மிருகதூர்த்தகன்: *(பெ):* நரி; fox.

மிருகநாபி: *(பெ):* கத்தூரி மான்; கத்தூரி; musk deer; musk.

மிருக மதம்: *(பெ):* கத்தூரி மான்; கத்தூரி; musk deer; musk.

மிருகாங்கம்: *(பெ):* காற்று; சந்திரன்; wind; the moon.

மிருகாங்கன்: *(பெ):* சந்திரன்; சிவபெருமான்; the moon; Lord Shiva.

மிருசம்: *(பெ):* சாட்சி; witness.

மிருடன்: *(பெ):* சிவபெருமான்; Lord Shiva.

மிருடானி: *(பெ):* உமையம்மை; Goddess Parvathi, the consort of Lord Shiva.

மிருடை: *(பெ):* துர்க்கை; Durga, Goddess of Victory.

மிருதண்டன்: *(பெ):* சூரியன்; the Sun.

மிருதம்: *(பெ):* பிணம்; சாவு; போர்; நஞ்சு; corpse; death; war; poison.

மிருதாரசிங்கி: *(பெ):* ஈயம்; பாடாண வகை; lead; a kind of arsenic.

மிருதி: (பெ): சாவு; நினைவு; உமையம்மை; death; memory; Goddess Parvathi, the consort of Lord Shiva.

மிருதித்தல்: (வி): இறத்தல்; to die.

மிருதுவாதம்: (பெ): தென்றல்; south-wind.

மிருதுளம்: (பெ): மென்மையானது; that which is very soft.

மிருதுன்னகம்: (பெ): பொன்; gold.

மிருதை: (பெ): பூமி; earth.

மிருத்தனம்: (பெ): துவரை; pigeon-pea; dhal.

மிருத்தாலகம்: (பெ): உவர்மண்; துவரை; brackish soil; pigeon pea.

மிருத்திகை: (பெ): மண்; நிலம்; soil; land.

மிருத்தியம்: (பெ): மண்; soil.

மிருத்தியு: (பெ): இறப்பு; இயமன்; பகைவன்; death; Yama, the God of Death; enemy.

மிருத்து: (பெ): மண்; இயமன்; சாவு; பூமி; soil; Yama, the God of Death; death; earth.

மிருத்துசூதி: (பெ): நண்டு; crab.

மிலாரடி: (பெ): கலக்கம்; உன்மத்தம்; confusion; madness.

மிலைதல்: (வி): சூடுதல்; to wear; to put on.

மிலைத்தல்: (வி): மயங்குதல்; கத்துதல்; bewildered; to shout.

மிளகி: (பெ): நெல் வகை; a paddy.

மிளகு: (பெ): காரப்பொருள் வகை; pepper.

மிளப்பு: (பெ): இலவங்கம்; wild cinnamon.

மிளிர்தல்: (வி): ஒளிர்தல்; to shine.

மிளிறு: (பெ): கரடி; bear.

மிளை: (பெ): காவல்; குறுங்காடு; காட்டுவேலி; guard; thicket; fence, enclosure.

மிறல்: (பெ): பெருமை; pride; greatness.

மிறுக்கு: (பெ): வருத்தம்; மிடுக்கு; distress; pride.

மிறை: (பெ): அச்சம்; குற்றம்; வருத்தம்; வளைவு; fear; fault; distress; curve.

மிறைத்தல்: (வி): துன்புறுத்தல்; பாடுபடுதல்; மிடுக்காயிருத்தல்; to harass; to work hard; be proud.

மிற்கு: (பெ): மென்மை; இரை; பேசுதல்; softness; food of beasts and birds; speak.

மின்: (பெ): மின்னல்; ஒளி; பெண்; மின்சாரம்; lightning; light; woman; electricity.

மின்னார்: (பெ): அழகிய பெண்கள்; beautiful women.

மீ

மீ: (பெ): மேன்மை; மேலிடம்; உயரம்; வானம்; eminence; upper place; height; sky.

மீகாரம்: (பெ): மாடி; upstairs.

மீக்கட்டணம்: (பெ): மேல் வரி; surcharge.

மீக்குவம்: (பெ): மருத மரம்; a kind of tree.

மீக்கூற்று: (பெ): புகழ்; மரியாதை; fame; respect.

மீக்கொள்ளுதல்: (வி): உயர்தல்; மிகுதல்; மதித்தல்; be high; be abundant; to respect.

மீசரம்: (பெ): மிகுதி; மேலானது; abundance; that which is great.

மீசரன்: (பெ): மேலானவன்; eminent person.

மீசு: (பெ): மிகுதி; abundance.

மீசுரம்: (பெ): அதிகமானது; that which is more.

மீச்செலவு: (பெ): ஆக்கிரமிப்பு; aggression.

மீடம்: (பெ): சிறுநீர்; urine.

மீட்டளித்தல்: (பெ): திருப்புதல்; to return.

மீட்டு: (வி.உ): மறுபடியும்; மேலும்; again; further.

மீட்பர்: (பெ): காப்பாற்றுவோர்; those who save somebody.

மீதாரி: (பெ): மிச்சம்; நறுமணப் புகை; balance; remainder; fragrant smoke.

மீதிடல்: (வி): வளர்தல்; to grow.

மீநீர்: (பெ): நீரின் மேற்பரப்பு; surface of the water.

மீப்பு: (பெ): மிகுதி; மேன்மை; abundance; excellence.

மீமிசை: (பெ): மிக்கது; that which abounds.

மீயடுப்பு: (பெ): பக்க அடுப்பு; side oven.

மீரம்: (பெ): கடல்; sea.

மீலம்: (பெ): வானம்; சொர்க்கம்; sky; heaven.

மீவான்: (பெ): மாலுமி; sailor; seaman.

மீளிமை: (பெ): வீரம்; வலிமை; valour; strength.

மீனகேதனன்: (பெ): பாண்டியன்; மன்மதன்; Pandya king; Kama, the God of Love; Cupid.

மீனா: (பெ): மர வகை; a kind of tree.

மீனாண்டி: (பெ): சர்க்கரை; sugar.

மீனாய்: (பெ): நீர் நாய்; a sea animal, otter.

மீனாலயம்: (பெ): கடல்; sea.

மீனூர்தி: (பெ): வருணன்; Lord Varuna.

மீனேறு: (பெ): சுறா மீன்; shark fish.

மு

முகக்கட்டை: (பெ): மோவாய்க் கட்டை; chin.

முகக்கருவி: (பெ): கடிவாளம்; bit of a bridle.

முகசோதி: (பெ): எலுமிச்சை; lime.

முகதலை: (பெ): முன்றானை; the outer end of a saree.

முகத்துவாரம்: (பெ): நதி தோன்றுமிடம்; mouth of a river.

முகநட்பு: (பெ): வெளிவேட நட்பு; outward friendship.

முகநிலை: (பெ): ஒரு பண் வகை; a kind of song.

முகப்பழக்கம்: (பெ): அறிமுகம்; acquaintance.

முகப்போதரவு: (பெ): இச்சகம்; flattery.

முகமயக்கு: (பெ): பார்வையால் மயக்கும் மாயம்; bewitching by looks.

முகமாதல்: (வி): உடன்படுதல்; to agree.

முகமுறிவு: (பெ): வெறுப்பு; பகை; dislike; enmity.

முகம் பார்த்தல்: (வி): அன்பு செய்தல்; நன்கு மதித்தல்; be kind; to treat with regard.

முகரன்: (பெ): பயனில்லாது பேசுபவன்; one who speaks without purpose.

முகரிமை: (பெ): பேரறிவு; தலைமை; knowledge of divine things; wisdom; leadership.

முகவல்லபம்: (பெ): மாதுளை; pomegranate.

முகவழி: (பெ): மூலம்; origin.

முகவாள்: (பெ): கலப்பையின் கொழு; plough share.

முகனை: (பெ): முன்புறம்; தலைமை; தொடக்கம்; முன்கோபம்; பொழுது; front part; leadership; starting; quick temper; time.

முகாந்தரம்: (பெ): காரணம்; ஆதாரம்; மூலம்; cause; means; support; origin.

முகாமை: (பெ): தலைமை; headship; superiority.

முகிதல்: (வி): முடிதல்; to come to an end.

முகித்தல்: (வி): முடித்தல்; to put an end.

முகிரம்: (பெ): அன்பு; காமம்; love; lust.

முகிரன்: (பெ): மூடன்; fool; idiot.

முகிவு: (பெ): முடிவு; end.

முகிழ்: (பெ): அரும்பு; bud.

முகிளம்: (பெ): அரும்பு; bud.

முகிளிதம்: (பெ): அரும்பு; bud.

முகினி: (பெ): புளிய மரம்; tamarind tree.

முகு: (பெ): விருப்பம்; மனநிறைவு; desire; satisfaction.

முகுந்தம்: (பெ): குபேர நிதி; Kubera Nidhi.

முகுரம்: (பெ): தளிர்; கண்ணாடி; tender leaf; mirror.

முகுலி: (பெ): தாழைமரம்; fragrant screw pine.

முகுளம்: (பெ): அரும்பு; ஆசன வகை; மூளையின் பின்பகுதி; bud; a kind of Asana; hindmost segment of the brain.

முக்கரம்: (பெ): பிடிவாதம்; obstinacy.

முக்காழி: (பெ): மூன்று கொட்டையுள்ள பனம் பழம்; the palmyra fruit which has three nuts.

முக்காழ்: (பெ): முத்து மாலை வகை; a kind of pearl ornament.

முக்குளித்தல்: (வி): முழ்குதல்; to dive.

முகதகஞ்சுகம்: (பெ): தோலுரித்த பாம்பு; the snake which has shed its slough.

முக்தாபலம்: (பெ): முத்து; கற்பூரம்; pearl; camphor.

முசகம்: (பெ): எலி; rat.

முசங்கி: (பெ): ஒரு வகைக் கோவை; a kind of Kovai.

முசலம்: (பெ): உலக்கை; ஓர் ஆயுத வகை; pestle; a kind of weapon.

முசலிகை: (பெ): உடும்பு; big lizard, iguana.

முசலை: (பெ): வெண்டாமரை; முயல்; white lotus; rabbit.

முசிதல்: (வி): கிழிதல்; ஊக்கம் குன்றுதல்; கசங்குதல்; be torn; to feel discouraged; be crumpled.

முசித்தல்: (வி): துன்புறுதல்; அழிதல்; மெலிதல்; திருகுதல்; be distressed; to perish; to grow thin; to twist.

முசிப்பு: (பெ): இடை; மெலிவு; களைப்பு; அழிவு; waist; feebleness; tiredness; ruin.

முசிரம்: (பெ): வள்ளல் தன்மை; munificence.

முசிரன்: (பெ): வள்ளல்; கொடையாளி; liberal donor.

முசிறு: (பெ): கருங்குரங்கு வகை; a kind of black monkey.

முசு: (பெ): குரங்கு; monkey.

முசுண்டர்: (பெ): கீழ்மக்கள்; persons of low qualities.

முசுண்டி: (பெ): ஆயுத வகை; a kind of weapon.

முசுப்பு: (பெ): திமில்; hump.

முசுறு: (பெ): செந்நிற எறும்பு; a small red ant.

முச்சந்தி: (பெ): ஒரு நாளின் மூன்று கால வேளைகள்; மூன்று சாலைகள் (அ) தெருக்கள் கூடுமிடம்; the three periods of a day; the junction of three roads or streets.

முச்சலிகா: (பெ): எழுத்து மூலமான வேண்டுதல்; பத்திரம்; ஒப்பந்தம்; written obligation; deed; agreement bond.

முஞல்: (பெ): கொசு; mosquito.

முஞ்சம்: (பெ): குழந்தைகளின் தலையணிகலன்; a head ornament of children.

முஞ்சரம்: (பெ): தாமரைக் கிழங்கு; the root of lotus.

முஞ்சி: (பெ): நாணற் புல்; a kind of reed.

முஞ்சுதல்: (வி): சாதல்; to die.

முஞ்ஞை: (பெ): மரவகை; a kind of tree.

முடக்கன்: (பெ): தாழை மரம்; screw-pine tree.

முடக்கு வாதம்: (பெ): பாரிச வாயு; பக்க வாதம்; paralysis.

முடக்குறை: (பெ): மறைந்து அம்பு எய்தலுக்குரிய மதிலுறுப்பு; bowman's shelter on fort wall.

முடங்கிளை: (பெ): கூடல்வாய்; valley of roof.

முடங்குளை: (பெ): பிடரி; சிங்கம்; nape of the neck; lion.

முடந்தை: (பெ): வளைந்தது; நோய் வகை; that which is bent; a kind of disease.

முடலை: (பெ): பெருமை; வலிமை; உருண்டை; மனக்கடுமை; greatness; strength; ball; hardness of mind.

முடிக்கலம்: (பெ): கிரீடம்; crown.

முடி சாய்தல்: (வி): இறத்தல்; to die.

முடி சாய்த்தல்: (வி): படுத்துக்கொள்ளுதல்; வணங்குதல்; to lie down; to pay respect to.

முடி துளக்குதல்: (வி): தலையசைத்தல்; to shake the head.

முடித்த செயல்: (பெ): செய்து முடித்த ஒன்று; achievement.

முடிந்த பொழுது: (பெ): முதிர்ந்த பருவம்; old age.

முடி மணி: (பெ): சூடாமணி; jewel in a crest.

முடியுலகு: (பெ): சொர்க்கம்; தேவருலகம்; heaven; celestial world as the highest world.

முடிவற்படையோன்: (பெ): வயிரவன்; Lord Vairava.

முடிவினை: (பெ): ஊழ்வினை; deed done by a soul in a former birth.

முடுகல்: (பெ): விரைவு; வலிமை; quickness; strength.

முடுக்கம்: (பெ): விலையேற்றம்; இறுக்கம்; high price; tightness.

முடுக்கன்: (பெ): வலியோன்; strong person.

முடுக்கு: (பெ): மூலை; மிகுதி; வலிமை; ஆணவம்; corner; abundance; strength; arrogance.

முடுவல்: (பெ): பெண் நாய்; female dog.

முடை: (பெ): தவிடு; ஓலைக்குடை; நெருக்கடி; bran; umbrella of palm leaves; crisis.

முடைஞ்சல்: (பெ): இடையூறு; disturbance.

முட்கரம்: (பெ): ஆயுத வகை; a kind of weapon; club.

முட்கோல்: (பெ): குதிரைக்கான தாற்றுக்கோல்; a kind of goad for horses.

முட்செவ்வந்தி: (பெ): ரோஜா; Rose.

முட்டம்: (பெ): காக்கை; ஊர்; பக்கம்; crow; town; side.

முட்டிகன்: (பெ): தட்டான்; goldsmith.

முட்டிடை: (பெ): நெருக்கடி; நெருக்கம்; crisis; closeness.

முட்டுப்பாடு: (பெ): தீமை; இடையூறு; தட்டுப்பாடு; evil; trouble; want.

முட்டை: (பெ): அண்டம்; உடம்பு; வறட்டி; தவிடு; egg; body; dried cowdung; bran.

முணவல்: (பெ): சினம்; anger.

முணவுதல்: (வி): வெறுத்தல்; சினத்தல்; to hate; be very angry.

முணை: (பெ): மிகுதி; வெறுப்பு; abundance; dislike.

முணைதல்: (வி): வெறுத்தல்; to dislike.

முதம்: (பெ): உவகை; happiness.

முதலடி: (பெ): தொடக்கம்; ஆண்டின் முதல் சாகுபடி; beginning; the first crop of the year.

முதள்: (பெ): மொக்கு; அரும்பு; மொட்டு; flower bud.

முதற்கருவி: (பெ): மத்தளம்; a kind of two-sided drum.

முதாரி: (பெ): முற்றியது; முன்கை வளையல்; that which is ripe; the bangles in the front hand.

முதிதை: (பெ): மகிழ்ச்சி; தியானம்; மனத்தூய்மை; happiness; meditation; purity of mind.

முதிய குழல்: (பெ): குதிரைவாலிப் பூண்டு; a kind of grass.

முதிகம்: (பெ): மேகம்; குமணனுக்குரிய மலை; cloud; the hill owned by King Kumana.

முதிர் காற்று: (பெ): கடுங்காற்று; strong wind; gale.

முது: (பெ): பேரறிவு; spiritual knowledge.

முதுகணாளர்: (பெ): காப்பாளர்; guardian.

முதுகண்: (பெ): முதன்மையான ஆதாரம்; chief support.

முதுகயம்: (பெ): கடல்; sea.

முதுகுறவர்: (பெ): பெற்றோர்; parents.

முதுக்குறை: (பெ): பேரறிவு; பூப்படைதல்; பேதைமை; wisdom; attaining puberty; ignorance.

முதுநிலம்: (பெ): களர்நிலம்; பாலை நிலம்; brackish ground; desert.

முதுநீர்: (பெ): கடல்; the sea.

முதுமரம்: (பெ): ஆலமரம்; banyan tree.

முதுவர்: (பெ): புலவர்; பிரதமர்; மூத்தோர்; வயதானோர்; poets; Prime Minister; elders; old people.

முதையல்: (பெ): பழங்காடு; காடு; old forest; forest.

முத்தளகி: (பெ): முருங்கை மரம்; horse-radish tree.

முத்தாரம்: (பெ): முத்துமாலை; pearl garland.

முத்தானம்: (பெ): அடுப்பு; stove; oven.

முத்தி: (பெ): முத்தம்; வீடுபேறு; kiss; final bliss.

முத்தி பதம்: (பெ): சொர்க்கம்; heaven as the place of liberated souls.

முத்து மழை: (பெ): பருவ மழை; monsoon rain.

முத்துளம்: (பெ): மூங்கில் ; bamboo.

முந்தன்: (பெ): கடவுள்; God.

முந்து நூல்: (பெ): வேதம்; the Vedas.

முந்தூழ்: (பெ): பழவினை; மூங்கில்; deeds of former birth; bamboo.

முப்பால்: (பெ): அறத்துப்பால், பொருட்பால் மற்றும் காமத்துப்பால் என்னும் மூன்று பால்களை உடைய திருக்குறள்; Thirukkural as dealing with the three divisions, viz. Virtue, Wealth and Love.

முப்பு: (பெ): அகத்தியரின் வாகட நூல்; a medical treatise of sage Agasthiya.

மும்மணிக்காசு: (பெ): அணிகலன் வகை; a kind of ornament.

மும்முதத்தன்: (பெ): விநாயகப் பெருமான்; Lord Vinayaka.

முயற்கறை: (வி): நிலவில் உள்ள களங்கம்; spots on the moon looking like a hare.

முயற்கூடு: (பெ): சந்திரன்; the moon.

முயற்புல்: (பெ): அருகம்புல்; a kind of grass.

முயற்றிசை: (பெ): வடகிழக்குத் திசை; north-east direction.

முயற்று: (பெ): ஊக்கம்; vigour.

முயிறு: (பெ): எறும்பு வகை; a kind of ant.

முரங்கினம்: (பெ): மிளகு; pepper.

முரஞ்சு: (பெ): பாறை; முதிர்கை; rock; maturing.

முரஞ்சுதல்: (வி): முதிர்தல்; வலிமை பெறுதல்; நிரம்புதல்; to mature; to gain strength; to become full.

முரட்கை: (பெ): கலிப்பா; one of the four principal kinds of stanza forms in Tamil.

முரணர்: (பெ): பகைவர்; enemies.

முரணுதல்: (வி): மாறுபடுதல்; வலிமை பெறுதல்; to differ; to gain strength.

முரண்டல்: (வி): பகைத்தல்; to hate; to oppose.

முரப்பு: (பெ): மென்மையற்ற உணர்வு; roughness.

முரலல்: (வி): ஒலித்தல்; to sound.

முரல்வு: (பெ): யாழின் மெல்லோசை; soft sound of lute.

முரவம்: (பெ): பறை வகை; முழக்கம்; a kind of drum; noise.

முரவு: (பெ): பறை வகை; முரிவு; a kind of drum; break.

முரவை: (பெ): அரிசியில் உள்ள வரிகள்; streaks in unpolished rice.

முரள்: (பெ): சிப்பி மீன்; shell-fish.

முரற்கை: (பெ): ஒலி; கயிறு; நேரம்; அளவு; sound; coir; time; measure.

முரற்சி: (பெ): ஒலி; பாட்டு; கயிறு; sound; song; coir.

முரற்றுதல்: (வி): கதறுதல்; கத்துதல்; to cry; to make sound.

முரற்றுமம்: (பெ): குடம்; pot.

முரி: (பெ): துண்டு; சிதைவு; வளைவு; பத்திரம்; piece; ruin; damage; curve; bond.

முரித்தல்: (வி): கரைத்தல்; உருக்குதல்; to dissolve; to melt.

முரிவு: (பெ): வருத்தம்; ஊழ்; பெருமை; மடிப்பு; ஒடிகை; நீங்குகை; distress; fate; greatness; fold; breaking; leaving.

முருகை: (பெ): ஒரு கல் வகை; a kind of stone.

முருக்கு: (பெ): எலுமிச்சை மரம்; பலாச மரம்; கொலை; குருகு; lime tree; a kind of tree; murder; young of animals; bird.

முருக்குதல்: (வி): அழித்தல்; கொல்லுதல்; to destroy; to kill.

முருங்குதல்: (வி): அழிதல்; முரிதல்; be ruined; to break off.

முருடு: (பெ): கரடுமுரடு; கொடுமை; மரக்கணு; பிடிவாதம்; roughness; severity; knot of a tree; obstinacy.

முருந்தம்: (பெ): இளந்தளிர்; tender leaf.

முருந்தன்: (பெ): திறமைசாலி; talented person.

முருந்து: (பெ): இளந்தளிர்; வேரின் மேல்பகுதி; எலும்பு; வெண்மை; முத்து; tender leaf; upper part of the root of a plant; bone; whiteness; pearl.

முல்லை: (பெ): மல்லிகை வகை; காடும் காடு சார்ந்த இடமும்; கற்பு; வெற்றி; முல்லைப்பாட்டு; a kind of jasmine; pastoral tract; chastity; victory; primary melody type of the pastoral tract.

முழல்: *(பெ):* கழற்சிக் கொடி; molucca-beans creeper.

முழா: *(பெ):* முரசு; தம்பட்டம்; a kind of drum; tom-tom.

முழாசு: *(பெ):* சுடர்; light-flame.

முழால்: *(பெ):* தழுவுகை; embracing.

முழிதல்: *(வி):* உமிழ்தல்; to spit.

முழு: *(பெ.அ):* முழுக்க; முழுவதும்; எல்லாம்; all; entire; whole.

முழுதோன்: *(பெ):* கடவுள்; God.

முழுமகன்: *(பெ):* முட்டாள்; fool.

முழு வலி: *(பெ):* அதிக வலிமை; full strength.

முழுவல்: *(பெ):* பறவை வகை; a kind of bird.

முழை/முழைஞ்சு: *(பெ):* மலைக்குகை; mountain cavern.

முளரி: *(பெ):* தாமரை; ஒரு பேரெண்; முட்செடி; காடு; விறகு; நெருப்பு; காய்ச்சல்; நுண்மை; lotus; a large number; thorny plant; forest; fire-wood; fire; fever; minuteness.

முளி: *(பெ):* உலர்ச்சி; வாட்டம்; உடல் மூட்டு; மரக்கணு; கணுக்கால்; dryness; withering; joint of the body; knot of a tree; ankle.

முளிதல்: *(பெ):* உலர்தல்; கெடுதல்; முற்றுதல்; தோய்தல்; to dry; to perish; to become ripe; to curdle.

முளைக்குச்சி: *(பெ):* நுகத்தில் செருகும் கோல்; the pin of a yoke.

முளைத் திங்கள்: *(பெ):* பிறைச் சந்திரன்; crescent moon.

முள்குதல்: *(வி):* உட்செல்லுதல்; to pierce.

முள்மகிழ்: *(பெ):* மரவகை; a kind of tree.

முள்ளி: *(பெ):* முட்செடி வகை; கத்தரி வகை; மருதோன்றி; தாழை; கள்; thorny plant; a kind of brinjal; henna; screwpine tree; toddy.

முறிதல்: *(வி):* ஒடிதல்; குலைதல்; நிலைகெடுதல்; அழிதல்; துளிர்த்தல்; to break; be destroyed; be discouraged; be ruined; to sprout.

முறிப்பு: *(பெ):* கடுமை; மாற்று மருந்து; செருக்கு; severity; antidote; pride.

முறியன்: *(பெ):* ஆண் அடிமை; பயிர் நோய் வகை; male slave; a kind of crop disease.

முறிவு: *(பெ):* முறிக்கை; பிளப்பு; பிணக்கம்; மாற்று மருந்து; breaking; cleft; dispute; antidote.

முறுகு: *(பெ):* திண்மை; உறுதி; hardness; firmness.

முறுக்கடித்தல்: *(வி):* மறுத்தல்; to deny.

முறுக்கான்: *(பெ):* புகையிலை; tobacco.

முறுவஞ்சி: *(பெ):* முத்து; pearl.

முறை: *(பெ):* நீதி; நியமம்; பிறப்பு; ஒழுக்கம்; ஊழ்; தன்மை; கற்பு; justice; manner; birth; virtue; nature; chastity.

முறைசெய்தல்: *(வி):* நீதியளித்தல்; ஒறுத்தல்; to do justice; to punish the guilty.

முறைமை: *(பெ):* ஒழுக்கம்; உரிமை; உறவு; ஊழ்; நீதி; தன்மை; moral conduct; right; relationship; rule; fate; nature.

முற்கரம்: *(பெ):* ஆயுத வகை; a kind of weapon.

முற்கரவன்: *(பெ):* குபேரன்; Lord Kubera.

முற்பக்கம்: *(பெ):* முன்பக்கம்; வளர்பிறை; front side; bright forenight.

முற்பால்: *(பெ):* முன்பு; before. • **முற்பால் செய்த** *வினை இப்பிறப்பில் மூண்டது - பழமொழி.*

முற்பூண்: *(பெ):* தாலி; marriage badge.

முனகர்: *(பெ):* கயவர்; evil-minded persons.

முனகு: *(பெ):* குறை; குற்றம்; defect.

முனி: *(பெ):* வில்; யானைக் கன்று; பேய்; முனிவர்; அகத்தி மரம்; bow; calf of elephant; devil; ghost; sage; a kind of tree.

முனிதல்: *(பெ):* சினங்கொள்ளுதல்; வெறுத்தல்; to resent; to hate.

முனித்துறை: *(பெ):* சடங்கு; rites.

முனிமரபு: *(பெ):* தெய்வத்தன்மை; divinity.

முனை: *(பெ):* பகை; வெறுப்பு; நுனி; போர்க்களம்; தவம்; துணிவு; தலைமை; enmity; dislike; tip; battle field; penance; courage; leadership.

முனையோர்: *(பெ):* பகைவர்; enemies.

முனைவன்: *(பெ):* கடவுள்; முனிவன்; தலைவன்; God; sage; chief; master; lord.

முன்கடை: *(பெ):* கட்டடத்தின் முன்புற வாசல்; front doorway of a building.

முன்சொல்: *(பெ):* பழமொழி; proverb.

முன்பன்: *(பெ):* வலிமையுடையவன்; strong and powerful person.

முன்முகப்பு: *(பெ):* அரண்மனை முன்வாயில்; front entrance as of a palace.

முன்முறை: *(பெ):* முற்பிறப்பு; previous birth.

முன்றுறை: *(பெ):* துறைமுகம்; harbour.

முன்னணி: *(பெ):* தூசிப்படை; van of an army.

முன்னம்: *(பெ):* முற்காலம்; மனம்; குறிப்பு; former time; mind; intention.

முன்னல்: *(பெ):* நினைவு; நெஞ்சு; thought; mind.

முன்னாள்: *(பெ):* நேற்று; முன்தினம்; yesterday; previous day.

முன்னீர்: *(பெ):* கடல்; sea.

முன்னுதல்: *(வி):* கருதுதல்; அடைதல்; பொருந்துதல்; கிளர்தல்; முற்படுதல்; நிகழ்தல்; to contemplate; to attain; to fix; to rise; to precede; to occur.

முன்னூல்: *(பெ):* முதல் நூல்; மறை; the original treatise as distinguished from subsequent works or commentaries; the Vedas.

முன்னை: *(பெ):* பழைமை; அக்காள்; அண்ணன்; முற்காலம்; antiquity; elder sister; elder brother; former times.

மூ

மூ: *(பெ):* மூப்பு; மூன்று; old age; three.

மூகம்: *(பெ):* மோனம்; ஊமை; வறுமை; பைசாசம்; reticence; dumbness; poverty; goblin.

மூகன்: *(பெ):* ஓர் அசுரன்; வறிஞன்; ஊமையன்; an Asura; destitute person; dumb person.

மூகி: *(பெ):* கேழ்வரகு; Ragi.

மூகை: *(பெ):* ஊமை; ஈரற்குலை; dumbness; liver; lungs.

மூக்கணை மரம்: *(பெ):* வண்டியின் ஏர்க்கால் மரம்; thill.

மூக்கம்: *(பெ):* சீற்றம்; frenzy.

மூக்கன்: *(பெ):* கீழ்மகன்; கடுஞ்சினம்; மீன்கொத்திப் பறவை; person of low qualities; rage; kingfisher.

மூக்கில்: *(பெ):* வசம்பு; long pepper.

மூக்கை: *(பெ):* மொட்டு; flower bud.

மூங்கர்: *(பெ):* ஊமையர்; dumb persons.

மூங்கா: *(பெ):* ஆந்தை; கீரிப்பிள்ளை; owl; mongoose.

மூங்கி: *(பெ):* பாசிப்பயறு; green gram.

மூங்கையான்: *(பெ):* ஊமையன்; dumb person.

மூசல்: *(வி):* மொய்த்தல்; கெடுதல்; to swarm; be ruined.

மூசாந்தம்: *(பெ):* வெண்டாமரை; white lotus.

மூசாப்பு: *(பெ):* மந்தாரம்; cloudiness.

மூசு: *(பெ):* மொய்த்தல்; இளங்காய்; swarming; tender fruit.

மூச்சுக்குழல்: *(பெ):* தொண்டையிலிருந்து நுரையீரல் வரை அமைந்திருக்கும் குழல்; windpipe; trachea.

மூடு: *(பெ):* வேர்; காரணம்; பெண் ஆடு; பூச்சி வகை; root; reason; female goat; a kind of insect.

மூடுகுப்பாயம்: *(பெ):* மேற்பார்வை; supervising.

மூட்சி: *(பெ):* கடுங்கோபம்; rage.

மூண்டன்: *(பெ):* மிளகு; pepper.

மூதண்டம்: *(பெ):* அருகம்புல்; a kind of grass.

மூதரித்தல்: *(வி):* மெய்ப்பித்தல்; to prove.

மூதறிதல்: *(வி):* அறிவு முதிர்தல்; be ripe in wisdom.

மூதா: *(பெ):* கிழட்டுப் பசு; aged cow.

மூதாக்கள்: *(பெ):* முன்னோர்கள்; ancient people; ancestors.

மூதானந்தம்: *(பெ):* பேரின்பம்; Supreme Bliss.

மூதிரி: *(பெ):* எருமை; buffalo.

மூதிரை: *(பெ):* சிவபெருமான்; Lord Shiva.

மூதில்: *(பெ):* பழங்குடி; tribe.

மூதிற்பெண்டிர்: *(பெ):* மறக்குடி மகளிர்; women of warrior class/tribes.

மூதுரை: *(பெ):* பழமொழி; மறை; old sayings; proverb; the Vedas.

மூதுவர்: *(பெ):* முன்னோர்; ancestors.

மூதூர்: *(பெ):* பழைய ஊர்; very old town.

மூத்தோர்: *(பெ):* முதியோர்; அமைச்சர்கள்; பண்டிதர்கள்; old people; ministers; learned persons.

மூய்: *(பெ):* மூடி; பூப்பெட்டி; lid; flower basket.

மூய்தல்: *(வி):* மூடுதல்; நிரம்புதல்; சூழ்தல்; துப்புதல்; to cover; to close; be full; to surround; to expectorate.

மூரலித்தல்: *(வி):* புன்னகைத்தல்; to smile.

மூரல்: *(பெ):* பல்; புன்சிரிப்பு; சோறு; பால்; tooth; smile; cooked rice; milk.

மூரன் முறுவல்: *(பெ):* புன்சிரிப்பு; smile.

மூரி நிமிர்தல்: *(வி):* சோம்பல் முரித்தல்; to stretch oneself as a release from laziness.

மூர்க்கை: *(பெ):* கடுஞ்சினம்; பிடிவாதம்; அகங்காரி; rage; obstinacy; a proud unruly woman.

மூலக பல்லவம்: *(பெ):* முருங்கை மரம்; horse-radish tree.

மூலகம்: *(பெ):* கிழங்கு; தனிமம்; tuber; element.

மூலவல்லி: *(பெ):* வெற்றிலை; betel leaf.

மூலவாசல்: *(பெ):* கருவறை வாயில்; the entrance of sanctum sanctorum.

மூலி: *(பெ):* செடி; கொடி; மூலிகை; plant; creeper; herb.

மூலியம்: *(பெ):* விலை; சம்பளம்; நிமித்தம்; price; salary; cause.

மூலைமட்டம்: *(பெ):* செங்கோணம்; right angle.

மூவட்சி: *(பெ):* தேங்காய்; coconut.

மூவாமருந்து: *(பெ):* அமிர்தம்; ambrosia.

மூவாமலை: *(பெ):* மேருமலை; Mount Meru.

மூவிடம்: *(பெ):* தன்மை, முன்னிலை, படர்க்கை என்பன; the three persons i.e. Thanmai, Munnilai and Padarkai.

மூவிலை: *(பெ):* வில்வம்; திரிசூலம்; bael; trident.

மூழல்: *(பெ):* மூடி; கழற்சிக்காய்; lid; molucca-beans.

மூழை: *(பெ):* அகப்பை; மத்து; சோறு; ladle; churn-staff; boiled rice.

மூளைக்காய்ச்சல்: *(பெ):* மூளையினுள் உண்டாகும் அழற்சி காரணமாக உண்டாகும் காய்ச்சலுடன் கூடிய நோய்; brain fever.

மூற்றை: *(பெ):* மும்மடங்கு; three times.

மூனாயம்: *(பெ):* குற்றம்; fault; defect.

மெ

மெட்டு: *(பெ):* மேடு; ஊர்சூழ் காடு; சில இசைக் கருவிகளில் தந்திகளுக்குக் கீழாக வைக்கப்படும் உலோகத் துண்டு; பாடலின் இசை வடிவம்; mound; wood of jungle surrounding a village; fret; tune or melody.

மெட்டுக்காரன்: *(பெ):* சுங்க வரி அலுவலர்; a customs officer.

மெட்டுதல்: *(வி):* காலால் உதைத்தல்; to kick.

மெத்துதல்: *(வி):* மிகுதல்; நிரம்புதல்; அப்புதல்; to increase; be full; to beat.

மெய்: *(பெ):* உண்மை; உடல்; உணர்ச்சி; மார்பு; ஆன்மா; truth; body; feeling; chest; soul.

மெய்க்கீர்த்தி: *(பெ):* அரசரின் புகழ், சாதனைகள் ஆகியவற்றைப் போற்றிப் பாடும் பாடல்; a poem detailing the geneology and achievements of a king.

மெய்த்தகை: *(பெ):* உண்மைக் கற்பு; இயற்கை அழகு; true chastity; natural beauty.

மெய்ந்நலம்: *(பெ):* வலிமை; உடலின் அழகு; strength; beauty of the body.

மெய்ந்நீர்மை: *(பெ):* மோட்சம்; salvation.

மெய்ப்படாம்: *(பெ):* போர்வை; bed sheet; the rough cloth used for covering one's body while sleeping.

மெய்ப்பிரம்: *(பெ):* மேகம்; cloud.

மெய்ப்பு: *(பெ):* நிருபணம்; புகழ்ச்சி; பகட்டு; proof; praise; vanity.

மெய்ப்பை: *(பெ):* சட்டை; jacket.

மெய்ம்மை: *(பெ):* உண்மை; பொருண்மை; truth; meaning.

மெய்ம்மொழி: *(பெ):* வேதம்; the Vedas.

மெய்யெழுத்து: *(பெ):* ஒற்றெழுத்து; consonant.

மெருள்: *(பெ):* அச்சம்; fear.

மெலிகோல்: *(பெ):* கொடுங்கோல்; rod of tyranny.

மெலியார்: *(பெ):* வலிமையில்லாதோர்; weak people.

மெலுக்குவை: *(பெ):* மென்மை; softness.

மெல்: *(பெ):* மிருதுவான; மெல்லுதல்; soft, chewing.

மெல்லிலை: *(பெ):* வெற்றிலை; betel leaf.

மெல்லினம்: *(பெ):* மெய்யெழுத்துக்களின் மூன்று பிரிவுகளுள் மூக்கொலியான ங், ஞ், ண், ந், ம், ன் ஆகிய ஆறு எழுத்துக்களை உள்ளடக்கிய பிரிவு; the six nasal consonants of the Tamil tripartite system.

மென்கண்: *(பெ):* இரக்கம்; pity.

மென்சொல்: *(பெ):* இனிய சொல்; pleasant word.

மென்பால்: *(பெ):* மருதநிலம்; agricultural tract.

மென்புலம்: *(பெ):* மருதநிலம்; நெய்தல் நிலம்; agricultural tract; coastal tract.

மே

மே: *(பெ):* மேம்பாடு; அன்பு; excellence; love.

மேகசம்: *(பெ):* முத்து; pearl.

மேகசாரம்: *(பெ):* கற்பூரம்; camphor.

மேகச்சிலை: *(பெ):* மாக்கல்; சுக்கான் கல்; softstone; kunkur lime stone.

மேகதாரி: *(பெ):* மயிலிறகு; peacock's feather.

மேகதீபம்: *(பெ):* மின்னல்; lightning.

மேகநாதம்: *(பெ):* இடிமுழக்கம்; சிறுகீரை; மர வகை; பச்சிலை; thunderbolt; a kind of greens; a kind of tree; herb.

மேகபடலம்: *(பெ):* கண்ணோய் வகை; a kind of eye disease.

மேகப்புள்: *(பெ):* வானம்பாடி; shepherd koel.

மேகரணம்: *(பெ):* குட்டம்; leprosy.

மேகராகக் குறிஞ்சி: *(பெ):* ஒரு பண் வகை; a kind of melody.

மேகராகம்: *(பெ):* பாலையாழ்த் திற வகை; a secondary melody type of the palai class.

மேகலாபதம்: *(பெ):* இடை; waist.

மேகலை: (பெ): அரைஞாண்; மகளிர் அணிவகை; ஆடை; புடவை; மலைச்சரிவு; waist-cord; a jewelled girdle; a kind of women's ornament; garment; saree; mountain slope.

மேகவாய்: (பெ): தயிர்; curd.

மேகாநந்தி/மேகாரம்: (பெ): மயில்; peacock.

மேகாரி: (பெ): அவரை; beans.

மேகை: (பெ): இறைச்சி; meat.

மேடகம்: (பெ): ஆடு; மேஷ ராசி; goat; the first constellation of the zodiac having goat as its sign.

மேடன்: (பெ): செவ்வாய்; Planet Mars.

மேடுகம்: (பெ): சுவர்; wall.

மேட்டு/மேட்டிமை: (பெ): மேன்மை; அகந்தை; தலைவன்; eminence; pride; leader; master; lord; chief.

மேண்டம்: (பெ): ஆடு; goat.

மேதசு: (பெ): கொழுப்பு; நிணம்; fat; flesh.

மேதம்: (பெ): நிணம்; வேள்வி; கொலை; fat; flesh; sacrifice; murder.

மேதரம்: (பெ): மலை; mountain.

மேதி: (பெ): எருமை; வெந்தயம்; நெற்களம்; ஓர் அசுரன்; buffalo; fenugreek seed; thrashing field; an Asura.

மேத்தியம்: (பெ): தூய்மை; சீரகம்; cleanliness; purity; cumin.

மேத்தியாசம்: (பெ): வசம்பு; sweet flag.

மேத்திரம்: (பெ): ஆட்டுக்கிடா; ram.

மேந்தி: (பெ): வெந்தயம்; fenugreek seed.

மேயவன்: (பெ): உறைபவன்; dweller.

மேலகம்: (பெ): மாடி; terrace.

மேலங்கம்: (பெ): வெளிப்பகட்டு; vain show.

மேலவன்: (பெ): பெரியோன்; அறிஞன்; தேவன்; great person; learned person; celestial being.

மேலனம்: (பெ): பழக்கம்; கூட்டம்; habit; crowd.

மேலாட்சி/மேலாண்மை: (பெ): மேலாண்மை; supremacy.

மேலாயினார்: (பெ): மூத்தோர்; elders.

மேலார்: (பெ): போர் வீரர்கள்; warriors.

மேலாலம்: (பெ): மழை; rain.

மேலாள்: (பெ): தலைவன்; master.

மேலை: (பெ): மேற்கு; வருங்காலம்; முன்பு; மை; west; future; before; ink.

மேலொப்பம்: (பெ): கையெழுத்து; signature.

மேல்: (பெ): மேலிடம்; மேற்கு; வானம்; தலைமை; மேன்மை; தலை; உடம்பு; இடம்; upper place; west; sky; leadership; eminence; head; body; place.

மேல்விரி: (பெ): படுக்கை விரிப்பு; bed-sheet.

மேவார்: (பெ): பகைவர்; enemies.

மேவினர்: (பெ): உற்றார்; நண்பர்; relatives; friends.

மேவு: (பெ): விருப்பம்; liking.

மேழகம்: (பெ): கவசம்; ஆடு; shield; goat.

மேழி: (பெ): கலப்பை; plough.

மேழியர்: (பெ): உழவர்; மருதநில மக்கள்; farmers; inhabitants of agricultural tract.

மேழை: (பெ): கஞ்சி; கரடி; கொம்பில்லா விலங்கு; gruel; bear; the animal which has no horns.

மேளனம்: (பெ): கூட்டம்; crowd.

மேளித்தல்: (வி): கூட்டுதல்; to add.

மேற்கட்டு: (பெ): மாடி; மேலாடை; அலங்காரம்; terrace; upper garment; adornment.

மேற்செலவு: (பெ): படையெடுப்பு; expedition.

மேனாடு: (பெ): துறக்கம்; பீடபூமி; கருநாடக மாநிலம்; paradise; plateau; Karnataka State.

மேனாள்: (பெ): முன்னாள்; previous day.

மேனை: (பெ): மலையரசன் மனைவி; wife of Malaiarasan.

மேன்: (பெ): மேலிடம்; upper place.

மை

மை: (பெ): மசி; கண்ணுக்கு இடும் அஞ்சனம்; இருள்; களங்கம்; பசுமை; வானம்; குற்றம்; பாவம்; அழுக்கு; பிறவி; மலடு; மலடி; இளமை; அறியாமை; நீர்; ink; collyrium for the eyes; darkness; black; defect; greenness; sky; defect; sin; dirt; birth; infertility; sterile woman; youth; ignorance; water.

மைகரம்: (பெ): மயக்கம்; கலக்கம்; பிரமிப்பு; drowsiness; confusion; amazement.

மைச்சாலி: (பெ): நெல் வகை; a kind of paddy.

மைஞ்சு: (பெ): அழகு; அணிகலன்; மேகம்; beauty; ornament; cloud.

மைத்திரம்: (பெ): நட்பு; friendship.

மைத்திராவருணி: (பெ): அகத்திய முனிவர்; the sage Agasthiyar.

மைத்திரி: (பெ): நட்பு; friendship.

மைந்து: (பெ): அழகு; வலிமை; விருப்பம்; அறியாமை; beauty; strength; desire; ignorance.

மைப்பு: (பெ): கறுப்பு; black.

மைமல்: (பெ): மாலை நேரம்; evening.

மைமை: (பெ): பூசை; worship.

மைம்மலர்: (பெ): மலர் வகை; a kind of flower.

மைம்மை: (பெ): மலடி; sterile woman.

மைம்மைப்பு: (பெ): பார்வைக் குறைவு; blindness.

மையம்: (பெ): நடு; middle.

மையலார்: (பெ): மாயவித்தைக்காரர்; magician.

மையன்மா: (பெ): யானை; எருமை; elephant; buffalo.

மையிருட்டு: (பெ): காரிருள்; dark night.

மைவிடை: (பெ): ஆட்டுக்கிடா; ram.

மைனம்: (பெ): மீன்; fish.

மைனிகன்: (பெ): கறையான்; white-ant.

மொ

மொக்கனி: (பெ): குதிரைக்குக் கொள்ளு வைக்கும் பை; feed-bag of horse.

மொக்களித்தல்: (வி): பயணத்தைத் தடை செய்தல்; to stop the journey.

மொக்கன்: (பெ): தடித்தவன்; fatman.

மொக்குள்: (பெ): நீர்க் குமிழி; water bubble.

மொசிதல்: (வி): மொய்த்தல்; to swarm.

மொசிப்பு: (பெ): செருக்கு; pride.

மொசித்தல்: (வி): தின்னுதல்; to eat.

மொச்சியன்: (பெ): ஓவியன்; painter.

மொச்சு: (பெ): தீநாற்றம்; over-heated smell.

மொஞ்சகம்: (பெ): பீலி; மயில்; peacock's feather; peacock.

மொடு: (பெ): பருமை; மிகுதி; bulkiness; abundance.

மொட்டித்தல்: (வி): குவிதல்; அரும்புதல்; to close; to bud; to spring forth.

மொண்டு: (பெ): தொந்தரவு; முரண்டு; trouble; obstinacy.

மொதும்பு: (பெ): இரத்தம் உறிஞ்சும் ஒரு வகை ஈ; a small two-winged blood-sucking fly.

மொத்தி: (பெ): புத்தியில்லாதவன்; ignorant person.

மொத்தினி: (பெ): நுரை; foam.

மொத்து: (பெ): அடி; சுறுசுறுப்பில்லாதவர்; blow; lazyman.

மொந்தணி: (பெ): மரக்கணு; உருண்டை; knot of a tree; ball.

மொந்தன்: (பெ): வாழை வகை; a kind of plantain.

மொய்ம்பன்: (பெ): போர் வீரன்; warrior.

மொய்ம்பு: (பெ): வலிமை; தோள்; strength; shoulder.

மொழி நூல்: (வி): மொழியின் வரலாறு கூறும் நூல்; philology.

மொழிப்பொருள்: (பெ): சொற்பொருள்; மந்திரம்; meaning; mantra.

மொழிமை: (பெ): பழமொழி; proverb.

மொழியோசை: (பெ): உச்சரிப்பு; pronunciation.

மோ

மோகம்: (பெ): விருப்பம்; வேட்கை; மூர்ச்சை; திகைப்பு; பாதிரி மரம்; மோர்; முருங்கை மரம்; வாழை மரம்; desire; amorousness; swoon; perplexity; trumpet flower tree; buttermilk; horse-radish tree; plantain tree.

மோகரம்: (பெ): பேராரவாரம்; மனமயக்கம்; கடுமை; uproar; confusion; severity.

மோகரித்தல்: (வி): ஆரவாரித்தல்; மயங்குதல்; to give ovation; to lose consciousness.

மோகர்: (பெ): ஓவியர்; மோகமுடையவர்; painters; those who have fascination due to love.

மோகி: (பெ): கஞ்சா; அபின்; the leaves and seeds of Indian hemp; opium.

மோகிதம்: (பெ): காமத்தால் உண்டாகும் மயக்கம்; infatuation.

மோகிதன்: (பெ): மோகமுள்ளவன்; lustful person.

மோங்கில்: (பெ): திமிங்கில வகை; a kind of whale.

மோசகன்: (பெ): துறவி; திருடன்; தட்டான்; ascetic; thief; goldsmith.

மோசகி: (பெ): கிலுகிலுப்பைச் செடி; a kind of plant.

மோசனம்: (பெ): விடுபடுகை; ஒரு நெல் வகை; liberation; a kind of paddy.

மோசாடம்: (பெ): சந்தனம்; வாழைப்பழம்; sandal wood; banana.

மோடம்: (பெ): மப்பு மந்தாரம்; மூடத்தனம்; overcast and clouded state of the sky; ignorance; stupidity.

மோடன்: (பெ): உயரமானவன்; மூடன்; tall man; fool; idiot.

மோட்டன்: (பெ): மூர்க்கன்; hot-head.

மோட்டு மீன்: (பெ): நட்சத்திரம்; star.

மோணம்: (பெ): பழத்தின் வற்றல்; dry fruit.

மோதம்: *(பெ):* மகிழ்ச்சி; களிப்பு; மணம்; ஓமம்; happiness; joy; fragrance; Bishop's weed.

மோதயந்தி: *(பெ):* மல்லிகை வகை; a kind of jasmine.

மோதலை: *(பெ):* கைமாற்றுக்கடன்; போர் முனை; முன்றானை; petty loan without interest; war-front; the free end of a saree.

மோதவம்: *(பெ):* மணம்; fragrance.

மோது: *(பெ):* தாக்கு; வைக்கோற்கட்டு; stroke; blow; bundle of straw.

மோதை: *(பெ):* வசம்பு; sweet flag.

மோத்தை: *(பெ):* ஆட்டுக்கிடா; முற்றாத தேங்காய்; மேடராசி; ram; tender coconut; the first constellation of the zodiac having 'ram' as its sign.

மோந்தை: *(பெ):* பறை வகை; a kind of drum.

மோப்பி: *(பெ):* கைம்பெண்; widow.

மோப்பு: *(பெ):* காதல்; மோப்பம்; love; smell.

மோய்: *(பெ):* தாய்; mother.

மோரடம்: *(பெ):* கரும்பின் வேர்; வீழிப்பூண்டு; root of sugarcane; a straggling shrub.

மோரை: *(பெ):* முகம்; முகவாய்க்கட்டை; face; chin.

மோலி: *(பெ):* மயிர்; சடாமுடி; மணிமுடி; hair; matted hair; crown.

மோழி: *(பெ):* குழம்பு வகை; a kind of sauce.

மோழைமை: *(பெ):* மடமை; ignorance.

மோழைவழி: *(பெ):* நுழை வழி; exit.

மோறை: *(பெ):* முகம்; மோவாய்; face; chin.

மோனை: *(பெ):* முதன்மை; மகன்; ஒரே ஒலி மீண்டும் மீண்டும் வருமாறு அமைக்கப்பட்ட சொல் வடிவம்; magnitude; son; alliteration.

மௌ

மௌகலி: *(பெ):* காகம்; crow.

மௌசலம்: *(பெ):* தண்டாயுதத்தால் செய்யும் போர்; a kind of fight with club like weapon.

மௌஞ்சி: *(பெ):* அரைஞாண் வகை; a kind of waist cord.

மௌடி: *(பெ):* மகுடி; snake-charmer's pipe.

மௌட்டியம்: *(பெ):* அறியாமை; ignorance.

மௌத்திகம்: *(பெ):* முத்து; pearl.

மௌரவி: *(பெ):* வில்லின் நாண்; the string of the bow.

மௌலி: *(பெ):* மோலி; தலை; தார்; கள்; கோபுர உச்சி; crown; head; chaplet; toddy; top of a tower.

மௌவல்: *(பெ):* முல்லை; காட்டு மல்லிகை; தாமரை; a kind of jasmine; wild jasmine; lotus.

மௌவை: *(பெ):* தாய்; mother.

ய

யக்கதரு: *(பெ):* ஆலமரம்; banyan tree.

யசசு: *(பெ):* புகழ்; fame.

யசனம்: *(பெ):* வேள்வி செய்தல்; to perform sacrifice.

யசுர்: *(பெ):* இரண்டாவது வேதம்; Yajur, the second Veda.

யஞ்ஞம்: *(பெ):* வேள்வி; sacrifice.

யதி: *(பெ):* துறவி; அடக்கம்; கைம்பெண்; மோனை; ascetic; modesty; widow; alliteration.

யதிராசன்: *(பெ):* முனிவன்; தலைவன்; sage; chief; leader.

யதேச்சாதிகாரம்: *(பெ):* அனைத்து உரிமைகளையும் தானே எடுத்துக்கொண்டு, தன் விருப்பப்படி ஆளும் ஆதிக்கப்போக்கு; autocracy.

யதேஷ்டம்: *(பெ):* தேவைக்கு அதிகம்; more than enough.

யதேந்திரியம்: *(பெ):* கற்பு; chastity.

யந்திரு: *(பெ):* ஆள்பவன்; குதிரைப்பாகன்; யானைப்பாகன்; ruler; horse driver; mahout.

யமகம்: *(பெ):* ஓர் அடியின் முதலில் வந்த சொற்களே மற்ற அடிகளின் முதலிலும் வரும் செய்யுள் அணி; the repetition of words or syllables of like sound but varying in sense.

யமப்பிரியம்: *(பெ):* ஆலமரம்; banyan tree.

யமம்: *(பெ):* தவம்; அடக்கம்; சனி; திருவிழா; காக்கை; penance; modesty; Saturn; festival; crow.

யமி: *(பெ):* முனிவன்; யமுனை; sage; river Yamuna.

யவபலம்: *(பெ):* மூங்கில்; bamboo.

யவம்: *(பெ):* நெல்; paddy.

யவனப்பிரியம்: *(பெ):* மிளகு; pepper.

யவனம்: *(பெ):* கிரேக்க நாடு; விரைவு; வரிப்பணம்; Greece; swiftness; tax.

யவனர்: ***(பெ):*** கிரேக்க நாட்டார்; சித்திரக்காரர்; தோற்கருவி வாசிப்பவர்; those who belong to the Greece; painter; one who plays the drum.

யவனாள்: ***(பெ):*** யுவதி; பெண்; young lady; woman.

யவனிகை: ***(பெ):*** இடுதிரை; curtain.

யவாகி: ***(பெ):*** கஞ்சி; gruel.

யவை: ***(பெ):*** நெல் வகை; a kind of paddy.

யா

யா: ***(பெ):*** அகலம்; width.

யாக்கை: ***(பெ):*** உடம்பு; கட்டுகை; body; anything bound or tied.

யாங்கர்: ***(பெ):*** அரக்கர்; demons.

யாடு: ***(பெ):*** ஆடு; goat.

யாணன்: ***(பெ):*** அழகன்; beautiful person.

யாணு: ***(பெ):*** அழகு; beauty.

யாண்டு: ***(பெ):*** ஆண்டு; நேரம்; எங்கு; எவ்விடத்து; year; time; where; at what place.

யாண்டும்: ***(து.வி):*** எப்போதும்; எல்லாவிடத்தும்; always; in all places.

யாதபதி: ***(பெ):*** கடல்; வருணன்; sea; Lord Varuna.

யாதனம்: ***(பெ):*** தெப்பம்; மரக்கலம்; வேதனை; raft; boat; suffering.

யாதனை: ***(பெ):*** வேதனை; துன்பம்; நரக வேதனை; suffering; distress; hellish torment.

யாதிகன்: ***(பெ):*** வழிப்போக்கன்; stranger.

யாதும்: ***(பெ):*** எதுவும்; எல்லாம்; all.

யாத்து: ***(பெ):*** தைப்பு; stitching.

யாபனம்: ***(பெ):*** இகழ்தல்; பொழுதுபோக்கல்; vilification; pastime.

யாபித்தல்: ***(வி):*** நுகர்தல்; கவர்தல்; பொழுது போக்குதல்; to consume; to seize; to pass time.

யாப்பதிகாரம்: ***(பெ):*** செய்யுள் இலக்கணம் கூறும் பகுதி; section on prosody.

யாப்பியம்: ***(பெ):*** பொழுதுபோக்கு; hobby.

யாப்பு: ***(பெ):*** கட்டு; செய்யுள்; அன்பு; உறுதி; சூழ்ச்சி; பொருத்தம்; பாம்பு; a bandage; poem; poetry; love; firmness; plot; suitability; snake.

யாப்புறவு: ***(பெ):*** நியதி; தகுதி; custom; propriety.

யாப்புறுதல்: ***(வி):*** ஈட்டுதல்; ஏற்புடையதாதல்; to earn; be appropriate.

யாமகோடம்: ***(பெ):*** சேவல்; நாழிகை வட்டில்; cock; hour-glass.

யாமங்கொள்பவர்: ***(பெ):*** ஊர்க்காவலர்; village guard.

யாமவதி/யாமனி/யாலம் : ***(பெ):*** இரவு; night.

யாமிகன்: ***(பெ):*** இரவுக் காவலாளி; night watchman.

யாமியம்: ***(பெ):*** தவம்; தெற்கு; சந்தனம்; penance; south; sandalwood.

யாமுனம்: ***(பெ):*** அஞ்சனக் கல்; the collyrium.

யாமை: ***(பெ):*** ஆமை; இரவு; தெற்கு; tortoise; night; south.

யாய்: ***(பெ):*** தாய்; mother.

யாரி: ***(பெ):*** கதவு; எதிரி; கள்ளக் கணவன்; door; opponent; paramour.

யாவகம்: ***(பெ):*** செம்பஞ்சு; red cotton.

யாழல்: ***(பெ):*** கறையான்; white ant.

யாழோர்: ***(பெ):*** கந்தருவர்; யாழிசைப்போர்; a celestial group of singers; a kind of string instrumentalists.

யாழ் செய்தல்: ***(வி):*** பாடுதல்; to sing.

யாழ் முனிவன்: ***(பெ):*** நாரதர்; sage Narada.

யானம்: ***(பெ):*** மரக்கலம்; கள்; சிவிகை; பொருள் வைக்கும் அறை; boat; toddy; palanquin; storeroom.

யானைக்குப்பு: ***(பெ):*** சதுரங்கம்; chess.

யு

யுகந்தரம்: ***(பெ):*** ஏர்க்கால்; ஒரு நாடு; ஒரு மலை; shaft of a plough; thill; a country; a mountain.

யுகபத்திரிகை: ***(பெ):*** அசோக மரம்; Asoka tree.

யுகம்: ***(பெ):*** இரட்டை; நுகத்தடி; பூமி; நான்கு முழங்கொண்ட அளவு; twins; yoke; earth; a kind of linear measurement.

யுகளம்: ***(பெ):*** இரட்டை; இரண்டு; twins; two.

யுஞ்சானன்: ***(பெ):*** உடற்பயிற்சி செய்பவன்; the person who is doing exercises.

யுத்தசாரம்: ***(பெ):*** குதிரை; horse.

யூ

யூகசாலி: (பெ): புத்திக் கூர்மையுள்ளவன்; one who has keen knowledge.

யூகை: (பெ): கல்வி; அறிவாளி; அறிவுக்கூர்மை; பேன்; education; wise person; keen knowledge; louse.

யூதநாயகன்: (பெ): படைத் தலைவன்; commander of an army.

யூதபதம்: (பெ): தலைமை யானை; பட்டத்து யானை; chief elephant; royal elephant.

யூதம்: (பெ): யானைக் கூட்டம்; பெரும்படை; பசுக்கூட்டம்; herds of elephants; large army; herds of cows.

யூதிகை: (பெ): முல்லை; a kind of jasmine.

யூபத்தம்பம்: (பெ): வேள்வித் தூண்; sacrificial pillar.

யூபம்: (பெ): வேள்வி; படை அணிவகுப்பு; உடற் குறை; sacrifice; military array; lameness.

யோ

யோகசத்தி: (பெ): நவச்சாரம்; ammonium chloride.

யோக சம்பந்தம்: (பெ): கூட்டம்; புணர்ச்சி; crowd; copulation.

யோகபாதம்: (பெ): யோகத்தைப்பற்றிக் கூறும் சிவாகமம்; a Shivagama which describes Yogams.

யோகித்தல்: (வி): தியானித்தல்; to meditate.

யோகிப்பு: (பெ): தியானம்; meditation.

யோகு: (பெ): தியானம்; meditation.

யோதனம்: (பெ): போர்; war; battle.

யௌ

யௌகிதம்: (பெ): பகுபதம்; divisible word.

யௌதகம்: (பெ): பெண்ணுக்கு வழங்கும் சீதனம்; things normally in kind given to the bride by her parents.

யௌதம்: (பெ): பெண்கள் கூட்டம்; a mass of women.

யௌவன கண்டகம்: (பெ): முகப்பரு; pimple.

ர

ரசமட்டம்: (பெ): ஒரு பரப்பின் சமநிலையை அறிந்திடப் பயன்படுத்தும் சாதனம்; spirit level, an instrument used by the mason.

ரஞ்சகம்/ரஞ்சிதம்: (பெ): இன்பத்தை அளிப்பது; something delightful.

ரணஜன்னி: (பெ): தசை விறைப்பை உண்டாக்கும் ஜன்னி; tetanus.

ரம்மியம்: (பெ): புலன்களுக்கு (அ) மனதிற்கு மகிழ்ச்சி தருவது; something pleasant.

ரா

ராஜபாட்டை: (பெ): அரசர் போன்றோர் செல்வதற்காக அமைக்கப்பட்ட அகன்ற பெருவீதி; broad street meant for the use of kings.

ரீ

ரீங்கரித்தல்: (வி): வண்டு போன்றவை சீராகவும், தொடர்ச்சியாகவும் காதினைத் துளைப்பது போன்று ஒலி எழுப்புதல்; hum of the bees, etc.

ரீதி: (பெ): முறை; ஒழுங்கு; போக்கு; manner; means; course.

ரே

ரேக்கு: (பெ): தங்கத்தகடு; புத்தகங்கள் அடுக்கி வைப்பதற்கான இரும்புத் தகடுகள்; the thin strip of gold; a rack.

லெ

லகரம்: (பெ): லட்சம் என்னும் எண்ணைக் குறிப்பிடும் சொல்; a term denoting the number 1,00,000 (lakh).

லங்கணம்: (பெ): பட்டினி; fast.

லபித்தல்: (வி): வாய்த்தல்; be destined to have.

லம்பாடி: (பெ): நாடோடி வாழ்க்கை வாழும் கூட்டம்; a nomadic tribe.

லயம்: (பெ): ராக தாளங்களுக்கு உரித்தான ஓசை ஒழுங்கு; the harmonious blending of Ragam, Thalam.

வ

வ: (பெ): ¼ என்னும் பின்ன எண்ணின் குறி; the letter indicating the symbol of the number ¼.

வகதி: (பெ): காற்று; எருது; நண்பன்; wind; bull; friend.

வகந்தம்: (பெ): காற்று; குழந்தை; wind; child.

வகம்: (பெ): காற்று; வழி; குதிரை; ஊர்தி; wind; way; path; horse; vehicle.

வகித்தல்: (வி): தாங்குதல்; நிர்வகித்தல்; ஏற்றுக் கொள்ளுதல்; to carry; to maintain; to undertake.

வகுஞ்சம்: (பெ): இரவு; night.

வகுத்தான்: (பெ): இறைவன்; ஊழ்; God; fate; destiny.

வகுத்திரம்: (பெ): தெப்பம்; raft.

வகுதி: (பெ): வகுப்பு; class.

வகுந்து: (பெ): வழி; way; path.

வகுமை: (பெ): மகிழ்ச்சி; happiness; joy.

வகுலி: (பெ): மீன்; fish.

வகுளம்: (பெ): மகிழ மரம்; a kind of tree.

வகுளாபரணர்: (பெ): நம்மாழ்வார்; Nammazhwar, a Vishnu devotee.

வகுளி: (பெ): ஒலி; sound.

வகைதெரிவு: (பெ): பகுத்தறிவு; discrimination.

வகையறிதல்: (வி): வழிதனை அறிதல்; to know the way.

வகையறுதல்: (வி): கதியற்றுப்போதல்; to impoverish.

வக்கடை: (பெ): நீர் பாய்வதற்காக வயல் வரப்பில் வெட்டிய ஓடை; streamlet in between the ridges of the paddy-fields.

வக்கணை: (பெ): நிந்தை; போற்றுரை; வருணனை; பட்டப்பெயர்; நாகரிகம்; ஒழுங்கு; திறமையான பேச்சு; vilification; abuse; praise; description; commentary; title; fashion; manner; oratory.

வக்கரை: (பெ): பற்கறை; tartar.

வக்கா: (பெ): கொக்கு வகை; சிப்பி வகை; a kind of crane; a kind of shell.

வக்காணம்: (பெ): ஆலாபனம்; improvised introduction to a melody.

வக்கிரக்கண்: (பெ): மாறு கண்; squint-eye.

வக்கிரக் கிரீவம்: (பெ): ஒட்டகம்; camel.

வக்கிராங்கம்: (பெ): அன்னப்பறவை வகை; a kind of swan.

வக்கு: (பெ): வேகுகை; தோல்; ஊமைக்காயம்; நீர்த்தொட்டி; சிறுநீரகம்; வழி; boiling; roast; skin; wound; water tank; kidney; means.

வக்குதல்: (வி): வதக்குதல்; to roast.

வக்குத்திரிகரணம்: (பெ): படுக்கை; bed.

வக்குரித்தல்: (வி): வேகுதல்; to boil.

வங்கக் கல்: (பெ): சுக்கான் கல்; kunkur lime.

வங்கணத்தி: (பெ): உற்ற தோழி; கொடியவள்; intimate female friend; cruel woman.

வங்கணம்: (பெ): காதல்; நட்பு; தகுதி; செடிவகை; love; friendship; fitness; a kind of plant.

வங்க நீர்: (பெ): கடல்; sea.

வங்கப்பற்று: (பெ): உலோகங்களைப் பற்ற வைக்கும் கலவை, பற்றாசு; solder for metal.

வங்கர்: (பெ): வங்க தேசத்தவர்; நெய்தல் நில மக்கள்; those who belong to Bangladesh; inhabitants of coastal region.

வங்கன்: (பெ): வறிஞன்; சண்டாளன்; destitute person; base person.

வங்கா: (பெ): பறவை வகை; ஊதுகொம்பு வகை; a bird; a pipe made of ram's horn.

வங்காரம்: (பெ): பொன்; gold.

வங்கிசம்: (பெ): வம்சம்; descent.

வங்கியம்: (பெ): மூங்கில்; இசைக்குழல்; bamboo; reed pipe.

வங்கு: (பெ): எலி வளை; மலைக்குகை; மரப்பொந்து; கழுதைப்புலி; rat hole; mountain cavern; hollow space in a tree; hyena.

வங்கூழ்: (பெ): காற்று; wind.

வங்கை: (பெ): குறும்பு; பகை; mischief; enmity.

வசக்கட்டு: (பெ): ஆட்சி; ஒப்படைத்த பொருள்; செலவுக்காகக் கொடுக்கப்பட்ட பணம்; rule; delivered thing; petty cash.

வசநாவி: (பெ): நஞ்சு; poison.

வசந்த காலம்: (பெ): இளவேனில்; spring season.

வசந்த தரு: (பெ): மாமரம்; mango tree.

வசந்த மலர்: (பெ): இலவங்கம்; clove.

வசந்தி: (பெ): இருவாட்சி; a kind of fragrant jasmine.

வசந்திகை: (பெ): தேமல்; yellow spots spreading about the breasts of woman.

வசம்: (பெ): தன்வயம்; ஆட்சி; ஒழுங்கு; பக்கம்; வசம்பு; possession; power; control; order; side; sweet flag.

வசம்பு: (பெ): ஒரு வகை மருந்துச் செடி வகை; sweet flag.

வசரம்: (பெ): கோழி; fowl.

வசவன்: (பெ): பசுவின் ஆண் கன்று; male calf.

வசன்: (பெ): எல்லை; நேர்; limit; straight.

வசிகம்: (பெ): மிளகு; pepper.

வசிகரம்: (பெ): அழகு; சீந்திற்கொடி; beauty; a herb.

வசிதல்: (வி): பிளவுபடுதல்; வெட்டுப்படுதல்; வளைதல்; to split; to cut; to bend.

வசியை: (பெ): கற்புடைய மாது; chaste woman.

வசிரம்: (பெ): கடலுப்பு; ஆனைத் திப்பிலி; salt; a herb.

வசீரன்: (பெ): குதிரை வீரன்; திப்பிலி; cavalier; long pepper.

வசுகம்: (பெ): எருக்கஞ்செடி; yercum.

வசுந்தரை: (பெ): பூமி; earth.

வசைத்தல்: (வி): சூழ்தல்; வளைத்தல்; to surround; to bend.

வச்சகம்: (பெ): மலை; மல்லிகை; வெட்பாலை; mountain; jasmine; a herb.

வச்சணத்தி: (பெ): அன்பு; love; fondness.

வச்சநாபி: (பெ): நச்சுக்கொடி வகை; a kind of poisonous creeper.

வச்சம்: (பெ): ஒரு நாடு; கன்று; a country; calf.

வச்சயம்: (பெ): கலைமான்; rein-deer.

வச்சரி: (பெ): வேம்பு; margosa.

வச்சலமணி: (பெ): கோரோசனை; bezoar taken from the stomach of cows.

வச்சிர கங்கடன்: (பெ): அனுமன்; Hanuman.

வச்சிரக்கட்டு: (பெ): உறுதியான கட்டமைப்பு; strong build.

வச்சிரக்கல்: (பெ): வைரம்; diamond.

வச்சிரக்காயம்: (பெ): ஒரு மருந்து; a medicine.

வச்சிரதுண்டன்: (பெ): கருடன்; கொக்கு; வலிமையானவன்; white-headed kite; crane; strong man.

வச்சிர நிம்பம்: (பெ): கருவேம்பு; a kind of neem tree.

வச்சிரபாதம்: (பெ): இடி ஏறு; thunderbolt.

வச்சிரபீசம்: (பெ): கழற்சிக்காய்; molucca bean.

வச்சிரமணி: (பெ): வைரக்கல்; diamond.

வச்சிரலோபம்: (பெ): ஒரு வகைப் பசை; a kind of glue.

வச்சிரவல்லி: (பெ): சூரியகாந்தி; பிரண்டைக் கொடி; sunflower; square-stalked vine.

வச்சிராங்கம்: (பெ): சதுரக்கள்ளி; a kind of cactus tree.

வச்சிராட்சி: (பெ): பிரண்டைக் கொடி; square-stalked vine.

வச்சை: (பெ): வாஞ்சை; இவறல்; உலோபம்; பழிப்பு; kindness; wish; miserliness; abuse.

வச்சையம்: (பெ): கலைமான்; reindeer.

வச்சையன்: (பெ): உலுத்தன்; niggard.

வஞ்சக மூடி: (பெ): ஆமை; tortoise.

வஞ்சவம்: (பெ): பாம்பு; snake.

வஞ்சனம்: (பெ): வஞ்சகம்; deceit.

வஞ்சி நாடு: (பெ): சேர நாடு; Chera kingdom.

வஞ்சிப்பா: (பெ): பா வகை; a kind of poem.

வஞ்சினம்: (பெ): சூளுரை; கடுஞ்சினம்; oath; rage, wrath.

வஞ்சுளம்: (பெ): வேங்கை மரம்; வஞ்சிக்கொடி; a kind of tree; common rattan of South India.

வஞ்சுளன்: *(பெ):* கரிக்குருவி; glossy black bird.

வடகு: *(பெ):* தோல்; skin.

வடதளம்: *(பெ):* ஆலிலை; leaf of banyan tree.

வடமரம்: *(பெ):* ஆலமரம்; banyan tree.

வடரம்: *(பெ):* பாய்; mat.

வடலி: *(பெ):* இளம் பனை மரம்; tender palmyra tree.

வடவு: *(பெ):* மெலிவு; lean.

வடவை: *(பெ):* பெண் குதிரை; அடிமைப் பெண்; எருமை; பெண் யானை; female horse; female slave; buffalo; she-elephant.

வடாது: *(பெ):* வடக்கு; வடக்கில் உள்ளது; north; that which is in the north.

வடாரகம்: *(பெ):* கயிறு; rope.

வடிசம்: *(பெ):* தூண்டில்; fishing hook.

வடிப்பம்: *(பெ):* செப்பம்; அழகு; திறம்; correctness; beauty; mettle.

வடிம்பிடுதல்: *(வி):* நிர்ப்பந்தம் செய்தல்; தூண்டுதல்; to compel; to urge; to induce.

வடிம்பு: *(பெ):* விளிம்பு; நெம்புகோல்; தாங்கு மரம்; கூரைச் சாய்வு; தழும்பு; பழி; edge; the lever; support; slope of a roof; scar; reproach.

வடிவ கணிதம்: *(பெ):* வடிவங்கள், உருவங்கள் போன்றவற்றை உருவாக்கும் கோடுகள், கோணங்கள் முதலியவற்றைக் கணித முறையில் விளக்கும் பிரிவு; geometry.

வடுகு: *(பெ):* ஆந்திர மாநிலம்; தெலுங்கு மொழி; கூத்து வகை; Andhra Pradesh; Telugu language; a kind of dance.

வடுவரி: *(பெ):* வண்டு; bee; beetle.

வட்கர்: *(பெ):* குற்றம்; fault.

வட்கல்: *(பெ):* வெட்கம்; நாணம்; கூச்சம்; கேடு; ஒளி; shame; shyness; delicacy; harm; lustre.

வட்கார்: *(பெ):* பகைவர்; enemies.

வட்கிலான்: *(பெ):* பகைவன்; enemy.

வட்குதல்: *(வி):* வெட்குதல்; கூசுதல்; கெடுதல்; தாழ்தல்; வளம் பெறுதல்; ஒளி மங்குதல்; be shy; be bashful; be ruined; to become low; to flourish; to become dim as of light.

வட்டகை: *(பெ):* நாட்டுப்பகுதி; சிறு கிண்ணம்; வட்டில்; region; small bowl; platter.

வட்டணம்: *(பெ):* பரிசை; shield.

வட்டணை: *(பெ):* மண்டலம்; உருண்டை; தாளக்கருவி; கவர்ச்சியான பேச்சு; circle; globe; cymbals; flowery speech.

வட்டத்தோல்: *(பெ):* கேடயம்; shield.

வட்டப்பூ: *(பெ):* கால்விரல் அணி வகை; a kind of ornament worn on the toes.

வட்ட முதல்வர்: *(பெ):* நீதிபதி; munsiff.

வட்டா: *(பெ):* வாயகன்ற பாத்திரம்; a vessel or cup which has a wide mouth.

வட்டாடுதல்: *(வி):* சூதாடுதல்; to gamble.

வட்டாணி: *(பெ):* திறமை; ability; talent; skill.

வட்டிகை: *(பெ):* ஓவியம் வரையும் கோல்; சித்திரம்; ஓட வகை; சுற்றளவு; painter's brush; picture; a kind of boat; circumference.

வட்டில்: *(பெ):* கிண்ணம்; உண்கலம்; நாழிகை வட்டில்; அம்புக் கூடு; கூடை; ஒரு விருது; வழி; a small bowl; cup; platter; hour glass; quiver for arrows; basket; an award; path; way.

வட்டிற்பூ: *(பெ):* தாமரை; lotus.

வட்டு: *(பெ):* சூதாடு கருவி; உருண்டு திரண்ட பொருள்; சிறு துணி; dice; anything which is round; a piece of cloth.

வட்டுடை: *(பெ):* முழங்கால் வரை தொங்குமாறு இடுப்பில் கட்டிய துணி; cloth tied round the waist and reaching down the knee.

வட்டுப்போர்: *(பெ):* சூதாட்டம்; gambling.

வட்டுவம்: *(பெ):* வெற்றிலைப் பை; betel pouch.

வட்டெழுத்து: *(பெ):* முற்காலத்திய தமிழ் எழுத்து; ancient Tamil script.

வட்புலி: *(பெ):* அரிமா; lion.

வணர்: *(பெ):* வளைவு; சுருள்; bend; curl.

வணர்தல்: *(வி):* வளைதல்; மயிர் சுருண்டிருத்தல்; to bend; to curl as of hair.

வணிகம்: *(பெ):* வியாபாரம்; trade.

வணிதம்: *(பெ):* செப்பம்; நாட்டுப்பகுதி; correctness; region.

வணைதல்: *(வி):* வளைதல்; be bent.

வணைத்தல்: *(வி):* வளைத்தல்; தண்ணீர் ஊற்றுதல்; to bend; to pour water.

வண்களமர்: *(பெ):* உழவர்கள்; வேளாளர்; farmers; agriculturists; velalas.

வண்சிறை: *(பெ):* மதில்; wall around a fort.

வண்டயம்: *(பெ):* கொலுசு; தண்டை; கால் காப்பு; an ornament worn on the ankle; anklet.

வண்டர்: *(பெ):* மங்கலப் பாடகர்; வீரர்; panegyrists; warriors.

வண்டலம்: *(பெ):* சேறு; mud; mire.

வண்டளன்: *(பெ):* முனிவன்; sage.

வண்டன்: *(பெ):* குள்ளன்; தீயோன்; திண்ணியன்; dwarf; evil-minded person; strong and powerful person.

வண்டாலம்: *(பெ):* ஆயுத வகை; a kind of weapon.

வண்டில்: *(பெ):* வண்டி; சக்கரம்; cart; vehicle; carriage; wheel.

வண்டுணா மலர்: *(பெ):* செண்பகப்பூ; champak flower.

வண்டெச்சில்: *(பெ):* தேன்; honey.

வண்ணகம்: *(பெ):* வர்ணனை; சந்தனம்; மணம்; description; sandalwood; fragrance.

வண்ணக்கன்: *(பெ):* நாணயச் சோதனை செய்வோன்; tester of coins.

வண்ணிகன்: *(பெ):* எழுத்தாளர்; writer.

வண்ணிகை: *(பெ):* மருந்து வகை; a kind of medicine.

வண்ணித்தல்: *(வி):* வருணித்தல்; describe.

வண்புகழ்: *(பெ):* கொடையால் வரும் கீர்த்தி; reputation for liberality.

வதகம்: *(பெ):* இறப்பு; death.

வதகன்: *(பெ):* கொலைகாரன்; murderer; killer.

வதரி: *(பெ):* இலந்தை மரம்; jujube tree.

வதவல்: *(பெ):* வாடியது; மெலிந்தவர்; that which is faded or dried; lean person.

வதறுதல்: *(வி):* திட்டுதல்; மழலை மொழிதல்; to abuse; to lisp.

வதாங்கம்: *(பெ):* நஞ்சு; poison.

வதானியன்: *(பெ):* குபேரன்; வரையறாது கொடுப்பவன்; Kubera; liberal donor.

வதி: *(பெ):* விலங்கு தங்குமிடம்; சேறு; கால்வாய்; வழி; abode of animals; mud; mire; a channel; way; path.

வதிரன்: *(பெ):* செவிடன்; deaf person.

வதிர்: *(பெ):* செவிடு; deafness; dullness of hearing.

வதில்: *(பெ):* பிரதி; copy.

வது: *(பெ):* மணமகள்; மனைவி; மகனின் மனைவி; மருமகள்; bride; wife; daughter-in law.

வதுகி: *(பெ):* வைக்கோல்; straw.

வதுகை: *(பெ):* மனைவி; wife.

வதுக்கு: *(பெ):* நன்னிலை; good condition.

வதுவர்: *(பெ):* யானைப் பாகர்; mahouts.

வதுவை: *(பெ):* மணமகள்; திருமணம்; மணம்; புணர்ச்சி; bride; marriage; fragrance; copulation.

வதூவரர்: *(பெ):* மணமக்கள்; wedding couple.

வதை: *(பெ):* கொலை; தொல்லை; தேன்கூடு; murder; trouble; beehive; honeycomb.

வத்தமம்: *(பெ):* ஆமணக்குச் செடி; castor plant.

வத்தம்: *(பெ):* சோறு; boiled rice.

வத்தனை: *(பெ):* வளமை; கூலி; உயிர் வாழ்க்கை; prosperity; wage; livelihood.

வத்தா: *(பெ):* பேசுவோன்; நூலாசிரியன்; நாவிதர்; speaker; author; barber.

வத்தாலை: *(பெ):* கொடி வகை; a kind of creeper.

வத்து: *(பெ):* பொருள்; மது; thing; liqour.

வத்தூரம்: *(பெ):* கீரை வகை; a kind of greens.

வத்தை: *(பெ):* மரத்தோணி; உயிர் வாழ்க்கை; கூலி; boat; livelihood; wage.

வந்தணி: *(பெ):* கோரோசனை; bezoar taken from the stomach of cows.

வந்து: *(பெ):* காற்று; பாவனம்; wind; purification.

வந்தை: *(பெ):* மலடி; பெருமை; புல்லுருவி; sterile woman; greatness; parasitic plant.

வபனம்: *(பெ):* மயிர் களைதல்; விதைத்தல்; விதை; shaving the hair; sowing; seed.

வபு: *(பெ):* உடம்பு; body.

வபை: *(பெ):* முதன்மையானது; that which is supreme.

வமனம்: *(பெ):* வாந்தி எடுத்தல்; மருந்து; vomiting; medicine.

வமைச்சு: *(பெ):* இளமை; youth.

வம்பமாரி: *(பெ):* காலம் தவறிப் பெய்யும் மழை; unseasonal rain.

வம்பலன்: *(பெ):* புதியவன்; வழிப்போக்கன்; newcomer; stranger.

வம்பலாட்டம்: *(பெ):* குழப்பம்; confusion.

வம்பல்: *(பெ):* திசை; நாட்டுப்பகுதி; direction; region.

வம்மை: *(பெ):* மணமகளுக்கு மணமகளின் பெற்றோர் அளித்திடும் சீர் வரிசை; dowry.

வய: *(பெ):* வலிமை; மிகுதி; strength; abundance.

வளக்கம்: *(பெ):* ஒளி; விளக்கம்; lustre; light.

வயக்கு: *(பெ):* ஒலி; sound.

வயக்குதல்: *(வி):* பழக்குதல்; திருத்துதல்; to practise; to correct.

வயங்கல்: *(பெ):* கண்ணாடி; mirror.

வயங்குதல்: *(வி):* விளங்குதல்; தெளிதல்; மிகுதல்; தோன்றுதல்; to shine; be clear; increase; to appear.

வயஞானம்: *(பெ):* உண்மையறிவு; true wisdom.

வயணம்: *(பெ):* வீதம்; நிலைமை; நேர்த்தி; manner; condition; that which is correct.

வயதரம்: *(பெ):* கடுக்காய்; gall-nut.

வயதெற்றி: *(பெ):* திப்பிலி; long pepper.

வயமம்: *(பெ):* அத்தி; country fig tree.

வயமா: *(பெ):* அரிமா; புலி; யானை; குதிரை; ஆவணி மாதம்; lion; tiger; elephant; horse; the Tamil month, 'Aavani'.

வயமான்: *(பெ):* அரிமா; புலி; lion; tiger.

வயலை: *(பெ):* பசலைக்கொடி; வெளி; malabar nightshade creeper; open space.

வயவரி: *(பெ):* புலி; tiger.

வயவன்: *(பெ):* வீரன்; திண்ணியன்; காதலன்; கணவன்; soldier; strong and powerful person; lover; husband.

வயவு: *(பெ):* வலிமை; விருப்பம்; காதல்; கர்ப்ப காலத்தில் மகளிர்க்கு உண்டாகும் மயக்கம்; strength; desire; love; amenorrhoea.

வயவெற்றி: *(பெ):* திப்பிலி; long pepper.

வயவை: *(பெ):* வழி; way; path.

வயளை: *(பெ):* பசலைக்கொடி; malabar night shade creeper.

வயனம்: *(பெ):* உரை; வகை; வேதம்; பழமொழி; speech; category; the Vedas; proverb.

வயாவுதல்: *(வி):* விரும்புதல்; to like.

வயிந்தவம்: *(பெ):* குதிரை; மாயை; horse; illusion.

வயிரவம்: *(பெ):* அச்சம்; fear.

வயிரவன்: *(பெ):* சிறுகீரை; வைரவன்; வாகனம்; நாய்; a kind of greens; Lord Vairava; vehicle; dog.

வயிராகம்: *(பெ):* உலகப் பற்றுகளைத் துறந்த நிலை; abandoning of worldly pleasures.

வயிரியர்: *(பெ):* கூத்தர்; நடிகர்கள்; பாடகர்கள்; professional dancers; actors; singers.

வயிர்: *(பெ):* கூர்மை; ஊதுகொம்பு; மூங்கில்; sharpness; horn; large trumpet; bamboo.

வயிறு: *(பெ):* உதரம்; கருப்பப் பை; மனம்; stomach; belly; uterus; mind.

வயினதேயன்: *(பெ):* கருடன்; white-headed kite.

வயினம்: *(பெ):* பறவை; bird.

வயின்: *(பெ):* இடம்; பக்கம்; வீடு; வயிறு; முறை; பக்குவம்; எல்லை; place; side; house; belly; stomach; manner; maturity; limit.

வரகாத்திரம்: *(பெ):* யானைத் தலை; தலை; head of an elephant; head.

வரடம்: *(பெ):* அன்னம்; கொடி வகை; swan; a kind of creeper.

வரணம்: *(பெ):* தெரிந்தெடுத்தல்; மதில்; பால்; சட்டை; ஒட்டகம்; selection; surrounding wall; milk; coat; camel.

வரண்டகம்: *(பெ):* உருண்டை; சுவர்; முகப்பரு; ball-shaped thing; wall; pimples.

வரதம்: *(பெ):* அருள்; நல்லுடை; குபேரன் நிதி; grace; fine garment; Kubera's Nidhi.

வரநதி: *(பெ):* கங்கையாறு; the River Ganges.

வரபலம்: *(பெ):* தென்னை மரம்; coconut tree.

வரப்புக்கடா: *(பெ):* நண்டு வகை; a kind of crab.

வரயோகம்: *(பெ):* யோக வகை; a kind of yoga.

வரர்: *(பெ):* வானோர்; சிறந்தோர்; celestial beings; great persons.

வரன்முறை: *(பெ):* ஒழுங்குமுறை; வரலாறு; நியதி; ஊழ்; tradition; history; custom; destiny.

வராங்கதம்: *(பெ):* இலவங்கப்பட்டை; cinnamon bark.

வராடகம்: *(பெ):* பலகறை; கயிறு; cowry; coir.

வராளம்: *(பெ):* பாம்பு; snake.

வராளி: *(பெ):* சந்திரன்; ஒரு பண் வகை; யாழ் வகை; மண்ணீரல்; the moon; a kind of melody; a kind of lute; spleen.

வரிக்கடை: *(பெ):* வண்டு; beetle.

வரிசி: *(பெ):* தூண்டில்; fishing hook.

வரிதல்: *(வி):* எழுதுதல்; பூசுதல்; மூடுதல்; கட்டுதல்; to write; to smear; to cover; to tie.

வரித்தல்: *(வி):* கட்டுதல்; அமர்த்தல்; தேர்ந்து கொள்ளுதல்; to tie; to engage; to select.

வரிப்புறம்: *(பெ):* அணில் வகை; a kind of squirrel.

வரியரிசி: *(பெ):* சீரகம்; cumin.

வரிவயம்: *(பெ):* புலி; tiger.

வரிவரி மணலி: *(பெ):* கற்றாழை; aloe.

வரிவனம்: *(பெ):* மர வகை; a kind of tree.

வருகம்: *(பெ):* இலை; பரிவாரம்; மயில்தோகை; leaf; attendants; peacock feather.

வருக்கம்: *(பெ):* இனம்; குலம்; சதுரம்; தொகுதி; ஒழுங்கு; lineage; race; square; collection; order.

வருக்கு: *(பெ):* கஞ்சி; பேரேடு; gruel; ledger.

வருச்சதித்தல்: *(வி):* விலக்குதல்; கைவிடுதல்; to remove; to drop.

வருடகம்: *(பெ):* முடக்கொற்றான்; a herb.

வருடித்தல்: *(பெ):* மழை பொழிதல்; சொரிதல்; to rain; to flow down.

வருடை: *(பெ):* ஆடு; மேட ராசி; எண்காற் பறவை; goat; first constellation of the zodiac having the ram as its sign; Aries; a kind of bird.

வருடை மான்: *(பெ):* மலையாடு; a kind of goat.

வருட்டம்: *(பெ):* வேப்பமரம்; முட்டை; neem tree; egg.

வருணம்: *(பெ):* நிறம்; சாதி; குலம்; அழகு; ஒளி; மஞ்சள்; பொன்; யானை; நீர்; colour; caste; lineage; beauty; lustre; turmeric; gold; elephant; water.

வருணாலயம்: *(பெ):* கடல்; sea.

வருணி: *(பெ):* பிரமச்சாரி; பொன்; celibate; gold.

வருதி: *(பெ):* ஆணை; order.

வருத்தனை: *(பெ):* தொழில்; செல்வம்; சம்பளம்; வழி; profession; wealth; salary; way; path.

வருநர்: *(பெ):* விருந்தினர்; guests.

வருமை: *(பெ):* மறுமை; மறுபிறப்பு; next birth.

வருவியம்: *(பெ):* முழங்கால்; marrow bone.

வரூதம்: *(பெ):* கவசம்; வாழுமிடம்; shield; abode.

வரூதினி: *(பெ):* படை; army.

வரை: *(பெ):* மலை; கல்; எல்லை; அளவு; கோடு; எழுத்து; மூங்கில்; இடம்; காலம்; mountain; stone; boundary; measurement; line; letter; bamboo; place; period.

வரைச்சிலம்பு: *(பெ):* மலைச்சாரல்; slope of hill.

வரைதல்: *(வி):* எழுதுதல்; கணித்தல்; விலக்குதல்; திருமணம் செய்தல்; to write; to guess; to reject; to marry.

வரைநீர்: *(பெ):* மலையருவி; mountain torrent.

வரைநேமி: *(பெ):* சக்கரவாள மலை; a mythical mountain range.

வரைப்படி: *(பெ):* கையெழுத்துப் பிரதி; manuscript.

வரைப்பு: *(பெ):* உலகம்; எல்லை; மதில்; மாளிகை; குளம்; world; boundary; surrounding wall; mansion; tank.

வரையரையன்: *(பெ):* இமவான்; Himalayas.

வரைவு: *(பெ):* பிரிவு; கட்டுப்பாடு; அளவு; எல்லை; எழுதுதல்; திருமணம்; section; limitation; measurement; limit; writing; marriage.

வரோதயன்: *(பெ):* இறையருளால் பிறந்தவன்; person born by the grace of God.

வர்க்கத்தார்: *(பெ):* சுற்றத்தார்; ஒரு குழுவின் அங்கத்தினர்கள்; relations; members of a group.

வர்க்கம்: *(பெ):* தீ; வகுப்பு; இனம்; வமிசம்; எருக்கம்பால்; பிசாசு; fire; section; lineage; race; juice of yercum; goblin.

வர்ச்சியம்: *(பெ):* விலக்கத்தக்கது; that which is fit for rejection.

வர்ணகம்: *(பெ):* சந்தனம்; மர வகை; sandal wood; a kind of tree.

வர்ணமாலை: *(பெ):* நெடுங்கணக்கு; alphabet.

வர்த்தமானம்: *(பெ):* செய்தி; தற்கால நிகழ்வு; news; event of present time.

வர்த்தனை: *(பெ):* செல்வம்; வளர்ச்சி; பெருகுதல்; wealth; growth; increasing.

வர்மம்: *(பெ):* உட்பகை; வன்மம்; internal enmity; spite; malice.

வலக்காரம்: *(பெ):* பொய்; விரகு; கட்டாயப்படுத்துதல்; வெற்றி; false; means; compulsion; victory.

வலங்கம்: *(பெ):* பெரிய குடும்பம்; large family.

வலசை: *(பெ):* இடம் விட்டுப் பெயர்கை; கூட்டம்; emigration; crowd.

வலட்டி: *(பெ):* வல்லமையுள்ளது; that which is very strong.

வலதி: *(பெ):* அழகி; புத்திசாலிப் பெண்; handsome woman; clever woman.

வலத்தல்: *(வி):* சுற்றுதல்; பின்னுதல்; பிணித்தல்; கொழுத்தல்; to whirl; to entwine; to tie; be plump.

வலத்தம்: *(பெ):* உரை; வளைவு; speech; curve.

வலமன்: *(பெ):* வலது பக்கம்; right side.

வலம்பம்: *(பெ):* நேர்கோடு; straight line.

வலவன்: *(பெ):* திறமையாளன்; வெற்றியாளன்; skilful person; champion.

வலற்காரம்: *(பெ):* பொய்; lie; falsehood.

வலன்: *(பெ):* வெற்றி; வலப்பக்கம்; ஆணை; வலிமை; சேனை; திறமைசாலி; ஓர் அசுரன்; victory; right side; command; strength; army; skilled person; an Asura.

வலாகம்: *(பெ):* கொக்கு; நீர்; crane; water.

வலாகு: *(பெ):* கொக்கு; crane.

வலாட்டிகன்: *(பெ):* திண்ணியன்; strong and powerful person.

வலாற்காரம்: *(பெ):* கட்டாயப்படுத்துகை; compulsion.

வலி: *(பெ):* வன்மை; அகங்காரம்; பற்றுக்கோடு; சூள்; நோய்வகை; குரங்கு; strength; pride; support; vow; a kind of disease; monkey.

வலிங்கம்: *(பெ):* வலாற்காரம்; compulsion.

வலிச்சல்: *(பெ):* நுங்கு; வற்றல்; palmyra fruit not fully ripe; anything dried.

வலிதல்: *(வி):* திண்ணியதாதல்; துணிதல்; மீறுதல்; கட்டாயப்படுத்துதல்; be hard; to venture; to violate; to compel.

வலிதின்: *(பெ.அ):* வலாற்காரமாக; forcibly.

வலிபடுதல்: *(வி):* மாறுபடுதல்; to differ.

வலிமுகம்: *(பெ):* குரங்கு; monkey.

வலிவு: *(பெ):* வலிமை; strength.

வலீநகம்: *(பெ):* தாழை; screw pine tree.

வலுத்தல்: *(வி):* திடப்படுதல்; be strong.

வலுமை: *(பெ):* வலிமை; வலாற்காரம்; strength; compulsion.

வலுவந்தம்: *(பெ):* வலாற்காரம்; compulsion.

வலுவன்: *(பெ):* திறமைசாலி; talented person.

வல்: *(பெ):* வலிமை; திறமை; சூதாடு கருவி; விரைவு; மார்புக்கச்சு; strength; talent; dice; swiftness; bra.

வல்கம்: *(பெ):* மரப்பட்டை; bark of a tree.

வல்சி: *(பெ):* உணவு; அரிசி; சோறு; நெல்; food; rice; boiled rice; paddy.

வல்மீகம்: *(பெ):* கறையான் புற்று; யானைக்கால் நோய்; white ant-hill; elephantiasis.

வல்லபம்: *(பெ):* வலிமை; திறமை; விருப்பம்; அருஞ்செயல்; strength; ability; desire; heroic deed.

வல்லம்: *(பெ):* ஆற்றல்; மனைவி; ஓர் ஊர்; வாழை; பளிங்குக் கல் வகை; ability; wife; a town; plantain tree; a kind of marble stone.

வல்லயம்: *(பெ):* ஈட்டி வகை; a kind of lance.

வல்லரி: *(பெ):* தளிர்; பூங்கொத்து; கொடி; tender leaf; cluster of flowers; creeper.

வல்லாங்கு: *(து.வி):* இயன்ற அளவில்; to the best of one's power.

வல்லாட்டு: *(பெ):* குறும்பு; mischief.

வல்லாமை: *(பெ):* இயலாமை; incapacity.

வல்லிகம்: *(பெ):* மிளகு; மஞ்சள்; கொடி; pepper; turmeric; creeper.

வல்லிகை: *(பெ):* யாழ்; காதணி வகை; lute; a kind of ear ornament.

வல்லிசம்: *(பெ):* மிளகு; pepper.

வல்லிசை: *(பெ):* பாம்பு; வல்லோசை; snake; a great noise.

வல்லிதின்: *(வி.அ):* இயன்ற அளவில்; விரைவாக; to the best of one's power; rapidly.

வல்லிமண்டபம்: *(பெ):* கொடிப்பந்தல்; a simple structure with a frame for creepers to climb.

வல்லி மரம்: *(பெ):* கப்பலின் பாய் மரம்; mast of a ship.

வல்லியம்: *(பெ):* புலி; கொடி; கொல்லி மலை; மஞ்சள்; இடைச்சேரி; tiger; creeper; Kolli hills; turmeric; hamlet of herdsmen.

வல்லினம்: *(பெ):* வல்லோசை உடைய க், ச், ட், த், ப், ற் ஆகிய எழுத்துக்கள்; the class of hard consonants, viz. **க், ச், ட், த், ப், ற்**.

வல்லீகம்: *(பெ):* பெருங்காயம்; asafoetida.

வல்லுதல்: *(வி):* இயலுதல்; be able; be possible.

வல்லுரம்: *(பெ):* காடு; புல் தரை; வயல்; மணல்; பூங்கொத்து; தனிமை; forest; pasture; paddy field; sand; cluster of flowers; loneliness.

வல்லுவம்: *(பெ):* வெற்றிலைப் பை; betel pouch.

வல்லூகம்: *(பெ):* கரடி; ஆண்குரங்கு; bear; he-monkey.

வல்லூரம்: *(பெ):* இறைச்சி; வனம்; meat; wood.

வல்லே: *(வி.அ):* விரைவாக; quickly; rapidly.

வல்லேரி: *(பெ):* பேரிடி; great thunderbolt.

வல்லை(ல)யம்: *(பெ):* ஈட்டி வகை; a kind of lance.

வழகம்: *(பெ):* பவளம்; coral.

வழகு: *(பெ):* மென்மை; softness.

வழங்காத் தேர்: *(பெ):* கானல் நீர்; mirage.

வழங்கா வழி: *(பெ):* புது வழி; new track.

வழலிக்கை: *(பெ):* இளைப்பு; weariness; langour.

வழலுதல்: *(வி):* தோலுரிதல்; to flay.

வழாறு: *(பெ):* நிறை நீர் உள்ள ஆறு; the river which has full of flowing water.

வழிநாள்: *(பெ):* அடுத்து வரும் நாள்; succeeding day.

வழிப்படுதல்: *(வி):* சந்தித்தல்; to meet.

வழிமுதல்: *(பெ):* குல முதல்வன்; progenitor.

வழியடியார்: *(பெ):* பரம்பரைத் தொண்டர்; hereditary devotee.

வழியடை: *(பெ):* தடை; obstacle.

வழியம்பலம்: *(பெ):* சத்திரம்; rest-house for the public and travellers.

வழியாயம்: *(பெ):* சுங்கம்; customs.

வழு: *(பெ):* தவறு; கேடு; பாவம்; குற்றம்; error; harm; sin; fault.

வழுதி: *(பெ):* பாண்டியன்; Pandya king.

வழுது: *(பெ):* பொய்; வைக்கோல்; false; straw.

வழுதுணங்காய்: *(பெ):* இளங்கத்தரிக்காய்; unripe fruit of brinjal.

வழுதுணை: *(பெ):* கத்தரிச்செடி; brinjal plant.

வழுத்தரல்: *(பெ):* இறப்பு; இறத்தல்; death; dying.

வழுநிலை: *(பெ):* சொல் தவறாக வரும் தன்மை; erroneous use of a word.

வழுநீர்: *(பெ):* பீளை; rheum in the eye.

வழும்பு: *(பெ):* குற்றம்; நிணம்; தீங்கு; அழுக்கு; தவறு; fault; fat; harm; dirt; error.

வழுவல்: *(பெ):* தவறு; கேடு; நழுவுதல்; error; harm; sliding down.

வழுவாய்: *(பெ):* பாவம்; sin.

வழுவை: *(பெ):* யானை; elephant.

வழை: *(பெ):* புன்னை மரம்; a kind of tree.

வழைச்சு: *(பெ):* புதுமை; newness.

வளகம்: *(பெ):* பவளம்; coral.

வளகு: *(பெ):* செழிப்பு; flourishing condition.

வளந்து: *(பெ):* பெரிய மிடா; large wide-mouthed earthen pot.

வளமை: *(பெ):* செழிப்பு; நன்மை; செல்வம்; பொருள்; flourishing condition; benefit; wealth; thing.

வளவன்: *(பெ):* சோழன்; Chozha king.

வளவு: *(பெ):* வீடு; house.

வளவுதல்: *(வி):* வளர்தல்; to grow.

வளார்: *(பெ):* இளங்கொம்பு; twig; tender branch.

வளாவுதல்: *(வி):* மூடுதல்; சூழ்தல்; கலத்தல்; to close; to surround; to mix as hot water with cold.

வளி: *(பெ):* காற்று; wind; air.

வளிசம்: *(பெ):* தூண்டில்; fishing hook.

வளிநிலை: *(பெ):* கோபுரம்; tower.

வளிமறை: *(பெ):* வீடு; கதவு; house; door.

வளு: *(பெ):* இளமை; youth.

வளைசம்: *(பெ):* வளைவு; வளைந்த தன்மை; curve; crookedness.

வளையகம்: *(பெ):* சங்கு; conch as curved.

வள்: *(பெ):* வளம்; பெருமை; வாள்; கடிவாளம்; காது; படுக்கை; கூர்மை; வலிமை; fertility; greatness; sword; bridle; ear; bed; sharpness; strength.

வள்ளம்: *(பெ):* உண்ணும் வட்டில்; நாழிகை வட்டில்; சிறு தோணி; a dish for the use of eating; hour glass; a small boat.

வள்ளிக் கண்டம்: *(பெ):* சீந்திற் கொடி; a herb.

வள்ளியம்: *(பெ):* ஊதுகுழல்; மரக்கலம்; மிளகு; ஈகைக் குணம்; a wind pipe; boat; pepper; generosity.

வள்ளு(ளூ)ரம்: *(பெ):* பசுவின் இறைச்சி; beef; meat of cow.

வள்ளை: *(பெ):* ஒரு கொடி வகை; a kind of creeper.

வறங்கூர்தல்: *(வி):* மழை பெய்யாது போதல்; பஞ்சம் உண்டாதல்; to cease to rain; the onset of famine.

வறல்: *(வி):* உலர்தல்; வறுத்தல்; to dry; to fry; *(பெ):* சுள்ளி; twig.

வறவு: *(பெ):* கஞ்சி; gruel.

வறளி: *(பெ):* உலர்ந்தது; that which is dried.

வறிது: *(பெ):* அறியாமை; வறுமை; குறைவு; ignorance; poverty; deficiency.

வறுதல்: *(வி):* வறுபடுதல்; be fried.

வறுநகை: *(பெ):* புன்னகை; smile.

வறுமொழி: *(பெ):* பயனற்ற பேச்சு; useless talk.

வறுவியோர்: *(பெ):* திக்கற்றவர்கள்; பொருள் இல்லாதவர்கள்; destitute persons; poor persons.

வறை: *(பெ):* பொரிக்கறி; dried curry.

வறையல்: *(பெ):* பிண்ணாக்கு; oilcake.

வறையார்: *(பெ):* பயனற்றோர்; useless persons.

வற்கடம்: *(பெ):* வறட்சி; பஞ்சம்; drought; famine.

வற்கம்: *(பெ):* குதிரையின் கடிவாளம்; பிசாசு; அத்தியாயம்; ஒழுங்கு; மரபு; bridle; goblin; devil; chapter; order; lineage.

வற்கலம்: *(பெ):* மரப்பட்டை; bark of a tree.

வற்காலி: *(பெ):* ஆடு; goat.

வற்குணம்: *(பெ):* கொடுமை; severity.

வற்சதரம்: *(பெ):* இளங்கன்று; calf.

வற்சவம்: *(பெ):* குழந்தைப் பருவம்; ஒரு நாடு; மார்பு; childhood; a country; chest.

வற்சரம்: *(பெ):* ஆண்டு; year.

வற்சன்: *(பெ):* குழந்தை; child.

வற்சை: *(பெ):* குழந்தை; மலட்டுப்பசு; child; sterile cow.

வற்பம்: *(பெ):* வறட்சி; drought.

வற்பு: *(பெ):* வலிமை; உறுதிப்பாடு; strength; confirmation.

வற்புலம்: *(பெ):* மேட்டு நிலம்; high ground.

வற்றம்: *(பெ):* வறட்சி; கடல் நீர் வடிதல்; drought; low tide.

வனகவம்: *(பெ):* காட்டுப் பசு; wild cow.

வனசமூகம்: *(பெ):* பூஞ்சோலை; flower garden.

வனசம்: *(பெ):* தாமரை; lotus.

வனசரம்: *(பெ):* காட்டு விலங்கு; காடு; wild animal; forest.

வனசரர்: *(பெ):* வேடர்; hunters.

வனசன்: *(பெ):* காமன்; Kama Deva, the God of Love; Cupid.

வனசை: *(பெ):* திருமகள்; சந்தன மரம்; Lakshmi, Goddess of Wealth; sandalwood tree.

வனச்சுவை: *(பெ):* நரி; புலி; புனுகுப்பூனை; fox; tiger; civet-cat.

வனதீபம்: *(பெ):* செண்பகம்; a flower of golden hue.

வனநரம்: *(பெ):* குரங்கு; monkey.

வனபந்தம்: *(பெ):* தடாகம்; pool.

வனப்பிரியம்: *(பெ):* குயில்; koel.

வனமாலி: *(பெ):* துளசி; திருமால்; sacred basil plant; Lord Vishnu.

வனமாலை: *(பெ):* துளசி மாலை; basil garland.

வனலட்சுமி: *(பெ):* வாழை மரம்; plantain tree.

வனவசம்: *(பெ):* சந்தன மரம்; sandalwood tree.

வனவன்: *(பெ):* வேடன்; hunter.

வனிகை: *(பெ):* தோப்பு; சோலை; பூந்தோட்டம்; plantation; grove; flower garden.

வனிதம்: *(பெ):* சிறப்பு; மேன்மை; speciality; excellence.

வனைதல்: *(வி):* அலங்கரித்தல்; அழகுபடுத்துதல்; to decorate; to adorn.

வன்: *(பெ):* கொடிய; கொடூரமான; cruel; acrimonious.

வன்கண்: *(பெ):* பகைவன்; பொறாமை; வீரம்; enemy; envy; bravery.

வன்கண்மை: *(பெ):* கொடுமை; வீரம்; hard-heartedness; bravery.

வன்கணாளன்: *(பெ):* வீரன்; soldier.

வன்பால்: *(பெ):* பாலை நிலம்; desert tract.

வன்பு: *(பெ):* வலிமை; கடினத்தன்மை; strength; hardness.

வன்புலம்: *(பெ):* குறிஞ்சி நிலம்; முல்லை நிலம்; hilly tract; pastoral tract.

வன்பொறை: *(பெ):* பெரும்பாரம்; heavy load.

வன்மனம்: *(பெ):* கல்நெஞ்சம்; hard-heart.

வன்மா: *(பெ):* குதிரை; horse.

வன்மான்: *(பெ):* சிங்கம்; lion.

வன்மி: *(பெ):* பகைவன்; enemy.

வன்மீகம்: *(பெ):* கறையான் புற்று; ant-hill.

வன்மீன்: *(பெ):* முதலை; crocodile.

வன்னசரம்: *(பெ):* கழுத்தணி வகை; a kind of necklace.

வன்னம்: *(பெ):* எழுத்து; தங்கம்; நிறம்; word; gold; colour.

வன்னிகை: *(பெ):* எழுதுகோல்; pen; pencil.

வன்னிசகாயன்: *(பெ):* காற்று; wind.

வன்னித்தல்: *(வி):* வருணித்தல்; அச்சடித்தல்; to describe; to print.

வன்னிலம்: *(பெ):* பாறைப்பாங்கான நிலம்; rocky soil.

வன்னிவகன்: *(பெ):* காற்று; wind.

வன்னிவண்ணம்: *(பெ):* செந்தாமரை; செவ்வாம்பல்; red lotus; red water-lily.

வா

வா: *(பெ):* வா என்று ஏவுதல்; தாவுதல்; to ask to come; to leap.

வாகடம்: *(பெ):* மருத்துவ நூல்; a book on medical science.

வாகி: *(பெ):* அழகி; beautiful woman.

வாகிடி: *(பெ):* நீர்வாழ் விலங்கு வகை; a kind of animal which lives in water.

வாகியம்: *(பெ):* ஊர்தி; புறம்; வெளி; vehicle; outside; open space.

வாகிடி: *(பெ):* படை; ஒரு பேரெண்; பாதிரி மரம்; army; a large number; trumpet flower tree.

வாகு: *(பெ):* அழகு; ஒளி; ஒழுங்கு; திறமை; செடி வகை; தோள்; பக்கம்; beauty; lustre; order; ability; a kind of plant; shoulder; side.

வாகுரம்: *(பெ):* வலை; வௌவால்; net; bat.

வாகுவளையம்: *(பெ):* தோளணி வகை; a kind of shoulder ornament.

வாக்கல்: *(பெ):* கஞ்சி வடித்த சோறு; boiled rice from which its gruel has been strained.

வாக்காடுதல்: *(வி):* வாதாடுதல்; பேசுதல்; to argue; to speak.

வாக்கியம்: *(பெ):* எழுவாய், பயனிலையுடன் கூடிய தொடர்; sentence with Subject and Predicate.

வாக்குதல்: *(வி):* வார்த்தல்; to cast as metal in a mould.

வாங்கு: *(பெ):* வளைவு; அடி; வசவு; பிச்சுவா; ஆசனம்; curve; bend; blow; abusing words; a small knife; a seat.

வாசந்தம்: *(பெ):* தென்றல்; ஒட்டகம்; குயில்; south wind; camel; koel.

வாசந்தி: *(பெ):* குருக்கத்தி; செண்பகம்; ஆடாதோடை; திப்பிலி; a herb; a flower of golden hue; champak; a herb; long pepper.

வாசநெய்: *(பெ):* புனுகு; civet.

வாசரம்: *(பெ):* நாள்; ஒரு நரகம்; day; a hell.

வாசல்: *(பெ):* முகப்பு வழி; entrance.

வாசவன்: *(பெ):* இந்திரன்; Lord Indra.

வாசனம்: *(பெ):* மணம்; அறிவு; குரல்; வாசிப்பு; perfume; fragrance; knowledge; voice; reading.

வாசன்: *(பெ):* வாசிப்பவன்; reader.

வாசாகரம்: *(பெ):* அந்தப்புரம்; the part of a palace where the queen and other royal women live.

வாசாதி: *(பெ):* ஆடாதோடை; a herb.

வாசாலகம்: *(பெ):* சொல் வன்மை; eloquence.

வாசிகம்: *(பெ):* செய்தி; news.

வாசிகை: *(பெ):* மாலை; garland.

வாசிதம்: *(பெ):* அறிவு; பறவையொலி; knowledge; cry of a bird.

வாசிமேதம்: *(பெ):* அசுவமேதம்; horse-sacrifice.

வாசிரம்: *(பெ):* பகல்; வீடு; நாற்சந்தி; day; house; a junction of four streets; square.

வாசினி: *(பெ):* பெண் குதிரை; mare.

வாசினை: *(பெ):* படித்தல்; யாழ் இசைத்தல்; reading; playing a lute.

வாசு: *(பெ):* கடவுள்; திருமால்; இருவேலி; God; Lord Vishnu; odoriferous shrub.

வாசுரை: *(பெ):* இரவு; பூமி; பெண்; பெண் யானை; night; earth; woman; she-elephant.

வாசை: *(பெ):* ஆடாதோடை; a herb.

வாச்சி: *(பெ):* மரம் செதுக்கும் ஆயுதம்; chisel.

வாஞ்சித்தல்: *(வி):* விரும்புதல்; to like.

வாடிகை: *(பெ):* ஓய்விடம்; resting place.

வாடிக்கை: *(பெ):* வழக்கம்; முறை; habit; custom as in dealing; usage; manner.

வாடிவாசல்: (பெ): ஓர் அரண்மனை (அ) கட்டடத்தின் முகப்பு அறை; entrance hall of a palace or a hall.

வாடூன்: (பெ): உப்புக் கண்டம்; salted dry-meat.

வாட்குடி: (பெ): மறக்குடி; race of warriors.

வாட்டரவு: (பெ): சோர்வு; உலர்கை; langour; drying.

வாட்டிய புட்பம்: (பெ): சந்தனம்; மஞ்சள்; sandalwood; turmeric.

வாட்டியம்: (பெ): வீடு; தோட்டம்; house; garden.

வாணன்: (பெ): வாழ்பவன்; நெல் வகை; ஓர் அசுரன்; one who lives; a kind of paddy; an Asura.

வாணிதம்: (பெ): கள்; toddy.

வாணுதல்: (பெ): பெண்; ஒளி பொருந்திய நெற்றி; woman; bright forehead.

வாண்முகம்: (பெ): வாளின் நுனி; edge of a sword.

வாண்முட்டி: (பெ): வாளின் கைப்பிடி; handle or hilt of a sword.

வாதகம்: (பெ): இடையூறு; disturbance.

வாதகேது: (பெ): புழுதி; dust.

வாதபாடணர்: (பெ): கோள் சொல்வோர்; back biters.

வாதலம்: (பெ): செடி வகை; a kind of plant.

வாதனம்: (பெ): சீலை; cloth.

வாதாயனம்: (பெ): பலகணி; மண்டபம்; window; hall; building.

வாதாரி: (பெ): ஆமணக்கு; வேம்பு; castor plant; neem tree.

வாதிகன்: (பெ): வாசனைத் திரவியம் தயாரிப்பவர்; scent manufacturer.

வாதிப்பு: (பெ): துன்பம்; grief.

வாது: (பெ): தருக்கம்; சண்டை; சூளுரை; மரக்கிளை; argument; fight; vow; branch of a tree.

வாதுகை: (பெ): மனைவி; wife.

வாதுதல்: (வி): அறுத்தல்; to cut-off; to reap.

வாதுலம்: (பெ): சுழற்காற்று; whirlwind.

வாதுலன்: (பெ): உன்மத்தன்; madman; intoxicated person.

வாதுலி: (பெ): வெளவால்; bat.

வாதுளம்: (பெ): ஒரு சிவாகமம்; a Shivagama.

வாதுவன்: (பெ): குதிரைக்காரன்; யானைப்பாகன்; groom; elephant mahout.

வாதூகம்: (பெ): செம்பு; copper.

வாபம்: (பெ): நெய்கை; வித்து; மயிர்கழிக்கை; weaving; seed; shaving.

வாமல்: (பெ): கற்றாழை; aloe.

வாமன்: (பெ): அருகன்; திருமால்; சிவபெருமான்; Arhat; Lord Vishnu; Lord Shiva.

வாமா/வாமை: (பெ): ஒரு சிவசக்தி; பெண்; திருமகள்; கலைமகள்; one of Lord Shiva's energies; woman; Lakshmi, Goddess of Wealth; Saraswathi, Goddess of Arts and Learning.

வாமான்: (பெ): குதிரை; horse.

வாம்பல்: (பெ): மூங்கில்; bamboo.

வாயகம்: (பெ): கூட்டம்; crowd.

வாயசம்: (பெ): காகம்; crow.

வாயசி: (பெ): பெண் காகம்; செம்மணத் தக்காளி; female crow; red night shade.

வாயடை: (பெ): உணவு; பற்கிட்டி நோய்; food; tetanus.

வாயம்: (பெ): நீர்; water.

வாயல்: (பெ): வாயில்; பக்கம்; entrance; side.

வாயவி: (பெ): வடமேற்கு; north-west.

வாயவியம்: (பெ): ஒரு புராணம்; வடமேற்கு; a purana; north-west.

வாயன்: (பெ): ஆயன்; தூதன்; shepherd; messenger.

வாயாவி: (பெ): மூச்சு; கொட்டாவி; breath; yawn.

வாயுதாரு: (பெ): மூங்கில்; முகில்; bamboo; cloud.

வாயுபலம்: (பெ): வானவில்; மழை; rainbow; rain.

வாயுமானி: (பெ): காற்றின் அழுத்தத்தை அளந்தறியும் கருவி; barometer.

வாயு மூலை: (பெ): வடமேற்கு திசை; north-west.

வாயு விளக்கம்/வாயு விளங்கம்: (பெ): ஒரு கொடி வகை; a kind of creeper.

வாய்த்தலை: (பெ): வாய்க்காலின் தலைப்பு; the starting place of a channel.

வாய் நெகிழ்தல்: (வி): பூ மலர்தல்; to open as a flower.

வாய் நேர்தல்: (பெ): கொடுப்பதாக உறுதியளித்தல்; வாய்மொழியாகச் சம்மதத்தைத் தெரிவித்தல்; to promise to give; to give one's consent orally.

வாய் பாறுதல்: (வி): அலப்புதல்; to bluff.

வாய்ப்பட்சி: (பெ): காக்கை; crow.

வாய் மலர்தல்: (பெ): பேசுதல்; speaking.

வாய்முத்து: (பெ): முத்தம்; பல்; kiss; tooth.

வாய்மை: (பெ): உண்மை; சொல்; truth; word.

வாய்மொழி: (பெ): சொல்; பேச்சு; வேதம்; word; speech; the Veda.

வாய்விளங்கம்: (பெ): கொடி வகை; a kind of creeper.

வாரகம்: *(பெ):* கடல்; குதிரை; உழவர்களுக்குக் கொடுக்கும் முன்பணம்; sea; horse; the amount given to farmers in advance.

வாரகி: *(பெ):* கடல்; சத்துரு; sea; enemy.

வாரகீரம்: *(பெ):* சீப்பு; பேன்; போர்க்குதிரை; comb; louse; the horse utilized in war.

வாரக்காரன்: *(பெ):* விவசாயி; உழவன்; agriculturist; cultivator.

வாரணம்: *(பெ):* சங்கு; யானை; பன்றி; தாடை.

வாரண ரேகை: *(பெ):* கை ரேகை; the lines in the palm and the fingers of the hand.

வாரணை: *(பெ):* தடை; obstacle.

வாரப்பாடு: *(பெ):* அன்பு; உருக்கம்; love; tenderness.

வாரம் வைத்தல்: *(வி):* விருப்பப்படுதல்; to desire.

வாராகரம்: *(பெ):* கடல்; sea.

வாரிகம்: *(பெ):* கொடி வகை; a kind of creeper.

வாரிசம்: *(பெ):* தாமரை; சங்கு; உப்பு; lotus; conch; salt.

வாரிசாதம்: *(பெ):* தாமரை; lotus.

வாரிதம்: *(பெ):* மேகம்; தடை; cloud; obstacle.

வாரிதி: *(பெ):* கடல்; sea.

வாரிதித் தண்டு: *(பெ):* பவளம்; coral.

வாரிதி நாதம்: *(பெ):* சங்கு; conch.

வாரித்தல்: *(வி):* தடுத்தல்; நடத்தல்; to hinder; to walk.

வாரித்திரம்: *(பெ):* ஓலைக்குடை; சாதகப்பறவை; palmyra leaf umbrella; shepherd koel, believed to subsist on rain drops.

வாரிநிதி: *(பெ):* கடல்; sea.

வாரிவாகம்: *(பெ):* மேகம்; cloud.

வாருகம்: *(பெ):* வெள்ளரி; cucumber.

வாருணம்: *(பெ):* மேற்கு; ஒரு புராணம்; கடல்; குதிரை வகை; மர வகை; கள்; west; a purana; sea; a kind of horse; a kind of tree; toddy.

வாருண்டகம்: *(பெ):* பறவை வகை; a kind of bird.

வார்தல்: *(வி):* ஒழுகுதல்; வெளிவிடுதல்; உயர்தல்; உரிதல்; ஒழுங்குபடுதல்; நேராதல்; முடி கோதுதல்; to leak; to express; to ascend; to peel; be regulated; be straight; to run the fingers through the hair.

வார்த்தல்: *(வி):* ஊற்றுதல்; to pour.

வார்த்தாகம்: *(பெ):* கத்தரிச்செடி; brinjal plant.

வார்த்திகம்: *(பெ):* வாணிகம்; வாழ்க்கை; trade; life.

வார்த்திகன்: *(பெ):* வாணிகன்; தூதன்; trader; messenger.

வார்மை: *(பெ):* ஒழுக்கம்; நேர்மை; மரியாதை; conduct; polite manners; honesty; respect.

வாலகம்: *(பெ):* விலங்கினுடைய வால்; tail of an animal.

வாலகன்: *(பெ):* வாலிபன்; இளைஞன்; youth; young man.

வாலதி: *(பெ):* வால்; யானையின் வால்; tail; elephant's tail.

வாலமதி: *(பெ):* இளம்பிறை; crescent moon.

வாலமாலம்: *(பெ):* அரிதாரம்; musk of deer.

வாலம்: *(பெ):* வால்; தலைமயிர்; கந்தைத் துணி; இளமை; புத்தக வகை; tail; hair; tatters; youth; a kind of treatise.

வாலயம்: *(பெ):* துளசி; sacred basil plant.

வாலரசி: *(பெ):* இல்லாள்; மனைவி; wife.

வாலரவி: *(பெ):* உதய சூரியன்; rising sun.

வால வயது: *(பெ):* இளமை; youth.

வாலவாயம்: *(பெ):* வைடூரியம்; a precious stone; cat's eye.

வாலறிவு: *(பெ):* பேரறிவு; உண்மை; spiritual knowledge; truth.

வாலன்: *(பெ):* இளைஞன்; பாலன்; ஒரு நெல் வகை; youth; boy; a kind of paddy.

வாலாதபம்: *(பெ):* காலை வெயில்; morning sunshine.

வாலாதி: *(பெ):* பந்தயக் குதிரை; race horse.

வாலாயம்: *(பெ):* வழக்கம்; பொதுவானது; வைடூரியம்; custom; that which is common; a precious stone.

வாலிகை: *(பெ):* மணல்; sand.

வாலிது: *(பெ):* தூயது; வெண்மையானது; வலிமை; நன்மையானது; that which is pure; that which is white; strength; that which is good.

வாலிபம்: *(பெ):* இளமை; youth.

வாலியன்: *(பெ):* இளைஞன்; தூய்மையானவன்; youth; pure and holy person.

வாலுகம்: *(பெ):* வெண் மணல்; white sand.

வாலுவன்: *(பெ):* சமையற்காரன்; cook.

வாலுளுவை: *(பெ):* ஒரு மூலிகை; a herb.

வாலுறை: *(பெ):* அடுப்பு; stove.

வாலூகம்: *(பெ):* நஞ்சு; poison.

வாலை ரசம்: *(பெ):* இரச கற்பூரம்; ஒரு வகை மருந்துச் சரக்கு; medicated camphor; a kind of medicinal thing.

வாவல்: *(பெ):* தாண்டுகை; கூத்து; வௌவால்; கடல்; மீன்; leaping; dance; bat; sea; fish.

வாவி: *(பெ):* நீர்நிலை; ஆற்றோடை; water source; pool; tank; stream of a river.

வாவிப்புள்: *(பெ):* அன்னம்; swan.

வாழகம்: *(பெ):* வெள்ளைக் குங்கிலியம்; white konkani resin.

வாழ்: (பெ): முறைமை; manner; regularity; order.

வாழ்ச்சி: (பெ): வாழ்க்கை; life.

வாளகம்: (பெ): வெட்டி வேர்; cuscus grass.

வாளரி: (பெ): அரிமா; lion.

வாளாமை: (பெ): மௌனம், பயனின்மை; silence; vain.

வாளி: (பெ): வாள் வீரன்; நீர்ச்சால் வகை; swordsman; bucket.

வாளிகை: (பெ): காதணி வகை; a kind of ear ornament.

வாளுழத்தி: (பெ): கொற்றவை; Durga, Goddess of Victory.

வாளுழவன்: (பெ): படைவீரன்; தானைத் தலைவன்; soldier; commander of an army.

வாள் வரி: (பெ): புலி; tiger.

வாறு: (பெ): விதம்; வலிமை; வரலாறு; manner; strength; history.

வாற்கலம்: (பெ): மரப்பட்டை; bark of a tree.

வாற்சகம்: (பெ): கன்றுக் கூட்டம்; பசுவின் கூட்டம்; herd of calves; herd of cows.

வானக்கல்: (பெ): காந்தக்கல்; magnet.

வானதி: (பெ): கங்கை; river Ganges.

வானப்பிரத்தன்: (பெ): மனைவியுடன் நாட்டை விட்டு நீங்கி, காட்டிற்குச் சென்று தவம் செய்பவன்; the person who has retired with his wife to a forest to lead an ascetic life.

வானப்பிரியை: (பெ): மரம்; இலுப்பை மரம்; tree; South Indian Mahua tree.

வானரப் பகை: (பெ): நண்டு; crab.

வானர மங்கை: (பெ): வானுலகத்துப் பெண்; a celestial nymph.

வானவரம்பன்: (பெ): சேரமன்னன்; a Chera king.

வானவன்: (பெ): தேவன்; சூரியன்; சேர மன்னன்; celestial being; the Sun; Chera king.

வானிறை: (பெ): மழை மேகம்; rain-laden cloud.

வானோங்கி: (பெ): ஆலமரம்; banyan tree.

வான்கண்: (பெ): சூரியன்; the Sun.

வான்கொடி: (பெ): மின்னல்; lightning.

வான்புலம்: (பெ): மெய்யறிவு; spiritual knowledge.

வான்மணி: (பெ): சூரியன்; the Sun.

வான்மிகம்: (பெ): இந்திரவில்; புற்று; rainbow; ant hill.

வான்மை: (பெ): வெண்மை; தூய்மை; white; purity.

வி

வி: (பெ): அழகு; பறவை; காற்று; கண்; திசை; மாறுபாடு; beauty; bird; wind; air; eye; direction; variation.

விகசிதம்: (பெ): மர வகை; மலர்ச்சி; a kind of tree; cheerfulness; blossoming.

விகசித்தல்: (வி): மலர்தல்; to open as of a flower; to blossom.

விகணிதம்: (பெ): தீர்ப்பு; judgement.

விகண்டிதம்: (பெ): பிரிவு; வேறுபாடு; கண்டிப்பு இன்மை; division; difference; lack of strictness.

விகண்டிதல்: (வி): வேறுபடுதல்; to differ.

விகண்டை: (பெ): மறுப்பு; பகைமை; தீய எண்ணம்; உறுதி; objection; envy; wicked thought; firmness.

விகம்பிதம்: (பெ): நடுக்கம்; trembling.

விகலம்: (பெ): குறைவு; சிதைவு; கலக்கம்; deficiency; breaking into pieces; confusion.

விகாசம்: (பெ): மலர்ச்சி; blossoming.

விகாதம்: (பெ): இடையூறு; கேடு; obstacle; interruption; harm.

விகாதித்தல்: (வி): தடை செய்தல்; to prohibit.

விகாய்: (பெ): மர வகை; a kind of tree.

விகிருதம்: (பெ): வேறுபாடு; வெறுப்பு; பொய்; அச்சம்; difference; hatred; lie; fear.

விகுதி: (பெ): மாறுபாடு; முடித்தல்; variation; act of terminating.

விங்களம்: (பெ): குறைவு; நட்பின்மை; கபடம்; களிம்பு; deficiency; lack of friendship; deceit; ointment.

விங்குதல்: (வி): மிகுதல்; துளைத்தல்; be abundant; to drill.

விசகலி: (பெ): மல்லிகை; jasmine.

விசகலிதம்: (பெ): சிதைவு; ruin.

விசசனம்: (பெ): கொடுவாள்; கொலை; தண்டம்; ஒரு நரகம்; scimitar; murder; punishment; a hell.

விசதம்: (பெ): தூய்மை; எச்சில்; வெண்மை; purity; saliva; whiteness.

விசத்தம்: (பெ): புடலை; snake-gourd.

விசமம்: (பெ): சமமின்மை; unevenness.

விசயார்த்தம்: (பெ): கயிலை மலை; Himalayas.

விசரம்: (பெ): கொலை; கூட்டம்; murder; crowd.

விசர்: (பெ): பைத்தியம்; madness.

விசலம்: (பெ): கஞ்சி; gruel.

விசளை: *(பெ):* சட்டி; earthen vessel; cooking vessel.

விசாணம்: *(பெ):* விலங்கின் கொம்பு; horn of an animal.

விசாதி: *(பெ):* நோய்; பேதம்; வேறான சாதி; disease; difference; variation; different caste.

விசி: *(பெ):* கட்டு; கட்டில்; தண்டு; அலை; bundle; cot; stem; wave.

விசிகம்: *(பெ):* அம்பு; இருப்புலக்கை; அலை; arrow; iron pestle; wave.

விசிகரம்: *(பெ):* அலை; wave.

விசிகை: *(பெ):* மார்பகக் கச்சு; கருத்து; தெரு; மருத்துவமனை; கடப்பாரை; bra; opinion; street; hospital; crow-bar.

விசிக்கோல்: *(பெ):* அம்பு; arrow.

விசிட்டஞானம்: *(பெ):* மெய்யறிவு; spiritual knowledge.

விசிட்டம்: *(பெ):* மேன்மையானது; that which is superior.

விசிட்டர்: *(பெ):* பெரியோன்; great person.

விசிதம்: *(பெ):* திருநீறு; வெண்மை; sacred ash; whiteness.

விசித்தல்: *(வி):* விம்முதல்; இறுகக் கட்டுதல்; to sob; to fasten tightly.

விசித்தி: *(பெ):* கடுகு; mustard.

விசித்திராங்கம்: *(பெ):* மயில்; peacock.

விசிமந்தம்: *(பெ):* வேம்பு; neem tree.

விசிராமம்: *(பெ):* மன அமைதி; absence of disturbance in mind; tranquility; peace of mind.

விசிலம்: *(பெ):* கஞ்சி; gruel.

விசுக்கு: *(பெ):* வெறுப்பு; வருத்தம்; hate; distress.

விசுங்கராசன்: *(பெ):* கருடன்; white-headed kite.

விசுத்தம்: *(பெ):* தூய்மை; purity.

விசும்பேறு: *(பெ):* இடியேறு; thunderbolt.

விசுரம்: *(பெ):* மர வகை; மொட்டை; a kind of tree; shaved head.

விசுவம்: *(பெ):* உலகம்; சுக்கு; நெடுமால்; அதிவிடையம்; world; dried ginger; Lord Vishnu; a herb.

விசுவன்: *(பெ):* ஜீவான்மா; கடவுள்; the individual soul; God.

விசூகை: *(பெ):* நோய் வகை; a kind of disease.

விசையம்: *(பெ):* கரும்புச் சாறு; பாகு; வெற்றி; வருகை; சிவாகமம் இருபத்தெட்டனுள் ஒன்று; வையம்; juice of sugarcane; treacle; victory; coming; one of the twenty-eight Shivagamas; world.

விச்சம்: *(பெ):* தாமரை வகை; a kind of lotus.

விச்சவம்: *(பெ):* அம்பு; arrow.

விச்சு: *(பெ):* விதை; மிகுதி; seed; abundance.

விச்சுதல்: *(வி):* விதைத்தல்; பரப்புதல்; to sow; to spread.

விஞ்சதி: *(பெ):* இருபது; twenty.

விஞ்சம்: *(பெ):* விந்தியமலை; Vindhya hills.

விஞ்சனம்: *(பெ):* கறி; அடையாளம்; curry; mark.

விஞ்சை: *(பெ):* கல்வி; கலை; இறையறிவு; மந்திரம்; education; arts; spiritual knowledge; mantra.

விடகரம்: *(பெ):* பாம்பு; snake.

விடக்கு: *(பெ):* பிணம்; இறைச்சி; corpse; meat.

விடங்கர்: *(பெ):* முதலை; சிறுவழி; crocodile; narrow path.

விடங்கு: *(பெ):* அழகு; beauty.

விடதம்: *(பெ):* மேகம்; cloud.

விடதரம்: *(பெ):* மேகம்; பாம்பு; cloud; snake.

விடதாரி: *(பெ):* நஞ்சு அகற்றும் மருத்துவன்; the physician who treats cases of poisoning.

விடதாலி: *(பெ):* பூரான்; centipede.

விடபி: *(பெ):* அத்தி மரம்; பொது மரம்; country fig tree; tree in general.

விடப்பு: *(பெ):* நிலப்பிளவு; crack in the earth.

விடமூங்கில்: *(பெ):* செடி வகை; a kind of plant.

விடம்பம்: *(பெ):* உண்மை போன்று நடிப்பது; hypocrisy.

விடம்பனம்: *(பெ):* நடிப்பு; நிந்தை; தொல்லை; pretension; reproach; trouble.

விடம்பை: *(பெ):* பிளப்பு; cleft.

விடயம்: *(பெ):* செயல்; காரணம்; நாடு; பயன்; சுக்கிலம்; அடைக்கலம்; deed; cause; country; advantage; semen; refuge.

விடயி: *(பெ):* ஐம்பொறி; அரசன்; five sense organs; king.

விடரகம்: *(பெ):* மலைக்குகை; குகை; mountain cavern; cave.

விடரவன்: *(பெ):* பூனை; cat.

விடரி: *(பெ):* மலை; mountain.

விடருதம்: *(பெ):* பாம்பு; பூனை; snake; cat.

விடவி: *(பெ):* மரம்; tree.

விடவு: *(பெ):* நிலப்பிளப்பு; a crack in the earth.

விடன்: *(பெ):* காமுகன்; வீரன்; lustful person; hero; warrior.

விடாணம்: *(பெ):* விலங்கின் கொம்பு; animal's horn.

விடாணி: *(பெ):* யானை; elephant.

விடாதம்: *(பெ):* மயக்கம்; drowsiness.

விடாப்பிடி: *(பெ):* பிடிவாதம்; obstinacy.

விடாயன்: *(பெ):* களைப்படைந்தவன்; காமுகன்; tired person; lustful person.

விடாயுதன்: *(பெ):* பாம்பு; snake.

விடாலகம்: *(பெ):* பூனை; cat.

விடி: *(பெ):* விடியல்; திரைச்சீலை; dawn; break of a day; curtain.

விடிவோரை: *(பெ):* அதிகாலை; dawn; break of the day; early morning.

விடுகவி: *(பெ):* தனிப்பாட்டு; stray verse.

விடுகாலி: *(பெ):* கட்டுக்கடங்காதவன்; uncontrolled person; rogue.

விடுதி: *(பெ):* தங்குமிடம்; காலிநிலம்; ஆணை; lodge; choultry; empty ground; order.

விடுது: *(பெ):* ஆலம் விழுது; aerial root of banyan tree.

விடுநாண்: *(பெ):* அரைஞாண்; waist cord.

விடுநிலம்: *(பெ):* தரிசு நிலம்; fallow or uncultivable land.

விடுபடை: *(பெ):* எறிபடை; missile.

விடுபதி: *(பெ):* மருமகன்; son-in-law.

விடுபாட்டு: *(பெ):* தனிப்பாட்டு; stray verse.

விடுமனை: *(பெ):* காலி மனை; vacant house site.

விடுமுறி: *(பெ):* விவாகரத்துப் பத்திரம்; divorce deed.

விடூசி: *(பெ):* அம்பு; arrow.

விடைக்கந்தம்: *(பெ):* செம்மணத் தக்காளி; red night shade.

விடைப்பு: *(பெ):* சினம் காட்டுகை; செருக்கு; குற்றம்; exhibition of anger; arrogance; fault.

விட்கம்பம்: *(பெ):* யோக வகையுள் ஒன்று; a kind of yoga.

விட்சேபம்: *(பெ):* அச்சம்; கலக்கம்; எறிதல்; கூத்து வகை; fear; confusion; throwing; a kind of dance.

விட்ட பிறப்பு: *(பெ):* சென்ற பிறப்பு; former birth.

விட்டரம்: *(பெ):* இருப்பிடம்; மரம்; கொள்கலம்; dwelling place; tree; container.

விட்டரி: *(பெ):* மர வகை; a kind of tree.

விட்டல்: *(பெ):* விடுகை; abandoning.

விட்டவர்: *(பெ):* பகைவர்; துறவியர்; enemies; ascetics.

விட்டி: *(பெ):* பெருவயிறு; தொந்தி; சேவல்; pot belly; cock.

விட்டுசித்தர்: *(பெ):* பெரியாழ்வார்; Periyazhwar, a Vaishnava saint.

விட்டுணுகரந்தை: *(பெ):* ஒரு செடி வகை; a kind of plant.

விட்டேறு: *(பெ):* எறிகோல்; வேல்; இகழ்ச்சிச் சொல்; missile weapon; lance; harsh word of ridicule.

விண்: *(பெ):* வானம்; மேகம்; மேலுலகம்; sky; cloud; heaven.

விண்டல்: *(பெ):* மூங்கில்; bamboo.

விண்டவர்: *(பெ):* பகைவர்; enemies.

விண்டாண்டு: *(பெ):* ஊஞ்சல்; swing.

விண்ணதிர்ப்பு: *(பெ):* இடிமுழக்கம்; thunder-bolt.

விண்ணல்: *(பெ):* புல் வகை; a kind of grass.

விண்ணேறு: *(பெ):* இடியேறு; thunderbolt.

விதண்டை: *(பெ):* அகப்பை; பகை; wooden ladle; enmity.

விததி: *(பெ):* வரிசை; பரப்பு; கூட்டம்; விரிவு; row; area; crowd; extension.

விதத்தல்: *(வி):* மிகுதல்; to increase.

விதரணம்: *(பெ):* கொடை; திறமை; அறிவுக் கூர்மை; அழகு; gift; ability; keen knowledge; beauty.

விதரணன்: *(பெ):* கொடையாளி; பேச்சாளி; liberal donor; orator.

விதரணிகன்: *(பெ):* கொடையாளி; liberal donor.

விதரணை: *(பெ):* விவேகம்; திறமை; கொடை; discrimination; ability; gift.

விதரம்: *(பெ):* பிளப்பு; cleft; crack.

விதர்ப்பு: *(பெ):* நெருக்கம்; அச்சம்; போர்; வெற்றி; closeness; fear; war; victory.

விதலை: *(பெ):* நடுக்கம்; நிலம்; trembling; land.

விதறு: *(பெ):* நடுக்கம்; trembling.

விதனம்: *(பெ):* துன்பம்; மனத்துயர்; குற்றம்; களைப்பு; உடல்நோவு; grief; mental distress; fault; weariness; body pain.

விதனித்தல்: *(வி):* துயருறுதல்; be distressed.

விதாகம்: *(பெ):* வெப்பம்; heat.

விதாயகம்: *(பெ):* முடிவு; end.

விதாரகம்: *(பெ):* கிணறு; well.

விதாரணம்: *(பெ):* போர்; கொல்லுதல்; கிழித்தல்; war; killing; tearing.

விதாரம்: *(பெ):* கவலை; சூழ்தல்; ஆராய்ச்சி; unrest; act of surrounding; research.

விதாரி: *(பெ):* மர வகை; a kind of tree.

விதாரு: *(பெ):* பல்லி; lizard.

விதானம்: *(பெ):* தொகுதி; வேள்வி; பயனின்மை; மந்தம்; ஓய்வு; mass; sacrifice; uselessness; dullness; rest.

விதிப்பு: *(பெ):* விதிக்கை; act of appointing or directing.

விதிரேகம்: *(பெ):* வேறுபாடு; எதிர்மறை; difference; opposite.

விதுடன்: (பெ): கற்றறிந்தவன்; learned person.

விதுடி: (பெ): அறிவாளி; கற்றறிந்தவன்; wise person; learned person.

விதுரம்: (பெ): கலக்கம்; காதலர் பிரிவு; confusion; parting of the lovers.

விதுலன்: (பெ): ஒப்பற்றவன்; one who has no equal.

விதூரசம்: (பெ): வைடூரியம்; a precious stone.

வித்தம்: (பெ): பேரறிவு; பொன்; செல்வம்; நற்பேறு; wisdom; knowledge; gold; wealth; good fortune .

வித்தாண்மை: (பெ): புலமை; poetic talent or ability.

வித்தாரி: (பெ): அறிஞன்; wise man.

வித்தி: (பெ): அறிவு; பொருள் ஈட்டுகை; knowledge; earning.

வித்தியர்: (பெ): கம்மாளர்; goldsmiths.

வித்திரு: (பெ): மின்னல்; பவளம்; lightning; coral.

வித்துவேடம்: (பெ): பகைமை; enmity.

விந்தன்: (பெ): இடையன்; shepherd.

விபக்கம்: (பெ): எதிர்க்கட்சி; opposition party.

விபக்கன்: (பெ): பகைவன்; enemy.

விபஞ்சி: (பெ): வீணை வகை; a kind of veena.

விபவம்: (பெ): செல்வம்; பெருமை; வீடுபேறு; திருமாலின் அவதாரம்; wealth; greatness; salvation; incarnation of Lord Vishnu.

விபன்னம்: (பெ): குற்றம்; மெலிவு; fault; leanness.

விபாகரன்: (பெ): சூரியன்; the Sun.

விபாவரி: (பெ): இரவு; உமையம்மை; night; Goddess Parvathi.

விபினம்: (பெ): காடு; forest.

விபீதகம்: (பெ): மரவகை; a kind of tree.

விபு: (பெ): தலைவன்; கடவுள்; master; God.

விபுனன்: (பெ): வல்லுநன்; சிறந்தோன்; scholar; great person.

விபுலம்: (பெ): பூமி; பெருமை; மேரு மலை; இமயமலை; earth; greatness; Mount Meru; Himalaya mountains.

விபுலை: (பெ): பூமி; earth.

விபூடணம்: (பெ): அணிகலன்; ornament.

விபை: (பெ): அழகு; beauty.

விபோதம்: (பெ): அறிவு; knowledge.

விப்பிரகாரம்: (பெ): தீங்கு; நிந்தை; எதிரிடை; evil; vilification; opposite.

விப்பிரமம்: (பெ): சுழற்சி; மயக்கம்; குற்றம்; அழகு; rotation; drowsiness; fault; beauty.

விப்பிரன்: (பெ): பார்ப்பனன்; brahmin.

விப்புருதி: (பெ): புண்; wound.

விமலம்: (பெ): வெண்மை; தூய்மை; தெளிவு; சிவாகமம்; இருபத்தெட்டனுள் ஒன்று; whiteness; purity; clear; one of the twenty-eight Shivagamas.

விமலி: (பெ): குப்பைமேனி; உமையம்மை; a herb; Goddess Parvathi.

விம்பிகை: (பெ): கொடி வகை; a kind of creeper.

விம்மம்: (பெ): துன்பம்; grief.

விம்முறவு: (பெ): வருத்தம்; distress.

வியக்கம்: (பெ): பெருமை; greatness.

வியக்களை: (பெ): குடிக்கூலி; house rent.

வியங்கம்: (பெ): தவளை; frog.

வியங்கோள்: (பெ): ஒருவரை வாழ்த்துவது, ஒருவரிடம் சென்று ஒன்றினை வேண்டிக் கொள்வது, ஒருவர் ஒன்றினைச் செய்திடுமாறு விதிப்பது போன்ற நிலைகளுக்குப் பயன்படுத்தும் வினைமுற்று வகை; optative form of verbs to express wish, desire, command, etc.

வியமம்: (பெ): பாராட்டத்தக்கது; that which is fit for felicitation.

வியயம்: (பெ): பயணச் செலவு; travelling expense.

வியர்த்தம்: (பெ): பயனின்மை; something futile.

வியலகம்: (பெ): பூமி; earth.

வியலிலை: (பெ): பெருமை; greatness.

வியலிடம்: (பெ): பூமி; அகலம்; earth; width.

வியல்பூதி: (பெ): வில்வம்; bael tree.

வியனுலகம்: (பெ): தேவலோகம்; heaven.

வியன்: (பெ): வானம்; பெருமை; சிறப்பு; வியப்பு; sky; greatness; speciality; amazement.

வியாக்கிரம்: (பெ): புலி; tiger.

வியாதம்: (பெ): வேறுபாடு; difference.

வியாதன்: (பெ): வேடன்; கீழ்மகன்; hunter; person of low qualities.

வியாயாமம்: (பெ): உடற்பயிற்சி; body exercise.

வியாளம்: (பெ): புலி; பாம்பு; யானை; tiger; snake; elephant.

வியுவு: (பெ): வேறுபாடு; difference.

வியோகம்: (பெ): இறப்பு; death.

விரணம்: (பெ): புல்வகை; காயம்; பகைமை; a kind of grass; wound; enmity.

விரவல்: (பெ): கலத்தல்; mixing.

விரவார்: (பெ): பகைவர்; enemies.

விராதனன்: (பெ): கொலைகாரன்; killer.

விராலம்: (பெ): பூனை; cat.

விரிசல்: (பெ): பிளவு; அலை; crack; cleft; wave.

விரிதூறு: *(பெ):* புதர்; bush.

விரிபம்: *(பெ):* சிறு துகில்; small piece of cloth.

விரிகீ: *(பெ):* நெல்; அரிசி; paddy; rice.

விருகம்: *(பெ):* விலங்கு; animal.

விருகற்பதி: *(பெ):* வியாழன்; Planet Jupiter.

விருக்கநாதன்: *(பெ):* அரச மரம்; pipal tree.

விருக்கம்: *(பெ):* மரம்; tree.

விருசம்: *(பெ):* இஞ்சி; எலி; ginger; rat.

விருடம்: *(பெ):* எருது; bull.

விருடலம்: *(பெ):* குதிரை; உள்ளி (வெங்காயம்); horse; onion.

விருட்டி: *(பெ):* மழை; rain.

விருதம்: *(பெ):* வெள்ளெருக்கு; white yercum.

விருநர்: *(பெ):* படைவீரர்; soldiers.

விருத்தகங்கை: *(பெ):* கோதாவரி ஆறு; river Godavari.

விருத்தகிரி: *(பெ):* விருத்தாசலம்; Virudhachalam a town and Shiva's shrine.

விருந்தனை: *(பெ):* மனைவி; wife.

விருபன்: *(பெ):* வெள்ளெலி; a kind of rat.

விருப்பம்: *(பெ):* ஆசை; பற்று; liking; desire.

விரூபம்: *(பெ):* வேற்றுமை; difference.

விரோசினி: *(பெ):* கடுக்காய் வகை; a kind of gall-nut.

விலாமிச்சை: *(பெ):* ஒரு வகைப் புல்லின் வாசனை மிகுந்த வேர்; cuscus grass.

வில்லார்: *(பெ):* வேடர்; hunters.

வில்லி: *(பெ):* மன்மதன்; வேடன்; வில்லிபுத்தூர் ஆழ்வார்; Cupid; hunter; Villiputhoorar, a Vaishnava saint.

வில்லுவம்: *(பெ):* வில்வ மரம்; bael tree.

வில்லேருழவர்: *(பெ):* வீரர்; வேடர்; warriors; hunters.

விழம்பு: *(பெ):* சோறு; boiled rice.

விழலன்: *(பெ):* பயனற்றவன்; useless person.

விழுசுமை: *(பெ):* பெரும் பாரம்; heavy load.

விழுத்தம்: *(பெ):* கருஞ்சீரகம்; black cumin.

விழுத்து: *(பெ):* இலக்கு; target.

விழுமியோர்: *(பெ):* சிறந்தோர்; great persons.

விழைச்சு: *(பெ):* இளமை; புணர்ச்சி; youth; copulation.

விழைந்தோன்: *(பெ):* நண்பன்; கணவன்; friend; husband.

விழையார்: *(பெ):* பகைவர்கள்; enemies.

விழைவு: *(பெ):* விருப்பம்; desire.

விளத்தரு: *(பெ):* மர வகை; a kind of tree.

விளம்பம்: *(பெ):* தாமதம்; delay.

விளிந்தார்: *(பெ):* இறந்தோர்; the persons who passed away.

விளிப்பு: *(பெ):* ஓசை; sound.

விளிவு: *(பெ):* கேடு; இறப்பு; உறக்கம்; கடுஞ்சினம்; நாணம்; harm; death; sleep; wrath; shyness.

விளைகரி: *(பெ):* நிலக்கரி; coal.

விறாந்தை: *(பெ):* பிடி ஆணை; வராந்தா; தாழ்வாரம்; warrant; verandah.

விள்ளல்: *(பெ):* பிரிவு; கட்டித் தழுவுதல்; separation; embracing.

விள்ளுதல்: *(வி):* உடைதல்; மலர்தல்; பகைத்தல்; நீங்குதல்; சொல்லுதல்; be broken; to open as flower; to hate; to leave; to say.

வினகம்: *(பெ):* சேங்கொட்டை மரம்; marking nut tree.

வினாசம்: *(பெ):* கேடு; harm.

வினைத்தலை: *(பெ):* போர்க்களம்; battle-field.

வீ

வீவு: *(பெ):* சாவு; அழிவு; குற்றம்; கெடுதி; முடிவு; death; ruin; fault; harm; end.

வீழ்நாள்: *(பெ):* பயனற்ற நாள்; useless day.

வீழ்பு: *(பெ):* சுள்ளி; twig.

வீறல்: *(பெ):* வெடிப்பு; crack.

வீற்றம்: *(பெ):* வேறுபடுகை; differentiating.

வீற்றிருக்கை: *(பெ):* அரியாசனம்; throne.

வெ

வெஃகல்: *(பெ):* பேராசை; avarice.

வெஃகாமை: *(பெ):* அவாவின்மை; absence of desire.

வெஃகுதல்: *(பெ):* மிகவும் விரும்புதல்; கவர்தல்; to desire ardently; to seize.

வெகிர்முகம்: *(பெ):* வெளிப்புறம்; outer side.

வெகுட்சி: *(பெ):* சினம்; wrath.

வெகுண்டம்: *(பெ):* கரும்பு; sugarcane.

வெகுந்தம்: *(பெ):* பெருமை; மிகுதி; greatness; abundance.

வெகுபுத்திரி: *(பெ):* கீழாநெல்லி; துளசி; a herb; sacred basil plant.

வெகுமஞ்சரி: (பெ): துளசி; basil plant.

வெகுமூலம்: (பெ): முருங்கை மரம்; horse-radish tree.

வெகுரசம்: (பெ): கரும்பு; sugarcane.

வெகுளாமை: (பெ): சினம் கொள்ளாமை; absence of anger.

வெகுளி: (பெ): சினம்; வெறுப்பு; கபடம் இல்லாதவர்; anger; hatred; innocent person.

வெகுளுதல்: (வி): சினத்தல்; பகைத்தல்; be angry; be enraged at; to hate.

வெக்கடுப்பு: (பெ): கண்ணோய் வகை; a kind of eye disease.

வெக்காளம்: (பெ): புழுக்கம்; state of being humid.

வெங்கணன்: (பெ): கொடியவன்; cruel person.

வெங்கண்: (பெ): கொடுமை; பொறாமை; தீக்கண்; cruelty; jealousy; evil eye.

வெங்கதிர்: (பெ): சூரியன்; the Sun.

வெங்கம்: (பெ): வறுமை; poverty.

வெங்கன்: (பெ): வறிஞன்; destitute person.

வெங்காரம்: (பெ): மருந்துச் சரக்கு; borax.

வெங்கார்: (பெ): நெல் வகை; வெப்பம்; a kind of paddy; heat.

வெங்கோன்மை: (பெ): கொடுங்கோலாட்சி; cruel government.

வெச்சமுது: (பெ): சமைத்த உணவு; cooked food.

வெச்செனல்: (வி): வெப்பமாதல்; be heated.

வெஞ்சமம்: (பெ): கடும் போர்; war.

வெடில்: (பெ): ஓசை; sound.

வெடுக்கன்: (பெ): கோபக்காரன்; angry man.

வெட்ட: (பெ.அ): அதிகமான; தெளிவான; much; clear.

வெட்டனவு: (பெ): கடுமை; rigour.

வெட்டி நிலம்: (பெ): தரிசு நிலம்; untilled land.

வெட்டி வீரன்: (பெ): வெற்றி வீரன்; a man of heroism.

வெட்டிவேர்: (பெ): புல் வகை; cuscus grass.

வெட்டுணி: (பெ): முரடன்; கீழ்ப்படியாத பிள்ளை; lout; disobedient boy.

வெட்டை: (பெ): வெப்பம்; நோய் வகை; வெறுமை; கேடு; கடினத் தன்மை; heat; a kind of disease; emptiness; harm; hardness.

வெட்பாலை: (பெ): மர வகை; a kind of tree.

வெட்புலம்: (பெ): வெற்றிடம்; bare ground.

வெண்கடல்: (பெ): பாற்கடல்; sea of milk.

வெண்கலம்: (பெ): செம்பும் வெள்ளீயமும் கலந்த உலோகம்; நாள்; bronze; day.

வெண்கல்: (பெ): பளிங்கு; marble.

வெண்கவி: (பெ): பொருளாழம் இல்லாத பாட்டு; வெண்பா; verse not pregnant with ideas; venba.

வெண்களமர்: (பெ): மருதநில மக்கள்; inhabitants of the agricultural tract.

வெண்காசம்: (பெ): கண்ணோய் வகை; a kind of eye disease.

வெண்காந்தள்: (பெ): ஒரு செடி வகை; a kind of plant.

வெண்காயம்: (பெ): வெங்காயம்; வெள்ளைப் பூண்டு; onion; garlic.

வெண்காரம்: (பெ): மருந்துச் சரக்கு; borax.

வெண்கால்: (பெ): யானைத் தந்தத்தால் செய்யப்பட்ட கால்; the leg made of ivory.

வெண்கிழமை: (பெ): வெள்ளிக்கிழமை; Friday.

வெண்குட்டம்: (பெ): உடம்பில் வெள்ளையாகப் படரும் நோய்; white leprosy; leukoderma.

வெண்குமுதம்: (பெ): ஆம்பல் வகை; a kind of water lily.

வெண்குன்றி: (பெ): வெள்ளைக் குண்டுமணி; a liquorice plant.

வெண் கூதாளம்: (பெ): தாளி வகை; a kind of earthen lamp-bowl.

வெண்கை: (பெ): வேலை செய்து பழகாத கை; வெள்ளை நிறக் கைப்பிடி; the hand unused to work; white coloured handle.

வெண்கொடி: (பெ): வெற்றிக்கொடி; கலைமகள்; flag of victory; Saraswathi, Goddess of Arts and Learning.

வெண்கொள்: (பெ): வெள்ளி; silver.

வெண்கோடல்: (பெ): வெண் காந்தள்; a flower plant.

வெண்கோட்டம்: (பெ): செடி வகை; a kind of plant.

வெண்சாந்து: (பெ): சுட்ட சுண்ணாம்பு; lime mortar.

வெண்டிரை: (பெ): கடல்; sea.

வெண்ணகை: (பெ): பல்; புன்னகை; tooth; smile.

வெண்ணஞ்சு: (பெ): நிணம்; flesh.

வெண்ணரி: (பெ): நரிவகை; a kind of fox.

வெண்ணாகம்: (பெ): தகரம்; tin.

வெண்ணாரை: (பெ): கொக்கு வகை; a kind of crane.

வெண்ணாவல்: (பெ): நாவல் மர வகை; a kind of jamun-plum tree.

வெண்ணிலம்: (பெ): மணல் தரை; sandy ground.

வெண்பலி: (பெ): சாம்பல்; ashes.

வெண்பா: (பெ): பா வகையுள் ஒன்று; a kind of poetic form.

வெண்பாட்டம்: (பெ): கோடை மழை; முன்பணமின்றி அளிக்கப்படும் குத்தகை; rain in summer season; the lease given to someone without any advance payment.

வெண்பொன்: (பெ): வெள்ளி; சுக்கிரன்; silver; the Planet Venus.

வெண்மணி: (பெ): முத்து; pearl.

வெண் மீன்: (பெ): சுக்கிரன்; the Planet Venus.

வெண்மை: (பெ): வெண்ணிறம்; ஒளி; தூய்மை; இளமை; அறிவின்மை; சூதுவாது இல்லாமை; whiteness; lustre; purity; youth; ignorance; innocence.

வெதரி: (பெ): இலந்தை மரம்; jujube tree.

வெதிரம்: (பெ): மூங்கில்; bamboo.

வெதிரன்: (பெ): செவிடன்; deaf person.

வெதிரேகம்: (பெ): வேறுபாடு; எதிர்மறை; பரிணாமம்; difference; opposite; evolution.

வெதிர்: (பெ): மூங்கில்; நடுக்கம்; செவிடு; bamboo; trembling; deafness.

வெதிர்ப்பு: (பெ): அச்சம்; கலக்கம்; நடுக்கம்; fear; confusion; trembling.

வெதுப்பம்: (பெ): இளஞ்சூடு; warmth.

வெதுப்பு: (பெ): சுரநோய் வகை; மாட்டு நோய்; a kind of fever; a cattle disease.

வெந்திறல்: (பெ): மிகுந்த வலிமை; great strength.

வெந்தை: (பெ): நீராவியில் வெந்தது; that which is cooked in steam.

வெந்நிடுதல்: (வி): புறங்காட்டுதல்; to show one's back in defeat.

வெப்பசாரம்: (பெ): சினம்; பொறாமை; மனத்துயர்; anger; envy; jealously; affliction.

வெப்பிராளம்: (பெ): மனக் குழப்பம்; mental confusion.

வெப்புள்: (பெ): வெம்மை; heat.

வெம்பளிக்கை: (பெ): இறுமாப்பு; செருக்கு; arrogance; pride.

வெம்பா: (பெ): முடுபனி; mist.

வெய்து: (பெ): வெப்பம்; துயரம்; ஒற்றடம்; கொடியது; heat; grief; sorrow; fomentation; that which is cruel.

வெய்துயிர்த்தல்: (வி): பெருமூச்செறிதல்; to pant.

வெய்துரை: (பெ): கடுஞ்சொல்; harsh word.

வெய்துறுதல்: (பெ): துன்புறுதல்; சினத்தல்; மனங்கலங்குதல்; be afflicted; to get angry; be confused.

வெய்ய: (பெ.அ): வெப்பமான; கொடிய; விருப்பமான; hot; cruel; desirable.

வெய்யது: (பெ): சூடானது; கொடியது; that which is hot; that which is cruel.

வெய்ய நீர்: (பெ): சூடான நீர்; hot water.

வெய்யன்: (பெ): கொடியவன்; cruel person.

வெரிந்: (பெ): முதுகு; back.

வெருகு: (பெ): காட்டுப் பூனை; மரநாய்; செடி வகை; wild cat; the pole cat; a kind of plant.

வெருக்கு விடை: (பெ): ஆண் காட்டுப் பூனை; male wild cat.

வெருக்கொள்ளுதல்: (வி): அஞ்சுதல்; to fear.

வெருட்சி: (பெ): அச்சம்; மருட்சி; வெட்கம்; fear; bewilderment; shyness.

வெருப்பறை: (பெ): போர் முரசு; war drum.

வெருவந்தம்: (பெ): அச்சம்; fear.

வெருவருதல்: (வி): அச்சம் தருதல்; அஞ்சுதல்; cause to fear; be frightened.

வெருவலர்: (பெ): பகைவர்; enemies.

வெருவாமை: (பெ): அஞ்சாமை; bravery.

வெருவு: (பெ): அச்சம்; fear.

வெருவுதல்: (வி): அஞ்சுதல்; be frightened.

வெருளுதல்: (வி): மருளுதல்; அஞ்சுதல்; be perplexed; be frightened.

வெருள்: (பெ): அச்சம்; மனக்கலக்கம்; fear; perplexity.

வெரூஉ: (பெ): அச்சம்; fear.

வெலி: (பெ): நீக்கல்; act of removing.

வெலிகம்: (பெ): கற்றாழை; aloe.

வெலிகாரம்: (பெ): மருந்துச் சரக்கு; a medicinal thing.

வெலீஇயோன்: (பெ): வெல்வித்தோன்; one who caused victory.

வெல்லல்: (பெ): வெற்றியடைதல்; to win.

வெல்லி: (பெ): வல்லவர்; mighty person; skillful person.

வெல்லுமா: (பெ): புலி; tiger.

வெல்லை: (பெ): வெள்ளை நிறம்; white.

வெல்வி: (பெ): வெற்றி; victory.

வெல்விடாய்: (பெ): கடுந்தாகம்; intense thirst.

வெவ்விது: (பெ): கொடியது; that which is harsh.

வெவ்வுரை: (பெ): கடுஞ்சொல்; harsh word.

வெளிசம்: (பெ): தூண்டில்; fishing hook.

வெளிச்செண்ணை: (பெ): தேங்காய் எண்ணெய்; coconut oil.

வெளிது: (பெ): வெண்மையானது; that which is white.

வெளிப்பு: (பெ): வெளியிடம்; தெளிவு; open space; clearness.

வெளி மனிதன்: (பெ): வழிப்போக்கன்; புதியவன்; stranger; new person.

வெளியார்: (பெ): புறம்பானவர்; அறிவிலார்; strangers; senseless persons.

வெளிறுதல்: *(வி):* வெண்மையாதல்; நிறங்கெடுதல்; to become white; to become pale.

வெளிற்றுரை: *(பெ):* பயனற்ற பேச்சு; useless talk.

வெள்: *(பெ.அ):* வெண்மையான; கலப்பில்லாத; white; pure.

வெள்குதல்: *(வி):* வெட்குதல்; அஞ்சுதல்; நடுங்குதல்; be ashamed; to fear; to shudder.

வெள்வளையர்: *(பெ):* மகளிர்; women.

வெள்வாள்: *(பெ):* பளபளப்பான வாள்; shining sword.

வெள்வீச்சு: *(பெ):* பயனற்ற பேச்சு; useless talk.

வெள்வேலன்: *(பெ):* வேலைத்தாங்கிய போர் வீரன்; warrior armed with a bright spear.

வெள்வேல்: *(பெ):* மர வகை; a kind of tree.

வெள்ளடி: *(பெ):* வெளிப்படை; பொதுவானது; openness; that which is common.

வெள்ளடை: *(பெ):* வெற்றிலை; ஒரு சிவத்தலம்; betel leaf; a Shiva shrine.

வெள்ளருகு: *(பெ):* புல் வகை; a kind of grass.

வெள்ளறுவை: *(பெ):* வெள்ளையாடை; white dress.

வெள்ளாட்டி: *(பெ):* பணிப்பெண்; servant-maid.

வெள்ளாம்பல்: *(பெ):* ஆம்பல் மலர் வகை; a kind of water lily.

வெள்ளிடம்: *(பெ):* வெற்றிடம்; vacant place.

வெள்ளிடை: *(பெ):* வானம்; வெளியிடம்; தெளிவு; atmospheric space; sky; open space; clearness.

வெள்ளிலை: *(பெ):* வெற்றிலை; betel leaf.

வெள்ளில்: *(பெ):* மர வகை; விளாம்பழம்; பாடை; a kind of tree; wood apple; bier.

வெள்ளிழுது: *(பெ):* வெண்ணெய்; butter.

வெள்ளீயம்: *(பெ):* ஓர் உலோகம்; tin.

வெள்ளுப்பு: *(பெ):* வெள்ளையுப்பு; white salt.

வெள்ளுவரி: *(பெ):* தூய்மையான குடிநீர்; good drinking water.

வெள்ளுவா: *(பெ):* வெள்ளை யானை; பௌர்ணமி; white elephant; Full Moon day.

வெள்ளுழவு: *(பெ):* காய்ந்தும் காயாத நிலத்தில் உழும் உழவு; ploughing while the land is neither wet or dry.

வெள்ளேடு: *(பெ):* எழுதப்படாத பனையோலை நறுக்கு; the palm leaf not written upon.

வெள்ளைத்தங்கம்: *(பெ):* பிளாட்டினம்; platinum, a metal.

வெறிது: *(பெ):* அறிவின்மை; பயனின்மை; lack of knowledge; uselessness.

வெறிநாய்: *(பெ):* வெறி கொண்ட நாய்; rabid dog.

வெறியன்: *(பெ):* பைத்தியக்காரன்; குடிவெறி உள்ளவன்; கொடூரன்; mad man; intoxicated person; furious person.

வெறுக்கை: *(பெ):* வெறுப்பு; மிகுதி; செல்வம்; பொன்; கையுறை; கனவு; hatred; abundance; wealth; gold; gloves; dream.

வெறுக்கைக் கிழவன்: *(பெ):* குபேரன்; Kubera.

வெற்பு: *(பெ):* மலை; hill.

வெற்றம்: *(பெ):* வெற்றி; வீரம்; victory; bravery.

வெற்றரையவர்: *(பெ):* சமணர்; Jains.

வெற்றல்: *(பெ):* வெற்றி; victory.

வெற்றாள்: *(பெ):* பயனற்றவன்; useless person.

வெற்றிமை: *(பெ):* மேம்பாடு; வெற்றி; greatness; victory.

வெற்றிவாகை: *(பெ):* போரில் வென்றோர் சூடும் மாலை; wreath of sirissa flowers, worn as an emblem of victory.

வெண்: *(பெ):* முதுகு; வெற்றி; back; victory .

வென்றி: *(பெ):* வெற்றி; victory .

வே

வேகடம்: *(பெ):* மீன் வகை; a kind of fish.

வேகடன்: *(பெ):* இளைஞன்; youth.

வேகப்புள்: *(பெ):* கருடன்; white-headed kite.

வேகர்: *(பெ):* தூதுவர்; messenger.

வேகாளம்: *(பெ):* கங்கை; வேக்காடு; சினம்; river Ganges; burning heat; anger.

வேகி: *(பெ):* கோபக்காரன்; angry person.

வேசம்: *(பெ):* உடை முதலியவற்றால் கொள்ளும் மாற்று வடிவம்; வாயில்; வீடு; சம்பளம்; make-up; costume due to a part in a drama; entrance; house; salary.

வேசனம்: *(பெ):* மருத நிலத்தூர்; வீடு; வாயில்; a town in an agricultural tract; house; entrance.

வேட்கோ: *(பெ):* குயவன்; potter.

வேட்டம்: *(பெ):* வேட்டை; கொலை; விருப்பம்; பிசின்; hunting; murder; desire; resin.

வேட்பு: *(பெ):* விருப்பம்; desire.

வேணகை: *(பெ):* சுற்று மதில்; surrounding wall.

வேணிகை: *(பெ):* பின்னிய மயிர்; plaited hair.

வேணினர்: *(பெ):* விரும்புபவர்; one who likes.

வேண்டலன்: *(பெ):* பகைவன்; enemy.

வேதங்கம்: *(பெ):* ஓர் ஆடை வகை; a kind of garment.

வேதன்: *(பெ):* கடுக்காய்; கடவுள்; பிரம்மன்; வியாழன்; gall-nut; God; Lord Brahma; the priest of celestial beings.

வேதாந்தம்: *(பெ):* உபநிடதம்; upanishad.

வேதாந்தி: *(பெ):* வேதாந்தக் கொள்கையினன்; philosopher.

வேதாளி: *(பெ):* காளி; Kali, a female deity of dark complexion.

வேதித்தார்: *(பெ):* பகைவர்; enemies.

வேது பிடித்தல்: *(வி):* ஆவி, புகை போன்றவற்றால் உடலை வெம்மைப்படுத்துதல்; to apply fomentation.

வேத்தவை: *(பெ):* அரசவை; royal assembly.

வேத்திரகரன்: *(பெ):* நந்தி தேவன்; Nandi Deva.

வேத்திரம்: *(பெ):* பிரம்பு; அம்பு; இலந்தை மரம்; rattan; arrow; jujube tree.

வேபனம்: *(பெ):* அச்சம்; நடுக்கம்; fear; trembling.

வேமம்: *(பெ):* நெசவுத்தறி; weaving loom.

வேமானியர்: *(பெ):* தேவர்; celestial beings.

வேம்பன்: *(பெ):* பாண்டியன்; Pandya king.

வேய்: *(பெ):* மூங்கில்; ஒற்றன்; bamboo; spy.

வேய்க்கண்: *(பெ):* மூங்கில் கணு; knot of bamboo.

வேரகம்: *(பெ):* கற்பூரம்; camphor.

வேரி: *(பெ):* தேன்; கள்; மணம்; honey; toddy; fragrance.

வேர்க்கொம்பு: *(பெ):* இஞ்சி; சுக்கு; ginger; dried ginger.

வேர்ப்படலம்: *(பெ):* கண்ணோய் வகை; a kind of eye disease.

வேலசம்: *(பெ):* மிளகு; pepper.

வேலம்: *(பெ):* தோட்டம்; மரவகை; garden; a kind of tree.

வேலாவலயம்: *(பெ):* பூமி; கடல்; earth; sea.

வேலாழி: *(பெ):* கடல்; sea.

வேவம்: *(பெ):* தனிமை; துன்பம்; loneliness; grief.

வேவை: *(பெ):* வெந்தது; that which is cooked.

வேழம்பம்: *(பெ):* வஞ்சகம்; deceit.

வேழம்பர்: *(பெ):* கழைக்கூத்தர்; pole-dancers.

வேளாட்டி: *(பெ):* பணிப்பெண்; servant-maid.

வேளாண்வேதம்: *(பெ):* நாலடியார்; Naaladiyar.

வேளான்: *(பெ):* குயவன்; potter.

வேற்றலம்: *(பெ):* காற்று; wind.

வேற்றவன்: *(பெ):* பகைவன்; அயலான்; enemy; stranger.

வேற்றுவன்: *(பெ):* அயலான்; பிறன்; foreigner; stranger; other man.

வேன்: *(பெ):* மிகுதி; abundance.

வை

வை: *(பெ):* கூர்மை; வைக்கோல்; புல்; sharpness; straw; grass.

வைகலும்: *(வி.அ):* நாள்தோறும்; daily.

வைகல்: *(பெ):* தங்குதல்; விடியற்காலம்; நாள்; வேளை; dwelling; a dawn; day; time.

வைகறை: *(பெ):* விடியற்காலம்; காலை; daybreak; morning.

வைகாலம்: *(பெ):* சாயங்காலம்; evening.

வைகாசைன்: *(பெ):* வனத்தில் வசிப்பவன்; one who resides in forest.

வைகுறு மீன்: *(பெ):* விடிவெள்ளி; morning star; the Planet Venus.

வைசத்தியம்: *(பெ):* தூய்மை; உண்மை; purity; truth.

வைசித்திரி: *(பெ):* புதுமை; newness.

வைடாலம்: *(பெ):* பூனை; cat.

வைதவ்யம்: *(பெ):* கைம்மை; widowhood.

வைந்நுதி: *(பெ):* கூரிய நுனி; sharp edge.

வைந்தவம்: *(பெ):* குதிரை; horse.

வைபவம்: *(பெ):* பெருமை; பெரியோர் வரலாறு; greatness; history of great persons.

வைப்பு: *(பெ):* பாதுகாப்பு நிதி; புதையல்; இடம்; ஊர்; உலகம்; deposit; treasure-trove; place; town; world.

வைப்பு முத்து: *(பெ):* செயற்கை முத்து; artificial pearl.

வைராகம்: *(பெ):* பற்றின்மை; absence of desire.

வைரி: *(பெ):* பகைவன்; enemy.

வைனதேயன்: *(பெ):* கருடன்; white-headed kite.

❀ ❀ ❀

தமிழ்ப் பழமொழிகள் – ஆங்கிலப் பழமொழிகள்

அடங்கத் தெரியாதவனுக்கு ஆளத் தெரியாது - No man can be a good ruler, unless he has first been ruled.

அதிர்ஷ்டம் வரும்போது தவறவிடாதே - When fortune smiles, embrace her.

அளவுக்கு மீறிய சுதந்திரம் அனைவரையும் கெடுக்கும் - Too much liberty spoils all.

அறிவாளிகள் காரணத்தை ஆய்ந்து கொண்டிருப்பார்கள், முட்டாள்கள் முன்னின்று முடிவெடுப்பர் - Wise men argue causes and fools decide them.

அறிவுரை தேவைப்படும்பொழுதுதான் அலட்சியம் கண்ணை மறைக்கும் - Advice when most needed is least heeded.

அன்பு ஒருபோதும் வீணாக்கப்படுவதில்லை - Kindness is never wasted.

அன்னையும், பிதாவும் முன்னறி தெய்வம் - Next to God are Parents.

அனுபவமே அருமையான ஆசான் - Experience is the best teacher.

ஆசைப்படுபவர் விடாது முயல்வர் - Ambition makes people diligent.

ஆபத்துக்கு உதவுபவனே உண்மையான நண்பன் - A friend in need is a friend indeed.

ஆலையில்லா ஊருக்கு இலுப்பைப்பூ சர்க்கரை - In the kingdom of the blind, one-eyed man is king.

இயற்கையே உண்மை நியதி - Nature is the true law.

இல்லாததற்கே ஏங்கிடும் இதயம் - Absence makes the heart grow fonder.

இளமை முன்னே பார்க்கிறது, முதுமை பின்னே பார்க்கிறது - Youth looks forward and aged backwards.

இனம் இனத்தோடு சேரும் - Birds of the same feather flock together.

இறைவனுக்கு அஞ்சுதலே அறிவின் தொடக்கம் - The fear of the Lord is the beginning of wisdom.

இன்று தொடங்கு, என்றும் முடிக்காதே - Begin today, end never.

உண்மை ஒரு மைல் தூரம் செல்வதற்குள் வதந்தி உலகைச் சுற்றிவிடும் - While truth walks a mile, rumour travels round the globe.

உலகம் எப்போதும் மாறிக்கொண்டிருக்கிறது - The world is always changing.

உழைப்பே வழிபாடு (ஆராதனை) - Labour is worship.

ஊருடன் கூடி வாழ் - Do in Rome as Romans do.

எண்ணங்கள் மனிதனை உயர்த்துகின்றன - Thoughts elevate a man.

ஐயமே அறிவின் திறவுகோல் - Doubt is the key of knowledge.

ஒரு கல்லில் இரு மாங்காய் அடித்தல் - To kill two birds with one stone.

ஒரு தீமையிலிருந்து பல தீமைகள் பிறக்கும் - If there is one ill, come many.

ஒவ்வொருவரிடமும் கேள், சிலரிடம் மட்டுமே சொல் - Give every man thy ear, but few thy voice.

ஒற்றுமையே பலம் (வலிமை) - Union is strength.

கண்கள் தம்மையே நம்புகின்றன; காதுகள் பிறரை நம்புகின்றன - The eyes believe themselves, the ears believe others.

ஓர் ஊருக்குப் போக பல வழி உண்டு - There are more ways to the wood than one.

கண்ணாடி மாளிகையில் இருந்துகொண்டு கல் எறியக்கூடாது - People who live in glass houses should not throw stones.

காக்கைக்கும் தன் குஞ்சு பொன்குஞ்சு - There's only one pretty child in the world, and every mother has it.

குரைக்கிற நாய் கடிக்காது - Barking dogs seldom bite.

குற்றமுள்ள நெஞ்சு குறுகுறுக்கும் - An evil deed has a witness in the bosom.

குற்றம் பார்க்கில் சுற்றம் இல்லை - Be to her virtues very kind, to her faults a little blind.

கூழுக்கும் ஆசை, மீசைக்கும் ஆசை - You cannot have your cake and eat it too.

கெடுவான் கேடு நினைப்பான் - Evil be to him who evil thinks.

கோழைகள் பலமுறை மடிவர்; வீரனுக்கு மரணம் ஒருமுறைதான் வரும் - Cowards die many times but the brave die only once.

சிறு துளி பெருவெள்ளம் - Little drops of water make the mighty ocean.

சிறு துரும்பும் பல்குத்த உதவும் - Lay things by, they may come to use.

சுருங்கக் கூறலே அறிவின் ஆன்மா - Brevity is the soul of wit.

சேற்றில் முளைக்கும் செந்தாமரை - Under the thorn grow the roses.

தந்தை சொல் மிக்க மந்திரம் இல்லை - No advice like a father's.

தருமம் தலைகாக்கும்; தக்க தருணத்தில் துணை நிற்கும் - Charity is a double blessing.

தனிமரம் தோப்பாகாது - One flower makes no garland.

தன் கையே தனக்குதவி - Self help is the best help.

தாமதித்த தீர்ப்பு மறுக்கப்பட்ட நீதி - Justice delayed is justice denied. / அவசரத் தீர்ப்பு புதைக்கப்பட்ட நீதி - Justice hurried is justice buried.

தாயைப் போல பிள்ளை; நூலைப் போல சேலை - Like mother, like daughter.

தான் ஆடாவிட்டாலும் தன் சதை ஆடும் - Blood is thicker than water.

திருமணங்கள் சொர்க்கத்தில் நிச்சயிக்கப்படுகின்றன - Marriages are made in heaven.

திறமைக்கு முன் செல்கிறது அதிகாரம் - Power goes before talent.

தீய செயல்களை அழகிய வார்த்தைகள் மூடி மறைக்கும் - Fine words dress ill deeds.

தொட்டில் பழக்கம் சுடுகாடு மட்டும் - Old habits die hard.

நட்பு மகிழ்ச்சியைப் பெருக்கும், துயரத்தைப் பங்கிட்டுக்கொள்ளும் - Friendship multiplies joys and divides grief.

நண்பர்களை வைத்தே நம்மை எடைபோடுவர் - A man is known by the company he keeps.

நம்பிக்கையே வாழ்க்கையின் உந்து சக்தி - Faith is the force of life.

நல்ல ஆடைகள் எல்லாக் கதவுகளையும் திறந்திடும் - Good clothes open all doors.

நல்ல கணவன் செவிடனாயிருக்க வேண்டும்; நல்ல மனைவி குருடாய் இருக்க வேண்டும் - A good husband should be deaf and a good wife blind

நன்றி மறப்பது நன்றன்று - Forget not the help you receive.

நாய் விற்ற காசு குரைக்காது - Gain savours sweetly from anything.

நாளை கிடைக்கும் பலாக்காயினும் இன்று கிடைக்கும் களாக்காய் மேல் - Better an egg today than a hen tomorrow.

நெருப்பின்றி புகையாது - No smoke without fire.

பசிவந்திடப் பத்தும் பறந்துபோம் - There is no virtue that poverty destroys not.

பதறிச் செய்த காரியம் சிதறிக் கெட்டுப்போகும் - Haste makes waste.

பழகப் பழக பாலும் புளிக்கும் - Familiarity breeds contempt.*
பிச்சை எடுப்பவனுக்கு சோம்பேறித்தனமே மூலதனம் - Idleness is the key of beggary.
புயலுக்குப் பின் அமைதி - After a storm there is a calm.
புறங்கூறாதவனே நல்ல நண்பன் - He is a good friend that speaks well of us behind our back.
பொதுமக்கள் நினைவாற்றலுக்கு ஆயுள் குறைவு - Public memory is short.
பொறுத்தார் பூமி ஆள்வார் - He who can stay, obtains.
போதும் என்ற மனமே பொன் செய்யும் மருந்து - They need much whom nothing will content.
மக்கள் குரலே மகேசன் குரல் - The voice of the people is the voice of God. (Vox populi Vox dei)
மண் குதிரையை நம்பி ஆற்றில் இறங்காதே - Don't enter a stream on a clay horse.
மரியாதை கொடுத்து மரியாதை வாங்கு - He who respects not is not respected.
மன்னிப்பவனே வெற்றி பெறுகிறான் - He who forgives gains the victory.
மனம் இருந்தால் மார்க்கம் உண்டு - Where there is a will, there is way.
மனிதன் நினைக்கிறான், கடவுள் முடிக்கிறார் - Man desires, God decides.
மின்னுவதெல்லாம் பொன்னல்ல - All that glitters is not gold.
முகம் உள்ளத்தைக் காட்டும் கண்ணாடி - Face is the index of the mind.
முதல் அபிப்பிராயமே சிறந்த அபிப்பிராயம் - First impression is the best impression.
முதலில் விரும்பு, பின்னர் அடை - First desire then acquire.
முதுமை பக்குவத்தின் அடையாளம் - Age is a symbol of maturity.
முள்ளை முள்ளால் எடு - Get a thief to catch a thief.
யானைக்கு ஒரு காலம் வந்தால் பூனைக்கும் ஒரு காலம் வரும் - Every dog has its day.
வயோதிகம் அழைக்காமலே வந்துசேரும் - Old age comes uncalled.
வருமுன்னர் காக்காவிட்டால் வாழ்க்கை பாழாகும் - Prevention is better than cure.
வழி தவறுவதை விட வழிகேட்பது மேல்; (ஆ) வாயுள்ள பிள்ளை வழி தேடிக்கொள்ளும் - Better to ask the way than go astray.
வறுமையினும் கொடியது கடனே - Debt is the worst poverty.
வாய்மையே வெல்லும் - Truth alone triumphs.
வாய் விட்டுச் சிரித்தால் நோய்விட்டுப் போகும் - Hearty laugh dispels disease.
வாழ்க்கை ஒரு ரோஜா மலர்ப்படுக்கை அல்ல - Life is not a bed of roses.
வாழு, வாழ விடு - Live and let live.
வாளினும் வலியது எழுதுகோல் - The pen is mightier than the sword.
விசுவாசமே பணத்தினும் மதிப்பு வாய்ந்தது - Loyalty is worth more than money.
வினை விதைத்தவன் வினையறுப்பான், தினை விதைத்தவன் தினையறுப்பான் - Whatsoever a man soweth, that shall he also reap.
வீரர்கள் உண்டாக்கப்படுகிறார்கள், பிறப்பதில்லை - Heroes are made, not born.
வேலியே பயிரை மேயக்கூடாது - Law makers should not be law breakers.

❈ ❈ ❈